வெய்யோன்

வெய்யோன்

ஜெயமோகன்

கிழக்கு

வெய்யோன்

Veyyon

by *Jeyamohan* ©

First Edition: August 2016

848 Pages

Printed in India.

ISBN : 978-93-84149-97-0

Kizhakku - 934

Kizhakku Pathippagam

177/103, First Floor,

Ambal's Building, Lloyds Road,

Royapettah, Chennai 600 014.

Ph: +91-44-4200-9603

Email : support@nhm.in

Website : www.nhm.in

kizhakkupathippagam

kizhakku_nhm

Cover Image: Shanmugavel

Author's Email: jeyamohan.writer@gmail.com

Author's Website: www.jeyamohan.in | venmurasu.in

Printed in India by Repro Knowledgecast Limited, Thane

Kizhakku Pathippagam is an imprint of New Horizon Media Private Limited.

வீ.ஷண்முகநாதன் அவர்களுக்கு

சில முக்கிய வார்த்தைகளுக்கான பொருள்
பின்னிணைப்பாக இணைக்கப்பட்டுள்ளது...

வெய்யோன் ஒளியில்

கர்ணனைப்பற்றிய நாவல் இது. வெண்முரசு நாவல்களை நான் செவ்வியலின் வெவ்வேறு வடிவங்களாகவே உள்ளூர உருவகித்திருக்கிறேன். செவ்வியல் என்பது அனைத்துவகையான புனைவுவகைகளுக்கும் உள்ளே இடமளிப்பது. அதன் இயல்பே தொகுப்புத்தன்மைதான். அதற்குள் ஒருமையையும் ஒத்திசைவையும் அது அடையமுயல்கிறது. அதன் மையத்தரிசனத்தால் அதை நோக்கிச் செல்கிறது.

வெய்யோன் இயல்பாகவே பரசுராமனின் கதையிலிருந்து தொடங்கியது எனக்கே புதிய திறப்பாக அமைந்தது. அன்னையென்றும் காதலி என்றும் துணைவி என்றும் பெண்மையால் அலைக்கழிக்கப்படும் கர்ணனின் சித்திரமாக அது விரிந்தது. பெருந்தன்மையால் தோற்றுக்கொண்டே செல்பவன் வென்று நின்றிருக்கும் பேரறத்தின் தருணம் ஒன்றில் நிறைவடைந்தது.

பிறநாவல்களுக்கு மாறாக நுண்மையான அன்றாடத்தருணங்கள் நிறைந்த படைப்பு இது. உத்வேகமான புராணக்கதைகளும், எளிய சாகசச்சித்தரிப்புகளும், குலக்கதைகளும் குறுக்குவாட்டில் புகுந்து இதன் பின்னலை அமைத்தன. அதன் அன்றாடத்தன்மைக்கு அவை அடிக்கோடிடுகின்றன. இந்நாவலின் நான்குவகை உச்சங்கள் என நான் எண்ணுபவை இந்த ஒவ்வொரு தளத்திலும் உள்ளன. ராதைக்கும் கர்ணனுக்குமான உறவு எப்போதைக்குமாக வெளித்தெரியாமல் முறிவடையும் தருணம் அன்றாடவாழ்க்கையின் நுண்மை கொண்டது. ஜயத்ரதனின் தந்தை தன் மைந்தனைக் கையால் தொடமறுக்கும் தருணம் இன்னொன்று. அர்ஜுனன் நாகர்குலக்குழவியை விட்டுவிடும் தருணமும், அதன் மறுபக்கமாக வரும் கர்ணன் அதைக் கையிலேந்தும் தருணமும் அந்த அன்றாடத்தருணங்களால்தான் ஒளிகொள்கின்றன. நடுவே துரியோதனனின் இன்றியமையாத வீழ்ச்சியின் சித்திரம் அமைகிறது.

முற்றிலும் மாறுபட்ட நான்குவகைப் புனைவுகள் ஒருங்கிணைந்த இந்நாவல் அதன் முழுமையை உச்சகட்டத்தில்தான் அடைந்தது. அதுவரை நானும்தான் தேடிச்சென்றுகொண்டிருந்தேன். அது கர்ணனை எனக்குக் காட்டியது.

இந்நூலை மெய்ப்பு நோக்கிய ஜெயஸ்ரீ கோவிந்தராஜன் அவர்களுக்கும், சீர்நோக்கி வெளியிடும் ஹரன்பிரசன்னாவுக்கும், கிழக்கு பதிப்பகத்துக்கும் நன்றி. வெண்முரசு நாவல்களை இணையத்தில் மெய்ப்பு நோக்கிய எம்.ஏ.சுசீலாவுக்கும் தகவல்கள் மற்றும் நடையை சீர்நோக்கிய மீனாம்பிகைக்கும் நன்றி. வெண்முரசு நாவல்கள் அனைத்தையும் ஒவ்வொருநாளும் தகவல்கள் சரிபார்த்து செம்மைசெய்து வெளியிடும் ஸ்ரீனிவாசன், சுதா தம்பதியினருக்கு வழக்கம்போல மனமார்ந்த வணக்கமும் நன்றியும். அவர்களுக்கும் உரியது இந்நாவல்.

இந்நாவலை என் பெருமதிப்பிற்குரிய வீ.ஷண்முகநாதன் அவர்களுக்கு சமர்ப்பணம் செய்கிறேன். இளமைமுதல் என் மூத்த சகோதரனின் இடத்தில் அவர் இருந்திருக்கிறார். பலவகை விலகல்களின்போதும் என்னை அவர் விட்டுவிடவில்லை. அவருக்கு என் எளிய கடப்பாடு இது.

ஜெயமோகன்
93, சாரதா நகர், பார்வதிபுரம்,
நாகர்கோவில் 629003

பகுதி 1

செந்தழல் வளையம்

1

“செங்கதிர் மைந்தா, தன் நிழலால் துரத்தப்படுபவனுக்கு இருளன்றி ஒளிவிடம் ஏது? விழிமுனைகளன்றி பகையேது? ஆடியன்றி கூற்றமேது?”

பெரிய நீலநிறத்தலைப்பாகைக்கு மேல் இமயத்து நீள்கழுத்து நாரையின் வெண்பனியிறகைச் சூடி, இரு கைகளிலும் இலைத்தாளங்களை ஏந்தி, அவற்றின் நுனிகளை மெல்ல முட்டி நெஞ்சதிரும் உலோகத்தாளத்தை எழுப்பி, பொற்சலங்கை கட்டிய வலக்காலை முன்னால் வைத்து மெல்ல தட்டி, இமை தாழ்ந்த விழிகள் உள்ளூறிய சொற்சுனை நோக்கி திரும்பியிருக்க, தென்புலத்துச்சூதன் பாடினான்.

அவனருகே முழவுடன் அமர்ந்த முதியசூதன் பொற்குண்டலங்கள் அசைந்தசைந்து கன்னங்களைத் தொட்டு விலக, உதடுகளை இறுக்கிய படி துடிப்பரப்பில் நின்றாடிய இருவிரல்களால் தாளமிட்டான். மறு பக்கம் சலங்கைக்கோலை கையில் ஏந்தி, விரல்களால் அதை தாளத்தில் அசைத்தெழுப்பி, கண்மூடி, கொழுநனின் குரல்வழி சென்று கொண்டிருந்தாள் விறலி. அவர்களைச் சூழ்ந்திருந்த இசைக்கூடம் கங்கையின் இளம்காற்று உலாவ ஒளியுடன் விரிந்திருந்தது.

அங்கநாட்டுத் தலைநகர் சம்பாபுரியின் அரண்மனையில் ஆவணி மாதத்து பின்காலையில் அரசனாகிய கர்ணன் தன் அமைச்சர்களுடனும் அணுக்கர்களுடனும் அமர்ந்து சூதனின் சொற்களைக் கேட்டுக் கொண்டிருந்தான். சூதனின் கரிய கூர்முகத்தையும் அதில்

உடைந்த கருங்கல்சில்லுகளின் நீரற்ற நீர்மையின் ஒளியையும் நோக்கிக்கொண்டிருந்தான். அவன் உதடுகள் செந்நிறப்பட்டாம்பூச்சியென சிறகடித்துப் பறந்து எழுப்பிய இசை அவனைச்சூழ்ந்து ரீங்கரித்தது.

அவனருகே முதன்மை அமைச்சர் ஹரிதர் அமர்ந்திருந்தார். சூதனின் சொற்கள் தன்னை அவிழ்த்து பிறிதொருவராக மாற்றுவதை அவரே பிறிதெங்கோ இருந்து நோக்கிக்கொண்டிருந்தார். சொற்கள் அவரைச்சூழ்ந்து தேன்சுமந்து ஒளிச்சிறகுகளுடன் ரீங்கரித்துச் சுற்றிவந்தன.

மலருள்ள மண்ணிலெங்கும் எழும் தேனீக்களனைத்தும் ஒற்றை இசையையே பாடுகின்றன. எங்கிருந்து தேன் வருகிறதோ அங்கிருந்து வருவது அவ்விசை. மலரூறும் தேன்களில் சிறுதுளியே தேனீக்களால் தொட்டு சேர்க்கப்படுகிறது. தேனில் முளைத்து எழுகின்றன புதிய தேனீக்கள். தன்னை இங்கு நிலைநிறுத்திக்கொள்ள தேனே உயிர்கொண்டு சிறகுபெற்று தேனீக்களாக எழுகிறது.

“சுடர்கதிர் சூடி விண்வழிச்செல்பவன்
மண்ணில்நிகழும் அனைத்தையும் அறிந்தவன்
சூரியன்! அனைத்துயிரும் விழிதூக்கி நோக்கும் தலைவன்
கொடுப்பதற்கென விரிந்த முடிவிலா பெருங்கைகள்
தொட்டு விழிநீர் துடைக்கும் ஒளிக்கதிர் விரல்கள்
காய்வதும் கருணையே என்றான கொற்றவன்
ஏழ்புரவி ஏறிவரும் எந்தை
வாழ்த்துக அவனை! வணங்குக அவனை!
பிரம்மத்தின் சுடர்வெளி அலைத்தெழுந்த சிறுதுமி
பிரம்மம் என இங்கெழுந்தருளிய தேவன்
அவன் கனிக!
அவன் அருள்க!
அவன் அடி எங்கள் அறியாத்தலைமேல் பதிக!
ஓம் ஓம் ஓம்!”

சூதனின் குரல் எழ அவனைச் சூழ்ந்தமர்ந்திருந்தவர்களின் இசைக் கருவிகள் அனைத்தும் பொங்கிப் பேரொலியாகி எழுந்து புலரியெனும் ஒலிக்காட்சியை சமைத்தன. முகில்கள் பொன்னணிய, தளிர்கள் ஒளிகொள்ள, பறவைகள் சிறகுசூட, சுனைகளில் நகைமலர, காலை விரிந்து நிறைந்தது.

மெல்ல காலடிவைத்து நடனமிட்டபோது சூதன் அவனே கதிரவனானான். கைகளை விரித்து ஒளிவிரிவை உருவாக்கினான். இமையாது நோக்கி எரிந்தபடி விண்ணில் ஒழுகினான். கீழே அவ்விழிகளை நோக்கி மலர்ந்த

பல்லாயிரம் மலர்களாகவும் அவனே ஆனான். அவ்வொளிகொண்டு நகைமலர்ந்த சுனைகளானான்.

"சூரியனின் மைந்தா, இவ்வுலகாளும் விரிகதிர்வேந்தனுக்குரிய தீயூழ் என்னவென்றறிவாயா? அவன் தொட்டதெல்லாம் எதிரியாகி பின்நிழல் கொள்கின்றன. நிழல் கரந்த பொருட்கள் அனைத்தும் அவன் முகம் நோக்கி ஒளிகொள்ளும் விந்தைதான் என்ன? இங்குள அனைத்தையும் ஆக்குபவன் அவனென்றால் இந்நிழல்களையும் ஆக்குபவன் அவனல்லவா?

"கிழக்கெழுந்து உச்சி நின்று புரந்து மேற்கமைந்து இருளில் மறைபவன் அவன். அவன் இன்மையுருக்கொண்டு இருப்பதன்றோ இரவு? இன்மையென இங்கிருந்து அவன் புரப்பதன்றோ இருள்? அவன் வாழ்க! எளிய உயிர்களுக்கு அன்னமும் இறகு கொண்டவைக்கு இன்பமும் எண்ணமெழுந்தவர்களுக்கு ஞானமும் நுதல்விழி திறந்தவர்களுக்கு பிரம்மமும் ஆகி நிற்கும் அவனை வாழ்த்துவோம்."

"ஓம்! ஓம்! ஓம்!" என்றனர் அவனைச் சூழ்ந்திருந்த பிற சூதர். அவ்வொலி அவிந்ததும் எழுந்த அமைதியைக்கேட்டு கர்ணன் தன் இருக்கையில் மெல்ல அசைந்து கால்களை நீட்டினான். அவனுக்கு வலப்பக்கம் நின்றிருந்த அடைப்பக்காரன் சற்றே குனிந்து நீட்டிய, வெற்றிலையில் சுருட்டப்பட்ட சுக்கையும் மிளகையும் வாங்கி வாயிலிட்டு மென்றபடி பொருள் வந்து அமையாத வெற்றுவிழிகளால் சூதனை நோக்கிக்கொண்டிருந்தான்.

"அணையா வெம்மைகொண்டு எழுந்த அனல்குலத்தோன் ஒருவனின் கதையுடன் இந்த அவைக்கு வந்தேன். துயிலற்றவன், அழிவற்றவன், காய்பவன், கனிபவன்" என்று சூதன் தொடர்ந்தான். சலங்கை கட்டிய கையைத் தூக்கி உரத்தகுரலில் "அடங்கா வெஞ்சினம் கொண்ட அவன் பெயர் பரசுராமன்" என்றான்.

"பிருகு குலத்தவன். பார்க்கவ ஜமதக்னியின் இளையமைந்தன். எண்ணமெனச் சென்று தைக்கும் அம்புகள் கொண்டவன். என்றும் தளராத வில்லேந்தியவன். கூற்றுத்தெய்வத்தின் செந்நாவென விடாய்கொண்ட மழுவை சூடியவன். களைகட்டு பைங்கூழ் பேணியவன். குருதிவேள்வியில் குலம்தழைக்கும் அமுதை எழச்செய்தவன். அவன் வாழ்க!" அவனைச் சூழ்ந்திருந்த சூதர் "வாழ்க! வாழ்க!" என ஓசையிட்டனர்.

மாமுனிவனுக்கு மனைவியான அவன் அன்னை ரேணுகை முன்பொரு நாள் கணவனுக்கு காலைவேள்விக்கு நீர்கொணரச் சென்றாள். குனிந்தமர்ந்து மணல்கூட்டி உளம்குவித்து மாமங்கலத்தின் வல்லமையால் குடம் சமைக்கும் நேரம் தன் நெஞ்சென தெளிந்தோடிய நதியில் விண்ணில் விரைந்த ஒரு கந்தர்வனின் நிழலைக் கண்டாள். அவள்

அள்ள அள்ளக் கலைந்தது நதிமணல். ஆயிரம் காலடிகள் பதிந்த மணல். அவற்றை அழித்தோடிய நதியே காலமென்றறிந்த மணல். அன்றுகாலை எழுந்த புத்தம்புதுமணல்.

கலம்திரளாமை கண்டு அவள் திகைத்து எழுந்தாள். விழிதூக்கி கந்தர்வன் சென்ற வழியை நீலவானில் ஒரு வண்ணத்தீற்றலென கண்டாள். முதிரா இளமகளென தன்னை உணர்ந்து ஒருகணம் புன்னகைத்தாள். பின்பு அஞ்சி உளம் கலுழ்ந்தாள்.

அழுத கண்களுடன் ஈரநெஞ்சை இரு கைகொண்டு பற்றி கால்பின்ன நடந்தாள். அந்த நிழல் அவளுள் கரந்து உடன் வந்தது. இல்லம் மீண்டு தன் கணவன் முன் ஒவ்வொரு மணலும் விடுதலை கொண்டுவிட்ட தனது நதியைப் பற்றி அவள் சொன்னாள். ஒன்றென இணைக்கும் ஒன்றை அவள் இழந்துவிட்டாள் என்று உணர்ந்து சினந்தெழுந்த ஜமதக்னி முனிவர், தன் மைந்தரை நோக்கி அவள் தலை கொய்யும்படி ஆணையிட்டார். கொழுநரென மைந்தரென சூழ்ந்த அவைநடுவே தனித்து கண்ணீர்வழிய நின்றாள் பெண்.

சினம் மேலும் மூள 'செய்க இக்கணமே!' என்றார் தந்தை. இயலாது என கை நடுங்கி நெஞ்சுலைந்து பின்னகர்ந்தனர் மைந்தர். அவர்களில் இளையோனோ தந்தையின் சொல்லை ஏற்று 'அவ்வண்ணமே' என்றுரைத்து வாளை உருவி அன்னைமுன் வந்துநின்றான். கையில் எழுந்த வாளுடன் அவள் விழிகளை ஒருகணம் நோக்கினான். தன் உள்ளத்தை அவ்விழிகளில் இருந்து பிடுங்கி கனவுக்குள் புதைவுக்குள் முடிவிலிக்குள் அழுத்தினான். மின்னலென சுழன்ற அவன் வாள் அவள் தலை கொய்து குருதி தெறிக்க மீண்டது.

திகைத்து விலகிச் சுழன்று விழுந்துருண்டு கூந்தல் பரப்பி தரையில் கிடந்த அவள் தலையில் விழிகள் இறுதிநோக்கை சிலைச்செதுக்கென மாற்றிக்கொண்டிருந்தன. தெறித்த குருதி அரைவட்டமென, செவ்வரளி மாலைச் சுழலென குடில்சுவரிலும் நிலத்திலும் படிந்திருந்தது. உடல் விதிர்த்து சுவரோடு முதுகொட்டி நின்று நடுங்கிக்கொண்டிருந்தனர் பிற உடன்வயிற்றோர்.

அவன் தந்தை கைநீட்டி வந்து தோள்தழுவினார். 'மைந்தா ! நீ வென்றாய். இங்குள ஒவ்வொரு உயிரும் தெய்வங்களிட்ட தளைகளால் ஆனது என்றுணர்க! மீனுக்கு நீரும், புழுவுக்கு வளையும், மானுக்கு நிலமும், குரங்குக்கு மரமும், பறவைக்கு வானும் எல்லைகளாக வகுக்கப்பட்டுள்ளன. மானுடனுக்கோ அச்சங்களும் ஐயங்களுமே எல்லையை சமைக்கின்றன' என்றார் தந்தை.

'ஒவ்வொரு தளையாக வென்று, தானெனும் இறுதித் தளையை அறுத்து அப்பால் செல்பவனுக்குரியது இங்கென திகழ்ந்து எங்குமென காட்டி

அங்கிருக்கும் அது எனும் உண்மை. இப்புவியில் மானுடர் எவரும் கடக்கமுடியாத தளையொன்றை இன்று கடந்தாய். இனி இவ்வண்ணமே ஆகுக உன் பயணம்' என்று தலைதொட்டு வாழ்த்தினார். 'உன் நெறியில் சென்று குன்றாச்சிறப்பை அடைக. விண்நோக்கி உதிர்க'

'ஆணை, தந்தையே' என்று தலைவணங்கி, குருதிவழிந்து கருமை கொள்ளத் தொடங்கிய வாளுடன் அவன் திரும்பிச்சென்றான். 'அந்த வாள் உன்னுடன் இருக்கட்டும்' என்று தந்தை அவனுக்குப் பின்னால் ஆணையிட்டார் 'ஏனென்றால் அதுவே இனி உன் பாதை. வேதமல்ல வெங்குருதியே இனி உன்னைச் சூழ்ந்திருக்கும். ஓம் அவ்வாறே ஆகுக'.

தயங்காத காலடிகளின் ஓசை சீரான தாளமென தன்னைச் சூழ்ந்திருந்த காற்றில் இலைமுகில்குவைகளுக்கு மேல் முட்டி எதிரொலிக்க நடந்து ஆற்றை அடைந்தான். அந்த வாளை நீரில் அமிழ்த்தி முழந்தாளிட்டு அமர்ந்து கழுவத்தொடங்கினான். கரைந்து கரைந்து செந்நிறம் கொண்டது நீலத்தெளிநீர். அவ்வாள் ஒரு குருதிக் கட்டியென செம்புனல்பெருக்கை எழுப்பியது. அதன் ஆணிப் பொருத்துகளுக்குள்ளிருந்து ஆழ்புண் என குருதி ஊறி வருவது போல் இருந்தது. கை நகங்களால் சுரண்டியும் மென்மணல்கொண்டு உரசியும் அவன் கழுவக் கழுவ குருதி பெருகி வந்தது.

பின் ஏதோ எண்ணி அவன் விழிதூக்கி நோக்கியபோது அப்பெருநதி செங்குருதியின் அலைப்பெருக்கென விழிநிறைத்து சென்றுகொண்டிருக்கக் கண்டான். அஞ்சி எழுந்து மூன்றடி பின்னால் நடந்து பதறும் கைகளுடன் நின்றவன் நோக்கில் அச்செம்பரப்பில் எழுந்தது அவள் நிழல். அவ்விறுதி நோக்கின் அழிவிலாக் கணம்.

பதறி கைநீட்டி 'அன்னையே!' என்று அவன் கூவினான். 'அன்னையே, நீயா? நீதானா' அவள் முகம்கொண்ட சிலைப்பை உணர்ந்து 'அன்னையே, என் சொற்களைக் கேள், என் துயரை அறி, என் தனிமை உணர்.' ஆனால் வெங்கதிரோன் புதல்வனே, நம் நிழல் நம் சொற்களைக் கேட்பதில்லை. நம் தொடுகையை உணர்வதில்லை.

நம்முடன் உரையாடி நம் குரல் கேட்காதிருக்கும் தெய்வங்கள்தான் எத்தனை இரக்கமற்றவை! சொல்லால் தொடப்படாதவைதான் எத்தனை தொலைவிலுள்ளவை! சொல்லுக்கு அப்பால் உள்ள அனைத்துமே பேருருக் கொண்டவை அல்லவா? சொல்லைச் சிறிதாக்கும் முடிவின்மையாக எழுபவை அவை.

அறுந்து விழுந்த மணிமாலையென மொழி கீழே விழுந்து சொற்கள் உருண்டு மறையக்கண்டு நின்ற அவன் தீ பட்ட காட்டுவிலங்கென ஊளையிட்டபடி திரும்பி மரக்கூட்டங்களிடையே ஓடினான்.

சாட்டையெனச் சுழன்று அவனை அறைந்தன காட்டுக்கொடிகள். முனைகூர்ந்து அவனை கீறிச்சென்றன முட்செடிகளின் கூருகிர்கள். நாகமென வளைந்து அவன் கால் சுற்றி இழுத்து நிலத்திட்டன வேர்ப்பின்னல்கள். சினந்தெழுந்து அவனை அறைந்தது நிலம். அவனது ஒரு குரலை வாங்கி ஆயிரம் நிழல்மடக்குகளுக்குள் சுழற்றி நகைப்பொலியாக மாற்றி அவனை சூழச்செய்தது கருணையற்ற அக்காடு.

ஏழு நாட்கள் அவன் ஓடிக்கொண்டிருந்தான். இறுதிவிசையும் இழிந்து அகன்றபின் இல்லையென்றான கால்களுடன் தளர்ந்து மடிந்து அவன் விழுந்த இடத்தில் இருந்த சிறு சுனையில் எழுந்திருந்தன அணையா விழித்தழல்கள். சொல்லெனும் பொருளெனும் உணர்வெனும் ஒழுக்கு தீண்டா இரு வெறும் கூர் முனைகள்.

இரு கைகளையும் ஊன்றி தலைதூக்கி ‘அன்னையே! அன்னையே! அன்னையே!’ என்றவன் அங்கு அமர்ந்து கதறி அழுதான். ‘ஒன்று உரை. தீச்சொல்லிட்டென்னை சுடு. இப்புவியில் ஒரு புழுவாக, ஏதுமின்றி காலத்தில் உறைந்த பாறையாக, எவர் காலிலும் மிதிபடும் புழுதியாக என்னை ஆக்கு. அன்றி விழிதிறந்து என் ஒருசொல்லைக் கேள். அங்கிருந்து வெறும் நோக்கென என்னைச் சூழும் இப்பெரும் வதையை விடு. உன் முலையமுதை அருந்தியவன் நான். இன்று உன் பழியூறிய நஞ்சை நாடுகிறேன்.’

‘கருக்குழியில் என்னை வைத்து, இரு காலிடைக்குழியில் ஈன்று முலைக்குழியிலெனை அழுத்தி இப்புவிக்களித்தாய் நீ. உன் குருதியில் எழுந்த குமிழியென்பதால் நான் உனக்கு கட்டுப்பட்டவன். அன்னையே! அதனாலேயே நீ எனக்குக் கட்டுப்பட்டவளும் கூட. சொல்! என்ன செய்யவேண்டுமென எனக்கு ஆணையிடுகிறது உன் ஊமைவிழியிணை? எதன் பொருட்டு நீரெலாம் விழிதிறந்து என்னை நோக்குகிறாய்?’ ஆயிரம் கோடி நாவுகளாக மாறி அவன் சொற்களை படபடத்தது காட்டின் இலைப் பெருவெளி. அதைச் சூழ்ந்திருந்தது மாற்றிலாத அமைதி.

கிளைகளுக்குள் சீறிச் சுழன்றது அவன் நெடுமூச்சு. நுரைத்துப் பெருகி நிறைந்து ஒவ்வொன்றாய் உடைந்து எஞ்சி இறுதித் துளியும் உலர்ந்து மறைந்தது சொல்வெளி. சற்று துயின்று உணர்ந்து எழுந்தபோது அவன் நெஞ்சிறுகி வைரம் பாய்ந்திருந்தது. ‘ஆம், உணர்கிறேன். நீ பேச முடியாது. நம் இரு உலகங்களுக்கு நடுவே பாய்கிறது இன்மையின் பெருநதி. இங்கு ஆற்றுவன முடித்து அச்செயல் அனைத்தையும் கடந்து அங்கு நான் வரும்போது உன்னிடம் சொல்ல என ஒருசொல் கரந்து இவ்வுள்ளத்தில் வைத்துளேன். அதுவரை நீ என் நிழல். இரவில் என்னைச் சூழும் இருள். என் சொற்களை உண்ணும் ஆழம்.’

மீண்டு வந்த மைந்தன் பிறிதொருவனாக இருந்தான். அவன் சொற்கள் நுண்மை கொண்டன. எப்போதும் தனிமையை நாடினான். எரியணையா வேள்விக்குளமாகியது அவன் உள்ளம். அதன் வெம்மையில் உருகிய பொன்னென சுடர்ந்தது அவன் உடல். கற்றவை எல்லாம் கனன்று மறைந்தன. தானன்றி பிறிதற்ற தனிமையை சூழநிறுத்தி தன்னை எரித்தான். எரியோன் மைந்த, தழல் தானிருக்குமிடத்தில் தான்மட்டுமே என எண்ணும் தகைமைகொண்டது.

ஐந்தழல் நடுவே அமர்ந்து தவம்செய்து தன்னை உதிர்க்க அவன் எண்ணியபோது ஜமதக்னியின் தவக்குடிலில் நுழைந்து அவர் வழிபட்ட காமதேனுவை கவர்ந்து சென்றான் மாகிஷ்மதியை ஆண்ட ஹேஹய மாமன்னன் கார்த்தவீரியன். ஆயிரம் கையுடையோன். பாரதவர்ஷத்தை தன் கொடுங்குடைக்கீழ் நிறுத்தி ஆண்ட திறலுடையோன். யாதவர்குலத்து எழுந்த முதல்பெருமன்னன்.

தன் தந்தையைக் கொன்ற அரசனை, அவனைக் கொன்று நெறிநிலைநாட்ட அஞ்சிய ஷத்ரியகுலத்தை வேரோடு அழிக்க வஞ்சினம் பூண்டான். கடுந்தவம்கொண்டு கங்கைசூடியவனை வரவழைத்து வெல்லற்கரிய மழுவைப் பெற்றான். ‘அறம் அறியாதோர் மாய்க! புத்தறம் இப்புவியில் எழுக! இப்படைக்கலம் மழுங்கி கூரழிவதுவரை கொற்றவர்களை அழிப்பேன். என் சொல்வாழும் புது மன்னர்குலத்தைப் படைப்பேன்’ என்று சூளுரை கொண்டான்.

குருதியாடும் கொடுஞ்சினமொன்றே அவன் குணமென்று இருந்தது. அவன் விழிபட்ட விலங்குகள் உடல் சிலிர்த்து அஞ்சி ஓலமிட்டு விலகி ஓடின. தர்ப்பைப்புல்லில் அவன் கைபட்டால் அனல் பற்றி எழுந்தது. மூவெரி எழுப்பி அவன் வேள்வி செய்யவில்லை. விண்ணவருக்கும் நீத்தோருக்கும் கடன் எதையும் கழிக்கவில்லை. நெய் உண்டு நெளிந்தாடும் வேள்வித்தீயே அவன் உயிர்... அவன் உண்ணும் ஒவ்வொன்றும் அவி.

நீராட நதிக்கரைக்கு அவன் செல்கையில் நீர்ப்பரப்பு அனல் வடிவாவதைக் கண்டனர். அவன் உடலில் விழுந்த மழைத்துளிகள் உலை வெங்கலம் மீது பட்டவை போல பொசுங்கி வெண்ணிற ஆவியென மாறிச்சூழ்வதை அறிந்தனர். அவன் துயில்கையிலும் அவன் மழு துயிலாது அசைந்துகொண்டிருந்ததைக் கண்டு அஞ்சினர்.

கொலைகொள் பெருந்தெய்வமென அவன் எழுந்தான். முப்பெரும் கடல்சூழ் பாரதப்பெருநிலத்தை மும்முறை சுற்றிவந்தான். ஷத்ரிய குலங்களைக் கொன்று குருதியாடினான். அவர்களின் புரங்களை எரித்தழித்தான். குலக்கொழுந்துகளை கிள்ளி அகற்றினான். கொல்லும் தோறும் பெருகும் சினமும் வெல்ல வெல்ல எழும் வேட்கையும்

கொண்டு அலைந்த அவன் விழைவதுதான் என்ன என்றறியாது தவித்தனர் முடிமன்னர். எதைக் கடக்க எண்ணுகின்றான்? எதைக் கொள்ள உன்னுகின்றான்?

“எரிகதிர் மைந்தா! தன்னைத் தொடரும் நிழலிலிருந்தல்லவா அவன் விரைந்தோடிக் கொண்டிருந்தான்? நிழலால் துரத்தப்பட்டவன் எத்தனை விரைவாக ஓடினால் தப்ப முடியும்? எத்தனை அரியணைகளில் அமர்ந்தால் வெல்ல முடியும்?”

சூதன் சொல்லி நிறுத்தியபோது விதிர்ப்புடன் மீண்டது அவை. முதன்மை அமைச்சர் ஹரிதர் திரும்பி அவனை நோக்கினார். அவன் அனைத்துப் பீடங்களிலும் களைத்து அமர்ந்திருப்பவனைப்போல கால்களை நீட்டி, கைகள் தளர இருப்பதே வழக்கம். அரியணையில்கூட அவ்வாறே தோன்றுவான்.

அமர்ந்திருக்கும் பீடங்களையெல்லாம் அரியணையாக்கியவன் என்று மாமன்னர் உபரிசிரவசுவைப்பற்றி சூதன் ஒருவன் பாடிய சொல்லை அவர் அறிந்திருந்தார். அரியணையையும் மஞ்சமாக்கியவன் என்று அவனை அந்தச் சூதன் பாடக்கூடும் என எண்ணியதும் அவர் புன்னகை செய்தார். அவனுடைய உடலின் நீளமே அந்த அமர்வை அமைக்கிறது என அவர் அறிந்திருந்தார்.

நீள்மூச்சுடன் ஹரிதர் அவையை சூழநோக்கினார். அந்தக் கதையாட்டு அங்கே முடிந்தாலென்ன என்று தோன்றியது. அச்சொற்கள் சூடிய நெருப்பால் மெல்ல அவைக்கூடமே பற்றி எரியத்தொடங்குவது போன்ற உளமயக்கால் அவர் அமைதியிழந்தார். அருகே குனிந்த துணையமைச்சரிடம் ஒன்றுமில்லை என்று தலையசைத்தார்.

கர்ணனின் அணுக்கர் அவனிடம் குனிந்து ஏதோ சொன்னார். அவன் அச்சொற்களைக் கேட்கவில்லை. சூதன் கண்களைமூடி அசையாமல் நின்றிருக்க, இளம் விறலி பின்னாலிருந்து மூங்கில் குவளையில் அவன் அருந்த வெய்யநீரை அளித்தாள். அதை வாங்கி அவன் மும்மிடறு அருந்திவிட்டு மீண்டும் தொடங்கினான். “வெய்யோன் மகனே, எரிதலே மாமனிதர்களை உருவாக்குகிறதென்று அறிக! எரியாது எஞ்சுவது தெய்வங்களுக்கு. எரிதலின் ஒளியே இவ்வுலகுக்கு.”

“ஓம் ஓம் ஓம்” என்றனர் சூழ்ந்திருந்தவர்கள். சூதன் தன் கதையைத் தொடர்ந்தான்.

2

"நாளவன்மைந்தா கேள், இட்ட அடிவட்டம் கருக, தொட்ட இலை நுனிகள் பொசுங்கிச் சுருள, காட்டை வகுந்து சென்றுகொண்டிருந்த வெய்யோனைச் சூழ்ந்து பறந்தது கருவண்டு ஒன்று. தன் விழிகளைக் கண்டால் மதகரிகள் வெருண்டு பின்னடி எடுத்துவைத்து மத்தகம் குலுக்கி பிளிறி மீள்வதையே அவன் கண்டிருந்தான். அவனை அணுகியவை அனைத்தும் பொசுங்கின. அச்சமற்ற விழிகளை அவன் கண்டதே இல்லை."

அஞ்சாது தன்னைத் தொடர்ந்த அவ்வண்டைக் கண்டு ஐயமுற்று அவன் நோக்கினான். கைவீசி அதை அறைந்தான். இலையொன்றில் மோதி விழுந்து புழுதியில் புரண்டெழுந்து சிறகு உதறி அரைவட்டமடித்து எழுந்து மீண்டும் அவனைத் தொடர்ந்தது அது. அதன் யாழோசை அறுபட்டு பிறிதாகாத ஒற்றைச் சொல்லென அவனைச் சூழ்ந்தது.

தண்டகாரண்யத்தின் கொடுங்காட்டில் அவன் நடந்துகொண்டிருந்தான். வேட்டை முடித்து குகை திரும்பும் சிம்மத்தின் நாக்கென அவன் மழு கொழுங்குருதி சொட்டிக்கொண்டிருந்தது. தன்னைத் தொடரும் வண்டின் ஒலிகேட்டு நின்று இடக்கையால் நாணல் ஒன்றைப் பற்றி விழிதிருப்பும் விரைவில் அதைக் குத்தி எடுத்து தன் கண்முன் நீட்டி அதன் விழிகளைப் பார்த்தான். 'எளிய உயிரல்ல நீ. சொல், யார்?' என்றான்.

இரு சிறு முன்கால்களைக் கூப்பி ஆயிரம் விழிகள் செறிந்து உருவான பெருவிழிகளை உருட்டி தொங்கும் கீழ்த்தாடையை அசைத்து ரீங்கரிக்கும் குரலில் அது சொன்னது 'அனலோனே! இப்புவியில் இவ்வண்ணம் வாழ ஆணையிடப்பட்ட எனது பெயர் தம்சன். எனது ஊழ் உன்னுடன் பிணைக்கப்பட்டிருக்கிறது என்பதை இக்காட்டில் நீ நுழைந்தபோதே அறிந்தேன். உன்னைத் தொடர்கிறேன்.'

நீள்மூச்சுடன் தலைசரித்து 'ஆம். நானுமறிவேன்' என்றான். 'சொல் இங்கு இவ்வடிவில் ஏன் வந்தாய்?' தம்சன் 'பார்க்கவனே! உன் குலத்து முதல் முனிவர் பிருகு, ஏழு பிறவிகள் கொண்ட பிரஜாபதி என்பதை அறிந்திருப்பாய். முதல் பிறவியில் அவர் பிரம்மனின் தோலிலிருந்து பிறந்தார். ஆகவே சர்மன் என அழைக்கப்பட்டார். அவருக்கென பிருகு உலகம் என்று ஒன்றை பிரம்மன் படைத்தளித்தான். அங்கு வேதப் பேரிசை சூழ வளர்ந்து முழுமுதலை அணுகும் அறிவனைத்தையும் அடைந்து முதிர்ந்து இளைஞனானபோது அவருக்கென கியாதி எனும் இளநங்கையை படைத்தளித்தான் படைப்போன்."

கவிமனம் கனிந்த கணத்தில் பிறந்தவள் என்பதால் இதழிதழாக மலர்ந்த பிரம்மனின் உலகங்கள் அனைத்திலும் நிகரற்ற பேரழகு கொண்டிருந்தாள் கியாதி. அரக்கரும் கந்தர்வரும் தேவரும் அவளைக் காமுற்றனர். விண்ணளந்தோனும் கயிலை முடியமைந்தோனும் கூட அவளை காமுறக்கூடும் என பிருகு அஞ்சினார். எனவே தன் சொல்லால் அவள் வாழ மலர்த்தோட்டம் ஒன்றை சமைத்தார். அதற்குள் மலர்க்கொடிகளால் ஆன நறுமணக் குடிலொன்றை கட்டி அதில் அவளை குடிவைத்தார். பிறவிழிகளேதும் அவளைப் பார்க்கலாகாதென்று நெறியமைத்தார்.

'என் விழைவே, என் தந்தையரின் கனவே, என் மைந்தரின் நினைவே' என மும்முறை நுண்சொல் ஓதி அவளுக்கு அழகிய நிழலுரு ஒன்றை உருவாக்கினார். முனிவர் கூடிய அவைகளிலும் பெண்கள் அமரும் வேள்வி களிலும் தனக்குத் துணையென அந்நிழலையே அவர் அழைத்துச்சென்றார். அவள் அக்குடிலே உலகமென்று வாழ்ந்தாள். மருள்விழி மான்களும் துள்ளும் கன்றுகளும் கனிந்த பசுக்களும் மட்டுமே அவளைச் சூழ்ந்திருந்தன. அழகிய பறவைகளை மட்டும் அங்கு வரச்செய்தார். இன்னிசை வண்டுகளும் தேன்சிதறும் அஞ்சிறைத் தும்பிகளும் மட்டுமே அச்சோலைக்குள் நுழைந்தன. ஒவ்வொரு நாளும் வான்கங்கையின் ஒரு துளியை அந்த மலர்த்தோட்டத்தில் மழையென பெய்வித்தார்.

எரிவடிவோனே! எங்கும் பறக்கும் வல்லமை கொண்டது புகழ். சொல்லுரசி சொல் பற்றும் நெருப்பு அது. புகழெனும் பேர் கொண்டவளை எவர் ஒளித்துவைக்க முடியும்? மலர்த்தோட்டத்தில் மது தேடி வந்த தும்பிகளும் வண்டுகளும் அவளைக் கண்டு மயங்கி அவளைச் சூழ்ந்து யாழொலித்துப் பறந்தன. பின்பு மலர் தேடி தாங்கள் சென்ற தோட்டங்கள் அனைத்திலும் அவளைப்பற்றி பாடியலைந்தன. மலர்ப்பொடி போல் அவற்றின் சொற்களில் இருந்து உதிர்ந்து மலர்களில் கருவாகி மணமென காற்றிலேறி எங்கும் பரவியது அவள் புகழ்.

கயிலை மலையமர்ந்து ஊழ்கத்தில் இருந்த கங்கை கரந்த இறைவனின் கழுத்தில் அணிந்த எருக்குமாலையில் கள்நிறைந்த மலரொன்றில்

சென்றமர்ந்த வண்டு ‘கியாதியின் பேரழகுக்கு நிகர் இந்த மலர், அவள் குரலுக்கு நிகர் இந்த மது, அவள் எண்ணங்களுக்கு நிகர் இந்த மணம்’ என்று பாடியது. புன்னகையுடன் விழிமலர்ந்த இறைவன் ‘கியாதி என்பவள் யார்?’ என்றான். ‘பிருகுவின் தவக்காட்டில் அமைந்த சொல்மலர்வனத்தில் வாழும் பேரழகி. அழகில் உன் இடம் அமைந்த உமைக்கு நிகர்’ என்றது வண்டு.

பால்அலைத் துமிகள் பறக்கும் பாம்பணை மேல் படுத்திருந்தவன் தோளில் கிடந்த பாரிஜாத மலர் தேடிவந்த மலர்த்தும்பியொன்று ‘இம்மலர் போல் என்றும் வாடாதது கியாதியின் அழகு. அழிவின்மை தன் மார்பில் சூடிய மலர் போல் மாண்புள்ளது பிறிதெது?’ என்றது. அறிவிழி திறந்து ‘சொல், யாரவள்?’ என்றான் மாயோன். ‘அவள் பெயர் கியாதி. பிருகுவனத்தில் வாழ்கிறாள்’ என்றது தும்பி.

தன் தவப்பேருலகைச் சூழ்ந்திருந்த வானில் பரந்திருந்த ஒவ்வொரு விண்மீனையும் பிருகு அறிந்திருந்தார். ஒவ்வொரு நாள் இரவும் அவ்விண்மீன்கள் பெருகுவதைக் கண்டு ஐயுற்றார். ஊழ்கத்தில் அமர்ந்து உள்வெளி திறந்து அவை விண்ணமர்ந்த தேவர்களின் காமம் நிறைந்த கண்கள் என்று கண்டுகொண்டார். கிழக்கில் ஒரு செஞ்சுடர் போல் எரிந்த எரிவிண்மீன் சிவன் என்றும் மேற்கில் ஒரு நீலத்தழலாகி நின்ற விண்மீன் விஷ்ணு என்றும் உணர்ந்தார்.

கியாதியை அழைத்து ‘இங்கு நீ தனித்திருக்கிறாய். இந்த மலர்வனத்திற்கு என் தவவல்லமையால் ஏழுமுறை வேலி கட்டியுள்ளேன். என்னைக் கொல்லாத எவரும் அதைக் கடக்கமுடியாது. முனிவரைக் கொல்ல மும்மூர்த்திகளும் துணிவுற மாட்டார்கள். ஆனால் எந்த வேலிக்கும் ஒரு வாயிலேனும் இருந்தாக வேண்டும் என்று வகுத்த பிரம்மன் இப்புவியில் உள்ள அனைவரின் அச்சத்தையும் எள்ளி நகையாடுகிறான். நுழையவும் வெளியேறவும் வழியென ஒன்று இருப்பதனாலேயே வேலிகள் எவையும் முழுமையானவை அல்ல’ என்றார்.

‘இளையவளே, இவ்வாயிலைக் காப்பதற்கு ஒருவன் தேவை. என்னையும் உன்னையும் அறிந்தவன். எனையன்றி எவரையும் உள்ளே விட ஒப்பாதவன்’ என்றார். ஐயத்துடன் ‘அதற்கு என்ன செய்வது? இங்கு நாமிருவரும் மட்டுமல்லவா இருக்கிறோம். நமது மைந்தர்கள் பிறக்கையில் அவர்களை இங்கு காவல் வைப்போம்’ என்றாள் கியாதி. ‘இல்லை இளையவளே, மைந்தர் பிறந்தபின் நீ அன்னை என்றாவாய். அதன்பின் உன் உள்ளம் காதல் கொள்ளாது. முலைசுரந்தவள் நெஞ்சில் கருணையே நிறைத்திருக்கும். அப்போது கந்தர்வரும் தேவரும் தெய்வங்களும் உன்னை மைந்தரெனவே அணுக முடியும். உன் கருவறை உயிர் கொள்வதுவரைதான் இவ்வாயிலைக் காத்து நிற்கும் காவல் வேண்டும்’ என்றார் பிருகு.

பிருகு முனிவர் கியாதியின் வலது காதருகே ஆடிய சுருள்மயிரொன்றை தன் விரல்களால் தொட்டு எடுத்தார். வேதத்தின் படைப்புப் பாடலை பன்னிரு முறை ஓதி அதை மும்முறை ஊதினார். அம்மயிர்ச்சுருள் உயிர் கொண்டு உடல்பெருக்கியெழுந்து நான் எழுந்து வந்தேன். இருள் வடிவு கொண்ட என்னை அளர்க்கன் என்று அவர் அழைத்தார். 'இங்கிருப்பாய் மைந்தா! நானன்றி எவரும் இவ்வாயில் கடக்க ஒப்பாதே. இவள் இவ்வாயில் விட்டு வெளியேறவிடாதே' என்று எனக்கு ஆணையிட்டார். நான் 'அவ்வண்ணமே' என்று தலைவணங்கி அந்த மலர்வனத்தின் அழகிய பெருவாயிலில் நின்றிருந்த சால மரத்தின் நிழல்வடிவமாக மாறி அங்கே அமைந்தேன். துயில் நீத்து சித்தம் குவித்து அழியாக் காவலென அங்கிருந்தேன்.

நான் ஒருபோதும் முனிவரின் துணைவியைக் கண்டதில்லை என்றான் தம்சன். ஒவ்வொரு நாளும் பொழுதிணைவின் நீர்க்கொடைக்கெனவும் மூவெரிப் படையலுக்கெனவும் அவர் அகன்று செல்கையில் சிறகொளிரும் சிறு பூச்சிகளாக, ஒளிதுழாவும் புட்களாக, புயல்ஒலிக்கும் பெருஞ்சிறகு கொண்ட செம்பருந்துகளாக கந்தர்வர்களும் தேவர்களும் அரக்கர்களும் அவ்வாயிலை அணுகினர். நிழலிலிருந்து எட்டு கரங்களுடன் பேருருக் கொண்டு எழுந்து இடியோசை என குரல் எழுப்பி 'அகல்க!' என ஆணையிட்டு அவர்களை செறுத்தேன். என் கைகளில் பிருகுவின் தவத்தின் அனல் படைக்கலங்களாக எழக்கண்டு அவர்கள் அஞ்சி விலகினர்.

வெண்முகில் யானை மேல் வைர மின்வாளுடன் வந்த இந்திரனுக்கு முன் நெஞ்சுவிரித்து நின்று 'இங்கு என் நெஞ்சு பிளக்காது நீ உள்நுழைய முடியாது தேவர்க்கரசே' என்று அறைகூவினேன். என் கைகளில் எழுந்தன எட்டு மின்னற்கொடிகள். என் அசையா உறுதியை கடக்கவியலாது என்றெண்ணி அவர் திரும்பிச் சென்றார்.

அனல்சடைகள் இறகென விரிய செம்பருந்தென சிவனும் வந்தார். தாமரையிதழென பெருங்காதுகளை அசைத்து செவ்வாழைத் தண்டு போன்ற துதிக்கை வளைத்து மத்தகம் குலுக்கி பிளிறியபடி வெண்பளிங்கு யானையென வந்தார் விஷ்ணு. கைகூப்பி இருவர் முன் நின்று 'கடந்து செல்க தெய்வங்களே! இல்லையேல் என்னை களப்பலிகொண்டு உள்நுழைக' என்றேன். முன்கால் கூருகிர்களை என் முன் நீட்டி அருளி மீண்டார் சிவன். துதிக்கையால் என் தலை தொட்டு வாழ்த்தி விலகினார் விஷ்ணு.

ஆனால் இந்திரன் என்மேல் வஞ்சம் கொண்டார். என்னை வெல்ல எண்ணி வழி தேடினார். விண்ணுலாவும் முனிவராகிய நாரதரை அழைத்து வணங்கி 'செய்வதென்ன?' என்று உசாவினார். 'பெரு விழைவுகொண்டவனை ஐயத்தால் வெல்க! பெருஞ்சினம் கொண்டவனை

எளிமையால் வெல்க! காமம் கொண்டவனை அச்சுறுத்தி வெல்க! தேவர்க்கரசே, கடுந்தவத்தானை வெல்ல காமம் ஒன்றே வழி' என்றார் நாரதர். 'கயிலைக் குளிர்மலை அமர்ந்தவனையே வென்றவன் காமன். இவனோ சிறு அரக்கன். இவனை வெல்வது படைக்கலம்கொண்டு அல்ல. மலர்க்கணைகொண்டு மட்டுமே இயல்வது. காமனிடம் சொல்' என்றார்.

காமனுக்கு உகந்த தாமரை, அசோகம், மாம்பூ, முல்லை, குவளை எனும் கள்மலர்கள் ஏந்தி அவனை அணுகி வணங்கி தனக்கென இச்சிறு செயலை ஆற்றி அருளவேண்டுமென்று இந்திரன் கோரினார். 'முக்கண்ணனை வென்ற உன்னால் இவ்வரக்கனை வெல்ல முடியாதென்று வீண்பழி நிகழலாகாதென்றே இதைக் கோரினேன்' என்றார். 'அவ்வண்ணமே' என்று வாக்களித்து அவ்வைந்து மலர்களையும் தன் கணைகள் எனக்கொண்டு கரும்பு வில் ஏந்தி காமன் என் தவச்சோலைக்கு வந்தான்.

நிழல்வடிவாக மண்தோய்ந்து கிடந்த என்னைச் சூழ்ந்து ஒரு சிறு பொன் வண்டென பறந்தான். பின்பு அருகிருந்த பொன்னிறப் பூவரச மலர்க் குவைக்குள் புகுந்து தருணம் நோக்கிக் காத்திருந்தான். நாட்களும் நினைவுகளும் எண்ணங்களும் இன்றி அக்கணமே வாழ்வு என்று காவல் நின்ற எனக்கு அவன் ஒரு பொருட்டாக இல்லை. ஆனால் எல்லையின்மை என்பது பிரம்மத்திற்கு மட்டுமே உரித்தானதென்று காமன் அறிந்திருந்தான்.

ஒருநாள் கசியப பிரஜாபதியின் தவச்சாலையில் நிகழ்ந்த பெருவேள்வி ஒன்றிற்கு தன் நிழலுருக்கொண்ட துணைவியை அழைத்துக்கொண்டு சென்றார் பிருகு முனிவர். பலநூறு முறை அவ்வண்ணம் அவர்கள் என்னைக் கடந்து சென்றதுண்டு என்றாலும் அந்நிழல் அவர் உடல் வீழ்த்துவதே என்றே எண்ணியிருந்தேன். அன்று காமனின் விருப்பறிந்த இந்திரன் விண்முகில்கள் மேல் மின்னல் ஒன்றை பற்ற வைத்தான். முனிவரின் நிழல் கிழக்கே சென்று விழுந்து அதிர்ந்தடங்க, மேற்கே சரிந்து என்னருகே விழுந்து நெளிந்து மறைந்தது அழகிய பெண் நிழல் ஒன்று. நெஞ்சு அதிர்ந்து எழுந்து அதை நோக்கினேன். காமன் மலர்த்தேரின் தட்டில் ஏறிநின்று தன்மலர்க்கணைகளை என் ஐந்து புலன்கள் மேலும் ஏவினான்.

முனிவர் சென்று மறைந்தபின் அந்நிழலை நூறுமுறை தெளிவாக என்னுள்ளே கண்டேன். கணம்தோறும் வளர்ந்து அது பேரழகு கொண்டது. ஒவ்வொரு மயிர்க்காலையும் கண்டேன். ஒருகோடி அசைவு களாக அதைப் பெருக்கினேன். இவ்வெழில்நிழல் எதன் மாற்றுரு என வியந்தது என் நெஞ்சம். தவிர் என்று என் ஆழம் தவித்தது. அத்தவிப்பே விழைவென எரிக்கு நெய்யாகியது. இளமுனிவனே, அழகென்பது பிரம்மம் மானுடருடன் விளையாடும் முறை.

காமத்தை வெல்ல முனைவது போல அதை வளர்க்கும் வழி ஒன்றில்லை. ஒவ்வொரு எண்ணத்தால் அவளை அந்நிழலை செதுக்கினேன். ஒவ்வொரு சொல்லையும் அதற்கு அணியாக்கினேன். என் உள்ளம் அறிந்தது, அவள் உள்ளே இருக்கிறாள் என்று. ஆயிரம் முறை எண்ணித் தயங்கி, பல்லாயிரம் முறை அஞ்சித் தவித்து, இறுதியில் என் விழைவால் செலுத்தப்பட்டு முனிவர் எனக்கு வகுத்த எல்லையைக் கடந்து காலடி எடுத்துவைத்தேன். முதற்காலடி அளித்த பதற்றத்தின் பேரின்பத்தை இன்றும் உணர்ந்து என் உடல் திளைக்கிறது.

எல்லைகடப்பது எதுவானாலும் அது விடுதலையே. விடுதலைக்கு நிகரான பேரின்பம் என்று எதுவும் இம்மண்ணிலும் அவ்விண்ணிலும் இல்லை என்று அறிக! முப்புரி நூலென காட்டை வகுந்து வளைந்து சென்ற சிறு மண்பாதையில் நடந்தேன். அப்பால் கொடிச்சுருளெங்கும் மலர் பூத்து தானே ஒரு பெரிய மலரென ஆகி குளிர் தடாகத்தின் கரையில் நின்ற தவக்குடிலைக் கண்டேன்.

என் எட்டு தோள்களும் விம்மிப்பெருகின. கண்கள் சிவந்து கனல் உமிழத் தொடங்கின. இவ்வொரு கணம் நானறியும் காமத்திற்கென ஈரேழு உலகங்களையும் அழிப்பேன் என எழுந்தது ஆணவம். கால்நின்ற மண்ணை, ஈன்றெடுத்த தந்தையை, இவை அனைத்தையும் படைத்த பேரறத்தை மீறுவேன். பிரம்மத்தை எதிர்கொண்டு பேருருப் பெற்று நிற்பேன். காமத்தால் நிமிரும் ஆண்மகன் அறியும் அகம் ஒன்றுண்டு. அங்கே அவனே இறைவன்.

மண்ணதிர காலெடுத்து வைத்து அம்மலர்க்குடிலுக்குள் நுழைந்தேன். அங்கு அசைவற்றுக் கிடந்த சிறுசுனையின் கரையில் பொன்னிறப்பறவையின் இறகு ஒன்று உதிர்ந்து கிடந்தது போல அவள் அமர்ந்திருந்தாள். ஒரு கை ஊன்றி தோள்சரித்து இடைவளைத்து மறுகையால் மேற்பரப்பில் ஏதோ எழுதிக்கொண்டிருந்தாள். கட்டுக்குழல் சரிந்து வலத்தோளை மூடியிருந்தது. கண்கள் சரிந்திருந்தன. மேலுதடு வியர்த்திருந்தது. முலையணிந்த முத்தாரம் விலகி வளைந்தமைய அதன் நிழல் விழுந்த இடம் பனித்திருந்தது.

நீலப் பளிங்கெனத் திகழ்ந்த நீர்ப்பரப்பு அவள் விரல்வரைந்த எழுத்துகளை அழியாமல் வைத்திருந்தது. அவை என்ன என்றறிய ஆவல்கொண்டு மேலும் காலடி வைத்தணுகினேன். எழுதி எழுதிச் சென்ற அவள் சுட்டுவிரல் நின்றது. என் விழித்தொடுகையை உணர்ந்து அவள் திரும்பி அண்ணாந்து நோக்கினாள். மறுகணமே உள்ளங்கையால் அறைந்து நீர்ப்பரப்பைக் கலைத்து அலைகள் எழுப்பி அவ்வெழுத்துகளை அழித்துவிட்டு ஆடை ஒதுக்கி சினந்து எழுந்து மூச்சு சீற 'யார் நீ?' என்றாள்.

எட்டு கைகளையும் விரித்து ‘உன்மேல் காமுற்றேன் என்பதன்றி சொல்ல ஏதுமில்லாதோன். என்னைக் கொள்க! இல்லையேல் இங்கேயே இறப்பேன்’ என்றேன். ‘விலகு, நீ இந்த மலர்ச்சோலையின் காவலன் அல்லவா? என் கூந்தல் இழையிலிருந்து பிறந்த நீ என் மைந்தன்...’ என்றாள். ‘கடலிலிருந்து பிறந்த நதிகள் மீண்டும் வந்தணைகின்றன. நானும் பெருகித் திரும்பியுள்ளேன்’ என்றேன்.

‘விலகு! என் தவச்சொல்லால் இக்கணமே உன்னைப் பொசுக்குவேன்’ என்றாள். ‘எனில், அவ்வண்ணமே ஆகட்டும்’ என்று மேலும் இரு அடி வைத்து அவளை அள்ளப்போனேன். மூன்று பின்னடி வைத்து நின்று நெஞ்சு பற்றி கண்களில் நீருடன் ‘உன்னை அழிக்க என்னால் இயலாது. நீ என் மைந்தன். நான் சொல்வதைக் கேள்! விலகு!’ என்றாள். ‘இனி விலகுவதற்கு இடமில்லை. எஞ்சுதல் என்று என்னில் ஏதுமில்லை’ என்றேன். அவள் மேலும் விலக அங்கிருந்த அர்ஜுன மரத்தின் அடிமரத்தில் முதுகு ஒட்டி விதிர்த்து நின்றாள். நான் மேலும் முன்செல்ல நிலைதடுமாறி மல்லாந்து விழுந்தாள்.

குனிந்து அவள் இடத்தொடையை என் சுட்டுவிரலால் தொட்டேன். மெழுகை துளைத்துச் செல்லும் காய்ச்சிய இரும்பென அவ்விரல் அவள் தசையைத் துளைக்க தாளாவலியுடன் அலறி அவள் உடல் சுருங்கினாள். அதிரும் கைகால்களுடன் வீறிட்டாள். அப்போதுதான் அத்தவக்காடு விட்டு வெளியே சென்றிருந்த முனிவர் அவ்வலறலைக் கேட்டார். மறுகணமே திரும்பி அங்கு தோன்றினார். சினம் எரிந்த விழிகளுடன் என்னை நோக்கி ‘என்ன செய்யத் துணிந்தாய்? இழிமகனே! எத்தகைய பெரும் பாவத்தை ஏற்க முனைந்தாய்?’ என்றார்.

‘யானொன்றறியேன். வெறும் உடல் நான். விண்ணக விசைகளால் இயக்கப்பட்டேன்’ என்றேன். ‘இனி ஒருகணமும் நீ இருக்கலாகாது’ என்று சொல்லி குனிந்து அத்தடாகத்தின் நீரை தொடப்போனவர், அதன் அலைகளில் அழியாது எஞ்சிய ஓர் எழுத்தின் நுனிவளைவைக் கண்டார். ‘யார் எழுதியது இது?’ என்றார். மறுகணமே உய்த்துணர்ந்து திரும்பி ‘இவள் எழுதியதை நீ கண்டாயா?’ என்று என்னிடம் கேட்டார். ‘ஆம்’ என்றேன். ‘அதை திரும்ப இந்நீரில் எழுது’ என்றார்.

‘என்னை தீச்சொல்லிடுங்கள் எந்தையே. நான் அதைச் செய்யமாட்டேன்’ என்றேன். ‘நீ என் மைந்தன். என் ஆணைக்குக் கட்டுப்பட்டவன். எழுது!’ என்று அவர் கைநீட்டி ஆணையிட்டார். ‘எந்த மைந்தனும் அதை எழுதமாட்டான்’ என்றேன். ‘மைந்தனென நீ நடந்துகொள்ளவில்லை, பழிசூழ்ந்தவனே’ என்றார் முனிவர். ‘மைந்தனென்றே நடந்துகொண்டேன். அன்னை முலைஅருந்தாத மகவு நான்’ என்றேன். ‘கீழ்மகனே! சொல்லெண்ணிப் பேசு. இல்லையேல் தீச்சொல்லிட்டு உன்னை தீரா

நரகுக்கு அனுப்புவேன். சொல்! இந்நீர்ப்பரப்பில் இவள் எழுதியிருந்தது என்ன?' என்றார். 'அத்தீச்சொல்லையே விரும்புகிறேன்' என்றேன்.

தடாகப்பரப்பில் எஞ்சிய அவ்வெழுத்தை தன் கைகளால் அள்ளி வேதமந்திரம் சொல்லி தலைக்குமேல் தூக்கி என் மேல் வீசி 'சிறுவண்டென ஆகு. இக்கணத்தை மீண்டும் வாழ். இங்கு நிகழ்ந்தததனைத்தையும் எப்போது நீ முழுதறிகிறாயோ அப்போது இங்கு மீள். ஆம் அவ்வாறே ஆகுக!' என்றார். 'ஆம், தந்தையே இதுவும் உங்கள் அருளே' என்று சொல்லி அவர் காலடியைப் பணிந்தேன். திரும்பி என் அன்னையின் உடலில் எழுந்த புண்ணை நோக்கிவிட்டு வண்டுருக் கொண்டேன்.

'பார்க்கவ வழித்தோன்றலே, தம்சன் எனும் கருவண்டாகி இப்புவிக்கு வந்தேன். என் அன்னையைத் தொட்ட அச்சுட்டுவிரல் கூரிய கொடுக்கு முனை என மாறியது. என் ஊழ் உதிரும் கணம் நோக்கி இத்தனை நாள் இங்கு காத்திருந்தேன். நீ இங்கு வந்தாய்' என்றது தம்சன்.

"கசந்த புன்னகையுடன் மழுப்படை முனிவன் 'பிருகு குலத்தில் ஒரே கதையை மீள மீள நிகழ்த்துகிறது ஊழ். புலோமையை, ரேணுகையை என பகடையை சலிக்காது உருட்டிக்கொண்டே இருக்கிறது' என்றான். 'நாம் இருவரும் இணைந்து அறியும் ஒன்று நம்மை அணுகும். அதுவரை என்னுடன் இரு' என்று ஆணையிட்டான்."

இரு கைகளையும் சுழற்றி வணங்கி பின்னகர்ந்தான் சூதன். விறலி எழுந்து சலங்கை அணிந்த கால்களை தூக்கிவைத்து நடையிட்டு அரங்கு மையத்திற்கு வந்தாள். இடையில் கைவைத்து நின்று மெல்ல உடல் உலைத்து ஆடினாள். "அழகென அணியென ஆழத்துக்கரவென அறியாச்சொல்லென ஆண்களிடம் ஆடுபவளே! ஆற்றலே! அன்னயே! அழிவற்றவளே! அடிபணிகிறோம். காத்தருள்க!" என்று முதுசூதர் பாட, அவள் மெல்லிய அசைவுகளுடன் காற்றுவிளையாடும் கொடியென நின்றாடினாள்.

அவள் கைவிரல்கள் குவிந்தும் மலர்ந்தும் சுட்டியும் நீட்டியும் கேளாச்சொற்களை எழுப்பின. அப்பாடலில் பிறந்து முழுத்து பித்துற்று பேதுற்று தெளிந்து உணர்ந்து அழிந்து மீண்டும் எழுந்தது புடவி. துடியோசை காற்றாக, முழவோசை இடியாக, சங்கோசை கடலாக அவளைச் சூழ்ந்தது. அஞ்சலும் அருளலும் காட்டி அவள் நிலைக்க, அவள் காலடியை குனிந்து வணங்கி எழுந்து முன்வந்து நின்றான் சூதன். அவையை வணங்கி "கேள், எரிசுடர் மைந்தா. இது உன் கதை" என்று தொடர்ந்தான்.

3

"செங்கதிர் செல்வ! தீராப்பெருஞ்சினம் கொண்டவர் தன்னையே முனிந்தவர் என்று அறிக!" என்றான் தென்திசைப்பாணன். குருதிவிடாய் ஒழியா கூர்மழுவும் இமை தாழா செவ்விழியுமாக பரசுராமர் தென்திசை ஏகினார். 'ஆம், அவ்வண்ணமே' என்று கூறி குரல்கொடுத்தபடி அவரைச் சூழ்ந்து பறந்தது கருவண்டு.

கோட்டைகளை உடைத்து அவர் நகர்புகுந்தார். அழுகையொலிகளும் அச்சப்பேரொலிகளும் சூழ தெருக்களில் கூற்றென நடந்தார். அரண்மனைக் கதவுகளை பிளந்தெறிந்தார். மைந்தருடனும் மனைவியருடனும் களித்திருந்த மன்னர்களை வெட்டி அவர்களின் மணிமுடிகளை அள்ளி எடுத்து நாழிகளாக்கி களஞ்சியப்பொன்னை அள்ளி ஐங்குலத்தோருக்கும் அறவோருக்கும் அளித்தார்.

அவர் சென்ற வழியெங்கும் எழுந்த புகையைக் கண்டு, அழுகுரலைக் கேட்டு, பிணந்தின்னிக் கழுகுகள் தொடர்ந்து வானிலொரு வழியமைத்துக்கொண்டன. குருதியுண்டு குருதியுண்டு ஒளிகொண்ட கோடரியை அருகே போட்டு தென்திசைப் பெருநதி ஒன்றின் கரையில் அவர் அமர்ந்திருந்தார். அலையலையெனச் சென்ற நீர்ப்பெருக்கில் தோன்றிய முதல் பிருகுவின் முகம் கண்ணீருடன் 'மைந்தா! ஏன்?' என்றது. திடுக்கிட்டு எழுந்துநின்றபோது நதிப்பெருக்கின் நீர்ப்பரப்பில் எழுந்த பெருமுகம், அழியா விழிகளுடன் அவரை நோக்கியது.

குனிந்து தன் மழுவை எடுத்து போர்வெறிக்கூச்சலுடன் மீண்டும் காட்டுக்குள் புகுந்தார். அவையோரே, எங்கும் அமரமுடியாதவன் செல்லும் வழி மிக நீண்டது. உறங்க முடியாதவன் வாழ்வு பல நூறு

மடங்கு நீளம் கொண்டது. பதினெட்டு தலைமுறைகளாக மழுவேந்தி காட்டில் அலைந்தார் பரசுராமர். அனல் தொட்டு அனலான அழியா நீட்சி. அவருடன் எப்போதும் இருந்தது தம்சன் என்னும் கருவண்டு. மாறாத ஒற்றைப்பாடல் கொண்டது. கூர்நச்சுக் கொடுக்கு நீட்டி காத்திருப்பது.

நெருப்பு தேடி வருகின்றன நெருப்பாகும் விழைவு கொண்டவை. நர்மதையின் கரையில் மலைப்பாறை ஒன்றின்மேல் அருகே மழு சாய்த்து படுத்திருந்த பரசுராமரை அணுகி காலடியில் நின்றான் கருமுத்து உடல்கொண்ட இளமைந்தன் ஒருவன். அவன் நிழல் தன்னைத் தொட உணர்ந்து எழுந்து அமர்ந்து 'யார் நீ?' என்றார். கைகூப்பி 'படைக்கலம் பயில வந்தவன், எளிய வைதிகன்' என்றான். அவனைக் கூர்ந்து நோக்கி இரு தோள்களையும் தொட்டு ஊசலாடிய விழிகளுடன் 'பெருந்தோள் கொண்ட அந்தணனை முதன்முறையாகப் பார்க்கிறேன்' என்றார்.

'நான் படைக்கலம் பயின்றவன். துரோணரிடம் இருந்தவன். அங்கு ஷத்ரியர்களால் அவமதிக்கப்பட்டு துரத்தப்பட்டேன். இழந்த பயிற்சியை முழுமைசெய்ய ஆசிரியரைத் தேடி அலைந்தேன். குருஷேத்திரப் பாழ்நிலத்தில் அமைந்த சமந்த பஞ்சகத்தின் கரையில் சூதர்கள் உங்கள் புகழ் பாடக்கேட்டேன். அவர்களின் சொற்களிலேயே வழிகண்டு தொடுத்துக்கொண்டு இங்கு வந்தேன். அருள்க!' என்றான். அவன் விரல்களை நோக்கி 'வேள்வி செய்து பழகிய விரல்கள் அல்ல இவை. வேதம் கேட்டு நிறைந்த விழிகளுமல்ல அவை. நான் ஐயுறுகிறேன். செல்!' என்றார்.

'இம்மண் தொட்டு ஆணையிடுகிறேன். நான் பிராமணனே' என்றான். மீண்டும் ஒருகணம் நோக்கிவிட்டு 'மண் அனைத்தையும் தாங்குவது' என்றார் பரசுராமர். 'அவ்வண்ணமெனில் என் அன்னையின் பெயர் சொல்லி ஆணையிடுகிறேன்' என்றான். 'சொல்! உன் அன்னையின் பெயரென்ன?' என்று பரசுராமர் கேட்டார். 'ராதை' என்று அவன் சொன்னான். அவனை இமையாது நோக்கி சிலகணங்கள் அமைந்தபின் நீள்மூச்சில் கலைந்து 'என்னுடன் இரு. இன்று மாலைக்குள் நீ என் மாணவனா இல்லையா என்று நான் உரைக்கிறேன்' என்றார். 'அவ்வண்ணமே' என்று அவன் அவருடன் இருந்தான்.

மரங்களில் ஏறி நறுங்கனி கொய்து கொண்டுஅளித்தான். குடிக்க புது ஊற்று தோண்டி தெளிநீர் கொண்டுவந்தான். முற்றிலும் வகுக்கப்பட்ட செயல்களை உடையவன். ஒன்றில் அமைந்த சித்தம் கொண்டவன். உடலை உளமின்றிச் செயலாற்ற விட்டவன். பயின்று அடங்கிய உளம் கொண்டவன். அவனை நோக்க நோக்க அந்த ஒன்று என்ன என்ற

வினாவையே பரசுராமர் அடைந்தார். அவனுடன் ஆற்றங்கரையோரமாக காடு கடந்து பயணம் செய்தார். உச்சிப்பொழுதின் வெயில் மயக்குக்கு மரநிழலில் அமர்ந்த பாறை ஒன்றில் விழிமயங்கினார். அருகே அவன் அசையா கருமரம் என காவல் நின்றான்.

மாலையில் கதிர்வணக்கத்திற்காக உலர் தர்ப்பை கொய்துவரும்படி சொன்னார். அவன் கொண்டுவந்த தர்ப்பையை வாங்கி தோலாடை களைந்து சிற்றாடை அணிந்து அலை வளைந்தமைந்த நீர்ப்படலத்தில் இறங்கி குனிந்து நோக்கி நின்றார். உடல் சிலிர்த்தபின் நீள்மூச்சுடன் காயத்ரியை சொல்லி நீர் இறைத்து வணங்கினார். கையில் அம்பென நாணலை ஏந்தியபடி அவன் காவல் நின்றான். அந்தி பழுத்து உருகி நீர்மேல் பரவிக்கொண்டிருந்தது. இலைகள் தங்கள் நிழல்களில் புதைந்து மறையத்தொடங்கியிருந்தன.

அவர் கரைவந்து அவனை நோக்காது 'நீராடி என்னைத் தொடர்' என்று ஆணையிட்டார். 'அவ்வண்ணமே' என்று அவன் சென்று முழங்கால் வரை நீரிலிறங்கி நீரள்ளக் குனிந்தபோது அவனிலிருந்து அலறல் ஒன்று எழுந்தது. திரும்பி நோக்கிய அவர் அவன் உடல் விதிர்ப்பதைக் கண்டார். கால்தளர்ந்து விழப்போனவன் நிலைமீண்டு திரும்பி கால்களால் நீரைக் கிழித்தலைத்தபடி கரை நோக்கி ஓடிவந்தான். மணற்சரிவில் ஏறி நின்று திரும்பி நோக்கி உடல் நடுங்கினான்.

அவனுடைய ஆடையிலிருந்து நீர்வழிந்து கரைமணலை கரைத்தது. அவிழ்ந்து தோளில் புரண்ட கரிய சுரிகுழல் உதிர்த்த நீர்மணிகள் முதுகில் வழிந்தன. 'என்ன?' என்று அவர் கேட்டார். 'குருதி! குருதி!' என்று அவன் நீரை சுட்டிக்காட்டி சொன்னான். சற்றே திறந்த வாயுடன், நீர்த்துளிகள் இழிந்த தாடியுடன், அவர் அவனை நோக்கி நின்றார். பின்பு அவன் கனவிலிருந்து விழித்துக்கொள்வது போல சிறிய உலுக்கலுடன் உடல் மீண்டு 'ஒன்றுமில்லை' என்றான்.

தோள்தளர்ந்து கைகள் விலாதொட்டுச் சரிய 'நீராடி மீள்க!' என்று சொன்னார். 'அவ்வாறே' என்று அவன் சொன்னான். கொதிக்கும் நீரை அணுகுபவன் போல் தயங்கும் காலடிகளுடன் ஆற்றை அணுகி, மெல்ல வலக்கால் கட்டைவிரலால் நீர்நுனி தொட்டு, ஒருகணம் கண்களை மூடி விதிர்ப்பு கொண்ட உடலை இறுக்கி, தன்னை உளவிசையால் முன்செலுத்தி, நீரிலிறங்கி கண்களை மூடிக்கொண்டு மும்முறை மூழ்கி அவ்வாறே எழுந்து திரும்பி நோக்காமல் கரையேறி கரைமணல் மேல் நின்றான். அவன் கால்பட்ட குழிகளில் நீர் ஊறி அதில் வானச் செம்மை குருதியென படர்ந்தது. இரு கைகளாலும் நீர்வழிந்த குழலை அள்ளி பின்னால் செலுத்தியபின் திரும்பி அவரைப் பார்த்து 'செல்வோம்' என்றான்.

தலையசைத்து அவர் முன்செல, ஈர ஆடை ஒலிக்க அவன் பின்னால் வந்தான். காற்றில் அவன் உடைகள் உலர்ந்து ஓசை அவிந்தது. அவனும் உடல் தளர உள்ளம் முறுக்கவிழ எளிதானான். இருள் பரவத்தொடங்கிய அந்தியில் குறுங்காட்டின் புதர்களுக்கு நடுவே அன்றிரவு தங்கும் இடத்தை பரசுராமர் தேர்வுசெய்தார். அவன் அங்கு சிறு குடில் ஒன்றை அமைத்தான். காட்டுக்குள் சென்று உலர் மரங்களை ஒடித்துக்கொண்டுவந்து சேர்த்து கற்களை உரசி நெருப்பிட்டு தழலேற்றினான். அதன் வடக்கே அவரும் தெற்கே அவனும் அமர்ந்தனர்.

இருளெனப் பொதிந்த குளிரில் நெருப்பின் இளவெம்மையின் அணைப்பில் இருவரும் உடல் குறுக்கி அமர்ந்திருந்தனர். தென்னகக் காற்றில், செந்நா விரித்தெழுந்த எரி சற்றே சுழன்று வடக்கு நோக்கி தெறித்துப் பறந்தது. பரசுராமர் அவனை நோக்கி 'வடவை' என்றார். அவன் 'ஆம்' என்றான். 'கங்கையின் நீருக்கு அடியில் என் மூதாதையர் செலுத்திய வடவை குடிகொள்கிறது' என்று பரசுராமர் சொன்னார்.

'எந்தை ஊருவர் தன் உள்ளங்கையிலிருந்து கங்கையில் இறக்கிவிட்டது அது. நீரெல்லாம் கங்கையென்பதால் எந்த நீரை நோக்கி நான் கைநீட்டினாலும் இளம் புரவிக்குட்டியென துள்ளி வந்து முன்நிற்கிறது. செஞ்சிறகுப் பறவையென என் உள்ளங்கையில் வந்தமைகிறது. நான் செலுத்தும் அம்பு முனைகளில் குடிகொள்கிறது. என் இலக்குகளை பல்லாயிரம் நாக்குகள் என பெருகி உண்கிறது.'

'ஆம், எரி தீராப் பசி கொண்டது' என்றான். 'சொல்! இன்று அந்த ஆற்றில் எதைக் கண்டாய்?' என்றார். 'அது ஒரு கனவு' என்று அவன் சொன்னான். 'சொல்!' என்றார். 'என் சிற்றிளமையில் ஒருநாள் புலர்காலைக் கனவில் அன்னையின் மடியில் தலைவைத்து நான் படுத்திருந்தேன். அந்த அன்னை எனக்கு முலையூட்டிய பெண் அல்ல. அவள் முகம் எனக்குத் தெரியவில்லை. ஆனால் அவள் முலைப்பாலின் மணத்தை அறிந்திருந்தேன். அவள் உடலின் வெம்மையை, அவள் மூச்சின் தொடுகையை நன்குணர்ந்திருந்தேன். என் குழலை வருடி காதுகளைப் பற்றி இழுத்து தோள்களை நீவி முதுகை உழிந்து சுழலும் அவள் மெல்லிய கைகளை பற்றிக்கொண்டிருந்தேன். மகவு அன்னையின் உடல் உறுப்பென ஆகும் அருங்கணங்களில் ஒன்று அது.'

அப்போது அறிந்தேன், ஒரு காட்டுச் சுனை அருகே இருந்த சிறிய பாறை ஒன்றில் நாங்கள் இருந்தோம். காற்றில் சிற்றலை இளகிய சுனை மெல்ல அமைதி அடைந்தது. இலைகள் சொல் மறந்தன. சுனை காட்டிய நீலப்பேராடியில் அங்கொரு அன்னை மடியில் நான் படுத்திருந்தேன். நான் கண்ட அத்தோற்றத்தை அவளும் கண்டாள். சினம் கொண்ட

பெண் புலியென உறுமியபடி என்னை உதறி அவள் எழுந்தாள். இடையில் அணிந்த உடைவாளை உலோகம் சீறும் ஒலியுடன் உருவி கையில் எடுத்தபடி நீரில் பாய்ந்து அங்கே அப்போதும் துயின்று கொண்டிருந்த என் பாவையை ஓங்கி வெட்டினாள்.

அஞ்சி எழுந்து பாறையில் நின்றபடி உடல் பதைக்க கைகளை விரித்து அசைத்து 'அன்னையே' என்று நான் கூவினேன். 'என்னைக் கொன்றுவிடாதீர்கள் அன்னையே... என்னை வாழவிடுங்கள்' என்று அழுதேன். என் சொற்கள் அவள் செவியில் விழுந்தாலும் சித்தத்தைத் தொடவில்லை. சிம்மப்பிடரி ஏறி களம் புகுந்த கொற்றவை போல் வாளை வீசி என் நிழலுருவை நூறு ஆயிரம் பல்லாயிரம் துண்டுகளாக வெட்டிச் சிதைத்தாள். அதிலிருந்து பெருகிய செங்கொழுங்குருதி கொப்புளங்களாக எழுந்து சுனைநீரைக் கொதிக்கவைத்தது. வேல்முனை பிடுங்கப்பட்ட புண்ணென ஆயிற்று சுனை. குருதியலைகள் மலரிதழ்களென விரிந்தன. குருதிநாவுகள் எழுந்து கரைமணலை நக்கின.

அக்குருதியில் கால்தவறி விழுந்து மீண்டும் எழுந்தாள். அவள் கூந்தலில், கன்னங்களில், தோள்களில், ஆடைகளில், விரல்நுனிகளில் வழிந்து சொட்டியது கொழுங்குருதி. யானை உடல் கிழித்து உள்ளே சென்று இதயத்தைக் கவ்வி மீளும் சிம்மம் போல, கருவறைப்பீடத்தில் குருதிக் கொடையாடி நிற்கும் கொற்றவைக் கருஞ்சிலை போல அவளைக் கண்டேன். அவள் கண்களில் இருந்த பெருங்களியாட்டைக் கண்டு திகைத்து சொல்லிழந்தேன். இரு கைகளாலும் நெஞ்சை மாறி மாறி அறைந்து, பிடியானை போல் பிளிறி, காலெடுத்து வைத்து அவள் கரைக்கு வந்தாள்.

குருதியுடன் கொப்பளித்த சுனை மெல்ல செம்பளிங்குப் பரப்பென அமைந்தது. அதில் விரல்கள், தசைத்துண்டுகள், செவிகள், நாவு, மூக்கு, நிணத்தீற்றல்கள், நெளியும் நரம்புப்புழுக்கள், சிரிப்பென வெள்ளெலும்புச் சிதறல் என நான் இருந்தேன். என் விழிகள் மட்டும் இரு நீலமீன்களாக துயருடன் இமைத்தபடி அதில் நீந்தி நின்றிருந்தன.

'அன்னையே! அன்னையே!' என்றழைத்தபடி விம்மி அழுதுகொண்டு கண்விழித்தேன். என் அன்னை அருகில் துயில் எழுந்து 'என்னாயிற்று? மைந்தா!' என்றழைத்தபடி என் தோள் தொட்டுத் தழுவி மார்புக்குள் என் தலையை புதைத்துக்கொண்டாள். என் குழலை வருடி 'எதற்காக அஞ்சுகிறாய்? என் செல்வமே!' என்றாள். 'அன்னையே, என்னைக் கொன்றுவிட்டீர்களே?' என்று நான் சொன்னேன். 'யார்? யார்?' என்று அவள் கேட்டாள். 'அன்னையே அன்னையே' என்று காய்ச்சல் படிந்த கண்களுடன் நான் அரற்றினேன்.

தன் மேலாடையை விலக்கி வற்றிய வறுமுலையைத்தூக்கி அதன் வாடிய காம்பை என் வாயில் வைத்து ‘அருந்து என் அமுதே’ என்று அவள் சொன்னாள். என் நீளக்கைகளை கால்களை தோள்களை ஒவ்வொன்றாக உதிர்த்து சிறு மகவாக மாறி அவள் முலையருந்தினேன். அவை மெல்ல கனிந்தன. குருதி மணமுள்ள இனிய பால் சொட்டுகள் என் வாயில் விழுந்தன. வறண்டு அனல்கொண்டிருந்த என் தொண்டையை குளிரச்செய்து அணைத்தன அவை.

அதிர்ந்துகொண்டிருந்த என் உடல் மெல்ல அமையத்தொடங்கியது. என் தோள்களை முதுகை கனிந்த அன்னைப்பசுவின் நாக்கென வருடிய அவள் கைகள் மேலும் மேலும் என்னை சிற்றுருக் கொள்ளச் செய்தன. கருக்குழந்தையாக்கின. தன் இடைவாய் திறந்து உள்ளே செலுத்தி வெங்குருதிக் குமிழிகளெனச் சூழ்ந்த சிற்றறைக்குள் அழுத்தி வைத்தன. அங்கே உடல் சுருட்டி உளம் கரைந்து மறைய துயின்று ஒடுங்கினேன்.

இளையவன் சொன்னான் ‘பின்பு அக்கனவு எப்போதும் என்னுடன் இருந்தது. மீண்டும் மீண்டும் அங்கே நான் துண்டுகளாக்கப்பட்டேன். தவித்தலையும் விழிகளுடன் துயில் மீள்வேன். இன்றும் அதுவே நிகழ்ந்தது.’ இருள் மூடிய காட்டுக்குள் பறவைகளின் ஒலிகள் கேட்டுக்கொண்டிருந்தன. காற்று இலைகளை அசைத்தபடி கடந்து செல்லும் ஓசை. ஓர் அருவியின் அறைதல். நெடுநேரத்திற்குபின் பரசுராமர் அவ்விளையோன் கைகளைப் பற்றிக்கொண்டு ‘என்னுடன் இரு. என் படைக்கலத்திறன் அனைத்தும் உனக்குரியது. குன்றாப் புகழுடன் திகழ். நீ வெல்வாய்’ என்றார்.

“ஏழ்புரவி ஏறியோன் மைந்தனே, அனைத்தையும் நெருப்பாக்கி உண்பது நெருப்பின் இயல்பு” என்றான் சூதன். “இளையோன் தன் ஆசிரியருடன் இருந்தான். ஒவ்வொரு கணமும் அவன் அவராகிக் கொண்டிருந்தான். வெங்கதிரோன் வெயில் கற்றையைச் செலுத்துவது போல் அம்புவிடக் கற்றான். அவர் கால்பதிந்து நடந்த அந்நிலம் என தன் உள்ளத்தை ஆக்கி ஒவ்வொரு அடியையும் பதித்துக்கொண்டான். ஆற்றல் முதிர்ந்த ஆசிரியர்கள் பேராற்றல் முதிர்ந்த மாணவர்களைப் பெறுவதென்பது இப்புடவி வளரவேண்டும் என்று விழையும் அப்பிரம்மத்தின் ஆணை.”

முதல்நாள் அவன் அணுகியபோதே கருவண்டு மும்முறை அவனைச் சுற்றி வந்து ‘இவனே! இவனே!’ என்று மெய் அதிர்ந்தது. பரசுராமர் புன்னகைத்து ‘ஆம், இவனே’ என்றார். ‘இவன் ஏன் இங்கு?’ என்றது வண்டு. ‘ஆம், அதை அறிந்தே நீ விடுபடுவாய்’ என்றார் பரசுராமர். ஒவ்வொரு கணமும் இளையோனைச் சூழ்ந்து எங்கோ இருந்தது தம்சன். அதன் நச்சுக் கொடுக்கு கூர்ந்து இக்கணம் இக்கணம் என துடித்துக் கொண்டிருந்தது.

தெற்கே கோதையின் கரையில் ஒருநாள் உச்சிப்பொழுதில் உணவுண்டு சற்றே உடல் தளர மரத்தடியில் படுத்தார் பரசுராமர். ஆலமரத்தடியின் வேர் அவர் தலைக்கு கடினமாக இருந்ததால் 'இளையோனே! உன் தொடையைக் காட்டுக!' என்றார். அவன் அமர்ந்து திரும்பி தன் வலத்தொடை மேல் அவர் தலையைத் தூக்கி வைத்தான். 'ஏன் திரும்பினாய்? இடத்தொடை காட்டு, இது எனக்கு உகக்கவில்லை' என்றார். 'அத்தொடை தங்களுக்குரியதல்ல ஆசிரியரே' என்றான் இளையோன். விழிதூக்கி 'என்ன?' என்று அவர் கேட்டார். தலைதாழ்த்தி மெல்லிய குரலில் 'அது ஒரு கனவு' என்று அவன் சொன்னான்.

'சொல்! அதைக் கேட்டு நான் கண் மயங்குகிறேன்.' அவன் சற்று தயங்கியபின் 'ஆசிரியரே, என் தோள்கள் ஆற்றலுற்று நெஞ்சு விரிந்து எண்ணங்கள் அழுத்தம் கொண்டபோது கனவுகள் உருமாறத்தொடங்கியதைக் கண்டேன். ஒரு கனவில் கங்கையின் கரையில் நடந்து சென்றிருந்த காலடிச் சுவடுகளைக் கண்டேன். அக்கணமே அது எவருடையதென உணர்ந்தேன். 'அன்னையே' என கூவியபடி அக்காலடிச் சுவடுகளை பின்தொடர்ந்து ஓடினேன். செல்லச் செல்ல அவை குறுகி சிறு பாதங்களாயின. அவ்விந்தையை உணர்ந்து விழி எட்டி நோக்கியபோது தொலைவில் சென்றுகொண்டிருந்தவள் அழகிய இளம்பெண் என்று கண்டு திகைத்தேன்.'

அவளை எங்ஙனம் அழைப்பது என்று அறியாது தயங்கி நின்றுவிட்டேன். அவள் மேலும் மேலும் விலகிச்செல்வதைக் கண்டு கை நீட்டி இளையோளே நில் நில் என்று கூவியபடி மேலும் தொடர்ந்தேன். அருகணைந்தபோது மேலும் சிறுத்து சிறுமியென என் கண்ணெதிரே அவள் தோற்றம் உருமாறி வந்தது. ஆடையுலைந்த மங்கை. பூவாடை அணிந்த பெதும்பை. இடைமெலிந்த பேதை. சிறுதோள் கொண்ட மழலை. அருகணைந்து அவள்முன் நின்றேன். ஒளிரும் விழிகளால் என்னை நோக்கி சிரித்து 'நான் அப்போதே ஓடிவந்துவிட்டேன். என்னை நீங்கள் பிடிக்க முடியாது' என்றாள்.

சிரிப்பென்றே ஆன சிறுமுகம். கழுத்தைச் சொடுக்கியபோது காதில் அணிந்திருந்த சிறு குண்டலங்கள் அசைந்தன. இதழ்களுக்குள் முத்தரிப் பற்கள் மின்னின. முழந்தாளிட்டு அவள் முன்னால் நின்று மலர்மொக்குகள் போன்ற இரு கைகளையும் பிடித்து 'ஏன் என்னை விட்டு விலகி ஓடினாய்?' என்றேன். 'விளையாடத்தான்' என்றாள். 'இப்படியா விளையாடுவது? உன் காலடிகளைக் கண்டு உன்னைத் தேடி வந்தேன்' என்றேன். 'இன்னும் அவ்வளவு தூரம் ஓடினால் நான் மறைந்துவிடுவேன்' என்றாள்.

‘வேண்டாம். என்னுடன் இரு’ என்று சொல்லி அவளை இடைவளைத்து இழுத்து என் நெஞ்சோடு அணைத்துக் கொண்டேன். ‘நான் உங்களை எவ்வாறு அழைப்பது?’ என்றாள். ‘நீ என் மகளல்லவா? தந்தை என்றே அழை’ என்றேன். மெல்லிய கொடிக் கைகளால் என் கழுத்தை வளைத்து, பட்டுக் கன்னங்களை என் முகத்தருகே கொண்டுவந்து மென்மயிர்கள் என் இதழில் பட குழலணிந்த மலர்களும் கன்னங்களில் பூசிய கஸ்தூரியும் மணக்க ‘தந்தையே’ என்றாள்.

கள்வெறி கொண்ட நெஞ்சுடன் இரு கன்னங்களிலும் மாறி மாறி முத்தமிட்டு ‘மகளே’ என்றேன். கையில் தூக்கி எடுத்தபடி எழுந்தேன். கூவிச் சிரித்து என் தோள்களில் அறைந்து ‘ஐயோ விழுந்துவிடுவேன் விழுந்துவிடுவேன்’ என்றாள். ‘எப்படி விழுவாய்? என் தோள்களைப் பார்த்தாயா? நீ எத்தனை வளர்ந்தாலும் இப்படியே என்னால் தூக்க முடியும்’ என்றேன். ‘என்னைத் தூக்கியபடி பறந்துசெல்ல முடியுமா?’ என்றாள். ‘முடியும். நான் ஆயிரம் வருடம் தவம் செய்து அரக்கனாவேன். அப்போதுன்னை சுமந்தபடி செல்வேன்’ என்றேன். ‘இப்போது அரக்கனாகு, இப்போது அரக்கனாகு’ என்று கால்களை அசைத்தபோது சிறு பொற்சலங்கைகள் குலுங்கின.

சுழற்றி அவளை இறக்கி நெஞ்சில் வைத்தேன். வாய்விட்டுச் சிரித்தபோது கழுத்தில் நீல நரம்புகள் எழுந்தன. நெற்றி படிந்த குறுமயிர் புகைச் சுருள்கள் போலிருந்தன. ஆடையின் பொன்னூல் உதிர்த்த மஞ் சள்பொடி படிந்த கன்னங்கள். வியர்வை படிந்த மூக்கு நுனி. சிரிப்பில் அதிர்ந்த சிறு இதழ்கள். ‘என் மலரே, என் முத்தே, என் செல்வமே’ என்றவளை முத்தமிட்டேன். அவளை என் இடத்தொடை மேல் அமர்த்திக்கொண்டேன். அந்த எடையை உணர்ந்தபடி விழித்தபோது என் உடலெங்கும் தித்திப்பு நிரம்பியிருந்தது.

‘ஆசிரியரே, நானென என்னை உணர்ந்த நாள் முதல் எப்போதும் என் கனவில் தேங்கியிருந்த கடும் கசப்பை அந்த ஒரு கனவில் மட்டுமே கடந்துசென்றேன். மீண்டுமொரு கனவு வரவில்லை. ஆனால் அக்கனவின் ஒவ்வொரு வண்ணத்தையும் தொட்டு பொன்னிறமாக வரைந்துகொண்டேன். ஒருபோதும் ஒளிமங்காத ஓவியமாக என்னுள் வைத்திருக்கிறேன்’ என்றான் இளையோன்.

‘ஆம், அது நன்று’ என்றார் அவர். ‘நாம் கொடுங்கனவுகளை இன்கனவுகளால் மட்டுமே நிகர் செய்யமுடியும்’ என்றபின் விழிகள் சரிய நீள்மூச்சுவிட்டார். ‘குருதி தெரியாத எந்தக் கனவும் இனியதே’ என்றார். அவர் துயிலில் ஆழ்ந்தபின்னரும் அவரது முகத்தை நோக்கியபடியே மாணவன் அமர்ந்திருந்தான். தன் சிறுதுளையிலிருந்து வெளிவந்து

பொன்னிறச்சிறகுகள் அதிர 'கண்டுகொண்டேன். அந்த இடத்தொடை' என்றான் தம்சன். ரீங்கரித்தபடி பறந்து வந்து அவ்விளையோனின் இடத்தொடையில் அமர்ந்தான். தன் கொடுக்கைத் தூக்கி கூர்முனையால் அத்தசையை சொடுக்கினான்.

வலியில் அதிர்ந்த உடலின் அசைவை நிறுத்தி, ஒலியெழுப்ப எழுந்த இதழ்களை இறுக்கி இளையோன் உறைந்தான். தொடைத்தசையைத் துளைத்து குருதிக் குழாய்களைக் கிழித்து உட்புகுந்து சென்றான் தம்சன். கொழுங்குருதி அவனை திளைக்கச் செய்தது. சிறகுகளை அதிரவைத்து அதை சிறு துளிகளாக தெறித்தான். எட்டு கால்களாலும் தசைக்கதுப்பைக் கிண்டி வழி அமைத்து உள்ளே சென்றான். கருக்குழி என அணைத்துக்கொண்டது வெந்தசை. கனவிலிருந்து சுஷுப்திக்கு கொண்டுசென்றது. கடந்த பிறவியின் நினைவுகளால் நெஞ்சை நிறைத்தது.

குருதி பெருகி வழிந்து தன் தோளைத் தொட்டபோது கண்விழித்த பரசுராமர் அதைத் தொட்டு தன் கண்ணருகே நோக்கினார். தன் நெஞ்சு துளைத்து வழிந்த குருதியென்றே முதலில் அவர் நினைத்தார். பின்பு அங்கு வலியில்லை என்றுணர்ந்து, ஒரு கை ஊன்றி உடல் திரும்பி அவன் தொடையைப் பார்த்தார். 'யார் நீ?' என்று கூவியபடி எழுந்தார். 'நீ அந்தணன் அல்ல. இத்தனை வலி பொறுக்கும் திறன் கொண்ட அந்தணன் இப்புவியில் இல்லை. நீ ஷத்ரியன்' என்றார்.

'இல்லை முனிவரே, நான் அந்தணனும் அல்ல ஷத்ரியனும் அல்ல' என்றான். 'சொல்! நீ யார்?' என்றார். 'தேரோட்டி மைந்தன்' என்றான் அவன். 'இல்லை, நீ அவர்களுக்குப் பிறக்கவில்லை. குருதியால் நீ ஷத்ரியன்' என்றார் அவன் ஆசிரியர். 'அதை நான் அறியேன்' என்றான் அவன். 'அறிவாய். உன் நெஞ்சறிந்த மாறா உண்மை என்றொன்று உண்டென்றால் அது அதுவே' என்றார். அவன் சொல் இழந்து விழிதாழ்த்தினான். 'சொல், இக்கணமே சொல். ஒருபோதும் ஷத்ரியருக்காக வில்லெடுப்பதில்லை என்று என் கால்தொட்டு ஆணையிடு' என்றார்.

அவன் கைகூப்பி 'ஆசிரியரே, உண்ட உணவு குருதியாகிறது. சொன்ன சொல்லே ஆத்மாவாகிறது. இரண்டையும் உதறும்படி சொல்கிறீர்கள்' என்றான். 'அச்சொல்லை நீ எனக்களிக்கவில்லை என்றால் உன்னை தீச்சொல்லிட்டு அழிப்பேன்' என்றார் பரசுராமர். 'அவ்வண்ணமே ஆகுக! எது வரினும் என் தோழனுக்கென எழுந்த என் கைகள் தாழா' என்றான். செறுசினத்துடன் கைம்மண் எடுத்து தூக்கி கடுஞ்சொல் கூற வாயெடுத்தும் பரசுராமரால் 'ஷத்ரியருக்கு என நீ களத்தில் எழுந்தால் நான் கற்பித்தவை உனக்கு உதவாது போகட்டும்' என்றே சொல்லமுடிந்தது.

மண்ணை நிலத்திலிட்டு 'தீராப்புகழ் கொள்க! விண்ணுலகில் வாழ்க!' என்று வாழ்த்தியபடி முகம் திருப்பிக்கொண்டார்.

கைகூப்பி 'அவ்வண்ணமே ஆகுக!' என்று குனிந்து அவர் கால் நின்று தொட்ட மண்ணைத் தொட்டு தன் சென்னிசூடி எழுந்தான். குருதி வழிய இடக்காலை அசைத்து மெல்ல நடந்தான். அவன் குருதியிலிருந்து கருக்குழந்தை என வெளிவந்து சிறகுவிரித்து ரீங்கரித்தெழுந்த தம்சன் மெல்லிய பாடலுடன் அவனைச் சூழ்ந்து பறந்தது. இறக்கை பற்றியெடுத்து நாணலால் அதைக் குத்தி எடுத்து தன் கண்ணருகே கொண்டுவந்து அதன் ஆயிரம் விழிகள் இணைந்த பெருவிழிகளை நோக்கி அவன் கேட்டான் 'நீ அறிந்தது என்ன?'

"'ஆணவம் அமைந்திருப்பது இடத்தொடையில். அங்குதான் மங்கையை அமரவைக்க வேண்டுமென்பார் ஆன்றோர்' என்றான் தம்சன். அவன் சொல்வதென்ன என்று விளங்காமல் 'என்ன?' என்று அவன் மீண்டும் கேட்டான். 'அங்கிருக்கட்டும் இந்த ஆறா வடுவின் அணையாப் பெருவலி' என்றபின் சுண்டப்பட்டது போல் தெறித்து கீழே விழுந்து புழுதியில் புரண்டு எழுந்தான். எட்டு பெருங்கைகளுடன் நின்று 'என் பெயர் அளர்க்கன். நான் சொல்மீட்சி பெற்று விண்ணேகுகிறேன் இக்கணம். நிறைவடைக!' என்றான். அவன் செல்வதை இளையோன் புரியாத விழிகளுடன் நோக்கி நின்றான்."

பகுதி 2

தாஷ்ஷோலிக்கதவுகள்

1

"வெல்லற்கரியோர் என்று இப்புவியில் எவருமில்லை. விண்ணிழிந்து மண்நிறைத்த இறைவடிவங்கள் கூட. விரிகதிர் மைந்தா, தன்னால் மட்டுமே வெல்லப்படுபவன் நிகரற்றவன். தெய்வங்கள் அவனை மட்டும் நோக்கி புன்னகைக்கின்றன. ஆம். அவ்வாறே ஆகுக!" என்றான் சூதன். அவனைச் சூழ்ந்திருந்த விறலியும் சூதரும் ஒற்றைக்குரலில் இணைந்து "ஓம்! ஓம்! ஓம்!" என்றனர். தலைக்கு மேல் கைகுவித்து இசைக்கலங்களை தாழ்த்தி விழிகள் சரித்து அந்த ஓங்காரத்தில் உளம் கரைந்து சூதன் அசைவற்று நின்றிருந்தான்.

ஓரிரு கணங்களுக்குப்பின் பாடல் முடிந்ததை அவை உணர, உடலசைவுகள் வழியாக இசைக்கூடம் உயிர்கொண்டது. இரு சிற்றமைச்சர்கள் பெருமூச்சு விட்டனர். கைகள் தழைந்து உடலுரசி விழும் ஒலியும் அணிகள் குலுங்கும் ஓசையும் கேட்டன. முதன்மை அமைச்சர் ஹரிதர் விழிகளைத் திருப்பி ஏவலரிடம் பரிசில்தாலங்களைக் கொண்டுவர ஆணையிட்டார். அவர்கள் தங்களுக்குள் பேசிக்கொள்ளும் மெல்லொலிகள் எழுந்தன.

கர்ணன் அங்கிலாதவன் போல் அமர்ந்திருந்தான். ஹரிதர் அவனை நோக்கியபின் மெல்ல தொண்டை செருமி இருமுறை ஓசையெழுப்பினார். அவன் விழிப்புறவில்லை என்று கண்டபின் "அரசே" என்றார். அருகே தெரிந்தும் அணுகவியலா தொலைவிலிருக்கும் நீலமலைகளைப்போல அவனிருந்தான். "அரசே" என்றார் அவர். மூன்றாம் முறை குரல் எழுப்பியதும் திரைச்சித்திரம் உயிர்கொள்வதுபோல் அசைந்து சிவந்த விழிகளை மேலே தூக்கி "என்ன?" என்றபின், உடனே சொல்கொண்டு அனைத்தையும் உணர்ந்து "ஆம்" என்றான்.

“எங்கோ இருந்தேன்” என்றபின் தன் தோள் சரிந்த சால்வையை கைகளால் தொட்டான். அணுக்கன் அதை எடுத்து மடித்து அவன் தோளில் அமைத்து அதன் மடிப்புகளை நீவினான். கர்ணன் எழுந்து சூதனை நோக்கி கைகூப்பி “வணங்குகிறேன் சூதரே! இங்கு நானும் நீங்களும் பாரதத்தின் விழைவும் சேர்ந்து சமைத்த கதையொன்றை கேட்டேன். இது என்றும் இங்கு நிகழ்வதாக!” என்றான்.

சூதன் “மூன்றும் சந்திக்கும் இடத்திற்கே வாக் என்று பெயர். அதன் மேல் வெண்கலை உடுத்து விழிமணி மாலையும் அமுதகலயமும் ஏந்தி வீணை மீட்டி அமர்ந்திருக்கும் எழிலோள் அனைத்துமியற்றுபவள். சொல்வதெல்லாம் அவளே. சொல்லை அறிபவளும் அவளே. சொற்பொருளான அவளை பிரம்ம சொரூபிணி என்கின்றன நூல்கள்” என்றார். “அவள் வாழ்க!” என்றபின் கர்ணன் திரும்பி தன் ஏவலரை நோக்க பரிசுத்தாலங்களை நீட்டினர்.

மங்கலப்பொருட்களுடன் பொன்நாணயங்களும் பட்டும் வைக்கப்பட்ட பித்தளைத் தாலத்தை ஏவலர் கையிலிருந்து வாங்கி சூதனுக்கு அளித்தான். அவன் முகம் மலர்ந்து அதை பெற்றுக்கொண்டு தலைவணங்கி “அங்க நாட்டில் ஆணவம் மிக்க சூதனின் பேராசையும் தோற்றுப்போகும் என்பார்கள். நான் முற்றிலும் தோற்றிருக்கிறேன்” என்றான். கர்ணன் “கொடுப்பதனால் நிறையும் கருவூலம் இங்குள்ளது சூதரே” என்றபடி அடுத்த தாலத்தை முதிய சூதருக்கு அளித்தான்.

அவர்கள் ஒவ்வொருவரும் பொன்னைக்கண்டு உவகைகொண்டனர். விறலிக்கு தாலத்தை அளித்தபோது அவள் அதை பெற்றுக்கொண்டு தலைவணங்கி “இங்கு பரிசில் பெற்றபின் சூதர்கள் ஓராண்டுகாலம் பிற மன்னரை விழி கூர்ந்து நோக்குவதில்லை என்பார்கள். நாங்கள் இன்னும் மூன்றாண்டு காலம் எங்களுக்காக மட்டுமே பாடவேண்டும் போலுள்ளது” என்றாள்.

கர்ணன் நகைத்து “பாடலுக்குப்பின் சூதனை மன்னன் புகழவேண்டுமென்பதுதான் மரபு” என்றான். அமைச்சர்களும் மெல்ல சிரித்தனர். கர்ணன் கொடுத்ததில் நிறைவுகொள்ளாமல் திரும்பி ஏவலரை நோக்கியபின் தன் நெஞ்சிலிட்ட ஆரத்தைக் கழற்றி சூதனுக்கு அணிவித்தான். சூதன் திகைத்து, பின் நெகிழ்ந்து “இது அரும்பொருள் அரசே” என்றான்.

“தாங்கள் இங்கு பாடியது அரிய பாடல் சூதரே. ஒன்றையொன்று கவ்வி விழுங்க முயலும் மூன்று பாம்புகளின் கதை என்று தோன்றியது” என்றான் கர்ணன். “தாங்கள் நடித்த கதை” என்றாள் விறலி. “ஆம். ஆனால் பரசுராமரை நான் சந்திக்கும்போது என்னை ஒரு சூதன் என்றே சொன்னேன். பிராமணன் என்று அல்ல” என்றான் கர்ணன்.

சூதன் விழிகள் மின்ன "கதைகள் தெய்வங்களால் உருவாக்கப்படுகின்றன. நினைவுகளை அவற்றுக்குப் படையலாக்க வேண்டும்" என்றான். கர்ணன் சிரித்து "ஆம். அவ்வாறே ஆகுக!" என்றபின் "நானே கூட என்றேனும் என் உண்மைக்கதையை கதைதெய்வத்திடம் கேட்டு அறிந்து கொள்ள வேண்டும் போலுள்ளது" என்றான்.

"உண்மை என ஒன்றுள்ளதா என்ன? இங்கு எது எஞ்ச வேண்டுமென்பதே உண்மையென்றும் உருக்கொள்ளவேண்டும். அது சொல்லன்னையால் வகுக்கப்படுவது" என்று சூதன் சொன்னான். "நன்று சூழ்க!" என்றபின் "இங்கு தங்கி உணவுண்டு களியாடி நிறைந்தபின் உங்கள் ஊர் அழைப்பதை உணர்ந்து மீளுங்கள் சூதர்களே" என்றான் கர்ணன். "அவ்வண்ணமே" என்றான் இசைச்சூதன். அவர்கள் மீண்டும் வணங்கி புறம்காட்டாது விலகிச் சென்றனர்.

"தாங்கள் அவன் பாடலை கேட்கவே இல்லையென்று தோன்றியது" என்றார் ஹரிதர். "செவிகளால் கேட்கவில்லை" என்றான் கர்ணன். சிலகணங்களுக்குப்பின் "அச்சொற்கள் முற்றிலும் மறைந்து அவர் உருவாக்கிய நிகருலகில் நான் வாழ்ந்து கொண்டிருந்தேன். எத்தனை அரியது, ஒரே வாழ்வை பலமுறை மீண்டும் வாழமுடியும் என்பது! ஒவ்வொரு முறையும் அது மேலும் வளர்ந்து மலரும் கனியும் கொண்டிருக்கும் என்பது" என்றபின் திரும்பி அணுக்கரான சிவதரிடம் "இன்றென்ன செயல், சொல்லும்" என்றான்.

சிவதர் "கலிங்கநாட்டு வணிகர்கள் சிலர் வந்துள்ளனர். சுங்க முறைமையில் அவர்களுக்கு சில குறைகள் சொல்வதற்குள்ளன. கருவூலக் காப்பாளர் அஜபாலர் கணக்குகளை தங்களிடம் கூறுவதற்கு விழைகிறார். தாங்கள் உச்சிப்பொழுது உண்டு ஓய்வெடுத்து வெயில் மயங்கும்போது அவைக்கு வந்தால் அந்திக்குள் அவை முடிவுறும். அந்தியில் இன்று கொற்றவை ஆலயத்திற்கு செல்வதாக இருக்கிறீர்கள்" என்றார். "இன்றென்ன அங்கு?" என்றான் கர்ணன். "இது ஆவணிமாத கருநிலவு. கொற்றவைக்குரிய நாள். குருதிபலி கொடுத்து படைக்கலங்களை கூராக்கி செம்மலர் மஞ்சளரிசிகொண்டு அன்னையை வழுத்தும் வழக்கமுண்டு" என்றார் ஹரிதர்.

கர்ணன் "ஆம்" என்றான். "நள்ளிரவு ஆகிவிடும் பூசனை முடிந்து அரண்மனை மீள்வதற்கு. எனவே நாளை காலை நிகழ்வுகளேதும் இல்லை. பிரம்ம முகூர்த்தத்தில் எழுந்து அங்கநாட்டின் ஐந்தன்னையர் ஆலயங்களிலும் மரபுப்படி பூசனை முடிந்து மீண்டால் நாளை உச்சிப்பொழுது வரை நீங்கள் ஓய்வெடுக்கலாம். நாளை மாலை அஸ்தினபுரியிலிருந்து அரசரின் தூதன் இங்கு வந்து சேர்வான் என்று

எதிர்பார்க்கிறேன். அவனை மந்தண அறையில் தாங்கள் சந்திக்கிறீர்கள். அதன்பின் அந்தியில் பொதுப்பேரவையில் அவன் கொண்டுவரும் செய்தியை முன்வைக்கிறோம். அவை கருத்தைத் தேர்ந்தபின் அரசமுடிவு எடுக்கப்படும்" என்றார் ஹரிதர்.

பேசியபடி அரண்மனையின் இடைநாழிகள் வழியாக அரண்மனையை அடைந்தார்கள். கர்ணன் தலைகுனிந்து கைகளை பின்னால் கட்டி நீண்ட கால்களை நீரில் நீட்டுவதுபோல வைத்து மெல்ல நடந்தான். அவனை நோக்கியபடி சென்ற சிவதரின் உள்ளம் அறியாததோர் எழுச்சிக்கு ஆளாகியது. தன் விழிகள் நிறைந்து பிடரி மயிர்ப்பு கொள்வதை உணர்ந்து அவர் விழிகளை திருப்பிக்கொண்டு நடைதளர்த்தினார்.

ஆரியவர்த்தத்தின் ஐம்பத்தாறு நாடுகளில் ஒன்றான அங்கநாட்டின் தலைநகர் சம்பாபுரி அங்கம் நாடாக உருவாவதற்கு முன்னரே வணிகமையமாக எழுந்தது. அதை தன் நாட்டின் தலைநகராக்கிய பேரரசர் லோமபாதன் கங்கையின் கரையில் கட்டிய அரண்மனை அது. நாற்பத்திரண்டு அறைகளும் மூன்றடுக்குகளும் கொண்ட மரத்தாலான மாளிகை அறுநூறு ஆண்டுகளாக புழக்கத்தில் இருந்தது. அதைச் சூழ்ந்து இணைப்பு மாளிகைகள் பதினெட்டு எழுந்தன.

முதல் மாளிகையின் அமைப்பை ஒட்டியே இணைமாளிகைகள் அமைக்கப்பட்டன. அங்க நாட்டினர் அனைவரும் செம்புநிறமும் கூரிய முகமும் உயரமற்ற உடலும் மெலிந்த சிறுகால்களும் கொண்டிருந்தனர். மகதத்தின் பேருடல்கொண்ட ஜரர்கள் அவர்களை கொக்குகள் என்று கேலிசெய்தனர். அங்கர்களுக்கு பெரியதாக இருந்த அரண்மனை கர்ணனுக்கு சிறியதாக இருந்தது. ஒவ்வொரு வாயிலிலும் குகைக்குள் நுழைவதுபோல அவன் செல்லவேண்டியிருந்தது. ஒவ்வொரு உத்தரத்தையும் விழிமுனையால் உணர்ந்து தலைகுனிய வேண்டியிருந்தது. சில இடங்களில் கூரை முகடுகளே கூட அவன் தலை தொட்டன.

அரண்மனையின் எப்பகுதியிலும் அவன் தலைகுனிந்தே நடந்தான். அதுவே ஆழுள்ளத்தில் அமைந்து அவ்வரண்மனைக்குள் இருக்கையில் எல்லாம் அவன் தலை சற்று குனிந்தே இருந்தது. அமர்கையிலும் அந்தத் தலைவளைவு எஞ்சியது. விண்ணிலிருந்து வந்த தேவனை நோக்கிப் பேசுவது போல் அவன் அமைச்சரும் குடிகளும் தலைதூக்கி விழிஎழுப்பி அவன் முகம் நோக்கினர். அவனும் மைந்தரை நோக்கும் தந்தை போல் இடையில் கை வைத்து உடல் சற்று வளைத்து புன்னகையுடன் அவர்களை நோக்கினான். அரண்மனையில் அத்தனை இருக்கைகளிலும் அவன் நிறைந்து கவிந்தான். அவன் அமர்ந்திருக்கையில் அரியணை கண்ணுக்கு மறைந்தது. செங்கோல் அவன் கையில் முழக்கோலென தோன்றியது.

அவன் உயரம் அங்க நாட்டினர் அனைவரையும் எவ்வகையிலோ நிலையழியச்செய்தது. அவன் முன் பணிந்தவர்கள் தங்கள் இடம் மீண்டதும் உளம் சீறினர். "மானுடனுக்கெதற்கு இத்தனை உயரம்? பிறரைவிட எழுந்த தலை கொண்டவன் அது உருவாக்கும் ஆணவத்திலிருந்து ஒருபோதும் தப்ப முடியாது. இச்சூதன்மகன் தான் ஷத்ரியன் என்று நடிக்கிறான். விண்ணவன் என்று எண்ணிக்கொள்கிறான்" என்றனர் படைவீரர். ஏவலர் "மானுடர் எவரையும் நோக்குவதில்லை அவன் விழிகள். அவனுள் குடிகொண்டுள்ள குருதிதேர் தெய்வம் எண்ணுவதென்ன என்று மூதாதையரே அறிவர்" என்றனர்.

நகர்முனையில் துடி தட்டிப் பாடிய பாணன் "அறிவீர் தோழரே! அள்ளி அள்ளிக் கொடுக்கிறான் அங்க மன்னன். பாரதவர்ஷத்தின் முடிமன்னர் எவரும் அவனளவு கொடுப்பதில்லை என்கிறீரே, கேளுங்கள். அவன் தான் அறிந்து அதைக் கொடுக்கவில்லை. அவன் கைகள் இரு மடங்கு பெரியவை. அள்ளிக் கொடுத்தால் அது இருமடங்காகிறது. அவன் கொடையாளி என்பது அவன் விழைவல்ல. அவனை ஆக்கிய தெய்வங்களின் ஆணை" என்று பாடியபோது கூடி நின்றவர்களில் முதியவர் இதழ்களுக்குள் கரந்த சொற்களில் "அத்தெய்வத்தை ஆணவம் என்றுரைப்பர்" என்றார். அப்பால் நின்ற ஒருவர் "குடிப்பிறப்பில் இழந்ததை கொடைச்சிறப்பில் அடைய எண்ணுகிறான்" என்றார்.

அவர்களின் உள்ளம் ஒலித்தது போல் எழுந்த அச்சொற்களை அப்பெரும் கூட்டத்தினர் அனைவரும் கேட்டனர். அதைக்கேட்க விழைந்த செவிகள் ஓசைக்குள் திறந்திருந்தன. "கொடுத்து விடாய் தீராது துடிக்கின்றன அவன் கைகள். கொடுத்ததை எண்ணி வருந்தி மேலும் கொடுக்க எழுகிறது அவன் உள்ளம்" என்றான் சூதன்.

"ஆம், அது அங்கத்தின் செல்வம். தேரோட்டிமைந்தன் அள்ளிக் கொடுத்தால் அது குறைவுபடாது" என்றான் வேலேந்தி நின்ற வீரன் ஒருவன். சூதன் திரும்பி அவனை நோக்க, கூட்டமும் அவனை நோக்கித் திரும்பியது. அங்கு ஆழ்ந்த அமைதிகண்டு குழம்பிய வீரன் சிவந்த முகத்துடன் "இவ்வுண்மையைச் சொல்லி கழுவேறினால் நான் என்குலத்தின் தெய்வம். அச்சமில்லை" என்றான்.

"அவன் கால்கள் நீண்டவை. அவன் நடக்கையில் நாம் உடன் ஓடுகிறோம். அவன் செல்லும் தொலைவுக்கு நாம் சென்றுசேர மேலும் காலம் தேவைப்படுகிறது" என்றார் சிற்றமைச்சர். "உள்ளத்தின் தாளம் கால்களால் அமைக்கப்படுகிறது என்பதை உணருங்கள். யானை என நடையிலேயே விரைகிறான். அவன் எண்ணங்களும் அவ்வண்ணமே விரைவுகொண்டுள்ளன" என்றனர் நிமித்திகர். "இளையவனின்

ஆடைகளை எடுத்தணிந்து கொண்ட வளர்ந்த தமையன் போல் இவ்வரண்மனையும் இதன் அரியணையும் அவனுக்குமுன் தோன்றுகின்றன" என்றனர் சூதர்.

"அவன் அமர்ந்திருக்கையில் அங்கநாட்டு அரியணை சிறுக்கிறது. அதன் செங்கோலும் களிக்கோலாகிறது. அம்மணிமுடி ஒரு கணையாழி போல் குறுகுகிறது" என்று சூதர்கள் பாடப்பாட அங்க நாட்டு மக்கள் உளம் சுருங்கினர். "இது பலியின் மைந்தர் அங்கரால் அமைக்கப்பட்ட நாடு. அனகாஃப்ரு அமர்ந்த அரியணை. திரவீரதர் ஏந்திய செங்கோல். தர்மரதர் ஆண்ட அரண்மனை. இந்தச் சாலையில் சதுரங்கரும் பிருதுலாக்ஷரும் யானைமேல் சென்றிருக்கிறார்கள். பிருஹத்ரதரும் பிருஹன்மனஸும் செங்கதிர்க்கோலேந்தி ஆண்டிருக்கிறார்கள். இங்குவிழும் சூரியக்கதிர்கள் அறியும் ஜயத்ரதரையும் விஜயரையும் திருதவிரதரையும். மாமன்னர் சத்யகர்மரின் தீயூழால் அவர் வீழ்ந்தார். இந்தச் சூதன்மகன் கோல் கொண்டான்" என்றார் விழிகளிழந்த முதியவர்.

"அஸ்தினபுரிக்கு அடைப்பப் பணிசெய்து சூதன் மகன் அடைந்த செல்வம் இது. கூட்டரே, இங்கு காற்றை உண்டு உண்டு உடல் உப்பி உருப்பெருக்கும் பச்சோந்திபோல் தன் ஆணவத்தால் வீங்கி இவன் அமர்ந்திருக்கிறான். சிறுவளைக்குள் புகுந்து அங்குள நாகத்தை விழுங்கி உடல் பெருத்து வெளியேற முடியாதிருக்கும் ராஜநாகம் போல் இவன் அழிவான்" என்றாள் அருகே நின்ற காது தழைந்த முதுமகள். அவள் மகள் அருகே நின்று ஏதோ சொல்ல "விலகிச்செல்லடி... எனக்கென்ன அச்சம்? என் முலை வயிற்றை எட்டிவிட்டது. சுடுகாட்டில் என் மரம் பழுத்துவிட்டது" என்றாள் அவள்.

ஆனால் நகருலாவிற்கு பொன்படாமணிந்து கொன்றைமலர் பூத்த குன்றென எழுந்த பட்டத்து யானை மேலேறி அமர்ந்து அவன் வருகையில் பெண்டிரும் குழந்தைகளும் களிக்கூச்சலிட்டபடி பாய்ந்து முற்றங்களுக்கும் உப்பரிகைகளுக்கும் வந்து செறிந்தனர். தடுத்த அன்னையரின் கைகளைத் தட்டி அகற்றி தங்கள் நிலைமறந்து கைதூக்கிக் கூச்சலிட்டனர். நெஞ்சமூத்தி கண்ணீர் சோர விம்மியழுது தூண்களிலும் தோள்களிலும் முகம்புதைத்தனர். ஒருவரை ஒருவர் தழுவி உடல்சிலிர்த்தனர். சிறுவர் களிவெறிகொண்டு கைதூக்கி ஆர்ப்பரித்தனர்.

"கருநிறத்தில் கதிரவன் எழக்கண்டோம்" என்றனர் பெண்டிர். "அவன் காதில் அணிந்த குண்டலங்கள் இரு விண்மீன்கள். அவன் மார்பணிந்த பொற்கவசம் அந்திச்சூரியன்" என்றனர் கன்னியர். திண்ணையில் அமர்ந்திருந்த முதியவர் நடுங்கும் உடல் திரட்டி எழுந்து கண்மேல் கைவைத்து "குண்டலம் என்கிறார்கள், கவசம் என்கிறார்கள், இவர்களின்

கண் மயக்கா? களிகொண்ட உளமயக்கா?” என்றனர். “ஒளிசுடர்ந்து இதோ கண்முன் செல்கிறது கவசமும் குண்டலமும். அதைக் காணும் நோக்கில்லையென்றால் அவை கண்களல்ல, காழ்ப்பென்னும் திரை மூடிய புண்கள்” என்று சீறினர் கன்னியர்.

மையலுடன் “அவன் மேனிவண்ணம் சூரியச்சுடர்வட்டம் நடுவே எழுந்த நீலநிறம்” என்றனர். “அவன் கைகள் சுடரைச்சூழ்ந்த கருநாகங்கள். அவன் கால்கள் சுடரேந்திய திரிகள்.” அவன் ஒருபோதும் அவர்களின் நனவுகளில் நுழைந்ததில்லை. அவன் முதற்காட்சி விழித்திரையில் விழுந்த கணமே அவர்கள் சென்றமைந்த கனவில் ஆண் என, தேவன் என, தெய்வம் என அவன் மட்டுமே அமைந்த அவ்வுலகில் கிழக்கெழுந்து மேற்கணையும் கதிரோனென சென்று மறைந்தான்.

அவனைப்பற்றி ஒருசொல் சொல்லவும் இளம்பெண்கள் ஒப்பவில்லை. சூதன் மகன் என்றொரு குரல் எங்கேனும் எழுந்தால் புலியெனச்சீறி “ஆம். சூதன் மகனே. ஏனெனில் இளஞ்சூரியனைக் கருவுறும் கருப்பை சூதப்பெண்ணின் தவத்தால்தான் அமைந்தது. மண்ணுக்கும் பொன்னுக்கும் உடல் திறக்கும் ஷத்ரிய இழிபெண்கள் அவனை கருக்கொள்ளும் தகுதியற்றவர்கள்” என்று கூவினர். “என்ன பேசுகிறாய்?” என்று அன்னையர் சினந்தால் “ஆம், அதைத்தான் பேசுவேன்... இந்நகரில் கன்னியர் அனைவருக்கும் அவனே காதலன்” என்றனர்.

அவைகூடி சொல்லாடுகையில் அவனை ஆணவம் கொண்டவனென்று முதியவர் சொல்ல, உள்ளறைக் கதவை ஓசையுடன் திறந்து கூடத்திற்கு வந்து அவை நடுவே நின்று அவிழ்ந்த கூந்தலும் நீர் சோரும் விழிகளும் தழைந்த மேலாடையுமாக மெய்நடுங்க குரல் உடைய “ஆம், ஆணவம் கொண்டவர், ஐயமே இல்லை... இம்மண்ணில் ஆணவம் என்று ஒன்று தான் வாழ உகந்த இடம் தேடி அலைந்து அவரைக் கண்டுகொண்டது. அவரன்றி ஆணவம் அமரும் அரியணை பிறிதேது உள்ளது இப்புவியில்?” என்றாள் ஒருத்தி.

“சூதன் மகனுக்கு சொல்லெடுக்க வந்தவளே, குலமில்லையோ உனக்கு?” என்று முதுதாதை சுடுசொல்லெடுத்தால் “உங்கள் இழிசொற்களே அவர்முன் விழுந்து நெளிகின்றன. சிற்றுயிர்களைக் காய்வது சூரியனின் இயல்பு” என்றாள். “நாணிலியே, செல் உள்ளே” என்று அவளின் தந்தை குரல் எழுப்ப “ஆம், நாணழிந்துளேன். விண்ணில் எழும் கதிரவன் முன் இதழ் விரியாத மலர் இங்கு ஏதுமில்லை” என்று மேலும் சினந்து சொன்னபின் அள்ளி தலைமயிர் சுழற்றிக் கட்டி ஆடை விரித்து திரும்பி ஆணவ நடையுடன் உள்ளே சென்றாள்.

“இப்பெண்கள் அனைவரும் அவன் மேல் பித்து கொண்டுள்ளனர்” என்றார் கண்களில் பாலாடையென காலம் படிந்த முதியவர். “அது

இயல்பே. பேரழகென்பது ஆணுக்குரியது என்பதை அவன் காட்டினான் என்றல்லவா சூதர்கள் சொல்கிறார்கள்?" என்றார் அவர் மைந்தர். "சூதன் மகனில் எங்ஙனம் வந்தது இப்பேரழகு!" என்று ஒரு பின்குரல் ஒலித்தது.

"அது சூரியனின் பேரழகு. இப்புவியில் அழகெனப்படுவது அனைத்தும் அவன் அழகே. அவன் ஒளியைப் பெறுவதன் அளவே அழகை அமைக்கிறது. அவனை அள்ளித்தேக்கும் கலை அறிந்ததனாலேயே கற்கள் வைரங்கள் என்றாயின. மலர்கள் கொள்ளும் வண்ணம் அவனுடையது. நீரின் ஒளி அவனுடையது. கனியின் மென்மையும் கற்பாறையின் வன்மையும் அவனுடையதே" என்றார் அருகே இருந்த சூதர்.

மெல்ல மெல்ல அவனுக்குரிய விழிகளும் சொற்களும் நகரில் பெருகின. "சூதன்மகன் அமர்ந்ததால் அங்கத்தின் அரியணை இழிவடைந்தது என்று மூத்தோர் நமக்குரைத்தனர். நாமும் அதை இக்கணம் வரை எண்ணியுள்ளோம். பாரதவர்ஷத்தின் ஷத்ரியர் அனைவரும் இளிவரலுடன் இந்நகரை நோக்குவதாக உளம் சோர்ந்திருந்தோம். ஆனால் இவன் இங்கு வந்த இத்தனை ஆண்டுகளில் எங்கும் வாழ்த்தொலிகள் மட்டுமே எழுகின்றன. புகழ்ச்சொற்கள் ஒன்றிலிருந்து நூறென முளைக்கின்றன" என்றார் வணிகர் ஒருவர்.

"அள்ளி அள்ளிக் கொடையளிக்கிறான். சூதர்கள் பாடாதொழிவார்களா என்ன?" என்றொருவர் சொல்ல, "இரு பெரும் கைகளால் அவன் அள்ளி அளித்தாலும் இப்போதிருப்பது போல் அங்க நாட்டுக் கருவூலம் என்றும் நிறைந்திருந்ததில்லை" என்றார் பிறிதொரு வணிகர்.

குலமன்றுகள், அங்காடிமுனைகள், குடித்திண்ணைகள் தோறும் அவனையே பேசிக்கொண்டிருந்தனர். "பழித்துரைக்கும் சொற்களெல்லாம் புகழ் மாலைகளென மாறி சென்றமையும் தோள் கொண்டவன்" என்று அங்காடியில் மதுவருந்தி முழவறைந்து பாடிய சூதன் ஒருவன் சொன்னான். சொல்லெழும் விசையில் அவன் உடல் உலைந்தாடியது.

"அறிவீர் வீணரே! குலமென்றும் குடியென்றும் முறையென்றும் நிறையென்றும் நீங்கள் அறிந்த சிற்றுண்மைகளைக்கொண்டு தொட்டறியும் சிறு பாறையல்ல அவன். சிறகசைத்து விண்ணாளும் வடபுலத்து வெண்நாரைகள் அறியும் இமயம். என் சொல் கேளுங்கள்! இங்கெழுந்துள்ளான் தேவன்! இப்புவி இதுவரை அரிதாகவே பேரறத்தான்களை கண்டுள்ளது. கோசல ராமன் நடந்த காலடிச் சுவடுகள் இன்னும் இங்கு எஞ்சியுள்ளன. இவன் காலடிச் சுவடுகள் என்றும் இங்கு எஞ்சும்!"

கூடி நின்று கேட்டவர்கள் ஒருவரை ஒருவர் நோக்கினர். "கலம்நிறைந்த கள் பேசுகிறதா அன்றி கைநிறைந்த பொன் பேசுகிறதா?" என்றார் ஒரு முதியவர். "பொன்கொண்டு பெற முடியுமா இப்பெருஞ்சொல்லை? அப்படிப் பெறமுடியுமாயின் தங்கள் கருவூலத்தின் கதவுகளை திறக்க விழையாத மன்னர் எவர் உளர் இப்பாரதவர்ஷத்தில்?" என்றான் அருகே நின்ற ஒருவன்.

அச்சொல் காதில் விழுந்ததுமே சீறித்திரும்பிய சூதன் "என்ன சொன்னாய்? இழிமகனே, என் நாவில் உறைபவள் பரத்தை என்கிறாயா? நீ சுண்டிவிடும் பொற்காசுக்கு வந்து அவள் நடமிடுவாளென்று எண்ணுகிறாயா? உன் குலமகளைக் கேள், உன் நெஞ்சில் உறையும் பரத்தமை என்னவென்று அவள் சொல்வாள்" என்று கூவினான்.

"என்ன சொன்னாய்?" என்று அவன் சீறித்திரும்ப "ஆமடா, சொன்னேன். வெட்டு என் கழுத்தை. ஒருகணமும் சொல்லின்றி அமையாதவை என் சித்தமும் உதடுகளும். நீ வெட்டுகையில் சொல்லை இரண்டாகத் தறிக்கிறாய். விண்ணேறிச்சென்று சொல் உன் குலமூதாதையரிடம், சொல் ஒன்றைக் கொன்று புகழ்கொண்டேன் என்று..." என்றான் சூதன்.

கள்மயக்கு அளித்த உளஎழுச்சியில் அவன் உடல் அதிர்ந்தது. பறவைக்கூண்டுபோல எலும்புகள் புடைத்த தன் மார்பை முன்னுந்தி ஓங்கி அறைந்து கண்ணீருடன் அவன் கூவினான் "இங்கு அமர்ந்திருக்கிறான் என் தேவன்! இப்புவியமைத்த எந்த அரியணையிலும் அல்ல. விண்ணமைத்த பேரறத்தின் எரிகனல் பீடத்தின்மேல்."

"ஆம், தெய்வங்களே கேளுங்கள். சொல்லெனும் பேயென என்னில் கூடிய சிறுமகளே நீ கேள். அள்ளி அள்ளி அவன் தந்த பொன்னால் அல்ல! பெருங்கைகளால் என் தோளணைத்து விழிகனிந்து அவன் சொன்ன சொல்லாலும் அல்ல! விண் தொட்டு மண் எட்டி அவன் அடைந்த பேருருக்கொண்ட அழகினாலும் அல்ல. அவன் கொடைகண்டு சினம்கொண்டு இழிசொல் உரைத்த இக்கடைமகனின் கீழ்மைகண்டும் அவனுள் நெகிழ்ந்த கருணையால். கருணையே பேரறம் ஆகுமென்று இம்மண்ணுக்குக் காட்டிய அவன் செயல்களால். இன்னுமிப் பாழ்புவியில் பேரறத்தான் ஒருவன் மண்ணில் காலூன்றி நிற்கமுடியுமென்று காட்டிய அவன் இருப்பால். அவன் பாதப்புழுதி நான்."

வலிப்பெழுந்ததுபோல் துடித்த முகத்துடன் அவன் அருகே வந்தான். "மடியில் பொன்பொதிந்து உள்ளத்தில் அச்சம் கரந்து நின்றிருக்கும் கடையா, அறிகிறாயா? ஏற்க மறுப்பாய் என்றால் சொல்! இக்கணமே இம்முழவின் கூர் விளிம்பால் என் கழுத்தறுத்து இங்கு விழுவேன்" என்று கூவியபடி அதை தூணில் அறைந்து உடைத்து கூரிய முனையை தன் கழுத்தை நோக்கிக் கொண்டுசென்றான்.

அக்கணமே அவன் அருகே நின்ற வீரனொருவன் பாய்ந்து அவன் கையைப் பற்றினான். "என்ன செய்கிறாய் மூடா? இங்கு பாணனின் குருதி விழுந்தால் நிலம் வறண்டு மடியும். எங்கள் குலம் அழிந்து மறையும்... என்ன செய்யவிருந்தாய்?" என்று பதறினான். கூடிநின்றோர் கூச்சலிட்டு அவனைப் பழித்தனர்.

கண்ணீர் வழிய கால்தளர்ந்து மண்ணில் அமர்ந்து நெஞ்சை கையால் அழுத்தி "இப்புவி ஒருபோதும் மாமனிதரை அறியமுடியாது. மானுட உள்ளங்களை மூடியிருக்கும் திரை அது. முடிவற்றவை அனைத்தையும் தங்கள் சிறுவிரல்களால் மட்டுமே எண்ணி எண்ணி அளக்க வேண்டு மென்ற இழிவை இங்குள ஒவ்வொருவர் மேலும் சுமத்திய படைப்புத் தெய்வம் எது? மானுடரே, சிறியோரே, ஒவ்வொரு முறையும் நாம் ஏன் தோற்கிறோம்? ஒவ்வொரு முறையும் பெருந்திரளெனப் பொருளழிந்து நாம் ஏன் இழிவை சூடிக்கொள்கிறோம்?" என்றான் சூதன்.

அவன் குரல் மூதாதையர் உறங்கும் காட்டிலிருந்து எழுந்த தொல்தெய்வமொன்றின் குரலென அந்தத் தெருநடுவே ஒலித்தது. "தெய்வங்களே! மாறாச்சிறுமையை மானுடம் மீது சுமத்தினீர்கள். அதைப் பார்க்கும் விழிகளை என் முகத்தில் அமைத்தீர்கள். கருணையற்றவர்கள் நீங்கள். சற்றும் கருணையற்றவர்கள்." கைவிரித்துக் கதறி உடல் வளைத்து தெருப்புழுதியில் ஒருக்களித்து விழுந்து உடல்குறுக்கி அவன் அழத்தொடங்கினான்.

2

தன் தனியறைக்குள் நுழைந்ததும் கர்ணன் உடலை நீட்டி கைகளை மேலே தூக்கி முதுகை வளைத்தான். அவன் உடலுக்குள் எலும்புகள் மெல்ல சொடுக்கிக்கொள்ளும் ஒலி கேட்டது. பெருமூச்சுடன் திரும்பி இரு கைகளையும் இடையில் வைத்து முதுகை சற்று திருப்பி அசைத்தபடி வாயிலருகே நின்ற அணுக்கரிடம் "நீராட்டறைக்குச் சொல்க!" என்றான். அவர் "ஆணை" என தலைவணங்கினார்.

அரண்மனையின் அந்த அறை அவனுக்காக தனியாக அமைக்கப்பட்டது. சம்பாபுரிக்கு அவன் வந்த மறுவாரமே அரண்மனையில் அச்சுவரில் இருந்த சாளரம் வெட்டி விலக்கப்பட்டு வாயிலாக்கப்பட்டு உயரமான குடைவுக் கூரையுடன் கூடிய அகன்ற அறையொன்று கட்டப்பட்டது. கீழே பதினெட்டு பெருந்தூண்களின் மேல் அது நின்று கொண்டிருந்தது. அந்த அறைக்குள் மட்டுமே முற்றிலும் நிமிர்ந்து நிற்க முடியும். அதற்குள் வந்ததுமே அங்கு உடல் நீட்ட முடியுமென்னும் எண்ணம் வந்து அவனைத் தொடும். உள்ளே நுழைந்த ஒருமுறையேனும் கைகளை தலைக்கு மேல் தூக்கி உடல் நீட்டி சோம்பல்முறிக்காமல் அவன் இருந்ததில்லை.

சிவதர் "தாங்கள் உச்சிப்பொழுதில் உணவருந்தவில்லை" என்றார். "ஆம். ஆனால் நீராடிவிட்டு அருந்தலாம் என்றிருக்கிறேன்" என்றான். அணுக்கர் தலைவணங்கினாலும் அவர் விழிகளில் இருந்த வினாவைக் கண்டு புன்னகைத்தபடி அருகே வந்து அவர் தோளில் கைவைத்து குனிந்து புன்னகையுடன் "அத்தனை சொற்கள் சிவதரே. ஒவ்வொன்றும் கடந்த காலத்திலிருந்து வந்தவை. அவற்றை நன்கு கழுவி மீண்டெழாமல் இந்நாளை நான் முன்னெடுக்க முடியாது" என்றான்.

சிவதர் "ஆம்" என்றபின் சிரித்து "தாங்கள் புன்னகையுடன் அக்கதையைக் கேட்டீர்கள். பரசுராமர் என்றால் மழு எடுத்திருப்பார்" என்றார். கர்ணன் "ஆம். சூதர்களைக் கொல்வதற்காக பின்னும் சிலமுறை பாரதவர்ஷத்தை அவர் சுற்றி வரவேண்டியிருக்கும்" என்றான். அணுக்கர் உரக்க நகைத்து "மரங்களை வெட்டி வீழ்த்தலாம். நாணல்களை யாரால் ஒழிக்க முடியும்? அவை பல்லாயிரம் கோடி விதைகள் கொண்டவை" என்றார்.

கர்ணனும் நகைத்துவிட்டான். பின்பு எண்ணமொன்று எழ, திரும்பி சாளரத்தைப் பார்த்தபடி இடையில் கைவைத்து சில கணங்கள் நின்றான். அவன் முகம் மலர்ந்தபடியே சென்று உதட்டில் ஒருசொல் எழுந்தது. "அரிய உவமை சிவதரே. நாணல்களை இப்போது என் அகக்கண்ணில் கண்டேன். சின்னஞ்சிறிய உடல் கொண்டவை. ஆனால் அவற்றின் விதைக்கதிர்கள் மிகப் பெரியவை. அவை முளைத்ததும் வாழ்வதும் அவ்விதைக்கதிர்களை உருவாக்குவதற்கு மட்டும்தானா?" என்றான். "அது உண்மைதானே" என்றார் சிவதர். "நாணல்களின் விதைகள் காற்றில் நிறைந்துள்ளன. கையளவு ஈரம் போதும். அங்கு அவை முளைத்தெழுகின்றன."

கர்ணன் "உண்மை. இந்த நிலத்தை புல்லும் நாணலுமே ஆள்கின்றன" என்றான். சிவதர் தலைவணங்கி வெளியே சென்றார். அந்த அறைக்குள் மட்டும் தான் உணரும் விடுதலை உணர்வுடன் கர்ணன் கைகளை பின்னால் கட்டியபடி சுற்றி வந்தான். பன்னிரு பெரிய சாளரங்களால் தொலைவில் தெரிந்த கங்கைப் பெருக்கை நோக்கி திறந்திருந்தது அவ்வறை. வடக்கிலிருந்து வந்த காற்று அறைக்குள் சுழன்று திரைச்சீலைகளையும் பட்டுப்பாவட்டாக்களையும் அலைப்புறச்செய்து தெற்குச் சாளரம் வழியாகக் கடந்துசென்றது. அவன் உடலிலிருந்து எழுந்து பறந்த சால்வை இனியதோர் அசைவைக் கொண்டிருந்தது.

தன்னுள்ளத்தில் நிறைந்திருந்த இனிமையின் பொருளின்மையை மீண்டும் மீண்டும் உணர்ந்துகொண்டிருந்தான். அது ஏன் என்று தன் உள்ளம் ஆழத்தில் அறிந்திருப்பது நெடுநேரத்திற்குப்பின் தெற்குச் சாளரத்தின் அருகே சென்று படபடத்துக் கொண்டிருந்த திரைச்சீலையை கையால் பற்றி நிறுத்தியபோது ஒரு மெல்லிய உளத்தொடுகை என உணர்ந்தான். ஆழத்தில் தெரிந்த முள்ளொன்று பிடுங்கப்படுகையில் எழும் வலியும் அதன்பின் எழும் இனிய உளைச்சலும்தான் அது. ஆம், என்று அவன் தலையசைத்தான்.

அங்கிருக்கையில் எவராலோ பார்க்கப்படுவது போல் உணர்ந்தான். அதை அவன் வியப்புடன் உணர்ந்திருக்கிறான். அங்க நாடெங்கும் அத்தனை விழிகளும் அவன் மீதே குவிந்திருந்தன. ஒரு விழியையும்

அவன் உணர்ந்ததில்லை. அந்தத் தனியறைக்குள் வருகையில் மட்டும் ஏதோ ஒரு நோக்கால் அவன் தொடரப்பட்டான். ஒருவரென்றும் பலரென்றும் இன்மையென்றும் இருப்பென்றும் தன்னை வைத்து ஆடும் ஒரு நோக்கு.

சிவதர் வந்து வாயிலில் நின்று “நீராட்டறை சித்தமாக உள்ளது அரசே” என்பது வரை அவன் சீரான காலடிகளுடன் உலவிக்கொண்டிருந்தான். சிவதரின் குரல் கேட்டதும் நின்று, பொருளற்ற விழிகளை அவர்புறம் திருப்பி “என்ன?” என்றான். எப்போதும் அவன் தன்னுள் சுழன்றுகொண்டிருப்பவன் என்பதை சிவதர் அறிந்திருந்தார். மாபெரும் நீர்த்துளி போல தன்னுள் தான் நிறைத்து ததும்புவது மத்தகம் எழுந்த மதவேழத்தின் இயல்பு.

கர்ணனின் நடையில் இருந்த யானைத்தன்மையை சூதர் அனைவரும் பாடியிருந்தனர். ஓங்கிய உடல்கொண்டு நடக்கையிலும் ஓசையற்று எண்ணிய இடத்தில் எண்ணியாங்கு வைக்கப்படும் அடிகள். காற்று பட்ட பெருமரக்கிளைகள் போல் மெல்லிய உடலசைவுகள். நின்று திரும்புகையில் செவி நிலைத்து மத்தகம் திருப்பும் தோரணை. சிறுவிழிகள். கருமை ஒளி என்றான ஆழம்கொண்டவை அவை. அவனை நோக்குகையில் சித்தம் அங்கொரு யானையையே உணரும் விந்தையையே சிவதர் எண்ணிக்கொண்டிருந்தார். சூதர்கள் பாடிப்பாடி அவ்வண்ணம் ஆக்கிவிட்டனரா என்று வியந்தார்.

நீராட்டறை வாயிலை அடைந்ததும் அங்கு காத்துநின்றிருந்த சுதமரும் பிராதரும் தலைவணங்கி “அங்க நாட்டரசருக்கு நல்வரவு. வெற்றியும் புகழும் ஓங்குக!” என்று வாழ்த்தியபோது கர்ணன் திரும்பி சிவதரிடம “எனது ஆடைகள் ஒருங்கட்டும்” என்றான். அவர் “எவ்வரண்மனைக்கு?” என்றார். கர்ணன் ஒருகணம் தயங்கிவிட்டு, “முதல் அரண்மனைக்கு” என்றான்.

சிவதர் ஆம் என்பது போல் தலையசைத்தபின் “ஆனால் இன்று தாங்கள் கொற்றவை ஆலயத்துப் பூசனைக்கு பட்டத்தரசியுடன் செல்லவேண்டும் என்பது அரச முறைமை” என்றார். கர்ணன் “அறிவேன்” என்றான். “என்னுடன் இளையவளே வரமுடியும். இளையவள் முடிசூடி வர, எளிய சூதப்பெண்ணாக உடன்வர விருஷாலிக்கு ஒப்புதல் இல்லை. ஆகவே கிளம்புவதற்குமுன் அவளைச் சென்று பார்த்து சில நற்சொற்கள் சொல்லி மீள வேண்டியவனாயிருக்கிறேன்” என்றான். “ஆம், அது நன்று” என்றார் சுதமர். “அமைச்சரிடம் கூறிவிடுங்கள்” என்றபின் கர்ணன் தன் மேலாடையை பிராதரிடம் கொடுத்துவிட்டு உள்ளே சென்றான்.

மருத்துவரான சசாங்கர் திரும்பி மெல்லிய குரலில் “யானை நீராட்டு இது. சற்று நேரமெடுக்கும் சிவதரே. அமைச்சரிடம் சொல்லிவிடுங்கள்” என்றார்.

அச்சொல் முதலில் சிவதரை திகைக்கவைத்து, பின்பு நகைக்கவைத்தது. "ஆணை" என்றபின் புன்னகையுடன் அவர் திரும்பி நடந்தார்.

சசாங்கர் முன்னால் ஓடி கர்ணனிடம் "தாங்கள் ஆவிநீராட்டுகொண்டு பல நாட்களாகின்றன அரசே" என்றார். "வெந்நீராட்டுதான் ஒவ்வொரு நாளும் நிகழ்கிறதே" என்றான் கர்ணன். "நீராட்டுகள் அனைத்தும் தோலைக் கழுவுபவை. ஆவிநீராட்டு தோலுக்குள் கரந்த அழுக்குகளை வெளிக்கொணர்ந்து கழுவுவதற்கு" என்றார். "நன்று" என்றபடி கர்ணன் கைதூக்கி நிற்க, பிராதர் அவன் ஆடைகளைக் களைந்தார்.

கர்ணன் "சசாங்கரே உள்ளத்தின் அழுக்குகளை வெளிக்கொணரும் நீராட்டு என ஒன்று உண்டா?" என்றான். "உண்டு" என அவர் புன்னகையுடன் சொன்னார். "அதை இறைவழிபாடென்பார்கள். உகந்த தெய்வத்தின் முன் உள்ளும் புறமும் ஒன்றென நிற்றல், கண்ணீரென ஒழுகி கரந்தவை வெளிச்சென்று மறையுமென்பார்கள்."

கர்ணன், "என் தலைக்குமேல் தெய்வங்களில்லை சசாங்கரே" என்றான். "தலைக்கு மேல் தெய்வங்கள் இல்லாத சிறு புழு கூட இங்கு இல்லை அரசே. தாங்கள் உணர்ந்திருக்க மாட்டீர்கள்" என்றார் சசாங்கர். "ஆம், உணர்ந்ததில்லை. அந்த தெய்வம் தன்னைக் காட்டட்டும்" என்றபடி கர்ணன் சிறு பீடத்தில் அமர பிராதரும் அவரது உதவியாளரும் லேபனங் களை எடுத்து அவன் உடலில் பூசத்தொடங்கினர். அவர்களின் தொடுகை அவன் இறுகிய தசைகளை நெகிழச் செய்தது.

சசாங்கர் எப்போதும் என அவன்முன் நின்று அவ்வுடலை தன் விழிகளால் மீள மீள உழிந்தார். நிகரற்ற பேருடல். முழுமையின் அழகு. பிறந்திறந்த பல கோடி உடல்கள் கொண்ட கனவின் நனவாக்கம். ஒவ்வொரு தசையும் எவ்வண்ணம் இருக்க வேண்டும் என்று அவர் கற்ற நூல்கள் சொல்லுமோ அவ்வண்ணமே இருந்தது. உறை பிளந்தெடுத்த காராமணியின் உயிர்ப் பளபளப்பு. நகங்கள் கரிய சிப்பி ஓடுகளின் ஒளி கொண்டவை. எங்கோ எவரோ இவ்வுடல் கண்டு கண்ணேறு அளித்திருக்க வேண்டும். அவன் இடத்தொடையில் அந்த ஆறா வடு ஓர் ஊமை விழியென திறந்திருந்தது.

மருத்துவரும் நீராட்டறைச் சேவகரும் ஏவலரும் அனைவரும் அறிந்தது அது. அவர்களின் விரல்கள் அந்த வடுவை மெல்ல அணுகி வளைந்து சென்றன. சசாங்கர் அருகணைந்து அந்த வடுவின் விளிம்பில் தொட்டார். "இன்னமும் இங்கு வலி உள்ளதா அரசே?" என்றார். "வலி இல்லாத நாளை நான் அறிந்ததில்லை" என்றான் கர்ணன். "மருத்துவ நெறிகளின்படி இங்கு வலி இருக்க எந்த அடிப்படையும் இல்லை. நரம்புகள் அறுபட்டிருந்தாலும் அவை பொருந்தி ஒன்றாகும் காலம்

கடந்துவிட்டது” என்றார் சசாங்கர். “ஆனால் வலியுள்ளது என்பதல்லவா உண்மை?” என்றான் கர்ணன்.

“வலி உள்ளது என்று தங்கள் உள்ளம் எண்ணுகிறது அல்லது தங்கள் ஆத்மா வலியை விழைகிறது” என்றார் சசாங்கர். கசப்புடன் சிரித்து “வெவ்வேறு வகையில் இதை அனைவருமே சொல்லிவிட்டனர். ஆனால் சில இரவுகளில் உச்சகட்ட வலியில் என் உடலே வில் நாணென இழுபட்டு அதிர்வதை நான் அறிவேன். என் உடலிலிருந்து பரவிய வலி இந்த அரண்மனைச் சுவர்களை, இந்நகரை, வானை நிறைத்து என்னை முற்றிலுமாக சூழ்ந்துகொண்டிருக்கும். வலியில் மட்டுமே உயிர்கள் முழுத்தனிமையை அறிகின்றன என்று அறிந்துளேன். அப்போது என் நீங்கா நிழலாகத் தொடரும் ஐயங்களும் கசப்புகளும் அச்சங்களும் கூட இருப்பதில்லை” என்றான் கர்ணன்.

சசாங்கர் “அவ்வலியின் ஊற்றை எப்போதேனும் தொட்டு நோக்கியிருக்கிறீர்களா அரசே?” என்றார். “இல்லை, வலியின்போது சிந்தனை என்பதில்லை. வலி என்பது எப்போதும் அதை தவிர்ப்பதற்கான தவிப்பு மட்டுமே” என்றான் கர்ணன். அவன் உடலை லேபனத்தால் நீவிக்கொண்டிருந்தவர்கள் ஒருவரை ஒருவர் நோக்கிக் கொண்டனர். “ஆம். அதை அனைவருமே சொல்வார்கள். ஆனால் வலியை எவ்வுள்ளமும் விழைகிறது” என்றார் சசாங்கர். புறக்கணிப்பாக கைவீசி “அது வீண்பேச்சு” என்றான் கர்ணன். “இல்லை, வலியை உள்ளம் விழைவதனால்தான் அத்தனை நாள் அது நினைவுக்கு வைத்திருக்கிறது. விலக்க விழைவனவற்றை நினைவிலிருந்தும் விலக்கி விடுவதே மானுட இயல்பு. வலியின் கணங்களை மறந்தவர் எவருமில்லை” என்றார் சசாங்கர்.

கர்ணன் தலையசைத்து மறுத்தான். “மருத்துவ நூலில் ஒரு கூற்றுண்டு. வலியோ இறப்போ பழியோ அழிவோ மானுடன் ஒரு கணமேனும் விரும்பிக் கோராமல் தெய்வங்கள் அருள்வதில்லை” என்றார் சசாங்கர். கர்ணன் “இத்தகைய சொல்லாடல்களில் சலிப்புற்றுவிட்டேன் சசாங்கரே” என்றான். “தேய்ந்த சொற்கள். புளித்து நுரைத்த தத்துவங்கள்.” சசாங்கர் “மானுடர் அனைவரும் அறிந்த உண்மையை எங்கோ எவ்வகையிலோ அனைவரும் சொல்லிக்கொண்டுதான் இருப்பார்கள். எது ஒன்று சொல்லிச் சொல்லி தேய்ந்து சலிப்பூட்டும் சொல்லாட்சியாக மாறிவிட்டிருக்கிறதோ அதுவே அனைவருக்குமான உண்மை” என்றார்.

சினத்துடன் விழிதூக்கி “அப்படியென்றால் இந்த வடுவை நான் விழைந்தே வலியாக்கிக்கொண்டிருக்கிறேன் என்கிறீர்களா?” என்றான் கர்ணன். “நீங்கள் விழையவில்லை” என்றார் சசாங்கர். “உங்கள் துரியவிரிவில்

குடிகொள்ளும் ஆத்மன் விரும்பியிருக்கலாம்.” “எதற்காக?” என்றான் கர்ணன். ஏளனத்துடன் இதழ்கள் வளைய “வலியால் ஆன்மன் நீராடி தூய்மையடைகிறான் என்று மட்டும் சொல்லவேண்டாம். அதை நேற்றே ஒரு கவிஞர் சொல்லிவிட்டார். அவருக்கான பரிசிலையும் பெற்றுச் சென்றுவிட்டார்” என்றான்.

சசாங்கர் புன்னகையுடன் “இது புதியது” என்றார். “ஆத்மன் உணரும் ஒன்றுண்டு. அவன் அங்கு அமர்ந்திருக்கிறான். சுற்றிலும் அவன் காண்பதெல்லாம் அவனையே அவனுக்குக் காட்டும் ஆடிகளின் முடிவற்ற பெருவெளி. சிதறி சிதறிப் பறந்தலையும் தன்னைக் கண்டு அஞ்சி மீட்டு குவித்துக்கொள்ள அவன் தவிக்கிறான். அவனுக்கொரு மையம் தேவையாகிறது. அரசே, ஒவ்வொரு மனிதனும் தான் அடைந்த ஒன்றை மையமாக்கி தன் ஆளுமையை முற்றிலும் சுருட்டி இறுக்கி குவியம் கொள்ளச்செய்கிறான். விழைவுகளை, அச்சங்களை, வஞ் சங்களை, அவமதிப்புகளை, இழப்புகளை. இருத்தல் என்பது இவ்வகை உணர்வு நிலைகள் வழியாக ஒவ்வொரு உள்ளமும் உருவாக்கிக்கொள்ளும் ஒன்றேயாகும்.”

“ஆக, இவ்வடுவினூடாக நான் என்னைத் தொகுத்துக்கொண்டிருக்கிறேன் என்கிறீர்கள்” என்றான் கர்ணன். “இல்லை தொகுத்துக் கொண்டிருக்கிறீர்களா என்கிறேன்” என்றார் சசாங்கர் சிரித்தபடி.

ஏவலர் கைகாட்ட, மெல்ல எழுந்து கரிய பளிங்கில் வெட்டப்பட்ட நீராட்டுத் தொட்டியில் இறங்கி உடல் நீட்டி கர்ணன் படுத்துக்கொண்டான். அவர்கள் அதை மரத்தால் ஆன மூடியால் மூடினர். அவன் தலை மட்டும் வெளியே தெரிந்தது. அதன் இடுக்குகளின் வழியாக நீராவி எழுந்து வெண்பட்டு சல்லாத்துணி போல் காற்றில் ஆடியது. அவன் நீண்ட குழலை எண்ணெய் தேய்த்து விரல்களால் நீவிச் சுழற்றி பெரிய கொண்டையாக முடிந்தார் பிராதர். கர்ணன் கண்களை மூடிக்கொண்டு உடலெங்கும் குருதி வெம்மைகொண்டு நுரைத்து சுழித்து ஓடுவதை அறிந்தான். அவன் நெற்றியில் நரம்புகள் புடைத்தன.

சசாங்கர் “ஒவ்வொரு முறையும் இந்த வலியை அறிகையில் நீங்கள் இருக்கிறேன் என்று உணர்கிறீர்கள் அல்லவா?” என்றார். “என்றேனும் சிலநாள் இந்த வலியின்றி இருந்திருக்கிறீர்களா?” கர்ணன் “ஆம்” என்றான். “என்ன உணர்ந்தீர்கள்?” என்றார் சசாங்கர். கர்ணன் தலையசைத்து “அறியேன். இப்படிச் சொல்லலாம், வலியின்மையை ஒவ்வொரு கணமும் உணர்ந்துகொண்டிருந்தேன்” என்றான். சசாங்கர் நகைத்தபடி “அதையே நானும் எண்ணினேன். வலியின்மை காலமென்றாகியிருக்கும். அக்காலத்தைக் கணக்கிட்டு சலித்திருப்பீர்கள். மீண்டும் அந்த வலி

தொடங்கிய கணம் ஆம் என்று ஆறுதல்கொண்டு எளிதாகியிருப்பீர்கள். வலியின்மையால் இழுத்து முறுக்கப்பட்ட உங்கள் தசைகள் விடுபட்டு நீண்டிருக்கும்” என்றார்.

கர்ணன் கண்களை மூடியபடியே புன்னகைத்து “நன்றாகத் தொகுத்துவிட்டீர்கள் சசாங்கரே. தங்கள் குரலில் உள்ளது வலிக்கான பெருவிழைவு என்பதை உய்த்து அறிகிறேன். தங்களுக்கும் பெருவலி வரவேண்டுமென்று இத்தருணத்தில் நான் வாழ்த்த வேண்டுமா என்ன?” என்றான். சசாங்கர் நகைத்து “தேவையில்லை. நான் பிறரது வலியைக்கொண்டு என்னை தொகுத்துக்கொள்ளக் கற்றவன். ஆகவேதான் நான் மருத்துவன்” என்றார். கர்ணன் கண்களைத் திறக்காமலேயே உரக்க நகைத்தான்.

அவர்கள் அந்த மூடியைத் திறந்து கர்ணனை வெளியே தூக்கினர். வெம்மைகொண்ட கருங்கலம் போல் செம்மைகலந்து உருகி வழிவது போல் இருந்த அவன் உடலை மெல்லிய மரவுரியால் துடைத்தனர். பின்பு குளிர்நீர் தொட்டியில் அமரச்செய்து ஈச்ச மரப்பட்டையால் நுரை எழத்தேய்த்து நீராட்டினர். நறுஞ்சுண்ணத்தை அவன் கைமடிப்பிலும் கால் மடிப்பிலும் பூசினர். அவன் கூந்தலிழையை விரித்து நன்னீராட்டி அகில் புகையில் உலரவைத்தனர்.

சசாங்கர், களிமண்ணைப் பிசைந்து ஒரு சிற்பத்தை உருவாக்கி உலரவைத்து எடுப்பது போல அவனை அவர்கள் உருவாக்கி எடுப்பதைப் பார்த்து நின்றார். கைகளை நீவி உருவினர். கால்விரல்களை ஒவ்வொன்றாகத் துடைத்தனர். நகங்களை வெட்டி உரசினர். கர்ணன் தன் மீசையை மெல்லிய தூரிகையால் மெழுகு பூசி நீவி முறுக்கி வைப்பதை விழிசரித்து நோக்கியபடி கீழுதடுகளை மட்டும் அசைத்து “இந்த வடு மட்டும் இல்லையென்றால் உங்களுக்கு மருத்துவப் பணியின் பெரும்பகுதி குறைந்திருக்கும் அல்லவா?” என்றான்.

சசாங்கர் “முற்றிலும் மருத்துவப் பணியை நிறுத்தியிருப்பேன் அரசே” என்றார். “அப்போது ஒவ்வொரு மருத்துவனும் கனவில் ஏங்கும் முழுமை உடல் ஒன்றைக் கண்டவனாவேன். பின்பு எனக்கு எஞ் சியிருப்பது ஆடை களைந்து மரவுரி அணிந்து வடக்கு நோக்கிச் சென்று தவமிருந்து ஆசிரியனின் அடிகளைச் சென்றடைவது மட்டுமே.” கர்ணன் புன்னகைத்து “தெய்வங்கள் மருத்துவருக்கும் சிற்பிக்கும் அந்த வாய்ப்பை அளிப்பதில்லை” என்றான். “ஏனென்றால் அவர்கள் பருப்பொருளில் தங்கள் கனவைக் காணவேண்டியிருக்கிறது. கவிஞர்களுக்கு ஞானம் எளிது. கற்பனைக்கு இப்புவியில் பொருண்மையென ஏதும் தேவையில்லை.”

“மண்ணுக்கு வருகையில் தெய்வங்களும் கூட சிறியதோர் கறையைச் சூடியபடியே வருகின்றன. பழுதற்ற முழுதுடல் கொண்டவனென்று

துவாரகையின் யாதவனைச் சொல்கிறார்கள். ஆனால் அவனுக்கும் ஒரு குறை உள்ளது" என்றார் சசாங்கர். "என்ன?" என்றான் கர்ணன். "அவனது இடது காலின் நகம். அது நூல்கள் வகுத்த நெறிமுறைப்படி அமையவில்லை. சற்றே வளைந்து நீண்டு அரைத்துயில் கொண்ட மானின் கண்கள் போல் உள்ளது என்கிறார்கள்." கர்ணன் நகைத்து "அல்லது ஒரு முழுதுடல் அமையலாகாது என்ற உளவிழைவு அவ்வண்ணம் ஒன்றைக் கண்டுகொள்கிறதா?" என்றான். "இருக்கலாம்" என்றார் சசாங்கர் சிரித்துக்கொண்டே.

நீராடி சிற்றாடை அணிந்தெழுந்து நின்ற கர்ணன் "நன்று சசாங்கரே, என் வலிக்கு மருத்துவம் இல்லை என்ற ஒற்றை வரியை ஒரு குறுநூல் அளவுக்கு விரித்துரைக்க உங்களால் முடிந்துள்ளது. ஆழ்ந்த மருத்துவப் புலமை இன்றி எவரும் அதைச் செய்ய இயலாது. இதற்கென்றே உங்களுக்கு பரிசில் அளிக்க வேண்டியுள்ளது நான்" என்றான். சசாங்கர் சிரித்தபடி "பரிசில் தேவையில்லை என்றொரு சூதன் சொன்னால் அச்சொல்லில் விரியும் அவன் உள்ளத்து அழகுக்காக பிறிதொரு பரிசிலை அவனுக்கு அளிப்பவர் நீங்கள் என்றொரு சூதனின் கேலிக்கவிதை உண்டு" என்றார். கர்ணன் புன்னகைத்தபடி "செல்கிறேன். மீண்டும் ஒருமுறை பார்ப்போம்" என்றபடி வெளியே சென்றான்.

சிவதர் அங்கே அவனுக்காகக் காத்து நின்றிருந்தார். "ஆடைகள் எடுத்து வைக்கப்பட்டுள்ளனவா?" என்றபடி கர்ணன் நடந்தான். "ஆம்" என்றார் சிவதர். அக்குரலில் இருந்த ஐயத்தைக் கண்டு "சொல்லுங்கள்" என்றான். "முதல்அரசியிடம் சென்று தாங்கள் வரவிருப்பதைச் சொன்னேன்" என்றார். கர்ணன் ஒன்றும் சொல்லவில்லை. "இன்றிரவு தனியாக துர்க்கைபூசைக்கு செல்லவிருந்தால் மட்டும் அங்கு சென்றால் போதும் என்றும் இல்லையேல் தங்களைப் பார்க்க விழையவில்லை என்றும் அரசி சொன்னார்கள்" என்றார் சிவதர்.

"முன்னரே நிலையழிந்திருந்தார்கள். மதுவருந்தியிருப்பார்களோ என ஐயுற்றேன். என்னை வெளியே போகும்படி கூச்சலிட்டார்கள். முறையற்ற சொற்களும் எழுந்தன. முதியசெவிலி பாரவி, 'அரசி தங்கள் சொற்கள்...' என்று பலமுறை அடங்கிய குரலில் எச்சரித்த பின்னரே சொற்களைக் கட்டுப்படுத்திக் கொண்டார்" என்றார் சிவதர். "கொற்றவை பூசனைக்கு நான் இளையவளுடன் செல்வது இது முதல்முறை அல்ல" என்றான் கர்ணன். "ஆம், இன்று எவரோ எதையோ சொல்லியிருப்பார்கள் என எண்ணுகிறேன்" சிவதர் சொன்னார். "ஒவ்வொருநாளும் அன்று அவர்களிடம் பேசியவர்களைப்போல் ஆகிவிடுகிறார்கள்..."

கர்ணன் தன் அணியறைக்கு சென்றான். அங்கிருந்த அணிச்சேவகர்கள் அவனை அழைத்துச் சென்றனர். குறுபீடத்தில் அமர்ந்தபின் இருவர்

அவன் கூந்தலை அணிசெய்யத்தொடங்கினர். இருவர் அவனுக்கு இடைக்கச்சையை சுற்றி அணிவித்தனர். சிவதர் “அவர் தன் ஆற்றலின்மையை உணர்கிறார். எடையற்றவை விசையால் எடைகொள்ள விழைகின்றன என்று ராஜ்யதர்மமாலிகையில் ஒரு வரி உண்டு. எளிய உள்ளங்கள் சினத்தையும் வெறுப்பையும் வஞ்சத்தையும் திரட்டி அவற்றின் விசையால் தங்களை ஆற்றல்கொண்டவையாக ஆக்கிக்கொள்கின்றன” என்றார். கர்ணன் “அவளை மேலும் தனிமைப்படுத்துகிறது அது” என்றான்.

“ஆம், நான் பலமுறை பலவகை சொற்களில் சொன்னேன். பட்டத்தரசியின்றி துர்க்கை பூசை நிகழும் வழக்கமில்லை என்று. சூதன் மகன் அரசாளும் வழக்கம் மட்டும் முன்பிருந்ததோ என்று கூவினார். நான் சொல்லெடுப்பதற்கு முன் ’சென்று சொல்லும் உமது சூரியன் மைந்தரிடம், செங்கோலல்ல குதிரைச் சவுக்கே அவர் கைக்கு இயல்பானதென்று’ என்றார். அதற்குப் பின் நான் அங்கு நிற்கவில்லை.” கர்ணன் “அது ஒரு புதிய சொல் அல்ல” என்றான். இதழ்கள் வளைய “என் தந்தை என்னிடம் எப்போதும் சொல்வதுதான் அது. குதிரைச்சவுக்கே ஒருவகை செங்கோல் என நம்புகிறவர் அவர்” என்றான்.

“தங்கள் தந்தையும் தங்களைப் பார்க்கும் விருப்பை தெரிவித்தார்” என்றார் சிவதர். “இன்றொரு நாள் இருவரையும் சந்திக்கும் உள ஆற்றல் எனக்கில்லை” என்றான் கர்ணன். கண்களை மூடிக்கொண்டு தன் உடலை அணியர்களுக்கு ஒப்புக்கொடுத்தான். தன் முன் முழுதணிக்கோலம் பூண்டு ஒளிபெற்று திரண்டு வந்த கர்ணனை நோக்கியபடி சிவதர் விழிவிரித்து நின்றார். இருண்ட வானில் முகில் கணங்கள் பொன்னணிந்து சிவந்து சுழல்கொண்டு புலரி என ஆவது போல! அந்த வரி முன்பொருமுறை தன் உள்ளத்தில் தோன்றியபோது இல்லத்தில் எவருமறியாது ஆமாடப்பெட்டிக்குள் கரந்திருந்த ஓலையில் அதை எழுதி அடுக்கி உள்ளே வைத்தார். எவருமறியாத வரிகளின் தொகுதியாக அந்தப்பேழை அவ்வறையிருளுக்குள் இருந்தது.

அமர்ந்திருக்கையிலும் வலக்காலை சற்றே முன்வைத்து நீள்கரங்களை பீடத்தின் கைப்பிடி மேல் அமர்த்தி மணிமுடி சூடியவனைப்போல் நிமிர்ந்து மறுகணம் எழப்போகிறவனைப்போல் உடல் மிடுக்குடன் அமர்ந்திருந்தான். அவர்கள் அவன் குழல் சுருளில் மணிமாலைகளைப் பின்னினர். கழுத்தில் மலர்ப்பொளி ஆரமும் நீண்ட நெருப்பு மணியாரமும் அணிவித்தனர். தோள்வளை சூட்டினர். இடையில் பொற்சல்லடமும் செறிசரமும் அணிவித்தனர். ஒருவன் குனிந்து அவன் கால்களில் பொற்கழல் பூட்டினான். கங்கணங்களை அவன் கைகளில் இட்டு பொருத்தை இறுக்கினர்.

ஒவ்வொரு அணியும் அவன் உடலில் அமைந்து முழுமைகொண்டது. சொல்லுக்குப் பொருளென தன்னை அணிக்கு அமைத்தது அவன் உடல். என்றோ ஏதோ பொற்சிற்பியின் கனவிலெழுந்த அவன் உடல் கண்டு அவை மண்நிகழ்ந்தன போலும் என்று எண்ணச்செய்தது அவற்றின் அமைவு. அணிபூட்டி முடிந்ததும் அணியர் பின்னகர தலைமைச் சமையர் புஷ்பர் தலைவணங்கி “நிறைவுற்றது அரசே” என்றார். அவன் எழுந்து கைகளை நீட்டி உடலை சற்று அசைத்தபடி “செல்வோம்” என்றான்.

3

அணியறை விட்டு கர்ணன் நடக்கத்தொடங்கியதும் சிவதர் அவன் பின்னால் சென்றபடி "தாங்கள் இத்தருணத்தில் இக்கோலத்தில் மூத்த அரசியைப் பார்ப்பது..." என்று நீட்டினார். "ஏன்?" என்றான் கர்ணன். "அரசணிக்கோலம் அவர்களை இன்னும் நிலையழியச் செய்யும்" என்றார். கர்ணன் "ஒற்றை ஆடை உடுத்து தோல்கச்சை அணிந்து தேரோட்டி என அவள்முன் சென்றால் உளம் மகிழ்வாளா?" என்றான். சிவதர் ஒருகணம் தயங்கியபின் "ஆம், அவ்வண்ணமே எண்ணுகின்றேன்" என்றார்.

கர்ணன் நின்று "நானும் அதை அறிவேன்" என்றான். மீசையை நீவியபடி "சிவதரே, கோருபவர் அனைவருக்கும் கொடுக்க சித்தமாக உள்ளேன். ஆனால் ஆணையிடுபவர்க்கு அடிபணிவதில்லை என்றிருக்கிறேன்" என்றான். "இது ஆணையல்ல, மன்றாட்டு. அவர்களின் கண்களில் கண்ணீரைப் பார்த்தேன்" என்றார் சிவதர். "ஆம், அவளுள் எழுகையில் அது மன்றாட்டு. அவளுள் எழும் பிறிதொன்றின் ஆணை அது" என்றான் கர்ணன். பின்பு சில கணங்கள் தயங்கிநின்று சொல்தேர்ந்து "தோற்பதில்லை என்ற ஒற்றைச் சொல்லால் என்னைத் தொகுத்துக்கொண்டிருக்கிறேன் சிவதரே" என்றான்.

சிவதர் "நான் எண்ணியதை சொன்னேன்..." என்றார். "கொற்றவைக்கொடை நிகழட்டும். நாளை சென்று முதலரசியைப் பார்ப்பதே முறை. அவர்கள் சினந்து அடங்கியபின் சொல்லுக்கு செவிதிறக்கக்கூடும்." கர்ணன் தயங்கியபின் "சற்று யவனமது அருந்த விரும்புகிறேன்" என்றான். "தாங்கள் இன்று மாலை அவை புக வேண்டியுள்ளது" என்றார் சிவதர். "மிகையாக அல்ல. இந்த ஒரு சிறு தருணத்தை கடப்பதற்காக மட்டும்" என்றான். சிவதர் ஒன்றும் சொல்லவில்லை. அவர் முகத்தில் உதடுகளுக்கு இருபக்கமும் ஆழமான மடிப்புகள் விழுந்தன.

கர்ணன் திரும்பி தன் தனியறைக்குச் சென்று பீடத்தில் அமர்ந்தான். சிவதர் தொடர்ந்து உள்ளே வந்து அருகே நின்றார். "யவனமது" என்றான் கர்ணன். "அரசே, இத்தருணத்தை தவிர்ப்பதே உகந்த வழி. தங்கள் உள்ளத்தை புண்படுத்தும் சொற்களை அவர் சொல்லக்கூடும்" என்றார் சிவதர். "ஆம். அதை நான் அறிவேன்" என்று கர்ணன் சொன்னான். சிவதர் மேலும் தயங்க, கர்ணன் விழிசரித்து அசையாமல் அமர்ந்திருக்க, சில கணங்கள் எடைகொண்டு குளிர்ந்து கடந்து சென்றன. பின்பு சிவதர் உடல்கலைந்து பெருமூச்சுடன் திரும்பிச் சென்று பொற்கிண்ணத்தில் யவனமதுவை எடுத்து வந்து அவனருகே வைத்தார்.

அதைக் கையில் ஏந்தி சில கணங்கள் அதை நோக்கிக்கொண்டிருந்தான். பின்பு விழிதூக்கி "செம்மது! குருதியைப்போல" என்றான். அவர் "ஆம்" என்றார். "நான் நஞ்சருந்துவதுபோல் மதுகுடிப்பதாக சூதன் ஒருவன் களியாடினான்" என்றபடி அதை மூன்று மிடறுகளாக குடித்துவிட்டு இதழ்களை ஒற்றியபின் ஏப்பம் விட்டான். கைகளை மார்பின்மேல் கட்டி தலைகுனிந்து சில கணங்கள் அமர்ந்திருந்தான். அவன் குழற்சுருள் ஒன்று நெற்றியில் நிழலுடன் ஆடியது. தலைநிமிர்ந்து "விருஷாலி கர்ணனின் அரசி அல்ல. சூதனாகிய வசுஷேணனின் துணைவி" என்றான். கோப்பையை எடுத்து அதில் மது எஞ்சியிருக்கிறதா என்று நோக்கியபின் கவிழ்த்து வைத்தான். "எளிய தேரோட்டி மகள். இவளுக்காக ஏனித்தனை எண்ணம் கொண்டிருக்கிறேன்?"

சிவதர் அவ்வினா தன்னுடன் அல்ல என்று அசையாது நின்றார். "ஏனென்றால் அவளது வலியையும் நானறிவேன். அவள் ராதை. உருமாறி என்னைத் தொடரும் முலைப்பால். இவள்..." கைசுட்டி மிக அருகே என எவரையோ குறித்து, பின் தயங்கி அந்தக் கோப்பையை எடுத்து நோக்கி நீக்கிவைத்து "இவள் வேறு. இவள் தருக்கி நிமிர்ந்த அரசி... இவளும் என்னைத் தொடர்பவள். கருவறைக்குருதி" என்றபின் தொடைகளில் தட்டியபடி எழுந்து "எனக்கு வேறு வழியில்லை" என்றான். "நான் அவளிடம் சென்றாக வேண்டும். அது என் கடன் சிவதரே."

சம்பாபுரியின் மைய அரண்மனைக்குத் தெற்காக அமைந்திருந்தது விருஷாலியின் மாளிகை. முன்பு அது அரசர் சத்யகர்மரின் பிறகுலத்து மனைவியருக்கு உரியதாக இருந்தது. அதன் கீழ்த்தளங்களில் சேடியரும் மேலே விருஷாலியும் அவளது செவிலியரும் குடியிருந்தனர். மைய அரண்மனையிலிருந்து மூன்று முறை திரும்பி அம்மாளிகையை அடைந்த நீண்ட இடைநாழி மரப்பட்டை கூரையிடப்பட்டிருந்தது. கர்ணன் அதில் நடந்தபோது பின்உச்சி வேளையின் சாய்ந்த வெயிலில் தூண் நிழல்கள் சவுக்குகள் போல அவன் உடலை அறைந்து வளைந்து பதிந்து விலகின.

அவனுக்குப் பின்னால் நடந்த சிவதர் மெல்லிய குரலில் "மூன்று முறை தங்கள் வருகையை அறிவித்து ஏவலரை அனுப்பினேன்" என்றபின் ஒரு சில சொற்களுக்குத் தயங்கி "ஒவ்வொரு முறையும் மேலும் சினம் கொள்கிறார்கள்" என்றார். கைகளை பின்னுக்குக் கட்டி தலையைக் குனித்து முதுகில் பேரெடை ஒன்றை சுமந்தவன் போல கர்ணன் நடந்தான். மரப்படிகளில் குறடுகள் ஒலிக்க ஏறி இடைநாழியின் இறுதித் திருப்பத்தை அடைந்தபின் சிவதரை நோக்கித் திரும்பி "நன்று" என்று புன்னகைத்தான். அவர் தலைவணங்கி "அவ்வண்ணமே" என்றபின் "தங்கள் ஆணை வரும்போது அவை கூட ஒருங்கு செய்வேன்" என்றார். தலையசைத்து கர்ணன் நடந்து விருஷாலியின் மாளிகையை அணுகினான்.

இரு முன்கால்களையும் ஊன்றி அமர்ந்திருக்கும் புலி போல் தெரிந்தது மாளிகை. புலிக்கால்களெனும் முகப்புத் தூண்களுக்கு நடுவே பதினெட்டு படிகள் ஏறி முன்னம்பலத்தை அடைந்தன. அப்பால் திறந்திருந்த பெருவாயில்கதவில் சீனத்து இளஞ்செந்நிற பட்டுத் திரைச்சீலைகள் காற்றில் ஆடின. இரண்டடுக்கு மாளிகையின் முகப்பு உப்பரிகையில் புலிவிழிகள் போல் இரு சாளரங்கள் சுடர்விட்டன. திறந்த வாயென ஒரு வாயில் செந்நிறத்திரைச்சீலையுடன் திறந்திருந்தது. மேலே ஏறிச்செல்வதற்கு முன்னம்பலத்தின் இருபக்கமும் வளைந்து மடிந்து ஏறிய படிகள் இருந்தன.

மாளிகையை அணுகிய கர்ணன் படிகளில் சற்றே ஓசையிட காலெடுத்து வைத்து ஏறினான். தொன்மையான முகப்புத் தூண்கள் யானைக்கால்கள் என கருமைகொண்டிருந்தன. சில நாட்களுக்கு முன் எதற்காகவோ கட்டப்பட்ட மாவிலைத் தோரணம் பழுத்து நுனி காய்ந்து சுருண்டு தொங்கி காற்றில் ஆடியது. மரத்தரையை அன்று காலையும் தேன்மெழுகாலும் மரப்பிசினாலும் மெழுகி பழகிய முரசுத்தோல் என பளபளக்கச் செய்திருந்தனர்.

அவன் வருவதை நெடுந்தொலைவிலேயே மாளிகையின் விழிகள் பார்த்துவிட்டன என்று அவன் அறிந்தான். ஆயினும் முன்னம்பலத்தில் அவனை எவரும் வரவேற்கவில்லை. அரைவட்ட அம்பலத்தின் நடுவே இடையில் கைகளை வைத்தபடி சில கணங்கள் நின்றுவிட்டு வலப்பக்கமாகத் திரும்பி தொன்மையான தடித்த பலகைகளாலான படிகளில் குறடுகள் ஓசையிட்டு அரண்மனையின் அறைகளுக்குள் எதிரொலிகளை நிரப்ப சீராக அடிவைத்து மேலேறிச் சென்றான்.

அரைவட்ட இடைநாழி போல அறைகளை இணைத்துச்சென்ற உப்பரிகையில் திறந்திருந்த ஏழு சாளரங்களிலும் இளஞ்செந்நிறத்

திரைச்சீலைகள் காற்றில் நிலையழிந்துகொண்டிருந்தன. மேலே வடமொன்றில் தொங்கவிடப்பட்டிருந்த பட்டு நூலால் பின்னப்பட்ட சீனத்து மலர்க்கொத்து காற்றில் குலுங்கி மெல்ல சுழன்றது. எங்கோ தொங்கவிடப்பட்ட சிறு வெண்கல மணிகள் சிணுங்கிக்கொண்டிருந்தன. மாளிகை முற்றிலும் அமைதியிலிருந்தது.

அவன் உப்பரிகையை ஒட்டிய இடைநாழியில் நடந்து விருஷாலியின் அறை நோக்கிச் சென்றபோது உருண்ட பெருந்தூணுக்கு அப்பால் பாதி உடல் மறைத்து நின்றிருந்த முதிய செவிலி தலைவணங்கி "அங்க மன்னரை வாழ்த்துகிறேன்" என்றாள். கர்ணன் நின்று தலையசைத்தான். அவள் மேலும் குரல்தாழ்த்தி "அரசி இன்று உடல் நலமின்றி படுத்திருக்கிறார்" என்றாள். கர்ணன் விழிதூக்கியதும் "உடல் கொதிக்கிறது. தலைநோவு மிகுந்துள்ளது. விழிதிறந்து ஒளிநோக்க இயலவில்லை. உள்ளறை இருளில் முகம்புதைத்துப் படுத்திருக்கிறார்கள். இன்று எவரையும் சந்திக்க விழைவில்லை என்று அறிவித்தார்கள்" என்றாள்.

"நான் பார்க்கிறேன்" என்றான் கர்ணன். அவள் மேலும் தாழ்ந்த குரலில் "எவரையும் பார்க்க விழையவில்லை என்று சொன்னார்கள்" என்றாள். "சரி" என்றபடி கர்ணன் நடந்தான். அவள் பின்னால் சிற்றடி வைத்து ஓடிவந்து "அரசே, அரசி தங்களைப் பார்ப்பதற்கு சற்றும் விருப்பமில்லை என்றார்கள்" என்றாள். கர்ணன் "இது புதிதல்ல. அவளிடம் நான் பேசிக்கொள்கிறேன்" என்றபடி விருஷாலியின் அறை நோக்கிச் சென்றான். மூச்சுப்பதைப்புடன் ஓடி வந்த செவிலி "தங்களை உள்ளே விடக்கூடாதென்று எனக்கு ஆணை" என்றாள்.

கர்ணன் இடையில் கைவைத்து நின்று அவள் விழிகளை நோக்கி "ஆணையா?" என்றான். அவள் விழிதாழ்த்தி "ஆம்" என்றாள். "அரசியின் சொற்களை திரும்பச் சொல்" என்றான். "அவர் நான் ஓய்வெடுக்கிறேன், இத்தருணத்தில் அரசரோ பிற எவருமோ என்னை சந்திப்பதை நான் விழையவில்லை, எவர் வரினும் என் அறை வாயிலுக்கு அப்பால் நிறுத்து, இது என் ஆணை என்றார் அரசே" என்றாள். பெருமூச்சுடன் "நன்று" என்றான் கர்ணன். "அங்க நாட்டு அரசியின் ஆணை எவரையும் கட்டுப்படுத்துவதே. அவ்வண்ணமே ஆகட்டும். அரசியிடம் நான் வந்துள்ளேன் அவரது மறு ஆணைக்காகக் காத்திருக்கிறேன் என்று உரை" என்றபின் திரும்பி நடந்து இடைநாழியின் வலப்பக்கமாகத் திறந்திருந்த சிற்றறைக்குள் சென்று அங்கிருந்த சிறுபீடமொன்றில் அமர்ந்தான்.

அவனுடைய பேருடலுக்கு அது மிகச்சிறிதாக இருந்தது. அதை இழுத்து அருகிருந்த சாளரத்தின் அருகே போட்டு வலத்தோளை சாளரத்தில் சாய்த்து கையை சாளரத்தின் வழியாக வெளியே நீட்டி விழிகளை அப்பால்

ஒளிகொண்டிருந்த வானை நோக்கியபடி அமைத்து இருகால்களையும் நீட்டி அமர்ந்தான். அவனைத் தொடர்ந்துவந்த செவிலி தவிக்கும் கைகளுடன் அருகே நின்று அவனை நோக்கினாள். திரும்பிச்செல்வதா நிற்பதா என அவள் உடல் ஒவ்வொரு கணமும் ஊசலாடியது.

சற்றுநேரம் கழித்தே அவன் அவள் நிற்பதை உணர்ந்தான். திரும்பி "நான் இங்கு அமர்ந்திருக்கலாகாது என்று அரசி ஆணையிடவில்லையல்லவா?" என்றான். "ஆம்" என்றாள். "அப்படியென்றால் நீ அரசியின் ஆணையை மீறவில்லை. நானும் அதை தலைகொண்டிருக்கிறேன். பிறகென்ன? நான் இங்கிருப்பதை அரசியிடம் அறிவி" என்றான். "அவ்வண்ணமே" என்று அவள் புறம்காட்டாது விலகினாள். பெருமூச்சுடன் அவன் தன் உடலை எளிதாக்கிக் கொண்டான்.

மது அருந்திவிட்டு வந்தது நன்று என்று தோன்றியது. மது காலத்தை நெகிழச்செய்கிறது. எண்ணங்களின் இடையே உயவுப்பொருளாகிறது. இடைநாழியில் நடக்கையிலேயே அவன் குருதிப்பாதைகளில் குமிழிகள் நுரைத்தன. அவன் நெஞ்சின் தாளம் தளர்வுற்றது. உளச்சொற்கள் அந்த சீர்தாளத்தை தாங்களும் அடைந்தன. விரிந்த வெளியின் செம்மண் பாதையில் நடக்கும் எடைமிக்க எருமைகள் போல எண்ணங்கள் மெல்ல காலடி எடுத்துவைத்துச் சென்றன. துயில் வந்து விழிகளை தளர்வுறசெய்வது போல் உணர்ந்தான். உதடுகள் மெல்ல தளர்ந்து வாய்திறக்க மடியிலிருந்த இடது கை சரிந்து விழுந்து பீடத்தை உரசி தொங்கத்தொடங்கியது.

விழிப்புக்கும் ஆழ்துயிலுக்கும் அப்பால் எங்கோ இருப்பின் நெடுஞ் சரடின் நுனி நெளிந்து தவித்தது. அங்கிருக்கிறோம் என்ற உணர்விருந்தது. ஆனால் உள்ளம் மறைந்த தன்னிலை ஒரேசமயம் எங்கெங்கோ இருந்தது. அஸ்தினபுரியில், காம்பில்யத்தில், கோதாவரியின் பெருக்கின் கரையில், அங்க நாட்டில்... குளம்படி ஓசை கேட்டு திரும்பி நோக்கினான். கரிய பளபளப்புடன் புரவி ஒன்று அறைவாயிலைக் கடந்து உள்ளே வந்தது. புரவியா? படிகளில் அது எப்படி ஏறியது? அந்த எண்ணம் ஒருபக்கம் எழுந்தபோதும் மறுபக்கம் அவன் இயல்பாக அதை நோக்கினான். சீராக வெட்டப்பட்ட குஞ்சி முடிகள் வலப்பக்கமாக சரிந்து கழுத்தசைவில் மெல்ல உலைந்தன. தோளிலும் விலாவிலும் முடிப்பரப்பு மெழுகிடப்பட்டது போல் மின்னியது.

புரவியின் கருவைர விழிகளை அணுக்கமென அவன் கண்டான். "எப்படி மேலே வந்தாய்?" என்று அவன் கேட்டான். புரவி பெருமூச்சுடன் தலைகுனிந்து உடலை மெல்ல ஒசித்து ஒதுங்கியது. "மூடா" என்று அன்னையின் குரல் கேட்டு திடுக்கிட்டுத் திரும்பினான். ராதை உள்ளே

வந்து புரவியின் முதுகில் அறைந்தாள். "அறிவுடையவன் செயலா இது? நீ அரசன். மாளிகைக்கு மேல் புரவி வந்தது என்று தெரிந்தால் உன்னை என்னவென்று எண்ணுவார்கள். அரசனுக்குரியதை செய். விளையாட்டுச் சிறுவன் என்று இன்னமும் இருக்கிறாயா?" என்றபடி திரும்பி "யாரடி அங்கே? இதை இழுத்துச் செல்லுங்கள்" என்றாள்.

"எப்படி வந்தது மேலே?" என்று அவன் கேட்டான். "என்னை கேட்கிறாயா? மூடா! மதுவருந்தி சித்தம் மழுங்கிவிட்டதா உனக்கு?" முதியசெவிலியும் இன்னொரு இளம்சேடியும் ஓடி வந்தனர். முதியவள் "நாங்கள் தடுத்தோம் அன்னையே. எங்களை மீறி மேலே வந்துவிட்டது" என்றாள். "இழுத்துச் செல்லுங்கள்" என்றபடி ராதை அதன் தோளிலும் கழுத்திலும் கைகளால் அறைந்தாள். அவர்கள் அதன் கழுத்தைப்பற்றி உந்தி வெளியே கொண்டுசென்றனர்.

அவர்கள் மறைந்ததும் ராதை ஒருமுறை எட்டிப்பார்த்துவிட்டு கதவை மூடி அவனருகே வந்து "இங்கு ஏன் அமர்ந்திருக்கிறாய்? நீ என்ன அன்னையைத் தேடும் சிறுவனா? அங்க நாட்டுக்கு அரசன். பாரதவர்ஷத்தின் பெருந்திறல் வீரன். சென்று அவளை எழுப்பு. ஒருமுறை இவ்வண்ணம் இங்கு அமர்ந்திருந்தால் எப்போதும் இவள் வாயிலில் நீ அமர்ந்திருக்க நேரும். இதை இன்றல்ல, என்று இவள் நம் இல்லத்துள் நுழைந்தாளோ அன்றே சொன்னேன்" என்றாள். கர்ணன் ஏதோ சொல்வதற்காக வாய் திறந்தான். நாக்கு சோர்ந்து பற்களுக்குள் கிடந்தது. அவனுள் எழுந்த சொல் அதை உந்த, இரையுண்ட மலைப்பாம்பு போல் நெளிந்து மீண்டும் விழுந்தது.

அவன் தோளைப்பற்றி உலுக்கி "எழு மூடா..." என்றாள் ராதை பல்லைக்கடித்தபடி. எடைகொண்டு சரிந்த விழியிமைகளைத் தூக்கி "அவள் என்னிடம் ஆணையிட்டாள்" என்றான். "அவள் யார் உன்னிடம் ஆணையிட? நீ அங்க நாட்டுக்கு அரசன். அவளோ எளிய தேரோட்டி மகள்" என்றாள். "அன்னையே, அதை நீங்களும் அறிவீர்களல்லவா?" என்றான் கர்ணன். ராதை ஒருகணம் தணிந்து "அறிவதற்கென்ன?" என்றாள். "தந்தையும் அதை நன்கு அறிந்திருந்தார்" என்றான். "ஆம்" என்றாள் அவள். "அவளை நான் கைபிடிக்கையிலேயே அங்க நாட்டுக்கு மணிமுடி சூடியிருந்தேன்" என்றான் கர்ணன்.

ராதை சினத்துடன் விலகி "என்ன சொல்கிறாய்? உன்னை இவ்விழிவுக்கு நான் செலுத்தினேன் என்கிறாயா? உன்மேல் இவளை சுமத்தினேன் என்று குற்றம் சாட்டுகிறாயா? நினைவுகொள். இவளை மணக்க வேண்டுமென்று நான் ஒருசொல்லும் சொன்னதில்லை" என்றாள். "சொல்லவில்லை, அன்னையே. சொற்களால் சொல்லவில்லை"

என்றான் கர்ணன். பின்பு "நானே இவளை மணந்தேன். ஏனென்றால் நான் சூதனென்பதால். பருவம் வந்த விலங்கு துணைவிலங்கை தன் இனத்திலேயே தேடுவதுபோல... நானேதான் தேடிக்கொண்டேன்" என்றான்.

ராதை நினைத்திருக்காத கணத்தில் உளம் முறிந்து மெல்ல பின்னடைந்து தரையில் கால்மடித்து அமர்ந்து சுவரில் சாய்ந்தாள். கண்களில் வழிந்த நீருடன் "ஆம், நான் சொல்லவில்லை. ஆனால் நான்தான் உன்னை இவ்விழிவுக்குத் தள்ளினேன். இவள் கைபிடிக்கும்படி உன்னை செலுத்தினேன்" என்றாள். கர்ணன் "அன்னையே" என்று சொல்லி கைதூக்க முயன்றான். ஆனால் அவன் உயிருக்குத் தொடர்பற்றது போல் தொங்கியது அது.

ராதை பெரும் விம்மல்களுடன் அழத்தொடங்கினாள். அவன் அவள் அழுவதை வெறுமனே நோக்கி நின்றான். "நான் பழி சூழ்ந்தவள். நெஞ்சமிடிமையை வெல்ல முடியாத பேதை. இழிந்தவள். இழிபிறப்பென்பது எதனாலும் கடக்கமுடியாத ஒன்றென்று அறிந்துகொண்டேன். என் பழி! என் பழி! என் பழி!" என்று கைகளால் தலையில் அறைந்துகொண்டாள் அவள்.

"அன்னையே..." என்றான் கர்ணன். கால்களை உந்தி "அன்னையே பொறுங்கள்" என்று எழுந்தான். அவன் அமர்ந்திருந்த பீடம் ஓசையுடன் சரிந்து தரையில் விழுந்தது. அதை ஒருகணம் திரும்பி நோக்கிவிட்டு பார்த்தபோது அச்சிற்றறை ஒழிந்து கிடந்தது. வாயில் திறந்திருக்க, திரைச்சீலை நெளிந்துகொண்டிருந்தது. ஓசை கேட்டு வந்து எட்டிப்பார்த்த செவிலி அவன் விழிகளை வினாவுடன் சந்தித்தாள். அவன் குனிந்து பீடத்தைத் தூக்க முயல, அவள் ஓடிவந்து அதை சீர்படுத்தினாள். அவன் மீண்டும் அமரப்போக அவள் "முகப்புக் கூடத்தில் தங்களுக்குகந்த பெரிய பீடங்கள் உள்ளன அரசே" என்றாள்.

அவளை விலகிச் செல்லும்படி கைகாட்டிவிட்டு கர்ணன் அச்சிறு பீடத்திலேயே மீண்டும் தன் உடலை மடித்து சாளரத்தில் சாய்ந்து அமர்ந்தான். அவள் விலகிச் சென்று நுழைவாயிலில் திரும்பியபோது "அருந்துவதற்கு நீர் கொண்டுவா" என்றான். "நீரா?" என்று அவள் கேட்டாள். "மது உள்ளதா?" என்றான். "ஆம்" என்றாள் அவள். "யவனமது, செம்மது" என்றான். "அவ்வண்ணமே" என்று அவள் தலைவணங்கி பின்னகர்ந்தாள். பெருமூச்சுடன் கால்களை நீட்டி கைகளைத் தளர்த்தி மார்பில் கட்டிக்கொண்டான்.

அது கனவென்று அப்போதும் எண்ணத்தோன்றவில்லை. ஒவ்வொன்றும் அத்தனை தெளிவாக இருந்தது. உண்மையில் நனவில்கூட அத்தனை

தெளிவு நிகழ்வதில்லை. நனவில் எவரும் ஒவ்வொன்றையும் அத்தனை முழுமையாக நோக்குவதில்லை. நனவில் காட்சிகளும் உணர்வுகளும் எண்ணங்களும் வெவ்வேறென பிரிந்திருப்பதில்லை.

கர்ணன் ராதையின் அழுகையை எண்ணிக்கொண்டான். ஒருபோதும் விருஷாலியைப் பற்றி ராதை அவனிடம் பேசியதில்லை. இயல்பான சில குறிப்புகளுக்கு அப்பால் எதையுமே சொன்னதில்லை. அவர்கள் இருவரும் சந்தித்துக்கொள்வதே அரிது. ஏதோ ஓர் அகமூடியால் அவள் விருஷாலியை முழுமையாக தன்னிடமிருந்து அகற்றிவிட்டிருந்தாள்.

அவன் திரும்பி நோக்கியபோது கதவுக்கு அப்பால் செவிலி நின்றிருப்பதைக் கண்டான். அவளுடைய நிழலைத்தான் புரவி என எண்ணிக்கொண்டானா? சூதப்பெண். அவ்வண்ணம் எண்ணியபோது அவளுக்கும் ராதைக்கும் இடையே பல ஒற்றுமைகள் தெரியத்தொடங்கின. அதேபோன்ற ஒடுங்கிய நீள்முகம். உள்வாங்கிச் சுருங்கிய உதடுகள். கூர்தீட்டி ஒளிகொள்ளச்செய்தபின் எண்ணெய்பூசி அணையவைத்த வேல்முனைகள் போன்ற கண்கள்.

“அரசி ஏன் சினம்கொண்டிருக்கிறார்கள்?” என்றான். அவள் விழிகள் மாறியபோது உணர்ந்தான் அவளும் ஒரு ராதை என. அவன் உள்ளத்தை அவள் அறிந்துகொண்டுவிட்டாள். “நான் அறியேன்... தங்கள் அணுக்கரின் செய்தி வந்தபோது சினம்கொண்டார்கள்” என்றாள். “இல்லை, காலை முதலே சினம் கொண்டிருந்தார்கள்” என்றான் கர்ணன். “ஏன்?” அவள் பேசாமல் நின்றாள். “சொல், இது அரசரின் ஆணை அல்ல. உன் மைந்தனின் கேள்வி” என்றான்.

அவள் “அரசே, இன்றுகாலை அரசி வாயுமிழ்ந்தார்கள்” என்றாள். கர்ணன் புரியாமல் “ஏன்?” என்றான். “அவர்கள் கருவுற்றிருக்கிறார்கள்.” கர்ணன் திகைத்து சிலகணங்கள் நோக்கியபின் எழுந்து “மருத்துவர்கள் சொன்னார்களா?” என்றான். “ஆம்... காலையில் மருத்துவச்சிகள் இருவர் வந்து நோக்கினர்.” கர்ணன் “அதை ஏன் உடனே எனக்கு சொல்லவில்லை?” என்றான். அவன் உடல் பதறிக்கொண்டிருந்தது. அதுதான் உவகையா? ஆனால் அது அச்சம்போல பதற்றம்போலத்தான் இருந்தது.

“சொல்லவேண்டியதில்லை என்றார்கள் அரசி” என்றாள் செவிலி. கர்ணன் உடலில் ஒவ்வொரு குருதிக்குமிழியாக அமையத் தொடங்கியது. “ஏன்?” என்றான். “அவர்களே சொல்லிவிடுவதாகச் சொன்னார்கள்.” கர்ணன் பெருமூச்சுடன் “அப்படியா?” என்றான். “நிமித்திகரை வரச்சொல்லி ஆளனுப்பினார்கள். நிமித்திகர் வந்து சந்தித்து பேசிக்கொண்டிருந்தார். என்ன பேசினார் என்று தெரியவில்லை.”

“என்ன தெரிந்துகொள்வதற்கிருக்கிறது அதில்?” என்றான் கர்ணன். “மைந்தன் அரசாளுவானா என்று கேட்டிருப்பாள். இல்லை என்று அவர் சொல்லியிருப்பார்.” செவிலி “இல்லை என நினைக்கிறேன்” என்றாள். கர்ணன் புருவம் சுருக்கி நோக்கினான். செவிலி “அவர்கள் என்னிடம் தன் மைந்தனுக்குரிய மணிமுடி இது என்றார்கள். அச்சொற்களைக்கொண்டு நான் உய்த்தறிந்தேன். மைந்தனுக்கு மணிமுடிசூட ஊழ் உள்ளது என்றே நிமித்திகர் சொல்லியிருக்கிறார்” என்றாள்.

“நான் அவரிடம் பேசுகிறேன்” என்றான் கர்ணன். ஆனால் மேலும் எண்ணம்குவிக்க அவனால் இயலவில்லை. மேலும் மதுவருந்தவேண்டும் என்றே தோன்றியது. “நான் அவளை சந்திக்கவிழைகிறேன் என்று சொல்... எனக்கு செய்தியை அறிவித்துவிட்டதாகவும் சொல்... நான் இப்போதே அவளைப் பார்த்தாகவேண்டும்” என்றான். அச்சொற்களைச் சொன்னதும்தான் தன்னை பதறவைத்தது அந்த விழைவே என அறிந்தான். “இக்கணமே நான் அவளைப் பார்க்கவேண்டும்...” என்றபோது அவன் குரல் இறங்கியது.

“ஆணை” என்று சொல்லி செவிலி சென்றதும் அவன் நிலையழிந்தவனாக அந்தச் சிறிய அறைக்குள் சுற்றிச்சுற்றி நடந்தான். மது கால்களை தளரச்செய்திருந்தது. ஆனால் மேலும் மேலும் என நா தவித்தது. செவிலி வந்து கதவோரம் நின்றாள். “சொல்” என்றான். “அவர்களுக்கு உடல்நலமில்லை என்றார்கள்” என்றாள் செவிலி. ஒருகணம் முழுக் குருதியும் தலைக்கேறியது. விரல்கள் விதிர்த்தன. சினத்தை கடந்துசென்று மெல்ல அமைந்தான். பெருமூச்சுடன் “நான் அவளை சந்திக்க மிகவும் விழைவதாகச் சொன்னாயா?” என்றான்.

“ஆம், முதலில் தங்கள் அன்னையைத்தான் சந்திக்க விழைவதாக அரசி சொன்னார்” என்றாள் செவிலி. “யாரை?” என்றதுமே கர்ணன் மீண்டும் சினம்கொண்டு “அன்னை இங்கு வரவேண்டும் என்றார்களா அரசி?” என்றான். “ஆம்” என்றாள் செவிலி. “நன்று, நீயே சென்று அன்னைக்கு செய்திசொல். அவர் வருவதுவரை நானும் இங்கேயே இருக்கிறேன்” என்றபடி கர்ணன் மீண்டும் பீடத்தில் சென்று அமர்ந்துகொண்டான்.

4

அங்க நாட்டிற்கு கர்ணன் குடிவந்தபோது சம்பாபுரியின் அரண்மனை வளாகத்திற்குள் குடியிருப்பதற்கு ராதை உறுதியாக மறுத்துவிட்டாள். அதிரதனுக்கு அதில் பெருவிருப்பிருந்தது. “இல்லை, ஒருபோதும் அங்கு நாம் குடியிருக்கப்போவதில்லை” என்று ராதை சொன்னபோது பதைக்கும் கீழ்த்தாடையுடன் அவளையும் கர்ணனையும் மாறி மாறி நோக்கியபின் “ஆம். அதுவே உகந்தது” என்றார் அதிரதன்.

“எங்களுக்கு சூதர்களின் குடியிருப்பிலேயே இல்லம் ஒன்றை ஒதுக்கு” என்றாள் ராதை. “ஆம். அங்கும் மாளிகைகள் உண்டல்லவா?” என்றார் அதிரதன். “மாளிகை தேவையில்லை. பிற குதிரைச் சூதர்களுக்கு நிகரான இல்லம் ஒன்று போதும்” என்றாள் ராதை. கர்ணன் “இல்லை அன்னையே. அரசரின் அன்னையும் தந்தையும் நீங்கள். உங்கள் பாதுகாப்பை நான் நோக்க வேண்டியுள்ளது. அரண்மனை வளாகத்திற்கு வெளியே நீங்கள் தங்குவது உகந்ததல்ல” என்றான்.

“ஆம், அதைத்தான் நானும் சொல்ல வந்தேன்” என்றார் அதிரதன். “அரண்மனை வளாகமென்பது முற்றிலும் பாதுகாப்பானது. மேலும் அங்கு நமக்கு ஏவலர்களும் இருப்பார்கள். நமது ஆணைகளை நிறை வேற்றுவார்கள். அரசவையில் நமது எண்ணங்களை நாம் சொல்வதற்கும் அதுவே உகந்தது. நாம் இங்கொரு பெரிய குதிரைப் படையை உருவாக்க வேண்டுமென்ற எண்ணம் எனக்கிருக்கிறது. அதைப்பற்றி விரிவாகவே மைந்தனிடம் பேசியிருக்கிறேன். எப்படி என்றால்...” என்று அவர் தொடங்கியதும், ராதை உறுதியான குரலில் “நாம் அரசர்கள் அல்ல” என்றாள்.

“அல்ல. ஆனால் அரசரின் தந்தையும் தாயும்” என்றார் அதிரதன். “இல்லை, நாம் அரசரின் தந்தையும் தாயும் கூட அல்ல. நாம் இத்தனை தொலைவுக்கு அவன் ஏறி வந்த கலம் மட்டுமே. அதற்கு மேல் எதையும் நாம் கோரினோம் என்றால் இழிவடைவோம். இங்கு பிற சூதர்களுக்கு நிகரான இல்லத்தில் இதுவரை எந்த வாழ்க்கையை வாழ்ந்தோமோ அதையே நாம் வாழப்போகிறோம். பாதுகாப்பு என்பது நீ எனக்குச் சொல்லும் பொய் என்றறிவேன். நீ விழைந்தால் ஒற்றர் பாதுகாப்பை உறுதிப்படுத்த முடியும்” என்றாள்.

கர்ணன் “அன்னையே...” என்று சொல்லத்தொடங்க அவள் கையை மறித்து “நான் சொல்வது ஏனென்று உனக்கு இப்போது புரியாது” என்றாள். “தங்களை அரண்மனையில் அமர்த்தாது அங்கு வாழ்வது என் உள்ளம் பொறுக்கும் செயல் அல்ல” என்றான் கர்ணன். “ஆம். நீ அங்கு இருப்பது ஒரு பெரும் துன்பமென்றே உணர்வாய். மைந்தனென இங்கிருக்கவே விழைவாய். ஆனால் அங்க நாட்டின் மணிமுடியை நீ விழைந்தே சூடினாய். இம்மணிமுடி அல்ல, எந்த மணிமுடியும் பழுக்கக் காய்ச்சிய உலோகத்தால் ஆனதே. மணிமுடி சூடியவன் திரும்பிச் செல்ல இடங்கள் இல்லை” என்றாள் ராதை.

“நான் என்ன செய்ய வேண்டும்?” என்றான் கர்ணன். “அன்னையையும் தந்தையையும் கைவிட்டுவிட்ட கொடுமனத்தான் என்று என்னை சொல்வார்கள் அல்லவா?” என்றான். “ஐயுறுவார்கள், பின்பு தெளிவார்கள். ஆனால் பிறருக்காக ஓர் அரசன் எதையும் செய்யலாகாது. நாங்கள் இங்கு இருப்பது ஒரு செய்தி. இங்குள பிற சூதர்களுக்கு மட்டுமல்ல இங்குள்ள ஷத்ரியர்களுக்கும்” என்றாள் ராதை. அவள் சொல்ல வருவது அனைத்தும் அப்போதுதான் அவனுக்குப் புரிந்தது. பெருமூச்சுடன் “ஆம்” என்றான்.

“நீ படைக்கலம் ஏந்தி அரசனுக்காக போரிட்டு மண் வென்றாய். பரிசிலாக மண்ணை பெற்று மன்னன் ஆனாய். உனக்குப் பின்னால் அஸ்தினபுரியின் படைப்பெருக்கு இருக்கும் வரை இங்குள்ள ஷத்ரியர்கள் உன்னை எதிர்க்க முடியாது. உன்னைப்பணிந்து ஆணை பெற அவர்கள் கடமைப்பட்டிருக்கிறார்கள். படைக்கலத்துக்குப் பணிவது அவர்களுக்கு இழிவும் அல்ல. ஆனால் நாங்கள் இன்னும் ஷத்ரியர்கள் ஆகவில்லை. மைந்தா, இந்நகரில் நாற்குலத்தாரின் நீங்காக் காழ்ப்பு மேல் அமர்ந்துதான் நீ அரசாளப் போகிறாய் என்றுணர்” என்றாள் ராதை.

“ஆமாம். இதையே நானும் சொல்ல எண்ணினேன். இந்நகரில் நான் எங்கு சென்றாலும் எனக்குப் பின்னால் ஏளனக் குரல்களையே கேட்கிறேன். நேற்று கூட ஒருவன் அரண்மனையின் அணிக்கட்டிலில் நான் குதிரைச்

சாணியை கரைத்து பூசி அந்நறுமணத்தில் துயில்வது உண்மையா என்று என்னிடம் கேட்டான்" என்றார் அதிரதன். ராதை விழிகளில் சினத்துடன் அவரை நோக்கி "நீங்கள் என்ன சொன்னீர்கள்?" என்று கேட்டாள். "குதிரைச் சாணி எனக்கு நறுமணம்தான். அதை இழிமணம் என்பவன் அஸ்வமேதம் என்பதே அரசனின் இறுதி வெற்றி என்பதை அறியாத மூடன் என்றேன்" என்றார் அதிரதன்.

கர்ணன் நீள்மூச்சுடன் "தங்கள் ஆணை அன்னையே" என்று சொல்லி தலைவணங்கினான். ராதை "ஆனால் சூதர்கள் நடுவே எங்கள் மனை தனித்திருக்க வேண்டும். அவர்களில் ஒருவராக பொதுநோக்குக்கும் ஒருபோதும் அவர்களில் ஒருவரல்ல என்று தனிநோக்குக்கும் தெரியும் வண்ணம்" என்றாள். மெல்லிய புன்னகையுடன் "அவ்வாறே" என்றான் கர்ணன். எழுந்து அவன் திரும்புகையில் "மைந்தா" என்றாள் ராதை. "விருஷாலி உன் மனைவி. அவள் சூதருக்கன்றி பிறருக்கு அரசியாக முடியாதென்று அறிந்திருப்பாய்."

"அது எப்படி?" என்று அதிரதன் இடையே புகுந்தார். "இவன் நமது மைந்தன். இவன் அங்க நாட்டுச் செங்கோலை ஏந்த முடியுமென்றால் இவன் இடப்பக்கம் அமர்ந்த அவள் ஏன் மணிமுடி சூடி அமரமுடியாது?" கர்ணன் "தந்தையே, அங்க நாட்டு மணிமுடி அவைக்களத்தில் எனக்கு சூட்டப்பட்டது. எதிர்ப்பின்மையால் மட்டுமே நான் அரசன் என்று இங்கிருக்கிறேன். எதிர்ப்பு உருவாவதை நான் விழையவும் இல்லை. அம்மணிமுடி சூட்டப்பட்டதும் நான் ஷத்ரியனானேன். ஷத்ரியர்கள் சூதப்பெண்களை மணக்கலாம். அவர்களுக்கு அரசிப்பட்டம் சூட்ட நெறிகள் ஒப்புவதில்லை. ஐங்குலத்தார் அவள் முன் பணியமாட்டார்கள்" என்றான்.

"அவளை அழைத்துக்கொண்டு அருகமரச்செய்து ஒரு ராஜசூய வேள்வியை நிகழ்த்து. எவர் பணியவில்லை என்று பார்ப்போம்" என்றார் அதிரதன். "ராஜசூய வேள்விக்கு ஐம்பத்தாறு நாடுகளின் அரசர்களும் வரவேண்டுமல்லவா? எவர் வருவார்?" என்றான் கர்ணன். "அப்படியென்றால் அதற்குமுன் ஓர் அஸ்வமேத வேள்வியை நிகழ்த்து. ஐம்பத்தாறு நாட்டு மன்னர்களையும் உனக்கு அடிபணிய வை" என்றார்.

கர்ணன் நகைத்து "செய்வோம். அதற்கு இனியும் நெடுநாள் இருக்கிறது. அதுவரை பொறுப்போம்" என்றான். "அதற்குத்தான் நான் உன்னிடம் மிகப்பெரும் திட்டம் ஒன்றைச் சொன்னேன். குதிரைகள் விரைந்து பெருகுவதற்கான வழிமுறை ஒன்று என்னிடம் உள்ளது. நான் அவைக்கு வருகிறேன். அதை விளக்குகிறேன்" என்றார் அதிரதன். "அவன் இங்கு

வரும்போது அதை விளக்கினால் போதும்” என்றாள் ராதை. அவர் “ஆம், இங்கு கூட நாம் பேசிக்கொள்ளலாம்” என்றார்.

அங்க நாட்டுக்கு அவர்கள் வந்தபோது அரண்மனைகள் விரிவாக்கி கட்டப்பட்டன. சூதர் தெரு நடுவே முதன்மையாக இருந்த வீடு ஒன்று விரிவாக்கி சீரமைக்கப்பட்டு அதில் அதிரதனும் ராதையும் குடியேறினார் கள். அரண்மனைக்குத் தெற்காக குலமிலா அரசியர் மாளிகை நெடுங் காலமாக கைவிடப்பட்டிருந்தது. அதை செம்மையாக்கி விருஷாலி குடியமர்த்தப் பட்டாள். தனக்கென அமைந்த மாளிகை அவளை களிப்புறச் செய்தது. ஆனால் சிலநாட்களிலேயே அது சம்பாபுரியின் அரசிக்குரிய மாளிகையல்ல என்று அவள் உணர்ந்துகொண்டாள்.

ராதையும் அதிரதனும் சூதர் தெருவில் குடியேறியது முதற்சில நாட்கள் வரை சம்பாபுரியில் நாவுலாச் செய்தியாக இருந்தது. அவர்களின் இழிபிறப்பும் சிறுமைக்குணமும் அதிலிருப்பதாக அதைச் சொல்லி வம்பில் பழுத்த மூத்தோர் சாவடிகளிலும் திண்ணைகளிலும் கோயில்முகப்பிலும் அமர்ந்து அலர் எடுத்தனர். ஆனால் ஒவ்வொரு நாளும் அவன் அன்னையைக் காணவந்தான். தன் புரவியையும் அணித்தேரையும் அவிழ்த்து அவ்வில்லத்து முற்றத்தில் கட்டிவிட்டு அன்னை அருகே அமர்ந்து அவள் உடலில் தோள்சாய்த்து கைகளை மடிசேர்த்து அமர்ந்து பேசிக்கொண்டிருந்தான். சில நாள் இரவுகளில் வந்து அவள் மடியில் தலைவைத்துப் படுத்து நகையாடினான். நாள் செல்லச் செல்ல அவ்வலர் கூர்மை இழந்தது.

ராதை தன் உறுதியாலேயே சூதர் தெருவில் இருக்கிறாளென்று நிலை நாட்டப்பட்டது. அது அச்சத்தால் என்றனர் வம்பர். இல்லை அக் குலத்திற்கு உரிய உளஇழிவால் என்றனர் முதியோர். “எவ்வண்ணம் ஆயினும் தன் எல்லையை அவள் உணர்ந்திருப்பது நன்று” என்றனர் ஷத்ரியர். “சூதர் பெண்ணை மூதரசி என்று வணங்கும் தீயூழ் நமக்கு அமையாதது குலதெய்வங்களின் கருணையாலேயே” என்றனர் படைவீரர்.” தெய்வங்கள் இவ்வெண்ணத்தை அவள் நெஞ்சில் எழச்செய்தன” என்றனர் வைதிகர்.

என்றும் அவர்களைப்பற்றிய விலக்கம் அங்கர்களிடமிருந்தது. அங்க நாட்டுக்கு அரசனாக சம்பாபுரிக்கு கர்ணன் தன் இரு துணைவியருடன் வரப்போகும் செய்தி வந்த முதலே நகரம் கலைந்து முழங்கத்தொடங்கியது. இருளிலும் அதன் பேச்சுக் குரல் எழுந்த கார்வை நகரை மூடியிருந்தது. ஒவ்வொருவருக்கும் உரைப்பதற்கும் சினப்பதற்கும் ஏதோ ஒன்று இருந்தது. “என்னதான் இருந்தாலும் அவன் சூதன். ஸ்மிருதிகள் சொல்கின்றன, பிறப்பை செயலால் வெல்லலாம் என்று. ஆனால் முற்றிலும் வென்றவர்

என்று எவரும் இல்லை என்பதே புராணங்களின் படிப்பினை. ஏனெனில் செயல்களை அம்மனிதன் இயற்றுகிறான். பிறப்பை இயற்றியது விண்ணளக்கும் தெய்வங்கள். பிரம்மன் ஆணை" என்றார் முதியவர் ஒருவர்.

சாவடியில் இருந்த முதியோர் தலையாட்டினர். அவர்கள் நடுவே பேரகலில் மூன்று திரிச்சுடர்கள் அசைந்தன. அவர்களின் நிழல்கள் மண்டபத்தின் மேற்கூரையில் கூடி ஆடின. "அவன் முதல் மனைவி சூதப்பெண். அஸ்தினபுரியின் தேரோட்டியாகிய சத்யசேனனின் மகள். அவளுக்கு கிருதி என்று இளமைக்காலப்பெயர். மணமுடிப்பது வரை சத்யசேனை என்று அழைக்கப்பட்டாள். சூதர்குல வழக்கப்படி இவனைக் கைபிடித்தபின் இவன் இயற்பெயரைக்கொண்டு விருஷாலி என்ற பெயர் பெற்றிருக்கிறாள்" என்றார் ஒரு முதியவர்

இன்னொருவர்" நிமித்திகரே சொல்லுங்கள், இந்நகரை சூதனும் சூதப்பெண்ணும் ஆள, அடிபணிந்து இங்கு வாழப்போகிறோமா?" என்றார் மீசைபழுத்த முதியபடைவீரர். "ஏன், பாரதவர்ஷத்தை இளையயாதவன் கைப்பற்றினால் இங்குள்ள அத்தனை ஷத்ரியர்களும் அவன் அரியணைக்கீழ் தலைவணங்கித்தானே ஆகவேண்டும்? அறிக, பொன்னும் பெண்ணும் மண்ணும் வெல்பவருக்குரியவை" என்றார் நிமித்திகர்.

"இன்று இங்கிருக்கும் நம்மை வெல்லலாம். நம் கடந்தகாலத்தை எப்படி வெல்வான் அவன்? அவன் இங்கு வந்து இவ்வரியணையைக் கைப்பற்றலாம். அரண்மனையில் வாழலாம். ஆனால் இந்நகரெங்கும் நிறைந்திருக்கும் மூதாதை தெய்வங்களை அவன் எங்ஙனம் வழிபட முடியும்? குறித்துக்கொள்ளுங்கள்! இங்கு வந்தபின் அவன் ஒரு மழையையும் பார்க்கப்போவதில்லை. நமது குழந்தைகள் உணவின்றி அழியும். நமது குலங்கள் சிதறும். அதுதான் நடக்கப்போகிறது" என்றார் வேளாண்குடிமூத்தவர்.

"அவன் அரசனாகலாம். நிகரற்ற வில்வீரன். தோள்வலிமைகொண்டு இந்நகரை வென்றவன். களத்தில் முடி சூட்டப்பட்டபோதே அவன் ஷத்ரியனாகிவிட்டான். அது நூல்முறையே. ஆனால் ஷத்ரியனாகிய அவன் எங்ஙனம் அச்சூதப்பெண்ணை மணந்தான்?" என்றார் பட்டுச்சால்வை போர்த்திய வைதிகர். குரல்கள் "ஆம், உண்மை" என்றன.

சுவர்மூலையில் இருட்டில் கரிய மரவுரியைப்போர்த்தி தலைப்பாகை அணிந்து அயல்நாட்டு வணிகனைப்போல் அவன் அமர்ந்திருந்தான். "அவனை பேரழகன் என்கிறார்கள். சூதனும் மனைவியும் அவனைப் பெற்றெடுக்கவில்லை. கங்கையில் கண்டெடுத்தனர். பாரதவர்ஷத்தின்

பெருங்குடிகளில் எங்கோ பிறந்து கைவிடப்பட்ட மைந்தன் அவன்" என்றார் ஒரு முதியவர். "ஆம், அவன் யாரென்று ஒரு பேச்சு எங்கும் உள்ளது" என்றார் இளையவர். மூத்தவர் "அந்தப் பேச்சு இங்கு வேண்டாம். அஸ்தினபுரியின் ஒற்றர் இல்லாத அவை என்று ஏதும் பாரதவர்ஷத்தில் இல்லை" என்றார். கூட்டம் ஓசை அடங்கியது. இருவர் இருளில் அமர்ந்திருந்த அவனை திரும்பி நோக்கினர்.

முதியவர் "தாங்கள் எந்த ஊர் அயலகத்து வணிகரே?" என்று கேட்டார். "நான் மகதன்" என்றான் கர்ணன். அதன்பின் மீண்டும் சாவடியில் சொல் எழவில்லை. அவர்கள் நடுவே ஏற்றி வைத்திருந்த அகல்விளக்கில் ஒருவன் எண்ணெய் கொண்டுவந்து ஊற்றினான். அதன் சுடர் துடித்து மேலெழுந்தது. ஒருவர் பெருமூச்சுவிட்டார். "அரசர்களை தெய்வங்கள் பகடைகளாக்கி ஆடுகின்றன. அரசர் நம்மை வைத்து ஆடுகிறார்கள்" என்றார்.

"முன்பும் அங்க நாட்டில் மழைபொய்த்த கதை உள்ளது. அன்று லோமபாத மன்னர் விபாண்டக முனிவரின் மைந்தர் ரிஷ்யசிருங்கரைக் கொணர்ந்து இங்கு அவர் தூய கால்கள் படும்படி செய்தார். மான்விழி கொண்ட முனிவரின் குருதியிலிருந்து நம் அரச குலம் கிளைத்தது. ரிஷ்யசிருங்கரின் மைந்தர் சதுரங்கருக்குப்பின் ஏழு தலைமுறைக்காலம் இங்கு குளிர்மழை நாள் பொய்க்காது நின்று பெய்தது என்கிறார்கள் முன்னோர். இன்று இவன் காலடிகள் இங்கு படப்போகின்றன" என்று பெரியதலைப்பாகை கட்டிய வணிகர் சொன்னார். இளையவன் ஒருவன் "ஒன்று கேட்கிறேன், அவர் இங்கு வந்து நன்மழை பெய்ததென்றால் அவர் குலம் உகந்ததென்று ஏற்பீரோ?" என்றான்.

கூட்டம் ஒருகணம் அமைதியடைய, முதியவர் ஒருவர் "பெரியவர் அவையில் குரலெடுக்க உனக்கென்ன தகுதி? யார் நீ?" என்றார். "இங்கு அமர்ந்து சொல் கேட்க உரிமையுண்டென்றால் சொல்லெடுக்க உரிமையில்லையா?" என்றான் அவன். "எழுந்திரு! விலகு மூடா" என சினந்தார் பெரியவர். "உன் தந்தையை கையிலேந்தி நிலா காட்டியவன் நான். என்னிடம் வந்து நீ சொல்கோக்கிறாயா?" அவன் "வேண்டுமென்றால் உங்களை நான் தூக்கி நிலா காட்டுகிறேன்" என்றான். சில இளைஞர் நகைக்க, முதியவர் தன் கைக்கோலை எடுத்தார். அருகே இருந்த இன்னொரு முதியவர் "சொல்மீறுவது இளையோருக்கு கேளிக்கை... நீங்கள் நிலையழியலாமா? விடுங்கள்" என்றார்.

"விருஷாலியை அவன் எப்படி மணக்க ஒப்புக்கொண்டான்?" என்றான் ஒருவன். "கல்லாதவள். அவைநெறி அறியாதவள். அழகியும் அல்ல என்றனர்." வணிகர் "அவள் தந்தை சத்யசேனர் இவன் தந்தை

அதிரதனின் குதிரைக் கொட்டடித்தோழர். எப்போதோ அவர் மகளை தன் மகனுக்கு கொள்வதாகச் சொல்லி கொட்டைப் பாக்கொன்று வாங்கி வாயிலிட்டிருக்கிறார். தன் சொல் பிழைக்கலாகாது என்று சொல்லி சினந்து கண்ணீர்விட்டிருக்கிறார். மைந்தனால் மீறமுடியவில்லை. அன்னையின் ஆணை உடனிருக்கையில் செய்வதற்கொன்றுமில்லை" என்றார்.

"அஸ்தினபுரியில் சத்யசேனன் இப்போதும் தேரோட்டுகிறானா என்ன?" என்றார் கிழவர். "ஆம், இப்போதும் தேர் ஓட்டுகிறார். குதிரைச் சாணியை தன் தலையில் அள்ளிக் கொண்டு கொட்டுகிறார். உடலெங்கும் வழிந்த சாணிச் சாறுடன் நீராடுவதற்கு நடந்து செல்கிறார்" என்றார் இன்னொருவர். அந்த அவை அச்சொற்களை ஒரு தீச்சொல் என எதிர்கொள்ள, அனைவரும் அமைதியடைந்தனர். எவரோ இருமும் ஒலி கேட்டது

"அங்க நாட்டவரே, நல்லூழ் கொண்டவர்கள் நீங்கள். உங்கள் அரசு குதிரைமணம் கொண்ட இளவரசன் ஒருவனால் எதிர்காலத்தில் ஆளப்படப்போகிறது" என்றான் அப்பால் அமர்ந்திருந்த நாடோடி. "வாயை மூடு! இத்தகைய நச்சுச் சொற்கள் பேராற்றல் கொண்டவை. இவற்றை நாம் எவ்வண்ணம் சொன்னாலும் இது நம் விழைவென்று இருள்சூழ்ந்திருக்கும் தெய்வங்கள் எண்ணக்கூடும். ஒன்று அறிக! சொல்லப்பட்ட அனைத்தும் நிகழ்ந்தே தீரும்" என்றார் நிமித்திகர். கர்ணன் இருளுக்குள் புன்னகைத்துக்கொண்டு தன் உடலை மேலும் ஒடுக்கிக்கொண்டான்.

சத்யசேனரின் மகளை அவனுக்கு மணமுடிப்பதாக அதிரதன் வாக்களித்ததை அவனிடம் அவர் சொன்னபோது முதலில் எளியதோர் களியாட்டென கடந்து செல்லக்கூடியதென்றே அவன் எண்ணினான். "என்ன சொல்கிறீர்கள் தந்தையே? சூதர்குலத்துப் பெண்ணா?" என்றான். பெரும் சினத்துடன் நீர்நிறைந்த கண்களுடன் "அவை நடுவே நீ என்னைத் தழுவினாய். என்னை தந்தை என்று அவர்களிடம் சொன்னாய். ஆனால் மணிமுடி கிடைத்து அரசருடன் அவை அமரத் தொடங்கிய சில மாதங்களில் உன் உள்ளம் மாறிவிட்டிருக்கிறது. இன்றென்றால் நீ என்னை உன் அவைக்குக் கொண்டுசெல்லமாட்டாய். என் உடலின் குதிரைச்சாணிமணம் உன்னை அருவருப்படையச் செய்கிறது" என்றார்.

"இல்லை தந்தையே. தாங்கள் அறிவீர்கள், ஓர் அரசனின் கடமை என்னவென்று. நூல் நெறிகளின்படி நான் இன்று ஷத்ரியன். ஷத்ரியனின் முதல் மனைவி முடிசூடி அவன் இடப்பக்கம் அமரவேண்டியவள்"

என்றான். “ஆம், அதனால்தான் சொல்கிறேன்” என்றபடி அதிரதன் இரு கைகளையும் விரித்து அவனை நோக்கி வந்தார். “சில நாட்களாகவே அஸ்தினபுரியில் என்ன பேசப்படுகிறது என்று நான் கேட்டிருக்கிறேன். அரசரின் துணைவி... அவளை நான் மூன்று முறைதான் பார்த்தேன். காசி நாட்டில் வெண்ணெய் மிகுதியால் தின்று கொழுத்து அவளே வெண்ணெயால் செய்யப்பட்டதுபோல் இருக்கிறாள். அவள் உனக்கு அரசமங்கையரை மணம் பேசிக்கொண்டிருக்கிறாள். கேகயத்திற்கும் அவந்திக்கும் மாளவத்திற்கும் விதர்பத்திற்கும் தூது சென்றிருக்கிறது.”

“ஆம், நான் அதை அறிவேன்” என்றான் கர்ணன். “அவ்விளவரசிகளில் ஒருத்தியை நீ மணந்தால் நான் வந்து அவள்முன் தலைவணங்கி வாழ்த்துரை கூறி நிற்கவேண்டும். அவள் வயிற்றில் மைந்தன் பிறந்தால் அதைத் தொடும் உரிமையாவது எனக்கு அமையுமா என்ன? இது என் ஆணை, உன் முதல் மனைவி என் குலத்துப் பெண்ணாகவே அமையட்டும். அவள் வயிற்றில் பிறக்கும் குழந்தை என் குலத்தில் பிறக்கும் குழந்தையாகவே இருக்கும்... அதற்கு நான் என் தந்தை பீனரதரின் பெயரைத்தான் இடுவேன்... இதில் எந்த மாற்றமும் இல்லை.”

“தந்தையே, தங்கள் சிறிய உலகில் நின்றுகொண்டு இதைச் சொல்கிறீர்கள். தாங்கள் ஆணையிட்டால் அங்க நாட்டின் மணிமுடியை நான் துறக்கிறேன். தாங்கள் விரும்பும் பெண்ணை மணக்கிறேன்” என்றான் கர்ணன். “சீ, மூடா! அங்க நாட்டின் மணிமுடியைத் துறப்பேன் என்று நீ சொன்னால் நான் அதை ஒப்புக்கொள்வேன் என்று எண்ணினாயா? இன்று நான் இதோ இந்தப் பட்டாடை அணிந்து தந்தப்பிடியுடைய சவுக்கேந்தி குதிரைக் கொட்டடிக்குச் சென்று பீடத்தில் அமர்ந்து பிறருக்கு ஆணையிடுகிறேன் என்றால் அது நீ சூடிய மணிமுடியால்தான். அதை இழக்க நான் ஒருபோதும் ஒப்பேன்.”

“இரண்டில் ஒன்று சொல்லுங்கள் தந்தையே” என்றான் கர்ணன். “நீ அங்கநாட்டு அரசனாக இருப்பாய். என் சொல் மாறாது சூதர்குலத்துப் பெண்ணை மணப்பாய்... இதுமட்டுமே நடக்கும்” என்றார் அதிரதன். ராதை “மணிமுடியைத் துறப்பது பற்றி எண்ணாதே மைந்தா. அது உன்னைத்தேடி வந்தது. அதைத் துறந்தால் உனக்கு மட்டுமல்ல எங்களுக்கும் இழிவே வந்து சேரும்” என்றாள். “பிறகு நானென்ன செய்வது? சூதப்பெண்ணை மணந்து நான் மணிமுடி சூட்ட முடியாது” என்றான் கர்ணன்.

“மணிமுடி சூட்ட வேண்டியதில்லை. அவள் என் மகளாக இவ்வில்லத்தில் இருக்கட்டும்” என்றாள் ராதை. “அறிவிலியே, வாயை மூடு. உன் சொல்கேட்டுத்தான் உன் மைந்தன் அறிவிழந்தான். அடேய்

மூடா, உன்னைவிட நூறு மடங்கு பெரிய பேரரசை ஆள்பவன் இளையயாதவன். அவனது முதல் குலமகள் யாதவப்பெண். முடி சூடி அவள் துவாரகையை ஆளவில்லையா?" என்று அதிரதன் கூவினார். "ஆம். ஆனால் யாதவர்களின் நகரம் துவாரகை. அங்கம் ஷத்ரியர்களின் நாடு" என்றான் கர்ணன்.

சொல்முட்டியபோது அதிரதன் மேலும் வெறிகொண்டார். நெஞ்சில் அறைந்து "அதை நான் அறிய வேண்டியதில்லை. நீ ஆண்மகன் என்றால் இளையயாதவன் செய்ததை செய்து காட்டு. நான் உயிரோடிருப்பதென்றால் என் சொல்லும் என்னுடன் உயிரோடு இருக்கவேண்டும். சொல்லிறந்தபின் உயிர் வாழ, சடலமாக இருக்க விழையவில்லை" என்றார். "தந்தையே" என்று தணிந்த குரலில் கர்ணன் அழைத்தான். "ஆம் தந்தை… நான் இறந்தபின் ஒருபிடி நீரள்ளி கங்கையில் விடு. அதுபோதும் எனக்கு… போடா…" கர்ணன் "நான்…" என்று சொல்ல, அவனை மறித்து "உன்னை நெஞ்சில் ஏற்றி நெறிசொல்லி வளர்த்தமைக்கு அந்தப் பிடிநீர் போதும் என கொள்கிறேன்… போடா… போடா" என்றார்.

நாவிறங்க "தந்தையே" என்றான் கர்ணன். "அச்சொல்லை நீ உளமறிந்து சொன்னாய் என்றால் தந்தையின் சொல் காப்பதே தனயனின் கடமை என்றுணர்ந்திருப்பாய். ராகவ ராமன் தந்தை சொல்லுக்காக அரசு துறந்து பதினான்கு ஆண்டுகள் காட்டில் வாழ்ந்தான். ஆனால் நீ தந்தை ஆணையிடும் ஒரு பெண்ணின் கை பற்றுவதைத்தவிர்க்க நூல்களை துணைக்கு அழைக்கிறாய். நாணில்லையா உனக்கு? இனி ஒருசொல்லில்லை. இது என் ஆணை" என்றபின் பற்களைக் கடித்து உடல் நடுங்க சிலகணங்கள் நின்றபின் அதிரதன் திரும்பி நடந்து சென்றார்.

தளர்ந்து பீடத்தில் கால் மடித்தமர்ந்து கால்மேல் கைகளை வைத்து தலைகுனிந்தான் கர்ணன். அவன் குழல்கற்றைகள் சரிந்து முகத்தை மூடின. இரு கைகளாலும் நெற்றியைத்தாங்கி சில கணங்கள் அமர்ந்தான். பின் தலைதூக்கி "அன்னையே, என்ன இது? இப்படி இவர் சொல்லாடி நான் ஒருபோதும் பார்த்ததில்லை" என்றான். "நானும் பார்த்ததில்லை. ஆனால் மானுடரில் இருந்து அறியாத மானுடர் எழுந்து வருவதை எப்போதும் அறிந்திருக்கிறேன். இன்று தெரிந்த இவர் விதையாக அவருள் எங்கோ இருந்திருக்கிறார்" என்றாள் ராதை.

"அன்னையே, நான் சொல்லும் முறைமைகள் உங்களுக்குப் புரிந்ததா?" என்றான். "ஆம் மைந்தா, நான் நன்கு அறிந்துளேன். இன்று இரவு அவர் வந்தபின் நான் அவரிடம் பேசுகிறேன்" என்றாள் அவள். "பேசுங்கள் அன்னையே. எவ்வண்ணமேனும் அதைச் சொல்லி அவருக்குப்

புரியவையுங்கள். சூதப்பெண்ணை மணக்கப்போகிறேன் என்று அஸ்தினபுரியின் அவை நின்று எப்படி சொல்வேன்? அதை பானுமதியிடம் சொன்னால் பாரதவர்ஷமெங்கும் ஷத்ரியப் பெண்களுக்காகத் தேடி எனக்கென தூதனுப்பியிருக்கும் அவள் எப்படி சிறுமை கொள்வாள்! எண்ணிப்பார்க்கவே இயலவில்லை."

"நான் அறிவேன் மைந்தா. நான் உன் தந்தையிடம் உரைக்கிறேன்" என்றாள் ராதை. கர்ணன் தன்னுள் என "இந்த மணிமுடியை எக்கணம் நான் ஏற்க சித்தமானேன்? என் ஆணவ நிறைவுக்கு இது தேவைப்பட்டதா என்ன?" என்றான். "ஆணவத்தால்தான் வீரர்கள் உருவாகிறார்கள்" என்றாள் ராதை. "சிறுமைகளை சந்தித்து சலித்துவிட்டேன் அன்னையே. மீண்டும் ஒன்று என்முன் வருகையில் அஞ்சுகிறேன். நோயுற்றவனுக்கு சிறுமுள்கூட இறப்புருவாகத் தெரிவது போல" என்று கர்ணன் பெருமூச்சுவிட்டான். "இதை நான் எப்படிக் கடந்துசெல்வேன் என்றே தெரியவில்லை."

"இது உன் தந்தையின் சிறு நிலையழிவு மட்டுமே. பகற்கனவு காணும் எளிய மனிதர் அவர். நீ அறிவாய், எளிய மனிதர்களே மிகுதியாக பகற்கனவு காண்கிறார்கள். ஏனெனில் அவர்கள் அடைய இயலாதவையே இவ்வுலகில் அதிகம். அவரது பகற்கனவில் பல ஆயிரம் மடங்கு பேருரு கொண்டிருக்கக்கூடும். அவ்வண்ணமே அவர் வாழ்க்கை முடிந்திருந்தால் அதில் பிழை இருந்திருக்காது. அக்கனவுகளில் ஒன்று நனவாகியது. முடிகொண்ட மைந்தனின் தந்தையானார். அதை பொத்திப்பிடித்து அமர்ந்திருக்கிறார்" என்றாள் ராதை.

"அன்னையே, நான் அறிந்த நிலைமதியாளர்களில் ஒருவர் நீங்கள். நீங்கள் அறியாத மானுட உள்ளமில்லை. என் நெஞ்சில் நீங்கள் அறியாத ஒருசொல்லும் இல்லை" என்றான். "நான் அவரிடம் சொல்கிறேன். அவர் அஞ்சுவது போல நீ ஷத்ரிய அரசி ஒருத்தியை அடைந்தால் அவளுக்குரிய அரசனாக உன்னை மாற்றிக்கொள்ள மாட்டாய். அரசன் என்று அமர்ந்து உன் தந்தையை அயலவன் என்று எண்ணவும் மாட்டாய். அதை அவரிடம் சொல்லிப் புரியவைத்தால் மட்டும் போதும்." ராதை சிரித்து "ஆனால் எளியவர் என்றாலும் உன் தந்தை சொன்னதில் ஒருசொல் உண்மை" என்றாள்.

"என்ன?" என்றான் கர்ணன் ஐயத்துடன். "பேருடல் கொண்டவர்கள் பெண்களுக்கு அடிமைகள் என்றார்" என்றாள் ராதை. கர்ணன் நகைத்து "அது என்ன முறை?" என்றான். "அவர் கண்டிருக்கிறார். என்னைப்போல் எண்ணி எண்ணி அறிபவரல்ல. கண்டதைக் கொண்டே இவ்வுலகை அறிந்தவர் அவர்." சிரித்து "அவர் சொன்னதும்தான் அதை தெளிவுற நானும் கண்டேன்" என்றாள். "அன்னையே, நான் ஷத்ரிய அரசியின்

செங்கோல்தாங்கியாக மாறுவேன் என்று நீங்கள் எண்ணுகிறீர்களா?" என்றான் கர்ணன்.

ராதை "மாறினாலும் அதில் பிழையில்லை. ஒருவேளை நீ மணக்கும் ஷத்ரிய அரசி நீ இதுகாறும் கொண்ட இழிவுகள் அனைத்தையும் முற்றிலும் முடித்துவைக்கக்கூடும். அங்க நாட்டின் செங்கோலும் அவள் மணிவயிற்றில் பிறக்கும் மைந்தனும் உன்னை வரலாற்றில் ஷத்ரியனாக நிறுத்தக்கூடும். அதில் பிழையில்லை" என்றாள். "நான் தந்தையையும் தங்களையும் கைவிடுவேன் என எண்ணுகிறீர்களா?" என்றான் கர்ணன். "கைவிட மாட்டாய். அதை நான் அறிவேன். ஒருபோதும் என் மடியிலிருந்து நீ இறங்கி நடந்ததில்லை. எனக்கு எந்த ஐயமும் கவலையும் இல்லை" என்று ராதை சொன்னாள்.

"அந்த உறுதிப்பாடு ஏன் அவருக்கில்லை?" என்றான் கர்ணன். "ஏனென்றால் நான் அன்னையென உன்னை அறிகிறேன். அவர் ஆண்மகனென உன்னை அணுகி அறிகிறார்" என்றாள் ராதை. கர்ணன் கைகளை வீசி "இச்சொல்லாடல் எனக்கு சலிப்பூட்டுகிறது. அவரிடம் சொல்லுங்கள், வீண் அச்சத்தால் அலைக்கழிக்கப்படுகிறார். ஷத்ரிய அரசியை அடைந்தாலும் நாடாண்டாலும் நான் அவருக்கு மகன்" என்றான். ராதை "அவர் சொல்வதில் ஓர் உண்மை உள்ளது. அவர் மைந்தனென்றே நீ எப்போதும் இருப்பாய். ஆனால் உன் மைந்தர்கள் அவருக்குப் பெயரர்களாக எப்போதும் இருக்கமாட்டார்கள். ஒரு சூதப்பெண்ணுக்குப் பிறக்கும் மைந்தனே என்றும் அவர் பேர் சொல்ல இப்புவியில் வாழ்வான்" என்றாள்.

"அன்னையே..." என்றான் கர்ணன். "அது உண்மை. அதன் கூர்மையை நாம் பேசி மழுப்பவேண்டியதில்லை" என்றாள் ராதை. "உன் தந்தையைப் போன்ற எளிய மனிதர்கள் நேரடியாக உண்மையைச் சென்று தொட்டுவிடுகிறார்கள். வாழ்நாளெல்லாம் அவர்கள் விட்டுக் கொடுக்கிறார்கள். விட்டுக்கொடுக்கமுடியாத ஒன்றின்மேல் அவர்களின் முழு உயிரும் கைகளாக மாறி பற்றிக்கொள்கிறது." கர்ணன் மறுமொழி கூறவில்லை. அவன் சித்தம் சொற்குழம்பலாகக் கொதித்தது.

"செல்க! நான் அவரிடம் பேசி முடிவெடுக்கிறேன். நீ சூதர் மகளை மணக்கவேண்டியதில்லை" என்றாள் ராதை. பெருமூச்சுடன் "ஆம் அன்னையே. அவரிடம் என் இக்கட்டைச் சொல்லி புரியவையுங்கள். உங்களைத்தான் உங்கள் மைந்தன் நம்பியிருக்கிறேன்" என்றான் கர்ணன்.

5

முதற்புலரியில் விழித்தபோது அன்னையின் சொல்லே கர்ணனின் நினைவில் எழுந்தது. தன் மஞ்சத்தில் கண்விழித்துப் படுத்தபடி உடைந்த எண்ணங்களைத் தொடர்ந்து சென்றுகொண்டிருந்தான். அன்றிரவு ராதை அதிரதனிடம் பேசியிருப்பாள். ராதை அதிரதனிடம் பேசுவதே குறைவு. அவர்தான் பேசிக்கொண்டிருப்பார். எங்கே அவர் நிறுத்தவேண்டும் என்று மட்டும்தான் அவள் சொல்வாள். சிறு சொற்களால், விழியசைவால், மெய்யுணர்த்தலால். ஆனால் அதன்பின்னர்தான் அவருக்கு சொல்வதற்கு மேலும் சொற்கள் இருக்கும். அவற்றை கர்ணனிடம் சொல்லத்தொடங்குவார்.

"இவளைப்போன்ற அடங்காக்குதிரைகளை புரவிநூலில் அசிக்ஷிதம் என்பார்கள். அவற்றை பழக்கப்படுத்தவே முடியாது. ஏனென்றால் அவை தங்களை மனிதர்களைவிட மேலாக நினைக்கின்றன. ஆகவே மனிதர்களை அவை கூர்ந்துநோக்குகின்றன. நம் முறைகள் அனைத்தையும் முன்னரே கற்றுக்கொள்கின்றன. நாம் சவுக்குடன் அணுகும்போது நம்மை எங்கே உதைப்பது என்று அவை எண்ணிக்கொண்டிருக்கின்றன. அவை நம்மை இழிவாக எண்ணுவது நாம் அருகே நெருங்கும்போது அவை மூக்கைச்சுளிப்பதிலிருந்து தெரியும்."

உடனே வாய்விட்டு சிரித்து அவரே "உண்மையிலேயே அவை நம்மை விட மேலானவை என்பதுதான் இதிலுள்ள முதன்மையான இடர். அதை ஒப்புக்கொண்டால் நாம் நிறைவாக அடுத்த புரவியை நோக்கிச் சென்றுவிடமுடியும். அன்றி வென்றே தீருவேன் என இறங்கினால் நாம் அழிவோம். இயலாத எல்லைமேல் மோதுவது மடமை. ஏனென்றால் அங்கே நின்றிருப்பவை தெய்வங்கள். நல்ல குதிரைகளை நமக்கு

அளித்த கனிந்த தெய்வங்களே இத்தகைய அடங்காப்புரவிகளையும் அளிக்கின்றன" என்பார்.

அன்னை சொல்லைத் தட்ட அதிரதனால் முடியாது என்று அவன் அறிந்திருந்தான். அவளுடைய விளக்கமுடியாத உறுதிகள்முன் சற்றே குமுறிவிட்டு அவர் பணிவதே வழக்கம். பணிவோம் என முன்னரே அறிந்திருந்தமையால் சற்று மிகையாகவே குமுறுவார். அவரது கொந்தளிப்பைப் பார்க்கையில் கர்ணனுக்கே அவர்மேல் இரக்கம் உருவாவதுண்டு. அவளுடைய ஆணையை ஏற்று அவர் முன்நாள் சொன்னதை முழுக்க மறந்து நின்றிருக்கும் அதிரதனைத்தான் அவன் அவரது இல்லத்தில் எதிர்பார்த்தான். ஒன்றுமில்லை, ஒரு சிறிய உளச்சிக்கல் என எண்ணி எண்ணி தன்னை ஆற்றுப்படுத்திக்கொண்டான்.

அவ்வெண்ணம் நீராடியது, ஆடை அணிந்தது, அணிகொண்டது, தேரில் ஏறி சூதர் தெருவை அடைந்து சிறு மாளிகை முன் நின்று இறங்கி படிகளில் ஏறி உள்ளே சென்றது. அவனைக் கண்டதும் ராதையில் நிகழ்ந்த நுண்ணிய மாற்றத்தை அவன் உள்ளம் அறிந்தது. அக்கணமே அவன் அறிய வேண்டியதனைத்தையும் ஆழுளம் உணர்ந்துகொண்டது. இல்லை இல்லை என்று மறுத்து சித்தம் சொல் தேடியது. அத்தகையதோர் தருணத்தை எதிர்கொள்ளும் எவரும் செய்வதுபோல மிக இயல்பாக எளியதோர் வினாவுடன் அவன் தொடங்கினான்.

"தந்தை இங்கில்லையா அன்னையே?" என்றான். என்றும் போல் புலரியில் அவர் குதிரை லாயத்திற்குச் சென்றிருப்பார் என்று அறிந்திருந்தான். புன்னகையுடன் அன்னை "இன்று ஒரு சிறு புரவிக்கு முதற்கடிவாளம் மாட்டுகிறார்கள். இரவெல்லாம் உள்ளக் கிளர்ச்சியுடன் அதையே பேசிக்கொண்டிருந்தார். மணிவண்ணன் கோட்டத்து முதற்சங்கொலியிலேயே எழுந்து நீராடி கச்சை முறுக்கிக் கிளம்பிவிட்டார்" என்றாள். அச்சொற்களே அவளுக்கு வழிகாட்ட புன்னகை விரிய "புரவிகள் அவர் வாழ்விற்குள் நுழைந்தபடியே உள்ளன" என்றாள்.

கர்ணன் தரையிலமர்ந்து வாழைப்பூவை ஆய்ந்துகொண்டிருந்த அவளருகே அமர்ந்தான். "காலையில்தான் இதை கொல்லையிலிருந்து பிடுங்கினேன்... நீ உச்சிவேளைவரை இருந்தால் உண்டுவிட்டுச் செல்லலாம்" என்றாள். அவன் அதில் ஒன்றை எடுத்து வாயில் வைக்க அவள் பிடுங்கி மீண்டும் முறத்திலிட்டு "என்ன செய்கிறாய்? எதுவானாலும் வாயில் வைப்பதா?" என்றாள். "தேன்" என்றான் கர்ணன். "உன் அரண்மனையில் ஆளுயரப் பரண்களில் தேன் உள்ளதே!" என்றாள். "ஆம், ஆனால் அது மானுடர் சேர்த்த தேன். அதற்கு முன் தேனீக்கள் சேர்த்த தேன். இது மலர்த்தேன் அல்லவா?" ராதை சிரித்து "நன்றாகப்பேசு..." என்றாள்.

கர்ணன் அவளது ஒவ்வொரு அசைவிலும் தெரிந்த மெல்லிய செயற்கைத் தன்மையை தொட்டுத் தொட்டு உணர்ந்து உள்நடுங்கிக்கொண்டிருந்தான். அவள் அருகே அமர்ந்து தடித்த நரம்புகள் ஓடிய முதிர்ந்த கையைப் பற்றி தன் மடியில் வைத்தபடி "நானும் சூதனே. எனக்கும் குட்டிக் குதிரைகளை பெருவிருப்புடன் நோக்குவது பிடித்தமானது" என்றான். அன்னை "ஆம், ஒவ்வொரு குதிரையும் இவ்வுலகை ஒவ்வொரு வகையில் எதிர்கொண்டு புரிந்துகொள்கின்றது என்பார். ஒவ்வொரு நாளும் குதிரையை பார்த்தாலும்கூட ஒரு புதிய குதிரை எவ்வண்ணம் பழகும் என்பதை உய்த்துணர முடியாது என்பதில் உள்ளது பிரம்மத்தின் ஆடல் என்பார்" என்றாள்.

அவள் கையூன்றி எழுந்து "உனக்கென இன்னீர் எடுத்து வைத்தேன்" என்றாள். அவன் அவள் கால்களைப் பற்றி அழுத்தி அமரவைத்து "இல்லை அன்னையே, நான் அருந்திவிட்டுதான் வந்தேன். உங்கள் அருகிருக்கவே விழைந்தேன்" என்றான். "உனக்கென்ன அரசு அலுவல்கள் இல்லையா? முதற்புலரியில் அரசன் சூதர்குடியில் வந்து அமர்ந்திருப்பதை குடிமக்கள் விரும்பாததாகக் கூடும்" என்றாள். "நீங்கள் என் அன்னையென்று அறியாதவர் எவர்?" என்றான் கர்ணன். "ஆம். ஆனாலும் அது இன்று பழைய செய்தி. எது என்றும் மக்கள்முன் நிற்கிறதோ அது நாளடைவில் இயல்பென்றாகும். பின்னர் எங்கோ மானுடரின் சிறுமையால் சிறுமை என்று விளக்கப்படும்."

"அவ்வண்ணமே ஆகட்டும். இது அவர்களின் விழிகளுக்காக அல்ல, என் உள்ளத்துக்காக" என்றான் கர்ணன். "அரசனுக்கு என்று தனிச் செயல் ஏதுமில்லை. அவன் செயல் அனைத்துமே குடிகளின் விழிகளுக் காகத்தான். மேடையேறிய நடிகன் இறங்க முடியும், அரியணை அமர்ந்த அரசன் இறங்கமுடியாது என்றொரு சொல் உண்டு" என்றாள் ராதை. ஒருகணத்தில் அவ்வுரையாடல் முற்றிலும் சலிப்பூட்டுவதாக ஆவதை உணர்ந்த கர்ணன் அவளது இன்னொரு கையைப் பற்றி, சற்றே பழுதடைந்த கட்டை விரல் நகத்தை தன் சுட்டு விரலால் நீவியபடி "அன்னையே, உங்களிடமிருந்து ஒரு நற்சொல் தேடி வந்துளேன்" என்றான்.

அவள் விழிகளைத் தாழ்த்தி "ஆம்" என்றாள். "தந்தையிடம் பேசினீர்களா?" என்றான். "ஆம், பேசினேன்" என்றாள். கர்ணன் சில கணங்கள் காத்திருந்தான். சொல்லின்றி அவன் உதடுகள் அசைந்தன. "சொல்லுங்கள் அன்னையே" என்றான். அவள் விழிதூக்கி "முதல் மனைவியாக நீ சத்யசேனையை ஏன் மணக்கலாகாது?" என்றாள். "அன்னையே..." என்று கர்ணன் உரக்க அழைத்தான். "நேற்றிரவு முழுக்க எண்ணியபின் இன்று காலை இதுவே எனக்குத் தோன்றியது" என்றாள் ராதை. "நீ செய்வதற்குரியது இது ஒன்றே."

“நான் அஸ்தினபுரியின் அவையில் எப்படி நிற்பேன்?” என்றான் கர்ணன். சொல்லும்போதே அவன் குரல் குழைந்தது. ராதை சினத்துடன் “நிமிர்ந்து நில். சொல்லப்போனால் அவர்களின் திட்டங்களுக்கு வெறும் பகடைக்கருவாக நிற்பதைவிட உனக்கென்று ஓர் எண்ணமும் வழியும் உண்டென்று எழுந்து நின்று சொல்வதே உன்னை ஆண்மகனாக நிறுத்தும். எண்ணிப்பார், அவள் உனக்கு மணம்பேசத் தொடங்கி ஓராண்டு ஆகிறது. இன்று வரை பாரதவர்ஷத்தின் ஷத்ரியர் எவரும் அவள் மணத்தூதுக்கு மறுமொழி சொல்லவில்லை. அஸ்தினபுரியின் முத்திரைகொண்ட ஓலை அது. ஆனால் வாயில்தோறும் தட்டிக் கொண்டிருக்கிறார்கள். அதுவே உன்னை இழிவாகக் காட்டிவிட்டது” என்றாள்.

“ஆனால் அதற்கென ஒரு சூதமகளை நான் மணந்தால் மேலும் இழிவல்லவா?” என்றான். “என்னை இழிவுசெய்யவும் இறக்கி மண்ணில் நிறுத்தவும் விழையும் உள்ளங்களே என்னைச்சூழ்ந்துள்ளன.” ராதை “இல்லை, நீ அவளை மணந்தால் அது ஒரு மறுமொழி. நெஞ்சு விரித்து நின்று ஆம் நான் சூதன், சூதன் மகளை மணக்கிறேன், சூதனாகவே நாட்டை வென்றேன் என்று சொல்லும்போது அவர்கள் விழிதாழ்த்துவதை நீ காண்பாய்” என்றாள். கர்ணன் “பானுமதி...” என்று தொடங்க ராதை பொறுமையிழந்து “அவளைப்பற்றிப் பேச நாம் இங்கு அமரவில்லை” என்றாள். கர்ணன் “இல்லை” என்றான்.

ராதை தணிந்து “இவ்வளவும் நீ அவளுக்காகத்தான் எண்ணுகிறாய் என்று அறிவேன். அவள் உனக்கு நன்று செய்ய எண்ணுகிறாள் என்பதில் ஐயமில்லை. ஆனால் அவள் அறிந்த சிற்றுலகில் அதற்கு விடை தேடுகிறாள். அது இயல்வதல்ல. ஷத்ரிய மன்னன் ஒருவனின் பல மனைவிகளில் அவையில் இடமற்ற கடைமகள் ஒருத்தியின் மகளை நீ மணந்து ஆகப்போவதென்ன?” என்றாள். “அன்னையே...” என்று கர்ணன் தொடங்க, ராதை கைதூக்கி “அரண்மனையில் ஷத்ரியர் உண்டு விடுத்த அறுசுவை உணவின் மிச்சமா அல்லது இங்கு உன் அன்னை உனக்கு சமைத்த புத்துணவா? எது உனக்கு விருப்பமானது சொல்” என்றாள். “இப்படிக் கேட்டால் என்னிடம் விடையில்லை” என்றான் கர்ணன்.

ராதை கடுமை தெரிந்த முகத்துடன் வாழைப்பூ இதழ்களை எடுத்து தட்டாரப்பூச்சியின் இறகுகளை பிய்த்தெறிவதுபோல அதன் மெல்லிய தாள்களை விலக்கி இதழ்களை எடுத்துப்போட்டபடி “சென்று விடை தேடு. ஆண்மகனாக அஸ்தினபுரியின் அவையில் எழுந்து நின்று என் தந்தை எனக்கிட்ட ஆணையே முதன்மையானது என்று சொல். அஸ்தினபுரியின் முடிசூடிய மாமன்னனும் தொல்குடியினர் அமைந்த அவையும் அரசனின் குலமகளும் சொல்லும் சொல்லைவிட உன் தந்தையின் சொல் உனக்குப் பெரிதென்றால் அது உனக்கு பெருமையே

அளிக்கும். தயங்கி சிறுமை கொள்வதைவிட துணிந்து பெருமை கொள்வதே வீரனுக்கு உகந்ததென்றுணர்” என்றாள்.

கர்ணன் இரு கைகளையும் கூப்பி அதில் நெற்றியை வைத்து தலைகுனிந்து அமர்ந்திருந்தான். ராதை அதை சிலகணங்கள் நோக்கியபின் கனிந்து அவன் கைகளைப்பற்றி “நான் சொல்வதைக் கேள். பிறிதொரு வழி எனக்குத் தோன்றவில்லை” என்றாள். நிமிர்ந்து நிறைந்த கண்களுடன் “அன்னையே, இவை அனைத்தும் உண்மையல்ல. நீங்கள் சொல்வது இதற்காக அல்ல என்பதைக் காட்டுகிறது உங்கள் மிகைச்சினம். சொல்லுங்கள், எதற்காக?” என்றான்.

அவள் தாழ்ந்த குரலில் “நேற்றிரவு உன் தந்தையிடம் பேசினேன்” என்றாள். “நானறிந்த அனைத்துச் சொல்முறைகளையும் எடுத்து முன்வைத்தேன். அவர் உறுதியாக இருக்கிறார். நீ அரசமகளை மணந்தால் அது தன் நிகர் இறப்பு என்பதில் அவருக்கு எந்த ஐயமும் இல்லை. அவ்வண்ணம் நிகழ்ந்தால் தன் வாழ்வு ஒரு தோல்வி என்று ஒப்புக்கொண்டு மாளவத்திற்கோ விதர்பத்திற்கோ எளிய ஒரு குதிரைக்காரனாக சென்றுவிட முடிவெடுத்திருக்கிறார்.” சினத்துடன் கர்ணன் “என்ன இது? என்ன மூடத்தனம் இது?” என்றான்.

ராதை “அப்போது ஒரு மனைவியாக நான் எடுத்த முடிவு இது. அவர் கண்களை பார்த்துக்கொண்டிருந்தேன். அந்தக் கண்ணீர் என்னை வதைத்தது. இந்த ஓரிடத்திலாவது என் கொழுநன் வெல்லட்டும் என முடிவெடுத்தேன்” என்றாள். “அன்னையே” என்றான் கர்ணன். “ஒவ்வொரு சொல்லுக்கும் மறுசொல் உரைத்தும் இளிவரல் நகை செய்தும் நான் அவரை எதிர்கொள்வதை இதுவரை கண்டிருப்பாய். ஆனால் என் நெஞ்சுக்குள் என்றும் கொழுநனின் கால்களை தலையில் சூடும் பத்தினியாகவே இருந்திருக்கிறேன். இது அவரது உயிர்வினா என்றறிவேன். இதற்கு என்னிடம் ஒரு விடையே உள்ளது. இவ்வுலகே அழியினும் சரி, என் கணவர் வெல்ல வேண்டும்” என்றாள் ராதை.

கர்ணன் நீண்ட பெருமூச்சுடன் “புரிகிறது” என்றான். ராதை “மைந்தன் என நீ உன்னை எண்ணுவாய் என்றால் இது உன் அன்னையின் ஆணை” என்றாள். “அவ்வண்ணமே” என்றபடி கர்ணன் தலைகுனிந்து அமர்ந்திருந்தான். ராதை வாழைப்பூவின் இதழ்களைக் கொய்துகொண்டிருந்தாள். அவள் கைகளில் கருநீலக் கறை படிந்திருந்தது. கருங்குருவி அலகு போன்ற நகங்கள். அவை தொட்டுத்தொட்டு விலகி ஒரு செய்கை மொழி பேசிக்கொண்டிருந்தன. அந்த மொழியை அறியமுடியுமா என அவன் எண்ணினான்.

அறுத்து விடுபட்டு அவன் எழுந்தான். ராதை சுவர் பற்றி எழுந்து முகம்கனிந்து கண்களில் நீருடன் “மைந்தா” என்றாள். அவன்

“பிறிதொரு முறையும் தோற்றிருக்கிறேன் அன்னையே” என்றான். கசப்புடன் புன்னகைத்து “ஆனால் அது நன்று. தோற்கும்போதெல்லாம் மீள்வதற்கு ஓர் இடம் இருந்தது என்ற எண்ணம் எஞ்சியிருந்தது. அங்கும் தோற்க வைத்து என்னுடன் ஆடுகிறது ஊழ்” என்றான். சால்வையை எடுத்தணிந்தபடி “ஆவனசெய்யுங்கள் அன்னையே” என்றான்.

ராதை கைநீட்டி “இல்லை மைந்தா. என்றும் நீ என் மைந்தன். என் மடியில் முலையுண்டு உறங்கிய குழவிதான்” என்றாள். “இல்லை அன்னையே, நீங்களும் அறிவீர்கள். இத்தருணத்தில் நமக்குள் ஒன்று மெல்ல ஒலியின்றி முறிந்தது. இப்புவியின் மாறாநெறிகளில் ஒன்று, முறிந்தவை மீண்டும் இணையாதென்பது.” ராதை அச்சொற்களால் குத்துண்டாள். அவள் உடலசைவிலேயே அந்த வலி தெரிந்தது. “மைந்தா” என்றபடி அவள் மேலும் முன்னால் நகர்ந்தாள். மிக இயல்பான அசைவால் அவள் தொடுகையை கர்ணனின் உடல் தவிர்த்தது. ராதை தளர்ந்த நடையுடன் பின்னால் நகர்ந்தாள்.

கர்ணன் அவள் இல்லத்தின் படியிறங்க, ராதை விரைந்த சிற்றடியுடன் ஓடிவந்து கதவைப்பற்றியபடி “மைந்தா… என்னைப் பொறுத்தருள். நான் வெறும் பெண். அதற்குமேல் ஏதுமில்லை” என்றாள். அவன் “அனைவரும் தங்களை எளிய மானுடர் என உணரும் ஒரு தருணம் உண்டு அன்னையே” என்றான். “நான் என்னை எண்ணி தருக்கிய நாட்களே இதுவரை இருந்தன. மாவீரனை வளர்த்தவள், என் காலடியில் வரலாறு சுழித்தோடுகிறது என்றெல்லாம் எண்ணிக்கொண்டேன். பீடத்திலமர்ந்து மற்ற மானுடரை அளவிட்டேன். நான் எளிய பெண். வெறும் மனையாட்டி. வேறெவருமில்லை…”

அவள் குரல் இடறியது. உதடுகளை அழுத்தி ஏதோ சொல்லவந்தவள் அடக்கிக்கொண்டாள். ஆனால் நெஞ்சு திறந்து எழுந்துவந்த பெருமூச்சு விம்மலாக வெளியேறியது. அவ்வொலியே அவள் எல்லையை உடைத்தது. “மைந்தா, உன் நிகரற்ற உயரத்தில் இருந்து இப்புவியை முடிவிலாது பொறுத்தருள்பவன் நீ. ஏனெனில் நீ சூரியன் மைந்தன்… உன்னிடம் நான் கோருவதும் இப்புவியில் ஒவ்வொன்றும் காலை முதற்கதிரிடம் இறைஞ்சும் காயத்ரியைத்தான். என் சிறுமையையும் இருளையும் எரித்தழித்து எனக்கு அளிசெய்க. இறப்பின்மையை அருள்க” என்றாள்.

கர்ணன் “அன்னையே, என் அன்னையின் இடத்தில் என்றும் இருப்பீர்கள். அணுவிடையும் உங்கள்மேல் நான் சினம்கொள்ள மாட்டேன். தந்தையிடமும் அதையே சொல்லுங்கள்” என்றான். அவள் கண்கள் நிறைந்து வழியத்தொடங்கின. அவன் திரும்பி அவள் தலைக்குமேல் எழுந்து நின்று குனிந்து நோக்கி “உங்களிருவருக்கும் நீத்தார்நீரும்

நிறையன்னமும் அளிப்பவன் நான். விண்ணுலகில் உங்களுக்கு என் கண்ணீர் வந்து சேரும். நானும் உங்கள் காலடிகளிலேயே வந்தமைவேன்” என்றான். அவள் விம்மி தலைகுனிந்தாள்.

அவன் அருகணைந்து அவளுடைய முகவாயைப்பற்றி தூக்கி பெண்குரலில் நடித்து “அடி ராதை, என்ன இது? நீ அழுது இதுவரை கண்டதில்லையே? இளங்கன்னியர் அழுவதை அக்கார்வண்ணன் விழையமாட்டான் அல்லவா?” என்றான். அவள் ஈரக்கண்களுடன் சிரித்து “சீ, போடா” என்று அவனை அடித்தாள். “கலிங்கத்திலிருந்து ஒரு மாயவன் வந்திருந்தான். அவன் முதுமையை அழித்து இளமையைக் கொணர்வான் என்றார்கள். அவனைக்கொண்டுவந்து உங்களை கன்னியாக்கிப் பார்த்தாலென்ன என்று எண்ணினேன்” என்றான். “சீ, என்ன பேச்சு இது... போடா” என்றாள் ராதை.

அவன் அவள் கண்ணீரைத் துடைத்து “இந்தக் கன்னங்கள் மலர்மென்மை கொள்ளும். கண்களில் ஒளிவரும். சிரிப்பில் நாணம் வரும்” என்றான். ராதை அவனை உந்தி “என்ன பேச்சு இது? தள்ளிப்போ” என்றாள். “ஆனால் அப்படி நீங்கள் பேரழகியானால் துவாரகையின் அரசன் அவனுடைய ராதை என எண்ணிவிடுவானே என்று அஞ்சினேன்” என்றான். ராதை கடும் சினத்துடன் அவன் தோளில் அறைந்து “பேசாதே. அரிவாள்மணையை எடுத்து நாக்கை அறுத்துவிடுவேன். மூடா... என்ன சொற்கள் இவை?” என்றாள். “ராதை, என் எழிலரசி! உன் உள்ளத்தை அறியமாட்டேனா?” என்றான் கர்ணன்.

“போடா...” என்று அவள் அவனை அறைந்தாள். சிரிப்பும் நாணமுமாக அவள் முகம் மலர்ந்துவிட்டிருந்தது. கண்கள் பூத்திருந்தன. “என் முகத்தில் விழிக்காதே. போ... எங்காவது ஒழிந்துபோ!” அவன் குனிந்து முறத்தை எடுத்து “நறுந்தேன் மலர்களால் உன்னை வாழ்த்துகிறேன் சூதர்குலக் கன்னி. உன் அழியாக்காதலை அமரர் அறிவதாக!” என்றபடி வாழைப்பூவை எடுத்து அவள் தலைமேல் இட்டான். “சீ... அடக்கு... வை அதை...” என்று ராதை முறத்தைப் பிடுங்கினாள்.

“சமைத்து வை. நான் உச்சிகடந்தபின் வந்து உண்டுசெல்கிறேன்” என்றான் கர்ணன். “உண்மையாகவா? வருவாயா?” என்றாள் அவள் மகிழ்ச்சியுடன். “பொய்யாகவா சொல்வார்கள்?” என்றான் கர்ணன். “வந்து இன்றேனும் உன்னால் வாழைப்பூக்கூட்டை சரியாக சமைக்கமுடிகிறதா என்று பார்க்கிறேன்...” அவள் சிரித்து “நீ அள்ளி அள்ளி உண்ணும்போது இதை சொல்லிக்காட்டுகிறேன்” என்றாள். “உன் கணவரிடம் சொல்லி வை. நான் உச்சிப்பொழுதில் வரும்போது அவர் உரிய குதிரைச்சாணி மணத்துடன் உணவுண்ண இங்கிருக்கவேண்டும்.”

ராதை சிரித்து “வந்துவிடுவார். பெரும்பாலும் அந்த குதிரைக்குட்டி அவருக்கு வழக்கமான உதையை அளித்திருக்கும்” என்றாள். கர்ணன் “தத்துவத்தை குதிரைகள் இளவயதில் விரும்புவதில்லை. ஆகவேதான் நாம் அவற்றுக்குக் கடிவாளம் போட்டுவிடுகிறோம்” என்றபின் “வருகிறேன். இன்று நான் அரசவைக்குச் செல்லவேண்டும். பிதாமகர் இன்று வந்திருக்கிறார்” என்றான். ராதை “ஆம், அறிந்தேன். ஹரிசேனரின் இறப்புக்குப்பின் அவர் நகர்புகுந்ததில்லை என்றார்கள்” என்றாள்.

“நிழலை இழந்தவர் போல் உணர்கிறார் என்றனர் சூதர். அவர் நோக்கிலேயே ஒரு சுளிப்பு அவிழாது குடியேறிவிட்டிருப்பதைக் கண்டேன்” என்றபின் “வருகிறேனடி கோபிகையே” என்று சொல்லி விலக, அவள் கையிலிருந்த வாழைப்பூவை எடுத்து அவன் மேல் வீசி “வராதே, அப்படியே போ” என்றாள். அவன் சிரித்தபடி முற்றத்தில் இறங்கி தன் தேர்நோக்கிச் சென்றான். மலர்ந்த முகத்துடன் அவள் வாயிலில் நின்றிருந்தாள். அவன் தேரிலேறியபின் அவளிடம் கையசைத்து தலையை சுட்டிக்காட்ட, அவள் தடவிநோக்கி கூந்தலிழையில் இருந்த வாழைப்பூவை எடுத்து முறத்தில் போட்டாள்.

தேரை அவனேதான் ஓட்டிவந்தான். தேர்த்தட்டில் நின்றபடி அஸ்தினபுரியின் சூதர்தெருவழியாகச் சென்றான். இசைச்சூதர் குழுக்கள் ஆலயங்களில் இருந்து தங்கள் இசைக்கலங்களுடன் திரும்பிக்கொண்டிருந்தன. அவனைக் கண்டு அவர்கள் புன்னகைத்து தங்களுக்குள் பேசிக்கொண்டனர். அரசர்களைக் காணும்போது அளிக்கும் வாழ்த்தையும் வணக்கத்தையும் அவர்கள் அவனுக்கு அளிப்பதில்லை. தங்களில் ஒருவனைக் காணும் இயல்பான மகிழ்வே அவர்களின் முகத்தில் இருக்கும்.

தேருக்குப் பின்னால் ஒவ்வொரு சூதரில்லமாக தோன்றி முழுத்து உதிர்ந்துகொண்டிருந்தது. இல்லங்களுக்கு முன்னால் முதியசூதர்கள் கால்களை மடித்து அமர்ந்திருந்தனர். தந்தையர் தனையர்களுக்கு இசை கற்றுக்கொடுத்தனர். சூதர்குலப்பெண்கள் கைகளை முகவாயில் வைத்து அதை நோக்கி நின்றனர். கூரைகளுக்குமேல் அடுமனைப்புகை எழுந்து நின்றிருந்தது. அவ்வில்லம் சிறகடித்துப் பறக்கவிருப்பதுபோல தோன்றியது.

இந்திரனின் ஆலயத்தருகே இருந்த சிறிய செண்டுவெளியில் குட்டிக்குதிரைகளை இருபுறமும் அமைக்கப்பட்ட மூங்கில் தட்டிகளுக்கு நடுவே கட்டிவைத்து மேலே ஏறி அமர்ந்து பயிற்றுவித்தனர். குதிரைகள் உடல் விதிர்த்து அவர்களை உதறின. கீழே விழுந்தவர்கள் எழுந்து நின்று உடைசீரமைக்க, கூடியிருந்தவர்கள் கூச்சலிட்டு நகைத்தனர். குதிரை தோல் சிலிர்த்து வால் சுழற்றி சுற்றிவந்தது.

இசைச்சூதர்களின் நான்கு தெருக்கள் முட்டிக்கொள்ளும் முனையில் அமைந்த ஹிரண்யாக்ஷரின் ஆலயத்தருகே சூதர்கள் கூடியிருந்தனர். அவன் புரவியை, கடிவாளத்தை சற்றே இழுத்து நிறுத்தினான். அங்கே இரு சூதர்குலச் சிறுவர்களுக்கு யாழ்தொட்டளிக்கும் சடங்கு நிகழ்ந்துகொண்டிருந்தது. ஆலயக்கருவறையில் பொன்னாலான விழிகளுடன் கையில் யாழுடன் ஹிரண்யாக்ஷர் அமர்ந்திருந்தார். அவருக்கு முன்னால் அரியும் மலரும் பொரியும் வெல்லமும் படைக்கப்பட்டு நெய்விளக்குகள் எரிந்தன.

ஆலயத்திற்கு வலப்பக்கமாக அஜபாலரின் சிறிய மண்சிலை இருந்தது. அதற்கும் மலர்மாலைகள் சூட்டப்பட்டிருந்தன. அவன் அந்தக் கூட்டத்தில் தீர்க்கசியாமனைத் தேடினான். சிலகணங்களுக்குப் பின்னர்தான் அனிச்சையாக விழிகளிலிருந்து விழிகளை நோக்கி தேடுகிறோம் என்று உணர்ந்தான். நோக்கை விலக்கி விரல்களை தேடத்தொடங்கியதுமே கிழிபட்ட கட்டைவிரல்களைக் கண்டான். தீர்க்கசியாமன் ஆலயத்தின் தூணில் சாய்ந்து மடியில் பேரியாழுடன் அமர்ந்திருந்தான்.

முதிரா இளைஞனாக வளர்ந்திருந்தான். ஆனால் தோள்கள் குறுகி முன்னால் வளைந்திருந்தன. சிறிய கூனல் விழுந்திருந்தது. மூக்கு முதுகழுகின் அலகுபோல கூர்ந்து வளைந்திருக்க, உதடுகள் உள்ளடங்கியிருந்தன. விரல்கள் தானாகவே நரம்புகளில் உலவ, யாழ் அதுவே பாடிக்கொண்டிருந்தது. அவன் எதிர்நோக்கி நின்றிருந்தான். தன் உள்ளம் ஏன் பதற்றமடைகிறது என எண்ணிக்கொள்ளவும் செய்தான்.

தீர்க்கசியாமன் திரும்பி அவனை செவ்விழிக்கோளங்களால் நோக்கினான். அவன் நெஞ்சதிர்ந்து கடிவாளத்தை அறியாமல் இழுக்க, குதிரைகள் முன்கால் எடுத்துவைத்த அதிர்வில் தேர் குலுங்கியது. தீர்க்கசியாமன் புன்னகைசெய்தான். அவனைக் கடந்து அவன் பின்னால் பேருருவாக எழுந்த பிறிதொருவனை நோக்கி செய்த புன்னகை அது என தோன்றியது. கர்ணன் நீள்மூச்சுடன் கடிவாளத்தைச் சுண்டி தேரைக் கிளப்பினான்.

6

அஸ்தினபுரியின் அவையில் தன் செய்தியை அறிவிப்பதற்காகக் காத்திருந்தபோது உள்ளம் நிறைவின் அமைதிகொண்டிருப்பதை கர்ணன் உணர்ந்தான். தீர்க்கசியாமனின் புன்னகையின் கணம் அவன் அகம் முழுதடங்கி குளிர்ப்பரப்பாக ஆகிவிட்டிருந்தது. துரியோதனனின் அவைக்கு எப்போதும் அவன் அரசனுடனேயே வருவதுதான் வழக்கம். அவைகூடுவதற்கு முன்னரே அவன் அரசனின் மந்தண அறைக்கு சென்றுவிடுவான். அங்கே தம்பியருடன் உரையாடிக்கொண்டிருக்கும் அரசனுடன் அமர்ந்து அவை நிகழ்வுகளை தொகுத்துக்கொள்வான். அழைப்புவந்து துரியோதனன் கிளம்புகையில் “அங்கரே, என்னுடன் வருக” என்று அழைத்து தன்னுடன் கூட்டிச்செல்வான்.

துரியோதனனின் வலப்பக்கம் கர்ணனும் இடப்பக்கம் துச்சாதனனும் பின்னால் பிற தம்பியரும் வருவார்களென்பதை அவையும் அஸ்தினபுரியின் குடிகளும் நன்கறிந்திருந்தனர். வலப்பக்கம் என்றே அவனை அமைச்சில் சொல்லிக்கொண்டனர். எச்சொல்லுக்கு முன்னாலும் துரியோதனன் கர்ணனிடம் ஒரு நோக்கு கண்களால் கலந்துகொள்வதுண்டு. கர்ணனுக்கு அவனுடன் பேச விழிகளே போதுமென்றாகியிருந்தது.

அன்று அவன் அரசனின் மந்தண அறைக்குச் செல்லவில்லை. பிந்திவிட்டது. அவைக்கு நேராகவே வந்துவிடுவதாக செய்தியனுப்பி விட்டான். அவன் அவைக்கு வந்தபோது விதுரர் மட்டுமே இருந்தார். அவன் துரியோதனனுக்கு இடப்பக்கமாக சிற்றரசர்களுக்குரிய நிரையில் இடப்பட்ட அங்கநாட்டின் சூரியமுத்திரை பொறித்த தன் இருக்கையில் அமர்ந்துகொண்டதும் அவனுக்குப் பின்னால் அவனுடைய

யானைச்சங்கிலி பொறிக்கப்பட்ட கொடியை அவைச்சேர்ப்பன் அமைத்தான். கிருபரும் துரோணரும் பேசிக்கொண்டு வந்தனர். சகுனி தலைகுனிந்து முன்னால் வர அவருக்குப் பின்னால் வந்த கணிகர் அவைக்குள் புகாமல் பக்கவாட்டில் விலகி அமைச்சு அறைக்குள் சென்றார்.

இறுதியாகத்தான் பீஷ்மர் வந்தார். நீண்டகால்களில் வெட்டுக்கிளி தாவுவதுபோல வந்து மரவுரி விரித்த தன் பீடத்தில் நிமிர்ந்து அமர்ந்து தாடியை நீவத்தொடங்கினார். அவருக்கு கிருபரும் துரோணரும் அளித்த முகமன்களுக்கும் வணக்கத்திற்கும் மட்டுமே செவியும் விழியும் அளித்தார். மகளிர் அவையில் பானுமதியும் மூத்தகௌரவரின் துணைவியரும் வந்து அமர்ந்தனர். பானுமதி அவன் விழிகளை நோக்கி என்ன என வினவ, அவன் விழியசைவால் இல்லை என்றான். அவை நிறைந்துகொண்டிருந்தது. குடமுகட்டில் முழக்கம் குவிந்தது. வண்ணங்களின் ஒளியால் வெண்சுதைச் சுவர்கள் நெளியத்தொடங்கின.

முரசொலித்ததும் அவை அமைதிகொண்டது. மங்கல இசை எழுந்தது. பீஷ்மரும் கிருபரும் துரோணரும் அன்றி பிறர் எழுந்து வாழ்த்தொலி கூவ, தம்பியர் சூழ துரியோதனன் அவைக்குள் நுழைந்தான். மஞ்சளரிசியும் மலரும் தூவி அவை அவனை வாழ்த்தியது. வைதிகர் கங்கைநீர் தெளித்து அவனை வரவேற்று அரியணையில் அமரச்செய்தனர். அவன் தலைக்குமேல் வெண்கொற்றக்குடை எழுந்தது. ஏவலர் பொற்தாலத்தில் கொண்டுவந்த மணிமுடியை வைதிகர்தலைவர் எடுத்து அவனுக்கு சூட்டினார். அமைச்சர் இருவர் எடுத்து அளித்த செங்கோலை வாங்கிக்கொண்டு அரியணையில் அமர்ந்தபோது பீஷ்மரும துரோணரும் கிருபரும் அவனை கைதூக்கி வாழ்த்தினர்.

துரியோதனனின் விழிகள் வந்து கர்ணனை சந்தித்து மெல்லிய புன்னகையுடன் மீண்டன. நிமித்திகன் அறிவிப்புமேடையில் ஏறி நின்று அவன் குலவரிசையைக் கூறி வாழ்த்துரை அளித்து இறங்கியதும் சௌனகரின் இளையவரான முதன்மை அமைச்சர் கௌசிகர் எழுந்து அன்றைய அலுவல்களை அறிவித்தார். விதுரர் ஓலைகளை நோக்கி எடுத்தளிக்க, குறிப்பிட்ட துறையைச் சேர்ந்த அமைச்சர்கள் எழுந்து அந்த ஓலைகளை வாசித்தனர். நீட்டில் நெறியும் முறியில் ஆணைகளும் நறுக்கில் செய்திகளும் பொறிக்கப்பட்டிருந்தன. அவையும் அரசரும் கேட்ட வினாக்களுக்கு அமைச்சர்கள் மறுமொழி சொன்னார்கள்.

கர்ணன் தன் கண்களை மட்டும் அவையில் நிறுத்தி அமர்ந்திருந்தான். அத்தனை சொல்லாடல்களும் உருகியிணைந்து ஒற்றைச்சொல்லாக மாறிவிட்டிருந்தன. அது அவனை ஒருவகையான ஊழ்கநிலைக்கு

செலுத்தியது. அவன் கோதையின் கரையில் நாணல்கள் மண்டிய சதுப்பில் ஒரு புலிக்காகக் காத்திருந்தான். சற்று அப்பால் பரசுராமர் கண்மூடி அமர்ந்திருந்தார். நாணல்கள் காற்றில் என அசைந்தன. புலியின் வால் மேலெழுந்து தெரிந்தது. நினைவில் ஒருசொல் எழுவதுபோல புலி எழுந்து வந்தது.

நாணலை வகுந்து புலி மிகமெல்ல காலெடுத்துவைத்து அணுகியது. புலிக்காலின் மந்தணம். புலிக்கண்களின் அறைகூவல். நாணல்காட்டின் ஒரு துண்டுபோலிருந்தது அது. அவன் அந்த விழிகளை நோக்கினான். மானுடவிழிகளை முழுமையாக மறுக்கும் வெறிப்பு. விழிகளுக்குள் நின்றிருக்கும் விழிகள். இரு நீல அகல்சுடர்கள்போல. புலி அவன் உள்ளத்தை உணர்ந்துகொண்டது. நாவால் மூக்கை நக்கியபடி திரும்பி, அவனைக் கடந்துசென்றது. அதன் உடலில் நாணலிதழ்கள் அசைந்தன. அதன் தளர்ந்த தோல்பரப்பு இழுபட்டு நெளிந்தது. நினைவென அது அவன் விழிமுன் இருந்து மறைந்தது.

அவைச்செயல்பாடுகள் முடிந்துவிட்டன என்பதை ஒலிமாறுபாட்டிலிருந்து அவன் அறிந்துகொண்டான். பெருமூச்சுடன் மீண்டு உடலை எளிதாக்கி கால்களை நீட்டினான். அவனிடம் பரசுராமர் “நீ அப்புலியிடம் எதைக் கண்டாய்?” என்று கேட்டார். துரோணர் “நூல்களை நம்பி அரசாளமுடியாது வணிகரே. நூல்கள் சென்றகாலத்தையவை” என்றார். “சென்றகாலத்துச் செல்வம் மேலும் பொருளுடையது” என்றார் கலிங்க வணிகக் குழுவின் தலைவர். பரசுராமர் “புலி அனல்வடிவானது. அணையாது எரியும் தழல் அது” என்றார். துரியோதனன் “வணிகர்கள் நிலையான நெறிகளைக் கோருகிறர்கள். ஏனென்றால் அதை மீறும் வழிகளை அதன் பின்னரே வகுக்கமுடியும் அவர்களால்” என்றான். அவை நகைத்தது.

“இருளில் அவற்றின் விழிகளைப் பார். எரிதுளிகள். விழிகளிலிருந்து பற்றிக்கொண்டு தழலாடுகிறது புலி.” கர்ணன் பெருமூச்சுடன் கண்களை மூடி தன் கன்னங்களை கைகளால் உரசிக்கொண்டு முழுமையாக மீண்டான். “அங்கர் துயிலெழுந்துவிட்டார். நாம் அவைநிறைவுசெய்யும் நேரமாகிவிட்டதென்று பொருள்” என்று துரியோதனன் சொல்ல அவை நகைத்தது. கர்ணன் புன்னகைத்தான். விதுரர் “அவை முழுமை அடையட்டும்... இனி அமைச்சு அலுவல்கள் மட்டுமே. அரசாணை ஏதும் தேவையில்லை” என்றார்.

நிமித்திகன் அறிவிப்புமேடைமேல் ஏறி கொம்பை ஊதி அவை நிறைவை அறிவித்தான். அதன்பின்னர் பீஷ்மரோ துரோணரோ அளிக்கும் அன்றாட அறிவிப்புகள் இருக்கும் என்பதனால் அவை

கலைந்த ஒலியுடன் அமர்ந்திருந்தது. கர்ணன் முற்றிலும் புதியவன் போல அவையை விழிசூழ்ந்தான். கங்கைக்கரையில் புதிய இரு துறைமேடைகளை அமைப்பதைப் பற்றிய விவாதம் அவையில் முடிந்து அதற்கான ஆணைகளை விதுரர் சொல்ல, கனகர் எழுதிக்கொண்டார். சகுனி சற்றே உடல்சரித்து ஒற்றர்தலைவர் சத்யசேனரிடம் மெல்லிய குரலில் பேசிக்கொண்டிருந்தார். துரியோதனன் தன்னருகே நின்ற துச்சாதனனிடம் உதடசைவாலேயே பேசிக்கொண்டிருந்தான்.

பீடம் அசையும் ஒலியுடன் எழுந்த கர்ணன் கைகளைத் தூக்கி "இப்பேரவைக்கு நான் ஒன்றை உரைக்க வேண்டியுள்ளது" என்றான். விதுரர் கனகரிடம் நிறுத்தும்படி கைகாட்டிவிட்டு நிமிர்ந்து நோக்கினார். பீஷ்மரின் பழுத்த விழிகள் உணர்வு எதையும் காட்டவில்லை. துரோணர் கிருபரிடம் பேசிக்கொண்டிருந்த கையசைவு அந்தரத்தில் நிலைக்க நோக்கினார். கர்ணன் "முதன்மையான செய்தி அல்ல. எளிய நிகழ்வுதான்" என்றான். "என் மணநிகழ்வை இங்கு அறிவிக்கவிருக்கிறேன்."

அப்போதும் பின்நிரைகளில் குடியவை கலைந்து ஓசையிட்டுக் கொண்டிருந்தது. துரியோதனன் அச்சொற்களை உள்வாங்காமல் வெறித்த விழிகளுடன் உமிழ்தொட்டியை அருகே கொண்டுவரும்படி அணுக்கரிடம் கைகாட்டினான். அரசியர் பகுதியில் பானுமதி சிறிய ஓலைத்துணுக்கில் சாயத்தூரிகையால் ஏதோ எழுதிக்கொண்டிருக்க,, சேடி ஒருத்தி குனிந்து அதை பார்த்துக்கொண்டிருந்தாள். பிற அரசியர் தங்கள் முகத்திரைகளை இழுத்துவிட்டு சொல்லாடிக்கொண்டிருந்தனர். களஞ்சியக்காப்பாளர் மனோதரரும் அரண்மனைச்செயலர் பூரணரும் எல்லைக்காவலர் தலைவர் கைடபரும் பேச்சை நிறுத்தி ஒருகணம் நோக்கிவிட்டு மேலும் பேசத்தொடங்கினர்.

விதுரர் எழுந்து கைகளை வீசி "அமைதி! அங்க நாட்டரசர் ஏதோ சொல்ல விழைகிறார்" என்றார். மீண்டும் ஒருமுறை அவர் கூவியபோதுதான் அவை அதை அறிந்தது. அமைச்சர் தன்னருகே இருந்த மணியை முழக்க, அவை திரும்பி நோக்கியது. "அமைதி அமைதி" என்றார் விதுரர். பூரணர் எழுந்து "பேரமைச்சரின் ஆணை! அமைதி" என்று கூவினார். துரியோதனன் உமிழ்தொட்டியில் துப்பி அதை கொண்டுசெல்ல கைகாட்டிவிட்டு சற்று முன்சரிந்து செவிகூர்ந்தான். பீஷ்மர் மட்டும் விழிகள் முனைகொண்டிருக்க அசையாது அமர்ந்திருந்தார்.

அவை ஒலியடங்கியதும் கர்ணன் கைகூப்பியபடி "அரசே! அவையோரே! உங்களை வணங்குகிறேன். இந்த அவைக்கு என் மணநிகழ்வை நான் அறிவிக்க வேண்டியுள்ளது. எந்தையின் ஆணைப்படி என் குலத்தைச் சேர்ந்தவரும் அஸ்தினபுரியின் குதிரைக் கொட்டடிக் காப்பாளருமான

சத்யசேனரின் மகளை முறைப்படி கைபற்றுவதாக உள்ளேன்" என்றான். அவையில் அமைதி நிலவியது. துரியோதனன் துச்சாதனனிடம் "இன்றே செல்லட்டும்" என்று மெல்லிய குரலில் சொன்னது அவை முழுக்க கேட்டது.

துரியோதனன் அந்தச் சொற்களை உணரவில்லை என்பதை அறிந்த விதுரர் "மணம் கொள்ளவா? அங்க நாட்டரசே, எவரை மணக்கவிருக்கிறீர்கள்?" என்றார். அவர் கேட்பதன் நோக்கத்தை உணர்ந்த கர்ணன் மேலும் அழுத்தமான குரலில் "என் குலத்தைச் சேர்ந்த சத்யசேனரின் மகளை. அவர் இங்கு குதிரைக் கொட்டடிக் காப்பாளராக இருக்கிறார். எந்தையின் தோழர். எந்தை அவருக்கு வாக்களித்ததின்படி சூதர்குல முறைப்படி இம்மணம் நிகழவிருக்கிறது" என்றான்.

சினத்துடன் கைகளை ஓங்கி அரியணையின் கைப்பிடியில் அறைந்தபடி எழுந்த துரியோதனன் மேடையிலிருந்து இருபடிகள் இறங்கி "என்ன சொல்கிறாய்? மூடா! இந்த அவையில் சொல்லப்படும் சொற்கள் அனைத்தும் அழியாதவை என்று அறியாதவனா நீ?" என்றான். கர்ணன் "ஆம், அறிந்தே சொல்கிறேன். எந்தை கொடுத்த வாக்குக்கு நான் கடமைப்பட்டவன்" என்றான். "என்ன வாக்கு? உன் தந்தை குதிரைக் கொட்டடிக் காப்பாளர் மட்டுமே. நீ அங்க நாட்டுக்கு அரசன். நாளை உன் குருதியில் பிறக்கும் மைந்தன் அந்த அரியணையில் எதிர்ச்சொல் எழாது அமரவேண்டும்" என்றான் துரியோதனன்.

விதுரர் "தந்தைக்குக் கொடுத்த வாக்கு என்றால் அது தெய்வங்களின் ஆணையே" என்றார். துரோணர் "ஆனால் சூதன்மகள் எப்படி அரியணை அமரமுடியும்?" என்றார். "சூதன்மகன் நான் அமர முடியும் என்றால் அவளும் அமரமுடியும்" என்றான் கர்ணன். "முடியாது அங்க நாட்டரசே. வாள்கொண்டு நிலம் வென்றவன் அரியணை அமரலாம். அவன் கொல்லப்படாதவரை ஷத்ரியனே. ஷத்ரியனாகிய அவன் ஷத்ரிய குலத்தில் மட்டுமே மணம்புரியமுடியும்" என்றார் கிருபர்.

துரியோதனன் "என்ன பேச்சு இது? அப்படி ஓர் எதிர்ப்பு வருமென்றால் அதையும் வாளாலேயே எதிர்கொள்வோம். கர்ணா, உனக்கு அது விருப்பென்றால் அவ்வண்ணமே ஆகட்டும். நீ சூதர் மகளை மணந்துகொள். அவள் உன் பட்டத்தரசியாக முடிசூடி அங்க நாட்டு அரியணையில் அமரட்டும். எதிர்ச்சொல் எழும் எந்நாவும் கொய்து எரியப்படும் என்று என் படைகொண்டு நான் அறிவிக்கிறேன். பிறகென்ன?" என்றான்.

"இல்லை அரசே, நெறிகளின்படி அரசு அமைகிறது. மீறலுக்கும் அதற்குரிய நெறிகள் உள்ளன. வெறும் படைபலத்தால் எவ்வரசும் நிற்பதில்லை. அரியணையைத் தாங்கி நிற்பவை அக்குடிகளின் எண்ணங்களும்

விழைவுகளும் மரபுகளும் நம்பிக்கைகளும்தான்" என்றார் துரோணர். "நல்லூழாக இன்று அவையில் பிதாமகர் அமர்ந்திருக்கிறார். அவர் சொல்லட்டும்" என்றார். அவையின் விழிகள் பீஷ்மரை நோக்கித் திரும்பின.

கர்ணன் தன் மேல் பார்வையுணர்வை அடைந்து திரும்பி பானுமதியின் திகைத்த விழிகளையும் சற்றே திறந்த செவ்விதழ்களையும் நோக்கினான். துரியோதனன் பற்களைக் கடித்தபடி "கர்ணனை அங்க நாட்டு அரசனாக்கியபோது நான் பிதாமகரின் சொல் கேட்கவில்லை. என் உள்ளத்தின் சொல்லையே கேட்டேன். இன்றும் அதையே கேட்கவிருக்கிறேன்" என்றான். பீஷ்மர் அமர்ந்தபடியே கைதூக்கி "என் சொல்லை ஏற்பதும் மறுப்பதும் உன் விருப்பம் துரியோதனா. ஆனால் இங்கு குலநெறி ஏதுள்ளதோ அதைச் சொல்ல நான் உரிமை கொண்டவன்" என்றார். "குலநெறிப்படி அங்க நாட்டுக்கு கர்ணன் அரசனாகவில்லை" என்றான் துரியோதனன்.

"நீ அறிக, இப்புவியில் மானுடர் அனைவரும் நிகரே. ஆனால் முற்றிலும் நிகரானவர்கள் இணைந்து எந்த அமைப்பையும் உருவாக்க இயலாது. ஆகவேதான் ஒருவருக்கு மேல் பிறிதொருவர் என்று ஓர் இருபுற ஒப்புதலுக்கு மானுடர் வருகிறார்கள். அது இப்புவியில் அவர்கள் ஆடும் நாடகம் மட்டுமே. எந்த நாடகத்துக்கும் அதில் நடிப்பவர்களின் உளஒப்புதலே நெறிகளென அமைந்துள்ளது" என்றார் பீஷ்மர். அவரையறியாமல் எழுந்து நின்று கைதூக்கி குரல் ஓங்க பேசத்தொடங்கினார்.

"துரியோதனா, இங்கு கோட்டைக் காவல்மாடத்தில் வேலேந்தி காவல் நிற்பவனும் அரியணை அமர்ந்து பொற்கோப்பையில் யவனமது அருந்தும் நீயும் இணையான ஷத்ரியர்கள் என்றுணர்க! இந்நகரின் அழுக்குகளை சுமந்தகற்றும் இழிசினனோ இங்கு தருப்பை ஏந்தி பொற்குடத்தில் கங்கை நீருடன் நிற்கும் வேதியரோ மானுடர் என்ற வகையில் நிகரானவர்களே. அவன் அந்த வேடத்தையும் இவர் இந்த வேடத்தையும் ஏற்று இங்கு இந்த மாபெரும் நாடகத்தை அரங்கேற்றியுள்ளோம். அந்நாடகமே உன்னை அரசனாக்கியிருக்கிறது. என்னைப் பிதாமகனாக்கியுள்ளது. அதைக் கலைப்போமென்றால் அதன்பின் நீயும் நானும் மேலே வானும் கீழே மண்ணுமற்ற யோகியாக வேண்டும், அல்லது மறுவேளை உணவை எதிர்பாராத நாடோடியாக வேண்டும். அப்படி அல்லவென்றால் இதன் நெறிகளை ஏற்றேயாக வேண்டும்."

"நானறிந்த நெறி ஒன்றே. என் உள்ளம் ஒருபோதும் ஒப்பாததை செய்து இங்கு அமர்ந்து எதையும் அடைய நான் விரும்பவில்லை" என்றான் துரியோதனன். "பிதாமகரே, நான் யோகியோ நாடோடியோ ஆக

முடியாது போகலாம். ஆனால் வெறும் காட்டுமிராண்டியாக முடியும். அதற்கான ஆற்றல் என் நெஞ்சில் குடிகொள்கிறது. எனவே அச்சொல் என்னிடம் நிற்காது" என்றான். பீஷ்மர் முகம் சுளித்து "மன்னன் குருதியால் தேர்வானவனாக இருக்கவேண்டுமென முன்னோர் வகுத்தனர். ஏனென்றால் அது ஒன்றே தெய்வங்கள் வகுத்தது. பிற அனைத்தும் மானுடர் வகுத்தவை" என்றார்.

"அவை அறிக! தெய்வத்தால் தேர்வானவன் அரசன் எனில் மட்டுமே குடிகள் அவனை கேள்விக்கு அப்பாற்பட்டவன் என ஏற்பார்கள். மைந்தா, கேள்விக்கு அப்பாற்பட்ட தலைமையே போரிடும் குலங்களை ஒருங்கமைக்கும். பேரரசுகளைத் தொகுக்கும். ஓர் அரசில் தானும் அரசனே என அரசன் அன்றி ஒரே ஒருவன் நினைப்பான் என்றால்கூட அவ்வரசு நிலைகொள்ளாததே. ஆகவேதான் சூத்திரனோ வைசியனோ அரசனாகக்கூடாதென்றனர் முன்னோர். அறிக, நான்குவேதமும் பிரம்மஞானமும் கற்ற பிராமணனும் அரசனாகக் கூடாது. அரசாள விழையும் வைசியனும் சூத்திரனும் கொல்லப்படவேண்டும். வைதிகன் ஊர்விலக்கும் குலமறுப்பும் செய்யப்பட்டாகவேண்டும்..."

பீஷ்மரின் குரல் அவைக்கு மேல் எங்கிருந்தோ என ஒலித்தது. "குலநெறியே அரசனை உருவாக்குகிறது. அவன் மூத்த மைந்தனை அரசனாக்குகிறது. என்றும் அதை ஒட்டி ஒழுகியதனால்தான் நான் அரியணைப்போட்டியில் உன் தந்தையுடன் நின்றேன். உன்னை ஏற்றேன். நானறிவேன், என்குடியில் பிறந்த பேரறத்தான் தருமனே. அவனையே இங்குள்ள புழுவும் புள்ளும் அரசனாக விழையும். ஆனால் இது அஸ்தினபுரியில் எழும் வினா மட்டுமல்ல என்று எண்ணித் தெளிந்தேன். குலநெறியை மீறி நான் தருமனை ஆதரித்திருந்தேன் என்றால் பிதாமகனாக தவறான முன்செல்கையைக் காட்டியவனாக இருப்பேன். அது ஒன்றே என் உள்விழிமுன் தெரிந்தது."

"மைந்தா, இதுவே என் இறுதிச்சொல். குலநெறியின் கட்டு அவிழுமெனில் பாரதவர்ஷம் சிதறியழியும். இன்றே இது வேதிப்பொருள் கலந்த குடுவைபோல கொதித்துக்கொண்டிருக்கிறது. இது எப்படி முடியும் என என் உள்ளம் துயிலற்று ஏங்குகிறது. பெரும் குலப்பூசலின் விளிம்பில் நின்றிருக்கிறது இப்பெருநிலம். போரிடத் தெரியும் என்பதனாலேயே நான் போரை அறிவேன். போர் எழுந்தால் நெறிகள் அழியும். பெண்டிர் இல்லம் இழப்பர். வயல்கள் தரிசாகும். நீர்நிலைகள் அழுக்காகும். பசியொன்றே போரின் விளைவு என்று அறிக!" அவரது மூச்சு எழுந்து ஒலித்தது. "என் வாழ்நாளெல்லாம் நான் இயற்றும் தவம் ஒன்றே, போரைத் தவிர்த்தல்."

தளர்ந்து இடையில் கைவைத்து முதியவர் நின்றார். பின்னர் தனக்கென தலையை ஆட்டியபடி சொன்னார் "இப்போதுதான் குடிப்போர் ஒன்றைத் தவிர்த்து இந்நாட்டை இரண்டென பிளந்திருக்கிறோம். இன்னுமொரு பூசலை எவ்வகையிலும் நான் ஏற்கமாட்டேன்." பின்பு திரும்பி அவையை நோக்கி "இது என் சொல். குலநெறிப்படி தன் வாள் வலியால் நிலம் வென்ற இவன் அரசனாகலாம். இவன் மணக்கும் சூதப்பெண் அரசியாக முடியாது" என்றார்.

"இந்த அவை பிதாமகரின் சொல்லை ஏற்கிறதா?" என்றான் துரியோதனன். அவை அமைதியாக இருந்தது. "சொல்லுங்கள் ஏற்கிறதா?" என்றான். துரோணர் "நான் பிதாமகரின் சொல்லுக்கு அப்பால் எண்ணுவதில்லை" என்றார். கிருபர் "ஆம், நான் ஏற்கிறேன்" என்றார். அவை கலைந்த ஒலியுடன் அசைவின்றி இருந்தது. முதன்மை அமைச்சர் கௌசிகர் கைதூக்கி ஏதோ சொல்வதற்குள் விதுரர் எழுந்து "அவை ஏற்பதோ மறுப்பதோ இங்கு வினாவல்ல. நாம் அங்க நாட்டு அரசரிடமே கேட்போம் அவர் என்ன எண்ணுகிறார் என்று" என்றார். கர்ணன் திரும்பி விதுரரின் விழிகளைப் பார்த்தான். அதிலிருந்த மன்றாட்டைப் புரிந்துகொண்டதும் அவன் தோள்கள் தளர்ந்தன.

"அரசே, நானும் பிதாமகரின் சொற்களையே ஏற்கிறேன்" என்றான். "என்ன சொல்கிறாய்? மூடா!" என்றபடி கீழிறங்கி கர்ணனை நோக்கி வந்த துரியோதனன் "என்ன சொல்கிறாய் என்று எண்ணித்தான் அவைக்கு எழுந்தாயா?" என்று கூவினான். "ஆம், என் துணைவியின் கருவில் பிறப்பவன் அரசாள வேண்டியதில்லை. அதுவும் என் தந்தையின் ஆணை என்றே கொள்கிறேன்" என்றான். திகைத்து விதுரரை நோக்கியபின் "இல்லை..." என்று துரியோதனன் பேச எழுவதற்குள் பானுமதி எழுந்து "அவையில் பெண்குரல் ஒலிப்பதற்கு பொறுத்தருளவேண்டும்" என்றாள்.

அவள் குரலை அதுவரை எதிர்நோக்கியிருந்தவன் போல முகம் தளர்ந்து தோள்கள் இயல்பு கொள்ள துரியோதனன் அவளை நோக்கித் திரும்பினான். பானுமதி கைகூப்பி "என் சொல் இங்கு முன்வைக்கப்படவேண்டும் என தோன்றியது. ஏனென்றால் அங்க நாட்டரசர் மேல் முழுவுரிமை கொண்டவள் நான். அவர் தங்கை" என்றாள். "சொல்லுங்கள் அரசி" என்றார் விதுரர். "இதில் என்ன குழப்பம் உள்ளது? அவர் நெஞ்சமர்ந்த திருமகளாக சத்யசேனை அமரட்டும். அவர் இடப்பக்கம் அமரும் மண்மகளாக ஒரு ஷத்ரியப் பெண்ணை அவர் மணக்கட்டும்" என்றாள்.

அவை சென்று முட்டிய இக்கட்டிலிருந்து மீள்வதற்கான வழி என்று அனைவரும் அக்கணமே அதை உணர்ந்தனர். "ஆம், அதுவே சிறந்த வழி"

என்றது அவை. குடித்தலைவர் சங்கரர் எழுந்து "உகந்த வழி... இதுவே சிறந்தது. நாங்கள் ஏற்கிறோம்" என்றார். துரோணர் "ஆனால் இன்று வரை ஷத்ரியர்கள் எவரும் அவருக்கு மணமகளை அளிக்க ஒப்பவில்லை" என்றார். "ஒப்பமாட்டார்கள் என்று தெரியும். கேட்கவில்லை என்று நாளை அவர்கள் சொல்லலாகாது என்பதற்காகவே ஓலைகள் அனுப்பப்பட்டன" என்றாள் பானுமதி. "பெண் கொள்ளல் மட்டுமல்ல பெண்கவர்தலும் ஷத்ரியர்களுக்குரியதே. உகந்த அரசன் மகளை அவர் கவர்ந்து வரட்டும். முடிசூட்டி அரியணையில் இடம் அமர்த்தட்டும். அவள் வயிற்றில் பிறந்த மைந்தர் அங்க நாட்டை ஆளட்டும். என்ன தடை அதில்?" என்றாள்.

அவளை நோக்காமல் "இரு இல்லமகள்களும் உளம் ஒத்துச் செல்ல வேண்டும்" என்றார் பீஷ்மர். "தங்கள் இடங்கள் தெளிவுற வரையறை செய்யப்பட்டிருக்குமென்றால் பெண்களுக்கு இடரென ஏதுமில்லை. அவையீரே, அவருக்கு இரு ஆணைகளை பிறப்பித்துள்ளது ஊழ். ஒன்று தந்தையின் ஆணை. பிறிதொன்று அங்க மண்ணின் ஆணை. இரண்டையும் அவர் நிறைவேற்றட்டும். தன் தந்தைக்கு ஒரு மைந்தனையும் நாட்டுக்கு ஒரு மைந்தனையும் பெறட்டும்" என்றாள் பானுமதி.

"ஆம், அதுவே உகந்த வழி. இந்த அவையில் அதுவே எனது ஆணையும் கூட" என்றான் துரியோதனன். கைதூக்கி புன்னகையுடன் "எப்போதுமென அரசியின் சொல்லே இங்கு இறுதிச்சொல்லாக அமையட்டும்" என்றார் விதுரர். கர்ணன் திரும்பி பானுமதியின் முகத்தைப் பார்த்தான். அவள் விழிகளில் இருந்த சிரிப்பின் ஒளி அத்தனை தொலைவில் இருந்தே தெளிவுறத் தெரிந்தது. பெருமூச்சுடன் தலைவணங்கி "அவையை வணங்குகிறேன்" என்றான்.

விதுரர் அமைச்சரை நோக்க, அவர் நிமித்திகனை கைசுட்டி அழைத்து ஆணையிட்டார். நிமித்திகன் அறிவிப்பு மேடையிலேறி கையிலிருந்த கொம்பை முழக்கி "இந்த அவை இங்கு இச்சொற்களுடன் நிறைவடைகிறது" என்றான். "ஆம், அவ்வாறே ஆகுக!" என்று ஒரே குரலில் ஒலித்தது அஸ்தினபுரியின் பேரவை.

அவை விட்டு நீங்குகையில் விதுரர் அவனுக்குப் பின்னால் விரைந்து வந்தார். அவனது நீண்ட காலடிகளை எட்டிப்பிடிக்க அவர் ஓடுவது ஓசையில் தெரிந்தது. அதன் அணுகுதலைக் கேட்டு அவன் நின்றான். அருகே வந்து மெல்ல மூச்சிரைத்தபடி "உங்களுடன் பேச விழைந்தேன், அங்க நாட்டரசே" என்றார். "சொல்லுங்கள்" என்றான் கர்ணன். "இது எந்த உணர்வெழுச்சியினாலும் எடுத்த முடிவல்ல என்று எண்ணுகிறேன்" என்ற விதுரர் அவனை நோக்காது இடைநாழிக்கு அப்பால் தெரிந்த

தேர்முற்றத்தைப் பார்த்தபடி சொன்னார் "தந்தைக்கு அளித்த வாக்கென்று நீங்கள் அவையில் சொன்னது உண்மை. ஆனால் அது மட்டுமல்ல..."

கர்ணன் "இனி அதை விவாதித்து என்ன பயன்?" என்றான். "இல்லை. அதில் ஒன்றைச் சொல்லியாகவேண்டும்" என்றார் விதுரர். "தன் உறுதியின்மையாலோ தன்னைச் சார்ந்தவர்களின் உணர்வுகளுக்காகவோ அரசன் முடிவுகளை எடுக்கலாகாது. அரசனின் முடிவுகள் அனைத்தும் ஆற்றலிலிருந்தும் அச்சமின்மையிலிருந்தும் அசையாத உள்ளத்திலிருந்தும் வந்தாக வேண்டும்."

"ஆனால்..." என்று கர்ணன் பேசத் தொடங்கவும் "நான் அறிவேன். தாங்கள் அச்சத்தாலோ பெருவிழைவாலோ காமத்தாலோ அலைவுறுபவர் அல்ல. ஆனால் இவை அனைத்தாலும் அலைவுறுபவர்களைவிட அறத்தால் அலைவுறுபவர்களே மேலும் துயர்கொள்கிறார்கள். நிலையின்மையைப் பரப்புகிறார்கள். பேரறத்தான் நிலையற்றவன். அவன் மாளிகைகளின் மேல் வைத்த காற்றுமானியைப்போல. அவனது திசையை விண்ணுலாவும் காற்றுகள் முடிவெடுக்கின்றன" என்றார் விதுரர். கர்ணன் தலையசைத்தான்.

"மேலே நான் சொல்வதற்கு ஒன்றுமில்லை. குதிரைக்கு ஐந்தடியும் அரசனுக்கு எட்டடியும் பார்வை போதும் என்கின்றன நூல்கள். தன் குலஅறத்திலிருந்து கோல்அறம் வரைக்கும் எடுத்து வைக்கும் எட்டடி. அத்தொலைவுக்கு அப்பால் நின்றிருக்கும் பேரறம் அவனுக்கொரு பொருட்டல்ல. அதை ஞானியரும் யோகியரும் அறியட்டும். இந்த நிலையின்மை இனிமேலும் தொடர்ந்தால் அதன் விளைவு அங்க நாட்டுக்கே தீமையாகும்" என்றபின் விதுரர் அவன் தோளைத் தொட்டு "இத்துயருடன் நீங்கள் அரியணை அமர இயலாது அரசே" என்றார்.

கர்ணன் "அதை நானும் அறிவேன் அமைச்சரே" என்றான். விதுரர் "பெருங்கருணையால் நோயுற்றிருக்கிறீர்கள் நீங்கள். ஊழ் உங்களை வீழ்த்தியிருக்கலாம். அதன் மறுகையில் உள்ளதென்ன என்று நாமறியோம். விண்ணளவு தூக்குவதற்காக இவ்வீழ்ச்சியை அது நிகழ்த்தியிருக்கலாம். நீங்கள் உதிர்ந்த மரத்தின் முறிகாம்பு பாலூறிக் கொண்டிருக்கலாம்..." என்றபடி "இதற்கப்பால் ஒருசொல்லும் எடுக்கலாகாது என்றே என் உதடுகளுக்கு சொல்லிக்கொள்கிறேன்" என்றார்.

கர்ணன் அவர் விழிகளை ஒருகணம் நோக்கிவிட்டு திரும்பிக்கொண்டான். "நன்று. என் சொற்கள் உங்களுடன் இருக்கட்டும்" என்றபின் விதுரர் திரும்பினார். தலைவணங்கி "என் மேல் அன்புகொண்டு சொன்ன சொற்களுக்காக கடன்பட்டிருக்கிறேன் அமைச்சரே" என்றான். விதுரர் இரண்டடி எடுத்து வைத்து திரும்பியபின் "அங்க நாட்டரசே,

இச்செய்தியை இந்திரப்பிரஸ்தத்துக்கும் முறைப்படி அறிவித்துவிடுங்கள்" என்றார். கர்ணன் உடல் தசைகள் அனைத்தும் இறுக நின்று "ஆம்" என்றான். அவர் இடைநாழியை ஒட்டிய அமைச்சு அறைக்குள் சென்று மறையும் காலடி ஓசை கேட்டு இடைநாழியில் நின்றிருந்தான்.

சிவதர் வந்து வாயிலைத் தட்டும் வரை கர்ணன் சாளரக்கட்டையில் தலைசாய்த்து துயின்று கொண்டிருந்தான். நான்காம் முறை அவர் கதவைத்தட்டிய ஒலி கேட்டபோது விழித்துக்கொண்டு எழுந்து கண்களைத் துடைத்து "யார்?" என்றான். சிவதர் "நான்தான். அவை கூடியுள்ளது" என்றார். கர்ணன் அங்கு எப்படி வந்தோம் என்று சில கணங்கள் திகைத்தபின் நினைவு கூர்ந்து "ஆம், நெடுநேரமாயிற்று" என்று எழுந்தான். "மீண்டும் ஒருமுறை யவனமது அருந்தினேன் துயின்றுவிட்டேன்."

"தாங்கள் முகம் கழுவி இன்னீர் அருந்தி அவை புகுவதற்கே இனி நேரமிருக்கும்" என்றார் சிவதர். "ஆம். நான் முழுதணிக் கோலத்தில் இருக்கிறேன். இப்படியே அவை புக முடியும்" என்றபடி சால்வையை எடுத்து தன் தோளில் சுற்றியபின் நடந்தான். சிவதர் அவன் கண்களைப் பார்த்ததும் திரும்பி அப்பால் சுவரோடு ஒட்டி நின்றிருந்த முதிய செவிலியை நோக்கி "அரசியாரிடம் சொல்லுங்கள் அரசர் கிளம்பிச் செல்கிறார் என்று" என்றார். அவள் விழிகளைத் தாழ்த்தினாள்.

சிவதர் முன்னால் சென்ற கர்ணனை விரைந்த அடிகளுடன் சென்றடைந்து உடன் நடந்தார். கர்ணன் தலைகுனிந்து கைகளை பின்னுக்குக் கட்டி இடைநாழியில் குறடுகள் ஒலிக்க நடந்தான். அவன் தலையை அறைவது போல் எழுந்தெழுந்து வந்து கொண்டிருந்தன சம்பாபுரியின் தொல்மாளிகையின் உத்தரக்கட்டைகள்.

7

சம்பாபுரியின் அவைக்கூடம் கர்ணன் அங்கநாட்டரசனாக வந்தபின் புதிதாக கட்டப்பட்டது. மாமன்னர் லோமபாதரால் கட்டப்பட்ட பழைய அவைக்கூடம் முப்பத்தாறு தூண்களுடன் வட்டவடிவில் சிறியதாக இருந்தது. முதல் மாமன்னர் அங்கரின் காலத்திலிருந்து சம்பாபுரியின் அரசர்கள் அரண்மனையை ஒட்டிய ஆலமரத்தடியில் குடியினருடன் நிகரென தரையில் கால்மடித்தமர்ந்து அவையாடுவதே வழக்கம். லோமபாத மன்னரின் காலத்தில் மகத சக்ரவர்த்தி பிருஹத்ஷத்ரர் அங்கநாட்டுக்கு வருகை செய்ததை ஒட்டி மையப்பீடத்தில் அரியணை போடப்படும்வகையில் அமைந்த அந்த அவைக்கூடம் பத்மசபை என அழைக்கப்பட்டது.

கர்ணன் அங்கநாட்டுக்கு வந்ததும் மேலும் பெரிய அவைக்கூடத்தை வெளியே ஒழிந்துகிடந்த பெரிய குதிரைமுற்றத்தில் கட்ட ஆணையிட்டான். நூற்று எட்டு மரத்தூண்களுக்கு மேல் வளைந்த மூங்கில்களால் சட்டமிடப்பட்ட வண்டிக்கூரை கூட்டின்மேல் மரப்பட்டை வேயப்பட்ட கூரையும் பதினெட்டு நீள் சாளரங்களும் கொண்டது. முன்பு சம்பாபுரியின் பேரவையில் அந்தணரும் ஷத்ரியரும் வைசியரும் அன்றி பிறர் அவையமர முறையொப்புகை இருக்கவில்லை. உழவரும், சுமையாளரும், மீனவரும் குகரும் உள்ளிட்ட சூத்திரகுடிகள் அனைவருக்கும் இடமுள்ளதாக பேரவை ஒன்றை கர்ணன் அமைத்தான்.

அவ்வெண்ணத்தை முதலில் அங்கநாட்டு அவையில் அவன் சொன்னபோது சில கணங்கள் அவை திகைத்ததுபோல் அமர்ந்திருந்தது. கர்ணன் அந்த அமைதியைக் கண்டு திரும்பி அமைச்சரை நோக்கிவிட்டு “இது ஒன்றும் புதிய செய்தி அல்ல. முன்னரே மகதத்தின் அவையும்

அஸ்தினபுரியின் அவையும் அவ்வாறே அமைந்துள்ளன. துவாரகையின் அவையில் வேடர்குலங்களும் அயல்வணிகரும் நிஷாதர்களும்கூட இடம்பெற்றுள்ளனர்" என்றான்.

அவையின் எண்ண ஓட்டங்கள் விழிகளில் தெரிந்தன. புன்னகையுடன் "நான் சூதன் மகன் என்பதாக எண்ணுகிறீர்கள்" என்றதுமே கலைந்த ஒலியில் "இல்லை, அவ்வாறல்ல" என்று சொன்னார்கள். "ஆம். நான் அதை அறிவேன். நான் சூதன்மகன் என்பதால் சூத்திரர்களுக்கு உரிய அரசனாக இருப்பேன் என்று ஐயம் கொள்கிறீர்கள். இந்த அவையமர்ந்த முன்னோர்களைச் சான்றாக்கி ஒன்று சொல்வேன், குடிமக்கள் அனைவருக்கும் நெறிநின்று முறைசெய்யும் அரசனாக இருப்பேன்" என்றான். "ஆனால் என் கோல்கீழ் ஒருபோதும் சூத்திரரோ பிறரோ அயலவர் என்றும் கீழவர் என்றும் தன்னை உணரமாட்டார்."

ஹரிதர் அவையின் உளக்குறிப்பைப் புரிந்துகொண்டு "நானே இதை இந்த அவையில் முன்வைக்க வேண்டுமென்று இருந்தேன் அரசே" என்றார். "ஏனெனில் மகதம் நமக்கு பெரும் அச்சுறுத்தலாக எழுந்து வந்து கொண்டிருப்பதை தாங்கள் அறிவீர்கள். யானையின் அருகே முயல் போல அங்கம் இன்று மேய்ந்துகொண்டிருக்கிறது. மகதமோ மேலும் மேலும் அசுர குலங்களையும் தொலைதூரத்து அரக்கர் குலங்களையும் நிஷாதர்களையும் மச்சர்களையும் தன்னுடன் சேர்த்துக்கொண்டு வீங்கிப் பெருக்கிறது. இங்கு இன்னும் நாம் பழங்கால ஷத்ரிய அவை நெறிகளை பேணிக்கொண்டிருந்தோம் என்றால் நம் குடிகளிலேயே மகதத்திற்கு ஆதரவானவர்கள் பெருகக்கூடும்."

அவை அச்சொற்களை ஒரு சிறு நடுக்கத்துடன் பெற்றுக்கொண்டதைக் காணமுடிந்தது. "இங்குள்ள சூதர்களுக்கும் சூத்திரர்களுக்கும் நிஷாதர்களுக்கும் இதுவும் அவர்கள் அவையே என்ற எண்ணம் வந்தாக வேண்டும். இதை தாங்கள் செய்யவேண்டுமென்பதே மூதாதை தெய்வங்களின் எண்ணம் போலும்" என்றார் ஹரிதர். "இது ஒரு தருணம். இதைத் தவறவிட்டால் மேலும் பழிபெருகும். தாங்கள் இங்கே சொன்னதைப்போல தாங்கள் சூதர்மகன். இங்குள்ள அடிநிலையர் தங்களில் ஒருவராக உங்களை எண்ணுகிறார்கள். தாங்களும் இதைச்செய்யவில்லை என்றால் இனி அது இங்கே நிகழப்போவதில்லை என்ற கசப்பே எஞ்சும்."

அந்த வலுவான கூற்றை மீறிச்செல்ல அவையினரால் முடியவில்லை. வைதிகரான விஷ்ணுசர்மர் "ஆனால் சூத்திரர் அவை புகுந்தால்..." என்று தயங்கினார். கர்ணன் "கூறுங்கள் வைதிகரே, தங்கள் கூற்று மதிப்புடையதே" என்றான். "சூத்திரர் ஏன் அவை புகக்கூடாது என்று

முன்னர் சொன்னாரென்றால் அவர்களின் குடிகளின் எண்ணிக்கை மிகுதி. குடிக்கொரு உறுப்பினர் என்று இங்கு அமரச்செய்தாலும் அவையை அவர்களே நிறைப்பர். இங்கு அவர்களின் குரலே மேலோங்கி ஒலிக்கும்" என்றார் விஷ்ணுசர்மர். "மேலும் ஒன்றுண்டு. இதுகாறும் அவர்கள் அரசநெறிகளில் ஈடுபட்டதில்லை என்பதால் அது குறித்த அறிமுகமோ, இனிமேல் கற்றுத் தெளியும் நூற்பயிற்சியோ, கொண்ட நிலை பிறழா உறுதியோ அவர்களுக்கு இருக்க வாய்ப்பில்லை."

கர்ணன் மறுமொழி சொல்வதற்குள் ஹரிதர் "நன்று சொன்னீர் வைதிகரே, அவை அனைத்தையும் நாம் கருத்தில்கொண்டாகவேண்டும்" என்றார். "ஆனால் இவை இன்றுள்ளனவா என்று பார்ப்பதைக் காட்டிலும் இவற்றை எவ்விதம் களைவது என்பதே நமக்கு முதன்மையானது. மகதத்திலும் இந்திரப்பிரஸ்தத்திலும் அனைத்து குலங்களும் அடங்கிய பேரவைகள் எங்ஙனம் செயல்படுகின்றன என்று பார்த்தாலே அதற்கான விடை கிடைத்துவிடும். அதைச் செய்வோம். நாமொன்றும் புதிதாக எதையும் தொடங்கவில்லை" என்றபின் பிறர் மறுமொழி பேசுவதற்குள் "மகதத்தின் உயர்குடிகள் தங்கள் கீழ்க்குடிகளை பயிற்று எடுக்கமுடியும் என்றால் நம்மால் மிக எளிதாக முடியும். நாம் நம் அறத்திறனால் மேலும் நல்லெண்ணத்தை ஈட்டியவர்கள். நம் முன்னோர் காலம் முதலே கீழ்க்குடிகள் நம்மை தந்தையரென எண்ணிவருபவர்கள்" என்றார்.

அவையினரில் சிலர் பேச விரும்பி, அறியாது அதற்கான உடலசைவை உருவாக்கினர். ஆனால் ஒட்டுமொத்தமாக அவையினருக்கு அவர்கள் எழுப்பும் அனைத்து ஐயங்களுக்கும் ஹரிதர்தான் மறுமொழி சொல்லப்போகிறார் என்பது தெளிவானது. எனவே மேற்கொண்டு குரல்கள் எழவில்லை. ஹரிதர் புன்னகைத்து தலைவணங்கி "பேரவையில் மறுபடியும் வினாக்கள் எழாதது அது உளஒப்புதலை அளித்துள்ளதையே காட்டுகிறது அரசே" என்றார். கர்ணன் அவரை திரும்பி நோக்கிவிட்டு. "அல்லது, சொல்லத்தயங்கியவர் எவரேனும் இருந்தால் எழுந்து உரை எடுக்கலாம்" என்றான்.

அவையில் பலரிடம் எழப்போகும் உடல் அசைவுகள் எழுந்தாலும் எவரும் எழவில்லை. கர்ணன் "நான் மகதத்தின் அவை நடப்புகளை நன்கு கற்றறிந்துளேன். அவையை முன்னவை பின்னவை என்று அவர்கள் இரண்டாகப் பிரித்துள்ளார்கள். முன்னவையில் நூலறிந்த வைதிகரும் போர்முகம்கொள்ளும் ஷத்ரியரும் கருவூலத்தை நிறைக்கும் வைசியரும் அமர்ந்திருப்பார்கள். பின்னவை சூத்திரர்களுக்குரியது. அவர்களின் உட்குலம் ஒன்றுக்கு இருவர் என இங்கு உறுப்பினர் அமர்ந்திருப்பார்கள். இறுதி முடிவெடுக்கையில் குலத்திற்கு ஒரு கருத்தே கொள்ளப்படும்" என்றான்.

“ஆம், அது நன்று” என்றார் பெருவணிகரான சுருதசோமர். வைதிகரான சுதாமர் “எனினும் ஒரு வினா எஞ்சியுள்ளது. இங்கு நடப்பது அவர்களுக்குப் புரியவேண்டுமல்லவா?” என்றார். “வைதிகரே, அத்தனை குலங்களும் தங்களுக்குரிய குலநடப்புகளையும் அவைமுறைமைகளையும் நெறிகளையும் கொண்டுள்ளன. ஒவ்வொரு குலமும் ஒரு சிறு அரசே. எனவே முதல் சில நாட்களுக்குள்ளேயே அரசுசூழ்தலை அவர்கள் கற்றுக்கொள்வார்கள். இங்கு நடப்பது எதுவும் அவர்களுக்கு அயலாகத் தோன்றாது. மகதத்தின் அவையில் மலைவாழும் அரக்கர் குலத்து உறுப்பினர்கூட அமர்ந்திருக்கிறார்கள். அவர்கள் அறியாத அரசுசூழ்தல் ஏதும் அங்கு இல்லை” என்றான் கர்ணன்.

முதியவரான பிரீதர் எழுந்து “ஆனால் எந்த மொழியில் இங்கு அவைசூழப் போகிறோம்? தெய்வங்களுக்கு உகந்த செம்மொழியிலென்றால் இங்குள்ள சூத்திரர்கள் அம்மொழி பேசுவார்களா?” என்றார். கர்ணன் பேச நாவெடுப்பதற்குள் ஹரிதர் “சிறந்த வினா அது, பெருவணிகரே” என்றார். “இங்கு விவாதங்களனைத்தும் அங்க நாட்டு சம்பா மொழியில் நிகழட்டும். அவற்றை வைதிகர் உயர் செம்மொழியில் தொகுக்கட்டும். ஆணைகள் செம்மொழியில் இருக்கட்டும். அவ்வாணைகளை சம்பாமொழியில் சூத்திர குலங்களுக்கு அளிப்போம். அவ்வழக்கம் ஏற்கெனவே இங்குள்ளது.”

அவையில் வணிகர் பகுதியில் மெல்லிய கலைந்த பேச்சொலி எழக்கண்டு ஹரிதர் அத்திசை நோக்கித் திரும்பி “இன்றுவரை வணிகத்திற்கு உகக்காத குலமுடிவுகளை சூத்திரர்கள் தங்கள் அவைகளில் எடுப்பது வழக்கமாக உள்ளது. அரசாணைகளால் அவர்களை நாம் கட்டுப்படுத்தி வந்தோம். அவ்வாணைகள் பெரும்பாலும் ஏட்டிலேயே இருக்கும். ஏனென்றால் ஏடருகில் போர்வாள் இருந்தால் மட்டுமே அவை செல்லுபடியாகும். அது எப்போதும் இயல்வதல்ல. இங்கு அவைகூடி அவர்களும் சேர்ந்து அவ்வாணைகளைப் பிறப்பித்தால் அக்குலங்களும் அவ்வாணைகளை ஏற்றாக வேண்டும். ஏனென்றால் அவை அவர்கள் தங்களுக்குத் தாங்களே இடுபவை. வணிகர்களுக்கு மிக உகந்தது அவர்கள் இங்கு அவையமர்வது” என்றார்.

வணிகர்களுள் ஒருவர் “ஆம், இங்கு உள்ளதைவிட மகதம் வணிகர்களுக்கு உகந்த நெறிகளைக் கொண்டுள்ளது” என்றார். இன்னொருவர் “அங்கே நாங்கள் அரசரிடமே அனைத்தையும் பேசிக்கொள்ளலாம். அவையேற்பு நிகழ்ந்தால் மட்டும்போதும். குடிகள்தோறும் சென்று அவர்களைப் பணியவேண்டியதில்லை” என்றார்.

வைதிகர்களின் முகம் மாறுபடுவதை கர்ணன் கண்டான். ஹரிதர் “இப்போது சூத்திரக்குலங்களில் முறையான வேள்விகள் எதுவும்

நிகழ்வதில்லை. அவர்களின் குலச்சடங்குகளுடனே நின்றுவிடுகிறார்கள். இங்கு குலத்தலைவர்களாக வருபவர்களுக்கு அரசுமுறையாக தலைப்பாகை கட்டும் உரிமையை அளிப்போம். செங்கோல் ஏந்தும் பொறுப்பையும் அளிப்போம். அதன்பின் அவர்களும் அரசர்களே. அவர்களின் குடிவாழும் சிற்றூர்தொகை வைதிகநோக்கில் ஓர் அரசே. அவர்கள் சிறிய அளவிலேனும் வேள்விகளைச் செய்தாக வேண்டும்" என்றார்.

வைதிகர்களின் முகங்கள் மாறுவதைக் கண்டு கர்ணன் புன்னகையுடன் ஹரிதரை பார்த்தான். ஹரிதர் சிரிப்பு ஒளிர்ந்த விழிகளால் அவனைப் பார்த்துவிட்டு "படைக்குலத்தாருக்கு மாற்றுக் கருத்து இருக்காதென்றே நினைக்கிறேன்" என்றார். ஷத்ரிய தரப்பிலிருந்து பலர் எழப்போனாலும் அவர்களின் தலைவராகிய முதியபடைத்தலைவர் கருணகர் கசப்பு படிந்த புன்னகையுடன் "சுற்றி வளைத்துவிட்டீர் ஹரிதரே. உங்களை அமைச்சராக அடைந்த அரசர் நல்லூழ் கொண்டவர்" என்றார். ஹரிதர் புன்னகைத்தார். "அவை முடிவெடுத்துவிட்டது. நான் இங்கு சொல்லெடுக்க இனி ஏதுமில்லை. எங்கள் வாள்களும் வேல்களும் அரியணைக்கு கட்டுப்பட்டவை" என்றார் கருணகர்.

"ஆம். அவை முடிவெடுத்துவிட்டது" என்றபின் ஹரிதர் திரும்பி கர்ணனிடம் "தங்கள் ஆணை" என்றார். "இந்த சிற்றவையில் அனைவரும் முறைமைப்படி அமர இடம் இருக்காது. அருகே ஒரு பெரிய அவைக்கூடத்தை அமைப்போம்" என்றான் கர்ணன். அவை கலைந்த குரலில் அதை ஆதரித்தது. "இந்த அவை ஏற்ற எண்ணங்கள் அரசாணையாகின்றன. அவை இந்த அவையையும் இதனால் ஆளப்படும் அங்கநாட்டையும் இங்குள்ள குடிகளையும் இனிவரும் கொடிவழிகளையும் கட்டுப்படுத்தும். ஆம் அவ்வாறே ஆகுக!" என்றார் ஹரிதர். கையசைத்து ஆணைகளை எழுதும்படி ஓலைநாயகங்களுக்கு ஆணையிட்டார்.

அந்த அரசாணை சம்பாபுரியின் மக்களை திகைக்க வைத்தது. தெருக்கள்தோறும், அங்காடித்திண்ணைகள் அனைத்திலும், இல்லங்களிலும், பள்ளியறைகளிலும்கூட சில நாள் அதுவே பேச்சென இருந்தது. "இனி இச்சூத்திரத்தலைவர்கள் பல்லக்கில் ஏறி தலைப்பாகையும் கோலும் ஏந்தி நம் தெருக்களில் செல்வார்கள் போலும்" என்றார்கள் உயர்குடிகளின் மூத்தோர். "இப்போதே அவர்களிடம்தான் பொருள் சென்று சேர்ந்துகொண்டிருக்கிறது. இனி அப்பொருளை படைக்கலமாகவும் மாளிகைகளாகவும் மாற்றிக்கொள்வார்கள். அதன்பின் சொல் நம்மிடம் இருந்து அவர்களுக்குச் செல்லாது. அவர்களிடமிருந்து நமக்கு வரும்" என்றனர் ஷத்ரியர்.

ஆனால் வைசியர் அச்செய்தியால் ஊக்கமடைந்தனர். “இங்கு வரும் அனைத்துக் குலங்களிடமிருந்தும் அவர்கள் ஊர்களில் முழுமையாக வணிகம் செய்வதற்கான வெண்கலப்பட்டயத்தை நாம் பெற்றுக்கொள்ளவேண்டும்” என்றார் கடைத்தெருவின் பேச்சவையில் முதிய வணிகரான சுபகர். “அவர்களின் பொருள்மாற்று வணிகத்திற்கான பொருள்மதிப்புகளை வரையறை செய்யவேண்டும். அவர்களின் நாணயமாற்றை முறைப்படுத்தவேண்டும்.” வணிகரான ஷிப்ரர் “நமக்கு அவர்கள் வாய்ப்பளித்தால் நாமே அனைத்தையும் வகுத்தளிக்கமுடியும்” என்றார். “நமக்குத்தேவை உள்ளே செல்வதற்கான ஒப்புதல். நம்மை வெளியேற்றுவது அவர்களின் பொறுப்பு” என்றார் மெலிந்த வணிகரான குசிகர். கூடியிருந்தவர்கள் நகைத்தனர்.

சூத்திரர் குலங்களில் அந்த அரசறிவிப்பு கர்ணன் நினைத்ததுபோல ஒற்றைப்பெருங்குரலில் வரவேற்கப்படவில்லை. ஐயங்களும் மாற்றுக்கருத்துகளுமாக பல மாதங்கள் சொற்கள் அலையடித்தன. ஒவ்வொரு குலமும் அரசின் அவையில் தங்களுக்குரிய இடம் எதுவாக இருக்கும் என்று ஐயுற்றன. பிற குலங்களுக்கு மேலாக ஓர் இடம் என்பதே அவர்கள் எண்ணத்தில் இருந்தது. ஆனால் அப்பிற குலங்களின் பெயர்களைக்கூட அவர்களால் முழுமையாக சொல்ல முடியவில்லை. “நாங்கள் மாமன்னர் அங்கரின் காலத்திற்கு முன்னரே இங்கு குடியேறி நிலம்திருத்தி கழனி சமைத்து கூலம் கொண்டவர்கள். எங்கள் அடுமனைபுகை கண்டு வந்தவர்கள் பிறர். எங்களுக்கான தனி இடம் அவையில் அமையும்போது மட்டுமே நாங்கள் வரமுடியும். எந்நிலையிலும் மேழிக்கூட்டத்தார் எங்களுக்கு நிகராக அவையமரக்கூடாது என்றனர் ரிஷப கூட்டத்தினர்.

“நாங்கள் இங்கு வரும்போது ரிஷப கூட்டத்தினர் பன்னிரு சிறு வயல்களுடனும் ஏழு கன்றுகளுடனும் ஈச்ச ஓலைக் குடில்களில் வாழ்ந்தார்கள். நாங்கள் ஆயிரத்தெட்டு கன்றுகளுடனும் அவற்றுக்குரிய மேழிகளுடனும் இங்கு வந்தோம். அவர்கள் மேழி பிடிக்கக் கற்றுக்கொண்டதே எங்களிடமிருந்துதான் என்றனர் மேழிக்கூட்டத்தினர். “இன்று எங்களிடம் விதைநெல் வாங்கி விதைப்பவர்கள் ரிஷபர்கள். எங்கள் அவைகளில் நின்றபடியே பேசும்தகுதியே அவர்களுக்குரியது. அவையமர்வதென்றால் அவர்களுக்கு முன்னால்தான். இல்லையெனில் நாங்கள் அங்கர்களே அல்ல.”

“குகர்கள் ஒருபோதும் மீன் பிடிப்பதில்லை. ஆற்றில் படகோட்டுவதினாலே நாங்கள் மச்சர்களுக்கு நிகரானவர்கள் அல்ல” என்றனர் குகர்கள். “மீன்கொளல் என்பது வேட்டை. உயிர்க்கொலைசெய்தல். அவர்களுக்குரிய இடம் மலைவேடர்களுக்குரியது. அதை அரசு ஏற்கட்டும்,

அவையமர்தலைப்பற்றி பேசுவோம்." ஆனால் மச்சர்கள் "மீன்பிடித்தல் வேறு, வேட்டை வேறு. வேட்டையாடும் வேடர்கள் எண்ணவும் சொல்லவும் அறிந்த உயிர்களைக் கொன்று பழிசூழ்பவர். மீன்களோ விழிகள் மட்டுமே கொண்டவை. எனவே எங்களுக்கு கொலைப்பாவம் இல்லை. நாங்களிருக்கும் அவையில் வேடர்கள் நிகரென அமர்ந்தால் எங்கள் மூதாதையருக்கு மறுமொழி சொல்ல இயலாது" என்றனர்.

ஒவ்வொரு நாளும் ஒவ்வொரு குலத்திலிருந்து உறுப்பினர்கள் வந்து கர்ணனைக் கண்டு தங்கள் குலமேன்மையையும் குடிவரலாற்றையும் தெரிவித்துக் கொண்டிருந்தனர். திகைத்துப் போய் அவன் ஹரிதரிடம் "என்ன செய்வது? தேனீக்கூட்டை கலைத்துவிட்டோம் போலிருக்கிறதே" என்றான். "இவர்கள் எவரும் பிறரை ஒப்புக்கொள்ள சித்தமாக இல்லை. ஓர் அவையில் இவர்களை அமரவைப்பதும் எளிதானதல்ல. ஒவ்வொருவரும் தங்கள் பின் உள்ள ஒருவரைவிட மேலானவராகவும் மேலே உள்ள ஒருவருக்கு நிகரானவர்களாகவும் காட்டிக்கொள்ள முயல்கிறார்கள். இவர்களைக்கொண்டு ஓர் அவையை அமைப்பது இயலுமென்றே தோன்றவில்லை."

"ஆம். ஆனால் அது இயல்பு. பாரதவர்ஷத்தின் எந்தப்போர்க்களத்திலும் மனிதர்கள் ஒன்றாக நிற்பதில்லை, ஒன்றாக இறப்பதில்லை" என்றார் ஹரிதர். "நாம் நூறாயிரம் குலங்களின் பெருந்தொகை" என்றான் கர்ணன். "ஆம், ஆனால் மிக எளிதாக இச்சிக்கலைக் கடந்து செல்லமுடியும்" என்றார் ஹரிதர். "அதற்கு தொன்று தொட்டே நூல்கள் காட்டிய வழிகள் உள்ளன. வைதிகரின் குலமே அதன் பொருட்டு உருவாக்கப்பட்டதுதான்."

கர்ணன் அவரையே நோக்கிக் கொண்டிருந்தான். புன்னகையுடன் அவர் சொன்னார் "இங்கு ஒவ்வொருவரும் தேடி வருவதிலிருந்து நாம் அறிவது ஒன்றுண்டு. அத்தனை பேரும் இங்கு அவையில் அமர விழைகிறார்கள். அதைவிட குறிப்பானதொன்றுண்டு. ஒவ்வொருவரும் தங்கள் சார்பில் அவையமர்பவர் எவர் என்று முடிவெடுத்து அனுப்பியிருக்கிறார்கள்."

திகைப்புடன் சிரித்து "ஆம்" என்றான் கர்ணன். "இங்கு ஒருமுறை வந்தவர்கள் இனி அவையில் தங்களுக்கு இடம் தேவையில்லை என்று முடிவெடுக்க மாட்டார்கள். அத்தனை பேரிடமும் இருக்கும் பதவி விருப்பை நாம் பயன்படுத்திக்கொள்ள முடியும்" என்று ஹரிதர் தொடர்ந்தார். "கூடையில் இட்ட பொருட்களை குலுக்கினால் அவையே ஒன்றுடன் ஒன்று முட்டிமோதி புகுந்தும் விலகியும் தங்கள் இடங்களை அமைத்துக்கொள்ளும். அதற்குரிய காலத்தை அளிப்பதே நமது பணி."

ஹரிதரின் ஆணைப்படி முந்நூற்றி எட்டு வைதிகர்கள் அடங்கிய பெருங்குழு ஒன்று அமைக்கப்பட்டது. சம்பாபுரியின் வெளிமுற்றத்தில்

ராஜ்யஷேம வேள்வி ஒன்று இயற்றப்பட்டு அதன் அவியுணவு சூத்திரர்களுக்கும் அனைத்துக் குலங்களுக்கும் என இணையாக பகுக்கப்பட்டது. அந்த வேள்வியன்னத்துடன் வைதிகர்கள் சூத்திரக் குடிகளின் தலைவர்களைத் தேடிச் சென்றனர். கர்ணன் "இது எங்ஙனம் அமையும் என்று ஐயம் கொள்கிறேன் அமைச்சரே" என்றான். ஹரிதர் "ஆரியவர்த்தம் இவ்வண்ணம் அமைந்து வந்ததற்கு ஒரு வழிமுறை உள்ளது. பல்லாயிரம் ஆண்டுகளாக இந்த நதி தன் பாதையைக் கண்டடைந்துள்ளது. ஆற்றுக்கு வழிசொல்லவேண்டியதில்லை, கரைகட்டினால் போதும்" என்றார்.

மூன்று மாதங்களுக்குள் அவர் விழைந்ததே நடந்தது. அத்தனை சூத்திரக்குலங்களின் குலதெய்வங்களும் வைதிக ஒப்புதல்கொண்டன. அவற்றுக்கு தொன்மங்கள் வகுக்கப்பட்டு சூதர்களால் பாடப்பட்டன. விஷ்ணுவும் சிவனும் பிரம்மனும் தேவியரும் அவர்களுடன் ஆடினர். அக்கதைகளின்படி அவர்களில் எவர் மேலோர் எவர் கீழோர் என்று உறுதிப்பட்டது. குலத்திற்கொரு வேள்வி முறைமை பிறந்து அதை இயற்றும் வேதியர் குலமும் உறுதியாயிற்று. சம்பாபுரியில் கர்ணன் நுழைந்த முதல் வருட நிறைவன்று ஒருங்கிய பெருவிழாவில் சூத்திரர் குலங்கள் அனைத்தையும் அவைக்கு வரவழைத்தான். அவற்றின் குடித்தலைவர்கள் தலைப்பாகையும் வாளும் சால்வையும் பல்லக்கில் ஏறும் உரிமையும் அளிக்கப்பட்டு குலக்குறியும் பட்டமும் கொண்டனர்.

அவர்களின் குலங்களுக்கு முன்னரே இருந்த அடையாளங்களை ஒட்டி அப்பெயர்கள் அமைந்தன. பல்லி குலத்தோரும் ஆமை குலத்தோரும் காளை குலத்தோரும் மேழி குலத்தோரும் அந்தப் பட்டங்களை அரசாளும் உரிமை என்றே புரிந்து கொண்டனர். "உண்மையிலேயே அவை அரசுகள்தான்" என்றார் ஹரிதர். "இருபுறமும் கூர்மை கொண்ட வாளென்று அதைச் சொல்வார்கள். நாமளிக்கும் பட்டத்தைக்கொண்டு தங்கள் குலத்தை முழுமையாக அவர்கள் கட்டுப்படுத்துவார்கள். பட்டத்தை அளித்தமைக்காக நமக்கு நன்றியுடன் இருப்பார்கள். ஒரு தருணத்திலும் நமக்கெதிராக ஒருசொல்லையும் அவர்கள் சொல்ல முடியாது. ஏனென்றால் அப்படி சொன்னால் அவர்களை அரசராக்கிய நம் சொல்லை மறுத்தவர்கள் ஆவார்கள். நம் ஆட்சியை மேலும் மேலும் உறுதியாக்குவது அவர்களின் கடமை. இல்லையேல் அவர்கள் உறுதிகொள்ளமுடியாது."

கர்ணன் நகைத்து "இத்தனை எளிதானது இது என்று நான் எண்ணியிருக்கவில்லை அமைச்சரே" என்றான். ஹரிதர் "அரசுசூழ்தலில் புதிய சிக்கல் என்றும் புதிய விடை என்றும் ஏதுமில்லை. இதுவரை என்ன நிகழ்ந்ததென்று பார்த்தாலே போதும்" என்றார். கர்ணன்

“இந்த வழியை முன்னரே முந்திய அரசரிடம் உரைத்திருந்தீர்களா ஹரிதரே?” என்றான். “இல்லை...” என்றார் ஹரிதர். “அமைச்சர் எந்த அரசுமுறை மாற்றத்தையும் தானே உரைக்கலாகாது என்பது முன்னறிவு. ஏனெனில் அரசனிடமிருந்து வராத எந்த எண்ணத்தையும் அரசன் முழு நம்பிக்கையுடன் ஏற்பதில்லை. மெல்லிய ஓர் எண்ணம் அரசன் உள்ளத்தில் எழுந்தால் அதை வளர்த்து பல்லாயிரம் கை கொண்டதாக ஆக்கலாம். அதையே நானும் செய்தேன்” என்றார்.

சித்திரை முழுநிலவு நாளில் சம்பாபுரியின் அனைத்து குலங்களும் அமர்ந்த பேரவை கூடியபோது அது சதுப்பு நிலத்தில் பறவைக்கூட்டம் போலிருந்தது. அமர்ந்திருந்தவர்கள் வெளியே எழுந்து சென்றனர். சென்றவர்கள் தங்கள் உற்றாரை கூட்டிக்கொண்டு வந்தனர். பிறர் இருக்கைகளில் ஓடிச்சென்று அமர்ந்தனர். அவர்களை எழுப்பி அவற்றுக்குரியோர் கூச்சலிட்டனர். கேலிப் புன்னகையுடன் ஷத்ரியர் அவர்களை திரும்பி நோக்கிக்கொண்டு அமைதியாக இருந்தனர். வணிகர்கள் ஒருவருக்கொருவர் மென்குரலில் பகடியுரைத்து சிரித்தனர். மெல்ல மெல்ல குலங்களுக்குள் பூசல் தொடங்கியது. முதன்மை இருக்கையில் அமர்ந்திருந்தவர்கள் பின்பக்கம் திரும்பி நோக்கி ஏளனச் சொற்களை உதிர்க்க, அங்கிருந்து அவர்கள் தங்கள் கோல்களுடன் முன்னால் கிளம்பிவந்தனர். வசைகளும் அறைகூவல்களும் வலுத்தன.

ஓசைகள் உரக்கத் தொடங்கியதும் ஷத்ரியர்கள் வினாவுடன் ஹரிதரை பார்த்துக்கொண்டே இருந்தனர். “அவர் நம்மை நோக்கிக் கண்காட்டட்டும். இன்றே சூத்திரர் அவையாட்சி முடிவுக்கு வரும்” என்றார் ஒருவர். “அதைத்தான் ஹரிதர் விழைகிறாரோ?” என்றார் இன்னொருவர். வணிகர்கள் அஞ்சத் தொடங்குவது தெரிந்தது. ஹரிதர் திரும்பி வைதிகர்களை நோக்கி “உத்தமர்களே, தாங்கள் அவையொழுங்குகளை அவர்களுக்குக் கற்பிக்கவில்லை போலிருக்கிறதே” என்றார். அதுவரை அவ்வாறு எண்ணிப்பார்த்திராத வைதிகர் தலைவர் விஷ்ணுசர்மர் “ஆம் அமைச்சரே, முன்னரே சொல்லியிருந்தோம். மறந்துவிட்டனர்” என்றார்.

சூத்திரர்களின் அந்த ஒழுங்கின்மை தங்களுக்குத் திறனில்லை என்பதை அவைக்குக் காட்டுமென்று வைதிகர்கள் அவரது பதற்றத்திலிருந்து புரிந்துகொண்டனர். அவர் ஆணையிடுவதற்குள்ளாகவே அவர்கள் எழுந்து தங்களுக்குரிய சூத்திரத்தலைவர்களிடம் சென்று மெல்லிய குரலில் புகழ்மொழிகளைக் கூறி அதனூடாக நெறிகளை அறிவுறுத்தினர். சற்றுநேரத்தில் அவை அடங்கி மெல்லிய முனகல்களும் அவ்வப்போது எழும் தும்மல்களும் சிரிப்புகளுமாக சீர்கொண்டது.

கர்ணன், சூதர் இசை முழக்க சேடியர் மங்கலம் ஏந்தி முன்னால் வர கொம்பும் குழலும் கட்டியம் கூற அவைக்குள் நுழைந்தபோது ஒற்றைப்பெருங்குரலில் வாழ்த்தொலி எழுப்பி அவனை வரவேற்றது அவை.

வைதிகர் கங்கை நீர் தெளித்து தூய்மைப்படுத்திய செம்பட்டுப் பாதையில் நடந்து புதிதாக அமைக்கப்பட்ட அரியணை மேடை மீது மாமன்னர் லோமபாதர் அமர்ந்த அரியணையில் வெண்கொற்றக் குடைக்கீழ் அவன் அமர்ந்தான். தன் முன் நிறைந்திருந்த அவையைப் பார்த்தபோது முதன்முறையாக தன்னை அரசன் என்று உணர்ந்தான்.

8

அவைக்கூடத்திற்குள் கர்ணன் நுழைந்தபோது அவை கடலலை எழுவதுபோல எழுந்தது. எப்போது எழுவது என்று அவையினருக்கு தெரியாதாகையால் முன்வரிசை எழக்கண்டு பின்வரிசையினர் எழுந்தனர். முன்வரிசை அமரக்கண்டு பின்வரிசை அமர்ந்தபோது சென்ற அலை திரும்பிவந்தது. அஸ்தினபுரியின் அவை தடாகத்தில் நீர் எழுவதுபோல எழும். சீராக, அமைதியாக. வாழ்த்தொலிகள் கலைந்த பறவைக்கூட்டம் போல ஒலித்தன.

வைதிகர் வேதம் ஓதி கங்கைநீர் தெளித்து வாழ்த்த, முதுவைதிகர் அவனை அழைத்துச்சென்று அரியணையில் அமரச்செய்தார். குலமூத்தோர் இருவர் தொட்டு எடுத்த மணிமுடியை அவன் சூடிக்கொண்டான். அமைச்சர் ஹரிதர் அளித்த செங்கோலை வலக்கையில் வாங்கிக்கொண்டான். அரியணைக்குமேல் வெண்குடை எழுந்தது. அவை அரிமலர் தூவி அவனை வாழ்த்தியது. அவையினர் அவனை வாழ்த்திக் குரலெழுப்ப மங்கல இசை உடன் இழைந்தது.

அவைமுறைப்படி வைதிகர்களுக்கு மங்கலக்கொடை அளித்தபின் அவன் அவையை வணங்கி "இந்த மங்கல நாளில் இந்த அவையமர்ந்து நெறிபேணிய பெருமன்னரின் விண்ணுரைகள் இங்கே சூழ்வதாக! அறம் காக்கும் தெய்வங்கள் நமக்கு அருள்வதாக! நிலையழியாத சொற்கள் நம் நெஞ்சில் நிறைவதாக!" என்றான். "ஆம், அவ்வாறே ஆகுக!" என்று அவை ஒத்துரை கூறியது. கர்ணன் உடலை எளிதாக்கி கால்களை நீட்ட அவன் செங்கோலை ஏவலன் பெற்றுக்கொண்டான்.

குடிப்பேரவை அமைந்த சில நாட்களுக்குள்ளேயே குடித்தலைவர்கள் அனைவரும் அரசவை எப்படி செயல்படும் என்று அறிந்துவிட்டனர்.

அவர்களின் குடியவைகள் எப்படி நிகழுமோ அதைப் போலத்தான். அதாவது அங்கு ஒன்றுமே நிகழவில்லை. ஹரிதர் முன்னரே எடுத்த முடிவுகளை வினாக்களாக மாற்றி அவைமுன் வைத்தார். அவையின் முன்நிரையில் அமர்ந்திருந்த சிலர் அவற்றை எவ்வகையிலும் புரிந்துகொள்ளாமல் சில வினாக்களை கேட்க, மிகச் சிறந்த வினாக்கள் என்று அவற்றைப் பாராட்டி சுற்றிவளைத்துச்செல்லும் விளக்கமொன்றை அளித்தார். அவற்றுக்குமேல் சொல்லெடுக்க இயலாது அனைவரும் அமர்ந்திருக்கையில் அந்த அவை அவற்றை ஏற்றுக்கொண்டதாக ஹரிதர் அறிவித்தார். கர்ணன் கையசைத்ததும் அவற்றை திருமுக எழுத்தர்கள் ஓலைகளில் எழுதிக்கொண்டனர். அரசாணைகளாக அச்சொற்கள் அவை கலையும் முன்னரே வெளியிடப்பட்டன.

ஆணைகளின் எழுத்து வடிவங்கள் ஒவ்வொரு குடித்தலைவருக்கும் ஓரிரு நாட்களுக்குள் வந்து சேர்ந்தன. அவற்றை அவர்கள் தங்கள் குடிகளுக்கு அரசாணைகளாகக் கொண்டுசேர்த்தனர். முன்னரும் அப்படித்தான் அரசாணைகள் வந்துகொண்டிருந்தன. இப்போது தாங்களே அவ்வாணைகளை விடுத்ததாக அவர்களால் குடிகளிடம் சொல்லிக்கொள்ளமுடிந்தது. ஓலைகளின் மறுவடிவங்களில் அக்குடித்தலைவர்களே அரசமுத்திரையுடன் கைச்சாத்திட்டனர். அந்த ஓலைகள் தொடக்கத்தில் அவர்களுக்கு பெரும் கிளர்ச்சியை அளித்தன. பின்னர் அவை இயல்பாக ஆயின. அவை மறுக்கப்படுகையில் அவர்கள் சினம்கொண்டெழுந்தனர்.

ஓரிரு மாதங்களுக்குள்ளேயே மாதம் ஒருமுறை கூடும் சம்பாபுரியின் அரசப்பேரவை ஓசையேதுமின்றி பெரும்பாலும் அரைத்தூக்க நிலையிலேயே இருக்கத் தொடங்கியது. அவையில் எவர் எழுந்து பேசுவார் என்பதும் எவர் எவரை மறுப்பார் என்றும் அனைவருக்கும் தெரிந்திருந்தது. சிலர் என்ன சொற்களை சொல்வாரென்பதே அறிந்ததாக இருந்தது. அவர்களும் தவறாமல் அச்சொற்களைப் பேசி அவையை முன்னெடுத்தனர். அவர்கள் பதினேழு பேரில் நால்வருக்கே செம்மொழியும் அரசமுறைமைகளும் பொருளியல் ஆடல்களும் ஓரளவேனும் தெரிந்திருந்தன. மற்றவர்கள் வெறுமனே பேச மட்டுமே விழைவுள்ளவர்களாக இருந்தனர்.

ஆயினும் சூத்திரகுடித்தலைவர்கள் பெருவிருப்புடன் அவைக்கு வந்தனர். புத்தாடை அணிந்து புதிய தலைப்பாகைகளின் மேல் இறகுகளைச் சூடி தங்களுக்கென செய்துகொண்ட மூங்கில் பல்லக்குகளில் ஏறி குடிக்குறிகள் பொறிக்கப்பட்ட கொடிகள் பறக்க, குடிநிமித்திகன் ஒருவன் வரிசையறிவித்து வாழ்த்தொலி கூறி முன்னால் செல்ல, கொம்பும் முழவும் முழக்கி குடிவீரர் எழுவர் பின்னால் படைக்கலமேந்தித்

தொடர, சம்பாபுரிக்குள் நுழையும் மேழி குலத்தலைவரோ வண்டு குலத்தலைவரோ தாங்களும் அரசனென்றே உணர்ந்தனர்.

ஒரு வருடத்துக்குள் பொதுவெளிகளில் சூதன்மகன் என்று கர்ணனை இழித்துச் சொல்லும் வழக்கமில்லாது ஆயிற்று. சூதர்களும் சூத்திரர்களும் அவன் தங்களவன் என்னும் பொருளில் அச்சொல்லை எப்போதேனும் சொல்வதுண்டு. சிற்றவைகளுக்குள் எவரேனும் அதைச் சொன்னால் அங்குள்ள பிறிதொருவர் "சூதன் மகனாயினும் சம்பாபுரியின் அரசை வேரும் அடித்தூரும் உள்ளதாக மாற்ற அவனால் முடிந்துள்ளது. அஸ்தினபுரியின் படை ஆதரவு நமக்கிருக்கையில் மகதமே கூட நம் எல்லைகளைக் கடக்க அஞ்சும். மாமன்னர் லோமபாதரின் ஆட்சியில் கூட இத்தனை பாதுகாப்பாக நாம் இருந்ததில்லை" என்றனர்.

வணிகர்களின் செல்வமும் வைதிகர்கள் பெறும் கொடையும் பெருகப் பெருக ஷத்ரியர்கள் ஒற்றைத்தனிப் பரப்பாக தங்களுக்குள் கூடினர். அவர்களிலும் இளையோர் கர்ணனின் வில்வித்தையில் உளமழிந்திருந்தனர். செண்டுவெளியில் இளையோர் வில்திறனும் வேல்திறனும் காட்டி முடிக்கையில் தன் வில்லை எடுத்து நாணொலி எழுப்பி கர்ணன் அரங்குக்கு வரும்போது "அங்க நாட்டரசர் கர்ணன் வாழ்க! வெல்திறல் வில்வீரர் வாழ்க! வெங்கதிரோன் மைந்தன் வாழ்க!" என்ற வாழ்த்தொலி எழுந்து மாளிகை முகடுகளை அதிரச் செய்யும்.

மாமன்னர் லோமபாதர் அமர்ந்த சிறிய அரியணையில் தன் உடலை சற்று பக்கவாட்டில் சாய்க்காமல் கர்ணனால் அமரமுடியாது. வலது கைமேல் தாடையை ஊன்றி இடக்காலை நன்கு நீட்டி அமர்ந்து அவன் ஹரிதர் ஆணைகளை வாசித்துக் காட்டுவதைப் பார்த்துக்கொண்டிருந்தான். பொது அவையின் உள்ளம் இரு நாழிகைகளுக்கு மேல் சொல்வாங்காது என்பதை ஹரிதர் அறிந்திருந்தார். எனவே அவை கூடியதுமே கொந்தளிப்பூட்டும் சிறு செய்திகளை முதலில் அறிவிப்பார். அனைவரும் பேசி, குமுறி, அலைக்கழிந்து, களைத்து அமர்ந்த பின்னரே பெரிய செய்திகள் வரும். அப்போது முடிவெடுக்கப்படும் படைநகர்வும் பொருளாடலும் அவைக்கு எவ்வகையிலும் ஆர்வத்தை ஊட்டுவதில்லை. எனவே இறுதி ஏடுகளைப்புரட்டும் விரைவுடன் ஆணைகள் அவையால் அங்கீகரிக்கப்படும்.

ஆணைகளை முடித்துவிட்டு ஹரிதர் கர்ணனை நோக்கி "இன்றைய அலுவல்கள் முடிந்தன அரசே" என்றார். கர்ணன் அரைத்துயிலில் இருந்த தன் அவையை நோக்கி புன்னகைத்து, மெல்லிய குரலில் "மலைப்பாறைக் கூட்டங்கள் நடுவே காற்று செல்வது போல் உள்ளது இவ்வுரையாடல் அமைச்சரே" என்றான். "ஆம். ஆனால் மலைப்பாறைகளைப் போல்

காலத்தில் மாறாத சான்றுநிலைகள் பிறிதில்லை” என்றார். கர்ணன் உரக்க நகைத்து “ஆகவேதான் நமது தெய்வங்களை பாறைகளிலிருந்து செதுக்குகிறார்கள் போலும்” என்றான். ஹரிதர் நகைப்பு நிறைந்த விழிகளால் துயின்றுகொண்டிருந்த அவையை நோக்கி “இன்னும் வெளிப்படாத தெய்வங்கள் உறங்கும் கற்பாறைகளுக்கு வணக்கம்” என்றார்.

கர்ணன் நகைத்த ஒலி கேட்டு அவையில் பலர் திரும்பி அவனை நோக்கினர். அது அரசு அலுவல்கள் முடிந்து அவன் உளம் அவிழ்வதை குறிப்பதாக எடுத்துக் கொண்டனர். ஒருவரை ஒருவர் பார்த்தபடி சால்வைகளையும் காலணிகளையும் தேடினர். ஹரிதர் நிமித்திகரை நோக்கிக் கைகாட்ட, அவன் தன் கைக்கோலுடன் அறிவிப்பு மேடையை நோக்கிச் சென்றான். சால்வைகளை சுற்றிக்கொண்டும் தலைப்பாகைகளை சீரமைத்துக்கொண்டும் ஒருவரை ஒருவர் செய்கைகளால் அறிவிப்பு செய்து உரையாடிக் கொண்டும் அவையினர் கிளம்பும் நிலைக்கு வந்து இருக்கை விட்டு முன்சாய்ந்தபோது அரசியர் மாடத்திலிருந்து இளைய அரசி சுப்ரியையின் செவிலியாகிய சரபை எழுந்து கைகூப்பி உரத்த குரலில் “குடிப்பேரவைக்கு பட்டத்தரசியின் செய்தி ஒன்றை அறிவிக்க என்னை பணித்திருக்கிறார்கள்” என்றாள்.

சுப்ரியை அன்று அவைக்கு வரவில்லை என்பதையும் அவள் கோல்சுமந்து செவிலிதான் வந்திருக்கிறாள் என்பதையும் முன்னரே அறிந்திருந்த அவையினர் மெல்லிய ஆர்வத்துடன் திரும்பிப் பார்த்தனர். ஹரிதர் புருவங்கள் சுருங்க கர்ணனை விழிதிருப்பிப் பார்த்தார். தான் ஒன்றும் அறிந்ததில்லை என்று விழிகளால் மறுமொழியுரைத்தான் கர்ணன். ஹரிதர் “நன்று செவிலியன்னையே. அச்செய்தியை அரசரிடம் சிற்றவையில் தெரிவிக்கலாம். இப்போது அவை முடியப்போகிறது” என்றார். சரபை “இல்லை, பேரவையில் மட்டுமே செய்தியை அறிவிக்கவேண்டும். அதுவும் இன்றே அறிவிக்கவேண்டும் என்று பட்டத்தரசியின் ஆணை” என்றாள்.

முதியவளான சரபை சுப்ரியையுடன் கலிங்கத்திலிருந்தே வந்த செவிலி. அவள் பிற செவிலியர் போல சூதர்குலத்தைச் சார்ந்தவள் அல்ல. ஷத்ரிய குலத்துப் பெண். கலிங்கத்து அரசரின் இளைய மனைவி ஒருத்தியில் பிறந்தவள். அவளுடைய குரலும் அவையில் அவள் நின்ற முறையும் அவள் சூதச் செவிலி அல்ல என்று காட்டுவதாக இருந்தன. கலிங்கத்துச் செம்பொன்னூல் பணிசெய்த செம்பட்டாடையை மார்புக்குக் குறுக்காக அணிந்திருந்தாள். கழுத்தில் மணியாரமும் காதில் குழைகளும் ஒளிர கையில் பட்டத்தரசியின் கோலையும் ஏந்தியிருந்தாள்.

ஹரிதர் "தங்கள் விழைவும் அரசியின் ஆணையும் எங்கள் வணக்கத்துக்குரியவை செவிலியன்னையே. ஆனால் அவை தொடங்கும் முன்பு அரசருக்கும் அமைச்சருக்கும் முறைப்படி அறிவிக்கப்படாத செய்திகளை பின்னர் அவையில் எழுந்து சொல்லும் வழக்கம் இங்கில்லை" என்றார். கர்ணன் அவையினரின் விழிகளைப் பார்த்தான். அந்தச் சொல்லாடலாலேயே அவர்கள் விழிப்புகொண்டு அனைவரும் செவிலி சொல்லப்போவது என்னவென்பதை மேலும் செவிகூரத் தலைப்பட்டிருந்தனர். அது புதிய வம்பு ஒன்றை அடையாளம் கண்டுகொண்ட ஆர்வம் என்று அவர்களின் முகங்கள் காட்டின. இனி அவையில் அதை சொல்லாமலிருந்தால் சொல்லப்படுவதைவிட கீழான செய்திகள் அவர்களிடமிருந்து முளைத்தெழுந்து பரவும்.

கர்ணன் திரும்பி "அவர்கள் சொல்லட்டும் அமைச்சரே" என்றான். "ஆனால்..." என்று அவர் சொல்லத் தொடங்க அவன் மெல்லிய குரலில் "இவ்வறிவிப்புக்குப் பின் சொல்லாமல் இருப்பதில் பொருளே இல்லை" என்றான். "ஆம்" என்றபின் உடல் தளர ஹரிதர் "முறைமை இல்லையென்றாலும் அரசரின் ஆணைப்படி தாங்கள் இச்செய்தியை அவைக்கு உரைக்கலாம்" என்றார். ஆனால் அவரது நெற்றியில் சுருக்கங்கள் படிந்துவிட்டன.

செவிலி முன்னால் வந்து அவையை நோக்கி மீண்டும் ஒருமுறை தலைவணங்கி "அவைக்கு வணக்கம். அரசருக்கும் அமைச்சர்குலத்திற்கும் வணக்கம். கலிங்கத்து இளவரசியும் அங்க நாட்டுப் பட்டத்தரசியுமான சுப்ரியைதேவியின் நற்செய்தியை அறிவிக்கிறேன். கலிங்கத்து அரசி கருவுற்றிருக்கிறார். அங்கநாட்டு மணிமுடிக்கும் கோலுக்கும் உரிய மன்னன் விண்விட்டு மண்ணில் பார்த்திவப் பரமாணுவாக உயிர்கொண்டிருக்கிறார். அவர் புகழ் வாழ்க! அவர் ஆளப்போகும் இம்மண்ணின் வளமும் வெற்றியும் சிறக்க!" என்றாள். "ஓம், அவ்வாறே ஆகுக!" என்று முதல் வைதிகர் வாழ்த்த, வைதிகர் அனைவரும் தங்கள் கைகளில் இருந்த மலர்களையும் மஞ்சள் அரிசியையும் அவள் மேல் தூவி வாழ்த்தினர்.

அவள் சொன்ன செய்தியை சற்று பிந்தியே புரிந்துகொண்ட குலத்தலைவர்கள் அனைவரும் ஆடையொலியும் அணியொலியும் சூழ கலைந்து எழுந்து நின்று கைகளையும் கோல்களையும் தூக்கி "சம்பாபுரியின் இளவரசருக்கு வாழ்த்துகள்! லோமபாதரின் அரியணை நிறைக்கும் அங்கருக்கு வாழ்த்துகள்! சூதர் குலத்தின் கொழுந்துக்கு வாழ்த்துகள்!" என்று கூவினர். நெடுநேரம் அவையே அந்த வாழ்த்தொலியால் அதிர்ந்துகொண்டிருந்தது.

கர்ணன் உடல் தளர்ந்தவன் போல அரியணையில் அமர்ந்திருந்தான். ஹரிதர் அவனை திரும்பிப் பார்த்துவிட்டு “அரசே” என்றார். கர்ணன் அவரை பொருளற்ற விழிகளால் பார்த்தான். “அரசே” என்றார் மீண்டும். கர்ணன் கண்விழித்தெழுந்து இரு கைகளையும் கூப்பி “நேற்றே இச்செய்தி என்னை வந்தடைந்திருந்தது. மருத்துவர்கள் உறுதி சொன்னபிறகு அவைக்கு அறிவிக்கலாம் என்றிருந்தேன். மருத்துவர் அளித்த உறுதிக்குப்பின் இன்று முறையாக அறிவிக்கப்பட்டுள்ளது. கலிங்கமன்னரின் மகளும் சம்பாபுரியின் பட்டத்தரசியுமான என் இளைய துணைவி சுப்ரியை கருவுற்றிருக்கிறாள். அது மைந்தன் எனவும் அவன் கோல்கொண்டு இந்நகரை ஆள்வான் எனவும் நிமித்திகர் உரைத்திருக்கிறார்கள்” என்றான்.

அவை களிகொண்டெழுந்து கூச்சலிட்டு கைவீசுவதைக் கண்டபோது அத்தனை பேரும் உள்ளூற எதிர்நோக்கியிருந்த செய்தி அதுவென்று அறிந்தான். அவன் முதல்துணைவி விருஷாலி கருக்கொண்டு மூத்த மைந்தனை பெற்றால் என்னாவது என்ற ஐயம் அவர்களுக்கு இருந்திருக்கலாம். அது நீங்கிய விடுதலையை ஒவ்வொருவரும் தங்கள் தனிப்பட்ட வெற்றி என்றே கொண்டனர். வைசியரும் ஷத்ரியரும் வைதிகரும் கொண்டாடுவது இயல்பே என்று நினைத்தான் ஆனால் சூத்திர குலங்கள்கூட அதையே எதிர்நோக்கி இருந்தன என்று தெரிந்தது. அவர்களுக்கும் சூதப்பெண் ஒருத்தி பெற்ற மகன் அரியணை அமர்வதில் உடன்பாடில்லாமல் இருந்தது போலும். ஒருவேளை குதிரைச்சூதர் மட்டும் சோர்வடையக்கூடும். அதுவும் ஐயத்திற்குரியதே. தங்களுள் ஒருவன் அரசனாக ஆனதை ஏற்கமுடியாத ஆழம் அவர்களிடமிருக்கலாம்.

கர்ணன் திரும்பி “அவையெழுந்து நற்செய்தி அறிவித்த கலிங்கத்துச் செவிலி அன்னைக்கு அங்க மன்னனின் எளிய காணிக்கை” என்றபின் திரும்பி நோக்க மங்கலத்தாலமொன்றை நீட்டிய ஏவலனிடமிருந்து அதை வாங்கி அதில் தன் கணையாழியை உருவி வைத்து செவிலியிடம் நீட்டினான். அவைமுறைப்படி தலைவணங்கி அதைப் பெற்று “அரசருக்கு வணக்கம். அவைக்கு என் பணிவு. இச்செய்தி சொல்ல எனக்கு வாய்த்த நல்லூழை வணங்குகிறேன். அங்க நாட்டு முடியாளப் போகும் சக்ரவர்த்தி வருகையை நான் அறிவித்தேன் என்பதே என் குலத்திற்கு என்றும் பெருமையாக இருக்கட்டும்” என்றாள் செவிலி. “நன்று சூழ்க!” என்றான் கர்ணன்.

நிமித்திகன் அவை கலைவதை அறிவித்தபின்னரும் மேலும் ஏதேனும் நடக்கவேண்டும் என்பதைப்போல அவையினர் காத்து நின்றிருந்தனர். அவையினர் சிலர் வெளியேறுவதை கண்ணால் கண்டதும் தாங்களும் முந்திச்சென்று தங்களவர்களிடம் செய்தியறிவிக்கவேண்டும் என்று

பதற்றம்கொண்டு முட்டிமோதினர். கூச்சலும் குழப்பமுமாக அவர்கள் வாயில்கள்முன் தேங்கினர். கர்ணன் மங்கல இசைச்சூதரும் சேடியரும் சிற்றமைச்சரும் சூழ அவை நீங்கினான்.

கர்ணனுக்குப் பின்னால் வந்த ஹரிதர் "தாங்கள் அறிந்ததல்ல என்று அறிவேன் அரசே. ஆனால் உணர்ந்திருக்கிறீர்களா?" என்றார். கர்ணன் திரும்பி நின்று "எதை?" என்றான். "இளைய அரசி கருவுற்றதை..." என்றார் ஹரிதர். கர்ணன் விழிகள் சற்று அசைய "என்னிடம் சொல்லவில்லை" என்றான். "எவ்வகையிலேனும் உணர்த்தியிருக்கிறார்களா?" என்றார் ஹரிதர் மேலும். அவர் சொல்லவருவதை உய்த்து "இல்லை" என்றான் கர்ணன். ஹரிதர் "ஏனெனில் நேற்று மாலை வரை அவர்களிடம் எந்த நோய்க்கூறும் இல்லை. இன்று உச்சிப்பொழுது வரை அவர்களை எந்த மருத்துவரும் சென்று பார்க்கவும் இல்லை. ஆனால் சென்ற ஒரு வாரமாகவே மூத்த அரசி நோயுற்று இருக்கிறார் என்று சொன்னார்கள். நானே அது கருவுறுதலாக இருக்கலாமென ஐயுற்றேன். நான் அனுப்பிய இரு மருத்துவச்சிகள் சென்று பார்த்தார்கள். இன்று காலை அவர்கள் அரசி கருவுற்றிருக்கும் செய்தியை உறுதிப்படுத்தியபின் என்னிடம் தெரிவித்தார்கள்" என்றார். கர்ணன் "ஆம், இன்று என்னிடம் அது சொல்லப்பட்டது" என்றான்.

"ஆகவே இன்று உச்சிப்பொழுதுக்குப்பின் இளைய அரசியின் இந்த முடிவு எடுக்கப்பட்டிருக்கிறது" என்றார் ஹரிதர். "மூத்த அரசியின் கருவுறுதல் அறிவிக்கப்படவில்லை என்று கண்டதும் முந்திக்கொண்டு இளையவர் கருவுற்றிருக்கிறார் என்று அரசவையில் அறிவித்ததினூடாக கலிங்கர் வென்றிருக்கிறார்கள். நம அவையில் அதை அறிவித்ததன் வழியாக அது ஓர் உறுதிபடுத்தப்பட்ட பழைய செய்தி என்ற சித்திரத்தை நிலைநாட்டிவிட்டார்கள். உங்கள் ஒப்புதலையும் பெற்றுவிட்டனர்" என்றார் ஹரிதர். சோர்வுடன் "ஆம்" என்றான் கர்ணன்.

"இளைய அரசிக்குத் தெரியும், இந்த அவை அதை எப்படிக் கொண்டாடுமென்று. இப்போது நாம் செய்வதற்கு ஒன்றுமில்லை" என்றபின் மாறிய விழிகளுடன் "இதை நான் என் கட்டற்ற கற்பனையால் சொல்லவில்லை அரசே. அரச குலத்தில் அவ்வாறு நிகழ்ந்ததற்கு பல கதைகள் உள்ளன" என்றார். "சொல்லுங்கள்" என்றான் கர்ணன். "மூத்த அரசியின் கருவை..." என்றபின் சொல்தேர்ந்து "நாம் அதை நன்கு பேண வேண்டியுள்ளது" என்றார். புரிந்துகொண்டு கர்ணன் "ஆம்" என்றான்.

"தாங்கள் இளைய அரசியிடம் பேசிப் பாருங்கள்" என்றபின் தலைவணங்கி ஹரிதர் திரும்பிச் சென்றார். அவரைச் சூழ்ந்து சென்ற சிற்றமைச்சர்களிடம் மெல்லிய குரலில் ஆணைகளைப் பிறப்பித்தார்.

கர்ணன் கைகளை பின்னுக்குக் கட்டி தலைகுனிந்து நடக்க, சிவதர் அவனைத் தொடர்ந்தார். அவர்கள் இருவரும் பேச விழைவதை உணர்ந்து மங்கலச் சேடியர் முன்னால் செல்ல இசைச்சூதர் பின்னால் நகர்ந்தனர்.

சிவதர் "ஹரிதர் ஐயுற்றது உண்மை" என்றார். "இளைய அரசி கருவுற்றிருப்பதற்கு வாய்ப்பே இல்லை" என்றார். கர்ணன் "ஆனால் குழந்தை பிறக்க வேண்டுமல்லவா?" என்றான். "அதற்கு நூறு வழிகள் உள்ளன" என்றார் சிவதர். "இரண்டு மூன்று வாரங்கள் பிந்திகூட அரசி கருவுறலாம். குழந்தை பெறுவதிலும் பல மருத்துவ முறைகள் உள்ளன. ஓரிரு வாரங்கள் முன்னரே குழந்தையை பிறக்கச் செய்ய முடியும். ஒருவேளை பல மாதங்கள் பிந்தி குழந்தை பிறந்தால்கூட கருவில் நெடுநாள் இருந்தார் என்று ஒரு கதை உருவாக்க முடியும். வெற்றிகொள் பெருவீரர்கள் கருவில் நீணாள் வாழ்ந்தவர்கள் என்று பல புராணங்கள் உரைக்கின்றன. அஸ்தினபுரியின் அரசர் கூட பதினாறு மாதம் மதங்க கர்ப்பமாக இருந்தார் என்பது சூதர்கள் கதை."

கர்ணன் புன்னகை செய்தான். சிவதர் "இங்கு ஒவ்வொருவரும் ஒரு பேரரசர் பிறக்கப்போகிறார் என்ற ஏக்கம் கொண்டிருப்பதை அவர்கள் அறிந்துவிட்டார்கள். ஆகவே சூதர்கள் எந்தக் கதை சொன்னாலும் அதுவே நிலைநிற்கும்" என்றார். கர்ணன் "என்ன இது? எனக்கு ஒன்றுமே புரியவில்லை சிவதரே" என்றான். சிவதர் "நடந்தவை இரண்டு நிகழ்வுகள். இளையவரின் அரசியல்சூழ்ச்சியின் வெற்றி. அதைவிட மூத்தவரின் அரசியல் மூடத்தனம்" என்றார்.

கர்ணன் "என்ன சொல்கிறீர்கள்?" என்றான். சிவதர் "ஒருவர் கருவுறாமலே கருவுற்றேன் என்று அறிவிக்கிறார். ஒருவர் கருவுற்றதை தனக்குத்தானே பொத்தி வைத்து போர்வையை இழுத்து மூடி சுருண்டு படுத்திருக்கிறார். விந்தைதான்" என்றார். புன்னகையுடன் கர்ணன் "நீரளவே ஆகுமாம் நீராம்பல் என்கிறீர்கள் அல்லவா?" என்றான். "ஆம். ஆனால் அது குலத்திற்கல்ல மனிதர்களுக்கு" என்றார் சிவதர்.

இடைநாழியைக் கடந்து தன் தனியறைக்குள் வந்ததும் கர்ணன் கைகளைத்தூக்கி உடல் நெளித்து சோம்பல் முறித்தான். "இன்று கொற்றவைப் பூசனை உண்டல்லவா?" என்றான். "ஆம். ஆனால் அதற்கு இளைய அரசி வரமுடியாது. அவர் கருவுற்றிருக்கிறார் என்று அவையில் அறிவித்துவிட்டதனால் மருத்துவச்சிகளின் அருகிலேயே இருந்தாக வேண்டியுள்ளது" என்று சிவதர் அவன் சால்வையைக் களைந்தபடி சொன்னார். "ஆம்" என்றபின் கர்ணன் "நான் சற்று ஓய்வெடுக்க வேண்டியுள்ளது" என்றான்.

அவன் சொல்லப்போவதை உடனே உய்த்துணர்ந்த சிவதர் "தாங்கள் இப்போது மதுவருந்தினால் எழுந்து நீராடி கொற்றவை பூசனைக்குச் செல்ல இயலாது" என்றார். "ஆம். ஆனால்..." என்று சொல்ல, சிவதர் "இன்று முழுக்க மதுவருந்தி நாளைக் கழித்திருக்கிறீர்கள். அரியணையிலேயே இருமுறை தூங்கினீர்கள்" என்றார். சிரித்தபடி "அரியணையில் அமர்ந்து உறங்குவது பாரதவர்ஷமெங்கும் ஷத்ரியர்களின் இயல்பல்லவா?" என்றான் கர்ணன். "ஆனால் அது சிற்றரசர்களுக்கு. துயில் அரசர்களிடம் வெவ்வேறு வகையில் செயல்படுகிறது. இரவெல்லாம் களியாடியதனால் பேரரசர்கள் அரியணையில் துயில்கிறார்கள். பேரரசுகளை எண்ணி அஞ்சி துயில் நீத்ததால் சிற்றரசர்கள் அரியணையில் துயில்கிறார்கள்" என்றார் சிவதர்.

உரக்க நகைத்தபடி "நாம் இருவகையிலும் சேர்வோம். ஆகவே அரியணையில் துயில முற்றுரிமை உள்ளது" என்றபடி கர்ணன் பீடத்தில் அமர்ந்து கால்களை நீட்டிக்கொண்டான். "தாங்கள் இளைய அரசியை சென்று பார்க்கவேண்டும்" என்றார் சிவதர். "ஆம்" என்றான் கர்ணன். "அவர் உண்மையிலேயே கருவுற்றிருக்கிறாரா என்று பாருங்கள்" என்றார் சிவதர். "அதை எப்படி அறிவது? அவள் சொல்வதல்லவா அது?" என்றான். பின்பு ஐயத்துடன் "வேண்டுமென்றால் அந்த மருத்துவச்சியையும் செவிலியையும் வரவழைத்து உசாவலாம்" என இழுத்தான்.

சிவதர் கையசைத்து "அது இயல்வதல்ல. சம்பாபுரிக்குள் இருந்தாலும் கலிங்க அரசியின் மாளிகை கலிங்கத்தின் ஆட்சியிலேயே உள்ளது. அங்குள்ள காவலரும் மருத்துவரும் செவிலியரும் சேடியரும் அனைவருமே கலிங்க நாட்டவர். நமது சொல் அங்கு ஆள்வதில்லை" என்றார். சினத்துடன் "நமது வாள் அங்கு ஆளும். வரச்சொல்லும் அவர்களை" என்றான் கர்ணன். "உயிர் துறப்பது அவர்களுக்கு எளிது. நமக்கு பழி சேரும்" என்றார் சிவதர். கர்ணன் சினத்துடன் கையை வீசினான்.

"சென்று அவரைப் பாருங்கள். கருவுற்றிருக்கும் பெண்கள் சற்று குருதி வெளிறி இருப்பார்கள்" என்றார் சிவதர். "நான் கருவுற்ற எவரையும் பார்த்ததில்லையே" என்றான் கர்ணன். சிவதர் "ஆம், அதை முதிய ஆண்களோ பெண்களோதான் உணர முடியும். ஆனால் அரசியிடம் உரையாடுகையில் தங்கள் விழிகளுக்கு அவர் விழிகள் ஒன்றை தெளிவுறச்சொல்லும், அவர் பொய்யுரைக்கிறாரா மெய்கொண்டிருக்கிறாரா என்று" என்றார் சிவதர். "ஆம். அதை என்னால் அறிய முடியும். ஆனால் அறிந்து என்ன செய்வது?" என்றான் கர்ணன். "ஆம். நாம் இனி ஒன்றும் செய்ய முடியாது." "ஏன் நம்மால் மூத்தவளும் கருவுற்றிருக்கும் செய்தியை அவையில் அறிவிக்க முடியவில்லை?" என்றான் கர்ணன்.

"அறிவித்திருக்க முடியாது" என்றார் சிவதர். "ஏனென்றால் அவை கொந்தளித்துக் கொண்டிருந்தது. கூச்சலும் சிரிப்புமாக அவர்கள் முன்னரே கலையத்தொடங்கிவிட்டிருந்தனர். நன்கு திட்டமிட்டே அவை முடியும்போது அனைவரும் கலையும் தருவாயில் எழுந்து செவிலி அதைச் சொல்லவேண்டுமென்று இளைய அரசியார் ஆணையிட்டு அனுப்பியிருக்கிறார்கள்."

கர்ணன் பெருமூச்சுடன், "முள் முனையில் மூன்று குளம் என்றொரு பாடல் உண்டு. உண்மைதான்" என்றான். சிவதர் "முள் முனை என்பது காலத்தின் ஒருகணம். இத்தகைய தருணங்களில் நாம் செய்வதற்கு ஒன்றே உள்ளது. விரையும் காலத்தைப் பற்றிக்கொண்டு நாமும் அத்தருணத்தைக் கடந்துசெல்வது. எப்படி இருப்பினும் நாளை விடியும். நாளை மறுநாள் மீண்டும் விடியும். அதற்குள் இவை அனைத்திற்கும் ஒரு விடையை காலமும் சூழலுமே உருவாக்கிவிடும். பொறுத்திருப்போம்" என்றார்.

"சிவதரே, என் கண் முன்னே என் மைந்தர் மணிமுடிக்கென போரிடுவதை காண வேண்டுமா என்ன? இப்பிறப்பில் எனக்குக் காத்திருக்கும் இறுதி இழிவு அதுதானா?" என்றான் கர்ணன். சிவதர் "அவ்வண்ணமெனில் யார் என்ன செய்ய முடியும்? அங்கே அஸ்தினபுரியில் பீஷ்மர் இருக்கிறார். அவர் காலடியிலேயே அவரது தந்தையின் நாடு இரண்டாகப் பிளந்தது" என்றார். கர்ணன் "ஆம். இன்று அவையிலும் இருமுறை அவர் நினைவு வந்தது. எவ்வகையிலோ அவர் என்னைப்போல் இருக்கிறார். எங்களுக்குள் பொதுவாக ஏதோ உள்ளது" என்றான்.

"அதை அவர் அறிவார் போலும். ஆகவேதான் அவர் உங்களை இழிவுபடுத்துகிறார்" என்றார் சிவதர். "என்னை அவர் இழிவுபடுத்துவதில்லை" என்றான் கர்ணன். சிவதர் "அவையில் உங்களை சிறுமை செய்யும் சொற்களை எப்போதும் அவரே முதலில் சொல்கிறார் என்று அறியாத எவரும் இல்லை. சூதர் பாடல்களில் அது வந்துவிட்டது" என்றார். "ஆம். ஆனால் அவையில் பிற குரல் ஒன்று எழுவதற்கு முன்னே தான் அச்சொற்களை சொல்ல வேண்டுமென்று அவர் எண்ணுவதுபோல் தோன்றும். அவர் சொல்லெடுத்ததுமே சினத்துடன் எழுந்து சுயோதனன் அதை மறுத்து பெருஞ்சொல் உரைத்தபின் அவையில் எவரும் என்னை அவ்வண்ணம் எண்ணக்கூட துணியமாட்டார்கள்" என்றான்.

சிவதர் "அவர் உள்ளூர உங்களுடன் நெருங்கியிருக்கிறார். எவ்வகையிலோ உங்களை விட்டு விலக்கி தன்னை நிறுத்த விழைகிறார்" என்றார். கர்ணன் "இல்லை. நான் விரியக்கூடாதென்று நினைக்கிறார். என் இடத்தை மேலும் குறுக்க எண்ணுகிறார். ஏனெனில் நான் யாரென அவருக்குத் தெரியும்" என்றான். நீள்மூச்சுடன் "அவர் அனைத்தையும் பொத்திப்பாதுகாக்க எண்ணும் முதுமகன்" என்றான்.

கூரிய வாள்நுனியைக் கடந்துசெல்வது போல அத்தருணத்தை சிவதர் கடந்துசென்று "அரசே, இன்று சிறிய இளவரசியிடம் பேசும்போது இந்த ஐயங்களையும் வினாக்களையும் அவர்முன் வைக்க வேண்டியதில்லை. கருவுற்ற மனைவியை காணப்போகும் கணவனாகவே இருங்கள். உவகையையும் நெகிழ்வையுமே வெளிப்படுத்துங்கள்" என்றார். "ஆம். அதைத்தான் செய்ய வேண்டும்" என்றான் கர்ணன். "அவள் கருவுறவில்லை என்றாலும் கருவுற்றதாக எண்ணிக்கொள்வது எனக்கு உவகை அளிக்கிறது."

"அச்சொல்லாடல் நடுவே மூத்த அரசியும் கருவுற்றிருப்பதையும் இரு கருவுறுதலும் ஒரே சமயம் நிகழ்ந்தது மூதாதையரின் நல்லூழ் என்று நீங்கள் எண்ணுவதையும் குறிப்பிடுங்கள்" என்றார் சிவதர். "இதெல்லாம் எதற்கு?" என்றான் கர்ணன். "அரசர்கள் முடிவுறா நாடகத்தின் நடிகர்கள். எனவே அரசரைச் சூழ்ந்துள்ள அனைவரும் அந்நாடகத்தின் நடிகர்களே" என்றார் சிவதர். "அவளுக்கு என்னதான் வேண்டும்?" என்றான் கர்ணன். "சம்பாபுரியின் மணிமுடி. வேறென்ன?" என்றார் சிவதர். "மூத்தவளுக்கும் அதுவே. ஏன் சிவதரே, என்னை விழையும் எவரும் இங்கில்லையா?" என்றான்.

சிவதர் புன்னகையுடன் அவ்வினாவைக் கடந்துசென்று "இன்று நீங்கள் நூறு வினாக்களை எதிர்கொண்டுவிட்டீர்கள். அவ்வினாக்கள் ஒவ்வொன்றையும் ஒன்றுடன் ஒன்று மோதவிட்டு பிறிதோரிடத்தில் இருந்து வேடிக்கை பாருங்கள்" என்றார். "அதற்கு உகந்தவழி யவனமது அருந்துவதே" என்றான் கர்ணன். சிரித்தபடி "கொற்றவை பூசனை முடிந்து வந்தபிறகு மதுவாடலாம். இன்றிரவு மதுவின்றி உங்களால் உறங்கமுடியும் என்று நானும் எண்ணவில்லை. இளைய அரசிக்கு நான் செய்தி அனுப்பிவைக்கிறேன்" என்று சொல்லி தலைவணங்கி வெளியேறினார் சிவதர்.

9

கர்ணன் இளநீராடி மெல்லிய வெண்ணிறஆடை அணிந்து வெண்முத்தாரங்களும் காக்கைச்சிறகுக் குழலில் ஒரு மணியாரமும் சூடி சித்தமானபோது சிவதர் ஓசையின்றி வந்து தலைவணங்கி “இளைய அரசியிடம் செய்தியை அறிவித்தேன்” என்றார். “அரசியிடமா?” என்றான் கர்ணன். “இல்லை, வழக்கம் போல அச்செவிலியிடம்தான்” என்றார் சிவதர். மேலும் அவர் சொல்வதற்காக அவன் காத்து நின்றான். “அரசியிடம் சொல்லி ஒப்புதல் பெற்று வருவதாகச் சென்றார். மீண்டு வரவேயில்லை. நெடுநேரம் நின்றிருந்தபின் நான் திரும்பினேன்” என்றார்.

கர்ணன் சில கணங்கள் நின்றபின் “நான் சென்று பார்க்கிறேன்” என்றான். “தாங்கள் செல்லாமல் தவிர்ப்பதே நன்று என்று நான் நினைக்கிறேன்” என்றார் சிவதர். கர்ணன் புன்னகைத்து “சிவதரே, அவள் உள்ளம் செல்லும் வழி எனக்குத் தெரியும். இன்று மூத்தவள் அறைக்கு முன் வெளியே நான் காத்திருந்ததை அறிந்திருப்பாள். தனக்காக நான் வருகிறேனா என்று பார்க்கவே இதை நடிக்கிறாள். சென்று வருகிறேன்” என்றான்.

கர்ணனின் முகத்தைப் பார்த்தபடி சிலகணங்கள் உறைந்து உதடுகள் அசைய உயிர்கொண்ட சிவதர் “தாங்கள் இருவருக்குமாகவும் இறங்கிச்செல்கிறீர்கள் என்று எண்ணுகிறேன் அரசே” என்றார். “உண்மை. களத்தில் அன்றி பிற இடங்களில் அனைத்தும் இறங்கிச்செல்வதே என் வழக்கம். எப்போதும் என் தரப்பு நியாயங்களைவிட அவர்களின் உணர்வுகளே எனக்கு முதன்மையாகத் தெரிகின்றன” என்றான் கர்ணன். “மூத்தவள் மணிமுடி மறுக்கப்பட்டதால் அநீதி இழைக்கப்பட்டவள்.

ஒவ்வொரு அவையிலும் அவளே மூத்தவள் என்றும் ஆனால் சூதர்மகள் என்பதால் மணிமுடி கிடைக்கப்பெறாதவள் என்பதும் சொல்லப்படாத பெருஞ்சொல்லாக நின்றுகொண்டிருப்பதை அவள் உணர்கிறாள். அத்துயரை நானன்றி வேறு யார் அருகணைந்து அறியமுடியும்?"

சிவதர் "ஆனால்..." என்று தொடங்க அவன் அவரைப் பார்க்காமல் "நூறுநூறு முறை அவளை என் நெஞ்சோடு அணைத்து உன் துயரை நான் அறிகிறேன், என்னை பொறுத்தருள்க என்று சொல்லியிருக்கிறேன். ஒவ்வொரு முறையும் என் நெஞ்சில் தலைசேர்த்து உடல் ஒடுக்கி விம்மி அழுவாள். கண்ணீர் ஓய்ந்ததும் மீளமீள இன்சொற்களால் எனக்கு உறுதி சொல்வாள். ஆனால் எளியபெண். மறுநாளே எழும் ஓர் அவமதிப்பு போதும், நெஞ்சுள் புண்படுவாள். மீண்டும் அதையே நிகழ்த்துவாள். முடிவின்றி அவளிடம் பணிந்து செல்வதையும் பொறுத்தருளக்கோருவதையுமே இதுநாள் வரை செய்துவந்திருக்கிறேன். இனியும் அதையே செய்ய வேண்டியிருக்குமென்று உணர்கிறேன்" என்றான்.

பெருமூச்சுடன் அவன் தொடர்ந்தான் "இளையவள் பிறிதொருவகையில் அநீதி இழைக்கப்பட்டவள். தன்னை மணங்கொண்டு முடிசூட்டி அரியணையமர்த்தும் ஷத்ரிய இளவரசனுக்காக கனவுகளுடன் காத்திருந்தவள். நகர்புகுந்து அவளைக் கவர்ந்து வந்தோம். சூதன்மகனுக்கு மணமகளான தன் இழிவை இத்தனை நாளாகியும் அவளால் கடக்க முடியவில்லை. காமத்தில் தன்னை மறந்து என்னுடன் இருந்தாலும்கூட சித்தம் விழிப்புற்றதும் கசந்து விலகுவதே அவள் இயல்பு."

கசந்த புன்னகையுடன் சிவதரை நோக்கித் திரும்பி "ஒருமுறை உன் முகம் ஏன் அப்படி சுளிக்கின்றது என்று கேட்டேன். சீறி முகம் சிவந்து என்னை நோக்கி என்னவென்றா, குதிரைச் சாணி மணம் கமழ்கிறது, அதனால் என்றாள். அவள் உளம் சுருங்குவதை என்னால் உணர முடிந்தது. அவளிடமும் மீண்டும் மீண்டும் பொறுத்தருளவே கோருகிறேன். இச்சதுரங்கத்தில் அதையும் நான் ஆடவேண்டியிருக்கிறது" என்றான்.

சிவதர் "தாங்கள் அரசர். அதை எண்ண மறுக்கிறீர்கள். ஓர் அரசன் தன் செயலுக்கு பொறுத்தருளக் கோருவதென்றால் ஒவ்வொருநாளும் அதற்கன்றி பிறிது எச்செயலுக்கும் நேரமிருக்காது. உழவன் வயலில் வாழும் சிற்றுயிர்களிடம் தனித்தனியாக பொறுத்தருளும்படி கோரமுடியுமா என்ன? ஏர் இறக்குகையில் மண் தொட்டு சென்னிசூடி விண்ணோக்கி தெய்வங்களிடம் பொறுத்தருளும்படி ஒருமுறை கூறலாம். அவ்வளவே" என்றார். "அவன் விளைவிக்கும் உணவு ஆற்றும் பசி அவன் செய்யும் கொலைகளை தெய்வங்களின் கண்களுக்கு எளியதாக்கும். பசிப்பிணி

நீக்கும் உழவருக்கு தான்யலட்சுமி ஆளும் பொன்னுலகு உண்டு என்பது முன்சொல்."

"ஆம். நானும் அதை அறிவேன். ஆனால் இவ்வண்ணமே என்னால் இருக்க முடிகிறது. நேற்று உஜ்ஜயினிக்குச் சென்ற வணிகவண்டியை தடுத்து கொள்ளையிட்ட திருடர்குழுத் தலைவன் ஒருவனை தலைகொய்ய என் வீரர்களுக்கு ஆணையிட்டேன். அவனை அவர்கள் இழுத்துச் சென்றபோது அவையிலிருந்த தனது மைந்தனையும் மனையாட்டியையும் திரும்பி நோக்கியபடியே சென்றான். கண்கள் நிறைந்து வழிய இருவரும் கைகூப்பி அசையாது நின்றிருந்தனர். சிவதரே, எழுந்து அவர்கள் காலடி பணிந்து என்னை பொறுத்தருள்க என்று கேட்க வேண்டும்போல் உணர்ந்தேன்" என்றான் கர்ணன்.

சிவதர் ஏதோ சொல்ல வாயெடுக்க "உங்கள் எண்ணம் புரிகிறது. களை கொய்யாது பயிர் வளர்க்கலாகாது. ஆனால் ஒரு களையும் தனித்திருப்பதில்லை. பயிரோடு சேர்த்தே களை பிடுங்க வேண்டியிருக்கிறது. நான் கொன்றது திருடனை மட்டுமல்ல, ஒரு தந்தையையும் கூட" என்றான் கர்ணன். சிவதர் "அரசே, அம்மைந்தனுக்கு நீங்கள் கொடையளித்தீர்கள். அவன் கல்வி பயிலவும் நல்வாழ்வு பெறவும் வழி அமைத்தீர்கள். அதற்கப்பால் ஓர் அரசன் செய்வதற்கொன்றுமில்லை" என்றார்.

"அவன் விழிகளுக்கு அவன் தந்தையைக் கொன்றவன் நான். தனித்திருக்கையில் தந்தை என்று அவன் உணர்கையில் அவ்வெண்ணம் அவனுள் எழாதிருக்காது" என்று கர்ணன் சொன்னான். "எழும். ஆகவேதான் அரசனை அனைத்து மானுடர்களிடமிருந்தும் ஒரு படி மேலேற்றி அமைத்தனர் முன்னோர். அவனது அரியணை பிறர் தலைக்கு மேல் அமரவேண்டுமென்று மேடை கட்டினர். சூரியனும் சந்திரனும் நெருப்பும் அவன் மூதாதையர் என்று வகுத்தனர். அந்த அரியணையில் நீங்கள் அமர்ந்திருக்கும் வரை எவரும் உங்களை கொலைகாரன் என்று எண்ணப்போவதில்லை. இறங்கி மண்ணில் நின்று ஒருசொல் எளிய மானுடராக உரைத்துவிட்டீர்கள் என்றால் காத்திருந்த பார்ப்புப்பேய்கள் போல் அனைத்துப் பழிகளும் வந்து உங்கள் மேல் படியும்" என்றார் சிவதர்.

கர்ணன் "ஆம், உண்மை" என்றபின் "மது எனும் மாயத்தைக் கண்டடைந்த மூதாதை ஒரு மன்னனாகவே இருக்க வேண்டும். நாளெல்லாம் அவன் மேல் வந்து பொழியும் பழிகளையும் புகழ்மொழிகளையும் கழுவிவிட்டு இரவில் எடையிழந்து துயில அது அவனுக்குத் தேவைப்பட்டிருக்கும்" என்றான். "இப்போது தங்கள் சித்தம் செயல்கூருடன் இருக்க வேண்டியுள்ளது. மதுவருந்தி இளைய அரசியின் அரண்மனைக்குச் செல்வது உகந்ததல்ல"

என்றார் சிவதர். “அவள் விழிகளை மதுவின்றி என்னால் நோக்க முடியும் என்று தோன்றவில்லை” என்றான் கர்ணன்.

“இல்லை அரசே” என சிவதர் தொடங்க “ஒரு குவளை மது போதும் சிவதரே. என்னைத் திரட்டிக்கொள்வேன்” என்றான் கர்ணன். சிவதர் “அது தேவையில்லை அரசே. தாங்கள் அங்கு இழிவுபடுத்தப்படுவீர்களோ என்ற ஐயம் எனக்கு இருக்கிறது. மதுவுண்டால் அதுவே அவர்களுக்கு ஒரு தூண்டுதல் என்று ஆகும்” என்றார். கர்ணன் “நீர் சொல்வது சரிதான். பார்ப்போம்” என்றான். திரும்பி சால்வையை எடுத்து அணிந்துகொண்டு “இன்றைய நாள் மிக நீண்டது. இது எப்போது அணையும் என்றிருக்கிறது” என்றான். சிவதர் “இரவு ஒரு கருஞ்சிறகுப்பறவை என்பது சூதர் சொல்” என்றார். அவன் அதை நோக்கவில்லை.

“செல்வோம்” என்று சொல்லி அவன் இடைநாழியில் நடக்க, சிவதர் அவனைத் தொடர்ந்து வந்தபடி “தாங்கள் செல்வது சரி. ஆனால் காத்திருக்க வேண்டியதில்லை” என்றார். “ஏன்? மூத்தவள் வாயிலில் காத்திருக்கவில்லையா?” என்றான் கர்ணன். “மூத்தவர் சூதப்பெண். அடங்காத மனைவி முன் காத்திருந்த எளிய கணவனாக அங்கிருந்தீர்கள். இவர் கலிங்க இளவரசி. ஷத்ரியப்பெண் முன் பணிந்து நிற்கும் சூதனாக இங்கிருப்பீர்கள்” என்றார். “இங்கே நீங்கள் இழிவடைவதை விரும்புவது கலிங்கம்...”

கர்ணன் “இந்த மாற்றுருவையும் அணிந்து பார்ப்போமே” என்றான். “எப்போது விளையாடுகிறீர்கள் எப்போது போராடுகிறீர்கள் என்று என்னால் அறியமுடிவதே இல்லை” என்றார் சிவதர். கர்ணன் சிரித்து “எப்போது விளையாடுகிறேன்? அதை மட்டுமே என்னால் சொல்ல முடியும்” என்றான். சிவதர் பெருமூச்சுடன் சொல்லடக்கிக்கொண்டார். அவர்களின் குறடுகளின் ஒலிகள் உரையாடல் போல ஒலித்தன. வினாவிடை என. சொல் மறு சொல் என. தங்களையே எண்ணி அளப்பவை என.

இடைநாழியைக் கடந்து அரண்மனையிலிருந்து மரப்பட்டைக்கூரையிடப் பட்ட நீண்ட இடைநாழியால் இணைக்கப்பட்டிருந்த அரசிகளுக்குரிய மூன்றடுக்கு மாளிகையை அவர்கள் அணுகினர். தனியாக சுவர்வளைப்பு கொண்டிருந்த அதன் முகப்புவாயிலில் கலிங்கத்திலிருந்து வந்த காவலர் வேலும் வாளும் ஏந்திக் காவலிருந்தனர். அவர்களுக்கென சிறு தங்குமாடங்கள் அங்கு அமைக்கப்பட்டிருந்தன. கர்ணனைக் கண்டதும் காவலர் தலைவன் எழுந்து தலைவணங்கி “அங்க நாட்டரசருக்கு நல்வரவு” என்றான். சிவதர் அங்கேயே நின்றுவிட்டார். அவரை ஒருமுறை திரும்பிப் பார்த்தபின் கர்ணன் உள்ளே சென்றான்.

இரண்டாவது வாயிலில் கலிங்கத்துச் சேடிப்பெண்கள் எழுவர் காவல் இருந்தனர். பெரிய பட்டாடையை மார்பின் குறுக்கே அணிந்து அதன்மேல் வெள்ளிச்சரம் இட்டிருந்த தலைவி அவனை வணங்கி “அரசியர் மாளிகைக்கு வரவு சிறப்பதாக! தங்கள் வருகையை அரசியாருக்கு அறிவிக்கிறேன்” என்றாள். அவன் தலையசைக்க, அவள் மிகப்பெரிய இடையை அசைத்தபடி மெல்ல திரும்பிச்சென்றாள். அவள் தொடைகளுக்குப் பொருந்தாமல் காலடிகள் மிகச்சிறியவையாக இருந்தன. அவள் ஏறிச்செல்லும் ஒலி படிக்கட்டிலும் மேலே இடைநாழியிலும் கேட்டது.

இடையில் கைவைத்து உடல் சற்றே சரித்து அவன் நின்றான். காலடிகள் கேட்டன. அவன் நோக்கியபோது இரு கைகளையும் வீசி தலைநிமிர்த்தி சுப்ரியையின் முதன்மைச்செவிலி சரபை வந்தாள். அவளுக்குப் பின்னால் தலைவி அவனை நோக்கி விழிநிலைக்க நடந்து வந்தாள். ஆணவம் கொண்ட சீர் நடையுடன் வந்த சரபை “தங்கள் வருகையை அரசிக்கு அறிவித்துள்ளேன் அரசே” என்றாள். முகமன் சொல்லவில்லை. கர்ணன் அவள் மறுசொல்லெடுக்கக் காத்து நின்றான். ஆனால் அவள் தலைவணங்கி முதுகைக்காட்டித் திரும்பி உள்ளே சென்றாள். ஒருகணம் தயங்கி நின்றபின் அவன் அவளுடன் உள்ளே சென்றான்.

அவள் அவனை அழைத்துச் சென்று எட்டு பெரிய பீடங்கள் அமைந்த நீள்சதுரவடிவக் கூடத்தில் சாளரத்தருகே போடப்பட்ட மையப் பீடத்தில் அமரும்படி கைகாட்டினாள். பீடம் முனகி ஒலிக்க எடையுடன் அவன் அமர்ந்ததும் தலைவணங்கி வெளியேறினாள். கர்ணன் தனக்குப் பின்னால் காற்றில் திரைச்சீலை நிலையழிந்து அசைவதை உணர்ந்தபடி அங்கு காத்திருந்தான். எங்கோ ஒரு பறவையின் தும்மல் போன்ற ஒலி கேட்டுக்கொண்டிருந்தது.

திரைச்சீலையின் நெளிவு நிலைத்திருப்பதை எண்ணங்கள் நெடுந்தொலைவு சென்று மீண்டபிறகுதான் கர்ணன் உணர்ந்தான். எப்போதோ கங்கையிலிருந்து வரும் காற்று முற்றிலும் நின்றுவிட்டிருந்தது. அதுவரை அம்மாளிகையின் அனைத்து ஒலிகளையும் முன்னும் பின்னும் அலைத்து உரையாடிக்கொண்டிருந்த காற்றின் இன்மையால் அவை அனைத்தும் மேலும் ஆழம்கொண்டு மறைந்துவிட்டவை போலிருந்தன. ஒலியின்மை உள்ளத்தின் சொற்பெருக்கை தாளமுடியாததாக ஆக்கியது. கர்ணன் எழுந்து கைகால்களை நீட்டியபடி அறைக்குள் மெல்ல நடந்தான்.

எவரையேனும் வரவழைத்து சற்று யவனமது கொண்டுவரச் சொல்லி அருந்தினால் என்ன என்ற எண்ணம் வந்தபின் தலையசைத்து அதைத்

தடுத்தான். கிளம்பிச் சென்றால் என்ன என்று தோன்றியது ஆனால் அரசியைப் பார்த்துவிட்டு செல்வதே உகந்தது என்ற எண்ணம் மீண்டும் வந்தது. அவன் செல்வது சினத்தினால் என்று தோன்றக்கூடும். அவள் அவனைக் காக்கவைக்கிறாள். அதை அவள் செய்வாள் என்பதை முன்னரே உணர்ந்தபின்னர்தான் அவன் அங்கு வந்தான். அவள் முகம் நினைவுக்கு வந்தது. புன்னகையுடன் அவன் அமர்ந்தான்.

மீண்டும் சித்தம் இழுபட்டு காலத்துக்கு இணையான கோடாக மாறியது. எங்கோ காற்று ஓசையிட்டது. இலைகளின் இரைச்சல். சாளரக்கதவுகளின் ஓசை. உலோகத்தாழ்களின் சிலம்பல். அவன் விழிப்புகொண்டு எழுந்து கைகளை விரித்து உடலை நீட்டினான். நெடுநேரமாகியிருந்தது. அவன் சித்தமெங்கும் தென்னகத்துப் பெருநதிகளின் ஒளிப்பெருக்குதான் ஓடிக்கொண்டிருந்தது. தீராப்பெருஞ்சினத்துடன் சருகுகளை மிதித்து ஏகும் பரசுராமரின் வெண்கால்கள். அவற்றில் படிந்த புழுதி. உலர்ந்த குருதிப்பொடி படிந்த நக இடுக்குகள்.

அவன் இடைநாழிக்கு வந்தபோது அங்கு செவிலி நின்றிருந்தாள். அவள் அப்போதிருந்தே அங்குதான் நின்றிருந்தாள் என்பதை அவள் விழிகளில் இருந்து உணர்ந்து "அரசி அங்கு என்ன செய்கிறாள்?" என்றான். "அரசிக்கு உடல் நலமில்லை. தாங்கள் துயில்வது போல் தோன்றியது விழித்துக் கொண்டதும் சொல்லலாம் என்று இங்கு காத்து நின்றிருந்தேன்" என்றாள். ஒருகணம் தன்னில் எழுந்த சினத்தைக் கடந்து "அவள் உடல் நலத்துக்கென்ன?" என்றான். "கருவுற்றதின் களைப்புதான். இன்று மட்டும் பதினைந்து முறை வாயுமிழ்ந்து விட்டார்" என்றாள்.

கர்ணன் ஒருகணம் அதை முழுமையாக நம்பி உளம் மலர்ந்தான். "மருத்துவர்கள் பார்க்கிறார்களா?" என்றான். "ஆம். கலிங்க மருத்துவர்கள் அவர்களை செவ்வனே நோக்குகிறார்கள்" என்றாள் அவள். "அரண்மனை மருத்துவரை அனுப்புகிறேன்" என்றான் கர்ணன். "இல்லை, இங்குள்ள மருத்துவர் எங்களுக்கு ஒத்துக்கொள்வதில்லை. நாங்கள் பீதர்களிடமிருந்து கற்ற நுண்ணிய மருத்துவ முறைகளின்படி உடலைப் பேணுபவர்கள்" என்றாள். அவன் அவள் கண்களை நோக்கினான். உடல் தளர்ந்தது. அவள் விழிகளைத் திருப்பிக்கொண்டாள். இனி ஒன்றும் அறிவதற்கில்லை என நினைத்தான்.

சிலகணங்கள் அசைவற்று நின்றபின் திரும்பி "நான் அவளைப் பார்த்துவிட்டுச் செல்கிறேன். உடல் நலமற்ற நிலையில் நான் அவளைப் பார்ப்பதை அவள் விரும்பக்கூடும்" என்றான் கர்ணன். செவிலி "அதையே நான் சொன்னேன். பார்க்க விருப்பமில்லை. உடல் நலம் தேறியபின் அரசியே தங்களை அழைத்து செய்தி அனுப்புவதாகச் சொன்னார்"

என்றாள். சற்றே குரல் உரக்க “நான் அவளைப் பார்க்க வேண்டும்” என்றான் கர்ணன். அவள் குரலும் உரத்து ஒலித்தது “அரசியின் ஆணையை நான் மீற முடியாது.”

அவள் விழிகளை அவன் விழிகள் சந்தித்தன. அதிலிருந்த நுண்ணிய நகைப்பை அவன் கண்டான். அது உளமயக்கா? இல்லை. அதை அவன் உள்ளத்தின் நுண்முனை ஒன்று தொட்டு அறிந்தது. எதை அறியாவிட்டாலும் அதிரதன் மைந்தன் அவமதிப்புகளைத் தவறவிடுவதே இல்லை. புன்னகையுடன் “நான் அவள் சொல்வதைப் புரிந்துகொண்டேன் என்று அவளிடம் சொல்” என்றான். செவிலி “ஆம், ஆணை” என்றாள். “அரசி நலமடைந்ததும் தங்களை சந்திக்கும் நேரத்தை அறிவிப்பார்.” பெருமூச்சுடன் “அவ்வண்ணமே” என்றபின் கர்ணன் திரும்பி நடந்தான்.

அவள் பின்னால் வந்து “கலிங்க அரசியை சந்திக்க வருகையில் தாங்கள் அமைச்சரை செய்திசொல்ல அனுப்பியிருக்கலாம் அரசே” என்றாள். அவன் சினத்துடன் திரும்ப “கலிங்க அரசகுலத்தவரை சூதர்கள் எட்டு அடி தொலைவில் நின்று நோக்குவதே வழக்கம். சூத்திரர் நான்கு அடி தொலைவிலும் வைசியர் இரண்டடித் தொலைவிலும் நிற்பார்கள். அந்தணர் மட்டுமே தொட்டுரையாட முடியும்” என்றாள் சரபை. அவன் உதடுகள் மெல்ல பிரிவதைக் கண்டு அவள் புன்னகையுடன் “நெறிகளை மீறுவதை அவர்கள் அரசமறுப்பு என்றே சொல்வார்கள். ஷத்ரியராகிய தங்கள் செய்தியுடன் சூதனாகிய சிவதர் வருவது முறையல்ல” என்றாள்.

இதழ் வரை வந்த ஏதோ ஒன்றை அடக்கி படிகளில் இறங்கி கூடத்துக்கு வந்தான் கர்ணன். சிற்றடிகள் ஒலிக்க அவனைத் தொடர்ந்து வந்த செவிலி “நாளை முதல் அரசியின் கரு வாழ்வதற்கான பூசனைகளும் கொடைகளும் வேள்விகளும் நடக்க வேண்டுமென்று விரும்புகிறார்கள். அதற்காக நிதியை அரண்மனைக் கருவூலம் ஒதுக்குமென்று எதிர்பார்க்கிறார்கள்” என்றாள். தன்னை மீறித் திரும்பிய கர்ணன் உரத்தகுரலில் “கருவுருவாகவில்லை என்று நான் அறிவேன். இல்லாத கருவுக்கு அவ்வண்ணம் கருவூலத்தை செலவழிப்பதை நான் ஏற்க முடியாது” என்றான்.

செவிலி “கலிங்க நாட்டைப் பொருத்தவரை கரு உருவாகியுள்ளது. தாங்கள் விரும்பினால் கலிங்க நாடே கருவூலத்திலிருந்து இக்கொடைகளை நிகழ்த்தும்” என்றாள். அவன் குரல் தாழ “கலிங்கத்துக்கு செய்தி அனுப்பிவிட்டீர்களா?” என்றான். “முறைப்படி அரசச்செய்தி தாங்கள்தான் அனுப்பவேண்டும். ஆனால் பெண்ணறைச் செய்தியை நேற்றே எங்கள் அரசி கலிங்கத்துக்கு அனுப்பிவிட்டார்கள்” என்றாள் சரபை.

திகைப்புடன் "நேற்றா?" என்றான் கர்ணன். அவள் உதடுகள் கேலிநகைப்பில் வளைய "பறவை அல்லவா? அது எங்கேனும் கிளையமர்ந்து ஒருநாள் பிந்திகூட செல்லலாமே. செய்தியில் நாட்குறிப்பு நேற்றென்றே உள்ளது" என்றாள். அயர்வுடன் "இவற்றை யார் இங்கு அமர்ந்து நிகழ்த்துகிறார்கள்?" என்றான் கர்ணன். "கலிங்கம் என்பது கலிங்க நாட்டு மண்ணில் மட்டுமல்ல" என்றாள் அவள்.

கர்ணன் ஒன்றும் சொல்லாமல் திரும்ப, அவள் பின்னால் வந்து "அங்கரே, கருவூலத்தைத் திறப்பதே நன்று. அங்க நாட்டின் தலைநகரில் கலிங்க நாணயங்கள் கொடையாக அளிக்கப்பட்டால் அதுவும் சூதர் சொல்லாகப் பரவும்" என்றாள். கர்ணன் திரும்பி, "வென்றபடியே செல்கிறீர்கள்" என்றான். அவள் புன்னகைத்தாள். கர்ணன் "பிறரது வெற்றிகள் எனக்கொரு பொருட்டாக அல்லாமல் ஆகிவிட்டிருக்கின்றன செவிலியே. பார்ப்போம்" என்றபின் வெளியே நடந்தான்.

காவலர் மாடத்தைக் கடந்து வெளிவந்தபோது அங்கு சிவதர் அவனுக்காகக் காத்து நின்றார். இயல்பாகப் புன்னகைத்து "கொற்றவை பூசனைக்குப் பிந்திவிட்டோம் அல்லவா?" என்றான் கர்ணன். சிவதர் "ஆம்" என்றபின் "நகரெங்கும் இளவரசரின் பிறப்பு அறிவிக்கப்பட்டுள்ளது" என்றார். "யார் அறிவித்தது, ஹரிதரா?" என்றான். "இல்லை. அதற்கு முன்னரே சூதர்கள் பாடத்தொடங்கி விட்டனர். பிறக்கவிருப்பவன் கதிரவனின் மைந்தன் என்றும் நேற்று இரவில் ஒருகணம் ஒரு சூரியக் கதிர் வந்து கலிங்க அரசியின் அரண்மனை முகடுகளை ஒளிவிடச் செய்ததாகவும் கூறிக் கொண்டிருக்கிறார்கள்."

கர்ணன் புன்னகையுடன் "ஒரு மாயக்கதை இருந்தால் சேதி பரவுதல் எளிதென்று அறிந்திருக்கிறார்கள்" என்றான். சிவதர் "ஆம், அரசுசூழ் கலையை இளவரசி பிழையறக் கற்றிருக்கிறார்கள்" என்றார். "அரசுசூழ்தலில் நற்செயல் என ஏதேனும் உண்டா சிவதரே?" என்றான் கர்ணன். "உண்டு, அதற்கு எதையும் கற்கவேண்டியதில்லை" என்று சிவதர் சொன்னார். கர்ணன் சிரித்துக்கொண்டு "நற்செயல் செய்தபின் அதிலிருந்து விடுபடுவதற்கு அரசுசூழ்தலின் அனைத்துத் திறன்களும் தேவையாகுமென நினைக்கிறேன்" என்றான்.

அவனைத் தொடர்ந்து நடந்தபடி சிவதர் "சிந்து நாட்டு அரசருக்கு பறவைத்தூது சென்றிருக்கிறது" என்றார். கர்ணன் நின்று "ஜயத்ரதனுக்கா?" என்றான். அவன் உடல் சற்று குறுகியது. அவரது கண்களை நோக்க முடியாமல் விழி அலைய "எங்கிருந்து? சுப்ரியையிடமிருந்தா?" என்றான். "ஆம், முதற் செய்தியே அவருக்குத்தான்" என்றார் சிவதர். அவன் தன் உடலை உள்ளத்தால் பற்றி முழுவிசையாலும் திருப்பி அவரை

நோக்கினான். அவர் விழிகளை சந்தித்தான். அவை மெல்லிய துயருடன் இருந்தன.

புன்னகைத்தபடி கர்ணன் “கருவுற்ற பெண்கள் காதலர்களைத்தான் எண்ணிக்கொள்வார்கள் என்று ஒரு சூதர்பாடல் உண்டல்லவா?” என்றான். சிவதர் விழிதாழ்த்தினார். “நானே அதைக் கண்டிருக்கிறேன். தன் குழந்தையை முதற்காதலனிடம் காட்டுவதை பெண்கள் மிக விழைகிறார்கள்.” சிவதர் ஒன்றும் சொல்லவில்லை. “துயர்கொள்ளவேண்டாம் சிவதரே. அவன் இல்லாத கருவுக்காக உளம் நெகிழ்வான் என நினைக்கையில் எனக்கு நகைக்கவே தோன்றுகிறது” என்று சொல்லி அவர் தோளைத் தொட்டுவிட்டு விலகிச் சென்றான்.

பகுதி 3

சிறைபெருந்தாழ்

1

இளவேனிற்காலத்தின் தொடக்கம் பறவையொலிகளால் நிறைந்திருந்தது. ஒவ்வொரு பறவையும் அதற்கென்றே உயிரெடுத்ததுபோல் ஓர் ஓசையை எழுப்பிக்கொண்டிருந்தது. அஸ்தினபுரியின் சிற்றவையில் துரியோதனன் நீள்மஞ்சத்தில் கால்நீட்டி அமர்ந்திருக்க அவன்முன் போடப்பட்ட வெண்பட்டு விரிக்கப்பட்ட சிறிய இசைக்கட்டிலில் அமர்ந்து வங்கத்து சூதன் விருச்சிகன் பாடிக்கொண்டிருந்தான். துரியோதனனின் வலப்பக்கம் சாளரத்தருகே போடப்பட்ட பீடத்தில் சாய்ந்து வெளியே காற்றில் குலுங்கிய மரக்கிளைகளை நோக்கிக்கொண்டிருந்தான் கர்ணன். இடதுபக்கம் பானுமதி தன் இருக்கையில் அமர்ந்திருந்தாள்.

இளைய கௌரவர்கள் நால்வர் மட்டுமே அறைக்குள் இருந்தனர். தங்கள் தாழ்ந்த பீடங்களில் பெரிய கைகளை ஊன்றி முகம் தளர அமர்ந்திருந்தனர். பிறர் எல்லைக்காவல் சீரமைப்புக்காக சப்தசிந்துவின் கரைகளுக்குச் சென்றிருந்த துச்சாதனனை தொடர்ந்திருந்தனர். சூதனுக்குப் பின்னால் இரு முதிய சூதர்கள் மரத்தாளமும் ஒற்றைத்தந்தி முழவுமாக நின்றனர். அவன் தன் கையிலிருந்த குடவீணையை பாம்புவிரலால் சுண்டி வண்டென முரளச்செய்து அதன் மென்சுதிக்கு குரலை உலவச்செய்து பாடிக்கொண்டிருந்தான்.

சூதன் பாடிக்கொண்டிருந்ததை துரியோதனன் உளம்கொள்ளவில்லை. உச்சிப்பொழுதின் மிகையுணவுக்குப்பின் அரைத்துயிலில் விழிகள் சரிய பட்டுத்தலையணைகள் மேல் உடலழுத்தி கைகள் தளர அவன் படுத்திருந்தான். கர்ணன் அச்சொற்களிலும் அவை தொட்டு தன் உள்ளே எழுந்த சித்திரங்களிலும் சித்தம் உலாவ விட்டு அங்கிலாதவன் போல் அமர்ந்திருந்தான். கால்முட்டின் மடிப்பில் ஊன்றிய கையில் தாடையை

வைத்து சிறிய உதடுகள் ஒட்டியிருக்க, சற்றே தாழ்ந்த இமைகள் கண்களை பிறைவடிவாக மாற்ற, காற்றில் உலையும் குறுஞ்சுருள்கள் சூழ்ந்த வெண்ணிற முகம் சிறிய மூக்குடன் கொழுவிய கன்னங்களுடன் ஏதோ கனவிலென நிலைத்திருக்க, பானுமதி அக்கதைக்குள் இருந்தாள்.

“அரசே, அழகிய அரசியே, அவையே, கேளுங்கள் இப்பிறப்பு வரிசையை! பிரம்மனின் மைந்தன் அங்கிரஸ். அவருக்கு உதத்யர், பிரஹஸ்பதி என்று இரண்டு மைந்தர்கள் பிறந்தனர். அன்றிருந்த வழக்கப்படி தமையனும் இளையவனும் ஒரே மனைவியையே கொண்டிருந்தனர். உதத்யரால் கருவுற்ற மமதை அவரது தவக்குடிலில் இருந்தபோது இளையவர் பிரஹஸ்பதி மமதையை எண்ணி காமம்கொண்டு உள்ளே வந்தார். மதம்கொண்டெழுந்த யானையைப்போல வந்து அவர் அவளை உறவுகொள்ள அழைக்க, பதறி எழுந்து கைநீட்டி மமதை அதைத் தடுத்தாள். ‘இது முறையல்ல. இவ்வுடலும் உள்ளமும் உங்கள் இருவருக்கும் உரியதே. ஆயினும் வயிறு ஒருமுறை ஒருவர் கருவை ஏற்பதற்கே வாய்த்துள்ளது. இப்போது நான் உங்களுடன் இருப்பதற்கு நூல் ஒப்புதல் உண்டெனினும் என் உடல் ஒப்பவில்லை’ என்றாள்.”

அந்த இளவேனிற்காலம் முழுக்க துணைவியின்றி தனித்து வாழ்ந்த பிரஹஸ்பதி தவத்தில் தன்னை ஒடுக்கி முடிவிலியை நோக்கிச் சென்றுகொண்டிருந்தபோது கீற்றிளநிலவென ஒரு மைந்தனை அந்த செந்நிறக் குருதிப்பாதையில் கண்டார். அருகே சென்று அவன் விழிகளை நோக்கினார். அவை சிறிய கரிய விதைகளைப்போல ஒளிகொண்டிருந்தன. இதழ்கள் விரிய நகைத்து அவன் ‘என் தருணம் இது தந்தையே’ என்றான். ‘ஆம்’ என்று எண்ணிய அக்கணமே பிரஹஸ்பதி மலைபிளந்து நிலமதிர்வதுபோன்ற பெருங்காமத்தை உணர்ந்தார். அவ்விசையில் விழித்துக்கொண்டு எழுந்து வெளியே வந்து கருவறைமணம் பெற்ற ஆண்விலங்கு போல கிளம்பி வந்தார்.

தவம் என்பது குவிதல். அரசே, தவம் எதில் குவிகிறதோ அது எல்லையற்ற விசை கொள்கிறது. காமமென்றாகிய தவம் கொண்டிருந்த பிரஹஸ்பதி துணைவியின் மன்றாட்டை செவிகொள்ளவில்லை. சித்தத்தைச் சிதறடித்து ஞானத்தை திரிப்பதில் காமத்திற்கு நிகரென பிறிதொன்றுமில்லை. காமம் கொண்ட களிறு பாறையில் மத்தகத்தை முட்டி உடைத்துக்கொள்கிறது. காமம் கொண்ட குரங்கு முகிலில் பாய்ந்து ஏற எண்ணி மரஉச்சியில் இருந்து தாவுகிறது. காமம் கொண்ட மான் நீர்ப்பாவையை துணையென்றெண்ணி ஆழ்சுனையில் குதிக்கிறது. காமம் கொண்ட பறவை வேடனின் வலையை வயலென்று மயங்குகிறது.

‘பெண்ணே, இத்தருணத்தில் ஒருசொல்லும் என் சித்தத்திற்கு ஏறாது. காமமன்றி பிறிதெதுவும் இன்றென்னை செலுத்தாது’ என்று சொல்லி

அவள் இரு கைகளையும் இறுகப்பற்றி மூங்கில் பட்டைகளாலும் ஈச்ச இலைகளாலும் அமைக்கப்பட்ட அத்தவக்குடிலின் உள்ளறைக்கு இழுத்துச் சென்றார் பிரஹஸ்பதி. இளம்கருவால் குருதி உண்ணப்பட்டு மெலிந்த கழுத்தும் வெளிறிய உதடுகளும் உடலும் தேமல்படர்ந்த தோள்களும் கொண்டிருந்த மமதை அவரை உந்திவிலக்க முடியாதவளாக கண்ணீர் வார அழுதபடி 'என்னை விட்டுவிடுங்கள்... என் மேல் கருணை கொள்ளுங்கள். உத்தமரே, என் கருவை அழிக்காதீர்கள்' என்று கெஞ்சி அழுதாள்.

'அறம் பிழைக்கலாகாது இளையவரே. நெறிமணமும் குலமணமும் மட்டுமல்ல, கொடுமணங்கள் அனைத்துமேகூட கருவுறுதல் என்னும் பெருங்கடமைக்காக என்றுணர்க! கருவுற்ற பெண் தன் உடல்மேல் தானே உரிமை கொண்டவள் அல்ல. பார்த்திவப் பரமாணுவாக அவளுடைய குருதியில் இறங்கி உயிர்கொண்டு, உளம்கொண்டு, இங்குளேன் நான் எனும் ஆணவம்கொண்டு எழுந்த பிரம்மம் அவளை தன் பீடமெனக் கொள்கிறது. என் உளமும் உடலும் உங்களுக்கும் உரியதாயினும் அதை உங்களுக்கு அளிக்கும் பொறுப்பு என் கருவாழும் குழந்தைக்குரியது. சொல் கேளுங்கள். ஆணவம் தவிருங்கள்' என்றாள்.

ஆனால் பிரஹஸ்பதி கடும் சினம்கொண்டு தன் மார்பிலும் அருகிருந்த தூணிலும் அறைந்து 'இப்போது என் உடலில் கனிந்து துளித்து நிற்கும் விந்துவும் பிரம்மத்தின் ஒரு துளியே. அதில் முளைக்கும் உயிரும் இப்புவி காண எழுந்ததுதான். நெறிகளை நீ எனக்குச் சொல்ல வேண்டியதில்லை. இப்புவியில் உள்ள அனைத்து உடல்களும் பிரம்மம் வெளிவரக் காத்திருக்கும் விதைகள் என்று நானும் அறிவேன். காமமென என் உடலில் எழுந்தது முடிவிலியின் பெருவிழைவே. இதைத் தவிர்க்க என்னால் முடியாது' என்றார்.

அழுதபடி கைகூப்பி 'என்னைத் தவிருங்கள். என் உடல்மேல் கருணை கொள்ளுங்கள். பெண்ணென்று பிறந்த பிழைக்காக நான் பெருநிலை அடைய முடியாமல் ஆக்காதீர்கள்' என்று மமதை கண்ணீர் விட்டாள். அவர் அவளை தோள்பற்றி அணைக்க முயல, அவள் உடல்சுருக்கி கண்களை மூடி 'என் உடல் உங்களுக்காக மலராது' என்றாள். பிரஹஸ்பதி அவளைப்பற்றி இழுத்துச் சென்று அருகிருந்த சுடர்நெருப்பின் அருகே நிறுத்தி 'இத்தருணத்தில் எனக்கு நீ காமம் அளிக்கமாட்டாய் என்றால் இச்சுடரைத் தொட்டு அணைத்து நீ என்னை விலக்குவதாகச் சொல். இனி எனக்கு நீ துணைவியல்ல என்றுரைத்து குடில் விட்டு வெளியே செல்கிறேன். செய்க!' என்றார்.

'அதை எங்ஙனம் செய்வேன்? இருவருக்கும் துணைவி என்று கைபற்றி நான் இவ்வில்லத்திற்கு வருகையில் சான்று நின்றது இச்சுடரல்லவா?

என் வயிறு திறக்கும் மைந்தர் உங்களுக்கும் நீர்க்கடன் செய்யவேண்டும் என்பது அன்று உருவான மூதாதையரின் ஆணை அல்லவா?' என்றாள். 'ஆம். அவ்வாறென்றால் என்னுடன் இரு. இன்று என் உடலில் ததும்பும் என் மைந்தனைப் பெற்று எனக்களி. இல்லையெனில் மூதாதையருக்கு முன் உன் சொல்லை சுருட்டி திரும்ப எடுத்துக்கொள்' என்றார் பிரஹஸ்பதி.

'இச்சுடரைத் தொட்டணைத்து அச்சொல்லை திரும்ப எடுத்துக்கொள்ள என்னால் முடியும். ஆனால் உளம்கனிந்து உங்களுடன் இருந்த இனியபொழுதுகளின் நினைவுகளை எப்படி எடுத்துக்கொள்வேன்? அவை என்னில் இருக்கையில் நீங்கள் என் கணவர் அல்லவென்று எப்படி சொல்லமுடியும்? இச்சுடரை அணைத்து பின் ஒருகணமேனும் உங்களை என் கணவர் என்று எண்ணினேன் என்றால் நான் கற்பிழந்தவள் ஆவேன். இல்லை, இப்பிறப்பில் ஒருபோதும் சுடர் தொட்டு அணைத்து உங்களை விலக்க என்னால் இயலாது' என்றாள் மமதை. 'வா! அவ்வண்ணமெனில் என்னுடன் இரு. என் அனலுக்கு அகல் ஆகுக உன் உடல். என்னுள் எழும் சுடர் உன்னில் பற்றிக்கொள்ளட்டும்' என்று சொல்லி அவள் கூந்தலை சுற்றிப்பிடித்து இழுத்து மஞ்சத்திற்குக் கொண்டுசென்றார் பிரஹஸ்பதி.

"அரசே, அரசமர்ந்த இனியவளே, நால்வகை முறைகளும், முறைசெலுத்தும் அறமும், அறமுணர்ந்த முனிவரும், அம்முனிவர் எடுக்கும் சொற்களும், அச்சொற்களில் அனலென அமைந்த பிரம்மமும் ஆகிய இப்புவி என்றும் பெண்களின் விழிநீரால் நனைந்து விதைமுளைத்து பசுமைகொள்வது என்பார்கள் காவியம் கற்றவர்கள். வேதநூலுணர்ந்தவரோ, நூலுக்கு அப்பால் உறையும் முடிவிலியை தொட்டறிந்தவரோகூட பெண்ணின் பெருந்துயரை அறியாதிருக்கும் மாயத்தால் நம்மை ஆட்டுவிக்கின்றது ஊழ். பெண்ணுக்கிழைக்கும் பெருந்தீங்குகளாலேயே ஆண் மீண்டும் மீண்டும் அவள் மைந்தன் என பிறக்கிறான். ஆண்மேல் கொண்ட பிரேமையாலேயே அவள் மீண்டும் மீண்டும் அவனை கருவுறுகிறாள்" என்றான் சூதன். ஆம் ஆம் ஆம் என்றது ஒற்றைத்தந்தி.

கண்ணீருடன் பிரஹஸ்பதியுடன் இருந்த மமதை தன்னுள் கருவடிவாய் எழுந்தருளிய தேவன் இருளாழத்தில் குரலெழுப்புவதை கண்டாள். இருண்ட பாதைகளில் நுரைக்கும் வெய்யநீரில் சுழித்தோடி அவள் சென்று சேர்ந்த செந்நிறப் பெருங்கூடம் நீளுருளை வடிவமாக இருந்தது. அதன் உள்ளே நுரைக்குமிழிகள் மிதந்த செவ்வொளி நிறைந்திருக்க நடுவே கருநிறப் பேருடலுடன் மிதந்தவன் போல் நின்றிருந்த மைந்தன் நீலமணியென சுடரும் அழகிய விழிகள் கொண்டிருந்தான். அவன் கைகளும் கால்களும் மீன்சிறகுகள் என துழாவிக்கொண்டிருந்தன.

‘அன்னையே என்ன இது? நான் இப்புவி ஆள விழையும் பேராற்றல் கொண்டவன் என்பதை அறிய மாட்டீர்களா நீங்கள்? இங்குள்ளவை எனக்கே அரிதானவை அல்லவா?’ என்றான். செவ்வொளிக்கு அப்பால் நீலச்சுடரென எரிந்த அவ்விழிகளை நோக்கி மண்டியிட்டு கைகூப்பி அவள் சொன்னாள் ‘நான் எளியவள். என் உடலை பகிர்ந்து அளித்தவள். உள்ளத்தால் அந்த அடிமைநீட்டில் கைச்சாத்திட்டவள். என் பிழையன்று. பொறுத்தருள்க!’

கடும்சினம்கொண்டு அங்கு ஆலமர விழுதுகளைப் போன்று நிரைபரவி நின்று நெளிந்த தூண்களையும் சுருங்கி விரிந்தது போல் அசைந்த சுவர்களையும் ஓங்கி அறைந்து பெருங்குரலெடுத்து அம்மைந்தன் கூவினான் ‘இது என் தவக்குடில். இங்கு சென்ற பதினான்கு பிறவிகளில் நான் அடைந்த தவப்பயன்கள் அனைத்தையும் துளித்துளியென ஊறிச் சுரந்து எடுத்துக்கொண்டு என்னை நிரப்புகிறேன். என் அகம் மண்நிகழ்ந்து தொட்டுஎழுப்பப்போகும் அனைத்தையும் இங்கே தொடக்கங்கள் என சமைத்துக்கொள்கிறேன். அன்னையே! இங்கு நான் இயற்றும் தவத்தில் எனைச்சூழ்ந்து ஒலிக்க வேண்டியவை என் மூதாதையர் இம்மண்ணில் விட்டுச் சென்ற நுண்சொற்கள் மட்டுமே. பிறிதொரு உயிரின் துயரும் விழைவும் அல்ல. தவமென்பது தனிமையே என்றறியாதவரா நீங்கள்?’

‘நான் எளியவள். சிறியவள். ஏதும் செய்ய இயலாதவள்’ என்பதற்கப்பால் மமதையால் ஒன்றும் சொல்வதற்கு இயலவில்லை. கைகளை விரித்து தன் உடலையும் சூழ்ந்துள்ள அனைத்தையும் அறைந்து உறுமியும் அமறியும் அம்மைந்தன் சுற்றிவந்தான். ‘ஒப்பமாட்டேன். இங்கு பிறிதொருவன் நுழைய ஒப்பமாட்டேன்’ என்றான். அவ்வறையின் சிறுவாயிலை முட்டும் ஒலி கேட்டு நின்று செவிகூர்ந்து ‘யாரது?’ என்றான். அவள் உதடுகளை அழுத்தி அமைதியாக நின்றாள். ‘யாரது? யாரது?’ என்றான் இளமைந்தன் சிம்மக்குரலில். சிறுவாயில் சொல்லெழுந்த உதடுகளென திறக்க, வெண்ணிற சிறு மகவு ஒன்று உள்ளே தவழ்ந்து வந்தது. இனிய விழிகளால் அவனை நோக்கி இதழ்விரியச் சிரித்து ‘மூத்தவரே, என்னிடம் கனிவுகொள்க! நான் உங்கள் அடிபணிந்து இப்புவியில் வாழவிழையும் இளையோன்’ என்றது.

இரைமேல் பாயும் சிம்மம் என கைவிரித்து அவனை நோக்கிச் சென்று ‘இது என் தவக்குடில். என் தனிமையில் இக்கறை படிய ஒருபோதும் ஒப்பேன்’ என்றான் மைந்தன். ‘செல்! விலகிச்செல்!’ என்று கூவியபடி தன் வலக்காலால் ஓங்கி உதைத்து அவ்வெண்ணிறத் தவழ்குழந்தையை வெளியே தள்ளினான். மழலைக்குரலெடுத்து அழுதபடி இளையவன் அவ்வறையின் சிறிய செந்நிற வாயிலை இரு கைகளாலும் பற்றிக்கொண்டான். ‘மூத்தவரே, மூத்தவரே, என் ஊழ்

என்னை இங்கனுப்பியது... என்னிடம் கனிவுகொள்க!' என்றான். 'விலகிச் செல் மூடா! இப்புவியில் நீ நிகழப்போவதில்லை' என்றபடி அம்மைந்தன் இளமகவின் புன்தலையை ஓங்கி மிதித்து வெளியே தள்ளி வாயிலை மூடினான்.

சினம் மேலும் எரிந்த முகத்துடன் பற்களைக் கடித்தபடி திரும்பி 'செல்க! சென்று சொல் உன் இளைய கணவனிடம். என் தவம் கலைத்த அவன் அதற்காக வருந்துவான்' என்றான். அவள் 'இரு மலைகளுக்கு நடுவே ஓடும் ஆறு என என்னை உணர்கிறேன். எனது வழியே வேறு. உங்கள் தனிமையின் உயரங்களும் கனிவுறைந்த குளிரும் நான் அறியாதவை. அவ்வண்ணமே ஆகுக!' என்றபடி பின்நடந்து மீண்டும் வெய்ய நீரோடும் இருண்ட ஓடைகளில் மிதந்து திரும்பி வந்தாள்.

சுவர்களுக்கு அப்பால் பிரஹஸ்பதியின் சினந்த பேரோசையை அவள் கேட்டாள். மஞ்சம் விட்டு எழுந்து தன் புலித்தோல் ஆடையை அள்ளி உடல் சுற்றி அணிந்தபடி வெகுளிபெருகி உடல்நடுங்க கலைந்த சடைமுடிக்கற்றைகள் தோளில் புரள 'என்ன நிகழ்ந்தது? நான் அறிந்தாக வேண்டும். என்ன நிகழ்ந்தது?' என்று அவர் கூவிக் கொண்டிருந்தார். அறைக்குள் ஆடிய சித்திரத் திரைச்சீலையில் விழிகொண்டு எழுந்து அவள் அவ்வறையை நோக்கினாள். மஞ்சத்தில் தன் மரவுரி ஆடையை அள்ளி இடையையும் முலைகளையும் மூடிக்கொண்டு உடல் சுருட்டி தலைகுனிந்து விழிநீர் வார அமர்ந்திருந்த மமதையை அவள் கண்டாள்.

நீண்ட கருங்கூந்தல் தோளிலிருந்து இடைவரை சரிந்து மஞ்சத்தில் விழுந்து கிடந்தது. விம்மலில் மெலிந்த சிறுதோள்கள் அதிர்ந்தன. பிரஹஸ்பதி திரும்பி 'யார் தட்டியது என் வாயிலை? சொல், இங்கு நான் காமம் ஆடுகையில் என் தோளை தன் குளிர்க்கைகளால் தொட்டது யார்?' என்றார். அவள் 'அறியேன்... நானறியேன்' என்றாள். 'நீ பிறிதொருவனை உளம் கொண்டாய். காமமாடும் ஆடவனை தொட்டுக் கலைப்பது அப்பெண் நினைக்கும் பிறிதொரு ஆண்மகன் மட்டுமே' என்றார் பிரஹஸ்பதி. 'நானறியேன்... நானறியேன்' என்று அவள் அழுதாள்.

'இந்த வாயிலே முட்டப்பட்டது' என்று கூவியபடி சிறிய வாயிலைத் திறந்து 'யார்? யாரது?' என்று அலறினார். குனிந்து அங்கே கிடந்த வெண்ணிறமான சிறிய குழந்தைச் சடலத்தை இழுத்து அவள்முன் போட்டார். 'இவனைக் கொன்றது யார்? மண்நிகழ்ந்து வேதச்சொல்லுணர்ந்து அறம்பெருக்கி விண்ணகம் நிறைக்கவிருந்த முனிவன் இவன். இவனைக் கொன்றது யார்? சொல்' என்றார். அவள் விழிதூக்கி 'இது உங்களுக்கும் உங்களுக்கு நிகரான பிறிதொருவருக்குமான போர். நடுவே இருப்பது முலையும்

கருப்பையும் குருதிப்பாதையும் கண்ணீர் ஊற்றும் கொண்ட இவ்வுடல் மட்டுமே' என்றாள்.

இடையில் கைவைத்து ஒருகணம் அவளை நோக்கி நின்ற பிரஹஸ்பதியின் நெஞ்சு நீள்மூச்சுகளால் எழுந்து அதிர்ந்தது. பற்கள் கடிபட்டு அறைபடும் ஒலி கேட்டது. 'நானறிவேன். அவனை நானறிவேன்' என்றபடி குனிந்து அவள் வயிற்றில் கையை வைத்து 'குருதிக் குகையில் வாழும் சிறியவனே, இதை இயற்றியது நீயா?' என்றார். அறை சூழ பேரொலி எழுந்தது 'ஆம். நானே. என் பெயர் தீர்க்கஜோதிஷ். இத்தவக்குடிலில் இப்போது என் விழிகள் மட்டுமே திரண்டுள்ளன. உளம் திரட்டி, உடல் அமைத்து, தசை சிறுத்து, எலும்பு இறுக்கி நான் வெளிவர இன்னும் பத்து மாதங்கள் உள்ளன.'

கைகளைத் தூக்கி 'நீ வரப்போவதில்லை மைந்தா! இது என் தீச்சொல்' என்றார் பிரஹஸ்பதி. உரக்க நகைத்து 'நான் வருவது முன்னரே வகுக்கப்பட்ட ஊழ். உங்கள் தீச்சொல் பிரம்மனின் நெறியை தடுக்கப்போவதில்லை' என்றான் தீர்க்கஜோதிஷ். பிரஹஸ்பதி 'ஆம், நதியை மலையேற்ற எவராலும் முடியாது. ஆனால் திசை மாற்றுவது எளிது. இதோ என் இக்கணம் வரைக்குமான முழுச்சொல்லையும் எடுத்து உன்மேல் தொடுக்கிறேன். நீ விழியிழந்தவனாவாய். இன்று முதல் தீர்க்கதமஸ் என்று அழைக்கப்படுவாய். ஆம், அவ்வாறே ஆகுக!' என்றபின் தன் வலக்கையை ஓங்கி தொடை மேல் அறைந்து கூர்நகங்களால் அத்தசையைப் பிய்த்து எழுந்த குருதியை கையில் பற்றி தூக்கி நெற்றிப்பொட்டில் அழுத்தி சொல்லனல் ஆக்கி 'இங்கு திகழ்க என் சொல்!' என்று அவள் வயிற்றின் மேல் உதறிவிட்டுத் திரும்பினார்.

அவர் காலடியில் இடறியது அந்தக் குழந்தையின் வெண்ணிறச் சடலம். முழந்தாளிட்டு அதை அள்ளித் தூக்கி 'என் மைந்தா' என்றார். அது விழிதிறந்து இறப்பு வெளிறிய ஒளியென பரவிய விழிகளால் அவரை நோக்கியது. 'என் மைந்தா' என்று பிரஹஸ்பதி அழுதார். 'தந்தையே, இனி நான் மண்நிகழலாகுமா? என் செயற்பெருக்கு இப்புவியில் ஆற்றப்படாது எஞ்சுகையில் மீண்டும் மூதாதையரிடம் சென்று சேர என்னால் இயலாதே' என்றது அக்குழந்தை. 'ஆம், இதற்கு விடை என்னிடம் இல்லை. கருவில் கலையும் குழந்தைகள், மழலை மாறாது இறக்கும் மைந்தர்கள் தங்கள் வினை முடிக்க சென்று காத்திருக்கும் விண்ணுலகம் ஒன்றுள்ளது போலும். அதை நான் அறியேன்' என்றார் பிரஹஸ்பதி.

'நான் எங்கு செல்லவேண்டும் தந்தையே? நான் பார்த்திவப் பரமாணுவாக கருவில் ஒருகணம் ஊறியிருந்தேன் என்றால் மட்டுமே மிருத்யூதேவி என்னை அணுக முடியும். இன்று நான் உங்கள் உளம்கொண்ட ஒரு தினவு மட்டுமே அல்லவா?' என்றான் மைந்தன். 'நானறியேன்.

நானறியேன்' என அவர் அழுதார். கையூன்றி எழுந்தமர்ந்த குழவி சினந்த பெருங்குரலில் 'மூடா, நான் உன் மூதாதை. என் வழியென்ன? சொல்!' என்றது. 'என்னைப் பொறுத்தருளுங்கள் எந்தையே. காமத்தால் விழியிழந்தேன்' என்றபின் எழுந்து திரும்பி நடந்தார். அவரது வெண்ணிற நிழலென தொடர்ந்து சென்றது அவ்வெளிறிய சிற்றுடல் மகவு.

சித்ரகூடத்தின் ஏழுகாடுகளில் தவப்பயணம் முடித்து இல்லம் திரும்பிய முதற்கணவர் உதத்யர் செய்தி அறிந்து சினம்கொண்டார். 'என் இளையோனை நான் பழிக்கமாட்டேன். அது ஆணின் இயல்பு. கருவுற்ற பெண்ணை நோக்கி காமம் கொள்வது விலங்குகளின் இயல்பு. அது அப்பெண்ணில் எழும் உயிரின் எழில் விடுக்கும் அழைப்பு. ஆனால் கொண்ட கருவைப் பேணிப் பிறப்பளிக்காத சிறு விலங்குகள்கூட உலகில் இல்லை. பிழை செய்தவள் நீ' என்றார். 'இழிமகளே, என் மைந்தன் விழியற்றவனாக ஆனது உன்னால்தான் என்று உணர்க!'

'நான் என்ன செய்திருக்க முடியும்?' என்றாள் அவள். 'சிற்றுயிர்களும் அறிந்த வழி ஒன்றுண்டு கீழ்மகளே. முற்றிலும் ஒவ்வாத ஒன்றின் முன் அவை ஓசையின்றி உயிர்விடுகின்றன' என்றார் உதத்யர். மமதை 'எங்கு விலங்கு எங்கு தெய்வம் என்றறியாததுதானே மானுடனின் பிழை? பணிவது பத்தினியின் கடமை என்பதால் அதைச் செய்தேன்' என்றாள். உதத்யர் திரும்பி அவ்விழிகளை நோக்கி 'பெண்ணே, எவருக்கும் அவர் பெயர் தற்செயலாக அமைவது அல்ல. அப்பெயர் சூட்டப்படும் கணத்தை அமைக்கும் தெய்வங்கள் அவர் இயல்பை அறியும். அவர்கள் அப்பெயராக முழுதமையும் கணமும் வரும்' என்றார்.

'மமதை என்னும் பெயர்கொண்ட நீ பெரும்பற்றினால் ஆன உளம் கொண்டவள். சொல்! அவ்வுறவில் ஒருகணமேனும் நீ மகிழவில்லையா?' அவள் விழிதாழ்த்தி 'ஆம், என் உடல் மறுத்தபோதும் உள்ளம் மயங்கியது உண்மை. ஏனெனில் நான் விரும்பும் ஆண்மகன் அவர்' என்றாள். 'அதுவே உன் பிழை. அப்பிழையை தன் வாழ்நாள் முழுக்க சுமக்கப்போகிறவன் உன் மைந்தன்' என்றார் உதத்யர்.

அவள் நெஞ்சுடைந்து அழுது உடல் மடிந்தமர, நீள்மூச்சுடன் திரும்பிய உதத்யர் 'அகம் நடுங்குகிறது. என் மைந்தன் சூரியன் இல்லாத நீளிருள் உலகில் வாழவிருக்கிறான். தீர்க்கதமஸ்! முடிவுறா இருள்!' அச்சொல்லால் அச்சுறுத்தப்பட்டவள் போல மெய்ப்புகொண்டு அவள் திரும்பி நோக்க 'முடிவுறா இருள்! எத்தனை பேருருக் கொள்ளும் சொல்! பிரம்மத்திற்கு நிகரானது' என்றார். அப்போதுதான் அதன் முழுவிரிவை உணர்ந்தவள் போல் தன் நெஞ்சைக் கைகளால் அள்ளிக்கொண்டாள்.

‘மறுகரையற்ற ஒன்று எங்கும் இருக்கலாகாது பெண்ணே. மீட்பற்ற சொல் ஒன்று எங்கும் திகழலாகாது. அவ்வண்ணம் ஒன்று இருக்கும் என்றால் அதுவும் பிரம்மமே’ என்ற உதத்யர் இடறிய குரலில் ‘எந்தையரே, முடிவற்ற இருள் அவனுக்கு பிரம்மம் என தோன்றுவதாக! தந்தையின் நற்சொல்லென இதை உரைக்கிறேன். ஆம், அவ்வண்ணமே ஆகுக!’ என்றுரைத்து தன் கமண்டலத்தையும் கோலையும் எடுத்துக்கொண்டு குடில் நீங்கி அடர்கானகம் ஏறி மறைந்தார். அவர் காலடிகளை நோக்கியபடி கண்ணீருடன் அவள் அமர்ந்திருந்தாள்.

2

"தன் குடிலில் தனித்துவிடப்பட்ட மமதை ஒவ்வொரு நாளும் அக்கருவை எண்ணி கண்ணீர் விட்டாள். நூல் அறிந்த மறையோர் அனைவரையும் அணுகி அவர்கள் காலடியில் அமர்ந்து நான்மறையும் செவிபருகி அம்மகவுக்கு அளித்தாள். தனித்த இரவுகளில் விண்மீன் பழுத்த வானைநோக்கி அமர்ந்து 'வளர்க என் மைந்தா! பேருடல்கொண்டு எழுக! விண்ணகமென உளம் பெருகி எழுக! நான் இழைத்தவை எல்லாம் உன் வருகையால் நிகர்த்தப்படுக!' என்று வேண்டினாள். குகைக்குள் உறைந்த மைந்தன் 'ஆம் ஆம் ஆம்' என பேரோசை எழுப்புவதை அவள் கேட்டாள்."

முதிய அந்தணன் ஒருவன் சொன்னான் 'பெண்ணே, நீ செய்வதென்ன என்று அறியாதிருக்கிறாய். விழியிழந்த மகன் ஒருவன் உனக்குப் பிறக்கவிருக்கிறான் என்றால் அவன் மதியிழந்தவனாகவும் இருத்தல் நன்று. அவன் இழந்ததென்ன என்று அவன் அறியமாட்டான். நீயோ வேதம் கேட்டு நிறைகிறாய். அச்சொற்பெருக்கினூடாக ஏழுலகங்களையும் அவனுக்கு அளிக்கிறாய். அங்கு எதையும் பார்க்கவியலாத விழிகளுடன் அவன் பிறப்பான். அறிய முடியாதவற்றால் ஆன உலகில் வாழ்வது எத்தனை துயரென்று எண்ணிநோக்கு. அவன் அளியவன்.'

தலைகுனிந்து கண்ணீர்வழிய மெல்லிய குரலில் அவள் சொன்னாள் 'இல்லை அந்தணரே, என் உள்ளம் சொல்கிறது இங்குள்ள அனைத்தும் சொல்லே என்று. பிரம்மமும் ஒருசொல்லே. சொல்லை அறிந்தவன் அனைத்தும் அறிந்தவனே. அவனுக்கு வேதமே விழியாகுக!' அந்தணர் நீள்மூச்செறிந்து 'நான் சொல்வது எளிய உலகியல். உலகியலின் விழிமுன் மெய்மை கேலிக்குரியது. மெய்மைக்கு உலகியலும் அவ்வாறே' என்றார்.

பின்னொருநாள் கொடுவனம் விட்டு வந்த முனிவர் ஒருவர் அவளிடம் சொன்னார் 'இருளென்பது நீ எண்ணுவது போல் எளியதல்ல பெண்ணே. அது இங்கு அனைத்தையும் நிகழ்த்தும் அக்கதிரவன் இல்லாத இரவு. நீளிரவில் வாழப் போகிறவன் உன் மைந்தன். இங்கு நெறியென்றும் குலமென்றும் அறமென்றும் ஆகி நிற்பது நாளவனே என்று உணர்க! வெய்யோன் கதிர்ச்சுடர் சுருட்டி மறைந்தபின் இப்புவியில் எஞ்சுவதென்ன? இம்மானுடத்தை ஆக்கி ஆட்டிப்படைக்கும் காம குரோத மோகங்கள் அல்லவா? ஆதவன் இல்லாத உலகில் வாழும் உன் மைந்தன் அறம் அறியான், குலம் உணரான், நெறி நில்லான். எஞ்சும் இருள் விசைகளால் மட்டுமே அவன் இயக்கப்படுவான். அவன் பிறவாதொழிவதே உகந்தது.'

'நான் என்ன செய்யவேண்டும் உத்தமரே?' என்றாள் மமதை. 'அவன் இப்புவி நிகழ வேண்டியதில்லை. அதோ கங்கை ஓடுகிறது. அதில் மூழ்கி இறப்பவர் எவரும் இழிநரகு செல்வதில்லை. அவனை நீ உன் மூதாதையரிடம் சென்று சேர். அவன் அவர்களின் நற்சொல் பெற்று பிறிதொரு பிறவியில் சுடர்விழிகளுடன் இங்கு வரட்டும். அவனுக்கென எழாச்சொல்லின் பெருவெளியில் திரண்ட அபூர்வம் அனைத்தும் மெய்ஞானமென வந்தடையட்டும்' என்றார் முனிவர். 'இல்லை. இது அறம் உணர்ந்தோர் சொல் அல்ல. என் மைந்தன் இப்புவியில் உள்ள அனைத்து அறங்களை விடவும், அவற்றை இயற்றி விளையாடும் பிரம்மத்தை விடவும் எனக்கு உயர்ந்தவன். அவன் இப்புவிக்கு வரட்டும். அவனில் முளைப்பன முளைக்கட்டும். பயிரே ஆயினும் களையே ஆயினும் அது எனக்கு நன்றே' என்றாள் மமதை.

பதினெட்டு மாதம் அவள் கருவில் தவமியற்றிவிட்டு விழியென இரு குருதிக்கட்டிகளுடன் தீர்க்கதமஸ் மண்ணுக்கு வந்தான். மைந்தனை நெஞ்சோடணைத்து அவள் கண்ணீர்விட்டாள். அவன் குருத்துக் கால்களை சென்னிசூடி 'விழியற்றது என் பிரம்மம்' என்றாள். அச்சிறிய முகத்தை உற்று நோக்கி 'என்னை நோக்க உனக்கு விழி வேண்டியதில்லை மைந்தா' என்றாள். அவள் முலைக்குருதியை இறுதிச்சொட்டுவரை உறிஞ்சிக் குடித்தான். ஒருபோதும் அவள் உடலில் இருந்து இறங்காதவனாக அவன் வளர்ந்தான்.

விழியிழந்த குழந்தை விரல்களையே விழிகளாகவும் விழைவையே ஒளியாகவும் கொண்டிருந்தது. ஒவ்வொன்றாக தொட்டு அதற்குரிய சொல்லை தன் உள்ளத்திலிருந்து எடுத்துப் பொருத்தி இருளில் பெருகி எல்லையற்று விரிந்த வாழ்வெளி ஒன்றை தனக்கென சமைத்துக்கொண்டது. தான் மட்டுமே உலவிய அவ்வுலகில் அது விண்ணில் இருந்தெழும் உருவிலிக் குரல்களாகவே பிறரை அறிந்தது.

எங்கும் தன் இருப்பை, தன் தேவையை, தன் விழைவை, தன் வெறுப்பை மட்டுமே அது முன்வைத்தது.

அன்னை விழித்திருக்கும் நேரமெல்லாம் அதன் காலடிகளில் பணிசெய்யும் ஏவல்பூதமாக இருந்தாள். கைகளால் தரையை ஓங்கி அறைந்து அது வீறிட்டழுகையில் பால்சுரந்து முலைத்தடம் நனைய மூச்சிரைக்க அவள் ஓடிவந்தாள். வருகையில் ஆடை தடுக்க அவள் பிந்தினால் முலைக்கண்ணைக் கடித்து இறுக்கி அவளை அலறித்துடிக்க வைத்தது அது. எப்போதும் தன் அருகே அவள் இருக்கவேண்டும் என்று அது விழைந்ததால் மரவுரியாலான தூளி ஒன்றைக் கட்டி தன் தோளில் அதை ஏற்றிக்கொண்டாள். அடர்காடுகளிலும் மலைச்சரிவுகளிலும் நதிக்கரைகளிலும் விறகும் அரக்கும் தேனும் மீனும் தேடி அவள் சென்ற போதெல்லாம் அவள் மேல் அமர்ந்து 'ஊட்டுக என்னை' என அது ஓயாது ஆணையிட்டது.

இறங்காத போர்த்தெய்வம் ஒன்று ஏறி அமர்ந்திருக்கும் காட்டுப்புரவி போல அவள் எங்கும் அலைக்கழிக்கப்பட்டாள். அவள் கண்கள் குழி விழுந்தன. அவள் கன்னம் ஒட்டி உலர்ந்தது. முதுமை அவள் மேல் பரவி உலர்ந்த சுள்ளியென ஆக்கியது. அவள் குருதியை உண்டு எழுவது போல கரிய பேருடலில் எழுந்தான் தீர்க்கதமஸ். நடக்கத் தொடங்கியபோது அன்னையை வெறும் ஓடென களைந்துவிட்டு தன் வழியை தானே தேர்ந்தான். மகாகௌதமரின் தவச்சாலை வாயிலில் சென்று நின்று மார்பிலறைந்து ஒலியெழுப்பி உரத்த குரலில் 'இங்குள்ள முனிவர் எவராயினும் அவர் எனக்குக் கல்வியளிக்கக்கடவது' என்றான்.

சினந்தெழுந்து வெளியே வந்த கௌதமர் 'மூடா, விலகிச் செல்! இல்லையேல் தீச்சொல் இடுவேன்' என்றார். 'அத்தீச்சொல்லை நானும் இட முடியும் மாமுனியே' என்றான் தீர்க்கதமஸ். அவன் செல்லும் போது கௌதமர் பன்னிரு மாணவர்களை சூழ அமரச்செய்து, அவர்களுக்கு கற்பிக்கப்பட்ட மந்திரங்களை ஒப்பிக்கச் சொல்லிக் கேட்டுக் கொண்டிருந்தார். ஒற்றை மந்திரத்தை பன்னிரு சொற்களாகப் பிரித்து ஒவ்வொருவருக்கும் அளித்து அச்சொற்களால் ஆன பொருளில்லா மந்திரத்தையே ஒவ்வொருவரும் அறியச்செய்திருந்தார். பன்னிரண்டையும் ஒருசொல் மேல் பிறசொல்லென்று அடுக்கும் முறையை அவருக்கு மட்டுமென வைத்திருந்தார். அவர்கள் ஒரே காலத்தில் ஒப்பித்த மந்திரம் அவர்களின் காதுக்கு ஒலித்தொகையாகவே இருந்தது.

தொண்டையை செருமிக்கொண்டு தீர்க்கதமஸ் அவர் சற்றுமுன் கேட்ட சொல்லலையை அணுவிடை பிறழாது மீளச்சொன்னான். பின் ஒவ்வொரு குரலுக்குரியதையும் தனித்தனியாகச் சொன்னான். பின்னர் பன்னிரண்டு

சொல்வரிசையையும் பன்னிரண்டு முறைகளில் இணைத்துச்சொன்னான். இணைப்புகளின் வழியாக மந்திரம் மெல்ல உருப்பெறுவதைக் கண்டதும் மகாகௌதமர் அவன் கைகளைப் பற்றிக்கொண்டு 'போதும், அழியாச் சொல்லை கற்பதற்கென்றே பிறந்த செவிகள் கொண்டவன் நீ. வருக!' என்றழைத்து உள்ளே கொண்டுசென்றார்.

'மகாகௌதமரிடம் மூன்று வேதங்களையும் வேதாங்கங்களையும் கற்றார் விழியிழந்த முனிமைந்தர். அங்கிருந்து கிளம்பி மகாபிரஹஸ்பதியிடம் சென்று நான்காவது வேதத்தைக் கற்றார். ஒவ்வொன்றையும் முன்னரே அவர் கற்றிருந்தார் என்றும் தாங்கள் அளித்த கல்வி அனைத்தும் நினைவுகூரலே என்றும் ஆசிரியர்கள் உணர்ந்தனர். உச்சிப்பாறையின் பள்ளம் மழைநீர் மட்டுமே கொண்டு நிறைவதுபோல வேதம் முழுதுணர்ந்து பிறிதில்லாத உள்ளத்துடன் தீர்க்கதமஸ் கல்விநிலைகளை விட்டு நீங்கினார்' சூதன் பாடி நிறுத்தி சந்தம் மாறுவதற்காக தன் உடலை அசைத்தான்.

கர்ணனின் உடல் மெல்ல அசையக் கண்டு சூதன் திரும்பி அவனை நோக்கி தலைவணங்கினான். துரியோதனன் எழுந்தமர்ந்து கைகளை விரித்து சோம்பல்முறித்தபின் ஏவலனை நோக்கி குடிக்க நீர் கொண்டுவரும்படி கையசைத்தான். "அங்க நாட்டரசே, தீர்க்கதமஸின் கதை ஏழு சூதர்களால் பாடப்பட்டு தமோவிலாசம் என்னும் பெருமைமிக்க நூலாகத் திகழ்கிறது. சார்த்தூலவிக்ரீதம் சந்தத்தில் அமைந்த அதன் ஆறாவது சர்க்கத்தை இங்கு பாட சொல்லரசி என்னைப் பணித்தாள். கஜராஜவிராஜிதத்தில் அமைந்த ஏழாவது சர்க்கத்தைப் பாட அழைக்கிறாள். அவள் வாழ்க!" என்றான் சூதன். "சிம்மநடையில் அமைந்த பாடலில் அவரது இளமையைப் பாடிய மகாசூதர் பாஸ்கரர் மதயானைநடையில் காமவாழ்வை இயற்றியிருக்கிறார். அவர் புகழ் வாழ்க!"

துரியோதனன் ஏவலன் அளித்த நீரை அருந்தும் ஒலி அமைதியில் எழுந்தது. சூதன் தொடரலாம் என்று பானுமதி கையசைத்தாள். அவன் தலை வணங்கி "அரசி, வேதமென்பது கடலென்றுணர்க! எந்தை விண்ணவன் பள்ளி கொள்ளும் பாற்கடல் அது. மெய்யறிவுகொண்டு அதைக் கடைந்து பிரித்து அமுதைக் கொண்டு நஞ்சைத் தள்ளும் ஞானியர்க்குரியது. அறிக, வேதத்தின் வேர்ப்பிடிப்பு விழைவுகளால் ஆனது. அதன் தண்டு செயலூக்கம். உணர்வுகள் தளிர்கள். ஞானம் அதன் கனி. பிரம்மஞானம் அதன் இனிய தேன்" என்றான். "பிரஜாபதியாகிய தீர்க்கதமஸ் அப்பெருமரத்தின் வேர்களில் வாழ்ந்தவர் என்கின்றன நூல்கள்."

பெருவிழைவே உளமென்றும் உடலென்றும் ஓயா அசைவென்றும் அறைகூவும் குரலென்றும் ஆன கரியமுனிவரை காடே அஞ்சியது.

அவர்முன் வந்தவர்கள் பணிந்து மறுசொல்லுக்காக உடல்விதிர்த்துக் காத்திருந்தனர். முனிவர்கள் அவரை அகற்றி வளைந்தவழி சென்றனர். அமர்ந்த இடத்திலிருந்து தன் குரலெட்டும் தொலைவனைத்தையும் அவர் ஆண்டார். அவர் உடல் இளமையை அடைந்ததும் சித்ரகூடத்தின் முனிவர்கள் பிரத்தோஷி என்னும் அந்தண குல மங்கையை அவருக்கு மணமுடித்து வைத்தார்கள்.

பிறர் விரும்பும் எழிலற்று இருந்தமையால் எவராலும் விரும்பப்படாதிருந்தவள் பிரத்தோஷி. விழியற்றவருக்கு அழகற்றவளே துணை என்று முடிவெடுத்த முனிவர்களிடம் அவர் "எத்தோற்றம் கொண்டவள் அவள்? நிகரற்ற அழகியா? நிறைந்த உடல் கொண்டவளா?" என்றார். "ஆம் முனிவரே, அவள் பேரழகி" என்றனர் அணுக்கர்.

ஆனால் அவள் கழுத்தில் மங்கலநாண் பூட்டி மணப்பந்தலில் அவள் கைகளைப் பற்றியதுமே அவள் அழகற்றவள் என்று அவர் அறிந்துகொண்டார். உரத்த குரலில் "என்னை அழகிலியை மணக்கவைத்தீர்கள். உங்கள் விழியறியும் அழகுகளைவிட நுண்ணழகை அறியும் விரல்கள் கொண்டவன் நான் மூடரே" என்று கூவினார். "இல்லை, இவளல்ல என் துணைவி. விலகுங்கள்" என்றார். அவை நின்ற முனிவர்கள் "இளையோனே, மங்கலநாண் பூட்டி இவளை மணம்கொண்டுவிட்டபின் மறுப்பதற்கு நூல்நெறி இல்லை. நீ கற்ற வேதம் அதற்கு ஒப்புமென்றால் அவ்வண்ணமே ஆகுக!" என்றார்கள். "ஆம், என்னுள் வாழும் வேதம் இன்று இங்கு சான்றென எழுந்த எரிதழலுக்கு மட்டுமே கட்டுப்பட்டது. இவளை ஏற்கிறேன்" என்று குரல்தாழ்த்திச் சொன்னார் தீர்க்கதமஸ்.

அந்தணர் குலத்து பிரத்தோஷியில் அவருக்கு முதல் மைந்தன் பிறந்தான். அவனுக்கு அவர் தன் குருவின் பெயரைச் சூட்டினார். பின்னரும் அவள் மைந்தர்களை பெற்றுக்கொண்டிருந்தாள். ஆனால் ஆணையிடும்போது தன் முன் உணவு கொண்டுவந்து படைக்கவும், கைபற்றிச் சென்று நீராட்டி மீட்டுக் கொண்டுவரவும், ஆடையணிவிக்கவும், கூந்தல் திருத்தவும், அடிபணிந்து குற்றேவல் செய்யவும், காமத்தை ஒலியில்லாது தாங்கிக்கொள்ளவும் மட்டுமே அவர் அவளை பயன்படுத்திக் கொண்டார். மைந்தர் பெருகி குடி விரிந்த பின்னரும் தந்தையென எக்கடமையையும் ஆற்றவில்லை. "நான் உனக்கு என் மங்கலநாணாலும் மைந்தராலும் வாழ்த்து அளித்தவன். உன் பிறவி எனக்குமுன் படைக்கப்பட்ட பலி" என்றார்.

பிராமணி தண்டகாரண்யத்தில் இருந்த பிற முனிவர்களின் தவக்குடில் தோறும் சென்று நின்று இரந்து கொண்டுவரும் உணவில் பெரும்பகுதியை அவரே உண்டார். அவள் காடுதோறும் அலைந்து சேர்த்து சுமந்து வந்த கிழங்குகளையும் கனிகளையும் அவர் பிடுங்கிப் புசித்தார். பசித்துக்

கதறும் மைந்தர்கள் சூழ்ந்திருக்க கரிய தழல் போல் அனைத்தையும் உண்டு நிறைவிலாது அமர்ந்த தன் கணவனை நோக்கியபடி பிரத்தோஷி கண்ணீர்விட்டாள். பசியுடன் துயின்ற மைந்தரைத் தழுவியபடி "எந்த ஊழ்வினையால் இந்த பெரும் பூதம் என் தோளில் ஏற்றிவைக்கப்பட்டது? தெய்வங்களே, இப்பிறவியில் இதை இறக்கி வைத்து மீள்வேனா?" என்று ஏங்கி அழுதாள். இருளில் அவளுடைய தெய்வங்கள் சொல்லில்லாது விழியொளிர நின்றிருந்தன.

பிறரது துயரையும் வெறுப்பையும் எள்ளலையும் அறியாத இருளுலகில் தனித்த மதவேழம் மூங்கில் காட்டில் உலவுவது போல் அவர் கொம்பிளக்கி தலைகுனித்து துதிக்கை சுழற்றி அலைந்துகொண்டிருந்தார். அங்கு பல்லாயிரம் ஊற்றுகள் என பெருகி வழிந்தது அவரது காமம். தன் வேதச்சொல் தேர்ச்சியால் அவர் விண்ணுலாவும் சுரபினிகளை கவரும் கலை கற்றார். காலையில் தன்னை கைபிடித்து கூட்டிச் சென்று நதிக்கரையில் அமரச்செய்து அங்கு சொல் மேல் சொல் அடுக்கி எழுந்து பேருருக்கொண்டு விரும்பிய விண்கன்னியை வரவழைத்து ஒளியுடல் கொண்டெழுந்து அவர்களுடன் உறவுகொண்டார்.

அவரைச் சூழ்ந்திருந்த காட்டுப்பொய்கைகளில் அவர் அவர்களுடன் உறவுகொள்ளும் காட்சிகள் தெரிந்தன. அதைக்கண்டு நாணிய காட்டுமக்கள் அவ்வழி செல்வதைத் தவிர்த்தனர். ஆனால் அக்காட்சிகள் அவர்களின் கனவுக்குள் விரிகையில் காட்டுமங்கையர் அவ்விண்கன்னியரை தாங்களே என உணர்ந்தனர். அவ்வாறு உணர்ந்தபின் அவர்களால் அவரைத் தவிர்க்க இயலவில்லை. அவரை நாடிச்செல்லும் பித்தெழுந்த பெண்களை அன்னையர் கைத்தளையிட்டு கட்டிவைத்தனர். வேட்கைமிகுந்து அத்தளைகளை உடைத்து அவர்கள் அவரைச் சென்றணைந்தனர்.

தன் காட்டுக்குள் எங்கானாலும் கேட்கும் ஒலியால் எழும் மணத்தால் பெண்ணை அறியும் திறன்கொண்டிருந்த தீர்க்கதமஸ் அவள் அக்கணமே தன்முன் வந்து காமமாட நின்றிருக்கவேண்டுமென ஆணையிட்டார். வராதவர்களை ஆற்றுநீரை அள்ளி இடக்கை தூக்கி தீச்சொல்லிட்டார். அவர்கள் சித்தம் கலங்கி நாய்போல நரிபோல ஊளையிட்டனர். பரிபோல அஞ்சி உடல்நடுங்கினர். அவரை விரும்பாது அணைந்த பெண்கள் கருவுற்றதும் தீத்தெய்வம் ஒன்று தங்களுக்குள் குடியேறியதாக உணர்ந்து வயிற்றை அறைந்து வீரிட்டழுதனர். தீர்க்கதமஸின் கட்டற்ற பெருங்காமம் அவர் காமம் நுகரும்தோறும் பெருகியது. காட்டின் ஒவ்வொரு இலையிலும் அவரது நாவின் நுண்சொற்கள் நின்று துடித்தன. ஒவ்வொரு வேர்நுனியிலும் அவருடைய விழைவுகள் இருளைத் துழாவின.

விண்ணக இருப்புகள் அந்தக் காட்டிற்கு வராமலாயின. அவிஅளித்து இரவெலாம் மந்திரம் சொல்லியும் விண்இருப்புகள் மண் இழியாமை கண்டு முனிவர்கள் வருந்தினர். வேள்விக்குளம்கூட்டி தென்னெருப்பில் அளிக்கப்படும் முதல்அவியை பெற்றுச்செல்லும் தேவர்களும் கின்னர கிம்புருடர்களும் கொள்ளும் களியாட்ட ஒலி கேட்டே பெருந்தெய்வங்கள் மண் இறங்குகின்றன என்பது நூல்கூற்று. வேள்விகள் வீணானபோது முனிவர்கள் சினந்தனர். பிரத்தோஷியை வரவழைத்து "உன் கணவனை கட்டுக்குள் நிறுத்து" என்று ஆணையிட்டனர்.

"உத்தமர்களே, என் சொற்களை அவர் கேட்பதில்லை. என் கண்ணீர் அவரைச் சென்றடைவதில்லை. அவர் உறிஞ்சி உண்ணும் வெறும் கூடு மட்டுமே நான். என் மைந்தருக்கு அரை உணவு அளிப்பதற்காக இக்காடெங்கும் அன்னை நாயென அலைந்து திரிகிறேன். அவரோ தன் அன்னையை உண்டு கூடென ஆக்கி வீசிவிட்டு வந்தவர். என்மேல் ஏறி எங்கோ சென்றுகொண்டிருக்கிறார். நான் செய்வதற்கொன்றுமில்லை" என்றாள் பிரத்தோஷி. "அது எங்களுக்குத் தெரியவேண்டியதில்லை. விழி இழந்த அவருக்கு உணவிட்டு உயிரீன்று இருத்திவைப்பது உன் கைகள். உன்னிடம் மட்டுமே அவரைப்பற்றி நாங்கள் குறை சொல்ல முடியும்" என்றனர்.

"நான் என்ன செய்வது? என்ன செய்யவேண்டும் என்று சொல்லுங்கள்! அதைச் செய்கிறேன்" என்று பிரத்தோஷி சொன்னாள். "குழந்தைகள் செய்யும் செயல்களுக்கான பழி அனைத்தும் பெற்றோரை சாரும். அந்தணப்பெண்ணே, உறுப்பிழந்தவர்களும் உளம்குலைந்தவர்களும் முதியவர்களும் குழந்தைகளே. அவர்களின் பழி அவர்களை உணவிட்டுப் பேணுபவரைச் சாரும். நீ எங்கள் தீச்சொற்களுக்கு இலக்காவாய். உன் குழந்தைகள் அவற்றை ஏற்க நேரிடும்" என்றார் பிரதீப முனிவர். "நான் என்ன செய்வேன்! நான் என்ன செய்வேன்!" என்று கைகூப்பி கதறி அழுதபடி உடல் குறுக்கி நடந்து திரும்பி தன் குடிலுக்கு வந்தாள் பிரத்தோஷி.

குடில் நிறைத்து கருஞ்சிலையென அமர்ந்திருந்த கணவனைக் கண்டு பற்களை இறுகக் கடித்து உள்ளங்கைகளைக் கிழித்துத் துளைக்கும் நகங்களுடன் நின்றாள். தளிர்ச்செடி மேல் சரிந்து விழுந்த கரும்பாறை! அந்த ஒப்புமை உள்ளத்தில் எழுந்ததுமே அவள் உள்ளம் தெளிந்தது. தளிர்ச் செடிகள் எவையும் பாறையால் அழிவதில்லை. வானின் அழைப்பும் மண்ணின் நீரும் அவற்றை வளைந்தும் நெளிந்தும் எழச்செய்கின்றன. "நான் வாழ்வேன்! என் மைந்தருடன் இப்புவியில் வாழ்ந்தே தீருவேன்! அதற்கென எதையும் ஆற்றுவேன்! இப்புவியில் என் தவம் அதுவே.

தெய்வங்களே, நீங்கள் அன்னையர் என்றால் என்னை அறிவீர்கள்” என்றுரைத்து நீள் மூச்சுவிட்டாள்.

ஒவ்வொரு நாளும் அவளை பழிச்சொல்லால் சூழ்ந்தனர் முனிவர். அவளோ தன்னுள் மேலும் மேலும் இறுகிக்கொண்டிருந்தாள். மெலிந்து எலும்புக்கூடென ஆனாள். நீள்கூந்தல் உதிர்ந்தது. விழிகள் வறண்ட சேற்றுக்குழிகளாயின. வறுமுலைகள் உடலுடன் ஒட்டி உள்ளே சென்றன. காட்டிலும் சேற்றிலும் ஓயாது உழைத்து காகத்தின் அலகுகள்போல கரிய நகங்கள் நீண்டு வளைந்த கைகளால் கிழங்குகளையும் கனிகளையும் கொண்டுவந்து தன் மைந்தருக்கு தந்தை அறியாது ஊட்டி உடல் வளர்த்தாள்.

ஒருபோதும் தந்தைக்கு அருகே அவர்கள் செல்லலாகாதென்று ஆணையிட்டிருந்தாள். அவர் அவர்கள் வளர்வதை அறிந்து சினம்கொண்டார். “எனக்களிக்க வேண்டிய உணவை இவ்விழிபிறவிகளுக்கு அளிக்கிறாய் நீ. சிறுமையீறே, என்னவென்று என்னை எண்ணினாய்? இவர்களைத் தீச்சொல்லிட்டுக் கொல்வேன்... உணவு! எனக்கு மேலும் உணவு கொண்டுவந்து கொடு” என்று கூவினார். மைந்தர் அஞ்சி விலகி நின்று நடுங்கினர். “அவர் வஞ்சவிழிகள் உங்களை நோக்கித் திரும்பலாகாது. செவிகளில் விழிகொண்டவர் மைந்தரே” என்றாள் அன்னை.

அவர்கள் கைகளும் கால்களும் வளர்ந்து பெருகியபோது ஒருநாள் அழைத்துச் சென்று அவர்களின் மூதாதையர் புதைக்கப்பட்ட நெடுங்கல்லின் அருகே அமரச்செய்து தான் கொண்ட ஊழ் பற்றி சொன்னாள். “நீர்க்கடன் கொடுத்து உங்கள் தந்தையையும் மூதாதையரையும் விண்ணில் நிலைநிறுத்த வேண்டிய மைந்தர் நீங்கள். மங்கல நாண் ஏற்று அவர் கைபிடித்த கடன் ஒன்றினாலேயே அவருக்கு நான் அடிமைகொண்டவள். பெண்ணென்பதால், இன்று நீங்கள் தோள்பெருத்து தலையெடுத்தபின் உங்களுக்குக் கட்டுப்பட்டவள். உங்கள் தந்தையைப்பற்றி நீங்கள் முடிவெடுங்கள். உங்கள் மூதாதையருக்கு நீங்கள் மறுமொழி சொல்லுங்கள். இனி நான் செய்வதற்கொன்றுமில்லை” என்றாள்.

மைந்தர் “அன்னையே, இதை நாங்கள் பேசி முடிவெடுக்கிறோம். தாங்கள் இல்லம் திரும்புங்கள்” என்றபின் இரவெலாம் அங்கு அமர்ந்திருந்தனர். ஏழு இளையவர்களும் மூத்தவராகிய கௌதமரிடம் கேட்டனர் “நமது தந்தையை நாம் என்ன செய்யவிருக்கிறோம்?” கௌதமர் சொன்னார் “அவரது பெருங்காமமும் எல்லையற்ற விழைவும் உருவாக்கும் பழிகள் அனைத்திற்கும் நாமே பொறுப்பு. இளையோரே, நாம் பிறக்கும்போதே மீட்பற்ற பழிசூழ்ந்தவர்கள் ஆனோம். இவ்வுடல், இந்த முகம்

அவரிடமிருந்து வந்தது என்று வந்ததினாலேயே அப்பழியும் அவர் அளித்தது என்று கொள்வதே உகந்தது. அதற்காக நாம் அவரை வெறுக்க இயலாது. ஆனால் நம் அன்னைக்கு நாம் செய்ய வேண்டியது ஒன்றுள்ளது. இனிமேலும் பழிசூழ்ந்தவளாக அவள் இங்கு வாழக்கூடாது.”

“ஆம், ஆம்” என்றனர் இளையோர். “அவரைக் கொன்றுவிடும்படி என்னிடம் சொல்கிறார்கள்” என்றார் இளையவராகிய சித்ரகர். “உணவு கொடுப்பதை நிறுத்துங்கள். அவரே இறந்துவிடுவார் என்றார்கள்” என்றார் பாசுபதர். “அவரை சிற்றறை ஒன்றுக்குள் அடைத்து வையுங்கள் என்றனர்” என்றார் சுமந்திரர். கௌதமர் “இளையோரே, தந்தை என்பதனாலேயே நாம் அவரை பேணக் கடமைப்பட்டிருக்கிறோம். ஆனால் தவம்பொலியும் இக்காட்டை அவர் அழிப்பதை நாம் ஒத்துக்கொள்ள முடியாது. அவரை இங்கிருந்து அகற்றுவோம்” என்றார்.

“எப்படி?” என்றார் இளையவர். “பரிசல் ஒன்று செய்வோம். அவருக்கான உணவும் நீரும் அதில் சேர்த்து இந்த கங்கை நதியில் ஏற்றி அவரை அனுப்பி வைப்போம். இது காலமும் ஊழும் என நாம் அறிந்த பெருவெளிப்பெருக்கு. இந்த நதி முடிவெடுக்கட்டும் அவர் என்ன செய்யவிருக்கிறார் என்று” என்றார் கௌதமர். இளையவர் “ஆம், அதுவே உகந்தது” என்றனர். “இதன் பழியும் நம்மை இணையாக சேர்வதாக! இவர் சென்ற இடத்தில் ஆற்றும் செயல்களின் பழிகளும் நம்மைச் சூழ்க! நம் அன்னையின் வாழ்த்தொலி ஒன்றே நமக்கு எச்சமென எண்ணுவோம்” என்றார் கௌதமர்.

மறுநாள் கௌதமர் தந்தையை சென்று வணங்கி “தந்தையே, இனி இந்தக் கானகத்தில் தாங்கள் இருப்பதை பிற முனிவர் விரும்பவில்லை. தங்கள் பெருவிழைவால் தங்கள் காமக்கறை படியச்செய்த விண்ணகக் கன்னியரும் கானகப்பெண்டிரும் விட்ட கண்ணீரால் நாங்கள் பழி சூழ்ந்திருக்கிறோம்” என்றார். தீர்க்கதமஸ் சினத்துடன் தரையை ஓங்கி அறைந்து “நான் தீச்சொல் இடுவேன். என்னிடம் வேதம் உள்ளது” என்றார். “ஆம் தந்தையே, தங்களிடம் வேத முழுமை உள்ளது. நீர் நனைந்த மண் போன்றது வேதம். நீங்கள் விதைப்பதை அதில் அறுவடை செய்வீர்கள். விழைவை விதைத்தீர்கள், நூறு மேனி கொய்கிறீர்கள்” என்றார் கௌதமர். “உன்னை அழிப்பேன்! உன் தலைமுறைகளை இருளில் ஆழ்த்துவேன்!” என்றார் தீர்க்கதமஸ். “செய்யுங்கள்! தன் மைந்தருக்கு தீச்சொல்லிடும் ஒருவர் தனக்கே அதைச் செய்துகொள்கிறார்” என்றார் கௌதமர்.

விழியிலா முனிவர் தணிந்து “என்னை ஏதேனும் அரசனிடம் அனுப்பி வை. என் சொல்லறிவை அவனுக்கு அளித்து நான் உயிர் வாழ்வேன்” என்றார். “அந்த அரசன் தங்களை அவனே விரும்பி ஏற்றுக்கொள்ள வேண்டும். நாங்கள் அனுப்பி வைத்தால் அவனுக்கு நீங்கள் இழைக்கும்

பழிக்கும் நாங்களே நேரடிப் பொறுப்பாவோம்" என்றபின் மீண்டும் தலைவணங்கிய கௌதமர் "உங்களை நாளை பிரம்ம முகூர்த்ததில் கங்கையில் ஒரு பரிசலில் ஏற்றி அனுப்பிவைக்க இருக்கிறோம் எந்தையே" என்றார்.

சினத்துடன் இரு கைகளையும் வீசி "நான் வாழ்வேன். நான் அழியமாட்டேன். நான் நீரில் மட்காத விதை. எரியிலழியாத அருகம்புல்லின் வேர். இவ்வுலகைப் பற்றிக்கொள்ள ஆயிரம் கொக்கிகள் கொண்ட நெருஞ்சி" என்றார். "ஆம், தாங்கள் விழைவின் மானுட வடிவம். விழைவை முற்றழிக்க மூன்று தெய்வங்களாலும் இயலாது. இங்கு மானுடம் பெருகவென உங்களை அனுப்பியவரே உங்கள் விசையை அமைத்திருக்கக்கூடும்" என்றபின் கௌதமர் திரும்பி நடந்தார்.

மறுநாள் காலை எட்டு மைந்தர்களும் தீர்க்கதமஸை தங்கள் குடிலில் இருந்து மூங்கில்கூடை ஒன்றில் தூக்கிவைத்து கொண்டுசென்றனர். இரு கைகளாலும் நிலத்தை அறைந்து அவர் கூச்சலிட்டார். திரும்பி தன் மனைவியை நோக்கி "இழிமகளே, தந்தைக்குக் கொடுமை செய்யும் இழிமக்களை உன் கீழ்மைநிறைந்த வயிற்றிலிருந்து பெற்றாய். இனி இப்புவியில் எந்தப் பெண்ணும் தோள்வளர்ந்த மைந்தரை உள்ளத்திலிருந்து இழக்கக் கடவது. அவர்களுக்கு மனைவியர் வந்தபின் அவர்கள் அன்னையருக்கு அயலவராகக் கடவது" என்றார்.

சற்றும் அஞ்சாமல் அவரை நோக்கிய பிரத்தோஷி "இன்று என் மைந்தர் உடல்பெருகி இப்புவியில் வாழ்வதைக் கண்டேன். இதையன்றி வேறெதையும் விரும்பவில்லை. இனி சிலகாலம் அவர்கள் இங்கு மகிழ்ந்து வாழ்வார்கள். அதன் பொருட்டு எத்துயரையும் ஏற்க நான் சித்தமானேன். நான் அன்னை மட்டுமே" என்றாள்.

அவர்கள் அவரை இருண்ட நீர் ஒளிர்ந்தோடிய கங்கையின் கரைக்குக் கொண்டுவந்தனர். அங்கு இருந்த பெரிய பரிசலில் அவரை ஏற்றி அமரச்செய்து ஏழு நாட்களுக்குரிய உணவும் நீரும் போர்த்தும் மரவுரியும் அதில் அமைத்தனர். "சென்று வாருங்கள் தந்தையே" என்று சொல்லி கௌதமர் அந்தப் பரிசலை நீரில் தள்ளிவிட்டார். "நீங்கள் எண்மரும் மனைவியர் இன்றி இப்புவியில் வாழ்ந்து அழியக்கடவது. உயிர்கள் அனைத்தும் அடைந்த காமம் என்னும் பேரின்பம் உங்கள் எவருக்கும் கிடைக்காமலிருக்கக்கடவது" என்று தீச்சொல்லிட்டபடியே அலைகளில் ஏறி அமைந்து சென்ற பரிசலில் சுழன்று இருளில் மூழ்கி மறைந்தார் தீர்க்கதமஸ்.

3

"குளிர்க்காற்றின் வழியாக திசையறிந்து, கரையோரப் பறவைகளின் ஒலி வழியாக சூழலை உணர்ந்து ஏழு நாட்கள் அந்த நதியில் அவர் சென்றுகொண்டிருந்தார். ஒவ்வொரு இடத்தையும் அவர் நன்கறிந்தார். 'மானுடரே, என்னைக் கரையேற்றுங்கள். நான் வாழவேண்டும். நான் உணவுண்ணவேண்டும். காமம் கொண்டாடவேண்டும். இங்கு இருந்தாகவேண்டும்...' என நெஞ்சிலறைந்து கூவினார். மானுடரில்லாத காடுகளுக்குள் நுழைந்ததும் 'நான் வாழ்வேன். தெய்வங்களே, எது நாணல்களை வளைய வைக்கிறதோ, எது ஆலமரங்களை விரிய வைக்கிறதோ, எது அசோகமரங்களை எழ வைக்கிறதோ அது என்னிலும் நிறைந்துள்ளது. நான் வாழ்வேன்' என்று கூவினார்."

துரியோதனன் எழுந்து அமர்ந்து சால்வையை சுற்றிக்கொண்டு கர்ணனை நோக்கினான். இருவர் விழிகளும் தொட்டுக்கொண்டு மீண்டன. கர்ணன் தன் இடக்கையால் மீசையை நீவியபடி உடலை அசைத்து எழுந்து அமர்ந்தான். சூதன் அவர்களின் அசைவுகளை நோக்கியதாகத் தெரியவில்லை. குடவீணையை பாம்புவிரலால் மீட்டி, அவ்விம்மலுக்கு ஏற்ப தன் குரலை செலுத்தி தனக்குள் என அக்கதையை அவன் பாடிக்கொண்டிருந்தான். விழிகளால் அவனுக்கு மிக அருகே வந்து அமர்ந்திருந்தாள் பானுமதி.

"அரசர்க்கு அரசே, அவையே, அன்றெல்லாம் கங்கையின் கீழ்க்கரைகளில் எங்கும் நாடுகள் என ஏதுமிருக்கவில்லை. பசுமை அலைபாயும் அடர் காடுகளும் நாணல் திரையிளகும் சதுப்புகளும் மட்டுமே இருந்தன. வேளிர் ஊர்களும் ஆயர் குடிகளும் அமையவில்லை. சதுப்புக் காடுகளுக்குள் திரட்டியுண்டு வாழும் அசுரர் குலங்களும் அடர் காடுகளுக்குள் வேட்டுண்டு வாழும் அரக்கர் குலங்களும் சிற்றூர்களை அமைத்து

வாழ்ந்தன. அந்நாளில் மகாபலர் என்னும் அரக்கர் குலத்தைச் சேர்ந்த வாலி என்னும் மன்னன் தன் குடிப்படையினருக்கு நீரிலிறங்கி தக்கை மரங்களினூடாக சதுப்புகளில் செல்லும் கலையைக் கற்பித்தான். அவ்வழியே சென்று அசுரரின் பன்னிரண்டு சிறு குடிகளை வென்றான். கங்கையின் இரு கரைகளிலுமாக அவனுடைய அரக்கர் அரசு ஒன்று அமைந்தது.”

குலங்களை வென்று அவன் கொண்ட செல்வத்தால் முதன்மை அரசனானான். காட்டுக்குள் பெருமரங்களுக்கு மேலே தன் மிதக்கும் மாளிகையை அவன் அமைத்துக்கொண்டான். ஐந்து மனைவியரும் ஐம்பது சேடியருமாக அங்கே அவன் வாழ்ந்தான். ஆயினும் அவனால் அந்நிலப் பகுதியை முற்றாக ஆள இயலவில்லை. வென்ற நிலப் பகுதியிலிருந்து அவன் படைகள் கிளம்பிச்சென்ற மறுநாளே அங்கு குடிகள் கிளர்ந் தெழுந்தனர். திறை கொள்ளவோ வரி கொள்ளவோ இயலாது அப்பெருநிலம் அவனை சூழ்ந்து கிடப்பதை உச்சி மரக்கிளையில் அமர்ந்து நாற்திசையை நோக்கி அறிந்து அவன் நீள்மூச்சு விட்டான்.

கங்கையின் வடக்குக் கரைகளில் அரசுகள் எழுந்துகொண்டிருந்ததை அவன் அறிந்தான். அவர்கள் நீர்ப்பெருக்கில் கொக்குச்சிறகென பாய் விரித்த பெரும்படகுகளில் கீழ்நிலம் நோக்கிச் சென்றனர். அங்கு நீல நாக்குகள் கொண்ட பெருநீர்வெளி இருப்பதை பாடல்களினூடாக அறிந்தான். அப்படகுகளில் அள்ளக்குறையாத செல்வம் இருந்தது. ஆனால் அணுகவியலாத பெரும்படையும் அவற்றைச் சூழ்ந்து சென்றது. கரைமரங்களில் அமர்ந்து அப்படகுகளைக் கண்டு அவன் ஏங்கினான். குடிபெருகாது தன் கோல்நிலைக்காதென்று உணர்ந்தான். ஆனால் குடி பெருகுகையில் அவர்கள் ஊடிப்பிரிந்து புதுநிலம்நோக்கி சென்றதையே கண்டான். வளரும்தோறும் உடைந்தனர் அரக்கரும் அசுரரும். உடையும்தோறும் போரிட்டனர். போருக்குப்பின் மாறாப் பகைமையை மிச்சமாக்கிக் கொண்டனர். அரக்கரும் அசுரரும் தங்கள் குடில்களில் நெருப்புக்கு இணையாக வஞ்சத்தையும் பேணி வளர்த்தனர்.

குடிகள் பெருகி குலமென ஒருங்கி அரசனை தங்கள் தலைவராக தேர்வு செய்தனர். ஒவ்வொரு அரக்கர்குலத்திலும் தோளெழுந்த இளைஞர்கள் அனைவரும் அரசராக ஆகும் கனவு கொண்டிருந்தனர். அவர்களின் குடிநெறிகளின்படி அரசனை அறைகூவி போருக்கு அழைக்கும் உரிமை அத்தனை ஆண்களுக்கும் இருந்தது. அறைகூவும் இளைஞனை களத்தில் கொன்றால் ஒழிய அரசன் அந்நிலையில் நீடிக்க முடியாதென்று சொல்லப்பட்டது. ஒவ்வொரு நாளும் திறன்கொண்ட வீரர்களிடம் தோள்பொருதி போரிட்டு அவர்களைக் கொல்வதே வாலியின் வழக்கமாக இருந்தது. ஒவ்வொரு கொலைக்குப் பின்னும் திரண்டுருண்ட

உடல் உறுப்புகளுடன் இறந்து கிடக்கும் அவ்விளைஞனைக் கண்டு அவன் கண்ணீர் வடித்தான். தன் குலத்து முத்துகள் ஒவ்வொன்றும் உதிர்கின்றன என்று துணைவியரிடம் சொல்லி வருந்தினான். ஆனால் ஆவதொன்றுமில்லை என்றும் அவன் அறிந்திருந்தான்.

தன் குலத்துப் பெருவீரன் ஒருவனைக் கொன்று அவ்வெண்ணத்தால் வருந்தி அவன் கங்கைக் கரையின் பாறை ஒன்றில் அமர்ந்திருந்தபோது முதிய அந்தணர் ஒருவரைக் கண்டான். சென்றுகொண்டிருந்த சிறுபடகு துளைவிழுந்தமையால் கரையணைந்த அவர் அவனைக் கண்டு நடுங்கி கைகூப்பி 'நான் அந்தணன். அரசத்தோற்றம் கண்டு உன்னை விஷ்ணுவென எண்ணி வணங்குகிறேன். எனக்குத் தீங்கிழைக்காதே. நான் உனக்கு வாழ்த்துரைப்பேன். பிறருக்கு ஒருபோதும் தீங்கெண்ணாத அந்தணன் சொல் உன்னையும் உன் குலத்தையும் காக்குமென்று உணர்க!' என்றார்.

'என் நல்லூழால் தங்களை இன்று கண்டேன் அந்தணரே. என் தலை உங்கள் கால்புழுதியைச் சூடுகிறது' என்று சொல்லி வாலி அவரை வணங்கினான். 'என் இல்லத்திற்கு வந்து அறச்சொல் உரைத்து என் காணிக்கைகளைப் பெற்று தாங்கள் மீளவேண்டுமென்று வேண்டுகிறேன்' என்றான். அவன் அளித்த கனியையும் தேனையும் பெற்றுக்கொண்டு அவ்வந்தணர் அவன் விருந்தினராக வந்தார். அவன் குடிமூத்தாருக்கு வணக்கத்தையும் மைந்தருக்கு வாழ்த்துகளையும் அளித்து அவனுடன் அமர்ந்து உரையாடினார். 'உத்தமரே, என் குடியினர் என்னை அரசனென ஏற்க நான் என்ன செய்யவேண்டும்?' என்று வாலி கேட்டான்.

'ஏன் இவர்கள் ஒவ்வொரு கணமும் என்னுடன் போரில் இருக்கிறார்கள்? நன்றேயாயினும் என் குலத்து இளையோர்கூட எனது ஆணைகளை ஏற்க ஏன் மறுக்கிறார்கள்?' என்றான் வாலி. 'நீங்கள் அரக்கர் குலம். அரக்கர்கள் அடர்காட்டின் தனிப்புலிகள்' என்றார் கல்மாஷர் என்னும் அந்த அந்தணர். 'அரக்கர் அரசாண்டதில்லையா?' என்றான் வாலி. 'அரக்கர்களின் அரசுகளே பாரதவர்ஷத்தில் தொன்மையானவை என்று அறிக! தொல்லரக்கர் குலத்தலைவர்கள் அமைத்த பெருநகர்கள் இம்மண்ணின் அடியில் உறங்குகின்றன. அரக்கர்கோன் ராவணனும் அசுரர்தலைவர் மாவலியும் ஆண்ட புகழ் இன்றும் சூதர்நாவில் திகழ்கிறது' என்றார் கல்மாஷர். தென்னிலங்கை நகரின் ஒளிபுகழ் கேட்டு வாலி நீள்மூச்செறிந்தான்.

'நான் செய்யவேண்டியதென்ன அந்தணரே? எவர்க்காயினும் நல்லுரை சொல்வது உங்கள் குலக்கடன். அதை செய்யுங்கள்' என்றான் வாலி. 'அரசே, இங்கிருப்பது அரசு அல்ல. குலத்தொகுதி. இங்கு திகழ்வது அரக்கர்களின் குடி நீதி. அது இணைந்து வாழும் விலங்குகளில் இருந்து அவர்கள் கற்றுக்கொண்டது. வல்லமை கொண்டதே தலைமையென்று

அமைந்திருக்க வேண்டும் என்பது அது. அவ்வல்லமையை ஒவ்வொரு நாளும் உரைத்தறிய வேண்டும் என்பதும் அந்நெறிகளில் ஒன்றே. வேட்டைக்கூட்டமென நீங்கள் இங்கு வாழ்ந்திருக்கும் வரை அந்நெறியே உகந்ததாகும்' என்றார் அந்தணர்.

'ஆனால் அரசமைக்க அந்நெறி எவ்வகையிலும் உகந்ததல்ல. அரசுகள் குலங்கள் கரைவதன் வழியாகவே உருவாகின்றன என்றுணர்க!' என்றார் அந்தணர். 'ஒருவருக்கொருவர் நிகரான மக்களால் அரசுகளை அமைக்க முடியாது. ஒன்றன் மேல் ஒன்றென ஏறியமரும் கற்களே கட்டடங்களாகின்றன. அதன் உச்சியிலமையும் கலக்கல்லே அரசன். அரசன் என்பவன் குடிகளால் தேர்வு செய்யப்பட்டவனாக இருக்கலாகாது. குடிகளால் எந்நிலையிலும் அவன் விலக்கப்படக்கூடியவனாகவும் இருக்கலாகாது.'

'குடிகள் மண்ணில் வாழ்கிறார்கள். அரசர்கள் விண்ணிலிருந்தே இறங்கி வருகிறார்கள். அரசன் இறப்பான் என்றால் அவன் முதல் மைந்தன் மட்டுமே அவன் கோலை ஏந்த வேண்டும். கைமாறி பிறர்கொள்ளா கோலே நிலையான அரசுகளை உருவாக்குகிறது என்று உணர்க!' என்றார் அந்தணர். 'உத்தமரே, அத்தகைய நிலைமாறா கோல்கொள்ளும் உரிமையை நான் எங்ஙனம் அடைவேன்?' என்றான் வாலி. 'விண்ணிலிருந்து அதற்கு ஆணை பெறுக!' என்றார் அந்தணர். 'அவ்வாணையை நான் பெற என்ன செய்ய வேண்டும்?' என்றான் வாலி.

'அரக்கர்க்கரசே, வேதங்கள் விண்ணிலிருந்து இழிந்தவை. அவ்விண்ணகக் குரல்கள் உன்னை அரசன் என்று அரிமலரிட்டு அரியணையில் அமையக்குமென்றால் இக்குடிகளும் குலங்களும் உன்னை தஙகள தலைவன் என ஏற்கும். மறுப்பு இலா கோல்கொண்டு நீ இதனை ஆள்வாய். இதுவே இதுவரை அரசமைத்த அனைவரும் சென்ற வழி. உன் முன்னோன் இலங்கையர்கோன் கொண்ட கோல்நின்றது செவியினிக்கும் சாமவேதத்தினாலேயாகும்.' அந்தணர் வணங்கி எழுந்து 'வேதம் முற்றோதிய முனிவர் ஒருவரின் வாழ்த்து உன் குலத்திற்கு அமையவேண்டும். உன் அரியணையில் அவர் உன்னை வாழ்த்தி அமரச்செய்ய வேண்டும். அதற்காக காத்திரு. ஆம், அவ்வாறே ஆகுக!' என்று உரைத்து விடைகொண்டார்.

வாலி ஒவ்வொரு நாளும் உளம் நிறைந்து ஏங்கிக் காத்திருந்தான். விண் ஒழிந்த வேதச் சொல்லுடன் ஒரு முனிவர் தன் நிலத்தில் வந்தணைவார் என்று உள்ளுணர்வொன்றால் அவன் அறிந்திருந்தான். பன்னிரு ஆண்டுகாலம் அவன் அவ்வண்ணம் காத்திருந்தபோது ஒருநாள் காலையில் கங்கைக்கரையில் நின்றிருக்கையில் ஒழுக்குநீர் சுழித்து ஒரு பரிசல் அவனைநோக்கி வரக்கண்டான். சுழன்று அலையிலேறி அமைந்து

வந்த பரிசலில் அமர்ந்து வந்த முனிவர் அவன் நிற்பதை உணர்ந்து 'எவராயினும் என்னைக் காக்கும்படி நான் ஆணையிடுகிறேன். இது வேதச்சொல்' என்று கூவினார்.

கரையிலியிருந்த கொடியைப் பறித்து கொக்கியிட்டு வீசி அந்தப் பரிசலைப் பற்றி இழுத்து அருகே கொண்டுவந்தான் வாலி. நீரிலிறங்கி அணுகி தலைவணங்கி 'உத்தமரே, தாங்கள் யார்?' என்றான். உரத்த குரலில் 'நீ அரக்கன் என எண்ணுகிறேன். பண்பறியாக் குலமென்றாலும் பணிவறிந்திருக்கிறாய். என் பெயர் தீர்க்கதமஸ். விழியிழந்தவன் என எளிதாக எண்ணாதே. இப்புவியில் ஒருசொல் மிச்சமின்றி ஒரு சந்தம் பிழையின்றி வேதச் சொல்லறிந்த சிலரில் ஒருவன் நான். என்னை வணங்கு. உனக்கு நலம் பயப்பேன்' என்றார் தீர்க்கதமஸ்.

"அருகிலிருந்த வாழையிலையை வெட்டி அதை மண்ணில் விரித்து அதன்மேல் தீர்க்கதமஸை இறங்கி நிற்கச்செய்து அவர் கால்களைக் கழுவி தன் தலையில் தெளித்துக்கொண்டு அவர் கையைப்பற்றி தன் மாளிகைக்கு அழைத்து வந்தான் வாலி" என தொடர்ந்தான் சூதன். "அவனிடம் அக்காட்டை, அவன் குலத்தை அவர் கேட்டுத் தெரிந்துகொண்டார். எனக்கு உணவுகொடு என்று கூவினார். கனிகளையும் கிழங்குகளையும் அவன் பறித்து அளிக்க, அவற்றை உண்டபடியே அவர் நடந்தார்."

கங்கையில் அவர் கிளம்பி இருபத்தாறுநாட்கள் ஆகிவிட்டிருந்தன. அந்தப் பரிசல் மூன்றுமுறை ஆற்றிடைக்குறையின் நாணல்களிலும் பாறைகளிலும் முட்டி அசைவற்று நின்றிருந்தது. உணவு நான்கு நாட்களிலேயே இல்லாதாகியது. மேலுமிருநாளில் குடிநீர் தீர்ந்தது. தன் மேலாடையை நீரிலிட்டு நனைத்து இழுத்து பிழிந்து பருகினார் தீர்க்கதமஸ். ஆடையை வலையாக்கி மீன்களைப் பிடித்து பச்சையாகவே உண்டார். கரைநாணல்களைப் பிடுங்கி, அவற்றை பல்லால் கடித்து கூராக்கி சிறகடியோசை கேட்டு பறவைகளை வீழ்த்தி அலைகளில் கைவைத்து அவை அணுகுவதை அறிந்து ஆடைவீசிப் பற்றி பச்சை ஊனை உண்டு உயிர்பேணினார். கரையணைந்தபோது அவர் பசித்து வெறிகொண்டிருந்தாலும் உடலாற்றல் குறைந்திருக்கவில்லை.

விழியிழந்த மனிதரைப் பார்க்க அரக்கர் குடிகள் சூழ்ந்தன. 'யார் இவர்?' என்றார் குலமூத்தார். 'வேதச் சொல் முழுமையும் பயின்றவர். என் பன்னிரண்டு ஆண்டுகால தவம் கனிந்து இங்கு வந்துளார். வாழ்த்தி என்னை இம்மக்களின் தலைமையில் அமர்த்தும் பணிகொண்டவர்' என்றான் வாலி. குடிமூத்தார் ஐயத்துடன் அவரைப் பார்த்தனர். 'தங்கள் வேதம் எதை இயற்றும்?' என்று கேட்டனர். தீர்க்கதமஸ் 'எண்ணுபவற்றை' என்றார். 'அது பறவைகளை உணவாக்கும் அம்பா? விதைகளை கனியாக்கும் மழையா? நெல்லைச் சோறாக்கும் எரியா?'

என்றார் ஒருவர். ‘அது வெறும் எண்ணம். சொல்லென்று ஒருமுகம் காட்டுகிறது. விழைவென்றும் தேடலென்றும் விடையென்றும் ஆகி நிற்கிறது’ என்றார்.

‘வெறும் சொல்லா?’ என்றாள் முதுமகள் ஒருத்தி. ‘மூத்தவரே, வெறும் சொல்லா உங்கள் ஆற்றல்?’ தீர்க்கதமஸ் ‘இங்குள்ளவை எல்லாம் சொல்லே’ என்றார். ‘அப்படியென்றால் சொல்லை உண்டு உயிர் வாழ்ந்திருக்கலாமே. எதற்காக ஊனுண்டீர்? இப்போது கனியுண்கிறீர்?’ கூடிநின்றவர்கள் வாய்பொத்தி நகைத்தனர். சினந்து தரையை கைகளால் ஓங்கி அறைந்து ‘தீச்சொல்லிடுவேன். இக்காட்டை எரித்தழிப்பேன்’ என்றார் தீர்க்கதமஸ். அஞ்சி அவர்கள் பின்னடைந்தனர். வாலி ‘விலகுங்கள்... முதியவரை விட்டு விலகிச்செல்லுங்கள்... இதோ உணவு வந்துகொண்டிருக்கிறது உத்தமரே’ என்றான்.

ஆறாப்பசி கொண்டிருந்தார் தீர்க்கதமஸ். அவர்கள் அளித்த உணவனைத்தையும் இரு கைகளாலும் அள்ளி உண்டார். ‘சுவையறியாப் பெரும்பசி’ என்றாள் மூதன்னை. ‘பசியே முதற்சுவை’ என்றாள் இன்னொருத்தி. குழந்தைகள் அவரை அணுக அஞ்சி அப்பால் நின்றன. குலமகள்கள் கைகொண்டு வாய்பொத்தி அகலநின்று நோக்கினர். பெண்களின் மணத்தை தொலைவிலிருந்தே அறிந்து அவர்களை நோக்கிக் கையசைத்து தன் அருகே வரும்படி அழைத்தார். அவர்கள் அஞ்சி குடில்களுக்குள் ஒளிந்துகொள்ள, சினந்து அருகிருந்த மரத்தை அறைந்து ஓலமிட்டார். ‘பெண்கள் அருகே வருக! இல்லையேல் தீச்சொல்லிடுவேன்’ என்றார்.

வாலியின் முதல்துணைவி கரிணி அவனிடம் ‘இவர் வேதம் கற்றவர் போல் இல்லை. விழியிழந்தவர் எதை கற்க முடியும்? பெருவிழைவே உடல் என ஆனவர் போலிருக்கிறார். இது சிறிய காடு. இங்குள்ள வளங்களும் சிறியவை. இது அனலெழும் பெருங்கோடை. நம் மக்களுக்கே உணவில்லை. மைந்தர் பசிதாளாது சிற்றுயிர்களை வேட்டையாடி உண்கிறார்கள். முதியவர் சொல்லின்றி பசி பொறுக்கிறார்கள். இங்குள்ள சிற்றுலகை எரித்தழிக்கும் தழல்துளி போல் இருக்கிறார். இவரை அஞ்சி வெறுத்து எவரோ பரிசலில் ஏற்றி அனுப்பியிருக்கிறார்கள். மீண்டும் இவரை பரிசலில் ஏற்றி கங்கையில் அனுப்புவோம். நமக்கு பழி சேராது. இவரை இத்தனை நாள் வைத்து இங்கு உணவளித்த நற்பயனே நம்மைச்சாரும்’ என்றாள்.

வாலி ‘இல்லை, வேதம் முழுதும் அறிந்த ஒருவர் இங்கு வருவார் என்பது என் உள்ளுணர்வு. இவரே அவர் என்று காட்டுகிறது. இங்கிருப்பார். எவர் என்ன சொன்னாலும் சரி’ என்றான். அவள் மேலும் ஏதோ சொல்லப்போக, ‘என்னை எதிர்த்து சொல்லப்படும் ஒவ்வொரு

சொல்லையும் இனி என் வாளாலேயே எதிர்கொள்வேன், அறிக' என்றான். அவள் அவனிடம் வந்திருந்த மாற்றத்தைக் கண்டு திகைத்து சொல்லவிந்தாள்.

மறுநாள் உச்சிப்பொழுதில் தொலைவில் பறவைப்பேரொலி கேட்டு குடிக்காவலன் ஒருவன் உச்சி மரக்கிளை ஏறி நோக்கி திகைத்து அலறி குறுமுழவை ஒலித்து செய்தி சொன்னான். தென்காற்றில் எழுந்த காட்டுநெருப்பு நூறு சிம்மங்கள் என உறுமியபடி பல்லாயிரம் செம்பருந்துகள் என சிறகுகளை அலைத்து மலையேறி வரக்கண்டார்கள். யானைக்கூட்டங்களைப்போல் கரும்புகை சுருண்டு எழுந்தது. பசுமரக்கூட்டங்களை நக்கி வளைத்து பொசுக்கி உண்டபடி அவர்களை நோக்கி வந்தது எரி. வாலி ஓடிச்சென்று பிறிதொரு மரத்தில் ஏறி நோக்கியபோது சதுப்பு நிலங்கள் அனல்வெளியாகக் கிடப்பதைக் கண்டான். காடு பறவைகள் பதற பொசுங்கிக் கொண்டிருந்தது.

இறங்கி ஓடிவந்து 'கிளம்புங்கள்! அனைவரும் கிளம்புங்கள்!" என்று கூவினான். குழந்தைகளையும் எஞ்சிய உணவுக்கலங்களையும் பெண்கள் தூக்கிக்கொள்ள மீன்பிடிக்கும் கருவிகளையும் வேட்டைக் கருவிகளையும் ஆண்கள் எடுத்துக்கொள்ள அவர்கள் தோள்முட்டி கால்சிக்கி அங்குமிங்கும் ஓடியபோது 'இவரை என்ன செய்வது?' என்றாள் கரிணி. 'இவரையும் அழைத்துச் செல்வோம்' என்று சொல்லி அருகணைந்து 'உத்தமரே, காட்டு நெருப்பு அணுகுகிறது. விலகிச் செல்வோம், வாருங்கள்' என்றான் வாலி.

விழியெனும் தசைத் துண்டுகளால் அவனை நோக்கியபின் 'காட்டு நெருப்பா?' என்றார் தீர்க்கதமஸ். தன் வலக்கையைத் தூக்கி உரத்த குரலில் வேதத்தின் வருண மந்திரத்தைச் சொல்லலானார். அது தவளைக்குரலென ஒலிப்பதைக் கேட்டு திகைத்து தன் குடிமூத்தாரை நோக்கியபின் கைகூப்பி நின்றான் வாலி. குலமூத்தோர் 'தவளைக்குரல் எழுப்புகிறார். இதைக் கேட்டு நிற்கிறாயா? மூடா, செல்! இன்னும் சற்றுநேரத்தில் மூண்டெழும் நெருப்பு இங்கு வந்துவிடும். உன் எலும்புகளும் சாம்பலாகும்' என்று கூறினார்கள்.

அவர்களைத் திரும்பிநோக்காமல் கைகூப்பி கண்மூடி தீர்க்கதமஸ் அருகே நின்றிருந்தான் வாலி. தவளைக்குரல் மேலும் மேலும் விரைவுகொண்டது. விண்ணை நோக்கி அது மன்றாடியது, பின் ஆணையிட்டது. சற்று கழித்து அவரைச் சுற்றி மேலும் பல தவளைக்குரல்கள் கேட்பதை வாலி அறிந்தான். சிறிது நேரத்தில் காடெங்கும் பல்லாயிரம் கோடி தவளைகள் ஒற்றைப் பெருங்குரலில் விண்ணை நோக்கி 'மழை! மழை! மழை!' என்று கூவத்தொடங்கின. கரும்பாறைகள் உருண்டிறங்குவது போல வடக்கிலிருந்து கார்முகில்கள் விண்ணை நிறைத்தன. இடியோசை

ஒன்று எழுந்து தொலைவை அதிரச் செய்தது. மின்னல் இலைகள் அனைத்தையும் ஒளி பெறச்செய்து அணைந்தது.

தோற்பை என நீர் தேக்கி நின்ற வான்பரப்பை மின்னல் கிழித்துச் சென்றது. பல்லாயிரம் அருவிகளென மழை கொட்டத்தொடங்கியது. சற்றுநேரத்தில் மறைந்து போயிருந்த அனைத்து ஓடைகளும் உயிர்கொண்டன. சருகுகளை அள்ளிச்சுழற்றியபடி அவை பாறைகளினூடாக வழிந்து சலசலத்து ஓடின. மலைச்சரிவுகளில் அருவிகள் இழியத்தொடங்கின. நிலமடிப்பின் ஆழத்தில் செந்நீர் வளைந்து விழுந்த காட்டாறுகள் சென்று கங்கையை அடைந்தன. புகைந்து அணைந்த காடு கரிநீரென வழிந்தது. உள்காடுகளுக்குள் ஓடிச்சென்றிருந்த குடியினர் திரும்பிவந்தனர். குடிமூத்தார் தலைக்குமேல் கைகூப்பி கண்ணீர்விட்டபடி வந்து தீர்க்கதமஸின் கால்களைப் பணிந்தனர்.

‘எந்தையே, முழுதுணர்ந்த மூத்தோரே, எங்களைப் பொறுத்தருளுங்கள். உங்களுக்கு அடிமை செய்கிறோம்’ என்று வணங்கினர். ‘உணவு கொடுங்கள்! மேலும் உணவு கொடுங்கள்!’ என்று தீர்க்கதமஸ் கூவினார். சில நாட்களுக்குள் அரக்கர் குலங்களும் அசுரர் குலங்களும் அவர் காலடியில் முழுமையாகப் பணிந்தனர். வேதச் சொல் உரைத்து பச்சை மரத்தை அவரால் எரியச் செய்யமுடியும் என்று அவர்கள் கண்டுகொண்டனர். கூர்கொண்ட சொல்லென்பது எரியும் ஒளியும் ஆகுமென அறிந்தனர்.

பெருகும் கங்கைக்கரையில் அமர்ந்து வேதத்தால் மீன் பெருகச் செய்தார் தீர்க்கதமஸ். காய்ப்பு மறந்த பாழ்மரத்தை கிளை தாழ கனி பொலியச் செய்தார். ஒவ்வொரு நாளும் அரக்கர் குடியினரும் அசுரர் குடியினரும் அவரை தேனும் தினையும் கனியும் கிழங்கும் ஊனும் மீனுமாகத் தேடி வந்தனர். தாள்பணிந்து தங்கள் மைந்தரை அவர் காலடியில் வைத்து வாழ்த்துகொண்டு மீண்டனர்.

அவரை தன் குலகுருவாக அமர்த்தினார் வாலி. கங்கைநீரும் அரிமலரும் இட்டு அவரை கல் அரியணையில் அமர்த்தி அரக்கர்களுக்கும் அசுரர்களுக்கும் அரசனாக்கினார் தீர்க்கதமஸ். இளம் பனைக்குருத்தால் செய்த முடியை அவர் தலையில் அணிவித்தார். முதுபனை ஓலையில் செய்த வெண்குடையால் அவருக்கு அணி செய்தார். மருத மரக்கிளையை செங்கோலென ஏந்தி அமர்ந்து அவர் குடி புரந்தார். வேதத்தால் வாழ்த்தப்பட்டவர் என்னும் பொருளில் தன்னை சுருதசேனர் என்று அழைத்துக்கொண்டார். தன் முதல்துணைவி கரிணியின் பெயரை சுதேஷ்ணை என்று மாற்றினார்.

ஆனால் அவரை அப்போதும் தங்களுக்கு நிகரான அரக்கர்தலைவன் என்றே அசுரரும் பிறரும் எண்ணினர். அவர் முடிசூடியதைப்போல்

தாங்களும் கூட விழைந்தனர். அசுரகுடிகளும் அரக்கர் குடிகளும் தீர்க்கதமஸை தங்களுக்கும் உரியவர் என உரிமைகோரின. படைகொண்டுவந்து அவரைக் கவர்ந்து சென்றால் என்ன என்ற எண்ணம் அவர்களுக்கு எழுந்தது. குடிமன்றுகளில் மூத்தவர் எழுந்து இங்கு 'வேதமெய்யறிந்த முனிவர் அவர். ஆனால் அவர் நம் நிலத்துக்கு வந்தபோது முதலில் கண்டவர் வாலி என்பதால் அவருக்கு முற்றுரிமை கொண்டவராக ஆவாரா என்ன? விண்ணிறங்கிய வேதம் அனைவருக்கும் உரியது. அவர் எங்களுக்கும் முறை கொண்டவரே' என்று கூவினர்.

'இங்கு எவருக்கும் அவர் குருதி உறவில்லை. அந்தணர் நம்முடன் அவர்களின் அழியாச்சொல்லாலேயே தொடர்பு படுத்தப்பட்டிருக்கிறார்கள்' என்றார் குலப்பூசகர் ஒருவர். வாலி 'அவர் என்னையே அரசன் என்று அரியிட்டு அமரச்செய்தார்' என்றார். 'ஆம், ஆனால் பிறரை அப்படி வாழ்த்தியமரச் செய்ய அவர் மறுக்கவுமில்லை. அவர் இங்கு அவைக்கு வரட்டும். எங்களில் எவரையெல்லாம் அவர் அரசராக்குவார் என்று அவரிடமே கேட்போம்.' சுதேஷ்ணையிடம் 'உணவும் காமப்பெண்ணும் அளிக்கும் எவரையும் இவ்விழியிழந்த முதியவர் அரசராக்குவார் என்பதில் ஐயமில்லை. இவரை அவர்கள் சந்திப்பதையே தவிர்க்கவேண்டும்' என்றார்.

ஆனால் நாளும் அக்கோரிக்கை வளர்ந்து வருவதை வாலி கண்டார். குழம்பி அலைந்துகொண்டிருந்தபோது ஒருநாள் முன்பு வருங்குறி உரைத்த அதே அந்தணரை கங்கை வழிப்பாதையில் கண்டார். பணிந்து அவரை அழைத்து வந்து 'அந்தணரே, தங்கள் சொல் நிகழ்ந்துள்ளது. ஆனால் இவ்வண்ணமொரு இக்கட்டும் வந்தது. நான் செய்யத் தக்கதென்ன?' என்றார். 'உன் குடியினர் சொல்வதே சரி. குருதிமுறையன்றி பிறிதெதுவும் மாறாததல்ல' என்றார் அந்தணர். 'என்ன செய்வேன்?' என்றார் வாலி.

'குருதிமுறை உருவாகட்டும்' என்று அந்தணர் சொன்னார். 'உன் மனைவியரின் வயிற்றில் அவரது மைந்தர் பிறக்கட்டும். அதன்பின் இவ்வரசும் குடிகளும் அம்மைந்தருடையவை அல்ல என்று அவர்கள் மறுக்கவியலாது. அவர் சொல் நிற்கும் இடமெல்லாம் உன் மைந்தருக்கும் உரியதாகும்.' வாலி 'ஆம், அதைச்செய்கிறேன். அரக்கர் குலத்திற்கு அத்தகைய உறவுகள் அயலவையும் அல்ல' என்றார். அந்தணர் 'பெண்கள் விரும்பி அவரை ஏற்றாக வேண்டும். காமத்தில் மகிழ்ந்து கருவுறும் மைந்தரே முற்றிலும் தகுதிகொண்டவர்கள் என்றுணர்க!' என்றார். வாலி தலைவணங்கி 'அவ்வண்ணமே ஆகுக!' என்றார்.

4

அஸ்தினபுரியின் அவையில் துரியோதனன் துணைவி பானுமதியுடன் கேட்டிருக்க, கர்ணன் அமைதியிழந்து அமர்ந்திருக்க, சூதன் தன் கதையைத் தொடர்ந்தான். அவன் அருகே அமர்ந்திருந்த இசைத்துணைவரின் கட்டைத்தாளம் அவன் கால்களை அசையச் செய்தது. உள்ளத்தை அடுக்கியது. சொற்களுக்கு குளம்புகளை அளித்தது.

"அரசே, அரக்கர்குலத்தில் திறல்மிக்க வீரனின் கருவை பெண்கள் தேடி அடையும் குலமுறை முன்பே இருந்தது. ஆகவே அந்தணர் சொல் கேட்டு வாலி மகிழ்ந்து தன் மாளிகைக்கு மீண்டதுமே சுதேஷ்ணையையும் பிறரையும் அழைத்து தீர்க்கதமஸிடமிருந்து தனக்கு குழந்தைகளை பெற்றுத்தரும்படி ஆணையிட்டார்" சூதன் சொன்னான். "அவர்கள் திகைப்புடன் ஒருவரை ஒருவர் நோக்கிக்கொண்டனர். சிந்தை உறைய உடல் நிலைக்க விழிகளாக மாறி நின்றனர்."

அவர்களுள் வாழ்ந்த அன்னையர் அவரது நிகரற்ற சொல்லாற்றலால் உளம் கவரப்பட்டிருந்தனர். அவர் சொல்லில் மழை பெய்தது, வெயில் எழுந்தது. பறவைகள் வானுக்கு அப்பால் இருந்து வந்தணைந்தன. நீருக்கு வளம் சேர்த்துச் சென்று மறைந்தன. மத வேழங்கள் அவர்முன் தலைதாழ்த்தி துதிக்கை சுருட்டிப் பணிந்தன. புவி எங்கும் நிறைந்து ஆளும் புவிக்கு அப்பாற்பட்ட பிறிதொன்றின் துளியென அவர் தோன்றினார். அவரை வயிற்றில் நிறைக்க அவர்களின் கனவாழம் விழைந்தது.

ஆனால் அவர்களுள் வாழ்ந்த கன்னியர் அவர் தோற்றத்தை வெறுத்தனர். கரிய உடலில் பொலிக்காளையின் மணம் வீசியது. தாடி அசைய எந்நேரமும் உணவுண்டபடி கைகளால் நிலத்தை அறைந்து கூச்சலிட்டபடி இருந்த கிழவரை அவர்கள் கண்டதுமே முகம்சுளித்து அகன்றனர். அவரிடம் எப்போதுமிருந்த காமவிழைவை எண்ணி உளம்

கூசினர். அது அவர்களை புழுக்களென்றாக்கியது. அவர்களுக்குள் வாழ்ந்த தெய்வங்கள் அவரை நோக்கியதுமே சினம்கொண்டு பன்னிரு தடக்கைகளிலும் படைக்கலங்களுடன் எழுந்தன.

வாலியின் பட்டத்து அரசி சுதேஷ்ணை தீர்க்கதமஸை கண்ட முதற்கணமே உளம் திடுக்கிட்டு அந்த உணர்வழியாமலேயே இருந்தாள். விழியின்மை போல் பெண்களை அஞ்சச் செய்வது பிறிதில்லை. ஆணின் விழிமுன்னரே தன் உடலையும் உள்ளத்தையும் வைக்கின்றனர் பெண்கள். விழிகளூடாகவே ஆணின் அகத்தை அறிகின்றனர். விழிமூடிய முகத்தில் முற்றிலும் அகம் மறைந்தபோது உடல் வெளிப்படுத்திய வெறுங்காமத்தால் முழுப்புகொண்டவராக இருந்தார் தீர்க்கதமஸ்.

பெண்களுக்குள் உறைந்த காட்டுவிலங்குகள் தீர்க்கதமஸை ஒருகணமும் மறவாதிருந்தன. அவரது சிறிய அசைவைக்கூட அவர்களின் தோல்பரப்பே அறிந்தது. தனியறைக்குள்ளும் அவரது விழியின்மையின் நோக்கை தங்கள் உடலில் அவர்கள் உணர்ந்தனர். கனவுகளில் எரியும் கண்களுடன் வந்து இரையுண்ணும் சிம்மம் போல உறுமியபடி அவர்களை அவர் புணர்ந்தார். விழித்தெழுந்து நெஞ்சமூழ்த்தி அவர்கள் தங்களை எண்ணியே வருந்தி தலையில் அறைந்து விழிநீர் சோர்ந்தனர்.

தீர்க்கதமஸ் காமத்தால் பசியால் நிறைந்திருந்தார். ஆணவத்தாலும் சினத்தாலும் எரிந்துகொண்டிருந்தார். மண்நிறைத்து விண்நோக்கி எழும் விழைவென்றே தெரிந்தார். அவர் வந்த ஓரிரு நாட்களுக்குள்ளேயே அக்குலத்தில் ஆண்கள் அனைவரிலும் அவரது விழைவு பற்றிக்கொண்டது. காமத்தில் தங்கள் ஆண்கள் அனைவரும் அவரென ஆவதை பெண்கள் எங்கோ ஒளிந்து நோக்கிய விழியொன்றினால் அறிந்துகொண்டனர். தங்களை அறியும் பெண்ணுடலுக்குள் அவருக்கான விழைவிருப்பதை ஆண்களும் அறிந்திருந்தனர். தொலைவில் மறைந்து நின்று அவரது கரிய பேருடலை நோக்கி இளைஞர் திகைத்தனர். இருப்பும் விழைவும் ஒன்றான தசைச் சிற்பம். விழைவு பல்லாயிரம் விழிகளாக பல்லாயிரம் கைகளாக மாறுவதைக் கண்டனர்.

கண்ணீருடன் மீண்டு வந்த சுதேஷ்ணை கைகூப்பி ‘எங்களை இழிவுக்குத் தள்ளவேண்டாம். தன் கருவை வெறுக்கும் பெண்ணைப்போல துயர்கொள்பவள் பிறிதில்லை’ என்றாள். வாலி சினந்து ‘என் குலத்திற்கு மூத்தவள் நீ. நமது குருதி இக்காடுகளை ஆளவேண்டுமென்றால் நாம் இயற்ற வேண்டியது ஒன்றே. வேதம் கனிந்த இம்முனிவரின் குருதி நம் குடிமகள்களின் வயிறுகளில் முளைக்க வேண்டும். சென்று அம்முனிவரிடம் அமைந்து அவரது கருவைப் பெற்று வருக! இது என்குரலென எழும் மூதாதையர் ஆணை’ என்றார். சுதேஷ்ணை அக்காட்சியை அகக்கண்ணால் கண்டதுமே உளம்கூசி உடல் சிலிர்த்து

‘என்னால் அது இயலாது’ என்றாள். ‘ஏனெனில் நான் அவரை அருவருக்கிறேன்.’

துணைவியை விரும்புபவர்கள் அவள் உள்ளத்தை ஒவ்வொரு கணமும் நோக்கிக் கொண்டிருக்கிறார்கள். அவ்வொரு சொல்லிலேயே பாறைப்பிளவுக்குள் பாம்பின் கண்களைப்போல் அவளது காமத்தைக் கண்டடைந்த வாலி ‘நீ அவர் மேல் காமம் கொண்டிருக்கிறாய், அது நன்று. அவரது குருதியில் பிறந்த மைந்தன் எனக்கு வேண்டும்’ என்றார். அவர் அறிந்த அக்காமத்தை அவள் அறிந்திருக்கவில்லை என்பதனால் அவள் நெஞ்சுலைந்து ‘இல்லை அரசே, எளியவளாகிய என் மேல் பழி தூற்றாதீர்கள். அவரை எண்ணினாலே என் உடல் நடுங்குகிறது. அவரை மானுடன் என்று எண்ணக் கூடவில்லை. விழியின்மை அவரை மண்ணுக்கு அடியிலிருந்து எழுந்து வரும் இருட்தெய்வம் என ஆக்கியிருக்கிறது. அவருடன் என்னால் அணைய இயலாது’ என்றாள்.

‘இது என் ஆணை’ என்றபின் அவளை திரும்பிநோக்காது எழுந்து சென்று மறைந்தார் வாலி. விம்மும் நெஞ்சை அழுத்தி கண்ணீர் விட்டபடி அவள் இருளில் தனித்திருந்தாள். மறுநாள் அரசனின் ஆணை பெற்ற முதுசேடி வந்து சுதேஷ்ணையிடம் ‘முனிவருடன் சேர உன்னை அனுப்பும்படி எனக்கு ஆணை அரசி. உன்னை மலரும் நறுமணமும் அணிவித்து அவரது மஞ்சத்து அறைக்கு கொண்டுசெல்ல வந்தேன்’ என்றாள். சுதேஷ்ணை ஏங்கி அழுதபடி ‘அன்னையே, இன்றிரவு இதை செய்வேனென்றால் ஒவ்வொரு நாளும் இதை எண்ணி நாணுவேன். பெண்ணென பிறந்துவிட்டாலே கருவறை சுமக்கும் ஊன்தேர்தான் நான் என்றாகிவிடுமா? இரவலனின் திருவோடு போல் இதை ஏந்தி அலைவதன் இழிவு என்னை எரியச் செய்கிறது’ என்றாள்.

‘குலமகளென நம் குடியின் ஆணையையும் துணைவியென உன் கணவனின் ஆணையையும் அன்றி பிறிதெதையும் எண்ண நீ கடமைப்பட்டவள் அல்ல. விழிதொடும் எல்லையை தெய்வங்கள் வகுத்தளிக்கின்றன. உன் உளம்தொடும் எல்லையை நீயே வகுத்துக்கொண்டால் அறங்கள் எளிதாகின்றன. விரிந்து பரவுபவர் எங்கும் நிலைகொள்ள முடியாதவர். எத்திசையும் செல்ல முடியாதவர். அரசி, இன்றிரவு இது உன் கடமை’ என்றாள் முதுமகள்.

ஏழு முதுமகள்கள் அவளை சிற்றோடையின் மலர்மிதந்த நீரில் ஆட்டினர். தலையில் பன்னிரு வகை மலர்களைக்கொண்டு பின்னல் அமைத்தனர். நறுமணம் வீசும் கோரோசனையையும் புனுகையும் ஜவ்வாதையும் அவள் உடலெங்கும் பூசினார்கள். இரவு ஒலிகொண்டு நீர்மணம்கொண்டு தொலைவின் குளிர்கொண்டு இருள் எடைகொண்டு சூழ்கையில் தன் அருகே எரிந்த நெய்விளக்கின் ஒளியில் கண்ணீருடன் அமர்ந்திருந்தாள்

சுதேஷ்ணை. ‘நாங்கள் சென்று முனிவரின் அறையை சித்தப்படுத்திவிட்டு வருகிறோம்’ என்று முதுமகள்கள் சென்றதும் நீள்மூச்சுடன் எழுந்து தன் அறைவாயிலில் கூடிநின்ற சேடியரை நோக்கினாள். அவள் உள்ளத்தில் ஓர் எண்ணம் எழுந்தது.

‘இன்று சென்றால் நான் நாளை மீளமாட்டேன் என்று எண்ணுகிறேன் தோழியரே’ என்றாள். ‘அவரிடம் என்னை அழைத்துச் செல்வதற்கு குறுங்காட்டின் வகிடெனச்செல்லும் நீண்ட பாதை ஒன்றே உள்ளது. பிறவிழி படாது இருளிலேயே அதைக் கடக்கவேண்டும். எனக்கு மாற்றாக நானென அங்கு செல்ல உங்களில் எவரேனும் உள்ளீரோ?’ ஒருகணம் அக்கன்னியர் கண்களில் எரிந்து அணைந்த அனலைக்கண்டு அவள் நெஞ்சு நடுங்கியது. எவரும் எதுவும் சொல்லாமல் விழிநட்டு நின்றிருந்தனர். மூக்குத்தடம் வியர்க்க ஒருத்தி மூச்சுவிட்ட ஒலி மட்டும் கேட்டது.

‘சபரி, உன்னால் இயலுமா?’ என்று அவள் தன் உடலை ஒத்த தோற்றம் கொண்ட சேடியிடம் கேட்டாள். அவளோ பின்னால் சென்று சுவரை ஒட்டி நின்று ‘இல்லை அரசி. நான் அஞ்சுகிறேன்’ என்றாள். அவள் இதழ்கள் சொன்னதை விழி சொல்லவில்லை. சுதேஷ்ணை ‘நீ செல்க!’ என்றாள். அவள் தலைகுனிந்து ‘ஆணை’ என்றபோது விழிநீர் உருண்டு மூக்கு நுனியில் சொட்டியது. மிக விரைவாக அவளை மலர்சூட்டி மணம்பூசி அணிசெய்து மலர்த்தாலமும் கனிகளும் ஏந்தி பிற இரு சேடியருடன் தீர்க்கதமஸின் மஞ்சத்தறை நோக்கி அனுப்பி வைத்தாள் சுதேஷ்ணை.

அன்றிரவு முழுக்க சேடியர் சூழ தன் அறைக்குள் துயிலாது காத்திருந்தாள். சேடியரும் துயிலவில்லை என்பது அவ்வப்போது எழுந்த நெடுமூச்சுகளிலிருந்து தெரிந்தது. எதை எண்ணிக்கொண்டிருக்கிறோம் என்றெண்ணியபோது அவள் உடல் மெய்ப்பு கொண்டது. கருமுதிராத கன்றை பசுவின் வயிறு கிழித்து எடுப்பதுபோல் மறுநாள் காலையில் கதிரவன் எழக்கண்டாள். கருக்கிருட்டிலேயே திரும்பி வந்த சபரி சேடி ஒருத்தியின் துணையுடன் சென்று கங்கையில் நீராடி மாற்றாடை அணிந்து தன் குடிலில் தனித்திருந்தாள். அவளை தன்னிடம் அழைத்து வரும்படி சுதேஷ்ணை சொன்னாள். வந்தவள் இரையுண்ட மலைப்பாம்பென அமைதிகொண்டிருப்பதை உடல் அசைவுகளில் உணர்ந்தாள்.

மதம்கொண்ட கண்களைத் தாழ்த்தி கைகூப்பி தலைகுனிந்திருந்தவளிடம் ‘பொறுத்தருள் தோழி. என் அரசுக்கென இதை நீ செய்தாய். என்னால் இயலவில்லை. அவரை நான் மானுடன் என்று எண்ணவில்லை’ என்றாள். ‘மதவேழம் சிறுசுனையை என’ என்றாள் பின்னால் நின்ற முதுசேடி. அப்போது ஒருகணம் அனலொன்று அவ்வறையைக் கடந்துசென்றது போல் சபரியின் முகத்தில் தோன்றிய செம்மையைக்

கண்டு சுதேஷ்ணை உளம் அதிர்ந்தாள். பிறிதொரு சொல் எடுக்காமல் செல்க என்று கைகாட்டினாள்.

மறுவாரமும் அவள் அவரிடம் செல்லவேண்டுமென்று வாலியின் ஆணை வந்தது. அம்முறை பிறிதொரு சேடியை அவள் அனுப்பினாள். திரும்பி வந்த அவளும் சொல்லிழந்து தன்னுள் நிறைந்து தனிமை நாடுபவளாக ஆனாள். அவர்களைக் கண்ட பிற சேடியர் ஒவ்வொருவரும் தீர்க்கதமஸிடம் செல்வதற்கு விழிகளால் முந்தினர். அவர்களின் விழைவு சுதேஷ்ணையை மேலும் மேலும் அகம் பதறச்செய்தது. பன்னிரண்டு சேடியர் மாறி மாறி தீர்க்கதமஸுடன் இரவுறங்கினர்.

தன் துணைவியர் கருவுறாது சேடியர் கருவுற்றதை வாலி அறிந்தார். குலப்பூசகரை அழைத்து குறிநாடச் சொன்னார். அவர்கள் பன்னிரு அன்னையர் ஆலயத்தின் முன் அப்பெண்களை அமரவைத்து மலரீடும் ஒளியீடும் உணவீடும் நீரீடும் செய்து பூசெய் முறைமை முடித்தனர். மூதன்னை வெறியாடி பூண்டு எழுந்த பூசகர் தன் நீள்வேலை நிலத்தில் அறைந்து துள்ளிக் குதித்துச் சுழன்று பெருங்குரலெடுத்துக் கூவினர். ‘பன்னிரு பெருவைதிகர் கருவுற்ற மணிவயிறுகளுக்கு வணக்கம்! பன்னிரு வைதிகக் குலங்களை எழுப்பிய விதைநிலமாயிற்று எம் குலம்! வேதம் உரைத்து இவர்கள் வெல்லும் அவைகளில், இவர்களின் சொல்எழுந்து நிற்கும் மன்றுகளில், இவர்கள் விண்ணேறிச் செல்லும் தடங்களில் எழும் ஆலயங்களில் நம் குலப்பெயர் என்றும் நிலைபெறுவதாகுக! ஓம், அவ்வாறே ஆகுக!’ கூடி நின்ற குலத்தார் மெய்விதிர்ப்புற்று கண்ணீர் துளித்து ‘ஆம், அவ்வாறே ஆகுக!’ என்று கூவினர்.

அன்றிரவு சுதேஷ்ணை கண்ணீருடன் தனித்து தன் அறைக்கு வந்து கதவை மூடி இருளில் உடல்குறுக்கி அமர்ந்தாள். சினந்து அவள் அறைக்கு வந்த வாலி கதவை ஓங்கி அறைந்து ‘இழிமகளே, திற! அறையைத் திற இப்போதே!’ என்றார். அவள் அசையாது அமர்ந்திருக்க, ஓங்கி உதைத்துத் திறந்து உடைவாளை உருவி அவள் தலைமயிரைப் பற்றி இழுத்து வெட்ட ஓங்கினார். கைகூப்பி இறப்புக்குத் துணிந்து அவள் அசையாதிருக்கக் கண்டு வாள் தாழ்த்தினார். ‘உன்னிடம் நான் இட்ட ஆணை என்ன? இன்று இதோ என் அரசியர் அல்லாத பெண்கள் அவர் கருவை ஏந்தியிருக்கிறார்கள்’ என்றார்.

அவள் கண்ணீருடன் விழிதூக்கி ‘இப்போதே நான் அவரிடம் செல்கிறேன். இத்தருணத்தில் மட்டுமே பெருவிழைவை உணர்கிறேன்’ என்றாள். ‘செல்!’ என்று வாலி ஆணையிட்டார். ‘இக்காடுகளை ஆளும் பெருங்குலத்தலைவனை கருவுற்று மீள். இம்முறை அது தவறினால் உன் தலை கொய்வேன் என்று தெய்வங்களைத் தொட்டு ஆணையிடுகிறேன்.’ அன்று அவளே தன்னை மலரும் மணமும் மணியும்

கொண்டு அணிசெய்துகொண்டாள். புத்தாடை அணிந்தாள். இருளில் மலர்ச்செடியைக் கடந்துவரும் இளந்தென்றல் போல ஒரு நறுமணமாக குறுங்காட்டைக் கடந்து தீர்க்கதமஸின் குடிலை அடைந்தாள்.

அவருடன் இருக்கையில் ஒன்றை உணர்ந்தாள். ஆணென்பது முதன்மையாக தந்தை. காமமென்பது முதன்மையாக ஆண்மை. ஆண்மையென்பது முதன்மையாக கனிவின்மை. உவகை என்பது வெறும் விலங்காக எஞ்சுவது. முற்றிலும் நிறைந்தவளாக அவள் திரும்பி வந்தாள்.

கருக்கிருட்டில் நீராடி வரும்வழியில் பன்னிரு அன்னையர் ஆலயத்தின் முன் கைகூப்பி நின்று வணங்குகையில் காலைமலர் மணமொன்று ஆழ்காட்டில் விழுந்து எழுந்து வந்த குளிர்த்தென்றலில் ஏறி அவளைச் சூழ்ந்து உள்ளத்தின் ஆழத்தில் எண்ணமொன்றை எழுப்புகையில் அறிந்தாள், தான் கருவுறப்போவதை. அங்கிருந்து கூப்பிய கைகளில் கண்ணீர் உதிர திரும்பிவந்தாள். மறுநாள் வாலியின் இரண்டாவது மனைவி பிரபை தீர்க்கதமஸுடன் இருந்தாள். அவரது பிறமனைவியர் சுதேவியும் பானுப்பிரபையும் சந்திரப்பிரபையும் அவருடன் இரவு அணைந்தனர். அவர்கள் கருவுற்று ஐந்து மைந்தர்களை ஈன்றனர்.

அங்கன் வங்கன் கலிங்கன் புண்டரன் சுங்கன் என்று ஐந்து பேருடல் மைந்தர்கள் அவரது ஆறாப்பெருவிழைவின் வடிவங்களென அப் பெண்டிரின் வயிறு திறந்து இறங்கி மண்ணுக்கு வந்தனர். கரியதோற்றம் கொண்டவர். விழைவு எரியும் கனல் துண்டுகளென விழிகொண்டவர். ஆணையிடும் குரல் கொண்டவர். கருவிலேயே அவர்களுக்கு வேதத்தின் செயல்பருவம் அளிக்கப்பட்டிருந்தது. முக்குணங்களுடன் அது அவர்களில் வேரூன்றி கிளைபரப்பி நின்றது. நான் என்றும் எனக்கு என்றும் இங்கு என்றும் இப்போது என்றும் அவர்களில் நுரைத்துக் கொப்பளித்தது புவியணைந்த முந்தையரின் முதற்சொல்லென திகழ்ந்த எழுதாக்கிளவி.

தன் இடக்காலால் தாளமிட்டு சற்றே சுழன்று விரல் தொட்ட வீணை எழுப்பிய ரீங்காரத்துடன் குரலிணைத்து சூதன் சொன்னான். “அவையீரே, அவ்வாறு உருவாயின ஐந்து பெருங்குலங்கள். அங்கன் வங்கன் கலிங்கன் புண்டரன் சுங்கன் எனும் ஐந்து மைந்தரால் பொலிந்தார் வாலி. ஐந்து பெரும்தோள்கள், ஐந்து விரிமார்புகள், ஐந்து விழைவுகள். ஐந்து அணையாத சினங்கள். ஐந்து இலக்குகள் கொண்ட அம்புகள். அங்கமும் வங்கமும் கலிங்கமும் புண்டரமும் சுங்கமும் என ஐந்து நாடுகள் பிறந்தன. வேதச்சொல் நிலைநிறுத்திய அவர்களின் மேல்கோள்மையை காடுகளிலும் சதுப்புகளிலும் கடல்நிலங்களிலும் வாழ்ந்த நூற்றெட்டு குடிகளும் ஏற்றன.

விழியிழந்த காமம் கொண்டிருந்த தீர்க்கதமஸின் குருதியில் இருந்து மேலும் குலங்கள் எழுந்தன. உசிதை எனும் காட்டுப் பெண்ணில்

பிறந்தனர் உசிநாரர்கள். சௌப்யை எனும் காட்டுப் பெண் சௌப்ய குலத்தை உருவாக்கினாள். பதினெட்டு அசுர குடிகளுக்கும் அவர் குருதியிலிருந்து மைந்தர் எழுந்தனர். பிரஜாபதிகள் உயிரின் ஊற்றுக்கள். நூறு பொருள்கொண்ட வேதச்சொல் அவர்களின் குருதித்துளி.

வற்றா பெருவிழைவே உடலென்றான தீர்க்கதமஸ் முதுமை அடைந்தார். அவர் குருதியில் வாழ்ந்த தெய்வங்கள் அனைத்தும் மண்ணிறங்கிப் பரவின. தசைநார்கள் அவரது விழைவை வாங்கி வெம்மை கொள்ளாதாயின. ஒருநாள் அவர்முன் படைக்கப்பட்ட உணவுக்குவை முன் அமர்ந்தவர், ஓர் உருளை அன்னத்தை எடுத்து கையில் வைத்து அசைவற்று அமர்ந்திருந்தார். அவர் வயிற்றின் அனல் அணைந்திருந்தது. தன்னை கங்கையின் கரையில் கொண்டுசென்று அமர வைக்கும்படி அவர் தன் மைந்தர்களிடம் கூறினார்.

தீர்க்கதமஸின் குருதியில் பிறந்த ஆயிரத்தெட்டு மைந்தர்கள் பொன்மஞ்சள் மூங்கிலால் ஆன சப்பரம் ஒன்றை சமைத்தனர். அதில் அவரை ஏற்றி அங்கனும் வங்கனும் கலிங்கனும் சுங்கனும் நான்கு முனைகளை தூக்கிக்கொண்டு செல்ல, புண்டரன் கொம்பூதி முன்னால் சென்றான். கோல்கள் ஏந்தி தந்தையை வாழ்த்தியபடி மைந்தர்கள் அணி ஊர்வலமாக அவரைத் தொடர்ந்தனர். அவர்கள் அவரது பெயர்களைச் சொல்லி வாழ்த்தினர். தீர்க்கசிரேயஸ் என்றும் தீர்க்கபிரேயஸ் என்றும் அவர் அழைக்கப்பட்டார்.

கங்கைக்கரையை அடைந்து அங்குள பெரும்பாறை ஒன்றின்மேல் அவரை அமர்த்தினர். வடக்கு நோக்கி தர்ப்பையில் அமர்ந்த தீர்க்கதமஸ் தன் மைந்தரிடம் 'கிளைகள் அடிமரத்தை நோக்கலாகாது. திரும்பி நோக்காமல் விலகிச்செல்க!' என ஆணையிட்டார். 'தந்தையே, தங்கள் குருதியிலிருந்து நாங்கள் கொண்ட பெருவிழைவாலேயே இங்கிருக்கவும் இவற்றையெல்லாம் மீறி வளரவும் ஆற்றல் கொண்டவரானோம். எங்கள் குடிக்கெல்லாம் முதல்அனலென வந்தது தங்கள் காமம். விழியின்மையால் பெருநெருப்பாக்கப்பட்ட அந்தக் காமத்திற்கு தலைவணங்குகிறோம். அதுவே எங்களுக்கு பிரம்மத்தின் வடிவம் என்று அறிகிறோம். என்றும் எங்கள் குலங்களில் அவ்வனல் அழியாது எரியவேண்டுமென்று அருள்க!' 'ஆம், அவ்வாறே ஆகுக!' என்று தீர்க்கதமஸ் அருளுரை புரிந்தார்.

தனிப்பாறை மேல் பனிரெண்டு நாட்கள் உணவின்றி நீரின்றி தன்னை மேலும் மேலும் ஒடுக்கி சுருங்கி அவர் இறுதித் தவம் இயற்றினார். வேதவேதாங்கங்களைச் சுருக்கி ஒற்றைவரியாக்கினார். அதை ஓம் எனும் ஒற்றைச் சொல்லாக்கினார். அதை ஒலியின்மையென அவர் ஆக்கிக்கொண்டபோது சங்கு சக்கர தாமரை கதாயுதத்துடன் அவர் முன் எழுந்த பரந்தாமன் 'வருக!' என்றார். அவரை நோக்கி 'உனது உலகில் மாற்றிலா காமத்திற்கு இடமுண்டா?' என்றார் தீர்க்கதமஸ்.

‘இல்லை, அனைத்து உணர்வுகளும் சாந்தமெனும் இறுதி உணர்வால் சமன் செய்யப்பட்ட உலகே வைகுண்டமென்பது’ என்றார் பெருமாள். ‘விலகுக!’ என்றார் தீர்க்கதமஸ். மானும் மழுவும் சூலமும் உடுக்கையும் ஏந்தி முக்கண் முதல்வன் எழுந்தருளிய போது ‘அங்குளதா அணைதல் அறியா காமம்?’ என்றார். ‘இங்கு அனைத்தையும் தூய்மைப்படுத்தும் அனல் ஒன்றே உள்ளது. எஞ்சுவது நீறு’ என்றார் சிவன். ‘நன்று, அகல்க!’ என்றார் தீர்க்கதமஸ்.

வஜ்ரமும் தாமரையும் ஏடும் விழிமணிமாலையும் என தோன்றிய நான்முகனிடம் ‘அங்குளதா படைத்தலன்றி பிறிதறியாத காமம்?’ என்றார். ‘இங்குளது படைத்தல். ஆனால் அதில் பற்றென ஒன்றில்லை’ என்றார் கலைமகள் கொழுநன். ‘நன்று, நீங்குக!’ என்றார் தீர்க்கதமஸ். மேலும் மூன்றுநாள் தவம் செய்து அவர் உடல் ஒடுங்குகையில் வெண்ணிற யானைமேல் மின்னல்படையும் தாமரையும் ஏந்தி வந்து நின்றார் இந்திரன். ‘விண்ணவர்க்கரசே அங்குளதா முடிவிலி என நீளும் பெருங்காமம்?’ என்றார். ‘ஆம், புல்நுனிகளிலும் காமம் மட்டுமே ததும்பி நிற்கும் பேருலகம் என்னுடையது’ என்றார் இந்திரன்.

‘அவ்வண்ணமெனில் என்னை அழைத்துச் செல்க!’ என்றார் தீர்க்கதமஸ். ஐராவதம் நீட்டிய துதிக்கை முனையை அவர் பற்றிக்கொள்ள, அவரைச் சுருட்டி எடுத்து தன் மத்தகத்தின் மேல் அமர்த்திக்கொண்டது. இந்திரன் தன் பாரிஜாத மாலையைக் கழற்றி அவர் தோளில் இட்டார். ஒளிமிக்க இருவிழிகள் அவர் முகத்தில் திறந்தன. இருண்ட நிழல்கள் ஆடும் மண்ணுலகை நோக்கி ‘அது என்ன?’ என்று கேட்டார். ‘உத்தமரே, இத்தனை நாள் தாங்கள் இருந்த உலகு அது’ என்றார் தேவர்க்கரசன்.

‘இவ்விருளிலா மனிதர்கள் வாழ்கிறார்கள்?’ என்றார் தீர்க்கதமஸ். ‘ஆம், அவ்விருளை ஒளியென நோக்கும் இரு துளைகள் அவர்களின் முகத்தில் உள்ளன’ என்றார் அமுதுறைவோன். பொன்னொளியும் மலரொளியும் பாலொளியும் நிறைந்த விண்ணுலகை நோக்கி விழிதிருப்பி ‘இனி நான் இருக்கும் உலகு அதுவா?’ என்றார் தீர்க்கதமஸ். ‘ஆம் உத்தமரே, அங்கு விழியோடிருப்பீர், விழைவதையே காண்பீர்’ என்றார் இந்திரன்.

“முதற்தந்தையை வாழ்த்துக! கட்டற்ற பெருவிழைவான கரியோனை வாழ்த்துக! மாளா பேருருவனை வாழ்த்துக!” என்று சூதன் கதையை சொல்லி முடித்தான். “இன்றும் எரிகின்றன ஐந்து நாடுகளின் அனைத்து இல்லங்களிலும் விழியிழந்த முதற்தாதை தன் சொல்லிலும் உடலிலும் கொண்ட பேரனலின் துளிகள். அடுப்பில் அனலாக. அகலில் சுடராக. சொல்லில் விழைவாக. கனவுகளில் தனிமையாக. ஆம், அது என்றென்றும் அவ்வாறே சுடர்க! ஓம்! ஓம்! ஓம்!”

5

பரிசுகள் பெற்று சூதனும் கூட்டரும் அவை விட்டு வெளியேறும்வரை பானுமதி அப்பாடலில் இருந்து வெளிவரவில்லை என்று தோன்றியது. அணுக்கன் வந்து துரியோதனன் அருகே தலைவணங்கி மெல்லிய குரலில் “மாலை அவை கூட இன்னும் இரண்டு நாழிகையே பொழுதுள்ளது. தாங்கள் ஓய்வெடுக்கலாம்” என்றான். “ஆம். அதைத்தான் நானும் எண்ணினேன்” என்றபடி திரும்பி நோக்க, அணுக்கன் சால்வையை எடுத்து அவன் தோளில் அணிவித்தான். கர்ணனை நோக்கித் திரும்பிய துரியோதனன் “இக்குல வரலாறுகள் மீள மீள ஒன்றே போல் ஒன்று அமைவதென தோன்றுகிறது” என்றான்.

அவன் உள்ளம் எங்கு செல்கிறது என்று உணர்ந்துகொண்ட கர்ணன் “ஆம்” என்றான். துரியோதனன் மீசையை நீவியபடி திரும்பி சுபாகுவை நோக்க, அவன் “நான் நமது தந்தையைத்தான் எண்ணிக்கொண்டிருந்தேன் மூத்தவரே” என்றான். அந்த நேரடியான குறிப்பு துரியோதனனை ஒருகணம் அயரவைத்தது. உடனே முகம் மலர்ந்து உரக்க நகைத்தபடி கர்ணனிடம் “எவ்வளவு அறிவாளிகள் எனது தம்பியர் பார்த்தாயா? நுணுக்கமாக இங்கிதமாக சொல்லெடுக்கிறார்கள்” என்றான்.

சுபாகுவின் அருகிலிருந்த துச்சலன் “ஆம் மூத்தவரே, அவன் சொன்னது உண்மை. நானும் நமது தந்தையைத்தான் எண்ணிக்கொண்டிருந்தேன். விழியிழந்தவர் என்பதற்காக அல்ல” என்றான். கர்ணன் சற்றே பொறுமை இழந்து போதும் என்று கையசைக்க, துரியோதனன் கர்ணனை நோக்கித் திரும்பி “இரு கேட்போம்” என்றபின் “சொல்லு தம்பி, எதற்காக? விழியிழந்தவரே இருவரும் என்பதை கண்டுபிடித்துவிட்டாயா?” என்றான்.

சுபாகு மகிழ்ந்து "அது மட்டுமல்ல, இருவருமே கரிய உடல் உள்ளவர்கள்" என்றான். துச்சலன் அவனை இடைமறித்து "நான் அதற்கு மேலும் எண்ணினேன். இருவருமே மைந்தரால் பொலிந்தவர்கள்" என்றான். "பிறகு?" என்றான் துரியோதனன். கர்ணன் "போதும். இதற்கு மேல் பேசுவது அரசர்பழிப்பாகும்" என்றான். "இங்கு நாம் அறைக்குள் அல்லவா பேசிக்கொள்கிறோம்?" என்றபின் துரியோதனன் திரும்பி "சொல் தம்பி, என்ன?" என்றான். துச்சலன் "அவரைப்போலவே நமது தந்தையும் காமம் மிகுந்தவர் என்று எனக்குத் தோன்றியது" என்றான். பின்பு சுபாகுவை நோக்கி "தெரியவில்லை. நான் மிகையாகக் கூட எண்ணியிருக்கலாம்" என்றான்.

துரியோதனன் தொடையில் அறைந்து உரக்க நகைத்து திரும்பி "என் தம்பியர் சிந்திக்கும் வழக்கமில்லாதவர்கள் என்று ஓர் அவதூறு அஸ்தினபுரியில் சூதர்களால் கிளப்பப்படுகிறது. இப்படி அனேகமாக நாளொன்றுக்கு இரு முறையாவது தங்களை இவர்கள் நிறுவிக்கொண்டே இருக்கிறார்கள் என்பதை இச்சூதர்கள் அறிவதில்லை. நாமே இத்தருணங்களை கவிதையாக ஆக்கினால்தான் உண்டு" என்றான். பானுமதி சிரிப்பை அடக்கியபடி விழிகளை திருப்பி அறைக்கூரையைப் பார்த்தாள். "செல்வோம்" என்றபடி துரியோதனன் முன்னால் நடக்க, பானுமதி சிரிப்பு ஒளிவிட்ட கண்களால் கர்ணனை நோக்கி மெல்லிய குரலில் "எப்படி இருக்கிறாள் விருஷாலி? இங்கு அழைத்து வருவதே இல்லையே?" என்றாள்.

கர்ணன் "அவள் உள்ளம் திரௌபதியிடம் இருக்கிறது" என்றான். "ஆம், எண்ணினேன்" என்றாள் அவள். "அவள் தந்தை முன்னரே பாண்டவருக்கு தேர் ஓட்டியவர். குந்தி அளித்த பொற்கங்கணம் ஒன்று அவர் இல்லத்தில் உள்ளது. எனவே தானும் தன் குடும்பமும் பாண்டவர்களுக்கு அணுக்கமானவர்கள் என்று எண்ணிக்கொள்கிறார்கள்" என்றான் கர்ணன். "அது நன்று. ஏதேனும் ஒரு பிடிப்புள்ளது அரசியலில் ஓர் ஆர்வத்தை உருவாக்கும்" என்றாள் பானுமதி. முன்னால் சென்ற துரியோதனன் திரும்பி "இங்கு அவைக்கு வருவதில் அவளுக்கென்ன தயக்கம்?" என்றான். கர்ணன் ஒன்றும் சொல்லவில்லை.

பானுமதி சினந்து "தாங்கள் அறிந்ததே. அங்க நாட்டு அரசனுக்கு முதல் துணைவியானவள் முடிசூடி அரியணை அமரமுடியாதென்று வகுத்தது வேறெவருமல்ல, நமது அவை. இங்கு வந்து எப்படி அவள் அமர்வாள்?" என்றாள். கர்ணன் இடைமறித்து "அதுவல்ல" என்றான். "பின்பு...?" என்றாள் பானுமதி. கர்ணன் "இங்கு அவள் தன்மேல் மிகையாக பார்வைகள் விழுவதாக உணர்கிறாள்" என்றான். "அதைத்தான் நானும் சொன்னேன். இங்கு அவள் இருந்தால் அவளை சூதப்பெண்ணாக நடத்துவதா அரசியாக நடத்துவதா என்று நமது அவை குழம்புகிறது."

"இது என்ன வினா? அங்க நாட்டு மன்னன் என் தோழன். அவனது துணைவி அவள். அவள் அரசவைக்கு வரட்டும். உனக்கு நிகரான அரியணை அமைத்து நான் இங்கு அமரவைக்கிறேன். எழுந்து ஒருசொல் சொல்பவன் மறுசொல் எடுக்காது தலைகொய்ய ஆணையிடுகிறேன். பிறகென்ன?" என்றான் துரியோதனன் உரத்த குரலில்.

பானுமதி "நாம் எப்போதும் நமது பிதாமகர்களுடனும் ஆசிரியர்களுடனும் பொருதிக் கொண்டிருக்கிறோம் என்பதை மறக்கவேண்டாம்" என்றாள். "நான் பொருதிக் கொண்டிருப்பது என்னைச் சூழ்ந்துள்ள சிறுமையுடன்" என்றான் துரியோதனன். "மண்ணாள்பவன் வென்று செல்ல வேண்டிய தடை என்ன அறிவாயா? அவனுள் வாழும் மண்ணுக்கு உரியவனென தன்னை உணரும் ஓர் எளியவன்." சிறிய தத்தளிப்புடன் கர்ணன் "இதைப்பற்றி நாம் பிறகு பேசுவோமே" என்றான்.

"விருஷாலி இங்கு வரலாம்" என்றாள் பானுமதி. "அவள் இளமையில் எவ்வண்ணம் உணர்ந்தாலும் சரி, இங்கு இப்போது அவள் மன்னர் திருதராஷ்டிரரின் குடியாகவே இருக்கிறாள். தங்கள் துணைவியாக இருக்கையில் ஒருபோதும் அவள் இந்திரப்பிரஸ்தத்துக்குச் செல்லப் போவதில்லை. ஆகவே இந்த அவை அவளுக்குரியது. அதை அவளுக்கு உணர்த்துங்கள்."

துரியோதனன் "ஆம் அதை அவளிடம் சொல்! இந்த அவை அவளுக் குரியது" என்றான். கர்ணன் "நான் அதை அவளிடம் சொல்லியிருக்க மாட்டேன் என்று நினைக்கிறீர்களா?" என்றான். பானுமதி அவன் விழிகளை நோக்கி "ஆம், சொல்லியிருக்கலாம். ஆனால் மீள மீளச் சொல்பவையே நிலைபெறுகின்றன" என்றாள்.

கர்ணன் சில கணங்கள் தலைகுனிந்து கைகளை பின்னுக்குக் கட்டி சீரான நீள் காலடிகளுடன் நடந்தபின் தனக்குத்தானே என "எல்லாவற்றையும் சொல்லிவிடலாம் என்பதுதான் எவ்வளவு பெரிய மாயை" என்றான். பானுமதி அவன் அருகே வர, திரும்பி "சொல்லிவிட்டால் அனைத்தும் சீராகிவிடும் என்பதற்கு நிகரான மாயை அது" என்றான். அவள் துயர் கடந்துசென்ற விழிகளுடன் ஒளியின்றி புன்னகைத்தாள்.

"உனக்கு சொல்லமைக்கத் தெரியாது என்பதை என்னளவுக்குத் தெரிந்த பிறரில்லை" என்று சற்று முன்னால் சென்ற துரியோதனன் திரும்பி கைநீட்டி சொன்னான். "நீ அவளிடம் என்ன சொன்னாய்? அஸ்தினபுரியின் அரசன் அவள் தமையனுக்கு நிகரென சொன்னாயா? அவளுடைய தன்மதிப்புக்கும் உவகைக்கும் என எனது வாள் என்றுமிருக்கும் என்று சொன்னாயா? இதோ இப்பேரரசின் ஒவ்வொரு படையும் அவளுக்குரியது. அதை அவளிடம் சொல்" என்றான்.

கர்ணன் "சொற்கள் மகத்தானவை. அவற்றை ஏற்றுக்கொள்ளும் அளவுக்கு அகம் விரியவேண்டுமல்லவா?" என்றான். "என்ன சொல்கிறாய்?" என்றான் துரியோதனன். "தாங்கள் சொல்பவற்றை புரிந்துகொள்ளும் அளவுக்கு அவள் உள்ளம் விரியவில்லை. அவள் வாழ்ந்த உலகு மிகச் சிறியது. ஒருபோதும் இன்றிருக்கும் இடத்தை விரும்பியவள் அல்ல. பிறிதொரு தேரோட்டிக்கு மணமகளாகச் சென்றிருந்தால் நெஞ்சு நிறைந்த உவகையுடன் கழுத்து நிறைக்கும் தாலியுடன் இப்போது வாழ்ந்திருப்பாள். இன்று ஒவ்வாத எங்கோ வந்து உகக்காத எதையோ செய்யும் துன்பத்தில் ஒவ்வொரு நாளையும் கழிக்கிறாள்" என்றான்.

துரியோதனன் முன்னால் செல்ல, பானுமதி கர்ணன் அருகே நடந்தாள். மெல்லிய குரலில் "அதற்குதான் இங்கு வரச்சொன்னேன். அல்லது நான் அங்கு வருகிறேன். அவளிடம் பேசுகிறேன். ஒருநாளில் இருநாளில் சொல்லி முடிக்கக் கூடியதல்ல இது. மெல்ல மெல்ல அவள் உள்ளத்தை மாற்ற முடியும்" என்றாள். அவன் பெருமூச்சுவிட்டுக்கொண்டு மெல்ல காலடி எடுத்துவைத்தான். திருதராஷ்டிரரின் காலடிகள் பெருமுழக்கமிடுபவை என்பது அரண்மனை அறிந்தது. அக்காலடியோசைக்கு அடுத்து ஒலிப்பவை கர்ணனின் காலடிகள்.

உள்ளறைக்குச் சென்றதும் துரியோதனன் "நான் ஆடைமாற்றி வருகிறேன்" என்றபடி அணியறைக்குள் சென்றான். தம்பியர் அவனைத் தொடர்ந்தனர். துரியோதனனின் மஞ்சத்தில் பானுமதி அமர, கர்ணன் வழக்கம்போல சாளரத்தருகே கிடந்த பீடத்தில் கைகளை கட்டிக்கொண்டு அமர்ந்தான். "அவளை அழைத்துவந்தால் என்ன மூத்தவரே?" என்றாள் பானுமதி.

"நான் முயலாமலில்லை" என்றான் கர்ணன். "ஆனால் பெண்கள் ஏதோ சிலவற்றில் முழுமையான உறுதியுடன் இருக்கிறார்கள். அதை மாற்ற தெய்வங்களாலும் இயலாது." அவள் அவனை நோக்கிக்கொண்டிருந்தாள். "மேலும் விருஷாலியிடம் எதையுமே உரையாட இயலாது. நான் சொல்லும் சொற்களைவிட விரைவில் அவள் உள்ளம் மாறிக்கொண்டிருக்கிறது."

"மணநிகழ்வு நாளில் அவள் முகத்தைப் பார்த்தேன். அது உவகையிலும் பெருமிதத்திலும் மலர்ந்திருக்கும் என்று எண்ணினேன். கூம்பிச் சிறுத்து விழிநீர் துளிர்த்து இருந்த அவள் முகத்தைக் கண்டு என்ன நிகழ்ந்ததென்றறியாமல் அதிர்ந்தேன். அவள் நோயுற்றிருக்கலாம் என்றோ அவளை எவரோ கண்டித்திருக்கலாம் என்றோதான் அப்போது எண்ணினேன். ஆனால் என் உள்ளத்தின் ஆழத்தில் அதுவன்று என்று அறிந்திருந்தேன். ஆகவேதான் என் உள்ளம் அதிலேயே படிந்து கொண்டிருந்தது. ஒவ்வொரு சடங்கிலும் அவள் உயிர்ப்பாவை போலிருந்தாள்."

“முழுதணிக் கோலத்தில் என் மஞ்சத்தறைக்கு சேடியரால் அழைத்து வரப்படும்போது நோயுற்ற குதிரை போல் உடல் நடுங்கிக் கொண்டிருந்தாள். அது அவள் அறியாப்பெண் என்பதால் என்று எண்ணினேன்” என்றான் கர்ணன். “எழுந்து சென்று அவள் கைகளைப்பற்றி ‘இன்று முதல் நீ விருஷாலி அல்லவா? அப்பெயர் உனக்குப் பிடித்திருக்கிறதா?’ என்று கேட்டபோது கேவல் ஒலி ஒன்று எழுவதைக் கேட்டு அது எங்கிருந்து வருகிறது என்று அறியாமல் திரும்பிப் பார்த்தேன். சுவர் நோக்கித் திரும்பி முகத்தை புதைத்து அவள் குலுங்கி அழுவதைக் கண்டேன்.”

“என்ன ஆயிற்றென்று எனக்குப் புரியவில்லை. அவள் தோளைத் தொடப்போனேன். அவள் சீறித் திரும்பி தொடாதீர்கள் என்றபோது கையை எடுத்துக்கொண்டேன். இப்போதுதான் இதைச் சொல்கிறேன். அன்றிரவு முழுக்க அவ்வறையின் ஒரு மூலையில் உடல்குறுக்கி தலைசுருட்டி உடலிலிருந்து கழற்றி எறியப்பட்ட ஓர் ஆடை போல அவள் கிடந்தாள். அவளை நோக்கியபடி கைகளில் தலைதாங்கி நான் மஞ்சத்தில் அமர்ந்திருந்தேன். அன்றிரவில் நான் அறிந்த தனிமையை ஒருபோதும் உணர்ந்ததில்லை.”

“ஒவ்வொரு நாளும் அவ்வறையின் அந்த மூலையிலேயே உடல்சுருட்டி அவள் அமர்ந்திருந்தாள். ஒருமுறையேனும் விழிதூக்கி என்னைப் பார்த்ததில்லை. நான் எழுந்தால், என் காலடிகள் தரையில் பட்டு ஒலித்தால், அவள் பேர் சொல்லி நான் அழைத்தால், விரல் தொட்டு அதிரும் அட்டை போல் ஓர் அதிர்வும் சுருளிறுக்கமும் அவள் உடலில் எழுந்தன. உளநோய் கொண்டவள் என்று எண்ணினேன். அல்லது தீரா வலிப்பு நோய் கொண்டிருக்கலாமென்று எண்ணினேன். மருத்துவரை அழைத்து காட்டலாம் என்று தோன்றியது ஆனால் அதை பிறிதெவரும் அறியாமல் வைத்துக் கொள்ளவேண்டுமென்றே விடிந்தபின் முடிவெடுத்தேன்” என்றான்.

“ஏன்?” என்று பானுமதி அவன் முழங்கையைப் பற்றினாள். அவன் தாழ்ந்து சென்ற குரலில் “நான் அடையாத இழிவுகளில்லை. இவ்விரு இழிவையும் மேலும் சேர்த்துக் கொள்ளவேண்டுமா?” என்றான். “ஆனால் எங்களிடம் சொல்லியிருக்கலாமே?” என்றாள். “தாழ்வில்லை” என்று கர்ணன் தன் கையை அசைத்தான். “அவள் என்னிடம் சொல்லெடுத்துப் பேச ஒரு மாதம் ஆயிற்று. அவள் உள்ளத்தை சற்றேனும் நெருங்க என்னால் முடிந்தது.”

கருணை நிறைந்த கண்களால் அவள் அவன் கண்களை நோக்கிக் கொண்டிருந்தாள். “அடுத்த இருள்நிலவு நாளில் அவளுக்கு காய்ச்சல்நோய் கண்டது. அரண்மனை மருத்துவர் அவள் நோயுற்றிருப்பதாகச்

சொன்னபோது அது அவள் சொல்லும் பொய் என்றே நான் எண்ணினேன். மறுநாளும் அதையே சொல்லவே உண்மையிலேயே காய்ச்சல் இருக்கிறதா என்று ஆதுரச்செவிலியிடம் கேட்டேன். உடல் எரிய ஆதுரசாலைக் கட்டிலில் மயங்கிக்கிடக்கிறாள் என்று கேட்டபோது அதுவரை துளித்துளியாக அவள் மேல் சேர்ந்திருந்த கசப்பு முழுக்க வழிந்தோடுவதை அறிந்தேன்" என்று கர்ணன் விழிகளை சாளரத்தை நோக்கித் திருப்பி தனக்கே என சொன்னான்.

ஆதுரசாலைக்குச் சென்று கைக்குழந்தையை எடுப்பது போல் உளங்கனிந்து அவளை அள்ளி நெஞ்சோடணைத்துக்கொள்ளவேண்டுமென்று தோன்றியது. எளிய பெண். என் அன்னை ராதை இளமையில் அவளைப்போல் இருந்திருப்பாள். இப்பிறவியில் எனக்கென அவளை அனுப்பிய தெய்வங்கள் தங்களுக்கென்று இலக்குகள் கொண்டிருக்குமல்லவா? என்னை அவளுடன் பிணைத்த ஊழை நான் அறியவே முடியாது. நான் அதன் சரடுப்பாவை என்பதுபோலத்தான் அவளும்.

அவளைப் பார்க்கச் சென்றேன். நெற்றியில் இட்ட வெண்பஞ்சில் தைலத்தை விட்டபடி அருகே அமர்ந்திருந்த மருத்துவச் சேடி என்னைக் கண்டதும் எழுந்தாள். அனலில் காட்டிய தளிர் போல அவள் முகம் இருந்தது. உலர்ந்த உதடுகள் மெல்ல அசைந்து எதையோ சொல்லிக்கொண்டிருந்தன. நான் அவளருகே நின்றேன். என் வரவை அவள் அறியவில்லை. சேடி 'அரசி தன்னினைவழிந்துள்ளார்கள்' என்றாள். அவள் உதடுகளைப் பார்த்தபின் 'என்ன சொல்கிறாள்?' என்றேன். 'தங்கள் பெயரைத்தான் அரசே' என்றாள். சினம் கலந்த ஏளனத்துடன் 'வெற்று முறைமைச் சொல்லெடுக்க வேண்டியதில்லை' என்றேன். 'இல்லை அரசே, தாங்களே குனிந்து அவர்களின் இதழ்களில் செவியூன்றினால் அதைக் கேட்கலாம்' என்றாள்.

அதற்குள் நானே பார்த்துவிட்டேன் அவளது உதடுகள் ஒன்றுடன் ஒன்று ஒட்டி இழுபட்டு பிரிந்து மீண்டும் ஒட்டி 'சூரிய!' என்று சொல்லிக்கொண்டிருந்தன. செந்நிற உலர்சேற்றில் குமிழிகள் வெடிப்பது போல் என் பெயர் அவள் வாயிலிருந்து வந்து கொண்டிருப்பதைக் கண்டேன். தங்கையே, என் வாழ்நாளில் ஆண்மகன் என்று நான் வென்று நின்ற தருணங்களில் ஒன்று அது. இதோ ஒரு நெஞ்சில் முழுதமைந்துள்ளேன்! இதோ என் பெயர் சொல்லி ஓர் உயிர் தவம் கொள்வதை இறைவன் என அவள்மேல் எழுந்து நோக்கிக்கொண்டிருக்கிறேன்! அன்று நான் உணர்ந்த அக்கணத்தினாலேயே நான் என்றும் அவளுக்குரியவன் ஆகிவிட்டேன்.

அருகமர்ந்து அவள் கைகளைப்பற்றி முகத்தில் அமைத்துக்கொண்டேன் அதிலிருந்த வெம்மை என்னை வெம்மை கொள்ள வைத்தது. காய்ச்சலால் உலர்ந்து மலர்ச்சருகு போல் இருந்த அவள் உள்ளங்கையில் என் உதடுகளைப் பதித்தேன். அப்போது எழுந்த ஓர் உள்ளுணர்வில் விழிதூக்கியபோது அனல்படிந்த செவ்விழிகளால் அவள் என்னை நோக்கிக்கொண்டிருப்பதைக் கண்டேன். என் விழிகளை சந்தித்தபோது அவள் இரு விழிகளும் நிறைந்து பட்டுத் தலையணையில் வழிந்தன.

நான் அவள் கைகளை என் கைகளுக்குள் வைத்தபடி 'இப்பிறவியில் உனக்கு துயர் வரும் எதையும் நான் இயற்றுவதில்லை. இது என் ஆணை' என்றேன். இமைகள் மூட மயிர்நிரைகளை மீறி வழிந்த கண்ணீர் சொட்டுவதை நோக்கியபடி அமர்ந்திருந்தேன். காலம் முன்செல்வதை நாம் பதைபதைப்புடன் இழுத்திழுத்து நிறுத்த முயல்வோமல்லவா, அத்தகைய தருணங்களில் ஒன்று அது. அக்காய்ச்சலிலிருந்து அவள் எழ நான்கு நாட்கள் ஆயிற்று. ஒவ்வொரு நாளும் பெரும்பாலும் அவளுடன் இருந்தேன்.

பேசத்தொடங்கியபோது அவள் என் கைகளைப் பற்றிக்கொண்டிருக்க விரும்பினாள். 'என்ன செய்கிறது உனக்கு?' என்று கேட்டேன். 'ஏன் என்னை அஞ்சுகிறாய்?' என்றேன். 'அஞ்சலாகாது என்று ஒவ்வொரு முறையும் எண்ணிக்கொள்கிறேன். ஆயினும் அஞ்சுகிறேன்' என்று அவள் சொன்னாள். 'ஏன்?' என்றேன். 'நீங்கள் சூரியன் மைந்தர். நான் எளிய சூதப்பெண். உங்கள் அரண்மனையில் சேடியாக இருக்கும் அளவுக்குக் கூட கல்வியும் அழகும் அற்றவள். தந்தை சொல்லுக்காக என்னை மணந்தீர்கள் என்று சேடியர் சொன்னார்கள். உங்கள் அன்பிற்கும் வெறுப்பிற்கும் தகுதியற்றவள் என்று என்னை எண்ணிக்கொண்டேன்' என்றாள்.

'இங்கு என் அருகே என் கைபற்றி நீங்கள் அமர்ந்திருக்கையில் இது என் கனவுதான் என்று உள்ளம் மயங்குகிறது' என்று சொன்னபோது உடைந்து விசும்பியழத் தொடங்கினாள். 'நான் ஆணவம் கொண்டவன் என்கிறார்கள். அகத்தனிமை நிறைந்தவன் என்கிறார்கள். ஆனால் அன்பைப் புரிந்துகொள்ளும் ஆற்றல் கொண்டவன் என்பதை நானறிவேன். ஐயமின்றி அதை எங்கும் சொல்வேன்' என்றேன். 'நான் உன் அன்புக்கு முற்றாக கடமைப்பட்டவன். நீ என் நெஞ்சிலுறையும் தெய்வமென என்றுமிருப்பாய்.'

என் கைகளை தன் நெற்றியில் சேர்த்து குமுறி அழுதாள். 'சொல், உனக்கு என்ன வேண்டும்?' என்றேன். 'உன்னை என் நெஞ்சில் அரசியென அமரச்செய்துள்ளேன். அங்கத்துக்கு உன்னை அரசியாக்க

இங்குள்ள குலமுறைகள் ஒப்பவில்லை. அதன்பொருட்டு என்னை நீ பொறுத்தருளவேண்டும்' என்றேன். அவள் என் வாயைப்பொத்தி 'எனக்கென நீங்கள் எத்துயரையும் அடையலாகாது' என்றாள். 'இல்லை, உன் பொருட்டு உவகையே அடைகிறேன்' என்றேன்.

'நீங்கள் ஷத்ரிய குலத்தைச் சேர்ந்த பெண்ணை மணந்து கொள்ளுங்கள். அவளே உங்கள் பட்டத்தரசியாக இடபாகத்தில் அமரட்டும். உங்கள் நெஞ்சில் ஓர் இடம் மட்டும் எனக்குப் போதும்' என்றாள். 'வா, அஸ்தினபுரியின் அவையில் அரசியின் அருகே உன்னை அமர்த்துவேன்' என்றேன். 'அங்கு வந்து அமர்ந்திருக்க என்னால் இயலாது. என் பிறப்பும் தோற்றமும் எனக்களிக்கும் எல்லைகளை என்னால் ஒருபோதும் மீற முடியாது. அவ்வண்ணம் மீறவேண்டுமென்றால் நான் பல்லாயிரம் முறை என் ஆணவத்தை பெருக்கிக் கொள்ளவேண்டும். மேலும் பல்லாயிரம் மூறை என் விழைவை பெருக்கிக் கொள்ளவேண்டும். அதன் பிறகு நான் விருஷாலியாக இருக்க மாட்டேன். ஒருவேளை உங்கள் அன்புக்குரியவளாகவும் இருக்க மாட்டேன்' என்றாள்.

நான் சினத்துடன் 'எந்நிலையிலும் நீ என் துணைவி' என்றேன். 'நீ அரசிக்கு நிகராக அவையில் வந்து இரு. இங்கு எவர் சொல்கிறார் பார்க்கிறேன்' என்றேன். அவள் கண்ணீருடன் 'அது போதும். எனது சிறிய அறையில் எளிய வாழ்க்கையில் என்னை இருக்க விடுங்கள்' என்றாள். உண்மையில் அதன் பின்னரே நான் அவை எழுந்து விருஷாலியை அரசியாக்குவதில்லை என்ற முடிவை முற்றுறுதியாக சொன்னேன். அவையமர்வதிலிருந்தும் அவளைத் தவிர்த்தேன்.

பானுமதி "அரசியாக்க வேண்டியதில்லை. ஆனால் அவை அமர்வதற்கென்ன?" என்றாள். கர்ணன் "அத்தனைக்கும் அப்பால் ஒன்றுண்டு பானு. அரசகுலத்தில் பிறக்காதவர்களுக்கு அவையமர்வது போல துன்பமிழைப்பது எதுவுமில்லை. நீ கோரியதற்கேற்ப ஒரே ஒருமுறை அவளை அவைக்குக் கொண்டுவந்தேன். அன்று பகல் முழுக்க அங்கு அவள் கழுவிலேற்றப்பட்டது போல் அமர்ந்திருந்ததாக சொன்னாள். அங்குள்ள ஒருசொல்லும் அவளுக்குப் புரியவில்லை. அங்குள்ள அத்தனை விழிகளும் அவளை வதைத்தன" என்றான்.

கசப்புடன் புன்னகைத்து "ஒரே ஒருமுறை கொற்றவை பூசனைக்கு அவளை கொண்டுவந்தேன். இனி அரச குடியினர் நடுவே என்னை நிற்கச்செய்யாதீர்கள் என்றாள். ஏன் என்ன அவமதிப்பு உனக்கு என்றேன். ஒரு விழியில் ஒருசொல்லில் ஏதேனும் இருந்தால் சொல் என்று கேட்டேன். சொல்லிலும் நோக்கிலும் எதுவுமில்லை. ஆனால் உள்ளத்தில் உள்ளது. அதை நான் அறிவேன். சிறுமைகொண்டு

அரசகுழாமில் நின்றிருப்பதை விட உவகைகொண்டு என் குலத்தார் நடுவே நிற்பதே எனக்கு உவப்பானது என்றாள். அதன் பின்னர் அவளை அரச விழாக்களுக்கும் கொண்டுவருவதைத் தவிர்த்தேன்” என்றான் கர்ணன். “ஏனென்றால், அவள் சொல்லும் ஒவ்வொரு சொல்லையும் என் அகம் முன்னரே உணர்ந்திருந்தது.”

பானுமதி பெருமூச்சுடன் தன் கைநகங்களையே நோக்கிக்கொண்டிருந்தாள். அவன் சொல்லோட்டம் முடிந்து சாளரம் வழியாக நோக்கிக்கொண்டு தன்னில் ஆழ்ந்து அமர்ந்திருந்தான். அப்பால் குறுங்காட்டின் மரக்கிளைகள் காற்றில் உலையும் ஒலி மட்டும் கேட்டுக்கொண்டிருந்தது. காலடிகள் கேட்டன. துரியோதனன் தம்பியரிடம் ஏதோ பேசிக்கொண்டு வந்தான். பானுமதி மெல்ல “மூத்தவரே, அரசர் விருஷாலி மேல் கொண்டிருக்கும் பேரன்பை அவள் சற்றேனும் அறிவாளா?” என்றாள்.

கர்ணன் சற்று தயங்கியபின் “இல்லை” என்றான். பானுமதி துயர்நிறைந்த புன்னகையுடன் “நினைத்தேன்” என்றாள். “அவள் இந்நாட்டின் பொதுமக்கள் அனைவரும் நம்பும் புராணங்களுக்கு அப்பால் உளம் வளராதவள். அரசரை அவள் கலியின் பிறப்பென்றே நம்புகிறாள். வெறுக்கிறாள்.” பானுமதி “இத்தனைக்கும் அப்பால் இதுதான் உண்மை மூத்தவரே. அவள் அரசரை வெறுக்கிறாள். ஆகவே அவையைத் தவிர்க்கிறாள்” என்றாள்.

“ஆம், உண்மை” என்றான் கர்ணன். “அந்த வெறுப்பு உங்கள்மேலும் படியும் ஒருநாள்” என்று பானுமதி சொன்னாள். கர்ணன் ஒன்றும் சொல்லவில்லை. பானுமதி துயரத்துடன் சிரித்து “ஆனால் தன் தங்கை அவையமரமுடியவில்லை என்னும் துயரத்தை எத்தனையோ இரவுகளில் அரசர் என்னிடம் சொல்லியிருக்கிறார். தானே நேரில் வந்து விருஷாலியை நோக்கி ஓரிரு சொற்கள் அழைத்தால் வந்துவிடுவாள் என நம்புகிறார்” என்றாள்.

கர்ணன் துரியோதனனின் குரல்கேட்டு அமைதியாக இருந்தான். “ஆகவே தீர்க்கதமஸ் இசையை அறிந்தவர் என்கிறாய். நன்று” என்று சொல்லி சிரித்தபடி துரியோதனன் உள்ளே நுழைந்தான். தொடர்ந்து தம்பியர் வந்தனர்.

6

துரியோதனன் அறைக்குள் நுழைந்தபடி மெல்ல ஏப்பம் விட்டான். ஆடைமாற்றச் சென்றபோது அவன் சற்று யவனமது அருந்தியிருக்கவேண்டும் என்றும் அதை பானுமதி அறிந்துவிடக்கூடாதென்பதற்காகவே அவன் வாயில் அந்த சுக்குமிளகுதிப்பிலி கலவையை மென்றுகொண்டிருந்தான் என்றும் உள எழுச்சியுடன் பேசினான் என்றும் கர்ணன் உய்த்தறிந்தான். ஆனால் அறைக்குள் நுழைந்தபோது எச்சரிக்கையுணர்வாலேயே ஏப்பம் எழுந்துவிட்டது. பானுமதியின் முகம் சிவந்ததைக் கண்டு அவன் சிரிப்பை அடக்கியபடி நோக்கினான். துரியோதனன் சற்று உளம்குன்றி பார்வையைச் சரித்து கர்ணனைப் பார்த்தான். அவன் தன்னை மீட்கவேண்டும் என்பதுபோல.

கர்ணன் “ஏப்பம் வருகிறதே? உணவருந்தினீர்களோ?” என்றான். துரியோதனன் திடுக்கிட்டு “ஆமாம், இல்லை, சுக்குதான்… ஏனென்றால் தொண்டை” என்றபின் பானுமதியைப் பார்த்துவிட்டு கர்ணனை நோக்கி பற்களைக் கடித்தான். “ஆமாம், நீர்கோளுக்கு சுக்கு நல்லது” என்றான். சுபாகு உரக்க “அதைத்தான் நானும் சொன்னேன். யவனமது அருந்துவதைவிட சுக்குநீர் அருந்தலாமே என்று… ஆனால்” என்றபின் திகைத்து பானுமதியைப் பார்த்தான். அவள் சினந்து எழுந்து தன் மேலாடையை அணிந்தபடி அறையைவிட்டுச் செல்ல முயல, துரியோதனன் சென்று அவளை மறித்து “என்ன இது? இப்போது என்ன நடந்துவிட்டது? ஒரே ஒரு, இல்லை அரைக்கோப்பை… அதுகூட… சினம்கொள்ளாதே…” என்றான்.

“நான் சினம் கொள்ளவில்லை. மதுவுண்டவர்களிடம் அரசியல் பேசுமளவுக்கு மதியின்மை எனக்கில்லை… நீங்களே பேசிக்கொள்ளுங்கள்.

எனக்கு பணிகள் உள்ளன" என்றாள். "இல்லை பானு. அது மதுவே இல்லை. வெறும் பழச்சாறு. நான் இனிமேல் அதைக்கூட அருந்துவதாக இல்லை" என்றான் துரியோதனன். துச்சலன் "நாங்களிருவரும் அதை அருந்துவதே இல்லை அரசி" என்றான். சுபாகு "ஆம், நான் வேண்டாம் என்று சொல்லிவிட்டேன்" என்றான். துரியோதனன் கடும் சினத்துடன் திரும்பி அவர்களை நோக்க, சுபாகு துச்சலனுக்குப் பின்னால் அறியாமல் தன் உடலை மறைக்க முயன்றான். துச்சலன் திகைத்து "ஆனால் மது அருந்துவது ஒன்றும் பிழையில்லை. அரசர்கள்..." என்றான்.

துரியோதனன் மேலும் சினம்கொள்ள, துச்சலன் அப்படியே நிறுத்திவிட்டு கர்ணனை நோக்கினான். அந்த விழிகளில் இருந்த இறைஞ்சுதலைக் கண்ட கர்ணன் வாய்க்குள் நகைத்தபடி பார்வையைத் திருப்பினான். "சரி. நான் என்ன செய்யவேண்டும்? உண்ட மதுவை போய் வாயுமிழ்ந்துவிட்டு வரவா? தெரியாமல் நடந்துவிட்டது. ஆடை மாற்றிக்கொண்டிருந்தேன். பணியாளன் வந்து..." என்று சொல்ல பானுமதி சீறி "ஊட்டிவிட்டானா?" என்றாள். "ஆம், அதாவது... ஊட்டிவிடவில்லை... ஆனால்..." என்றபின் துரியோதனன் மீண்டும் கர்ணனை நோக்கினான்.

கர்ணன் "பெரிய அளவில் மது அருந்தவில்லை என்றே நினைக்கிறேன் பானு" என்றான். "மூத்தவரே, நீங்கள் சொல்லிக்கூட இவர் கேட்கவில்லை என்றால் நான் என்னதான் செய்வது?" என்று பானுமதி கண்களில் நீருடன் கேட்டாள். "நான் சொல்லிக்கொள்கிறேன். அவர் கேட்பார்..." என்றான் கர்ணன். துரியோதனன் "நான் என்ன செய்வது? எனக்கு இந்த அன்றாட அரசாடல் பெரும் சலிப்பையே உருவாக்குகிறது. எல்லைப்பகுதி சிற்றூரில் ஓடையில் நீர் வந்தாலென்ன வராவிட்டாலென்ன? போரால் தீர்க்கப்படும் இடர்கள் மட்டுமே என்னை கவர்கின்றன. அவை அன்றாடம் வருவதுமில்லை" என்றான் துரியோதனன்.

"நீங்கள் அஸ்தினபுரியின் அரசர். உங்களால் தீர்க்கப்படவேண்டியவை அனைத்து சிக்கல்களும்" என்றாள் பானுமதி. "நானேதான் தீர்க்கவேண்டுமா? நீ இருக்கிறாயே... நீதான் அஸ்தினபுரியின் சக்ரவர்த்தினி" என்றான் துரியோதனன். கர்ணன் "ஆம் பானு, அவர் என்னதான் சொன்னாலும் குடிகள் நீ ஒருசொல் சொல்ல வேண்டுமென்று எதிர்பார்க்கிறார்கள். நீ சொல்லாதவரை அந்தச் சிக்கல் முடிவதுமில்லை. இந்நாடு உன்னால்தான் ஆளப்படுகிறது" என்றான்.

பானுமதி முகம் மலர்ந்து "இருக்கலாம். ஆனால் அதற்காக அரசர் அரியணை அமர்ந்து கொட்டாவி விடவேண்டுமா என்ன?" என்றாள். "இனிமேல் இல்லை" என்றான் துரியோதனன். "என்ன இல்லை?" என்றாள் அவள். "இனிமேல் கொட்டாவி விடமாட்டேன்" என்றான். அவள் சிரித்துவிட்டாள்.

அந்தச் சிரிப்பால் ஊக்கம் பெற்ற துச்சலன் "கொட்டாவி விட்டால் தீயஆவிகள் நம் உடலைவிட்டு வெளியே செல்கின்றன... அதை அடக்கினால் அவை உடலிலேயே தங்கிவிடும் என்று மருத்துவர் சொல்கிறார்கள்" என்றான். கர்ணன் "இல்லை, அவை கீழாவியாக வெளியே சென்றுவிடும்" என்றான். துச்சலன் ஐயத்துடன் சுபாகுவை நோக்கிவிட்டு "இருக்கலாம்... ஆனால்" என்றான். கர்ணன் "ஆனால் கீழாவிகளை அவையில் வெளியேற்றுவது மேலும் பிழை" என்றான். சுபாகு "அதை வெல்ல தமையனால் இயலாது" என்று சொல்ல பானுமதி சினந்து "போதும். என்ன பேச்சு இது?" என்றாள்.

தருணத்தை உணர்ந்த துரியோதனன் வெடித்துச் சிரித்து "ஆம்... இளையவன் எப்போதும் ஆவிகள் சூழ தெரிகிறான்" என்றான். துச்சலனும் கூச்சத்துடன் உடன் நகைத்தான். பானுமதி பேச்சை மாற்ற "நான் ஒரு முதன்மையான செய்தியை பேசவிழைந்தேன். ஆகவேதான் இங்கே இருந்தேன்" என்றாள். மிகையான எழுச்சியுடன் முகத்தை வைத்தபடி "என்ன செய்தி? பேசுவோமே" என்றான் துரியோதனன். ஓரக்கண்ணால் கர்ணனை நோக்கி விழியசைவால் தப்பிவிட்டேன் என்றான். கர்ணன் புன்னகைக்க, இரு உன்னை பிறகு பேசிக்கொள்கிறேன் என்று விழிக்குறிப்பு காட்டினான்.

ஆடும் திரைச்சீலைகளின் வண்ணம் மாறியது. உள்ளே இளம்காற்று வந்து அறைச்சுவர்களை தழுவிச்சென்றது. பானுமதி தன் கூந்தலிழையை சீரமைத்தாள். தூண்களைச் சுற்றி போடப்பட்டிருந்த பித்தளைக் கவசங்களில் தெரிந்த சாளரத்து நீள்வடிவங்களை, காற்றில் மெல்ல திறந்தசைந்த அறைக்கதவுகளை நோக்கியபடி கர்ணன் அமர்ந்திருந்தான். அவள் பேசப்போவது அவனைப்பற்றி என அவனுடைய உள்ளுணர்வு சொன்னது.

மீசையை நீவியபடி கால்நீட்டிய துரியோதனன் தம்பியரை நோக்கி "நன்று! அரசவையில் பார்ப்போம். இன்று காலை நான் சொன்னதற்கு மகதத்தின் செய்தி வந்தபின் முடிவெடுப்போம்" என்றான். அவர்கள் பானுமதியை நோக்கக்கண்டு "இளையவர் இருக்கலாமா கூடாதா?" என்றான் துரியோதனன். "அவர்கள் தங்கள் நிழல் வடிவங்கள் அல்லவா?" என்றாள் பானுமதி நகைத்தபடி. துச்சலன் புன்னகைத்து "ஆம். ஆனால் இது உச்சிப்போது. ஆகையால் மிகவும் குறுகியிருக்கிறோம்" என்றான். சுபாகு பேரொலி எழுப்பி சிரித்தான். துரியோதனன் கர்ணனை நோக்கி "பார்த்தாயா? நகைச்சுவை உணர்வும் இவர்களுக்கு மிகுதி" என்றான்.

சுபாகு "நாங்கள் இங்கிருப்பதனால் மூத்தவர் அடிக்கடி நகைக்கிறார். அது நன்று" என்றான். துச்சலனும் சிரித்து "ஆம், அதற்காகவே நானும்

இங்கிருக்கிறேன்” என்றான். பானுமதி “மூத்தவரே, தங்களுடன் நான் ஒன்று பேச விழைகிறேன்” என்றாள். “இவ்வளவு நேரம் பேசிக்கொண்டுதானே இருந்தீர்கள்?” என்றான் துரியோதனன். “ஏதாவது போர்ச்செய்தி என்றால் சொல்லவே வேண்டாம். நாம் உடனே கிளம்பிவிடலாம். அரண்மனைக்குள் அமர்ந்து குடித்து தூங்கி சலித்துவிட்டேன்.” “இல்லை, இது வேறு செய்தி” என்றாள்.

“சொல். அரசியல் சூழ்ச்சி என்றால் கொஞ்சம் ஆர்வத்துடன் கேட்பேன். காவியமோ நெறி நூலோ என்றால் நான் படுத்து சற்று துயில்கிறேன்” என்றான். பானுமதி “நான் மூத்தவரின் மணம் பற்றி பேசவிருக்கிறேன்” என்றாள். “அதைப் பற்றித்தானே இவ்வளவு நேரம் பேசிக்கொண்டு வந்தீர்கள்?” என்றான் துரியோதனன். “இல்லை. அவர் மணம் முடிக்கப்போகும் ஷத்ரியப் பெண்ணைப்பற்றி பேசப்போகிறேன்.” துரியோதனன் “ஆம், நான் அதை மறந்துவிட்டேன். கலிங்கத்துக்கு செய்தி அனுப்பியிருந்தோமே?” என்றான்.

“கலிங்கத்திற்கா?” என்றான் கர்ணன். பானுமதி “ஆம், உபகலிங்கன் சித்ராங்கதனுக்கு...” என்றாள். துரியோதனன் “உண்மையில் எனக்குத் தெரியவில்லை, உபகலிங்கன் என்றால் யார்?” என்றான். “திரௌபதியின் மணநிகழ்வுக்கு ஒருவன் வந்திருந்தான். பெரிய மொந்தைபோல வயிறுள்ளவன்...” பானுமதி “கலிங்கம் இப்போது இருநாடுகளாக உள்ளது அரசே. கலிங்கத்தின் பேரரசர் ஸ்ருதாயுஷுக்கு இரு மைந்தர்கள். தலைநகர் தண்டபுரத்தை ஆள்பவர் மூத்தவராகிய ருதாயு. இளையவராகிய சித்ராங்கதர் ராஜபுரத்தை ஆள்கிறார்.”

துரியோதனன் “ஓ” என்றான். “சித்ராங்கதனுக்கு இருமகள்கள். இளைய அரசியின் மகள் சுப்ரியையை மூத்தவருக்கு மணம்முடித்துத் தரமுடியுமா என்று கோரி ஒரு செய்தியை நான் அனுப்பியிருந்தேன்.” கர்ணன் “செய்திகள் அனுப்பத் தொடங்கி நெடுநாட்களாகின்றன. மறுமொழி இருந்திருக்காதே?” என்றான் துரியோதனன் “முன்பு ஓர் இளவரசியை கேட்டு அனுப்பினோமே. அவள் பெயரும் சுப்ரியை அல்லவா?” என்றான். “ஆம், அவள் புளிந்த இளவரசி. நம் தூதை மறுத்து அவளை காம்பிலிக்கு மணமுடித்து அனுப்பினார் அவள் தந்தை. அவள் இரு மைந்தருக்கும் தாயாகிவிட்டாள்”

துரியோதனன் “சுப்ரியை என்னும் பெயர் இவனை வலம் வருகிறது” என்றான். கர்ணன் “வீண்முயற்சி” என்றான். “இம்முறை செய்தியுடன் ஒரு பரிசையும் வாக்களித்திருந்தேன்” என்றாள் பானுமதி. “என்ன பரிசு?” என்று துரியோதனன் உடலை நெளித்து சோம்பல்முறித்தபடி கேட்டான். “இளையவளை அங்க நாட்டரசருக்கு பட்டத்தரசியாக

அளிப்பதென்றால் மூத்தவள் சுதர்சனையை அஸ்தினபுரியின் அரசர் தன் துணைவியாகக் கொள்வார். அவ்வாறென்றால் மட்டுமே இம்மணம் நிகழும் என்றிருந்தேன்."

ஒருகணம் புரியாமல் உடலை அசைத்த துரியோதனன் அசைவிழந்து இருமுறை இமைத்தபின் சட்டென்று எழுந்து "என்ன சொல்கிறாய்?" என்றான். பின்னர் திரும்பி "இவள் என்ன சொன்னாள்?" என்று கர்ணனிடம் கேட்டான். கர்ணன் சொல்லிழந்து அமர்ந்திருந்தான். சுபாகு "நான் சொல்கிறேன். தங்களுக்கு இரண்டாவது மனைவியாக கலிங்க மன்னர் சித்ராங்கதனின் மகள் சுதர்சனையை மணமுடித்து வைக்க பட்டத்தரசி முயல்கிறார்" என்றான். துச்சலன் "ஆம், அப்படி மணமுடிப்பதற்கு நிகராக மூத்தவர் கர்ணனுக்கு இளையவர் மணமுடிக்கப்படுவார்" என்றான்.

துரியோதனன் உரக்க "என்ன இது? என்னிடம் கேட்காமலா இச்செய்தியை அனுப்பினாய்?" என்றான். "ஆம்" என்று அவள் சொன்னாள். "எனக்கு இது ஒன்றே வழி என்று தெரிந்தது. உபகலிங்கன் தன் மூத்தவரை அஞ்சிக்கொண்டிருக்கிறார். ருதாயு மகதனுடன் மணவுறவு கொண்டவர். அஸ்தினபுரிக்கு மகளை அளிப்பதன் வழியாக அவர் மூத்தவரை விஞ்சிவிடமுடியும்." துரியோதனன் "இது ஒருபோதும் நடக்காது. நீ அறிவாய்" என்று கூவினான்.

அவள் கையசைத்து "நான் அறிவேன்" என்றாள். "உங்களுக்கு துணைவியாகவும் அன்னைக்கு நிகரெனவும் நான் இங்கிருப்பதை நான் மட்டுமல்ல, இவ்வரண்மனையில் அனைவரும் அறிவார்கள். அரசே, காதலுக்காக மணமுடிக்கும் வழக்கம் ஷத்ரியருக்கு இல்லை. அனைத்து மணங்களும் அரசியல் மணங்களே. இதை நீங்கள் செய்தே ஆக வேண்டும்" என்றாள். "இல்லை பானு. நீ..." என்று அவன் கைகளை விரித்தபடி அவளை நோக்கி செல்ல, அவள் அவன் வலக்கையைப் பற்றி தன் நெஞ்சில் வைத்து "எனக்காக அல்ல அரசே. இது தங்கள் துணைவருக்காக" என்றாள்.

துரியோதனன் ஒருகணம் செயலற்று நின்றபின் திரும்பி கர்ணனைப் பார்த்து "இவனுக்காகவா?" என்றான். "ஆம். இது வரை நாற்பது அரசர்களிடம் செய்தி அனுப்பிவிட்டோம். எவரும் அவருக்கு பெண் கொடுக்க சித்தமாக இல்லை. இவ்வாக்குறுதி அளிக்கப்பட்டால் உறுதியாக சித்ராங்கதன் ஒப்புக்கொள்வார் என்று எண்ணினேன்... அந்நம்பிக்கை மேலும் வலுப்பெற்றுள்ளது" என்றாள் பானுமதி. துரியோதனன் தன் தொடையில் அறைந்து "நாம் படைகொண்டு செல்வோம். சித்ராங்கதனைக் கொன்று அப்பெண்ணை எடுத்து

வருவோம். அதற்காக நான் பிறிதொரு பெண்ணை எண்ணுவதா? அது அப்பெண்ணுக்கு நாம் இழைக்கும் தீங்கு. என் உள்ளத்தில் பிறிதொரு பெண் இல்லை" என்றான்.

"நான் அதை அறிவேன். எப்போதும் அது அங்ஙனமே இருக்கும் என்றும் அறிவேன் ஆனால் ஆண்களின் அன்பு பகிர்வதற்கு எளியது" என்றாள் பானுமதி. "அவளை மணம்கொண்டு வந்தபின் அவள் உங்களுக்கு உகந்தவள் என்பதை நீங்களே உணர்வீர்கள்." துரியோதனன் "இல்லை... ஒருபோதும் அது நிகழப்போவதில்லை" என்றபின் பதைப்புடன் திரும்பச் சென்று தன் இருக்கையில் அமர்ந்து "என்ன இது? எனக்கொன்றும் புரியவில்லை" என்றான். பானுமதி "வெறுமனே அச்செய்தியை நான் அனுப்பவில்லை. சுதர்சனை தங்கள் மேல் காதல் கொண்டிருக்கிறாள் என்ற செய்தியை சூதர்கள் வழி அறிந்தேன். அதனால்தான் அவளுக்கு முதலில் செய்தியனுப்பியபின் அவள் தந்தைக்கு முறைப்படி தூதனுப்பினேன்" என்றாள்.

"நீங்கள் ராஜபுரத்துக்குச் சென்று அவளை சிறையெடுத்துச் செல்வதாக முன்பொரு எண்ணமிருந்தது. அதை அறிந்த நாள் முதலே உங்கள் பெருந்தோள்களை சித்திரமாக எழுதி தன் மஞ்சத்தருகே வைத்து நோக்கி விழிவளர்பவள் அவள் என்றார்கள். அப்பெருங்காதலை புறக்கணிப்பதற்கு எனக்கு உரிமையில்லை என்று உணர்ந்தேன். ஒருவகையில் எனக்கு முன்னரே உங்களை தன் கொழுநனாக வரித்துக் கொண்டவள் அவள். அவள் இங்கு வரட்டும். எனக்கு நிகராக அரியணையில் அமரட்டும்" என்றாள்.

சினத்துடன் தலையசைத்து துரியோதனன் "அப்பேச்சை நான் கேட்கவே விழையவில்லை" என்றான். "இது உங்கள் கடமை. உங்கள் துணைவருக்காகவும் அவளுக்காகவும் செய்தாகவேண்டியது" என்றாள் பானுமதி."அவள் இங்கு வந்தபின் அவளை நான் ஏறிட்டும் பார்க்கவில்லை என்றால் என்ன செய்வாய்? அவளை அணுகவே என்னால் முடியவில்லை என்றால் என்ன செய்வாய்?" என்றான் துரியோதனன். "முடியும்" என்றாள் பானுமதி. "ஏனெனில் அவள் பெருங்காதல் கொண்டவள். அத்தகைய காதலை தவிர்க்க எந்த ஆண்மகனாலும் முடியாது. எக்கணம் அவள் கண்களை நீங்கள் பார்க்கிறீர்களோ அதன்பின் உங்கள் உள்ளத்தில் அவள் இடம் பெறுவாள்."

"இந்தப் பேச்சையே எடுக்கவேண்டியதில்லை" என்றான் துரியோதனன். கர்ணன் "பானு, உனது விழைவை நான் அறிந்து கொண்டேன். ஆனால் இதுவல்ல அதற்குரிய வழி. விட்டுவிடு" என்றான். பானுமதி துரியோதனனிடம் "நான் கேட்பது ஒன்றே. அரசே, உங்கள் தோழர்

ஷத்ரியப் பெண்ணை மணக்க இது ஒன்றே வழி என்றால் அவர் பொருட்டு இதை செய்வீர்களா மாட்டீர்களா?” என்றாள். துரியோதனன் ஏதோ சொல்ல முயல “வேறெதுவும் வேண்டாம்... இதற்கு மட்டும் மறுமொழி சொல்லுங்கள். இது ஒன்றே வழி என்றால் செய்வீர்களா?” என்றாள்.

துரியோதனன் கர்ணனை நோக்கியபடி “நான் அவன் பொருட்டு எதையும் செய்வேன்” என்றான். “அரசே, படை கொண்டுசென்று கலிங்கத்தை வெல்வது எளிதல்ல. இன்று மகதமும் வங்கமும் இரு பக்கமும் அவர்களுக்கு துணை நிற்கிறார்கள். நமது படைகளோ அஸ்தினபுரியிலிருந்து இந்திரப்பிரஸ்தம் பிரிந்தவுடன் பாதியாகிவிட்டன. படைகொண்டு சென்று நாம் பாரதவர்ஷத்தை வெல்லும் நாள் வரும். ஆனால் அது இப்போதல்ல. இப்போது நமக்கு இருப்பது அரசுசூழ்தல் மட்டுமே” என்றாள். நீள்மூச்சுடன் அவன் தோள்தளர்ந்து “சொல்! என்ன செய்வது?” என்றான். “அவளை நீங்கள் மணப்பீர்கள் என்றால் இளையவளை அளிக்க ஒப்புதல் என்று ஓலை வந்துள்ளது.”

துரியோதனன் மீசையை நீவியபடி “அவ்வாறே ஆகட்டும். ஓர் அரசமகள் வந்தால் மட்டுமே அங்கத்து மக்கள் கர்ணனை முழுமையாக ஏற்பார்கள். அவனை ஏற்க உளத்தயக்கம் கொண்டவர்கள்கூட அரசமகளைப் பணிந்து அவளிடமிருந்து ஆணைபெற்றுக்கொள்வார்கள். அந்த உளநாடகம் அங்குள்ள ஷத்ரியர்களுக்குத் தேவைப்படும்” என்றான். “ஆம், கலிங்கன் மகளுடன் இவர் அங்க நாட்டுக்குள் சென்றால் அங்கு அரியணை அமர்ந்து முடிசூடி குடை கவிழ்ப்பதில் எந்தத் தடையும் இருக்காது” என்றாள் பானுமதி.

“என்ன சொல்கிறாய்?” என்றபடி கர்ணன் எழுந்தான். “இதை நான் ஏற்பேன் என நினைக்கிறாயா?” துரியோதனன் திரும்பி “முதல்கொந்தளிப்புக்குப் பின் எண்ணிப்பார்க்கையில் இவள் சொல்வதே சரி என்று நானும் உணர்கிறேன் கர்ணா. நீ கலிங்கனின் மகளை மணந்துகொள். அங்கமும் கலிங்கமும் ஒரு குருதியில் பிறந்த ஐந்து நாடுகள் என்பதை இப்போதுதானே கேட்டோம். அவற்றில் அங்கம் முதன்மையானது. கலிங்கம் வல்லமை மிக்கது. நீ கலிங்கன் மகளை மணப்பதென்பது உன் குருதியை புராணநோக்கிலும் உறுதிப்படுத்தும்” என்றான்.

“கலிங்கத்து இளவரசிக்கு அங்கத்தில் நிகரற்ற முழுதேற்பே அமையும்” என்றாள் பானுமதி. “அவள் குருதி வழியால் உங்களுக்கு கலிங்கமும் துணை நிற்பார்கள் என்றால் பிற மூவரும் உங்களை ஏற்றே ஆகவேண்டும். உங்கள் ஐவரின் கூட்டு பாரதவர்ஷத்தின் மிகப்பெரும் வல்லமையாக அமையும்.” கர்ணன் பேசமுற்படுவதற்குள் துரியோதனன் “கர்ணா, நீ கொண்ட அனைத்து மறுப்புகளையும் வென்று பிறிதொரு சொல்லற்ற

அரசனாக ஆவதற்கான வழி இதுவே” என்றபின் திரும்பி “நன்று சிந்தித்து முடிவெடுத்திருக்கிறாய் பானு” என்றான்.

“இல்லை, இதை நான் ஏற்க மாட்டேன்” என்றான் கர்ணன். உரத்த குரலில் “இது என் ஆணை. இது இங்கே நிகழப்போகிறது” என்றான் துரியோதனன். துச்சலன் “ஆம், நானும் அது நன்று என்றே எண்ணுகிறேன். நமக்கு இன்னொரு அரசி அமைவதில் என்ன தடை? அங்கருக்கும் உகந்த துணைவி அமைகிறார்” என்றான். சுபாகு “நானும் அதையே எண்ணிக்கொண்டிருந்தேன். இங்கே நம்முடைய அரசவையிலேயே ஏவலரும் வினைவலரும் மூத்தவரின் துணைவியைப் பற்றி இழிவாகப் பேசுகிறார்கள். சூதர்மகனுக்கு உகந்த சவுக்கு அவள் என்று நம் அமைச்சர் ஒருவர் சொல்வதை நானே கேட்டேன். அவ்வண்ணம் என்றால் அங்கர் எப்படி அவளை ஏற்பார்கள்? கலிங்க அரசியை அவர்களால் மறுக்கவே முடியாது” என்றான்.

“கலிங்க இளவரசியை மணமுடித்து இங்கு அஸ்தினபுரியில் சடங்கு முறைமைகளை முழுமை செய்தபின் கலிங்க அரசின் தூதர் ஒருபுறமும் அஸ்தினபுரியின் தூதர் மறுபுறமும் வர, அவர் அவைபுகுந்தால் அங்க நாட்டில் எந்தக் குலத்தவரும் எதிர் நிற்கமாட்டார்கள்” என்றான் துச்சலன். கர்ணன் “நான் சொல்லவிருப்பது...” என்று தொடங்க “சொல்லவிருப்பது ஏதுமில்லை. இதற்கு நீங்கள் உடன்பட்டேயாக வேண்டும். அஸ்தினபுரியின் அவையில் அன்று பிறிதொரு ஷத்ரிய இளவரசியை மணம்கொள்வதைப் பற்றி சொன்னபோது நீங்கள் ஒப்புக்கொண்டீர்கள். அஸ்தினபுரியின் அவையிலேயே இருக்கும் எதிர்ப்பை எதிர்கொள்ள இது ஒன்றே வழி” என்றாள் பானுமதி.

தளர்ந்தவன் என கர்ணன் கைகளைத் தொங்கவிட்டு “அவ்வாறே ஆகுக!” என்றான். துரியோதனன் “வந்திருக்கும் செய்தி என்ன?” என்றான். “இன்று காலைதான் செய்தி வந்தது. நேற்று அதை அனுப்பியிருக்கிறார்கள். மூத்தவளை தாங்கள் மணம்கொண்டு இணையரசியாக அவை அமர்த்துவதோடு உபகலிங்கத்துடன் எல்லா வகையான படைத்துணைக்கோடலுக்கும் உடன்படுவதாயின் இளையவளை அங்கருக்கு அளிக்க அவர்கள் ஒப்புக்கொள்வார்கள் என்கிறார்கள்.” துரியோதனன் “ஒப்புதலே என்று செய்தி அனுப்பு” என்றான். கர்ணன் “அதற்கு முன் அனைத்தையும் விதுரருக்கும் அறிவித்து ஒருசொல் கேட்பது நன்று” என்றான்.

பானுமதி “ஆம், அதையே நானும் எண்ணினேன். தங்களிடம் பேசிவிட்டு செய்தியை அவரிடம் பேசலாமென்றிருந்தேன்” என்றாள். துரியோதனன் “விதுரரை இங்கே வரும்படி சொல்” என்றான். சுபாகுவும் துச்சலனும்

தலைவணங்கி வெளியே சென்றார்கள். துரியோதனன் பெருமூச்சுடன் "இத்தனை எளிதாக இச்சிக்கல் முடியுமென நினைக்கவில்லை" என்றான்.

பிறகு தலையை கையால் நீவியபடி "ஆனால் என் உள்ளம் நிலைகுலைந்திருக்கிறது. ஏன் என்றே தெரியவில்லை" என்றான். கர்ணன் "நீ உன்னுள் அமைதியை உணர்கிறாயா?" என்று பானுமதியிடம் கேட்டான். "ஆம்" என்று அவள் சொன்னாள். அவன் அவளுடைய சிறிய கண்களை நேரடியாக நோக்கினான். அங்கே சிரிப்பே ஒளிவிட்டது. "சொல்" என்றான். "ஆம், அதில் எந்த ஐயமும் இல்லை" என்றாள். அவன் அவளை சற்றுநேரம் நோக்கியபின் திரும்பிக்கொண்டான்.

அறைக்குள் காற்றின் ஓசைமட்டும் நிறைந்திருந்தது. துரியோதனன் "உண்மையில் வேறுவழியே இல்லையா? வேறு சிறிய ஷத்ரியர்களை நாம் வெல்லமுடியாதா?" என்றான். பானுமதி "அவர்கள் எவருக்கும் கலிங்க அரசிக்குக் கிடைக்கும் இடம் அங்கத்தில் அமையாது அரசே" என்றாள். துரியோதனன் தலையை நீவி மீசையை முறுக்கியபடி "நான் அமைதியிழந்திருக்கிறேன்" என்றான். "ஏனென்றால் நீங்கள் அஞ்சுகிறீர்கள். அந்தப் பெண் வந்தால் உண்மையிலேயே அவளையும் விரும்பத் தொடங்கிவிடுவீர்கள் என எண்ணுகிறீர்கள்" என்றான் கர்ணன்.

"வாயைமூடு!" என்று துரியோதனன் சீறினான். பானுமதி "எதற்காக இந்தப் பேச்சு? நாம் ஒருவரை ஒருவர் துயரப்படுத்தி கொண்டாட விழைகிறோமா?" என்றாள். கர்ணன் "இல்லை, நாம் உண்மைகளை எதிர்கொண்டாகவேண்டும்... இப்போது ஒன்றின்பொருட்டு ஒருமுடிவை எடுத்தபின் வாழ்நாளெல்லாம் துயர்கொள்வதில் பொருளில்லை" என்றான். "அப்படி இறுதிவரை கணித்து எவரும் எம்முடிவையும் எடுக்கமுடியாது" என்றாள் பானுமதி. துரியோதனன் மீண்டும் தன் தலையைக் கோதிவிட்டு பெருமூச்சுவிட்டான். சற்றுநேரம் மீண்டும் அமைதி நிலவியது.

காலடியோசைகள் கேட்டபோது துரியோதனன் ஆறுதல்கொண்டவனைப் போல உடல் இளகினான். கர்ணனும் அசைந்து பெருமூச்சுவிட்டான். கதவு திறந்து சுபாகு "அமைச்சர் விதுரர்" என்றான். துரியோதனன் கைகாட்டியதும் அவன் கதவைத் திறந்து விதுரரை உள்ளே அழைத்தான். அவர் வந்து "அரசரை வணங்குகிறேன்" என்றார். துரியோதனன் "ஆசிரியருக்கு தலைவணங்குகிறேன். இங்கே ஓர் எண்ணத்தை பானுமதி சொன்னாள். அதைப்பற்றி..." என்று தொடங்கியதும் இடைமறித்த விதுரர் "நான் வரும்வழியிலேயே சுபாகுவிடம் கேட்டறிந்தேன். அரசே, உங்களை இளையகலிங்கன் ஏமாற்றிவிட்டான்" என்றார்.

பானுமதி “சொல்லுங்கள்” என்று படபடப்பை மறைத்தபடி கேட்டாள். “உங்களுக்கு வந்த செய்தி நான்குநாட்களுக்கு முன்னரே அனுப்பப்பட்டுவிட்டது. அச்செய்தியை அனுப்பிவிட்டு உடனடியாக இளையகலிங்கன் தன் இரு மகள்களுக்கும் ஏற்புமணம் ஒருக்கியிருக்கிறான். நாளை காலையில் ராஜபுரத்தில் நிகழும் மணநிகழ்வில் கங்கைப்பகுதிச் சிற்றரசர்கள் கலந்துகொள்கிறார்கள். மூத்தவளை ஜராசந்தனும் இளையவளை சிந்துநாட்டரசர் ஜயத்ரதரும் மணக்கவிருப்பதாக உளவுச்செய்திகள் சொல்கின்றன. அதன்பொருட்டே அந்நிகழ்ச்சி அமைக்கப்படவிருக்கிறது.”

“எப்போது இச்செய்தி வந்தது?” என்றாள் பானுமதி. அவள் குரலில் இருந்த நடுக்கத்தை கர்ணன் அறிந்தான். விதுரர் “நேற்றிரவு” என்றார். “உங்கள் தூது சென்ற செய்தியை நான் அறிந்திருந்தேன். உங்களுக்கு உபகலிங்கன் அனுப்பிய செய்தியை சற்றுமுன் சுபாகு சொல்லித்தான் அறிந்தேன். திட்டமென்ன என்று புரிந்துகொண்டேன்.” பானுமதி திரும்பி துரியோதனனிடம் “அதுவும் நன்றே. ஏற்புமணம் என்றால் எந்தவகையிலும் எவரும் மறுசொல் எடுக்கமுடியாது. அரசே, நீங்களிருவரும் சென்று அப்பெண்களை சிறைகொண்டு வருக!” என்றாள்.

“ஆனால், ஒரே இரவில்...” என்று விதுரர் தொடங்க, “படை ஏதும் வேண்டியதில்லை. இருவர் மட்டிலும் செல்லட்டும். விரைவுப்படகுகள் ஓர் இரவில் கொண்டுசென்று சேர்த்துவிடும்...” என்றாள் பானுமதி. “மூத்தவரின் வில்லின் ஆற்றலை அவர்கள் அறியட்டும். அவர் பெண்ணைக் கவர்ந்து வந்தபின் எந்த ஷத்ரியர் எதிர்த்து வந்தாலும் களத்தில் சந்திப்போம்.” துரியோதனன் உரக்க நகைத்தபடி தொடையில் அறைந்து “ஆம், இதுதான் நான் விழைந்தது. கர்ணா, உடனே கிளம்புவோம். தம்பி, சென்று அனைத்தையும் சித்தமாக்கு. அரைநாழிகையில் நாங்கள் அஸ்தினபுரியிலிருந்து கிளம்பியாகவேண்டும்” என்றான்.

7

மாளிகையின் முன் தேர் நிற்பதுவரை கர்ணன் எதையும் அறிந்திருக்கவில்லை. புரவிகளின் குளம்படியோசைத்தொடர் அடுக்கழிந்து உலைந்ததை உணர்ந்து அவன் விழித்து எழுந்தபோது சகடங்கள் கிரீச்சிட்டு தேர் முன்னும் பின்னும் சலித்தது. அவன் இறங்கி பாகனை நோக்கித் தலையசைத்துவிட்டு தன் மாளிகை நோக்கி நடந்தான். காவலர் தலைவன் ஊஷரன் அவனை நோக்கி வந்து தலைவணங்கி "பெரும்புகழ் அங்கத்தின் அரசரை வாழ்த்துகிறேன். இந்த மாலை இனிதாகுக!" என்றான். தலையசைத்துவிட்டு மாளிகையின் படிகளில் ஏறினான். ஊஷரன் பின்னால் வந்தபடி "அங்கத்தில் இருந்து செய்தியுடன் அணுக்கர் ஒருவர் தங்களைத் தேடி வந்துள்ளார்" என்றான்.

கர்ணன் திரும்பி நோக்க "எட்டாண்டுகள் அரசரின் அணுக்கமாக இருந்தவர். சிவதர் என்று பெயர். அங்க நாட்டு அவைமுறைமைகளையும் அரசுசூழ்தலையும் நன்கு அறிந்தவர் என்கிறார்" என்றான். "நான் எவரையும் வரச்சொல்லவில்லையே!" என்றான் கர்ணன். "இல்லை, ஆனால் பட்டத்து அரசி அவரைப்பற்றி ஒற்றர்கள் வழியாக விசாரித்து அறிந்திருக்கிறார். அரசியின் ஆணைப்படிதான் அவர் இங்கு வந்திருக்கிறார்" என்றான். ஆர்வமின்றி தலையசைத்தபடி அவன் கூடத்திற்குள் நுழைய, அங்கே அவனுக்காகக் காத்து நின்றிருந்த வீரர்கள் தலைவணங்கி வாழ்த்துரை எழுப்பினர்.

உள்ளிருந்து சால்வையை சுற்றியபடி வந்த சிற்றமைச்சர் சரபர் "அங்கநாட்டரசரை என் முடி பணிவதாக! அலுவலில் இருந்தேன்" என்றபின் மூச்சுவாங்க "அரசே, இவர்தான் சிவதர்" என்றார். சிவதர் தலைவணங்கி "என் அரசரை சந்திக்கும் பேறுபெற்றேன்" என்றார்.

சுருக்கங்கள் ஓடிய விழியோரங்களும் பழுத்த இலைபோன்ற நீள்முகமும் கூரிய மூக்கும் சிறியகைகள் கொண்ட சிற்றுடலும் கொண்டிருந்த சிவதரை நோக்கி கர்ணன் "அஸ்தினபுரிக்கு நல்வரவு" என்றான். "அங்க நாட்டரசரை அடிபணிகிறேன். தங்கள் பணிக்கு என் உடலும் சித்தமும் ஆன்மாவும் என்றென்றும் சித்தமாக உள்ளது" என்றார்.

"சத்யகர்மரிடம் இருந்தீரா?" என்றான் கர்ணன். "ஆம். அவருடைய நான்கு அணுக்கர்களில் நானும் ஒருவன்" என்றார் சிவதர். கர்ணன் அவர் விழிகளை நோக்கி தன்னுள் எழுந்த வினாவைத் தவிர்த்து "என்னை அங்க நாட்டில் தாங்கள் பார்த்ததுண்டா?" என்று கேட்டான். "இல்லை. இளமையில் அங்கு இருந்தீர்கள் என்று அறிந்திருக்கிறேன்" என்றார். அவரது விழிகளையே மேலும் சிலகணங்கள் கூர்ந்து நோக்கிக் கொண்டிருந்த பின் அவன் உதடுகளை ஏதோ சொல்வதற்காக மெல்ல அசைத்தான். அவரும் விழிகளை விலக்கிக் கொள்ளவில்லை. தெள்ளிய இரு பளிங்கு நிலைகள் போன்ற விழிகள். அவற்றுக்கு அப்பாலும் எந்த மறைவுகளும் இருக்கவில்லை. கர்ணன் மீண்டுவந்து "நன்று" என்றான். "நன்று சிவதரே, தங்களை நாளை சந்தித்து விரிவாக உரையாடுகிறேன்" என்றான். அவர் தலைவணங்கி "அவ்வாறே" என்றார்.

திரும்பி ஊஷரனிடம் உளம் அமையாத வெற்றுச்சொல்லென "நன்று" என்றபின் கர்ணன் முன்னால் நடக்க, சரபர் அவனுக்குப் பின்னால் வந்தபடி மெல்லிய குரலில் "சிவதரிடம் நான் உரையாடினேன். அரசியின் தேர்வு சரியானதே. சிறந்த அணுக்கர்களுக்கு வேண்டிய மூன்று பண்புகளும் அவரிடம் உள்ளன. தனக்கென்று விழைவுகள் இல்லாமல் இருக்கிறார். பணிவிடையாற்று செய்வதில் நிறைவு கொள்கிறார். செய்தோம் என்னும் ஆணவமும் அற்று இருக்கிறார்" என்றார். கர்ணன் "என் முதல் மனப்பதிவும் சிறப்பானதாகவே உள்ளது" என்றான்.

அமைச்சர் "அங்கு ஏழாம் நிலை அமைச்சராக ஹரிதர் என்பவர் இருக்கிறார். அமைச்சர்களில் அவரே இளையவர். மூத்தவர்கள் சத்யகர்மரை அன்றி பிறரை அரசராக ஏற்க முடியாது என்று சொல்லி விட்டார்கள். அங்க நாட்டின் கருவூலத்திலிருந்து அவர்களுக்குரிய அந்தணர்காணிக்கையை அளித்து வைதிகமுறைப்படி காடேகலுக்கான முறைமைகள் செய்யப்பட்டுள்ளன. ஹரிதரைப் பற்றி விரிவாகவே அரசி உசாவி அறிந்திருக்கிறார். தங்களுக்கு அனைத்து வகையிலும் அவரே வழிகாட்டியாகவும் செயற்கரமுமாக இருப்பார்" என்றார்.

"நன்று" என்று களைப்புடன் சொன்னபின் கர்ணன் படிகளில் ஏற ஆரம்பித்தான். அவர் தலைவணங்கி கீழேயே நின்றுகொண்டார். மேலே செல்லச் செல்ல தன் உடல் எடை மிகுந்து வருவது போல் அவனுக்குத்

தோன்றியது. படிகளின் பலகையடுக்குகள் முனகி ஓசையிட்டன. இறுதிப் படியில் காலெடுத்து வைத்து நின்று கைப்பிடியைப் பற்றியபடி திரும்பி கீழே நோக்கினான். அமைச்சர் மறுபடியும் தலைவணங்கியபோது தலை அசைத்துவிட்டு இடைநாழியில் நடந்தான்.

படுக்கை வரைக்கும் தன் உடலை சுமந்து செல்வதே கடினம் என தோன்றியது. அப்போது அவன் விழைந்ததெல்லாம் மஞ்சத்தை அடைவதுதான். உடலை நீட்டி கண்களை மூடிக்கொண்டு இருளில் படுத்திருக்கவேண்டுமென்று விழைந்தான். துயில்கொள்ள முடியுமென்று தோன்றவில்லை. துயில்வதா என்று உடனே உள்ளம் விழித்துக்கொண்டது. அரை நாழிகைக்குள் கவசங்களுடனும் படைக்கலன்களுடனும் அரண்மனை முகப்புக்கு சித்தமாகி வரும்படி துரியோதனன் ஆணையிட்டிருந்தான். அரை நாழிகை என்றால் அறைக்குள் சென்றதுமே உடைகளை மாற்றத்தொடங்கிவிட வேண்டும். அரண்மனை முற்றம் வரைக்கும் செல்வதற்கே கால் நாழிகை நேரம் தேவைப்படும்.

அவன் தன் அறைக்கு முன்பாக செல்வதற்குள் இடைநாழியின் மறு எல்லையிலிருந்து விருஷாலி அவனை நோக்கி வந்து ஆடையை திருத்தி கூந்தலை ஒதுக்கிக்கொண்டு “தாங்கள் உடனே கிளம்பவேண்டுமென்று அரண்மனையிலிருந்து செய்தி வந்தது. தங்களுக்குரிய மாற்று ஆடைகளையும் நீராட்டறைக்கான ஒருக்கங்களையும் செய்துள்ளேன்” என்றாள். அவள் மூக்குநுனி வியர்த்திருந்தது. குறுநிரைகள் நெற்றியில் ஒட்டியிருந்தன.

கர்ணன் சினத்துடன் அவளை நோக்கி “உன்னிடம் யார் இதையெல்லாம் செய்யச் சொன்னது? நான் பலமுறை உன்னிடம் ஆணையிட்டிருக்கிறேன். இவற்றை செய்வதற்காக நீ இங்கு இல்லை என்று” என்றான். அவள் முகம் ஒளி அணைந்தது. உதடுகள் அழுந்த கண்களில் நீர்ப்படலம் மின்னியது. இமைகளைச் சரித்தபோது விழிப்பீலிகளில் நீர்ப்பிசிறுகள் சிதறொளித்தன. உதடுகள் குவிய மெல்லிய குரலில் “இவற்றைச் செய்ய எனக்குப் பிடித்திருக்கிறது” என்றாள்.

அவன் அவள் கன்னங்களில் இருந்த சிறிய பருவைப் பார்த்தான். உள்ளம் தழைந்தது. தன் கையை அவள் தோளில் வைத்து “சத்யை, நீ அங்கத்தின் அரசி. இவற்றைச் செய்வதற்கு இங்கு சேடியர் பலர் உள்ளனர். இவற்றை நீ செய்யும்போது உன்னை நீ இறக்கிக்கொள்கிறாய்” என்றான். அவள் விழிதூக்கி “இங்கு எனக்கிருக்கும் ஒரே இன்பமென்பது இதுதான். இதையும் நான் செய்யலாகாது என்றால் இங்கு நான் எதற்காக?” என்றாள். “இங்கு அரசி என்றிரு. பார், நீ அணிந்திருக்கும் ஆடைதான் என்ன? அரசியர்க்குரிய ஆடைகளை அணிந்துகொள். அணிகலன்களை

அணிந்து கொள். அஸ்தினபுரியில் எந்தப் பெண்ணும் விழையும் அணிக்கருவூலம் உனக்கென திறந்துள்ளது” என்றான் கர்ணன்.

அவள் உதடை அழுத்தி எச்சில் விழுங்கியபடி பார்வையை சாளரத்தை நோக்கித் திருப்பினாள். அவன் அவள் தோளை வளைத்து அருகிழுத்து முகத்தை கைகளால் தூக்கி அவள் விழிகளைப் பார்த்தபடி “அணிகொள்வது உனக்குப் பிடிக்கவில்லையா?” என்றான். “எனக்காக அணிசெய்துகொள்ளமாட்டாயா?” அவள் தலைமயிரைக் கோதி ஒதுக்கி கழுத்தை மெல்ல ஒசித்து “இப்போதே அணிசெய்துகொண்டுதான் இருக்கிறேன். இந்த எளிய உடைகளும் நகைகளும் உங்கள் விழிகளுக்குப் படுவதே இல்லை” என்றாள்.

“இல்லை. இத்தோற்றத்திலேயே நீ அழகாகத்தான் இருக்கிறாய். ஆனால் இத்தோற்றத்துடன் சேடிகள் நடுவே நின்றால் உன்னை தனித்தறிய முடியாது. நான் சொல்வதைப் புரிந்துகொள். ஆடையணிகள் அரசர்களைப் பிரித்துக் காட்டுவதற்காக மட்டுமே. அரசமுறைமைகள் வழியாகவே அரசர்கள் அமைகிறார்கள். மானுடர் அனைவரும் நிகரே. அரசநிலை என்பது ஒரு கூத்தில் நிகழும் நடிப்பு. எனவே இங்கு நாம் நடித்துதான் ஆகவேண்டும்” என்றான். “எனக்கு சலித்துவிட்டது” என்று அவள் சொன்னாள். “அந்த மின்னும் அணிகளை அணிந்து, தடித்த ஆடைகளை சுற்றிக்கொண்டு எப்போதாவது ஆடியில் என்னை நான் பார்த்தால் துணுக்குறுகிறேன். நீங்கள் சொன்னது போல இது ஒரு கூத்துமேடையின் மாற்றுரு என்றே எனக்குத் தோன்றுகிறது. இந்த அறைக்குள் மட்டுமேனும் நான் என் வடிவில் ஏன் இருந்து கொள்ளக்கூடாது?” என்றாள். மீண்டும் எழுந்த சினத்துடன் அவன் “நீ இந்த அறைகளுக்குள் மட்டும்தான் இருக்கிறாய். அறவே அரசவைக்கு வருவதில்லை. நீ ஏன் அரசவைக்கு வருவதில்லை என்று இன்று அரசர் கேட்டார்” என்றான்.

அவள் விழிகளைத் தூக்கி “அதற்கும் எனக்கு உரிமையில்லையா?” என்றாள். “உரிமையில்லை என்றல்ல. உன்னை தன் இளையவளாக எண்ணுபவர் அரசர். உனக்கென அங்கொரு அரியணை அமைக்கவேண்டும் என்றால் அதற்கும் சித்தமாக இருப்பவர். ஏதோ உளக்குறையால்தான் நீ வரவில்லை என்று அவர் எண்ணுகிறார்” என்றான். “நான் அவர் உள்ளத்தை அறிவேன். அவர் உனக்கென துயர்கொண்டிருக்கிறார்.”

“அத்துணை துயர்கொண்டவர் என்றால் அவர் சூதப்பெண்ணை உங்களுக்கு மணமுடிக்க ஒப்புக்கொண்டிருக்கலாகாது...” என்றாள் விருஷாலி. அவன் சொல்ல வாயெடுப்பதற்குள் உரக்க “நான் அங்கு வரமாட்டேன். ஒருபோதும் அஸ்தினபுரியின் அரசவையில் இனி என்னை

எவரும் பார்க்கமுடியாது” என்றாள். கர்ணன் “விழவுகளுக்கு வருவதில்லை. களியாட்டுகளுக்குச் செல்வதில்லை. நாளெலாம் இந்த அரண்மனையின் அறைகளுக்குள் இருக்கிறாய். இங்கு பணிப்பெண்களுக்கு நிகராக ஆடை அணிந்திருக்கிறாய்” என்றான்.

“இப்படித்தான் நான் இருப்பேன். சூதப்பெண் சூதப்பெண்ணாக இருந்தால்தான் மகிழ்வு ஏற்படும். மாற்றுருத் தோற்றங்களை நாளெலாம் சூடிக்கொண்டிருப்பது போல் துன்பம் பிறிதொன்றிலை” என்றாள் விருஷாலி. பெருமூச்சுடன் “நான் ஒன்றும் சொல்வதற்கில்லை” என்றபடி கர்ணன் அறைக்குள் சென்றான். அவள் பின்னால் வந்து “சினம் கொள்ளாதீர்கள். எப்போதாவதுதான் இங்கு வருகிறீர்கள். வரும்போதும் இப்படி சினந்தால் நான் என்ன செய்வது?” என்றாள்.

அவள் குரலின் துயர் கண்டு அவன் கனிந்து மீண்டும் திரும்பி அவள் புறங்கழுத்தில் கையை வைத்து இழுத்து தன்னுடன் அணைத்துக் கொண்டான். அவள் கன்னங்களிலும் கழுத்திலும் முத்தமிட்டு “சினம் கொள்ளவில்லை. உன்னிடம் சினம் கொள்வேனா?” என்றான். அவள் உடல் வியர்வையின் உப்புடன் இருந்தது. அவன் நாவால் உதடுகளை வருடிக்கொண்டான். “சினம் கொள்கிறீர்கள்” என்று அவள் சொன்னாள். அவன் மார்புக்குழி அளவுக்கே அவள் முகம் இருந்தது. அவனுடைய புயத்தின் திரள்தசையில் தலையை சாய்த்து விழிகளை ஏறிட்டு “எப்போதும் என்னைப் பார்க்கையில் முதலில் உங்கள் புருவங்களில் ஒரு முடிச்சு விழுகிறது. யார் இவள் என்று பார்ப்பதுபோல். ஒரு வினா உங்கள் விழிகளில் வந்து செல்கிறது” என்றாள்.

“நீ கற்பனை செய்து கொள்கிறாய்” என்று அவன் அவள் காதருகே பறந்த சுருள் நிரையை தன் கைகளில் சுருட்டி இழுத்தான். “ஆ...” என்று சற்று ஒலியெழுப்பி அவன் விரலைத் தட்டியபின் “இல்லை, எனக்குத் தெரியும்” என்றாள். “முதல் நோக்கில் முகம் மலர்வதே அன்பு.” கர்ணன் “அன்பில்லை என்று நினைக்கிறாயா?” என்றான். “இருக்கிறது. அது இயல்பாக எழும் அன்பல்ல. இரண்டாவது கணத்தில் அன்பாக இருக்கவேண்டும் என்று நீங்களே உங்களுக்கு ஆணையிட்டுக் கொள்ளும்போது எழுவது” என்றாள்.

“இப்படியெல்லாம் கீறி பகுக்கத் தொடங்கினால் ஒருபோதும் உன்னால் உறவுகளில் மகிழ்ந்திருக்க முடியாது. நூறுமுறை உன் தலை தொட்டு ஆணையிட்டிருக்கிறேன். இந்தப் பிறவியில் நான் தொடும் முதல்பெண் நீ. என் நெஞ்சமர்ந்த தேவி. அந்த அரியணையிலிருந்து நீ ஒருபோதும் இறங்கப்போவதில்லை” என்றான். அவள் பெருமூச்சுவிட்டு “அதை அறிவேன்” என்றாள். “அதற்கப்பால் நான் என்ன செய்யவேண்டும்

உனக்கு?" என்றான். "நீங்கள் ஒன்றும் செய்யவேண்டியதில்லை" என்றபின் அவள் அவன் கைகளை மெல்ல விலக்கி "உடனே நீங்கள் கிளம்ப வேண்டுமென்றார்கள்" என்றாள்.

அவன் எட்டி அவள் கையைப் பிடித்தபோது சங்குவளைகள் நொறுங்கிக் கீழே விழுந்தன. அரைவளையம் புழுவென துள்ளித் துடித்து சுழன்று விழ "ஐயோ" என்று அவள் குனிந்தாள். "விடு" என்று அவளை இழுத்து தன்னுடன் சேர்த்துக்கொண்டு "சொல், நான் என்ன செய்யவேண்டும்?" என்றான். "நீங்கள் ஒன்றும் செய்ய வேண்டியதில்லை. எனக்காக நீங்கள் எதைச் செய்யும்போதும் நான் மேலும் துயர் அடைகிறேன்" என்றாள் விருஷாலி. "என் உள்ளத்திற்கும் உடலுக்கும் நீங்கள் மிகப்பெரியவர். எனக்கென நீங்கள் கனியும்போதுகூட உங்களைக் கீழிறக்குகிறேன் என்ற குற்ற உணர்வு என்னை துயருறச் செய்கிறது. என் மேல் நீங்கள் அன்பைக் காட்டுகையில்கூட தகுதியற்று அவ்வன்பைப் பெற்றுக் கொள்கிறேன் என்பதால் மேலும் துயர் கொள்கிறேன்."

"இவ்வுணர்வுகளை நீ வந்த உடனே அடைந்ததை என்னால் புரிந்து கொள்ள முடிகிறது. இத்தனை நாட்களுக்குப் பிறகும் என் உள்ளத்தை நீ அறியவில்லையென்றால் நான் எச்சொற்களால் அதை உன்னிடம் சொல்வேன்?" என்றான். "தாங்கள் சொல்ல வேண்டியதில்லை" என்றாள். "எனக்கென நீங்கள் எண்ணம் குவிக்கவேண்டியதில்லை. சொல்லடுக்கவும் வேண்டியதில்லை." "நான் என்ன செய்யவேண்டும்?" என்று அவன் மீண்டும் கேட்டான். "என்னை முற்றிலும் மறந்துவிடுங்கள். எனக்கென எதையும் செய்யாதீர்கள். என்னை மணக்கவில்லையென்றே எண்ணிக் கொள்ளுங்கள்" என்றாள் விருஷாலி.

விழிகளைத் திருப்பி தரளிதமான குரலில் "காட்டில் மதவேழம் செல்வது போல என்று உங்கள் நடையைப் பார்க்கும்போது தோன்றுகிறது. நான் எறும்பு. என்னை உங்கள் பார்வையில் பொருட்படுத்தவே கூடாது" என்றாள். கர்ணன் சினத்துடன் "என்ன சொல்கிறாய் என்று உனக்கே தெரிகிறதா?" என்று அவள் தலையைத் தட்டினான். அவள் துயரத்துடன் புன்னகைத்து "தெரிகிறது. இந்த எண்ணமன்றி வேறெதுவும் எனக்கு வரவில்லை" என்றாள்.

"அப்படியென்றால் உன்னை நோக்கும்போது என் கண்களில் அன்பு வரவில்லை என்று ஏன் சொன்னாய்?" என்றான். "உனக்கு என் அன்பு தேவையில்லை என்றால் ஏன் தேடுகிறாய்?" விருஷாலி "அன்பு வரவில்லை என்று சொல்லவில்லை" என்று தலைகுனிந்தபடி சொன்னாள். "உங்கள் பெரிய உயரத்திலிருந்து கண்ணுக்குத் தெரியாத படிகளில் இறங்கி நீங்கள் என்னை நோக்கி வருவதை அந்த முதல் கணத்தில் காண்கிறேன். நெஞ்சு

துணுக்குறுகிறது. நானாக அந்தப் படிகளில் ஏறி உங்களை அடையவே முடியாது என்று தோன்றுகிறது.”

“இந்த அணிச்சொற்களெல்லாம் எனக்கு எவ்வகையிலும் பொருள் அளிப்பதில்லை” என்று கர்ணன் சலிப்புடன் சென்று தன் மஞ்சத்தில் அமர்ந்தான். “சேடியை அழைத்து சற்று யவனமது கொண்டுவரச்சொல்” என்றான். “நீராடவில்லையா?” என்று அவள் கேட்டாள். “இல்லை. நீராடி உடை மாற்றிச் செல்ல நேரமில்லை. அரை நாழிகைக்குள் நான் அரண்மனைக்குசெல்லவேண்டும்” என்றான். “அரைநாழிகைக்குள்ளா?” என்று அவள் கேட்டாள். “ஆம், உடனே கலிங்கத்துக்குச் செல்கிறோம்” என்றான்.

அவள் கண்களில் வந்த மாறுதலைக் கண்டதுமே அவள் அத்தனை எளிய பெண்ணல்ல என்று அவன் புரிந்துகொண்டான். மறுசொல் சொல்லாமல் அவள் அசைவற்று நின்றதைக் கண்டபோது அவன் நினைத்ததை விடவும் ஆழமானவள் என்று தெரிந்தது. “கலிங்க இளவரசியர் இருவரையும் நானும் அரசரும் சென்று சிறையெடுத்து வரப்போகிறோம்” என்றான் கர்ணன். “இருவரையுமா?” என்று அவள் கேட்டாள். “ஆம். இளையவளை நான் மணக்கவேண்டுமென்றும் அவளையே பட்டத்தரசி ஆக்கவேண்டுமென்றும் அரசரும் அரசியும் விழைகிறார்கள்” என்றான். “நன்று” என்று அவள் சொன்னாள்.

அவன் அவள் கண்களை உற்று நோக்கி “உனக்கு அதில் துயரில்லையா?” என்று கேட்டான். “இல்லை. நான் அதைத்தானே மீண்டும் மீண்டும் உங்களிடம் சொல்லிக் கொண்டிருக்கிறேன். அது உங்கள் கடமை. ஷத்ரிய அரசியின் கைபற்றி நீங்கள் அங்க நாட்டுக்குள் சென்றால் மட்டுமே அங்குள்ள மக்களால் ஏற்றுக்கொள்ளப்படுவீர்கள். அங்குள்ள ஷத்ரியர்களின் நன்மதிப்பையும் பெறுவீர்கள்” என்றாள். “ஆம். அது உண்மை” என்றான் கர்ணன். “ஆனால் நானிதை செய்யக்கூடாதென்றே என் உள்ளம் சொல்லிக்கொண்டிருக்கிறது.”

“எனக்காகவா?” என்று அவள் கேட்டாள். அவள் கண்களை நோக்கித் திரும்பி “ஆம், உனக்காகத்தான்” என்று கர்ணன் சொன்னான். அவள் “இதைத்தான் நான் சொன்னேன். எனக்காக நீங்கள் எதையும் செய்யக்கூடாது. எனக்காக நீங்கள் இறங்கி எதை செய்ய முயன்றாலும் பிழை செய்கிறேன் என்ற உணர்வை நான் அடைகிறேன். இத்தகைய பெரிய இழப்பொன்றை நீங்கள் அடைந்தால் அத்துயரிலிருந்து என்னால் ஒருபோதும் மீளமுடியாது. நீங்கள் கலிங்க இளவரசியை மணந்தாக வேண்டும்” என்றாள்.

“நீ முடிசூட முடியாதென்று அறிவாயல்லவா?” என்றான். “முடிசூட வாய்ப்பிருந்தாலும் நான் முடிசூட விரும்பவில்லை” என்று விருஷாலி

சொன்னாள். "அரசவையில் அரைநாழிகை நேரம் அமர்ந்திருக்கவே என் உடம்பு கூசுகிறது. மணிமுடி சூடி அரியணையில் அமர்ந்திருப்பதென்பது எண்ணிப்பார்க்கவும் முடியாத ஒன்று" என்றாள். "நீ என்னவாக இருக்க விரும்புகிறாய்?" என்று அவன் கேட்டான். "உங்கள் பாதங்களை சென்னிசூடும் எளிய அடியாளாக" என்றாள். "நீங்கள் அறை வரும்போது உங்கள் மேலாடையை வாங்கிக் கொள்ளவும் உங்கள் நீராட்டறை ஒருக்கங்களைச் செய்யவும் என் கையால் யவனமது கொண்டுதரவும் விரும்புகிறேன்."

"பணிப்பெண்ணாக. அல்லவா?" என்றான். "ஆம், உங்களுக்குப் பணிவிடை செய்வதன்றி இன்பமெதையும் நான் காணவில்லை" என்றாள். "என் காதலில் கூடவா?" என்றான். அவள் பேசாமல் நின்றாள். "சொல்!" என்றான் கர்ணன். அவள் நிமிர்ந்து அவன் விழிகளை நோக்கி "ஆம். உங்கள் காதலில் கூடத்தான்" என்றாள். கர்ணன் உரக்க "என்ன சொல்கிறாய்?" என்றான். "அக்காதலுக்கு நான் தகுதியற்றவள்" என்றாள்.

"இது என்ன வகையான எண்ணமென்றே எனக்குப் புரியவில்லை. நீ சூதன்மகள் என்பதாலா? அப்படியென்றால் நானும் சூதன் மகனே" என்றான். அவள் சினந்து திரும்பி நோக்கி "இல்லையென்று நீங்கள் அறிவீர்கள்" என்றாள். "என்ன சொல்கிறாய்?" என்று அவன் உரத்த குரலில் கேட்டபடி எழுந்தான். "உங்கள் தோற்றம்! அது சொல்கிறது நீங்கள் சூதன் மகன் அல்ல என்று. அதற்கப்பால்..." என்றபின் "நான் பார்த்தேன்" என்றாள். "எதைப் பார்த்தாய்?" என்று அவன் கேட்டான். "அன்றிரவு..." என்று அவள் சொன்னாள். "எந்த இரவு?" என்றான். அவள் பேசாமல் நின்றாள். "சொல்!" என்றான் கர்ணன். "அன்று மணநாளில்." அவன் அவளைக் கூர்ந்து நோக்கி "என்ன கண்டாய்?" என்றான்.

"உங்கள் அருகே மணமேடையில் அமர்ந்திருக்கும்போதே என் உள்ளம் பதறிக்கொண்டேதான் இருந்தது" என்று அவள் தலைகுனிந்து மெல்லிய குரலில் சொன்னாள். "ஏன்?" என்றான். "நீங்கள் என் கைபிடிக்கவிருப்பதாக அறிந்த நாள்முதலே அந்த நடுக்கம் என்னுள் நுழைந்துவிட்டது. சூதர்களின் கதைகள் என்னுள் பெருகிக்கொண்டிருந்தன. பின்னர் உங்களை அவைமேடையில் கண்டேன். விண்ணில் முகில்களில் எழுந்த தேவன்போல. இவரா என்று என் தோழியரிடம் கேட்டேன். இவரேதான் சூரியன் மைந்தர் என்றார்கள்."

அன்னையிடம் சென்று "அன்னையே, இவரை நான் மணக்க விழையவில்லை" என்று சொல்லி அழுதேன். "வாயைமூடு, இந்த மணம் நம் குடிக்கே நற்கொடை. குடிமூத்தாரெல்லாம் பெருங்களிப்பில் இருக்கிறார்கள். மறுபேச்சு எழுந்தால் கொலைசெய்து புதைக்கவும்

துயங்கமாட்டார்கள்" என்று அன்னை சினந்தாள். குதிரைக் கொட்டடிக்கு அப்பால் குடியிருக்கும் என் மூதன்னையிடம் சென்று அவள் கைகளைப் பற்றி நெற்றியில் வைத்துக்கொண்டு "நான் அஞ்சுகிறேன் அன்னையே" என்று கண்ணீர்விட்டேன்.

"அஞ்சாதே, வெய்யவனுக்கு நிகராக பெருங்கருணை கொண்டவன் என்று அவனை சொல்கிறார்கள். இப்புவியில் பிறிதின்நோய் தன்னோய் போல் நோக்கும் பெரியோன் அவன் ஒருவனே என்று பெரியோர் வாழ்த்துகிறார்கள். அணுகும்தோறும் தண்மைகொள்ளும் கதிரவன் என்று சூதர்கள் பாடுகிறார்கள். நீ அவன் தோளில் மரக்கிளையில் மயில் என இருப்பாய்" என்றாள் என் மூதன்னை. அவள் பழுத்த நகங்கள் கொண்ட கைகளை கன்னங்களில் அழுத்தியபடி "இனி ஏதும் செய்வதற்கில்லையா அன்னையே?" என ஏங்கினேன்.

தோழியர் கைபற்றி என்னை மணவறைக்கு அழைத்துச் சென்றபோது எங்குளேன் என்று அறியாதவளாக என் கட்டை விரலில் விழிநட்டு காலை காற்றில் துழாவி வைத்து நடந்து வந்தேன். நீங்கள் மணமேடையில் அமர்ந்திருப்பதை தொலைவிலேயே பார்த்துவிட்டேன். இடப்பக்கம் நின்ற தோழி என் விலாவைக் கிள்ளி "பாரடி, ஒரு நோக்கு பார்ப்பதனால் ஒன்றும் கற்பு குறைபடாது" என்றாள். நான் விழிதூக்கி உங்களைப் பார்த்து கண்களை சரித்துக்கொண்டபோது ஓர் அதிர்ச்சியை அடைந்தேன். உங்கள் காதுகளில் இரு ஒளிமணிக் குண்டலங்களை கண்டேன்

கர்ணன் நகைத்து "நன்று. சூதர் கதைகளால் சூழப்பட்டிருக்கிறாய்" என்றான். "இல்லை, நான் பார்த்தேன். மீண்டும் விழிதூக்கிப் பார்த்த போது அது அங்கில்லை. அது விழிமயக்கு என்று சொல்லலாம். ஆனால் நான் பார்த்த கணத்தில் அது உண்மை. அக்குண்டலத்தின் ஒளிக்கதிரை மிகத் தெளிவாகவே நான் கண்டேன். என் உடல் நடுங்கிவிட்டது. முன்னங்கால் வியர்த்து தரை வழுக்கியது. உங்கள் அருகே நான் அமரலாகாது என்றும் தோழியர் கைகளை உதறிவிட்டு திரும்பி ஓடிச்சென்று விடவேண்டுமென்றும் விழைந்தேன். ஆனால் என் உடல் தளர்ந்து மேலும் மேலும் எடைகொண்டு அசைய முடியாதாயிற்று. எண்ணுவதொன்றும் உடலை சென்றடையவில்லை. அதை அவர்கள் ஒரு நனைந்த துணிப்பாவை என மணமேடையில் அமர்த்தினர்."

தங்கள் அருகே அமர்ந்திருக்கையில் ஏனோ இளமையில் இருந்த அத்தனை இன்பங்களும் ஒன்றன்மேல் ஒன்றாக நினைவுக்கு வந்தன. அவையனைத்தும் எனக்குள் துயரை நிறைத்தன. மணப்பறையின் ஓசை என்னை கோலால் அடிப்பது போலிருந்தது. நீள்குழலிசை வாள் என என்னைக் கிழித்தது. மங்கலநாண் பூட்டி மாலை மாற்றி ஏழடி வைத்து

இறைவிண்மீன் நோக்கியபின் என் அறைக்குள் திரும்பிச் சென்றதுமே தோழியரை உதறி ஓடிச்சென்று அறை மூலையில் அமர்ந்து முழங்கால் மேல் முகத்தை வைத்துக்கொண்டு குமுறி அழுதேன். அவர்கள் சூழ அமர்ந்து ஏன் ஏன் என்று என்னைக் கேட்டார்கள். ஒருசொல்லும் என்னால் எடுக்கக் கூடவில்லை.

அன்றிரவு உங்கள் அறைக்கு வரும்போது என்னால் ஓர் அடிகூட இயல்பாக வைக்கமுடியவில்லை. அவர்கள் என்னை தூக்கிதான் கொண்டுவந்தனர். உடலெங்கும் நீர் விடாய் பழுத்து எரிவது போல. தலைக்கு மேல் கடுங்குளிர் கொண்ட முகில் ஒன்று அழுத்துவது போல. அந்நிலையை இப்போது எண்ணினாலும் என் உடல் நடுங்குகிறது. உங்கள் காதுகளில் தெரிந்த குண்டலங்களையே எண்ணிக் கொண்டிருந்தேன்.

உங்கள் அறைக்குள் வந்து நின்றபோது விழிதூக்கி உங்கள் குண்டலங்களைத்தான் தேடினேன். அவை என் விழிமயக்கு என்று தெரிந்தது. ஆயினும் என்னால் ஏற்றுக்கொள்ள முடியவில்லை. நீங்கள் எளிய சூதர் அல்ல, கதிர் மைந்தன். நான் கண்டது ஒளியோன் உங்களுக்கு அளித்ததாக சூதர் கதைகளில் வரும் அந்தக் குண்டலங்களைத்தான். ஐயமே இல்லை என எண்ணினேன். உங்கள் கைகளால் என்னைத் தொடவந்தபோது நினைவழிந்து விழுவதாக உணர்ந்தேன். நெடுநேரம் என் நெஞ்சிடிப்பை அன்றி எதையும் நான் கேட்கவில்லை. பின்னர் மீண்டும் அக்குண்டலங்களைக் கண்டேன்.

“கவசத்தையும் பார்த்தாயா?” என்றான் கர்ணன் சிரித்தபடி. “ஆம், பார்த்தேன். அன்றிரவு நீங்கள் சாளரத்தருகே பீடத்தை இழுத்துப் போட்டு இருண்ட குறுங்காட்டைப் பார்த்தபடி அமர்ந்திருந்தீர்கள். என் அறைமூலையில் முழங்கால் மேல் முகம் அமர்த்தி அமர்ந்திருந்த நான் தலை தூக்கியபோது, உங்கள் காதுகளில் அந்த மணிக்குண்டலங்கள் ஒளி விடுவதையும் ஆடையற்ற விரிமார்பில் பொற்கவசம் அந்திச் சிவப்பு போல சுடர்வதையும் என் விழிகளால் கண்டேன்.”

“விழிமயக்கல்ல அது. நெடுநேரம் நான் பார்த்திருந்தேன். உண்மையா இல்லை கனவா என்று நூறு முறை எனக்குள் கேட்டுக்கொண்டேன். எழுந்து வந்து அவற்றை நான் தொட்டுவிடமுடியும் போல் அத்தனை தெளிவாகக் கண்டேன். உங்களுக்குத் தெரியும் நீங்கள் சூதன் மகன் அல்ல, சூரியனின் மைந்தன்” என்றாள். “உன் தாழ்வுணர்வால் துன்பத்தை உருவாக்கி பெருக்கிக் கொள்கிறாய்” என்றான் கர்ணன். “உண்மையில் நான் ஏமாற்றம் கொண்டிருக்கிறேன் விருஷாலி. நான் பிறிதொரு பெண்ணை மணக்கவிருக்கிறேன் என்று சொல்லும்போது சற்றேனும் நீ துயர் கொண்டிருந்தால் ஒருசொல்லேனும் அதைத்

தடுத்து நீ சொல்லியிருந்தால் என் மேல் நீ கொண்டிருக்கும் காதலின் அடையாளமாக அதை எண்ணியிருப்பேன்."

விருஷாலி அவன் விழிகளை நோக்கி "இல்லை. உங்கள் மேல் என் உள்ளத்தில் காதலென்று எதுவும் இல்லை" என்றாள். அச்சொல் அவன் மேல் குளிர்நீர்த்துளி விழுந்ததுபோல் ஒரு மெல்லசைவை உருவாக்கியது. அவள் மேலும் சொல்வதற்காக விழிகளை விரித்துக் காத்திருந்தான். "காதலென்பது நிகரானவரிடமே எழ முடியும். உங்களுடன் ஒரு நாளேனும் சிரித்துக் களியாடமுடியும் என்றோ ஒரு மலர்த்தோட்டத்தில் உங்களுடன் இளையோளென்றாகி ஆடமுடியும் என்றோ நான் எண்ணவில்லை."

சற்றுநேரம் அவளை நோக்கி அமர்ந்திருந்த கர்ணன் புன்னகையுடன் "நன்று" என்றபடி எழுந்தான். அருகறைக்கு தன் அணிகளுக்காகச் சென்றான். விருஷாலி அவனுக்குப் பின்னால் "ஆனால் அந்தக் கலிங்க இளவரசியும் தங்களுடன் விளையாடமுடியும் என்று எண்ணக் கூடவில்லை" என்றாள். அவன் திரும்பி "ஏன்?" என்றான். "ஏனென்றால் ஷத்ரியப் பெண் என்றாலும் அவள் வெறும் பெண்." அவன் அவளை நோக்கி நின்றான். அவள் "ஒரே ஒருத்தி மட்டுமே உங்களை தனக்கு இணையானவராக எண்ணியிருக்கிறாள். அவள் மட்டுமே உங்களிடம் காதல்கொண்டு களியாடியிருக்கக் கூடும்" என்றாள்.

"யார்?" என்று விழிகளைத் திருப்பியபடி கர்ணன் கேட்டான். விருஷாலி "இப்போது அவள் ஐவருக்கு மனைவி. எனவே அதை நான் சொல்லக்கூடாது" என்றாள். கர்ணன் சற்றுநேரம் கழித்து "அதெல்லாம் சூதப்பெண்களின் அடுமனைப் பேச்சு" என்றான். "இல்லை. இங்கு வருவதற்கு முன்பே நான் அதை அறிந்திருந்தேன். அன்று முழுவடிவில் தங்களைப் பார்த்ததுமே அதைத்தான் உணர்ந்தேன். இங்கிருக்க வேண்டியவள் இந்திரப்பிரஸ்தத்தின் பேரரசியல்லவா என்று எண்ணிய போது என் நெஞ்சு அடைத்துக் கொண்டது. இழிமகளே இழிமகளே என்று என்னை நானே அழைத்துக் கொண்டேன்" என்றாள்.

கர்ணன் பற்களைக் கடித்து இறுகிய குரலில் "துயரத்தை பெருக்கிக் கொள்வதில் உனக்கொரு பயிற்சி இருக்கிறது" என்றான். "இல்லை. இங்கு வருவதற்குமுன் நான் அப்படி இருக்கவில்லை. என் நினைவறிந்த நாள் முதலேயே சிரிப்பும் விளையாட்டும் மட்டும் அறிந்த சிறுமியாகத்தான் இருந்தேன். உங்களுக்கு என்னை மணமுடித்துக் கொடுக்கப்போவதாக என் தந்தை சொன்ன நாள் முதல் நான் பிறிதொருத்தி ஆனேன். என் இளமை இனி நான் மீளவே முடியாத கனவு போல என்னுள் எங்கோ புதைந்துவிட்டது" என்றாள்.

கர்ணன் அந்தப் பேச்சை அங்கே முடித்து மீள விரும்பினான். எங்கிருந்து தொடங்குவதென்று தெரியவில்லை. அவன் உடலசைவிலிருந்து அதை

உய்த்துணர்ந்த விருஷாலி “நான் யவனமது கொண்டுவருகிறேன்” என்றாள். அவன் தலை அசைத்ததும் மெல்லிய பெருமூச்சுடன் திரும்பி வெளியே சென்றாள். இயல்பான கையசைவால் அவள் தன் ஆடையைத் திருத்துவதைக் கண்டான். அவ்வழகு அவனை வியக்கச்செய்தது. அவ்வண்ண மென்றால் அவளை அழகியல்ல என்று எண்ணுகிறேனா?

இல்லை என்றது சித்தம். ஆம் என்றது ஆழம். அவளை இயல்பாக எண்ணிக்கொள்ளும்போது ஒருபோதும் அழகி என்னும் எண்ணம் வந்ததில்லை. அவளைக் காணும் முதற்கணம் அவன் உளம் மலரவில்லை என்று அவள் சொன்னது உண்மை. ஆகவேதான் அவன் சினம் கொண்டான். ஏனென்றால் அவள் அழகியல்ல என்பதனால்தான். அவள் ஒரு பணிப்பெண்போலத்தான் இருந்தாள். ஆகவேதான் அவளை ஆடையணிகளின்றி காணும்போது எரிச்சல்கொண்டானா?

அவ்வெண்ணங்களை அள்ளி ஒதுக்கிவிட்டு அணியறைக்குள் சென்று பயண ஆடைகளை தானே அணிந்துகொண்டான். தோள்கச்சைகளை இறுக்கி அதில் வாளையும் குறுவாள்களையும் அணிவதற்கான கொக்கிகளைப் பொருத்தினான். கடலாமை ஓடாலான கவசத்தை அணிந்து அதன் மேல் பட்டுச் சால்வையை சுற்றிக் கொண்டான். ஆடியை நோக்கி திரும்பி மீசையை முறுக்கிக் கொண்டிருந்தபோது அவள் பொற்கிண்ணத்தில் யவனமதுவுடன் வந்து நின்றாள். ஆடியில் அவன் அவளைப் பார்த்தான். அவன் கண்களை அவள் சந்தித்தபோது நாணத்துடன் அவள் விலகிக் கொண்டாள். அவன் திரும்பி அந்தக் கிண்ணத்தை வாங்கியபடி “காதலில்லை என்று சொன்னாயல்லவா? இப்போது உன் கண்களில் அதை பார்த்தேன்” என்று சொன்னான்.

அவள் கன்னங்கள் குழிய சிரித்தபடி “காதலில்லை என்று சொன்னதுமே நான் காதலைத்தான் உணர்ந்தேன்” என்றாள். “ஏன்?” என்று அவன் கேட்டான். “ஏனெனில் நான் உங்களுடன் இருந்திருக்கிறேன். உங்கள் மைந்தர்களை பெறப்போகிறேன்” என்றாள். அவள் கன்னங்கள் அனல்பட்டவைபோல சிவந்தன. பின்பு சற்று விலகி அறைவாயிலை நோக்கி அவள் நகர, அவன் அவள் கைகளைப்பற்றி இழுத்தான். “மாட்டேன்” என்று சொன்னாள். “ஏன்?” என்றான். “ஆடிக்குள் வரமாட்டேன்” என்றாள். “ஏன்?” என்று அவன் மீண்டும் கேட்டான். “நான் ஆடியை நோக்குவதேயில்லை.” “அணி கொள்ளும்போது கூடவா?” என்று கர்ணன் கேட்டான்.

“ஆம்.” அவன் “ஏன்?” என்றான். “இளமையில் ஆடியை விட்டு நகரவே மாட்டேன். இப்போது ஆடியை நோக்கும்போதெல்லாம் இன்னும் சற்று அழகாக இருந்திருக்கக் கூடாதா என்ற எண்ணம் என்னைத் துன்புறுத்துகிறது” என்றாள். அவன் அவள் தலையைத் தட்டி “நீ

ஒருபோதும் இந்த வீண்எண்ணங்களில் இருந்து விடுபடப்போவதில்லை" என்றான். அவள் "கிளம்புங்கள். இப்போதே அரை நாழிகை ஆகிவிட்டது" என்றாள். அவன் யவனமதுவை அருந்தி கோப்பையை அருகிருந்த மஞ்சத்தில் வைத்தான். பின்பு அவள் தோளில் கைவைத்து "சென்று வருகிறேன்" என்றான். "அரசியுடன் வாருங்கள்" என்றாள் விருஷாலி.

அவன் அவள் கண்களைப் பார்த்து "பொறாமையில்லையா?" என்றான். அவள் விழிகளை சாய்த்து "இருக்கிறது" என்றாள். "அதை எப்போது உணர்ந்தாய்?" என்றான். "இப்போது மது கொண்டுவரும்போது" என்றாள். உரக்க நகைத்து "நன்று. அது தேவை" என்று அவள் தோளைத் தட்டியபின் "கிளம்புகிறேன்" என்றான்.

மீண்டும் படிகளில் இறங்கும்போது தன் உடல் எடையற்றிருப்பது போன்று உணர்ந்தான். இரு தாவல்களில் இறங்கி கூடத்திற்கு வந்து திரும்பிப் பார்த்தபோது படிகளின் மேல்பிடியைப் பற்றியபடி புன்னகையுடன் விருஷாலி நின்றிருந்தாள். கர்ணன் கூடத்தில் தொழுது நின்றிருந்த சிவதரிடம் "நாங்கள் கலிங்கத்துக்குச் செல்கிறோம் சிவதரே" என்றான். அவர் "நான் அதை உய்த்துணர்ந்தேன்" என்றார். "எப்படி?" என்றான் கர்ணன். "நாளை அங்கு மணத்தன்னேற்பு விழா. அரை நாழிகையில் அரசர் கிளம்பவிருக்கிறார் என்று தேரோட்டி சொன்னபோது தாங்கள் செல்லவிருப்பதை உணர்ந்து கொண்டேன்."

"உங்களுக்கு கலிங்க நாடு நன்கு தெரியுமா?" என்றான் கர்ணன். "அங்கமும் கலிங்கமும் ஒரே நிலம்" என்றார் சிவதர். "கிளம்புங்கள் உங்கள் வழிகாட்டல் எங்களுக்குத் தேவைப்படும்" என்றான் கர்ணன். "படைகள் உண்டா?" என்றார் சிவதர். "நாங்கள் இருவர் மட்டுமே செல்கிறோம்" என்றான் கர்ணன். "அரசருக்கு வழிகாட்டுவது என் நல்லூழ்" என்றார் சிவதர். "அரசர் வருவதாக உங்களிடம் யார் சொன்னது?" என்றான். "நாங்கள் இருவரும் என்று அரசரை அன்றி பிறரை சேர்த்துக்கொள்ளமாட்டீர்கள்" என்றார் சிவதர். கர்ணன் நகைத்தபடி "நீர் எப்போதும் என்னுடன் இருக்கப்போகிறீர். வருக!" என்றான்.

8

நாணிழுத்து இறுக வளைத்த விற்களென பன்னிரு பாய்கள் தென்கிழக்கு நோக்கி தொடுத்துநின்ற விரைவுப்படகு திசைசரியும் விண்பருந்தின் அசைவின்மையைக் கொண்டிருந்தது. தொலைவில் பச்சைத்தீற்றலென இழுபட்டு மெல்ல சுழன்ற கரைகளே விரைவைக் காட்டுவனவாக இருந்தன. குடவீணை நரம்புகளென செவிக்கேள்வியின் கீழ்க்கோட்டில் விம்மி அதிர்ந்துகொண்டிருந்த பாய்வடங்களை கைகளால் பற்றி குனிந்து கர்ணன் அருகே வந்த துரியோதனன் “இன்னும் விரைவைக் கூட்டலாகாதா?” என்றான். “அஸ்தினபுரியின் உச்ச விரைவு இதுவே. பீதர் படகுகள் சில இதைவிட விரைவாகச் செல்லும் என்று அறிந்திருக்கிறேன். அவை கங்கையில் செல்லுமா என்று தெரியவில்லை” என்றான் கர்ணன்.

பொறுமையின்மையுடன் திரும்பி தொடுவானை நோக்கியபின் நீர்க்காற்றில் அரிக்கப்பட்டு முருக்குமுள் தொகுதியென ஆகியிருந்த இழுவடங்களை கையில் பற்றி உடலை நெளித்தபின் “நெடுநேரம் சென்றுகொண்டிருக்கிறோம் என்று தோன்றுகிறது” என்று துரியோதனன் சொன்னான். “நாம் கிளம்பி மூன்று நாழிகைகளே ஆகின்றன. இன்னும் சற்றுநேரத்தில் படுகதிர்வேளை எழும்” என்றான் கர்ணன். “எப்போது தாம்ரலிப்தியை அடைவோம்?” என்றான் துரியோதனன். “காலைக்கருக்கிருட்டுக்கு முன்பு” என்று கர்ணன் சொன்னான். “வெள்ளி முளைக்கையில் நாம் ராஜபுரத்திற்குள் நுழைந்திருக்கவேண்டும்.”

துரியோதனன் திரும்பி “தாம்ரலிப்திக்குள் நுழைகிறோமா?” என்றான். “இல்லை” என்றான் கர்ணன். “அங்கு நுழைந்து வெளியேறுவது கடினம். வணிகத்துறைமுகமாயினும் விரிவான காவல் ஏற்பாடுகள் அங்குண்டு.

நாம் வழியிலேயே ஒரு குறுங்காட்டில் இறங்குகிறோம். அங்கு நமக்கென புரவிகள் சித்தமாக நின்றிருக்கும்.” துரியோதனன் தன்னருகே நீட்டி அதிர்ந்த வடத்தை கையால் குத்தி “இன்னும் எத்தனை நாழிகை நேரம்?” என்றான். கர்ணன் நீள்பலகையில் மெல்ல உடலை விரித்துப் படுத்தபின் “கிளம்பியதிலிருந்து படகுக்குள் அலைமோதிக்கொண்டிருக்கிறீர்கள் அரசே. தாங்கள் சற்று ஓய்வெடுப்பது நலமென்று நினைக்கிறேன்” என்றான்.

“ஆம், ஓய்வெடுக்க வேண்டும்” என்றபின் கர்ணனின் கால்மாட்டில் வந்து அப்பலகையில் அமர்ந்தான் துரியோதனன். அவன் பேரெடையால் அப்பலகை மெல்ல வளைந்து ஓசையிட்டது. தன் தோள்களைக் குவித்து முழங்கால்களில் முட்டுகளை ஊன்றி அமர்ந்து “ஆனால் அமர்ந்திருப்பதும் கடினமாக உள்ளது அங்கரே” என்றான். “ஏன்?” என்றான் கர்ணன். “அறியேன். இச்செயல் பிழை என்று என் உள்ளத்தில் எங்கோ ஒரு முள் குடைகிறது” என்றான். “இது பிழைதானே?” என்றான் கர்ணன். “ஆம்” என்றான் துரியோதனன். திரும்பி “எளிய சூதர்களைப்போல் ஒரு பெண்ணின் விழிகளுக்கு உண்மையாக நாம் ஏன் வாழ்ந்து நிறைவுற முடியவில்லை?” என்றான். “அரசர்கள் முதலில் மணப்பது அரசத்திருவைத்தான் என்று ஒரு சூதர் சொல்லுண்டு. அங்கு துவாரகையில் இளையவர் எட்டு திருமகள்களை மணந்து அமர்ந்திருக்கிறார்.”

துரியோதனன் அப்பேச்சைத் தவிர்க்கும்படி கையை விசிறினான். பின்பு எழுந்து இருவடங்களைப் பற்றியபடி நின்று தொலைவில் சரிவணைந்த செங்கதிரவனையும் அலைப்பளபளப்புடன் தெரிந்த கங்கை நீர்ப்பரப்பையும் நோக்கியபடி குழல் எழுந்து உதறிப்பறக்க ஆடை துடிதுடிக்க நின்றான். அவன் மேலாடை தோளிலிருந்து நழுவி எழுந்து நீண்டு கர்ணனின் தலைக்குமேல் படபடத்தது. அவன் உள்ளத்தில் என்ன நிகழ்கிறது என்று அறிந்த கர்ணன் மேற்கொண்டு சொல்லெடுக்காமல் கண்களை மூடிக்கொண்டான்.

பறவைகள் கங்கையைக் கடந்து சென்றுகொண்டிருந்தன. நீர் ஒளியணைந்து கருமைகொண்டது. கரையோரக்காடுகள் நிழலாகி மெழுகுக்கரைவென இழுபட்டுத் தெரிந்தன. மிகத்தொலைவிலெங்கோ ஒரு யானையின் குரலெழுந்தது. நீர்ப்பரப்பிலிருந்து மீன்கள் துள்ளி எழுந்து ஒளிமின்னி விழுந்து அலைவட்டங்களை உருவாக்கின. படகுப்பாய்களில் மட்டும் கதிரொளி சற்றே எஞ்சியிருந்தது. விரல்களுக்குள் தெரியும் விளக்கின் ஒளிக் கசிவென.

உள்ளறையிலிருந்து மேலே வந்த சிவதர் தலைவணங்கி நின்றார். துரியோதனன் திரும்பி “சொல்லும்” என்றான். “தேவைக்கு மேல்

விரைவிலேயே சென்று கொண்டிருக்கிறோம். குறுங்காட்டில் புரவிகள் வந்து சேர்வதற்குள்ளேயே நாம் சென்று விடுவோம் என்று நினைக்கிறேன்” என்றார் அவர். “இங்கிருந்தே அந்தக் கணக்குகளைப் போடவேண்டாம்” என்று துரியோதனன் உரக்கச் சொன்னான். “செல்லும் வழியில் என்ன வேண்டுமானாலும் ஆகலாம். ஆற்றிடைக்குறைகள் அருகே நீரின் விரைவு குறையும். சுழல்கள் இருந்தால் அதைக் கடந்து போகவே அரை நாழிகை ஆகிவிடும். இன்னும் விரைவாகச் செல்வதே நல்லது.”

சிவதர் ஒன்றும் சொல்லவில்லை. கர்ணன் திரும்பி “கங்கையில் பலமுறை வந்துளீரா?” என்றான். “ஆம், இப்பாதையில் பலமுறை வந்துளேன்” என்றார் சிவதர். அவர் செல்லலாம் என்று துரியோதனன் தலையசைத்தான். “தாங்கள் இருவரும் படுத்துத் துயில்வது நன்று என்று எண்ணுகிறேன். ஏனெனில் அங்கு சென்றதுமே புரவிக் கால்களின் உயரெல்லை விரைவை நாம் அடைந்தாக வேண்டும். செல்லும் வழியோ முட்செறிக் குறும்புதர்களால் ஆனது” என்றார். கர்ணன் திரும்பி ஒருக்களித்து தலையை கையில் வைத்தபடி “சிவதரே, ராஜபுரத்தின் கோட்டை பெரியதா?” என்றான். “இல்லை. தண்டபுரம்தான் கலிங்கத்தின் பழைய தலைநகரம். அதன் கோட்டை அந்தக்கால முறைப்படி வெறும் களிமண்குவையாக கட்டப்பட்டது. அதன்மேல் முட்புதர்கள் பயிரிட்டு ஒன்றுடன் ஒன்று சேர்த்துக் கட்டியிருப்பார்கள். வேர்களால் இறுகக் கவ்வப்பட்டு உறுதிகொண்டிருக்கும். அங்குள்ள அரண்மனை பெரியது.”

சிவதர் தொடர்ந்தார் “தமையனும் இளையோனும் தங்களுக்கென நிலம் வேண்டுமென்று பூசலிட்டபோது குடிமன்று கூடி இளையவருக்கென்று ராஜபுரத்தை அளித்தனர். இது அன்று உக்ரம், ஊஷரம், பாண்டூரம், பகம் என்னும் நான்கு சிற்றூர்களின் தொகைதான். பெரும்பாலானவர்கள் வேளாண் குடியினர். சிலர் வேட்டைக் குடிகள். ஒரு நகர் அமைக்கப்படுவதற்கான எவ்வியல்பும் இல்லாத நிலம் அது. உள்ளே சதகர்ணம், குஜபாகம், கும்பிகம் என்னும் மூன்று குளங்கள் உள்ளன. அக்குளங்களை நம்பி உருவான தொன்மையான குடியிருப்புகள் ஒன்றுடன் ஒன்று இணைந்து உருவான சிற்றூர்கள் அவை.”

“ராஜபுரத்தை அமைத்தபோது கோட்டையை கல்லால் கட்ட வேண்டுமென்று சித்ராங்கதர் விழைந்தார். ஆனால் கருவூலத்திலிருந்து அத்தனை பெரிய தொகையை எடுத்து அளிக்க அமைச்சர்கள் ஒப்புக்கொள்ளவில்லை. எனவே குடிமக்கள் ஒவ்வொருவரும் கொடையளித்து அக்கோட்டையைக் கட்டவேண்டியதாயிற்று. குடிகளால் ஓர் எல்லைக்குமேல் அளிக்க இயலவில்லை. ஆகவே இக்கோட்டையும் மண்குவையாகவே அமைந்துள்ளது. அதன்மேல்

வளர்க்கப்பட்ட மரங்கள் இன்னும் புதர்களாகவே உள்ளன. படைகள் உட்செல்வதை அவை தடுக்கும். படைக்கலம்கொண்டு மரம் வெட்ட முடிந்த மனிதர்கள் எளிதில் உட்சென்று வெளிவரலாம்” என்றார்.

“எத்தனை ஆண்டுகளாயிற்று அதைக் கட்டி?” என்று துரியோதனன் அவரை நோக்காமலே கேட்டான். “பதினெட்டு ஆண்டுகள். இரண்டாவது இளவரசி சுப்ரியை பிறந்த மூன்றாவது வாரத்தில்தான் கோட்டைப் பணிகள் முடிந்து பெருவாயில் பூசனைகள் நடந்தன. அன்று அங்கநாட்டரசருக்கும் அழைப்பிருந்தது. கோட்டைத்திறப்பு நாளன்று அக்கோட்டை மேலும் சில வருடங்களில் கல்லால் எடுத்துக் கட்டப்படும் என்று சித்ராங்கதர் சொன்னார். ஆனால் அரியணை அமர்ந்த சில ஆண்டுகளிலேயே அது எளிதல்ல என்று கண்டுகொண்டார்.”

துரியோதனன் சற்று சீற்றத்துடன் திரும்பி “ஏன்?” என்றான். சிவதர் தலைவணங்கி “அரசே, பாரதவர்ஷத்தில் எந்த அரசரும் முடிசூடிய ஐந்தாண்டுகளுக்குப்பின் கோட்டையை எடுத்துக் கட்டியதில்லை. அரசுகள் அமையும்போது கட்டிய கோட்டைகள் மட்டுமே இங்கு உள்ளன” என்றார். பொறுமையழிந்து “ஆம். அது ஏன் என்று கேட்டேன்” என்றான் துரியோதனன். “அவ்வாறு நிகழ்ந்தது என்பதே அடியேன் அறிந்தது. ஏன் என்பதை நூலோர் உய்த்துச் சொன்னதை நான் சொல்ல முடியும். எனக்கென்று சொல்வதற்கு ஏதுமில்லை” என்றார் சிவதர். கர்ணன் புன்னகையுடன் எழுந்து அமர்ந்தான். “சொல்லும்” என்றான் துரியோதனன்.

“அரியணை அமர்ந்ததுமே நகரங்கள் கோட்டைகளால் காக்கப் படுவதில்லை, சொற்களால் காக்கப்படுகின்றன என்று அரசர்கள் அறிந்து கொள்வதாகச் சொல்கிறார்கள். குருதியுறவுகளால் வேதவேள்விகளால் அவை அரணிடப்பட்டுள்ளன” என்றார். “இவை வெற்றுச் சொற்கள்” என்றான் துரியோதனன். “இல்லை அரசே, பாரதவர்ஷத்தில் நன்கு பாதுகாக்கப்பட்டுள்ள அனைத்து அரசுகளும் கண்ணுக்குத் தெரியாத அரண்களைக் கொண்டவை. துணையரசுகளும் குலங்களும் சூழ்ந்தவை” என்றார் சிவதர்.

“அதுவல்ல...” என்று துரியோதனன் அருகே இருந்த வடத்தை கையால் தட்டியபடி சொன்னான். “அரசனின் உளஎழுச்சி குறைந்துவிடுகிறது. அரியணையில் அமர்ந்ததுமே அனைத்தும் தனக்கு இயைந்ததாகவே நிகழ்வதாக எண்ணிக்கொள்ளும் மிதப்பு வந்துவிடுகிறது.” சிவதர் ஒன்றும் சொல்லவில்லை. “சொல்லும்” என்றான் துரியோதனன். “அவ்வாறு நான் எண்ணவில்லை. பாரதவர்ஷத்தில் இன்று ஒவ்வொரு கணமும் தன் ஆற்றலைப் பெருக்கிக்கொண்டிருக்கும் அரசு என்றால் மகதம் மட்டுமே.

ஆனால் இன்று வரை தனது கோட்டைகளை அது எழுப்பிக் கட்டவில்லை. நெடுங்காலத்துக்கு முன் கட்டப்பட்ட உயரமற்ற கற்கோட்டையால் சூழப்பட்டுள்ளது ராஜகிருகம். அதன் பல பகுதிகள் தொடர் மழையால் அரிக்கப்பட்டு கல்லுதிர்ந்து கிடக்கின்றன. ஜராசந்தரோ மேலும் மேலும் அசுரர் குலத்திலிருந்தும் அரக்கர் குலத்திலிருந்தும் பெண் கொள்கிறார். படை பெருக்கிக் கொள்கிறார்."

துரியோதனன் "அவன் கருவூலத்தில் செல்வம் இல்லை போலும்" என்றான். "பாரதவர்ஷத்தில் மிகப்பெரும் கருவூலம் அவருடையதே என்பதை அறியாதவர் எவருமிலர். அதற்கப்பால் ஒன்றுள்ளது அரசே" என்றான் கர்ணன். துரியோதனன் திரும்பிப் பார்த்தான். "போரை எதிர்கொள்பவன் கோட்டையைக் கட்டமாட்டான்." "ஏன்?" என்றான் துரியோதனன். "கோட்டையைக் கட்டுவது அவனது அச்சத்தின் அறிவிப்பாக ஆகலாம். மேலும் கோட்டை கட்டுவதென்பது ஒரு படைப்புப் பணி. அது போருடன் இயைவதல்ல. அதில் ஒரு களியாட்டமும் நிறைவும் உள்ளது."

"கோட்டை கட்டுவதென்பது வாள்களை உரசி கூர்மைசெய்வது போல" என்றான் துரியோதனன். "இல்லை அரசே. அது தன் இல்லத்தில் இளையோருக்கு திருமணம் செய்து வைப்பது போல" என்றான் கர்ணன். சிவதர் புன்னகை புரிந்தார். துரியோதனன் பொறுமையை முற்றிலும் இழந்து "இந்தச் சொல்லாடல் எதற்காக? வீண்பேச்சு" என்றபின் பறந்த மேலாடையை இழுத்து சுற்றிக்கொண்டு தன் குழலை தோல்வாரால் முடிந்தான். "நாம் கேட்க வந்தது, ராஜபுரத்தின் கோட்டையைப் பற்றி. அதற்குள் நுழைவது அத்தனை எளிதா?" என்றான் கர்ணன் சிவதரிடம்.

"எளிது என்று கோட்டையை வைத்து சொல்லலாம். நகரின் இயல்பை வைத்து அத்தனை எளிதல்ல என்றும் சொல்லலாம்" என்றார் சிவதர். "ஓரிருவர் உட்புகுவதற்கான வழியை அங்கு உருவாக்குவது சில நாழிகைகளுக்குள் நிகழக்கூடியதே. நகரைச் சுற்றியிருக்கும் குறுங்காடுகள் பெரும்பாலும் காவல் காக்கப்படுவதில்லை. நகரின் புற வளைவுகளில் உள்ள வேளாண் பணிக்குடிகளின் இல்லங்கள் அமைந்துள்ள தெருக்களுக்குள் நாம் செல்வது வரை எந்தத் தடையும் இல்லை."

அவர் சொல்லட்டும் என்று இருவரும் நோக்கி நின்றார்கள். "ஆனால் ராஜபுரம் அஸ்தினபுரி போலவோ மகதத்தின் ராஜகிருகத்தை போலவோ பல நாட்டு மக்கள் வந்து குவிந்து கலைந்து நாள்நடந்து கொண்டிருக்கும் பெருநகரல்ல. உண்மையில் அது நகரே அல்ல. அங்கு வருபவர் ஒவ்வொருவரையும் அங்குள்ள மக்கள் அறிந்திருப்பர். அறியாத சிலர் அங்கு நுழைந்தால் சற்றுநேரத்திலேயே அது ஒரு செவிதொற்றுச் சொல்லாக மாறிவிடும். மிக எளிதில் காவலர் அறிந்து கொள்வார்கள்."

“ஆனால் இப்பொழுது அங்கு ஏற்புமணம் நிகழவிருக்கிறது. அதன் பொருட்டு பிற நாட்டினர் பலர் வரக்கூடும்” என்றான் கர்ணன். “ஆம், ஆனால் அதனாலேயே அந்நாட்டு மக்கள் மேலும் கூர்ந்து வருபவர் அனைவரையும் பார்ப்பார்கள். வாசல் வழியாக வரிசை பெற்று வராது அயலவர் இருவர் நகரத் தெருக்களில் நடப்பதை மேலும் கூர்ந்து நோக்குவார்கள்” என்றபின் “தாங்கள் இருவரும் சிம்மமும் யானையும் போல். காட்டில் அவை இரண்டும் எங்கும் ஒளிந்துகொள்ள இயல்வதில்லை” என்றார் சிவதர்.

“உண்மை, நாம் மறைந்து செல்ல முடியாது” என்றான் துரியோதனன். “செய்வதற்கொன்றே உள்ளது. நகரத்தில் நுழைந்தால் முழுவிரைவில் ஏற்புமணம் நிகழும் நகர் முன்றிலை அடையவேண்டும். நம்மை எவரும் அடையாளம் கண்டு தடுப்பதற்குள் எதிர்ப்படுவோரை வென்று இளவரசியரைக் கைப்பற்றவும் வேண்டும்.” துரியோதனன் தன் இரு கைகளையும் விசையுடன் தட்டியபடி “ஆம், அதைச் செய்வோம். என் தோள்கள் உயிர்பருகி நெடுநாளாகின்றன” என்றான்.

கர்ணன் “அங்கு ஜயத்ரதன் வந்திருப்பான்” என்றான். “அதற்கென்ன...?” என்றான் சினத்துடன் சீறியபடி துரியோதனன். “அவனை எவ்வகையிலும் நாம் குறைத்து மதிப்பிட முடியாது” என்றான் கர்ணன். “நம்மை அவன் தடுப்பான் என்றால் அங்கொரு போர் நிகழும். நிகழட்டுமே” என்றான் துரியோதனன். கர்ணன் புன்னகைத்தபடி “போரில் நாம் அங்கு சற்றுநேரம் தங்கியிருந்தால்கூட நம்மை ஜராசந்தனின் படைகள் வளைத்துக் கொள்ளக்கூடும். கலிங்கத்துடன் ஜராசந்தனின் உறவென்பது மிக அணுக்கமானது. உபமகதம் என்றே உத்தர கலிங்கத்தை சூதர்கள் நகையாட்டாகச் சொல்வதுண்டு” என்றான்.

ஜராசந்தனின் பெயர் துரியோதனன் தோள்களை சற்று தளரவைத்தது. “ஆம், ஜராசந்தனை எதிர்கொள்வது எளிதல்ல” என்றான். சிலகணங்கள் அங்கு அமைதி நிலவியது. பின்பு துரியோதனன் திரும்பிப் பார்க்காமல் “அவன் வருகிறானா?” என்றான். “யார்?” என்றார் சிவதர். பின்பு உடனே உணர்ந்துகொண்டு “செய்தியில்லை. நாம் கிளம்பியபோதுதான் இச்செய்தி நமக்கு வந்தது. ஆனால் இந்திரப்பிரஸ்தத்தில் இருந்து எவரும் அங்கு செல்வதற்கான வாய்ப்பு குறைவு. ஜராசந்தன் அஞ்சுவது உங்களை மட்டுமல்ல. பீமனையும் கூடத்தான். கலிங்க இளவரசிகளை பாண்டவர் அடைவதை அவர் விரும்ப மாட்டார்” என்றார்.

துரியோதனன் திரும்பி “இவ்விரு பெண்களையுமே ஜராசந்தன் கொள்வதாகத்தான் திட்டமா?” என்றான். “அவ்வண்ணம் இல்லை. மூத்தவரை ஜராசந்தனும் இளையவரை ஜயத்ரதனும்

கொள்வதாகத்தான் ஒற்றர்சொல் சொன்னது" என்று சிவதர் சொன்னார். "இளையவர் ஜயத்ரதன் மேல் அன்புடன் இருப்பதாகவும் தன்னைக் கொண்டுசெல்லும்படி செய்தி ஒன்றை அவருக்கு அளித்ததாகவும் சூதர் சொல் உலவுகிறது. ஆனால் இதெல்லாம் சூதர்களே உருவாக்கும் கதைகளாக இருக்கலாம். பலசமயம் இக்கதைகளை உருவாக்கும் பொருட்டே சூதர்கள் ஏவப்படுவதும் உண்டு. ஜயத்ரதருக்கு கலிங்க மணவுறவால் நேட்டம் என ஏதுமில்லை. அத்தனை தொலைவுக்கு அவர் அரசோ வணிகவழிகளோ வருவதில்லை."

துரியோதனன் இரு கைகளையும் விரித்து உடலை நெளித்தபடி "போர் புரியலாம். போருக்கு முந்தைய இக்கணங்கள் பேரெடை கொண்டவை" என்றான். கர்ணன் "அரசே, நாம் ஈடுபட்ட அனைத்துப் போர்களிலும் தங்களின் இப்பொறுமையின்மையால் இழப்புகளை சந்தித்துள்ளோம்" என்றான். "ஆம்" என்றபடி துரியோதனன் தலையை அசைத்து "ஆனால் இதில் நாம் ஒன்றும் செய்வதற்கில்லை" என்றான். "எங்கும் வேட்டை என்பது பொறுமையின் கலையே" என்றான் கர்ணன்.

சிவதர் "தாங்கள் ஓய்வெடுக்கலாம் அரசே" என்றார். "மது கொண்டுவரச்சொல்லும். யவனமது வேண்டாம். உள்ளெரியும் இங்குள்ள மது..." கர்ணன் கையசைத்து மது வேண்டாமென்றான். "மது நாளை காலையில் நம்மை கருத்துமழுங்கச் செய்யக்கூடும்" என்றான் கர்ணன். "மதுவால் நான் ஒருபோதும் களைப்படைவதில்லை" என்று துரியோதனன் சொன்னான். "களைப்படைய மாட்டீர்கள். உங்கள் உடல் களைப்படையாதது" என்றான் கர்ணன். "உள்ளம் பொறுமை இழக்கும். நாம் செல்வது நுணுக்கமான ஓர் ஆடலுக்காக என்று நினைவுகூருங்கள்."

துரியோதனன் "மதுவின்றி இவ்விரவில் என்னால் துயில முடியாது" என்றான். சிவதர் "துயிலவேண்டியதில்லை. படுத்துக்கொண்டால் போதும். உடல் ஓய்வு பெற்றாலே அது அரையளவு துயின்றது போல" என்றார். தலையசைத்தபின் அவர் செல்லலாம் என்று துரியோதனன் கையைக் காட்டினான். தலைவணங்கி சிவதர் பின்னால் காலெடுத்து வைத்து அறைக்குள் சென்றார். வடத்தில் சாய்ந்து விரைந்தோடிக் கொண்டிருந்த கரையின் கரிக்கோட்டைப் பார்த்தபடி "நாம் எங்கு வந்திருக்கிறோம்?" என்றான் துரியோதனன். "இவ்விரைவில் கரைகள் ஒரு கணக்கே அல்ல. விண்மீன்கள் இடம் சொல்லும். அணுகிக் கொண்டிருக்கிறோம்" என்றான் கர்ணன்.

விண்மீன்களை அண்ணாந்து நோக்கியபடி சற்றுநேரம் நின்றதும் மெல்லிய பெருமூச்சுடன் துரியோதனன் கேட்டான். "அங்கரே, பானுமதியின்

உள்ளம் இப்போது எதை எண்ணிக்கொண்டிருக்கும்?” அவ்வினாவால் சற்று அதிர்ந்த கர்ணன் “அதை எப்படிச் சொல்லமுடியும்?” என்றான். “ஆம், நாம் ஆண்கள் வென்று தோற்று ஆடும் இந்தக் களத்தில் பெண்களுக்கு இடமேயில்லை. யானைப்படைகளுக்கு நடுவே மான்கள் போல அவர்கள் இவ்வாடலுக்குள் வந்து நெரிபடுகிறார்கள்.” கர்ணன் “பிடியானைகளும் உண்டு” என்றான். துரியோதனன் வெடித்து நகைத்தபடி திரும்பி அவனைப் பார்த்து “ஆம், உண்மைதான். இவ்வாடலை நம்மைவிட திறம்பட ஆடும் பெண்கள் உள்ளனர்” என்றான். கர்ணன் புன்னகைத்தான்.

பின்பு நீள்மூச்சுவிட்டு “பானுவை எண்ண என் உள்ளம் மேலும் மேலும் நிலையழிகிறது” என்றான். கர்ணன் “அதை இனிமேல் எண்ணிப் பயனில்லை அரசே. கலிங்க அரசி பானுவை தன் தமக்கையாக ஏற்றுக் கொள்ளக்கூடும். பானு எவரிடமும் சென்று படியும் இனிய உள்ளம் கொண்டவள்” என்றான். துரியோதனன் “ஆம், அவ்வண்ணம் நிகழவேண்டும்” என்றான். கர்ணன் “உங்கள் இருபக்கமும் நிலமகளும் திருமகளும் என அவர்கள் இருவரும் அமர்ந்திருக்கக் கூடும்” என்றான். எரிச்சலுடன் கையசைத்து “நான் திருமால் அல்ல” என்றான் துரியோதனன். “நான் அன்னைமடி தேடும் எளிய குழந்தையாகவே இதுநாள்வரை அவளிடம் இருந்திருக்கிறேன்.”

“இளைய அன்னை ஒருத்தி இருக்கட்டுமே” என்றான் கர்ணன். “இருந்தால் நன்று. ஆனால் அவ்வண்ணம் நிகழ்வதற்கு வாய்ப்பே இல்லை. நேற்றெல்லாம் அதைத்தான் எண்ணிக்கொண்டிருந்தேன். எங்கேனும் இரு மனைவியர் உளமொத்து ஒரு கணவனை ஏற்றுக்கொண்டதாக நான் அறிந்ததேயில்லை. அவர்களிடையே அழியா பூசலே என்றுமுள்ளது. ஏனெனில் பெண்கள் எவரும் முழுதும் மனைவியர் அல்லர். அவர்கள் அன்னையர். தங்கள் மைந்தர்களின் முடியுரிமை என்னும் எண்ணத்தை என்று அவர்கள் அடைகிறார்களோ அன்று முதல் விழியில் வாளேந்தத் தொடங்குகிறார்கள். அமைதியற்ற உள்ளத்துடன் தங்கள் அரண்மனைக்குள் சுற்றி வருகிறார்கள்.”

கர்ணன் “அதை இப்போது எண்ணுவதில் பயனில்லை. நாம் அரசுசூழ்வதை மட்டுமே எண்ண முடியும். அரசர்கள் களத்தில் குருதி சிந்தவேண்டும், குடும்பங்களில் விழிநீர் சிந்தவேண்டும் என்பார்கள்” என்றான். துரியோதனன் “நீர் அதைப்பற்றி எண்ணியதில்லையா அங்கரே?” என்றான். கர்ணன் கரிய நீர்ப்பெருக்கென கடந்து சென்ற வானில் மிதந்துகொண்டிருந்த விண்மீன்களைப் பார்த்துக்கொண்டிருந்தான். “உம்?” என்றான். “விருஷாலிக்கு இணையென ஒருத்தியை கொண்டுவரப்போகிறீர்கள். அதைப் பற்றி...” என்றான் துரியோதனன். “இல்லை” என்றான் கர்ணன்.

சினத்துடன் திரும்பி "ஏன்? அவள் எளிய பெண் என்பதனாலா?" என்றான் துரியோதனன். கர்ணன் "எளிய பெண்தானே?" என்றான். "யார் சொன்னது? உமக்கும் எனக்குமான உறவுக்கும் அப்பால் அவளுடன் எனக்கோர் உறவுள்ளது. என் தங்கை அவள்..." என்றான். "அதை நான் அறிவேன்" என்றான் கர்ணன். "பின்பு...?" என்றபடி துரியோதனன் அணுகினன். "அவளைப்பற்றி நீ பொருட்டின்றி பேசுகிறாய்." கர்ணன் "நான் சொன்னது நடைமுறை உண்மை. பானுமதி உயர்ந்த எண்ணங்களால் உந்தப்பட்டு இணைவி ஒருத்தியை ஏற்க ஒப்புக்கொண்டிருக்கிறாள். உயர்ந்த எண்ணங்கள் காலை ஒளியில் பொன்னென மின்னும் முகில்களைப்போல மிகக் குறுகிய பொலிவு கொண்டவை. விருஷாலி நடைமுறை உண்மையிலிருந்து இம்முடிவை ஏற்றுகொண்டவள். எனவே நான் இன்னொருத்தியை கைப்பற்றியே ஆகவேண்டும். இத்தகைய முடிவுகள் மலைப்பாறைகளைப்போல நமது விருப்பு வெறுப்புகளுக்கு அப்பால் அவை என்றுமென நின்றுகொண்டிருக்கும்" என்றான்.

"எல்லாவற்றையும் இப்படி எண்ணங்களாக வகுத்து அமைத்துக்கொள்வது எனக்கு சலிப்பூட்டுகிறது" என்றபடி தொடையில் தட்டினான் துரியோதனன். "ஏன் இப்படி சொற்களை அடுக்கிக்கொண்டே இருக்கிறோம்?" கர்ணன் "மனிதர்கள் சொற்களால் தங்களுடைய உலகை உருவாக்கிக்கொள்கிறார்கள். நாம் வாழும் நகரங்களும் கோட்டைகளும் அரண்மனைகளும் உண்ணும் உணவும் உடைகளும் முடியும் கோலும் அனைத்தும் சொற்களால் ஆனவையே. அச்சொற்களுக்கு ஒரு நீட்சி எனவே பருப்பொருட்கள் வெளியே உள்ளன. இது அமரநீதியில் உள்ள சொற்றொடர். விதுரரிடம் கேட்டால் மொத்தத்தையும் சொல்வார்" என்றான்.

"விடும்! இனி அச்சொற்களைக் கேட்க நான் விரும்பவில்லை" என்றான் துரியோதனன். "ஏன்?" என்றான் கர்ணன். "அச்சமூட்டுகின்றன. இச்சொற்களைக்கொண்டு எவற்றை விளக்கிவிட முடியும்? எச்செயலையும் குற்றவுணர்வின்றி ஆற்ற முடியும் கூர்சொல்லேந்தியவனைப்போல அச்சத்துகுரியவன் எவருமில்லை" என்றபின் "நான் உள்ளே சென்று படுத்துக் கொள்ளப்போகிறேன்" என்றான் துரியோதனன். "வேண்டாம்" என்றான் கர்ணன். "ஏன்?" என்று துரியோதனன் கேட்டான். "உள்ளே சென்றால் நீங்கள் மது அருந்துவீர்கள். இங்கு படுத்துக்கொள்ளலாம்" என்றான்.

"இங்கா...?" என்றபடி நீள்பலகையில் ஓசையுடன் அமர்ந்துகொண்டான் துரியோதனன். மெல்ல உடலை நீட்டிக் கொள்ள, பலகை முனகி வளைந்தது. "விண்மீன்களைப் பார்த்துக்கொண்டிருப்போம். அரசர்கள் வானை நோக்க வேண்டுமென்று அமர நீதி சொல்கிறது." "ஏன்?"

என்றான் துரியோதனன். “மண்ணில் இருந்து தன்னை விண்ணுக்கு தூக்கிக்கொள்ளாமல் எவரும் அரசனாக முடியாது. புகழ்மொழிகளால் அரசமுறைமைகளால் குலக்கதைகளால் சூதர்பாடல்களால் ஒவ்வொரு கணமும் கீழிருந்து மேலேற்றப்படுகிறான். மேலே இருந்து கொண்டிருப்பதாக அவன் எண்ணிக்கொண்டிருப்பது இயல்பே. விண்ணை நோக்கினால் எந்நிலையிலும் தான் மண்ணில் இருப்பதை அவனால் புரிந்துகொள்ள முடியும்.”

துரியோதனன் விண்மீன்களையே நோக்கிக்கொண்டிருந்தான். “ஆம்” என்று நெடுநேரத்துக்குப் பிறகு சொன்னான். கர்ணன் பெருமூச்சுவிட்டு தன் கைகால்களை நன்கு நீட்டி தளர்த்திக்கொண்டான். விரைந்து செல்லும் படகின் கொடி துடிக்கும் ஒலி மிக அண்மையில் என கேட்டது. சித்தம் சற்று மயங்கியப்போது அது நெருப்பொலியாகியது. வெண்ணிறமான நெருப்புத் தழல்களுக்கு நடுவே சிதை நடுவில் அவன் படுத்திருந்தான். நெருப்பு குளிர்ந்தது. ஆனால் அவன் தசைகள் உருகி வழிந்து கொண்டிருந்தன. கைகால்கள் வெள்ளெலும்பாயின. குனிந்து தன் நெஞ்சைப் பார்த்தபோது அங்கு பொற்கவசத்தைக் கண்டான். இரு கைகளாலும் செவி மடல்களைத் தொட்டு அங்கே மணிக் குண்டலங்களை உணர்ந்தான்.

நெஞ்சு பறையொலிக்க அவன் எழுந்து அம்ர்ந்தபோது திசை நோக்கிப் பறந்துசெல்லும் அம்பு ஒன்றில் அமர்ந்திருக்கும் உணர்வை அடைந்தான். படகின் அமர முனையில் காற்று கிழிபட்டு பாம்பென சீறிக்கொண்டிருந்தது. சற்று அப்பால் துரியோதனன் நீண்ட மூச்சொலியுடன் துயின்று கொண்டிருந்தான். விண்ணில் எதையோ தான் கண்டதாக ஓர் உணர்வை கர்ணன் அடைந்தான். துரியோதனனை திரும்பிப் பார்த்தபின் எழுந்து நின்று தன் ஆடைகளை சீர்படுத்திக்கொண்டான். விண்ணிலிருந்து ஒரு விழி தன்னை நோக்கியது போல. உடனே அவ்வெண்ணம் வந்து தன் பிடரியைத் தொட, அண்ணாந்து பார்த்தபோது அங்கே விடிவெள்ளியைக் கண்டான்.

பலகைகள் காலொலி பெருக்கிக் காட்ட, அறைக்குள் சென்று “சிவதரே” என்றான். அறைக்குள்ளிருந்து கையில் தோல்சுருளுடன் வந்த சிவதர் “ஆம் அரசே, சற்று பிந்திவிட்டோம். வெள்ளி முளைத்துவிட்டது” என்றார். “எவ்வளவு பிந்திவிட்டோம்?” என்றான் கர்ணன். “ஒரு நாழிகை நேரம்” என்றார் சிவதர். “படகு முழு விரைவில் சென்றதல்லவா?” என்றான் கர்ணன். “ஆம். ஆனால் மகதத்தின் பெரிய வணிகக் கலத்திரள் ஒன்று நமக்கெதிராக வந்தது. பெருவிரைவில் அவர்களைக் கடந்து செல்வது ஐயத்தை உருவாக்கும் என்று பாய்களை அவிழ்க்கச் சொன்னேன்”.

“குறுங்காட்டில் நம்மைக் காத்திருப்பவர்கள் எவர் கண்ணிலும் பட்டுவிடக்கூடாது” என்றான். “ஆம்” என்றார் சிவதர். கவலையுடன் “நாம் கருக்கிருட்டிலேயே ராஜபுரம் நோக்கிச் செல்வதாக அல்லவா திட்டம்?” என்றான் கர்ணன். “ஆம். அதைத்தான் நோக்கிக் கொண்டிருந்தேன். நேரடியான குறும்புதர்ப் பாதையில் ராஜபுரம் நோக்கிச் செல்வதாக இருந்தது. சற்று வளைந்து குறுங்காடுகளுக்குள் ஊடுருவிச் சென்றால் மேலும் ஒரு நாழிகை ஆகும் என்றாலும் எவர் கண்ணிலும் படாமல் ராஜபுரத்திற்குப் பின்புறமுள்ள குறுங்காட்டை அடைந்துவிட முடியும்.”

“ஏற்புமணம் அப்போது தொடங்கிவிட்டிருக்குமல்லவா?” என்றான் கர்ணன். “ஆம். நாம் செல்லும்போது அனைத்து அவை முறைமைகளும் முடிந்து ஏற்புமணத்திற்கான போட்டி தொடங்கும் தருணம் முதிர்ந்திருக்கும்.” கர்ணன் உடல் தளர்ந்து “ஒவ்வொன்றும் மிகச் சரியாக நடந்தாக வேண்டும்” என்றான். “ஆம், நான் நம்பிக் கொண்டிருப்பது ஜராசந்தரை” என்றார் சிவதர். “ஜயத்ரதன் இளைய அரசியை கொண்டுசெல்வதை ஜராசந்தர் விரும்பமாட்டார் என்று என் உள்ளம் சொல்கிறது. ஆகையால் அங்கு சொற்பூசல் ஒன்று நிகழாதிருக்காது.”

“இத்தகைய முன் எண்ணங்களைச் சார்ந்து திட்டங்களை அமைப்பது நன்றல்ல” என்றான் கர்ணன். “அல்ல. ஆனால் இதை நான் வலுவான செய்திகள் வழியாக உறுதிகொண்டிருக்கிறேன். ஜயத்ரதனை ஜராசந்தர் தடுப்பார். ஆகவே படைக்கலப் போட்டியோ அதை ஒட்டிய சொல்லெடுப்போ அங்கு நிகழும். நாம் அங்கு சென்று சேர்வது அத்தருணத்திலாகத்தான் இருக்கும்” சிவதர் சொன்னார். “அவ்வாறாகட்டும்” என்றபின் கர்ணன் திரும்பி படகின் அகல்மேடைக்கு வந்தான். அவன் காலடி ஓசையைக் கேட்டு விழித்தெழுந்த துரியோதனன் பலகையில் அமர்ந்து “வந்துவிட்டோமா?” என்றபின் வானைப்பார்த்து “விடிவெள்ளி” என்று கூவியபடி எழுந்தான்.

“நாம் சற்று பிந்திவிட்டோம். இன்னும் அரை நாழிகையில் சென்றுசேர்வோம்” என்றான் கர்ணன். “ஒளி வரத்தொடங்கியிருக்குமே?” என்றான் துரியோதனன். “ஆம். மாற்றுப்பாதை ஒன்றை சிவதர் வகுத்திருக்கிறார்” என்றான். துரியோதனன் தன் தொடைகளில் அறைந்தபடி “நன்று நன்று” என்றான். “இருளில் விழிகளுக்குத் தெரியாமல் நரிகளைப்போல் செல்வது எனக்கு சலிப்பூட்டியது. இது போர். ஒருவகையில் இது நேரடி களப்போர். இதுவே ஷத்ரியர்களுக்குரியது. வழியில் உபகலிங்கர்களின் சிறுபடை ஒன்றை எதிர்கொண்டு சில தலைகளை வீழ்த்தி குருதிசொட்டும் அம்புகளுடன் ராஜபுரத்திற்குள் நுழைவோம் என்றால் நாளை நம்மைப் பற்றி சூதர்கள் பாடும்போது சுவை மிகுந்திருக்கும்” என்றான். கர்ணன் புன்னகைத்தான்.

9

வடகலிங்கத்தின் கங்கைக்கரை எல்லையில் இருந்த சியாமகம் என்ற பெயருள்ள குறுங்காட்டின் நடுவே ஆளுயரத்தில் கங்கையின் உருளைக்கற்களால் கட்டப்பட்ட சிறிய கொற்றவை ஆலயம் இருந்தது. அதற்குள் இரண்டு முழ உயரத்தில் அடிமரக் குடத்தில் செதுக்கப்பட்ட பாய்கலைப்பாவையின் நுதல்விழிச் சிலை ஒன்று காய்ந்த மாலை சூடி, காலடியில் குருதி உலர்ந்த கரிய பொடி பரவியிருக்க, வெறித்த விழிகளும் வளைதேற்றைகள் எழுந்த விரியிதழ்களுமாக நின்றிருந்தது. கருக்கிருட்டு வடிந்து இலைவடிவுகள் வான்புலத்தில் துலங்கத்தொடங்கின. காலைப்பறவைகள் எழுந்து வானில் சுழன்று ஓசைபெருக்கின. காட்டுக்கோழிகள் தொலைவில் 'கொலைவில் கொள் கோவே' என கதிரவனைக் கூவியழைத்தன.

ஆலயமுகப்பில் நின்றிருந்த நான்கு புரவிகள் சிறு செவியைக் கூப்பி தொலைவில் நடந்த காலடி ஓசையைக் கேட்டு மெல்ல கனைத்தன. உடனிருந்த வீரர்கள் எழுந்து புரவிகளின் முதுகைத்தட்டி அமைதிப்படுத்தினர். தலைவன் கையசைவால் அனைவரும் சித்தமாக இருக்கும்படி ஆணையிட்டான். வீரன் ஒருவன் மரக்கிளை ஒன்றில் தொற்றி மேலேறி தொலைவில் பார்த்து கையசைவால் அவர்கள்தான் என்று அறிவித்தான். காலடிகள் அணுகிவந்தன.

ஆந்தை ஒலி ஒன்று எழ, தலைவன் மறுகுரல் அளித்தான். புதர்களுக்கு அப்பால் இருந்து துரியோதனனும் கர்ணனும் பின்னால் சிவதரும் வந்தனர். அவர்களின் உடல் காலைப்பனியில் நனைந்து நீர்வழிய ஆடைகள் உடலோடு ஒட்டியிருந்தன. சிவதர் மெல்லிய குரலில் "அரசர்" என்றார். வீரர்கள் தலைவணங்கினர். "நேரமில்லை" என்றான்

தலைவன். கர்ணன் துரியோதனனை நோக்கி கைகாட்டிவிட்டு முதல் வெண்புரவியில் கால்சுழற்றி ஏறிக்கொண்டான்.

சிவதர் பால்நுரைத்த நீள்குடுவை போன்றிருந்த கொக்கிறகுகள் பதித்த அம்புகள் செறிந்த அவனுடைய அம்பறாத்தூணியை அளிக்க, தலையைச் சுற்றி எடுத்து உடலுக்குக் குறுக்காக போட்டு முதுகில் அணிந்து கொண்டான். வில்லை குதிரையின் கழுத்திலிருந்த கொக்கியில் மாட்டி தொடைக்கு இணையாக வைத்தான். புரவியின் பின்பக்கங்களில் சேணத்துடன் பிணைக்கப்பட்டிருந்த இரும்புக் கொக்கிகளில் மேலும் நான்கு அம்பறாத்தூணிகளை இரு வீரர்கள் எடுத்து வைத்தனர்.

துரியோதனன் எடையுடன் தன் புரவியிலேறிக்கொண்டு வீரர்கள் அம்பறாத்தூணிகளை மாட்டுவதற்கு உதவினான். அவன் புரவி முன்கால் எடுத்துவைத்து உடலை நெளித்து அவன் எடையை தனக்குரியவகையில் ஏந்திக்கொண்டது. சிவதர் பேசாமலேயே கைகளால் ஆணையிட, மூன்று புரவிகளும் சித்தமாயின. சிவதர் புரவியிலேறிக்கொண்டதும் திரும்பி காவலர் தலைவனிடம் அவன் மேற்கொண்டு செய்வதற்கான ஆணைகளைப் பிறப்பித்தார்.

அவர்கள் வந்த படகு குறுங்காட்டுக்கு அப்பால் கங்கையின் கரைச் சதுப்புக்குள் பாய்களை முற்றிலும் தாழ்த்தி சுருட்டி கொடிமரத்தை சரித்து நீட்டி இழுத்துக்கொண்டுவரப்பட்டு இரண்டாள் உயரத்திற்கு எழுந்து சரிந்திருந்த நாணல்களுக்கு உள்ளே இருந்த சேற்றுக்குழி ஒன்றுக்குள் விடப்பட்டிருந்தது. அதனருகே காவல்நிற்கும்படி அவர் சொல்ல, அவன் தலைவணங்கினான். அவன் விலகிச்செல்ல, பிற வீரர்கள் தொடர்ந்தனர். மீன்கள் நீரின் இலைநிழல்பரப்பில் மறைவதுபோல் ஓசையின்றி அவர்கள் காட்டில் அமிழ்ந்தழிந்தனர்.

செல்வோம் என்று கர்ணன் தலையசைத்தான். சிவதர் தலையசைத்ததும் கர்ணன் கடிவாளத்தை இழுக்க, அவன் புரவி மெல்லிய கனைப்பொலியுடன் முன்குளம்பை நிலத்தில் அறைந்து தலைகுனித்து பிடரிசிலிர்த்து தரைமுகர்ந்து நீள்மூச்சுவிட்டது. அவன் கால்முள்ளால் தூண்டியதும் மெல்ல கனைத்தபடி சரவால் சுழற்றிப் பாய்ந்து குறுங்காட்டுக்குள் நுழைந்தது. இருபக்கமும் சிற்றிலைக் குட்டைமரங்கள் வீசி வீசிக் கடந்துசெல்ல, முட்கிளைகள் வளைந்து அவர்களை அறைந்தும் கீறியும் சொடுக்கியும் பின்செல்ல, குறுங்காட்டுக்குள் விரைந்தோடிச் சென்றன புரவிகள்.

குதிரையின் தலை உயரத்திற்குக் கீழாக தம் முகத்தை வைத்து கிளைகளின் எதிரடிகளை தவிர்த்தபடி அவர்கள் சென்றனர். காடெங்கும் புரவிகளின் குளம்போசை ஒன்று பத்தெனப் பெருகி துடியொடு துடியிணைந்த

கொடுகொட்டி நடனத்தாளமென கேட்டுக்கொண்டிருந்தது. கருங்குரங்குகள் கிளைகளுக்கு மேல் குறுமுழவோசை எழுப்பி கடந்து சென்றன. ஆள்காட்டிக் குருவி ஒன்று அவர்கள் தலைக்குமேல் பறந்து சிறகடித்துக் கூவியபடி எழுந்தும் அமைந்தும் உடன்வந்து பின் தங்கியது. நிலத்தில் விழுந்து சிறகடித்துச் சுழன்று மேலே எழுந்து மீண்டு வந்தது.

தலைக்கு மேல் எழுந்து வானில் கலந்த பறவைகளைக் கொண்டே போர்க்கலை அறிந்த எவரும் தங்களை அறிந்துவிட முடியுமென்று கர்ணன் எண்ணினான். அவன் எண்ணத்தை உணர்ந்தது போல சிவதர் தன் புரவியைத் தூண்டி அவன் அருகே வந்து "இப்பகுதியில் வேளாண்குடிகள் மட்டுமே உள்ளனர். இதை காவல்படைகளின் உலா என்றே எடுத்துக்கொள்வார்கள். ஏனெனில் இப்போது அங்கு மணத்தன்னேற்பு நிகழ்ந்துகொண்டிருக்கிறது" என்றார். மேலே இலைப்பரப்புக்கு அப்பால் வானம் இளங்கருமையின் அடிவெளியெனத் தெரிந்தோடியது.

குறுங்காட்டின் ஆழத்திற்குச் சென்றபின் புரவிகளை சற்று விரைவழியச் செய்து மூச்சுவாங்க விட்டபடி பெருநடையில் சென்றனர். துரியோதனன் தன் தோற்பையிலிருந்து நீர் அருந்தினான். கர்ணன் அவனை நோக்க, நீரை கர்ணனை நோக்கி நீட்டியபடி "நம் படைக்கலங்களுக்கு இன்னும் வேளை வரவில்லை" என்றான். "பொறுமை. இங்கு நாம் ஒரு போரில் இறங்கினால் நகருக்குள் அந்நேரத்தை இழக்கிறோம்" என்றான் கர்ணன். "ஆயினும் குருதியின்றி எப்படி எல்லை கடப்பது?" என்றான் துரியோதனன். கர்ணன் "பொறுங்கள் அரசே, தங்கள் வாளுக்கும் அம்புக்கும் வேலை வரும்" என்றான். "செல்வோம்" என்றார் சிவதர்.

புரவியைத் தட்டியபடி மீண்டும் விரைவெடுத்து குறுங்காடுகளில் மூன்று மடிப்புகளில் ஏறி இறங்கி காடருகே இருந்த சிற்றூர் ஒன்றின் மேய்ச்சல்நிலத்தின் விளிம்பை அடைந்தனர். கண்தெளிந்த காலை, தொலைவை அண்மையாக்கியது. மரப்பட்டைக் கூரையிட்ட சிற்றில்லங்களுக்கு மேல் அடுமனைப் புகையெழுந்து காற்றில் கலந்து நிற்பதைப் பார்க்க முடிந்தது. புலரியொளி எழவில்லை என்றாலும் வானம் கசிந்து மரங்களின் இலைகளைப் பளபளக்கச் செய்தது. புல்வெளியிலிருந்து நீராவி எழுந்து மெல்ல தயங்குவதைக் காணமுடிந்தது.

சிற்றூரின் காவல்நாய்கள் புரவிகளின் வியர்வை மணத்தை அறிந்து குரைக்கத் தொடங்கின. இரு செவ்வைக்கோல்நிற நாய்கள் மேய்ச்சல்நிலத்தில் புகுந்து காற்றில் எழுந்த சருகுகளைப் போல அவர்களை நோக்கி ஓடிவருவதைக் கர்ணன் கண்டான். "இந்தச் சிற்றூரை நாம் கடந்து செல்ல வேண்டுமா?" என்று திரும்பி சிவதரிடம்

கேட்டான். “ஆம். ஆனால் இதை இன்னும் இருளிலேயே நாம் கடந்து செல்வோம் என்று எண்ணினேன்” என்றார் அவர். “விரைவாக விடிந்து கொண்டிருக்கிறது” என்று துரியோதனன் சொன்னான். “இங்கு காவல் வீரர்கள் இருந்தால் தலைகொய்து கடந்து செல்லலாம்.”

“இது எளிய வேளாண்குடிகளின் சிற்றூர்” என்று மீசையை நீவியபடி கர்ணன் சொன்னான். “இன்று அவர்களின் நன்னாள். இல்ல முகப்புகளில் மாவிலைத் தோரணங்களும் மலர் மாலைகளும் சூட்டப்பட்டுள்ளன. புலரியிலேயே எழுந்து சமைக்கத் தொடங்கிவிட்டனர். அடுமனைப் புகையில் வெல்லத்தின் நறுமணம் உள்ளது” என்றார் சிவதர். “என்ன செய்வது?” என்று துரியோதனன் சிவதரிடம் கேட்டான்.

“செய்வதற்கொன்றுமில்லை அரசே. முழுவிரைவில் இச்சிற்றூரைக் கடந்து மறுபுறம் செல்லவேண்டும். அப்பால் ஒரு நிலச்சரிவு. அதன் மடிப்பில் உருளைக்கற்களும் சேறும் நிறைந்த சிற்றாறு ஒன்று ஓடுகிறது. அதைக் கடந்து புல்படர்ந்த சரிவொன்றில் ஏறினால் ராஜபுரத்திற்குப் பின்னால் உள்ள குறுங்காட்டை அடைவோம். அரைநாழிகையில் அக்காட்டைக் கடந்து கோட்டையின் பின்பக்கம் உள்ள கரவு வழி ஒன்றை அடையலாம். அங்கு நமக்காக வழி ஒன்று ஒருக்கி காத்திருக்கும்படி இரு ஒற்றர்களுக்கு ஆணையிடப்பட்டுள்ளது” என்றார் சிவதர்.

“அப்படியென்றால் என்ன தயக்கம்? செல்வோம்” என்றபடி துரியோதனன் புரவியைத்தட்டி முழுவிரைவில் மேய்ச்சல் நிலத்தின் ஈரப்புல் படிந்த வளைவுகளுக்கு மேல் பாய்ந்தோடினான். அவனது புரவிக் குளம்புகளால் மிதிபட்ட புற்கள் மீது நீரில் கால்நுனி தொட்டுத் தொட்டு பறந்து செல்லும் பறவைத் தடமென ஒன்று உருவாயிற்று. “விரைக!” என்றபடி சிவதரும் தொடர்ந்து செல்ல, மேலும் ஒரு சில கணங்கள் எண்ணத்தில் இருந்தபின் கர்ணன் தன் புரவியைத் தட்டினான்.

துரியோதனன் புரவியை எதிர்கொண்ட நாய் ஒன்று அதன் விரைவைக் கண்டு அஞ்சி வால் ஒடுக்கி ஊளையிட்டபடி பின்னால் திரும்பி சிற்றூரை நோக்கி குறுகி ஓடியது. அவ்வூளையின் பொருளறிந்து பிறநாய்களும் கதறியபடி ஊரை நோக்கி ஓடின. ஊருக்குள் அனைத்து நாய்களும் ஊளையிடத் தொடங்கின. அவ்வோசை கேட்டு தொழுவங்களில் பசுக்கள் குரலெழுப்பி கன்றுகளை அழைத்தன. சிலகணங்களிலேயே ஊர் கலைந்தெழுந்தது.

இல்லங்களுக்குள் இருந்து மக்கள் திண்ணைகளை நோக்கி ஓடிவந்து தங்கள் ஊர்மன்றை அடைந்த துரியோதனனின் புரவியைப் பார்த்தனர். இளைஞன் ஒருவன் கையில் நீள்வேலுடன் துரியோதனனை நோக்கி ஓடிவர, இன்னொருவன் பாய்ந்தோடி ஊர்மன்று நடுவே இருந்த மூங்கில்

முக்கால்மேடை ஒன்றின் மேல் தொற்றி ஏறி அங்கிருந்த குறுமுரசு ஒன்றை கோல்கொண்டு அடிக்கத் தொடங்கினான். துரியோதனனின் அம்பு அந்த முரசின் தோலைக் கிழித்து அதை ஓசையற்றதாக்கியது. இன்னொரு அம்பு முன்னால் வந்தவனின் வேலை இரு துண்டுகளாக்கியது.

திகைத்து அவன் இரு கைகளையும் வீசி உரத்துக் கூவ, அனைத்து இல்லங்களுக்குள்ளிருந்தும் இளைஞர்கள் கைகளில் வேல்களும் துரட்டிகளும் கோல்களுமாக இறங்கி ஊர்மன்றை நோக்கி ஓடி வந்தனர். பெண்கள் கூவி அலறியபடி குழந்தைகளை அள்ளிக்கொண்டு உள்ளே சென்றனர். முதியவர்கள் திண்ணைகளில் நின்று கைகளை வீசிக் கூச்சலிட்டனர். இருவர் பெரிய மூங்கில்படல் ஒன்றை இழுத்துக்கொண்டுவந்து ஊர்முகப்பை மூடமுயன்றனர்

தாக்கப்படும் விலங்கு போல அச்சிற்றூரே அலறி ஒலியெழுப்புவதை கர்ணன் கண்டான். துரியோதனனின் புரவி ஊர்மன்றுக்குள் நுழைந்தது. அதைத் தொடர்ந்து வந்த சிவதர் கர்ணனை நோக்கி விரைக என்று கைகாட்டி குறுக்காக வந்த பெரிய கூடை ஒன்றைத் தாவி மறுபக்கம் சென்றார். அவரது கால்களால் எற்றுண்ட கூடை கவிழ்ந்து பறக்க, அதற்குள் மூடப்பட்டிருந்த கோழிகள் கலைந்து குரலெழுப்பியபடி சிறகடித்தன.

கர்ணனின் புரவி ஊரை புல்வெளியிலிருந்து பிரித்த சிற்றோடையை தாவிக்கடந்து ஊர்மன்றுக்குள் நுழைந்தபோது படைக்கலன்களுடன் ஓடிவந்த இருவர் அவனை நோக்கித் திகைத்தபடி கைசுட்டி ஏதோ கூவினர். முதியவர் ஒருவர் உரத்த குரலில் "கதிரவன் மைந்தர்! கதிரவன் மைந்தர்!" என்று கூச்சலிட்டார். அத்தனை பேரும் தன்னை நோக்கித் திரும்புவதைக் கண்ட கர்ணன் வியப்புடன் கைகளைத் தூக்கினான். அவர்கள் படைக்கலன்களை உதிர்த்துவிட்டு தலைவணங்கினர். ஒருவர் "கதிரவன் மைந்தன்! இச்சிற்றூரில் கதிரவன் மைந்தன் எழுகிறார்" என்றார். ஒரு கிழவி "வெய்யோனே, எங்கள் இல்சிறக்க வருக" என்று கைகூப்பி அழுதாள்.

துரியோதனன் அவர்கள் நடுவே ஊடுருவிச் சென்ற தன் புரவியை கடிவாளத்தைப்பற்றித் திருப்பி, "உங்களை இங்கு அடையாளம் கண்டுகொண்டிருக்கின்றனர் அங்கரே" என்றான். அவனருகே சென்று நின்ற சிவதர் "இம்மக்கள் அவரை அறியார். வேறொருவரென அடையாளம் கண்டுகொண்டுவிட்டனர் போலும்" என்றார். "கதிரவன் மைந்தன் என்கிறார்களே?" என்றான் துரியோதனன். ஒரு முதுமகள் இரு கைகளையும் விரித்து தெய்வதமேறியவள் என "பொற்கவசம்! பொலியும் மணிக்குண்டலங்கள்! நான் கனவில் கண்டபடியே" என்றாள்.

“என் தந்தையே! என் இறையே! எவ்வுயிர்க்கும் அளிக்கும் கொடைக் கையே!”

“ஆம், ஒளிவிடும் குண்டலங்கள்” என்றாள் பிறிதொருத்தி. “புலரி போல் மார்புறை! விண்மீன் என காதணிகள்.” கர்ணன் தன் கைகளைத் தூக்கி அவர்களை வாழ்த்தியபடி அச்சிற்றூரின் இடுங்கிய தெருக்களைக் கடந்துசென்றான். இருபக்கமும் தலைக்கு மேலும் நெஞ்சுக்கு நிகரிலும் கைகூப்பி மக்கள் வாழ்த்தொலி எழுப்பினர். “கதிர்முகம் கொண்ட வீரர் வாழ்க! எங்கள் குடிபுகுந்த வெய்யோன் வாழ்க! இங்கெழுந்தருளிய சுடரோன் வாழ்க! அவன் மணிக்குண்டலங்கள் வாழ்க! அவன் அணிந்த பொற்கவசம் பொலிக! அவன் அணையில்லா கொடைத்திறன் பொலிக!”

துரியோதனன் கர்ணனை திரும்பித் திரும்பிப் பார்த்தபடி சென்றான். ஊரைக் கடந்து உருளைக்கற்கள் சேற்றுடன் பரவியிருந்த சரிவில் புரவிக் கால்கள் அறைபட்டுத் தெறிக்க, கூழாங்கற்கள் எழுந்து தெறித்து விழும் ஒலிகள் சூழ இறங்கிச் சென்றபோது துரியோதனன் திரும்பி “எதைப் பார்த்தார்களோ அங்கரே? சூதர்கள் பாடும் அந்த மணிக்குண்டலங்களையும் பொற்கவசத்தையும் பார்க்காதவன் நான் மட்டும் தானா?” என்றான்.

கர்ணன் “எளிய மானுடர், கதைகளில் வாழ்பவர்கள்” என்றான். “இல்லை, கற்பனையல்ல. அவ்விழிகளைப் பார்த்தேன். அவை தெய்வங்களைக் காண்பவை என்றுணர்ந்தேன். கர்ணா, ஒரு சில கணங்கள் அவ்விழிகள் எனக்கும் கிடைக்கும் என்றால் உன் கவசத்தையும் குண்டலத்தையும் நானும் பார்த்திருப்பேன்” என்றான் துரியோதனன். “சொல்லாடுவதற்கான இடமல்ல இது. இன்னும் ஒரு நாழிகைக்குள் நாம் நகர் நுழைந்தாக வேண்டும்” என்று கர்ணன் சொன்னான். சிவதர் அங்கிலாதவர் போல் இருந்தார். “சொல்லுங்கள்” என்றான் கர்ணன். “நாம் முறையென சென்று கொண்டிருக்கிறோம் அல்லவா?” சிவதர் விழித்துக்கொண்டவர் போல திரும்பி “ஆம். நகர் நுழைந்துவிட்டால் நாம் களம் நடுவில் இருப்போம்” என்றார்.

புல்வெளிச்சரிவில் புரவிகள் மூச்சுவாங்கி பிடரிசிலிர்த்து எடைமிக்க குளம்புகளை எடுத்துவைத்து வால்சுழற்றி மேலேறின. அவற்றின் கடைவாயிலிருந்து நுரைப் பிசிறுகள் காற்றில் சிதறி பின்னால் வந்து தெறித்தன. அப்பால் இலைகள் கோடிமூத்து உருவான தொடுவானின் விளிம்பில் கதிர்ப்பெருக்கு எழுந்தது. பறவைகள் கொண்டாடும் பிறிதொரு புலரி. எங்கோ ஒரு பறவை சங்கென ஒலித்தது. பிறிதொரு பறவை மணியென இசைத்தது. யாழ்கள், குழல்கள், முழவுகள், முரசுகள். எழுந்து

கலந்து ஒலித்தன செப்பல்கள், அகவல்கள், அறைதல்கள், கூவல்கள், துள்ளல்கள், தூங்கல்கள். விண்ணகம் சிவந்து கணந்தோறும் புதுவடிவு கொள்ளும் முகில்களின் ஊடாக வெய்யோன் எழும் பாதை ஒன்றை சமைத்தது. மிதந்தவை என கடற்பறவைகள் ஒளியுருகலை துழாவிக் கடந்து சென்றன. அவை சிறகுகளால் துழாவித் துழாவிச் சென்ற இன்மைக்கு அப்பால் இருத்தலை அறிவித்து எழுந்தது செவியறியாத ஓங்காரம்.

சிவதர் கர்ணனிடம் "அரசே அப்பால் உள்ளது ராஜபுரத்தின் உயிர்க்கோட்டை" என்றார். குறுங்காடுகளுக்கு மேல் பச்சைப் புதர்களின் சீர்நிரை ஒன்று சுவரென தெரிந்தது. "அதுவா?" என்றான் கர்ணன். "ஆம், மூன்று ஆள் உயரமுள்ள மண்மேட்டின் மீது நட்டு எழுப்பப்பட்ட முட்புதர்கள் அவை." துரியோதனன் "புதர்க்கோட்டை என்றபோது அது வலுவற்றதாக இருக்கும் என்று எண்ணினேன். இதை சிறிய படைகள் எளிதில் கடந்துவிட முடியாது" என்றான். கர்ணன் "ஆம். யானைகளும் தண்டு ஏந்திய வண்டிகளும் இன்றி இக்கோட்டையைத் தாக்குவது கடினம். பாரதவர்ஷத்தில் முன்பு அத்தனை கோட்டைகளும் இவ்வாறே இருந்தன. கற்கோட்டைகள் நாம் மேலும் அச்சம் கொள்ளும்போது உருவானவை" என்றான்.

துரியோதனன் தன் குதிரையை தொடைகளால் அணைத்து குதிமுள்ளால் சீண்டி "விரைவு" என்றான். வில்லை கையில் எடுத்து நாணை கொக்கியில் அமைத்து இழுத்து விம்மலோசை எழுப்பினான். அவ்வோசையை நன்கு அறிந்திருந்த மரத்துப் பறவைகள் கலைவோசை எழுப்பி வானில் எழுந்தன. கர்ணன் தன் வில்லை எடுத்துக்கொண்டான். சிவதர் அவர்களுக்குப் பின்னால் தன் புரவியை செலுத்தினார். மூவரும் இடையளவு உயரமான முட்புதர்கள் மண்டிய வெளியினூடாகச் சென்றனர். அவர்களின் உடலில் வழிந்த பனித்துளிகளின் ஈரத்தில் காலையொளி மின்னியது. புரவிகள் மிதித்துச்சென்ற மண்ணில் ஊறிய நீரில் செங்குருதியென நிறைந்தது.

துரியோதனன் அமைதி கொண்டுவிட்டிருந்தான். அவனுடைய உடலுக்குள் வாழ்ந்த ஆழுலகத்துப் பெருநாகங்கள் படமெடுத்துவிட்டன என்று தோன்றியது. தோள்களிலும் புயங்களிலும் தசைகள் இறுகி விம்மி நெளிந்து அமைந்துகொண்டிருந்தன. இரை நோக்கிப் பாயும் பருந்தென சற்றே உடல்சரித்து தலை முன்நீட்டி காற்றில் சென்றான். கர்ணனின் விழிகளில் மட்டுமே உயிர் இருப்பதாகத் தோன்றியது. குறுங்காட்டைக் கடந்ததும் சிவதர் அந்தப்பக்கம் என்று கையால் காட்டினார். கர்ணன் துரியோதனனை நோக்கி விழியசைக்க அவன் தலையசைத்தான். மூவரும் அக்கோட்டையை நோக்கிச் சென்றனர்.

முட்புதர்கள் ஒன்றோடொன்று தழுவிச் செறிந்து எழுந்த பசுங்கோட்டை முற்றிலும் மண் தெரியாததாக இருந்தது. அதன்மேல் வாழ்ந்த பறவைக்குலங்கள் எழுந்து வானில் சுழன்று அமைந்து எழுந்து கூச்சலிட்டுக்கொண்டிருந்தன. சிவதர் தொலைவில் தெரிந்த மஞ்சள் அசைவொன்றைக் கண்டு “அங்கே” என்றார். அவர்கள் அணுகிச்செல்ல, மஞ்சள் துணியொன்றை அசைத்தபடி நின்றிருந்த படைவீரன் ஓடிவந்து தலைவணங்கி “விடியலெழுந்துவிட்டது அரசே” என்றான். “மறுபக்கம் நகரம் முழுமையாகவே எழுந்துவிட்டது.” சிவதர் “விழவெழுந்துவிட்டதா?” என்றார். “முதற்கதிரிலேயே முரசுகள் முழங்கின” என்றான் அவன்.

கையால் இங்கு என்று காட்டி அழைத்துச் சென்றனர் வீரர். கோட்டைப்பரப்பில் நடுவே புதர்களை வெட்டி புரவி ஒன்று நுழையும் அளவுக்கு வழி அமைக்கப்பட்டிருந்தது. “புரவிகள் ஏறுமா?” என்றான் துரியோதனன். “தானாக அவை ஏறா. நாம் ஏறிய பிறகு கடிவாளத்தைப் பிடித்திழுத்து ஏற்றி மறுபக்கம் கொண்டுசெல்லவேண்டும்” என்றான் கர்ணன். “முதற்புரவி ஏறிவிட்டால் அடுத்த புரவிகள் அச்சமழிந்து கற்றுக்கொண்டுவிடும்” என்றார் சிவதர். வீரர்கள் மூவர் அங்கிருந்தனர். அவர்கள் ஓடிவந்து புரவிகளின் கடிவாளங்களைப் பற்றிக்கொண்டனர்.

துரியோதனனும் கர்ணனும் சிவதரும் புரவிகளிலிருந்து இறங்கி மண்மேட்டில் படிகளைப்போல் வெட்டப்பட்டிருந்த தடங்களில் கால்வைத்து முள்செதுக்கப்பட்ட கிளைகளைப் பற்றிக்கொண்டு மேலேறினர். அப்பால் சென்று இறங்கி மறுபக்கம் இருந்த குறும்புதர்க் காட்டில் நின்றபடி துரியோதனன் பொறுமையிழந்து கையசைத்தான். இரு வீரர்கள் கோட்டையின் மண்மேட்டின் உச்சியில் நின்றபடி முதல்புரவியின் கடிவாளத்தைப்பற்றி இழுக்க பின்னால் நின்ற இருவர் அதை பின்னாலிருந்து தள்ளி மேலேற்றினர்.

தும்மியபடியும் மெல்ல சீறியபடியும் தயங்கிய புரவி தன் எடையை பின்னங்காலில் அமைத்து தசைவிதிர்க்க நின்றது. பின்னால் நின்ற வீரன் அதன் வாலைப் பிடித்துத் தள்ள, கடிவாளத்தைப் பற்றிய இருவர் இழுக்க, அது முன்னிருகால்களையும் அழுந்த ஊன்றி அவர்களின் விசையை நிகர்செய்தது. “இப்படி புரவியை மூவர் இழுக்க முடியுமா?” என்றான் கர்ணன். சிவதர் “இழுத்து மேலேற்ற முடியாது. ஆனால் அது மேலேற வேண்டுமென்று நாம் விரும்புகிறோம் என்பதை அதற்குத் தெரிவிக்க முடியும். மேலேறாமல் நாம் விடப்போவதில்லை என்று உணர்ந்துகொண்டால் அது மேலேறும்” என்றார்.

வலுவாக கால்களை ஊன்றி அசைவற்று புட்டம் சிலிர்க்க கழுத்துத்தசைகள் இழுபட்டு அதிர நின்ற புரவி அஞ்சியதுபோல கனைத்தபடி இரு அடிகளை பின்னெடுத்து வைத்து தலையை உதறியது. முன்னால்

இழுத்த வீரர் இருவர் மரங்களைப் பற்றிக்கொண்டு தசைகள் புடைக்க முழு ஆற்றலுடன் அதை இழுத்தனர். திடீரென்று கால்களைத் தூக்கி முன்வைத்து குளம்புகளால் நிலத்தை அறைந்து மேலேறி உச்சிக்கு வந்து மறுசரிவில் சரிந்து பாய்ந்து குளம்புகள் நிலமறைய வந்து சுழன்று நின்றது. அதன் கனைப்போசை கேட்டதும் மறுபக்கம் நின்ற இருபுரவிகளும் எதிர்க்குரல் எடுத்தன. அவற்றில் ஒன்று தானாகவே பாய்ந்து மேலேறி மறுபக்கம் வந்தது.

மூன்றாவது புரவி உரத்த குரலில் அங்கு நின்று கனைத்தது. இரு புரவிகளும் எதிர்க்குரல் கனைத்ததும் அதுவும் துணிவுகொண்டு ஏறி மறுபக்கம் வந்தது. கர்ணன் தன் புரவியில் ஏறுவதற்காகத் திரும்பியபோது மறுபக்கம் ஓடிவந்த இரண்டு கலிங்க வீரர்களைக் கண்டான். அவன் விழி அவர்களைத் தொட்ட மறுகணத்தில் அம்புகள் அவர்களைத் தாக்க, இருவரும் அலறியபடி புதர்களில் முகம் பதிய விழுந்தனர். திரும்பிய துரியோதனன் உரக்க நகைத்தபடி தன் வில்லை எடுத்து அம்பு தொடுத்து பின்னால் வந்த இருவரை வீழ்த்தினான். மேலும் இருவர் அப்பால் நின்றிருந்தனர். என்ன நடந்தது என்று அவர்கள் உய்த்துணர்வதற்குள் அவர்களில் ஒருவனின் கழுத்தில் அம்பு பாய்ந்தது.

பிறிதொருவன் குனிந்து புதர்களினூடாகப் பாய்ந்தோடி தன் புரவியை அடைந்து அதன்மேல் ஏறி முடுக்கினான். அப்புரவியின் காலை கர்ணனின் அம்பு தாக்க, அது சுழன்று நிலையழிந்து சரிந்து கீழே விழுந்தது. அதன் மேலிருந்த வீரன் நிலத்தை அடைவதற்குள் அவன் நெஞ்சில் அம்பு பாய்ந்து அவனை ஓசையழியச் செய்தது. “தொடங்கிவிட்டது!” என்று தொடையை ஓங்கித் தட்டியபடி துரியோதனன் நகைத்தான். கையசைத்தபடி கர்ணன் முன்னால் பாய்ந்தான். சிவதரும் துரியோதனனும் அவனைத் தொடர்ந்து வந்தனர்.

ராஜபுரத்தின் தெருக்கள் மரப்பலகைகளை மண்ணில் பதித்து உருவாக்கப் பட்டவையாக இருந்தன. இருபக்கங்களிலும் உயரமற்ற மரக்கட்டடங்கள் நிரைவகுத்தன. குளம்புகள் தரைமரத்தில் பட்டு பேரோசை எழுப்ப அம்மூவரும் தெருக்களில் சென்றபோது இருபக்கங்களிலிருந்த அனைத்துக் கட்டடங்களும் எதிரொலி எழுப்பின. அவற்றின் திண்ணைகளுக்கு ஓடிவந்த கலிங்கக் குடிமக்கள் அவர்களை உடனே அடையாளம் கண்டு கொண்டனர். ஒருவன் “துரியோதனர்! அஸ்தினபுரியின் அரசர்!” என்று கூவினான். சில கணங்களுக்குள்ளாகவே அனைத்துக் கட்டடங்களிலும் குடிமக்கள் முகப்புகளில் குழுமி கூச்சலிடத் தொடங்கினர்.

முதல் காவல்கோட்டத்தில் இருந்த வீரர்கள் “எதிரிகள்! எதிரிகள்!” என்று கூவியபடி விற்களுடனும் வேல்களுடனும் இறங்கி வந்தனர். சாலையை அடைவதற்குள்ளாகவே அம்பு பட்டு கீழே விழுந்தனர்.

கர்ணனின் அம்பில் மேலே முரசறையச் சென்ற வீரன் அம்முரசின் மேலேயே விழுந்து முரசுடன் புரண்டு ஓசையுடன் கீழே விழுந்தான். என்னவென்றறியாமல் கீழே விழுந்த முரசை நோக்கிச் சென்ற பிறிதொரு வீரன் அம்புபட்டு விழுந்தான். ஒருவர் மேல் ஒருவராக அம்பு பட்டு அவர்கள் விழ, விழுந்தவர்கள்மேல் பாய்ந்து புரவிகளும் நகரை அமைத்த வட்டப்பெருவீதியை நோக்கிச் சென்றன.

தடித்த மரப்பலகைகள் சேற்றில் பதித்து உருவாக்கப்பட்ட அரசவீதியில் இருபுறமும் எழுந்த நூற்றுக்கணக்கான அணித்தூண்களில் மலர் மாலைகளும் பட்டுப் பாவட்டாக்களும் தொங்கி காற்றில் அசைந்தன. வண்ணத்தோரணங்கள் குறுக்காகக் கட்டப்பட்டு சிட்டுக்குருவிச் சிறகுகளென காற்றில் துடித்துக்கொண்டிருந்தன. மூவரும் பெருவீதியை அடைவதற்குள்ளாகவே அவர்கள் வந்த செய்தியை அனைத்துக் காவல்மாடங்களுக்கும் முரசுகள் அறிவித்துவிட்டிருந்தன.

யாரோ “அஸ்தினபுரியின் படைகள் அரசர் தலைமையில்!” என்று கூவ, அக்குரல் ஒன்றுபல்லாயிரமெனப் பெருகி நகரமெங்கும் அச்சத்தை நிறைத்தது. நகர்வாயிலை நோக்கியே பெரும்படை திரண்டு ஓடியது. கோட்டைக்குமேல் எழுந்த காவல்மாடத்து பெருமுரசங்கள் “படைகள்! படைகள்!” என்று அறிவிக்க, நகரம் அச்சம்கொண்டு அத்தனை வாயில் களையும் மூடிக்கொண்டது. கடைகளுக்குமேல் தோல்திரைகளும் மூங்கில்தட்டிகளும் இழுத்துப் போர்த்தப்பட்டன. மக்கள் அலறியபடி இல்லங்களை நோக்கி ஓட, சாலைகளில் விரைந்த படைகள் அந்த நெரிசலில் சிக்கிக்கொண்டனர்.

“கோட்டை தாக்கப்படுகிறது! கர்ணன் வில்லுடன் படைகொணர்ந் திருக்கிறார்” என்று ஒரு செய்தி பறவைக்காலில் எழுந்து அரண்மனை நோக்கிச் சென்றது. பறவை செல்வதற்குள்ளாகவே தொண்டைகள் வழியாக அது அரண்மனையை அடைந்துவிட்டிருந்தது. அரசர் அணிப் பந்தலில் இருந்தமையால் பிறிது எதையும் எண்ணாத படைத்தலைவன் யானைப்படையை கோட்டைவாயில் நோக்கிச்செல்ல ஆணையிட்டான். மூன்று யானைப்படைகள் கோட்டையின் மூன்றுவாயில்களையும் நோக்கிச்செல்ல, அப்படைகளால் புரவிகள் தடுக்கப்பட்டன.

கலைந்து குழம்பிய நகரம் சருகுப்புயலடிக்கும் வெளியென தெரிந்தது. அந்தக் கலைதலே அவர்களைக் காக்கும் திரையென்றாகியது. மூன்று புரவிகளில் என அவர்கள் தனித்து நகர்த்தெருக்களில் வரக்கூடுமென எவரும் எண்ணவில்லை. அவர்களைக் கண்டவர்கள் திகைத்துக் கூச்சலிடுவதற்குள் அம்புகளால் வீழ்த்தப்பட்டனர். சாலைகளில் அவர் களை எதிர்கொண்டவர்கள் அனைவரும் என்ன நடக்கிறதென்றே அறியாதவர்களாக இருந்தனர். ஆனால் அவர்களின் அச்சமே

செய்தியென்றாக சற்றுநேரத்திலேயே அவர்கள் நுழைந்தது அனைவருக்கும் அறியவரலாயிற்று. சாலையின் இருபுறங்களிலும் வீரர்கள் விற்களுடன் அவர்களைச் சூழ்ந்துகொண்டனர்.

கர்ணன் தன் புரவியில் பின்னால் திரும்பி அமர்ந்தபடி தொடர்ந்து வந்த வீரர்களை அம்பால் தாக்கி வீழ்த்திக்கொண்டே சென்றான். முன்னால் வந்தவர்களை துரியோதனன் அம்புகளால் வீழ்த்தினான். சிவதர் இருவருக்கும் நடுவே நான்கு திசைகளையும் நோக்கி அறிவிப்புகளைச் செய்தபடியே வந்தார். “மாளிகை மேல் எழுகிறார்கள்” என்று அவர் சொன்னதுமே பெருமாளிகையின் கூரைமேல் வில்லுடன் எழுந்த வீரன் அம்பு பட்டு, சரிந்த மரக்கூரை மேல் உருண்டு கீழே வந்து விழுந்தான். அவனைத் தொடர்ந்து வந்தவனும் உருண்டு வந்து முதல்வன் மேல் விழுந்தான்.

“காவல்மாடங்கள் மூன்று உள்ளன” என்றார் சிவதர். அவர்களைத் தொடர்ந்து வந்தவர்கள் கீழே விழுந்த உடல்களைத் தாண்டத் தயங்கி வால்சுழற்றி சுற்றிவந்த புரவிகளால் தடுக்கப்பட, அதற்குப் பின்னால் வந்தவர்கள் “ஓடுங்கள்! விரையுங்கள்! தொடருங்கள்!” என்று கூவினார்கள். தங்களைத் தடுத்த சிறிய படையை உடைத்து முன்னால் சென்ற மூவரும் வலப்பக்கம் திரும்பி அங்கிருந்த காவல்மாடத்தை நோக்கிச் சென்றனர். அதற்கப்பால் மணத்தன்னேற்பு நிகழும் மன்று, கொடிகளாலும் மலர்மாலைகளாலும் அலங்கரிக்கப்பட்டிருந்தது.

அக்காவல்மாடத்தின் மேல் இருந்த முரசு “எதிரி! எதிரி! எதிரி!” என்று முழங்கிக் கொண்டிருந்தது. அதன் காவல் உப்பரிகைகளில் தோன்றிய வீரர்கள் போர்க்கூச்சல்களுடன் அம்புகளை எய்ய, துரியோதனனின் தோளில் ஓர் அம்பு பாய்ந்தது. உலுக்கப்படும் மரத்தின் கனிகளென கர்ணனின் அம்பு பட்டு வீரர்கள் நிலம் அதிர விழுந்து கொண்டேயிருந்தார்கள்.

ஒருகணமும் விரைவழியாமல் அந்தக் காவல்மாடத்தைக் கடந்து சென்றனர். அவர்கள் வருவதைக் கண்டதுமே அரண்மனை வளாகத்தை அணைத்திருந்த உயரமற்ற உள்கோட்டையின் தடித்த மரவாயிலை இழுத்து மூட வீரர்கள் முயன்றனர். கர்ணன் அந்தக் கதவின் இடுக்கு வழியாக அப்பால் இருந்த வீரனை அம்பால் வீழ்த்தினான். பிறிதொருவன் ஓடிவர, அவனையும் வீழ்த்தினான். இரு கதவுகள் ஒன்றுடன் ஒன்று இணைவதற்குள்ளாகவே அவர்கள் அதைக் கடந்து உள்ளே சென்றனர்.

10

ராஜபுரத்தின் அளவுக்குப் பொருத்தமில்லாமல் மிகப்பெரிதாக இருந்தது அரண்மனை. கங்கை வழியாகக் கொண்டுவரப்பட்ட இமயச்சாரலின் தேவதாரு மரத்தடிகளை தூண்களென நாட்டி அவற்றின்மேல் ஒன்றன்மேல் ஒன்றென எழுந்து குறுகிச்சென்று பன்னிரு குவை மாடங்களாக மாறி கொடிகள் தாங்கி வான்நீலப் பகைப்புலத்தில் எழுந்து நின்றிருந்த ஏழடுக்கு மாளிகை லாடவடிவம் கொண்டிருந்தது. அதன் அணைப்புக்குள் இருந்த பெருமுற்றத்தில் மணத்தன்னேற்பு விழவுக்கு என போடப்பட்டிருந்த அணிப்பந்தல் காலை இளங்காற்றில் அலையிளகிக் கொந்தளித்தது.

மாளிகையின் அனைத்து உப்பரிகைகளிலும் வண்ணப்பட்டுக் கொடிகளும் மலர்மாலைகளும் யவனமென்சீலைத் திரைகளும் பீதர்நாட்டு சித்திரஎழினிகளும் காற்றில் உலைந்தாட, அது ஒழுகிச் சென்றுகொண்டிருக்கும் பெருங்கலம் என்று தோன்றியது. அரண் மனையைச் சுற்றி அமைந்திருந்த நான்கு காவல்மாடங்களிலும் பெரு முரசங்கள் எச்சரிக்கை ஒலி எழுப்ப, அதன் முகப்பில் காவலுக்கு நின்றிருந்த வீரர்கள் போர்க்குரலுடன் ஓடிச்சென்று தம் படைக்கலங்களை எடுத்துக்கொண்டு வாயில் நோக்கி வந்தனர். வந்த விரைவிலேயே துரியோதனனின் அம்புகள் பட்டு அவர்கள் மண்ணறைந்து விழுந்தனர். புரவிகள் அம்பு தைத்த உடம்பை விதிர்த்தபடி சுழன்றன.

கர்ணன் கோட்டைக்கு மேலும் மாளிகை விளிம்புகளிலும் எழுந்த அவர்களை விழிமுந்தா விரைவில் கணைதொடுத்து விழச்செய்தான். மூன்று புரவிகளும் அவர்களை எதிர்கொண்ட காவல்படையினரைக் கலைத்து, சருகை எரித்துச்செல்லும் தழல்துளி போல பந்தலை நோக்கிச் சென்றன. அவர்கள் சென்ற வழியெங்கும் புண்பட்ட படைவீரர்கள்

விழுந்து, துடித்து, கையூன்றி எழுந்து கூச்சலிட்டனர். அணிப்பந்தலின் வாயிலில் நின்ற படைத்தலைவன் பாதி முறிந்த ஆணையுடன் கழுத்து அறுபட்டு விழுந்தான். அவனைத் தொடர்ந்து வந்த அமைச்சர் தோளில் பாய்ந்த அம்புடன் சுருண்டுவிழ, திரும்பி நோக்கிய நிமித்திகன் அக்கணமே உயிர் துறந்தான்.

அம்புகள் பறவைக் கூட்டங்கள் போல் உட்புகுந்து கூடிநின்றவர்களை வீழ்த்தி உருவாக்கிய வழியினூடாக மூன்று புரவிகளும் பந்தலுக்குள் நுழைந்தன. ஆயிரங்கால் பந்தல், பூத்த காடுபோல் வண்ணமலர்களால் அலங்கரிக்கப்பட்டிருந்தது. தொலைவில் அரைவட்ட அரசர்நிரையில் கலிங்கத்தின் மணஉறவு நாடி வந்த அரசர்கள் அமர்ந்திருந்தனர். ஓசைகளில் இருந்தே என்ன நடக்கிறது என்று உய்த்துணர்ந்த ஜயத்ரதன் தன் வில்லை கையில் எடுத்தபடி எழுந்து அவைமுகப்பை நோக்கி ஓடி வந்தான். அவன் கையில் இருந்த அம்பு வில் உடைந்து தெறித்தது. அவன் திரும்புவதற்குள் அவன் அணிந்த பட்டுத்தலையணியை தட்டிச் சென்றது பிறிதொரு அம்பு.

மீசையை முறுக்கியபடி ஜராசந்தன் தன் பீடத்தின் மேல் கால்கள் போட்டு பெருந்தோள்களை அகற்றி சிலையென அமர்ந்திருந்தான். அவன் விழிகள் துரியோதனனை நோக்கிக் கொண்டிருந்தன. சினம்கொண்டு நிலையழிந்து பொருளிலா கூச்சலிட்டபடி ஜயத்ரதன் ஓடிவந்தான். அவனுடைய இரு படைத்தலைவர்களும் அவனை வில்லுடன் அணுக, ஒருவரிடமிருந்து வில்லைப்பிடுங்கி இன்னொருவரிடமிருந்து அம்பறாத்தூணியை வாங்கிக்கொண்டு போர்க்கூச்சலுடன் அவன் கர்ணனை நோக்கி வந்தான். அவனுடைய அம்புகள் கர்ணனை சிறிய பறவைகள் போல சிறகதிர கடந்துசென்றன.

அம்புகளைத் தவிர்க்கும் பிற வில்லவர்களைப்போல கர்ணன் உடல் நெளியவில்லை. அம்புகளுக்கு எளிதில் அவன் இரையாவான் என்ற எண்ணத்தை அது அளித்தது. ஆனால் அம்பு அவன் உடலை அணுகுவதற்கு அரைக்கணத்துக்கு முன்பு இயல்பாக சற்று விலகி அவற்றைத் தவிர்த்தான். அவனைச் சூழ்ந்து பறந்த அம்புகள் உடலெங்கும் மண்படிந்து விதைகள் பதிந்து மெல்ல நடக்கும் காட்டுயானையைச் சூழ்ந்து கொஞ்சி விளையாடும் சிட்டுகள் என தோன்றின. அவனில் இருந்து எழுந்த அம்புகள் வைரக்கல் திரும்புகையில் சிதறுண்டு எழுந்து சுழலும் ஒளிக் கதிர்களென வந்தன. அவன் அம்பு எங்கு வரும் என்பதை அவன் விழிகளைக்கொண்டு அறிய முடியவில்லை. அவனைச் சூழ்ந்து அணுக முயன்ற வீரர்கள் அலறியவண்ணம் விழுந்தபடியே இருந்தனர்.

சடங்குகளில் ஈடுபட்டிருந்த சித்ராங்கதன் சிலகணங்களுக்குப் பின்னரே அனைத்தையும் புரிந்துகொண்டு அரியணையிலிருந்து எழுந்து இரு

கைகளையும் வலிப்பு வந்ததுபோல் அசைத்து தன் படைவீரர்களை நோக்கி "விடாதீர்கள்! சூழ்ந்து கொள்ளுங்கள்! சூழ்ந்து கொள்ளுங்கள்!" என்று கூவினார். அவரது அமைச்சர்கள் அவைமேடையிலிருந்து இறங்கி ஓடி அணிமுற்றத்திற்கு வந்து "அனைத்துக் கோட்டைவாயில்களையும் மூடுங்கள். நம் படையினர் அனைவரையும் அரங்குக்கு வரச்சொல்லுங்கள்" என்றனர். "பின்னால் படைகள் வருகின்றனவா?" என்று ஒருவர் கூவ "பின்னால் படைகள்! பின்னால் படைகள்!" என பல குரல்கள் எழுந்தன. "மூடுங்கள்... அனைத்து வழிகளையும் மூடுங்கள்" என படைத்தலைவன் ஒருவன் முழக்கமிட்டபடி ஓடினான்.

ஜராசந்தன் தன் அருகே குனிந்த படைத்தலைவனுடன் தாழ்ந்த குரலில் பேச, பிற அசரர்கள் திகைத்தவர்கள் போல செயலற்ற கைகளுடன் விழித்த கண்களுடன் அமர்ந்திருந்தனர். பலர் ஜராசந்தன் எழப்போகிறான் என எதிர்நோக்கினர். யவனத்து மெய்ப்பை அணிந்திருந்த சித்ராங்கதன் வீரர்களுக்கு ஆணைகளைப் பிறப்பித்தபடி ஓடிச்சென்று அரச மேடையின் வலப்பக்கத்து பெருந்தூணை அடைந்ததும் கர்ணனின் அம்பொன்று அவர் மெய்ப்பையைச் சேர்த்து அத்தூணுடன் தைத்தது. அவர் திரும்புவதற்குள் பிறிதொரு அம்பு மறுபக்கத்தைத் தைத்தது. என்ன நிகழ்கிறது என்று அவர் எண்ணுவதற்குள் பன்னிரு அம்புகளால் அத்தூணுடன் அவர் முழுமையாக பதிக்கப்பட்டார்.

அம்புகளால் வீரர்களை வீழ்த்தியபடியே உரத்த குரலில் கர்ணன் கூவினான். "அவையீர் அறிக! கலிங்கனின் குருதி உண்டு மீள என் அம்புக்கு விழிதொடும் கணம் போதும். அமைச்சர்கள் அறிக! படைக் கலன்கள் இக்கணமே தாழ்த்தப்பட வேண்டும். பிறிதொரு அம்பு என்னை அணுகும் எனில் உபகலிங்கர் உயிருடன் எஞ்ச மாட்டார்." சித்ராங்கதனின் முதல் மைந்தன் சித்ரரதன் மேடைக்குப் பின்னாலிருந்து ஓடிவந்து கைகளை உயர்த்தி "படைக்கலம் தாழ்த்துங்கள். படைக்கலம் தாழ்த்துங்கள்" என்று கூவினான். அமைச்சர்கள் அவ்வாணையை ஏற்று கூவி பின்னால் ஓடினர். "படைக்கலம் தாழ்த்துங்கள். ஓர் அம்பு கூட எழலாகாது."

அவ்வோசை முற்றத்தை எதிரொலிகளென எழுந்த மறுஆணைகள் வழியாகக் கடந்து சென்றது. சில கணங்களுக்குள் கலிங்கத்தின் படைகளனைத்தும் அசைவிழந்தன. ஜயத்ரதன் உரத்த குரலில் "எனக்கும் கலிங்க மன்னருக்கும் சாற்றுறுதி ஒன்றுமில்லை சூதன்மகனே..." என்றபடி நாண் அதிர வில் நின்று துடிதுடிக்க கர்ணனை நோக்கி அம்புகளை ஏவினான். அவன் வில்லை உடைந்து தெறிக்க வைத்தது கர்ணனின் பிறையம்பு. அவன் மேலாடை கிளிமுக அம்பில் தொடுக்கப்பட்டு சென்று தரையில் விழுந்தது. சினந்து அவன் திரும்பி தன் படைத்தலைவனை நோக்குவதற்குள் அப்படைத்தலைவன் சுருண்டு அவன் காலடியில்

விழுந்தான். பிறிதொருவன் அவனை நோக்கி வந்த விரைவிலேயே முழங்கால் மடித்து ஒருக்களித்தான்.

ஜயத்ரதன் பின்னால் ஓட முயல்வதற்குள் கர்ணனின் வாத்துமுக அம்பு அவன் முன்நெற்றி முடியை வழித்துக்கொண்டு பின்னால் சென்றது. தலையைத் தொட்டு என்ன நடந்தது என்று புரிந்துகொண்டு அவன் திரும்புவதற்குள் அவன் வலக்காதில் அணிந்திருந்த குண்டலம் தசைத்துணுக்குடன் தெறித்தது. அவன் பாய்ந்து படைக்கலநிலை நோக்கி ஓட, பிறிதொரு குண்டலம் தெறித்து அவன் முன்னால் விழுந்தது. இரு கைகளையும் தூக்கியபடி அவன் அசைவிழந்து நின்றான். அவன் நெற்றியின் அமங்கலம் கண்டு அரசர்கள் சிரிக்கத் தொடங்கினர். “முழந்தாளிட்டு அமர்க சிந்துநாட்டரசே!” என்று அவனை நோக்காது உரத்த குரலில் ஆணையிட்டான் கர்ணன். சினத்தால் சுளித்து இழுபட்ட முகத்துடன் கைகளை வீசி “சூதன் மகனே சூதன் மகனே சூதன் மகனே” என்று ஜயத்ரதன் கூவினான்.

ஓர் அம்பு வந்து அவன் கச்சையைக் கிழித்துச் செல்ல, இடையாடை நழுவி கீழே விழுந்தது. அனிச்சையாக அதைப் பற்றிய கைகளுடன் பதறியபடி தரையில் அமர்ந்தான். பிறிதொரு அம்பு வந்து அவன் இரு கால்களுக்கு நடுவே தரையில் குத்தி நின்றது. அரசர்கள் வெடித்துச் சிரிக்க, ஜயத்ரதன் உடல்குறுக்கி அமர்ந்து நடுங்கினான். துரியோதனன் உரக்க நகைத்தபடி புரவியைத் திருப்பி பாய்ந்து மகளிர்நிலை நோக்கிச் சென்றான். உள்ளிருந்து உபகலிங்கனின் முதல்மகள் சுதர்சனை அவனை நோக்கி ஓடி வந்தாள். புரவியில் பாய்ந்து அணைந்து அவளை இடைவளைத்து தூக்கிச் சுழற்றி தன் புரவியில் அமர்த்திக்கொண்டான். திரும்பி கர்ணனிடம் “அங்கரே, உங்கள் அரசி இங்குளாள்” என்றான்.

கர்ணனின் புரவி முன்னால் பாய்ந்து அங்கு பரப்பப்பட்டிருந்த மங்கலப் பொருட்களையும் கனிகளையும் கிண்ணங்களையும் சிதறடித்தபடி மகளிர் பகுதிக்குள் சென்று பொன்பட்டுத் திரைச்சீலைகளால் மறைக்கப்பட்டிருந்த அறைக்குள் புகுந்தது. அங்கிருந்த பெண்கள் அலறியபடி சிதறி ஓடினர். பீடத்திலிருந்து எழுந்து சுவரோரமாக நெஞ்சைப் பற்றிக்கொண்டு நின்றிருந்த சுப்ரியை அவனைக் கண்டதும் இரு கைகளையும் முன்னால் நீட்டி பொருளற்ற ஒலி எழுப்பிக் கூவினாள். பாய்ந்து சென்று அவளை அள்ளித் தூக்கியபோது சித்ரரதன் ஓடிச்சென்று தன் தந்தையைத் தொடுத்த அம்புகளைப் பிடுங்க முயல, இடக்கையால் அம்பு தொடுத்து அவன் தலைப்பாகையைப் பறக்கச் செய்தான்.

வலக்கையால் சுப்ரியையை தூக்கி தன் புரவியில் வைத்தபடி திரும்பிப் பாய்ந்து அவைமுகப்புக்கு வந்தபோது மேலிருந்து சரிந்த வெண்ணிற திரைச்சீலை ஒன்று அவன் மேல் விழுந்தது. அம்பு நுனியால் அதை

கிழித்தபடி முகில் பிளந்து வரும் கதிரவன் போல வெளிவந்தான். கைதூக்கி முழங்கும் குரலில் "அவையோரே, அரசே, இந்த அவை விட்டு நாங்கள் நீங்கும்வரை இங்கு எவர் அசைந்தாலும் அக்கணமே உபகலிங்கரைக் கொல்வேன் என்று உறுதிசொல்கிறேன்" என்று கர்ணன் கூவினான். "ஆம், இன்னும் எங்கள் படைக்கலங்கள் போதிய அளவு குருதி உண்ணவில்லை" என்று சொல்லி துரியோதனன் உரத்த ஒலியில் நகைத்தான்.

கர்ணனின் புரவியின் குளம்படிகள் அங்கிருந்த ஒவ்வொருவர் உடலிலும் விழுவது போல் அசைவுகள் எழுந்தன. மூங்கில்கால்களைக் கடந்து சிறியபீடங்களைத் தாவி அணிப்பந்தலை கடந்து சென்றதுமே கர்ணன் முற்றிலும் திரும்பி புரவியில் அமர்ந்தபடி பந்தலை இழுத்து மேலே கட்டியிருந்த கயிறுகளை தொடர் அம்புகளால் அறுத்தான். கயிறுகள் அறுபட கடல்அலை அமைவதுபோல் வெண்பந்தல் துணிப்பரப்பு வளைந்து அங்கிருந்த அனைவர் மேலும் விழத்தொடங்கியது. மேலும் மேலும் அம்புகளை விட்டு பந்தலை அறுத்தபடியே அவன் முன்னால் சென்றான். அவனுக்குப்பின்னால் பந்தல் சரிந்தபடியே வந்தது.

பின்னால் திரும்பிப் பார்த்த துரியோதனன் "அப்படியே எரியூட்டிவிட்டுக் கிளம்பலாம் என்று தோன்றுகிறது கர்ணா" என்றான். சிவதர் "விரைவு! விரைவு!" என கூவினார். "அரசே, நாம் இந்நகர் எல்லை விட்டுக் கடப்பதற்கு ஒரு நாழிகையே உள்ளது" என்றார். "ஆம், படைகள் நம்மைத் துரத்தக்கூடும்" என்று துரியோதனன் சொன்னான். சிவதர் "ஏற்புமண நெறிகளின்படி இந்நாட்டு எல்லை கடப்பதுவரை நம்மைக் கொல்வதற்கு உரிமை இவர்களுக்கு உண்டு" என்றார். அவர்கள் சிறுகோட்டைவாயிலை நோக்கிச் செல்ல, அதை மூடியிருந்த கதவருகே கூடியிருந்த வீரர்கள் கூச்சலிட்டபடி வேல்களும் விற்களுமாக ஓடிவந்தனர்.

"கோட்டையைத் திறப்பதற்காக நாம் காத்திருக்கமுடியாது" என்று கூவியபடியே கர்ணன் புரவியில் விரைந்தான். "பக்கவாட்டில் திட்டிவாயிலொன்று உள்ளது.. அது மடைப்பள்ளியை நோக்கிச் செல்லும்..." என்றார் சிவதர். அவர்கள் அணுகுவதை எதிர்நோக்கி நின்றிருந்த வீரர்களின் முன்வரிசையினர் அம்புபட்டு விழுந்துகொண்டிருக்க, புரவிகள் திரும்பிப் பாய்ந்து துணைமாளிகையை அடைந்து படிகளில் ஏறி உள்ளே சென்றன. மாளிகைக்கூடங்களில் இருந்தவர்கள் கூச்சலிட்டபடி விலகியோடினர். பித்தளைக்கலங்களும் செம்புருளிகளும் ஓசையுடன் உருண்டன. திரைகள் கிழிபட்டு அவர்கள் மேல் ஒட்டி வழிந்து பின்னால் பறந்தன. உள்ளறைகளுக்குள் நுழைந்து பின்பக்க இடைநாழியை அடைந்து அப்பால் தெரிந்த தெருவில் பாய்ந்தோடின புரவிகள்.

அவர்கள் வெளியேறிவிட்டதை முரசுகள் கூவியறிவிக்க, கலிங்கர் கோட்டைவாயிலை திறக்கத் தொடங்கினர். மரத்தாலான நகரச்

சாலையில் பெருந்தாளமிட்டு விரைந்தோடிய புரவிகளை அங்கிருந்த கலிங்கப்படைகள் துரத்தின. மாளிகைகளின் உப்பரிகைகளிலும் திண்ணைகளிலும் எழுந்த கலிங்கத்து மக்கள் திகைத்து பரபரப்புகொண்டு அவர்களை நோக்கிக் கூச்சலிட்டனர். சுப்ரியை அவன் தூக்கிச் சுழற்றியதில் தலைச்சமன் குலைந்திருந்தாள். புரவி சீர்விரைவு கொண்டபோது மீண்டு வெறிகொண்டவள் போல் குதிரையின் பிடரியை அறைந்தும் கர்ணனின் புயங்களைக் கடித்தும் திமிறினாள். அவன் அவளை இறுக்கி உடலை வளைத்து குதிரையின் பிடறியுடன் அழுத்திக்கொண்டான்.

வலி தாளாமல் அவள் கூச்சலிட்டாள். “சூதன் மகனே சூதன் மகனே” என்று சுப்ரியை கூச்சலிட்டாள். “நான் அவரை ஏற்றுக்கொண்டுவிட்டேன். அவருக்கு மலர்மாலையிட எழுந்துவிட்டேன்” என்றாள். கர்ணனின் விழிகளும் செவிகளும் போர்நோக்கிக் கூர்ந்திருந்தமையால் அவன் அவள் சொற்களைக் கேட்கவில்லை. மேலிருந்து வீசப்பட்ட தீப்பந்தம் ஒன்று தன்னை அணுகுவதை உணர்ந்து புரவியைத் திருப்பி அதைத் தவிர்த்து முன்னால் பாய்ந்த கர்ணன் மீண்டும் திரும்பி “என்ன சொன்னாய்?” என்றான். அவள் உதடுகள் வெளுத்திருக்க, விழிகள் இமைகளுக்குள் சென்றன. “என்ன சொன்னாய்? என்ன சொன்னாய்?” என்று அவன் கேட்டான்.

கோட்டைப் பெருமுரசு முழங்க கதவைத் திறந்து வெளிவந்த கலிங்கத்தின் படைவீரர்கள் அருகிருந்த அரசமாளிகையின் இரு இடைவெளிகளிலிருந்து பெருகி அவர்களை நோக்கிப் பாய்ந்து வந்தனர். அவளைத் திருப்பி குதிரைப் பிடரியின் மேல் இரு கைகளையும் கால்களையும் தொங்கவிட்டு அமைத்து தன் தொடைகளால் அவள் கால்களைக் கவ்வி குதிரைவயிற்றுடன் இறுக்கிக்கொண்ட கர்ணன் இரு கைகளையும் விடுதலை செய்து அம்புக்கும் வில்லுக்கும் அளித்தான். அவன்முன் ஏவல் தெய்வங்களைப் போல அம்புகள் காற்றை நிறைத்து வழி அமைத்தன. அவை தீண்டிய வீரர்கள் அக்கணமே அலறி விழுந்தனர்.

“இவ்வழியே! இவ்வழியே!” என்று சிவதர் கூவிக்கொண்டிருந்தார். துரியோதனனின் உடலை இரு கைகளாலும் இறுகப் பற்றியபடி அம்புகளிலிருந்து தன்னை காப்பதற்காக நன்றாகக் குனிந்து குதிரைப் பிடரியில் முகம் ஒட்டி அமர்ந்திருந்தாள் சுதர்சனை. துரியோதனன் அவள் கால்களை தன் கால்களால் கவ்வி குதிரை விலாவுடன் அழுத்தியபடி இரு கைகளாலும் அம்புகளை ஏவியபடி கர்ணனைத் தொடர்ந்து வந்தான். அவன் முகம் களிவெறியால் விழிகள் விரிந்து பற்கள் தெரிய வாய் திறந்து தெய்வமெழுந்தவன் போலிருந்தது.

பெருஞ்சாலைவிட்டு விலகி குறுகிய துணைப்பாதைக்குள் திரும்பி துடிமுழவின் விரைதாளத்தில் சென்று அதன் சந்திகளில் மும்முறை

திரும்பி குறுவழிகளில் மடிந்து இரு சிறிய மாளிகைகளின் இடைவெளி வழியாகச் சென்றனர். சிவதர் முன்னால் சென்றபடி "என்னைத் தொடருங்கள் அரசே! இங்கு பாதை உள்ளது" என்றார். தங்களைத் தொடர்ந்து வந்த வீரர்களை அம்புகளால் தடுத்தபடி இருவரும் சென்றனர். துரியோதனனின் உடலில் அம்புகள் பாய்ந்து நின்றிருப்பதை கர்ணன் கண்டான். அவன் நோக்குவதைக் கண்டதும் "ஒன்றுமில்லை அங்கரே. எளிய புண்களே இவை. முன்செல்க!" என்றான் துரியோதனன். புரவிகளின் விரைவை குறைக்காமலேயே சாலையிலிருந்து குறுங்காட்டை அணுகி தாவிச் சென்றனர்.

புதர்களுக்கு அப்பால் எழுந்த பச்சைக்கோட்டையை அணுகியபோது கர்ணன் திரும்பி நோக்கினான். தொலைவில் அவர்கள் சென்றவழியைத் தேடும் கலிங்கர்களின் ஓசை கேட்டது. "இதோ... இதுதான்" என்று சிவதர் கூவினார். அவர்கள் வந்த பாதை திறந்திருந்தது. அங்கு மஞ்சள் துணியை ஆட்டியபடி வீரர்கள் நின்றிருந்தனர். பின்பக்கம் கலிங்க வீரர்கள் அவர்கள் சென்றவழியை புதர்களில் புரவிகள் வகுந்திருந்த வகிடைக்கொண்டே அறிந்துகொண்டு "இங்கே... இதோ!" என கூச்சலிட்டனர். "நாம் விரைவழிய முடியாது. புரவிகளை நிறுத்தாமலேயே மேலேறிச் செல்லவேண்டும்" என்று முன்னால் சென்றபடியே சிவதர் கூவினார்.

"புரவிகள் நம் எடையுடன் ஏற முடியுமா?" என்றான் துரியோதனன். "முழுவிரைவில் வாருங்கள். புரவிகளால் நிற்க முடியாது. முன்னரே ஏறிய வழியென அவற்றின் நுண்ணுள்ளம் அறிந்திருக்கும். ஆகவே அவை கடந்து பாயும்" என்றபடி முழு விரைவில் சிவதர் பாய்ந்து சென்றார். "என் எடை மிகுதி சிவதரே. என்னுடன் இளவரசியும் இருக்கிறாள்" என்றான் துரியோதனன். "வேறு வழியில்லை..." என்று கூவினார் சிவதர்.

சிவதரின் புரவி முழுவிரைவில் தடதடத்தபடி பாய்ந்து கோட்டைச் சுவர் அருகே சென்றதும் அரைக்கணம் திகைத்து பின்புட்டம் சிலிர்த்து வால்சுழற்றியது. ஆனால் நிற்கமுடியாமல் உரக்க கனைத்தபடி அதே விரைவில் ஐந்துமுறை குளம்பெடுத்து வைத்து சற்றே சரிந்து கோட்டையின் மண்சரிவில் ஏறி மறுபக்கம் பாய்ந்து ஓசையுடன் மண்ணில் இறங்கி வலிகொண்டு கனைத்தபடியே ஓடியது. கர்ணன் ஆழ்ந்து மேலும் ஆழ்ந்து என மூன்றுமுறை தன் குதிமுள்ளால் புரவியைக் குத்தி விரையூட்டினான். உச்சவெறியில் கனைத்து தலைகுலுக்கியபடி சென்ற புரவி அதே போன்று சற்றே சரிந்து குளம்புகளை எடுத்து வைத்து நான்கு அடிகளில் பாய்ந்து கோட்டையைக் கடந்து உச்சியிலிருந்து மறுபக்கம் சென்று கீழே பாய்ந்தது.

அது தரையைத் தொடுவதற்குள் அவன் கடிவாளத்தை இழுத்து சேணக்கால்தட்டில் காலூன்றி இடைதூக்கி எழுந்து சுப்ரியையையும் ஏந்திக்கொண்டான். இரண்டு குளம்புகளும் மண்ணில் அறைபட விழுந்த புரவி வலியுடன் அலறியபடி அதே விரைவில் முன்னால் சென்று முட்புதர்களையும் குறுமரங்களையும் உடைத்தபடி ஓடியது. அது நான்கு கால்களும் நிலம் தொட்டு நிலை மீண்டபிறகு தன் உடல் அமர்த்தி முதுகில் அமைந்தான். குதிரை மூச்சுவிட்டபடி உறுமியது. அது நன்றி சொல்வதுபோலிருந்தது.

அவனுக்குப் பின்னால் தெறித்து காற்றில் எழுந்து வளைந்து கீழே வந்து விழுந்தது துரியோதனனின் புரவி. அரைக்கணத்திற்கு முன்னரே அவன் தன் உடலை அதன் முதுகில் அமைத்துவிட்டதனால் முதுகெலும்பு முறிந்து பேரொலியுடன் கனைத்தபடி முகம் தரையில் அறைபட விழுந்தது. அதன் மேலிருந்து துரியோதனன் சுதர்சனையை இடைவளைத்து அணைத்தபடி பாய்ந்து தாவி விலகினான். புரவி பின்னும் ஒருமுறை சுழன்று பின்னங்கால்கள் காற்றில் உதைபட எழுந்து மடிந்து விழுந்தது. வலி தாளாமல் தலையைச் சுழற்றி தரையில் அறைந்து நான்கு கால்களையும் ஓடுவது போல் அசைத்தபடி கதறியது.

சிவதர் தன் புரவியைத் திருப்பி துரியோதனன் அருகே கொண்டுவந்து “ஏறிக் கொள்ளுங்கள் அரசே, விரைந்து சென்று விடுங்கள்” என்றார். துரியோதனன் “நீங்கள்?” என்றான். “நான் இவர்களுடன் சென்று வேறு புரவியில் படகை அணுகுகிறேன். செல்லுங்கள்” என்றார். துரியோதனன் அவர் அளித்த கடிவாளத்தைப் பற்றிக்கொண்டு அப்புரவிமேல் ஏறி அமர்ந்தான். அவன் கையைப் பிடித்து அவன் கால்மேல் கால்வைத்து சுழன்று ஏறி அவன் முன்னால் அமர்ந்து கொண்டாள் சுதர்சனை.

கடிவாளத்தை இழுத்து தன் புரவியை செலுத்தியபோது அருகே துடிப்படங்கிக் கொண்டிருந்த குதிரையை ஒருகணம் திரும்பி நோக்கிய துரியோதனன் முன்னால் சென்று கொண்டிருந்த கர்ணனை நோக்கினான். “செல்லுங்கள்! விரையுங்கள்!” என்றார் சிவதர். அவரும் அங்கு காவல் நின்ற மூன்று வீரர்களும் குறுங்காடுகளுக்குள் விலகி ஓடினர். கோட்டைக்கு மறுபுறம் துரத்தி வந்தவர்களின் புரவிகள் தயங்கி ஓசையிடுவதையும் வீரர்கள் கூச்சலிடுவதையும் கேட்க முடிந்தது. “விரைக! விரைக!” என்றபடி கர்ணன் முன்னால் பாய்ந்தகல, துரியோதனன் தொடர்ந்தான்.

11

குறுங்காட்டில் அவர்கள் ஏற்கெனவே வந்த தடம் யானைவழிபோல தெரிந்தது. அதன் வழியாக வருவது எளிதாக இருந்ததை கர்ணன் உணர்ந்தான். மிகத்தொலைவில் கங்கையின் மேல் சென்ற படகு ஒன்று எழுப்பிய கொம்போசை பிளிறலென கேட்டது. சுப்ரியை நினைவழிந்து புரவியின் மேல் ஒட்டியபடி கிடக்க, அவளுடைய கைகள் இருபக்கமும் ஆடிக்கொண்டிருந்தன. கைகளில் அணிந்திருந்த சங்குச்செதுக்கு வளைகள் உடைந்து உதிர்ந்து அவற்றின் கூர் பட்ட இடம் புண்ணாகி குருதிவடுக்களாகத் தெரிந்தது. கூந்தல் புரிகளாக விழுந்து காற்றில் உலைந்தது. “நெருங்கிவிட்டோம்” என்றான் கர்ணன். “ஆம், இன்னும் சற்றுதொலைவுதான்” என்று பின்னால் வந்த துரியோதனன் சொன்னான்.

துரியோதனனின் உடலில் தைத்திருந்த அம்பு ஒன்றைப் பிடுங்க சுதர்சனை முயல அவன் “வேண்டாம். அசைந்தால் மேலும் ஆழமாக அமையும். முனை உள்ளே தசைக்குள் திரும்பிவிடக்கூடும்” என்றான். “இதை என்னால் பார்க்கமுடியவில்லை” என்று அவள் சொன்னாள். “கண்களை மூடிக்கொள்” என்று துரியோதனன் சிரித்தான். “எத்தனை அம்புகள்!” என்றாள் சுதர்சனை. “எட்டு... உனக்காக எட்டு விழுப்புண்கள். நீ அவற்றில் முத்தமிடலாம்” என்றான் துரியோதனன் உரக்க நகைத்தபடி. அவள் அவன் மார்புக்குள் முகம் புதைத்தாள்.

கலிங்கத்தின் புரவிப்படையினர் பறவைகள் எழுந்து ஓசையிட்டதைக் கொண்டே அவர்கள் செல்லும் வழியை உய்த்துணர்ந்து இணையாகச் சென்ற ஊர்ச்சாலையில் துரத்தி வந்தனர். அவர்கள் வந்தது வண்டிகள்

செல்வதற்காக புதர்நீக்கம் செய்யப்பட்ட சாலை என்பதனால் மேலும் விரைவுகொண்டிருந்தனர். கூச்சல்களும் குளம்படிகளும் வலுப்பதை துரியோதனன் உணர்ந்து கர்ணனிடம் “அணுகிக் கொண்டிருக்கிறார்கள்” என்றான். “ஆம், நமக்கு அரைநாழிகைநேரம் போதும்” என்றான் கர்ணன். “சிவதர் தப்பிவிட்டிருப்பாரா?” என்றான் துரியோதனன். கர்ணன் ஒன்றும் சொல்லவில்லை.

அவர்கள் பெரும்பாய்ச்சலில் கூழாங்கற்கள் தெறிக்க குறுங்காட்டுக்கு அப்பால் தெரிந்த புல்வெளியை நோக்கிச் சென்றபோது பின்னால் முதல்படைவீரனின் வெண்ணிறப் புரவி தெரிந்தது. துரியோதனன் “பெரும்படை” என்றான். கர்ணன் “ஆம்” என்றபடி திரும்பி அவனை வீழ்த்தினான். அவன் வந்த புரவி துடித்து புல்வெளியில் உருள, விரைவழியாமல் அதை வளைத்தபடி தொடர்ந்து பன்னிரு புரவிகளில் வீரர்கள் வில்லேந்தியபடி வந்தனர். அம்புகள் எழுந்து காற்றில் மிதந்து வளைந்து மண்ணிலும் மரங்களிலும் குத்தி நின்றன. வாத்துக்கூட்டம் போல ஒன்றுடன் ஒன்று ஒட்டிய புரவிப்படை ஒன்று அவர்களைத் தொடர்ந்து வந்தது. அவற்றின் கழுத்துகள் பலவாறாக திரும்பியசைய, அலைநுரைபோல் மண்ணில் அறைபட்டு எழுந்தமைந்த விரையும் கால்கள் வளைந்து வளைந்து அணுகின.

கர்ணன் “நாம் போரிடுவது அறிவீனம். விரைந்து படகை அணுகுவதொன்றே நாம் செய்யக்கூடுவது” என்றான். “ஆம்” என்றபடி துரியோதனன் “மேலும் மேலும்” என்று கூவினான். குதிமுள்ளால் குத்தப்பட்ட அவன் புரவி, வாயிலிருந்து நுரை வழிய தலை குலைத்தபடி முட்புதர்கள் மேல் தாவி ஓடியது. அவன் அவ்வப்போது இடையை வளைத்து அம்புகளை தொடுத்துக்கொண்டே சென்றான். கர்ணன் திரும்பிப் பாராமலேயே ஓசைகளைக்கொண்டு குறிநோக்கி விட்ட ஓர் அம்புகூட இலக்கைத் தவறவிடவில்லை.

இரு புரவிகளும் மிகவும் களைத்திருந்தன. சிவதர் கோட்டையைக் கடந்து பாய்ந்தது சீராக அமையாததால் அவர் புரவியின் முன் வலக்காலில் அடிபட்டிருந்தது. வலது பக்கமாக புரவியின் விசை இழுபடுவது போல் துரியோதனனுக்குத் தோன்றியது. அவன் இடப்பக்கமாக அதன் கடிவாளத்தை இழுத்தபடி “இப்புரவியின் கால் முறிந்துள்ளது” என்று கூவினான். கர்ணன் திரும்பி “ஆம். அதன் குளம்படிகள் பதிந்த விதத்தில் அறிந்து கொண்டேன். ஆனால் இங்கு நிற்க நமக்கு நேரமில்லை” என்றான். “இது எங்கள் எடையைத் தாளாது” என்றான் துரியோதனன். “முடிந்தவரை... முடிந்தவரை” என்று கர்ணன் கூவியபடி சென்றான்.

புல்வெளியில் சரிந்து கலங்கியநீர் கல் அலைத்து ஓடிக்கொண்டிருந்த சிற்றோடைக்குள் இறங்கி மறுபக்கம் கூழாங்கற்கள் உருண்டுகிடந்த சேற்றுப்பாதையில் ஏறியபோது துரியோதனனின் புரவி அசைவிழந்து நின்றுவிட்டது. அவன் அதை "செல்க செல்க" என கூவியபடி குதிமுள்ளால் குத்தி ஊக்கினான். சவுக்கால் அதன் பின்தொடையை அறைந்தான். வலியுடன் கனைத்தபடி மேலும் சற்று ஏறி அது வலக்கால் தூக்கி நின்றது. அதன் உடல் விதிர்த்தது. வாயிலிருந்து நுரை குழாய்போல ஒழுகியது.

கர்ணன் சரிவின் மேலே ஏறித் திரும்பி, நாணதிரும் ஒலிமட்டும் கேட்க ஏழு அம்புகளைத் தொடுத்து முன்னால் வந்த படைவீரர்களை வீழ்த்தினான். சிதறி விழுந்த வீரர்களுக்கு மேல் தாவி வந்தன அடுத்த குதிரைகள். துரியோதனன் "செல் செல்" என்று கூவியபடி அம்பால் குதிரையின் கழுத்தைக் குத்தினான். குருதி வழிய கனைத்தபடி அது மேலும் சில அடிகள் வந்தபிறகு வலப்பக்கமாக தடுமாறிச் சரிந்து விழப்போயிற்று. "இறங்குகிறேன்" என்றான் துரியோதனன். "வேண்டாம்... மேலே வந்துவிடுங்கள்" என்று கர்ணன் கூவினான். "ஏற்றம் கடந்து மேலே வந்தால் அது செல்லக்கூடும்."

மீண்டும் அம்பால் புரவியின் கழுத்தைக் குத்தி "செல் செல்" என்றான் துரியோதனன். புரவி இறுதி உயிரையும் திரட்டி முழுவீச்சுடன் பாய்ந்து உருளைக்கற்களை புரட்டி உருண்டு சரியவைத்தபடி மேலே வந்துவிட்டது. "வந்துவிட்டது" என்று துரியோதனன் கூவினான். அம்புகளை விட்டபடியே "செல்வோம்" என்றபடி திரும்பி வேளிர் சிற்றூரை நோக்கிச் சென்றான் கர்ணன். அவனுக்குப் பின்னால் வந்த துரியோதனனின் புரவி வலப்பக்கமாக சரிந்து வழிதவறியது போல் சென்று சற்றே சுழன்று கால்மடித்து முகத்தைத் தாழ்த்தியபடி தரைசரிந்தது.

புரவி விழுவதற்குள்ளாகவே இடப்பக்கமாகக் கால்சுழற்றித் தூக்கி பாய்ந்து தரையிறங்கி வலக்கையால் சுழற்றி சுதர்சனையை தரையில் நிற்க வைத்துவிட்டு துரியோதனன் விலக, விலா அறைந்து நிலத்தில் விழுந்து இருகால்களை காற்றில் உதைத்து உடலை வளைத்து முகத்தை நிலத்தில் ஊன்றி முன்கால்களை மடித்து உந்தி எழுந்து இரண்டடிகள் வைத்து மீண்டும் நிலத்தில் விழுந்தது அவன் புரவி. முன்னால் சென்றுகொண்டிருந்த கர்ணன் புரவியின் கடிவாளத்தை இழுத்து திரும்பி வந்தான். "அரசே, விரைவு... அணுகிவிட்டார்கள்" என்றான். மறுபக்கம் புல்வெளிச் சரிவில் கலிங்கர்களின் பெரும்படை இறங்கி ஓடையை நோக்கி மடிந்தது. "என் புரவியை அளிக்கிறேன்... அகன்று செல்லுங்கள். இவர்களிடம் நீங்கள் சிக்கிக் கொள்ளக்கூடாது." துரியோதனன் "சென்றால் இருவராகவே செல்வோம். அப்பேச்சை விடுக!" என்றான்.

வேளிர்குடியின் இருஇல்லங்களுக்கு நடுவே இருந்து இளையவர்கள் இருவர் கரிய புரவி ஒன்றை இழுத்துக்கொண்டு வந்தனர். அது மிரண்டு கால்களை ஊன்றி மூக்குவட்டங்களை விரித்து விழிகளை உருட்டி மாவிலைக் கூர்செவி வளைத்து மூச்சுவிட்டது. "அஸ்தினபுரியின் அரசே, இதில் ஏறிக்கொள்ளுங்கள்" என்று ஒருவன் கூவினான். "நன்கு பயிலாதது. எடையிழுப்பது. ஆயினும் சற்றுநேரம் இதனால் ஓட முடியும்" என்றான் துணைவன். "ஏறுங்கள் அரசே" என்றான் கர்ணன். சேணமிடப்படாத அப்புரவியின் மேல் துரியோதனன் கையை ஊன்றி தாவி ஏறினான். அவனைத் தொடர்ந்து ஓடி வந்த சுதர்சனையை தோளைப்பற்றிப் பிடித்து தூக்கி மேலே ஏற்றிக் கொண்டான்.

முதுகில் எடைதாங்கி அறியாத புரவி சற்று தயங்கி பின்னால் சென்றது. குதி முள்ளால் குத்தப்பட்டு கழுத்து தட்டப்பட்டதும் அதன் உடலுக்குள் உள்ள தேவன் சினம்கொள்ள, கனைத்தபடி பாய்ந்து முன்னால் சென்றது. வேளிர் இளைஞர்கள் "செல்லுங்கள்! விரைந்து செல்லுங்கள்!" என்று கூச்சலிட்டனர். ஒரு நடுவயது வேளான் "நாங்கள் அவர்களை சற்றுநேரம் இங்கே நிறுத்திவைக்க முடியும்" என்று கூவினான். தடித்த கரியபெண் கர்ணனை நோக்கிக் கைவீசி "கதிரவன் மைந்தே! எங்கள் வயல்களில் பொன் விளையவேண்டும்! தங்கள் கொடையால் எங்கள் களஞ்சியங்கள் பொலிய வேண்டும்" என்றாள். கர்ணன் புன்னகைத்தபடி கைநீட்டி "அவ்வண்ணமே ஆகுக!" என்றான்.

கர்ணனின் புரவி விரைந்ததைக் கண்டு துரியோதனனின் கரிய புரவியும் விரைவு கொண்டது. அவர்கள் மேய்ச்சல் நிலப்பரப்பைக் கடந்தோட, இருநாய்கள் வால்களைச் சுழற்றியபடி மகிழ்ச்சியுடன் பின்னால் துரத்தி வந்தன. வேளிர்கள் தங்கள் இல்லங்களிலிருந்து படைக்கலங்களையும் உழுபடைக்கருவிகளையும் ஏந்தியபடி தெருக்களில் வந்து குழுமினர். பெண்களும் குழந்தைகளும் முதியவரும் வழிகளை அடைத்தனர். முன்னால் நின்ற முதுமகன் உரத்தகுரலில் "எங்கள் ஊருக்குள் படைகள் நுழையலாகாது. எங்கள் உடல்கள் மேல்தான் புரவிகள் செல்ல வேண்டும்" என்று கூவியபடி முன்னால் ஓடினான். முழு விரைவில் வந்த கலிங்கப் புரவிகள் அந்தத் தடையை எதிர்பாராததால் தயங்கி பிரிந்து விலக, அவர்களுக்குப் பின்னால் வந்த புரவிகளால் முட்டுண்டு குழம்பி சிதறிப் பரவினர்.

"விலகுங்கள்... விலகுங்கள்" என்றான் தலைவன். "கதிர்மைந்தருக்காக இங்கே குருதி சிந்துவோம். எங்கள் குலங்களுக்கு அன்னமிட்ட வெய்யோன் அறிக நாம் அவனுக்கு அளிக்கும் கொடையை" என்றாள் ஒருத்தி. தலைவன் வாளைத் தூக்கி "இப்போது இவர்களை அகற்றிவிட்டு முன்செல்ல முடியாது. ஊரை வளைத்துச் செல்லுங்கள்" என்றான்.

“ஊரைச் சுற்றி இரு ஓடைகள் ஓடுகின்றன. இரண்டுமே ஆழமானவை” என்றான் இன்னொருவன். “ஓடைகளை பாய்ந்து கடந்து செல்லுங்கள். ஓடைகளை கடக்க முடியாதவர்கள் மறுபக்கம் புல்சரிவில் இறங்கிச் செல்லுங்கள்... அவர்களின் புரவிகளில் ஒன்று பயிலாதது” என்றபடி தலைவன் கைகளை வீசி தன் படையை மூன்றாகப் பகுத்தான்.

தனக்குப் பின்னால் நெடுந்தொலைவில் என கலிங்கப்படைகளின் ஓசையை கர்ணன் கேட்டான். “தப்பி விட்டோம்” என்றான் அவனுக்குப் பின்னால் வந்து அணைந்த துரியோதனன். “இன்னும் சற்றுநேரம்... அக்குறுங்காட்டின் எல்லைக்கு அப்பால் கங்கை கலிங்கத்துக்கு உரியதல்ல” என்றான் கர்ணன். குறுங்காட்டை அடைந்து புதர்களுக்குள் அவர்கள் மறைந்ததும் துரத்திவந்த நாய்கள் எல்லையில் நின்று துள்ளித்துள்ளி குரைத்தன. கரிய புரவி நாய்களை நோக்கித் திரும்பி கனைத்தபடியே வந்து ஒரு மரத்தில் முட்டிக்கொண்டு திரும்பியது. “செல்க!” என்று அதை துரியோதனன் செலுத்தினான்.

தலைக்கு மேல் மந்திக்கூட்டம் ஒன்று பம்மை ஒலி எழுப்பியபடி சிதறிப் பறந்தது. பின்னால் வந்த துரியோதனன் “அங்கரே, நாம் வழிதவறிவிட்டோமா?” என்றான். “இல்லை, இதுவே வழி” என்றான் கர்ணன். தொலைவில் அவர்களின் குளம்படி ஓசையைக் கேட்டு ஒரு சங்கு ஒலித்தது. “அங்கு நிற்கிறது! அங்கு நிற்கிறது!” என்றான் துரியோதனன். “ஆம்” என்றான் கர்ணன். குறுங்காட்டுக்கு அப்பால் கங்கையில் ஒளி இலைகளை சுடரவைத்தபடி தெரிந்தது. அணுகும்தோறும் ஒளி பெருகியது. இருளுக்குப் பழகிய கண்களைத் தாழ்த்தி நிலத்தைப் பார்த்தபடி விரைவு கொள்ள வேண்டியிருந்தது.

அவர்களுக்குப் பின்னால் தனிக் குளம்படியோசை கேட்டது. கர்ணன் “சிவதர் என எண்ணுகிறேன்” என்றான். துரியோதனன் “அவருக்கு வழி தெரியும்... வந்துவிடுவார்” என்றான். கங்கைக்கரையில் நின்றிருந்த வீரர்களில் ஒருவன் மரத்திலேறி அவர்களைப் பார்த்தான். அவன் ஆணையிட்டதும் அங்கிருந்த வீரர்கள் கரைமரங்களில் பிணைக்கப்பட்டிருந்த வடங்களை அவிழ்த்து கரைகளில் நின்று இழுத்து படகை அது ஒளிந்திருந்த நாணல்பரவிய சதுப்பிலிருந்து வெளியே எடுத்தனர். சேற்றில் பதிந்து தயங்கிய படகு மெல்ல மாபெரும் உதடு ஒன்று சொல்லெடுக்க முனைவதுபோல சேற்றுப்பரப்பிலிருந்து பிரிந்து ஒலியெழுப்பியது. மரம்பிளக்கும் முனகலுடன் எழுந்தது. அவ்விடைவெளியில் நீர் புகுந்தபோது எளிதாகி வழுக்கியது போல வெளிவந்து நீரலைகளை அடைந்ததும் அசையத்தொடங்கியது.

துரியோதனன் “கரையில் அணையுங்கள்! கரையில் அணையுங்கள்!” என்றான். “கரை சேறாக உள்ளது அரசே” என்றான் ஒரு வீரன். “சேற்றில்

இறங்கி ஏறிக்கொள்க... கரையில் சிக்கிக்கொண்டால் மீட்பது கடினம்" என்றான் கர்ணன். தொலைவில் கேட்ட கலிங்கத்தின் படைவீரர்களின் ஓசை வலுக்கத் தொடங்கியது. கர்ணன் புரவியை நிறுத்தாமலேயே சுப்ரியையை இடைவளைத்துச் சுற்றியபடி பாய்ந்திறங்கி அள்ளிச்சுழற்றி தோளில் இட்டபடி ஒரு கையில் வில்லுடன் முழங்கால்வரை சேற்றில் புதைய நடந்து படகை அடைந்தான். அவளை படகின் அகல்பரப்புக்குள் போட்டபின் கையூன்றி ஏறி உள்ளே குதித்தான்.

துரியோதனனின் கைபற்றியபடி சுதர்சனை நீரில் இறங்கி ஓடி வந்தாள். துரியோதனன் படகின் விளிம்பிலிருந்த மூங்கில் கழியொன்றைப்பற்றி உள்ளே பாய்ந்திறங்கி அவளை இரு கைகளாலும் தூக்கிச் சுழற்றி உள்ளே இழுத்துக் கொண்டான். கரையில் நின்ற இரு வீரர்கள் நீள் கழியை சேற்றுக்குள் ஊன்றி தவளையென கைகால் விரித்து காற்றில் பாய்ந்து படகின் அகல்களில் விழுந்து தொற்றிக் கொண்டனர். இரு மூங்கில்களால் கரைப்பரப்பை ஊன்றி தோள்புடைக்க உந்தி கரையிலிருந்து படகை ஆற்றின் ஒழுக்கில் எழுப்பினர்.

அசைந்தும் குலைந்தும் படகு ஒழுக்கை அடைந்தது. "சிவதர்..." என்று கர்ணன் கூவினான். புதருக்குள் இருந்து சற்றே நொண்டியபடி துரியோதனன் ஊர்ந்த காலுடைந்த குதிரை வெளியே வந்தது. "எப்படி வந்தது அது?" என்றான் துரியோதனன். "விலங்குகளுக்குரிய உணர்வால் எளிய வழியை கண்டுகொண்டிருக்கிறது" என்றான் கர்ணன்.

ஆற்றோட்டத்தில் அமரமூக்கு திரும்ப, படகு வளைந்து அலைகளில் எழுந்து விரைவுகொண்டது. "அதை கூட்டிக்கொள்ளலாம்... நம்மை தொடர்ந்து வந்துள்ளது" என்றான் கர்ணன். "அரசே, படகை மீண்டும் திருப்ப முடியாது" என்றான் முதிய படகோட்டி. அப்பால் குளம்படிகளும் ஆணையோசையும் கேட்டன. "அணுகிவிட்டார்கள். நமக்கு நேரமில்லை" என்றான் இன்னொரு வீரன். "படகு கரையணையட்டும். அப்புரவியின்றி நாம் திரும்பப்போவதில்லை" என்றான் கர்ணன். வீரர்கள் துரியோதனனை நோக்க, "இங்கு ஆணையிடுபவர் அவரே" என்றான்.

முதியவீரன் கழியை சேற்று அடிப்பரப்பில் ஆழ ஊன்றி படகை உந்தித் திருப்பினான். முனைதிரும்ப படகு மெல்ல சுழன்றது. "மீண்டும் சுழன்றுவிடும்... திருப்புங்கள்" என்று முதியவீரன் கூவினான். கூச்சலிட்டபடி அவர்கள் கழிகளால் படகை உந்தினர். படகு முன்னால் சென்றபின் கரையிலிருந்து உள்ளே வந்த ஒழுக்கில் மீண்டும் மூக்கு திருப்பியது. "உந்துங்கள்..." என்று முதியவீரன் கூவினான். கர்ணன் தன் வில்லுடன் எழுந்து அமரமுனையில் நின்றான். கரையில் முதல் கலிங்கவீரன் தென்பட்ட கணமே அவனை வீழ்த்தினான். நாண் தெறித்து

அதிர அவன் அம்புகள் கரைநோக்கிச் சென்றன. இலைகளுக்கு அப்பால் கலிங்கர்கள் விழுந்துகொண்டிருந்தனர்.

புரவி நீர்விளிம்பில் நின்று கால்களை உதைத்துத் தடுமாறியது. நீருக்கு இணையாக இருபக்கமும் ஓடி குனிந்து பிடரி சிலிர்க்க நீரை முகர்ந்து கனைத்தது. நீரில் இறங்க அதற்குத் தோன்றவில்லை. அதன் பின்காலில் கலிங்கர்களின் அம்பு ஒன்று தைக்க, கனைத்தபடி திரும்பியபின் பாய்ந்து நீரில் இறங்கி நீந்தத் தொடங்கியது. “வடங்களை வீசுங்கள்!” என்றான் கர்ணன். முதிய படகோட்டி சுருக்கிடப்பட்ட கயிற்றை சுழற்றி வீச குதிரையின் கழுத்தில் அது சிக்கியது. இருவர் அதை விரைவாக இழுத்தனர். படகைத் திருப்பி மீண்டும் ஆற்றின் ஒழுக்குடன் இணைத்தனர்.

இரு படகோட்டிகள் வடங்களை இழுத்து கொடிமரத்தை தூக்கி நிலைநாட்டினர். நான்குபக்கமும் வடங்களை இழுத்து கொக்கிகளில் சிக்க வைத்தனர். மூன்று பாய்கள் விரிந்ததும் அவ்விசையாலேயே வடங்கள் இழுபட, கொடிமரம் இறுக்கமாகியது. முதல் பாய்மரம் விரிந்த விசையைக் கொண்டே மேலும் மேலும் வடங்களை மேலிழுத்து பாய்களை விரிக்கத் தொடங்கினர். படகு விரைவுகொள்ள, இருவர் புரவியை இழுத்து படகை அணுகச்செய்தனர். புரவி படகின் விளிம்பை அடைந்ததும் அதன் முன்னங்காலில் பிறிதொரு கண்ணியைப் போட்டு இருவர் தூக்க அது அஞ்சி கனைத்தது. இருமுறை இழுத்ததுமே புரிந்துகொண்டு பாய்ந்து உள்ளே ஏறி நின்று நீர் சொட்ட உடலை சிலிர்த்தது.

ஐந்து பாய்கள் விரிந்ததும் படகு மெல்ல சுழன்று எதிர்திசை நோக்கி முகம் கொண்டது. குறுங்காட்டின் கரைகள்தோறும் புரவிகள் எழுந்து வருவதை கர்ணன் கண்டான். அங்கிருந்து அம்புகள் பறந்து வந்து நீரில் மீன்கொத்திகள் போல விழுந்தன. படகோட்டிகளில் ஒருவன் அலறியபடி நீரில் விழுந்தான். அனிச்சையாக அவனை நோக்கிச் சென்ற பிறிதொருவனும் விழுந்தான். “இழுங்கள்” என முதியவன் கூவ, பிறர் பாய்களை இழுத்தனர். ஒன்றன்மேல் ஒன்றென பன்னிரு பாய்கள் எழுந்ததும் படகு முழுவிரைவில் ஒழுக்கை அரைவட்டமாகக் கிழித்து கடந்து சென்றது.

புரவி கர்ணனை அணுகி தன் முதுகை அவன் மேல் உரசியது. கர்ணன் அதன் கழுத்தைத் தட்டி முதுகில் மெல்ல அறைந்தான். அதன் விரிந்த மூக்கை விரல்களால் மூடித்திறக்க அது விழிகளை உருட்டியபடி பின்காலெடுத்து வைத்து நீள்மூச்சு விட்டது. “இதற்கு மருந்திடுங்கள்” என்றான் கர்ணன். “ஆணை அரசே” என்றான் வீரன். கர்ணன் தன் வில்லைத் தாழ்த்திவிட்டு கரையைப் பார்த்தான். அங்கே கலிங்க வீரர்கள் நீர்விளிம்பில் செறிந்து நின்று கூச்சலிட்டுக் கொண்டிருந்தனர்.

துரியோதனன் தன் காலணிகளைக் கழற்றி வீசிவிட்டு பலகைமேல் அமர்ந்தான். அவன் மேல் அம்புகள் ஆழப் புதைந்திருந்தன. குருதி வழிந்து சற்று கருகி படிந்திருந்தது. முதியவீரன் "உள்ளே வந்து படுத்துக்கொள்ளுங்கள் அரசே. மருந்துக் கலவை உள்ளது" என்றான். அவன் எழப்போனபோது சுதர்சனை "நான் வந்து தங்களுக்கு உதவுகிறேன்" என்றாள். துரியோதனன் நகைத்தபடி "ஓர் அம்பை பிடுங்குவதைக்கூட உன்னால் பார்த்திருக்க முடியாது. உன் தங்கையைப் பார்த்துக் கொள்" என்றபடி எழுந்து அறைக்குள் சென்றான். கர்ணனின் தோளில் ஓர் அம்பு பாய்ந்திருந்தது. படகோட்டி "சிறிய அம்புதான் அரசே... ஆனால் ஆழமாகப் பதிந்துள்ளது" என்றான்.

படகின் தரைப்பரப்பில் உடல் சுருட்டி நினைவிழந்து கிடந்த சுப்ரியையை நோக்கிச் சென்று மண்டியிட்டு அமர்ந்த சுதர்சனை அவள் குழலை வருடி ஒதுக்கி தலையைப் பற்றித் தூக்கி "சுப்ரியை! சுப்ரியை!" என்று அழைத்தாள். பின்பு "நீர்" என்று கர்ணனை நோக்கி அண்ணாந்து சொன்னாள். கர்ணன் கையை அசைக்க ஒருவன் குடிநீருடன் வந்தான். அதை அள்ளி அவள் முகத்தில் அறைந்தாள். அவள் இமைகள் அசைவதை, உதடுகள் ஏதோ சொல்லவிருப்பது போல் குவிந்து நீள்வதை நோக்கியபடி இடையில் கைவைத்து கர்ணன் குனிந்து நின்றான். பின்னர் திரும்பி தொலைவில் கலிங்கத்தின் படைவீரர்கள் நாணல்கரையெங்கும் பரவி நின்று நோக்குவதைப் பார்த்தான். ஆடல் முடிந்துவிட்டதென்று அவர்கள் உணர்ந்திருந்தனர். சிலர் கைவீசிக்காட்டினர்.

சுதர்சனை மரமொந்தையை சுப்ரியையின் வாயில் வைத்து நீரைப் புகட்டினாள். மூன்று முறை நீரை வாய்நிறைய பெற்று விழுங்கியபின் அவள் போதும் என்று கை சேர்த்து விலக்கிவிட்டு எழுந்தமர்ந்து தன் மேலாடையை இழுத்து சீரமைத்தாள். காற்றில் பறந்த நனைந்த குழலைச் சுற்றி முடித்து அண்ணாந்தபோதுதான் தன்மேல் நிழல் விரிய ஓங்கி நின்றிருந்த கர்ணனின் உருவைப் பார்த்தாள். தீச்சுட்டதுபோல் "ஆ" என்று கூவியபடி கை ஊன்றி எழுந்து விலகி அங்கு இழுபட்டு நின்றிருந்த பாய்வடத்தின் முட்பரப்பில் உரசிக்கொண்டு "ஐயோ" என்றபடி பின்நகர்ந்து சென்றாள். அச்சத்தில் உடல் நடுங்க "எங்கே இருக்கிறேன்? தமக்கையே, நாம் எங்கு செல்கிறோம்?" என்றாள்.

சுதர்சனை "இவர்கள் அரசமுறைப்படி நம்மைக் கவர்ந்து செல்கிறார்கள். மூத்தவர் அஸ்தினபுரியின் அரசர். அவர் என்னைக் கவர்ந்திருக்கிறார். இவர் அங்க நாட்டரசர். நீ இவருக்கு அரசியாகிறாய்" என்றாள். புரியாதவள் போல வாய்திறந்து கேட்டிருந்த அவள் ஒருகணத்தில் அனைத்தையும் உள்வாங்கிக்கொண்டு "இல்லை இல்லை" என்று கூவியபடி பாய்ந்து வந்து தமக்கையின் கையைப் பற்றினாள் "நான் செல்லப் போவதில்லை... நான் இவருடன் செல்லப் போவதில்லை" என்றாள்.

“என்ன இது? மணத்தன்னேற்பு என்பதே உகந்த ஆண்மகனை அடைவதற்காகத்தான். உன்னை இப்படைகளை வென்று கவர்ந்து செல்பவர் முற்றிலும் தகுதிகொண்ட ஆண்மகனே” என்றாள் சுதர்சனை. “அது உனக்கு. நீ அஸ்தினபுரியின் அரசருக்காகக் காத்திருந்தாய். நான் இந்த சூதன்மகனுக்காகக் காத்திருக்கவில்லை” என்றாள் சுப்ரியை. “நான் சிந்து நாட்டரசருக்காகக் காத்திருந்தேன்… நான் அவருக்காக மட்டும்தான் காத்திருந்தேன்.” அவள் “என்னை திரும்ப கொண்டுவிடச் சொல். நான் செல்கிறேன்… நான் செல்கிறேன்…” என்று கூச்சலிட்டாள்.

சுதர்சனை “என்ன பேச்சு பேசுகிறாய்? இப்போது நீ இவரது துணைவியாகி விட்டாய்” என்றாள். “இல்லை. நான் சிந்து நாட்டரசருக்காகக் காத்திருந்தேன். நான் அவர் துணைவி” என்றாள் சுப்ரியை. “அவர் தோற்கடிக்கப்பட்டுவிட்டார். அவையில் இழிவடைந்து முழந்தாளிட்டு அமர்ந்திருந்தார்” என்றாள் சுதர்சனை. “ஆம், அதை நான் பார்த்தேன். ஆனால் அதன் பொருட்டு நான் இந்த சூதன்மகனின் மணமகளாவேனா என்ன? அதைவிட இந்நீரில் குதித்து உயிர் துறப்பேன்” என்றாள் சுப்ரியை. “வாயை மூடு” என்று கையை ஓங்கினாள் சுதர்சனை. “மாட்டேன். சூதன் மனைவியாகும் இழிவை ஒருபோதும் ஏற்கமாட்டேன்” என்றபின் அவள் நிமிர்ந்து கர்ணனைப் பார்த்தாள்.

கர்ணன் ஆழ்ந்த குரலில் “இளவரசி, இது ஷத்ரியர்களின் ஏற்கப்பட்ட வழி. நிகழ்ந்ததை இனி மாற்ற முடியாது. எஞ்சுவது ஒரு வழியே. தாங்கள் இப்படகிலிருந்து கங்கையில் குதிக்கலாம்…” என்றபின் எடைமிக்க காலடிகள் ஒலிக்க திரும்பி அறைக்குள் சென்றான். “குதிக்கிறேன்… சூதன்மகனுக்கு மணமகளாவதைவிட நீரில் இறந்து விண்ணுலகு ஏகுவது மேல்” என்றாள் சுப்ரியை. “என்னடி பேசுகிறாய்?” என்று சுதர்சனை கேட்டாள். “அறிந்துதான் சொல்லெடுக்கிறாயா? நீ கற்ற அரசுசூழ்தலும் நெறிநிற்றலும் இதுதானா?” அவள் கைகளைப் பற்றி “நீ சொல்லும் சொல்லெல்லாம் தெய்வங்களால் கேட்கப்படுகின்றன” என்றாள்.

திகைத்தவள் போல் அவளை நோக்கிய சுப்ரியை கண்ணீர் வழிந்த முகத்துடன் பற்களைக் கடித்து “ஆம், இக்கணம் நான் விழைவது அந்த சூதன்மகனைக் கொன்று குருதியுண்ணத்தான்” என்றபின் இரு கைகளால் தலையில் ஓங்கி அறைந்து கூவியபடி கால் மடித்து தரையில் அமர்ந்தாள். முழங்கையை முட்டின் மேல் அமைத்து தோள்குறுக்கி அழத்தொடங்கினாள்.

பகுதி 4

கூற்றெனும் கேள்

1

மங்கல இசை தொடர வாழ்த்தொலிகள் வரிசை அறிவிக்க, கர்ணன் அவை புகுந்ததும் முதுவைதிகர் எழுப்பிய எழுதாக்கிளவியின் இன்னிசையும் அவையோர் கிளத்திய வீங்கொலி வரிசையும் அவைமுழவின் விம்மலும் உடன் இணைந்த கொம்புகளின் அறைகூவலும் அவனைச் சூழ்ந்தன. கைகளை தலைக்கு மேல் கூப்பியபடி சீர்நடையிட்டு வந்து வைதிகரை மும்முறை தலைவணங்கியபின் திரும்பி மூன்று முதுவைதிகர் கங்கை நீர் தெளித்து தூய்மைப்படுத்திய அரியணையில் அமர்ந்தான். அவன் மேல் வெண்குடை எழுந்தது. சாமரத்துடன் சேடியர் இருபக்கமும் அமைந்தனர். அமைச்சர் அளித்த செங்கோலையும் உடைவாளையும் பெற்றுக்கொண்டு மீண்டும் ஒருமுறை தலைவணங்கினான்.

அவன் அளிக்கவேண்டிய அன்றைய முதல் ஆணைக்காகக் காத்து நின்றிருந்த மறையவர் குலத்து இளையோன் முன்னால் வந்து வணங்கினான். முன்னரே எழுதி மூங்கில் குழலில் இட்டு மூடப்பட்ட அரசாணையை சிறிய வெள்ளித் தட்டில் வைத்து சிவதர் அவனிடம் நீட்ட, அதைப் பெற்று "நன்று சூழ்க அந்தணரே! இச்சிறு செல்வம் உங்கள் நெஞ்சில் முளைவிட்டு சொற்பெருக்காக எழுக! நானும் என் குலமும் இந்நாடும் இதன் எதிர்காலமும் அச்சொற்களைக்கொண்டு நலம்பெற்று பொலிவுறுக!" என்றான் கர்ணன். "ஆம், அவ்வாறே ஆகுக!" என்றபடி இளையோன் அதைப் பெற்றுக்கொண்டான். திரும்பி அந்தணர் நிரையை வணங்கி அவையை வாழ்த்தியபின் அவன் தன் பீடத்தை நோக்கிச் சென்றான்.

நிமித்திகன் அறிவிப்புமேடையில் ஏறி தன் கைக்கொம்பை முழக்க, அவை அமைதியடைந்தது. "அவையீரே, இன்று இவ்வவையில் அஸ்தினபுரியின்

முதன்மைத் தூதராக வந்துள்ள அமைச்சரை வரவேற்கிறோம். குஜஸ்தலத்தின் சீர்ஷபானு குடியினரும் மறைந்த அமைச்சர் விப்ரரின் மைந்தரும் கோட்டைக் காவல் அமைச்சருமான கைடபர் இங்கு வந்து நம்மை வாழ்த்தியிருக்கிறார்" என்றதும் அவை "வாழ்க!" என்று குரல் எழுப்பியது. கைடபர் எழுந்து நின்று தலைவணங்கினார். "அஸ்தினபுரி அவையின் நெறியாணையை அவர் கொண்டுவந்துள்ளார். அதை அவர் அவைமுன் அளிப்பார்" என்று சொல்ல, கைடபர் பொற்குழலில் அடைக்கப்பட்ட திருமுகத்தை அமைச்சர் ஹரிதரிடம் அளித்தார்.

"அஸ்தினபுரியின் பேரரசர் திருதராஷ்டிரரின் மைந்தரும் அரசர் துரியோதனரின் தம்பியுமான இளையகௌரவர் சுஜாதரும் வந்துள்ளார். அவர் கொண்டுவந்துள்ள தனிச்செய்தியை அரசருக்கு அளிப்பார்" என்று நிமித்திகன் சொல்ல சுஜாதன் எழுந்து அவையை வணங்கினான். "இச்செய்திகளின்மேல் அவையின் எதிரீடுகளை அமைச்சர் ஹரிதர் எதிர்நோக்குகிறார். அரசரின் முன்பு வைக்கப்படும் அச்செய்திக்குறிப்பு இங்கு மங்கலத்தை நிறைப்பதாக! அவற்றின்மேல் எழும் நமது எண்ணங்கள் நமது உவகையைப் பகிர்வதாக! ஆம், அவ்வாறே ஆகுக!" என்றபின் மீண்டும் கொம்பை ஊதிவிட்டு அறிவிப்புமேடையிலிருந்து இறங்கினான்.

கர்ணன் அவையின் வலப்பக்க நிரையில் அமர்ந்திருந்த சுஜாதனை அப்போதுதான் நன்றாக நோக்கினான். அஸ்தினபுரியிலிருந்து அவன் கிளம்பிவந்த ஒன்றரை வருடங்களுக்குள்ளாகவே சுஜாதன் ஓரடிக்கு மேல் உயரம் பெற்று கரியபெருந்தோள்களும் நீண்ட கைகளும் கொண்டு பிற கௌரவர்களைப் போலவே மாறிவிட்டிருந்தான். அவன் எழுந்து தலைவணங்கியபோது என்றோ கண்டு மறந்த இளம்துரியோதனனை அருகே கண்டது போல் கர்ணன் உளமகிழ்ந்தான். கைடபர் தாடியில் வெண் இழைகள் ஓட, விழிச்சாரலில் சுருக்கங்கள் படிந்து, நோக்கில் ஒரு கேலிச்சிரிப்பு கலந்து பிறிதொருவராக மாறியிருந்தார்.

ஹரிதர் இரு கைகளையும் கூப்பி "அஸ்தினபுரியின் செய்தியுடன் வந்திருக்கும் தங்கள் இருவரையும் இந்த அவை வணங்கி வரவேற்கிறது. அஸ்தினபுரியின் பேரரசரின் முகமென இளையவர் சுஜாதரும் அவர் அமர்ந்திருக்கும் அரசுக்கட்டில் முகமென அமைச்சர் கைடபரும் இங்கு எழுந்தருளியுள்ளார்கள். அவர்களை வாழ்த்துவோம்" என்றார். அவையினர் கைகளைத் தூக்கி உரத்த குரலில் வாழ்த்தொலி எழுப்பினர்.

கைடபர் தன் சால்வையை மீண்டும் ஒருமுறை சீரமைத்தபடி முன்னால் வந்து வணங்கி "கதிரவன் மைந்தரை, நிகரில் வில்லவரை,

அஸ்தினபுரியின் முதன்மைக்காவலரை, எங்கள் குடிச்செல்வத்தை, அங்க நாட்டரசரை அடியேன் வாழ்த்தும் பேறுகொண்டேன். இன்று அரண்மனையின் ஆட்சிநோக்கராகப் பணியாற்றும் நான் பேரமைச்சர் விதுரரின் வணக்கத்தையும் நூறுதலைமுறை முதிர்ந்த அஸ்தினபுரியின் அவையின் வாழ்த்தையும் இந்த அவைக்கு அறிவிக்கிறேன்" என்றார். அவர் திரும்பி கைகாட்ட, சுஜாதன் முன்னால் வந்து தலைவணங்கி "அங்க நாட்டரசருக்கு அஸ்தினபுரியின் பேரரசர் திருதராஷ்டிரரின் வாழ்த்துகள். என் தமையனின் அன்புச்செய்தியுடன் இந்த அவை புகுந்துளேன்" என்றான்.

கர்ணன் புன்னகையுடன் தலைவணங்கி "நல்வரவு. என் நகரும் நாடும் பெருமை கொள்க!" என்றான். அவைநாயகத்திடம் "இத்தருணத்தின் நினைவுக்கென இங்குள அனைத்து ஆலயங்களிலும் மும்முறை மங்கல முழவு ஒலிக்கட்டும். இன்னுணவுப் படையலிட்டு நகர் மாந்தர் அனைவருக்கும் அளிப்பதற்கு ஆணை இடுகிறேன்" என்றான். அவைநாயகம் "அவ்வண்ணமே" என்றார். அவையினர் "வாழ்க!" என ஒலித்தனர்.

"தங்கள் செய்தியை அவைக்கு அறிவிக்கலாம் கைடபரே" என்றார் ஹரிதர். கைடபர் கைகூப்பியபின் திரும்பி அவைக்கும் கர்ணனுக்குமாக முகம் தெரிய நின்று "அங்கம் அஸ்தினபுரியின் முதன்மை நட்பு நாடுகளில் ஒன்று. அங்க நாட்டரசரோ அஸ்தினபுரியின் அரசரின் நெஞ்சமர்ந்த இளையவர். எனவே அஸ்தினபுரியில் உறுதிசெய்யப்பட்ட மங்கல நிகழ்வொன்றை முதன்முதலில் இந்த அவைக்கு அறிவிக்க வேண்டுமென அவை விழைந்து, அதைச் செய்ய நான் ஆணையிடப்பட்டிருக்கிறேன்" என்றார்.

அவை வாழ்த்தொலி கூவ, கைதூக்கி கைடபர் தொடர்ந்தார் "மூத்தோரே, சான்றோரே, அஸ்தினபுரியின் அரசரின் தங்கையும் கௌரவ குலவிளக்குமான இளவரசி துச்சளையை சிந்து நாட்டரசர் ஜயத்ரதர் மணந்துள்ள செய்தி அறிவீர்கள். அவர்களுக்கு கொடிகொண்டு முடிசூடவென்று ஒரு மைந்தன் பிறந்துள்ளான். வைகாசிமாதம் வளர்நிலா ஏழாம் நாள் மண்நிகழ்ந்து நிமித்திகராலும் சைந்தவ மூத்தோராலும் சுரதர் என்று பெயரிடப்பட்டுள்ள அம்மைந்தர் வரும் ஆவணி முழுநிலவுநாளில் அஸ்தினபுரி நகர்புகுந்து அவையமர்ந்து கொடிவழியின் குலவரிசைகளைக் கொள்வதாக உள்ளார்."

வாழ்த்தொலிகள் எழுந்து அவை விழவுக்கோலம் கொண்டது. கைடபர் "அஸ்வ வலயம் என்னும் காட்டில் குடில் அமைத்து தங்கியுள்ள பிதாமகர் பீஷ்மரிடம் சென்று இச்செய்தியை முறைப்படி அறிவித்து வாழ்த்துரை

கொள்ளப்பட்டிருக்கிறது. அவையமர்ந்த ஆசிரியர்களான துரோணரும் கிருபரும் வாழ்த்துரை அளித்துள்ளனர். நகருக்கு இச்செய்தி முறைப்படி அறிவிக்கப்பட்டு விழவுக் களியாடல்கள் தொடங்கிவிட்டன” என்றார். “அஸ்தினபுரியின் முதல்மருகர் தொல்குலநெறிகளின்படி பேரரசி காந்தாரிக்கு நீர்க்கடன்கள் செய்யவும் நிலம்வாழும் நாளெல்லாம் நேர்க்குருதி முறையென நலம்கொள்ளவும் கடன்பட்டவர் என்பதை அறிந்திருப்பீர்.”

நிமித்திகன் கைகாட்ட அவை அமைதிகொண்டு அச்சொற்களைப் பெற்றுக்கொண்டது. “பாரதவர்ஷத்தை ஆளும் பேரரசான அஸ்தினபுரியின் ஒரே இளவரசியின் மைந்தர் குலமுறை கொள்ளும் தருணத்தில் அவர் தாய்மாமன் நிலையில் கோல்கொண்டு நின்று வாழ்த்தவும் அவர் முதல்குருதிப்புண்கொண்டு முதலணிபூண்டு முதல் அன்னச் சுவையறிகையில் மடியிருத்தி அருளவும் அரசர் துரியோதனன் அங்க நாட்டரசர் வசுஷேணரிடம் விண்ணப்பிக்கிறார். எங்கள் குலவிளக்கு மங்கலம் கொள்க! அவள் கைபிடித்தோன் வெற்றியும் சிறப்பும் பெறுக! அவர்களின் மைந்தன் எதிர்காலத்தை வெல்க! மாமன் என அமர்ந்து அவரை வாழ்த்தும் கதிர்பெற்ற கைகள் என்றும் வெல்க!”

செய்தி முடிவதற்குள்ளேயே அங்க நாட்டின் அவை முகட்டுவளைவு முழங்க பேரொலி எழுப்பி வாழ்த்தத் தொடங்கியது. பின்நிரையில் இருந்தவர்கள் எழுந்து நின்று கைகளைத் தூக்கி தொண்டை தெறிக்க “அஸ்தினபுரி வாழ்க! இளவரசி துச்சளை வாழ்க! இளவரசர் சுரதர் வாழ்க! துரியோதனன் வாழ்க! அங்க நாடு பொலிக!” என்று கூவினர். சற்றுநேரம் அங்கே ஒலிமட்டுமே இருந்தது. உடல்கள் காற்றில் பஞ்சுத்துகள்கள் என சுழன்று கொந்தளித்தன. காற்று சென்றபின் மெல்ல அவை படிவதுபோல அவை அமைதிகொள்ள நெடுநேரமாகியது.

கர்ணன் கைடபரின் சொற்கள் ஒலித்து முடிவதுவரை தன் உள்ளம் அவற்றை வெறுமனே நோக்கி மலைத்து அசைவற்றிருந்ததை உணர்ந்தான். வாழ்த்தொலிகள் எழுந்து கொந்தளித்துக்கொண்டிருந்த தன் அவையை விழிகளால் சுற்றிச் சுற்றி நோக்கியபோது ஓர் அதிர்வென அச்செய்தி அவன் உள்ளத்தை அடைந்தது. திரும்பி சிவதரை நோக்கினான். அவரது விழிகள் அவன் விழிகளை சந்தித்தன. சிவதரின் தோளில் இருந்த நீண்ட வடுவை நோக்கிவிட்டு கர்ணன் அவை நோக்கித் திரும்பிக்கொண்டான். சிவதர் அமைச்சரை நோக்கி விழிகளால் ஏதோ சொன்னார். ஹரிதர் தலையசைத்தார்.

அமைச்சர் முன்னால் வந்து இரு கைகளையும் விரித்து அவையை அமைதி கொள்ளச் செய்தார். உரத்த குரலில் “இந்த அவை நுண்வடிவில் அங்க

நாட்டின் நீத்தாரும் மண்வடிவில் மூத்தாரும் அமர்ந்திருக்கும் பெருமை கொண்டது. இச்செய்தி கேட்டு அவர்கள் அனைவரும் கொள்ளும் உவகையை இங்குள்ள சுவர்களை அதிரவைக்கும் இவ்வாழ்த்தொலிகள் காட்டுகின்றன. அஸ்தினபுரியால் நாம் சிறப்பிக்கப்பட்டிருக்கிறோம். பல்லாண்டுகளுக்கு முன்பு இளவரசியின் கைபற்றி மணநிகழ்வை நிகழ்த்தியவர் நம் அரசர். நீணாள் காத்திருப்புக்குப் பின் அவள் நெடுந்தவம் மைந்தனாகியிருக்கிறது. அவரை மடிநிறைக்கும் நல்லூழ் பெற்றமைக்காக அங்க நாட்டரசர் கொள்ளும் பெருமிதத்தையும் உவகையையும் பதிவு செய்கிறேன்" என்றார்.

கர்ணன் அதற்குள் தன்னைத் திரட்டிக்கொண்டு எழுந்து இரு கைகளையும் கூப்பி "இந்நாள் சிறக்கட்டும். இச்செய்தி இந்நகரை வந்தடைந்த இத்தருணத்தை சிறப்பிக்கும் பொருட்டு நகரின் தென்மேற்கு மூலையில் கொற்றவை அன்னைக்கு ஓர் ஆலயம் அமைக்கப்படும். அது அஸ்தினபுரியின் செல்வமகள் இளவரசியின் பெயரால் துச்சலேஸ்வரம் என்று அழைக்கப்படும். என் தங்கையின் அழகு முகத்தின் தோற்றமே அங்கு கோயில் கொண்டருளும் அன்னையின் முகமாக அமையட்டும். வலமேற் கையில் வஜ்ராயுதமும் இடமேல் கையில் அமுதகலசமும் இருகீழ்க்கைகளில் அருளும் அடைக்கலமுமாக அன்னை அங்கு கோயில் கொள்வாள். இனி இந்நகருள்ள நாள் வரைக்கும் பொழுது எழுந்து அணைவது வரை ஐந்து முறை துச்சளையின் பெயர் அவ்வாலய மணி முழக்கமாக இந்நகர் தழுவி எழக்கடவதாக!" என்றான்.

கைடபர் மலர்ந்த முகத்துடன் தலைக்கு மேல் கைகூப்பினார். அவை வாழ்த்தொலி எழுப்பி அலையடித்தது. கர்ணன் மீண்டும் தன் அரியணையில் அமர்ந்ததும் அமைச்சர் நிமித்திகனை நோக்கிக் கைகாட்டினார். அவன் அறிவிப்புமேடையில் ஏறி தன் அறிவிப்புக் கொம்பொலியை முழக்கியதும் அவையினர் வாழ்த்தொலியை நிறுத்திவிட்டு தங்கள் பீடங்களில் அமர்ந்தனர். நிமித்திகன் "அவையில் சுஜாதர் தன் செய்தியை அறிவிக்கும்படி அங்க நாட்டரசரின் குரலாக நின்று இறைஞ்சுகிறேன்" என்றான்.

சுஜாதன் புன்னகையுடன் கர்ணனையும் அவையையும் நோக்கிக் கைகூப்பி "என் இரண்டாம் தமையன் இளவரசர் துச்சாதனர் தொடங்கி நான்வரை வந்த தொண்ணூற்றுவர் சார்பில் அங்கநாட்டரசரை அடிபணிந்து பாதப்புழுதியை சென்னிசூடுகிறேன். எங்கள் அரியணை அமர்ந்தருளிய அரசர் துரியோதனர் ஒரு செய்தியை அங்க நாட்டு அரசர் வசுஷேணருக்கு அனுப்பியிருக்கிறார். அதை அரசரிடமே சொல்ல வேண்டுமென்று எனக்கு ஆணை. ஆனால் இப்போது அங்கரே ஆணையிட்டபடியால் இவ்வவையில் அதை உரைக்க விழைகிறேன்"

என்றான். சுஜாதனின் நிமிர்வைக்கண்டு மகிழ்ந்து சிரித்தபடி "சொல்" என்று கர்ணன் கைகாட்டினான்.

சுஜாதன் தலைவணங்கி குரலை மேலும் உயர்த்தி "வசுஷேணர் அனைத்துப் பொறுப்புகளையும் அமைச்சரிடம் அளித்துவிட்டு உடனே கிளம்பி அஸ்தினபுரிக்கு வரவேண்டும் என்று என் தமையன் ஆணையிட்டிருக்கிறார். ஏனெனில் யவனமது அங்க நாட்டரசர் துணையின்றி சுவை கொண்டதாக இல்லை என்று அவர் கருதுகிறார்" என்றான்.

அவையின் முன்வரிசையினர் சிரிக்கத் தொடங்கினர். "என்ன சொல்லப்பட்டது?" "சொன்னது என்ன?" என்று பின்வரிசையினர் கேட்டு அறிந்தனர். அவை மெல்ல அச்சொற்களின் அனைத்து உணர்வு களையும் புரிந்துகொண்டு சிரிக்கத் தொடங்க அவை முழுக்க பற்களாக விரிந்ததை கர்ணன் கண்டான். சிவதர் அவனிடம் குனிந்து "அலைநுரைகளைப்போல் பற்கள்" என்றார். கர்ணன் ஆம் என தலையசைத்தபடி எழுந்து சிரித்தபடி "அஸ்தினபுரியின் அரசரின் ஆணை என் சென்னி மேல் கொள்ளப்பட்டது. அவருடைய யவனமது இனிதாகட்டும்" என்றான்.

முன்நிரையில் அமர்ந்திருந்த ஷத்ரிய குலத்தலைவராகிய சித்ரசேனர் "அரசே, தாங்கள் அஸ்தினபுரியில் இருக்கையிலேயே மகிழ்வுடன் இருப்பதாக இங்குளோர் எண்ணுகிறார்கள். இந்த அரியணை தங்களை அமைதியிழக்கச் செய்கிறது. அதை அங்குள்ள அரசரும் அறிந்திருக்கிறார்" என்றார். அவர் சொற்களுக்குள் ஏதேனும் குறைபொருள் உள்ளதா என்று கர்ணன் ஒருகணம் எண்ணினாலும் முகத்தில் விரிந்த புன்னகையை மாற்றாமல் "ஆம், இப்புவியில் நான் எங்கேனும் முற்றுவகைகொண்டு அமர்ந்திருப்பேன் எனில் அது என் தோழனின் அரியணைக்கு வலப்பக்கத்தில்தான்" என்றான்.

அமைச்சர் "இரு செய்திகளும் இனியவை. அங்கத்திற்கு அஸ்தினபுரி எத்தனை அணுக்கமானது என்பது முதற்செய்தி. அங்க நாட்டரசருக்கு அஸ்தினபுரியின் அரசர் எத்தனை அணுக்கமானவர் என்பது அடுத்த செய்தி. இரு செய்திகளும் இந்நகரில் இன்று முதல் நீளும் மூன்று நாள் களியாட்டைத் தொடங்கி வைக்கட்டும்" என்றார். "ஆம், அவ்வாறே ஆகுக!" என்று அவை வாழ்த்தொலி எழுப்பியது.

கைடபரும் சுஜாதனும் சென்று தங்கள் பீடங்களில் அமர்ந்தனர். அவையின் தூண்களை ஒட்டி நின்றிருந்த அவைப்பணியாளர்கள் தாலங்களில் இன்கடுநீரும் சுக்குமிளகுதிப்பிலிக் கலவையும் எண்வகை நறுமணப்பொருட்களும் தாம்பூலச்சுருள்களுமாக பரவினர். அவை

மெல்ல இயல்பு நிலைக்கு வந்தது. ஒவ்வொருவர் உடலிலும் உவகை அசைந்தது. ஒருவரோடொருவர் பேசிக்கொள்ளும் குரல்கள் கலந்தெழுந்த முழக்கத்தால் நிறைந்திருந்தது காற்று.

ஹரிதர் கர்ணன் அருகே வந்து சற்றே குனிந்து “சற்று குன்றியிருந்த சிந்து நாட்டரசரின் உறவு இதன் வழியாக வலுவடைவது அஸ்தினபுரிக்கு நலம் பயப்பதே” என்றார். கர்ணன் “ஆம்” என்று தலையசைத்தான். சேடி நீட்டிய தாம்பூலத்தை எடுத்துக்கொண்டு ஹரிதர் “சிந்து நாடு காந்தாரத்தை ஒட்டியுள்ளது. இந்திரப்பிரஸ்தத்தின் உறவுநாடுகளான சிபி நாட்டுக்கும் மத்ரத்திற்கும் அருகே அஸ்தினபுரிக்கொரு வலுவான துணை நாடு தேவை. ஜயத்ரதர் நாளும் என படைத்திறன் கொண்டு, பொழுதும் என கருவூலம் பெருத்து பேருருக்கொண்டு வரும் அரசர்” என்றார். “உண்மையில் இச்சில மாதங்களாகவே ஜயத்ரதரை எவர் துணைவராக்கப் போகிறார்கள் என்பதே பேசுபொருளாக இருந்தது.”

கர்ணன் தலையசைத்தான். வெற்றிலைச்சுருளை கையில் எடுத்து வாயிலிடாமல் வைத்தபடி “சிவதரின் தோளில் உள்ள அந்த நீள்வடுவைப் பார்த்தீர்களா?” என்றான். “ஆம், அதை நான் அறிவேன். கலிங்க இளவரசியை கவர்ந்த அன்று சிவதர் புரவி இல்லாமல் கலிங்கப் படைகளிடம் சிக்கிக்கொண்டார். அவரை அவர்கள் சிறைபிடித்துக் கொண்டுசெல்லுகையில் எதிரே வந்த ஜயத்ரதர் அடங்காச்சினம் கொண்டு அவரை வாளால் வெட்டினார்” என்றார். “போரில் அல்ல” என்றான் கர்ணன். “கைவிலங்கிட்டு புரவியில் கட்டி இழுத்துச் செல்லும்போது வெட்டியவன் அவன். எந்த நெறிகளுக்கும் ஆட்பட்டவன் அல்ல. சினம் அவனை கீழ்மையின் எல்லைக்கே இட்டுச் செல்கிறது.”

ஹரிதர் “ஆம். அவரைப்பற்றி எப்போதும் அப்படித்தான் பேசப்படுகிறது” என்றார். கர்ணன் “பிடியானையென உளம் விரிந்த என் தங்கைக்கு அத்தகைய ஒருவன் கணவனாக அமைந்ததைப்பற்றி எண்ணும்போதெல்லாம் சினம் எழுந்து உடலைப் பதற வைக்கிறது” என்றான். “அன்று அவன் கலிங்கமகளை மணம்கொள்ள வந்ததை எண்ணி துரியோதனர் கொண்ட உட்சினத்தை நான் நன்கறிவேன். துச்சளையின் வயிறுதிறக்காமையால் சிந்துநாட்டரசர் பிறிதொரு அரசியை மணம்கொண்டு பட்டம்சூட்ட விழைவதாக சொல்லப்பட்டது. சேதிநாட்டுக்கும் வங்கநாட்டுக்கும் கோசலத்திற்கும் மணம்கோரி தூதனுப்பியிருந்தார். அவர்கள் அஸ்தினபுரியை அஞ்சி அதைத் தவிர்த்தனர். விதுரர் மறைமுக எச்சரிக்கையுடன் மருத்துவர்குழு ஒன்றை அனுப்பியபின் அத்தேடலை நிறுத்திக்கொண்டான்.”

“ஆனால் தொல்நெறிகளின்படி ஏற்புமணத்திற்குச் சென்று பெண்கொள்ள ஷத்ரியர் அனைவருக்கும் உரிமையுள்ளது. ஆகவேதான்

கலிங்கத்திற்குச் சென்றான். உடன் மகதத்தின் பின்துணையும் இருந்தது. கலிங்கமும் மகதமும் தன்னை ஆதரித்தால் அஸ்தினபுரி அஞ்சுமென கணக்கிட்டான்" என்று கர்ணன் சொன்னான். "அன்று அவனை அவைநடுவே சிறுமைசெய்தது திட்டமிட்டேதான். அதன்பின் எந்த அவையிலும் ஒரு வீரன் என்று சென்று நிற்க அவன் கூசவேண்டுமென எண்ணினேன். அதுவே நிகழ்ந்தது. ஓராண்டுகாலம் அவன் தன் நாடுவிட்டு நீங்கவில்லை."

"அது நன்று" என்றார் ஹரிதர். "துரியோதனர் பொருட்டு நான் அதைச் செய்தேன். விதுரர் என் செயலை பொறுத்தருளக்கோரி ஒரு முறைமைச்செய்தியை சிந்துநாட்டு அவைக்கு அனுப்பி அப்பூசலை அன்று முடித்து வைத்தார். ஆனால் ஜயத்ரதனின் நெஞ்சு எரியுமிக்குவையாக என்னை எண்ணி நீறிக்கொண்டிருக்கும் என நான் அறிவேன்" என்றான் கர்ணன். "தருணம் நோக்கியிருப்பான். ஒருசொல்லையும் வீண்செய்யமாட்டான்."

சிவதர் "ஆம். முதல் சிலகணங்களுக்குப் பிறகு நானும் அதையே எண்ணினேன்" என்றார். "ஆனால் ஜயத்ரதருக்கும் வேறுவழியில்லை. அவர் அஸ்தினபுரியைச் சார்ந்தே நின்றாகவேண்டும். அவருக்கும் மகதத்திற்குமிடையே இருந்த மெல்லிய உறவும் இன்று முற்றாக முறிந்துள்ளது. வில்லேந்திய கர்ணர் துணையுள்ள துரியோதனரை வெல்ல இயலாதென்று அறிந்த ஜராசந்தர் கலிங்கத்தின் ஏற்புமணப்பந்தலில் அமைதிகாத்தார். அவை நடுவே தான் கைவிடப்பட்டதாக உணர்ந்த ஜயத்ரதர் மகதரை நோக்கிக் கைநீட்டி, அசுரக்குருதி அவைநட்பறியாதது என்று காட்டிவிட்டீர் மகதரே என்று கூவி சிறுமைசெய்தார். ஜராசந்தர் புயம் தூக்கி போருக்கெழ, உபகலிங்கர் கைகூப்பி இருவரையும் அமைதிப்படுத்தினார்."

"இழிவுசெய்யப்பட்டதாக உணர்ந்த ஜயத்ரதர் வாளையும் வில்லையும் எடுத்துக்கொண்டு நகர்விட்டு நீங்கும்போதுதான் சிறைபட்ட என்னைக் கண்டார். மறுகணம் எதையும் எண்ணாமல் என்னை நோக்கி வந்து வாளால் என்னை வெட்டினார்" என்றார் சிவதர். "அன்று கலிங்கப் படைத்தலைவன் என்னை பின்னால் இழுத்துக் காக்கவில்லை என்றால் உயிர் துறந்திருப்பேன்." கர்ணன் ஹரிதரிடம் "மூன்று மாதங்கள் சிவதர் கலிங்கத்தில் நோய்ப்படுக்கையில் இருந்தார். இவருக்கு ஈட்டுச் செல்வமாக பத்தாயிரம் பொன் நாணயங்களை அளித்து மீட்டுக் கொண்டுவந்தோம்" என்றான்.

"இனி அதைப்பேசி எப்பயனும் இல்லை. மங்கலம் அறிவிக்கப்பட்டுவிட்டது. அது நிகழ்க! அதில் மாமனாக நின்று இளவரசருக்கு மண்சுவையும்

மணிமுடியும் அளிக்கும்படி தாங்கள் கோரப்பட்டிருப்பது அனைத்து வகையிலும் அங்க நாட்டுக்குப் பெருமையளிப்பது. அவ்வாய்ப்பைக் கோரி நிற்கும் முடிசூடிய மாமன்னர்கள் பலர் ஆரியவர்த்தத்தில் உள்ளனர்" என்றார் ஹரிதர். "ஆம். ஆனால் ஜயத்ரதனின் விழிகளை என்னால் எளிதில் எதிர்கொள்ளவும் இயலாது" என்றான் கர்ணன். குரல் இறங்க தலையசைத்தபடி "பின்னர் பலநாள் அதற்காக வருந்தியிருக்கிறேன். அந்த அவையிலும் அச்செயல் தவிர்க்கமுடியாத போர்முறையாகவே இருந்தது" என்றான்.

"களமறிந்தவர் என்பதனால் அவரும் அதை அறிந்திருப்பார்" என்றார் ஹரிதர். கர்ணன் "முதலில் படைக்கலமேந்தி என்னை எதிர்க்க வந்தவன் ஜயத்ரதன். அவனை இழிவுசெய்து அவையில் குன்றி அமரச்செய்ததனால்தான் பிறர் படைக்கலம்கொண்டு அன்று எழாமல் இருந்தனர். சிறுமை செய்வதென்பது போரின் உத்திகளில் ஒன்று. ஆனால் எப்போதும் பிறகு அது துயரளிப்பதாகவே உள்ளது" என்றான். "அது எல்லா களத்திலுமுள்ள நெறிதான் அரசே" என்றார் ஹரிதர். "சொல்லாடும் களத்திலும் சிறுமைசெய்யல் நிகழ்கிறது. அவையில் இறந்து அமைந்தவர்களும் உள்ளனர்."

"கொல்லப்படுவதைவிட அவமதிப்பை அளிப்பது கொடியது. கொல்லப்பட்டவன் வீர சொர்க்கம் செல்கிறான். சிறுமைகண்டவன் ஒவ்வொரு கணமும் தழல் எரியும் நரகுக்குச் சென்றுசேர்கிறான்" என்றான் கர்ணன். "நான் ஜயத்ரதனை நேரில் சந்திக்கையில் அவன் கைகளைப் பற்றியபடி தலைதாழ்த்தி நான் செய்த பிழைக்காக பொறுத்தருளும்படி அவனிடம் கோரினால் என்ன?" ஹரிதர் "ஒருபோதும் அப்படிச் செய்யலாகாது. மைந்தன் பிறந்து அஸ்தினபுரியின் உறவு மேம்பட்டபின் அதைச் செய்வதென்பது நீங்கள் அஞ்சுவதாகவே பொருள்படும். அது அஸ்தினபுரியின் நட்பைப் பெறுவதற்கான ஒரு கீழ்மை நிறைந்த வழி என்றே விளக்கப்படும். இனி ஒருகணமும் உங்கள் தலை தாழக்கூடாது" என்றார்.

கர்ணன் மேலும் ஏதோ சொல்ல வாயெடுக்க, அவர் தணிந்த உறுதியான குரலில் "ஏனெனில் உங்கள் தலை தாழச்செய்வதொன்றே இனி ஜயத்ரதரின் அணுகுமுறையாக இருக்கும். தருக்கி நிமிரும்போது மட்டுமே உங்களால் வெல்ல முடியும்" என்றார். கர்ணன் சிலகணங்கள் மீசையை நீவியபடி பின் "உண்மை" என்றான். பெருமூச்சுடன் "எத்தனை கணக்குகள்! எத்தனை ஆடல்கள்! எல்லாம் எதற்கென்றே தெரியவில்லை" என்றான். "அவை நாம் ஆடுவன அல்ல" என்றார் ஹரிதர்.

2

அவை இன்நீர் அருந்தி முடித்தபிறகு மெல்லிய பேச்சொலி இணைந்து முழக்கமென்றாக, அசைவுகள் அமைந்து சீர்கொள்ளத்தொடங்கியது. அவர்கள் அச்செய்தியால் கிளர்ந்திருப்பதை அரசமேடை மேலிருந்து காணமுடிந்தது. ஷத்ரியர்களிடம் மட்டும் சற்று ஏளனமும் அமைதியின்மையும் தெரிந்தது. வைதிகர்கள் சிறிய குழுக்களாக ஆகி தங்களுக்குள் பேசிக்கொண்டிருந்தனர்.

ஹரிதர் கைகாட்ட நிமித்திகன் மேடையேறி "அவையோரே, இன்று பிற ஆயத்து அலுவல்கள் ஒன்றுமில்லை. அஸ்தினபுரியின் நற்செய்தியுடன் இங்கு அவைக்கு வந்த அமைச்சரையும் இளவரசரையும் நமது வைதிகரும் ஷத்ரியக்குடியினரும் வணிகரும் உழைப்பாளர் குலங்களும் முறைப்படி கண்டு வணங்கி வரிசை முறை இயற்றுவார்கள். அதன்பின் இத்தருணத்தை நிறைவுறச் செய்யும்படி அங்க நாட்டின் கருவூலத்திலிருந்து அஸ்தினபுரியின் அமைச்சரும் இளவரசரும் தொட்டளிக்கும் செல்வம் முனிவருக்கும் வைதிகர்க்கும் ஆலயங்களின் அறநிலைகளுக்கும் அளிக்கப்படும்" என்றான்.

அஸ்தினபுரியின் அவை நிகழ்வுகள் நன்கு ஒருங்கிணைக்கப்பட்ட நாடகம் போன்று இருக்கும் என்பதை கர்ணன் பலமுறை கண்டிருக்கிறான். ஒவ்வொருவரும் தாங்கள் செய்வதென்ன என்பதை முன்னரே அறிந்திருப்பர். பலமுறை அவற்றை நிகழ்த்தியிருப்பர். எனவே எந்தத் தடுமாற்றமும் இன்றி எழுந்து பலநூறு முறை பயிற்சி அளிக்கப்பட்டது போன்ற அசைவுகளுடன் தெளிவாக வகுக்கப்பட்ட பாதையில் வந்து அவைநின்று ஒவ்வொருவரும் முன்னரே அறிந்த சொற்றொடர்களை சொல்லி ஒவ்வொரு விழிக்கும் நன்கு பழகிய அசைவுகளை அளித்து

மீள்வார்கள். தலைமுறைகளாக காடுகளுக்கு மேயச் செல்லும் மாடுகள் குளம்புகளில் வழி கொண்டிருப்பதைப் போல.

மாறாக அங்க நாட்டின் அரசவை ஓராண்டு அவைக்களப் பயிற்சிக்குப் பிறகும் பலமுறை அறிவுறுத்தப்பட்டபின்னரும் எப்போதும் ஒழுங்கற்ற ஒரு பெருந்திரள் ததும்பலாகவே இருந்தது. முன்நிரையில் இருந்த பெருவணிகர்களும் ஷத்ரியரும் எழுந்து அஸ்தினபுரியின் அமைச்சரை நோக்கி செல்வதற்குள்ளாகவே பின்நிரையிலிருந்து உரத்தகுரலில் கூவியபடி கிளர்ந்தெழுந்த சூத்திர குலங்களின் தலைவர்கள் தங்களுக்குள் கூவி அழைத்தபடியும் உரக்க பேசியபடியும் கைகளை வீசி வாழ்த்தொலி எழுப்பியபடியும் கைடபரை நோக்கி வந்தனர். அவர்கள் சற்று பிந்தி வரவேண்டும் என்று துணை அமைச்சர்கள் இருவர் ஊடே புகுந்து கையசைக்க ஒரு குலத்தலைவர் அவர்களில் ஒருவரை தூக்கி அப்பால் நகர்த்திவிட்டு முன்னால் வந்தார்.

வேதச்சொல்லெடுத்து முதலில் வாழ்த்த வேண்டிய வைதிகர்கள் கைடபரை அணுக சூத்திர குலத்தலைவர்கள் அந்நிரையை வெட்டி உட்புகுந்து அவரை சூழ்ந்து கொண்டனர். தோள்களால் உந்தப்பட்ட கைடபர் பின்னால் சரிந்து பீடத்தின்மீது விழப்போக அவரை சுஜாதன் பிடித்துக்கொண்டான். முதிய குடித்தலைவர் ஒருவர் கைடபரின் கைகளைப்பற்றி உலுக்கி அவரது தோளில் ஓங்கித் தட்டி பெருங்குரலில் “மிக மிக நல்ல செய்தி!” என்றார். “எங்கள் அரசர் அஸ்தினபுரியால் மதிப்புடன் நடத்தப்படுகிறார் என்பதை அறிந்தோம். அவர் அங்கு சூதன்மகனாகத்தான் அமர்ந்திருக்கிறார் என்று அலர்சொல்லும் வீணர்களுக்கு உரிய மறுமொழி இது.”

கைடபர் திகைத்தவராக திரும்பி ஹரிதரை நோக்க ஹரிதர் எதையும் காணாதவர் போல் திரும்பி கொண்டார். “ஆம், இங்குள்ள ஷத்ரியர் களுக்கு சரியான அடி இது” என்றார் ஒருவர். இன்னொருவர் கைடபரின் முகவாயைப் பிடித்து தன்னை நோக்கித் திருப்பி “எங்கள் அரசர் பாரதவர்ஷத்தின் நிகரற்ற வீரர். பீஷ்மரும் துரோணரும் அர்ஜுனனும் அவர் முன் வெறும் விளையாட்டுச் சிறுவர்கள். சூதர்கள் வில் பயின்றால் ஷத்ரியர் அஞ்சி ஒடுங்க வேண்டியிருக்கும் என்பதற்கான சான்று அவர்தான்…” என்றார். “இது சூதன்மகன் ஆளும் அரசு… எங்கள் மூதாதையர் ஆளும் நிலம் இது.”

பின்னால் நின்ற முதிய குலத்தலைவர் ஒருவர் தன் கோலை உயரத் தூக்கி “எங்கள் சூதன்மகன் அள்ளிக் கொடுக்க அஸ்தினபுரியின் இளவரசியின் மைந்தன் முதலுணவு கொள்வதை சிந்து நாட்டரசர் ஒப்புக்கொள்வாரா?” என்றார். கைடபர் என்ன சொல்வதென்றறியாமல்

திகைத்தபின் பொதுவாக “இது அரசு முடிவு மூத்தவரே. நான் ஒன்றும் சொல்வதற்கில்லை” என்றார். “எங்கள் அரசர் அஸ்தினபுரியின் அச்சத்தை நீக்கும் பெருவீரர். அவரில்லாவிட்டல் அர்ஜுனரின் அம்பு அஸ்தினபுரியை அழிக்கும். அதனால்தான் துரியோதனர் அவரை தன் அருகே வைத்திருக்கிறார்” என்றார் ஒருவர்.

கர்ணன் முதலில் சற்று திகைத்து நின்றான். அவர்களை எப்படி தடுப்பது என்பது போல சிவதரைப் பார்த்து, அவரது புன்னகையைப் பார்த்தபின்னர் தோள்தளர்ந்து மெல்ல புன்னகைக்கத் தொடங்கினான். சிவதர் அவனருகே தலைகுனிந்து “ஒவ்வொரு சொல்லையும் அறிவின் மையால் முழுக்க நிறைத்தே அவையில் பரிமாற வேண்டும் என்று முடிவு செய்திருக்கிறார்கள்” என்றார். “ஆம். அதில் அவர்களுக்கு ஓர் ஆண்டு பயிற்சியும் உள்ளது” என்றான் கர்ணன். சிவதர் சிரித்தார்.

சம்பு குலத்தலைவர் “நாங்கள் சம்புகுலத்தவர். சம்புமரமே மரங்களில் பழமையானது என அறிந்திருப்பீர்கள். உண்மையில் சூதர்களைவிடவும் சற்று உயர்ந்த சூத்திரர்கள் நாங்கள். ஆயினும் மாமன்னரின் போர் வல்லமையையும் தோற்ற எழிலையும் கண்டு அவரை எங்கள் தலைவராக ஏற்றிருக்கிறோம். எங்கள் மூத்த பெண்கள் அவ்வப்போது அரசரின் குலத்தை சுட்டிக் காட்டுவதுண்டு. ஆனால் ஆண்களாகிய நாங்கள் சற்றும் அதைப் பாராட்டுவதில்லை” என்றார்.

காஜு குலத்தலைவர் “ஆனால் ஒன்றுண்டு. எங்களுக்கு மனக்குறை என்று சொல்ல வேண்டுமென்றால்...” என தொடங்க, கைடபர் “அரசமுறைப்படி நான் வாழ்த்துரைகளையே இங்கு பெற்றுக்கொள்ள முடியும். பிற சொற்களை பின்னர் பேசலாம்” என்றார். “வாழ்த்துகளைத்தான் சொல்ல வந்தோம். ஆனால் கூடவே இவையனைத்தும் நினைவுக்கு வருகின்றன. ஏனென்றால் நீங்கள் அஸ்தினபுரியின் அரசரின் தூதர். அஸ்தினபுரியிடமே பெரிய படை உள்ளது... மேலும் எங்கள் அரசர் மேல் சூதன் என்று பார்க்காமல் அஸ்தினபுரியின் அரசர் அன்பு பாராட்டுகிறார்.”

“வாழ்த்துகளை சொல்லிவிட்டு ஒவ்வொருவராக பின்னால் செல்லுங்கள்” என்றார் கச்சகுடியின் மூத்தவர். அவர்கள் ஒருவரை ஒருவர் முட்டி முண்டியடித்து முன்னால் முகம்காட்டி கைடபரின் முன்னால் தலைவணங்கி வாழ்த்துகளைச் சொன்னார்கள். ஒவ்வொருவரும் தங்கள் குலத்தின் சிறப்பை சற்று மிகைப்படுத்தி சொன்னார்கள். “உண்மையில் நாங்கள் அயோத்தியில் ராகவ ராமனின் படையில் இருந்த ஷத்ரியர்கள். அங்கிருந்து ஏதோ அரசு சூழ்ச்சியால் தோற்கடிக்கப்பட்டு விரட்டப்பட்டு இங்கே வேளாண் குலங்களாக மாறிவிட்டோம். எங்கள் வாழ்த்துகளை அஸ்தினபுரியின் அரசருக்குத் தெரிவியுங்கள்” என்றார் ஒருவர்.

கைடபர் முகத்தை மாற்றமில்லாமல் வைத்துக்கொண்டு “ஆவன செய்கிறேன்” என்றார். சுஜாதனுக்கு முதலில் என்ன நிகழ்கிறதென்று புரியவில்லை. பின்னர் அவன் சிரிக்கத் தொடங்கினான். அவன் சிரிக்கலாகாது என காலால் கைடபர் அவன் விரல்களை மிதித்தார். அவன் சிரிப்பை அடக்க, கழுத்து விம்மி அதிர்ந்தது. ஆனால் அவன் சிரிப்பை குலத்தலைவர்கள் தங்களை நோக்கிக் காட்டிய மகிழ்ச்சி என்றே எடுத்துக்கொண்டார்கள்.

பெரிய மீசையுடன் இருந்த ஒருவர் “இதைக் கேளுங்கள், இங்குள்ள அத்தனை சூத்திர குடிகளும் முன்னர் தாங்கள் ஷத்ரியர்களாகவோ வைசியர்களாகவோ இருந்ததாகவே சொல்வார்கள். ஆனால் நாங்கள் உண்மையிலேயே கார்த்தவீரியனின் படையில் போர்புரிந்த அரசகுடி யாதவர்கள். எங்களிடம் நாங்கள் ஹேஹயர்கள் என்பதற்கான சான்று உள்ளது. குந்தர்கள் என எங்களை இங்குள்ளவர்கள் அழைக்கிறார்கள் என்றாலும் எங்களுக்கு ஹேஹர்கள் என்று ஒரு குலப்பெயருண்டு” என்றார்.

“அது காகர்கள் என்றல்லவா?” என்றார் ஒருவர் குரலாக. அவர் திரும்பிநோக்கி சொன்னவரை உய்த்தறியமுடியாமல் பற்களைக் கடித்தபின் திரும்பி “கேளுங்கள் அமைச்சரே, அங்கநாட்டுக்குள் நாங்கள் வந்ததே எங்களை பரசுராமர் தேடித்தேடி வேட்டையாடுவதைத் தவிர்க்கத்தான். இங்கு நாங்கள் வேளாண் குடியினராக ஆனோம்.” கைடபர் பொதுவான முகத்துடன் கைகூப்பி “நன்று. பிறர் வாழ்த்துகளைச் சொல்லட்டுமே” என்றார். “தங்கள் சொற்களை நான் சென்னி சூடிக்கொண்டேன் ஹேஹரே... அப்பால் விலகி அங்கு நெரித்துக்கொண்டிருக்கும் அவருக்கு வழிவிடுங்கள்.”

“இச்செய்தியை தாங்கள் நினைவில் நிறுத்தவேண்டும் என்று விரும்புகிறோம். ஏனென்றால் தாங்கள் அஸ்தினபுரிக்குச் சென்றபிறகு அங்கு எங்களைப் போன்று மாகிஷ்மதியிலிருந்து வந்து குடியேறியுள்ள ஹேஹய குலத்து யாதவர்கள் எவரேனும் உள்ளனரா என்று வினவி அறிந்து எங்களுக்கு செய்தி அறிவியுங்கள்” என்றார் ஹேஹர். பின்னால் அதே குரல் “அங்கும் காகங்கள் இருக்கும்” என்றது. “யாரவன்?” என்றார் ஹேஹர்குலத்தவர். எவரென்று தெரியாமல் தவித்து திரும்பி கைடபரிடம் “ஒளிந்து நின்று பேசும் மூடர்கள். கோழைகள்” என்றார். “தெளிந்து நின்று பொய் பேசுவதைவிட ஒளிந்து உண்மை பேசுவதுமேல்” என்றது பின்னால் அக்குரல். ஹேஹர் தவித்து “நான் மேலே சொல்ல விழையவில்லை. எங்களுக்கு இங்கே எதிரிகள் மிகுதி” என்றார்.

அங்கத்தின் சிற்றமைச்சர் சாலர் “விரைந்து வாழ்த்துரைத்து விலகுக குடித்தலைவர்களே! அவை முடிய இன்னும் ஒரு நாழிகையே உள்ளது”

என்றார். அவைநாயகம் உரக்க "வாழ்த்துரைத்தவர்கள் பின்னால் செல்லுங்கள். புதியவர்கள் வரட்டும்" என்றார். ஹரிதர் கைகளை விரித்து "வாழ்த்துரைத்தபின் எந்தக் குடியும் அவைக்குள் இருக்க வேண்டியதில்லை. வாழ்த்தொலி எழுப்பியபடியே அவர்கள் வெளியே செல்லட்டும்" என்றார்.

"ஆம், அதுவே முறை" என்றார் சூரர் குலத்தலைவர். "ஆனால் நாங்கள் எங்களை முறையாக அஸ்தினபுரியின் அமைச்சருக்கு சொல்லியாகவேண்டும். நாங்கள் சூத்திரகுடியினர் என்றாலும் எங்கள் தெய்வங்கள் ஆற்றல் மிக்கவை." அமைச்சர் ஏதோ சொல்வதற்குள் அவர் கையமர்த்தி "மக்கள் இருப்பார்கள் இறப்பார்கள். நாடு தெய்வங்களுக்குரியது. நான் இறந்தால் என் வயல் விளையாமலாகுமா என்ன?" என்றார். "ஏன் சொல்கிறேன் என்றால், நீங்கள் நன்றாக என் சொற்களை நோக்கவேண்டும்..."

அதை நோக்காமல் ஹரிதர் "வெளியே செல்லும்போது குடிமூப்புபடி செல்லவேண்டும் என்பது நெறி. எக்குடி பெருமையிலும் வலிமையிலும் மூத்ததோ அது முதலில் செல்லட்டும். அதற்கு அடுத்த குடி தொடரட்டும்" என்றார். கர்ணன் அறியாமலேயே சிரித்துவிட சிவதர் "அரசே" என்றார். கர்ணன் தாம்பூலம் பெறுவதைப்போல முகத்தைத் திருப்பிக்கொண்டான். அடைப்பக்காரன் சிரித்தபடி "ஊட்டுபந்திக்கு முந்துவதுபோல முந்துகிறார்கள்" என்றான்.

அறிவிப்பை ஒருவர் இன்னொருவருக்கு சொல்ல, சிலகணங்களுக்குள் அங்கு நிலைமை மாறியது. ஒவ்வொரு குடியும் ஓரிரு சொற்களில் கைடபரை வாழ்த்திவிட்டு அவையை விட்டு வெளியேற முண்டியடித்தது. "ஊட்டுபந்தியேதான் சுக்ரரே" என்று கர்ணன் அடைப்பக்காரனிடம் சொன்னான். கண்ணெதிரிலே அவையின் பெரும்பகுதி மடைதிறந்த ஏரிக்குள்ளிருந்து நீர் ஒழிவது போல வாயிலினூடாக வழிந்தோடி மறைந்தது.

கர்ணன் தொடையில் தட்டி சிரித்தபடி சிவதரிடம் "எவர் களம்நின்று புண்கொண்ட உண்மையான ஷத்ரியர்களோ அவர்களும் வெளியேறலாம் என்று சொல்லியிருந்தால் அத்தனை வைசியர்களும் கிளம்பிச் சென்றிருப்பார்கள்" என்றான். அவனருகே நின்றிருந்த சேடி துணிகிழிபடும் ஒலியில் சிரித்தாள். கர்ணன் அவளை நோக்க, அவள் சாமரத்துடன் விலகிச்சென்று அவைமேடை மூலையில் நின்று உடல்குறுக்கி சிரிப்பை அடக்கினாள்.

ஹரிதர் "வேதமுணர்ந்தோர் முதலில் வெளியே செல்லலாம் என்றால் எந்த அந்தணரும் வெளியேறமாட்டார்" என்றார். சிவதர் சிரிப்பை

அடக்க முயன்று புரைக்கேற இருமியபடி மறுபக்கம் திரும்பிக்கொண்டார். கைடபர் ஹரிதரை நோக்கி புன்னகை செய்தார். சூத்திரர் வாழ்த்துரைத்து வெளியேறியதும் வைதிகர்கள் கைடபரை அணுகி கங்கை நீர் அள்ளி அரிமலர் சேர்த்து வீசி வேதச்சொல்லெடுத்து வாழ்த்துரைத்தனர். அதன்பின் ஷத்ரியர்களும் வைசியர்களும் அவருக்கு வாழ்த்துரை அளித்தனர்.

ஷத்ரியர் குலத்தலைவர் கைடபரிடம் "நீர் ஷத்ரியர் என எண்ணுகிறேன்" என்றார். கைடபர் "ஆம்" என்றார். "நன்று. இந்த மூடர்களின் சொற்களின் உண்மையை உணர்ந்திருப்பீர்கள்" என்றார். "ஆம்..." என்றார் கைடபர். "அதற்கு அப்பால் நான் சொல்வதற்கேதுமில்லை. நாங்கள் அனைவரும் தீர்க்கதமஸின் குருதிவழிவந்த ஷத்ரியர்கள். ராகவராமனின் இக்ஷுவாகு குலத்துக்குப்பின் எங்கள் குடியே தொன்மையானது. தீர்க்கதமஸ் எங்கள் குடியில் ஏழு மைந்தரைப் பெற்றார் என்பதை அறிந்திருப்பீர்."

"ஐந்து என்றுதானே சொன்னார்கள்?" என்றான் சுஜாதன். "ஆம், அது சூதர்களின் ஒரு கதை. உண்மையில் ஏழுபேர். அங்கன், வங்கன், கலிங்கன், குண்டிரன், புண்டரன், சுமன், அத்ரூபன் என்று பெயர். அவர்களில் சுமன், அத்ரூபன் ஆகிய இருவரில் இருந்து ஏழு ஷத்ரிய குலங்கள் பிறந்தன. சதர், தசமர், அஷ்டகர், சப்தகர், பஞ்சமர், ஷோடசர் என்பவை பெருங்குலங்கள். சஹஸ்ரர் சற்று குறைவானவர்கள்" என்றார் அவர். கைடபர் "இது புதிய செய்தி" என்றார்.

"ஆனால் உண்மையில் சஹஸ்ரரே இன்று குடிகளில் முதன்மையானவர்" என பின்னால் ஒரு குரல் எழுந்தது. குடித்தலைவர் அதைச் சொன்னது யாரென்று நோக்கிவிட்டு "தீர்க்கதமஸின் குருதியில் பிறந்த காக்ஷீவானின் குலமே அங்கநாட்டு அரசகுலம். அது சத்யகர்மருடன் முடிவுக்கு வந்தது" என்றார். கைடபர் "ஆம், அதை அறிவேன்" என்றார். குடித்தலைவரை எவரோ பின்னாலிருந்து இழுத்தனர். அவர் மேலே சொல்ல வந்ததை விடுத்து தலைவணங்கி "நன்று சூழ்க!" என்றார்.

அவைவரிசைகள் முடிவுற்றன. பெரும்பாலானவர்கள் கிளம்பிச்செல்ல, ஒழிந்த பீடங்கள் எஞ்சின. அவற்றில் குடித்தலைவர்கள் மறந்து விட்டுச் சென்ற மேலாடைகளையும் சிறுசெப்புகளையும் ஏவலர் சேர்த்து வெளியே கொண்டுசென்றார்கள். வைதிகரும் அமைச்சர்களும் படைத் தலைவர்களும் மட்டும் இருந்தனர். சிவதர் "முறைப்படி நாம் இன்னும் அவை கலையவில்லை" என்றார். "அங்கநாட்டில் கூடிய அவைகளில் இதோ தெரிவதே அமைதியானது. அரசமுடிவுகளை இப்போதே எடுப்பது நாட்டுக்கு நலம் பயக்கும்."

கர்ணன் எழுந்து அவையினரை வணங்கி "அமைச்சரே, இளையோனே, இருவரும் இளைப்பாறி மாலை என் தனியறைக்கு வாருங்கள். அங்கு

நாம் சில தனிச்சொற்கள் பரிமாறுவோம்” என்றான். அவை முடிந்தது என உணர்ந்ததும் மேடைமாற்றுருக் கலைத்த நடிகனைப்போல இயல்புநிலைக்கு வந்த சுஜாதன் பெரிய கைகளை விரித்து யானைபோல உடலை ஊசலாட்டியபடி கர்ணனை நோக்கி வந்தான். பெரிய பற்களைக் காட்டி சிரித்தபடி சுஜாதன் “மூத்தவரே, நான் சென்ற ஒன்றரை ஆண்டு காலத்தில் அங்கு நிகழ்ந்த அனைத்தையும் தங்களிடம் சொல்ல வேண்டியிருக்கிறது. சில செய்திகளுக்கு தாங்கள் இன்றிரவு முழுக்க சிரிக்கும் அளவுக்கு நுட்பமுள்ளது” என்றான்.

கர்ணன் “என்ன?” என்று சொல்ல அவன் நகைத்தபடி “எல்லாம் உங்கள் இளையோரின் கதைகள்தான். அஸ்தினபுரியின் சூதர்களை இன்று பாரதவர்ஷமெங்கும் விரும்பி அழைக்கிறார்கள். எந்தச் சூதரும் சொல்லாத இளிவரல் கதைகளை இவர்கள்தான் சொல்கிறார்கள். மாலையுணவுக்குப்பின் அக்கதைகளை கேட்டுத்தான் ஜராசந்தரே சிரித்து உருண்டு பின் துயில்கிறார் என்கிறார்கள்” என்றான். “சான்றுக்கு ஒன்று, மூத்தவர் சித்ரகுண்டலர், பிண்டகர் என்னும் அசுரகுலத்து இளவரசி ஒருத்தியை சிறையெடுத்துவரச் சென்றார். ஆனால் அவள் அவரை சிறையெடுத்துச் சென்றுவிட்டாள். ஆயிரம் பொன் திறைநிகர் கொடுத்து மீட்டுவந்தோம்” என்றான்.

கர்ணன் வெடித்து நகைத்து “சித்ரனா? அவனுக்கென்ன அப்படி ஓர் எண்ணம்? அவனுக்கு அடுமனையே விண்ணுலகு என்றல்லவா எண்ணினேன்?” என்றான். “ஆம், ஆனால் அவரது மூத்தவர் பீமவிக்ரமர் தண்டகாரண்யத்தின் அரக்கர் குலத்துப்பெண் காளகியை கவர்ந்து வந்ததனால் இவர் தூண்டப்பட்டிருக்கிறார். எவரிடமும் சொல்லாமல் போதிய உணவை மட்டும் எடுத்துக்கொண்டு படைக்கலமென ஏதுமின்றி அசுரநாட்டுக்குச் சென்றிருக்கிறார்.”

கர்ணன் வியப்புடன் “பீமன் வென்றுவிட்டானா! அது எப்போது?” என்றான். “சிலமாதங்களுக்கு முன்பு. பீமர் இப்போது அவளை திரும்ப அனுப்ப நூல்களில் வழியுண்டா என்று துயருடன் வினவிக் கொண்டிருக்கிறார்” என்றான் சுஜாதன். “மூத்தவரே, இப்போது அஸ்தினபுரியில் எழுபது அசுரகுலத்து அரசிகளும் முப்பது அரக்கர்குலத்து அரசிகளும் இருக்கிறார்கள். அவர்கள் ஒவ்வொருவருக்கும் ஒவ்வொரு உணவுப்பழக்கம். ஒருத்தி ஒவ்வொருநாளும் தீயில் வாட்டிய பன்றிக்காது இன்றி உணவருந்துவதில்லை.”

சிவதர் முகம் சுளித்து “பன்றிக்காதா? அதை சுட்டுத் தின்கிறார்களா?” என்றார். கர்ணன் “ஏன் அப்படி கேட்கிறீர்கள் சிவதரே? அது மிகச்சிறந்த உணவல்லவா? நானே என் தென்னகப் பயணத்தில் நாள்தோறும்

அதை உண்பதுண்டு" என்றபின் கண்களை சிமிட்டினான். சுஜாதன் உவகையுடன் கைவிரித்து முன்னால் வந்து "ஆம் மூத்தவரே. அவர்கள் எனக்கும் அளித்தார்கள். மிகச்சுவையானது. நான் நாள்தோறும் சென்று அவர்களுடன் அமர்ந்து அதை உண்கிறேன்" என்றான். சிவதர் வெடித்து நகைத்துவிட்டார்.

கர்ணன் கண்ணீர்வர சிரித்து, திரும்பி சிவதரிடம் "அஸ்தினபுரியின் அழகே இந்த நூற்றுவரின் ஆடல்கள்தான்" என்றான். "நான் அங்கிருந்தபோது முதிய படைக்களிறு சுபரன் இவர்களில் நால்வரை மட்டும் எங்கு பார்த்தாலும் குத்த வந்தது. ஏனென்று உசாவியபோது தெரிந்தது, அதற்குப் பரிமாறப்பட்ட கவளங்களை நால்வரும் அமர்ந்து பேசியபடியே முற்றிலும் உண்டுமுடித்திருக்கிறார்கள்." ஹரிதர் கைகளை முட்டியபடி நகைத்து "இவரைப் பார்த்ததுமே எண்ணினேன் யானைக்கவளம் உண்ட உடல் என்று" என்றார்.

சுஜாதன் "குண்டசாயியும் மகோதரரும்தான் உண்மையில் யானைக் கவளத்தை அள்ளி உண்டவர்கள். வாலகியும் நிஷங்கியும் அருகே அமர்ந்திருந்த பிழையையே செய்தனர். ஆனால் சுபரன் இறுதியில் திடவர்மரைத்தான் பிடித்துக்கொண்டது. அவர் பார்க்க குண்டசாயி போலவே இருப்பார். இருவரும் ஆடைகளை மாற்றி அணிவதுமுண்டு" என்றான்.

சிவதர் "என்ன ஆயிற்று?" என்றார். "ஆடையைக் கழற்றிவிட்டு திடவர்மர் தப்பி விலகிவிட்டார். சபரன் அவரது ஆடையைப்பற்றிச் சுருட்டி அமலையாடியது. ஆனால் அதன்பின் கௌரவர்களைக் கண்டாலே நடுங்கத் தொடங்கிவிட்டது." ஹரிதர் "ஏன்?" என்றார். "திடவர்மருக்கு அடுமனைப் பொறுப்பு. தென்னகத்து மிளகுத்தூள் இடிக்குமிடத்தில் இருந்து நேராகச் சென்றிருந்தார். யானையின் துதிக்கை அமைதி அடைய ஏழு நாட்களாயின."

கர்ணன் சிரித்தபடி மீண்டும் சென்று அரியணையில் அமர்ந்துவிட்டான். அவனைச் சூழ்ந்து நின்ற அவைக்காவலரும் ஏவலரும் சாமரம் வீசிய சேடியரும் எஞ்சி நின்ற அந்தணரும் உரக்க நகைத்துக் கொண்டிருந்தனர். "எப்போதுமே யானைகளுக்கும் கௌரவர்களுக்கும்தான் ஊடலும் நட்பும் இருந்தது" என்றார் கைடபர். "அவர்களில் பலர் பிடியானையின் பாலருந்தி வளர்ந்தவர்கள்."

சிவதர் கவலையுடன் "யானைப்பால் செரிக்குமா?" என்றார். "யானைக்குட்டிக்கு எளிதில் செரிக்காது. உடன் வாழைப்பழங்களும் அளிக்கவேண்டும். இவர்களுக்கு செரிக்கும். அரைநாழிகைக்குள் அடுத்த உணவு தேடி அலையத் தொடங்குவார்கள்" என்றார் கைடபர். "முழு

எருமைக்கன்றை உண்டு குளம்புகளை மட்டும் எஞ்சவிடும் உயிர்கள் உலகில் மொத்தம் நூறுதான் என்று ஒருசொல் அஸ்தினபுரியில் உண்டு.”

ஹரிதர் மெல்ல அருகே வந்து “கொடைநிகழ்வுக்கு பிந்துகிறது இளவரசே” என்றார். சுஜாதன் “நாங்கள் அங்கநாட்டுக்கு அரசகொடையாக பரிசில்கள் கொண்டுவந்தோம். அவற்றை கருவூலத்திற்கு அளித்துவிட்டோம்” என்றான். “ஆம், அவற்றை அரசர் இன்று மாலை பார்வையிடுவார்” என்றார் ஹரிதர். சிவதர் “அரசகொடைகளில் யானைப்பாலில் சமைக்கப்பட்ட இனிப்புகள் இல்லையா?” என்றார். “இருந்தன. அவற்றை நான் வழியிலேயே உண்டுவிட்டேன்” என்றான் சுஜாதன். அவை சிரிப்பில் அதிர்ந்தது.

கர்ணன் சிரிப்பு மாறாத முகத்துடன் எழுந்து “என் அறைக்கு வா இளையோனே. நாம் இன்றிரவெல்லாம் பேசவேண்டும்” என்றான். சுஜாதன் “அதற்குமுன் நான் பட்டத்தரசியை சந்தித்து வரிசை செய்யவேண்டும். அஸ்தினபுரியின் அரசி அளித்த பரிசில்கள் என்னிடம் உள்ளன. அவர்கள் அவையமர்வார்கள் என்று எண்ணினேன்” என்றான். “அவள் கருவுற்றிருக்கிறாள்” என்றான் கர்ணன்.

அதிலிருந்த சோர்வை சுஜாதன் அறியவில்லை. “ஆம், சொன்னார்கள். அஸ்தினபுரிக்கு மேலும் ஓர் இளவரசன் வரப்போகிறான். மூத்தவரே, அங்கே ஆமை முட்டை விரிந்ததுபோல அரண்மனையெல்லாம் இளவரசர்கள். விரைவாக ஓடமுடியாது. யாராவது ஒருவன் நம் கால்களில் சிக்கிக் கொள்வான்” என்றான். “பார்ப்பதற்கும் ஒன்றுபோலவே இருக்கிறார்கள். மொத்தம் எண்ணூறுபேர். எப்படி பெயர்களை நினைவில் வைத்துக்கொள்வது?”

சிவதர் “எண்கள் போடலாமே” என்றார். சுஜாதன் “போடலாம் என்று நானும் சொன்னேன். ஆனால் தெய்வங்கள் அவர்களை விண்ணுலகுக்குக் கூட்டிச்செல்ல பெயர்கள் தேவைப்படும் என்றார்கள்” என்றான். “என்ன இடர் என்றால் ஒரேமுகத்துடன் இத்தனைபேர் பெருகிவிட்டதனால் அவர்களுக்கே அவர்களின் பெயர்கள் தெரியாது. கேட்டால் நினைவிலிருக்கும் பெயரை சொல்வார்கள். சிறியவர்கள் எப்போதும் வலிமையான பெரியவர்களின் பெயர்களைத்தான் சொல்கிறார்கள்.”

“அன்னையர் எப்படி அடையாளம் காண்கிறார்கள்?” என்றார் சிவதர் உண்மையான கவலையுடன். “அடையாளம் காண எவரும் முயல்வதே இல்லை. அருகே இருக்கும் மைந்தனை எடுத்து முலைகொடுத்து உணவூட்டுவதுடன் சரி... அவர்களை எவரும் வளர்க்க வேண்டியதில்லை. அவர்களே எங்கும் பரவி வளர்கிறார்கள்” சுஜாதன் சொன்னான்.

“நான் கிளம்புவதற்கு முந்தையநாள் ஐந்துபேர் மதவேழமான கீலனின் கால்சங்கிலியை அவிழ்த்து மேலேயும் ஏறிவிட்டார்கள். அவர்களை இறக்குவதற்கு எட்டு பாகன்கள் நான்கு நாழிகை போராடினர்.”

கர்ணன் சிரித்து “அத்தனைபேரையும் உடனே பார்க்க விழைகிறேன்” என்றான். “அதற்காகவே தமையன் தங்களை அழைக்கிறார்” என்றான் சுஜாதன். கைடபர் “அரசி கருவுற்றமைக்கான வரிசைகளை அஸ்தினபுரி பின்னர் தனியாக செய்யும் அரசே” என்றார். ஹரிதர் “அஸ்தினபுரியிலிருந்து ஏதேனும் ஒன்றைச் சொல்லி இங்கு பரிசில்கள் வந்தபடியேதான் உள்ளன” என்றார். “நன்று, மாலை சந்திப்போம்” என்றான் கர்ணன். சுஜாதனும் கைடபரும் தலைவணங்கி ஏவலர் சூழ அவை விட்டு நீங்கினர்.

அரசர் அவை நீங்குவதற்கான அறிவிப்பை வெளியிட்டு முழங்கத் தொடங்கியது முரசு. நிமித்திகன் மும்முறை கொம்பை முழக்கி “அங்க நாட்டரசர் சூரியனின் மைந்தர் வசுஷேணர் அவை நீங்குகிறார். அவர் நலம் வாழ்க!” என்றான். “வாழ்க! வாழ்க!” என்றனர் அவையோர். கர்ணன் திரும்ப, அவனுடைய சால்வையை சேடி எடுத்து அவனிடம் அளித்தாள். வெண்கொற்றக்குடை ஏந்திய காவலன் முன்னால் சென்றான்.

அவையிலிருந்து கர்ணன் தலைகுனிந்து எண்ணத்தில் ஆழ்ந்து நடந்தான். சிவதர் அவன் பின்னால் வர, ஹரிதர் துணை அமைச்சர்களுக்கு ஆணைகளை பிறப்பித்தபடி விலகிச் சென்றார். சிவதர் “இளைய யானைக்கன்று போலிருக்கிறார். வந்த ஒரு நாளிலேயே நம் அரண்மனை மலர் கொண்டுவிட்டது” என்றார். “ஆம், இளையோரின் சிரிப்பில் ஏழு மங்கலத் தெய்வங்கள் குடிகொள்கின்றன என்பார்கள்” என்றான் கர்ணன். “எதையும் அறியாத அகவை” என்றபின் முகம் மலர்ந்து நகைத்து “நூற்றுவர் எப்போதும் அதே அகவையில் தங்கி நின்றிருக்கிறார்கள்” என்றான்.

சிவதர் “அஸ்தினபுரியின் அந்த இனிய அழைப்பு இனி என்றென்றும் சூதர்களால் பாடப்படும்” என்றார். கர்ணன் “நான் மூன்று நாட்களுக்குள் கிளம்பிச் செல்லவேண்டும் சிவதரே” என்றான். “மூன்று நாட்களுக்குள்ளா? அரசே, இங்கு பல கடமைகள் எஞ்சியிருக்கின்றன. முறைப்படி அங்கநாட்டு இளவரசர் பிறப்புக்குத் தேவையான விழவுகளையும் கொடைகளையும் நாம் இன்னும் தொடங்கவேயில்லை” என்றார் சிவதர்.

“ஆம், ஆனால் நான் சலிப்புற்றிருக்கிறேன் சிவதரே. இங்குள்ள இந்த சூழ்ச்சிகள், களவுகள் எனக்கு சோர்வூட்டுகின்றன. கேட்டீர் அல்லவா கள்ளமில்லாத என் தம்பியரை? அவர்களுடன் மட்டுமே நான் உவகையுடன் இருக்கமுடியும்” என்றான் கர்ணன்.

“தாங்கள் இரு அரசியரையும் இன்னமும் சந்திக்கவில்லை” என்றார் சிவதர். “சந்திக்கிறேன். ஆணைகளை போட்டுவிட்டுக் கிளம்புகிறேன். மற்றபடி இங்கிருந்து நான் ஆற்றுவது ஏதுமில்லை” என்றான். சிவதர் மீண்டும் “மூன்று நாட்களுக்குள்ளாகவா?” என்றார். “இங்கு ஹரிதர் இருக்கிறார். இந்த நாடு அவருடைய திறமைக்கு மிகச் சிறிது” என்றான். “அவரால் மட்டுமே கலிங்க அரசியை கட்டுப்படுத்தவும் முடியும் என நினைக்கிறேன்.”

சிவதர் “தாங்கள் எப்போது திரும்பி வருவீர்கள்?” என்றார். கர்ணன் நின்று இடையில் கைவைத்து அவரை நோக்கி “உண்மையில் நான் திரும்பி வருவதற்கே விழையவில்லை சிவதரே” என்றான். சிவதர் “அல்ல...” என சொல்லத் தொடங்க “ஆம், நான் அறிவேன். அரசகடமைகள். குலக்கடமைகள். ஆனால் நான் இச்சிறிய அரசுக்குரியவன் அல்ல. என் அரசு என்பது என் தம்பியர் உள்ளம். அங்கு மட்டுமே நான் நிகரற்ற மணிமுடிசூடி அரியணையில் அமர்ந்திருக்கிறேன்” என்றான் கர்ணன்.

3

தன் தனியறைக்கு வந்ததும் வழக்கம்போல உடல்நீட்டி கைகளை விரித்து மரக்கிளை நுனியில் இருந்து வானில் எழப்போகும் பறவை போல் எளிதான கர்ணன், நீள்மூச்சுடன் திரும்பி பின்னால் அறைவாயிலில் நின்ற சிவதரை நோக்கி "அமைதியிழந்துள்ளேன் சிவதரே" என்றான். சிவதர் "அரசத் தருணங்கள்" என்று மட்டும் சொன்னார். "ஜயத்ரதனை எப்படி எதிர்கொள்வேன் என்று தெரியவில்லை" என்றபடி அவன் கைகளை இடையில் வைத்து தோள்களை சுழற்றி இடுப்பை வளைத்தான்.

"தங்கள் உள்ளம் வழக்கமாக இயங்கும் ஒரு பாதையை தவிர்த்தாலே போதும். அதைத்தான் ஹரிதரும் சொன்னார்" என்றார் சிவதர். "அன்று மணத்தன்னேற்புக் களத்தில் தன் எல்லையும் ஆற்றலும் அறியாது வில்கொண்டு எதிர்த்தது ஜயத்ரதரின் தவறு. அப்போது அவ்வாறு அவரை வென்று கடந்திருக்காவிட்டால் அவர் தங்களை இழிவுபடுத்தியிருப்பார் என்பதே தங்கள் செயலை சரியென ஆக்கும். எனவே அவர் நிலையில் நின்று அந்நிகழ்வை நோக்கி இரக்கமோ பரிவோ அடைய வேண்டியதில்லை" என்றார் சிவதர்.

கர்ணன் ஏதோ சொல்ல வாயெடுக்க, சிவதர் அதை மீறி மேலும் இயல்பாக "தங்களிடம் எழும் பரிவும் அவரை மேலும் சினம்கொள்ளவே வைக்கும். உங்கள் முன் தான் சிறியவர் என்றாவதை அவர் எந்நிலையிலும் உணர்ந்தபடியே இருப்பார்" என்றார். கர்ணன் "ஆம், இதை நான் உணர்ந்திருக்கிறேன்" என்றபடி சென்று தன் பீடத்தில் அமர்ந்து கால்களை நீட்டிக்கொண்டான். "உள்ளத்தை நேரடியாகத் திறந்து வைப்பது மானுடர் நடுவே உள்ள தடைகள் அனைத்தையும் அகற்றும் என்று நான் எப்போதும் நம்பி வந்திருக்கிறேன். ஆனால் அது ஒருபோதும் நிகழ்ந்ததில்லை" என்றான்.

“அதைப் புரிந்துகொள்வது ஒன்றும் கடினமல்ல” என்றபடி சிவதர் அருகே வந்தார். “மானுடரின் அனைத்து சொல்முறைமைகளும் உள்ளத்தை மறைக்கும் பொருட்டுதான். உண்மையை எதிர்கொள்ளும் ஆற்றல்கொண்டவர்கள் யோகிகள் மட்டுமே. அவர்களுக்கு மொழியே தேவையில்லாமல் ஆகிவிடுகிறது.” கர்ணன் அவரையே நோக்கினான். புன்னகையுடன் “மொழி ஓர் அழகிய பட்டுத்திரை என்று சூதர்கள் மீள மீள பாடுவதுண்டு. அது சொல்வதற்காக அல்ல மறைப்பதற்காக மட்டுமே” என்றார். “ஆயினும் இதை நம்பி ஏற்க என்னால் இயலவில்லை” என்றபின் கர்ணன் கைகளைத் தூக்கி உடலை நெளித்து அலுப்புடன் “நான் சற்று ஓய்வெடுக்க விழைகிறேன்” என்றான்.

“ஆம். நான் அஸ்தினபுரியின் விருந்தினர்களுக்கு ஆவன செய்துவிட்டு மீள்கிறேன்” என்று திரும்பிய சிவதர் “தாங்கள் ஒரு கிண்ணத்திற்கு அப்பால் மது அருந்த வேண்டியதில்லை” என்றார். “ஆணை” என்று கர்ணன் சிரித்தான். சிவதர் நகைத்து “அச்சிரிப்பை நான் நம்பப் போவதில்லை. வெளி ஏவலருக்கு இறுதி ஆணைகளை இட்டுவிட்டுதான் செல்வேன்” என்றார். “ஆணை சிவதரே, நான் சொற்களை எதையும் மறைக்க பயன்படுத்துவதில்லை” என்றான் கர்ணன். சிவதர் சிரித்தபடி வெளியே சென்று தனக்குப்பின் கதவை மூடிக் கொண்டார்.

கர்ணன் கண்களை மூடி கைகளை தளரவிட்டு பீடத்தில் சாய்ந்து அமர்ந்தான். சற்றுநேரம் கழித்து கதவு திறக்கும் ஒலி கேட்டபோதுதான் தான் எதை எண்ணிக்கொண்டிருந்தோம் என்று உணர்ந்தான். ஒவ்வொரு அறியா இடைவேளைகளிலும் அவளையே எண்ணிக் கொண்டிருக்கிறான். அவளை! அதை எவ்வண்ணமோ அவன் இரு துணைவியரும் அறிந்திருக்கிறார்கள். அவர்கள் அவன் மீது கொள்ளும் விலக்கமும் சினமும் ஈர்ப்பும் துயரும் அதனால்தான் போலும். வாயிலில் வந்து பணிந்த ஏவலனின் கையில் யவனமது இருந்தது. அப்போது அவனுக்கு அது விடாய் நீரென தேவைப்பட்டது. ஒரே மிடறில் அருந்தியபின் பிறிதொரு கோப்பைக்கு ஆணையிடலாமென்று எண்ணி உடனே சிவதரின் முகத்தை நினைவுகூர்ந்து தவிர்த்தான்.

“நான் சற்றுநேரம் துயில விழைகிறேன்” என்றபடி எழுந்து மஞ்சத்தறை நோக்கிச் சென்றான். வெண்பட்டு விரிக்கப்பட்ட மஞ்சத்தில் காலையில் மலர்ந்த முல்லைப்பூக்கள் தூவப்பட்டிருந்தன. மேலாடையைக் கழற்றிவிட்டு அதில் அமர்ந்து கால்களை நீட்டி கைகளை ஊன்றி அமர்ந்தபடி அப்போது தன்னுள் எவ்வெண்ணம் ஓடிக்கொண்டிருக்கிறது என்று நோக்கினான். முல்லையின் மணம் பெண்மைகொண்டது. மெல்ல நெளிவது. பெண். பெண் என்றால் வேறெவருமில்லை. “ஆம்” என்றபடி உடலை சரித்து தலையணையை சீரமைத்துக்கொண்டு கண்களை

மூடினான். அவளைத்தான் எண்ணிக் கொண்டிருக்கிறேன். ஆனால் நினைக்கவில்லை. நினைவுகூர்வதும் இல்லை. எண்ணம் எழுந்து நிறைந்து வழிந்து விழிதொட்டதும் மறைந்து மீண்டும் ஊறிக் கரவாடுகிறது.

எண்ணம் என்பது அவனுடையதல்ல. அது காற்று. விண்மூச்சு. தெய்வங்களின் ஊர்தி. நிலையழிந்தவனாக புரண்டு படுத்தான். புரண்டு புரண்டு படுக்காமல் எப்போதேனும் துயில்கொண்டிருக்கிறோமா என்று எண்ணிக்கொண்டான். இந்த யவனமது மிக மென்மையானது. ஆனால் எண்ணங்களின் புரியாழிகளுக்கு நடுவே உயவுப்பொருளாக மாறும் திறன்கொண்டது. ஓசையின்றி அவை சுழன்று கொண்டிருக்கின்றன. இன்னும் சற்றுநேரத்தில் அவை விலகி ஒன்றையொன்று தொடாமல் ஆகும். அப்போது துயில முடியும். துயில்வதென்பது ஆழ்தல். எது அவனோ அங்கு சென்றுசேர்தல்.

மிக அண்மையிலென கரிய பெருமுகம். மலரிதழ் வரிகளென உதடுகள். மலர்ந்த விழிகளில் நீர்மையென்றாகிய ஒளி. மூக்கின் மெல்லிய பனிப்படலம். விழித்தடங்களின் பட்டுவரி. கருங்கல் தீட்டி ஒளியெழச் செய்த கன்னங்கள். குறுமயிர் மென்நிரை. குழைநிழலாடும் கதுப்புகள். அவன் மீண்டும் புரண்டு படுத்து தலையணையைத் தூக்கி தன் முகத்தின்மேல் வைத்து அழுத்திக்கொண்டான். இவ்வெண்ணங்களிலிருந்து எப்போது விடுபடுவேன்? அன்பென்றும் பகையென்றும் விழைவென்றும் வஞ்சமென்றும் ஆன ஓர் உறவு. தேனீ ஒருமுறை கொட்டிவிட்டால் கொடுக்கிழந்து உதிர்கிறது. அதைப் பறக்க வைத்த விசை அந்நஞ்சு. பின்பு அதற்கு வாழ்வில்லை.

இதை ஏன் இப்போது எண்ணுகிறேன்? மேடைநின்று பேசுபவனின் சொற்கள். இங்கு அனைவரும் எண்ணுவது ஒரே வகையில்தான். இளமை முதலே சூதர் பாடலை கேட்டு வருகிறான். அணிசெறிந்த மொழி. ஒப்புமைகள், உருவகங்கள், புராணங்கள் இன்றி எதையும் எவரும் உரைக்க முடியாது. இங்குள்ள சொற்களெல்லாம் நகைகள். ஆடைகள், மாளிகைகள், நகரங்கள் அனைத்தும் அணிநுணுக்கிய ஆயிழைகள். அவன் மீண்டும் புரண்டு படுத்தான். தலையணையில் முகத்தை அழுத்திக்கொண்டான். இன்று கொற்றவைக்கு ஓர் ஆலயம் எழுப்ப ஆணையிட்டேன். என் நகரில் நான் எழுப்பும் மூன்றாவது கொற்றவை. என் நெஞ்சின்மேல் கால்வைத்து எழுந்தோங்கி நின்று என் தலைகொய்யும் வாளை ஓங்கப்போகும் தலைமாலைத் தலைவி.

கன்னங்கரிய திருமுகம். செந்நுதல்விழி. மான்மழு பரிஎரி முப்பிரி படையணி உடுதுடி நீறணி ஓங்குரு அன்னை. பழுதற்ற பாய்கலை. பைநாகக் கச்சை. பறக்கும் அனலாடை. பூண்அணி பொற்கழல். மணியொளிர் மைநாக

முடிசடை. இருளில் இருக்கும் கொற்றவைதான் முழுமை கொண்டவள். புலரியில் நடைதிறக்கும் பூசகர் மட்டுமே பார்க்கும் தெய்வம். முதல்சுடர் ஏற்றப்படுகையில் அவள் இம்மண்ணுக்குரியவளாகிவிடுகிறாள். அவள் கொண்ட கொடுந்தோற்றம் அனைத்தும் கருணையின் மாற்றுருக்களாக மாறிவிடுகின்றன.

வீண் எண்ணங்கள். அவன் தன் தலையை நீவி அவ்வெண்ணங்களை அகற்ற விரும்பியவன் போல் உடலை நெளித்தான். என்ன செய்கிறது இந்த யவனமது? குருதியில் கலந்து உள்ளத்தை அடைவதற்கு இத்தனை காலம் எடுத்துக்கொள்கிறது! மீண்டும் உடலை நெளித்தபோது மெல்லிய குறுகுறுப்பென தொடையில் அவ்வலியை உணர்ந்தான். அது உள்ளத்தின் விழைவென்கிறார்கள் மருத்துவர்கள். வெறும் அகமயக்கு. ஆனால் தசை அறிகிறது அவ்வலியை. மாம்பழத்துக்குள் வண்டென அங்கு உள்ளது. விரல் நீட்டி அவ்வடுவை தொடப்போனான். அவன் விரல் அங்கு செல்வதற்குள்ளே உள்ளம் அதைத் தொட்டு சுண்டப்பட்ட வீணை நரம்பு என தசை அதிர்ந்தது.

சீரான தாளத்துடன் வலி அதிரத் தொடங்கியது. தொடையிலிருந்து அனலுருகி குருதியென ஆனதுபோல் மெல்ல வழிந்து முழங்காலுக்கும் கெண்டைக்காலுக்கும் பாதங்களுக்கும் விரல் நுனிகளுக்கும் செல்வதாக வலியை உணர்ந்தான். அரக்குருக அடுக்கு வெடிக்கப் பற்றி எரியும் விறகு போல் இடக்கால் வலியில் துடித்தது. பற்களைக் கிட்டித்து கைகளை நீட்டி விரல்களை சுருக்கி இறுக்கி அவ்வலியை எதிர்கொண்டான். இடை மேலேறி நெஞ்சில் படர்ந்து அனைத்து நரம்புகளையும் சுண்டி இழுத்து அவனை முறுக வைத்தது. அவ்வடுவில் ஒரு கொக்கியிட்டு வானில் அவனைத் தூக்குவது போல.

வலியின் அதிர்வு மேலும் உச்சம்கொண்டு ஒற்றைப்புள்ளியில் நின்று அசைவிழந்தது. அங்கு காலமில்லை என்பது அது அறுபட்டு குளிர்வியர்வையுடன் தன்னை உணர்ந்தபோது அறிந்தான். அவ்வடுவில் நாவெழுந்து ஆம் ஆம் என்ற சொல்லாக வலி ஒலித்துக்கொண்டிருந்தது. தொலைவில் எங்கோ ஒரு பறவை ஆம் ஆம் என்றது. வியர்த்த உடலை சாளரக்காற்று வருடிச்சென்றது. கட்டிலுக்கு அடியில் எங்கோ நிலம் ஆம் ஆம் என்றது. யாரோ எங்கோ முனகிக்கொண்டார்கள். ஒரு தனிப் பறவை துயரில் எடைகொண்டு வான்சரிவில் மிதந்து தொடுவான் நோக்கி இறங்கியது. நெடுந்தொலைவில் அறியாத நதியொன்று ஒளிப்பெருக்கென ஓடிக்கொண்டிருந்தது.

உஸ்ஸ் என்னும் ஒலியை அவன் கேட்டான். மிக மெல்லிய ஒலி. பட்டுத்திரைச்சீலை மடிந்து பறந்து உரசிக்கொள்வதுபோல. பின்னர்

துருத்தி சீறுவதுபோல. அருகே துதிநீட்டிய பெருங்களிறு உயிர்ப்பதுபோல. அவன் உடல் விதிர்த்துக்கொண்டது. அவன் விழிதிறந்தபோது கட்டிலை அவன் உடலுடன் வளைத்துச் சுற்றியபடி அரசப்பெருநாகம் பத்திவிரித்து அவன்மேல் எழுந்து நின்றிருந்தது. அதன் அடிக்கழுத்தின் அடுக்குப்பொன்நாணயங்கள் அசைந்தன. அனல்விழுதென நா பறந்தது. விழிகள் காலமின்மையில் திறந்திருந்தன. “மிக எளிது” என்றது அது. அச்சொல்லை அது விழியால் அவனுக்குரைத்தது. “மிக மிக எளிது.”

அவன் உடல் வியர்த்து அதிர்ந்துகொண்டிருந்தது. “பெற்றுக்கொள்” என்றது பாய்வளைத்து நின்ற பாந்தள். அவன் உடலே விடாய்கொண்டு எரிந்தது. மேலிருந்து ஒரு குளிர்மழை பெய்து அணைக்காவிட்டால் உருகி வழிந்து மஞ்சத்திலிருந்து அறைக்குள் பரவிவிடும் உடல் என தோன்றியது. “வருக...” என்றது அரவம். அவன் நாக்கு உலர்ந்த மலர்ச்சருகுபோல தொண்டைக்குவைக்குள் ஒட்டிப்பதைத்தது. “வருக...” என்று அவன் நெஞ்சு உரைத்தது. “எப்போதும் நான் அண்மையில் இருந்துகொண்டிருக்கிறேன்.” அவன் உதடுகள் இரும்பாலானவை போலிருந்தன. “ஆம்” என்று அவன் சொன்னது உடலால் அல்ல. “நான் அறிவேன்” கட்செவி மெல்ல காற்றிலென அசைந்தது. “இத்தருணமும் உகந்ததே...”

“இல்லை” என்றான் அவன். “விழைவை அறியாதவன் வீணன் என்றே விண்ணவரால் எண்ணப்படுவான்.” அவன் “இல்லை” என்று பேரோலமிட்டான். “எதற்காக? நீ எய்துவதென்ன?” அவன் “இல்லை இல்லை இல்லை” என மன்றாடினான். “நீ அடைவதற்கு அனைத்தும் உள்ளது. உன் முலைப்பால் மணம்கொண்டு உன்னைத் தொடர்ந்தவன் நான்.” அவன் தன் கையை வீசினான். மதுக்கிண்ணம் தெறித்து உலோக அலறலுடன் தரையில் உருண்டது. மலையுச்சியில் இருந்து விழுந்தவன் போல மஞ்சத்தில் துடிக்கும் உடலாக தன்னை உணர்ந்தான்.

சிவதர் வந்து கதவை மெல்ல திறந்து “அரசே” என்றபோது அவன் முற்றிலும் விழித்துக்கொண்டான். கைகளை ஊன்றி எழுந்தமர்ந்து “உம்” என்றான். “தங்கள் தந்தை காட்சி விழைகிறார்” என்றார் சிவதர். “யார்?” என்றபடி கர்ணன் எழுந்து தன் சால்வையை எடுத்து தோளில் போட்டுக்கொண்டான். “அதிரதர்” என்றார் சிவதர். “சற்று சினந்திருக்கிறார். இக்கணமே பார்க்கவேண்டுமென்று காவல்முகப்பில் நின்று கூவினார். தாங்கள் துயில்வதாகவும் எழுப்பி அமரவைத்துவிட்டு வந்து அழைத்துச் செல்வதாகவும் சொன்னேன்” என்றார்.

“அழைத்து வாருங்கள். இம்முறைமைகளை அவர் புரிந்துகொள்ளமாட்டார்” என்றான் கர்ணன். “அதற்குள் நான் முகம் கழுவிக்கொள்கிறேன்.” சிவதர் “ஆம். நீருடனும் மரவுரியுடனும் பணியாளை வரச்சொன்னேன். முகம்

கழுவி நெற்றிக்குறியிட்டு அமர்ந்திருங்கள். நான் அவரை பேச்சுக் கொடுத்து சற்று திடுக்கமின்றி வரச்சொல்கிறேன்” என்றபடி வெளியே சென்றார். அவன் எழுந்தபோது உடல் மிக எடைகொண்டு கால்கள் அதை தாளாததுபோல் உணர்ந்தான். யவனமது துயிலில் நீர்விடாயைப் பெருக்குகிறது. அதுவே கனவுகளாக எழுந்து அனலென வருத்துகிறது.

உள்ளே வந்த ஏவலனிடமிருந்து குவைதாலத்தில் நறுமண வெந்நீரை பெற்று முக்கால் பீடத்தில் வைத்து குனிந்து நீரள்ளி வீசி முகத்தைக் கழுவினான். தலையிலும் சற்று தெளித்து கலைந்த கருவிழுதுக் குழலை நீவி பின்னால் இட்டான். ஏவலன் காட்டிய பொற்சிமிழில் இருந்த செஞ்சாந்துக்குழம்பில் கதிரவன்முத்திரை கொண்ட கணையாழியை அழுத்தி எடுத்து தன் நெற்றியில் குறி அணிந்தான். ஏவலனிடமிருந்து நறுமணப் பாக்கையும் மிளகையும் எடுத்து வாயிலிட்டு மென்று உடனே உமிழ்ந்துவிட்டு ஆடைதிருத்தி நின்றான்.

அப்பால் உரத்த குரலில அதிரதன் பேசிக்கொண்டு வருவது கேட்டது. “நானறிவேன் அனைத்தையும். இங்குள்ள திரக்கு எதை விழைகிறதென்றும் அறிவேன். அடிக்கடி இங்கு வரவில்லை என்பதனால் நான் அயலவன் என்று எண்ணவேண்டியதில்லை...” கர்ணன் “விலகுக” என்று சொல்லி ஏவலனை அனுப்பிவிட்டு கதவைத் திறந்து வெளியே சென்றான். இடைநாழியில் வந்துகொண்டிருந்த அதிரதன் அவனைக் கண்டதும் அங்கிருந்தே உரத்த குரலில் “பகல்பொழுதில் துயில்கிறாய்! கதிர்வாழும் பொழுதில் துயில்பவனால் உயிர்க்குலங்களைப் புரிந்துகொள்ளமுடியாது. அவனை நோக்கி தெய்வங்கள் சலிப்புறும்” என்று கூவியபடி வந்தார்.

“மூடா, உன்னிடம் நூறு தடவை சொல்லியிருப்பேன் பகற்பொழுதில் துயிலாதே என்று” என்றபடி கையை நீட்டினார். “துயிலவில்லை, சற்று ஓய்வெடுத்தேன்” என்றான் கர்ணன். குனிந்து அவரது கால்களைத் தொட்டு சென்னியில் சூடி “வாழ்த்துங்கள் தந்தையே” என்றான். அவன் தலையில் கையை வைத்து “நன்று சூழ்க!” என்றபின் “உன்னிடம் சில சொற்களை சொல்வதற்காக வந்தேன். இந்த அணுக்கனை விலகிப்போகச் சொல்” என்றார். சிவதர் “தாங்கள் அறைக்குள் அமர்ந்து பேசலாம் மூத்தவரே. நான் கதவை மூடிவிட்டு வெளியேதான் நிற்பேன்” என்றார். “வெளியே நிற்காதே. நான் இவனிடம் சொல்வதை நீ ஏன் கேட்கவேண்டும்?” என்றார் அதிரதன்.

கண்கள் மட்டும் சிரிக்க “கதவை மூடினால் சொற்கள் எதுவும் வெளியே வாரா” என்றார் சிவதர். “ஆம், இவனுடன் அணுக்கச்சாலையில் அமர்ந்துதான் பேசுவேன். இது இவனது தனிப்பட்ட வாழ்வு குறித்து” என்றபின் “வா” என கர்ணனிடம் கையசைத்தபடி அதிரதன் அறைக்குள்

சென்றார். சிவதர் கர்ணனை நோக்கி மெல்ல இதழ்விரித்து புன்னகை செய்தபடி நின்றார். கர்ணன் உள்ளே சென்றதும் கதவை இழுத்து மூடிக்கொண்டார்.

கர்ணன் "சொல்லுங்கள் தந்தையே, தாங்கள் சினங்கொண்டிருப்பதாக சிவதர் சொன்னார்" என்றான். "ஆம், சினம் கொண்டிருக்கிறேன். மூடா, நீ ஓர் அரசனாக இங்கு செயல்படுகிறாயா? இந்நாட்டை ஆள்வது நீயா? அல்லது அந்த குள்ள அந்தணனா? குதிரை வளர்ப்பைப் பற்றி ஐந்துமுறை அவனிடம் நான் பேசினேன். எதைச் சொன்னாலும் பணிவுடன் தலையாட்டுகிறான். ஒருசொல்லேனும் அவனது ஒழிந்த உள்ளத்திற்குள் நுழைவதில்லை. மூடன், வெறும் மூடன்" என்று அதிரதன் கையசைத்தார்.

"யார் ஹரிதரா?" என்றான். "ஆம், அவனேதான். மூடா, முன்பு இங்கிருந்த முந்தைய அங்க மன்னனின் அணுக்கனாக இருந்த அந்தணன் அவன். இன்று உன் அணுக்கனாக மாறி அரசாள்கிறான். நீயும் உச்சிப்பொழுதில் மதுவருந்தி மஞ்சத்தில் மயங்குகிறாய்." "மது அருந்தவில்லை" என்றான் கர்ணன் தாழ்ந்த குரலில். "பொய் சொல்லாதே. நீ அத்தனை தொலைவில் வந்து கொண்டிருந்தபோதே நீ அருந்திய மதுவை நான் மணம் அறிந்துவிட்டேன். மதுவுண்ட குதிரைபோலத்தான் மானுடனும். அவன் கண் விரிந்திருக்கும்" என்றார் அதிரதன். "குதிரை மேய்த்து குடிசையில் வாழ்ந்த சூதன் நீ. உனக்கு பொற்கிண்ணத்தில் யவனமது கைவந்தபோது அதுவே வாழ்க்கை என்று தோன்றுகிறது இல்லையா?"

கர்ணன் ஒன்றும் சொல்லவில்லை. அதிரதன் மஞ்சத்தில் அமர்ந்து கால்மேல் கால்போட்டபடி "நேற்று என்ன நடந்தது?" என்றார். "தாங்கள் எதைக் கேட்கிறீர்கள்?" என்றான் கர்ணன். "மூடா, நேற்று என்ன நடந்தது என்று என்னிடம் கேட்கிறாயா? நேற்று நீ விருஷாலியை பார்க்கச் சென்றபோது அவள் உன்னிடம் என்ன சொன்னாள்?" கர்ணன் "நான் அவளை பார்க்க முடியவில்லை" என்றான். "ஏன் பார்க்க முடியவில்லை? அதைத்தான் கேட்டேன். நீ ஏன் அவளை பார்க்கமுடியவில்லை?" என்றார் அதிரதன். "அவள் பார்க்க விரும்பவில்லை" என்றான். "ஆமாம் அறிவிலியே, ஏன் பார்க்கவிரும்பவில்லை?" என்றார். "அறியேன். அவள் கருவுற்றிருப்பதாக மருத்துவச்சி சொன்னாள்."

"ஆம், கருவுற்றிருக்கிறாள். நாணிலியே, அச்செய்தியை நீ முறைப்படி எவருக்கு அறிவித்திருக்க வேண்டும்?" கர்ணன் பேசாமல் நின்றான். "எனக்கு. அதற்குமுன் என் மனைவிக்கு. நாங்கள் இங்கு வந்து அவளுக்கு குலமுறைப்படி சீர்வரிசை செய்ய வேண்டும். அதுவே சூதர் மரபு. நீ நாட்டின் அரசனாக இருந்து ஈட்டிக் கொடுத்த செல்வம் எனக்குத்

தேவையில்லை. நான் குதிரை பேணி ஈட்டிய செல்வமே என் கை பெருக உள்ளது. எவர் தயவுமின்றி அவளுக்கு முறைவரிசை செய்வதற்கு நாங்களும் தகுதி கொண்டிருக்கிறோம்."

கர்ணன் "அவ்வாறு அறிவிப்பதில் சில சிக்கல்கள் இருந்தன" என்றான். அதிரதன் மேலும் உரக்க எழுந்த குரலில் "அந்த அந்தணன் உன்னிடம் சொல்லியிருப்பான், அறிவிக்க வேண்டியதில்லை என்று. அல்லவா?" என்றார். "இல்லை. அம்முடிவை எடுப்பதற்குள் இளையவள் கருவுற்று இருப்பதாக செய்தி வந்தது" என்றான் கர்ணன். "இளையவள் கருவுறவில்லை. அதை நான் நன்கு அறிவேன். இந்த அரண்மனையே அறியும். மூத்தவள் கருவுற்ற செய்தியை அறிந்த உடனேயே இளையவள் கருவுற்றதாக அறிவித்தாள். அதை நீ உன் அவையில் வெளிப்படுத்தவும் செய்தாய். இன்று என்ன நடக்கிறது தெரியுமா?" என்றார். கர்ணன் "சொல்லுங்கள்" என்றான்.

"நான் சொல்லி நீ அறிய வேண்டுமா? நீ அரசனா இல்லை நான் அரசனா? கலிங்கத்து அரசி சூதர்களுக்கும் அந்தணர்களுக்கும் உன் கருவூலப் பொன்னை அள்ளிக் கொடுக்கிறாள். அவர்கள் அவளை வாழ்த்தி நகரெங்கும் சென்று பிறக்கவிருக்கும் அவள் மைந்தனே இந்நாட்டை ஆளப்போவதாக சொல் முழக்குகிறார்கள்" என்றார் அதிரதன்.

"பட்டத்தரசி அவளல்லவா?" என்றான் கர்ணன். "ஆம், அது இன்று. இந்நகரின் ஷத்ரியர்கள் விருஷாலியை ஏற்கவில்லை என்பதற்காக எடுக்கப்பட்ட முடிவு. ஆனால் அது நாளை உன் மைந்தருக்கும் பொருந்தும் என்று எவர் சொன்னது? விருஷாலியின் கருவில் பிறக்கும் மைந்தன் பெருவீரனாக இருந்தால் அவனை இம்மக்கள் வெறுப்பார்களா? வில்லெடுத்து அவன் இவ்வரியணையை வென்றெடுக்க எண்ணினால் எவர் தடை சொல்ல முடியும்?" என்றார் அதிரதன்.

"இப்போது நாம் அதை எதற்கு எண்ணவேண்டும்?" என்றான் கர்ணன். "இப்போதே எண்ண வேண்டும் அறிவிலியே. இன்றே உன் மூத்த துணைவி கருவுற்றிருப்பதை அறிவி. இளையவள் கருவுறவில்லை என்ற அரசு செய்தியும் இன்றே வெளிவர வேண்டும். இது என் ஆணை" என்றார். கர்ணன் "தந்தையே, மூத்தவள் கருவுற்றிருக்கும் செய்தியை முறையாக அறிவிக்கச் செய்கிறேன். இளையவள் கருவுறவில்லை என்பதை எப்படி அரசு சொல்ல முடியும்? தான் கருவுற்றிருப்பதாக அரசி சொன்னது பொய் என்று அரசு முறைப்படி அறிவிக்க முடியுமா என்ன?" என்றான்.

"ஏன் அறிவிக்க முடியாது? நீ இந்நாட்டின் அரசன். நீ அறிவிப்பதே உண்மை. ஆண்மை இருந்தால் சென்று மக்களிடம் உண்மையை

சொல்" என்றார் அதிரதன். "எந்த உண்மையை? அரசியும் அவர்களின் மருத்துவர்களும் சொல்வதல்லவா உண்மை? அதை அல்லவா அரசு ஏற்றாக வேண்டும்?" என்றான் கர்ணன். அதிரதன் கைகளைத் தட்டியபடி எழுந்து "ஏன்? வேறு இரு மருத்துவர்களைக்கொண்டு இளையவளை நோக்க இயலாதா?" என்றார். "அதைத்தான் நான் கேட்கிறேன். நானே மருத்துவர்களை அனுப்புகிறேன். அவர்கள் சொல்லட்டும்..."

கர்ணன் சட்டென்று சலிப்புற்று "இவை அரசுசூழ்தல்கள். தாங்கள் இவற்றை முழுமையாகப் புரிந்துகொள்ளமுடியாது தந்தையே" என்றான். அதிரதன் புண்பட்டு "சீ, வாயைமூடு. நீ குதிரையைக்கூட அறியாத சூதன். நான் குதிரை வழியாக உலகை அறிந்த முதியவன். நான் அறியாத அரசுசூழ்தலா? அந்த மூட பிராமணன் என்னைவிட அறிந்திருக்கிறானா என்ன? எனக்குத் தெரியும். என்ன செய்வது என்று அறிந்தவன் நான். நான் சொல்லும் ஆணைகளை நீ இடு. ஐந்து நாட்களில் இங்குள்ள அனைத்து நிலைமைகளையும் மாற்றிக் காட்டுகிறேன். இங்கு என்ன நடந்துகொண்டிருக்கிறது அறிவாயா நீ?" என்றார். கர்ணன் தாழ்ந்த குரலில் "இல்லை" என்றான்.

"அறியமாட்டாய். ஏனெனில் நீ மதுவருந்தி மஞ்சத்தில் புரண்டு கொண்டிருக்கிறாய். மூடன். அஸ்தினபுரியிலிருந்து வந்த அமைச்சரை இளவரசரை அந்த ஆணவம் எழுந்த அங்கநாட்டு பிராமணன் அழைத்துக்கொண்டு கலிங்க நாட்டரசியை பார்க்கச் சென்றிருக்கிறான். இன்று அங்கு அவர்களின் சந்திப்புகள் நடந்துகொண்டிருக்கின்றன." கர்ணன் "அது முறைமை. அரசவையில் என்னை சந்தித்தபின் முறைப்படி பட்டத்தரசியை சந்தித்தாக வேண்டும். அவள் கருவுற்றிருப்பதால் அவைக்கு வரவில்லை என்பதனால் அதுவே செய்யக்கூடுவது" என்றான். "என்ன முறைமை? மூத்தவள் விருஷாலி இங்கிருக்கிறாள். அவளை சந்தித்துவிட்டல்லவா கலிங்கத்து அரசியை சந்திக்கவேண்டும்?" என்றார் அதிரதன்.

"தந்தையே, இது தனிப்பட்ட சந்திப்பு அல்ல. இது அரசமுறை சந்திப்பு. பட்டத்தரசியைத்தான் சந்தித்தாக வேண்டும்" என்றான். "யார் சொன்னது? மூடா, அஸ்தினபுரியின் அரசன் தன் தங்கையாக ஏற்றுக்கொண்டவள் விருஷாலி. அவளை முதலில் சந்திக்க வேண்டுமென்றுதான் அஸ்தினபுரியின் இளையவரும் அமைச்சரும் விரும்பியிருப்பார்கள். அங்க நாட்டை ஆளும் அந்த அந்தணன் செய்த சூழ்ச்சி இது. இதைக்கூட புரிந்துகொள்ள முடியவில்லை என்றால் தலைக்குமேல் எழுந்த தோள்கொண்டு தடித்த உடல் தூக்கி ஊன்தடி என நீ இங்கு இருப்பது எதற்காக? உன்னை எண்ணி நாணுகிறேன்.

உன்னை தந்தையென நின்று பேணி வளர்த்தமைக்காக இத்தருணத்தில் உளம் கூசுகிறேன்."

"தாங்கள் சினம்கொள்வது ஏன் என்று எனக்குத் தெரியவில்லை. அவைகலந்து அறிந்தபின் நான் தங்கள் ஆணையை நிறைவேற்ற சித்தமாக இருக்கிறேன்." அதிரதன் "இங்கு அவை என்பது நானே. என் ஆணை ஒன்றே. இக்கணமே கிளம்பி விருஷாலியின் அரண்மனைக்குச் செல். அங்கு அவளுடன் அமர்ந்து அவை ஒன்றைக் கூட்டு. உன் அணுக்கனை அனுப்பி அஸ்தினபுரியின் அமைச்சரையும் இளவரசரையும் அங்கு வரச்சொல். விருஷாலியின் முன் அவர்கள் தலைவணங்கி அஸ்தினபுரியிலிருந்து அவர்கள் கொண்டுவந்த பரிசில்களை அளிக்கட்டும். அப்போது அவர்களிடம் சொல், விருஷாலி கருவுற்றிருப்பதாக. அச்செய்தியை அவர்கள் முறைப்படி அஸ்தினபுரியின் அவைக்கு அறிவிக்கட்டும்" என்றார்.

கர்ணன் பேசாமல் நின்றான். அதிரதன் "அஸ்தினபுரியிலிருந்து அவளுக்கு பேரரசர் திருதராஷ்டிரரும் அரசர் துரியோதனரும் நீட்டும் பரிசிலும் அனுப்பட்டும். நூறு யானைகள் அவ்வரிசை சுமந்து இந்நகர் புகட்டும். அரசவீதியில் அவை அணிவகுத்து அரண்மனையை அடையட்டும். அப்போது தெரியும் சம்பாபுரியின் மக்களுக்கு இந்நகரத்தை ஆளும் உண்மை இளவரசி அவள்தான் என்று. மூடா, இந்நகர் எவரால் பாதுகாக்கப்படுகிறது? அஸ்தினபுரியின் பெரும்படைகளால். உன்னால் அல்ல. துரியோதனர் உன்னைவிட தனக்கு அணுக்கமென எண்ணுவது அவர் தங்கை விருஷாலியை. அதை மறவாதே" என்றார்.

"ஆம், நான் அதை அறிவேன்" என்றான் கர்ணன். "அந்தக் கலிங்கத்துச் சிறுமியிடம் சொல், அவள் இடம் என்ன என்று. இன்றே அரசுமுறை அறிவிப்பு வந்தாக வேண்டும். அவள் கருவுற்றிருப்பது உண்மையல்ல என்று. அது இயலாது என்றால் அக்கரு கலைந்துவிட்டது என்று சொல். நாளை அவ்வறிவிப்பு வரட்டும்." கர்ணன் "இது என்ன அரசமுறை என்று எனக்குப் புரியவில்லை. அரசன் என நான் அவைக்குக் கட்டுப்பட்டவன். எதையும் அமைச்சரிடம் சொல்சூழாது நான் அறிவிக்க முடியாது" என்றான்.

அதிரதன் கழுத்துநரம்புகள் புடைக்க உதடுகள் கோணலாக இழுபட "நான் இத்தனை சொல்லியும் கேளாது மீண்டும் அந்த வஞ்சம்சூழ் அந்தணனிடம் கேட்கப் போகிறாயா?" என்று கூவினார். "முதலில் அவனை காடேகும்படி ஆணையிடு. இல்லையேல் நீ வாழமாட்டாய். அடேய், நான் சொல்கிறேன், தகுதி வாய்ந்த அமைச்சர் எவரென்று. அவரை அமைச்சராக்கு. இல்லையேல் துளைவிழுந்த படகு போல் இந்த

நாடு மூழ்கி அழியும். இது என் இறுதி ஆணை. நாளை இளையவளின் கரு கலைந்த செய்தியை அரசுமுறை அறிவிப்பாக வெளியிட வேண்டும். இன்றே இப்போதே நீ விருஷாலியின் அரண்மனைக்கு வரவேண்டும்” என்றபின் அதிரதன் வாயிலை நோக்கிச் சென்றார்.

“தந்தையே, தாங்கள் என் அரண்மனைக்கு வந்து ஏதும் அருந்தாமல் செல்கிறீர்கள்” என்றான் கர்ணன். “அருந்தலாகாது என்று முடிவெடுத்து வந்தேன். உன் யவனமதுவை அருந்துவதற்காக இங்கு வரவில்லை. எனக்கென்று சில எண்ணங்கள் உள்ளன. அவற்றை சொல்லிவிட்டுச் செல்லலாம் என்று வந்தேன். மூடா, என் மருமகள் விருஷாலி. அவள் வயிற்றில் பிறக்கும் மைந்தராலேயே நான் நீரும் உணவும் அளித்து விண்ணுக்கு ஏற்றப்படுவேன். என் கடப்பாடு அவளோடுதான். அதை உன் மூட நெஞ்சுக்கு உரைக்கும்படி சொல்லிவிட்டுச் செல்லத்தான் வந்தேன்” என்றபடி பேரோசையுடன் கதவைத் திறந்து வெளியே சென்றார் அதிரதன்.

அவருக்குப் பின்னால் சென்ற கர்ணன் வாயிலுக்கு அப்பால் நின்ற சிவதரை நோக்கினான். சிவதர் கண்களால் ஒன்றுமில்லை என்று காட்டி தலைவணங்கினார். “எவரும் எனக்கு அகம்படி வரவேண்டியதில்லை. என் குதிரை லாயத்துக்குச் செல்லும் வழி எனக்குத் தெரியும்” என்று கைதூக்கி உரக்கக் கூவியபடி அதிரதன் நடந்து சென்றார். கர்ணன் சிவதரை நோக்கி “ஆணைகளைப் பிறப்பித்துவிட்டுப் போகிறார்” என்று மெல்லிய குரலில் சொன்னான். “ஆம், அவ்வாணைகளை முன்னரே என்னிடமும் சொல்லிவிட்டார்” என்றார் சிவதர்.

படியிறங்கி கீழே சென்றபடி அதிரதன் உரத்த குரலில் “உச்சிப்பொழுதில் துயில்பவனை யானையை நரிகள் சூழ்வது போல் இங்குள்ள வீணர்கள் நாற்புறமும் கவ்வி இழுக்கிறார்கள். அனைவரும் எண்ணிக் கொள்ளுங்கள், அவன் என் மைந்தன். நான் கற்ற கல்வியும் பெற்ற அறிதல்களும் அவனுக்கு என்றும் துணையிருக்கும். எவரும் அவனை மீறி இந்நகரத்தை ஆளலாம் என்று எண்ணவேண்டாம்” என்று கூவியபடியே சென்றார்.

கர்ணன் சிவதரிடம் புன்னகைத்து “தந்தை வளர்ந்துகொண்டே இருக்கிறார்” என்றான். “ஆம்” என்று சொன்னபின் மேலும் ஒருசொல் எடுக்கலாகாது என்பதுபோல் தன் இதழ்களை சிவதர் இறுக்கிக்கொண்டார்.

4

கர்ணன் மீண்டும் தன் அறைக்குள் செல்ல, சிவதர் உள்ளே வந்தார். "தந்தை சொல்வதிலும் உண்மை உள்ளது" என்றான் கர்ணன் தலைகுனிந்து நடந்தபடி. "உண்மையில் கருவுற்றவள் விருஷாலி. அச்செய்தியை இன்னும் அங்க நாடு அறியவில்லை." சிவதர் "இல்லை அரசே, அச்செய்தியை முறைப்படி நமக்கு அறிவிக்க மறுத்தவர் அரசி. சொல்லப்போனால் இன்னும் கூட அரசியிடமிருந்து நமக்கு செய்தி வரவில்லை" என்றார். "ஆம், அது அவளது அறியாமை. அதைக் கடந்து சென்று அவளை நான் சந்தித்திருக்கவேண்டும்" என்றான் கர்ணன். "மைந்தர் பிறக்கவிருப்பதை முறைப்படி அங்க நாட்டுக்கு அறிவிப்பதும் என் கடனே."

சிவதர் "அரசே, தான் கருவுற்றிருக்கும் செய்தியை கொழுநரிடம் அறிவிப்பது எப்பெண்ணுக்கும் பேருவகை அளிக்கும் தருணம். தன் அறியாமையால் அதை மறைத்துக்கொண்டவர் அரசி. தான் இழந்ததென்ன என்றுகூட அவர் இன்னும் உணரவில்லை. ஒருபோதும் உணரப்போவதும் இல்லை" என்றார். கர்ணன் நீள்மூச்சுடன் "அதைப் பற்றித்தான் நானும் எண்ணிக்கொண்டிருந்தேன். இவ்விரு நாட்களும் ஒரு தந்தையென நான் என்றும் நினைவுற வேண்டியவை. என் உள்ளத்தில் மைந்தர் நினைவு ஊறிப்பெருக வேண்டிய நேரம். ஆனால் சிதறிப் பறந்து எங்கெங்கோ சென்றுகொண்டிருக்கிறது என் சித்தம். ஒருமுறை கூட பிறக்கவிருக்கும் என் மைந்தனைப்பற்றி நான் எண்ணவில்லை" என்றான்.

சிவதர் "ஹரிதர் நேற்று மூத்தஅரசியிடம் பேசிய நிமித்திகர்களை வரவழைத்து உசாவினார். மூத்தஅரசியின் குருதியில் பிறக்கும் மைந்தன் அங்க நாட்டை ஆள்வது உறுதி என்றார் அவர்" என்றார். கர்ணன்

“அது எவ்வாறு? இளவரசென அவனுக்குப் பட்டம் கட்டுவதே நிகழ வாய்ப்பில்லை” என்றான். “அது நமது கணிப்பு. நிமித்திகர் கணிப்பது நம் அரசியலை அல்ல. காலத்தை ஆளும் ஊழை” என்றார் சிவதர். “அப்படியென்றால்...” என்று கேட்டபடி கர்ணன் தன் பீடத்தில் எடையுடன் அமர்ந்தான். “பெருவீரர்கள் தடையற்றவர்கள். அங்க நாட்டின் அரசமுறைமை, நமது முடிவுகள், குடிவழக்கங்கள் என்னும் அனைத்து எல்லைகளையும் கடந்து இவ்வரியணையை தங்கள் மைந்தர் அடையக்கூடும்” என்றார் சிவதர்.

“அவ்வண்ணம் நிகழட்டும்” என்றான் கர்ணன். சிவதர் “நிமித்திகரின் அக்கூற்றைத்தான் இளைய அரசி அஞ்சுகிறார்” என்றார் சிவதர். “நிமித்திகர் அவளுக்கும் சில நாட்குறிகளை சொல்லியிருப்பார்களே?” “ஆம். அவர் பெறப்போகும் முதல் மைந்தர் அங்க நாட்டின் இளவரசராக பட்டம் சூட்டப்படுவார் என்று நிமித்திகர் சொல்லியிருக்கிறார்கள்” என்றார் சிவதர். “மணிமுடி சூட மாட்டானா?” என்றான் கர்ணன். “அதற்கு வாய்ப்பில்லை. ஏனெனில் அவருக்கு மூன்று கண்டங்கள் உள்ளன என்கின்றனர் நிமித்திகர். அச்செய்தியால் இளைய அரசி உளம் கலங்கி இருக்கிறார்.” கர்ணன் “கண்டங்களா?” என்றான். சிவதர் “ஷத்ரியர் பிறக்கையில் முதலில் நோக்குவது முழுவாழ்நாள் உண்டா என்றே” என்றார்.

கர்ணன் “இவை அனைத்தையும் முன்னரே அறிந்துகொள்வதனால் என்ன நன்மை?” என்றான். “நிமித்த நூல் அறிவுறுத்துகிறது, எச்சரிக்கிறது, வழிகாட்டுகிறது. ஆனால் ஊழின் பல்லாயிரம் கைகள் நமது ஆட்டக்களத்தில் பகடைக் காய்கள்கொண்டு அமர்ந்திருக்கின்றன எனும்போது அவற்றால் எந்தப் பயனும் இல்லை” என்றான். “நிமித்த நூலை பொருட்டாக எண்ணலாகாதென்றே என் உள்ளம் சொல்கிறது. அது ஊழுக்கு அடிபணிவதாகும். நான் நிமித்திகருடன் உரைகொள்ள விழையவில்லை. என்னை இப்பெருக்குக்கு ஒப்படைத்துக்கொள்ளவே எண்ணுகிறேன்.”

சிவதர் “தோற்பதே முடிவு என்றாலும் ஊழுடன் ஆடுவதே வீரரும் அறிவரும் யோகியரும் ஏற்கும் செயல்” என்றார். கர்ணன் “ஆம், அது உண்மை” என்றான். பின்பு “பார்ப்போம்... நீங்கள் முன்பு சொன்னதைப்போல ஓர் அரசனாக நான் எனது அம்புகள் எட்டும் தொலைவுக்கு மேல் நோக்குவதை மறுக்கிறேன்” என்றான். சிவதர் “இத்தருணத்தில் அது நல்ல வழிமுறை என எண்ணுகிறேன். இரு அரசியரும் அவர்களின் ஆடலை முடிக்கட்டும். அதன்பின்னர் நாம் செய்வனவற்றை சூழலாம்” என்றார். “இரு துணைவியரின் கருவுறலையும் அறிவித்துவிட்டு நீங்கள் இங்கிருந்து கிளம்பலாம். அதற்கு அஸ்தினபுரியின் தூது ஒரு நல்ல தூண்டு.”

வாயிலில் ஏவலன் வந்து நின்று தலைவணங்கினான். சிவதர் திரும்பி புருவத்தைத் தூக்க, அவன் "அமைச்சர் செய்தியனுப்பினார்" என்றான். கர்ணன் சொல்லும்படி கைகாட்டினான். "அமைச்சர் ஹரிதர் அஸ்தினபுரியின் இளவரசர் சுஜாதருடன் தங்களை சந்திப்பதற்காக வந்துகொண்டிருக்கிறார்" என்றான். "வரச்சொல்" என்று சொன்னதுமே கர்ணன் முகம் மலர்ந்து "இளையவன் அழகன். அவனை ஒரு காலத்தில் என் ஒற்றைக்கையில் தூக்கி தலைமேல் வைத்து விளையாடியிருக்கிறேன்" என்றான். "அவர்கள் ஒவ்வொருவரும் மூத்தவரைப் போலவே உருக்கொண்டு வருவது விந்தை" என்றார் சிவதர். "வெவ்வேறு அன்னையருக்குப் பிறந்தவர்கள். ஆனால் ஒற்றை அச்சில் ஒற்றி எடுக்கப்பட்டவர்கள் போல் உள்ளனர்"

கர்ணன் "அது குருதியால் மட்டுமல்ல எண்ணங்களாலும் அமைவது" என்றான். "அவர்களில் வாழும் ஆன்மா மூத்தவர் சுயோதனரைப்போல் ஆகவேண்டுமென்றே விழைகிறது. அது உண்டு உயிர்த்து தன்னை அவ்விதம் ஆக்கிக்கொள்கிறது." சிவதர் "இனியவர், தங்கள்மேல் பெருங்காதல் கொண்டவர். அவையில் அமர்ந்திருக்கையில் தங்களை அன்றி பிற எவரையும் சுஜாதர் நோக்கவில்லை என்பதைக் கண்டேன்" என்றார். கர்ணன் "ஆம், நானும் அவனையே நோக்கிக்கொண்டிருந்தேன். கண்களால் நூறுமுறை தோள் தழுவிக்கொண்டிருந்தேன்" என்றான். பின்னர் நகைத்து "துரியோதனரை எனக்காக சிற்றுருவாக்கிப் படைத்துப் பரிமாறியதுபோல் உணர்கிறேன் சிவதரே" என்றான்.

வாயிலில் வந்து நின்ற ஏவலன் "அஸ்தினபுரியின் இளவரசர், குருகுலத்தோன்றல் சுஜாதர்! அமைச்சர் ஹரிதர்!" என்று அறிவித்தான். கர்ணன் எழுந்து கைகளை விரிக்க, கதவைத் திறந்து தோன்றிய சுஜாதன் விரையும் காலடிகளுடன் ஓடிவந்து குனிந்து அவன் காலடிகளைத் தொட்டு சென்னிசூடினான். கர்ணன் அவன் தோள்களைப் பற்றித் தூக்கி நெஞ்சோடணைத்துக் கொண்டான். இறுக்கி நெரித்து அதுவும் போதாமல் அவனைத் தூக்கி பலமுறை சுழற்றி நிறுத்தினான். அவன் குழற்கற்றைகளைப் பற்றி தலையை இறுக்கி முகத்தருகே திருப்பி அவன் விழிகளை நோக்கி "வளர்ந்துவிட்டாய்" என்றான். கைகளால் அவன் கன்னங்களைத் தடவி "மென்மயிர் முளைத்துள்ளது... மீசை கூட" என்றான்.

"ஆம், ஒருவழியாக" என்றான் சுஜாதன். "எத்தனை நாள் ஏங்கியிருப்பேன் மூத்தவரே! தம்பியரில் எனக்கு மட்டும்தான் இன்னும் மீசை அமையவில்லை." ஹரிதர் சிரித்தபடி "அங்க நாட்டை மிக விரும்புகிறார்" என்றார். கர்ணன் "எதையும் உண்டு அறிவதே கௌரவர் வழக்கம்" என்றான். ஹரிதர் "நான் சொன்னதும் அதையே" என்றார். சிவதர்

சிரித்தபடி "இளையவர் ஊனுணவு மணத்துடன் இருக்கிறார்" என்றார். "இங்குள்ள முதலைகள் உணவுக்கு ஏற்றவை மூத்தவரே. மீன்போலவே வெண்ணிறமான ஊன். பளிங்கு அடுக்குகள் போல..." என்றான். "அல்லது தென்னங்குருத்து போல..." கர்ணன் "உணவைப் பற்றிப் பேசுகையில் கௌரவர்கள் கவிஞர்களும்கூட" என்றான்.

சிரித்தபடி ஹரிதர் "இங்கு சிலநாள் தங்கிச்செல்லும்படி நான் சொன்னேன்" என்றான். "ஆம், நீ இங்கு சிலநாள் இரு. உனக்கு வேண்டியதென்ன என்பதை ஹரிதர் இயற்றுவார்" என்றான் கர்ணன். "இல்லை மூத்தவரே, நான் தங்களுடன் வருகிறேன்" என்றான் சுஜாதன். "ஏன்?" என்றான் கர்ணன். "இந்நகரில் அழகிய பெண்களும் உள்ளனர் இளையோனே." சுஜாதன் "ஆம், ஆனால் நான் உங்களுடன்தான் வருவேன்" என்றான். "அஸ்தினபுரிவிட்டு நீ வெளியே செல்வதே முதன்முறை அல்லவா?" என்றான் கர்ணன்.

"ஆம், மூத்தவரே. எல்லை கடந்தபின் கண்ட ஒவ்வொன்றும் என்னை எழுச்சி கொள்ளச் செய்தது. இந்நகரின் கோட்டைவாயிலைக் கண்டதும் நான் நெஞ்சு விம்மி அழுதுவிட்டேன். நான் காணும் முதல் அயலகக் கோட்டை இதுவே. ஆனால் எங்கள் அனைவருக்குமே அரசரும் நீங்களும் தோள்தழுவி அமர்ந்திருக்கும் காட்சி என்பது கருவறையமர்ந்த சிவனும் விண்ணுருவனும்போல. அதை நான் தவறவிடமாட்டேன். அஸ்தினபுரியில் நீங்கள் இருவரும் இருக்கும் அவையில் எங்கேனும் ஒரு மூலையில் இருந்துகொண்டிருப்பதையே விழைகிறேன்."

சிவதர் அந்த உணர்ச்சியை எளிதாக்க "இவரும் கதாயுதம்தான் பயில்கிறாரா?" என்றார். சுஜாதன் திரும்பி "என் தோள்களைப் பார்த்தால் என்ன தோன்றுகிறது?" என்றான். கர்ணன் அவன் தோள்களில் ஓங்கி அறைந்து "மூத்தவருக்கு இணையாக உண்கிறாய், அதில் ஐயமே இல்லை" என்றான். "ஆம், மூத்தவரே. கிட்டத்தட்ட அரசருக்கு இணையாக உண்கிறேன். ஒருமுறை அவரே என்னைப் பார்த்து நான் நன்கு உண்பதாகச் சொன்னார்" என்றான் சுஜாதன். "அதனால் நீ கதாயுதமேந்துபவன் என்று பொருள் வரவில்லை. முதன்மைக் கதையை ஒற்றைக் கையில் ஏந்த முடிகிறதா?" என்றான் கர்ணன். "அப்படியெல்லாம் கேட்டால்... இல்லை... கேட்கக்கூடாதென்றில்லை... ஆனால் அப்படி கேட்கப்போனால் உண்மையில் அப்படி முழுமையாகச் சொல்லிவிடமுடியாது" என்றான் சுஜாதன்.

"சிறந்த மறுமொழி" என்றார் சிவதர் சிரித்தபடி. "நான் பயிலும் முறையில்தான் பிழை என ஏதோ இருக்கிறது. கதாயுதத்தைத் தூக்கி அடிப்பது எளிது. ஆனால் பிறர் நம்மை அடிப்பதை அதைக்கொண்டு

தடுப்பதுதான் சற்று கடினமாக இருக்கிறது. எல்லா பயிற்சியிலும் மூத்தவர் என்னை அடித்து வீழ்த்துகிறார். இருமுறை நான் அரசரின் பெருங்கதாயுதத்தை தலைக்கு மேல் தூக்கியிருக்கிறேன்" என்றான் சுஜாதன். "பிறகு...?" என்றான் கர்ணன். "மூன்றாவது முறை அது என் தலையையே அறைந்தது. இன்னும் சற்று தோள் பெருத்தபின் அதைத் தூக்கலாம் என்று விட்டுவிட்டேன்."

ஹரிதர் "ஒரு மாறுதலுக்காக நீங்கள் ஏன் கதாயுதம் இல்லாமலேயே பயிற்சியை மேற்கொள்ளக்கூடாது?" என்றார். அவர் கண்களில் சிரிப்பை நோக்கிய கர்ணன் "அதைத்தான் செய்கிறானே. உண்பதும் கதாயுதப் பயிற்சியின் ஒரு பகுதியே" என்றான். "ஆம்" என்றான் சுஜாதன். "என்னிடம் அதை துரோணரும் சொன்னார்." "வா, அமர்ந்து கொள்!" அவன் தோளை வளைத்துக்கொண்டு தன் பீடத்தருகே கொண்டுசென்றான் கர்ணன். சுஜாதன் பீடம் ஒன்றை இழுத்து கர்ணன் அருகே போட்டு அமர்ந்து அவன் கைகளை தன் கைகளில் எடுத்துக்கொண்டு "மூத்தவரே, எத்தனை நாள் நான் கனவில் உங்கள் தோள்களைப் பார்த்திருக்கிறேன் தெரியுமா? ஆனால் இப்போது பார்க்கையில் உங்கள் தோள் அளவுக்கே என் தோள்களும் உள்ளன. என் கனவில் என்னுடையவை மிகச் சிறியனவாகவும் தங்கள் தோள்கள் யானையின் துதிக்கை அளவு பெரியவையாகவும் இருக்கின்றன" என்றான்.

பீடத்தில் அமர்ந்த ஹரிதர் பொதுவாகச் சொல்வதுபோல "கலிங்க இளவரசியை பார்த்தோம்" என்றார். "ஆம், பார்த்தோம்" என்று சொன்னான் சுஜாதன். "அங்கு அஸ்தினபுரியில் தங்களால் தூக்கிவரப்பட்டபோது எப்படி இருந்தார்களோ அப்படியே இருக்கிறார்கள்" என்றான். "இன்னும் அவர்களின் சினம் போகவில்லை. என்னைப் பார்த்ததும் ஒருகணம் நான் துரியோதனர் என்றே நினைத்துவிட்டார். பிறகுதான் இளையவன் என்று தெளிந்தார். சில கணங்கள் அவர் கண்கள் கனிந்ததை கண்டேன். தன் மூத்தவர் சுதர்சனை எவ்வண்ணம் உள்ளார் என்றார். தமக்கை பானுமதியுடன் மகிழ்ந்து விளையாடி அமைந்திருக்கிறார் என்றேன். நீள்மூச்சுடன் ஆம், அறிந்தேன் அவளுக்கு உகந்த கணவனை அடைந்திருக்கிறாள். அதற்கும் நல்லூழ் வேண்டும் என்றார்."

கர்ணன் "நீ என்ன சொன்னாய்?" என்றான். "உண்மைதான் என்று சொன்னேன். ஏனென்றால் அவர்களுக்கு உங்களை சற்றும் பிடிக்கவில்லை என்று எனக்கு அப்போதே தெரியும். இப்போது அது மீண்டும் உறுதியாயிற்று. அவர்கள் கருவுற்றிருக்கிறார்கள் என்ற செய்தியை நான் செல்லும் வழியிலேயே எண்ணிக்கொண்டிருந்தேன். பிடிக்காமல் எப்படி கருவுறமுடியும் என்று அமைச்சரிடம் கேட்டேன். என் தலையை அறைந்து இளையோரைப்போல் பேசும்படி சொன்னார். உண்மையில் நான்

இன்னும் சற்று முதிர்ச்சியுடன்தான் பேசவேண்டும் என்று ஒவ்வொரு முறையும் எண்ணிக்கொள்கிறேன். ஆனால் பேச ஆரம்பிக்கும்போது அத்தனை பேரும் சிரிக்கக்கூடிய ஒன்றைச் சொல்லிவிடுகிறேன்” என்றான் சுஜாதன்.

“நீ அப்படியே இன்னும் சிலநாள் இரு” என்றான் கர்ணன். “கண்ணெதிரில் இளையோர் வளர்ந்து ஆண்மகன்களாவதைப் பார்ப்பதென்பது துயரளிப்பது. இனி உங்கள் நூற்றுவரில் எவரையுமே கையில் எடுத்துத் தூக்கிக் கொஞ்ச முடியாது என்று உன்னை முதலில் பார்த்தபோதே எண்ணினேன். அவ்விழப்பைக் கடப்பதற்கு நீங்கள் அனைவரும் ஆளுக்கு நூறு பேர் என்று மைந்தரைப் பெற வேண்டியுள்ளது” என்றான் கர்ணன். “பத்தாயிரம் கௌரவர்களா? கௌரவர்களால் ஆன ஒரு படையே அமைத்துவிடலாம் போலிருக்கிறதே!” என்றார் சிவதர். “ஏன்? அமைத்தால் என்ன? நாங்கள் ஆடிப்பாவைகள் என்கிறார்கள். முடிவின்றிப் பெருகுவோம்” என்றான் சுஜாதன்.

அந்த இயல்பான உரையாடலில் விடுபட்டுக்கொண்டே இருப்பதை உணர்ந்து “சுப்ரியை என்ன சொன்னாள்?” என்றான் கர்ணன். நேரடியாக அப்படிக் கேட்டிருக்கக்கூடாது என அவன் உணர்ந்த கணமே மேலும் நேரடியாக சுஜாதன் “அவர் என்னை அவமதிக்க விழைந்தார். என் முகம் நோக்கி ஒற்றைச் சொற்றொடரை மட்டுமே பேசினார். மற்ற ஐந்து சொற்றொடர்களையும் தன் செவிலிக்கும் சேடிக்கும் ஆணைகளிட்டபடி பேசினார். நான் அஸ்தினபுரியின் முறைமை வணக்கத்தை அவர்களுக்குத் தெரிவித்தபோது நன்று என்று சொன்னதுமே மறுமுறைமைச் சொல் அளிக்காமல் திரும்பிக்கொண்டு அருகே நின்ற சேடியிடம் எதற்காகவோ சினந்தார்” என்றான்.

“இளையவனே” என கர்ணன் சொல்லத் தொடங்க, “நீங்கள் அதை பெரிதாக எண்ண வேண்டியதில்லை மூத்தவரே. அவர்கள் என் மூத்தவரின் துணைவியல்லவா? என் அன்னையல்லவா?” என்றான் சுஜாதன். “ஆனால் நான் விடவில்லை. நேராக முகத்தை நோக்கி அரசி நீங்கள் எனக்கு முறைப்படி மறுமொழி அளிக்கவில்லை. நான் அஸ்தினபுரியின் தூதனாக வந்த அரசகுலத்தவன் என்றேன். அவர் இளக்காரமாக உதட்டைச் சுழித்து என்னை நோக்காமல் அப்படியா எனக்கு அது தோன்றவில்லை என்றார். சரி நீங்கள் எனக்கு விடையளித்ததாகவே எண்ணிக்கொள்கிறேன் என்ற பிறகு அவர் காலைத் தொட்டு சென்னிசூட முயன்றேன். காலை விலக்கி எழுந்துவிட்டார்.”

“கருவுற்றமையால் சற்று அஞ்சிக்கொண்டிருக்கிறாள். அது பெண்களின் இயல்பல்லவா?” என்று கர்ணன் சொன்னான். “மற்றபடி கௌரவர்கள்

மேல் அவளுக்கு என்றும் அன்புதான். அவள் தமக்கைக் கொழுநரின் குடியினர் அல்லவா நீங்கள்?” “அதெல்லாமில்லை மூத்தவரே” என்றான் சுஜாதன். “அவருக்கு என்னைப் பிடிக்கவில்லை. நான் உங்களுடையவன் என எண்ணுகிறார். என்னை இழிவுபடுத்துவதுடன் அதை நான் புரிந்துகொள்ளும்படி செய்ய வேண்டுமென்பதிலும் பொறுப்புடன் செயல்பட்டார்” என்றான். கர்ணன் கைகளை விரித்தான்.

“நான் அஸ்தினபுரியின் பரிசில்களை அரசிக்கு அளித்தேன். பாண்டியநாட்டு அரிய முத்தாரம் ஒன்று. யவனப்பொன்னில் காப்பிரிநாட்டு மணிகள் பதிக்கப்பட்ட கைவளைகள். அவற்றை அவர் ஏறெடுத்தும் நோக்கவில்லை. சேடியிடம் எடுத்து உள்ளே வைக்கும்படி புருவத்தால் ஆணையிட்டார். அந்தச் சேடி, அவள் பெயர் சரபை என நினைக்கிறேன், அதை எடுத்து நோக்கி உதட்டைச் சுழித்து இப்போதெல்லாம் காப்பிரிநாட்டு மணிகள் மிக மலிந்துவிட்டன அரசி, கலிங்கத்தில் குதிரைகளுக்கு இனி நெற்றிமணிகள் அணிவிக்கவேண்டாம் என்று அரசர் ஆணையிட்டிருக்கிறார் என்றாள். நான் அறியாமல் குதிரைகளுக்கா என்று கேட்டுவிட்டேன். அவள் உதட்டைச் சுழித்தபடி திரும்பி நடந்தாள். அப்போதுதான் அது இழிவுபடுத்தல் என்பதே எனக்கு புரிந்தது. ஆனால் ஒன்றை அறிந்தேன். அவர்கள் இருவரும் உதட்டைச் சுழிப்பது ஒன்றுபோலிருக்கிறது.”

கர்ணன் மெல்ல அசைந்து “அந்தச் சேடி கலிங்கப் பெருமைகொண்டவள். அறிவிலி” என்றான். “ஆம், அணுக்கச்சேடிகள் சற்று அத்துமீறுவார்கள்” என்றார் ஹரிதர். பேச்சை மாற்றும்பொருட்டு சிரித்தபடி “இளையவர் இங்குதான் தன்னை ஆண்மகன் என உணர்கிறார். தன் முதல் தூதுச் செய்தி அங்கநாட்டு அவையில் சொல்லப்பட்டதை எண்ணி எண்ணி மகிழ்ந்துகொண்டிருக்கிறார்” என்றார். சுஜாதன் “ஆம், மூத்தவரே, இங்கு வரும்வரை ஒவ்வொரு கணமும் நான் அஞ்சிக்கொண்டிருந்தேன். அவைநிகழ்வு என்பது ஒரு நாடகம் என்றார்கள். நான் என் மூத்தவரிடமே உளறுவேன்...” என்றான்.

“ஆனால் அனைத்தையும் விதுரர் சொல்லிக்கொடுத்திருந்தார். எப்படி நான் அவையில் எழுவது, என்னென்ன சொற்களைச் சொல்வது, கைகளை எப்படி அசைப்பது, எவருக்கு எப்படி தலைவணங்குவது அனைத்தையும். வரும் வழியில் வேடிக்கை பார்த்ததால் எல்லா சொற்களையும் மறந்துவிட்டேன். அங்க நாட்டு அவையில் வந்து அமர்ந்திருக்கும்போது எனக்கு சிறுநீர்தான் வந்து முட்டிக் கொண்டிருந்தது. எப்படியாவது எதையாவது சொல்லிவிட்டு வெளியே சென்று சிறுநீர் கழிக்கவேண்டும் என்று மட்டும்தான் துடித்துக்கொண்டிருந்தேன். என் பெயரை அமைச்சர் அறிவித்ததும் எழுந்து வந்து அவை நடுவே நின்று வணங்கினேன். நான்

அறியாமலேயே விதுரர் எனக்கு கற்றுக்கொடுத்த சொற்களை சரியாகச் சொல்லிவிட்டேன்.”

“அதை பயணம் முழுக்க உனக்கு நீயே பலமுறை சொல்லிக்கொண்டிருப்பாய்” என்றான் கர்ணன். “எப்படித் தெரியும்? உண்மையிலேயே சொல்லிக் கொண்டிருந்தேன்” என்று சுஜாதன் சொன்னான். “அவை கலைந்த போதுதான் நான் முதன்முறையாக ஓர் அவையில் எழுந்து அரசுமுறைத் தூதை சொல்லியிருக்கிறேன் என்பதை உணர்ந்தேன். கைகளை விரித்துக் கூச்சலிட்டபடி துள்ளிக் குதிக்கவேண்டும் என்று எண்ணினேன். நல்லவேளை, அப்படி செய்திருப்பேன்.” “செய்திருக்கலாம்” என்றான் கர்ணன். “அவை நெடுநாள் அதை நினைவில் வைத்திருக்கும்.” சுஜாதன் “அப்படியா? அதெல்லாம் செய்யலாமா அவையில்?” என்று கேட்டான்.

ஹரிதர் “விளையாடாதீர்கள் அரசே. எது வேடிக்கை என்று இன்னும் தெரியாதவராக இருக்கிறார்” என்றார். அறைவாயிலில் ஏவலன் வந்து நின்றான். “யார்?” என்றார் ஹரிதர். “சரபை” என்று ஏவலன் சொன்னான். புருவம் சுருங்க “இவ்வேளையிலா...?” என்றார் ஹரிதர். புரியாமல் “ஏன்?” என்றான் கர்ணன். ஹரிதர் எழுந்து “தாங்கள் பேசிக்கொண்டிருங்கள் அரசே. நான் சென்று அவளிடம் என்னவென்று கேட்கிறேன்” என்றார். கர்ணன் “இல்லை. அவளை வரச்சொல்லுங்கள்” என்றான். ஹரிதர் திரும்பிப் பார்த்து கண்களில் அறிவுறுத்தலுடன் “வேண்டியதில்லை. இவ்வேளையில் அரசரின் அவையில் சேடியரும் செவிலியரும் வருவது முறையல்ல” என்றார்.

“இதிலென்ன உள்ளது? வரட்டும்” என்றான் கர்ணன். “இளையவனுக்கு முறைப்படி சொல்லளித்து பரிசிலுடன் விடைகொடுக்கவில்லை என்ற குற்றவுணர்வு சுப்ரியைக்கு எழுந்திருக்கலாம். பெரும்பாலும் ஏதேனும் பரிசுப்பொருட்களுடன் செவிலியை அனுப்பியிருப்பாள்” என்றபின் ஏவலனிடம் “வரச்சொல்” என்றான். ஹரிதர் சற்று நிலையழிந்தவராக நின்றார். சிவதர் ஹரிதரிடம் ஒன்றும் செய்வதற்கில்லை என்பது போல் புருவத்தைக் காட்டினார். சுஜாதன் “எனக்கு மணிகள் பதிக்கப்பட்ட நல்ல உடைவாள் உறை ஒன்று கொடுக்கப்பட்டால் நான் அதை விரும்பி வைத்திருப்பேன்” என்றான்.

கதவு திறக்க, சரபை உள்ளே வந்தாள். இறுகிய முகமும் நிமிர்ந்த தலையுமாக வந்து சற்றே விழிசரித்து வணங்கி “அங்க நாட்டரசர் வசுஷேணருக்கு கலிங்க நாட்டு அரசியின் ஆணையுடன் வந்திருக்கிறேன்” என்றாள். திடுக்கிட்டு ஹரிதர் ஏதோ சொல்ல வாயெடுக்க, அவள் மேலும் உரத்த குரலில் “அரசியை இன்றிரவு அங்க நாட்டரசர் சென்று சந்திக்க வேண்டுமென்று

ஆணை பிறப்பிக்கப்பட்டுள்ளது. நாளை புலரியில் பெருங்கொடையாட்டு ஒன்றை நிகழ்த்தவும் பிறநாட்டு அரசர் அனைவருக்கும் முறைப்படி செய்தி அனுப்பவும் அரசி முடிவெடுத்திருக்கிறார். அதற்குரிய ஆணைகளை இன்றே பிறப்பிக்கவேண்டுமென்றும் அச்செய்தியை அரசரே கலிங்க நாட்டு அரசியிடம் அறிவிக்கவேண்டுமென்றும் கூறுகிறார்" என்றபின் தலைவணங்கி திரும்பி கதவைக் கடந்து வெளியே சென்றாள்.

திகைத்து எழுந்து கைசுட்டி "ஆணையா? அரசி அரசருக்கு ஆணை பிறப்பிப்பதை இப்போதுதான் பார்க்கிறேன்" என்று உரக்க சொன்னான் சுஜாதன். "இல்லை, இது இங்குள்ள ஒருசொல்லாட்சி மட்டுமே" என்றார் ஹரிதர். "உண்மையாகவா? மூத்தவரே, இது உண்மையா?" என்று சுஜாதன் திரும்பி கர்ணனை நோக்கிக் கேட்டான். கர்ணன் "ஆம்" என்றான். ஒருகணம் கர்ணனின் விழிகளை சந்தித்ததும் சுஜாதன் அனைத்தையும் உணர்ந்துகொண்டான். அவன் முன்னால் சென்றபோது பீடம் காலில் முட்டி ஓசையுடன் உருண்டு பின்னால் விழுந்தது.

"கலிங்கத்து இழிமகள் என் மூத்தவரின் முகம் நோக்கி இச்சொற்களை சொன்னபின்னும் வாயில் கடக்க எப்படி விட்டீர்? இக்கணமே அவள் குருதியுடன் திரும்புகிறேன்" என்று வாயிலை நோக்கிச் சென்றான். "இளையோனே!" என்று கர்ணன் கூவினான். "தடுக்காதீர்கள் மூத்தவரே. உயிருடன் நான் இருக்கும் காலம் வரை என் மூத்தவர் முகம்நோக்கி எவரும் இழிசொல் சொல்ல நான் ஒப்பமாட்டேன். இது எனக்கு இறப்பின் தருணம். இத்தருணத்தை வீணாகக் கடந்து சென்றபின் என் மூத்தவரிடம் எச்சொல் எடுப்பேன்?" என்றான் சுஜாதன்.

"இளையோனே!" என்று உடைந்து தாழ்ந்த குரலில் கர்ணன் அழைத்தான். "இது என் ஆணை!" சுஜாதன் சிலகணங்கள் உறைந்து நின்றபின் அனைத்துத் தசைகளும் தளர தலைகுனிந்து "ஏன் இங்கு இவ்வண்ணம் இருக்கிறீர்கள் மூத்தவரே?" என்றான். கர்ணன் "இவ்வண்ணம் ஆயிற்று" என்றான். "ஏன், மூத்தவரே? அஸ்தினபுரியின் அரசராகிய என் தமையன் உங்கள் தோழர் மட்டுமல்ல. சுட்டுவிரல் சுட்டி நீங்கள் ஆணையிடத்தக்க ஏவலரும்கூட. அவரது ஆணைகளை குருதி கொடுத்து நிறைவேற்றும் தம்பியர் நூற்றுவர் நாங்கள் இருக்கிறோம். ஒருசொல் சொல்லுங்கள்! கலிங்கத்தின் அரண்மனைக் கலசத்தைக்கொண்டு உங்கள் காலடியில் வைக்கிறோம். உங்கள் முன் நின்று ஒருத்தி சொல்லெடுக்க எப்படி நாங்கள் ஒப்பமுடியும்?" என்றான்.

கர்ணன் "இளையோனே, இங்கு நான் இவ்வண்ணம் இருக்க நேர்ந்துள்ளது" என்றான். "சேற்றில் சிக்கிய யானை என்று சூதர்கள் சொல்வார்கள். இப்போதுதான் அதைப் பார்க்கிறேன்" என்றான்

சுஜாதன். கர்ணன் சட்டென்று கண்களில் துயருடன் உரக்க நகைத்தான். அதைத் திகைப்புடன் நோக்கிய சுஜாதன் ஒரு முடிவெடுத்தவனாக எழுந்து ஓசையெழ கதவைத் திறந்து வெளியே விரைந்தான். "எங்கு செல்கிறான்?" என்றான் கர்ணன் எழுந்து அவனைத் தொடர்ந்தபடி. சிவதர் அசையாமல் கண்களில் நீருடன் நின்றார். ஹரிதர் கர்ணனின் பின்னால் சென்றபடி "சரபையைத் தொடர்கிறார்..." என்றார். கைநீட்டி உரக்க "நில் இளையோனே!" என்றான் கர்ணன்.

அதைக் கேட்காமல் இடைநாழிக்குச் சென்று, பாய்ந்த காலடிகளுடன் ஓடி படிக்கட்டின் மேல் நின்ற சுஜாதன் "யாரங்கே? அந்த கலிங்கப் பெண்ணை நிறுத்து!" என்றான். கீழே வீரர்கள் "நிற்கச் சொல்லுங்கள்... பிடியுங்கள்" என்று கூவினர். அவளை அவர்கள் இழுத்துவர, முதற்படியில் நின்றபடி சுஜாதன் உரத்த குரலில் கைநீட்டி "இழிமகளே, என் தமையன் முன் நின்று நீ இன்று சொன்ன சொற்களுக்காக உன் தலைகொய்து அஸ்தினபுரிக்கு மீளவேண்டியவன் நான். தமையனின் ஆணைக்காக உன் உயிரை இப்போது அளிக்கிறேன். ஆனால் இனி ஒருமுறை நீயோ உன் அரசியோ ஒற்றை ஒருசொல் கீழ்மையுரைத்தால், அச்சொல் உங்கள் அரண்மனைக்குள் எழுந்ததே என்றாலும், அதற்காக குருதியாலும் தீயாலும் பழி தீர்ப்போம். இது அஸ்தினபுரியை ஆளும் கௌரவநூற்றுவரின் வஞ்சினம். குருகுலத்து மூதாதையர் மேல் ஆணை! எங்கள் குலதெய்வங்களின் ஆணை!" என்றான்.

அறியாமல் ஹரிதர் இரு கைகளையும் தலைக்குமேல் கூப்பிவிட்டார். "சென்று சொல் உன் அரசியிடம்! இனி அவள் சொல்லும் ஒரேயொரு வீண்சொல்லுக்கு விலையாக கலிங்கத்து அரசகுலத்தின் இறுதிச்சொட்டுக் குருதிகூட எஞ்சாமல் கொன்று குவிப்போம். கலிங்கத்து நகர்களில் ஓர் இல்லம்கூட இல்லாமல் எரித்தழிப்போம். அந்த நகர்களில் ஒற்றைப் புல்லிதழும் எழாது செய்வோம். மேலும் பத்து தலைமுறைகளுக்கு கலிங்கம் மீது எங்கள் வஞ்சம் அணையாது நின்றிருக்கும். எண்ணியிருக்கட்டும் இனி அவள். எந்தையர் மேல் ஆணை! அறிக இங்குள்ள அனைத்துத் தெய்வங்களும்!"

அவன் சொற்களில் எழுந்த முழக்கம் அங்கிருந்த அத்தனை வீரர்களையும் கைகூப்பச் செய்தது. சரபை நிற்கமுடியாமல் கால்தளர்ந்து விழப்போனாள். ஒரு காவலன் அவளைப் பற்றிக்கொள்ள, அவள் அவன் தோள்மேல் தலைசாய்த்து நினைவிழந்தாள். அவள் கீழே துவள, இன்னொருவன் ஓடிவந்து பிடித்துக்கொண்டான். சுஜாதன் தன் கண்களில் வழிந்த கண்ணீரை இரு கைகளாலும் துடைத்துக்கொண்டு திரும்பி "என் சொற்கள் அங்கத்தின் அரசநெறியை மீறியவை என்றால் என்னை கழுவேற்றுக அரசே! ஆனால் இச்சொற்களை இங்கு சொல்லாமல் என் தமையன்

முன் சென்று நின்றால் நான் பெரும்பழியில் அமர்ந்தவனாவேன்” என்றான்.

கர்ணன் கண்ணீரை அடக்கி உடைந்த குரலில் “நீ விழியற்ற பேரறத்தின் மைந்தன் இளையோனே. பிறிதொன்றை உன்னால் எண்ணமுடியாது” என்றபின் அறைக்குள் செல்ல திரும்பினான். “நான் நாளை புலரியில் அஸ்தினபுரிக்குக் கிளம்புகிறேன் மூத்தவரே. இந்நகரில் இனி நான் இருக்கவியலாது” என்றான் சுஜாதன். “நானும் உன்னுடன் கிளம்புகிறேன் இளையோனே. நாம் சேர்ந்து செல்வோம்” என்றான் கர்ணன்.

5

அஸ்தினபுரியின் கோட்டைமுகப்பின் காவல்மாடங்களில் பறந்த கொடிகள் தொலைவில் தெரிந்ததுமே உளக்கிளர்ச்சியுடன் தேர்த்தட்டில் எழுந்த கர்ணன் இரு கைகளையும் பறக்க விழையும் சிறகுகள் போல் விரித்தான். தேர்விரைவில் அவனது ஆடைகளும் குழலும் எழுந்து பறக்க, அவன் பருந்து போல அக்கோட்டை நோக்கி மிதந்து செல்வதாகத் தோன்றியது. தேரோட்டி திரும்பி "இன்னும் தொலைவிருக்கிறது அரசே" என்றான். "ஆம், விரைந்து செல்" என்றான் கர்ணன்.

அவனுக்குப் பின்னால் பிறிதொரு தேரில் விரைந்து வந்த சுஜாதன் உரத்த குரலில் "அஸ்தினபுரி! அஸ்தினபுரி!" என்று கூவினான். கர்ணன் திரும்பி சிரித்தபடி "முதன்முறையாகப் பார்க்கிறாய் போல் உள்ளதே?" என்றான். அந்தப் பகடியை புரிந்துகொள்ளாமல் அவன் கைநீட்டி "ஆம் மூத்தவரே, முதன்முறையாக இந்நகரைவிட்டு வெளியேறி இன்னொரு நாட்டுக்குச் சென்று திரும்பி வருகிறேன். பிறிது எந்த ஊருக்குள் நுழைவதைவிடவும் உள்ளம் கிளர்கிறது. என் நகரம்! என் மூதாதையர் நகரம்!" என்றான்.

கர்ணன் சிரித்தபடி "மறுமுறையும் இந்நகரைவிட்டு நீ விலகப் போவதில்லையா?" என்றான். "இவ்வாறு திரும்பிவரும் உவகைக்காகவே இனி ஒவ்வொரு மாதமும் வெளியேறிச் செல்லலாம் என்று தோன்றுகிறது" என்றான் சுஜாதன். "அஸ்தினபுரியின் கோட்டை ஓர் அன்னைப்பன்றி போலிருக்கிறது. நாமெல்லாம் அதன் பிள்ளைகள்..." என்றான். "நல்ல ஒப்புமை. ஆனால் முன்னரே சூதர்கள் பாடிவிட்டார்கள்" என்றான். "பாடிவிட்டார்களா? நான் சொல்லப்போவதை முன்னரே அறிந்த ஞானிகள் அவர்கள்."

அவன் நகருக்குள் நுழைந்ததும் பெருமுரசின் ஒலியாலேயே அவன் வருகையை அறிந்துகொண்டிருந்த நகர் மக்கள் சாலையின் இருபுறங்களிலும் கூடி அவனை வாழ்த்திக் கூவினர். "கதிர்முகம் கொண்ட காவலன் வாழ்க! வெய்யோன் மைந்தன் வாழ்க! வெற்றித்திரு அமைந்த வில்லவன் வாழ்க! கொள்வதறியா கொடையன் வாழ்க! வெல்வோர் இல்லா வெம்மையன் வாழ்க!" வாழ்த்தொலிகளும் இருபுறமிருந்து அள்ளி வீசப்பட்ட மலர்களும் செம்மஞ்சள் அரிசியும் கலந்து உருவான மங்கலத்திரை ஒன்றை உடலால் கிழித்தபடி கர்ணன் முன்சென்றான்.

சுஜாதன் தேரை அருகே செலுத்தி திரும்பி கைவீசி பற்கள் ஒளிரக் கூச்சலிட்டான். "இந்நகரில் இத்தனை பெரிய வரவேற்பு எவருக்கும் அளிக்கப்படுவதில்லை மூத்தவரே. அரசர் கூட அடுத்தபடியாகவே மகிழ்ந்து ஏற்கப்படுகிறார்." கர்ணன் "அது என் நல்லூழ் இளவலே" என்றான். இருபுறமும் நோக்கி மூத்தவரையும் முதுபெண்டிரையும் தலைவணங்கியும் இளையோரை நோக்கிப் புன்னகைத்து கைவீசியும் தேரில் சென்றான். எதிரே உப்பரிகை ஒன்றில் செறிந்து நின்ற முதியவர்களில் ஒருத்தி கைசுட்டி "பொற்கவசம்! பொலிமணிக் குண்டலம்!" என்றாள்.

அனைத்து விழிகளிலும் கண்ணீரும் பேருவகையும் நிறைந்திருந்தன. "மார்பணிக்கவசம்! மணியொளிக் குண்டலங்கள்! மண்ணில் இறங்கிய கதிரவன் மைந்தன்! தெய்வங்களே, விரிவான் போதாதென்று விழிகொண்டு மானுடனாக வந்தீர்கள்!" ஒரு முதியவர் "வீதியில் குலதெய்வமெழுந்தது போல்!" என்று கைவீசிக் கூவினார். அத்தனைபேரும் களியுவகையில் தெய்வமெழுந்தவர்கள் போலிருந்தனர். "வெய்யோனொளி அவன் மேனியின் விரிசோதியில் மறையக் கண்டேன். மையோ மரகதமோ மழைமுகிலோ அய்யோ இவன் உடல் என நின்று கலுழ்ந்தேன்."

சாலை முகப்பில் நின்ற இளம்சூதன் மேலும் பாடினான் "அருணன் ஓட்டும் தேரில் நாளவன் எழுகின்றான்! இதோ ஒரு மானுடன் உடலொளியால் ஒளிகொள்கின்றது காலை. பொலிவுற்றன நமது பொல்லென்ற தெருக்கள்" அவனும் கண்ணீர்விட்டுக்கொண்டிருந்தான்.. "நாட்டோரே நலத்தோரே கேளுங்கள் இதை! அவன் நகர்நுழைந்த நாள் கருக்கிருட்டுக்கு முன்னரே எழுந்தது கதிர். கண்ணிலாத இளம்சூதன் அவன் கவசகுண்டலங்களைக் கண்டான். அவன் காலடிபட்ட இடங்களில் மலர்கள் விரிந்தன. அவன் நிழல்கொண்டு சுனைகள் ஒளிகொண்டன."

அரண்மனையின் உள்கோட்டை அருகே தேர்கள் நின்றபோது கர்ணன் இயல்பாக திரும்பிப் பார்க்க சுஜாதன் அழுதுகொண்டிருந்தான். "என்ன? இளையோனே, என்ன ஆயிற்று?" என்றான் கர்ணன். "மூத்தவரே, நாங்கள் எளியவர்கள். எங்கள் தந்தையைப் போலவே எங்கோ ஓர்

விழியின்மை கொண்டவர்கள். இத்தனை எளியமாந்தர் எல்லாம் நோக்கும் அந்த மணிக்குண்டலங்களையும் பொற்கவசத்தையும் நாங்கள் காணக்கூடவில்லை. எங்கள் விழியின்மையால் மிகையென ஏதும் செய்து தங்கள் மாண்புக்கு பிழை இயற்றுவோமென்றால் எங்களைப் பொறுத்தருள்க!" என்றான்.

"மூடா" என்று கர்ணன் கையோங்கினான். "சூதர் பாடல்களால் ஆனது இப்பொதுமக்களின் உள்ளம். மக்களின் மிகையுணர்ச்சிப் பெருக்கு அத்தனை அரசர்களாலும் உருவாக்கி நிலைநிறுத்தப்படுவது. அரியணை அதன் மேல்தான் அமைந்துள்ளது. நீ அரசன். அவர்களில் ஒருவராக நின்று அவ்வுணர்ச்சிகளை நம்பவேண்டியவன் அல்ல." சுஜாதன் விசும்பினான். "நீ என் இளவல். நாளை உன்னைப் பற்றியும் இதைப் போலவே புகழ்மொழிகள் எடுப்பார்கள். அதை நீயே நம்பத் தொடங்கினால் அங்கே உன் அழிவு தொடங்குகிறது" என்றான் கர்ணன். "மன்னனை மக்கள் தெய்வமென எண்ணவேண்டும். அவனோ தன்னை மானுடன் என்றே கொள்ளவேண்டும் என்பது நூல்நெறி."

"இல்லை மூத்தவரே, அத்தனை விழிகளையும் மாறி மாறி நோக்கிக்கொண்டிருந்தேன். அவ்விழிகளில் ஒன்றை சில கணங்கள் பெற்றால் அந்தப் பொற்கவசத்தையும் குண்டலத்தையும் நான் பார்த்திருப்பேன் என்று எண்ணினேன். சின்னஞ்சிறுவனாக உங்கள் கால்களைப் பற்றி என்னை உங்கள் தோள்களில் தூக்கவேண்டுமென்று எண்ணியதெல்லாம் எனக்கு நினைவு உள்ளது. அன்று பெற்ற அணுக்கத்தால்தான் உங்களை அறியாதிருக்கிறேனா?" என்றான் சுஜாதன். கர்ணன் கனிந்து "மூடா, உன்னைவிட என்னை அறிந்தவர் யாருளார்?" என்றான். சுஜாதன் அழுகை நிறைந்த உதடுகளை இறுக்கியபடி பார்வையை திருப்பிக் கொண்டான்.

கோட்டைமுகப்பில் நின்றிருந்த சிற்றமைச்சர் ஸ்ரீகரர் இரு காவலர் தலைவர்கள் துணைவர வந்து அவனுக்குத் தலைவணங்கி "வருக அங்க நாட்டரசே! தங்களுக்கு முழுமைப் படையணி அமைத்து வரவேற்பளிக்க வேண்டுமென்று அரசரின் ஆணை" என்றார். கர்ணன் "என்ன இதெல்லாம்?" என்றான். "இங்கிருந்து செல்கையில் தாங்கள் எங்கள் குடிமூத்தவர். திரும்பி வருகையில் அங்க நாட்டின் அரசர்" என்றார் அமைச்சர். கர்ணன் நகைத்து "இங்கிருந்து செல்லும்போது நீங்கள் அமைச்சர் கனகரின் மைந்தர். திரும்பி வரும்போது கோட்டைக்காவல் சிற்றமைச்சர், இல்லையா?" என்றான்.

ஸ்ரீகரர் இயல்படைந்து உரக்க நகைத்து "ஆமாம். இப்போது நான் மார்பாரமும் தலையணியும் சூடும் அமைச்சர். என்னாலே அதை

அவ்வப்போது நம்பமுடியவில்லை மூத்தவரே" என்று தலைவணங்கி "என்னை வாழ்த்துங்கள் மூத்தவரே" என்றார். கர்ணன் அவர் தோளைப் பற்றி இழுத்து உலுக்கி "என் அறைக்கு வாரும்! அந்தத் தலைப்பாகையை எடுத்து வீசி தலையில் ஓர் அறைவிடுகிறேன். அதுதான் என் வாழ்த்து" என்றான். "அது என் நல்லூழ். தங்கள் அடிகளை வாங்கித்தான் நான் வளர்ந்தேன்" என்றபின் திரும்பி "இவர்கள் படைத்தலைவர்கள். இவர்களைத் தெரிகிறதா?" என்றார் ஸ்ரீகரர்.

கர்ணன் "ஆம், இவன் படைத்தலைவர் வஜ்ரசேனரின் மைந்தனல்லவா?" என்றான். "உக்ரசேனன்... வளர்ந்துவிட்டாய்." உக்ரசேனன் "என்னை முன்பு போல் நாசிகன் என்றே அழையுங்கள்" என்றான். கர்ணன் அவன் மூக்கைப் பற்றி இழுத்து அருகே கொண்டுவந்து தன் நீள்கரங்களால் அவன் தோளை வளைத்து உடலுடன் சேர்த்துக்கொண்டான். "சிறுவயதில் இவன் மூக்கைப் பற்றி இழுக்காமல் ஒருநாள்கூட சென்றதில்லை" என்றான். "இவன் தாய் கருவுற்றிருக்கையில் பறவைக்கரசர் ஆலயத்தில் அன்றாடம் வழிபட்டாள் என்பது சூதர் மொழி."

இன்னொரு படைத்தலைவன் "என்னை நீங்கள் காலகன் என்று அழைப்பதுண்டு" என்றான். கர்ணன் நகைத்து "ஆம். ஆனால் ஒன்றரை வருடங்களில் உனது கரிய நிறம் சற்று மட்டுப்பட்டிருக்கிறது" என்றான். அமைச்சர் சிரித்து "மட்டுப்பட்டிருக்கும். ஏனெனில் இவனது துணைவி பொன்னிறம் கொண்டவள். இரும்பையும் பொன்னையும் உரசினால் இரும்பு சற்று ஒளிகொள்ளும் அல்லவா?" என்றார். கர்ணன் "துணைவி சற்று கருமை கொண்டிருக்கிறாளா?" என்றான்.

அவர் நகைத்து "கருவுற்றிருக்கிறாள்" என்றார். "நன்று! இளைய காலகன் ஒருவன் மண்ணுக்கு வரட்டும்" என்றான் கர்ணன். அவர்கள் மூவருமே கர்ணனின் உடலுடன் ஒட்டிக்கொண்டு நிற்க விழைந்தனர். இருவர் தோளில் கைகளை அவன் போட்டுக் கொண்டதும் அமைச்சர் அவன் கை விரல்களை தன் கைகளால் பற்றிக்கொண்டு "வருக, அரண்மனை சித்தமாக உள்ளது மூத்தவரே" என்றார். "ஆம், வரிசைமுறைமைகளை ஏற்றாகவேண்டும்" என்றான் சுஜாதன். "எனக்காகவும் வாள்கள் எழுந்தமையப் போகின்றன." பேசியபடியே அவன் மிக இயல்பாக நாசிகனின் மேலிருந்த கையை விலக்கி தன்மேல் போட்டுக்கொண்டான்.

அரண்மனையின் விரிந்த முகமுற்றத்தில் பன்னிரு நீள்நிரைகளாக படைக்கலங்களை ஏந்திய அணிவீரர்கள் சீர்கொண்டு நின்றனர். நன்கு தீட்டப்பட்ட வாள்களும் வேல்முனைகளும் புலராத காலை ஒளியில் நீர்த்துளிகள் போல் ஒளிவிட்டன. கர்ணன் முற்றத்தை நோக்கி நடக்கத்

தொடங்கியதும் முகப்பிலிருந்து முரசேந்திகளும் முழவுகூவிகளும் முறையிசை எழுப்ப, படைவீரர்களின் நிரை ஆயிரங்காலட்டை போல சீராக நடந்து முன்னால் வந்தது.

ஒவ்வொரு நிரையிலும் பதினெட்டு வீரர்கள் இருந்தனர். முரசு எழுந்து உச்சிக்குச் சென்று அமைய, அவர்கள் தங்கள் படைக்கலங்களை மண்நோக்கித் தாழ்த்தி கர்ணனை வணங்கினர். முன்னிரைத் தலைமையாக வந்த படைநிமித்திகன் "அங்கநாட்டரசை, அஸ்தினபுரியின் முதன்மைப்படைத்தலைவரை, தலைவணங்கி வரவேற்கிறது படை. வெல்க! வெல்க! வெல்க!" என்றான். படை ஒரே குரலில் "வெற்றி பொலிக!" என்றது.

அவர்கள் ஒவ்வொருவரையும் நோக்கிப் புன்னகைத்தபடி கர்ணன் நடுவே நடந்து சென்றான். பெரும்பாலானவர்கள் அவனை தனிப்பட்ட முறையில் அறிந்திருந்தனர். ஒவ்வொரு விழியை சந்திக்கும்போதும் அவன் புன்னகையால் நலம் உசாவ, அவர்கள் தங்கள் உவகையை அறிவித்தனர். அரண்மனைப் படிகளில் ஏறும்போது நாசிகனும் காலகனும் தலைவணங்கி "தாங்கள் ஓய்வெடுங்கள் மூத்தவரே. தாங்கள் ஆணையிட்டால் மாலை தங்கள் அறைக்கு வந்து சில கணங்கள் சொல்லாட விழைகிறோம்" என்றனர். "இதற்கென்ன ஒப்புதல்? எப்போது வேண்டுமானாலும் நீங்கள் வரலாம்" என்றபின் கர்ணன் காலகனிடம் "அடேய் கரியவனே, உன் துணைவியை அழைத்துக்கொண்டு வா" என்றான்.

"ஆம். அதற்காகத்தான் நான் கேட்டேன்" என்றான் காலகன். "நான் எப்போதும் தங்களைப் பற்றியே பேசிக்கொண்டிருக்கிறேன் என அவளுக்கு வியப்பு. தங்களைப் பார்த்ததே இல்லை அவள். ஆகவே சற்று அச்சமும் கொண்டிருக்கிறாள். ஒருமுறை வந்து பார், அச்சமே தேவையில்லை. மலர்களில் மிகமென்மையானதுகூட கதிரவனுக்கு முகம்காட்டவே முண்டியடிக்கிறது என்றேன்" என்றான். கர்ணன் "சூதர்சொல் உன்னுள்ளும் புகுந்துவிட்டது..." என்றான். "இப்படியே போனால் நானே எனக்கு வாழ்த்துரை கூவத் தொடங்கிவிடுவேன் என அஞ்சுகிறேன்." காலகன் "அப்படியில்லை அரசே. அவர்களென்ன அத்தனை பேரையுமா பாடிக்கொண்டிருக்கிறார்கள்?" என்றான்.

நாசிகன் "எனக்கும் பெண் பார்த்திருக்கிறார்கள் மூத்தவரே" என்றான். "உனக்கா? இன்னமும் மீசையே முளைக்கவில்லையே?" என்றான். "அதற்கென்ன? இதோ ஸ்ரீகரர் இருக்கிறார். இப்பிறப்பில் இவருக்கு மீசையெனும் அணி இல்லை என்பது தெளிவு... மணம்கொண்டாரே?" என்றான் நாசிகன். "மூடா, அந்தணருக்கு பாயில் எழுந்தமர்கையிலேயே மணம் பேசிவிடுவார்கள்" என்றான் சுஜாதன். "மீசை நன்கு முளைத்த பின்னும் நான் இன்னும் மணம்புரிந்துகொள்ளவில்லை."

“அதை நான் உன் தமையனிடம் சொல்கிறேன்” என்றான் கர்ணன். நாசிகன் “என் துணைவி சுதுத்ரியின் கரையைச் சார்ந்தவள். அங்கு ஊர்க்காவல் செய்யும் ஷத்ரிய குடியாகிய பஞ்சதண்டத்தில் பிறந்தவள். மீனுணவை சமைப்பதில் திறன் கொண்டவள் என்கிறார்கள்” என்றான். “பிறகென்ன? கங்கைக்கரையிலேயே உனக்கொரு காவல்மாடம் அமைக்கவேண்டியதுதான்” என்றபின் கர்ணன் அவன் முன்மயிரைப் பிடித்து தலையை நாலைந்துமுறை உலுக்கிவிட்டு உள்ளே சென்றான்.

சுஜாதன் அவன் பின்னால் ஏறிவந்து “மூத்தவரே, நான் அந்த முகங்களையே எண்ணிக்கொண்டிருக்கிறேன். அஸ்தினபுரியில் தங்கள் கவச குண்டலங்களைக் காணாத ஒரு விழி கூட இல்லை” என்றான். “உளறாதே” என்றான் கர்ணன். “ஆம், நான் பார்க்கிறேன். ஒவ்வொரு விழியும் உங்களைப் பார்த்ததுமே ஒளிகொள்கின்றன” என்றார் ஸ்ரீகரர். “உண்மையிலேயே படை வீரர்கள் தங்கள் கவசகுண்டலங்களைப் பார்த்ததாகச் சொல்கிறார்கள்.” கர்ணன் புன்னகை பூத்தபடி “அது நன்று” என்றான்.

அமைச்சர் கனகர் அமைச்சுமாளிகை முகப்பிலிருந்து அவனை நோக்கி விரைந்து வந்து தலைவணங்கி “பேரமைச்சர் விதுரர் தங்களுக்காக காத்திருக்கிறார் அங்கநாட்டரசே” என்றார். கர்ணன் “ஆம், நான் முதலில் அவரை சந்தித்து வாழ்த்து பெற்ற பின்னரே ஓய்வெடுக்க வேண்டும்” என்றான். “தாங்கள் முன்புலரியில் வரக்கூடும் என்று கருக்கிருட்டுக்கு முன்னாலேயே வந்து அமர்ந்திருக்கிறார்” என்றார் கனகர். “நான் வரும் செய்தியை பறவைத் தூதாக அனுப்பினேனே!” கனகர் “ஆம், வந்தது. பின்புலரியில்தான் வருவீர்கள் என்று உறுதியாக தெரியவும் செய்தது. ஆனால் அவரால் அங்கு தன் அறையில் இருக்க முடியவில்லை” என்றார். பேசியபடியே அவர் மகனை நோக்கி முறைக்க, அவர் உடல்குன்றி தலைதாழ்த்தி பின்வாங்கி முற்றத்திற்குச் சென்றார்.

கர்ணன் இடைநாழியில் நடந்து இரு பெரும் தூண்களால் தாங்கப் பட்ட அமைச்சு மாளிகையின் முகப்புக்கு சென்றான். அலுவல் கூடத்திற்குள் பீதர்களின் பளிங்கு உருளைகளுக்குள் நெய்விளக்குகள் எரிந்துகொண்டிருந்தன. செவ்வொளி மரக்கூரையில் அலைகளை உருவாக்கிக்கொண்டிருந்தது. சுவர்களில் நிழல்கள் நடனமிட்டன. கூடத்தில் அனைத்து இருக்கைகளும் ஒழிந்துகிடந்தன. ஒரு பீடத்தில் மட்டும் கனகரின் பட்டுச்சால்வை பாம்புச்சட்டைபோல பளபளத்துக் கிடந்தது.

தன் பீடத்தில் அமர்ந்து சுவடி ஒன்றைப் பார்த்துக்கொண்டிருந்த விதுரர் நிமிர்ந்து அவனை நோக்கி அளவாகப் புன்னகைத்தார். அவனுடைய

காலடிகளை அவர் முன்னரே கேட்டுவிட்டார் என்றும் இயல்பான தோற்றத்துக்காக சுவடிகளில் விழியோட்டுகிறார் என்றும் உணர்ந்தபோது அவன் புன்னகைத்தான். அருகே சென்று குனிந்து விதுரரின் கால்களை வணங்கி "வாழ்த்துங்கள் மூத்தவரே" என்றான். "வெற்றியும் புகழும் சூழ்வதாக!" என்று தாழ்ந்த குரலில் இயல்பாக வாழ்த்திய விதுரர், பீடத்தை அமைக்கும்படி விழிகளால் கனகரிடம் சொன்னார்.

கனகர் சற்று இழுத்துப்போட்ட பெரிய பீடத்தில் அமர்ந்து கைகளைக் கட்டியபடி "அஸ்தினபுரிக்கு மீள்வது நிறைவளிக்கிறது. இங்கு நீரில் மீன் போல் உணர்கிறேன்" என்றான் கர்ணன். "நீங்கள் இல்லாததை ஒவ்வொரு கணமும் நான் உணர்ந்தேன்" என்றார் விதுரர். "ஆனால் இங்குள்ளதைப் போலவே ஒவ்வொரு நாளும் தோன்றிக்கொண்டும் இருந்தது" என்றபின் "கலிங்க நாட்டரசியும் மூத்த அரசியும் கருவுற்றிருக்கிறார்கள் என்று செய்தி வந்தது. இருவரும் சேர்ந்தே கருவுறுவது ஒரு நல்லூழ். நன்று சூழ்க!" என்றார்.

அச்சொற்களில் இருந்து அனைத்தையும் அவர் அறிந்திருப்பதை உணர்ந்த கர்ணன் "ஆம், முறைப்படி செய்யவேண்டியதை செய்துவிட்டுத்தான் வந்தேன்" என்றான். "அது நன்று. ஆற்ற வேண்டிய அனைத்தையும் ஆற்றுக! ஆற்றுவனவற்றிலிருந்து விலகியும் நிற்க! அதுவே அரசர்வழி" என்றார். கர்ணன் "அதைத்தான் செய்தேன் மூத்தவரே. அங்கு அனைத்தும் முறைப்படி நிகழ ஹரிதர் ஒருவரே போதும்" என்றான். "ஆம், அவர் திறனுடைய அந்தணர். தன்னை முழுதேற்கும் அந்தணரைப் பெற்ற அரசன் தோற்பதில்லை" என்றார்.

இடைநாழியில் எடைமிக்க காலடியோசை கேட்டது. அது யாரென்று உடனே உணர்ந்துகொண்டு கர்ணன் எழுந்தான். பேரோசையுடன் கதவைத் தள்ளித் திறந்தபடி துரியோதனன் ஓடிவந்து "வந்துவிட்டீரா? நான் மேலிருந்து பார்த்துக் கொண்டிருந்தேன்" என்றபடி இரு கைகளையும் விரித்து அவன் தோள்களை அள்ளி தன் நெஞ்சோடு சேர்த்துக்கொண்டான். தழுவும் மலைப்பாம்புபோல அவன் தசைகள் இறுக, கர்ணனின் உடல் நெரிபட்டது. இருவரின் பெருமூச்சுகளும் விம்மல்களும் கலந்து ஒலித்தன. ஒன்றையொன்று விழுங்க முயலும் இருநாகங்கள்.

பிடியை சற்று விட்டு முகம்தூக்கி "ஒன்றரை வருடங்கள்! நான்..." என்று சொல்ல வந்ததுமே குரல் உடைய விழிகள் நிறைந்து கன்னத்தில் வழிய துரியோதனன் அழத்தொடங்கினான். "என்ன இது? அரசே நீங்கள் இந்நாட்டுக்கு அரசர்" என்றபோது கர்ணனின் குரலும் குழறியது.

துச்சாதனன் துரியோதனனைத் தொடர்ந்து உள்ளே வந்து கண்களில் இருந்து நீர்வழிய சுவரோரம் தயங்கி நின்றான். அவனுக்குப் பின்னால் வந்த துச்சலன் கண்ணீருடன் நெஞ்சில் கைவைத்து நின்றான். துச்சகனும் ஜலகந்தனும் சமனும் விந்தனும் அனுவிந்தனும் சித்ரனும் சத்வனும், சலனும் கண்ணீர்வழியும் விழிகளுடன் அறைக்குள் வர, அறையே அவர்களின் உடல்கருமையால் இருள்கொண்டது.

விதுரர் எழுந்து புன்னகையுடன் "இனி அங்கர் இங்கிருந்து விலக வேண்டியதில்லை" என்றார். "இல்லை. இனி அவர் எங்கும் செல்லப்போவதில்லை. நான் இருக்கும் காலமெல்லாம் என்னருகேதான் இருப்பார்" என்றான் துரியோதனன். "நான் முடிவுசெய்துவிட்டேன்... இனி மறுஎண்ணமே இல்லை." கர்ணன் தன் மேலாடையால் கண்களைத் துடைத்தபடி "ஆம்" என்றான்.

"அங்கு எப்படி இருந்தீர்கள்?" என்றான் துரியோதனன். "இங்கு ஒருநாளும் நான் நிறைவாக உணரவில்லை. ஆனால் அங்கு ஓர் அரசனுக்குரிய குடையும் கோலும் என அமர்ந்திருக்கும் உங்களை இங்கு அழைக்கக்கூடாது என்று இருந்தேன். இப்போது ஒரு தருணம் வந்தது. அது நற்தருணம் என்று எண்ணியபிறகு என்னால் உங்களை அழைக்காமல் இருக்க இயலவில்லை." "இங்கு வரவேண்டும் என்று எண்ணாத ஒருநாளும் எனக்கில்லை சுயோதனரே" என்றான் கர்ணன். "ஆனால் என்னை நம்பி அளிக்கப்பட்ட அப்பொறுப்பை முழுமைசெய்யாது வரக்கூடாது என்று எண்ணினேன்."

இருவரும் அச்சொற்களின் வழியாக உள்ளத்தின் விம்மலைக் கடந்துசென்றனர். ஆனால் தங்கள் முகம் முழுக்க நனைந்திருந்த விழிநீரை துடைக்கவோ மறைக்கவோ முயலவில்லை. கர்ணன் விழிதூக்கி துச்சாதனனைப் பார்த்து "இளையோனே, மேலும் வளர்ந்துவிட்டாய்" என்றான். துச்சாதனன் எடைக்காலடிகள் ஒலிக்க ஓடிவந்து முழந்தாளிட்டு தன் நெற்றியை கர்ணனின் கால்களில் வைத்தான். "அருளுங்கள் மூத்தவரே. இனி ஒருமுறை தங்களை பிரியக்கூடாதென்று வாழ்த்துரை சொல்லுங்கள்" என்றான். கர்ணன் மீண்டும் விம்மியழுதபடி குனிந்து அவன் தோள்களைப்பற்றி தன் நெஞ்சோடணைத்தான்.

"என்ன இது? அரக்கர்கள் போலிருக்கிறீர்கள், இதுதானா உங்கள் ஆண்மை?" என்றான் கர்ணன் கண்ணீருடன் சிரித்தபடி. துச்சலன் வந்து கர்ணனின் முன் மடிந்து நெற்றியால் அவன் காலைத் தொட்டு விசும்பியழுதான். கர்ணன் அவனை குனிந்து தூக்கி மார்போடணைக்க, கரியநதி அலைபெருகி வருவதுபோல் கௌரவர்கள் ஒவ்வொருவராக

அருகே வந்து அவனைச் சூழ்ந்தனர். அனைவரும் சிறு விம்மலோசையுடன் அழுதுகொண்டிருந்தனர். கர்ணன் “போதும்! இனிமேல் இங்கிருந்தால் நான் சிறுமழலையைப்போல் அழத்தொடங்கிவிடுவேன்” என்றான். விதுரர் “அரசே, அன்பிலூறும் விழிநீரைவிட தூயதென்று ஏதுமில்லை. தெய்வங்களுக்கு அளிப்பதற்கு அதைவிட பெரிய காணிக்கையும் இல்லை” என்றார்.

6

கௌரவநூற்றுவரில் சிலர் அப்போதும் அறைக்கு வெளியேதான் இருந்தனர். அறைவாயிலில் நெருக்கினர். சாளரங்கள் வழியாக எட்டிப்பார்த்தனர் சிலர். சிலர் பிறரை தொட்டுக்கொண்டு நுனிக்காலில் எம்பி நின்றிருந்தனர். ஒவ்வொருவரும் நெஞ்சு விம்மிக்கொண்டிருந்தனர். ஒருவரை ஒருவர் தழுவி ஓருடலாக ஆக விழைந்தனர். ஒற்றை உருவின் நூறு நிழல்களென பிரிந்திருந்தவர்கள் ஒரு நதிப்பெருக்கின் அலைகளென மாறினர்.

கர்ணனின் இடையாடையின் நுனியைப் பற்றியபடி "மூத்தவரே" என்று சுபாகு அழைத்தான். மறுபக்கம் அவன் கைகளைத் தொட்டபடி "அங்கரே, அங்கரே" என்றான் துச்சலன். "மூத்தவரே, சற்று மெலிந்துவிட்டீர்கள்" என்றான் மகோதரன். "மூத்தவரே, நான் முன்னரே உங்களைப் பார்த்தேன்" என்று பின்நிரையில் நின்று எம்பி எம்பிக் கூவினான் சோமகீர்த்தி. "மூத்தவரே! மூத்தவரே!" என்று அவ்வறை முழுக்க குரல்கள் எழுந்தன.

ஒவ்வொருவரும் சொல்ல எண்ணுவதை அவர்களின் நா அறியவில்லை. கைகளால், சொற்களால் ஒருவரோடொருவர் முற்றிலும் ஒன்றாகத் துடித்துத் தவித்தனர். அவ்விழைவால் ஒவ்வொரு உடலும் ததும்ப அக்கூட்டம் தன்னைத்தானே நெரித்துக்கொண்டு நெளிந்தது. பொருளற்ற ஓசைகளும் குரல்களும் ஏங்கும் மூச்சொலிகளுமாக சுருண்டு இறுகி உருளைவடிவாக மாறவிழையும் கரியபெருநாகம் போல் அது முறுகியது.

பின்பு அவர்கள் தொடுகையினூடாகவே முற்றிலும் தொடர்புற்றனர். ஒற்றை உடலும் இருநூறு கால்களும் இருநூறு பெருந்தோள்களும் கொண்டு

கர்ணனைச் சூழ்ந்தனர். ஓசைகள் அடங்கின. உடல்கள் அமைந்தன. உணர்வுகள் வெறும் விழிநீர் வழிதலாக மட்டும் வெளிப்பட்டன. உடல்வெம்மையே அவர்களைத் தொடுத்து ஒன்றென்றாக்கியது. அறைக்குள் ஆழ்ந்த அமைதி நிறைந்தது.

துரியோதனன் கர்ணனின் கைகளை தன் தோளிலிட்டு விலாவோடு சேர்த்து பற்றிக்கொண்டு தலையை அவன் தோளில் சாய்த்து எங்கிருக்கிறோம் என்று அறியாதவன் போல் விழிபுதைத்து நின்றான். அவன் இடக்கையைப் பற்றிய துச்சலன் அதை தன் தோளில் அமைத்தான். அக்கையின் விரல்களை தன் தலைமேல் வைத்து கனவிலென உறைந்திருந்தான் பீமவேகன். அவன் மார்புடன் சேர்ந்து தலைசாய்த்து நின்றான் துச்சாதனன். அவன் காலடியில் அமர்ந்திருந்தனர் அனூதரனும் திடஹஸ்தனும் துராதரனும் கவசியும். அவன் ஆடைநுனியைப் பற்றி கன்னத்துடன் சேர்த்திருந்தனர் மகாபாகுவும் துர்விமோசனனும் உபநந்தனும்.

அவன் முதுகில் கால்களில் எங்கும் அவர்களின் உடல்கள் தொட்டுக் கொண்டிருந்தன. தன்னுள் தான் நிறைந்து குளிர்ந்து அமைதிகொண்டது ஒற்றைக் கரும்பாறை. வெளியே நின்றிருந்த படைவீரர்களின் மெல்லிய பேச்சொலிகள், படைக்கலச் சிலம்பல்கள், தொலைவில் அரண்மனை முற்றத்தில் தேர்களின் சகடங்கள் எழுப்பிய அடிகள், குதிரைமூச்சுகள், குளம்படிச் சிதறல்கள், சாளரத்திரைச்சீலைச் சிறகடிப்புகள், குடுமிகளில் மெல்லத்திரும்பும் சிறுகதவுகளின் முனகல்கள். தெய்வங்கள் விண்விட்டு இறங்கிச் சூழ்வதன் ஒலியின்மை.

நெஞ்சுலைய நீள்மூச்செறிந்த விதுரர் அவ்வொலியை தானே கேட்டு திடுக்கிட்டார். பின்பு அடைத்த தொண்டையை சீரமைத்து “அரசே” என்றார். அப்போதுதான் தன் முகம் சிரித்து மலர்ந்து அவ்வண்ணமே உறைந்திருப்பதன் தசையிழுபடலை உணர்ந்து கைகளால் தொட்டு விழிநீரை அறிந்தார். சால்வையால் துடைத்தபடி “அரசே” என்றார். அவ்வொலி கருநீர் குளத்தில் விழுந்த கல்லென அத்தனை உடல்களையும் விதிர்க்க வைத்தது. “தெய்வங்களுக்குரிய தருணம் மைந்தர்களே” என்றார். “மூதாதையர் களிகொள்ளும் நேரம். இந்த அழியாத அவியை ஏற்று அவர்கள் அமரர்களென ஒளிகொள்ளட்டும்.”

பெருமூச்சுடன் கலைந்த கர்ணன் “அமைச்சரே” என்றான். அச்சொல்லின் பொருளின்மையை உணர்ந்து “அடிபணிகிறோம் தந்தையே” என்றான். விதுரர் தன் உதடுகளை இறுக்கியபடி விம்மலை அடக்கினார். தொண்டையைச் சீரமைத்து “இது அமைச்சு மாளிகை. நீங்கள் மேலே சென்று அரசரின் அவையில் அமைந்து உரையாடலாமே” என்றார்.

“அங்கே உங்கள் உண்டாட்டையும் சொல்லாடலையும் நிகழ்த்த இடமுள்ளது.”

துரியோதனன் கலைந்து “ஆம்” என்றபின் தன் சால்வையை இழுத்து சுற்றிக்கொண்டு “மேலே செல்வோம் இளையோரே. அங்கு நம் அறை சித்தமாக உள்ளது” என்றான். விதுரர் மேலும் “அங்கர் நெடுந்தூரம் பயணம் செய்து வந்திருக்கிறார். ஏதேனும் அருந்த விழைவார். அவர் சற்று ஓய்வும் எடுக்கவேண்டும்” என்றார். கர்ணன் “ஒன்றரை ஆண்டு காலத்துக்குரிய ஓய்வை இப்போது எடுத்துவிட்டேன் அமைச்சரே” என்று சிரித்தான். துச்சலன் “அவரை ஓய்வுக்குத்தான் நாங்கள் அழைத்துச்செல்கிறோம் தந்தையே. அவருடன் நாங்களும் ஓய்வெடுப்போம்...” என்றான். “ஆம், ஓய்வு!” என்றான் சுஷேணன். “ஓய்வு! ஓய்வு!” என உவகைக்குரல்கள் எழுந்தன.

“இவர்கள் ஓய்வு என எதைச் சொல்கிறார்கள்?” என்றார் விதுரர். கர்ணன் நகைத்தபடி “அவர்களுக்கு பயிற்சி, ஓய்வு, ஆட்சி, போர் எல்லாமே ஒன்றுதான்” என்றான். விதுரர் நகைத்தார். பீமவிக்ரன் “மேலே ஊனுணவு சித்தமாக உள்ளது!” என்று விதுரரிடம் சொன்னான். “செல்வோம்... ஓய்வுக்கு... ஊனுணவு” என அவர்கள் கூச்சலிட்டபடி திரும்பினர். அவர்கள் ஒற்றை உடற்பெருக்காக வழிந்து இடைநாழிகளில் நிறைந்து படிக்கட்டுகளில் மடிந்து மேலே சென்றனர்.

துரியோதனன் கர்ணனின் தோளைத்தட்டி “அங்கரே, எப்படி அவைமுன் நின்று தூது சொன்னான் என் இளையோன்?” என்றான். “எங்கள் நூற்றுவரிலேயே அவன்தான் கற்றவன். அவன் கல்வியுள்ளவன் என்று துரோணரே சொன்னார்.” கர்ணன் திரும்பி பின்னால் வந்துகொண்டிருந்த சுஜாதனிடம் “அப்படியா சொன்னார்?” என்றான். “ஆம், இதற்குமேல் எனக்குக் கல்வி வராது என்று அவரே சொல்லிவிட்டார்.” துச்சலன் மகிழ்ந்து நகைத்து “சிறப்பாகப் பேசுகிறான். மிகமிகச் சிறப்பாக!” என்றான். “அவன் பேசும் ஒருசொல்கூட எனக்குப் புரிவதில்லை.”

“அப்படியென்றால் விதுரருக்குப் பின் அவனை அஸ்தினபுரியின் அமைச்சனாக்க வேண்டியதுதான்” என்றான் கர்ணன். துரியோதனன் உவகை தாளாமல் திரும்பி சுஜாதனை இழுத்து தன்னருகே கொண்டுவந்து அவன் தோள்தழுவி “உண்மையாகவா?” என்றான். துச்சகன் “நம்பமுடியவில்லை” என்றான். துரியோதனன் “கொன்றுவிடுவேன் உன்னை” என்று சீறினான். “அங்கரே சொல்கிறார்... என் இளையோன் அறிஞன்.”

உண்மையல்லவா அது என்பதுபோல சுஜாதன் பெருமிதப் புன்னகை பூத்தான். “மூத்தவர் பகடியாடுகிறார்” என்றான் சுவர்மன். “கௌரவருக்கு

சொல் வராது என்பதை சூதர்களே பாடிவிட்டனர்.” குண்டபேதி “ஆகவே நாம் அதை மீறக்கூடாது” என்றான்.

கர்ணன் “நான் உண்மையாகவே சொல்கிறேன். அச்சமின்றி அவைநின்று தெளிவாக செய்தியை உரைத்தான்” என்றபின் “யவனமது என்னும்போது சற்றே நாவூறியதைத் தவிர்த்திருக்கலாம்” என்றான். சுஜாதனை படீர் படீர் என அறைந்தும் முடியைப்பற்றி உலுக்கியும் கௌரவர்கள் கூச்சலிட்டு உவகையாடினர். “என்ன ஒரு சொல்லாட்சி! என்ன ஒரு நிமிர்வு!” என்றான் கர்ணன். “உண்மையாகவா?” என்றான் துச்சலன் ஐயமாக. “சிம்மம்போல அவையில் நின்றான். அருகே கலைமகள்!” அவனை நோக்கியபின் “அப்படியென்றால் அவன் கௌரவன் அல்ல” என்றான் சுபாகு.

“எவரும் பேச வேண்டியதில்லை. நான் அவைமுன் நின்று பேசியதென்ன என்பதை வரலாறு அறியும்” என்றான் சுஜாதன். “வரலாறுக்கு எத்தனை பொன்பணம் செலவிட்டாய்?” என்றான் துச்சாதனன். “கூடவே சூதரை அழைத்துக்கொண்டு செல்லும் வழக்கம் எனக்கில்லை” என்றான் சுஜாதன். “அந்த வழக்கம் எனக்கிருக்கிறது என்று நினைத்தாயா?” என்றான் துச்சாதனன்.

“அப்படி நான் சொல்லவில்லை. சூதர்கள் தங்கள்பின் வருகிறார்கள். ஏனென்றால் அவர்களுக்கு பகடிசெய்ய கதைகள் தேவைப்படுகின்றன.” துச்சாதனன் “என்னை அவர்கள் புகழ்ந்துதானே பாடுகிறார்கள்?” என்றான். “ஆம் மூத்தவரே, புகழ்ந்துதான் பாடுகிறார்கள்” என்றனர் கௌரவர் கூட்டமாக. ஐயத்துடன் துச்சாதனன் “மொழியறிந்தவர்களை அழைத்துக் கேட்கவேண்டும்” என்றான்.

“அதைக் கேட்கையில் அவை அடையும் மெய்ப்பாடுகள் என்னென்ன?” என்றான் கர்ணன். “சிரிப்பு!” என்றான் சுஜாதன். “முன்பு ஒருமுறை துச்சாதனவிலாசம் என்னும் கதையைக் கேட்டு மட்டும் அழுதார்கள்.” “ஏன்?” என்றான் கர்ணன். “நெடுநேரம் சிரித்து தொண்டை அடைத்துவிட்டது. அதன்பின் அழுகை” என்ற சுஜாதன் “ஆனால் மிக அதிகமாக பாடப்பட்டவர் உக்ராயுதரும் வாலகியும் பீமபலரும்தான்” என்றான். “அவர்கள்தான் சூதர்களுக்குரிய மடைப்பள்ளிப் பொறுப்பு. புதிய உணவுகளை உருவாக்கி அவற்றை சூதர்களுக்கு அளித்தபின்னரே ஷத்ரியர் உண்ணவேண்டும் என நினைக்கிறார்கள்.”

“அசுர இளவரசியை மணந்தவர் எப்படி இருக்கிறார்?” என்றான் கர்ணன். “அவனைத்தான் எந்தப் போரிலும் இனிமேல் முன்நிறுத்தப்போகிறோம். எத்தனை அடி விழுந்தாலும் தாங்கும் உடல் பெற்றிருக்கிறான்” என்றான் துச்சாதனன். கௌரவர்கள் கூவி நகைத்தனர். “நீங்கள் ஒவ்வொருவரும்

உணவுண்ணும் விதத்தைப் பற்றி பாரதவர்ஷமே பேசிக் கொண்டிருக்கிறது" என்றான் கர்ணன். "அது சூதர்களின் பொய். நாங்கள் அளவுடனேயே உண்கிறோம். யானைகள் உண்பதையெல்லாம் எங்கள் கணக்கில் சேர்த்துவிடுகிறார்கள்" என்றான் துர்முகன். "ஆனால் உணவு பற்றிய பேச்சு எழுந்துவிட்டது. ஆகவே இனி நன்மதுவும் இனியஊனும் சற்றும் பொறுக்கக்கூடாது" என்று துச்சலன் கைகளைத் தூக்கிக் கூவினான்.

"எங்கே? ஏவலர்கள் எங்கே? அடுமனைக்கு நேற்றே ஆணையிட்டிருந்தேனே?" என்றான் துச்சாதனன். இடைநாழியில் தலைவணங்கி நின்ற ஏவலர்தலைவர் "அனைத்தும் சித்தமாக உள்ளன இளவரசே" என்றான். அங்கே நின்றிருந்த யுயுத்ஸுவை நோக்கிய கர்ணன் "மூடா... உன்னைத்தான் விழிதேடிக்கொண்டிருந்தேன்" என்றான். "நான் உங்களைப் பார்க்க வரவிருந்தேன் மூத்தவரே. தந்தை என்னை அவர்முன் அமரும்படி ஆணையிட்டார். ஒருவழியாக இப்போதுதான் கிளம்பிவந்தேன். எப்படியும் மேலே உணவுண்ண வருவீர்கள். அனைத்தும் சித்தமாக உள்ளனவா என்று பார்க்கலாமென எண்ணி இங்கே நின்றேன்."

கர்ணன் "அவனைத் தூக்குங்கள்!" என்றான். அக்கணமே யுயுத்ஸு பல கைகளால் வானிலேற்றப்பட்டு அம்பென பீரிட்டு கர்ணன் மேல் வந்து விழுந்தான். அவனைப் பிடித்து சுழற்றி திரும்ப எறிந்தான் கர்ணன். துர்முகனும் பலவர்த்தனனும் அவனைப் பிடித்து திரும்ப வீசினர். "மூத்தவரே மூத்தவரே" என அவன் கூச்சலிட்டான். "இவன் ஒருவனுக்குத்தான் பேரரசரின் தோள்கள் இல்லை" என்றான் கர்ணன். "இறகுபோலிருக்கிறான்." துரியோதனன் "அவனுக்குத்தான் காது இருக்கிறது என்கிறார் தந்தை. நாளும் அவருடன் அமர்ந்து இசைகேட்கிறான்" என்றான்.

"நம்மில் எவருக்குமே இசைச்சுவை அமையவில்லை" என்றான் ஜலகந்தன். "ஏனென்றே தெரியவில்லை." சமன் "மூத்தவரே, அரசர் தந்தையை மகிழ்விக்கும்பொருட்டு இசைகற்றதை அறிவீரா?" என்றான். கௌரவர் வெடித்துச் சிரிக்கத் தொடங்கினர். "இது எப்போது?" என்றான் கர்ணன். "அதெல்லாம் இல்லை, வெறும் பகடி" என துரியோதனன் நாணினான். "இல்லை மூத்தவரே, உண்மை" என்றான் சுஜாதன். கீழே இறங்கி கர்ணனின் அருகே நின்று மூச்சிரைத்த யுயுத்ஸு "நான் சொல்கிறேன்... நான் உண்மையில் நடந்ததை சொல்கிறேன்" என்றான்.

"இவன் சொல்வதெல்லாம் பொய்..." என்று துரியோதனன் முகம் சிவக்க கூச்சலிட்டான். "அடேய்! அவனைப் பிடித்து அவன் வாயை மூடுங்கள்!" திடஷத்ரன் "அப்படியெல்லாம் செய்யக்கூடாது மூத்தவரே. சொல்லாத

சொல்லை சரஸ்வதியின் அக்காள் கொண்டுசெல்வாள்” என்றபின் “தம்பி, என் அழகா, சொல் பார்ப்போம்” என்றான். யுயுத்ஸு “எட்டு தேர்ந்த இசைச்சூதரை அமர்த்தி அரசர் இசைகேட்டு பயிலத் தொடங்கினார். நான்குநாட்களில் அந்த நேரத்தை ஏன் வீணடிக்கவேண்டும் என எண்ணி அப்போது உணவுண்ணத் தொடங்கினார். உணவுண்ணும் அசைவுகளின் தாளத்துக்கு ஏற்ப சூதர்களின் பாடல்கள் மாறியபோது மகிழ்ந்தார்” என்றான்.

“பிறகு?” என்றான் கர்ணன் நகைத்துக்கொண்டே. “ஒருநாள் நான் அறைக்குள் செல்லப்போகிறேன். நூறுபேர் உணவுண்ணும் ஒலிகள். உறிஞ்சுதல்கள், மெல்லுதல்கள், கடித்தல்கள், நாசுழற்றல்கள்.” கர்ணன் “ஏன்?” என்றான். “சூதர்களின் இசையே உணவுண்ணும் ஒலிகளாக நாளடைவில் மாறிவிட்டிருந்தது.” கர்ணன் சிரித்தபடி துச்சலன் தோளில் ஓங்கி அறைந்தான். கௌரவர்கள் கூவிச்சிரித்தபடி அவனை சூழ்ந்துகொண்டனர். “நான், அரசர் யானையுடன் போட்டியிட்டு உணவுண்ட கதையை சொல்கிறேன்” என்றான் வாலகி பின்னால் நின்று எம்பி கைவீசி. “மூடா, நீ என்ன சூதனா? வாயைமூடு” என்றான் துரியோதனன். “மூடர்கள். சூதர்கள் எதைச் சொன்னாலும் இவர்களே அதை நம்பிவிடுகிறார்கள். இவர்களின் மனைவியரின் பெயரையே சூதர்களிடம் கேட்டுத்தான் தெரிந்துகொள்கிறார்கள்.”

“உணவு சித்தமாக உள்ளது” என்றார் ஏவலர்தலைவர் கிருதசோமர். கைகளை வீசி பெரிய உடலை அசைத்து மெல்ல நடனமாடி “வருக! அனைத்தும் இங்கு வருக” என்றான் துச்சலன். “இன்று நாம் உண்ணும் உணவு அனைத்தும் அங்க நாட்டரசரை மகிழ்விப்பதற்காக” என்றான் துச்சாதனன். துச்சலன் “கலிங்கத்து அரசி கருவுற்றிருப்பதாகச் சொன்னார். அதற்காக நாம் இன்று மாலை உணவுண்கிறோம்” என்றான். “அதன்பின் மூத்த அரசி கருவுற்றிருப்பதற்காக நாளை காலை உணவுண்கிறோம்” என்றான் துச்சகன். “அதன்பிறகு வழக்கமாக உணவை உண்ணத்தொடங்க வேண்டியதுதான்” என்றான் சுஜாதன். “ஆம் ஆம்” என்று கௌரவர் கூவினர்.

அவர்கள் துரியோதனனின் தம்பியர் அவைகூடும் நீள்வட்டப் பெருங்கூடத்திற்குள் சென்றனர். ஓசைகளுடன் பீடங்களை இழுத்திட்டு மூத்தகௌரவர் அமர, தரையிலேயே பிறர் அமர்ந்தனர். “உணவு உண்பது நன்று. மிகையாக உண்பவர்கள் தெய்வங்களுக்கு அணுக்கமானவர்கள்” என்று சுலோசனன் சொன்னான். “யார் அப்படிச் சொன்னது? எந்த நூலில்?” என்றான் சுபாகு. சுலோசனன் “நான் அப்படிச் சொல்கிறேன். நேற்று எனக்கு அப்படித் தோன்றியது” என்றான். கர்ணனிடம் “என் தம்பியர் ஆழ்ந்து சொல்சூழ்கிறார்கள். உணவைப்பற்றித்தான் என்றாலும்

சொல்சூழ்கை என்பது சிறப்புதானே...?" என்றான் துரியோதனன். "அன்னமே பிரம்மம்" என்ற துச்சாதனன் "அதற்குமேல் வேதங்களில் இருந்து கௌரவர்கள் தெரிந்துகொள்வதற்கு எதுவுமில்லை" என்றான்.

ஒவ்வொருவரும் அதுவரை இருந்த நெகிழ்வனைத்தையும் சிரிப்புகளால், உவகைக் கூச்சல்களால், கைகளை தட்டிக்கொள்ளும் ஓசைகளால் கடந்து சென்றார்கள். அந்த நீள்பெரும் கூடமே அவர்களின் குரல்களால் நிறைந்திருந்தது. கருந்தூண்களும் அவர்களுடன் இணைந்து களியாடுவதுபோல தோன்றியது. அணுக்கர்கள் நான்கு வாயில்கள் வழியாகவும் அவர்களுக்கு பலவகை ஊனுணவுகளையும் இன்கள் நிரையையும் கொண்டுவந்தனர். கயிறு சுற்றப்பட்ட பீதர்நாட்டுக் கலங்களில் இறுக மூடப்பட்ட தேறல் வந்தது. அதை உடைத்து கடலாமைக் கோப்பைகளிலும் மூங்கில் குவளைகளிலும் பரிமாறினர்.

அவர்களிடம் எப்போதுமே உணவுமுறைமைகள் ஏதுமிருப்பதில்லை. எரிதழலில் அவியிடுவதுபோலத்தான் உண்பார்கள். "இங்கே! மூடா இங்கே!" என்று துரியோதனன் கூச்சலிட்டான். "யவனமது எங்கே?" என்றான் துச்சலன். "ஊனுணவு... மேலும் ஊன்..." என்றான் சுபாகு. "சிறந்த ஊன்... இந்த மான் ஓடும்போதே கொல்லப்பட்டுள்ளது" என்றான் சித்ரகுண்டலன். "எப்படித் தெரியும்?" என்று கர்ணன் கேட்டான். "இதன் கால்கள் நீண்டிருக்கின்றன" என்றான் சித்ரகுண்டலன். "நெய்யில் பொரிக்கும்போது அது ஓட முயன்றிருக்கும்" என்று கர்ணன் சிரிக்காமல் சொல்ல "ஆம், நெய் மிகச்சூடானது. என் கையில் ஒருமுறை விழுந்துள்ளது" என்றான் சித்ரகுண்டலன். கர்ணன் தன் சிரிப்பொலி மட்டும் தனித்து எழுவதைக் கேட்டான். உண்ணும் ஓசையும் குடிக்கும் ஓசையும் சூழ்ந்திருந்தன.

களிற்றுக்காளை இறைச்சியை எலும்பு முனையை பற்றித்தூக்கி கடித்து இழுத்து உரித்து மென்றபடி துச்சாதனன் "அங்கு உண்டாட்டு உண்டா மூத்தவரே?" என்றான். "இல்லை" என்றான் கர்ணன். "உண்பார்கள், ஆடுவார்கள். ஆனால் பாரதவர்ஷத்தில் அஸ்தினபுரியில் மட்டுமே உண்மையில் உண்டாட்டு நிகழ்கிறது. உண்டபிறகு அரண்மனையில் மட்டுமல்ல கலவறைகளில்கூட எதுவும் எஞ்சாமல் இருப்பதற்குப் பெயர்தான் உண்டாட்டு" என்றான். அதிலிருந்த நகையாடலைப் புரிந்துகொள்ளாமல் துச்சாதனன் "எஞ்சுகின்றதே? ஒவ்வொரு உண்டாட்டுக்குப் பின்னும் நான் அடுமனைக்குச் சென்று பார்ப்பேன். சில கலங்களில் உணவு எஞ்சியிருக்கும்" என்றான்.

"அதை அவர் உண்டுவிட்டு திரும்பி வருவார்" என்றான் பின்னணியில் இருந்த சுபாகு. "ஆம், எஞ்சும் உணவை வீணாக்கலாகாது" என்றபின்

துச்சலன் எட்டி ஒரு பெரிய ஆட்டுக்காலை எடுத்து தன் பெரிய பற்களால் கடித்து உடைத்தான். "சிறந்த ஆடு" என்றான். "அது மேயும்போது கொல்லப்பட்டது" என்றான் யுயுத்ஸு. "எப்படித் தெரியும்?" என துச்சலன் பெரிய கண்களை விழித்துக் கேட்டான். "ஆடுகள் எப்போதும் மேய்ந்துகொண்டுதானே இருக்கின்றன?" என்று சொல்லி கர்ணனை நோக்கி புன்னகை செய்தான் யுயுத்ஸு. கர்ணன் சிரிக்க "ஆம், அவை நல்லவை" என்று துச்சலன் சொன்னான். "உண்மை, அவை கடுமையாக உழைத்து நமக்காக ஊன்சேர்க்கின்றன" என்றான் சுபாகு. "ஆம்" என்று கருணையுடன் துச்சலன் தலையாட்டினான்.

கர்ணன் "தந்தை எப்படி இருக்கிறார்?" என்றான். யுயுத்ஸு "இன்று செம்பாலைப்பண் கேட்டார். கண்கலங்கி அழுதபடியே இருந்தார்" என்றான். "ஏன்?" என்றான் கர்ணன். "அவர் அரசியை மணம்கொள்ள காந்தாரநகரிக்குச் சென்றதை நினைவுகூர்ந்தார். அன்று ஒரு மணற்புயல் அடித்ததாம். புயல் ஓய்ந்தபின் பார்த்தால் அவரது வலக்கையை விதுரரும் இடக்கையை அரசியும் பற்றியிருந்தனராம்." கர்ணன் "ஆம், இன்றும் அவர்களின் பிடிதானே" என்றான். துரியோதனன் "சற்று தளர்ந்துவிட்டார்" என்றான். "ஏன்?' என்றான் கர்ணன். துச்சாதனன் "இப்போதெல்லாம் எலும்புகளை மிச்சம் வைத்துவிடுகிறார்" என்றான். அவன் நகையாடுகிறானா என்று விழிகளை நோக்கிய கர்ணன் அப்படியில்லை என்று தெரிந்ததும் வெடித்து நகைத்தான்.

"இந்த உண்டாட்டில் அவரும் இருக்கவேண்டும்" என்றான் கர்ணன். "நமக்கெல்லாம் எலும்புகள்தான் கிடைக்கும்" என்றான் சுபாகு. "ஆமாம், அவர் உண்பதை நோக்கினால் அச்சமே எழும். ஆனாலும் மானுடர் அத்தனை பெருந்தீனி எடுக்கக்கூடாது... எத்தனை பேர் பசித்திருக்கையில் ஒருவரே அவ்வளவு உண்பது பெரும்பிழை" என்றான் துச்சலன். துரியோதனன் "இத்தனை புலரியில் அவர் உண்பதில்லை. இப்போது தன் பயிற்சிக்களத்தில் எடைதூக்கிக் கொண்டிருப்பார்" என்றான்.

"நீங்களெல்லாம் கதாயுதப்பயிற்சி எடுப்பதில்லையா?" என்று கர்ணன் கேட்டான். "பயிற்சியா? அதன் பெயர் அடிவாங்குதல்" என்றான் பின்னணியில் இருந்த நாகதத்தன். "மூத்தவர்கள் நால்வரும் பயிற்சி எடுக்கிறார்கள். நாங்கள் எதிர்முனையில் நின்று அடிவாங்கி விழுகிறோம். இது பல ஆண்டுகளாக நடந்து வருவதுதானே?" என்றான் நிஷங்கி. திரும்பி அணுக்கனிடம் "மானிறைச்சி எங்கே?" என்றான். அவன் கொண்டுவைத்த மரக்கூடையிலிருந்த மானின் பாதியை எடுத்து கடித்து இழுத்து மென்றபடி "நாங்கள் அடிவாங்குதலில் தேர்ச்சி பெற்றுள்ளோம்" என்றான். "அத்தனை அடிவாங்கியும் நீங்கள் பயிலவில்லையா?" என்றான் கர்ணன். "பயில்கிறோம் மூத்தவரே. ஆனால் நாங்கள்

பயில்வதைவிட விரைவாக எங்களை அடிப்பதில் மூத்தவர்கள் தேர்ச்சி பெற்று வருகிறார்கள்.”

கர்ணன் சிரித்தபடி “நன்று. இனி உங்களுக்கு நான் விற்பயிற்சி கற்றுத் தருகிறேன்” என்றான். துரியோதனன் கைநீட்டி “மூடனைப்போல் பேசாதீர்! கதைப் பயிற்சியிலே கை பழகாத இந்தக் கூட்டமா வில்லேந்தப் போகிறது?” என்றான். எலும்பு ஒன்றை ஊன் தெறிக்கக் கடித்து உடைத்து சங்குபோல வாயில் வைத்து உறிஞ்சியபின் தலையாட்டி அதன் சுவையை ஒப்புக்கொண்டுவிட்டு “வில்லுக்கு கண்ணும் கையும் மட்டும் இருந்தால் போதாது. அவற்றுக்கு நடுவே ஒன்று வேண்டும்” என்றான். துச்சாதனன் பெரிய மண்குவளை நிறைய மதுவை ஊற்றி எடுத்து இரு மிடறுகள் அருந்தியபிறகு ஐயத்துடன் “என்ன அது?” என்றான். அதை “அறிவு என்று சொல்வார்கள்” என்றான் துரியோதனன்.

அவன் சொல்வது விளங்காமல் சில கணங்கள் நோக்கியபின்பு கர்ணனை நோக்கி “அறிவில்லாதவர்கள் வில்பயில முடியாதா மூத்தவரே?” என்றான் துச்சாதனன். “பார்த்தீரா...? அவனுக்கு தன்னைப்பற்றி ஐயமே இல்லை” என்றான் துரியோதனன். கர்ணன் சிரிக்க துச்சாதனன் “அறிவில்லாவிட்டால் அம்புகள் குறிதவறுமா?” என்றான். “தவற வாய்ப்பில்லை, ஆனால் தவறான குறிகளை தேர்வுசெய்வோம்” என்றான் கர்ணன். துச்சாதனன் ஏப்பம் விட்டபடி மதுக்குடுவையை கையில் எடுத்து தலையை மேலே தூக்கி வாயில் விடத்தொடங்கினான். “யானை நீர் அருந்தும் ஒலி என நினைத்து அம்புவிட்டான் தசரதன்” என்றான் சுபாகு. “அந்தக் கதை எது?” என்றான் துச்சலன். “சிரவணகுமாரன் கதை” என்று சுஜாதன் சொன்னான். “ஓ” என்று சற்றும் ஆர்வமில்லாமல் சொல்லி “அந்த மீன்களை இங்கே அனுப்பலாமே!” என்றான் துச்சலன்.

மறுபக்கம் வாயில் சற்றே திறந்து ஏவலன் வந்து நின்று “காசி நாட்டரசி” என்றான். உணவுண்ணும் கொண்டாட்டத்தில் தரையில் இறங்கி அமர்ந்திருந்த துரியோதனன் பாய்ந்து எழுந்து தன் வாயையும் கையையும் துடைத்தபடி “யார் அவளை இங்கு வரச்சொன்னது? இவர்கள் உண்பதைப் பார்த்தால்...” என்றபடி “யாரங்கே? எனக்கொரு பீடத்தை போடுங்கள்” என்றான். “மூத்தவரே, தாங்கள் இன்னும் உண்டு முடிக்கவில்லை” என்றான் துச்சாதனன். “நான் உண்ணவேயில்லை... இங்கு அமர்ந்து உணவுண்ணும் உங்களை பார்த்துக்கொண்டிருக்கிறேன்” என்றபடி தன் ஆடையில் இருந்த உணவுத் துணுக்குகளை உதறி மேலாடையை தலைமேல் சுழற்றி தோளிலிட்டு தலைப்பாகையை சீரமைத்தான்.

“ஏன்? உண்டாலென்ன?” என்று கர்ணன் கேட்டுக்கொண்டிருக்கும்போதே பானுமதி உள்ளே வந்து அங்கு நூற்றுவரும் அமர்ந்து உண்டுகொண்டிருந்த காட்சியைப் பார்த்து திகைத்தவள் போல் நின்றாள். துச்சாதனன் “நாங்கள்

உண்கிறோம் அரசி, மூத்தவர் உண்ணாமல் பார்த்துக்கொண்டிருக்கிறார்" என்றான். பானுமதி துரியோதனனைப் பார்த்து "இன்னும் புலரவேயில்லை" என்றாள். "ஆம், புலரவேயில்லை. ஆனால் இவர் புலர்வதற்குள் வந்துவிட்டார்" என்றான் துரியோதனன் தடுமாற்றத்துடன். பானுமதி கர்ணனிடம் "மூத்தவரே, இவர்கள்தான் உண்பதன்றி வேறேதுமறியாத கூட்டம் என்றால் உங்களுக்கு அறிவில்லையா? முதற்புலரி எழும் காலையில் நீங்களுமா இத்தனை ஊனையும் மதுவையும் உண்பது?" என்றாள்.

"இது உண்டாட்டு. நான் வருவதன் பொருட்டு ஏற்பாடு செய்யப்பட்டது" என்றான் கர்ணன். சுஜாதன் "முதல் உண்டாட்டு" என்றான். பானுமதி அவனை நோக்கி "வாயை மூடு... உன்னைப் பிறகு பார்த்துக்கொள்கிறேன்" என்று சீறியபின் "மூத்தவரே, ஓர் அரண்மனை என்றால் அதில் விடியல்பூசனைகளும் சடங்குகளும் என ஏராளமாக இருக்கும் என அறியாதவரா தாங்கள்? குலதெய்வங்களையும் மூதாதையரையும் வழிபடாமல் உணவுண்ணும் வழக்கம் கொண்ட அரசர்கள் பாரதவர்ஷத்தில் உண்டா?" என்றாள். "இல்லை" என்றான் சத்வன். சினத்துடன் அவனை நோக்கிய பானுமதி அவன் நகையாடவில்லை என உணர்ந்து சலிப்புடன் தலையில் அடித்து "நான் ஒன்றும் சொல்வதற்கில்லை. சொல்லிச் சொல்லி சலித்துவிட்டது" என்றாள்.

"நான் சொல்கிறேன் இவர்களுக்கு..." என்றான் கர்ணன். "ஆம், நீங்கள் சொல்லி இவர்கள் கேட்கிறார்கள்... மூத்தவரே, நீங்கள் இவர்களை மாற்றவில்லை. இவர்கள் உங்களை மாற்றிவிட்டார்கள்" என்றாள் பானுமதி. "ஆம், உண்மை" என்றான் சத்வன். "வாயை மூடு!" என்றாள் பானுமதி அவனிடம். பின் கர்ணனிடம் "மூத்தவரே, உண்டு முடித்து இவர்கள் அங்கங்கே விழுந்தபின் தாங்கள் என் அரண்மனைக்கு வாருங்கள். நாளை காலை சிந்து நாட்டின் அணிப்படைத் தொகுதி நகர் நுழைகிறது. இங்கு செய்ய வேண்டிய முறைமைகள் பல உள்ளன. அவற்றைப் பற்றி பேச வேண்டும்" என்றாள். "ஆம், இதோ வருகிறேன்" என்று கர்ணன் எழுந்தான். "அந்த ஊன் தடியை உண்டு முடித்துவிட்டு வந்தால் போதும்" என்றாள் அவள்.

அவள் திரும்பும்போது துரியோதனன் மெல்ல "உண்மையிலேயே நான் எதையும் உண்ணவில்லை பானு" என்றான். "உண்ணாமலா உடையெங்கும் ஊன் சிதறிக் கிடக்கிறது?" என்றாள் பானுமதி. "ஆம். நான் அப்போதே பார்த்தேன் மூத்தவரே, நீங்கள் சரியாக துடைத்துக் கொள்ளவில்லை" என்றான் சுபாகு. கர்ணன் பானுமதியின் கண்களைப் பார்த்தபின் சிரிப்பை அடக்க, அவள் சிவந்த முகத்துடன் ஆடையை இழுத்துச் சுற்றிக்கொண்டு திரும்பிச் சென்றாள்.

“சினத்துடன் செல்கிறாள்” என்றான் துரியோதனன். “ஆம், நான் சீரமைத்துவிடுகிறேன்” என்றான் கர்ணன். “நீத்தவர்களுக்கான பூசனைகள் செய்யாது உணவுண்பது பெரும்பிழை... விதுரரும் சொல்லியிருக்கிறார்” என்றான் துரியோதனன். “அரசே, உங்கள் மூதாதையரும் உங்களைப்போன்று புலரியில் முழுப்பன்றியை உண்பவர்களாகவே இருந்திருப்பார்கள். துயர்வேண்டாம்” என்றான் கர்ணன். “ஆம், மாமன்னர் ஹஸ்தி வெறும் கைகளால் யானையைத் தூக்குவார்” என்றான் துச்சலன். துச்சாதனன் கள்மயக்கில் “யானையை எல்லாம் எவராலும் தூக்கி உண்ண முடியாது...” என்றான். சிவந்த விழிகள் மேல் சரிந்த இமைகளைத் தூக்கி “வேண்டுமென்றால் பன்றியை உண்ணலாம்” என்றான்.

“பொதுவாக அவள் இங்கு வருவதில்லை. இங்கு நீர் வந்திருப்பதை அறிந்து உம்மை பார்க்காமலிருக்க முடியாமல் ஆகித்தான் வந்திருக்கிறாள்” என்றான் துரியோதனன். பின்பு “நான் மிகை உணவால் பருத்தபடியே செல்வதாகச் சொல்கிறார்கள்” என்றான். “ஆம், நீங்கள் மிகவும் எடை பெற்றுவிட்டீர்கள்” என்றான் துச்சலன். சினத்துடன் திரும்பி “என்னைவிட மும்மடங்கு பெரியவனாக இருக்கிறாய். நீ என்னைச் சொல்ல வேண்டியதில்லை” என்றான் துரியோதனன். அவன் தலை மெல்ல ஆடியது. வாயைத் துடைத்தபடி “நான் தேரில் ஏறினால் குதிரைகள் சிறுநீர் கழிக்கின்றன... இழிபிறவிகள்” என்றான். “ஆம், நானே பார்த்தேன்” என்றான் சத்வன். துரியோதனன் அவனை சிவந்த விழிகளால் நோக்கியபோது அவன் சித்தம் செயல்படாதது தெரிந்தது. தேவையில்லாமல் துச்சலன் வெடித்துச் சிரித்தான்.

“நான் உண்மையைச் சொல்லவா?” என்றான் கர்ணன். “நீங்கள் அத்தனை பேரும் நான் சென்றபோதிருந்ததைவிட இருமடங்கு பெரியவர்களாகி விட்டீர்கள். உண்மையில் ஒரு பெரிய படைப்பிரிவே என்னை சூழ்ந்தது போல் உணர்கிறேன்” என்றான். “ஆம், எங்களை அரக்கர் படைப்பிரிவு என்று சொல்கிறார்கள்” என்றபடி சுபாகு எழுந்து “எங்கே யவனமது? தீர்ந்துவிட்டதா?” என்றான். “தீரும்வரை உண்பது என்று ஒரு பழக்கத்தை வைத்திருக்கிறார்கள். அரசி என்ன, விண்ணிலிருந்து கொற்றவையே இறங்கி வந்தாலும் இவர்களை ஒழுங்குபடுத்த முடியாது” என்று யுயுத்ஸு சொன்னான். “ஆம், ஒழுங்குபடுத்தமுடியாது” என்றான் சமன்.

அவனை நோக்கி ஏதோ சொல்ல முயன்றபின் அச்சொல்லை மறந்து ஏப்பம் விட்டான் துரியோதனன். “ஆமாம். அதற்கு முயல்வதைவிட நாம் இன்னும் சற்று உணவருந்துவது உகந்ததாக இருக்கும்” என்றான் கர்ணன். “அதைத்தான் நானும் எண்ணினேன்” என்றபடி துரியோதனன் அமர்ந்து “அந்த மானிறைச்சிக் கூடையை இங்கு எடு” என்று ஆணையிட்டான்.

7

முதற்பறவைக் குரல் எழுவதற்கு முன்னரே எழுந்து நீராடி, ஆலய வழிபாட்டுக்குரிய வெண்பருத்தி ஆடை சுற்றி ஒற்றை முத்துமாலையும் கங்கணங்களும் அணிந்து, கதிர்க்குறி நெற்றியிலிட்டு கர்ணன் சித்தமாகிக்கொண்டிருந்தபோது கீழே குழந்தைகளின் ஒலி கேட்டது. முதலில் அவன் அதை கலைந்த பறவைத்திரளின் ஒலி என்று எண்ணினான். மறுகணமே குழந்தைகளின் குரல் என்று தெரிந்ததும் முகம் மலர அறையைத் திறந்து இடைநாழிக்கு வந்தான்.

மறுஎல்லையில் படிகளில் இளைய கௌரவர்கள் காடுநிறைத்து முட்டிக் கொந்தளித்து வழிந்திறங்கி வரும் பன்றிக்குட்டிகள் போல கரியதிரள்பெருக்கு என கூச்சலிட்டபடி அவனை நோக்கி வந்தனர். அவர்களில் மூத்தவனுக்கே ஐந்து வயதுதான். ஆனால் ஒவ்வொருவரும் அவர்கள் வயதுக்குமேல் வளர்ந்திருந்தனர். முதலில் வந்த கூர்மன் முழு விரைவில் தலையைக் குனித்தபடி துள்ளி ஓடி வந்து அவன் தொடையை வலுவாக முட்டி பின்னால் தள்ளினான்.

அதை எதிர்பார்த்திருந்த கர்ணன் ஓர் அடி பின்னால் வைத்து சிரித்தபடி அவனை பற்றித் தூக்கி பின்னால் இட்டான். தொடர்ந்து வந்த இளையவர்களும் தங்கள் தலைகளால் அவன்மேல் முட்டினார்கள். கூச்சலிட்டவர்களாக படிக்கட்டை நிறைத்து ஏறி சிதறிப்பரந்து அவனை சூழ்ந்துகொண்டே இருந்தனர்.

“பெரியதந்தையே பெரியதந்தையே” என அவனைச் சுற்றிக் கூச்சலிட்டபடி துள்ளிக் குதித்தனர். “பெரீந்தையே! பெரீந்தையே!” என நா திருந்தாத சின்னஞ்சிறு மழலைகள் கைதூக்கி எம்பிக் குதித்தன. ஒவ்வொன்றும் கரிய குட்டித்தோள்களுடன் அடுப்பிலிருந்து இறக்கிய கலங்கள்

போல கொழுத்திருந்தன. பளிங்கில் ஆணியால் கிறீச்சிடுவதுபோன்ற குரல்கள்.

சிலர் ஒருவர் தோளில் ஒருவர் கால்வைத்து எழுந்து அவன் தோள்களை பற்றிக்கொண்டு தலையில் ஏற முயன்றனர். சற்றுநேரத்தில் அவன் உடலெங்கும் உணவை மொய்த்து முழுக்க மூடும் எலிகளைப்போல் அவர்கள் தொற்றி நிரம்பியிருந்தனர். கைகளிலும் கால்களிலும் தோளிலும் தலையிலும் இளமைந்தர்களுடன் உரக்க நகைத்தபடி கர்ணன் சுழன்றான்.

கீழிருந்து மேலும் மேலும் இளையகௌரவர்கள் வந்துகொண்டிருந்தனர். தொடர்ந்து வந்த ஏவலன் ஒருவன் "ஒன்றாகத் திரண்டுவிட்டால் இவர்களை எதுவுமே கட்டுப்படுத்த முடியாது அரசே" என்றான். "ஏன் நீ கட்டுப்படுத்துகிறாய்? அவர்களுக்கு தங்களுக்குரிய நெறிகள் உள்ளன" என்றான் கர்ணன்.

அவன் முழங்காலுக்கு கீழே நின்றிருந்த சிறுமண்டையுடன் சுதமன் இரு கைகளையும் விரித்து "பெரீந்தையே பெரீந்தையே பெரீந்தையே" என மூச்சில்லாது தொடர்ச்சியாக அழைத்தான். கர்ணன் குனிந்தபோது தலையிலிருந்து தூமன் முன்னால் சரிந்து கீழே நின்றிருந்தவர்கள் மேல் விழுந்தான். அவன் புரண்டு எழுந்து "என் கதாயுதம்! அதை நான் கீழே வைத்திருக்கிறேன்" என்று கீழே ஓடப்போக, கீழிருந்து வந்தவர்களால் தடுக்கப்பட்டு மீண்டும் திரும்பி வந்தான்.

சுதமன் "பெரீந்தையே பெரீந்தையே பெரீந்தையே" என அழைத்தபடி கர்ணனின் முழங்காலை உலுக்கினான். "என்ன வேண்டும் மைந்தா?" என்றான் கர்ணன். "நான் நான் நான்" என்று அவன் சொல்லி கைதூக்கி "நான் ஒரு யானையைக் கொன்றேன்" என்றான். "ஆமாம், கொன்றான்... இவன் கொன்றான்" என்று அவனுக்குப் பின்னால் நின்ற மேலும் சிறியவனாகிய சுகீர்த்தி சொன்னான். "அவன் உன் சான்றுசொல்லியா?" என்றான் கர்ணன். சுதமன் "ஆம்" என்று பெருமையுடன் தலையசைத்தான். பின்னால் எவரோ "யானையை எப்படிக் கொல்லமுடியும்? மூடன்" என்றான். இன்னொருவன் "பெரியதந்தை பீமன் யானையைக் கொன்றார்" என்றான்.

சற்றுநேரத்தில் அந்த இடைநாழி முழுக்க குழந்தைக் கௌரவர்களால் நிறைந்தது. கரிய உடலும் பெரிய பற்களும் கொண்டிருந்த துர்விநீதன் உரத்த குரலில் "நான் புரவியேறப் பயின்றுவிட்டேன். நான் புரவியில் ஏறி இந்த நகரை மும்முறை சுற்றி வந்தேன்" என்றான். "மும்முறை" என்று அவன் அருகே இருந்த இளையோன் துர்கரன் சொன்னான். "மூன்று முறை!" "ஆமாம், மூன்று முறை" என்று பல குரல்கள் எழுந்தன.

ஒருவன் எம்பிக்குதித்து “பெரியகுதிரை!” என்றான். இன்னொருவன் “ஆமாம், யானைபோன்ற குதிரை” என்றான். “சிவப்பு” என்று ஒருவன் வேறெதையோ ஒப்புக்கொள்ள அப்பால் ஒருவன் “மிகவும் இனிப்பு!” என்று மகிழ்ந்தான்.

கர்ணனால் எந்த முகத்தையும் தனியாகப் பிரித்தறிய முடியவில்லை. விழித்த வெண்பளிங்குருளைக் கண்கள், ஒளிவிடும் உப்புப்பரல்பற்கள், உவகையன்றி பிறிதொன்றும் அறியாத இளைய உடல்கள். யானைக்குட்டிகள், எருமைக்கன்றுகள், பன்றிக்குருளைகள், எலிக்குஞ்சுகள். துள்ளுவதற்கென்றே உருவான கால்கள். அணைப்பதற்கென்றே எழுந்த தளிர்க்கைகள்.. செவிப்பறைகளை கீறிச்செல்லும் குரல்கள்.

ஒவ்வொருவரும் ஒவ்வொன்றைச் சொன்னார்கள். “பெரீந்தையே” என அவன் காலுக்கு கீழே ஒரு குரல் கேட்டபோது அடிவைத்துப் பழகிக்கொண்டிருக்கும் சிறிய குழந்தையைக் கண்டான். “ஆ, இத்தனை சிறியவனா?” என்றபடி கர்ணன் அவனை ஒற்றைக்கையால் எடுத்தான். “அவன் நேற்றுதான் பிறந்தான்... மிகச்சிறியவன்” என்று சொன்னவனும் அப்போதுதான் பேசக் கற்றிருந்தான். எச்சில் வழிந்து மார்பில் வழிந்திருந்தது.

கர்ணனின் அறைவாயிலில் நின்றிருந்த சிவதர் “எண்ணவே முடியாது போல் தோன்றுகிறதே” என்றார். கர்ணன் “எண்ணூற்றைம்பதுபேர் என்பது முறையான கணக்கு என நினைக்கிறேன்” என்றான். “இல்லை அரசே, ஆயிரம் கடந்துவிட்டது. நாள்தோறும் ஒன்றிரண்டு பிறக்கிறது” என்றான் ஏவலன். “இளையவர் கவசீக்கு மட்டும் பன்னிரு துணைவியர். அத்தனைபேரும் அரக்கர்குலம். பெற்றுக்கொண்டே இருக்கிறார்கள்.” கர்ணன் தன்னைச்சுற்றி திரும்பித்திரும்பி நோக்கி சிரித்தபடி “அத்தனை பேரும் துரியோதனன் போல் இருக்கிறார்கள்” என்றான். “என் நண்பன் நல்லூழ் கொண்டவன். இப்புவியில் அவனைப்போல் இத்தனை பல்கிப் பெருக பிறிது எவராலும் இயலவில்லை.”

சரசரவென்று பெருந்தூண் ஒன்றின்மேல் ஏறிய ஒருவன் “பெரியதந்தையே, நான் இங்கிருந்து குதிக்கவா?” என்றான். சிரித்தபடி “சரி, குதி” என்று சொல்லி கர்ணன் திரும்புவதற்குள் அவன் பேரோசையுடன் வந்து மரப்பலகையில் விழுந்தான். “அடடா...” என்று கர்ணன் ஓடிச்சென்று அவனை அள்ள முயல, இருவர் அவன் தோள்மேல் தாவி ஏற, கால் தடுமாறி நின்றான். கீழே விழுந்தவன் கையை ஊன்றி எழுந்து “எனக்கொன்றுமே ஆகவில்லை” என்றான். ஆனால் அவன் கால்களில் அடிபட்டிருப்பது தெரிந்தது. சிவதர் “இவர்களுக்கு சொல் என்றால் அக்கணமே செயல்போலும்” என்றார்.

ஏவலன் "அவர்களை நாம் நோக்கவேகூடாது அரசே... இதெல்லாம் அவர்களுக்கு அன்றாடச்செயல்" என்றான். "பெரீந்தையே" என அழைத்த ஒருவன் தன் கையிலிருந்த ஒரு கலத்தைக் காட்டி "இன்னீர்..." என்றான். "நான் முழுமையாகக் குடித்துவிட்டேன்." கர்ணன் "என்ன உண்டீர்கள்?" என்றான். ஏதேதோ சொல்லிக் கூவிய நூற்றுக்கணக்கான குரல்கள் சூழ ஒலித்தன. "என்ன உண்கிறீர்கள் என்று கேட்க வேண்டும்" என்றார் சிவதர்.

"கேட்கவே வேண்டியதில்லை. எது உள்ளதோ அதைக் கொண்டுவைத்தால் போதும். உண்பதில் தந்தையரை ஒவ்வொருவரும் மிஞ்சிவிடுவார்கள் போலிருக்கிறது" என்றான் கர்ணன். "எனக்கு யானை... யானை வேண்டும்" என்றான் ஒருவன் காலுக்கு அடியில். அவனை ஒற்றைக்கையில் தூக்கி "எதற்கு?" என்றான் கர்ணன். "நான் யானையைத் தின்பேன்."

கீழிருந்து படியேறிவந்த சுஜாதனிடம் "எங்கே சென்றிருந்தாய்?" என்றான் கர்ணன். "நானும் இவர்களுடன் வந்தேன் பெரியதந்தையே" என்றான் அவன். அப்போதுதான் அவன் குரல் வேறு என கர்ணன் உணர்ந்து "நீ யார்?" என்றான். "பெரியதந்தையே, நான் லட்சுமணன்... மறந்துவிட்டீர்களா?" கர்ணன் உரக்க நகைத்து "அருகே வா அறிவிலி... நான் செல்லும்போது நீ சிறுவனாக இருந்தாய். சுஜாதன் உன்னைப்போலிருந்தான்" என்றான் கர்ணன்.

அவனை திகைத்து நோக்கிய சிவதரிடம் "அஸ்தினபுரியின் பட்டத்து இளவரசன் லட்சுமணன். சுயோதனனின் முதல்மைந்தன்..." என்றான் கர்ணன். சிவதர் "ஆம், நாம் செல்லும்போது மிகச்சிறியவர். மும்மடங்கு வளர்ந்துவிட்டார்" என்றார். "இன்று அத்தையும் சிந்து நாட்டரசரும் வருகிறார்கள்" என்றான் லட்சுமணன். அவனுக்கு இளையவனாகிய உதானன் "நான் சிந்துநாட்டரசரை கதைப்போருக்கு அழைத்துள்ளேன்" என்றான். குழந்தைகளை நோக்கி "நீங்களெல்லாம் அதற்கென்று அணிசெய்து கொள்ளவில்லையா?" என்றான் கர்ணன்.

"நாங்கள் புலரியிலேயே அணிசெய்துவிட்டோம். அதன் பிறகு இவன் என்னை அடித்துவிட்டு ஓடினான். நான் அவனை துரத்திச்சென்று..." என்று துர்தசன் சொல்லிக் கொண்டிருக்கும்போதே தசகர்ணன் அவன்மேல் தாவி அவனை மறித்து "இருவரும் சண்டை போட்டார்கள். புழுதியிலே புரண்டு... அப்படியே புரண்டு..." என்றான். கஜபாகு "யானைக் கொட்டில் வரைக்கும் நாங்கள் ஓடினோம்" என்றான்.

ஏவலன் "இளவரசர்கள் என்கிறார்கள். இவர்கள் அணிந்திருப்பதெல்லாம் பொன்னும் மணியும் முத்தும் பவளமும். ஆனால் புழுதியின்றி இவர்களை இந்நகர் மக்கள் எவரும் பார்த்ததில்லை" என்றான். "அது

அஸ்தினபுரியின் புழுதி" என்றான் கர்ணன். அவர்களை கைநீட்டி அள்ளியபடி "வாருங்கள், அறைக்குள் செல்வோம்" என்றான்.

சிவதர் "அறைக்குள் இத்தனை பேரை விடமுடியாது அரசே. இங்கேயே இருக்கலாம்" என்றார். "பீடம்?" என்றான் கர்ணன். "பீடமெதற்கு? இத்தனை பேர் ஏறினால் எந்தப் பீடமும் உடைந்துவிடும். இங்கேயே தரையில் அமர்ந்துகொள்ளுங்கள்" என்றார் சிவதர். லட்சுமணன் சிரித்து "பெரியகூட்டம்... எவருக்கும் எந்த ஒழுங்கும் கிடையாது... எதையும் செய்வார்கள்" என்றான்.

அவனைச் சுற்றி நீர்ப்பெருக்கில் கொப்பரைகள் போல மண்டைகள் அலையடித்தன. சிரித்தபடி. கர்ணன் அவர்களில் ஒவ்வொருவரையாகத் தூக்கி வானில் எறிந்து பிடித்தான். "என்னை! பெரீந்தையே என்னை! என்னை!" என்று பலநூறு கைகள் எழுந்தன. இறுதியாக படிகளில் ஏறிவந்த ஒரு வயதான சுப்ரஜன் தன் ஆடை அனைத்தையும் சுருட்டி கையில் எடுத்துக்கொண்டு அழுதபடி அணுகினான்.

"யாரவன்?" என்றான் கர்ணன். "யார் நீங்கள் இளவரசே?" என ஏவலன் அவனிடம் கேட்க, சுப்ரஜன் அழுதபடியே "என் ஆடை கிழிந்து விட்டது" என்றான். "அவமதிக்கப்பட்டுவிட்டார். ஆகவே அனைத்து ஆடைகளையும் கழற்றி கையில் எடுத்துக்கொண்டு வருகிறார்" என்றார் சிவதர். "அவனைத் தூக்கி இங்கு வீசு" என்றான் கர்ணன்.

ஏவலன் சுப்ரஜனைத் தூக்கி கர்ணனை நோக்கி எறிய, ஒற்றைக்கையால் அவனைப் பிடித்து சுழற்றித் தன் தோளில் அமரவைத்து "எப்படி கிழிந்தது ஆடை?" என்றான். "நான் வாளை எடுத்து ஆடைக்குக் கொடுத்தேன். அதுவே கிழித்துக்கொண்டது" என்றான் அவன். "வாளா? இவனிடம் யார் வாளைக் கொடுத்தது?" என்றான் கர்ணன். "என்ன செய்வது? நகரெங்கும் படைக்கலங்கள்தான். நாளுக்கு ஒருவர் குருதிக்காயத்துடன் ஆதுரசாலைக்குச் சென்றுகொண்டிருக்கிறார்கள்" என்றான் ஏவலன். "இப்போது அங்கே பதினெட்டுபேர் படுத்திருக்கிறார்கள்..."

"இரண்டு வாரங்களுக்கு முன் மூவர் சென்று கைவிடுபடை ஒன்றை இயக்கிவிட்டனர். நூற்றிஎழுபது அம்புகள் வானில் எழுந்து காற்றில் இறங்கின. நல்லூழாக அது நள்ளிரவு. இல்லையேல் பல வீரர்களின் உயிர் அழிந்திருக்கும்" என்றான் இன்னொரு ஏவலன். "அரண்மனை எப்படி தாங்குகிறது இவர்களை?" என்று சிவதர் கேட்டார்.

"இவர்களை அவைநிகழும் இடங்களுக்கெங்கும் வர விடுவதில்லை. அஸ்தினபுரியின் மேற்கே ஏரிக்கரையில் இவர்களுக்கென்று மாளிகைகள் கட்டப்பட்டுள்ளன. அன்னையரும் ஏவலருமாக இவர்கள் அங்குதான்

வாழ்கிறார்கள். இவர்கள் வெளிவராமல் இருக்க சுற்றி உயரமான கோட்டை கட்டி ஆயிரத்துக்கு மேற்பட்ட வீரர்கள் காவலுக்கு நிறுத்தப்பட்டிருக்கிறார்கள்” என்றான் ஏவலன். “இவர்களை எவர் காவல் காப்பது?” என்றான் கர்ணன்.

பேரொலியுடன் அவனுக்குப் பின்னால் இருந்த சாளரக்கதவு நான்கு இளைய கௌரவர்களுடன் மண்ணில் விழுந்ததைக் கேட்டு திடுக்கிட்டான். சிவதர் திரும்பிப் பார்த்து “ஐயையோ” என்றார். ஏவலன் “அவர்களுக்கு அடியேதும் படாது. பட்டாலும் அன்றிரவுதான் அது வெளியே தெரியும். பொதுவாக நடமாடும் நிலையில் இருக்கும் இளவரசர்களை நாங்கள் பொருட்படுத்துவதில்லை. இவர்களில் கால்முளைத்தவர்களை அரணெல்லாம் கட்டுப்படுத்த முடியாது” என்றான்.

“ஆம், ஐம்பதுபேருக்கு மேல் பத்து வயதைக் கடந்தவர்கள். அவர்கள் அங்கிருக்கும் அணித்தோட்டத்து மரங்களில் ஏறி கோட்டைக்கு மேல் உலவக்கூடியவர்கள். அங்கிருந்தே களிறுகளின் முதுகில் தாவவும் கற்றிருக்கிறார்கள். நூற்றுக்கும் மேலானவர்களுக்கு நான்குவயது கடந்துவிட்டது. அதற்கும்கீழே உள்ளவர்களே மிகுதி. கோட்டை என்பது இவரைப் போன்ற நடை நன்கு பழகாத சிறுவர்களுக்காகத்தான்.”

ஏவலன் சுட்டிக்காட்டிய சிறுவன் அழிப்பரப்பில் தொற்றி ஏற முயன்றுகொண்டிருந்தான். தன் கையில் இருந்த குறுவாளால் தரைப்பலகையைக் குத்திப் பெயர்த்து எடுத்த இளைய கௌரவன் ஒருவன் உள்ளே காலை விட்டு “மூத்தவரே, இதன் வழியாக நாம் கீழ்த்தளத்தில் குதித்து விடமுடியும்” என்றான்.

ஆவலுடன் “எங்கே?” என்று கேட்டபடி ஏழெட்டு பேர் அந்தப் பலகை இடைவெளியை நோக்கிச் சென்றார்கள். பெயர்த்தவன் அந்த இடைவெளி வழியாக தன் உடலை நுழைக்க, பாதி நுழைந்தபின் மேலும் கீழே செல்லமுடியாமல் சிக்கிக்கொண்டான். சிவதர் “ஐயையோ... தூக்குங்கள் அவரை” என்று பதற, “இல்லை சிவதரே. இதிலெல்லாம் நாங்கள் தலையிட முடியாது. அவர்களே ஏதேனும் வழி கண்டுபிடிப்பார்கள். மேலும் இப்படி எவரேனும் ஒருவர் சிக்கி ஓரிரு நாழிகைகள் செல்லுமென்றால் நான் சற்று ஓய்வெடுக்க முடியும்” என்றான் ஏவலன்.

இன்னொருவன் “கீழே நால்வர் காவல்மாடத்தில் ஏறி இறங்கமுடியாமலிருக்கிறார்கள்” என்றான். கீழே மாளிகைமுற்றத்தில் கொம்பு ஒலி கேட்டது. இளைய கௌரவர்களில் ஒருவன் “தந்தையர் வருகிறார்கள்” என்றான். “தந்தையர்! தந்தையர்!” என கூச்சல்கள் கிளம்பின. பேரொலியுடன் இளவரசர்களில் ஒரு பகுதி பிரிந்து படிகளில் உருண்டு பொழிந்து கீழ்க்கூடத்தை நிறைத்து வாயிலை நோக்கி ஓடியது.

தொடர்ந்து ஓடிய குட்டிக்கால்கொண்ட இளவரசர்கள் நாலைந்து பேர் உருண்டு விழுந்து புரண்டபடியே கீழே சென்றார்கள். சிலர் படிகளின் கைப்பிடிகளைத் தொற்றி தொங்கி கீழே குதித்தனர். மேலிருந்த கைப்பிடி மீது ஐம்பதுக்கு மேற்பட்டவர்கள் ஒரே சமயத்தில் ஏற, மரம் முறியும் ஒலி கேட்டது.

"கைப்பிடிச்சுவர் உடைகிறது" என்றார் சிவதர். "ஆம், உடைகிறது" என்றான் ஏவலன் இயல்பாக. "பிடியுங்கள்! விழப்போகிறார்கள்" என்றார் சிவதர். "ஐம்பது பேரை பிடிக்கும் ஆற்றல் எனக்கு இல்லை" என்ற ஏவலன் "ஒன்றும் ஆகாது சிவதரே" என்று சிரித்தான். கைப்பிடி உடைந்து சரிய, மொத்தமாக அத்தனை பேரும் கீழிருந்த பலகையில் விழும் ஒலி கேட்டது. யாரோ அலறும் ஒலி.

"யாருக்கோ அடிபட்டிருக்கிறது" என்றார் சிவதர் ஓடிச்சென்று நோக்கியபடி. "அவர்கள் எழுந்தோடிய பிறகு யார் எஞ்சியிருக்கிறார்களோ அவர்களுக்கு அடிபட்டிருக்கிறது என்று சொல்லமுடியும்" என்றான் ஏவலன். அவர்களின் ஓசையை அந்த மாளிகையின் அத்தனை வாயில்களும் வாயாக மாறி முழங்கின.

கர்ணன் சென்று பார்த்தபோது அங்கு எவரும் எஞ்சியிருக்கவில்லை. இறுதியாக எழுந்து ஓடிய ஒருவன் மட்டும் காலை சற்று நீட்டி நீட்டிச் சென்றதுபோல் தோன்றியது. வாயிலைக் கடந்து துச்சலனும் துர்முகனும் சுபாகுவும் ஜலகந்தனும் சித்ரகுண்டலனும் உடலெங்கும் மைந்தர்கள் தொற்றியிருக்க தள்ளாடி நடந்தபடி வந்தனர். அவர்களைச் சூழ்ந்து கூச்சலிட்டபடி வந்தனர் இளைய கௌரவர். சுபாகு அங்கிருந்தபடியே வெடிக்குரலில் "மூத்தவரே, இன்றுதான் சிந்து நாட்டரசர் நகர் புகுகிறார். நாம் சென்று நகர் வாயிலிலேயே அவரை வரவேற்கவேண்டியுள்ளது" என்றான்.

சிவதர் "இந்த எண்ணூறு பேரையும் அழைத்துக்கொண்டா நாம் செல்லவிருக்கிறோம்?" என்றார். "ஆம், அரச முறைப்படி இவர்கள் சென்றாக வேண்டுமல்லவா?" என்றான் சுபாகு. "சிந்து நாட்டரசர் இவர்களை இதற்குமுன் பார்த்திருக்கிறாரா?" என்றான் கர்ணன். சிவதர் "கேள்விப்பட்டிருப்பார். இதற்குள்ளாகவே இவர்களைப் பற்றி ஏழெட்டு குறுங்காவியங்கள் சூதர்களால் பாடப்பட்டிருக்காதா என்ன?" என்றார்.

பேரொலியுடன் துச்சலனின் பின்னாலிருந்த கதவு பித்தளைக் கீலிலிருந்து கழன்று சரிந்தது. அவன் ஒற்றைக்கையால் அதைப் பிடித்துக்கொண்டு அதில் தொங்கியிருந்த கௌரவர்களை உலுக்கி கீழே வீழ்த்தினான். அவர்கள் அதை ஒரு விளையாட்டாக ஆக்கி கூச்சலிட்டனர்.

கதவைப்பிடுங்கி சாற்றி வைத்துவிட்டு "நம் அரண்மனையில் கதவுகள் மிகவும் மெலிதாகப் பொருத்தப்பட்டுள்ளன மூத்தவரே" என்றான்.

கர்ணன் படிகளில் இறங்கி வந்தபடி "ஆம், அஸ்தினபுரி நகரமே மிக மெல்லிய பொருட்களால் கட்டப்பட்டுள்ளது இளையோனே. அனேகமாக இந்த மாளிகையை நாளை திரும்பக் கட்டவேண்டியிருக்கும்" என்றான். அறைக்குள் படாரென்ற ஒலி கேட்டது. சிவதர் திரும்பி "கலம்" என்றார். உடனே இன்னொரு ஒலி கேட்டது. கர்ணன் நோக்க "தங்கள் மஞ்சம் இரண்டாக உடைந்துள்ளது என்று நினைக்கிறேன்" என்றார்.

வெளியே புரவி உரக்க கனைத்தது. "அதை யார் என்ன செய்தது?" என்று கேட்டான் கர்ணன். "புரவிகளில் ஏற முயல்கிறார்கள்" என்று வாயிலில் நின்ற பணியாள் சொன்னான். கர்ணன் "நாம் பேரரசரை பார்க்கப் போகிறோமல்லவா?" என்றான். "அவர் நீராடி அணிபுனைந்து அவைக்குச் சென்றுவிட்டார். அரசரும் பிற தம்பியரும் அவையில் இருப்பார்கள். நாம் சென்று ஜயத்ரதரை வரவேற்று அவை சேர்ப்போம். குழந்தைக்கு மாமனாகிய தாங்களும் நகர வாயிலிலேயே வரவேற்க வேண்டுமென்பது முறைமை."

கர்ணன் "ஆம், இளவரசன் முதலில் நகர்நுழையும் தருணம்" என்றான். துச்சலன் உரக்க "பழைய முறைமை என்றால் மூத்தவருக்குப்பின் அரசாளவேண்டியவர் ஜயத்ரதனின் மைந்தர்தான். தந்தையின் மணிமுடி மைந்தனுக்கு என்பது பழைய காலத்தில் இல்லை" என்றான்.

துர்முகன் "சௌனக குருமுறையின் நெறிகளின்படிதான் இப்போது தந்தையின் மணிமுடி மைந்தனுக்கு வருகிறது அல்லவா? அதற்கு முன் உத்தாலக நீதியின்படி தாய்க்கு தமையனே அரசாளும் முறை இருந்தது" என்றான். கர்ணன் "அரச முறைகளை பேசுவதற்கான இடமா இது?" என்றான். "சிறந்த நெறிகளை களத்திலேயே உரைக்கவேண்டுமென்பது சூதர் சொல்" என்றார் சிவதர்.

அவர்களைச் சுற்றி போர்க்களமே நிகழ்ந்துகொண்டிருந்தது. அந்த மாளிகையின் பின்பக்கத்துக்குச் சென்ற இளைய கௌரவர்கள் அங்கிருந்த சேடியர் அறைகளுக்குள் புகுந்துவிட்டிருப்பதை பெண்களின் கூச்சல்களும் உலோகப்பாத்திரங்களின் ஒலியும் காட்டின. "உண்கிறார்கள்" என்றான் துர்முகன்.

துச்சலன் "ஏன் இப்படி உண்கிறார்கள் என்றே தெரியவில்லை. நாங்களெல்லாம் இளமையில் இவ்வாறெல்லாம் உண்டதில்லை" என்றான். "நீ எப்படி உண்டாய் என்று எனக்குத் தெரியும்" என்றான் கர்ணன். "இவர்களைத் திரட்டி எப்படி அரண்மனைமுகப்புக்குக்

கொண்டுசெல்வது?" என்று சிவதர் கேட்டார். "அத்தனை பேரையும் கொண்டுசெல்வது நடவாது. நான்கு வயதுக்கு மேற்பட்ட இளவரசர்களை மட்டும் கொண்டுசெல்வோம்" என்றான் கர்ணன்.

"அப்படியெல்லாம் எந்தக் கணக்கையும் எடுக்க முடியாது. அதற்கு இவர்களை முதலில் எண்ணவேண்டும். அப்பணிக்குரிய கணக்குநாயகங்கள் அமைச்சுப்பணியில் இருக்கிறார்கள்" என்றான் துர்முகன்.

"நான் வருவேன்! நான் வருவேன்! நான் வருவேன்!" என்று கர்ணனின் முழங்கால் உயரமிருந்த சுதீபன் கூச்சலிட்டபடி எம்பிக்குதித்தான். அவனைவிட சிறியவனாகிய சம்பு "நான் கதாயுதத்தைக் கொண்டுவந்திருக்கிறேன்" என்றான். அவன் கையில் சிறிய மரத்தாலான கதாயுதம் ஒன்று இருந்தது. "நான் அவனை போருக்கு அழைப்பேன்" என்றான்.

கர்ணன் குனிந்து "யாரை?" என்றான். "சிந்து நாட்டு இளவரசனை." சிரிப்புடன் "ஏன்?" என்றான் கர்ணன். "அவன் என் தங்கையை மணமுடிப்பான் என்று சொன்னார்கள்" என்றான் அவன் முகம் சுளித்து. "இவனுக்கு தங்கை இருக்கிறாளா?" என்று கர்ணன் கேட்டான்.

துச்சலன் சிறுவனைக் குனிந்து நோக்கி "முதலில் இவன் யார்?" என்றான். "உங்கள் நூற்றுவரில் ஒருவருடைய மைந்தன்" என்றான் கர்ணன். "ஆம், அது தெரிகிறது. ஆனால் எவர் மைந்தன்?" முழங்கால் வரைக்குனிந்து "அடேய், உன் தந்தை பெயரென்ன?" என்றான் கர்ணன். அவன் "அனுமன்" என்று சொன்னான். "அனுமனா?" என்றபின் கர்ணன் சிரிப்பை அடக்கியபடி "எந்த அனுமன்?" என்று கேட்டான்.

அவன் கையை விரித்து எம்பிக்குதித்து "பெரிய அனுமன்... இலங்கைக்கு அப்படியே தாவி" என்றபின் அவன் தன் பின்பக்கத்தை தொட்டு அங்கே இருந்த கற்பனை வாலை இழுத்துக்காட்டி "இவ்வளவு பெரிய வால்! அதில் தீயை வைத்து..." என சொல்லத்தொடங்கி உளவிரைவால் திணறினான். சிவதர் "சரிதான். விளையும் பயிர் முளையிலே! இப்போதே தீ வைக்க எண்ணுகிறான்" என்றான்.

துர்மதன் வெளியே இருந்து வந்து "மூத்தவரே, நாம் செல்வோம். பொழுது விடிந்து கொண்டிருக்கிறது" என்றான். "இவர்கள் யாருடைய மைந்தர்கள் என்று எப்படி அறிவீர்கள்?" என்றான் கர்ணன். துச்சலன் "உண்மையில் எனக்கு ஏழு மைந்தர்கள் இருக்கிறார்கள். இரு புதல்வியர். புதல்வியரை மட்டும்தான் என்னால் அடையாளம் காணமுடியும். அது இருவருக்குமே என்னை தனித்தறிய முடியும் என்பதால்தான். மைந்தரை அடையாளம் காணமுடியாது."

“ஆனால் அடையாளம் கண்டு ஆவதொன்றுமில்லை மூத்தவரே. எண்ணூற்றுவரும் ஒரே முகமும் ஒரே பண்பு நலன்களும் கொண்டிருக்கிறார்கள்” என்றான் துச்சகன். சிவதர் ஐயமாக “பண்பு என்ற சொல்லை இதற்கெல்லாம் பயன்படுத்தலாகுமா?” என்றார்.

அவர் சொல்வதை புரிந்துகொள்ளாமல் துச்சலன் “ஆம், அதைத்தான் நானும் சொல்கிறேன். இவர்களை எல்லாம் துரோணரிடம் கல்வி கற்க அனுப்பலாம் என்று எண்ணமிருக்கிறது” என்றான். கர்ணன் வெடித்துச் சிரித்தபடி “அதை நான் வழிமொழிகிறேன். துரோணர் அவரது குருகுலத்திலிருந்து என்னை அவமதித்துத் துரத்திவிட்டார். அதற்கு இப்படித்தான் நாம் பழிதீர்க்க வேண்டும்” என்றான்.

துச்சலன் “ஏன்?” என்றான். கர்ணன் “இல்லை, துரோணர் மிகச்சிறந்த ஆசிரியர் என்று சொல்லவந்தேன்” என்றான். துச்சலன் குனிந்து தவழ்ந்து சென்ற ஒருவனைப் பார்த்து “இவன் இன்னும் நடக்கவே தொடங்கவில்லை. இவன் எப்படி வந்தான்?” என்றான்.

“யாராவது தமையன்கள் தூக்கிக்கொண்டு வந்திருப்பார்கள்” என்றார் சிவதர். “எப்போதும் இப்படித்தான். மொத்தமாக ஓர் அலைபோல இவர்கள் கிளம்பிச்சென்ற பிறகு ஏழெட்டு குழந்தைகள் அப்பகுதியில் உதிர்ந்துகிடந்து தவழ்ந்து கொண்டிருக்கும். அவற்றை பொறுக்கி திருப்பி அரண்மனைக்குக் கொண்டுசேர்ப்போம்” என்றான் ஏவலன்.

துச்சலன் ஒற்றைக்கையால் அதைத் தூக்கி அதன் முகத்தைப் பார்த்தான். “இதைப் பார்த்தால் தம்பி விருந்தாரகனின் முகம் போலுள்ளது” என்றான். முகத்தருகே கொண்டுவந்து “அடேய், உன் தந்தை பெயரென்ன?” என்றான். அவன் தன் இடக்கையை வாய்க்குள் திணித்து இரு கால்களை உதறி சிணுங்கினான்.

“மிகச்சிறுவன்” என்று துச்சலன் கர்ணனிடம் சொன்னான். “பேச்சு வரவில்லை. அதற்குள் கிளம்பிவிட்டான்.” கர்ணன் “விருந்தாரகனுக்கு எத்தனை மனைவியர்?” என்றான். “மொத்தம் நான்கு என நினைக்கிறேன். அவன் மத்ர நாட்டுக்கு மேலே இமயச்சாரலுக்குச் சென்று அங்குள்ள சம்பரர் என்னும் அரக்கர் குடியிலிருந்து ஒரு பெண்ணை தூக்கி வந்தான். அவர்களுக்கு ஒன்பது குழந்தைகள் பிறந்தன. ஆனால் இன்றுவரை கொழுநனும் துணைவியும் பேசிக்கொண்டதில்லை” என்றான் சுபாகு. “ஏன்?” என்றான் கர்ணன். “மொழி தெரியவில்லை” என்று சுபாகு சொல்ல கர்ணன் வெடித்துச் சிரித்தான்.

சிறுவன் உரத்த குரலில் ஏதோ சொன்னான். “இது அரக்கர் மொழிதான். அப்படியென்றால் இவன் விருந்தாரகனின் மைந்தன்தான்.” குழந்தையை

அருகே கொண்டுவந்து அதன் கன்னத்தில் முத்தமிட்டான். சிறுவன் ஆவலுடன் பார்த்து இரு கைகளாலும் துச்சலனின் தலையை அள்ளிப்பிடித்து கன்னத்தை இறுகக் கடித்தான்.

“ஸ்ஸ்” என கூவியபடி அவனைப் பிய்த்து தூக்கி தலைக்குமேல் நிறுத்தி “இவன் பலவர்தனனின் மைந்தன்… அவன் சிறுவயதில் இதைப்போலவே என்னைக் கடித்திருக்கிறான்” என்றான். சிறுவனை ஆட்டியபடி “பேன் போலிருக்கிறான்” என்றான். கைகளையும் கால்களையும் பிடிபட்ட பேன் போலவே நெளித்தபடி சிறுவன் கூச்சலிட்டான்.

“அரிய பற்கள்… முழுக்க முளைத்தபின் அஸ்தினபுரியின் அஞ்சத்தக்க படைக்கலமாக அவை இருக்கக்கூடும்” என்றபடி அவனை கீழே விட்டான். அவன் கைதூக்கி ஏதோ கூவியபடி ஓடினான். “ஆ, அது அரக்கர் மொழி அல்ல” என்றான் துச்சலன். சுபாகு “ஆம், அது நம் மொழியின் கெட்டவார்த்தை. சற்று மழுங்கியிருக்கிறது. அதை நானே சொல்லவேண்டாமென நினைத்தேன்” என்றான். வெளியே இருந்து சித்ராயுதன் வந்து “மூத்தவரே, அனைத்தும் சித்தமாகிவிட்டன. நாம் கிளம்புவோம்” என்றான்.

8

முதன்மைக்கூடத்திற்கு வெளியே முற்றத்தில் படைநிரையின் கொம்புகளும் முழவுகளும் ஒலிக்கத்தொடங்கின. துச்சலன் "நன்கு ஒளிவந்துவிட்டது. இனிமேலும் நாம் பிந்தலாகாது மூத்தவரே" என்று வெளியே சென்றான். "ஆம், கிளம்புவோம்" என்று நூற்றுக்கணக்கான தொண்டைகள் கூச்சலிட்டன. "பெரீந்தையே, என் ஆடையைக் காணவில்லை" என்று ஒரு குரல் கேட்டது. "பெரீந்தையே, இவன் என் வாளை எடுத்துக்கொண்டான்." "பெரீந்தையே, யானை எப்போது வரும்?" கர்ணன் "நாம் இப்போது கோட்டைமுகப்புக்கு செல்கிறோம்" என்றான்.

அத்தனை பேரும் ஒரே சமயம் வெளியேற முயன்றதனால் அந்தப் பெரிய வாயிலே உடல்களால் இறுக மூடப்பட்டது. அவர்களின்மேல் தோள்களைப்பிடித்து ஏறி அப்பால் சென்றவர்கள் களிக்கூச்சலிட்டனர். மேலும் மேலும் இறுகி அசைவிழந்த வாயிலில் செறிந்த உடல்கள் ஒருகணத்தில் விடுபட, இளவரசர்கள் வெளியே இருந்த முற்றத்தை நோக்கிக் கூட்டமாக உமிழப்பட்டனர். கீழே விழுந்து உருண்டு எழுந்து அவர்கள் அங்கு நின்றிருந்த தேர்களை நோக்கி ஓடினார்கள்.

"ஒரு தேரில் பத்து பேருக்கு மேல் ஏற்ற வேண்டாம்" என்று துச்சலன் கைநீட்டி கூவினான். "எஞ்சியவர்களை எப்படி இறக்கிவிடுவது?" என்று அங்கிருந்த வீரன் ஒருவன் கேட்டான். "பத்து பேர் ஏறியவுடனே தேர்களை முன்னால் செலுத்துங்கள். அது ஒன்றே வழி" என்றான் துச்சலன். தேர்த்தட்டுகளில் இளையோர் ஏறிக்கொண்டிருக்கையிலேயே குதிரைகளை அடித்துக் கிளப்பிக்கொண்டு சென்றார்கள். ஒவ்வொரு தேருக்குப் பின்னாலும் இளைய கௌரவர்கள் காய்களைப்போல

உதிர்ந்தார்கள். புரண்டெழுந்து அடுத்த தேரின் தட்டுகளிலும் தூண்களிலும் பற்றிக்கொண்டு தொற்றி உள்ளே ஏறினார்கள்.

அகன்ற தட்டுகள் கொண்ட அறுபது தேர்களிலாக அவர்கள் கிளம்பிச் சென்றபோது பணியாள் சொன்னதுபோல பன்னிரு கைக்குழந்தைகள் முற்றத்தில் தவழ்ந்து கொண்டிருந்தன. ஒன்று சிறுநீர் கழித்து அதை இரு கைகளாலும் தப் தப் என்று அடித்து வாயில் வைத்து சுவைத்துப் பார்த்தது. ஒன்று அமர்ந்து தன் ஆண்குறியை பிடித்து இழுத்துக்கொண்டிருந்தது. பெரிய இரு முன்பற்களுடன் ஒருவன் கர்ணனைப் பார்த்து சிரித்தான். அவனை நோக்கி கைகளை ஊன்றி ஒரு பெண்குழந்தை வந்தது. இன்னொன்று இங்கிருந்து அதை நோக்கி முனகியபடியே சென்று அமர்ந்து கைநீட்டி "ஆ" என்று கூச்சலிட்டது.

துச்சலன் இரண்டு கைக்குழந்தைகளை எடுத்து தன் அருகே நின்ற பணியாளிடம் கொடுத்து "இவற்றை திரும்பச் சென்று கொடுத்துவிடு" என்றான். "ஆம், இளவரசே. வழக்கமாக அதைத்தான் செய்வோம்" என்றான் ஏவலன். "உள்ளே நாலைந்து குழந்தைகள் கிடக்கின்றன" என்று உள்ளிருந்து வந்த ஏவலன் சொன்னான். இன்னொரு முதிய ஏவலன் "நன்கு தேடிப்பாருங்கள்! ஏதாவது இண்டு இடுக்குகளில்கூட நுழைந்து சென்றுவிடும்" என்றான். ஒரு குழந்தை எம்பி எம்பி விழுந்து சுபாகுவை நோக்கி "ஆ ஆ ஆ" என அதட்டியது. "இவன் மகோதரனின் மைந்தன்... ஐயமே இல்லை. என்னை இப்படி அவன்தான் அதட்டுவான்."

கர்ணன் "இவை அழுவதே இல்லை" என்றான். துச்சலன் "ஆம். இவற்றுக்கு தந்தையரோ அன்னையரோ ஒரு பொருட்டே அல்ல. ஒவ்வொரு குழந்தையும் தன்னைவிட மூத்த தமையனை நோக்கியே சென்று கொண்டிருக்கிறது" என்றான். "மூத்தவரே" என துச்சகன் சொல்ல, கர்ணன் தேரில் ஏறிக்கொண்டு "என்னுடைய தேரிலும் சில இளைய கௌரவர்களை ஏற்றிக் கொண்டிருக்கலாம்" என்றான். "தனியாகச் செல்வது சோர்வளிக்கிறது."

சிவதர் "தங்கள் ஆடைகள் அனைத்தும் கலைந்துள்ளன" என்றார். "தாழ்வில்லை" என்றபடி மேலாடையை சீர்செய்துகொண்டான் கர்ணன். கூந்தல் கலைந்திருந்தது. அதை கைகளால் நீவி பட்டுநூலால் கட்டினான். "தங்கள் முத்தாரம் அறுந்து மேலே மணிகளாக உருண்டு கிடக்கிறது" என்றார் சிவதர். "அதை சேர்த்து வைக்கச் சொல்லும்" என்றபின் கர்ணன் தேரோட்டிக்கு கிளம்பிச்செல்லும்படி செய்கையால் ஆணையிட்டான். தேர் குலுங்கி குளம்படி ஒலிக்க சகடங்கள் அதிர கிளம்பியது.

அவன் தேருக்குப் பின்னால் துச்சலனும் துச்சகனும் துர்முகனும் ஒரு தேரில் வந்தனர். ஜலகந்தன், சமன், சகன், விந்தன், அனுவிந்தன், சுபாகு,

விகர்ணன், சலன், சத்வன், சுலோசனன், சித்ரன், உபசித்ரன், சுஜாதன், பீமபலன், வாலகி, உக்ராயுதன், சுவர்மன், துர்விமோசன், சுநாபன், நந்தன், உபநந்தன் என பிற கௌரவர்களும் தேர்களில் வந்தனர். தொலைவில் இளைய கௌரவர்கள் அஸ்தினபுரியின் தெரு வழியாக பீரிட்டு கலைந்து செல்லும் ஓசை கேட்டுக்கொண்டிருந்தது. தேர்ப்பாகன் திரும்பி "செல்லும் வழியெல்லாம் கூச்சலிட்டுக்கொண்டேதான் செல்வார்கள். ஓடும் தேரிலிருந்தே தொற்றி வீடுகளுக்குள் சென்று விடுவார்கள்" என்றான்.

கர்ணன் "ஆம், ஊர்ணரே, இந்நகரம் அவர்களை விரும்பும்" என்றான். "ஆம், இங்குள்ள ஒவ்வொரு குழந்தையும் இளைய கௌரவராக மாறிக் கொண்டிருக்கிறது என்கிறார்கள்" என பாகன் சிரித்தான். "தங்கள் மைந்தன் தேர்பழகிவிட்டானா?" என்றான் கர்ணன். "அவன் புரவிமருத்துவம் பயில்கிறான்" என்றான் தேர்ப்பாகன். "அவன் பெயர் சதானீகன் அல்லவா?" என்றான் கர்ணன். "ஆம், நினைவு வைத்திருக்கிறீர்கள்." கர்ணன் நகைத்து "எனக்கு இந்த இளையோரைத்தான் நினைவில் கொள்ளவே முடியவில்லை. நான் செல்லும்போது எழுபது பேர்தான் இருந்தார்கள்..." பாகன் "இங்கு எவருக்குமே அவர்களை தனித்தனியாக நினைவில்லை. அவர்கள் ஒற்றைத்திரள்" என்றான்.

கர்ணனின் தேர் மையப்பெருஞ்சாலைக்குச் செல்லும்போது அங்கிருந்த மரத்தின் கிளைகளில் இரு கௌரவர்களைக் கண்டான். அவர்கள் அவன் தேரின் வளைகூம்புக் கூரை மேல் குதித்து தூணில் தொற்றி இறங்கி "நாங்கள் உங்களுக்காகக் காத்திருந்தோம்" என்றனர். "ஏன்?" என்றான் கர்ணன். "நாங்கள் உங்களுடன் தான் இருப்போம். ஏனெனில் நான் வில் பயிலப்போகிறேன்" என்று ஒருவன் சொன்னான். "எதற்காக?" என்றான் கர்ணன். "காட்டுக்குச் சென்று மான்களை வேட்டையாடித் தின்பதற்காக" என்றான் இன்னொருவன்.

சிரித்து "உன் பெயரென்ன?" என்றான் கர்ணன். "என் பெயர் துந்துபி. இவன் பெயர் துர்ஜயன்" என்றான். "இந்தப் பெயர்களையெல்லாம் யார் போடுகிறார்கள்?" என்றான் கர்ணன். "தந்தையர் பெயரிடுவதில்லை. அமைச்சர்களே ஒரு நூலில் உள்ள நீண்ட பட்டியலை வைத்து பெயரிடுகிறார்கள். இட்ட பெயரை குறித்து வைக்காவிடில் திரும்ப போடவேண்டி நேரும் என்ற அச்சம் அவர்களுக்கு இருக்கிறது" என்றான் பாகன்.

இருபுறங்களிலும் உப்பரிகைகளில் எழுந்த மக்கள் இளைய கௌரவர்களை நோக்கி கைவீசிக் கூச்சலிட்டனர். பழங்களையும் அப்பங்களையும் அவர்களை நோக்கி வீச, அவர்கள் தேர்த்தட்டுகளில் எழுந்து அவற்றை தாவிப்பற்றி உண்டனர். சிலவற்றை திரும்ப மக்களை நோக்கி வீசினர்.

முன்னால் சென்ற கௌரவர்களின் தேர்களில் இரண்டு கடைவீதி அருகே நின்றிருந்தன. அவற்றில் இருந்து அவர்கள் இறங்கி கடைவீதிக்குள் புகுந்து அங்கே சுற்றிவருவதன் ஒலிகள் கேட்டன.

துர்ஜயன் “அங்காடியில் கட்டப்பட்டிருக்கும் தோல்கூரைகள் வழியாகத் தாவி வருவது இன்பமானது” என்றான். “ஆம், அது அலைகளில் நீச்சலடிப்பது போலவே இருக்கும்” என்றான் துந்துபி. அக்கணமே அவர்கள் பாய்ந்து புழுதியில் இறங்கி கைவீசிக் கூச்சலிட்டபடி அங்காடி நோக்கி ஓடினார்கள். அங்கே நின்றிருந்த வணிகர்கள் அவர்களை வரவேற்று கூச்சலிட்டனர்.

அஸ்தினபுரி இளவரசன் நகர்நுழையும் விழவுக்காக பட்டுப்பாவட்டாக்களாலும் தோரணங்களாலும் அலங்கரிக்கப்பட்டிருந்தது. முன்னரே சென்ற இளைய கௌரவர்கள் தேரில் செல்லும் விரைவிலேயே பட்டுப்பாவட்டாக்களைப் பற்றி இழுத்து அவற்றை பறக்கவிட்டுக்கொண்டே சென்றிருந்தார்கள். காற்றில் சுழன்றெழுந்த அவை வீடுகளிலும் சுவர்களிலும் படிந்து நின்று வழிந்து தவழ்ந்து மண்ணிறங்கின. புழுதியில் புரண்டு தேர்களின் சகடங்களில் சுற்றி கசங்கின. தரையில் அலையடித்த செந்நிற திரைச் சீலைகளைக் கண்ட புரவிகள் அஞ்சி கனைத்தபடி அவற்றை பாய்ந்து கடக்க, தேர்ச்சகடங்கள் குலுங்கி அதிர்ந்து முன்சென்றன.

“இந்நகரத்தை அணிசெய்ய எவராலும் இயலாது. அணி அனைத்தும் சில நாழிகைக்குள் குப்பைகளாக மாறிவிடும்” என்றான் தேர்ப்பாகன். கர்ணன் “இந்நகருக்கு மைந்தரே அணிகலன்கள்” என்றான். “இம்மக்கள் இதுபோல் என்றும் உவகை கொண்டாடியதில்லை என்று எண்ணுகிறேன்” என்றான் கர்ணன். “ஆம் அரசே, அது உண்மை. நகைப்பொலி அன்றி வேறு ஒலியே கேட்காததாக இந்நகரம் மாறிவிட்டது என்கிறார்கள். இப்போது அஸ்தினபுரி ஒரு கிஷ்கிந்தை என்று சூதன் ஒருவன் பாடினான். இளைய கௌரவர்களை வானரங்களாக சித்தரித்து அவன் எழுதிய கபிகுலவிலாசம் என்னும் குறுங்காவியம் இங்குள்ள இளையோரிடம் புகழ் பெற்றது.”

இளைய கௌரவர்கள் சென்ற தேர்கள் ஆங்காங்கே சாலை ஓரமாக நின்றிருந்தன. கர்ணன் தன் தேரை இழுத்து நிறுத்தச் சொல்லி தேரில் சவுக்குடன் அமர்ந்திருந்த ஒரு பாகனிடம் “அவர்கள் எங்கே?” என்றான். “தேர் வந்து கொண்டிருக்கும்போதே அனைவரும் வெளியேறிவிட்டனர். ஆகவே நிறுத்தி காத்திருக்கிறேன், அவர்கள் வரக்கூடும்” என்றான் பாகன். “இங்குள்ள மற்ற குழந்தைகளும் அவர்களுடன் இணைந்து கொள்கிறார்கள். ஒரு சிறுவர் படையே கோட்டைமுகப்புக்கு செல்லக்கூடும்” என்றான்

அருகே நின்றிருந்த காவல்வீரன். கையசைத்தபின் பாகனிடம் "செல்க!" என்றான் கர்ணன்.

அஸ்தினபுரியின் பெருங்கோட்டை முகப்பின்மீது இருந்த காவல்மாடங்களிலும் புரிபடிக்கட்டுகளிலும் உப்பரிகைகளிலும் மூத்த கௌரவர்கள் ஏறி நின்று கூச்சலிட்டுக் கொண்டிருப்பதை தொலைவிலேயே காண முடிந்தது. காவல்மாடங்களில் நின்ற வீரர்களின் மேலே தொற்றி ஏறி அவர்கள் கைவீசினர். கீழே நின்றிருந்த தேர்களில் பெரும்பாலானவை கூரை ஆடிச் சரிந்தும் முகப்பு உடைந்தும் தென்பட்டன. இரு தேர்கள் குடைசரிந்து கீழே விழுந்து கிடந்தன. பெருமுற்றமெங்கும் ஆடைகளும் மலர்மாலைகளும் திரைச்சீலைகளும் அப்பங்களும் பழங்களும் கிடக்க நால்வர் அவற்றை பொறுக்கிக்கொண்டிருந்தனர்.

கர்ணனின் தேர் நின்றதும் கோட்டைக்காவலன் முன்னால் வந்து வணங்கி "அங்கநாட்டரசருக்கு நகர்முகப்புக்கு நல்வரவு" என்றான். கர்ணன் "நன்று சூழ்க!" என்றபடி சூழ நோக்கினான். "எங்கள் மேல் சினம் கொள்ளாதீர்கள் அரசே. அனைத்தையும் சித்தமாக்கி விட்டுத்தான் இப்புலரியை அமைத்தோம். இதோ விழவொழிந்த களமென ஆகிவிட்டது. என் பிழையன்று. இங்கு ஒழுங்கு என்பது எவ்வகையிலும் இல்லை" என்றான். "அவ்வண்ணமே திகழட்டும். இவ்வொழுங்கின்மை இங்கிருக்கும் வரை அஸ்தினபுரி வெல்லற்கரியது" என்றான் கர்ணன்.

கோட்டைமுற்றத்தில் வெண்ணிறப்பந்தல் காற்றில் குமிழியிட்டு அமைந்தபடி காத்திருந்தது. அமைச்சர் பிரமோதர் மூச்சிரைக்க உடல்வியர்க்க ஓடிவந்து வணங்கி "அமைச்சர் கனகரும் பேரமைச்சர் விதுரரும் வந்துகொண்டிருக்கிறார்கள் அரசே. வெளியே நம் அணிப்படைகளும் இசைச்சூதரும் மங்கலக்கணிகையரும் நிரைவகுத்துள்ளனர்" என்றார். "சிந்துநாட்டவர் எங்கே உள்ளனர்?" என்றான் கர்ணன். "அவர்கள் நேற்றிரவு கங்கைக்கரைக்கு வந்துவிட்டனர். உண்மையில் அவர்கள் நாளை காலையில்தான் இங்கு வருவதாகத் திட்டம். ஆனால் இளவரசி உடனே கிளம்பவேண்டும் என்று சொன்னதனால் படைகள் ஓய்வெடுக்காமல் கருக்கலிலேயே புறப்பட்டுவிட்டன. பாதிவழி வந்துவிட்டார்கள்."

கர்ணன் "ஆம், அது இயல்பே" என்றான். "நேற்று பேரரசரைப் பார்த்தபோது அவரும் பரிதவித்துக்கொண்டிருந்தார். இளவரசி அஸ்தினபுரி விட்டு சென்று மூன்றாண்டுகள் ஆகின்றன." துச்சலன் "ஆனால் அன்னை பெருந்துயர் கொள்வதாகத் தெரியவில்லை" என்றான். துர்முகன் "மகளைக் காணாமல் தந்தை கொள்ளும் துயரம் தாயிடம் இருப்பதில்லை என்று என் மனைவி சொன்னாள். ஏன் என்று கேட்டேன். அது தெய்வங்களின்

ஆடல் என்றாள்" என்றான். கர்ணன் "சகுனித்தேவரை சந்தித்தபோது அவரும் துச்சளையைக் காணும்பொருட்டு தவித்துக்கொண்டிருப்பதைக் கண்டேன். வியப்பாக இருந்தது" என்றான். துச்சலன் "அவருக்கு அவள் மிக அணுக்கமானவள். இளமையில் அவரது அரண்மனையில்தான் எப்போதும் விளையாடிக்கொண்டிருப்பாள்" என்றான்.

காற்றில் வெம்மை கலக்கத் தொடங்கியது. கோட்டைமதில்மேல் கதிரொளி விழுந்து அதன் மடிப்புகளின் நிழல்கள் நீண்டன. அஸ்தினபுரியின் அனைத்துச் சுவர்ப்பரப்புகளும் ஒளிகொண்டன. அவர்களுக்குப் பின்பக்கம் கதிர் எழத்தொடங்கியதும் செம்மண் தரையில் மெல்ல நிழல்கள் தெளிந்து வந்தன. கோட்டைக்கு அப்பால் விரிந்திருந்த குறுங்காட்டில் பல்லாயிரம் பறவைகள் அமலை எழுப்பியபடி இலைப்புயல் என சிறகுகளை அடித்துச் சுழன்று பறந்தெழுந்து நகர்மேல் பரவின. அவற்றின் நிழல்கள் கூரைகளிலும் செம்மண் தரைகளிலும் காவல்மாடங்களிலும் விழுந்து இழுபட்டுச் சென்றன. நகர் முழுக்க நிறைந்திருந்த ஆலமரங்களிலிருந்து எழுந்த பறவைகள் அவற்றுடன் இணைந்துகொண்டன.

பறவைக்குரல்களுடன் இணைந்தவை என தொலைதூரத்தில் ஆயர்குடிகளில் இருந்து பசுக்கள் குரலெழுப்பின. யானைக்கொட்டடிகளில் களிறுகள் பிளிறின. புலரி தொட்டு நகரை மீட்டுவது போலிருந்தது. கதிரை வரவேற்பதற்கென்று அஸ்தினபுரியின் காவல்மாடங்களில் இருந்து ஏழு பெருமுரசங்களும் விம்மின. பல்வேறு ஆலயங்களில் புலரிபூசனைக்கான மங்கலமணிகளும் முழவுகளும் முழங்கத்தொடங்கின. படைவீரர்கள் திரும்பி கதிரவனை வணங்கினர். கர்ணன் சூரியனை சிலகணங்கள் இமைக்காது நோக்கியபின் திரும்பி தன்நிழல் நீண்டு சென்றிருப்பதை நோக்கி தன்னுள் மூழ்கி ஊழ்கம்கொண்டு நின்றான்.

துச்சலன் கோட்டைமேல் எழுந்த ஓசைகளைக் கண்டு கையசைத்து வினவி விடைகொண்டபின் கர்ணனிடம் "அவர்கள் அணுகிக்கொண்டிருப்பதாக பறவைச்செய்தி வந்துள்ளது மூத்தவரே" என்றான். "அணி ஊர்வலமாக சைத்ரகம் என்னும் முனையை அணுகிக்கொண்டிருக்கிறார்கள்." கர்ணன் தலையசைத்தான். "தாங்கள் அமைதி கொண்டுவிட்டீர்கள்" என்றான் துச்சலன். "இல்லை" என்றான் கர்ணன். "இல்லை, எங்களுக்குத் தெரிகிறது மூத்தவரே. தாங்கள் எதைப் பற்றியாவது கவலைகொள்கிறீர்களா?" என்றான் அவன். "இல்லை" என்றான் கர்ணன். "எங்களுக்குத் தெரியும் மூத்தவரே, தங்கள் உள்ளம் உவகையுடன் இல்லை" என்றான் துர்முகன்.

சுபாகு "ஜயத்ரதரை நீங்கள் கலிங்கத்தில் நாணிழக்க வைத்ததை இங்கு அனைவரும் அறிவர். அந்த வஞ்சம் அவருள் இருக்குமென்று நீங்கள்

ஐயுறுகிறீர்கள்” என்றான். கர்ணன் வெறுமனே புன்னகைத்தான். உரத்த குரலில் துச்சலன் “அந்த வஞ்சம் அவருக்குள் இருக்குமென்றால் அதை நெஞ்சுக்குள் இருந்து வெளியே எடுக்காமல் இருப்பதே அவருக்கு நல்லது. விழிகளின் ஓரத்தில் எங்கேனும் அந்த வஞ்சம் ஒருதுளி தெரியுமென்றால் அக்கணமே அவர் தலையை அறைந்து உடைப்பேன்” என்றான். “மூத்தவரே, இந்தநாடு, இந்நகர் தங்களுக்குரியது. இந்நகரின் வாயில்வரை வந்து தாங்கள் வரவேற்பது அவனையல்ல, எங்கள் தங்கை பெற்ற மைந்தனை. அவ்வாழ்த்தைப் பெற்றமைக்காக சிந்துநாடும் ஜயத்ரதனும் ஏழு தலைமுறைக்காலம் இந்நாட்டை வாழ்த்த வேண்டும்.”

சமன் “அவர் தங்களை எப்படி வணங்கப்போகிறார் என்பதை நாங்கள் பார்த்துக் கொண்டுதான் இருப்போம்” என்றான். துச்சலன் “அவருடன் வருபவள் எனது தங்கை. இப்புவியில் அவளுக்கு தலைவர் என்பவர் இருவரே. தாங்களும் துவாரகை ஆளும் இளையயாதவரும். அவளைப் போன்ற அரசி ஒருத்தியை அடைந்த அரசன் தான் செய்வதென்ன, எண்ணுவதென்ன என்பதை நன்கு அறிந்திருப்பான்” என்றான். கோட்டைக்கு அப்பால் பேரோசை எழுந்தது. “வந்துவிட்டார்கள் கிஷ்கிந்தை குலத்தவர்” என்றான் துச்சலன். “இங்கு அப்போதே வந்திருக்கிறார்கள். இவ்வனைத்தையும் சூறையாடிவிட்டு அப்பால் சென்றுவிட்டிருக்கிறார்கள்” என்றான்.

கோட்டைக்கு அப்பால் இருந்த குறுங்காட்டில் இருந்து அவ்வோசை கேட்டது. உப்பரிகையிலிருந்து படிகளில் தொற்றி இறங்கி அவர்களை நோக்கி வந்த இளைய கௌரவர்களில் ஒருவன் “நான் பார்த்துவிட்டேன்” என்றான். “நான் பார்த்துவிட்டேன்... பார்த்துவிட்டேன்” என்று அவனுக்குப் பின்னால் மேலும் சிலர் ஓடிவந்தனர். இறுதியாக ஓடிவந்த ஒருவன் வந்த விரைவிலேயே புழுதியில் விழுந்து உருண்டு எழுந்து ஓடி வந்து “நானும் பார்த்தேன் பெரிய தந்தையே” என்றான். முன்னால் வந்த சகஸ்ரன் கர்ணனின் கைகளைப் பிடித்துத் தொங்கி மேலேறியபடி “நான் பார்த்தேன். சிந்து நாட்டின் படைகள் வருகின்றன. சிந்து நாட்டின் கரடிக் கொடி பறப்பதைப் பார்த்தேன்” என்றான். “வரட்டும். அவருக்காகத் தானே காத்திருக்கிறோம்” என்றான் கர்ணன்.

கோட்டைக்கு மேலிருந்தும் அப்பாலிருந்தும் வந்து இளைய கௌரவர்கள் முற்றத்தைச் சூழ்ந்துகொண்டனர். ஒவ்வொருவரும் “நாங்கள் பார்த்தோம் நாங்கள் பார்த்தோம்” என்று கூவினார்கள். “பாதிபேர்தான் இருக்கிறீர்கள். மீதிப்பேர் எங்கே?” என்றான் துச்சலன். “அவர்கள் சிந்து நாட்டின் படைகளை நோக்கி ஓடியிருக்கிறார்கள்” என்றான் ஒருவன். சிரித்தபடி “இது ஒரு படை என்று நினைத்து சிந்து நாட்டுப் படைகள் படைக்கலம் எடுக்காமல் இருக்கவேண்டும்” என்றான் கர்ணன். “படைக்கலம்

எடுக்கமாட்டார்கள். குரங்குகள் என்று எண்ணி கவண் எடுத்தால் வியப்பில்லை” என்றான் துச்சலன்.

சற்றுநேரத்தில் முற்றமெங்கும் இளைய கௌரவர்களின் கூச்சல்கள் நிறைந்தன. ஒருவரை ஒருவர் பிடித்துத் தள்ளியும் ஒருவர்மேல் ஒருவர் பாய்ந்து ஏறியும் குதித்தும் மண்ணை அள்ளி வீசியும் உருண்டு விழுந்து எழுந்தும் கட்டிப்புரண்டும் அவர்கள் கூச்சலிட்டனர். அங்கிருந்த அத்தனை கைவிடுபடைகளிலும் ஏறி அதன் அம்பு முனைகளைப்பற்றி தொங்கி ஆடினர். “அவற்றின் பொறிகள் விடுபட்டுவிடப்போகின்றன” என்றான் கர்ணன்.

“ஒருமுறை நிகழ்ந்தபின் அத்தனை பொறிகளையும் அவிழ்த்துவிட்டோம். அஸ்தினபுரியை எதிரிகள் தாக்கினால் எங்கள் முதல் கைவிடுபடைகள் இந்த எண்ணூறு பேரும்தான்” என்றான் சுபாகு. “எண்ணூறு பேர் என்று யார் சொன்னது? ஒவ்வொரு நாளும் எண்ணிக்கை மாறிக்கொண்டிருக்கிறது.” “எண்ணூறு என்பது ஒரு மங்கல எண் மட்டுமே” என்றான் சுபாகு. “இதில் பாதிப்பேர் கௌரவர்கள் அல்ல, நகரிலிருந்து வந்துசேர்ந்த குழந்தைகள்... அவர்களிடையே வேறுபாடே கண்டுபிடிக்கமுடியாது” என்றான் துர்முகன்.

நெடுந்தொலைவில் முரசொலி கேட்டது. கோட்டை மேலிருந்த இரு முரசுகள் அதிரத்தொடங்க, ஜயத்ரதனின் கரடிக்கொடி முகப்பில் ஓங்கி நின்றிருந்த கொடிமரம் ஒன்றில் மெல்ல ஏறி பொதியவிழ்ந்து சிறகு விரித்து காற்றில் படபடக்கத் தொடங்கியது. நடுவே அஸ்தினபுரியின் அமுதகலசக்கொடியும் வலப்பக்கம் திருதராஷ்டிரரின் யானைக்கொடியும் அதன் அருகே துரியோதனனின் அரவக்கொடியும் இடப்பக்கம் சகுனியின் ஈச்சஇலைக்கொடியும் கர்ணனின் யானைச்சங்கிலிக்கொடியும் பறந்துகொண்டிருந்தன. கொடி ஏறியதும் நகரின் பல இடங்களில் முரசுகள் முழங்கத்தொடங்கின. அரண்மனை முரசு முழங்க அங்கும் சிந்துநாட்டுக்கொடி ஏறுவது தெரிந்தது.

கர்ணனின் முழங்காலுக்குக் கீழே பெரிய கொப்பரைமண்டையுடன் நின்ற சுமந்திரன் அவன் ஆடையைப்பற்றி இழுத்து “பெரீந்தையே, சிந்துநாட்டு அரசர் எங்களுக்கு என்ன கொண்டுவரப்போகிறார்?” என்றான். “ஒரு மைந்தனை” என்றான் கர்ணன். அவனுக்கு அப்பால் நின்ற இரண்டு வயதான சுஜலன் “அதை நாங்கள் உண்ணலாமா?” என்றான். கர்ணன் சிரித்தபடி “ஐயோ” என்றான். துச்சகன் “உண்மையிலேயே அச்சமாக இருக்கிறது. இவர்கள் பிடுங்கித்தின்றாலும் தின்றுவிடுவார்கள்” என்றான். “அவன் உங்கள் இளையோன். நீங்கள் தொட்டு வணங்க வேண்டியவன்” என்றான் கர்ணன்.

“எங்கள் வீட்டில் ஓர் இளையோன் இருக்கிறான்” என்றான் இன்னொரு கொப்பரை மண்டை. “ஆனால் அவன் எப்போதும் கால்களை ஆட்டிக்கொண்டே இருக்கிறான். நான் அவன் கால்கள் இரண்டையும் ஒரு துணியால் சுற்றி கட்டிவைத்தேன். அப்போது அவன் கைகளை ஆட்டத்தொடங்கினான். கைகளையும் நான் கட்டிவைத்தபோது என் அன்னை வந்து என்னை அடித்து தலை மயிரைப்பிடித்து வெளியே தள்ளினார்கள்” என்றான். “ஒவ்வொரு குழந்தையும் தன் மூத்தவரைக் கடந்து வளர்வதையே இங்கு வாழ்க்கையின் அறைகூவலாகக் கொண்டுள்ளது” என்றான் துச்சலன்.

“ஆனால் குழந்தைகள் தமையர்களைத்தான் விரும்புகின்றன. அங்கே பாருங்கள்!” இளைய கௌரவர்களில் ஒருவன் தோளில் அமர்ந்த எட்டுமாதக்குழந்தை ஒருவன் இரண்டு கைகளையும் ஒரே சமயம் வாய்க்குள் விட்டு கால்களை ஆட்டி எம்பிக் குதித்துக் கொண்டிருந்தான். “அவன் பெயர் சுமுகன் என நினைக்கிறேன். மேலே இருப்பவன் சுபூதன். எப்போதும் இளையவனை மூத்தவனின் தோள்மேல் பார்க்கமுடியும்” என்றான் துச்சலன். “அவர்கள் ஒருவயிற்றுப் பிள்ளைகளா?” என்றான் கர்ணன். “அந்த வயிற்றுக்கே அது தெரிந்திருக்காது. பிறகென்ன விடுங்கள்” என்ற துச்சலன் “அணுகிவிட்டார்கள் என்று எண்ணுகிறேன்” என்றான்.

கோட்டைக்கு அப்பால் இருந்த அமைச்சர் கனகர் புரவியில் வந்து கர்ணன் முன் இறங்கி தலைவணங்கினார். “கோட்டைக்கு முன் அணிநிரைகளும் மங்கலத்திரளும் சித்தமாக நிற்கின்றன. முன்னிலையமைய தாங்கள் வரலாம்” என்றார். கர்ணன் கூடி கொப்பளித்துச் சூழ்ந்திருந்த இளைய கௌரவர்களை நோக்கியபின் “இவர்கள் வந்தால் அங்கு மங்கலமென ஏதும் எஞ்சாது” என்றான். கனகர் சிரித்து “மழைநீர் செல்ல ஓடை அமைக்கும் அதே வழிமுறைதான் இங்கும். அவர்கள் கடந்துசெல்வதற்கான வழி நடுவே விடப்பட்டுள்ளது. மங்கலங்களைக் கண்டு சலித்திருப்பதனால் இப்போது அவர்களின் நோக்கு முழுக்க வந்துகொண்டிருக்கும் சிந்துநாட்டுப் படையிடம்தான் உள்ளது” என்றார்.

கர்ணன் சிரித்தபடி திரும்பி கைகாட்ட, அவனுடைய தேர் வந்து அருகே நின்றது. அவன் அதில் ஏறியதும் பிற கௌரவர்களும் தேரில் ஏறினர். முற்றமெங்கும் பரவியிருந்த இளையகௌரவர்களை வீரர்கள் வேலால் தடுத்து விலக்கி உருவாக்கிய இடைவெளிப்பாதை வழியாக அவர்களின் தேர்கள் சென்று கோட்டை பெருவாயிலைக் கடந்து மறுபக்கம் எழுந்தன. கோட்டையின் நிழல் பெரிய திரைபோல சரிந்து தரையில் விழுந்து கிடந்தது. அப்பால் ஒளிவிழுந்த இடத்தில் கூழாங்கற்கள் சுடர்கொண்டு

நிழல்மேல் அமர்ந்திருந்தன. சருகுகள் பொற்தகடுகளாக அசைந்தன. இலைகளில் எண்ணெய்ப்பூச்சு போல காலை பளபளத்தது.

முகப்பில் விரிந்து நீண்ட சாலையின் இருபுறமும் வரவேற்புத்திரள் பெருகி நின்றிருந்தது. பொற்குமிழ்களும் மணிச்சுழிகளும் அமைந்த முகபடாமணிந்த பதினெட்டு களிறுகள் வால்சுழித்து உடலாட்டியும் செவிகள்வீசியும் ஒற்றைக்கால் தூக்கிவைத்தும் துதிக்கைநீட்டியும் சுருட்டியும் தரைப்புழுதி பறக்க மூச்சுவிட்டும் நிரைகொண்டு நின்றன.

அஸ்தினபுரியின் அமுதகலசக்கொடியும் துரியோதனனின் அரவக்கொடியும் கர்ணனின் யானைச்சங்கிலிக் கொடியும் ஏந்திய பதினெட்டு வெண்புரவிகள் அணிகொண்டு பொற்பூணிட்ட தந்தச்செப்புகள் போல் நின்றன. அவற்றின் ஈச்சைப்பூங்கொத்து வால்கள் சுழன்றன. லாடவளைவு தெரிய ஒற்றைமுன்னங்கால் தூக்கி நின்று ஒரு புரவி நீள்மூச்செறிந்தது. பிடரிமயிர் உலைய ஒன்று தலைகுனிந்து தரைமுகர்ந்தது. கடிவாளத்திலமைந்த புன்மணிகள் சிலம்பின. கழுத்திலணிந்த செறிசரப்பொளிகள் நலுங்கின. சேணத்தின் கண்ணிகள் குணுகின.

நிரையின் வலப்பக்கம் நூற்றெட்டு வைதிகர்கள் கங்கைநீரும் அரிமலர் நிறைத்த தாலங்களுமாக நின்றனர். இடப்பக்கம் அணிப்பரத்தையர் மங்கலத்தாலங்களுடன் நிற்க சூதர் தங்கள் இசைக்கலங்களுடன் காத்திருந்தனர். இளவெயில் அவர்களின் கண்களை சுருங்கவைத்திருந்தது. கோட்டைமேல் சிறகடித்த கொடிகளின் நிழல்கள் தரையில் அசைந்தன. தொலைவில் ஒரு வேலின் முனை திரும்பி கர்ணனின் கண்களை கூசவைத்து கடந்துசென்றது.

காலையை சுடரென ஏற்றிக்கொண்ட வாள்களையும் வேல்களையும் ஏந்திய படையணியினர் செந்நிறத்தலைப்பாகையும் பொற்கச்சையும் குண்டலங்களும் கங்கணங்களும் அணிந்து சீர்நிரைகொண்டு நின்றனர். கர்ணனைக் கண்டதும் வீரர்கள் உரத்த குரலில் வாழ்த்துரை எழுப்பினர். “வெய்யோன் மகன் வருக! அங்க நாட்டரசர் வருக! எழுகதிர் வேந்தர் வருக!” என்று ஒலி எழ, கர்ணன் இருபக்கமும் திரும்பி கைகூப்பியபடி தேரிலிருந்து இறங்கி அவர்களின் முகப்பில் சென்று நின்றான். அவனுக்கு இருபுறமும் துச்சலனும் துச்சகனும் நிற்க பின்னால் சுபாகுவும் ஜலகந்தனும் அவர்களுக்குப் பின்னால் பிற கௌரவரும் நின்றனர்.

தன் கைகள் நடுங்கிக்கொண்டிருப்பதை கர்ணன் உணர்ந்தான். அதை மறைக்க ஆடைநுனியைப் பற்றிக்கொண்டான். சுருட்டியும் கசக்கியும் கைகள் மேலும் நிலையின்மையைக் காட்டுவதை உணர்ந்து அதை விட்டான். அத்தனை உளவல்லமை அற்றவனா என தன்னை நோக்கிக்

கேட்டுக்கொண்டான். இத்தகைய எளிய தருணத்தைக்கூட எதிர்கொள்ள இயலாதவன் என்றால் நான் என்ன அரசன்? வில்லம்புடன் களம் காணமுடியும். ஆனால் அரசர்கள் இத்தகைய தருணங்களை எதிர்கொள்வதில்லை.

ஆனால் ஜயத்ரதனும் சிறுமைபடுத்தப்பட்டிருக்கிறான். அர்ஜுனனால் துருபதன் அவமதிக்கப்பட்டார். துரோணர் துருபதனால் அவமதிக்கப்பட்டார். ஒவ்வொருவரும் பிறரை இழிவுசெய்கிறார்கள். அதன்மூலமே வென்று செல்கிறார்கள். அவனும் ஜயத்ரதனை அதற்காகவே குன்றச்செய்தான். அது கொலைக்கு மேல் என்று அறிந்தே அதை இயற்றினான். எங்கோ எவரோ அவன்மேல் காட்டிய வஞ்சங்களுக்கெல்லாம் அங்கே ஜயத்ரதன் இரையானான். அதுதான் உண்மை. பிற அனைத்துமே அச்செயலை நிறுவும்பொருட்டு உள்ளம் நிகழ்த்தும் நாடகங்கள்.

ஜயத்ரதனின் கண்களை நினைத்துக்கொண்டான். நம்பமுடியாத திகைப்பு. பின் நிலைகுலைவு. பின் சிறுமை. அழியாத பெருந்துயரம். அவன் அன்றாடம் அருந்தும் நஞ்சு. அதை பிற எவருக்கும் அளிக்கலாகாதென்று அவன் எண்ணியிருந்தான். அதை அவன் பிறிதொருவனுக்கு அளித்துவிட்டான். அவன் உள்ளம் நெகிழ்ந்தது. இந்தத் தருணம் ஜயத்ரதனுக்குரியது. அவன் தன்னை சிறுமைசெய்வதே முறை. அதன் வழியாக அவன் இழைத்தவை நிகர்செய்யப்படுகின்றன. அதன்பின் தெய்வங்களுக்கு முன் அவனுக்கு கடன்கள் இல்லை.

அத்தருணத்தில் ஜயத்ரதன் கோருவது அதையே என்றால் அவன் அதை அளிப்பான். உளம் கனிந்து. இளையோனே, இது உன்னை ஆறச்செய்யும் என்றால் அவ்வண்ணமே என்றபடி. அவன் கால்கள் தன் தலைமேல் பதியட்டும். அவன் உமிழ்நீர் தன் முகத்தில் படியட்டும். அவன் வசைமொழி தன் மீது படரட்டும். அதன் வழியாகவே இத்தருணத்தில் உள்ளம் கொள்ளும் இந்தக் குன்றுதலைக் கடந்து செல்லமுடியும்.

கர்ணன் மேலும் மேலும் எளிதானபடியே சென்றான். தொலைவில் எரியம்பு ஒன்று எழுந்தமைந்தது. அவன் புன்னகை செய்தான்.

9

கங்கைச்சாலையில் மரக்கூட்டங்கள் மறைத்த தொலைவில் முரசொலி வலுத்துக்கொண்டே வந்தது. காட்டிற்குள் அவ்வொலி சிதறிப்பரந்து மரங்களால் எதிரொலிக்கப்பட்டு அனைத்து திசைகளிலிருந்தும் வந்து சூழ்ந்தது. பின்பக்கம் கோட்டைமேல் மோதிய காற்று செம்புழுதி சுழல மீண்டு வந்து அவர்கள்மேல் படிந்து அடங்கியது. தொலைவொலிகள் அஸ்தினபுரியின் கோட்டையில் மோதி மீண்டுவந்தன. காத்துநின்ற புரவிகள் சற்றே பொறுமையிழந்து கால்களை தூக்கிவைத்து பிடரிகுலைத்த மணியோசை எழுந்தது. யானைகள் காதுகளை ஆட்டியபடி முன்னும்பின்னும் உடலாட்டும் அசைவு இருண்ட நீர்நிலையில் சிற்றலைகள்போல் தெரிந்தது.

அஸ்தினபுரியின் கொற்றவை ஆலயத்தின் பூசனைக்காக எழுந்த மணியோசை நெடுந்தொலைவிலென கேட்டது. பின்பு ஒரு காற்று அதை அள்ளிக்கொண்டுவந்து மிக அண்மையிலென ஒலிக்கவைத்தது. கர்ணன் பெருமூச்சுடன் உடலை அசைத்தான். அவ்வசைவால் அகம் கலைந்து சொல்முளைத்த துச்சலன் “நூறு யானைகள் என்றார்கள்” என்றான். கர்ணன் “சிந்துவிலிருந்தே நூறு யானைகளில் வருகிறாரா?” என்றான். “ஆம், எதையும் சற்று மிகையாகவே செய்யும் இயல்புடையவர். அத்துடன் அஸ்தினபுரியைவிட சற்றேனும் மாண்பு தென்படவேண்டும் என்று அவர் விழைவதில் பொருளுண்டு” என்றான் துச்சலன்.

துர்முகன் “புதிய அரசர்கள் அனைவருமே இவ்வண்ணம் எதையேனும் செய்கிறார்கள்” என்றான். “நூறு யானைகள் என்றால் ஆயிரம் புரவிகளா?” என்றான் கர்ணன். “எப்படித் தெரியும்?” என்றான் சுபாகு. “உண்மையிலேயே ஆயிரம் புரவிகள்தான். நூறு ஒட்டகங்களும்,

அத்திரிகள் இழுக்கும் நூறு பொதிவண்டிகளும் அகம்படி கொள்கின்றன என்கிறார்கள். அரசரும் பிறரும் பதினெட்டு பொன்னணித்தேர்களில் வருகிறார்கள்." கர்ணன் சிரித்து "என்ன இருந்து என்ன? நாம் ஆயிரம் மைந்தரை அனுப்பி வரவேற்கிறோமே. அதற்கு இணையாகுமா?" என்றான். துச்சலன் நகைத்து "ஆம், உண்மை மூத்தவரே" என்றான்.

"இவ்வணி ஊர்வலம் இன்று நகர்நுழைந்து அவைசேர்வதற்கு உச்சி வெயிலாகிவிடும் போலிருக்கிறதே" என்றான் துச்சகன். "முதல்வெயில் கண்களைக் கூசச்செய்கிறது." துச்சலன் "பல்லாண்டுகளுக்கு முன் காந்தாரத்திலிருந்து மாதுலர் சகுனி நகர்நுழைந்த செய்திகள் சூதர் பாடலாக இன்றுள்ளன. அப்பாடலைக் கேட்டபின் எவரும் எளிமையாக நகர்புகத் துணியமாட்டார்கள்" என்றான். "ஆம், அது ஒரு மலைவெள்ளம் கோட்டையை உடைத்து உட்புகுந்து நகரை நிறைத்தது போலிருந்தது என்கிறார்கள். அந்த ஆண்டுதான் புராணகங்கை இந்நகரை மூழ்கடித்தது. அதன்பின் மாதுலர்சகுனி வந்த படைவெள்ளமும் அனல்வெள்ளமும் பெருகிவந்தன."

எரியம்புகள் எழுந்து வானில் வெடித்தன. கோட்டைக்கு மேல் இளைய கௌரவர்களின் கூச்சல்கள் எழுந்தன. கர்ணன் திரும்பி நோக்கி "அத்தனை பேரும் கோட்டை மேல் ஏறிவிட்டார்களா?" என்றான். "ஆம்" என்றான் துச்சலன். "அது நன்று. அவர்கள் கோட்டையிலிருந்து இறங்காமல் இருக்க படிக்கட்டின் வாயில்களை மூடச்சொல்லுங்கள்" என்றான் கர்ணன். "அவர்களுக்கெதற்கு படிக்கட்டு? குதிக்கக்கூட செய்வார்கள்" என்றான் துச்சகன். "ஆம், ஓரளவு கால் வளர்ந்தவர்கள்தான் அதை செய்யமுடியும். எஞ்சியவர்கள் தடுக்கப்பட்டாலே நகரம் சற்று நிறைவாக உணரும்" என்றான் சுபாகு.

எரியம்புகள் மேலும்மேலும் எழுந்து விண்ணில் வெடித்து பொறிமலர்களை விரியவைத்தன. கனல்மழையென காற்றில் இறங்கின. பெரியதோர் அணிக்குடைபோல் மாபெரும் எரியம்பு விண்ணிலெழுந்து வெடித்துப்பரவி மெல்ல இறங்கியது. செந்நிறத்தில், இளநீலநிறத்தில், பொன்மஞ்சள்நிறத்தில் என சுடர்க்குடைகள் வெடித்து விரிவு கவித்து இறங்கிக்கொண்டிருந்தன. "அனலவனை ஏவல் பணிசெய்ய அமைத்தான்" என்றான் சுபாகு. "என்ன?" என்றான் கர்ணன். "அப்படித்தானே சூதர்கள் பாடப்போகிறார்கள்?" என்றான் சுபாகு. துச்சலனும் துர்முகனும் உரக்க நகைத்தார்கள்.

எட்டு வெண்புரவிகள் சிந்துநாட்டின் கரடிக்கொடிகளுடன் புழுதித்திரைக்கு அப்பால் இருந்து மெல்ல பிறந்தெழுந்து உருத்திரட்டி விரைவுகொண்டு அவர்களை நோக்கி வந்தன. இரும்புக்கவசங்கள்

ஒளிர அமர்ந்திருந்த அவ்வீரர்கள் வெண்மலர்களில் அமர்ந்த தேனீக்கள்போல தோன்றினர். கொடிகள் சிறகென அடித்து அவர்களை தூக்கிவருவதுபோல. புரவிக்குளம்புகள் காற்றில் துழாவுவதுபோல. ஆனால் காடு குளம்படியோசைகளால் அதிர்ந்துகொண்டிருந்தது.

அஸ்தினபுரியின் படைமுகப்பை அடைந்ததும் புரவிகளைத் திருப்பி விரைவழியச்செய்து குதித்திறங்கி அதே விரைவில் கால்மடித்து அக்கொடியை தரையில் நாட்டி தங்கள் உடைவாள்களை உருவிச்சுழற்றி தரையைத்தொட்டு தலைதாழ்த்தி "தொல்புகழ் அஸ்தினபுரியை ஏழுநதிகளால் இமயம் வாழ்த்திய சிந்துநாடு வணங்குகிறது. பாரதவர்ஷத்தின் பேரரசர் ஜயத்ரதர் நகர்புகுகிறார்!" என்றார்கள். கர்ணன் தலைதாழ்த்தி வணங்கி "நன்று! இந்நகர் சிந்துவின் தலைவருக்காகக் காத்துள்ளது" என்றான். அவர்கள் வாளைச்சுழற்றி உறையிலிட்டு விலக, துச்சலன் "நாடகம் போலுள்ளதே!" என்றான். சுபாகு "வாயை மூடுங்கள் மூத்தவரே, இவையெல்லாம் அங்குள்ள அரசச் சடங்குகள்" என்றான்.

இரும்பு பெருகி வழிவதுபோல இருநிரைகளாக சிந்துநாட்டுக் கவசவீரர்கள் வந்தனர். அவர்களுக்கு நடுவே பதினெட்டு அணிப்புரவிகள் பொன்பூசியசேணங்களும் பட்டுமெய்யுறைகளும் அணிந்து அலையலையாக உடல் எழுந்தமைய வந்தன. அவற்றின் இருபக்கங்களிலும் அணிசூழ்கையர் பூத்தமரமெனத் திரும்பிய பட்டுப்பாவட்டாக்களும் மணிக்குச்சங்கள் சிலுசிலுத்த மலர்க்குடைகளுமாக சீராக நடையிட்டு அணுகினர். தொடர்ந்து பொன்னலை குழைந்து இளகிய முகபடாமணிந்து இட்டஅடி மெத்தையென எழுந்தமைய அம்பாரியில் அணிப்பரத்தையரைச் சுமந்த யானைகள் அசைந்து வந்தன.

அவை பொன்வண்டுத் தொகைபோலத் தோன்றி, உருப்பெருக்கி, கரிய மலைப்பாறைகள் மேல் கொன்றை பூத்ததுபோல் பேருருக்கொண்டு எழுந்து, கண்களை நிறைக்கும் இருளென்றாகி அவர்களைக் கடந்து சென்றன. தொடர்ந்து ஒளிரும் வேல்களும் வாள்களும் ஏந்திய குதிரைப்படையினர் உச்சிப்பொழுதில் ஒளிகொண்டு செல்லும் ஓடை என நெறிநடையில் கடந்து சென்றனர். அவர்களுக்கு மேல் கோட்டையிலிருந்து பொழிந்த அரிமலர்கள் மழையென்றாகின.

அவற்றுக்குப் பின்னால் இருபுறமும் உயர்ந்த பொன்மூங்கில்களில் பட்டுச்சித்திர எழினிகளையும் செந்திரைகளையும் தூக்கியபடி காலாட்படையினர் வர, தொடர்ந்து பொன்மணி குலுங்கும் குடைக்கூரை நலுங்க, சகடங்களின் இரும்புப்பட்டைகள் சுருள்வாள்களென சுழன்று ஒளிவிட, வெண்புரவிக்கால்கள் நீர்வெளியில் நடமிடும் நாரைகளென எழுந்தமைய, அணித்தேர்கள் நிரைவகுத்தன. மாபெரும் சித்திரத்

திரைச்சீலையொன்று நலுங்குவதுபோல என்று கர்ணன் நினைத்தான். விழிவிரித்து அக்காட்சியையே நோக்கி நின்றான்.

பின்பு அவன் உள்ளம் பெருமுரசுமேல் கோல் வருடுவதுபோல் அதிரத் தொடங்கியது. சற்று கழித்தே அவன் ஜயத்ரதனின் அரசத்தேரை பார்த்துவிட்டிருப்பதை உணர்ந்தான். கரடி இரு கைகளையும் விரித்து கால்களைப்பரப்பி ஒருகையில் வாளும் மறுகையில் தாமரை மலரும் ஏந்தி நின்றிருந்தது. காற்றில் கொடி பறக்கையில் அது உயிர்கொண்டு துள்ளியது. அஸ்தினபுரியின் கோட்டைச்சுவர் நாண்இழுக்கப்பட்ட வில்லென அதிர்ந்து முழக்கம் எழுப்பியது. இசைச்சூதர்களின் முரசுகளும் கொம்புகளும் சங்குகளும் மணிகளும் இணைந்து எழுந்த மங்கலப்பேரிசை அதனுடன் இணைந்துகொண்டது.

வீரர்களும் குடிகளும் எழுப்பிய வாழ்த்தொலிகள் செவிகளை அடைத்து ஒலியின்மையை உணரவைத்தன. ஏன் ஒவ்வொரு தருணத்தையும் வாழ்த்தொலிகளால் நிறைக்கவேண்டுமென முன்னோர் வகுத்தனர் என்று கர்ணன் எண்ணிக்கொண்டான். உணர்வெழுச்சிகள் ஒலியென வெளிப்படுத்தப்படுகையில் அவை அவ்வுள்ளங்களை உதறி காற்றில் எழுந்து புட்களென சிறகடித்துத் திரண்டு ஒற்றைச்சுழலென்றாகிவிடுகின்றன. பின்னர் அவை பேருருக்கொண்டு ஒவ்வொரு உள்ளத்தையும் கவ்வி தூக்கிச்செல்கின்றன.

இந்த இசைப்பெருக்கும் குரல்கொந்தளிப்பும் இல்லையேல் இங்கிருக்கும் ஒவ்வொருவரும் இவ்வுணர்வுச்சத்தில் இருப்பார்களா? இவர்களை வெறிகொண்டு காற்றில் துள்ளி எழச்செய்யும் அந்த உணர்வு அவர்களுக்குள் இருந்து எழுவதா? பிறிதொருவருக்காக அத்தனை உணர்வு எழுமா என்ன? இதோ விழிவிரித்து கழுத்து நரம்புகள் புடைத்து தெய்வமெழுந்த வெறியாட்டன் என கையசைத்துக் கூவும் இவனுள் ததும்புவது எது? புயல் அள்ளிச்சுழற்றும் சருகுகள் இவர்கள். சொல்லிச்சொல்லி, கூவிக்கூவி ஒற்றைப் பேருணர்வாக அனைத்தையும் ஆக்குவதற்குத்தான் இவ்வொலிப்பெருக்கு.

இக்குரல்கள் இன்றிருக்கும் மானுடர்களின் வாயிலிருந்து எழுந்து திரண்டவை என்றால் கொம்பும் குழலும் முரசும் முழவும் சங்கும் மணியுமென ஒலிப்பவை மறைந்தழியா ஒலியுலகை அடைந்த மூதாதையரின் குரல்கள். இன்று நாளையென பிளவுறாது நின்று ஒலித்துக்கொண்டிருந்தது அஸ்தினபுரி என்னும் ஒற்றைச்சொல்லில் திரண்ட மானுடம். தங்களுக்கென இருண்ட கரவுப்பாதைகளும் தாங்கள் மட்டுமே ஏறிச்செல்லும் தேர்களும் கொண்ட தனித்த ஆத்மாக்கள். பிறப்பும் விடுதலையும் தனித்து மட்டுமே என்று பிரம்மத்தால் விதிக்கப்பட்டவை.

இக்குரலால் அவற்றை திரட்டிக் கொண்டிருக்கிறார்கள். சிற்றுயிர்களை துடைப்பத்தால் கூட்டி கூடையில் அள்ளுவதைப்போல.

முதன்முதலில் வாழ்த்துக்குரல் எழுப்ப மானுடரை பயிற்றுவித்த தலைவன் எவன்? அவன் ஆழிவெண்சங்குகொண்டு மலைநின்ற மால். வெள்விடையேறி விழிநுதல்கொண்டு இருந்த செவ்வேள். கொல்வேல் மயிலோன். மதகளிறுமுகத்தோன். விரிகதிர் வெய்யோன். அனலோன். கடலோன். வேழமூர்ந்த வேந்தன். மூத்தோன், முன்னோன். முதல்பறவை. திசையறிந்தோன். தனித்தோன். மானுடரை ஒற்றைத்திரளாக்க அவனால் முடிந்தது. அது மழைச்சரடுத்திரளை அள்ளிமுறுக்கி ஒரு வடம் செய்வதுபோல. அதிலேறி விண்ணேறி அமர்ந்தான். குனிந்து மானுடரை நோக்கிப் புன்னகை செய்துகொண்டிருக்கிறான்.

என்ன எண்ணிக்கொண்டிருக்கிறேன் என்று அவன் தன்னை வியந்து மீட்டபோது கரடி மிக அணுக்கத்தில் வந்துவிட்டிருந்தது. அரசப்பெருந்தேரின் சகடங்களின் அதிர்வு கால்கள் வழியாக தன்உடலை வந்தடைவதுபோல் உணர்ந்தான். சூழ்ந்து அலையடித்துக்கொண்டிருந்த அத்தனை உணர்வுகளில் இருந்தும் தனித்துவிடப்பட்டவன்போல் தன் உடல் பதறிக்கொண்டிருப்பதை உணர்ந்து சால்வையைப் பற்றிக்கொண்டான். அவனுக்கு மட்டுமேயான ஒரு காற்று அதை நழுவச் செய்தது. அவனை மட்டுமே சூழ்ந்த வெம்மை அவனை வியர்வை கொள்ளவைத்தது.

துச்சலன் மெல்லிய குரலில் "மூத்தவரே, வேண்டுமென்றே துவாரகையின் இளையயாதவருக்கு நிகரான பொற்தேரை அமைத்திருக்கிறான் சைந்தவன். அதை சிந்து நாட்டிலிருந்து இத்தனை தொலைவு கொண்டுவரவும் செய்திருக்கிறான். என்ன ஓர் ஆணவம்!" என்றான். "சிந்து தொல்நிலம் இளையோனே" என்றான் கர்ணன். "ஆம், ஆனால் இளையயாதவர் வெல்லற்கரியவர். விண்ணென விரிந்தவர்" என்றான் துச்சலன். "இவன் மானுடன். ஊழ்முன் நின்று கலங்கும் உள்ளம் கொண்டவன்."

ஜயத்ரதனின் அணிப்பொற்தேர் விழியறியா விண்செவிமடல் ஒன்றின் குண்டலம்போல் ஆடிக்கொண்டிருந்தது. ஈயக்கலவையால் மஞ்சள்கிளியின் சிறகெனப்பொலிந்த கிளிச்சிறைப்பொன் பூசிய சிற்பச்செதுக்குத் தூண்களும் குவைமுகடும் கூம்பும். மணிதூங்கும் தொங்கல்கள் குலுங்கின. ஏழு வெண்புரவிகளும் பழுதற்ற நேருடல் கொண்டவை. தேர்ந்த இசைச்சூதரின் முரசுக்கோல்களென அவற்றின் கால்கள் மண்ணை அறைந்து தாளமிட்டன. தேரின் எட்டு உருளாழிகளும் அவற்றின்மேல் ஏற்றப்பட்ட மூங்கில்விற்களை மெல்ல அழுத்தி அசைக்க மெல்லிய நீரலைகளில் ஏறிஅமைந்து வரும் படகுபோல் செந்நிறப்பட்டுத் திரைச்சீலைகள் நலுங்க அது வந்தது.

தேரின் முன்னால் அமரபீடத்தில் பொன்னிறத் தலைப்பாகைமேல் மலைநாரை பனியிறகு சூடி, மார்பில் மகரகண்டியும் கைகளில் பொற்கங்கணமும் அணிந்து வாள்மீசையுடன் அமர்ந்திருந்த தேர்ப்பாகன் சவுக்கை காற்றில் நாகபடமெனச் சொடுக்கி மெல்லிய ஓசையெழுப்பி தேரை செலுத்தினான். தேருக்கு இருபுறமும் இரண்டு நீள்நிரைகளாக பதினெட்டு வெண்புரவிகள் கொக்குக்கூட்டங்கள்போல் கழுத்தை முன்சரித்து, தலைமேல் சூடிய காமரூபத்து மலையணில்வால்கள் நாணல்பூங்கொத்துகள் என காற்றில் உலைந்தாட வந்தன. தேரின் வெண்சிறகுகள் போல தோன்றின அவை.

அரசத்தேர் அணுகியதும் அதன் முகப்பில் வந்த புரவியில் அமர்ந்திருந்த காவலர்தலைவன் கைதூக்க, தொடர்ந்த தேரில் அமர்ந்திருந்த இசைச்சூதர்கள் எழுந்து கொம்புகளையும் சங்குகளையும் முழக்கினர். பெருந்தேரைத் தொடர்ந்துவந்த அணித்தேர்கள் ஒவ்வொன்றிலும் சங்கொலி எழுந்து அணிநிரையின் பின்பக்கம்வரை படர்ந்துசெல்ல, அனைத்துத் தேர்ப்பாகரும் கடிவாளங்களை இழுத்து புரவிகளை நிறுத்தினர். தேர்கள் விரைவழிந்து சகடஒலிகளும் குளம்பு மிதிபடும் கலைந்த தாளமுமாக தேங்கிநின்றன. அவற்றில் ஆடிய மணிகள் சிணுங்கின. தேர்நிரைக்குப் பின்பக்கம் வந்து நின்ற சீர்வரிசை வண்டிகள் விரைவழியும் ஒலிகேட்டது. தொலைவில் வண்டிகளை ஒழுங்குபடுத்தும் படைவீரர்களின் கூச்சல்களும் கொம்பொலிகளும் எழுந்தன.

“மூத்தவரே” என்று மெல்லிய குரலில் அழைத்துவிட்டு துச்சலனும் துச்சகனும் முன்னால் நடந்துசெல்ல, கர்ணன் விழிப்படைந்து தன்னருகிருந்த அணுக்கனிடமிருந்து பொற்தாலத்தை வாங்கியபடி அவர்கள் நடுவே நடந்துசென்றான். ஜயத்ரதனின் தேருக்குப் பின்னால் வந்த வெண்திரையிட்ட தேர்களிலிருந்து சிற்றமைச்சர்கள் இறங்கி அரசத்தேருக்கு வலப்பக்கமாக வந்து அணிவகுத்தனர். அவர்களுக்குப் பின்னால் வந்த இளஞ்சிவப்புத் திரையிடப்பட்ட தேர்களிலிருந்து அணிப்பரத்தையர் இறங்கி மங்கலத்தாலங்களுடன் இடப்பக்கமாக வந்து வரிசையாயினர். அவர்களுக்குப் பின்னால் வந்த இளநீலத் திரையிடப்பட்ட தேர்களிலிருந்து இசைச்சூதர்கள் தங்கள் இசைக்கருவிகளுடன் இறங்கிவந்து தேருக்குப் பின்னால் நின்றனர்.

தலைக்கோலன் முன்னாலெழுந்து கோல்சுழற்ற, மங்கலஇசையும் வாழ்த்தொலிகளும் எழுந்தன. தேருக்கு முன்புறம் கர்ணனும் இளையகௌரவர்களும் நின்றனர். மூச்சிரைக்க ஓடிவந்த அமைச்சர் கனகர் திரும்பி பின்னால் நோக்கி, கையசைத்து ஆணைகளைப் பிறப்பித்தார். கோட்டைமுகப்புவாயிலில் நின்ற வைதிகர்கள் வேதம் ஓதியபடி வந்து அவர்களைக் கடந்துசென்று ஜயத்ரதனின் தேரை

அணுகினர். இடப்பக்கத்திலிருந்து அஸ்தினபுரியின் அணிப்பரத்தையரும் மங்கலச்சூதரும் அவர்களைத் தொடர்ந்துசென்றனர்.

கனகர் இரு கைகளையும் விரித்து சிந்துநாட்டின் அமைச்சருக்கு செய்திசொல்ல, அவர் கண்களை அசைத்து அச்செய்தியை பிறருக்குச் சொன்னார். மூத்தஅமைச்சர் ஒருவர் தேரின் படிகளில் ஏறி திரைவிலக்கி உள்ளே சென்று ஜயத்ரதனை அழைத்தார். கனகர் சிறியமேடை ஒன்றில் ஏறி கோட்டைமேலிருந்து அவரை நோக்கிக்கொண்டிருந்த காவலனை நோக்கிக் கையசைத்து ஆணையிட்டார். கோட்டைமேல் பெருமுரசுகளருகே கோல்காரர்கள் எழுந்து கையோங்கினர். கொம்புகள் இளங்களிறின் துதிக்கைகள் என எழுந்து வாய்களுடன் பொருந்தின. கோட்டை காத்திருந்தது.

திரைவிலக்கி அரசமுழுதணிக்கோலத்தில் ஜயத்ரதன் வெளித் தோன்றியதும் ஆயிரம்கைகளால் கோட்டை ஏந்திக்கொண்டிருந்த அத்தனை பெருமுரசுகளும் கொம்புகளும் முழவுகளும் சங்குகளும் ஒற்றைப்பேரொலியாக ஆயின. விண்ணகம் முழுக்க இடிநிறைந்ததுபோல் இருந்தது. பலநூறு எரியம்புகள் எழுந்து வானில் வெடித்து விண்மீன் மழையென பொழிந்தன. வாழ்த்தொலிப் பெருக்கு ஒளியையும் காற்றையும் அதிரச்செய்து பார்வையையே மறைத்ததுபோல் தோன்றியது.

இரு கைகளையும் கூப்பியபடி ஜயத்ரதன் இறங்கி அஸ்தினபுரியின் மண்ணில் நின்றதும் வைதிகர்கள் வேதம் ஓதியபடி கங்கைநீரை அவன்மேல் தெளித்து அரிமஞ்சளும் மலருமிட்டு வாழ்த்தினர். மங்கலப்பரத்தையர் குரவையொலியுடன் அவன் எதிரே சென்று தாலங்களை அவன்முன் நீட்டினர். அவன் திரும்பி தன் பின்னால்நின்ற மங்கலச்சேடியரின் தாலங்களிலிருந்து பொன்நாணயங்களை எடுத்து தாலத்திற்கொன்றாகப் போட்டு ஒவ்வொன்றிலிருந்தும் ஒரு நறுமணப்பொருளை எடுத்து தன் சென்னியில் தொட்டு மறுபக்கமிருந்த தாலத்தில் போட்டான்.

பதினெட்டு மங்கலத்தாலங்கள் காட்டப்பட்டபின் சேடியர் விலக, இசைச்சூதர் கௌரவரின் இருபக்கமும் சூழ்ந்துகொண்டனர். இசைமுழங்க கர்ணன் நீள்சீரடிவைத்து நடந்து ஜயத்ரதனை அணுகி கைகூப்பி “சிந்து நாட்டரசே, தாங்கள் அஸ்தினபுரிக்குள் எழுந்தருளும் இந்நாள் மங்கலம் கொள்க! திருவுடை அரசர் திருமாலே என்பார்கள். தங்கள் வருகையால் எங்கள் களஞ்சியங்களில் கூலமும், கருவூலங்களில் பொன்னும், கன்னியர் நெஞ்சங்களில் கனலும், அன்னையர் முலைகளில் அமுதும், கற்றோர் சொற்களில் மெய்யும் நிறைவதாக!” என்றான்.

ஜயத்ரதன் விழிதூக்கி கர்ணனை நோக்கினான். அவன் கர்ணனை அறியாதவன் போலிருந்தான். புன்னகை அரசர்களுக்குரிய விழிதொடாத

பொதுமலரலாக இருந்தது. கற்றும் சொல்லியும் சொல்லன்று ஒலியே என்று ஆகிவிட்ட சொற்களில் “ஆம், அவ்வாறே ஆகுக!” என்று கூறி அவன் தலைவணங்கினான்.

கர்ணன் ஜயத்ரதனின் முகத்தை நோக்கிக்கொண்டிருந்தான். ஆனால் தான் நோக்குவதை அவன் உணரக்கூடாது என்றும் நுண்ணிதின் உளம் தேர்ந்திருந்தான். ஜயத்ரதன் முகம் அப்போதுதான் அச்சிலிருந்து எடுக்கப்பட்ட செப்புப்படிமையின் சீர்வடிவும் உறைந்த ஒற்றை உணர்வும் கொண்டிருந்தது. விழிகள் தாலத்தையும் ,அவற்றை ஏந்தி நின்ற கௌரவர்கள் முகத்தையும் இணையாக நோக்கின. அசையாச் சுடர்போல் ஓர் அசைவு அவனில் இருப்பதை கர்ணன் கண்டான். அவன் தன்னை நோக்கவில்லை என முதற்கணம் உணர்ந்து மறுகணமே அவன் தன்னையன்றி பிறர் எவரையும் நோக்கவில்லை என்றும் அறிந்துகொண்டான்.

இப்படி கரந்துநோக்கும் கலையை அவன் அறிவான் என்பதே அவனுக்கு அப்போதுதான் தெரிந்தது. ஒருபோதும் பிறர் தன்னை நோக்குவதை அவன் பொருட்டென எண்ணியதில்லை. அது பெண்டிர் இயல்பென்று இளவயதிலேயே ஒரு விலக்கம் கொண்டிருந்தான். இன்று தன் ஆணிலை அழிந்து பேதைப்பெண்ணென உள்ளம் நீர்மைகொள்ள அங்கு நின்றிருப்பதை உணர்ந்தபோது நாணுற்று அதனாலேயே தருக்குற்று தன்தோள்களை நிமிர்த்தி தலையைத்தூக்கி முழங்கிய குரலில் “அஸ்தினபுரிக்கு தங்கள் வருகை சிறப்புறுக! குலமன்று அமர்ந்து இந்நாட்டை ஆளும் பேரரசர் திருதராஷ்டிரரும் அவர் உளமாளும் பிதாமகர் பீஷ்மரும் அவைச்சொல்லாளும் கிருபரும் துரோணரும் முடியாளும் துரியோதனரும் அவ்வாறே விழைகிறார்கள் அரசே” என்றான்.

எந்த மாறுதலுமின்றி “நன்று” என்றான் ஜயத்ரதன். கர்ணன் தலைவணங்கி பின்னால் நகர, துச்சலனும் துர்முகனும் சென்று ஜயத்ரதனை வணங்கி முகமன் உரைத்தனர். கௌரவர்கள் ஒவ்வொருவராகச் சென்று முறைமைச்சொல் உரைத்து வரவேற்றபின் கர்ணன் வலம்நின்று ஜயத்ரதனை நகர்நோக்கி அழைத்துச்சென்றான். துச்சலனும் துர்முகனும் இருபக்கமும் உடைவாள்தொட்டு நடந்துவர நடுவே கைகூப்பியபடி ஜயத்ரதன் நடந்தான். அவனைத் தொடர்ந்து அவனது அமைச்சர்களும் மங்கலச்சேடியரும் சென்றனர்.

சாலையின் இருபுறமும் கூடிநின்ற அஸ்தினபுரியின் குடிமக்களும் வீரர்களும் வாழ்த்தொலிகள் முழங்க அவன்மேல் அரிமலர் தூவி

வாழ்த்தினர். அவர்கள்மேல் கோட்டைக்குமேல் எழுந்த இளங்கதிரவனின் ஒளி பொழிந்தது. "மாமன்னர் ஜயத்ரதர் வாழ்க! சைந்தவர் வாழ்க! ஏழுநீர் ஆளும் எழுகதிர் வாழ்க!" என்று வீரர்கள் கூச்சலிட்டனர். அப்பாலிருந்து ஒரு குரல் "பொற்கதிர் பெற்ற மைந்தர் கர்ணன் வாழ்க! ஒளிமணிக்குண்டலம் வாழ்க! எரியொளிர் கவசம் வாழ்க!" என்று ஓங்கி ஒலித்தது.

திகைத்து கர்ணன் திரும்பி நோக்கினான். வெறிகொண்டவர்போல உடம்பெல்லாம் பதைபதைக்க கைகளிலும் கழுத்திலும் இழுத்துக்கட்டிய நீலநரம்புகளுடன் ஒரு முதியவர் பட்டுத்திரைநின்ற பொன்மூங்கில் கணுவில் மிதித்து மேலேறி கைகளை வீசி "செய்யோன் சேவடி வாழ்க! வெய்யோன் மைந்தன் வாழ்க!" என்று கூவினார். "வாழ்க! அளிகொள் அங்கைகள் வாழ்க! அழியாப்பெருங்கருணை வாழ்க! அங்கமன்னர் வாழ்க!" என்று கூட்டம் கூவியது. சற்றுநேரத்தில் அங்குள்ள அத்தனைபேரும் கர்ணனை வாழ்த்திக் கூவத்தொடங்கினர்.

கர்ணன் திகைத்து துச்சலனிடம் ஏதோ சொல்ல முயல அவன் மலர்ந்த முகத்துடன் தானும் கையசைத்து அவர்களுடன் இணைந்திருப்பதைக் கண்டு கனகரை நோக்கினான். கனகர் கைகாட்ட, வீரர்கள் அதைப் புரிந்துகொண்டு "சிந்துமைந்தர் வாழ்க! எழுநீர் ஏந்தல் வாழ்க!" என்று கூவினர். அதை பிற வீரர்களே ஏற்றுக்கூவினர். அவ்வொலி தனித்தெழாது கரைந்தது. கர்ணன் ஜயத்ரதனை நோக்கினான். அவன் முகம் முதற்கணம் போலவே மென்சிரிப்பும் விழிமலர்வுமென சிலைத்திருந்தது.

அவர்களின் ஊர்வலம் கோட்டையின் முகப்பைக் கடந்து உள்ளே சென்றபோது கோட்டைக்காவலர்கள் இருபக்கமும் நின்று வாழ்த்துக்கூவினர். மறுபக்கம் இளவெயில் நிறைந்து நின்றிருந்த பெருமுற்றத்தில் பொற்பூச்சுமின்னிய தேர்களும், திரைச்சீலைகள் நெளிந்த பல்லக்குகளும், முகபடாமிட்ட யானைகளும், அல்லிமலர்ப்பரப்பு போன்ற புரவித்திரளும் நிறைந்திருந்தன. அணிப்பந்தலில் நின்றிருந்த அமைச்சர் விதுரரும் ஏழு சிற்றமைச்சர்களும் வணங்கியபடி ஜயத்ரதனை நோக்கி வந்தனர்.

ஜயத்ரதன் விதுரரை தலைகுனிந்து வணங்கி "பேரமைச்சரை வணங்குகிறேன். நெடுநாட்களுக்குப்பின் தங்களை சந்திக்கும் நல்லூழ் பெற்றேன்" என்றான். விதுரர் நகைத்தபடி அவன் இரு கைகளையும் பற்றிக்கொண்டு "நன்று. மேலும் தோள்பெருத்து தலை உயர்ந்திருக்கிறீர்கள் அரசே" என்றார். "சிந்துநாடு தனக்கென்று ஒரு விண்ணரசனைப் பெற்றிருக்கிறது என்றொரு சூதன் இங்கு பாடினான். இன்று அதைக்

காண்கிறேன். இந்நகர் ஊர்வதற்கு தங்களுக்குரிய ஊர்தி ஐராவதமே" என்றார்.

ஜயத்ரதன் நகைத்து "வெண்ணிறயானை ஒன்று இங்கு கொண்டுவரப்பட்டதை முன்னரே ஒற்றர்கள் சொன்னார்கள் அமைச்சரே" என்றான். விதுரர் அவன் தோளைத் தட்டியபடி சிரித்தார். சிற்றமைச்சர் கைகாட்ட, முற்றத்தின் மறுபக்கம் அணிகொண்டு நின்றிருந்த வெண்களிறு இருபாகன்களால் கொம்புபற்றி அழைத்துக்கொண்டுவரப்பட்டு ஜயத்ரதன்முன் வந்துநின்றது. அதன் செந்நிறக்காதுகளில் காளானின் தளிர்த்தண்டுகள்போல வெண்முடிகள் எழுந்திருந்தன. முகமெங்கும் நீர்க்கலங்கல் போல செந்தேமல் பரவியிருந்தது. சிவந்த துதிக்கையால் அவர்களின் மணம்கொள்ள முயன்றது.

ஜயத்ரதன் "இதன் பெயரென்ன?" என்றான். "இதை நாங்கள் ஐராவதம் என்றே அழைக்கிறோம்" என்றார் விதுரர். கனகர் "இங்கு வந்து எட்டு மாதங்களே ஆகின்றன. நன்கு பயின்ற களிறு. ஆனால் பார்வை மிகவும் குறைவு. துதிக்கைபற்றி அழைத்துச்சென்றாலொழிய பகலில் எங்கும் செல்லாது" என்றார். ஜயத்ரதன் அதன் அருகே சென்று அதன் மத்தகத்தை கையால் அறைந்து, வளைந்த கொம்பைப்பற்றி உடலைத்தூக்கி பின் இறங்கினான். யானை சிவந்த துதிக்கையால் அவன் தோளை வருடி தோலுரசும் ஒலியுடன் இறக்கியது.

ஜயத்ரதன் முகம்மலர்ந்து விதுரரிடம் "பெரியதோர் வெண்தாமரைபோல் இருக்கிறது" என்றான். "ஆம், இதற்கு பத்மன் என்றுதான் முன்னர் பெயரிட்டிருந்தார்கள்" என்றார் விதுரர். "ஏறிக்கொள்ளுங்கள் அரசே! இந்திரன் எங்கள் நகரிலும் எழுந்தருளட்டும்." ஜயத்ரதன் "ஆம், இன்று ஒருநாள் இங்கே விண்ணில் ஊர்கிறேன்" என்றபடி யானையின் அருகே செல்ல, பாகன் அதன் காலைத் தட்டினான். வலக்காலை மடித்து தூக்கி அது மெல்ல பிளிறியது. அதன் காலை மிதித்து தொடைக்கணுவைப்பற்றி ஏறி கால்சுழற்றி அம்பாரிமேல் அமர்ந்தான். அவன் ஒருகணமேனும் தன் விழிகளை சந்திப்பான் என கர்ணன் நினைத்தான். ஆனால் அவன் கர்ணனை முற்றிலும் அறியாதவன் போலிருந்தான்.

யானையின் பின்பக்கக்கால் வழியாக ஏறிஅமர்ந்த காவலன் வெண்கொற்றக்குடையை ஜயத்ரதனுக்கு மேலாகப் பிடித்தான். பிற இரு காவலர்கள் அவனுக்குப்பின்னால் அமர்ந்து வெண்சாமரங்களை இருபக்கமும் வீசத்தொடங்க, விண்ணிலெழுந்த வெண்சிறகுப்பறவைபோல் அவன் யானைமேல் ஊர்ந்து முன்சென்றான். சீர்நடையில் கால்களை எடுத்துவைத்து யானை அரண்மனையை நோக்கிய அரசவீதியில் நுழைந்தது.

இருபக்கமும் கூடியிருந்த அஸ்தினபுரியின் குடிமக்கள் மலர் பொழிந்து பெருங்கூச்சலுடன் அவனை வாழ்த்தி வரவேற்றனர். இரு கைகளையும் விரித்து இளைஞர்களை வாழ்த்தியும் கைகூப்பி முதியவர்களை வணங்கியும் ஜயத்ரதன் வெண்களிறுமேல் ஊர்ந்தான். அவனுக்குப் பின்னால் அஸ்தினபுரியின் குழந்தைகளும் பெண்களும் ஆர்ப்பரித்தபடி அணிஊர்வலமாகச் சென்றனர். அவன் குடைமேலும் கவரியிலும் காலையொளி சுடர்விட்டது. கர்ணன் அவனையே நோக்கியபடி நின்றான்.

10

விதுரர் கர்ணனிடம் "இனிமேல்தான் இளவரசரின் நகர்நுழைவுச் சடங்கு அரசே" என்றார். கர்ணன் புன்னகையுடன் "அந்த வெள்ளையானை வீணாகக் கொட்டிலில் நின்று உண்கிறதே என எண்ணியிருக்கிறேன். அதற்கும் ஒருநாள் வந்தது" என்றான். விதுரர் வாய்க்குள் புன்னகைத்து "காலையில்தான் தோன்றியது, தேவைப்படும் என்று" என்றார்.

கர்ணன் துச்சலனிடம் "இளைய கௌரவர்களை இறங்கவைக்கலாமே" என்றான். "இல்லை மூத்தவரே, இன்னும் சடங்குகள் உள்ளன" என்றான் துச்சலன். "அவர்கள் இங்கு வந்து என்ன செய்வார்கள் என்றே சொல்ல முடியாது." கர்ணன் "அவர்கள் வரட்டும். இந்த நகரம் அவர்களால் பொலிவதையே துச்சளை பார்க்க விழைவாள்" என்றபடி மீண்டும் கோட்டைமுகப்பை நோக்கிச் சென்றான். துச்சலன் கையசைத்து கோட்டையை நோக்கி ஆணையிட்டான். துர்முகன் உடன்வந்தபடி "கோட்டைக்காவலர் கொள்ளும் விடுதலைமகிழ்ச்சியைக் காண நிறைவாக இருக்கிறது..." என்றான்.

கர்ணன் கோட்டைவாயிலைக் கடப்பதற்குள் மேலிருந்து கீழே வரும் இரும்புவாயில்கள் அனைத்தும் திறக்கப்பட, பேரொலியுடன் இளைய கௌரவர்கள் அத்தனை வழிகளிலும் வெள்ளமென பீரிட்டு வந்து அவனைச் சுற்றி நிரம்பினர். கூச்சலும் சிரிப்புமாக அவர்கள் முன்னால் ஓடினர். தமையனின் தோளில் அமர்ந்திருந்த கரியகுழந்தை துச்சலனைப் பார்த்து கைசுட்டி "ஆ! ஆ!" என்று கத்திக்கொண்டிருந்தது. கர்ணன் துச்சலனிடம் "அது யார்? உன் மைந்தனா?" என்றான். "என் மைந்தனா என்று ஐயமாக இருக்கிறது" என்றான் துச்சலன். "இருக்கலாம். அவனுக்குத் தெரிந்திருக்கிறது."

இளைய கௌரவர்களைப் பார்த்ததும் கோட்டைக்குமுன் கூடிநின்றிருந்த அத்தனைபேரும் கலைந்து சிதறி விலக, கூட்டம் கூச்சலிட்டு சிரித்தபடி அலையிளகத் தொடங்கியது. வாளேந்திய வீரர்கள் இரு கைகளாலும் வாள்களை மேலே தூக்கி "அருகே வராதீர்கள்! கூர்வாள்! அருகே வராதீர்கள்" என்று கூவினர். அவர்கள் கால்கள் நடுவே சிறியகுழந்தைகள் பாய்ந்தோடினர். பல வீரர்கள் காலிடறி கீழே விழுந்தனர். அவர்கள்மேல் குழந்தைகள் ஏறி ஓடின. சிலர் ஆடையவிழ பதறித்திரும்பிச் சுழன்றனர். யானைகள்கூட அஞ்சி கால்களை தூக்கிவைத்து வயிறதிர பிளிறின. சற்றுநேரத்தில் புயல்சுழற்றிய பெருங்காடு போலாயிற்று கோட்டைமுகப்பு.

கர்ணன் வெளியே சென்றபோது அவனைச் சூழ்ந்துவந்த இளைய கௌரவர்கள் கைக்குச் சிக்கிய அனைத்தையும் தூக்கிவீசிக் கூச்சலிட்டனர். "பெரீந்தையே! யானையை இவன் அடித்தான்" என்றது ஒரு குரல். "பெரீந்தையே நான் வாளால் வெட்டினேன்" "பெரீந்தையே என் ஆடை எங்கே?" புரவி ஒன்றின் வால் இழுக்கப்பட, அது மிரண்டு கனைத்தது. தூண் ஒன்று சரிந்து யானைமேல் விழ, அது சுழன்று திரும்பி துதிக்கைநீட்டி அதைப்பிடித்து ஆராய்ந்தது. கர்ணனுக்குப் பின்னால் ஓடிவந்து இன்னொருவன் தோள்மேல் மிதித்து ஏறிப்பாய்ந்து தோளை கவ்விக்கொண்ட ஒருவன் "பெரியதந்தையே! என்னை வானை நோக்கி விட்டெறிடா" என்றான். கர்ணன் அவனைச் சுழற்றி வானை நோக்கி விட்டெறிந்து பிடித்துக்கொண்டான். "என்னை! என்னை!" என்று நூறு குட்டிக்கைகள் அவனைச் சூழ்ந்து குதித்தன.

"வேண்டாம்! யாராவது வாளை நீட்டினால் சென்று விழுவீர்கள்" என்றான் கர்ணன். "விழமாட்டோம், நாங்கள் வானில் பறப்போம்" என்றான் ஒருவன். "நான் அனுமன்! நான் அனுமன்!" என்று ஒரு சின்னஞ்சிறுவன் துள்ளித்துள்ளி குதித்தான். அவனை தள்ளிவிட்டு ஓடிய ஒருவனை பின்னால் துரத்திச்சென்று அள்ளிப்பற்றி அவன் தொடையில் கடித்தான். கர்ணன் ஓடிச்சென்று அவனை தோளைப்பிடித்துத் தூக்கினான். அவன் திரும்பி கர்ணனின் கையைக் கடிக்க முயன்றான். கையை இழுத்துக்கொண்டு "உன் பெயரென்ன?" என்றான் கர்ணன். "அவன் பெயர் துர்மீடன்" என்றான் கீழே நின்ற அதேயளவான ஒருவன். "உன் பெயர் என்ன?" என்றான் கர்ணன். "என் பெயரும் துர்மீடன். நான் என் பெயரை அவனுக்குப் போட்டேன்" என்றான்.

கர்ணன் சிரித்து துச்சலனிடம் "குழந்தைகளைப் பற்றிய அத்தனை நூல்களையும் கடந்து நான்கு திசையிலும் பெருகி வழிந்துவிட்டார்கள்" என்றான். "முதலில் இதெல்லாம் குழந்தைகளே அல்ல என்ற பேச்சு இங்கு உள்ளது" என்றான் துர்முகன். "இவர்கள் எண்ணங்கள் எப்படி

ஓடுகின்றன என்பதை எவராலும் சொல்ல முடியாது” என்றான் துச்சலன். “நான் ஒருமுறை என் இல்லத்துக்குச் சென்றபோது குட்டியானை ஒன்றை படிகள் வழியாக மேலேற்றி ஏழாவதுமாடியில் உள்ள களஞ்சிய அறைக்குள் கொண்டுசென்றிருந்தார்கள். யானையை மாடிக்குக் கொண்டுசெல்லும் குழந்தைகளைப்பற்றி முதுதாதை வியாசர்கூட அவரது காவியத்தில் எழுதியிருக்கமாட்டார்.”

”அந்த யானைக்குட்டியும் இவர்களின் கணத்தைச் சேர்ந்தது. இல்லையேல் அது ஏன் ஏறுகிறது?” பேரொலியுடன் தரையில் ஓர் எரியம்பு வெடித்தது. அங்கு கூடிநின்ற அத்தனைபேரும் சிதறி ஓட, உரத்தகுரலில் “என்ன ஆயிற்று?” என்றான் கர்ணன். வீரன் ஒருவன் கரிபடிந்து பதறி ஓடிவந்து “நான் கையில் வைத்திருந்த எரியம்பை இளைய கௌரவர் இருவர் எரியூட்டிவிட்டனர் அரசே” என்று தழுதழுத்தான். மேலும் மூன்று எரியம்புகள் கீழேயே வெடித்தன. அனைவரும் விலகி உருவான வட்டத்தில் உடலெங்கும் புழுதியும் கரியுமாக மூன்று இளையகௌரவர்கள் நின்றனர். “அனல் சுட்டிருக்கிறது” என்றான் கர்ணன். “அதைப்பற்றி யாரும் இங்கு எண்ணப்போவதில்லை. அவர்களுக்கு தங்களைக் காப்பாற்றிக்கொள்ளத் தெரியும்” என்றான் துச்சகன்.

கர்ணன் முன்னால் சென்று அங்கு கருகியமுடியுடன் நின்ற இளைய கௌரவன் ஒருவனை பற்றி “நீயா தீயை வைத்தாய்?” என்றான். “நான் தீயை வைக்க எண்ணினேன் பெரியதந்தையே” என்றான் அவன். “ஆனால் தீயை வைத்தவன் அவன்.” கர்ணன் “அவன் எங்கே?” என்றான். அவன் உவகையுடன் பற்களைக் காட்டி “அவன் ஓடிவிட்டான். நான் எண்ணிக்கொண்டிருந்தபோது அவன் தீயை வைத்துவிட்டு ஓடிவிட்டான்” என்றான். “உன் பெயரென்ன?” என்றான் கர்ணன். “நான் மூத்தவன், மிகப்பெரியவன்” என்றான். “உன் பெயரென்ன?” என்றான் கர்ணன். அத்தனை நேரடியான கேள்வியை எதிர்கொள்ளமுடியாத அவன் குழம்பி “என் பெயர்...” என்றபின் அருகே நின்ற இளையவனை நோக்கினான். அவன் “இவன் பெயர் குடீரன்” என்றான். “குடீரனா உன் பெயர்? என்றான் கர்ணன். அவன் குழப்பமாகத் தலையசைத்தான்.

“உனக்குப் புண்பட்டிருக்கிறதா?” என்றான் கர்ணன். “இல்லை பெரியதந்தையே, புண்படவில்லை. ஆனால் உடம்பெல்லாம் எரிகிறது” என்றான் அவன். “நீரில் சென்று விழு, போ!” என்றான் கர்ணன். “நான் குழந்தையைப் பார்த்துவிட்டு நீரில் சென்று விழுவேன்” என்று அவன் சொன்னான். “எரியம்புகளை எல்லாம் எடுத்துச்செல்லுங்கள். படைக்கலங்கள் எவையும் இங்கிருக்க வேண்டியதில்லை” என்று கர்ணன் ஆணையிட்டான். “வரவேற்புக்கென அனைத்தையும் ஒருக்கியிருந்தோம்... எல்லாமே சிதைந்துவிட்டன” என்றான் ஒரு வீரன். கர்ணன் “எதுவும்

தேவையில்லை. துச்சளையை வரவேற்கவேண்டியவர்கள் இவர்கள்தான்" என்றான்.

அஸ்தினபுரியின் அமுதகலசக் கொடியுடன் தொலைவில் வந்துகொண்டிருந்த அணிப்பல்லக்கைக் கண்டு துச்சலன் கைவீசி எம்பிக்குதித்து "வந்துவிட்டாள்! வந்துவிட்டாள்!" என்றான். துச்சகன் "ஆம், துச்சளை!" என்று கூச்சலிட்டான். கர்ணன் பல்லைக்கடித்து "கூச்சலிடாதீர்கள்... நீங்கள் அரசகுடியினர்" என்றான். இருபக்கமும் மங்கலச்சேடியர் தாலங்களுடன் அணிவகுக்க, நடுவே திறந்ததேர்களில் சூதர்கள் இசைக்கலங்களை மீட்டியபடி வந்தனர். அதைத் தொடர்ந்து எட்டுமங்கலங்கள் கொண்ட தட்டுத்தேர் ஒன்று வந்தது. ஒவ்வொன்றாக அவர்களைக் கடந்துசெல்ல, இளைய கௌரவர்கள் கூவியபடி அவற்றைத் தொடர்ந்து ஓடினர்.

"ஓடும் எதையும் இவர்களால் துரத்தாமலிருக்க முடியாது" என்றான் துச்சலன். சிந்துநாட்டு அணிஊர்வலம் அவர்களை அணுகஅணுக சிதறிப்பரந்து கட்டற்ற பெருங்கூட்டமாக ஆகியது. மங்கலச்சேடியர் தாலங்களை மேலே தூக்கிப் பிடித்தார்கள். அவர்களின் ஆடைகளை குழந்தைகள் பிடித்து இழுக்க, மறுகையால் அவற்றை அள்ளிப்பற்றிக்கொண்டு கூச்சலிட்டனர். வீரர்கள் படைக்கலங்களையும் சூதர்கள் இசைக்கலங்களையும் தலைக்குமேல் தூக்க, துச்சலன் "ஆ! அனைத்தும் எடையிழந்து நீரில் மிதக்கின்றன" என்றான்.

துச்சளையின் பல்லக்கை அடையாளம் கண்டுகொண்ட இளைய கௌரவர் பெருந்திரளாக ஓடிச்சென்று அதைத் தூக்கிவந்தவர்களை பற்றிக்கொண்டனர். அவர்கள் உதறியபடி சுழல, பல்லக்கு நீரில் சுழியில்பட்ட படகுபோல சரிந்து முன்னும்பின்னுமாக ஆடி ஒருபக்கமாகக் குடைசாய்ந்தது. துச்சலன் "கீழே வையுங்கள்! பல்லக்கைக் கீழே வையுங்கள்!" என்று கூவினான். அவர்கள் "என்ன? என்ன?" என்றனர். "கீழே! கீழே வையுங்கள்" என்று துச்சலன் கூவ அதற்குள் அவர்களே பல்லக்கைக் கீழே வைத்துவிட்டனர்.

நான்கு இளைய கௌரவர்கள் பல்லக்கின் அனைத்துத் திரைச் சீலைகளையும் பிடுங்கிவீச ஒருவன் அதன் மலர்மாலையைத் தொற்றி மேலேறமுயன்று அறுபட்டு கீழே விழுந்தான். இன்னொருவன் தூணைப்பற்றி அதன்மேலே ஏற, ஒருவன் அவனைப் பிடித்து இழுத்தான். பார்த்துக்கொண்டிருக்கையிலேயே பல்லக்கின் அணிமுகடு ஆடி ஒருபக்கமாக சாய்ந்து உடைந்தது. உள்ளிருந்து சிரித்தபடி துச்சளை வெளியே வந்து, அவளை நோக்கிப் பாய்ந்துசென்ற நான்கு இளைய கௌரவர்களை அள்ளி தன்மார்புடன் அணைத்துக்கொண்டாள்.

அத்தனைபேரும் ஒரேசமயம் பாய்ந்து அவள் உடலை மொய்த்தனர். அவள் குழலையும் ஆடைகளையும் அணிகளையும் பிடித்திழுத்தனர். அவள் பெரிய கைகளுக்கு மூவராக தொற்றிக் கொண்டனர்.

தொலைவிலிருந்தே அவள் கரியமுகத்தில் ஒளிவிட்ட வெண்பற்களை கர்ணனால் பார்க்க முடிந்தது. உரக்கச்சிரித்து அவர்களைத் தூக்கி தோளிலும் இடையிலும் வைத்துக்கொண்டாள். கர்ணன் சிரித்தபடியே அவளை நோக்கிச் சென்றான். துச்சலன் "பெருத்துவிட்டாள்! எங்களைவிட பேருடல் கொண்டுவிட்டாள்!" என்றான். துச்சகன் "அவளை ஒருமுறை கதாயுதப்போருக்கு அழைத்துப்பார்க்கவேண்டும்" என்றான்.

அவர்கள் அருகே நெருங்கியபோது உடலெங்கும் மைந்தருடன் தடுமாறி நின்ற துச்சளை கர்ணனைப் பார்த்து "மூத்தவரே, நீங்களா?" என்று உரக்கக்கூவி அவனை நோக்கி வந்தாள். அவர்கள் இருவருக்கும் குறுக்காக ஓடிய சிறுவன் ஒருவனைப்பிடித்து தூக்கி இடையில் வைத்தபடி குனிந்து கர்ணனின் காலைத்தொட்டு சென்னிசூடினாள். அவள் குனிந்தபோது இரு குழந்தைகள் உதிர்ந்தன. "அத்தை! அத்தை!" என பின்னால் குழந்தைகள் கூச்சலிட்டன. "த்தை த்தை" என்று ஒரு கைக்குழந்தை அவள் ஆடையில் தொங்கிக்கிடந்தது. "த்தை! இத்தை! தை!" என பலவகையான ஒலிகளால் அவள் சூழப்பட்டிருந்தாள்.

"உன் தந்தையைப் போலவே பேருடல் கொண்டவளாகிவிட்டாய்" என்றான் கர்ணன். "ஆம், மூத்தவரே. குழந்தைப்பேறுக்குப் பிறகு மேலும் இருமடங்கு உடல் கொண்டுவிட்டேன்" என்றாள் துச்சளை. "அதைத்தானே சொல்கிறோம்" என்று துச்சலன் சொன்னான். "நான் அங்கேயே பார்த்தேன்... நீ பெருத்துவிட்டாய் என்று சொன்னேன்." அவள் குனிந்து கௌரவர் கால்களைத்தொட்டு வணங்கினாள். அவள் கரியஉடல் வார்ப்பிரும்புபோல பளபளத்தது. கைகள் திரண்டு மலைப்பாம்புபோல் ஈரம்தெரிய நின்றன. உள்ளங்கைகள் மட்டும் செந்தளிர் இலைகள்போல சிறியவையாகச் சிவந்திருந்தன.

உடலெங்கும் அவள் அணிந்திருந்த நகைகளை இளைய கௌரவர்கள் பிடுங்கி தரையெங்கும் பரப்பிவிட்டிருந்தனர். ஒரு குழந்தை அவள்மேல் மண்ணை வாரி இறைத்து "த்தை த்தை" என்றது. அதன் மேல்வாயில் இருபற்கள் வெண்ணிறமாகத் தெரிந்தன. எச்சில் மார்பில் வழிந்திருந்தது. "எத்தனை குழந்தைகள்!" என்றாள் துச்சளை குனிந்து அதன் வாயைத் துடைத்தபடி. "எல்லாருக்கும் முதல்பல் மேல்வாயில்தான்... வியப்பாக இருக்கிறது." குனிந்து "உலகையே எலிகளைப்போல கறம்பித் தின்கிறார்கள்" என்றான் துர்முகன்.

“பல்லக்கில் இருக்கையில் அலைபோல் இறங்கி அவர்கள் வருவதைப் பார்த்தேன் மூத்தவரே. ஒருகணம் நெஞ்சைப் பற்றிக்கொண்டு நான் அழுதேன்” என்றாள். துச்சலன் “இங்கும் பெண்கள் அழுகிறார்கள்” என்றான். சுபாகு “தங்கையே, உன்னைப் பார்ப்பதற்காக சிந்துநாடு வரவேண்டுமென்று நினைத்தேன். ஆனால் இங்கு நாங்கள் நூற்றுவரும் உடனிருக்கவேண்டுமென்பது தமையனின் ஆணை” என்றான். “சுஜாதன் ஏழுநாட்கள் அங்கநாட்டுக்குச் செல்வதற்கே மூத்தவர் கண்கலங்கி விடைகொடுத்தார்.”

“ஆம், நீங்கள் அவருடன் இருக்கவேண்டும். நீங்கள் ஒரே உடல்” என்றாள் துச்சளை. “நானே இந்நகரைவிட்டு இனி திரும்பிப்போகவேண்டுமா என்று ஐயுறுகிறேன்.” துச்சலன் “நீ சிந்துநாட்டுக்கு அரசி” என்றான். அவள் உதட்டைச் சுழித்து “அது என்ன ஊர்? ஏழு ஆறுகள் ஓடும் நிலம் என்று பெருமை வேறு” என்றாள். “ஏழு ஆறுகள் ஓடுவதென்பது எளிய செய்தியா என்ன?” என்றான் கர்ணன். “நீங்கள் ஒன்றும் சொல்லவேண்டியதில்லை மூத்தவரே. அரசுமுறைமைகள் எனக்கு சலிப்பூட்டுகின்றன. அங்குள்ள ஒரே சிறப்பு மீன்உணவு கிடைத்துக்கொண்டே இருப்பதுதான்.” துச்சகன் “அதுதானா உன் உடலின் நுட்பம்?” என்றான்.

“குழந்தை எங்கே?” என்றான் கர்ணன். “அவனை நகர்புகச் செய்யவே நான் வந்திருக்கிறேன்.” துச்சளை “பின்னால் அவனுக்கென ஒரு பொற்பல்லக்கு வருகிறது” என்றாள். “செவிலியர் அவனை வைத்திருக்கிறார்கள். ஒரு குழந்தையுடன் சீராடுவதற்கெல்லாம் எனக்குப் பொழுதில்லை. என் கைநிறைய பிள்ளைகள் வேண்டும். இதைப்போல” என்றாள். “இப்போதுதான் ஒரு குழந்தை வந்திருக்கிறது உனக்கு” என்றான் துர்முகன். கர்ணன் “அவள் திருதராஷ்டிர மாமன்னரின் குருதி. முயன்றால் நூறு குழந்தைகளைப் பெற்றுக்கொள்வதும் அரிதல்ல” என்றான். “உண்மையிலேயே அப்படித்தான் விழைகிறேன். என் முதுமையில் இதைப்போல் என்னைச் சூழ்ந்து ஆயிரம் குழந்தைகள் ஆடுமென்றால் விண்ணிலிருக்கும் தெய்வங்கள் அழைத்தாலும் செல்லமாட்டேன்” என்றாள்.

கர்ணன் “குழந்தையைக் காட்டு கரியவளே” என்றான். “அவனை சிந்துநாட்டின் கொடிபறக்கும் பல்லக்கில்தான் அஸ்தினபுரிக்குள் கொண்டுவரவேண்டும் என்பது அவன் தந்தையின் விருப்பம்” என்றாள் துச்சளை. “நன்று... அந்தப் பல்லக்குதானே?” என்றான் கர்ணன். கரடிக்கொடியுடன் ஒருவீரன் முன்னால் புரவியில் வர பொற்பூச்சு மின்னிய பெரியபல்லக்கு எட்டுபோகிகளால் சுமக்கப்பட்டு வந்தது. “நம் குழந்தைப்பெருக்கு இன்னும் அதைச் சுற்றிக்கொள்ளவில்லை... நல்லூழ்தான்.”

துச்சளை தன்னைச் சுற்றி கூச்சலிட்டு சிரித்தாடிய இளையோரை நோக்கி "ஐயோ! என் கைகள் பதறுகின்றன. உள்ளம் ஏங்குகிறது. இத்தனைபேரையும் அள்ளிக்கொஞ்சி ஆளுக்கொரு முத்தமிட்டு முடிப்பதற்கே நான் இங்கு தங்கும் நாட்கள் போதாதே!" என்றாள். "முற்றிலும் போதாது" என்றான் துச்சலன் உரக்க நகைத்தபடி. "ஏனென்றால் ஒவ்வொரு நாளும் அவர்கள் பிறந்துகொண்டிருக்கிறார்கள். நீ இங்கு பார்ப்பது பாதிதான். இன்னும் தொட்டிலிலும் மஞ்சத்திலுமாக பலநூறு இளைய கௌரவர்கள் கிடக்கிறார்கள்."

துச்சளை அச்சொற்களால் உளம் தூண்டப்பட்டு நெஞ்சில் கைவைத்து கண்ணீர்மல்க விம்மினாள். "எண்ணும்போதே என்னால் தாளமுடியவில்லை மூத்தவரே. பாரதவர்ஷத்தில் அஸ்தினபுரி போல விண்ணவரின் வாழ்த்துபெற்ற வேறொரு மண் உண்டா என்ன?" என்றாள். கர்ணன் "ஆம், இங்கு அத்தனை மரங்களிலும் கனி நிறைந்ததுபோல் தோன்றுகிறது" என்றான். "நாடோடிக் குறவர்கள்தான் இத்தனை மைந்தருடன் இருப்பதை பார்த்திருக்கிறேன்" என்றான் சுபாகு. துச்சலன் "இவர்களுடன் ஒரு நாழிகை நாம் இருந்தால் நாமும் தோற்றத்தில் மலைக்குறவர்களாக ஆகிவிடுவதைப் பார்க்கலாம்" என்றான்.

அருகே பணிந்து மென்குரலில் "அரசே, முறைமைக்குப் பிந்துகிறது" என்று கனகர் சொன்னார். "இளவரசரை நகர்நுழைய வைக்கவேண்டிய நற்காலம் ஆகிவிட்டது." "ஆம், முதலில் அதைச் செய்வோம்" என்றபடி கர்ணன் நடந்தான். "அவருக்காக அஸ்தினபுரியின் மணிப்பல்லக்கு சித்தமாக உள்ளது..." என்றார் கனகர். "இளவரசர் என்ன? இதோ இங்கே இத்தனை இளவரசர்கள் இருக்கிறார்கள். அவன் இவர்களில் ஒருவன்தான். அவனுக்கென சிறப்பாக எதுவும் செய்ய வேண்டியதில்லை" என்றாள் துச்சளை. "இல்லை தங்கையே, அவனுக்கு நூற்றிரு மாமன்கள் இருக்கிறார்கள். தலைமாமன் நேரில் வந்திருக்கிறார். செய்யவேண்டிய வரிசைகளைச் செய்தாக வேண்டும்" என்றான் துச்சலன்.

"ஆம், அவர் கையால் வரிசை செய்யப்படுவதென்பது அவனை விண்ணிறங்கி வெய்யவன் வாழ்த்துவது போல" என்று சொன்ன துச்சளை "வாருங்கள் மூத்தவரே" என்று அவன் கையைப் பற்றினாள். கர்ணன் "மைந்தன் என்ன நிறம்? உன்னைப்போல் கருமையா?" என்றான். "ஆம்" என்ற துச்சளை திரும்பி "எங்கே சிந்துநாட்டரசர்?" என்றாள். "அவர் நகர்வலம் செல்லத் தொடங்கிவிட்டார் அவருக்கென்று வெள்ளையானை ஒன்று அஸ்தினபுரியின் அரசரால் சித்தமாக்கப்பட்டுள்ளது" என்றான் ஜலகந்தன்.

"வெள்ளையானையா?" என்றாள் துச்சளை. பின்பு சிரிப்பைப் பொத்திக்கொண்டு "அவரது வெற்று ஆணவத்தை நன்கு அறிந்து

வைத்திருக்கிறார் விதுரர். மூத்தவரே, ஓர் அணியைக் கண்டால், ஓர் அரசமுறை பாடலைக்கேட்டால் இத்தனை மகிழ்வு கொள்ளும் எளிய உள்ளத்தை நான் பார்த்ததில்லை" என்றாள். "இளையவளே, அவரை நான் அஞ்சிக்கொண்டிருந்தேன்" என்றான் கர்ணன். "எதற்காக?" என்றாள் துச்சளை. அவள் புருவத்தில் சிறுமுடிச்சொன்று விழுந்தது. "அவரை நான் கலிங்கத்தில் சிறுமை செய்தேன்" என்றான். "அது களத்தில் அல்லவா? தன் வரனறியாது மிஞ்சிப்பாய்பவர் தோற்பதே சிறுமைதான்." கர்ணன் "அதுவல்ல, நான் சற்று மிகையாகவே செய்தேன்" என்றான். "ஆம், அதை நான் அறிவேன். அஸ்தினபுரியே அன்று அந்த சிறுமைப்படுத்தலைக் கொண்டாடியது..." என்று துச்சளை புன்னகைத்தாள். "அதனாலென்ன?" கர்ணன் "அவர் என்மேல் வஞ்சம் கொண்டிருந்தால் அதில் பிழையே இல்லை" என்றான்.

"மூத்தவரே, உண்மையில் கடும் வஞ்சம் கொண்டுதான் கலிங்கத்திலிருந்து மீண்டார். என்னிடம் வந்து உங்களை பழிதீர்க்கப்போவதாகச் சொன்னார். நான் அவரிடம் நீங்கள் வெறும் ஒரு மலைச்சுனை. விண்ணாளும் சூரியனிடம் போரிடும் ஆற்றல் உங்களுக்கில்லை. வெல்வது மட்டுமல்ல, தோல்வி கொள்வதிலுமே பெருமை ஒன்றுள்ளது, அப்பெருமையை இழந்துவிடுவீர்கள் என்றேன். சினந்து என்னிடம் வஞ்சினம் உரைத்தபோது அவரை அறியாது உங்கள் பிறப்பு குறித்து ஒருசொல் வாயில் எழுந்தது. நான் கைநீட்டி போதும் என்றேன். என் விழிகளை நோக்கியவர் நடுங்கிவிட்டார்."

துச்சளை சிரித்து "ஏனென்றால் நான் துரியோதனரின் தங்கை. அதை அக்கணம் நன்குணர்ந்தார். என் விழிகளைப் பார்த்தபின் பிறிதொரு சொல்லும் சொல்லாமல் இறங்கிச் சென்றார். அதன்பின் இன்றுவரை உங்களைப்பற்றி ஒருசொல்லும் சொன்னதில்லை" என்றாள். கர்ணன் "ஏன் அப்படிச் செய்தாய்? அவர் ஓர் அரசர்" என்றான். "மூத்தவரே, தங்கையென நான் இருக்கையில் அச்சொல்லை அவர் சொல்லியிருக்கலாமா?"

கர்ணன் விழிநெகிழ தோளில் கையை வைத்தான். துச்சலன் "நன்று செய்தாய். ஆனால் இளையவளே, வெறும் சொல்லென அது போயிருக்கக்கூடாது. ஓங்கி ஓர் அறை விட்டிருக்கவேண்டும். அச்சொல்லுக்கு அதுவே நிகர்நின்றிருக்கும்" என்றான். "என்ன சொல்கிறாய் அறிவிலி?" என்று கர்ணன் சினத்துடன் திரும்பினான். "மூத்தவரே, நாங்கள் ஷத்ரியராயினும் சர்மிஷ்டையின் அசுரர்குலத்துக் குருதியினர். எங்கள் மூத்தவர் இலங்கையாண்ட பத்துத்தலையர். நாங்கள் அவருக்காக உயிர்விட்ட தம்பியர். அரசமுறைமைகளால் அல்ல அன்பினாலேயே அசுரர் குலம் கட்டப்பட்டுள்ளது" என்றான் துச்சலன்.

கர்ணன் தலையசைத்து “எப்போது நகையாடுகிறீர்கள், எப்போது சினம்கொள்கிறீர்கள் என்று உங்களுடன் இத்தனைநாள் இருந்தும் என்னால் கணிக்கக்கூடவில்லை” என்றான். துச்சலன் “நாங்கள் உங்களுக்கும் மூத்தவருக்கும் உயிர்பொருளாவி படையலிட்டவர்கள்...” என்றான். கர்ணன் “நன்று” என்றான். கனகர் கைகளை வீசி அணிப்பரத்தையரை அவர்களுக்கு அருகே செல்லும்படி சொன்னார். அதற்குள் இளைய கௌரவர் அந்தப் பல்லக்கை அடையாளம் கண்டுகொண்டிருந்தனர். அவர்களை அஞ்சி அது நிலத்தில் இறக்கப்பட்டிருந்தது.

அதன் திரைச்சீலைகள் பிடுங்கி வீசப்பட்டிருந்தன. உள்ளே இருந்த இரு முதியசெவிலியரும் துணிச்சுருளுக்குள் இருந்த மைந்தனை நெஞ்சோடணைத்தபடி நடுங்கிக்கொண்டிருந்தனர். அத்துணிச்சுருளைப் பிடித்து குட்டிக்கௌரவர்கள் இழுத்தனர். அவர்கள் அஞ்சிக் கூச்சலிடுவது அவர்களுக்கு மேலும் கொண்டாட்டமாக இருந்தது. துச்சளை கைநீட்டி “அஞ்சவேண்டாம். அவர்கள் கையிலேயே கொடுத்துவிடுங்கள்” என்றாள். “அரசி!” என்றாள் முதியவள். “அவர்கள் கையில் கொடுங்கள்” என்றாள் துச்சளை. துச்சலன் “என்ன சொல்கிறாய்?” என கேட்க “அவன் அவர்களுடன் வளரட்டும்” என்றாள்.

“அரசியாரே... காவலரே’ என்று செவிலியர் கூவினர். காவலர் துச்சளையை நோக்கி திகைத்து நின்றார்கள். செவிலியர்களிடமிருந்து குழந்தையை இரு இளையகௌரவர்கள் பிடுங்கிக்கொண்டுவிட்டனர். அவர்கள் பதறியபடி பின்னால் வர, குழந்தையைச் சுற்றியிருந்த பட்டுத்துணியை ஒருவன் கழற்றி வீசினான். ஒளி மணியாரங்களும் அணிவளைகளும் கணையாழிகளும் கால்தளையும் அணிந்திருந்த கரிய சிறுகுழந்தையை ஒருவன் தூக்கி வானில் வீசினான். இன்னொருவன் அதை பிடித்துக்கொண்டான். கூச்சலிட்டபடி அவன் தூக்கி வீச, பிறிதொருவன் பிடித்துக்கொண்டான். மாறிமாறி அவர்கள் நகைத்துக்கூவியபடி குழந்தையை விண்ணிலேயே நிறுத்தி வைத்திருந்தனர்.

கர்ணன் முதலில் திகைத்து, பின்பு கூர்ந்துநோக்கி குழந்தை சிறுவாயைத் திறந்து நகைத்துக் கொண்டிருந்ததைக்கண்டு சிரித்தான். துச்சளை சிரித்தபடி “மகிழ்கிறான். இவர்களுடன் இருப்பதுபோல் அவன் வாழ்க்கையில் உவகை மிகுந்த தருணங்கள் வேறெங்கும் வாய்க்கப்போவதில்லை” என்றாள். “விண்ணிலேயே இருக்கிறான், மண்ணுக்கு இறங்க விழைவற்றவன்போல” என்றான் கர்ணன். துச்சளை “இளையோரே, மைந்தனை அவன் மாமனிடம் கொடுங்கள்” என்றாள்.

அக்கணமே “இதோ” என்று ஒருவன் குழந்தையை கர்ணனை நோக்கி எறிந்தான். கர்ணன் அதைப் பிடித்துக்கொண்டான். சுழற்றி

மார்போடணைத்தான். குழந்தை கால்களை உதைத்து உடலைத் திருப்பி மென்வயிற்றில் தசைமடிப்புகள்விழ இளைய கௌரவரை நோக்கி வளைந்து திரும்பி கைநீட்டித் திமிறியது. கால்களால் கர்ணனின் வயிற்றை உதைத்தது. "அவர்களிடம் செல்லவே விரும்புகிறான்" என்றான் கர்ணன். துச்சளை "ஆம், சினம்கொள்கிறான்" என்றாள். "இவனுக்கும் சிந்துநாட்டுக்கும் தொடர்பே இல்லை. இன்னொரு கௌரவன்" என்றான் துச்சலன் குனிந்து குழந்தையின் கன்னத்தைத் தடவியபடி. குழந்தை இரு பற்களைக்காட்டி அவனை கடிக்க எம்பியது. அவன் சிரித்துக்கொண்டே கைகளை விலக்கி "கௌரவக்குருதியேதான்" என்றான்.

கர்ணன் குனிந்து குழந்தையின் இரு கன்னங்களிலும் முத்தமிட்டு "என்ன ஓர் இனிய மணம்! இளையவளே, சுஜாதன் அங்கநாட்டுக்கு வந்திருந்தான். அவனை இளையோனாக எடுத்து முத்தமிட்டதை நினைவுகூர்ந்தேன். அவன் பெருந்தோள்களை அணைந்தபோது நெஞ்சுவிம்மி கண்ணீர் உகுத்தேன்" என்றான். "சுஜாதன் எங்கே?" என்றாள் துச்சளை. "அவனை அரசவையில் இருக்க மூத்தவர் ஆணையிட்டுவிட்டார். எங்களில் அவனே நூல்கற்றவன். ஒரு சுவடியை எவ்வளவு நேரம் வாசிக்கிறான் தெரியுமா?" என்று துர்முகன் பெருமையுடன் சொன்னான்.

"அவன் ஒருவனே இளைய கௌரவர்களில் இன்னும் மணமுடிக்காதவன்" என்றான் கர்ணன். "ஆம், ஆனால் மீசை வேல்நுனிபோல் கூர்மை கொண்டுவிட்டது" என்றான் துச்சலன். "அரசமகளை மட்டுமே மணப்பேன் என்று சொல்கிறான். கௌரவர் என்றாலே அரசகுடியினர் அச்சம் கொள்கிறார்கள்" என்றான் சுபாகு. கர்ணன் தன் முத்திரை மோதிரத்தை அருகிலிருந்த சேடியின் தாலத்தில் இருந்த செஞ்சாந்தில் முக்கி குழந்தையின் நெற்றியில் சூரியக்குறியை இட்டான். பின்பு குனிந்து தரையில் இருந்து ஒரு துளி அஸ்தினபுரியின் மண்ணை எடுத்து குழந்தையின் உதடுகளில் வைத்தான்.

சற்று மேலெழுந்து வளைந்த மேலுதடுகளும் சிறிய கீழுதடுகளுமாக எச்சில்வழிய இருந்த குழந்தை ஆவலுடன் அவன் கையை சுவைத்து முகம்சுளித்து துப்பியது. உடனே பால்நினைவு எழ அன்னையை நோக்கித் தாவியபடி சிணுங்கத்தொடங்கியது. "எங்களிடம் கொடுங்கள்! குழந்தையை எங்களிடம் கொடுங்கள்! நாங்கள் அவனுக்கு மேலும் மண்ணை ஊட்டுகிறோம்!" என்று தனுர்வேகன் கூவினான். அவனருகே நின்ற கஜபாகுவும் தீர்க்கபாகுவும் "மண்ணை ஊட்டுகிறோம்! மண்ணை ஊட்டுகிறோம்!" என்று கீச்சுக்குரலில் கூவ, கோழிக்குஞ்சுகள் என ஏராளமான குரல்கள் கூவின. தரைமூடியபடி பல மண்டைகள் தென்பட்டன.

“எங்கு பார்த்தாலும் ஒரே முகம்” என்று துச்சளை சொன்னாள். “என் தமையன் சூரியன் படிகக்கற்களில் என பெருகிவிட்டார்.” “பெருகியவன் அவனல்ல, திருதராஷ்டிர மாமன்னர்” என்றான் கர்ணன். “அவர் சிகைக்காய். இவர்களெல்லாம் அதன் நுரைகள் என ஒரு சூதன் பாடினான்.” துச்சளை சிரித்து “ஆம், உண்மை” என்றாள். “இப்புவியில் இவ்வண்ணம் புதல்வரால் பொலிந்தவர் பிறிதெவருமில்லை.” கீழே இளையோர் “எங்களிடம் கொடுங்கள்! நாங்கள் மண்ணை ஊட்டுகிறோம்” என்று கூவினர். “அது பாலைத் தேடுகிறது” என்றாள் துச்சளை. “நாங்கள் அதற்கு யானையின் பாலை ஊட்டுவோம்” என்றான் சற்று மூத்தவனாகிய பாகுலேயன்.

கர்ணன் “யானைப்பால் குடித்தால்தான் இவர்களுடன் ஆடமுடியும் தங்கையே” என்றான். இளையோனாகிய சங்கரன் “அத்தை, என் ஆடையைக் காணவில்லை” என்று அவள் கையைப்பிடித்து ஆட்டினான். அதற்குள் ஒருவன் குழந்தையை அவன் கையிலிருந்து பிடுங்கினான். கூவிச்சிரித்தபடி அது கால்களை உதறியது. குழந்தையுடன் அவர்கள் அஸ்தினபுரியின் கோட்டைவாயிலை நோக்கி ஓடினார்கள். துச்சளை “இனி அவனை நான் கையில் தொடுவதே அரிதாகிவிடும் என்று நினைக்கிறேன்” என்றாள். துர்முகன் “அவன் ஓரிரு மாதங்களில் நடக்கத் தொடங்கினால்கூட வியப்பில்லை தங்கையே. இங்குள்ள குழந்தைகளெல்லாம் தமையன்களிடம் ஓடி மிகவிரைவிலேயே விளையாடத் தொடங்கிவிடுகின்றன” என்றான்.

கர்ணன் துச்சளையிடம் “வருக!” என்றபடி கோட்டையை நோக்கித் திரும்பினான். காலடியில் ஏதோ இடற திரும்பிப் பார்த்தால் இரு குழந்தைகள் அவன் ஆடையை பற்றிக்கொண்டு மாறிமாறி பூசலிட்டபடி நின்றிருந்தன. அவன் இரண்டு பேரையும் கையில் தூக்கி தோளில் ஏற்றிக்கொண்டான். “என்னிடம் ஒன்றைக் கொடுங்கள்” என்றாள் துச்சளை. அவள் காலடியில் இருந்த இன்னொரு மைந்தனைக் காட்டி “இங்கென்ன குழந்தைகளுக்கா குறைவு? எங்கு பார்த்தாலும் அவர்கள்தான்” என்றான் கர்ணன். சிரித்தபடி ஆம் என்று சொல்லி துச்சளை கீழிருந்து மேலும் இரு குழந்தைகளை தன்மேல் ஏற்றிக்கொண்டாள். உடலெங்கும் குழந்தைகளுடன் கூவிச்சிரித்தபடி அரண்மனைக் கோட்டைவாயிலை நோக்கிச் சென்றாள். அவளுக்கு இருபக்கமும் கர்ணனும் கௌரவர்களும் உடலெல்லாம் மைந்தருடன் நடந்தனர்.

11

துச்சளை இரு கைகளாலும் கர்ணனின் வலக்கையைப் பற்றி தன்தோளில் வைத்து அதில் கன்னங்களை அழுத்தியபடி "மூத்தவரே, என் கனவில் எப்படியும் நாலைந்துநாட்களுக்கு ஒருமுறை நீங்கள் வந்துவிடுவீர்கள். ஒவ்வொருமுறையும் நீங்கள் விண்ணிலிருந்து பேசுவது போலவும் நான் அண்ணாந்து உங்கள் குரலைக் கேட்பது போலவும்தான் இருக்கும். இப்போதுதான் தெரிகிறது. உங்கள் முகம் எனக்கு தலைக்குமேல் நெடுந்தொலைவில் உள்ளது. இப்படி நிமிர்ந்து பார்த்தால் வானத்தின் பகைப்புலத்தில் தெரிகிறீர்கள்" என்றாள்.

துச்சலன் "ஆகவேதான் அவரை வெய்யோன் மைந்தன் என்கிறார்கள்" என்றான். "அரிய கண்டுபிடிப்பு!" என்று துச்சளை துச்சலனின் தோளை அறைந்தாள். "மூத்தவரே, எங்கள் தந்தைக்கு மட்டும் எப்படி நூற்றுவரும் ஒரேபோன்று அறிவுத்திறனில் பிறந்திருக்கிறார்கள்?" "ஏன்? சுஜாதன் அறிவாளிதானே?" என்றான் துச்சலன். கர்ணன் "அவர்களிடம் விடுபட்ட அறிவுத்திறன் அனைத்தும் உனக்கு வந்திருக்கிறதே!" என்றான். துச்சகன் "ஆம். நான் அதையே எண்ணிக்கொள்வேன். எங்களைவிட இவள் எப்படி இவ்வளவு அறிவுடன் இருக்கிறாள்?" என்றான். துச்சளை தலையை நொடித்து "என்னை கேலி செய்கிறீர்கள் என்று தெரிகிறது" என்றாள்.

பின்னால் இருந்து சகன் அவள் மேலாடையைப் பற்றி இழுத்து "இங்கே பார்! நாங்களெல்லாரும் இளமையிலேயே படைக்கலப்பயிற்சிக்குப் போய்விட்டோம். ஆகவேதான் எங்களுக்கு கல்வி கற்க பொழுதேயில்லை. நீ அரண்மனையிலேயே இருந்தாய். ஆகவே நீ கல்விகற்று அரசுசூழ்தலில் திறமை கொண்டவளானாய்" என்றான். "ஏன்? படைக்கலக் கல்வியில்

தேர்ந்துவிட்டீர்களோ?" என்றாள் துச்சளை. கர்ணன் "அது எப்படி? துரோணர்தான் என்ன செய்ய முடியும்? முதல் கௌரவரிடமிருந்து அவர் கற்பிக்கத் தொடங்கினார். பத்தாவது கௌரவனுக்கு வருவதற்குள்ளாகவே அவர் களைத்துவிட்டார்" என்றான்.

துர்மதன் "ஆம். அவரது குருகுலத்தில் எப்போதுமே எங்களை எல்லாம் கூட்டமாக நிறுத்திதான் சொல்லிக்கொடுத்தார். அவர் என்ன சொல்கிறார் என்பதே எங்களுக்குக் கேட்பதில்லை. ஆகவே பெரும்பாலும் வகுப்புகளில் சாய்ந்து துயில்வதுண்டு" என்றான். துச்சளை "குருகுலத்திற்குள் வாழும் மான்களையும் கங்கைக்கரை முதலைகளையும் எல்லாம் வேட்டையாடித் தின்றால் அப்படித்தான் தூக்கம் வரும்" என்றாள். துச்சலன் "நாம் சண்டை போடுவதற்கு இன்னும் நெடுநாட்கள் உள்ளன. இப்போது அரசுமுறை சடங்குகளுக்கான நேரம்" என்றான். கர்ணன் நகைத்தபடி "இந்தக் கலவரப்பகுதியில் என்ன சடங்கு நிகழமுடியும்?" என்றான்.

அவர்களைச்சுற்றி அதுவரை இருந்த அனைத்து ஒழுங்குகளும் சிதறி மீண்டும் தங்களை ஒருங்கமைக்கும் முயற்சியில் மேலும் கலைந்து கூச்சல்களும் காலடி ஓசைகளும் படைக்கலன்கள் உரசும் ஒலிகளுமாக இருந்தது சூழல். "முதலை புகுந்த நீர்ப்பறவைக்கூட்டம் போல" என்று துச்சலன் சொன்னான். "நானும் அதையேதான் நினைத்தேன்" என்றான் துச்சகன். "கங்கைக்கரை முதலைகள் மிகச்சுவையானவை. மீன்களைப்போல அடுக்கடுக்கான மென்மையான வெண்ணிற ஊன்..." என்றான்.

கர்ணன் "நமது இளவல்கள் அப்படியே மொத்த அஸ்தினபுரியையும் கலைத்துக்கொண்டு இந்நேரம் அரண்மனை சென்றடைந்திருப்பார்கள்" என்றான். "ஆம், அவர்கள் செல்லும் வழியே ஓசைகளாக கேட்கிறது. அங்காடியைக் கடந்துவிட்டனர்." "அவர்கள் கொண்டுவருவது சிந்து நாட்டு இளவரசன் என்று அங்கு யாருக்காவது தெரியுமோ என்னவோ? விளையாட்டுக்களிப்பில் பாதி வழியிலேயே அவனை தரையில் விட்டு விட்டுப் போனால்கூட வியப்பதற்கில்லை" என்றான் கர்ணன். சத்வன் "ஆம். ஆனால் ஒன்றுள்ளது. சிந்துநாட்டுக் குழந்தை நம் குழந்தை களைப்போல பெரிய உருவம் கொண்டதல்ல. ஆகவே அரச குடியினருக்கு ஐயம் வருவதற்கு வாய்ப்பிருக்கிறது" என்றான். "ஆனால் இங்கே கொஞ் சநாள் இருந்தால் யானைப்பால் குடித்து அவனும் பெரியவனாக ஆகிவிடுவான்."

கோட்டைக்குள் அவர்கள் நுழைந்ததும் கோட்டைக்காவலன் இருபுறமும் கைநீட்டியபடி பதற்றம்கொண்டு கூவி வீரர்களை திரட்டிக்கொண்டே அவர்களை எதிர்கொண்டு மூச்சுவாங்க தலைவணங்கி "அரசியார்

என்மேல் பொறுத்தருள வேண்டும். சற்றுநேரத்தில் இங்குள்ள அனைத்தும் ஒழுங்கு சிதறிவிட்டன. நகரத்துக்குள் தங்களைப் பார்ப்பதற்காக வந்து குழுமிய மக்கள் தெருக்களில் இறங்கிவிட்டார்கள். அவர்களை ஒதுக்குவதற்காக இங்குள்ள படைகள் அனைத்தையும் அங்கு அனுப்பினேன். அதற்குள் இங்குள்ளவர்கள் கலைந்துவிட்டார்கள். இப்போது இங்கு ஒழுங்கை நிறுத்துவதற்கு என்னிடம் படைகள் இல்லை" என்றான். கர்ணன் "இப்படியே இருக்கட்டும். இது படை நகர்வு அல்ல. திருவிழா" என்றான்.

அவன் அதைப் புரிந்துகொள்ளாமல் "பொறுத்தருள வேண்டும் மூத்தவரே. இங்கு என்ன நடக்கிறது என்றே எனக்கு புரியவில்லை" என்றான். "நன்று" என்றபடி கர்ணன் கோட்டைவாயிலைக் கடந்து மறுபக்கம் சென்றபிறகுதான் கோட்டைக்காவலன் திடுக்கிட்டு எண்ணிக்கொண்டு முரசறைபவனை நோக்கி கையசைக்க, அவர்களை வரவேற்கும் பெருமுரசங்கள் முழங்கத்தொடங்கின. முற்றமெங்கும் அதுவரை செய்யப்பட்டிருந்த அணியமைப்புகள் பொலிநிரைகள் அனைத்தும் கிழிந்தும் சிதறியும் தரையில் மிதிபட்டுக் கிடந்தன. பொதுமக்கள் பெருமுற்றத்தில் இறங்கி ஒருவரையொருவர் நோக்கிக் கூச்சலிட்டு அணைந்தும் குறுக்காக ஓடியும் அதை வண்ணக்கொந்தளிப்பாக மாற்றியிருந்தனர். விதுரர் நிற்பதற்காகப் போடப்பட்டிருந்த அணிப்பந்தல் குடை சரிந்திருந்தது. அவர் அருகே மேடையில் கனகர் நின்று பதற்றத்துடன் ஏதோ சொல்லிக்கொண்டிருந்தார். விதுரர்தான் கூட்டத்தின் நடுவே வந்த துச்சளையைப் பார்த்து முதலில் கையசைத்தார்.

கனகர் அவளை நோக்கி ஓடிவந்து "இங்கு அனைத்துமே சிதறிவிட்டன இளவரசி... அஸ்தினபுரிக்கு நல்வரவு. வாருங்கள்" என்றார். துச்சளை சென்று விதுரரின் முன் முழந்தாளிட்டு தன் நெற்றியால் அவர் கால்களைத் தொட்டாள். "பதினாறு சிறப்புகளும் தெய்வங்களால் அருளப்படுவதாக!" என்று விதுரர் அவளை வாழ்த்தினார். அவள் எழுந்து அவர் அருகே நின்றதும் திரும்பி தன் அருகே நின்ற பணியாளர்களிடமிருந்து குங்குமத்தைத் தொட்டு அவள் நெற்றியில் இட்டு "என்றும் குன்றாத மங்கலம் உடன் வருக!" என்றார். எவ்வித உணர்வுமின்றி அதை சொல்லவேண்டுமென்று அவர் முன்னரே முடிவு செய்திருந்தபோதிலும் கண்களில் படர்ந்த ஈரமும் இதழ்களில் இருந்த சிறு நடுக்கமும் அவர் உணர்வெழுச்சி கொண்டிருப்பதைக் காட்டின.

"தங்கையே, உனக்காக அஸ்தினபுரியின் பொற்தேர் வந்து நின்றிருக்கிறது" என்றான் கர்ணன். துச்சலன் "முதலில் அதில் நான்கு சகடங்களும் ஆணிகளில் இருக்கின்றனவா என்று பாருங்கள். கடையாணியை கழற்றிக்கொண்டு போயிருக்கப்போகிறார்கள்" என்றான். கனகர் தானாக

வந்த சிரிப்பை விதுரரை கடைக்கண்ணால் பார்த்து அடக்கிக்கொண்டு "நான் நோக்கிவிட்டேன், கடையாணிகள் உள்ளன" என்றார். கர்ணன் "இந்நேரம் அரண்மனை எப்படி இருக்கும் என்பதைப்பற்றித்தான் நாம் கவலை கொள்ளவேண்டும்" என்றான். துச்சளை "எத்தனை குழந்தைகள்! நான் சென்று மூன்று வருடங்களாகின்றன மூத்தவரே. இப்போது நினைக்கையில் ஏன் சென்றோம் என்று இருக்கிறது. இங்கிருந்தேன் என்றால் ஒவ்வொருவரையும் மடிநிறைத்து வாழ்ந்திருப்பேன்" என்றாள்.

"இனியும் என்ன? ஓர் ஐநூறு குழந்தைகளை சிந்துநாட்டுக்குக் கொண்டுசெல்" என்றான் துச்சகன். கர்ணன் "அந்த ஐநூறு குழந்தைகளின் இடத்தையும் இவர்கள் உடனே நிரப்பிவிடுவார்கள்" என்றான். அமைச்சர் கைடபர் வந்து வணங்கி நின்றார். துச்சளை "கைடபரே, நலமாக இருக்கிறீர்களா?" என்றாள். "சிந்துநாட்டரசியைத் தலைவணங்குகிறேன்" என்றார் கைடபர். "பாருங்கள்! இத்தனை கலவரத்திலும் முறைமைச் சொற்களை கைவிடாதிருக்கிறார்" என்றாள் துச்சளை.

கர்ணன் "ஆம். அது ஓர் அமைச்சரின் கடமை. முதிர்ந்து படுக்கையில் இருக்கையில் பாசக்கயிற்றில் எருமைக்காரன் வரும்போதுகூட நன்று சூழ்க நாம் கிளம்புவோம் என்று முறைமைச் சொல்லை சொல்ல வேண்டும்" என்றான். அப்போதும் கைடபர் முகத்தில் புன்னகை எழவில்லை. தலைவணங்கி "ஆவன செய்துள்ளோம் இளவரசி" என்றார். "நன்று! இந்த ஒரு முகத்திலாவது அரசமுறைமை எஞ்சுவது நிறைவளிக்கிறது" என்றான் கர்ணன்.

துச்சளை "மூத்தவரே, என்னுடன் நீங்களும் தேரில் ஏறிக்கொள்ளுங்கள்" என்றாள். "நானா?" என்று கர்ணன் சிரித்து "மூன்றாண்டுகளுக்குப் பிறகு நகர் நுழைகிறாய். உன்னைப் பார்ப்பதற்காகத்தான் அஸ்தினபுரியின் அனைத்து மக்களும் இருபுறமும் கூடியுள்ளனர்" என்றான். "நீங்கள் என்னருகே நின்றால் எவரும் என்னைப் பார்க்கமாட்டார்களென்று எனக்குத் தெரியும்" என்றாள் துச்சளை. "ஆனால் நான் உங்களைப் பார்க்க விரும்புகிறேன்."

"நாம் பேசுவதற்கென்ன? நான் உன் மகளிர்மாளிகைக்கே வருகிறேன். இரவெல்லாம் பேசுவோமே" என்றான் கர்ணன். "அரண்மனையில் நாம் பேசப்போவதில்லை. அங்கு சென்றதுமே அரசமுறைமைகளும் விழவுக் களியாட்டுகளும் தொடங்கிவிடும். என்னை பத்தாகக் கிழித்து பத்து இடங்களுக்கு அனுப்பினால்தான் சரியாக வரும். இங்கிருந்து அங்கு போவதுவரை மட்டுமே நான் உங்களிடம் தனியாகப் பேசமுடியும்" என்றபின் அவன் கையைப்பற்றி சிணுங்கலாக "வாருங்கள்" என்றாள்.

கர்ணன் திரும்பி விதுரரைப் பார்க்க, அவர் மெல்ல இதழ்நீள புன்னகைத்தார். கைடபர் "தாங்களும் ஏறிக்கொள்ளலாம் அங்கரே" என்றார். "அங்கநாட்டு அரசனுடன் சிந்துநாட்டு அரசி வருவது அரசமுறைப்படி பிழையன்று அல்லவா?" என்றான் கர்ணன். கைடபர் "அங்கநாடும் சிந்துநாடும் போரில் இருக்கும்போது மட்டும் அது ஒப்பப்படுவதில்லை" என்றார். அவர் கண்களுக்குள் ஆழத்தில் சென்று மறைந்த புன்னகையின் ஒளியைக் கண்ட கர்ணன் உரக்க நகைத்து "ஆம். அதற்கான வாய்ப்புகள் சற்று முன்பு வரைக்கும் இருந்தன" என்றபின் துச்சளையின் தலையைத் தட்டி "வாடி" என்றான்.

துச்சளையின் தேரில் கர்ணன் ஏறிக்கொண்டு கை நீட்டினான். அவள் அவன் கையைப்பற்றி உடலை உந்தி ஏறி தட்டில் நின்று மூச்சிரைத்தாள். "மிகுந்த எடை கொண்டுவிட்டாய்! எப்படி? இதற்காகக் கடுமையாக உழைத்தாயா?" என்றான் கர்ணன். "அங்கு நான் எந்த திசையில் திரும்பினாலும் உணவாக இருக்கிறது. நான் என்ன செய்ய?" என்றாள் துச்சளை. "அத்துடன் குழந்தை பிறந்ததும் எனக்கு பேற்றுணவு அளிக்கத்தொடங்கினார்கள். முழுக்கமுழுக்க ஊனும் மீனும். பெருக்காமல் என்ன செய்வேன்?" சிரித்துக்கொண்டு "சிந்துநாட்டின் பல நுழைவாயில்களில் என்னால் கடந்து செல்லவே முடியவில்லை" என்றாள்.

"நன்று. பெண்டிர் மணமான ஆண்டுகளில் இப்படி ஆவதில் இறைவனின் ஆணை ஒன்று உள்ளது" என்று தொலைவை நோக்கியபடி கர்ணன் சொன்னான். அவன் குரலிலேயே கேலியை உணர்ந்து "என்ன?" என்றாள் துச்சளை. "உன்னை முன்பு விரும்பியிருந்த அரசர்கள் அத்தனைபேரும் ஆறுதல் கொள்ளவேண்டுமல்லவா?" என்றான். அவள் ஓங்கி அவன் தோளில் அறைந்து "கேலி செய்கிறீர்களா?" என்றாள். கர்ணன் சிரித்து "பாவம் அந்த பூரிசிரவஸ். அவன் பால்ஹிகநாட்டிலேயே ஏதோ குலக்குழுத்தலைவரின் மகளை மணந்திருக்கிறான்" என்றான். அவள் கண்கள் மாறின. "கேலி வேண்டாம் மூத்தவரே" என்றாள். கர்ணன் "சரி" என்றான்.

கர்ணன் தேரோட்டியிடம் "செல்க!" என்றான். தேர் அரசநெடும்பாதையில் செல்லத் தொடங்கியது. ஆனால் தெருவெங்கும் சிதறிக்கிடந்த பந்தல் மூங்கில்களும், சிதைந்த வாழைத்தண்டுகளும், சகடங்களில் சுற்றிச்சுழன்ற பட்டுத்துணிகளும், சரிந்துநின்ற பாவட்டாக்களும், சாலைக்குக் குறுக்கே சரிந்துசென்ற தோரணக்கயிறுகளுமாக அவர்களின் பயணம் நின்றும் தயங்கியும் ஒதுங்கியும்தான் அமைந்தது. இருபக்கமும் கூடிநின்ற அஸ்தினபுரியின் மக்கள் அனைத்து முறைமைகளையும் மறந்து களிவெறிகொண்டு கூச்சலிட்டனர். மலர் மாலைகளையும்

பட்டாடைகளையும் தூக்கி அவர்கள் மேல் வீசினர். அரிமலர் பொழிவதற்கு நிகராகவே மஞ்சள்பொடியும் செந்தூரக்கலவையும் செம்பஞ்சுக்குழம்பும் சந்தனக்காடியும் அவர்கள் மேல் கொட்டியது.

“வெறியில் வீட்டிலுள்ள கோலமாவையும் அப்பக்காடியையும் எல்லாம் அள்ளி வீசிவிடுவார்கள் போலிருக்கிறது” என்றான் கர்ணன். துளிகளும் தூசும் பறந்து காற்றே வண்ணங்கள் கலந்த திரைப்படலம் போலாயிற்று. சற்றுநேரத்தில் இருவரும் உடலெங்கும் வண்ணங்கள் நிறைந்து ஓவியங்கள் என்றாயினர். துச்சளை வாய்பொத்தி நகைத்தபடி “இவர்கள் இந்திரவிழவு என்று தவறாக எண்ணிவிட்டனர்” என்றாள். “சம்பாபுரியில் சூரியவிழவு இப்படித்தான் இருக்கும்” என்றான் கர்ணன்.

துச்சளை “அரசியர் கருவுற்றிருக்கிறார்கள் என்று சொன்னார்கள்” என்று அவனைப் பாராமல் சொன்னாள். “ஆம்” என்றான் கர்ணன். “இளைய அரசியின் செய்தி அரசருக்கு வந்தது” என்றாள். கர்ணன் ஒன்றும் சொல்லவில்லை. “அதை என்னிடம் காட்டினார். அதில் அவருக்கு ஒரு பெருமை. அதை என்னிடம் காட்டுவதில் மேலும் பெருமை” என்றாள். “நீ என்ன சொன்னாய்?” என்றான். துச்சளை “பெண்களின் நுண்ணுணர்வுக்கு அளவே இல்லை. அவற்றை அவர்கள் பயன்படுத்தும் அறியாமைக்கும் அளவே இல்லை என்றேன்” என்றாள்.

கர்ணன் நகைத்தபடி “அரிய சொல். இதை நான் சூதனிடம் சொல்லி பாடலில் சேர்த்து காலத்தால் அழியாமல் ஆக்க வேண்டும்” என்றான். சிறிய வெண்பற்கள் தெரிய நகைத்தபோது துச்சளையின் முகம் மிக அழகானதாக ஆயிற்று. “இளையவளே, உடல் பெருத்தபோது நீ மேலும் அழகிய புன்னகை கொண்டுவிட்டாய்” என்றான். “புன்னகை மட்டும்தான் அழகாக இருக்கிறது என்கிறீர்கள்” என்றாள். “இல்லையடி, திடீரென்று நீ ஒரு பெரிய குழந்தையென ஆகிவிட்டது போலிருக்கிறது. சட்டென்று மழலைச்சொல் எடுக்கத் தொடங்கிவிடுவாயோ என்று தோன்றுகிறது” என்றான் கர்ணன். அவள் அவன் கையைப்பற்றி தோளில் தலைசாய்த்து “மூத்தவரே, தங்களிடம் மழலை பேசவேண்டுமென்று எவ்வளவு விழைகிறேன் தெரியுமா?” என்றாள்.

கர்ணன் அவள் நெற்றியின் கூந்தலைப் பார்த்து “உன் கூந்தல் என்ன இவ்வளவு மேலேறிவிட்டது?” என்றான். “கருவுற்று குழந்தை ஈன்றால் நெற்றி முடி உதிரும். இது கூடத்தெரியாதா?” என்றாள். “அப்படியா?” என்றான் கர்ணன். “உண்மையிலேயே தெரியாது” என்றான். “மூத்தவள் கருவுற்றிருக்கிறாள் அல்லவா? சின்னாட்களில் தெரியும்” என்றாள். கர்ணன் “பார்க்கிறேன்” என்றான். “தங்கள் கண்களில் உவகை இல்லை மூத்தவரே” என்றாள். கர்ணன் ஒன்றும் சொல்லவில்லை. “என்ன நடக்கிறது என்று என்னால் எளிதில் அறியமுடியும் மூத்தவரே. நான் என்ன சொல்ல? தங்கள் ஒளிமிக்க பீடத்திலிருந்து இங்குள்ள எளிய

மானுடரை எப்போதும் பொறுத்தருளிக் கொண்டே இருக்கவேண்டும்" என்றாள் துச்சளை.

கர்ணன் அவளை திரும்பிநோக்காமல் அவன்முன் வாழ்த்தொலிகளுடன் கொந்தளித்த மக்களின் பலநூறு கைகளின் அலையடிப்பையும் விழியொளிகளின் மின்மினிக் கூட்டத்தையும் பற்களின் நுரைக்கீற்றுகளையும் பார்த்தபடி சென்றான். அதன்பின் சற்றுநேரம் துச்சளை ஒன்றும் சொல்லவில்லை. அரண்மனையின் மையக்கோட்டை தெரியத் தொடங்கியதும் "மூத்தவரே, தாங்கள் இளையயாதவரை எப்போதேனும் பார்த்தீர்களா?" என்றாள். "இல்லை" என்றான் கர்ணன். "ஆம், அதை நானும் உய்த்தேன். ஆனால் அவ்வண்ணம் எண்ணுகையில் என் உள்ளம்கொள்ளும் துயர் பெரிது" என்றாள். "ஏன்?" என்றான் கர்ணன். "என் உள்ளம் நிறைந்துநிற்கும் இருவர் நீங்களும் அவரும். ஏன் ஒருமுறைகூட உங்களுக்குள் ஒரு நல்ல சந்திப்பு அமையவில்லை? என்றேனும் உளம் பரிமாறியிருக்கிறீர்களா?" என்றாள்.

"அது நிகழாது இளையவளே" என்றான் கர்ணன். "ஏன்?" என்றாள். ஒன்றும் சொல்லாமல் நின்றான். அவள் அவன் கையைப்பிடித்து சற்றே உலுக்கி "சொல்லுங்கள்" என்றாள். கர்ணன் திரும்பி அவள் கண்களுக்குள் நோக்கி "எங்களுக்கு நடுவே ஒருபோதும் சொல்லென ஆக முடியாத ஒன்றுள்ளது குழந்தை" என்றான். அவள் கண்கள் சற்றே மாற "என்ன?" என்றாள். கர்ணன் புன்னகைத்து "சொல்லென மாறமுடியாதது என்றேனே" என்றான். அவள் மெல்ல சிணுங்கும் குரலில் "அப்படியென்றால் எனக்கு உணர்த்துங்கள்" என்றாள். "என் முன் மழலை பேசுவதாகச் சொன்னாய். இப்போது அரசுசூழ்தலை பேசத் தொடங்கியிருக்கிறாய்" என்றான்.

அவள் சிலகணங்கள் அவனை நோக்கியபின் சட்டென்று நகைத்து "சொல்ல விரும்பவில்லை அல்லவா? சரி நான் கேட்கவும் போவதில்லை. ஆனால் என்றேனும் நீங்கள் இருவரும் தோள்தழுவி நிற்கும் காட்சியை நான் பார்க்கவேண்டும். பெண்ணென அன்று என் உள்ளம் நிறையும்" என்றாள். கர்ணன் "நன்று! அது நிகழ்வதாக!" என்றான்.

துச்சளை "அத்துடன் இன்னொன்றையும் நான் சொல்லவேண்டும். அதற்கென்றே இத்தேரில் உங்களை ஏற்றினேன் மூத்தவரே" என்றாள். "என்ன?" என்றான் கர்ணன். "தாங்கள் சிந்துநாட்டு அரசரைப்பற்றி சொன்னீர்கள். இப்போது அரசவையில் அவரை மீண்டும் சந்திக்கவும் போகிறீர்கள். ஒருபோதும் அவர் உங்களை அவமதிக்கப் போவதில்லை. ஏனெனில் என் உள்ளம் அவருக்குத் தெரியும். என் ஆற்றலும் அவருக்கு நன்கு தெரியும். அதை மீறும் அகத்திறன் கொண்டவரல்ல அவர். எனவே அந்த ஐயம் உங்களுக்கு வேண்டியதில்லை. ஆனால் தாங்கள் நினைப்பதுபோன்றவர் அல்ல அவர்" என்றாள்.

“அதை ஒரு துணைவியாக நீ சொல்லியாக வேண்டுமல்லவா?” என்றான் கர்ணன். “இல்லை மூத்தவரே. துணைவியாக மட்டும் சொல்லவில்லை” என்றபின் அவள் அவன் கையைப்பற்றி தன் தோளில் வைத்து “தங்கள் தங்கையாக நின்று இதைச் சொல்கிறேன். அவர் மிக எளியவர். பாரதவர்ஷத்தின் பிற ஷத்ரிய மன்னர்களிடமிருந்து பலவகையிலும் மேம்பட்டவரே. போர்த்திறனில், கல்வியில், அரசுசூழ்தலில், படைகொண்டு செல்லுதலில். ஆனால் அவர் பிறந்த இக்காலகட்டம் எங்கும் அவரை இரண்டாம் நிலையிலேயே வைத்துள்ளது. வென்று எழுந்து உங்களுக்கும் பார்த்தருக்கும் பீமனுக்கும் நிகர்நிற்க அவரால் இயலாது. ஒருகணமேனும் துவாரகையின் தலைவனிடம் தானுமொரு ஆணென நிற்க அவருக்கு வாய்க்காது” என்றாள்.

“ஆனால் அரசர் என ஆண்மகன் என அவர் அப்படி விழைவதில் என்ன பிழை உள்ளது? அதற்கென அவரை நீங்கள் பொறுத்தருளவே வேண்டும். நீங்கள் அறிந்திருப்பீர்கள். மூத்தவரோ இளையவரோ இன்றி ஒற்றை மைந்தனாக சிந்துநாட்டரசுக்குப் பிறந்தவர் அவர். சிந்துநாடோ சூழ்ந்திருக்கும் நாடுகளால் அச்சுறுத்தப்பட்டு சிறுத்துக்கிடந்தது. மணிமுடி சூடி படைதிரட்டி தன் எல்லைகளைக் காத்தார். கருவூலத்தை நிறைத்தார். மேலும் என அவர் விழையும்போது எந்த ஷத்ரிய அரசரையும் போல பாரதவர்ஷத்தின் தலைவர் என்ற சொல்லே அவரைக் கிளரவைக்கிறது. அவரைச் சூழ்ந்து அதைச்சொல்ல ஒரு கூட்டமும் இருக்கிறது.”

கர்ணன் “நான் என்ன செய்யவேண்டுமென்கிறாய்?” என்றான். “இப்புவியில் அத்தனை மானுடரிடமும் நீங்கள் செய்வதைத்தான். அவரிடமும் அன்பு காட்டுங்கள். உங்கள் இளையோன் என எண்ணி பொறுத்தருளுங்கள்” என்றாள். “இதை நீ என்னிடம் சொல்லவேண்டுமா இளையவளே?” என்றான். “இல்லை. நீங்கள் அவ்வண்ணமே இருப்பீர்கள் என்று அறியாதவளா நான்? அதை நான் சொல்லி முடிக்கையில் எனக்கு எழும் நிறைவொன்றே போதும். அதற்காகத்தான் சொன்னேன்” என்றாள்.

அரண்மனை உள்கோட்டையின் முகப்பில் அவர்களை வரவேற்று அழைத்துச்செல்ல அமைச்சர்களும் படைத்தலைவர்களும் நின்றிருந்தனர். படைத்தலைவர் உக்ரசேனர் தலைவணங்கி “அஸ்தினபுரிக்கு சிந்துநாட்டரசியை வரவேற்கிறோம். இவ்வரண்மனை தங்கள் பாதங்கள் பட பெருமை கொள்கிறது” என்றார். கர்ணன் “தாழ்வில்லை. இங்கு அனைத்தையும் ஓரளவுக்கு சீரமைத்துவிட்டார்கள்” என்றான். உக்ரசேனர் “இவ்வழியே” என்றார். பின்னால் விதுரரின் தேரும், தொடர்ந்து கௌரவர்களின் தேர்களும் வந்து நின்றன.

தங்களுக்குப் பின்னால் அத்தனை மாளிகைகளிலும் அஸ்தினபுரியின் முகங்கள் செறிந்து வாழ்த்தொலி கூவிக்கொண்டிருப்பதை கர்ணன் கேட்டான். முதுபெண்கள் முன்நிரையில் நிறைந்திருந்தனர். "இளையவளே, பார்! அத்தனை முகங்களிலும் உன்னை எதிர்நோக்கும் அன்னை தெரிகிறாள்" என்றான். துச்சளை திரும்பி அண்ணாந்து ஒவ்வொரு முகத்தையாகப் பார்த்தாள். அறியாத ஒருகணத்தில் நெஞ்சு விம்மி இரு கைகளைக் கூப்பியபடி "ஆம். மூத்தவரே, மீண்டு வந்துவிட்டேன் என்று இப்போதுதான் உணர்கிறேன்" என்றாள்.

அரண்மனைமுகப்பில் மங்கலத்தாலமேந்திய அணிச்சேடியர் காத்து நின்றிருந்தனர். அவர்களைச் சூழ்ந்து இசைச்சூதர்கள் நின்றிருந்தனர். காவலர்தலைவர் கிருதர் ஓடிவந்து அவர்களை வணங்கி "அரண்மனைக்கு நல்வரவு இளவரசி" என்றார். "கிருதரே, நலமாக இருக்கிறீர்களா?" என்றாள். "ஆம், இளவரசி. நான் இப்போது கோட்டைக்காவலனாக உயர்ந்திருக்கிறேன்" என்றார். "சம்விரதை எப்படி இருக்கிறாள்?" அவர் முகம் மலர்ந்து "நான்காவது குழந்தை பிறந்துள்ளது இளவரசி... ஜயவிரதன் என்று பெயரிட்டிருக்கிறோம்" என்றார். "நன்று. குழந்தையை கொண்டுவரச்சொல்லுங்கள்..." என்றபடி அவள் முன்னால் சென்றாள்.

கிருதர் வழிநடத்த, முற்றத்தை குறுக்காகக் கடந்து துச்சளையும் கர்ணனும், துச்சலனும் துர்முகனும் இருபக்கமும் வர நடந்தனர். பிற கௌரவர் பின்னால் வந்தனர். முன்னால் நின்றிருந்த மூத்தசூதர் கைகாட்ட, மங்கல இசை மயிற்பீலிப்பொதிகள் அவிழ்ந்து சொரிவதுபோல அவர்களை மூடிச்சூழ்ந்தது. உலையில் உருக்கிய பொற்கம்பி வழிவதுபோல அணியும்துணியும் ஒளிவிட எழிற்சேடியர் சீராக நடந்துவந்து மங்கலத்தாலங்களை துச்சளை முன் காட்டி மும்முறை உழிந்து பின்வாங்கினர். அவர்கள் அனைவர் விழிகளிலும் துச்சளைக்கான சிரிப்பு இருந்தது. துச்சளை அவர்களை ஒவ்வொருத்தியாக அடையாளம் கண்டு நகைத்தாள்.

நறுமணத்தூமம் காட்ட வந்த ஏழுசேடியரில் ஒருத்தி மெல்ல உதட்டசைத்து துச்சளையிடம் ஏதோ சொல்ல, அவள் "போடி" என்றாள். "என்ன?" என்றான் கர்ணன். "பருத்துவிட்டேன் என்கிறாள். அவள்கூடத்தான் பருத்திருக்கிறாள்" என்றாள் துச்சளை. அவள் மீண்டும் உதட்டைக்குவித்து ஏதோ சொல்லிவிட்டுச் சென்றாள். "போடி..." என்று துச்சளை மீண்டும் சீறினாள். "என்ன?" என்றான் கர்ணன். "உங்களுக்கு புரியாது... இது பெண்களின் பேச்சு" என்றாள்.

12

அரண்மனையின் பெரிய உட்கூடத்தின் வாயிலை அடைந்ததும் கர்ணன் "முன்னால் செல் தங்கையே! நீ உன் இல்லம் புகும் நாள்" என்றான். அவள் திரும்பி புன்னகைத்து "ஆம் மூத்தவரே, என் கால்கள் நடுங்குகின்றன" என்றாள். சுநாபன் "விழுந்துவிடாதே. பேரொலி எழும்" என்றான். கையை நீட்டி "போடா" என்றபின் அவள் கைகூப்பியபடி முன்னால் சென்றாள்.

அவள் நடை சற்றே தளர, பெரிய இடை ஒசிய அழகிய தளுக்கு உடலில் குடியேறியது. குழலைநீவி கைவளைகளை சீரமைத்து, மெல்லிய கழுத்தில் ஒரு சொடுக்கு நிகழ, உதடுகளை மடித்து சிறிய கண்கள் மட்டும் நாணத்துடன் சிரிக்க சென்று நின்றாள். சேடியர் சூழ பானுமதியும், துச்சாதனனின் அரசி அசலையும் பிறஅரசியர் தொண்ணூற்றெட்டுபேரும் நிரைவகுத்து வந்தனர். பானுமதி கையில் ஏழுசுடர் எரியும் பொற்குத்துவிளக்கு இருந்தது. அசலையின் கையில் எண்மங்கலங்கள் கொண்ட தாலங்கள் இருந்தன.

முதன்மைக் கௌரவர்களின் துணைவிகளும் காந்தார இளவரசிகளுமான ஸ்வாதா, துஷ்டி, புஷ்டி, ஸ்வஸ்தி, ஸ்வாகா, காமிகை, காளிகை, ஸதி, க்ரியை, சித்தை, சாந்தி, மேதா, பிரீதி, தத்ரி, மித்யா ஆகியோர் தங்கள் குலத்திற்குரிய ஈச்சஇலை முத்திரை கொண்ட தலையணி சூடி கையில் மலர்த்தாலங்கள் ஏந்தியிருந்தனர். செம்பட்டு ஆடையணிந்து அணிக்கோலம் பூண்டிருந்தனர். கோசல இளவரசிகளான காமிகை, கௌசிகை, கேதுமதி, வசுதை, பத்ரை, சிம்ஹிகை, சுகிர்தை ஆகியோர் இக்ஷ்வாகுகுலத்தின் கொடிமுத்திரையான மண்கலத்தை தங்கள் மணிமுடியில் சூடி கைகளில் சுடர்தாலங்கள் ஏந்தியிருந்தனர். மஞ்சள்பட்டாடை அணிந்திருந்தனர்.

அவந்திநாட்டு இளவரசியரான அபயை, கௌமாரி, ஸகை, சுகுமாரி, சுகிர்தை, கிருதை, மாயை, வரதை, சிவை, முத்ரை, வித்யை, சித்ரை ஆகியோர் தங்கள் மாங்கனி இலச்சினைகொண்ட முடிசூடி கைகளில் கங்கைநீர் நிறைத்த பொற்தாலங்களை ஏந்தியிருந்தனர். நீலப்பட்டாடை அணிந்திருந்த அவர்களைத் தொடர்ந்து நிஷாதகுலத்து இளவரசியரான பூஜ்யை, ஸுரை, விமலை, நிர்மலை, நவ்யை, விஸ்வகை, பாரதி, பாக்யை, பாமினி, ஜடிலை, சந்திரிகை ஆகியோர் தங்கள் குடிக்குரிய குரங்குமுத்திரைகொண்ட முடிகளைச் சூடி மஞ்சளரித்தாலங்களை வைத்திருந்தனர். இளநீலப்பட்டாடை அணிந்திருந்தனர்.

வேசரநாட்டு இளவரசியரான குமுதை, கௌமாரி, கௌரி, ரம்பை, ஜயந்தி ஆகியோர் தங்கள் குடிக்குரிய இரட்டைக்கிளி முத்திரைகொண்ட முடிநகை சூடி கைகளில் பட்டுத்துணிகொண்ட தாலங்களை வைத்திருந்தனர். பச்சைப்பட்டாடை அணிந்து தத்தைகள் போலிருந்தனர். ஒட்டரநாட்டு அரசியர் விஸ்வை, பத்ரை, கீர்த்திமதி, பவானி, வில்வபத்ரிகை, மாதவி ஆகியோர் தங்கள் குடிக்குரிய எருமைமுத்திரை கொண்ட குழலணிசூடி கைகளில் சிறிய ஆடிகளை வைத்திருந்தனர். அவர்கள் செம்மஞ் சள்நிறப்பட்டாடை அணிந்திருந்தார்கள்.

மலைநாட்டு மூஷிககுலத்து இளவரசியர் கமலை, ருத்ராணி, மங்கலை, விமலை, பாடலை, உல்பலாக்ஷி, விபுலை ஆகியோர் தங்கள் குடிச்சின்னமான எலி பொறிக்கப்பட்ட கூந்தல்மலர் அணிந்து அன்னத் தாலங்களுடன் வந்தனர். அவர்கள் கருஞ்சிவப்புப்பட்டாடை அணிந்து அவற்றின் மடிப்புகள் மலரிதழ்களென விரிந்து அமைய நடந்துவந்தனர். தொலைகிழக்குக் காமரூபத்து இளவரசியர் ஏகவீரை, சந்திரிகை, ரமணை, நந்தினி, ருக்மிணி, அபயை, மாண்டவி, சண்டிகை ஆகியோர் தங்கள் நாட்டு அடையாளமான எழுசுடர் பொறித்த முடிசூடி தாலங்களில் உப்பு ஏந்தியிருந்தனர். கிழக்கெழு சூரியனின் பொன்மஞ் சள் பட்டணிந்திருந்தனர்.

மச்சநாட்டு இளவரசியர் சிம்ஹிகி, தாரை, புஷ்டி, அனங்கை, கலை, ஊர்வசி, அமிர்தை ஆகியோர் கருநீலப் பட்டணிந்து பறக்கும் மீன்போன்ற முடிசூடி தாலங்களில் மயிற்பீலி ஏந்தியிருந்தனர். செந்நீலப் பட்டணிந்த ஔஷதி, இந்திராணி, பிரபை, அருந்ததி, சக்தி, திருதி, நிதி, காயத்ரி என்னும் திரிகர்த்தர்குலத்து இளவரசியர் மலைமுடிச்சின்னம் பொறிக்கப்பட்ட முடிசூடி களபகுங்குமப்பொடித் தாலங்களுடன் வந்தனர்.

உத்கலத்தின் இளவரசியர் திதி, சுரசை, பானு, சந்திரை, யாமி, லம்பை, சுரபி, தாம்ரை ஆகியோர் மயில்சின்னம் கொண்ட முடியுடன் கைகளில் மஞ்சள்பொடிச்சிமிழ்களுடன் வந்தனர். மயில்கழுத்துப்பட்டை அணிந்து

தோகைக்கூட்டமென வந்தனர். வேல்முத்திரைகொண்ட முடிசூடிய விதேகநாட்டு இளவரசியர் துஷ்டி, வபுஸ், சாந்தி, ஸித்தி ஆகியோர் மஞ்சள்நீருடனும் மல்லநாட்டு இளவரசியர் தேவமித்ரை, தேவகாந்தி, தேவமாயை, தேவகி ஆகியோர் ஆலமர இலச்சினைகொண்ட முடிசூடி, கைகளில் நறுஞ்சுண்ணத்துடன் வந்தனர். செம்மஞ்சள் ஒளிர்பச்சை ஆடைகள் அணிந்திருந்தனர்.

அவர்களுக்குப் பின்னால் கௌரவர்களின் அசுரகுலத்து மனைவியரும் அரக்கர் குலத்து மனைவியரும் தங்கள் குடிமுத்திரைகள் கொண்ட தலையணிகளுடன் மங்கலத்தாலங்கள் ஏந்தி முழுதணிக்கோலத்தில் நிரையென வந்தனர். அணிகளின் மெல்லொலிகளும் ஆடைகளின் கசங்கல் ஒலிகளும் மூச்சொலிகளும் மெல்லிய பேச்சொலிகளுமாக அந்தக்கூடம் நிறைந்தது. "பொன்னொளிர் வண்டுகள் மொய்க்கும் கூடுபோல" என்று துச்சலன் சொன்னான். கர்ணன் அவனை நோக்கி புன்னகைசெய்தான்.

பானுமதி முன்னே வந்து விழிகள் அலைய நாற்புறமும் நோக்கி நின்றாள். "வணங்குகிறேன் அரசி" என அவள் கால்களைத் தொட்டு சென்னிசூடிய துச்சளையிடம் "நலம்பெற்று நீடுவாழ்க!" என்று வாழ்த்திய பானுமதி அவளுக்குப் பின்னால் நோக்கியபின் புருவம் சுழிக்க "மைந்தன் எங்கே?" என்றாள். துச்சளை "மைந்தனை முன்னேரே இங்கு கொண்டுவந்து விட்டார்களே?" என்றாள். "யார்?" என்றாள் பானுமதி திகைப்புடன். "இளையோர்" என்றாள் துச்சளை. "யார்?" என்றாள் பானுமதி. "இளைய கௌரவர்கள்தான்" என்றான் கர்ணன்.

பானுமதி பதைத்து "அவர்களிடமா கொடுத்தீர்கள்?" என்றாள். கர்ணன். "கொடுக்கவில்லை. அவர்களே தூக்கிக்கொண்டு வந்துவிட்டார்கள்" என்றான். "தூக்கிக் கொண்டா?" என்று பானுமதி சொல்லி திரும்பி நோக்கி மேலும் குரல்தாழ்த்தி "அவர்கள் எங்கு வந்தார்கள்? மைந்தன் எப்போது அரண்மனை புகுந்தான்?" என்றாள். சேடி "இங்கு அவர்களின் ஓசை கேட்டது. குழந்தை கையில் இருப்பதை நாங்கள் நோக்கவில்லை" என்றாள். இன்னொருத்தி "நறுஞ்சுண்ணத்தையும் குங்குமத்தையும் அள்ளி இறைத்தனர் அரசி. இப்பகுதியே வண்ணத்தால் மூடப்பட்டது. கண்களே தெரியவில்லை. நான் அவர்களை ஓசையாகவே அறிந்தேன்" என்றாள்.

"மூத்தவரே" என்று கர்ணனைப் பார்த்து முகம் சுளித்து பட்டுஉரசும் ஒலியில் கேட்டாள் பானுமதி "என்ன இது? நீங்கள் சென்றதே மைந்தனை மங்கலம் கொடுத்து நகர்புக வைப்பதற்காகத்தானே?" கர்ணன் "ஆம், அதற்காகத்தான் சென்றேன். அவனுக்கு மண்புகட்டி

மங்கலமும் செய்தேன். அதன் பின்னர் இளையோர் அவனை சேர்த்துக்கொண்டார்கள். அவன் இருக்கவேண்டிய இடம் அதுதானே என்று விட்டுவிட்டேன்” என்றான்.

சிரித்தபடி அசலை “அவர்களிடமிருந்து இளவரசரை பிரித்து நோக்கவே முடியாது அக்கா… மொத்தமாகவே அத்தனைபேரும் ஏழுவண்ணங்களாக இருந்தனர்” என்றாள். “நீ பார்த்தாயா?” என்றாள் பானுமதி. “ஆம், ஒருவனை பிடித்தேன். அவன் நீலவண்ணமும் செவ்வண்ணமும் கலந்திருந்தான். கண்கள் எங்கே என நான் தேடுவதற்குள் என்னை அடிவயிற்றில் உதைத்துவிட்டு தப்பி ஓடினான்” என்று அசலை மேலும் சிரித்தாள். “அவர்களில் ஏதோ ஒரு வண்ணம் சிந்துவின் இளவரசர். நான் அவ்வளவுதான் சொல்லமுடியும்.”

பின்பக்கம் நின்ற அசுரகுலத்து இளவரசி ஒருத்தி “வண்ணத்தை வைத்து அவர்கள் சென்ற வழியைத் தேடலாமே” என இன்னொருத்தி “அரண்மனையே ஏழுவண்ணங்களாக கிடக்கிறது” என்றாள். அத்தனைபேரும் கண்களால் சிரித்துக்கொண்டு உதடுகளை இறுக்கி அதை அடக்கி நின்றனர்.

பானுமதி தன்னை முழுமையாக அடக்கிக்கொண்டாள். முகம் இறுக கண்கள் கூர்மைகொள்ள திரும்பி நோக்கினாள். இளவரசிகள் அதனால் சற்று விழிகுன்றினர். “நன்று” என்று அவள் சொன்னபோது மிக இயல்பாக இருந்தாள். மெல்லிய குரலில் “அவர்களிடம் மைந்தரைக் கொடுக்கலாமா இளவரசி? என்ன இது? நீ ஓர் அன்னையல்லவா?” என்றாள். “என் மைந்தன் அவர்களிடம் மகிழ்வாக இருப்பான்” என்றாள் துச்சளை. “அறிவிலிபோல பேசாதே” என்று பானுமதி பல்லைக் கடிக்க துச்சளை முகம் கூம்பி “ம்” என்றாள்.

“மைந்தனை அவர்கள் என்ன செய்தார்கள் என்றே தெரியவில்லையே!” என்றாள் பானுமதி. துச்சளை சிறிய மூக்கு சிவக்க “அவர்கள் என் தமையன்களைப் போல, அரசி. இங்கு நூறு தமையன்களுக்கு ஒரு தங்கையாக வாழ்ந்தவள் நான். எனக்குத் தெரியும், அது எப்படிப்பட்ட வாழ்க்கை என்று” என்றாள்.

பானுமதி மீண்டும் திரும்பிப் பார்த்து விழிகளால் சேடி ஒருத்திக்கு ஆணையிட, அவள் திரும்பி உள்ளே ஓடினாள். பின்பு அவள் குத்துவிளக்கை துச்சளையிடம் கொடுத்து “மங்கல விளக்குடன் உன் அன்னையின் அரண்மனைக்குள் வருக!” என்றாள்.

மங்கலஇசை தாளத்தடம் மாறி எழுச்சி கொண்டது. கையில் ஏழுமலர் எரிய வலக்காலை எடுத்து வைத்தாள் துச்சளை. சிவந்த அடிகொண்ட

சிறுபாதங்களை தூக்கிவைத்து அரண்மனையின் படிகளில் ஏறினாள். அவளை வலப்பக்கம் பானுமதியும் இடப்பக்கம் அசலையும் கைபற்றி உள்ளே கொண்டுசென்றனர்.

அரண்மனைக்குள் நுழைந்து அணிச்சேடியர் தொடர இடைநாழியில் நடந்தபோது விதுரர் பின்னால் வந்து கர்ணனிடம் "இளவரசன் இங்கு வரவில்லையா?" என்றார். கர்ணன் "ஆம், குழந்தைகள் அப்படியே எங்காவது விளையாடக் கொண்டுபோயிருக்கலாம்" என்றான். விதுரர் "அவர்களுடன் லட்சுமணனும் இருந்தான். அவன் மூத்தவன், அவனுக்குத் தெரியும்" என்றார்.

துச்சலன் "வந்துவிடுவார்கள்" என்றான். விதுரர் "ஒவ்வொரு நாளும் இரவு எழுந்த பிறகுதான் வருகிறார்கள். இன்று அனைத்து விழாக்களிலும் சிந்துநாட்டு இளவரசனே மையம்" என்றார். "கண்டுபிடித்துவிடலாம், நான் ஆளனுப்புகிறேன்" என்றான் துச்சகன். "அஸ்தினபுரி முழுக்க ஆளனுப்ப வேண்டும். ஆளனுப்பி இவர்கள் அனைவரையும் பிடித்தாலும் குழந்தையை அவர்கள் எங்கு போட்டிருக்கிறார்கள் என்று தெரியாது" என்றார் விதுரர். கர்ணன் பொதுவாகத் தலையசைத்தான்.

விதுரர் திரும்பி கனகரிடம் கைகாட்ட, கனகர் தொலைவிலிருந்து உடல்குலுங்க ஓடிவந்து தலைவணங்கினார். "என்ன?" என்றார் விதுரர். "இளவரசரைக் காணவில்லை" என இயல்பாகச் சொன்ன கனகர் விதுரரின் முகத்தை நோக்கியதும் எச்சரிக்கைகொண்டு "எங்கு சென்றார்களோ?" என்றார் கவலையுடன்.

விதுரர் அவர்களுக்கு மெல்லிய குரலில் ஆணைகளை பிறப்பிக்கத் தொடங்கவும் கர்ணன் புன்னகையுடன் துச்சலனிடம் "நன்று, ஜயத்ரதனுக்கு அஸ்தினபுரியைப் புரிந்துகொள்ள நல்ல வாய்ப்பு" என்றான். அவன் "ஆம், இங்கு நாமனைவரும் எவ்வளவு ஒற்றுமையாக இருக்கிறோம் என்று அவருக்குத் தெரியும்" என்றான்.

கர்ணன் உரக்க நகைத்தபடி "தெளிவாகப் புரிந்துகொள்கிறாய் இளையோனே. ஒருநாள் நீ நடத்தும் ஒரு படையில் ஒரு படைவீரனாக வருவதற்கு விரும்புகிறேன்" என்றான். துச்சலன் "ஆம் மூத்தவரே, மகதம்மேல் படை எழுகையில் நானே நடத்துகிறேன் என்று மூத்தவரிடம் கேட்டிருக்கிறேன்" என்றான். கர்ணன் "என்ன சொன்னார்?" என்றான். "சிரித்தார்" என்றான் துச்சலன் பெருமையுடன். கர்ணன் சிரித்தான்.

மேலிருந்து பானுமதி மூச்சிரைக்க கீழே எட்டிப்பார்த்து புன்னகையுடன் "மூத்தவரே, மைந்தன் அன்னையிடம்தான் இருக்கிறான்" என்றாள். கர்ணன் "அன்னையிடமா?" என்றான். "ஆம், மொத்த இளையோரும்

அப்படியே புஷ்பகோஷ்டத்துக்குச் சென்று அன்னையிடம் குழந்தையைக் காட்டியிருக்கிறார்கள். பேரரசி குழந்தையுடன் விளையாடிக் கொண்டிருக்கிறார்கள்” என்றாள்.

கர்ணன் “நான் அங்கு செல்லலாமா?” என்றான். “ஆம், அதைச் சொல்லவே வந்தேன். அரசி ஏழெட்டுமுறை தங்களை உசாவினார்களாம்” என்றாள் பானுமதி. கர்ணன் “இவ்வேளை அன்னைக்கும் மகளுக்கும் உரியது. அன்னையிடம் துச்சளையை அழைத்துச்சென்று முறைமைகள் செய்துவிட்டு அவைக்கு வருக! நான் அங்கிருப்பேன்” என்றான். “பேரரசி தங்களை உடனே வரச்சொன்னார்களே” என்றாள் பானுமதி. “பேரரசரிடமும் குழந்தையைக் காட்ட வேண்டும்.”

பின்பக்கம் வந்து மூச்சிரைக்க நின்ற அசலை “அக்கா, சிந்துநாட்டரசியை புஷ்பகோஷ்டத்துக்குத்தானே அழைத்துச் செல்லவேண்டும்?” என்றாள். “அதைத்தானே இவ்வளவு நேரம் சொல்லிக்கொண்டு வந்தேன்?” என்றாள். “அவர்கள் தந்தையை பார்க்கவேண்டும் என்று சொல்கிறார்களே?” என்றாள் அசலை.

சற்று பொறுமையை வரவழைத்துக்கொண்டு பானுமதி “முதலில் தாயைப் பார்த்து வாழ்த்து பெற்றபிறகுதான் தந்தையைப் பார்க்கவேண்டும். அதுதான் இங்குள்ள முறைமை. அவளிடம் சொல்” என்றாள். “சரி” என்றபின் அவள் திரும்பி ஓடினாள். கர்ணன் புன்னகைத்தபடி “இன்னும் சிறுமியாகவே இருக்கிறாள்” என்றான். பானுமதி “அவள் இளையயாதவரை தன் களித்தோழனாக எண்ணுபவள். பிருந்தாவனத்தில் மலர்கள் வாடுவதே இல்லை என்கிறாள்” என்றாள். “நீ?” என்றான் கர்ணன். “நான் அவரை தேரோட்டியாக வைத்தவள். எனக்கு பாதை பிழைப்பதில்லை.”

கர்ணன் சிரித்து “இங்கே அத்தனை பெண்களுக்கும் அவன்தான் களித்தோழன் என்றார்கள்” என்றான். “ஆம் மூத்தவரே, சூதர்பாடல் வழியாக உருவாகிவரும் இளையவன் ஒருவன் உண்டு. கருமணிவண்ணன். அழியா இளமை கொண்டவன். அவன் வேறு, அங்கே துவாரகையை ஆளும் யாதவ அரசர் வேறு. அவ்விளையோனை எண்ணாத பெண்கள் எவரும் இல்லை.”

கர்ணன் வண்ணங்களாக ஒழுகிச்சென்றுகொண்டிருந்த இளவரசியரை நோக்கியபடி “அஸ்தினபுரி இவ்வளவு உயிர்த்துடிப்பாக எப்போதும் இருந்ததில்லை இளையவளே. எங்கு எவர் எதைச் செய்கிறார்கள் என்று எவருக்குமே தெரியவில்லை” என்றான். பானுமதி சிரித்தபடி “வந்து ஒருசொல் அன்னையிடம் சொல்லிவிட்டுச் செல்லுங்கள்” என்றாள். “அதற்கு ஏன் சிரிப்பு?” என்றான் கர்ணன். “பெரும்பாலும் சொல்கேட்கத்தான் வேண்டியிருக்கும், வாருங்கள்” என்றாள்.

கர்ணன் படிகளில் ஏறி மாடியில் நீண்டுசென்ற மெழுகிட்டு நீர்மைபடியச்செய்த கரிய பலகைத்தரையில் நடந்தான். அவன் காலடிகள் அம்மாளிகையின் அறைகள்தோறும் முழங்கின. சாளரங்களிலும் கதவுகளின் விளிம்புகளிலும் பெண்முகங்கள் அவனைப் பார்க்கும் பொருட்டு செறிந்தன. பானுமதி “கண்பட்டுவிடப்போகிறது” என்றாள். “என்ன?” என்றான் கர்ணன். “ஒன்றுமில்லை” என அவள் வாய்க்குள் சிரித்தபடி முன்னால் ஓடிச்சென்று சேர்ந்துகொண்டாள்.

கர்ணன் திரும்பி துச்சலனிடம் “நான் அன்னையை சந்தித்துவிட்டு என் அறைக்குச் சென்று நீராடிவிட்டு அரசரின் அவைக்கு வருகிறேன். சிந்துநாட்டரசர் அங்குதான் இருக்கிறாரா?” என்றான். “இல்லை. அவர் நகர்புகுந்ததுமே நீராடச் சென்றுவிட்டார். உணவருந்தி அவரும் அரசரின் தனியவைக்கு வருவார்” என்றார் அருகே வந்த கனகர்.

கர்ணன் “முறைமைகள் முடிய விடியல் எழும் என நினைக்கிறேன். நான் நேற்றும் சரியாகத் துயிலவில்லை” என்றான். துச்சலன் “உறங்கிவிட்டு வாருங்கள் மூத்தவரே. ஜயத்ரதனுக்காக நீங்கள் துயில்களையவேண்டுமா என்ன?” என்றான். “’தாழ்வில்லை” என்றான் கர்ணன். துச்சலனும் துர்முகனும் துச்சகனும் துர்மதனும் அவனுடன் வர, பிற கௌரவர் வணங்கி விலகிச்சென்றனர்.

புஷ்பகோஷ்டத்தில் காந்தாரியின் மாளிகை முகப்பில் தரையெங்கும் உடைந்த பீடங்களும் கலங்களும் கலைந்த துணிகளும் இறைக்கப்பட்ட உணவுப்பொருட்களும் சிதறிய மங்கலப்பொருட்களுமாக பேரழிவுக்கோலம் தெரிந்தது. உள்ளே இளைய கௌரவர்களின் கூச்சல் எழுந்தது. படாரென்று ஒரு மரப்பலகை அறைபட்டது. ஏதோ பீடம் சரிந்து விழுந்தது. கதவு ஒன்று கீல்சரியும் முனகல் எழுந்தது. கூடத்தில் கௌரவ அரசியர் இருநூற்றுவர் ஒதுங்கி நின்று தங்களுக்குள் பேசிக்கொண்டிருந்தனர்.

கர்ணன் கடந்து செல்ல, கோசல நாட்டு இளவரசி காமிகை “எங்கு செல்கிறீர்கள் அரசே?” என்றாள். கர்ணன் “அழைத்தார்கள்…” என்றான். “அழைத்தால் வந்துவிடுவதா?” என்றாள் அவள் தங்கை கௌசிகை. அவளைச்சுற்றி நின்ற பெண்கள் சிரித்தனர். அவர்கள் தன்னை கேலிசெய்கிறார்கள் என அவன் உணர்ந்தான். புன்னகையுடன் கடந்துசெல்ல முயல, ஒருத்தி அவன் கையைப் பிடித்து நிறுத்தி “மூத்தவரே நில்லுங்கள்” என்றாள். கர்ணன் முகம்சிவந்து “என்ன இது?” என்றான். துச்சகனின் மனைவியான காந்தாரத்து அரசி ஸ்வாதை “மூத்தவரே, தப்பிச்செல்லுங்கள். தங்களை சூழ்ந்துகொள்ளவேண்டும் என இவர்கள் முன்னரே சொல்லிக்கொண்டார்கள்” என்றாள்.

“அதற்கு அவர் என்ன செய்ய முடியும்? சாளரம் வழியாக குதிக்கச் சொல்கிறாயா?” என்றான் துச்சலன். ஜலகந்தனின் மனைவியான புஷ்டி “தாவி ஓடலாமே...” என்றாள். அவந்தி நாட்டு இளவரசிகளான அபயை, கௌமாரி, ஸகை ஆகியோர் அவன் ஆடையைப் பற்றிக்கொண்டார்கள். ஸ்வஸ்தி “ஆடையைக் கழற்றிவிட்டு ஓடட்டும், பார்ப்போம்” என்றாள்.

பெண்களின் சிரிப்பு தன்னைச்சூழ கர்ணன் இடறும்குரலில் “என்ன செய்யவேண்டும் நான்?” என்றான். “என்னை ஒருமுறை தூக்கிச் சுழற்றி கீழே விடுங்கள். உங்கள் உயரத்திலிருந்து வானம் எத்தனை அணுக்கமானது என்று பார்க்கிறேன்” என்றாள் நிஷாதகுலத்து இளவரசி பூஜ்யை. பெண்கள் “ஓஓ” என்று கூச்சலிட்டு ஒருவரை ஒருவர் பற்றிக்கொண்டு சிரித்தனர்.

கர்ணன் கைகால்கள் நடுங்கின. அவன் துச்சலனை நோக்க, அவன் சிரித்தபடி “பலகளங்களில் வென்றவர் நீங்கள். இதென்ன? சிறிய களம்...” என்றான். “இது மலர்க்களம். இங்கே சூரியன் தோற்றேயாகவேண்டும்” என்று கனகர் பின்னால் நின்று சொன்னார். அவந்திநாட்டு அபயையும் கௌமாரியும் சிரித்துக்கொண்டே அவன் கைகளைப்பற்றி தங்கள் தோளில் வைத்துக்கொண்டு நின்று “நான் சொன்னேனே? பார்!” என்றார்கள். “என்ன?” என்றான் கர்ணன். “நான் உங்கள் தோள் வரை வருவேன் என்றேன். இல்லை இடைவரை என்றாள் இவள்...”

“அங்கரே, உங்களை இவள் கனவில் பார்த்தாளாம்” என்றாள் கௌசல்யையான கேதுமதி. “என்ன கண்டாள்?” என்றாள் அவந்தியின் கௌமாரி. “நீங்கள் பொன்னாலான கவசமும் மணிக்குண்டலங்களும் அணிந்து தேரில் செல்லும்போது உங்கள் மீது சிறிய சூரியவடிவம் ஒன்று சுடர்விட்டுக்கொண்டே வந்ததாம்.” கர்ணன் “சூதர்பாடல்களை மிகையாகக் கேட்கிறாள்” என்றான். “வழிவிடுங்கள்... நான் அன்னையைப் பார்க்கவேண்டும்.”

“வழிவிடுகிறோம். ஆனால் ஒரு தண்டனை” என்றாள் நிஷாதகுலத்து நிர்மலை. “தண்டனையா? என்ன?” என்றான் கர்ணன். “நீங்கள் எங்களை உயரமான தலையுடன் நோக்குகிறீர்கள். அது எங்களுக்கு அமைதியின்மையை அளிக்கிறது. ஆகவே நீங்கள் எங்களிடம் பொறுத்தருளக்கோரவேண்டும்.” கர்ணன் “பொறுத்தருள்க!” என்றான். “இல்லை... இப்படி இல்லை. கைகூப்பி கோரவேண்டும்.” கர்ணன் கைகூப்பி “பொறுத்தருள்க தேவியரே” என்றான்.

“இது கூத்தர் நாடகம்போலிருக்கிறது” என்றார்கள் வேசரநாட்டு இளவரசியரான குமுதையும் கௌமாரியும். “ஆம் ஆம்” என்று பிறர் கூவினர். “நான் என்ன செய்யவேண்டும்?” என்றான் கர்ணன்.

“என்ன செய்வதா? இருங்கள். எங்கள் கால்களைத் தொட்டு பிழை சொல்லவேண்டும்.” கர்ணன் “அத்தனைபேர் காலையுமா?” என்றான். “வேண்டாம். ஒரே காலை பிடித்தால்போதும்... காந்தாரியான ஸ்வேதையின் காலைப் பிடியுங்கள். அவள்தான் மூத்தவள்...” கோசலநாட்டு சிம்ஹிகை “வேண்டாம், சித்ரைதான் இளையவள். அவள் கால்களைத் தொட்டால் போதும்” என்றாள்.

அவர்களின் உடல்கள் கூத்துக் கைகளென்றாகி பிறிதொரு மொழி பேசின. காற்றுதொட்ட இலையிதழ்கள். வானம் அள்ளிய சிறகிதழ்கள். ஒசிந்தன கொழுதண்டு மலர்ச்செடிகள். எழுந்து நெளிந்தன ஐந்தளிர் இளங்கொடிகள். ஒன்றை ஒன்று வென்றன மதயானை மருப்புகள். வியர்த்து தரையில் வழுக்கின தாரகன் குருதி உண்ட செந்நாக்கெனும் இளம்பாதங்கள். மூச்சு பட்டு பனித்தன மேலுதட்டு மென்மயிர்ப் பரவல்கள். சிவந்து கனிந்தன விழியனல் கொண்ட கன்னங்கள்.

கலையமர்ந்தவள். கருணையெனும் குருதிதீற்றிய கொலைவேல் கொற்றவை. கொடுகொட்டிக் கூத்தி. தலைகோத்த தாரணிந்தவள். இடம் அமைந்து ஆட்டுவிப்பவள். மும்மாடப் புரமெரித்து தழலாடியவள். மூவிழியள். நெடுநாக யோகபட இடையள். அமர்ந்தவள். ஆள்பவள். அங்கிருந்து எங்குமென எழுந்து நின்றாடுபவள். சூழ்ந்து நகைப்பவள். விழிப்பொறியென இதழ்கனலென எரிநகையென கொழுந்தாடுபவள். முலைநெய்க்குடங்கள். உந்திச்சுழியெனும் ஒருவிழி. அணையா வேள்விக்குளம். ஐம்புலன் அறியும் அனைத்தென ஆனவள். மூண்டெழுந்து உண்டு ஓங்கி இங்குதானே என எஞ்சிநின்றிருப்பவள்.

ஸ்வேதை உரக்க “போதுமடி விளையாட்டு” என்றாள். பெண்கள் “ஆ! அவளுக்கு வலிக்கிறது” என்று கூவினர். “போதும், சொன்னேன் அல்லவா?” என்றாள். “போடி” என்றனர். கூவிச்சிரித்தனர். ஒரே குரலில் பேசத்தொடங்கினர். ஒருவரை ஒருவர் பிடித்துத்தள்ளிக் கூச்சலிட்டனர். வளைகளும் ஆரங்களும் குலுங்கின. கனகர் “அந்த கௌரவப்படை எங்கிருந்து முளைத்திருக்கிறது என்று தெரிகிறது” என்றார்.

பானுமதி வருவதைக் கண்டதும் பெண்கள் அப்படியே அமைதியாயினர். வளையல்கள் குலுங்கின. கால்தளைகள் மந்தணம் சூழ்ந்தன. கடும்மென்குரல்கொண்டு “என்ன?” என்றாள் அவள். எவரும் ஒன்றும் சொல்லவில்லை. சித்ரை மட்டும் மெல்லிய குரலில் “சூரியனின் புரவிகளுக்கு லாடம் அடிப்பதுண்டா என இவள் கேட்டாள்” என்றாள். “என்ன?” என்றாள் பானுமதி. அவள் பின்னால் வந்த அசலை சிரித்தபடி “லாடம் கட்டியிருக்கிறதா என்று பார்க்கிறார்கள் அக்கா” என்றாள்.

முகம் சிவக்க “பிச்சிகள் போல பேசுகிறார்கள். அரசியர் என்னும் எண்ணமே இல்லை” என்ற பானுமதி “வாருங்கள் மூத்தவரே. பேரரசியைப்

பார்க்கலாம்... அங்கே குரங்குக்கூட்டம் நிறைந்திருக்கிறது. பாதிப்பேரை பிடுங்கி வெளியே போடச் சொல்லிவிட்டு வந்தேன்” என்றாள்.

பெண்கள் விலகி உருவான புதர்ச்சிறு வழியினூடாக செல்லும்போது தன் பெரிய உடலை முடிந்தவரை குறுக்கிக்கொண்டான். கைகள் கிளையென்றான புதர்களில் புன்னகைகள் விரிந்திருந்தன. விழிகள் சிறகடித்தன. மல்லநாட்டு தேவமித்ரை “சூரியக்கதிர் எங்கே?” என்றாள். பலர் சிரித்தனர். தேவகாந்தி “தள்ளிநில்லடி... தேர் செல்லவேண்டாமா?” என்றாள். சிரிப்புகள், வளையோசைகள் அவனைச் சூழ்ந்து உடன்வந்தன.

இடைநாழியில் படியேறியபோது அவன் உடல்தளர்ந்து மூச்செறிந்தான். அசலை சிரித்து “இங்கே நீங்களும் இளையயாதவரும்தான் தேவர்கள் அரசே” என்றாள். “பிச்சிகள்... இவர்கள் நடுவே இளையயாதவர் வந்திருந்தால் என்ன ஆகியிருக்கும்?” என்றான் துச்சலன். “என்ன ஆகியிருக்கும்? அவர் ஆடுகளை மேய்க்கத்தெரிந்தவர்” என்றாள் அசலை. “இவர்கூட குதிரைமேய்த்தவர் அல்லவா?” என்றாள் பானுமதி. “குதிரைகளை இவர் எங்கே மேய்த்தார்?” என்று அசலை சிரித்தாள்.

காந்தாரியின் அறைவாயிலில் காவல்பெண்டுகள் நின்றிருந்தனர். அவர்களுக்கு ஆணையிட்டபடி நின்ற இளையகாந்தாரியரான சுஸ்ரவையும் நிகுதியும் அவளை நோக்கினர். நிகுதி “எங்கே போனாய்? அக்கா கேட்டுக்கொண்டே இருந்தாள்” என்றாள். கர்ணன் இருவரையும் நோக்கி தலைவணங்கி “வாழ்த்துங்கள் அன்னையரே” என்றான். சுஸ்ரவை “இருவரும் கருவுற்றிருப்பதாகச் சொன்னார்கள்... நன்று மூத்தவனே... நலம் சூழ்க!” என்றாள்.

அப்பாலிருந்து மூச்சிரைக்க வந்த சுபை “அப்பாடா, ஒருவழியாக...” என்றாள். தடித்த இடையில் கைவைத்து நின்று “எனக்கு மைந்தரின்பத்தால்தான் சாவு என ஊழ்நூலில் எழுதியிருக்கிறது” என்றாள். பானுமதி “என்ன ஆயிற்று அத்தை?” என்றாள். “யானைக்கொட்டிலுக்கு பாதிபேரை கொண்டுசென்றுவிட்டோம்” என்றாள் சுபை. கீழே ஒரு குழந்தை அமர்ந்து ஒரு கோப்பையை தரையில் ஓங்கி அறைந்துகொண்டிருந்தது. அவர்கள் தலைக்குமேல் செல்வதை அது அறியவே இல்லை.

“முழுமையான ஈடுபாடு...” என்றாள் பானுமதி. சுபை “இது கருடர்குலத்து அரசி சிருங்கியின் மைந்தன் என நினைக்கிறேன்...” என்றாள். அவள் குனிந்து அதைத் தொட “போ” என்று அது தலைதூக்கி சீறியது. பானுமதி சிரித்து “அய்யோ, இளவரசர் கடும் போரில் இருக்கிறார்” என்றாள். தேஸ்ரவை “உள்ளே போ... மூத்தவர் அழுதுகொண்டும் சிரித்துகொண்டும் இருக்கிறார்கள்” என்றாள்.

அசலை உள்ளே சென்று நோக்கி விட்டு "வருக அரசே" என்றாள். கர்ணனும் துச்சலனும் துர்முகனும் துச்சகனும் துர்மதனும் உள்ளே சென்றனர். வாயிற்காக்கும் அன்னையர். கதவுக்கு அப்பால் பீடம் அமர்ந்த அன்னை. கர்ணன் மூச்சை இழுத்துவிட்டான். எங்கிருந்தோ மீண்டு அங்கு வந்தமைந்தான்.

பெரிய மஞ்சம் நிறைய கரிய குழந்தைகள் இடைவெளியில்லாமல் மொய்த்து கூச்சலிட்டுக்கொண்டிருக்க. நடுவே பல இடங்களிலாக காந்தாரியின் வெண்ணிறப் பேருடல் சிதறித்தெரிந்தது. சுவர் சாய்ந்து இளைய காந்தாரிகளான சத்யவிரதை, சத்யசேனை, சுதேஷ்ணை, சம்ஹிதை ஆகியோர் நின்றிருக்க அவர்களின் உடலெங்கும் இளமைந்தர் பற்றிச் செறிந்திருந்தனர். அவர்கள் அக்குழந்தைகளின் உலகில் முழுமையாகவே சென்றுவிட்டிருந்தனர்.

சத்யசேனையின் இடையிலிருந்த சுமதன் "பாட்டி பாட்டீ... நான் யானை... நான் பெரிய யானை" என்றான். அவன் இளையவனாகிய சுசருமன் "போடா... போடா... நீ சொல்லாதே. நான் நான் நான்" என்றான். சம்ஹிதை தன் இரு கைகளிலும் வைத்திருந்த குழந்தைகளை மாறிமாறி முத்தமிட்டபடி ஆழ்ந்திருந்தாள்.

அன்னையருகே காலடியில் துச்சளை அமர்ந்திருந்தாள். அவளருகே பானுமதியும் அசலையும் அமர்ந்தனர். அசலைமேல் பாய்ந்தேறிய மிருத்யன் "அன்னையே, நான் அதை எடுத்துவிட்டேன்" என்றான். "எதை?" என்றாள் அவள். இன்னொரு பக்கம் இழுத்த கராளன் "ஒரு செம்பு வேண்டும்... எனக்கு ஒரு செம்புவேண்டும்" என்றான். எல்லாக் குரல்களும் இணைந்த கூச்சலில் சொற்களைப் பிரித்தறிவதே கடினமாக இருந்தது.

"அன்னை அழிமுக நதிபோல பரந்துவிட்டார்" என்றான் துச்சலன். காலடியோசை கேட்டுத் திரும்பிய காந்தாரி "யார் மூத்தவனா?" என்றாள். நீளுடல் வளைத்துப் பணிந்து "ஆம், அன்னையே" என்றான் கர்ணன். "உன்னைத்தான் தேடிக்கொண்டிருந்தேன்... நீ என்னை வந்து முறைவணக்கம் செய்து போனபின் மீளவே இல்லை. இங்கே என்ன செய்கிறாய்? அறிவிலி" என்று அவள் சீறினாள். "இங்கே வா... அருகே வா" என்று அறைவதுபோல கையை ஓங்கினாள்.

கர்ணன் பின்னடைந்து "பல பணிகள் அன்னையே... இளவரசர் நகர்நுழைவு" என்று மெல்ல சொல்ல "அதற்கு நீயா மண்சுமக்கிறாய் இங்கே? நீ வந்த அன்றே இளையவனுடன் அமர்ந்து புலரியிலேயே உண்டாடியிருக்கிறாய். நான் நீ இங்கு வந்த அன்று அதை அறிந்திருந்தால் உன் பற்களை அறைந்து உதிர்த்திருப்பேன்" என்றாள். கர்ணன் துச்சலனை நோக்க, அவன் விழிகளைத் திருப்பிக்கொண்டான்.

“இது நீத்தாரும் மூத்தாரும் குடிகொள்ளும் நகரம். அவர்களுக்கு ஒளியும் நீரும் மலரும் படையலும் அளிக்காது இங்கே அரசர்கள் வாயில் நீர்பட விட்டதில்லை...” என்று காந்தாரி மூச்சிரைக்க சீறினாள். “ஆம், நான் சொன்னேன்” என்றான் கர்ணன். “பொய் சொல்லாதே. இளையவன் அஸ்தினபுரிக்கு அரசன் இன்று. நீ அவனுக்கு நன்றுதீது சொல்லிக்கொடுக்கவேண்டிய மூத்தவன். நீயும் உடன் அமர்ந்து மதுவருந்தினாய்...”

கர்ணன் பானுமதியை நோக்க, அவள் உதடுகளை இழுத்தாள். “நான் இனிமேல் சொல்லிக்கொள்கிறேன்” என்றான் கர்ணன். “இனிமேல் நான் ஒருசொல் உன்னிடம் சொல்லப்போவதில்லை... செய்தி என் காதில் விழுந்தால் அதன்பின் மூத்தவனும் இளையவனும் இந்நகரில் இருக்கப்போவதில்லை. என் சிறியவன் சுஜாதனே போதும், இந்நகரை ஆள. அவனுக்குக் கல்வியறிவும் உண்டு.”

“அவன்தான் அன்று முட்டக்குடித்தான்” என்றான் துச்சகன். பானுமதி சிரிப்பை அடக்க, காந்தாரி திகைத்து தன் சிறிய வாயைத் திறந்தாள். துச்சலன் “கோள் சொன்னவன் சிறியவன்தான் மூத்தவரே. அவனை நாம் பிழிந்தாகவேண்டும்” என்றான். காந்தாரி அத்தருணத்தைக் கடந்து புன்னகைத்தபடி தன் கையைத்தூக்கி ஜயத்ரதனின் மைந்தனைக் காட்டி “சிறியவன்...” என்றாள். கர்ணன் “ஆம் அன்னையே, அழகன்...” என்றான்.

“அழகனெல்லாம் இல்லை. நான் நன்றாக தொட்டுப்பார்த்துவிட்டேன். உனக்கு உன்னைப்போல மைந்தன் பிறந்தால்தான் எனக்கு அழகிய பெயரன் அமையப்போகிறான்” என்றாள் காந்தாரி. “ஆனால் தளிர்போலிருக்கிறான். தொட்டுத்தொட்டு எனக்கு மாளவில்லை” என்றபின் “இங்கே வாடா” என்றாள். கர்ணன் அவளருகே அமர்ந்தபோது அவள் உயரமிருந்தான். அவள் அவன் முகத்தில் கைவைத்து தடவியபடி “வெயிலில் வந்தாயா?” என்றாள். “ஆம், அங்கத்திலிருந்து திறந்த தேரில் வந்தேன்.” காந்தாரி “ஏன் வெயிலில் வருகிறாய்?” என்றாள்.

துச்சளை “அன்னையே, அவர் சூரியன் மைந்தர் அல்லவா?” என்றாள். “போடி, முகமெல்லாம் காய்ந்திருக்கிறது. நான் மருத்துவச்சியிடம் சொல்கிறேன். அவள் ஒரு நெய் வைத்திருக்கிறாள். அதை துயிலுக்குமுன் முகத்தில் போட்டுக்கொள். முகம் பளிங்குபோல் ஆகிவிடும்” என்றபடி அவன் தோள்களையும் புயங்களையும் தடவி “என் மைந்தன் அழகன். நான் அவனைத் தொட்டுப்பார்த்ததெல்லாம் என் கைகளிலேயே உள்ளதடி” என்றாள்.

கர்ணன் “நான் சென்று நீராடிவிட்டு அவைபுகவேண்டும் அன்னையே” என்றான். “ஆம், சொன்னார்கள்...” என்றாள் காந்தாரி. “அவைமுடிந்து

நாளை இங்கே வா. நான் இன்னமும் உன்னைப் பார்க்கவில்லை. அன்று முறைமைக்காகப் பார்க்கவந்தாய். அரசமுறையில் வந்தால் எவரோ போலிருக்கிறாய்." கர்ணன் "வருகிறேன் அன்னையே" என்றான். "பார்த்துக்கொள், இந்த அரக்கர்கூட்டம் அஸ்தினபுரியையே சூறையாடிவிடும்" என்றாள் காந்தாரி.

கர்ணன் "ஆணை ,அன்னையே" என்றபடி எழுந்துகொண்டு பானுமதியை நோக்கி புன்னகைசெய்ய, அசலை அவனை நோக்கி உதட்டை நீட்டி பழிப்புக்காட்டிச் சிரித்தாள். பேரொலியுடன் கதவு அவர்களுக்கு அப்பால் விழுந்தது. "யாரோ ஆணியை உருவிவிட்டார்கள்" என்றாள் அசலை. அவள் மடியிலிருந்த மிருத்யன் "மிகப்பெரியது!" என்றான். "இவ்வளவு பெரியது!"

காந்தாரியைப் பிடித்து இழுத்த தூமகந்தன் "பாட்டி பாட்டி பாட்டி" என்று கூவினான். காந்தாரி "இனி ஒருவாரத்துக்கு இவன் குரல் என் செவிகளிலிருந்து விலகாது" என்றாள். சத்யசேனை "தாங்கள் ஓய்வெடுக்கவேண்டும் மூத்தவரே" என்றாள். "எனக்கென்ன ஓய்வு...? நான் இவ்வாறு இருக்கவேண்டுமென்பது இறையாணை" என்றாள் அவள்.

13

புஷ்பகோஷ்டத்தின் பெருமுற்றத்தில் தேர் நிற்க, படிகளில் கால்வைக்காமலேயே இறங்கி, சகடங்கள் ஓடி மெழுகெனத் தேய்ந்திருந்த தரையில் குறடுகள் சீர்தாளமென ஒலிக்க நடந்து மாளிகைப்படிகளில் ஏறி கூடத்தை அடைந்த கர்ணனை நோக்கி வந்த பிரமோதர் தலைவணங்கி "அமைச்சர் தங்களை மும்முறை தேடினார்" என்றார். கர்ணன் தலையசைத்தான். "சென்று அழைத்து வரவா என்று வினவினேன். வேண்டாமென்றார்." தலையசைத்து "அரசர் எங்கிருக்கிறார்?" என்றான் கர்ணன். "உள்ளவைக்கூடத்தில் இளையோருடன் இருக்கிறார்" என்றார். கர்ணன் "உண்டாட்டா?" என்றான். பிரமோதர் புன்னகை புரிந்தார்.

மேலே நடந்தபடி "சிந்துநாட்டரசர் எப்போது வருகிறார்?" என்றான் கர்ணன். "அவரும் மேலே உண்டாட்டில் இருக்கிறார்" என்றார் பிரமோதர். கர்ணன் புருவங்களில் விழுந்த முடிச்சுடன் திரும்பி நோக்கி "உண்டாட்டிலா?" என்று கேட்டான். "ஆம். அமைச்சர் தங்களை உண்டாட்டிற்கு அழைக்கவே வந்தார் என்று கருதுகிறேன்" என்றார் பிரமோதர்.

கர்ணன் தலையசைத்துவிட்டு எடைமிக்க காலடிகள் தொன்மையான மரப்படிகளை நெரித்து வண்டொலி எழுப்ப மேலேறிச்சென்றான். இடைநாழியின் மறுஎல்லையில் நின்றிருந்த கனகர் அவனைக் கண்டதும் தேன்மெழுகு பூசப்பட்ட கரியமரத்தரையில் நீரென நிழல் விழுந்து தொடர ஓடிவந்து அவனை அணுகி வணங்கி "தங்களைத்தான் அரசர் கேட்டுக்கொண்டிருந்தார் அங்கரே" என்றார். "என்னையா?" என்றான் கர்ணன். கனகர் சற்று குழம்பி "ஆம். தங்களைத்தான்" என்றார். கர்ணன் சிலகணங்கள் இடையில் கைவைத்து விழிகள் வேறெங்கோ திரும்பியிருக்க

அசைவற்று நின்றபின் “ஜயத்ரதர் அங்கு உள்ளார் அல்லவா?” என்றான். “ஆம் அரசே. ஜயத்ரதரும் உண்டாட்டில் மகிழ்ந்திருக்கிறார்” என்றார் கனகர்.

கர்ணன் உடலில் அவன் திரும்பப்போவது போல் ஓர் அசைவு எழ கனகர் முந்திக்கொண்டு “உண்டாட்டுக்கு தங்களை ஜயத்ரதரே அழைப்பதாக அரசர் சொன்னார்” என்றார். கர்ணன் திரும்பி அவர் கண்களைப் பார்க்க, அவை மெல்லிய அசைவுடன் திரும்பின. அவர் சொன்னது பொய் என்று உணர்ந்து அவன் புன்னகைத்து விரல்களால் மீசையை நீவிக்கொண்டான். அப்புன்னகையிலேயே அப்போது தன்னியல்பாக உருவான மெல்லிய தடையைக் கடந்து “நன்று” என்றபடி மேலே நடந்தான்.

மூன்று சிறிய படிகளைக் கடந்து திரும்பி வரவேற்புக்கூடத்திற்குள் நுழைந்து அங்கிருந்த அணுக்கனிடம் தன்னை அறிவிக்கும்படி கைகாட்டினான். அவன் பெரிய கதவை சற்றே திறந்து உள்ளே சென்றதும் தன் மேலாடையை சீரமைத்து குழலை பின்னால் தள்ளி நீவியபடி காத்திருந்தான். தன் எண்ணங்களைக் குவிக்கும்பொருட்டு கதவின் பித்தளைக்குமிழியில் தெரிந்த தன் உருத்துளியை நோக்கினான். அத்துளிக்குள்ளேயே அவன் நோக்கு மேலும் கூர்த்துளியென தெரிந்தது.

மலைக்கழுகின் குரல்போல ஓசையிட்டபடி கதவு விரியத்திறந்து துச்சலனும் துர்முகனும் இரு கைகளையும் விரித்தபடி பாய்ந்து வெளியே வந்தனர். “மூத்தவரே, தங்களுக்காகத்தான் காத்திருந்தோம். உள்ளே வருக!” என்று அவன் கைகளைப் பற்றிக்கொண்டான் துச்சலன். அவன் உடலெங்கும் கள்மணம் வீசியது. கள்ளேப்பம் விட்ட துர்முகன் “நான்... உங்களைத் தேடினேன்” என்றான். கர்ணன் “இருங்கள்” என்று சொல்லி அவர்களின் இழுப்பைத் தவிர்த்து, நழுவிய தன் மேலாடையை மீண்டும் சீரமைத்துக்கொண்டு உள்ளே சென்றான்.

துர்முகன் உரக்க “உண்டாட்டு! மூத்தவரே, நெடுங்காலமாக இது போல் ஓர் உண்டாட்டு நிகழ்ந்ததில்லை” என்றான். “நேற்று முன்தினம்தான் உண்டாட்டு நிகழ்ந்தது” என்றான் கர்ணன். “அதைவிடப் பெரிய உண்டாட்டு இது. அன்று விடிகாலை என்பதால் நாங்கள் நன்கு உண்ணவில்லை. இப்போது இத்தனை வரவேற்புச் சடங்குகளுக்குப் பிறகு எங்களுக்கு பசியும் விடாயும் உச்சம் கொண்டிருக்கின்றன” என்று துச்சலன் சொன்னான்.

“வருக!” என்று மீண்டும் அவன் கையைப்பற்றிக்கொண்டு சென்று நீள்விரி கூடத்தில் தரையெங்கும் பரவி அமர்ந்திருந்த கௌரவர்கள் நடுவே நிறுத்தினான். அங்கு உண்டாட்டு ஏற்கெனவே நெடுநேரம் கடந்திருந்தது.

கூடத்தின் ஒரு பகுதி முழுக்க கடித்து துப்பப்பட்ட எலும்புக் குவையும் ஒழிந்த கள்கலங்களும் குடித்து வீசப்பட்ட குவளைகளும் ஊன்பொதிந்த இலைத்தாலங்களும் சிதறிக்கிடந்தன. பணியாளர்கள் சுவரோரமாகவே நடந்துசென்று ஓசையின்றி அவற்றைப் பொறுக்கிக் கூடைகளில் சேர்த்து வெளியே சென்றுகொண்டிருந்தனர். கௌரவ நூற்றுவர்கள் தரைமுழுக்க பரவி கைகளை ஊன்றியும் உடலைத் தளர்த்தியும் குனிந்தும் மல்லாந்தும் அமர்ந்து இறுதிக்கட்ட ஊண்கோளில் ஈடுபட்டிருந்தனர்.

இரு கைகளையும் பின்பக்கமாக தரையில் ஊன்றி தலையை மார்பில் சரித்து கால்களை அகற்றி நீட்டி தரையில் அமர்ந்திருந்த துரியோதனன் கைகள் வழியாகவே கர்ணனின் காலடி அதிர்வை உணர்ந்து எடைகொண்டிருந்த தலையை உந்தித் தூக்கி சிவந்த விழிகளால் அவனைப்பார்த்து உதடுகளை அசைத்து ஏதோ சொல்லவந்தான். சொல் சிக்காமையால் வலக்கையை ஊன்றி உடலைத் தூக்கி இடக்கையை அவனை நோக்கிச் சுட்டி “இவர் என் மூத்தவர் கர்ணன். அங்க நாட்டிற்கு அரசர்” என்றபின் திரும்பி அருகிலிருந்த ஜயத்ரதனின் தொடையை அறைந்து “மைத்துனரே” என்றான்.

வாயிலும் உடைகளிலும் உணவுப்பசையும் துகள்களும் சிதறியிருக்க யோகிகளுக்குரிய புன்னகையுடன் சுவரில் சாய்ந்து கண்மூடி துயிலில் இருந்த ஜயத்ரதன் திடுக்கிட்டு எழுந்து வலக்கையால் வாயைத் துடைத்து “யார்?” என்றான். “நான் அஸ்தினபுரியின் அரசன்! பாரதவர்ஷத்தின் சக்ரவர்த்தி! துரியோதனன்” என்றான் துரியோதனன். ஜயத்ரதன் “அதில் ஐயமென்ன?” என்றபின் மீண்டும் தலையை சாய்க்க, துரியோதனன் அவன் முன்தலையைப் பற்றி குலுக்கி “விழித்துக்கொள்ளுங்கள். நான் சொல்லப்போகிறேன்” என்றபின் கர்ணனை நோக்கித் திரும்பி “என்ன சொல்லப் போகிறேன்?” என்றான்.

அறையிலிருந்த அனைவருமே முழுமையான கள்மயக்கிலிருப்பதை உணர்ந்த கர்ணன் திரும்பி துச்சலனிடம் “இவர்களில் நீங்கள் இருவர் மட்டும்தான் எழுந்து நடமாடும் நிலையில் இருக்கிறீர்கள். நீங்கள் ஓடிவந்ததைப் பார்த்தபோது மைத்துனர் முன் நீங்கள் இருவரும் கள் மயக்கிலிருப்பதை எப்படி அரசர் ஒப்புக்கொண்டார் என்று எண்ணினேன்” என்றான். துச்சலன் “மூத்தவரே, அரசர் கள்மயக்கில் இல்லை. அவர் எண்ணத்தில் ஆழ்ந்திருக்கிறார்” என்றான்.

துரியோதனன் இரு கைகளையும் நீட்டி “என்னைத் தூக்குங்கள்” என்றான். இரு கைகளையும் நீட்டியதனால் தாங்கு இழந்து பின்னால் சரிந்து விழுந்து மீண்டும் எழுந்து கால்களை உதைத்து உடலை சீரமைத்துக்கொண்டு மீண்டும் ஜயத்ரதனின் தொடையில் ஓங்கி அறைந்து “மைத்துனரே”

என்றான். ஜயத்ரதன் திடுக்கிட்டு எழுந்து “யார்?” என்றான். “நான் அஸ்தினபுரியின் அரசன், பாரதவர்ஷத்தின் சக்ரவர்த்தி. ஆனால்...“ என தயங்கி “நான் என்ன சொல்ல வருகிறேன்?” என்றான். துச்சலன் “தாங்கள் மூத்தவரைப் பற்றி சொல்ல வந்தீர்கள் அரசே” என்றான். “ஆம், நான் இவரைப் பற்றி சொல்ல வரவில்லை. ஏனென்றால் இவர் எங்கள் மூத்தவர். கர்ணன். அங்க நாட்டுக்கு அரசர். ஆனால்...” என்றபின் திரும்பி “அடேய், அந்தப் பெரிய மதுப்புட்டியை எடு” என்றான்.

“இதற்குமேல் தாங்கள் மது அருந்தலாகாது அரசே. நாம் பேரரசரை இன்னும் சந்திக்கவில்லை” என்றான் கர்ணன். “அவர் இதைவிட மது அருந்தியிருப்பார். மது அருந்திவிட்டு அவர்முன் சென்றால் என்ன வகை மது என்றுதான் அவர் கேட்பார்” என்றான் துரியோதனன். ஜயத்ரதன் காக்கைகள் பூசலிடும் வேடிக்கையான ஒலியில் உரக்கச் சிரித்து அச்சிரிப்பின் அதிர்வினாலேயே உடல்தளர்ந்து கையூன்றி ஏப்பம் விட்டான்.

கர்ணன் துரியோதனன் அருகே சென்று அங்கு கவிழ்ந்து கிடந்த சிறு பீடமொன்றை நிமிர்த்தி அதில் அமர்ந்தபடி “அரசே, உண்டாட்டு அரசருக்குரியதுதான். ஆனால் இதன் பெயர் உண்டாட்டு அல்ல. கள்ளாட்டு” என்றான். “ஆம், கள்ளாட்டு! நல்ல சொல்” என்றபின் துரியோதனன் உரக்க நகைத்து ஜயத்ரதனின் தொடையில் ஓங்கி அறைந்து “அதனால்தான் சொல்கிறேன் மைத்துனரே. இவன் எங்கள் மூத்தவர். அங்க நாட்டுக்கு அரசர். ஆனால்...” என்று சுட்டுவிரலைத் தூக்கிக்காட்டினான். சுட்டுவிரல் அசைவற்று நின்றது. இரு கண் இமைகளும் மெல்ல தாழ, அவன் சற்றே தளர்ந்து ஒருகணம் துயின்று விழித்துக்கொண்டு “துச்சலா, மூடா, அங்கு என்ன செய்கிறாய்? உன்னிடம் மதுக்குடத்தை எடுக்கச் சொன்னேனே!” என்றான்.

துச்சலன் “அது ஒழிந்த மதுக்குடம் மூத்தவரே” என்றான். துரியோதனன் “ஒழிந்த மதுக்குடத்தில் ஒழிந்த மது இருக்குமல்லவா?” என்று கேட்டபின் கர்ணனை நோக்கி பெருங்குரலில் நகைத்தான். கர்ணன் பற்களைக் கடித்தபடி துர்முகனிடம் “அணுக்கர்களை வரவழைத்து அறையை தூய்மை செய்யச் சொல்!” என்றான். சற்று அப்பால் ஒருவரை ஒருவர் அணைத்தபடி படுத்திருந்த விருந்தாரகனும் தனுர்தரனும் ஒருவரை ஒருவர் உந்தியபடி புரண்டனர். சப்புக்கொட்டியபடி முனகி மீண்டும் அணைத்துக்கொண்டு குறட்டை விடத்தொடங்கினர்.

கர்ணன் துச்சலனிடம் “பானுமதி இங்கு வராமலிருப்பதற்கான ஏற்பாடுகளை செய்திருப்பீர்கள் என்று நினைக்கிறேன்” என்றான். துச்சலன் நடுங்கி “இங்கு வருகிறார்களா? அவர்களா?” என்றான்.

வாயிலை நோக்கியபின் "நான் மிகக்குறைவாகத்தான் மது அருந்தினேன் மூத்தவரே, இவர்கள்தான் அருந்திக்கொண்டே இருந்தார்கள்" என்று சொன்னபின் "வருகிறார்களா?" என்று மீண்டும் கேட்டான். "தெரியவில்லை. ஆனால் வரக்கூடும்" என்றான் கர்ணன். துச்சலன் "வரமாட்டார்கள். ஏனென்றால்..." என்று சொல்லி உரக்க நகைத்து "ஏனென்றால் அவர்கள் சிந்துநாட்டரசரின் மைந்தனுடன் அன்னையின் அரண்மனையில் இருக்கிறார்கள். அன்னை குழந்தையை தன் மடியில் வைத்திருக்கிறார்" என்றான்.

படுத்திருந்த சுபாகு ஒரு கையை ஊன்றி எழுந்து "எந்த மைந்தன்?" என்றான். "நன்று! இனி தொடக்கத்திலிருந்து அனைத்தையும் சொல்ல வேண்டியதுதான்" என்றான் துச்சலன். சுபாகு கர்ணனைப் பார்த்து "எப்போது வந்தீர்கள் மூத்தவரே? இவர்கள் எல்லாம் கட்டுமீறி களிமயக்கில் இருக்கிறார்கள். நான் என்னால் முடிந்தவரை சொன்னேன், யார் கேட்கிறார்கள்?" என்றான். துரியோதனன் கையை மேலே தூக்கி அசைத்து "குடம் ஒழிந்து கிடக்கிறது" என்றான். "என்ன சொல்கிறார்?" என்றான் சுபாகு. கர்ணன் "ஆழ்ந்த அரசியல் உண்மை ஒன்றை சொல்லிக்கொண்டிருக்கிறார்" என்றான் எரிச்சலுடன். ஜயத்ரதன் நாய்க்குட்டி குரைப்பதுபோல் உரத்தகுரலில் நகைத்து "ஆழ்ந்த அரிய கருத்து... ஆம்" என்றான்.

துச்சலன் மதுக்குடத்துடன் வந்த அணுக்கனை அணுகி அதைப் பெற்று துரியோதனன் அருகே கொண்டுவைத்தான். துரியோதனன் அதை இரு கைகளாலும் வாங்கி முகர்ந்துவிட்டு "உயர்ந்த மது! நான் உயர்ந்த மதுவை மட்டும்தான் அருந்துவேன். ஏனென்றால்..." என்றபின் ஓங்கி ஜயத்ரதன் தொடையில் அடித்து "மைத்துனரே" என்றான். ஜயத்ரதன் திடுக்கிட்டு விழித்து "யார்?" என்றான். "நான் துரியோதனன். அஸ்தினபுரியின் அரசன்! பாரதவர்ஷத்தின் சக்ரவர்த்தி! ஆனால் இவர் என் மூத்தவர். இவரை..." என்றபின் தலைக்குமேல் கையைத்தூக்கி மும்முறை ஆட்டியபின் துச்சலனைப் பார்த்து "இவரைப் பற்றி நான் உன்னிடம் என்ன சொன்னேன்?" என்றான்.

"சொல்லத் தொடங்கினீர்கள் மூத்தவரே" என்றான் துச்சலன். "இவர் எங்கள் மூத்தவர். இவர் உண்மையில் எங்கள் மூத்தவர்" என்றான் துரியோதனன். கர்ணன் "போதும்! அருந்திவிட்டுப் படுங்கள்!" என்றான். ஜயத்ரதன் "இவர் என்னை அவையில் சிறுமை செய்தார். ஆகவே நான் இவரிடம் விழிகொடுக்கலாகாது என்று முடிவு செய்தேன்" என்றான். "ஏன் விழிகொடுக்கவில்லை? விழிகொடுக்காவிட்டால்... உடனே நான்... ஏனென்றால்... இவர் எங்கள் குடிக்கு மூத்தவர்... ஏனென்றால்..." என்றபின் துரியோதனன் இரு கால்களையும் நீட்டி கைகளை பின்னுக்குச் சரித்து

“மது அருந்தினால் மட்டும்தான் எனக்கு இவ்வளவு வியர்க்கிறது” என்றான்.

“தொங்கு விசிறிகள் ஆடிக்கொண்டிருக்கின்றன” என்றான் சுபாகு. “அது யார்?” என்று துரியோதனன் கேட்டான். “தம்பி துச்சாதனா, அது நீயா?” சுபாகு இரு கைகளையும் ஊன்றி ஏழெட்டுபேரைக் கடந்துவந்து “அதைச் சொன்னவன் நான் மூத்தவரே!” என்றான். “சீ மூடா” என்றான் துரியோதனன். “துச்சாதனனை அழைத்தால் நீயா வருகிறாய்? நான் துச்சாதனனை அழைத்தேன். அவன் என் ஆடிப்பாவை. நான் இறக்கும்போது அவனும் இறந்து நாங்கள் இருவரும் இணைந்து விண்ணுலகுக்குச் செல்வோம்.” மரம்பிளக்கும் ஒலியில் நகைத்து “அங்கே என் பிழைகளுக்காக அவனைக் கழுவிலேற்றுவார்கள்!” என்றான். அதை அவனே மகிழ்ந்து சிரித்துக்கொண்டே “கழுவிலே! ஆம்!” என்றான்.

“நாங்களும் இணைந்துதான் வருவோம்” என்றான் துச்சலன். “ஆம் மூத்தவரே, நாங்களும் இணைந்து வருவோம்” என்றான் துர்முகன். படுத்திருந்த கௌரவர்களில் ஒருவன் எழுந்து “யார்? எங்கு செல்கிறார்கள்?” என்றான். அவன் நிஷங்கி என்று கர்ணன் கண்டான். அவன் இடையில் ஆடை இருக்கவில்லை. துச்சலன் குனிந்து அவன் தலையில் ஓங்கி அறைந்து “படு” என்றான். “சரி” என்று அவன் உடனே திரும்ப படுத்துக்கொண்டான். கர்ணன் சிரித்தபடி அந்தப் பேச்சொலிகளுக்கும் சிரிப்புக்கும் தொடர்பே இன்றி மும்முரமாக உண்டுகொண்டிருந்த பிற கௌரவர்களை நோக்கினான். துச்சலன் “குடிகாரர்கள் மூத்தவரே” என்றான்.

கர்ணன் துச்சலனிடம் “நாம் எப்போது பேரரசரைப் பார்க்கப்போகிறோம்?” என்றான். துச்சலன் “இங்கிருந்துதான். நாமெல்லாம் உண்டாட்டு முடிந்து இப்படியே கிளம்பிச் செல்வதாகவும் அங்கிருந்து துச்சளையும் மைந்தரும் வந்துவிடுவதாகவும் சொன்னார்கள்” என்றான். கர்ணன் திரும்பி நோக்கி “இந்த நிலையில் இவர்களால் இந்த இடைநாழியையே கடக்கமுடியாதே!” என்றான். துச்சாதனன் பெரிய ஏப்பத்துடன் எழுந்து இரு கைகளையும் விரித்து சோம்பல் முறித்து “யார் ஓசையிடுவது?” என்றான். பின்னர் திரும்பி தன்னைச்சுற்றி அமர்ந்து உண்டுகொண்டிருந்த கௌரவர்களைப் பார்த்து “ஆ! உண்டாட்டு நிகழ்கிறது!” என்றான். கர்ணன் “இளையோனே, நீயேனும் சற்று உளத்தெளிவுடன் இருக்கிறாயா?” என்றான்.

துச்சாதனன் “மூத்தவரே, தாங்களா?” என்றபின் எழுந்து தலைவணங்கி குனிந்து கீழே கிடந்த சால்வையை எடுத்து உடலைத் துடைத்தபடி “நான் சற்று துயின்றுவிட்டேன்” என்றான். “உண்டாட்டு நெடுநேரமாக நடக்கிறது அல்லவா?” என்றான் கர்ணன். “நெடுநேரமாக இல்லை.

இப்போதுதான்” என்றபின் துச்சாதனன் திரும்பி துரியோதனனைப் பார்த்து “மூத்தவர் சற்று மிகையாகவே கள்ளுண்டார்” என்றான். “இன்று அவருள்ளம் உவகையால் நிறைந்திருக்கும். இளையமைந்தனை அவர் இன்னும் பார்க்கவில்லை. மைந்தன் வந்துள்ளான் என்று அறிந்ததுமே உவகையில் கள்ளுண்ணத் தொடங்கிவிட்டார்.”

துரியோதனன் “கள் அல்ல. இமய மது அது. திரிகர்த்தர்களின் நாட்டிலிருந்து வருகிறது. சோமக்கொடியின் நீரைப் பிழிந்து அதில் நறுமணம் சேர்த்து இந்த மதுவை செய்கிறார்கள். இதை அருந்துபவர்கள் விண்ணுலகுக்குச் சென்று அங்குள்ள தேவகன்னியருடன் ஆடி மீள்வர். நான்...” என்றபின் ஓங்கி ஜயத்ரதன் தொடையில் அடித்து “மைத்துனரே” என்று வெடிக்குரலில் அழைத்தான். ஜயத்ரதன் திடுக்கிட்டு விழித்து நான்குபுறமும் பார்த்து “யாரது?” என்றான்.

“நான் துரியோதனன்! அஸ்தினபுரியின் அரசன்! பாரதவர்ஷத்தின் சக்ரவர்த்தி. இவர் எங்கள் மூத்தவர்...” என்ற துரியோதனன் துச்சாதனனைப் பார்த்து சில கணங்கள் அசைவிழந்து அமர்ந்திருந்தபின் மீண்டும் கர்ணனைப் பார்த்தபின் “இவர் எங்கள் மூத்தவர், அங்க நாட்டுக்கு அரசர்” என்றான். “ஆம்” என்றான் ஜயத்ரதன். “இவரை நான் பார்க்கவே கூடாது என்று நினைத்தேன்” என்றான். “ஏன்?” என்றான் துச்சாதனன். “இவர் என் ஆடையை அவிழ்த்து அவை நடுவே நிறுத்தினார்.” கர்ணன் “பொறுத்தருள்க மைத்துனரே! தங்கள் கால்களை சென்னிசூடி அதற்காக துயர் அறிவிக்கிறேன்” என்றான்.

ஜயத்ரதன் “நான் வஞ்சம் கொண்டிருந்தேன். ஆனால் அந்த வஞ்சத்தை நான் காட்டினால் என்னை துச்சளை கொன்றாலும் கொன்றுவிடுவாள். அவள் கௌரவரின் தங்கை என்று தெரிந்ததனால் நான் அந்த வஞ் சத்தை மறைத்துக்கொண்டேன். ஆனால்...” என்றபின் “எனக்குத் தண்ணீர் வேண்டும்” என்றான். “தண்ணீர் எதற்கு? அருந்த இடமுள்ளது என்றால் மதுவே அருந்தலாமே” என்றான் துச்சாதனன். அருகே படுத்திருந்த நந்தன் எழுந்து “மது உள்ளது சைந்தவரே” என்றான். ஜயத்ரதன் “இனி மது அருந்தினால் என்னால் எழ முடியாது” என்றான். “இப்போதே எழ முடியாதுதானே” என்றான் குண்டசாயி.

ஜயத்ரதன் அவர்கள் இருவரையும் பார்த்து கைநீட்டி வெருண்ட நாய்போல ஒலியெழுப்பி சிரித்து “இவர்கள் இருவரும் ஒருவர் போலவே இருக்கிறார்கள். எப்படி தங்களை தாங்களே அடையாளம் கண்டுகொள்வார்கள்?” என்றான். “அவர்கள் இருவரும் ஒருவர்தான் சைந்தவரே, தங்களுக்கு கள்மயக்கில் இருவராகத் தெரிகிறார்கள்” என்று துச்சலன் சொல்லி கர்ணனைப்பார்த்து கண்களை சிமிட்டினான்.

துரியோதனன் பெரிய ஏப்பத்துடன் விழித்தெழுந்தான். அருகிருந்த மதுக்குடத்தை பேராவலுடன் எடுத்து நான்கு மிடறுகள் அருந்தியபின் திரும்பி ஜயத்ரதனின் தொடையில் ஓங்கி அறைந்தான். ஜயத்ரதன் காலை விலக்கிக்கொண்டதனால் அந்த அறை மரத்தரையில் பட்டது. ஒலிகேட்டு திடுக்கிட்டு எழுந்த மகாபாகு "மூத்தவரே, யானை!" என்றான். துச்சலன் குனிந்து அவன் தலையில் ஓங்கி அறைந்து "படு" என்றான். "அவ்வண்ணமே" என்று அவன் திரும்பிப் படுத்து துயிலத்தொடங்கினான். உண்டுகொண்டிருந்த கௌரவர் நால்வர் திரும்பிப்பார்த்து உரக்க நகைத்து "யானையைப் பார்த்திருக்கிறார்" என்றனர்.

துரியோதனன் "நான் துரியோதனன்! அஸ்தினபுரிக்கு அரசன்!" என்றான். ஜயத்ரதன் "பாரதவர்ஷத்தின் சக்ரவர்த்தி!" என்றான். "ஆம், நான் பாரதவர்ஷத்தின் சக்ரவர்த்தி" என்று சொல்லி துரியோதனன் தரையில் மீண்டும் ஓங்கி அடித்து உரக்க நகைத்து கர்ணனை நோக்கி "ஆனால் இவர் எங்கள் மூத்தவர். இவரது கால்களை நாங்கள் சென்னிசூடுகிறோம். ஏனெனில் இவர் சூரியனின் மைந்தர்" என்றான். பெரும் ஏப்பம் ஒன்றில் உடல் உலுக்கிக்கொள்ள "நான் இவர் சூரியனின் மைந்தர் என்பதை மூன்றுமுறை கனவில் கண்டேன். ஏழு செம்புரவிகள் பூட்டப்பட்ட தேரில் இவரது தந்தை அமர்ந்திருந்ததைக் கண்டேன். அவரது மடியில் இவர் அமர்ந்திருந்தார். அதை நான் கண்டேன். அதை கரிய உடலுள்ள ஒருவன் ஓட்டிக்கொண்டிருந்தான். கரியவன்…"

இரு கைகளையும் விரித்து துச்சாதனனிடம் "நான் என்ன சொல்லிக் கொண்டிருந்தேன்?" என்றான் "கரியவன்" என்றான் துச்சாதனன். "ஆம், இவரும் கரியவர். கரியவர்கள் அழகானவர்கள்" என்றான் துரியோதனன். "அந்தத் தேரோட்டியை நான் நன்கு அறிவேன். துச்சாதனா! மூடா, அவர் யார்?" ஜயத்ரதன் இரு கைகளையும் விரித்து "ஆகவே நான் இவரை புறக்கணிக்கவேண்டும் என்று நினைத்தேன்" என்றான். "தேரில் வரும்போது இவரை எப்படிப் புறக்கணிப்பது என்று மட்டும்தான் நினைத்துக்கொண்டிருந்தேன். அதன்பின் கங்கையைக் கடக்கும்போது அமைச்சர் ருத்ரரிடம் கேட்டேன். எப்படி இவரைப் புறக்கணிப்பது என்று."

"எப்படி?" என்று மகிழ்வுடன் சிரித்தபடி ஜலகந்தன் அருகே முகம்தூக்கிக் கேட்டான். "ருத்ரர் சொன்னார், அங்கநாடு மிகச்சிறிய நாடு. நான் தொல்புகழ் கொண்ட சிந்துநாட்டின் தலைவன். ஆகவே அங்கநாட்டு அரசரை முறைமை என்பதற்கப்பால் நாம் அடையாளம் காணவேண்டிய தேவையே இல்லை. ஆகவே நானும் அதை செய்தேன்." அவன் நீர்கொப்பளிப்பதுபோல சிரித்தான். "நான் அதற்கென்று நன்கு பயிற்சி பெற்றவன்." அவனே மகிழ்ந்து நான்குபக்கமும் நோக்கியபின் கடையாணி

உரசும் ஒலியில் நகைத்து “ஆகவே நான் இவரைப் பார்க்கவில்லை. ஆம் அங்கரே, நான் உங்களைப் பார்க்கவில்லை” என்றான்.

கர்ணன் புன்னகைத்தான். ஜயத்ரதன் இரு கைகளையும் விரித்து “ஆகவே நான் உங்களைப் பார்க்காமல் வந்தேன். ஆனால் அங்கிருந்த அனைவரும் உங்களைப் புகழ்ந்து கூச்சலிட்டார்கள். ஆகவே நான் அவர்களின் முகங்களைப் பார்த்தேன். அவற்றில் நான் உங்களைப் பார்த்தேன். அங்கரே, நான் பார்க்காத எதையோ அவர்கள் பார்க்கிறார்கள் என கண்டேன். உங்களுக்குப் பின்னால் உங்களைவிடப் பெரிய யாரோ வருவதுபோல் அத்தனை பேரும் பெருவியப்பு நிறைந்த விழிகளுடன் நோக்கினார்கள்” என்றான். அவனுக்கு விக்கல் வந்தது. துச்சலன் நீட்டிய கோப்பையை வாங்கி ஆவலுடன் குடித்து “அதுதான் எனக்குள் உள்ள வினா” என்றான்.

துரியோதனன் ஓங்கி தரையில் அறைந்து “நான் சொல்கிறேன். அது சூரியன்” என்றான். “நான் கனவில் பார்த்தேன். மிகப்பெரிய சூரியன். இவரை தன் மடியில் வைத்திருந்தவர் சூரியதேவன். ஆனால் இவருக்குத் தேரோட்டியது யார்? அது தெரிந்தாக வேண்டும்.” நான்குபக்கமும் நோக்கியபின் “யார் ஓட்டியது?” என்று ஜயத்ரதன் கேட்டான். “இவருக்குத் தேரோட்டியவர் இவரைப்போலவே இருந்தார். கரிய உடல் கொண்டவர். இவருடைய மைந்தர் போலிருந்தார். ஆம், ஆனால்...” என்று திரும்பி கர்ணனைப் பார்த்து விரலால் சுட்டி விழிசரிய சற்றுநேரம் அசைவற்று நிறுத்திவிட்டு “நான் இவரைப்பற்றி என்ன சொன்னேன்?” என்று துச்சாதனனிடம் கேட்டான்.

“இவர் மூத்தவர்” என்றான் துச்சாதனன். “ஆம், எங்கள் மூத்தவர் இவர். அங்க நாட்டுக்கு அரசர். ஆனால்...” ஓங்கி ஜயத்ரதனின் தோளை அடிக்கப்போக, அவன் எழுந்து விலக, பேரொலியுடன் பலகை அதிர்ந்தது. அப்பால் இருந்த மூன்று கௌரவர்கள் தலைதூக்கினர். பீமவேகன் “யாரோ கதவைத் தட்டுகிறார்கள் மூத்தவரே” என்றான். “படுடா” என்று சொல்லி அவன் மண்டையில் துச்சலன் அறைந்தான். “அடிக்காதீர்கள் மூத்தவரே” என்றபடி அவன் திரும்ப படுத்துக்கொண்டான். உண்டுகொண்டிருந்த நான்கு கௌரவர்கள் எழுந்து உரத்தகுரலில் ஏப்பம் விட்டபடி அங்கு பிறர் இருப்பதையே அறியாதவர்கள் போல் தள்ளாடி நடந்து கீழே கிடந்தவர்களைத் தாண்டி வெளியே சென்றார்கள்.

அவர்கள் கதவுவரை செல்வதைப் பார்த்த துரியோதனன் சரிந்த விழிகளை தூக்கி “ஆகவே நான் சொல்வது என்னவென்றால்... இவர் மூத்தவர். அங்க நாட்டுக்கு அரசர். ஆனால்...” என்றபின் ஜயத்ரதனை பார்த்து “ஆனால் ஒருசொல் இவர் சொல்வார் என்றால் அஸ்தினபுரியின் அரசராக இவரே

இருப்பார். இவருக்கு வலப்பக்கம் தருமன் நின்றிருப்பான். இடப்பக்கம் நான் நின்றிருப்பேன். இவர்களைச் சூழ்ந்து நூற்றிமூன்று உடன்பிறந்தார் நிற்பார்கள். பாரதவர்ஷத்தின் சூரியன் கால்படும் காமரூபத்து மேருமலை முதல் மாலை அவன் கால் நிழல்விழும் பால்ஹிகம் வரை இவர்தான் ஆள்வார். புரிகிறதா?” என்றான்.

ஜயத்ரதன் “புரிகிறது” என்றான். “அதனால்தான் அத்தனை குடிமக்களும் இவரை வாழ்த்திக் கூவினார்கள். ஆகவே நான் இவரைப் பார்க்கவில்லை. ஏனென்றால்…” என்றபின் அவன் “எனக்குத் தண்ணீர்” என்றான். ஏவலன் கொண்டுவந்த தண்ணீர்க்குடத்தை வாங்கி துர்முகன் அவனுக்குக் கொடுக்க அவன் அதை ஆவலுடன் வாங்கிக் குடித்துவிட்டு எஞ்சியதை தன் தலையிலேயே கவிழ்த்தான். குழலை கையால் நீவி பின்னால் விட்டு கண்களைத் துடைத்தபடி “நீர்கொண்டு தலை கழுவினால் என்னால் தெளிவாக எண்ணிப்பார்க்க முடியும்” என்றபின் திரும்பி “இங்கு உண்டாட்டு நிகழ்கிறது” என்றான்.

கர்ணன் புன்னகைத்தபடி “கண்டுபிடித்துவிட்டார்” என்றான். துச்சாதனன் உரக்க நகைத்து “மைத்துனரே, தங்களுக்கு மேலும் மது தேவைப்படுகிறது” என்றான். “இல்லை. முறைப்படி நான் இன்னும் சற்றுநேரத்தில் சென்று பேரரசரை சந்திக்கவேண்டும். பேரரசரை சந்திப்பதற்கு முன்…” என்று அவன் துரியோதனனைப் பார்த்து “ஆனால் இவர் எப்படி பேரரசரை சந்திக்கமுடியும்? இவரால் நடமாடவே முடியாது. மது அருந்துவது அளவோடு இருப்பது நன்று” என்றான்.

துரியோதனன் கண்களை இழுத்துத் திறந்து துச்சாதனனைப் பார்த்து “சிந்து நாட்டு இளவரசர் இப்போது எங்கே?” என்றான். “திரும்பி வந்துகொண்டிருக்கிறார்” என்றான் மெல்லிய குரலில். அவனுக்குப் பின்னால் இருந்த இளைய கௌரவன் வெடித்து நகைத்து “ஆம். அவர் விண்ணுலகுக்குச் சென்றிருந்தார்” என்றான். துச்சலன் குனிந்து அவன் தலையில் அடித்து “படு” என்றான். “இல்லை மூத்தவரே, நாங்கள்…” என்றபோது அவனருகே படுத்திருந்த ஒருவன் கையூன்றி, தலைதூக்கி “மிதமிஞ்சிக் குடித்துவிட்டு பேசிக்கொண்டிருக்கிறான் மூத்தவரே. அவன் தலையை உடைக்க வேண்டும்” என்றான். துச்சலன் “படு” என்றபடி கையை ஓங்க “படுக்கிறேன் மூத்தவரே. படுக்கிறேன்” என்றபடி அவன் படுத்துக்கொண்டான்.

படுத்தபடியே விசும்பி அழுது “என்னை மட்டும் அடிக்கிறீர்கள்” என்றான். “படுடா” என்று துச்சலன் மீண்டும் கை ஓங்கினான். “என்னை மட்டும் அடிக்கிறீர்கள்” என்றான். பிறகு விசும்பியபடி புரண்டு படுத்து “என்னை மட்டும் எல்லோரும் அடிக்கிறார்கள். கதாயுதத்தை நான் எடுத்தாலே

எல்லோரும் என்னை அடிக்கிறார்கள்" என்று புலம்பத் தொடங்கினான். துரியோதனன் எழுந்து "அழுகிறான்" என்றபடி குப்புறக்கிடந்த இரு கௌரவர்களுக்கு மேலாக தவழ்ந்து அவனை அணுகி அவன் தலையைத் தொட்டு வருடி "அழாதே இளையோனே. இனிமேல் உன்னை யாரும் அடிக்கமாட்டார்கள்" என்றான். அவன் புரண்டு துரியோதனனின் கையைத்தூக்கி தன் முகத்தில் வைத்து தானே கைகளால் கண்ணீரைத் துடைத்தபடி "அடிக்கிறார்கள் மூத்தவரே" என்றான்.

துரியோதனன் ஏறிச்சென்றதால் விழித்துக்கொண்ட சராசனனும் திடஹஸ்தனும் நான்குபுறமும் பார்த்து, கர்ணனைக் கண்டறிந்து திகைத்தனர். சராசனன் "மூத்தவரே!" என்றான். "பொழுது விடிந்தது. சென்று நீராடிவிட்டு உணவருந்துங்கள்" என்றான் கர்ணன். "ஆம், பொழுது விடிந்தது" என்று அவன் சொல்லி அருகிலிருந்த சுவர்மனைத் தட்டி "பொழுது விடிந்தது. எழுந்திரு" என்றான். அழுது கொண்டிருந்தவன் கையை ஊன்றி எழுந்து துரியோதனன் மடியில் தலையை வைத்து விசும்பத்தொடங்கினான். துரியோதனன் அவன் தலையை வருடியபடி "மிகவும் இளையவன். இவனுக்கு இளவயதில் நான்தான் உணவு ஊட்டுவேன்" என்று கர்ணனிடம் சொன்னான்.

பேரொலியுடன் ஒரு விசும்பல் கேட்க, கர்ணன் திரும்பி கௌரவர்களைப் பார்த்தான். இருவர் வெண்ணிறப்பற்கள் தெரிய சிரித்துக்கொண்டிருந்தனர். அது சிரிப்பொலியா என்று அவனுக்கு ஐயமாக இருந்தது. துரியோதனன் கண்களிலிருந்து கண்ணீர் சொட்டிக்கொண்டிருந்தது. மூக்கைத் துடைத்தபடி "என் மைந்தர்" என்றான். பிறகு இரு கைகளையும் விரித்து "இவர்களெல்லாம் என் மைந்தர்! நூறு மைந்தர்! இவர்களை நான் தோளில் தூக்கி வளர்த்தேன்! என் நூறு தம்பியர்!" என்றான்.

மீண்டும் அந்த உரத்த விசும்பல் ஒலி கேட்க, கர்ணன் திரும்பிப் பார்த்தபோது ஜயத்ரதன் அழுதுகொண்டிருந்தான். சிரிப்பை அடக்குவதற்காக கர்ணன் தலைதிருப்பி மீசையை நீவினான். ஜயத்ரதன் கைகளை நீட்டி உடைந்த குரலில் "நானும் தம்பிதான் மூத்தவரே. நான் இங்கேயே இருந்துகொள்கிறேன். உங்கள் தம்பியரில் ஒருவனை அனுப்பி சிந்துநாட்டை ஆளச்சொல்லுங்கள். நான் இனிமேல் இங்கிருந்து போகமாட்டேன்" என்றான்.

"நீ என் தம்பி... அடேய், வாடா இங்கே" என்று துரியோதனன் கையைத் தூக்க, ஜயத்ரதன் ஏழெட்டு கௌரவர்கள் மீதாக தவழ்ந்து துரியோதனனை அடைந்தான். துரியோதனன் அவனை அணைத்து தன் நெஞ்சோடு சேர்த்து முத்தமிட்டு "என் தம்பி நீ. நீ இங்கு இரு... எங்கும் செல்லவேண்டாம்" என்றபின் கைதூக்கி "அல்லது ஒன்று செய். நான்

மகதத்தை வென்று உனக்குத் தருகிறேன். நீ அதை ஆட்சிசெய்" என்றபின் "தம்பி துச்சாதனா!" என்றான். "மூத்தவரே" என்றான் துச்சாதனன். "நீ இப்போதே கிளம்பி மகதத்திற்கு போ. ஜராசந்தனை நீயே கொன்றுவிடு. நாம் இவரை அங்கு அரசனாக்குவோம்" என்றான். "நான் இங்குதான் இருப்பேன். நான் அங்கு செல்ல மாட்டேன். எனக்கு யாருமில்லை. அங்கெல்லாம் அந்தணர்கள்தான் என்னைச் சுற்றி இருக்கிறார்கள். அவர்கள் மது அருந்துவதே இல்லை" என்றான் ஜயத்ரதன்.

"சரி. நீ இங்கேயே இரு. நான் முடிதுறந்து உங்களுக்கெல்லாம் பிதாமகனாக இருக்கிறேன். நீயே அஸ்தினபுரியின் அரசனாகிவிடு. ஆனால் நமக்கு அனைவருக்கும் இவர்தான் மூத்தவர். நாம் இவரது பாதப்புழுதியை தலையில் சூடும் தம்பியர்" என்றபின் துரியோதனன் கைநீட்டி கர்ணனின் கால்களைத் தொட்டான். "மூத்தவரே, நாங்களெல்லாம் அறிவில்லாத தம்பியர். நீங்கள் விண்ணுலகில் ஏழுபுரவிகள் கொண்ட தேரில் செல்லும் சூரியன்மைந்தர். ஆகவே நீங்கள் எங்களையெல்லாம் நன்றாக அறைந்து நல்வழிப்படுத்தவேண்டும். அறையுங்கள் மூத்தவரே!"

கர்ணன் "போதும்" என எழுந்தான். துச்சாதனனிடம் "எனக்கே சித்தம் குழம்புகிறது" என்றான். துரியோதனன் அவன் கால்களைப்பிடித்து "வேண்டாம் மூத்தவரே, செல்லவேண்டாம். எங்களை விட்டுவிடாதீர்கள்" என்று கூவினான். "நீங்கள் எங்கள் மூத்தவர். அங்கநாட்டுக்கு அரசர். ஆனால்..." என்றபின் சுட்டுவிரலைக்காட்டி துச்சாதனனை பார்த்தபின் மீண்டும் கர்ணனைப் பார்த்து "இவர்..." என்றான். ஒருமுறை விக்கல் எடுத்து "இவர் அங்கநாட்டு அரசர். எங்களுக்கெல்லாம் மூத்தவர்" என்றான்.

கர்ணன் பற்களைக் கடித்தபடி துச்சாதனனிடம் "எனக்கும் ஒரு குவளை மது கொண்டுவா இளையோனே. அதை அருந்தாமல் இங்கிருந்தால் பித்தனாகிவிடுவேன்" என்றான்.

14

அறைவாயிலில் நின்ற பிரமோதர் மெல்லிய குரலில் "அரசே" என்றார். அணியறையிலிருந்து முழுதணிக் கோலத்தில் வந்த கர்ணன் அவரை நோக்கிப் புன்னகைத்து "பிந்திவிட்டதா பிரமோதரே?" என்றான். அவர் புன்னகைத்துத் தலைவணங்க, "செல்வோம்" என்றபடி தலைநிமிர்ந்து கைகளை வீசி இடைநாழியில் நடந்தான். அவன் காலடிகள் அரண்மனையின் நெஞ்சுத்துடிப்பென எதிரொலி எழுப்ப, படிகளில் இறங்கி கூடத்தை அவன் அடைந்தபோது மூச்சிரைக்க தொடர்ந்து வந்த பிரமோதர் "பேரரசரின் சிற்றவையில் தங்களை சந்திக்க விழைவதாக அரசர் சொன்னார்" என்றான்.

கர்ணன் திரும்பி "இன்று அந்திக்குப்பின் அல்லவா பெருமன்று கூடுகிறது?" என்றான். "ஆம் அரசே. இளவரசர் மண்அளித்து பொன்சூடும் விழவுகள் இதுவரை நடந்தன. வைதிகரும் குலமூத்தாரும் சூதரும் செய்யும் சடங்குகள் முடிந்து அரசர் தன் தனியறைக்கு மீண்டார். நீராடி தந்தையின் அவைக்குள் அவர் வரும்போது தாங்கள் அங்கு இருத்தல் நலம் என்று எண்ணினார்" என்றார்.

கர்ணன் புன்னகைத்து அவர் தோளில் தட்டியபடி "நன்று" என்றபின் படிகளில் இறங்கி முற்றத்தில் அவனுக்காகக் காத்துநின்ற பொற்பூச்சுத் தேரில் ஏறிக்கொண்டான். தலைவணங்கி வாழ்த்துரை சொன்ன பாகன் புரவியை மெல்ல தட்ட, அது கிண்கிணி ஒலியெழுப்பி குளம்போசை பெருகிச்சூழ விரைந்து சாலையை அடைந்தது. அஸ்தினபுரியின் கற்பாளங்களால் ஆன தரை அந்திவெயிலில் பொன்னிற நீரால் நனைக்கப்பட்டதுபோல் ஒளிவிட்டது. தேரின் நிழல் நீண்டு முன்னால் விழ, அதைத் தொட்டுவிடத் துடிப்பவை போல புரவிகள் காலெடுத்து

வைத்து ஓடின. அனைத்து மாளிகைகளிலும் சுண்ணச் சுவர்பரப்புகள் பொன்னொளி கொண்டிருந்தன. கொடிநிழல்கள் நீண்டு பிற மாளிகைச் சுவர்களில் துடித்தன.

அஸ்தினபுரியின் அரண்மனைத்தொகுதி மாலையொளியில் முகில்திரளென எழுந்து வந்தது. அப்பால் மாலைப்பிறை பனங்குருத் தோலை போல ஒளியின்றி நீலவானில் நின்றது. கொடிகளின் நிழல்கள் குவைமாட வளைவுகளில் முலைகள்மேல் மாலை என வளைந்துகிடந்தன. கோட்டைமுகப்பில் இருந்த காவல்மாடத்து வீரன் கர்ணனைக் கண்டதும் சங்கை முழக்க, கீழே அவனுக்காகக் காத்திருந்த ஏழு குதிரை வீரர்கள் முன்னால் வந்து தலைவணங்கி முகமன் சொன்னார்கள். கர்ணன் தேரை நிறுத்தி அவர்களின் வாழ்த்துகளை பெற்றபின் புஷ்பகோஷ்டத்தின் முகப்பை நோக்கிச் சென்றான்.

அங்கு அவனுக்காகக் காத்திருந்த கனகர் ஓடிவந்து "தங்களுக்காக பேரரசர் காத்திருக்கிறார்" என்றார். கர்ணன் "சிந்துநாட்டரசர் வந்துவிட்டாரா?" என்றான். "இல்லை, இளவரசருக்கான சடங்குகள் இப்போதுதான் முடிந்தன. அவரை நீராட்டி மாற்றாடை அணிவித்து கொண்டுவருவதாகச் சொன்னார்கள். இளவரசியும் சிந்துநாட்டு அரசரும் மைந்தருடன் பேரரசரின் அவைக்கு சிறிதுநேரம் கழித்தே வருவார்கள். அரசர் தன் அறையிலிருந்து கிளம்பிவிட்டார்."

கர்ணன் புருவம் சுருங்க "இதுவரை சிந்துநாட்டு இளவரசரை பேரரசர் பார்க்கவில்லையா?" என்றான். கனகரின் விழிகள் சற்று மாறுபட்டன. "பார்க்கவில்லையா?" என்று இன்னும் உரத்த குரலில் கேட்டான். "ஆம்" என்றார் கனகர்.

கர்ணன் அவர் முகத்தை நோக்கி இடையில் கைவைத்து சிலகணங்கள் நின்றபின் மெல்ல "ஏன்?" என்றான். கனகர் தயங்க "சொல்லும்" என்றான். அவர் மெல்ல "பேரரசர் விழியிழந்தவர். எனவே முறைமைச் சடங்குகள் அனைத்தும் முடித்து குலதெய்வங்களை மைந்தருக்கு காவல்அமைத்தபின் அவர் கையில் மைந்தரைக் கொடுத்தால் போதுமென்று நிமித்திகரும் வைதிகரும் கருதுகின்றனர்" என்றார். கர்ணன் இதழ்களை வளைத்து "பேரரசரே ஆனாலும் விழியிழந்தவர், அல்லவா?" என்றான். கனகர் விழிகளைத் தாழ்த்தி "நெறிகள்" என்றார். "எவருடைய நெறிகள்?" என்று கர்ணன் உரத்த குரலில் கேட்டான். "விழியுடையோரின் நெறிகள் அல்லவா?"

கனகர் விழிதூக்கி "ஆம், விழிகொண்டவர்களின் நெறிகள்தான். இவ்வுலகை விழிகொண்டவர்களின் பொருட்டே தெய்வங்கள் படைத்துள்ளன" என்றார். ஏதோ சொல்லெடுக்க இதழசைத்தபின் கைகள் தளர்ந்துவிழ

கர்ணன் தலையை இல்லை என்பது போல் அசைத்தபின் திரும்பி நடந்தான். கனகர் அவனைத் தொடராது அங்கேயே நின்றுவிட்டார்.

புஷ்பகோஷ்டத்தின் படிகளில் ஏறும்போது ஒவ்வொரு படிக்கும் தன் உடல் எடை மிகுந்தபடியே வருவது போல் அவன் உணர்ந்தான். இடைநாழியில் ஏறி அங்கு நின்ற காவலனின் வணக்கத்தைப் பெற்று அவன் தோளில் கைவைத்தபடி “அரசர் எழுந்தருளிவிட்டாரா?” என்றான். “வந்துகொண்டிருக்கிறார் அரசே” என்றான் காவலன். மீண்டும் நடக்கத்தொடங்கியபோது தான் எதையோ கண்டு நெஞ்சதிர்ந்ததை உணர்ந்தான். எதை என்று திரும்பி நோக்குகையில் மேலே நின்றிருந்த வீரன் தலைவணங்கியதைக் கண்டு எவரும் இல்லை என்று உணர்ந்து திரும்பி இடைநாழியில் நடந்தபோது எதிரே தூணோடு உடல் ஒட்டி நின்றிருந்த கரிய பேருருக்கொண்ட முதியவரைப் பார்த்தான்.

இடையில் செம்மரவுரி அணிந்து கழுத்தில் வெண்கல் மாலையும் காதுகளில் உருத்திரவிழிக்காய் குண்டலமும் அணிந்த முனிவர். கர்ணன் அவரை நோக்கியபடியே மேலும் இரண்டு அடி எடுத்து வைத்த பிறகுதான் அவரது விழிகள் ஒளியற்றவை என்பதை அறிந்தான். அவர் அருகே சென்று தலைவணங்கி “வணங்குகிறேன் உத்தமரே, தாங்கள்...” என்றான். “இங்குதான் இருக்கிறேன்” என்றார். கர்ணன் “தாங்கள்...?” என்று மீண்டும் கேட்டான். “என் மைந்தர் இங்குள்ளனர்...” என்றார் அவர். அவன் வணங்கி “வருக உத்தமரே. தங்களுக்கு பீடம் அளிக்க நல்லூழ் கொண்டுள்ளேன். அமர்ந்தபின் சொல்லாடலாம்” என்றான்.

அவர் “நான் ஆயிரம் மைந்தரால் நாள்தோறும் உணவும் நீரும் ஊட்டப் படும் தந்தை” என்றார். கர்ணன் புருவம் சுருங்க “என்ன சொல்கிறீர்கள்?” என்றான். “ஆனால் நான் எதையும் பார்க்கவில்லை. நான் பார்க்காதவை எவையும் என்னுடையவை அல்ல. பார்வையற்றவனுக்கு ஏதுமில்லை என்பது தெய்வங்களின் ஆணை.” அவர் சற்று சித்தமாறுபாடு அடைந்தவர் என்று தோன்றியது. மரவுரியும் சடைமுடியும் கொண்ட முதிய முனிவர் அரண்மனைக்கூடத்தில் எவராலும் வழிநடத்தப்படாது எப்படி விடப்பட்டார் என்று அவன் உள்ளம் வியந்தது. மறுஎல்லையில் நின்ற அவைக்காவலனைப் பார்த்தான். அவன் கர்ணனை நோக்கித் தலைவணங்கினான்.

கர்ணன் சினத்துடன் அவனை நோக்கி விழியசைத்து அருகே வரும்படி ஆணையிட்டான். பதறியபடி அவன் அருகே வந்து தலைவணங்கி “அரசே” என்றான். கர்ணன் திரும்பி நோக்கியபோது அங்கு அந்த முதிய முனிவர் இல்லையென்பதை உணர்ந்தான். விழிமயக்கா என்று ஒருகணம் தோன்றியது. பெருந்தூணின் பின்பக்கம் அவர் சென்றிருக்கக்கூடும்

என்று தோன்ற, குரல்தாழ்த்தி "இங்கு யார் வந்தது?" என்றான். "இங்கா? எவருமில்லை அரசே. தாங்கள் படியேறி வந்தீர்கள். தாங்கள் அணுகுவதற்காக நான் காத்திருந்தேன்" என்றான். "இந்தத் தூணின் அருகே..." என்றான் கர்ணன். காவலன் "தாங்கள் இந்தத் தூணின் அருகே நின்று ஆடை சீர்செய்வதைப் பார்த்தேன்" என்றான்.

ஒருகணம் அவன் உடல் மெய்ப்புகொண்டு வியர்த்தது. நெஞ்சின் அறைதல் ஓசையை கேட்டபின் "ஆம், நன்று" என்று கூறி அவன் விழிகளை நோக்காது நடந்தபோது பின்பக்கம் அவர் நின்றிருக்கிறார் என்ற எண்ணம் எழுந்தது. திரும்பிப் பார்க்கும்படி அவன் உளக்குரல் அவனை அறிவுறுத்தியது. கூரிய வேல் ஒன்று நெஞ்சை குத்த அதை உந்தியபடி முன்செல்வதுபோல அவன் சென்றான். பின்பு அறியாக்கணம் ஒன்றில் திரும்பி நோக்கினான். ஓடைக்கரை மரங்களென நிரைவகுத்த பெருந்தூண்களில் பித்தளைப் பூண்களும் சித்திரப் பட்டுப்பாவட்டாக்களும் மலர்த்தார்களும் வண்ணத்தோரணங்களும் அணிவிக்கப்பட்டிருந்தன. அவை காலமில்லா அமைதியில் காலூன்றி நின்றிருந்தன.

அத்தூண்கள் தாங்கிய வளைந்த உத்தரங்களின்மேல் கவிழ்ந்த உட்குடைவுக்கூரைக்குக் கீழே பெருங்கூடம் ஒய்ந்து கிடந்தது. தேய்த்த கரிய தரைப்பரப்பில் நீருக்குள் என மிதந்திறங்கியிருந்தன தூண்களின் நிழல்கள். நீள்மூச்சுடன் உடலை எளிதாக்கி கர்ணன் படிகளில் ஏறி இரண்டாவது இடைநாழிக்குச் சென்றபோது மிக வலுவாக அந்த இருப்புணர்வை தன் பின்னால் அடைந்தான். முதுகில் விழித்திருக்கும் அறியாப் புலனொன்று அறிந்தது அவரை. அங்கிருக்கிறார். திரும்பிப் பார்த்தால் அவர் இருக்க மாட்டார். இல்லை நின்றிருக்கவும்கூடும்.

அவர் என்ன சொன்னார் என்று எண்ணிக்கொண்டபோது அச்சொற்கள் எவையும் நினைவுக்கு வரவில்லை. பார்வையின்மை பற்றி ஏதோ சொன்னார். பார்க்கப்படாதவை அளிக்கப்படாதவையே. இவையல்ல. என்ன சொற்கள்? கலைந்து குவிந்த களஞ்சியமொன்றை இரு கைகளாலும் அள்ளி அள்ளி வீசித் தேடுவது போல சொற்களைத் தேடி சலித்து இல்லையென்பது போல் தலையசைத்தான்.

அவன்முன் நின்றிருந்த காவலன் தலைவணங்கி "அரசே" என்றான். "பேரரசர்?" என்றான் கர்ணன். "அரசர் வந்து கொண்டிருக்கிறார். தாங்கள் பேரரசரை இப்போது சந்திக்கலாம்" என்றான். "ஆம்" என்றான் கர்ணன் நீள்மூச்சுடன். "இவ்வழியே" என அவன் கர்ணனை அழைத்துச் சென்றான். நெடுந்தொலைவில் என யாழிசை கேட்டுக்கொண்டிருந்தது. கேட்டதை உணர்ந்த மறுகணமே வண்டுக்கூட்டமென வந்து செவிசூழ்ந்தது. "பேரரசர் இசை கேட்கிறாரா?" என்றான் கர்ணன். "ஆம். இங்கு இசை ஒலிக்காத தருணமே இல்லை" என்றான் காவலன்.

அவன் திருதராஷ்டிரரின் அவை வாயிலில் நின்று கதவை மெல்ல தட்ட, அது திறந்து இளங்காவலன் ஒருவன் எட்டிப்பார்த்து கர்ணனை அறிந்ததும் தலைவணங்கி “வருக அங்க நாட்டரசே” என்று இதழ் மட்டும் அசைத்து சொன்னான். கர்ணன் தன் பாதக்குறடுகளைக் கழற்றிவிட்டு ஓசையின்றி காலெடுத்து வைத்து உள்ளே சென்றான். உள்ளே பீடத்தில் மெலிந்த நீள்காலைத் தூக்கிவைத்தபடி உடல்மெலிந்து விழிதளர்ந்த விப்ரர் அமர்ந்திருந்தார். கர்ணன் தலைவணங்கி கையால் அரசரைப் பார்க்க விழைகிறேன் என்றான். விப்ரர் சற்று பொறுக்கும்படி கைகாட்டிவிட்டு கைகளை பீடத்தில் ஊன்றி மெதுவாக எழுந்து மேலாடையை சீர் செய்தபின் முதுமை தளரச்செய்த காலடிகளுடன் மெல்ல நடந்து இசைக்கூடத்திற்குள் சென்றார்.

யாழின் ஒலி வழக்கத்தைவிட மும்மடங்கு ஓசையுடன் இருப்பதை கர்ணன் கேட்டான். அத்தனை தொலைவுக்கு அத்தனை உரத்து கேட்கவேண்டுமென்றால் அது மிகப்பெரிய யாழாக இருக்க வேண்டும். அதை எப்படி மீட்ட முடியும்? நின்றுகொண்டு கைகளால் மீட்டும் பேரியாழ் ஒன்றை அவன் எண்ணத்தில் வரைந்தெடுத்தான். அந்த எண்ணத்தினூடாக சிறிய அமைதியின்மை போல பிறிதொன்று ஓடியது. சற்றுமுன் நிகழ்ந்தது ஓர் உளப்பிறழ்வின் காட்சியென. உளப்பிறழ்வு என்னும் சொல் அவனை அதிரச்செய்தது. ஏழுகுதிரைத் தேரில் எப்போதும் ஒரு குதிரை கட்டற்றிருக்கும். அதன் கடிவாளம் நம் கையில் இருக்காது என்று அவன் தந்தை சொல்வதுண்டு. அவன் எவரைக் கண்டான்?

விப்ரர் இசைக்கூட வாயிலில் நின்று கர்ணனைப் பார்த்து உள்ளே செல்லும்படி கையசைத்தார். கர்ணன் அருகே சென்று மெல்ல தலைவணங்கிவிட்டு உள்ளே சென்றான். தடித்த மரவுரிமெத்தைத் தரைகொண்ட நீள்வட்ட இசைக்கூடத்தில் நடுவே இருந்த அணிச்சுனையில் மேலிருந்து அந்தியின் செவ்வொளி விழுந்து அதை பொன்னுருகி நிறைந்த கலமென மாற்றியிருந்தது. அவ்வொளிக்கு விழிபழகிய பின்னர்தான் இசைக்கூடம் முழுக்க நிரந்து அசைவிழந்து அமர்ந்திருந்த இளைய கௌரவரைக் கண்டான். ஆயிரம் குளிர்ந்த கற்சிற்பங்கள் போல் விழிகள் மட்டுமே என அவர்கள் யாழ்சூதர்களை நோக்கியிருந்தனர். விப்ரரையோ கர்ணன் நுழைந்ததையோ அவர்கள் அறியவில்லை.

அப்பால் இசை மேடையில் பன்னிரு பேரியாழ்கள் சூதர்களால் இசைக்கப்பட்டன. பன்னிரு விரல்கள் மீட்டிய இசை ஒற்றை இசையோடை என பிசிறின்றி முயங்கி இசைக்கூடத்தை முற்றிலும் நிறைந்திருந்தது. மெத்தைமேல் அவன் நடந்தபோது அது பதிந்து

குழிந்து மீண்டது. ஓசையின்மை அவன் நீரில் மூழ்கிச்செல்வதுபோல எண்ணச்செய்தது. அங்குள்ள பீடங்களெல்லாமே பெரியவை, மெத்தை மூடப்பட்டவை. நுரைமேல் அமரும் ஈ என அவன் அமர்ந்தான். கைகளை தொடைகள்மேல் வைத்துக்கொண்டான்.

தொலைவில் இருந்து பார்க்கையில் திருதராஷ்டிரரின் உடல் மழைகழுவிய கரும்பாறை என குளிர்ந்து அசைவற்றிருப்பதாகத் தோன்றியது. இரு கைகளும் பீடத்தின் பிடிமேல் பதிந்திருந்தன. கால்கள் சற்றே நீட்டப்பட்டு மண்ணில் வேரோடியவை போல் தோன்றின. துணிப்புரி கருகிய சாம்பல்சுருள்போல் விரிந்த தோள்களில் படர்ந்திருந்த நரைகுழல்கற்றைகள் கூட அசைவற்றிருந்தன. தவளையின் தாடையென இருஊன்விழிகள் மட்டும் அசைந்துகொண்டிருந்தன.

இசை தன் உடலில் மெல்லிய தாளமொன்றை படியவைத்திருப்பதை கர்ணன் உணர்ந்தான். இரு கைகளிலும் சுட்டுவிரல்கள் துடித்து அசைந்து அத்தாளத்தின் படிகளில் ஒற்றைக்கால் வைத்து ஏறி மேலே சென்றுகொண்டிருந்தன. நீர்த்துளிசொட்டும் இலைபோல அவன் அந்தத் தாளத்தால் ஆட்கொள்ளப்பட்டான். அப்போது தொலைவில் திருதராஷ்டிரரின் உடலும் பட்டுச் சல்லா துணியில் வரையப்பட்ட ஓவியம் காற்றிலென இசையில் அலைவுறுவதாகத் தோன்றியது. விழிமயக்கா என்று நோக்கி இல்லை என்று கண்டான். அவர் உடலில் ஒவ்வொரு தசையும் நெகிழ்ந்து யாழிசை அதிர்வுக்கு என இயைந்து அசைந்து உள்நடனம் ஒன்றில் இருந்தது.

ஒரு மனிதன் தன் உடலுக்குள் நடமிட முடியும்! தோல் போர்த்திய தசைக்குவைக்குள் அமர்ந்துகொண்டே நெடுந்தொலைவு செல்ல முடியும்! எங்கிருக்கிறார் இம்மனிதர்? என்றேனும் இங்கிருந்திருக்கிறாரா? இங்குளோரை எவ்வண்ணம் அறிந்திருக்கிறார்? இங்கொலித்துக் கொண்டிருக்கும் நில்லா இசையின் பிறழொலிகளாகவே உறவும் சுற்றமும் நாடும் மானுடப் பெருவலையும் அவருக்கு பொருள்படுகின்றனவா என்ன? அன்றி அப்பேரிசையின் ஒலியதிர்வுகள் மட்டும்தானா அவை?

ஒருபோதும் அவரை அணுகியதில்லை. அவர் தொடுகையை உணர்ந்ததில்லை என்று அவன் அறிந்தான். எங்கிருந்தோ மிதந்தெழுந்து மேலே வந்து அவனை அவர் தன் அகன்ற மார்போடள்ளி அணைக்கையில் அணியறையிலிருந்து தோள்பட்டமும் கங்கணமும் கச்சையும் எழுகொண்டையும் தலையொளிவட்டமும் அணிந்து அறிபடுதோற்றமொன்றென வரும் கூத்தன். அணியறையோ அடியற்ற ஆழமுடைய ஒருசொல். இக்கரிய அரக்கன் பின்பு ஒலியின்றி அதில்

கால் வைத்து இறங்கி தன் பாதாளத்திற்கு மீள்கிறார். அங்கு இருள் சூழ்ந்து இறுகியிருக்கிறது. செவியிருள், விழியிருள், மூக்கிருள், நாக்கிருள், தொடுஇருள், மொழியிருள், அறிவிருள். முழுமையென தன்னைக் காட்டும் இன்மை...

நீள்முச்சுடன் அவன் கால்களை நீட்டி எளிதாக்கிக்கொண்டான். அவ்விசைக்கூடத்தில் அவன் மட்டுமே அம்மெல்லிய அசைவை விடுக்கும்நிலையில் அகன்றிருந்தான் என்று தோன்றியது. நீர்ப்பரப்பில் தூசுவிழுந்ததுபோல அங்கிருந்த அனைத்துடல்களும் மெல்ல நலுங்கின. அத்தனை இளமைந்தரும் திருதராஷ்டிரர் போலவே இருந்தார்கள். ஒன்று நூறு ஆயிரமெனப் பெருகி அறை நிறைத்திருந்தது ஓர் இருப்பு. ஆயிரம் உடல் கொண்டிருந்தது ஒருயிர். கர்ணன் அம்மைந்தரின் ஒவ்வொரு விழியையாக நோக்கினான். இங்கு இவ்வண்ணம் இச்சரடில் தொடுக்கப்படுபவை என்பதனால்தானா பிறிதெவற்றாலும் இணைக்கப்படாமலேயே இவை இந்நகரமெங்கும் சிதறிப்பரந்து கொந்தளித்தன? ஒருதுளி நதியென்றாகியதுபோல் பெருகி இந்நகரை நிறைத்திருக்கும் விழியின்மை. ஏன் இது நிகழ்கிறது இங்கு? விண்ணறியும் மண்ணறியா பொருளென ஒன்று இதன் பின்னிருக்கும் போலும்.

ஒற்றைவிழி, ஒற்றைக்கனவு, ஒற்றைப்பெருக்கென்றெழுந்த ஊழ்கம். தவழ்ந்து தலைதூக்கி நோக்கிய மைந்தர்கள் அவர்களில் இருந்தனர். கரிய சிறுதோள்களை சற்றே முன்னொடுக்கி செவிநோக்கு கூர்ந்து விழியின்மையாகி இருந்தனர் குழந்தைகள். பிறிதொன்றிலாது அங்கிருந்தனர். லக்ஷ்மணன் அவர்களில் ஒருவர் என கண்டான். எப்போதேனும் இப்பெருந்திரளிலிருந்து அவனால் விடுபட முடியுமா? பிறிதொருவனாக ஆகலாம். அப்புண்ணை அவன் எப்படி ஆற்றிக்கொள்வான்? கையாயிரம் கொண்ட கார்த்தவீரியன். விழியீராயிரம் கொண்ட விராடன். இவ்வடிவில் அவன் எழுந்தால் வென்று நடக்க இப்புவி போதுமா என்ன?

யாழிசை அருவியெனப் பெருகி மண்நிறைந்து பரவி மெலிந்து ஓய்ந்து துளித்து சொட்டி நிலைத்து அமைதிகொண்டது. அவ்வமைதியின் உலகிலிருந்து அப்போதும் உதிராமலிருந்தனர் இளையோர். உளவிரல்கள் இசையில் துழாவ, உடலின்றி இருந்தனர் சூதர். அவர்களின் உடல்விழிகளும் ஓய்ந்தகைகளும் கைவிழுந்து அமைந்த யாழ்நரம்புகளும் அதுவரை ஒலித்த இசையாகவே எஞ்சியிருந்தன. நீள்மூச்சுடன் திருதராஷ்டிரர் மீண்டு வந்தார். கர்ணனை நோக்கி அவரது குருதிவிழிகள் திரும்பி அசைந்தன. “மூத்தவனே” என்றார். கர்ணன் எழுந்து அவர் அருகே சென்று குனிந்து அவர் கால்களில் தலைவைத்தான்.

“ஆஹ்ஹ்” என்னும் மூச்சொலியுடன் அவர் தன் பெருங்கையால் அவன் தலையை வளைத்து தோளுடன் அணைத்து குழலை மறுகையால் நீவியபடி “உன்னை நோக்கியிருந்தேன்” என்றார். கர்ணன் அவர் அருகே தரையில் அமர்ந்து தன் கைகளை அவர் தொடையில் வைத்துக்கொண்டான். “இன்று காலை களத்தில் என்னுடன் தோள்கோக்க நீ வருவாய் என்று எண்ணினேன்.” கர்ணன் “புலரிக்கு முன்பே நான் கோட்டைமுகப்புக்குச் செல்லவேண்டியிருந்தது அரசே” என்றான். “கோட்டைமுகப்புக்கா?” என்றபின் புரிந்துகொண்டு “ஆம், மைந்தனை நீ சென்று வரவேற்பதே முறை. அஸ்தினபுரியின் ஒரே மகளின் முதல் மகன். இந்நகராளும் கோல் அவன் கையிலும் ஒன்று இருக்கும்” என்றார்.

“தாங்கள் இன்னமும் மைந்தனை பார்க்கவில்லை அல்லவா?” என்றான் கர்ணன். “தாங்கள்...” அவர் அவன் தலையைத் தட்டி “நீ சொல்லவருவதை அறிவேன். என்னிடம் முதுநிமித்திகர் வந்து சொன்னார். தெய்வங்களை துணைநிறுத்தி கங்கணமும் கணையாழியும் அளித்தபின் மைந்தன் என் கைதொட வந்தால்போதும். ஆம், அதுவே முறை என்று நானும் சொன்னேன். இன்னமும் விதுரனுக்கு இது தெரியாது. அவனிடம் நீ உளறிவிடாதே... சினம்கொண்டு எழுவான்” என்றார். கர்ணன் அவர் தொடையை இன்னொரு கையால் தொட்டான்.

“என் தீயூழ் என்னுடன் செல்லவேண்டும் மைந்தா. நினைக்கவே சமயங்களில் நெஞ்சு நடுங்கும். கண் என்பது எத்தனை நுணுக்கமானது. இரு மெல்லிய மலர்கள் அவை. இன்மது ததும்பி விளிம்பு நிறைந்து நிற்கும் இரு கோப்பைகள். இந்நகரமோ எங்கும் கூரியவற்றை நிறைத்து வைத்துள்ளது. அம்புகள் வேல்கள் கூர்விளிம்புகள்... இளையோர் களிவெறிகொண்டு கூத்தாடுகிறார்கள். கண்களை அவர்கள் எண்ணுவதேயில்லை...” அவர் புன்னகைத்து “எண்ணினால் நான் இவர்கள் எவரையும் அரண்மனைவிட்டு வெளியே செல்லவே விடமாட்டேன்” என்றார்.

திருதராஷ்டிரரின் கைகள் கர்ணனின் தலைமேல் அழுந்தி குழல் சுருள்களை விரல்களில் சுற்றி நீவி இறங்கி, செவிமடல்களைப் பற்றி மெல்ல இழுத்து, தோளில் படிந்து புயம்வரை தடவிச்சென்று, திரண்ட பெருந்தசைப்புடைப்பில் எழுந்து கிளைவிரித்து இறங்கிய நரம்பை யாழ்நரம்பென மீட்டி, கழுத்தெலும்பின் படகு விளிம்பைத் தடவி, குரல்வளை முழையை மெல்ல வருடி மேலேறின. கன்னங்களின் அடர்மயிர்ப் பரவலை, கூர்கொண்டு நின்ற மீசையை, வளைவற்ற நேர் மூக்கை, கீழே அழுந்திய சிறிய உதடுகளை தொட்டுச்சென்று கண்களை அடைந்ததும் தயங்கின. இரு விழிகளையும் மாறி மாறி தொட்டு எதையோ தேடின. புதைத்திட்ட முட்டை நோக்கி முகர்ந்து வரும் கடலாமை. எங்கோ மறந்திட்ட புதையலைத் தேடும் விழியிழந்த உலோபி.

நெற்றியை, மறுசெவியை, மறுதோளை, மார்பின் மயிரற்ற கரும்பளிங்கு பிளவுப்பலகைப் பரப்பை. மீண்டும் கழுத்தை, உதடுகளை. மீண்டும் கண்களை. மரக்கட்டை என கடுமைகொண்ட பெரிய விரல்கள் அவன் கண்களை மிகமென்மையாகத் தொட்டன. அவர் பெரும்பாலும் கண்களைத் தொட்டு நோக்குகிறார் என்பதை அவன் நினைவுகூர்ந்தான். கண்களைத் தொட்டு அவர் தேடுவது என்ன? ஒளியின்மையை அறியும் ஒளியையா? "மூத்தவனே" என்று நீள்மூச்செறிந்து தனக்குள் என அழைத்தார் திருதராஷ்டிரர். மூடிய அறைக்குள் எழும் காற்றொலி போல அது கேட்டது. "சொல்லுங்கள் தந்தையே" என்றான்.

"நீ இங்கிரு" என்றார். "ஆம், ஆணை" என்றான் கர்ணன். "நீ இளையவனுடன் இரு. இங்கு அவன் நிலையழிந்திருக்கிறான்." "மகிழ்ந்திருக்கிறாரென்று தோன்றுகிறது" என்றான் கர்ணன். "ஆம், மகிழ்ந்திருக்கிறான். ஆனால் ஷத்ரியன் மகிழ்ந்திருக்கலாகாது மைந்தா. அவனுள் இருப்பவை தசைபுடைத்த பெரும் புரவிகள். ஒவ்வொரு நாளும் நூறுகாதம் ஓடினால் மட்டுமே அவை நின்று உறங்கி விழிக்க முடியும். அரசாள்வதில் அவனுக்கு விழைவில்லை. இங்கு அவனை வைத்துக்கொண்டு என்ன செய்வது என்று அமைச்சர்களுக்கும் தெரியவில்லை" என்றார் திருதராஷ்டிரர். "இல்லை, அவர்..." என கர்ணன் சொல்லத்தொடங்க கையசைத்துத் தடுத்தார்.

"நான் அறிவேன். அவை அமர்ந்த அவன்முன் விழிநீர் விடும் முதல் மனிதனுக்கு சார்பாக தீர்ப்பளித்துவிடுகிறான். இரு தடம் நோக்கி நடுநிலை கொள்ள அவனால் முடியவில்லை. கண்ணீருக்கு இரங்குபவன் அரசனாக முடியாது. நீதியால் தண்டிக்கப்படும் குற்றமிழைத்தோரும் விழிநீர் விடக்கூடும். பிழை செய்து உளம் நொந்தவரும் விழிநீர் விடுவார்கள். வென்று செல்லவேண்டும் என்று வெறியெழுந்தவரும், பிறரை உண்டு கடக்க விழைவு கொண்டோரும் விழிநீர் விடுவார்கள்" என்றார். கர்ணன் "நானும் விழிநீரை கடக்க இயலாதவன்தான் அரசே" என்றான். "அதை நான் அறிவேன். ஆனால் நீ கதிரவன் மைந்தன். அனைத்தையும் கடந்துசென்று உண்மையைத் தொடும் ஒன்று உன் கண்களில் உள்ளது" என்றார்.

கர்ணன் "இங்கிருக்கிறேன் அரசே. ஆனால் பானுமதி உள்ளவரை இவ்வரசு முறையான கோலால்தான் ஆளப்படும்" என்றான். "ஆம். இங்குள்ள அரசைப்பற்றி நான் எவ்வகையிலும் கவலை கொள்ளவில்லை. விதுரனும் பானுமதியும் இருக்கையில் கோலாளும் அரசத்திருவும் சொல்லாளும் அருந்தவத்தோனும் இணைந்திருப்பதற்கு நிகர். நான் துயருறுவது என் மைந்தனைக் குறித்து மட்டுமே."

கர்ணன் அவ்வுணர்வுநிலையை மாற்ற விரும்பி, திரும்பி அசைவிழந்து அமர்ந்திருந்த இளைய கௌரவரை நோக்கிப் புன்னகைத்து "இவர்கள் இவ்வண்ணம் இருக்கமுடியுமென்பதை என்னால் எண்ணக்கூடுவதில்லை" என்றான். "இவர்கள் எப்போதும் இப்படித்தான் என் முன் இருக்கிறார்கள். இங்கு நுழைகையிலேயே ஆழ்ந்த அமைதி கொண்டுவிடுவார்கள். வெளியே இவர்கள் ஓசையும் கொப்பளிப்புமாக இருக்கிறார்கள் என்கிறார்கள். நான் அறிந்ததில்லை" என்றார் திருதராஷ்டிரர். "துஷ்கிரமா, இப்படி வா" என்றார். ஒன்றரை வயதான துஷ்கிரமன் எழுந்து அருகே வந்து அவர் கால்களைத்தொட்டு சென்னிசூடி "வணங்குகிறேன் முதுதந்தையே" என்றான்.

அவனை அவர் ஒற்றைக்கையால் புயம் பற்றித்தூக்கி சுழற்றி தன் தோளில் அமர்த்திக்கொண்டார். அவன் அவர் தலையைத் தழுவியபடி மயங்கி அமர்ந்திருந்தான். "அதோ இருப்பவன் துர்லபன். அவனருகே துஷ்பிரபன்..." என்றார். கர்ணன் "இவர்களின் பெயர்கள் எவராலும் முற்றிலும் நினைவில்கொள்ள முடியாதவை என்கிறார்கள்" என்றான். "ஏன்? அனைவர் பெயரும் நன்கு தெரியும். அவர்களின் காலடியோசையை, உடல்மணத்தை, குரலை என்னால் அறியமுடியும். ஏன் நெஞ்சோடு சேர்த்தால் அவர்கள் குருதித் துடிப்பைக்கூட என்னால் அடையாளம் காண முடியும்" என்றார். கர்ணன் சிரித்து "அஸ்தினபுரியில் இம்மைந்தரை அடையாளம் காணும் ஒரே மனிதர் தாங்களே" என்றான்.

திருதராஷ்டிரர் "ஆம், நானே நூறெனெ ஆயிரமென பெருகி இங்கு நிறைந்திருப்பதாக சூதர்கள் பாடுவதுண்டு. என்னுடலை நானே தொட்டறிவதில் என்ன வியப்பு? இளமையில் நான் முதலில் அறிந்தது என் உடலைத்தான். என் அன்னை என் கையைப்பற்றி என் காலில் வைத்து கால் என்றாள். விரல் என்றாள். நகம் என்றாள். அங்கு தொடங்கி பல்லாயிரம் முறை தொட்டுத் தொட்டு என்னை நான் அறிந்தேன். மானுடரெல்லாம் ஆடி நோக்கியே தங்களை ஆளென அறிகிறார்கள் என்கிறார்கள். என் விரல்களில் உள்ளது நானென வகுத்துக்கொண்ட இது. ஓய்ந்திருக்கையில் இசையறியாதோன் பேரியாழை என என்னை நானே தொட்டுத் தொட்டு மீட்டிக் கொள்வேன்" என்றார். "இத்தனை ஆண்டுகளுக்குப் பின்பும் என் உடலை நானே தொடுவது எனக்கு சலிக்கவில்லை."

கர்ணன் மைந்தரை நோக்கி அருகே வரும்படி கையசைத்தான் அவர்கள் மெல்லிய அலையென அசைந்து எழுந்து ஓசையின்றி ஒழுகி திருதராஷ்டிரரைச் சூழ்ந்துகொண்டனர். அவர் கைநீட்டி ஒவ்வொருவரையாக அணைத்து அவர்களின் பெயர்களைக் கூறினார். "இவன் மகாவீர்யன். இவன் பிறந்த அன்று நல்ல மழை. ஈற்றறைக்குச்

சென்று இவனைப் பார்க்க விழைந்தேன். ஏனெனில் நான் பிறந்த அதே நாளிலும் கோளிலும் பிறந்தவன் இவன்." அவர் காலைப் பற்றிநின்ற சிறுவன் ஒருவனை கையால் தூக்கி மடியிலமர்த்தி "இவன் பெயர் ஊஷ்மளன். பதினெட்டாவது மைந்தன். சலனுக்கு அரக்கர்குலத்தரசி காளிகையில் பிறந்த குழந்தை" என்றார்.

கர்ணன் சிரித்து "நண்டுக் குஞ்சுகள் அன்னையின் உடலை கவ்விக்கொள்வதுபோல் உள்ளது அரசே" என்றான். "ஆம், நான் இவர்களை கட்டெறும்புகள் என்று சொல்வதுண்டு. விரலை வைத்தால் போதும் அவர்களே ஏறி மூடிக்கொள்வார்கள்." கைகளை நீட்டி அவர் ஒவ்வொருவர் கன்னங்களையாகத் தொட்டார். அவை இரு தவிக்கும் ஆமை முகங்கள் என்றாயின. நாவென சுட்டுவிரல் பதைத்தது. ஒவ்வொரு முட்டையாகத் தோண்டி எடுத்து முகர்ந்து நீள்மூச்சு விட்டு மீண்டும் புதைத்தன அவை. கர்ணன் இயல்பாக விழிதிரும்பி நோக்கியபோது அவ்வறைக்குள் பெருந்தூணின் அருகே விழியிழந்த முனிவரைப் பார்த்தான். அறியாது ஓர் ஒலியை அவன் எழுப்ப, திருதராஷ்டிரர் "என்ன?" என்றார். "இல்லை அரசே" என்றபின் அவன் மீண்டும் பார்த்தான்.

அவர் திருதராஷ்டிரரையே நோக்கியபடி அசைவற்று நின்றிருந்தார். அவ்வுருவை தங்கள் இசைக்கலங்களை தொகுத்து உறையிட்டுக்கொண்டிருந்த சூதர்கள் பார்க்கிறார்களா என்று அவன் திரும்பிப் பார்த்தான். அவர்கள் பார்ப்பதாகத் தெரியவில்லை. அவன் அவர்களைப் பார்ப்பதைக் கண்டு இருவர் அவனை நோக்கித் தலைவணங்கினர். நோக்கைத் திருப்பி மீண்டும் அவரைப் பார்த்தான். எங்கோ பார்த்த பேருடல். கொழுத்த பெருந்தோள்கள். பாறையில் நீர்வழிந்த தடம்போல கருமையில் நரை படர்ந்த தாடி. தோளில் புரண்ட வேர்த்தொகை போன்ற சடைக்கற்றைகள். ஓடு விலக்கி குஞ்சு வெளிவந்த உந்துகையில் பதைக்கும் சவ்வு போன்ற கண்கள்.

"இளையோனே" என்றார் திருதராஷ்டிரர். கர்ணன் அவர் கால்களைத்தொட்டு "நான் மூத்தவன் அரசே" என்றான். "ஆம், நீ மூத்தவன்" என்றபின் கைகளால் தன் தலையை மூன்று முறை தட்டினார். "என்ன?" என்றான். "இம்மைந்தருடன் இருக்கையில் நான் உவகைகொண்டு நிலைமறந்தாட வேண்டுமல்லவா? அதுதானே உயிர்களுக்கு இயல்பு? நான் குலம்முளைக்கும் பிரஜாபதி அல்லவா?" கர்ணன் "ஆம்" என்றான். "ஆனால் நானோ எப்போதும் நிலையழிகிறேன். இப்போதுகூட அறியாத ஆழத்தில் என் நீர்மை நலுங்குகிறது. மிகத்தொலைவிலிருந்து எவரோ என்னை நோக்குவது போல் உணர்கிறேன். இரு நோக்கற்ற விழிகள்..." அவர் கைகளை வீசி "இந்த உளமயக்கிலிருந்து என்னால் தப்பவே முடியவில்லை" என்றார்.

நீள்மூச்சுடன் "இசை என்னைச் சூழாது இம்மைந்தருடன் சற்றுநேரம் கூட என்னால் இருக்க முடியவில்லை. இதோ பெருகி நிறைந்திருக்கிறேன். ஆனால் இவர்களிடம் களியாடியதில்லை. கானாடச் சென்றதில்லை. நீர்விளையாட்டில் ஈடுபட்டதில்லை." அருகே நின்ற ஒருவனைப் பிடித்து "இவன் பெயர் தீர்க்கநேத்ரன். குண்டாசியின் மைந்தன். மிகமிகத் தனிமையானவன். என்னைப்போன்று" என்றார். கர்ணன் மீண்டும் அவரை நோக்கியபடி நின்றுகொண்டிருந்த விழியிழந்தவரைப் பார்த்தான். அவரில் திருதராஷ்டிரரைப்போன்ற சாயல் இருந்தாக வேண்டும் என்று தோன்றியது. ஆனால் அவர் வாழ்நாளில் ஒருமுறையேனும் உடற்பயிற்சி எதையும் செய்தவர் போல் தோன்றவில்லை. குனித்த தோள்களும் தசை முழுத்த கைகளும் பெரிய வயிறும் புடைத்திருந்த தொடைகளுமென தெரிந்தார்.

"ஏனோ நான் இப்போது அவனைப் பார்க்க விழைகிறேன்" என்றார் திருதராஷ்டிரர். நடுங்கும் குரலில் "யாரை?" என்று அவன் கேட்டான். "துவாரகையின் தலைவனை. அது ஏனென்று எனக்குத் தெரியவில்லை. ஆனால் அவன் இங்கிருந்தால் எழுந்து சென்று அவன் கைகளை இறுகப் பற்றிக்கொள்வேன். இதெல்லாம் ஏன் என்று கேட்பேன். கனிநிறைந்த மரம் அஞ்சுவது எந்தக் காற்றை?" பின்பு உரக்க நகைத்து கையால் தன் இருக்கையின் பீடத்தை அடித்து "பொருளற்ற சொற்கள்! ஒரு பொருட்டுமற்ற துயரம்! ஏன் இதை அடைகிறேன் என்று எனக்கே தெரியவில்லை. ஒருவேளை துவாரகையின் தலைவன் இருந்தால் என் விழியின்மை அது என்று எண்ணி எள்ளி நகையாடவும் கூடும்" என்றார்.

"இல்லை அரசே. இம்மைந்தர்ப் பெருக்கு எவருக்காயினும் சிந்தையை அழிக்கும். தீவிழிகள் படலாகாது என்றும் தீயூழ் தின்னலாகாது என்றும் தந்தை மனம் பதைப்பது மிக இயல்புதானே?" என்றான் கர்ணன். தன் தலையை ஓசையெழ மீண்டும் அடித்து திருதராஷ்டிரர் பற்களைக் காட்டினார். "தலைகுடைகிறது மூத்தவனே. முன்பொரு நாள் இங்கு ஒரு சூதன் பாடினான். தவளை பல்லாயிரம் முட்டைகளை இடுகிறது. தன் உடலின் கொழுப்புப் படலத்தால் அவற்றை ஒன்றெனப்பிணைத்து நீரில் பறக்க விடுகிறது. நானும் அவ்வண்ணமே என்றான். இங்கு என் குருதி நுரைத்தெழும் இசையால் இவர்களைப் பிணைத்திருக்கிறேன் என்றுதான் அவன் சொல்ல விரும்பினான். நானோ பல்லாயிரம் தவளை முட்டைகளில் வால்நீண்டு கால்முளைத்துத் தாவிக் கரையேறி நின்றிருக்கும் நல்லூழ் கொண்டவை எத்தனை என்று எண்ணி அஞ்சினேன்."

பெருமூச்சுடன் “இவ்வச்சம் அன்று தொடங்கியதாக இருக்கலாம்” என்றார். கர்ணன் “ஆம் அரசே, ஆனால் அது பொருளற்ற அச்சம். அதை தங்கள் கல்வியாலும் பட்டறிவாலும் கடந்து போகவேண்டியதுதான்” என்றபின் மீண்டும் திரும்பி நோக்கினான். அவனை ஒரு பொருட்டென்றே எண்ணாதவர் போல் அம்முதிய முனிவர் திருதராஷ்டிரரையே பார்த்துக்கொண்டிருந்தார்.

15

இசைக்கூட வாயிலிலேயே விப்ரர் ஓசையற்ற நிழலசைவென தோன்றியதும் அவரை முதலில் அறிந்த திருதராஷ்டிரர் திரும்பி “சொல்லும்” என்றார். முகமன் ஏதுமின்றி அவர் “சிந்துநாட்டு அரசியும் அஸ்தினபுரியின் அரசரும்” என்றார். வரச்சொல்லும்படி கைகாட்டிவிட்டு கர்ணனிடம் “இவ்வரசமுறைமைகளைக் கண்டு சலிப்புற்றுவிட்டேன் மூத்தவனே” என்றார். விப்ரர் மீண்டும் ஆடிப்பாவை ஆழத்திற்குள் செல்வதென வாயிலுக்கு அப்பால் மறைந்தார்.

கர்ணன் குருதிக்குமிழிக்கண்கள் துடிக்க நின்றிருந்த முனிவரை சில கணங்கள் நோக்கிவிட்டு திருதராஷ்டிரரிடம் “மைந்தர் இங்கிருக்க வேண்டுமா?” என்றான். “இருக்கட்டும். வருபவன் இவர்களில் ஒருவனாக வளரவேண்டும் என்பதே என்னுடைய எண்ணம்.” கர்ணன் “ஆம், அவனும் அதைத்தான் விரும்புகிறான் என்று காலையில் கண்டேன்” என்றான். அவர் தலையசைத்து “குழந்தைகளுக்கு ஒன்றே உடலென்றாகத் தெரியும்” என்றார்.

திருதராஷ்டிரர் கையசைக்க, இளையகௌரவர்கள் விலகிச்சென்று சூதர்கள் விலகிய இசைப்பீடத்திலும் அதைச் சுற்றியும் ஒருவரோடொருவர் உடல் ஒட்டி அமர்ந்துகொண்டனர். ஓசையிடாமல் ஒருவருக்கொருவர் கைபற்றி இழுத்தும் கிள்ளியும் மெல்ல அடித்தும் உதடுகளைத் துருத்தி முகம்சுளித்து சைகைகளால் பேசியும் பூசலிட்டுச் சிரித்தும் விளையாடிக்கொண்டிருந்தனர். திருதராஷ்டிரர் “இளையவளை ஜயத்ரதனுக்குக் கொடுத்ததில் எனக்கு உடன்பாடில்லை மூத்தவனே” என்றார். “அன்று அரசுசூழ்தலுக்கு அது இன்றியமையாததாக இருந்தது”

என்றான் கர்ணன். “ஆம், பிறிதொன்றையும் நான் எண்ணவும் இல்லை. ஆனால் என் மகள் பிடியானை போல் உளம்விரிந்தவள். அவனோ புலியென நடைகொண்ட பூனையைப்போல் இருக்கிறான்” என்றார்.

அந்த ஒப்புமையை உளத்தில் வரைந்ததுமே கர்ணன் சிரித்துவிட்டான். அவன் சிரிப்பு ஒரு தொடுகையெனச் சென்று சித்திரத் திரைச்சீலை என நின்றிருந்த அம்முனிவரின் உருவை நெளிய வைத்தது. அவன் நோக்கியிருக்கவே அவர் சற்று பின்னடைந்து தூணை அணைப்பவர்போல அதனுடன் ஒன்றானார். அவன் விழிகூர்ந்து நோக்கியிருக்க கரைந்து கொண்டிருந்தார். அப்பால் காலடி ஓசைகள் கேட்டன. அவ்வோசைகேட்டு அவர் விழிகள் அதிர்ந்தன. ஒரு காலடியோசை துரியோதனனுடையது என்று உணர்ந்ததும் கர்ணன் முகம் மலர்ந்து “அரசர் வருகிறார்” என்றான். முனிவர் மறைந்துவிட்டார் என்பதைக் கண்டான்.

“ஆம், மேலும் தடித்துக்கொண்டே செல்கிறான் மூடன். கதைப்பயிற்சிக்குக்கூட நாளும் செல்வதில்லை. நேற்று நான் கேட்டேன் பயிற்சிக்களத்துக்கு அவன் வந்து எத்தனை நாளாயிற்று என்று. பன்னிரு நாள்! மூத்தவனே, இத்தனை நாள் கதை தொடாதவன் உணவில் மட்டும் ஏதாவது குறை வைத்திருப்பான் என்று நினைக்கிறாயா?” என்றார். கர்ணன் “தேவையென்றால் வெறியுடன் பயில்பவர்தான் அவர்” என்றான். “அவனுக்கு என்ன தேவை என்று நான் சொல்லவா? அவனுக்குத் தேவை ஒரு பகை. தன்னை தானே செலுத்திக்கொள்ளும் பெருங்கனவுகள் ஏதும் அவனுக்கு இல்லை. ஆம் மூத்தவனே, பகையின்றி அவன் வாழமாட்டான். இன்னும் சிலநாட்களில் அவனுக்கு உரிய பகையை கண்டடையவில்லை என்றால் இப்படியே பெருத்து உடல் சிதைந்து அழிவான். மூடன்! மூடன்!” என்றார் திருதராஷ்டிரர்.

விதுரர் இசைக்கூடத்துக்குள் நுழைந்து தலைவணங்கினார். திருதராஷ்டிரர் உரக்க “விதுரா, மூடா, உன்னை காலையிலேயே வரச்சொன்னேன். எங்கே ஒழிந்தாய்? செத்துவிட்டாயா?” என்றார். “இல்லை அரசே” என்றார் விதுரர். “காலையில் வந்திருந்தேன்.” புருவம் சுளித்து “அப்படியா?” என்றார் திருதராஷ்டிரர். “ஆம், தாங்கள் சோனக இசை கேட்டுக்கொண்டிருந்தீர்கள். வந்து பார்த்துவிட்டு அப்படியே திரும்பிவிட்டேன்” என்றார். திருதராஷ்டிரர் முகம் மலர்ந்து “அது நல்ல இசை. அது நமது சூதர்களின் இசை போன்றதல்ல. மேற்கே எங்கோ ஒரு மரம்கூட இல்லாத மாபெரும் மணல்வெளிகளால் அமைந்த நாடுகள் உள்ளன. அங்கிருந்து வந்த இசை அது... வெண்மணல்வெளியில் வெண்புரவிகள் தாவி ஓடுவதைப் போன்ற தாளம் கொண்டவை. காற்றின் ஓலமென எழுபவை” என்றார்.

அவர் கைகளை விரித்து “விடாய் எரிக்க விழிவறண்டு இறந்து கொண்டிருக்கும் விலங்குகளின் ஓலம் கூட இசையாக முடியும் என்று அதை கேட்டுத்தான் அறிந்தேன். தனிமைதான் இசையை உருவாக்குகிறது என்றால், இசை பிறக்க அப்பாலை நிலம்போல் சிறந்த மண் எது உள்ளது? மூடா, அத்தனை அரிய இசையைக் கேட்டு நீ எழுந்து சென்றிருக்கிறாய் என்றால்... உன் மண்டையை அறைந்து உடைப்பதற்கு எனக்கு ஆற்றல் இல்லாமல் போயிற்றே!” என்றார். விதுரர் கர்ணனை நோக்கிப் புன்னகைத்து திரும்பி கைகாட்ட துரியோதனனும் துச்சாதனனும் ஓசையற்று கால்களை மெல்ல தூக்கிவைத்து வந்தனர். தரையில் விரிக்கப்பட்டிருந்த தடித்த மரவுரிக்கம்பளம் அவர்களின் கால்களை உள்ளங்கையிலென வாங்கி முன்கொண்டு சென்றது.

துரியோதனன் திருதராஷ்டிரரை அணுகி அவர் கால்களைத் தொட்டு சென்னிசூடினான். அவன் தலையைத் தொட்டு “இங்கெதற்கு வருகிறாய்? இந்த நேரத்தை வீணாக்காதே! சென்று உணவறையில் அமர்ந்து ஊனையும் கள்ளையும் உள்ளே செலுத்து போ!” என்றார் திருதராஷ்டிரர். துரியோதனன் “தந்தையே, தம்பி என்னைவிட பெருத்துவிட்டான்” என்றான். துச்சாதனன் குனிந்து அவர் கால்களைத் தொட்டபோது அவர் ஓங்கி அறைந்து “நீயே மூடன். உனக்குத் துணையாக இன்னொரு பெருமூடன். உங்களை எண்ணவே என் உடல் பதறுகிறது. வீணர்கள். வெற்றுக் கல்தூண்கள்” என்றார்.

இருவரும் புன்னகைத்தபடி ஒருவரை ஒருவர் நோக்கினர். துரியோதனன் “சிந்துநாட்டு அரசர் ஜயத்ரதர் வந்துளார் அரசே” என்றான். “கூட்டிக்கொண்டு வரவேண்டியதுதானே? அவன் என்ன சக்ரவர்த்தியா அகம்படியுடன் வர?” என்றார். துச்சாதனன் விரைந்த காலடிகளுடன் சென்று அப்பால் நுழைவாயிலில் தயங்கி நின்றிருந்த ஜயத்ரதனை உள்ளே வரும்படி கையசைத்தான். ஜயத்ரதனும் துச்சளையும் குழந்தையுடன் உள்ளே வந்தனர்.

துச்சளையின் இடையிலிருந்த சுரதன் கௌரவர்களை பார்த்ததும் பேருவகைகொண்டு முற்றிலும் உடல்வளைத்து திரும்பி இரு கைகளையும் தூக்கி தலைக்குமேல் ஆட்டி “ஹே! ஹே! ஹே!” என்று கூவியபடி கால்களை உதைத்தான். காற்றில் பறக்கும் மேலாடையென அவனை திருப்பிப்பற்றியபடி நடந்து வந்தாள் துச்சளை. அவள் முகத்தை மாறிமாறி கைகளால் அறைந்தபின் திரும்பி இளைய கௌரவர்களைப் பார்த்து ஹே ஹே என்று கூவியது குழந்தை. ஜயத்ரதன் புன்னகையுடன் துரியோதனனிடம் “அவர்களிடம் மட்டுமே இருக்க விழைகிறான்” என்றான். “ஆம், விளையாட்டு அவனை ஈர்க்கிறது” என்றான் துச்சாதனன். “விளையாட்டா அது?” என்றான் ஜயத்ரதன்.

“இங்கே பார் தாதை! உன் முதுதாதை” என்று துச்சளை குழந்தையை முகத்தைப்பற்றித் திருப்ப அவன் தன் இரு கைகளாலும் அவள் முகத்தை மாறிமாறி அறைந்தபின் தலையை சுற்றிப்பிடித்து அவள் மூக்கைக் கவ்வினான். “ஆ!” என்று அலறியபடி அவள் மூக்கை விடுவித்துவிட்டு வருடியபடி நகைத்தாள். அவன் மேலிரு பற்களும் ஆழப்பதிந்து அவள் மூக்கில் தடம் தெரிந்தது. “இதெல்லாம் இங்கு வந்தபின் கற்றுக் கொண்டிருப்பான்...” என்றான் துச்சாதனன். “இதோ இங்கிருக்கும் அத்தனை பேருமே இக்கலையில் தேர்ந்தவர்கள்.”

துச்சளை அவர்களைப் பார்த்து மெல்லிய குரலில் “இவர்கள் இப்படி அசையாமல் இருக்கமுடியுமென்பதே விந்தையாக உள்ளது” என்றாள். “தந்தையிடம் மட்டும் இப்படித்தான் இருப்பார்கள்” என்றான் துரியோதனன். ஜயத்ரதன் கைகூப்பி தலைவணங்கியபடி முன்னால் சென்று குனிந்து திருதராஷ்டிரரின் கால்களைத் தொட்டு சென்னிசூடி “அஸ்தினபுரியின் பேரரசரை சிந்துநாட்டரசன் ஜயத்ரதன் வணங்குகிறேன்” என்றான். “அதை நீ வரும்போதே சொல்லிவிட்டார்கள். செல்லுமிடமெல்லாம் இதைச் சொல்லிக்கொண்டிருப்பாயா மூடா?” என்றார் திருதராஷ்டிரர்.

அதை எதிர்பாராத ஜயத்ரதன் கண்கள் நோக்குமாற துச்சளையைப் பார்த்தான். அவள் வாய்க்குள் சிரித்தபடி விழிகளைத் திருப்பிக் கொண்டாள். கர்ணன் “அவர் அரச முறைப்படி தங்களை வணங்க வந்திருக்கிறார் தந்தையே” என்றான். “அரசமுறைப்படி வணங்க வேண்டுமென்றால் அரசவையில் வந்து வணங்க வேண்டியதுதானே. இது என் இசைக்கூடம். இங்கு நான் மணிமுடி சூடுவதில்லை. அரச ஆடையில்லாமல் அமர்ந்திருக்கிறேன்...” என்றார். “தந்தையே...” என துச்சாதனன் சொல்ல “வணங்கிவிட்டால் அவனை செல்லும்படி சொல். அவன் நாட்டில் மழை சிறக்கட்டும்” என்றார்.

ஜயத்ரதன் “என் மைந்தனும் சிந்துநாட்டு இளவரசனுமாகிய சுரதனை தங்களிடம் காட்டி வாழ்த்து பெற வந்தேன் அரசே” என்றான். இரு கைகளை மேலே தூக்கி “அரசமைந்தனை வாழ்த்தவேண்டுமென்றால் நான் கைகளில் கங்கணம் அணியவேண்டுமே!” என்றார் திருதராஷ்டிரர். “வெறுங்கைகளால் வாழ்த்தினால் போதுமென்றால் வா!” துச்சளை அருகே வந்து குழந்தையை மார்போடணைத்தபடி தலைகுனிந்து “என்னை வாழ்த்துங்கள் தந்தையே. புதல்வனுடன் தங்களைப் பார்த்து நற்சொல் பெற்று பொலிய இங்கு வந்துளேன்” என்றாள். திருதராஷ்டிரர் சிலகணங்கள் அசைவற்று அமர்ந்திருந்தார். தன் கைகளை அவரால் தூக்க முடியவில்லை என்று தெரிந்தது.

பின்பு அவரது வலதுகை இரைகண்ட கருநாகம் போல் எழுந்து அவளை நோக்கி நீண்டு தலையைத் தொட்டது. அவள் உச்சிவகிடில் சுட்டுவிரலை வைத்து நீவி நுதல்வளைவை இரு கைகளாலும் வருடி "பருத்துவிட்டாய்" என்றார். "ஆம், தந்தையே" என்றாள் அவள். "நீ வளரத்தொடங்கியதை நான் விரும்பவில்லை" என்றார் அவர். அவள் "அதற்கென்ன செய்வது?" என்றாள். அவர் அவள் கன்னங்களை வருடி கழுத்தைத் தொட்டார். அவள் தோள்களை கைகளால் ஒட்டி "மிகமிக பருத்துவிட்டாய்" என்றார்.

"உங்களைப்போல் ஆகிவிட்டேன் என்கிறார்கள்" என்றாள். திருதராஷ்டிரர் இடக்கையால் தன் இருக்கையின் கைப்பிடியை அறைந்து சிரித்து "என்னைப்போலவா? வருகிறாயா? ஒருநாள் முழுக்க ஒருமுறை கூட தாழ்த்தாமல் பயிற்சிக்கல்லைச் சுழற்றுகிறேன்" என்றார். "என்னுடன் கதையாட வருகிறாயா?" "அப்படியல்ல தந்தையே, நான் எடையில் மட்டும்தான்..." என்றாள். அவள் கன்னத்தை அறைந்து தலைதூக்கி "விதுரா, மூடா, இவளுக்கு நான் என்ன செய்ய வேண்டும்?" என்றார். "தங்கள் வாழ்த்துகளை மட்டும் கொடுத்தால் போதும்" என்றார் விதுரர்.

"வாழ்த்துகள்... அதை நான் சொல்லென ஆக்க வேண்டுமா என்ன?" என்றபின் அவர் கைகளை மேலெடுத்து அவள் சிறிய உதடுகளைத் தொட்டு "மிகச்சிறிய உதடுகள். இவை மட்டும்தான் அன்று என் கையில் இருந்த அதே சிறுமியின் உதடுகள்" என்றார். அவர் தன்னுள் எழுந்த உணர்வுகளை தனக்கே மறைக்கவே பேசுகிறார் என தோன்றியது.

"மைந்தன் எங்கே?" என்றார். சுரதன் அவள் முந்தானையை இரு கைகளாலும் பற்றிக்கொண்டு பெரியவிழிகளால் நிமிர்ந்து திருதராஷ்டிரரின் முகத்தை நோக்கிக் கொண்டிருந்தான். அவர் வேறெங்கோ நோக்கி புன்னகைத்து "அவன் மணத்தை என்னால் உணரமுடிகிறது" என்றார். சுரதன் அவர் கண்களையே பார்த்தான். அவனுக்குப் புரியவில்லை. சட்டென்று "ஹே!" என்று குரலெழுப்பினான். திருதராஷ்டிரர் "அதட்டுகிறான்" என்று உரக்க நகைத்து அவன் தலையைத் தொட்டார். அவன் அக்கைகளைப் பற்றி இரு கைகளாலும் பிடித்து தடித்த சுட்டுவிரலை தன் வாய்க்குள் கொண்டுவந்தான்.

"கடிக்கப் போகிறான்" என்றாள் துச்சளை. "கடித்து அறியட்டும் தாதையை" என்று சுட்டு விரலை அவன் வாய்க்குள் விட்டார். அவன் ஒருமுறை கடித்துவிட்டு வாயிலிருந்த விரலை எடுத்தான். சிறிய உதடுகளை எச்சில் வழிய சப்புக்கொட்டி "ஆ!" என்றான். "கட்டையைக் கடிப்பது போலிருக்கும்" என்றான் துச்சாதனன். "நான் இளமையில் கடித்ததே

நினைவிருக்கிறது." திருதராஷ்டிரர் குழந்தையை ஒற்றைக்கையால் பற்றி மேலே தூக்கி தன் தோள்மேல் வைத்து திரும்பி "லக்ஷ்மணா" என்றார்.

லக்ஷ்மணன் எழுந்து "தாதையே" என்றான். "எப்படி இருக்கிறான் சிறுவன்?" என்றார். "இவனைப்போன்று இங்கே நூற்றுப் பன்னிரண்டு சிறுவர்கள் இருக்கிறார்கள் தாதையே" என்றான். "நடக்கிறானா?" என்றார் திருதராஷ்டிரர். தூமன் "நாங்கள் நேற்று இவனை நடக்கவைக்க முயற்சி செய்தோம். அவன் எறும்புபோல கையூன்றித்தான் நடக்கிறான்" என்றான். "இன்னும் ஒரு மாதத்தில் நடந்துவிடுவான்" என்ற திருதராஷ்டிரர் அவனை தன் கழுத்தெலும்பு மேல் அமர வைத்தார். முகத்தைத் திருப்பி அவனுடைய மென்வயிற்றில் மூக்கைப் புதைத்தார். உரக்க நகைத்தபடி அவன் கால்களை உதைத்து எம்பிக் குதித்து அவர் தலையை தன் கைகளால் அறைந்தான்.

அவர் அவனை தன் மடியில் அமரவைத்து அவன் கன்னங்களையும் கழுத்தையும் வருடி "எத்தனை சிறிய உடல்!" என்றார். துச்சாதனன் "இதைவிடச் சிறியதாக இருந்தான் லக்ஷ்மணன்... இன்று அவன் என் தோள் வரை வந்துவிட்டான்" என்றான். "அவனுக்கு ஏழு வயதுதானே ஆகிறது?" என்றார் திருதராஷ்டிரர். "ஆம். அதற்குள் தந்தைக்கு நிகராக உண்கிறான்" என்றான் துச்சாதனன். திருதராஷ்டிரர் "எவரையும் நான் பார்த்ததில்லை. ஆனால் கைவிரல்நினைவாக இருக்கிறார்கள்" என்றார். "அரசே, தாங்கள் அறிந்ததுபோல குழந்தைகளை இங்கு எவரும் அறிந்ததில்லை. விழிகள் குழந்தையை அறிய பெரும்தடைகள். ஆகவேதான் தங்களுக்கே மைந்தரை அள்ளி அள்ளிக்கொடுக்கிறார்கள் தெய்வங்கள்" என்றார் விதுரர். "ஆம்! ஆம்! உண்மை" என்றபின் திருதராஷ்டிரர் உரக்க நகைத்தார்.

பின்பு சுரதனை மேலே தூக்கி காற்றில் எறிந்து அவன் சுழன்று கீழிறங்கும்போது பிடித்து உரக்க நகைத்து மீண்டும் தூக்கி எறிந்தார். அவன் மாயச்சரடால் என காற்றிலேயே தாங்கப்பட்டு சுழன்று மெல்ல இறங்கி அவர் கைகளில் வந்து அமர்வதுபோல் தெரிந்தது. சற்றுநேரத்தில் அக்குழந்தையும் அவரும் மட்டுமேயான ஓர் ஆடல் அங்கு நிகழ்ந்துகொண்டிருந்தது. காற்றில் எழுந்து கைவிரித்து பற்கள் ஒளிர நகைத்த குழந்தை பூனைபோல உடல் நெகிழ்த்தி வளைந்து அவர் கைகளில் வந்து அமர்ந்து மீண்டும் எம்பியது. விண்ணிலிருந்து உதிர்ந்துகொண்டே இருக்கும் குழந்தைகளை அவர் கை ஓயாது பெற்றுப் பெற்று கீழே தன்னைச் சுற்றிப் பரப்புவதுபோல் இருந்தது.

இளைய கௌரவர்கள் அதைக்கண்டு உரக்க நகைத்தனர். இருவர் எழுந்து அருகே வந்து "தாதையே இங்கு!" என்றனர். அவர் சுரதனை காற்றில்

வீச அவர்களில் ஒருவன் பற்றிக்கொண்டான். “எனக்கு! எனக்கு!” என்று நூறுபேர் கைகளைத் தூக்கினர். லக்ஷ்மணன் அவனை மீண்டும் திருதராஷ்டிரரை நோக்கி எறிந்தான். திருதராஷ்டிரர் குழந்தையைத் திரும்ப லக்ஷ்மணனை நோக்கி அனுப்பினார். அறையெங்கும் வண்ணத்துப்பூச்சி போல் மைந்தன் பறப்பதைக்கண்டு ஜயத்ரதன் பதற்றமும் நகைப்புமாகத் தவித்தான். ஒவ்வொரு கையிலாக சென்று அமர்ந்து சிறகடித்து மீண்டும் எழுந்து மீண்டும் அமர்ந்தான் சுரதன்.

“போதும் தந்தையே!” என்றாள் துச்சளை. “போதும் என்ற சொல்லுக்கு இவர்கள் நடுவே இடமே இல்லை” என்றான் துச்சாதனன். திருதராஷ்டிரர் கையைத் தூக்கி “இங்கே” என்றார். அவர் கையில் வந்தமைந்த மைந்தனை துச்சளையிடம் கொடுத்து “இதோ உன் மைந்தன்...” என்றார். குழந்தை திரும்பி தன் கால்களாலும் கைகளாலும் அவர் கைகளை வண்டுபோல பற்றிக்கொண்டு அமர்ந்து அன்னையிடம் செல்வதற்கு மறுத்தான்.

துச்சளை “வா... என் கண்ணல்லவா? என் அரசல்லவா?” என்று சொல்லி அவனை தூக்கமுயல “மாட்டேன்” என்பது போல் உடலசைத்தபடி அவன் இறுகப் பற்றிக்கொண்டான். “இங்கு வந்தது முதல் வேறெங்கும் இருக்க மறுக்கிறான்” என்றாள் துச்சளை. “பிறகு நீ எதற்கு நீ அவனைத் தூக்குகிறாய்?” என்றபின் அவனை திரும்ப தூக்கி லக்ஷ்மணனை நோக்கி வீசினார். லக்ஷ்மணன் அவனை பற்றிக்கொண்டதும் “சென்று விளையாடுங்கள்” என்றார். அவர்கள் புன்னகைத்தபடி ஒருவரை ஒருவர் முட்டி மோதி இசைக்கூடத்திலிருந்து வெளியே ஒழுகிச்சென்று மறைந்தனர்.

அவர்களின் கரிய உடல்கள் மறைய அவ்வறையே மெல்ல ஒளி கொள்வதுபோல் தோன்றியது. துச்சளை “தாங்கள் தங்கள் இசை உலகுக்குள் முழுதமைந்துள்ளீர்கள் என்றார்கள் தந்தையே” என்றாள். “ஆம், இங்கு எவருமே இல்லை” என்றார் திருதராஷ்டிரர். திரும்பி ஜயத்ரதனிடம் “நன்று அரசே, எங்கள் குலமகளைப் பெற்றுள்ளீர்கள். அனைத்து நலன்களும் சூழ்க!” என்றார். அம்முறைமைச் சொல்லால் சற்று முகமாறுதல் அடைந்த ஜயத்ரதன் விதுரரை நோக்கியபின் “தங்கள் சொற்கள் என் நல்லூழ் என வந்தவை பேரரசே” என தலைவணங்கினான்.

துரியோதனன் “நான் அரசவை புக நேரமாகிறது தந்தையே. இன்று பெருமன்றில் இளவரசன் எழுந்தருளும் நாள். தாங்கள் அவை புக வேண்டும்” என்றான். திருதராஷ்டிரர் விதுரரிடம் “விதுரா, நீ என்ன சொல்கிறாய்? நான் இன்று சென்றாகவேண்டுமா என்ன?” என்றார். “தாங்கள் இருந்தாக வேண்டும் மூத்தவரே” என்றார் விதுரர்.

“அரசவையில் நெடுநேரம் அமரும்போது என் உடல் வலிக்கிறது” என்றார் திருதராஷ்டிரர். “ஆம், ஆனால் பெருங்குடிகளின் அவையை தாங்கள் தவிர்க்க முடியாது. தாங்கள் அவையமர்வதேயில்லை என முன்னரே உளக்குறை உள்ளது” என்றார்.

திருதராஷ்டிரர் ஜயத்ரதனிடம் “நன்று சைந்தவரே, அவைக்கு வருகிறேன். அங்கு அனைத்து முறைமைகளும் நிகழட்டும்” என்றார். அவர் கைகளைத் தொட்டு தலையில் வைத்தபின் துரியோதனன் நடக்க, துச்சாதனனும் வணங்கி பின்னால் நடந்தான். துச்சளை “நான் வருகிறேன் தந்தையே” என்றாள். அவர் “தனியாக என் அறைக்கு வா சிறியவளே. உன்னை நான் இன்னும் சரியாகப் பார்க்கவில்லை” என்றார். “நாளை காலை வருகிறேன் தந்தையே” என்றாள் துச்சளை. ஆற்றாதவராக அவர் கை நீட்டி மீண்டும் அவள் கைகளைப் பற்றி “உன் உள்ளங்கைகள் மட்டும் நாயின் நாக்கு போல மிகச்சிறிதாக உள்ளன” என்றார்.

அவள் புன்னகைக்க, அவரது கை அவள் தோள்களைத் தொட்டு புயத்தை அழுத்தி வருடியது. அவளை தொட்டுத் தொட்டு தவித்த விரல்களுக்கு இணையாக முகமும் பதைத்தது. பின்பு மெல்ல யாழ்தடவும் பாணனின் விரல்களாயின அவை. அவர் முகம் இசையிலென ஊழ்கம் கொண்டது. அந்த இயைபில் அவளும் கலந்துகொள்ள அவர்கள் இருவர் மட்டிலுமே அங்கிருந்தனர். அவள் கைகளின் நரம்புகளை அழுத்தி விரல்களை ஒவ்வொன்றாகப் பற்றி நகங்களை உணர்ந்து மணிக்கட்டை வளைத்து கைமடிப்பில் தயங்கி இடையில் படிந்து எழுந்து அவரது கை அவள் வலது மார்பைத் தொட்டது. முனகலாக “ஆ! நீ பெரிய பெண்ணாகிவிட்டாய்” என்றார். துச்சளை பெருமூச்சுவிட்டாள்.

திருதராஷ்டிரர் விழிப்புகொண்டு “செல்க... நான் உன்னைத் தொடத்தொடங்கினால் என் இளமையை முழுக்க தொடவேண்டியிருக்கும். விழிகொள்ளவேண்டுமென நான் விழைந்ததில்லை. ஏனெனில் அது என்னவென்று நான் அறிந்ததே இல்லை. ஆனால் இவளை சிறுகுழவியென என் கைகளில் கொண்டுவைத்தபோது நோக்கை விழைந்தேன். இப்போதும் இவளுக்காகவே விழைகிறேன்” என்றார். “தந்தையின் பேரின்பம் மகளழகைப் பார்ப்பது என்கிறார்கள் சூதர்கள்...” குரல் இடற “பேரின்பம் என்பது மண்ணில் உள்ளதே என நானும் அறிவேன்” என்றார்.

துச்சளையின் விழிகள் கலங்கின. தழுதழுத்தகுரலில் “தந்தையே...” என்று சொல்லி அவர் கைகளைப் பற்றினாள். “இல்லை பெண்ணே. நான் ஒரு நகையாடலாகவே அதைச் சொன்னேன். இனி நான் விழிகொண்டாலும் உன்னை இளமகளென பார்க்க இயலாதல்லவா?” என்றார். “இன்னொரு

பிறப்பு உண்டு அல்லவா தந்தையே?" என்றாள் துச்சளை. "ஆம், நாம் பார்க்காது விண்ணுலகு எய்தப்போவதில்லை" என்றார். அவள் அவர் கைகளைப்பற்றி தன் தோளில் வைத்து அதில் கன்னங்களை அழுத்தியபடி "ஆம்" என்றாள். "ஆனால் அங்கு நீ மகள் என வரப்போவதில்லை. எனக்கு அன்னையென்றே வருவாய்" என்றார். துச்சளை தன்னை அடக்கிக்கொள்ள முயன்று, கணங்கள் மேலும் மேலும் அழுத்தம் கொள்ள சட்டென்று உடைபட்டு மெல்லிய தேம்பல் ஒலியுடன் அவர் கையில் முகம்புதைத்தாள். கண்ணீர் அவரது மணிக்கட்டின் முடிகளின் மேல் சொட்டி உருண்டது.

"என்ன இது? நீ அரசி. விழிநீர் அரசியர்க்குரியதல்ல. வேண்டாம்" என்றார் திருதராஷ்டிரர். வெண்பற்கள் கரிய முகத்தில் ஒளிவிட சிரித்தபடி கர்ணனை நோக்கி "அழுகிறாள்... அடுமனைப் பெண்போலிருக்கிறாள். இவள் எப்படி அரியணை வீற்றிருப்பாள் என்று நினைக்கிறாய்?" என்றார். கர்ணன் "அவளுக்காக மும்மடங்கு பெரிய அரியணை ஒன்றை அங்கே அமைத்துக்கொண்டிருக்கிறார்கள் தந்தையே" என்றான். துச்சளை தலைதூக்கி கண்களைத் துடைத்தபடி உதடுகளைக் குவித்து கர்ணனிடம் ஓசையின்றி பேசாதீர்கள் என்று சொன்னாள்.

"என்ன சொல்கிறாள்?" என்றார் திருதராஷ்டிரர். "கடிந்து கொள்கிறாள்" என்றான் கர்ணன். திருதராஷ்டிரர் கைகளை இருக்கையில் அறைந்து உரக்க நகைத்தபடி "நூறுபேரையும் தன் அடியவர்களாக்கி வைத்திருந்தாள். உன் ஒருவனிடம்தான் தங்கை என்ற உணர்வை சற்றேனும் அடைகிறாள்" என்றார். "சென்று வருகிறோம் தந்தையே" என்று மீண்டும் துச்சளை சொன்னாள். "நன்று சூழ்க!" என்று அவள் தலைமேல் கைவைத்து வாழ்த்தினார் திருதராஷ்டிரர். விதுரர் "அவர்கள் அவை புகவேண்டும். அரைநாழிகையில் நாமும் சித்தமாகி அவைக்குச் செல்வோம்" என்றார். "ஆம், அவைபுகுதல் இன்றியமையாதது என்றால் அவ்வண்ணமே ஆகட்டும்" என்றார் திருதராஷ்டிரர். அவர்கள் அனைவரும் மீண்டும் தலைவணங்கி அவர் முன்னில் இருந்து விலகியபோது ஜயத்ரதன் அருகே சென்று "வணங்குகிறேன் தந்தையே" என்றான்.

அச்சொல் திருதராஷ்டிரரை பாதையில் பாம்பைக்கண்ட யானை என ஒருகணம் உடல் விதிர்த்து அசைவிழக்கச் செய்தது. பின்பு தான் அமர்ந்திருந்த பீடம் பெரும் ஓசையுடன் பின்னகர அவர் எழுந்து அவனை இரு கைகளாலும் தூக்கி கால்கள் காற்றில் பறக்கச் சுழற்றி தன் இடையுடன் சேர்த்து அணைத்து இறக்கினார். பெரிய கைகளால் அவன் தோளை அறைந்து "மூடா! மூடா!" என்று அழைத்தார். அவனை இறுக தன் நெஞ்சோடணைத்து அவன் கன்னங்களில் முத்தமிட்டார். அவர் அவனை சுழற்றிய விரைவில் மேலாடையும் முத்துச்சரம் சுற்றிய

தலையணியும் தெறித்து விழுந்திருந்தன. கலைந்த குழலும் உலைந்த ஆடையுமாக அவன் அவரது உடலோடு ஒட்டி குழந்தைபோல் நின்றான்.

“உன் தோள்கள் ஏன் இத்தனை மெலிந்துள்ளன? ஊனுணவு எடுப்பதில்லையா மூடா?” என்றார். “நான் ஊன் உண்பதுண்டு தந்தையே” என கண்புதைத்த குழந்தைபோல அவன் சொன்னான். “அறிவிலியே, உண்பதென்றால் அளந்துண்பதல்ல. கலம்நோக்கி உண்பவன் களம் வெல்வதில்லை. இனி இங்கிருக்கையில் நீ என்னுடன் உணவருந்த வேண்டும். நான் கற்பிக்கிறேன் உனக்கு” என்றார். ஜயத்ரதன் கர்ணனை நோக்கினான். அவன் கண்கள் சிவந்து ஊறி கன்னங்களில் வழிவதையும் உதடுகள் புன்னகையில் விரிந்திருப்பதையும் கர்ணன் கண்டான். “ஆம் தந்தையே, ஆணை” என்றான் ஜயத்ரதன்.

“வெல்வதும் அமர்வதும் இன்பமல்ல. சிறியவனே, இன்பமென்பது உண்பதும் உறங்குவதும் மட்டும்தான். பிறிதெதுவும் இல்லை” என்றார் திருதராஷ்டிரர். விதுரர் புன்னகையுடன் கர்ணனைப் பார்த்தார். அவன் மீசையை நீவுவதுபோல் சிரிப்பை அடக்கிக்கொண்டான். “இங்கு வா, என்னுடன் அமர்ந்து இசை கேள். நல்லுணவு உண்” என்றார் திருதராஷ்டிரர். “வருகிறேன் தந்தையே. தங்கள் ஆணை” என்றான் ஜயத்ரதன். தலையை வருடி மென்குரலில் “அஞ்சாதே” என்று அவர் சொன்னார். அச்சொல் வலியூறும் புள்ளியொன்று தொடப்பட்டது போல் அவனை நடுங்கச்செய்வதை கர்ணன் கண்டான்.

“எதற்கும் அஞ்சாதே. இங்கு உனக்கு நூற்றி ஒருவர் இருக்கிறார்கள். இதோ என் மூத்தமைந்தன் கர்ணன் இருக்கிறான். பரசுராமரும் பீஷ்மரும் துரோணரும் அன்றி பிறிதெவரும் அவன் முன் வில்லெடுத்து நிற்க இயலாது. உன் எதிரிகள் அனைவரும் அவனுக்கு எதிரிகள். உன் நண்பர்கள் மட்டுமே அவனுக்கு நண்பர்கள். என் மைந்தன் அமர்ந்திருக்கும் அஸ்தினபுரியின் அரசு, அவன் கைகளென பெருகி நிற்கும் நூறுமைந்தர்கள் அனைவரும் உனக்குரியவர்கள். அஞ்சாதே” என்றார். “இல்லை தந்தையே. இனி அஞ்சுவதில்லை. நேற்றுடன் அச்சம் ஒழிந்தேன்” என்றான். “நன்று நன்று... நீயும் என் மைந்தனே” என்றார் திருதராஷ்டிரர்.

ஜயத்ரதன் பாறையில் முளைத்த செடி என அவர் கைகளுக்குள் மார்பில் அமைந்திருந்தான். அவன் விழிகள் மூடியிருக்க, தொண்டை அசைந்தபடியே இருந்தது. அழுபவன்போலவும் புன்னகைப்பவன்போலவும் அவன் தோன்றினான்.

16

திருதராஷ்டிரரின் அறையைவிட்டு வெளியே செல்லும்போது கர்ணன் விப்ரரின் கண்களை நோக்கினான். அவற்றிலிருந்த விழியின்மை அவன் நெஞ்சை அதிரச்செய்தது. விப்ரர் மெல்ல நடந்துசென்று திருதராஷ்டிரரின் கைகளைப் பற்றிக்கொண்டார். இருவரும் கட்டெறும்பு பிறிதொன்றின்மேல் தொற்றிச் செல்வதுபோல மெல்ல சென்றனர். கர்ணன் அதை நோக்கியபின் "முன்பெலாம் விப்ரரின் தோள்கள் ஆற்றல் கொண்டிருந்தன. அவர் அரசரை தாங்கிச்செல்ல முடிந்தது. இப்போது அவராலேயே நடக்க முடியவில்லை" என்றான்.

துரியோதனன் "ஆம். ஆனால் பிறிதொருவரை அமர்த்த தந்தை ஒப்புக்கொள்ளவில்லை. இப்போது விப்ரரை அவர்தான் சுமந்து அழைத்துச் செல்கிறார்" என்றான். அவர்களுக்குப்பின் வாயில் மூடும் முன் கர்ணன் திரும்பி இசைக்கூடத்தை ஒருமுறை பார்த்தான். அவனைத் தொடர்ந்து வந்த ஜயத்ரதனும் இசைக்கூடத்தை ஒருமுறை பார்த்தபின் நீள்மூச்சுவிட்டான். கர்ணன் மீசையை முறுக்கியபடி இடைநாழியின் நீண்ட தூண்நிரையை நிமிர்ந்து நோக்கியபின் தலைகுனிந்து நடந்தான்.

துரியோதனன் "சைந்தவரே, தந்தை தங்களிடம் சொன்னதையே நானும் சொல்லவேண்டும். கதாயுதம் எடுத்துச் சுழற்ற கற்றுக்கொள்ளுங்கள். உங்கள் தோள்கள் வலுப்பெறும்" என்றான். "ஆம், தந்தை சொன்னதுமே எண்ணினேன்" என்றான் ஜயத்ரதன். "கதாயுதமென்பது மதயானையின் மத்தகம் போன்று வல்லமையை மட்டுமே கொண்டது என்பார் தந்தை. அதற்கு நுண்முறைகள் இல்லை. உருண்டு குவிந்த ஆற்றல் மட்டும்தான் அது. ஆகவேதான் படைக்கலங்களில் முதன்மையானது என்று அதைச்

சொல்கிறார்கள். விண்ணளந்த பெருமான் கையில் ஏந்தியுள்ளது. இப்புவியில் மானுடன் உருவாக்கிய முதல் படைக்கலமும் அதுதான்" என்றான் துரியோதனன்.

அவர்கள் படிகளில் இறங்கியதும் துரியோதனன் "நான் அவையிலிருப்பேன் மூத்தவரே" என்று கர்ணனிடம் சொல்லிவிட்டு ஜயத்ரதனின் தோளைத் தொட்டு புன்னகைத்து விடைகொண்டு சென்றான். விதுரரும் புன்னகையுடன் விடைபெற்று அவனைத் தொடர்ந்தார். துச்சாதனன் கர்ணனிடம் "வருகிறேன் மூத்தவரே" என தலைவணங்கி அகன்றான். கர்ணன் நீள்மூச்சுடன் வெளியே சென்று தன் தேரை நோக்கி நடக்க, பின்னால் துச்சளையும் ஜயத்ரதனும் வந்தனர். துச்சளை வேறெங்கோ நிலைத்த உள்ளத்துடன் கனவிலென வந்தாள். தேர்முறை அறிவிப்பாளன் "சிந்துநாட்டரசர் ஜயத்ரதர்" என கூவியறிவிக்க, கரடிக்கொடிகொண்ட பொற்தேர் வந்து நின்றது.

ஜயத்ரதன் "தார்த்தராஷ்ட்ரி, நீ அதில் ஏறி அரண்மனைக்குச் செல்" என்றான். அவள் நிமிர்ந்து நோக்க "நான் வருகிறேன்" என்றான். அவள் தலையசைத்து கர்ணன் தோளைத்தொட்டு "வருகிறேன் மூத்தவரே" என்றபின் தேர்த்தட்டில் காலைத் தூக்கி வைத்து எடைமிக்க உடலை உந்தி மேலேறினாள். தேர் உலைந்து சகடம் ஒலிக்கக் கிளம்பியபோதுதான் அதில் ஜயத்ரதன் செல்லவில்லை என்பதை கர்ணன் உணர்ந்தான். அவன் நோக்க ஜயத்ரதன் "நான் தங்களுடன் வருகிறேன் மூத்தவரே" என்றான். கர்ணன் புரியாத பார்வையுடன் தலையசைத்தான்.

"அங்கநாட்டரசர் வசுஷேணர்!" என்று அறிவிப்பு ஒலிக்க கர்ணனின் தேர் வந்து நின்றது. கர்ணன் ஜயத்ரதனிடம் ஏறிக்கொள்ளும்படி கைகாட்டினான். அவன் ஏறியதும் தானும் ஏறி அமர்ந்தான். அவன் அமர்ந்தபின்னர் அமர்ந்த ஜயத்ரதன் தேரின் தூணைப்பற்றிகொண்டு பார்வையைத் தாழ்த்தி "தங்களை நான் நேற்று கோட்டைவாயிலில் புறக்கணித்தேன். அக்கீழ்மைக்காக பொறுத்தருளக் கோருகிறேன் மூத்தவரே" என்றான். முதல் சிலகணங்கள் அச்சொற்கள் கர்ணனின் சித்தத்தை சென்றடையவில்லை. பின்பு அவன் திகைத்தவன்போல உதடுகளை அசைத்தான். சிறிய பதற்றத்துடன் ஜயத்ரதன் கைகளைப் பற்றிக்கொண்டான்.

"நான் தங்களிடம் அங்கே தந்தைமுன் நின்று சொல்லவேண்டிய சொற்கள் இவை சைந்தவரே. ஆயினும் இப்போது இதைச் சொல்கிறேன். பொறுத்தருளக் கோரவேண்டியவன் நான். கலிங்கத்தின் அவைக்கூடத்தில் தங்களை நான் சிறுமை செய்ய நேரிட்டது. அதற்காக நான் துயருறாத நாளில்லை. அதன்பொருட்டு தாங்கள் கூறும் எப்பிழைநிகரும் செய்ய

சித்தமாக இருக்கிறேன்" என்றான். ஜயத்ரதன் அவன் கைகளைத் தூக்கி தன் நெற்றியில் வைத்து "மூத்தவரே, இனி ஒருமுறை இச்சொற்கள் தங்கள் நாவில் எழக்கூடாது. என்னை தங்கள் இளையவர்களில் ஒருவர் என்று சற்று முன் அஸ்தினபுரியின் பேரரசர் ஆணையிட்டார். இனி தெய்வங்கள் எண்ணினாலும் அந்தப் பீடத்திலிருந்து நான் இறங்கப்போவதில்லை" என்றான்.

கர்ணன் அவன் தோளை வளைத்து தன்னுடன் இறுக்கிக்கொண்டான். அவன் "இத்தருணம் என் குலதெய்வங்களால் அளிக்கப்பட்டது மூத்தவரே" என்றான். அவனால் சொல்லெடுக்கமுடியவில்லை. தொண்டை அடைக்க மூச்சு நெஞ்சை முட்ட இருமுறை கமறினான். அரண்மனையைத் திரும்பி நோக்கி "இது நான் உயிருள்ள தெய்வம் ஒன்றைக்கண்ட ஆலயம். உளம்விரிந்து கனிந்த மூதாதை ஒருவர் இருக்குமிடம்" என்றான். கர்ணன் "ஆம், சைந்தவரே" என்றான். ஜயத்ரதன் அவன் கைகளைப்பற்றி "இளையோனே என்றழையுங்கள்... அச்சொல் அன்றி பிறிதெதையும் கேட்க நான் விரும்பவில்லை" என்றான். "ஆம், இளையோனே" என்றான் கர்ணன் புன்னகைத்தபடி.

சிரித்து "ஆமடா இளையோனே என்று தாங்கள் சொல்வீர்கள் என்றால் அதை என் வாழ்வின் பெரும்பேறென்று கருதுவேன்" என்றான் ஜயத்ரதன். சிரித்தபடி "ஆம்" என்று சொன்ன கர்ணன் உரக்க நகைத்து "ஆமடா மூடா" என்றான். "ஆ! அச்சொல் கௌரவர்குலத்தின் சொத்து அல்லவா? அங்கே கருவறை நிறைத்திருக்கும் பேருருவத் தெய்வத்தின் அருள்மொழி!" என்று ஜயத்ரதன் சிரித்தான். "மூத்தவரே, உண்மையைச் சொல்லவேண்டுமென்றால் உங்களைப் பார்த்த அக்கணமே நான் உங்கள் அடிகளில் விழுந்துவிட்டேன். உங்களைச் சூழ்ந்து வாழ்த்தொலித்துக் கொந்தளித்தவர்களில் ஒருவனாக நானும் கூத்திட்டுக்கொண்டிருந்தேன்."

கர்ணன் அவன் தொடையை மெல்லத்தட்டி "நீ உளம்மெலிந்தவன் என்று எனக்கும் அப்போது தோன்றியது" என்றான். "ஆகவே நான் மேலும் துயர்கொண்டேன்." குரல் தழைய "ஆம் மூத்தவரே, நான் கற்கோட்டையின் இடிபாடுகளுக்குள் முளைத்துநிற்கும் வெளிறிய செடிபோன்றவன்" என்றான் ஜயத்ரதன். பின்பு சற்றுநேரம் சாலையில் ஓடிய மாளிகைகளை நோக்கிக்கொண்டிருந்தான். பெருமூச்சுடன் திரும்பி "மூத்தவரே, என் தந்தையைப் பற்றி தாங்கள் அறிந்திருப்பீர்கள்" என்றான்.

"சிந்துநாட்டரசர் பிருஹத்காயர். சூதர்களின் பாடல் பெற்றவர் அல்லவா?" என்றான் கர்ணன். ஜயத்ரதன் "ஆம், ஆனால் நற்பாடல்களில் அல்ல"

என்றான். அவன் நிமிர்ந்து நோக்கினான். “சிந்துவின் அரசராக அவர் ஆனது உரிய வழிமுறைகளில் அல்ல. அதைத் தாங்கள் அறிந்திருப்பீர்கள்.” கர்ணன் “இல்லை” என்றான். ஜயத்ரதன் “இருக்கலாம். ஆனால் உலகே அதை அறிந்திருக்கிறது என்னும் உளமயக்கிலிருந்து என்னால் விடுபட முடிந்ததே இல்லை” என்றான். அவனே பேசட்டுமென கர்ணன் காத்திருந்தான்.

“எங்கள் குலவரிசையை பிரம்மனிலிருந்து தொடங்கி முதற்றாதை பிரகதிஷு வரை கொண்டுவருவார்கள் சூதர்கள். சந்திரகுலத்தில் அஜமீடரிலிருந்து உருவானவை சௌவீர, பால்ஹிக, மாத்ர, சிபி நாட்டு அரசகுலங்கள். அதிலிருந்து பிரிந்து வந்து மூதாதை பிரகதிஷு உருவாக்கியது எங்கள் குலம்.

இமவானின் ஏழு அளிமிகு அங்கைகளால் தழுவப்பட்ட மண் என்று சிந்துநாட்டைச் சொல்கிறார்கள் கவிஞர். அன்னம் ஒருபோதும் குறையாத கலம். தெய்வங்கள் பலிபீடம் காயாது உண்ணும் நிலம். பாரதவர்ஷத்தின் தொன்மையான ஜனபதங்களில் ஒன்று அது. இங்குள்ள அத்தனை தெய்வங்களும் அம்மண்ணில்தான் முளைத்தன என்பார்கள். அத்தெய்வங்கள் கால்தொட்டுச் சென்ற இடங்கள் நெல்லும் கோதுமையும் கரும்பும் மஞ்சளும் தோன்றின. மைந்தரும் சொற்களும் அறங்களும் அங்குதான் எழுந்தன. அந்நிலம் நிரம்பி வழிந்தோடி பிறமண்ணில் சென்று பெருகியவைதான் இங்குள்ளவை அனைத்தும் என்று ஒரு மூத்தோர் சொல்லுண்டு.

மூத்தவரே, மூதாதை பிரகதிஷுவின் மைந்தர் பிரகத்ரதர். அவருக்குப் பிறந்தவர் உபபிரகதிஷு. அவர் புதல்வர் பிரகத்தனு. அவருக்கு இருமைந்தர்கள். மூத்தவர் பிருகத்பாகு. இளையவர் எந்தை பிருஹத்காயர். எங்கள் பெரியதந்தையார் பிருகத்பாகுவின் காலத்திற்கு முன் சிந்துநாடு பாரதவர்ஷத்தின் பிற பழைய நாடுகளைப்போலவே அளவில் சுருக்கமும் செல்வத்தில் ஒடுக்கமும் கொண்டதாகவே இருந்தது. பிருகத்பாகு சிந்துநாட்டின் ஏழு நதிகளையும் நூற்றெட்டு கால்வாய்களால் இணைத்தார். ஆகவே சூதர்களால் நீர்ச்சிலந்தி என்று அவர் அழைக்கப்படுகிறார். இன்றும் எங்கள் நாட்டின் சிற்றூர்களில் குலதெய்வங்களின் நிரையில் அவரும் வந்திருந்து அருள் புரிகிறார்.

பெரியதந்தையார் சிந்துவின் நதிக்கரைகளில் படித்துறைகளை அமைத்தார். வணிகப்பாதைகள் இங்கு அமையாது போவதற்கு என்ன பின்னணி என்று ஆராய்ந்தார். சிந்துநாட்டின் மண் ஒரு மழையிலேயே இளகிச் சேறாகும் மென்மணல். பொதிவண்டிகள் கோடைகாலம் அன்றி பிறிது எப்போதும் வழியிலிறங்க முடியாது. கோடையிலும் எடைமிக்க

வண்டிகள் சக்கரம் புதைந்து சிக்கிக்கொண்டன. எருமைகள் இழுக்கும் சிறிய வண்டிகள் அன்றி பிறிதெவையும் இருக்கவில்லை. பிருகத்பாகுவின் ஆட்சிக்காலத்தில்தான் நாடெங்கிலும் மரத்தளம் போடப்பட்ட வண்டிப்பாதைகள் அமைந்தன.

அப்பாதைகள் எங்கள் நாட்டின் பொருளியலை சில ஆண்டுகளிலேயே பலமடங்கு பெருக வைத்தன. கருவூலம் நிறைந்தது. எங்கள் கலங்கள் தேவபாலபுரம் வரை சென்றன. அங்கிருந்து யவனப்படைக்கலங்களைக் கொண்டுவந்து சேர்த்தன. மேற்குக்கரையில் காந்தாரத்திற்கும் கூர்ஜரத்திற்கும் நிகரான வல்லமையாக சிந்துநாடு எழுந்து வந்தது என் பெரியதந்தை பிருகத்பாகுவின் ஆட்சியில்தான்.

அவருக்கு அடங்கிய இளையோனாகவே எந்தை பிருஹத்காயர் இருந்தார். குழந்தையாக அவர் வெளிவருகையிலேயே அன்னையைப் பிளந்து எழுந்தார். ஆகவே பேருடல் கொண்ட அவருக்கு பிருஹத்காயர் என்று பெயரிட்டனர். இளமையிலேயே வேட்டையாடுவதிலும் தொலைதூரப் பயணங்களிலும் நாட்டம் கொண்டவராக இருந்தார். படையெடுத்துச் சென்று சிந்துநாட்டுக்காக சிறுநாடுகள் பலவற்றையும் வென்றவர் அவரே. திறை கொண்டுவந்து சேர்த்து சிந்துவின் தலைநகர் விருஷதர்புரத்தை பெருநகராக்கி கோட்டைசூழ மாளிகைசெறிய அமைத்தவரும் எந்தையே.

வெற்றியால் எந்தை ஆணவம் கொண்டவரானார். ஆணவம் சினத்தை வளர்த்தது. சினம் சொற்களைச் சிதறச்செய்தது. அவரது ஆணவச்சொற்கள் மூத்தவர் காதுகளையும் எட்டிக்கொண்டிருந்தன. சிந்துவின் படைகள் இளையவரையே தங்கள் தலைவராக எண்ணுகின்றன என்பதை மூத்தவரிடம் அமைச்சர்கள் சொல்லியிருந்தனர். நாளுமொரு விதையென வஞ்சம் மூத்தவர் நெஞ்சைச் சென்றடைந்தபடியிருந்தது.

மூத்தவருக்கு மைந்தனில்லை என்பதை சிந்துவைச் சூழ்ந்திருந்த சௌவீரர்களும் மாத்ரர்களும் பால்ஹிகர்களும் சைப்யர்களும் உற்று நோக்கிக்கொண்டிருந்தனர். பட்டத்தரசி சுமதி சௌவீர கொடிவழியில் வந்தவர். என் முதலன்னை பிரகதி பால்ஹிகக் குருதிகொண்டவர். இளையவருக்கு மைந்தர் பிறந்தால் மூத்தவரின் முடியுரிமை இளையவர்குடிக்குச் செல்லும் என்றும் ஒருவயிற்றோர் நடுவே பூசல்முளைக்குமென்றும் அவர்கள் எதிர்நோக்கினர். அவர்களின் ஒற்றர்கள் இரு மகளிர்நிலைகளுக்குள்ளும் ஊடுருவி இரு அரசியரிடமும் பழிகோள் ஏற்றினர். பட்டத்தரசி இளையவரின் எண்ணங்கள் கரவுவழிச் செல்பவை என அரசரை நாளும் எச்சரித்துக்கொண்டிருந்தார்.

ஒருநாள் மூத்தவர் மதுவருந்திக்கொண்டிருக்கையில் இளையவர் சென்று அரசச்செய்தி ஒன்றைச் சொன்னார். மூத்தவர் அவர் தன்னிடம் நின்றுபேசியதனாலேயே உள்சினம் கொண்டவரானார். மது அவரது சினத்தைப் பெருக்கியது. அரசரிட்ட ஆணையை இளையவர் மறுத்துச் சொல்லாட நேர்ந்தது. சொல்லென்பது பன்னிரு பக்கங்கள் கொண்ட பகடை என்கிறார்கள் நூலோர். அதில் வாழ்கின்றன ஊழை ஆளும் ஏழு தெய்வங்கள். கல்லுரசி எழும் பொறி என விரும்பாச் சொல் ஒன்று அரசரின் நாவில் எழுந்ததைக் கண்டு ‘எண்ணிச் சொல்லுங்கள் மூத்தவரே’ என்றார் எந்தை.

அக்கணத்தை தெய்வங்கள் பற்றிக்கொண்டன. சினந்தெழுந்த மூத்தவர் இளையவரை நோக்கி ‘சிறுமதியோனே, எதிர்ச்சொல் எடுக்கிறாயா? என் கால்கட்டைவிரல் நீ...’ என்றார். அச்சொல்லின் சிறுமையால் ஆணவம் புண்பட்ட எந்தை ‘இந்நகரை என் செல்வத்தால்தான் அமைத்திருக்கிறீர்கள். இந்நகருக்கு நானும் உரிமை கொண்டவன். நானும் இதற்கு அரசனே’ என்றார். மூத்தவர் சினந்தெழுந்து தன் காலில் இருந்த மிதியடியை எடுத்து இளையவரை அடிக்கப்போக, அதைத் தடுக்கும் பொருட்டு கையை உயர்த்தி அவர் தலையில் ஓங்கி அறைந்தார் எந்தை. அவரது கைகள் மதகளிற்றின் துதிக்கைக்கு நிகரானவை என்று மற்போர் வீரர் சொல்வதுண்டு. அடிபட்ட தமையன் அங்கேயே விழுந்து உயிர் துறந்தார்.

அதன்பின்னரே தான் செய்ததென்ன என்று எந்தை அறிந்தார். நெஞ்சு நடுங்கி அலறியபடி இடைநாழியில் ஓடி மயங்கி விழுந்தார். அமைச்சர்கள் அவரை எழுப்பியதும் நெஞ்சில் அறைந்து கதறி அழுதார். அக்கணமே தானும் உயிர்துறக்க எண்ணி வாளை உருவ, அவர்கள் அவர் கையைப் பற்றிக்கொண்டனர். ‘நான் உயிர் வாழ மாட்டேன்! இப்பெரும்பழியுடன் இங்ஙனமே இறக்க விழைகிறேன்!’ என்று கதறினார்.

‘அரசே, இன்றுதான் நூற்றாண்டுகள் பழமைகொண்ட இந்தச் செடி வேரூன்றி கிளைவிரித்து மரமாகத் தொடங்கியுள்ளது. இதன் எதிரிகள் நாற்புறமும் சூழ்ந்துள்ளனர். அவர்களின் அம்புமுனைகள் அனைத்தும் இந்நகரை நோக்கி அமைந்துள்ளன. இத்தருணத்தில் நீங்கள் இருவரும் உயிர் துறந்தால் ஆவதென்ன? தங்களுக்கு இன்னும் மைந்தர் பிறக்கவில்லை. மூத்தவருக்கும் மைந்தரில்லை. முடிகொண்டு நாடாள மைந்தரின்றி சிந்துநாடு அடிமைகொண்டு அழியும். தங்கள் வாழ்க்கை மலர்ந்தது என எண்ணி புன்னகை கொண்டுள்ள இம்மக்கள் அனைவரும் தங்களைச் சார்ந்தே இருக்கின்றனர். மன்னன் முதற்றே மலர்தலையுலகு.’

‘இது அறியாது செய்த பிழை. இதற்கு மாற்றுகள் என்னவென்று பார்ப்போம். வைதிகரை வினவுவோம். நிமித்திகரை உசாவுவோம்.

களஞ்சியம் நிரம்ப பொன் இருக்கின்றது. நெஞ்சில் துயரும் உள்ளது. வேண்டிய பூதவேள்விகள் செய்வோம். பெருங்கொடைகள் இயற்றுவோம். பேரறங்கள் அமைப்போம். தாங்கள் வாழ்ந்தாக வேண்டும். இந்நாட்டின் கொடியை தாங்கள் ஏந்தவேண்டும். தங்கள் குருதியில் பிறக்கும் மைந்தனுக்கு மணிமுடி சூட்டியபின் தாங்கள் காடேகலாம். வேண்டும் தவம் செய்து பிழையீடு செய்யலாம்' என்றனர்.

பல நாழிகை நேரம் அமைச்சர்கள் சூழ்ந்து நின்று சொல்ல எந்தை மனம் தேறினார். மூத்தவர் இயல்பாகவே இறந்தார் என்று அரண்மனை மருத்துவர் எழுவர் முறைமைசார்ந்து அறிவிக்க, அவரது உடல் எந்தையாலேயே எரியூட்டப்பட்டது. ஆனால் மஞ்சத்தில் வெண்பட்டு மூடிக்கிடத்தப்பட்டிருந்த மூத்தவரின் முகத்தை ஒருமுறை நோக்கியதுமே பேரரசி சுமதிதேவிக்குத் தெரிந்துவிட்டது. 'இனி எனக்கு ஒன்றும் எஞ்சவில்லை இங்கு. என் கொழுநரின் சிதையில் பாய்ந்து உயிர் துறப்பேன்' என்று அவர் சொன்னார். அரசியின் கால்பற்றி அழுதனர் மகளிர். 'மைந்தர் இல்லாத கைம்பெண் உயிர் துறப்பதே முறை. நான் வாழ்வதன் பொருளும் இன்றே அழிந்துவிட்டது' என்று அவர் சொன்னார்.

செய்தியறிந்த எந்தை அரசியின் மாளிகை முகமுற்றத்தில் சென்று இரவெல்லாம் நின்று மன்றாடினார். அரசி அவர் அரண்மனைக்கு அருகே வரக்கூட ஒப்புதல் அளிக்கவில்லை. எரியூட்டுநாளில் மணக்கோலம் பூண்டு கண்ணீருடன் வந்த பட்டத்தரசியைக் கண்டு நகர்மக்கள் கதறியழுதனர். அவர் எரிமேல் ஏறியபோது இரு கைகளையும் கூப்பியிருந்தார். உதடுகள் எதையோ சொல்லிக்கொண்டிருந்தன. எரிந்தமைந்து மூன்றாம்நாள் சிதைஎலும்பு எடுத்தபோது அந்தக் கைகள் எலும்புக்குவையாக கூப்பிய வடிவிலேயே இருந்தன என்றார்கள் சுடலையர்.

பதினாறு நாட்கள் நீத்தார்க்கடன்கள் முடிந்தபின் அரியணை அமர்ந்தபோது எந்தையின் பேருடல் பாதியாக வற்றிச் சுருங்கியிருந்தது. செங்கோலை ஏந்தவும் மணிமுடியைச் சூடி நிமிர்ந்தமரவும்கூட அவரால் இயலவில்லை. நஞ்சுண்ட யானை என அவர் நடுங்கிக்கொண்டிருந்தார். இரவுகளில் கண்மூடினால் கைகூப்பியபடி நடந்து சென்று தன் கொழுநரின் சிதைமேல் ஏறி கொழுந்துவிட்ட நெருப்பை பட்டாடையை என எடுத்து அணிந்துகொண்ட பேரரசியின் தோற்றமே அவர் கண்களுக்குள் இருந்தது. எந்தை மிதமிஞ்சி மதுவருந்தும் பழக்கம் கொண்டவரானார். துயில்வதற்காக மது அருந்தத் தொடங்கியவர் பின்னர் அரியணையிலும் மதுஅருந்தி அமர்ந்திருந்தார். படைநடத்தவும் அவையமர்ந்து அரசுசூழவும் அவரால் இயலாதென்று ஆயிற்று.

அமைச்சர்கள் அவர்பொருட்டு அரசாண்டனர். ஒவ்வொரு நாளும் தலைமை அமைச்சர் வராகரின் கைகளைப் பற்றிக்கொண்டு 'எனக்கு

விடுதலை கொடுங்கள். இவ்வரியணை அமர்ந்து கோலேந்தும் ஒவ்வொரு முறையும் என் உடல் பற்றியெரிகிறது. நான் உண்ணும் ஒவ்வொரு உணவும் அமிலமென என் உடலை எரிக்கிறது. இப்பெரும் கொடுமையிலிருந்து என்னை விடுவியுங்கள்' என்று மன்றாடினார். 'அரசே, இனிமேலும் பிந்த வேண்டியதில்லை. தாங்கள் மற்றொரு மணம் கொள்ளவேண்டும். தங்கள் குருதியில் ஒரு மைந்தர் பிறக்கையில் அவனிடம் அரசை ஒப்படைத்துவிட்டு காடேகலாம்' என்றார் அமைச்சர்.

எந்தை வேறுவழியின்றி அதற்கு ஒப்புக்கொண்டார். அவருக்காக அண்டை நாடுகளில் பெண் தேடினர். சௌவீரர்கள் அவர்களின் இளவரசியை அவருக்கு அளிக்க விழைந்தனர். ஆனால் எந்தை தொலை மலையின் பழங்குடி அரசான திரிகர்த்தர்களின் இளவரசி மித்ரையைத் தெரிவுசெய்தார். மிக இளையவளாகிய இரண்டாவது துணைவியிடம் இனிதாக அவர் ஒருநாளும் இருந்ததில்லை. தன் நாட்டிற்கென ஆற்றவேண்டிய கடனென்றே எண்ணியிருந்தார். அவள் கருவில் நான் எழுந்தேன்.

தீரா உளநோய் ஒன்றால் எந்தை உருகி அழிந்துகொண்டிருப்பதை என் அன்னை பார்த்தார். அவரைக் கொல்லும் அக்கூற்று எது என அறிய விழைந்தார். ஆயிரம்முறை நயந்து கேட்டும் அவர் உரைக்கவில்லை. பின்னர் கள்மயக்கில் அவர் துயில்கையில் ஒருமுறை அன்னை அருகணைந்து 'அரசே, தங்களை அலட்டும் அத்துயர் என்ன?' என்று கேட்டபோது அவர் சினந்து 'செல்... விலகு!' என்று கூவினார். 'நீங்கள் என் மைந்தனுக்காக சேர்த்துவைத்துள்ள பழி என்ன?' என்றார் அன்னை. அருகே இருந்த வாளை எடுத்து அவளை வெட்ட வந்தார்.

என் அன்னையின் உள்ளத்தில் அவரது அச்சினம் ஆறாது எரியும் தழல் ஒன்றை உருவாக்கியது அவரது குருதியில் நான் வளர வளர அவ்வினா அவருள் எழுந்து பெருகியது. எந்தையருகே அன்னை செல்லாமலானார். அவருள் எழுந்த வினா அவர் துயிலை தென்னகப்பெருங்காற்று முகில்மாலைகளை என அள்ளி அகற்றிக்கொண்டிருந்தது. இரவுகளில் அரண்மனைகளில் நடந்தலைவது அவர் வழக்கமாயிற்று. ஒவ்வொரு நாளும் தந்தை துயிலும் படுக்கை அறைக்குள் வந்து அவரை நோக்கி நின்று மீள்வார். ஒருமுறை எந்தை மதுவருந்தி தனிமஞ்சத்தில் துயில்கையில் அவர் துயிலில் அழும் ஓசை கேட்டு அன்னை மெல்ல நடந்து அவர் அறைக்குள் சென்றார்.

அவர் கால் தட்டி ஒரு கிண்ணம் உருளவே எந்தை திடுக்கிட்டு விழித்து இரு கைகளையும் மஞ்சத்தில் ஊன்றி எழுந்தமர்ந்து அவரை நோக்கி 'நீங்களா! மூத்தவளே நீங்களா? சிதையிலிருந்து எழுந்து வந்தீர்களா?

உங்கள் உடல் எரிவதை நான் பார்த்தேன். அனல் உங்கள் தசைகளை பொசுக்க, நெளிந்துருகும் உடலில் இரு விழிகள் ஒளிவிடுவதைக் கண்டேன்' என்று இரு கைகளையும் தலைக்கு மேல் கூப்பி கூவினார். 'என்னை முனியாதீர்கள்! என் பிழை பொறுத்தருளுங்கள்! நான் அறியாது செய்த செயல் அது. மூத்தவரைக் கொன்ற பிழை என் தலைமுறைகளை எரியச்செய்யும் என்றறிவேன். இப்பொறுப்பை நிறைத்து பெருந்தவம் செய்து என்னை மீட்பேன். நம்புங்கள்! என்னை முனியாதீர்கள் அன்னையே!'

அன்னை அன்று அறிந்துகொண்டார் நடந்தது என்னவென்று. அவர் அனல் அவிந்தது. ஆனால் அதன்பின் அவர் உடல் உருகத்தொடங்கியது. அவர் பார்வை எப்போதும் வெறுஞ்சுவரில் நின்றிருந்தது. பிறகு ஒருமுறைகூட எந்தை முன் அவர் வரவில்லை. தன்னை பார்க்கவரும் அவரையும் முழுமையாகத் தவிர்த்துவிட்டார். மகளிர்மாளிகையின் இருண்ட தனிமையில் நிலைத்த விழிகளுடன் ஓயாது ஆடைநுனி பற்றி சுற்றிச்சுற்றி தவித்துக்கொண்டிருக்கும் கைகளுடன் நடுங்கும் உதடுகளுடன் அவர் அமர்ந்திருந்தார் என்கிறார்கள். பத்தாவது மாதம் நான் பிறந்தபோது அன்னை என்னைப் பாராமலே உயிர் துறந்தார்.

என்னை மருத்துவச்சிகள் குருதி துடைத்து கருவறை மணத்துடன் கொண்டுவந்து தந்தையின் கையில் அளித்தபோது கைநீட்டி என்னை வாங்கக்கூட அவர் முன்வரவில்லை. 'அரசே, இது தங்கள் மைந்தன். தொட்டுப்பாருங்கள்' என்று மருத்துவச்சிகள் சொன்னபோது 'வேண்டாம்... என் கைகளில் வேண்டாம்' என்று மட்டும் அவர் சொன்னார். அமைச்சர்கள் 'தாங்கள் கையில் மைந்தனை வாங்கி குடிமுத்திரையை நெற்றியிலணிவிக்கவேண்டும் என்று குலமுறை உள்ளது' என்று சொன்னபோது கைகளை பின்னுக்குக் கட்டிக்கொண்டு 'இல்லை... என் கைகளுக்கு அத்தகுதி இல்லை' என்றார்."

17

தேரின் சகடஒலியே ஜயத்ரதனின் சொற்களுக்கு தாளமாக இருந்தது. தேர் கர்ணனின் மாளிகைமுகப்பில் நின்றபோது அவன் நிறுத்திக்கொண்டு நெடுமூச்சுவிட்டான். “வருக இளையோனே” என்றான் கர்ணன். அவன் சிறுவனைப்போன்ற உடலசைவுகளுடன் இறங்கினான். கர்ணன் அவன் தோளில் கைபோட்டு அழைத்துச்சென்றான். “நான் ஏதாவது அருந்த விழைகிறேன் மூத்தவரே” என்றான். “ஆம்... வருக!” என்றான் கர்ணன்.

தன் உள்ளறையில் அமர்ந்ததும் சிவதரிடம் இன்னீர் கொண்டுவரச் சொன்னான். சிவதர் கொண்டுவந்த இன்சுக்குநீரை அவன் ஒரேமூச்சில் குடித்து கோப்பையை வைத்துவிட்டு மீண்டும் நீள்மூச்சுவிட்டான். “சொல்” என்றான் கர்ணன். அவன் சிவதரை நோக்க, அவர் வெளியேறினார். “நான் தந்தையை அறியாதவனாக வளர்ந்தவன் மூத்தவரே” என்றான் ஜயத்ரதன். “மூத்தவரோ இளையவரோ இன்றி பாலையில் நின்றிருக்கும் பனைபோல வாழ்ந்தவன்.”

“ஈற்றறைவிட்டுச் சென்றபின் எந்தை ஒருமுறைகூட என்னைப் பார்க்க விரும்பாதவரானார். செவிலியரின் கைகளில் நான் வளர்ந்தேன். தந்தை என்னை முழுமையாக புறக்கணித்துவிட்டார் என்றே நான் எண்ணினேன். வளர்ந்து இளைஞனாகி அவர் உள்ளம்கொண்ட துயரென்ன என்று அறிந்த பின்னரே அவரை நான் புரிந்துகொண்டேன். அன்று அவரை நான் வெறுத்தேன். தந்தை என்று எவர் சொன்னாலும் சினந்தேன். அவரை இழித்துரைத்தேன்.

‘தந்தை உங்கள் மேல் பேரன்பு கொண்டவர் அல்லவா அரசே? இங்கு ஒவ்வொன்றையும் நோக்கி நோக்கி செய்பவர் அவரே. ஒவ்வொரு நாளும் நான்குமுறை தங்களைப்பற்றிய செய்திகளை தனக்குத் தெரிவிக்க வேண்டும் என்று ஆணையிட்டிருக்கிறார்’ என்று செவிலி சொன்னபோது

சினத்துடன் 'நான் இறப்பதற்காகக் காத்திருக்கிறாரா? அச்செய்திக்காகவே அவர் அனைத்தையும் சித்தமாக்கி வைத்திருக்கிறார்' என்றேன்.

அச்சொல் எப்படியோ என் தந்தையிடம் சென்று அவர் உள்ளத்தைத் தைக்கும் என்று எண்ணியிருந்தேன். அவரைப் புண்படுத்தி அதன் வழியாக அவர் அன்பைப் பெற்றுவிடலாம் என்று என் இளையமனம் எண்ணியிருக்கக்கூடும். ஆனால் எந்தை அஞ்சிக்கொண்டிருந்தார். அச்சத்தில் பெரியது அறியாத எதிரிமேல் கொள்வதே. விருஷதர்புரத்தில் ஒவ்வொரு நாளுமென அறக்கொடைகள் நிகழ்ந்தன. முகிலென வேள்விப்புகை எப்போதும் நகரை மூடியிருந்தது. குறியுரைப்போரும் நிமித்திகருமே எந்தையின் அவையில் நிறைந்திருந்தனர்.

என் களியாட்டறையைச் சுற்றி ஆயிரம் படைக்கலங்கள் ஏந்திய வீரர்கள் எப்போதும் காவல் இருந்தனர். என் களியாட்டுக்களத்திலும், தோட்டத்திலும் எப்போதும் எனக்குக் காவல் இருந்தது. மாளிகைகளைச் சுற்றி நுண்சொல் ஓதி கட்டப்பட்ட காப்புச்சுருள்கள் தொங்கின. ஒவ்வொரு நாளும் ஒரு பூசகர் வந்து அங்கே மறைவழிபாடு இயற்றினார். உடுக்கோசை கேட்டுத்தான் நான் நாளும் கண்விழித்தெழுந்தேன். ஐயத்துடன் தன் அறையில் ஒவ்வொரு கணமும் விழித்திருந்தார் தந்தை.

என் தனிமை என்னை கடும்சினம்கொண்டவனாக ஆக்கியது. செவிலியரை அறைந்தேன். சேடியரை முடிந்தவகையில் எல்லாம் துன்புறுத்தினேன். எளியோரை ஒறுப்பதில் இன்பம் காணத்தொடங்கினேன். தொடக்கத்தில் அச்செயல்களுக்காக என்னைக் கடிந்துகொள்ள என் தந்தை தேடிவருவாரென எண்ணினேன். பின்னர் அதுவே என் கேளிக்கையாகியது. சாலையில் தேரில் செல்லும்போது வழிநடையர்கள் மேல் கற்களை விட்டெறிவேன். பின் அதற்கென சிறிய அம்புகளையே சேர்த்துவைத்துக்கொண்டேன். என் செயல்கள் அனைத்தும் எந்தையின் செவிகளுக்குச் சென்றன. அவர் எதையும் அறியத்தலைப்படவில்லை.

ஒருநாள் சாலையில் சென்றுகொண்டிருந்த ஒரு முதிய அந்தணரின் கூன்முதுகைக் கண்டு அதன்மேல் என் கையிலிருந்த வெண்கலப் பாத்திரத்தை வீசி எறிந்தேன். அவர் என்னை நோக்கிக் கைநீட்டி 'குருடன் மகனே! நீ உன் அச்சத்தால் அழிவாய்' என்றார். நான் அவரைத் தூக்கிவரச் சொன்னேன். அவரிடம் 'யார் குருடு? சொல்' என்றேன். 'நெறியறியா மைந்தர் குருட்டுத் தந்தைக்குப் பிறந்தவர்களே. உனக்கு உன் தந்தை விழியளித்திருக்கவேண்டும். உன் பிழைகாணும் கண் அவருக்கு இருக்கவேண்டும்' என்றார். 'யாருக்கு அச்சம்? எனக்கா?' என்றேன். 'அச்சம் உன்னைத் தேடிவரும்' என்றார். அவர்மேல் என் தேரின் கரிப்பிசினைப் பூசவைத்து துரத்தினேன். ஆனால் இம்முறை அவர் சினக்காது சிரித்தபடியே சென்றார்.

என் செயலை அரசரிடம் அமைச்சர் சொன்னார்கள். ‘அவன் அவ்வண்ணம் செய்திருந்தால் அவரது சொற்களில்தான் பிழை இருந்திருக்கும்’ என்றார் எந்தை. அவர் சொன்ன தீச்சொல்லை அவர்கள் சொன்னதும் சினந்து கொதித்தெழுந்து ‘என் மைந்தன் அஞ்சுவதா? நான் இருக்கும்வரை அவன் எதையும் அஞ்சவேண்டியதில்லை’ என்று கூவினார். ஆனால் அன்றிரவெல்லாம் துயிலாமல் அதையே சொல்லிப் புலம்பிக்கொண்டிருந்தார்.

பிறிதொரு நாள் அவர் எண்ணியதே நிகழ்ந்தது. விளையாடச் சென்ற நான் வழிதவறி அரண்மனைக்கு நீரிறைக்கும் பெருங்கிணறு ஒன்றுக்குள் விழுந்தேன். நீச்சல் அறியாது நீரில் மூழ்கி உயிர்த்துளிகள் குமிழிகளென மேலெழுந்து செல்வதைப் பார்த்தபடி இருண்ட அடித்தளம் நோக்கிச் சென்றுகொண்டிருந்தேன். அந்தத் தோட்டத்திற்கு மிக அருகே தோட்டத்தை நன்கு பார்க்கும்படி அமைந்த மாளிகை ஒன்றின் மாடியில் எந்தை இருந்தார். நான் விளையாடுவதை தொலைவில் இருந்து நானறியாமல் பார்த்துக்கொண்டிருந்தார். கிணற்றருகே நான் சென்று காணாமல் ஆனதை உணர்ந்ததுமே அலறியபடி அங்கிருந்தே தோட்டத்துக்குள் குதித்து ஓடிவந்து நீரில் பாய்ந்து இறுதிக்குமிழி எஞ்சியிருக்கையில் என்னை மீட்டார். என்னை அள்ளி தன் நெஞ்சோடணைத்தபடி கதறி அழுதார்.

மருத்துவர்கள் என்னை மீட்டனர். அனல் கொண்ட உடம்பும் அலைபாயும் உள்ளமும் சீறும் சொற்களுமாக நான் ஏழு நாட்கள் கிடந்த ஆதுரசாலையின் வாயிலில் ஒருகணமேனும் துயிலாமல் ஒரு துளிநீரேனும் அருந்தாமல் எந்தை அமர்ந்திருந்தார். பின்பு நான் மீண்டு வந்துவிட்டேன் என்று மருத்துவர் அறிவித்தபோது இரு கைகளையும் தலைமேல் ஓங்கி அறைந்தபடி பெருங்குரலெடுத்து அழுதார்.

அவர் மேலும் எச்சரிக்கை கொண்டவரானார். இரண்டாம் முறை நான் துயின்றிருந்த மெத்தைமேல் சாளரத்தண்டிலிருந்த நெய்விளக்கு சரிந்து விழுந்து தீப்பற்றியது. அனல் எழுந்து பட்டுத் திரைச்சீலைகளைக் கவ்வியதுமே அம்மாளிகைக்கு எதிர்ப்புறம் இருந்த மாளிகையில் சாளரத்தினூடாக என்னை நோக்கிக்கொண்டிருந்த எந்தை அங்கிருந்தே நடுவிலிருந்த மரம் ஒன்றின் வழியாகப் பாய்ந்து எனது மாளிகைக்கு வந்து உப்பரிகையில் தாவி என் அறைக் கதவை உடைத்துத் திறந்து நுழைந்து என்னை மீட்டார். என் ஆடைகளில் பற்றியிருந்த தீயை தன் உடலாலேயே அணைத்தார்.

மூன்றாம் முறை நான் மதகளிறு ஒன்றால் தாக்கப்பட்டேன். அரண்மனை முற்றத்தில் விளையாடிக்கொண்டிருந்த நான் அப்பால் இருந்த மண்சுவர் ஒன்றை உடைத்துக்கொண்டு பிளிறலுடன் எழுந்து வந்த

மதகளிறு ஒன்றை பார்த்தேன். அதை ஓர் இருளசைவென நான் பார்த்த மறுகணமே இருவெண்தந்தங்கள் எனக்கு இருபக்கமும் எழுந்தன. துதிக்கை என்னை நீர்ச்சுழி என பற்றிச் சுருட்டி மேலேற்றியது. அருகே இருந்த உப்பரிகையிலிருந்து என்னை நோக்கிக்கொண்டிருந்த தந்தை குதித்து வேலால் அதன் விழியைத் தாக்கினார். என்னை விட்டுவிட்டு பெரும் பிளிறலுடன் அவரைத் தாக்கச்சென்றது. அவர் ஓடி சுவரில் ஒட்டி நிற்க, தலைகுலுக்கி துதிக்கை சுழற்றி பெரும்பிளிறலுடன் சென்று அவரை தந்தங்களால் தாக்கியது. ஒரு விழி பழுதடைந்திருந்ததால் அன்று அதன் குறிதவறி அவர் பிழைத்தார். அதற்குள் வீரர்கள் பறைமுழங்க ஓடிவந்து என்னைக் காப்பாற்றினர்.

மும்முறை நான் நுண்முனையில் உயிர்பிழைத்தபின் அவர் அஞ்சத்தொடங்கினார். பன்னிரு நிமித்திகர்களை வரவழைத்து பெருங்களம் வரையச்செய்து சோழிகள் பரப்பி நுண்ணிதின் கணக்கிட்டு என் ஊழென்ன என்று வினவினார். என் ஊழ்நிலைகளில் எங்கும் இறப்புக்கான கண்டம் தெரியவில்லை. என் முன்வினைப் பயன் வந்து உறுத்தவுமில்லை. 'ஆனால் ஐங்களம் அறியாத இருளாற்றல் ஒன்று இளவரசரைச் சூழ்ந்து வந்து கொண்டிருக்கிறது அரசே' என்றார் நிமித்திகர்.

சோழிகளின் கணக்கில் எதிலும் அது இல்லை. ஏனெனில் அது முன்னைவினை அல்ல. 'தந்தையரின் வினையும் தனயனுக்குரியதே. ஈட்டிய வினை உறுத்த வினை தொட்டுத் தொடரும் வினை என ப்ராப்தம் தெய்வங்களாலும் அழிக்கப்படமுடியாதது' என்றனர் நிமித்திகர். எந்தை 'எவ்வினையாயினும் அழிப்பேன். எழுதிய ஊழுக்கு இறைவனை வரவழைத்து என் மைந்தனை மீட்பேன். எதுவென்று மட்டும் எனக்குச் சொல்லுங்கள்' என தன் நெஞ்சிலறைந்து கூவினார்.

பின்பு தென்றிசையில் முக்கடல்முனையிலிருந்து வந்த சொல்தேர் கணியர் பதினெண்மர் எந்தையின் ஆணைக்கு ஏற்ப மறைச்சடங்கு ஒன்றை சுதுத்ரியின் கரையில் இருந்த ஆற்றிடைக்குறை ஒன்றில் நிகழ்த்தினர். ஆறு தழுவியபின் மானுடர் காலடி படாத நிலம் வேண்டும் என்று அவர்கள் கோரியதற்கேற்ப அவ்விடம் தேரப்பட்டது. அங்கு பன்னிருகோண வடிவில் எரிகுளம் அமைத்து அதில் ஆறுவகை சமித்துகளை படைத்து எண்வகை விலங்குகளின் ஊனை ஊற்றி எரிஎழுப்பி அன்னமும் மலரும் நிணமும் சொரிந்து அவியிட்டு பன்னிரு படையலர்கள் அமர்ந்து எரிசெய்கை இயற்றினர். அறுவர் தென்னகத் தொல்வேதமொன்றின் அறியாமொழிச் சொற்களை எடுத்து விண்ணிறைஞ்சினர்.

எரியெழுந்து செங்குளமென ஆகி திரையென நிலைத்தது. அதில் என் பெரிய தந்தையார் மிதந்தெழுந்து வந்தார். கனிந்த கண்களுடன் என் தந்தையை நோக்கி 'இளையோனே, என் தோளில் உன்னைத் தூக்கி

வளர்த்திருக்கிறேன். என் கையால் உனக்கு உணவூட்டியிருக்கிறேன். உன் கையால் அடிபட்டு இறக்கும் இறுதிக் கணத்தில் இதனால் நீ எவ்வளவு துன்புறுவாய் என்ற இறுதி எண்ணம் எழுந்து அது முடிவடையாமலேயே நான் உயிர் துறந்தேன். எனக்கென நீ இறைத்த நீரையும் உணவையும் உளம்கனிந்து பெற்றுக்கொண்டேன் இங்கு விண்ணவர் உலகில் உனக்கென அகமுவந்து காத்திருக்கிறேன். உன் மைந்தனுக்குத் தந்தையென என் வாழ்த்துகள் எப்போதும் உண்டு' என்றார்.

அவரது முகத்தைத் தள்ளி ஒதுக்கியபடி என் பெரிய அன்னை சுமதிதேவியின் முகம் நீலஅழலென தோன்றியது. குழல் செந்தழலென எழுந்து பறந்தது. கண்கள் இரு எரிசுடர்களென மின்னின. செவ்விதழ்களை விரித்து அவர் சிம்மக்குரலில் கூவினார் 'நான் அவனை ஒருபோதும் விடப்போவதில்லை. சிறியவனே, என் கொழுநனை உன் கைகளால் அடித்துக் கொன்றாய். என் மகனென உன்னைக் கருதி என் கைகளால் அள்ளி அமுதிட்டிருக்கிறேன். உனக்கென பல்லாயிரம்முறை கனிந்த நெஞ்சு இன்று நஞ்சுக்குடமாகிவிட்டது. இங்கு ஆழுலகில் அந்நஞ்சுடன் நான் தனித்தலைந்து கொண்டிருக்கிறேன். இதன் ஒருதுளி எஞ்சும்வரை நான் விண்ணுலகு செல்ல இயலாது. நீ அளித்த அன்னம் நாறும் மலமென இங்கு வந்தது. நீ அளித்த நீர் இங்கு அமிலமென என்மேல் பொழிந்தது. ஒருகணமும் உன்னை நான் பொறுத்ததில்லை.'

'அன்னையே! அன்னையே!' என்று எந்தை கைநீட்டிக் கதறி அழுதார். 'சொல்லுங்கள்! நான் என்ன செய்யவேண்டும்? நான் தங்களுக்கு என்ன பிழையீடு செய்ய வேண்டும் என்று சொல்லுங்கள்!' அன்னை வெறிநகைப்புடன் 'வீணனே, இங்கு இருளுலகில் பேருருக்கொண்டு எழுந்த கருங்கனல் நான். நீ எனக்கு என்ன அளிக்க முடியும்? உன் சிற்றுலகிலுள்ள மண்ணும் கல்லும் ஊனும் உதிரமும் எனக்கு எதற்கு? உன் மைந்தனுக்கு நான் அளித்த தீச்சொல் அவன் பின்னால் நிழலென தொடர்கிறது. அவன் தலை உன்முன் அறுபட்டுவிழக்காண்பாய். தந்தைக்கு நிகரான தமையனைக் கொன்றவன் நீ. மைந்தர்துயரத்தால் நீ மடிவாய்' என்றார்.

குருதியை உமிழ்வதுபோல செங்கொப்புளங்களாக அவர் சொற்களை எய்தார். 'ஒவ்வொருநாளும் நான் சிதைமேல் அமர்ந்து அடைந்த வலியை நீ அறிவாய். அதுவே உனக்கு நான் அளிக்கும் பிழையீடு.' நெஞ்சில் அறைந்து எந்தை கதறினார் 'அன்னையே! அன்னையே! நான் அறியாது செய்தபிழை. என் மைந்தனை விட்டுவிடு. அவன் மேல் இப்பழியை ஏற்றாதே. ஏழுபிறவிக்கும் நான் எரிகிறேன். ஏழுநரகுகளில் உழல்கிறேன்.' அன்னை பற்களைக் காட்டி வெறுப்புடன் 'மைந்தர்துயருக்கு ஏழுநரகங்களும் நிகரல்ல... அதுவே உனக்கு' என்றார்.

எந்தை தளர்ந்து அனல்குளமருகே விழுந்துவிட்டார். ‘மூத்தவரே, எனக்கு நீங்களே துணை மூத்தவரே’ என தரையில் கையால் அறைந்து கதறினார். தழற்பரப்பில் தோன்றிய மூத்தவர் ‘இளையோனே, அவள் இருக்கும் அவ்வுலகில் வஞ்சம் ஒன்றே கதிரவன் என ஒவ்வொரு நாளும் விடிகிறது. நான் ஒன்றும் செய்வதற்கில்லை. இதுவும் உன் பிராப்தம் என்று கொள்க. புத்திரசோகத்தின் பெருந்துயர் அடைந்து ஊழ்வினை அறுத்து இங்கு வா’ என்று சொல்லி மறைந்தார். அந்த வினைக்களத்திலிருந்து எந்தையை மயங்கிய நிலையில் கட்டிலில் தூக்கிவந்து அரண்மனை சேர்த்தார்கள்.

உடலில் தீப்பற்றிக்கொண்டதுபோல நெஞ்சில் அறைந்து அழுதபடி அவர் படுக்கையில் புரண்டு கொண்டிருந்தார். ‘என்ன செய்வேன்! நான் என்ன செய்வேன்! எந்தையரே இனி நான் என்ன செய்வேன்!’ என்று கதறினார். பின்பு ஒரு நாளிரவு எவரும் அறியாமல் இருளில் அரண்மனை விட்டிறங்கி நடந்து நகர்துறந்து காடேகி மறைந்தார். காலையில் அவர் அரண்மனை மஞ்சம் ஒழிந்து கிடப்பதை கண்டு ஏவலர்கள் வேட்டைநாய்கொண்டு அவர் சென்ற தடம் முகர்ந்து தேர்ந்து சென்றபோது சிந்துவின் பெருக்குவரை அது சென்று நின்றதைக் கண்டு அவர் இறந்துவிட்டார் என்று எண்ணி மீண்டனர்.

அன்று ஏழுவயதான எனக்கு மணிமுடிச் சடங்குகளை செய்து அரியணை அமர்த்தினர். எதிரிகள் என்னைக் கொன்றுவிடக்கூடும் என்ற அச்சம் இருந்ததால் எப்போதும் ஏழு செவிலியரும் ஆயிரம் படைவீரரும் என்னைச் சூழ்ந்திருந்தனர். நான் உண்ணும் உணவும், அமரும் இருக்கையும், துயிலும் மஞ்சமும் ஒவ்வொரு நாளும் மாற்றப்பட்டது ஒவ்வொருவரும் பிறிதொருவரை உளவறியும் ஒரு வலை என்னை வளைத்திருந்தது. என் ஒவ்வொரு செயலும் எண்ணிக் கட்டுப்படுத்தப்பட்டது. என் சொல் மட்டுமே என்னுடன் உரையாடும் தனிமையில் வளர்ந்தேன்.

காடேகிய எந்தை சிந்துவில் இறங்கி நீந்தி மறுகரைக்குச் சென்று அங்கிருந்த ஆற்றிடைக் குறை ஒன்றில் ஏறினார். அங்கு குடில் ஒன்றை அமைத்து மூன்று வருடம் மகாருத்ரம் உள்நிறைக்க ஊழ்கத்தில் அமர்ந்தார். தன் உடலின் ஒவ்வொரு செயல்பாடாக யோகம் மூலம் நிறுத்திக் கொள்வது அது. இறுதிச் செயலையும் நிறுத்துவதற்குள் விரும்பும் தெய்வம் உருக்கொண்டு எழவேண்டுமென்பது நெறி. சித்தத்தின் இறுதித் துளியை எந்தை நிறுத்தும் கணத்தில் புல்வாயும் மழுவும் புலித்தோல் ஆடையும் முப்பிரிவேலும் முடிசடையும் துடிபறையும் திசைக்கனலும் கொண்டு அவர் முன் பெருந்தழல் வடிவமென எம்பெருமான் தோன்றினார்.

அவர் அங்கை நீண்டு வந்து எந்தையின் நெற்றிப்பொட்டைத் தொட்டது. அவரும் எரிதழலென எழுந்து இறைவனுக்கு நிகராக நின்றாடினார்.

'சொல்! நீ விழைவதென்ன? மூவுலகும் வெல்லும் திறனா? முனிவர்க்கு நிகரான மூப்பா? மூவாமுதலா பெருவாழ்வா? முதல்முழுமையா?' என்று சிவன் கேட்டார். 'எந்தையே, ஏதும் வேண்டேன். என் மைந்தனுக்கென்றொரு நற்சொல் வேண்டும். அவன் படுகளம் படுவான் என்று என்னிடம் சொன்னார்கள். அவ்வண்ணம் நிகழுமென்றால் எவன் அவன் தலையை மண்ணில் இடுவானோ அவன் தலை அக்கணமே நீர்த்துளியென உடைந்து சிதறவேண்டுமென அருள்க!' என்றார்.

உரக்க நகைத்து சிவன் 'ஆம், கங்கை பெருகிச் சென்றாலும் நாய் நாக்குழியாலேயே அள்ள முடியும். அவ்வண்ணமே ஆகுக!' என்றபின் மறைந்தார். உளமகிழ்ந்த எந்தை அங்கிருந்து என் நகருக்கு வந்தார். மட்கிய மரவுரி அணிந்து தேன்கூடென கற்றைச்சடை தோளிலும் மார்பிலும் விழ பற்றியெரியும் விழிகளுடன் வந்த அவரை எந்தை என அறியவே அரண்மனைக் காவலரால் முடியவில்லை. பேரமைச்சர் சுதர்மர் அவரைக்கண்டதும் ஓடிச் சென்று 'அரசே!' என்று கைகளைப் பற்றிக்கொண்டார். 'அரண்மனைக்கு வாருங்கள்!' என்றார்.

'அனைத்தையும் துறந்து காடு சென்றவன். இறந்தவனும் துறந்தவனும் மீளலாகாது. இத்தவத்தால் நான் பெற்ற நற்சொல் என்ன என்று இங்கே அறிவித்துவிட்டுச் செல்லவே வந்தேன். என் மைந்தன் இனி விடுதலை அடையட்டும். இனி அவனை எந்தத் தீச்சொல்லும் சூழாது. எதிரிகள் அறிக! அவனை கொல்லத் துணியும் எவனும் அக்கணமே தானும் இறப்பான். என் மைந்தன் தலை அறுந்து மண்தொடும் என்றால் அவனை வீழ்த்தியவன் எவனோ அவன் தலையும் அக்கணமே வெடித்தழியும். இது மூவிழி முதல்வனின் அருள்' என்று கூவினார்.

அமைச்சர் பணிந்து 'நீங்கள் என்னை முனியினும் ஏற்பேன். ஆனால் அந்தணன் நான் அறவுரை சொல்லியாக வேண்டும். தண்டிக்கப்பட முடியாதவன் தெய்வங்களிடமிருந்து விடுதலை பெற்றவன். அவ் விடுதலை அறியாப்பிள்ளை கையில் கொடுக்கப்படும் கூர்வாள். பிழைசெய்துவிட்டீர்கள் அரசே' என்றார். 'நீர் எனக்கு அறமுரைக்க வேண்டியதில்லை. என் மைந்தன் பிழை செய்ய மாட்டான். செய்தாலும் அது பிழையல்ல எனக்கு' என்றார் எந்தை. 'அரசே, அவர் அறம்பிழைத்தால் உங்கள் சொல்லே கூற்றாகட்டும். உங்கள் தவ வல்லமையால் ஒரு சொல்லுரைத்துச் செல்லுங்கள்' என்றார் சுதர்மர். 'என் மைந்தன் எனக்கு அறத்தைவிட மேலானவன்' என்றார் எந்தை.

அப்போது எனக்கு பத்து வயது. உப்பரிகையில் நின்று அச்சொற்களைக் கேட்டேன் அக்கணம் எனக்குத் தோன்றியது ஒன்றே. அதுவரை நான் வாழ்ந்த சிறைவாழ்வு முடிந்தது. 'காவலர்தலைவரே, நான் இப்போது

வெளியே செல்லலாமா?' என்று கேட்டேன். 'செல்லுங்கள் அரசே! பாரதவர்ஷம் முழுக்க செல்லுங்கள். இனி ஒருவரும் உங்களைத் தொடப் போவதில்லை' என்றார் அவர். கைவீசி ஆர்ப்பரித்தபடி நான் படிகளில் இறங்கி முற்றத்திற்கு ஓடினேன். அங்கு நின்றிருந்த என் தந்தையை நோக்கி இரு கைகளையும் விரித்து அருகே சென்றேன். அவர் அஞ்சி தன் கைகளை பின்னுக்கு இழுத்தபடி 'நன்று சூழ்க!' என்றபின் மேலும் பின்னால் சென்று 'நலம் திகழ்க! முழுவாழ்வு பெறுக!' என்றார்.

எந்தை மீண்டும் சிந்துநதிக் கரைக்கே சென்று அங்குள்ள சப்ததளம் என்னும் ஆற்றங்கரைக் காட்டில் தங்கி தவமியற்றினார். சிந்துநாட்டில் இருந்து சென்று அவரை தொழும் மூத்தோரும் சான்றோரும் இருந்தனர். அரசமுறைமை என பலமுறை நான் சென்று வணங்கியிருக்கிறேன். அகம்பழுத்து விலகி அவர் ஒரு தவமுனிவர் என்றே ஆகிவிட்டார். பின்னர் அங்கிருந்தும் ஒருநாள் மறைந்து போனார். எந்தையின் இருப்பை நான் நிமித்திகரைக்கொண்டு ஆய்ந்து நோக்கினேன். எங்கோ ஒரு காட்டில் அவர் ஒவ்வொரு நாளும் எனக்காக நீர் அள்ளி விட்டு தெய்வங்களைத் தொழுது வேண்டிக்கொண்டிருக்கிறார் என்று அறிந்தேன். காட்டுவிலங்குபட்ட புண் என என் மேல் அவர்கொண்ட அன்பு அவர் உயிர் உண்டே அமையும் என்று உரைத்தனர்."

கர்ணன் "ஆம், கொல்லப்படமுடியாதவன் என்று உன்னைப்பற்றி சூதர்கள் சொல்லி அறிந்திருக்கிறேன். அது உங்கள் குலதெய்வத்தின் அருள் என்று சொன்னார்கள். இப்பெரும் கதையை இபோதுதான் அறிகிறேன்" என்றான். ஜயத்ரதன் பெருமூச்சுடன் "மூத்தவரே, விந்தையான ஒன்றை உங்களிடம் சொல்ல விழைந்தேன். திருதராஷ்டிர மாமன்னரைக் கண்டதும் நான் இன்று ஏன் நிலையழிந்தேன் என்றறிவீர்களா?" என்றான். கர்ணன் நோக்க அவன் மெல்லிய குரலில் "இன்று அஸ்தினபுரியின் அரண்மனைக்குள் பேரரசரின் அறை முன்புள்ள இடைநாழியில் எந்தையைக் கண்டேன்" என்றான்.

கர்ணன் நடுங்கும் குரலில் "யார்?" என்றான். "என் தந்தை பிருஹத்காயர். மரவுரி அணிந்து கல்மாலையும் உருத்திரவிழிமணி குண்டலங்களும் சடைமுடிப்பரவலுமாக தூணருகே அவர் நின்றிருந்தார்." கர்ணன் மூச்சொலித்தான். "ஆனால் அவர் விழிகள் இரண்டும் தசைக் கொப்புளங் களாக இருந்தன" என்றான் ஜயத்ரதன். கர்ணன் சொல்லுறைந்த உதடுகளுடன் அவனை நோக்கினான். "முதலில் அது உண்மையுரு என்று எண்ணி நான் அவரை நோக்கி ஓடப்போனேன். என்னுடன் வந்த பிற எவரும் அவரைக் காணவில்லை என்று அடுத்த கணமே

உணர்ந்து விழிமயக்கென்று தெளிந்தேன். ஆனால் விழிமயக்கு என்று எண்ணும்போதும் அவ்விழிமயக்கு அப்படியே நீடிக்கும் விந்தையை என் உளம் தாங்கவில்லை.”

அவன் கர்ணனை அணுகி கைகளைப் பற்றிக்கொண்டான். “பின்பு பேரரசரின் இசைக்கூடத்திற்குள் மூன்றாவது தூணின் அருகே அவர் நின்றிருந்தார். ஆனால் என்னை நோக்கவில்லை. விழிப்புண்கள் ததும்ப பேரரசரை நோக்கிக் கொண்டிருந்தார். இருவரின் விழியற்ற நோக்குகளும் சந்தித்து உரையாடிக்கொண்டிருப்பது போல் தோன்றியது.” கர்ணன் நீள்மூச்சுடன் தன் உடலை எளிதாக்கி “நீயே சொல்லிவிட்டாய் இளையோனே, அது உளமயக்கு என்று. உன் தந்தையை எவ்வண்ணமோ பேரரசருடன் இணைவைக்கிறாய்” என்றான்.

ஜயத்ரதன் “ஆம், மீண்டும் கூடத்திற்கு வரும்போது அங்கு அவர் நின்றிருக்கக்கூடும் என்று எண்ணினேன். அவர் இல்லை” என்றான். “பேரரசர் உன்னிடம் சொன்னதையே நானும் சொல்லவேண்டியிருக்கிறது... அஞ்சாதே” என்றான் கர்ணன். “அவர் சொன்னது உண்மை மூத்தவரே... முற்றிலும் உண்மை அது” என்றான் ஜயத்ரதன். “இளமையிலேயே என்னைச் சூழ்ந்திருந்தது எக்கணமும் நான் கொல்லப்படுவேன் என்ற எண்ணமே. அதுவே நான் அறிந்த முதல் கல்வி. அவ்வச்சத்தால்தான் அல்லும்பகலும் வில்பயின்று வீரனானேன். அவைகளில் தருக்கி அமர்ந்தேன். ஆடற்களங்கள் ஒவ்வொன்றையும் தேடிச்சென்றேன்.”

“அத்தனைக்குப் பின்னும் அவ்வச்சம் அங்கேயே அசைவின்றி அமர்ந்திருந்தது. முகிலென நின்றது மலையெனத் தெரிவது போல. பின்பு அறிந்தேன் எப்போதும் அவ்வச்சம் அங்குதான் இருக்குமென்று. முதல்முறையாக நேற்று அஸ்தினபுரியின் பேரரசர் தன் கைகளால் என்னைத் தோளணைத்து தன் உருப்பெருக்கென நிறைந்திருந்த தம்பியர் நடுவே அமரவைத்தபோதுதான் அச்சமின்றி இருந்தேன். பேரரசரின் பெருங்கைகளால் வளைக்கப்படுகையில் அச்சமின்மையின் உச்சியில் நின்று திரும்பி அவ்வச்சத்தின் பொருளின்மையை நோக்கத்தொடங்கினேன். இன்று தங்கள் கைகள் என் தோளில் இருக்கையில் இப்புவியில் அல்ல, விண்ணிலும் எதற்கும் அஞ்சவேண்டியதில்லை என்றே உணர்கிறேன்” என்றான் ஜயத்ரதன்.

பகுதி 5

பன்னிரண்டாவது பகடை

1

முன்புலரியிலேயே கர்ணனின் அரண்மனைமுற்றத்தில் தேரிலிருந்து இறங்கி, காலடிகள் ஓசையிட விரைந்து, காவலரை பதறி எழச்செய்து, "எங்கே? மூத்தவர் எங்கே?" என்றான் சுஜாதன். அவர்கள் மறுமொழி சொல்வதற்குள்ளாகவே கூடத்தில் ஓடி, படிகளில் காலடி ஒலிக்க மேலேறி இடைநாழியில் விரைந்தபடி "மூத்தவரே!" என்று கூவினான். கர்ணனின் துயிலறை வாயிலில் நின்ற காவலன் திகைத்தெழுந்து நோக்க "எங்கே மூத்தவர்? சித்தமாகிவிட்டாரா?" என்றான்.

கதவைத் திறந்த சிவதர் "கூச்சலிடாதீர்கள் அரசே, அரசர் அணிபுனைகிறார்" என்றார். "அணிபுனைவதற்கு நாங்கள் என்ன பெண்கொள்ளவா செல்கிறோம்? வேட்டைக்கு! சிவதரே, நாங்கள் வேட்டைக்குச் செல்கிறோம்!" என்றான். "இதற்குமுன் வேட்டைக்குச் சென்றதே இல்லையா?" என்றார் சிவதர். "பலமுறை சென்றிருக்கிறேன். ஆனால் மூத்தவருடன் இப்போதுதான் நான் செல்லப்போகிறேன்" என்றான் சுஜாதன். கைகளைத் தூக்கி வில்லம்புபோல காட்டி "இம்முறை நானே தன்னந்தனியாக மதகளிறு ஒன்றை எதிர்கொள்ளப்போகிறேன்" என்றான்.

புன்னகையுடன் "நன்று" என்று சொன்ன சிவதர் "அதற்கு எளிய வழியொன்று உள்ளது" என்றார். "என்ன?" என்றான் சுஜாதன். "யானைக்குப் பிடிக்காத மணங்களை உடலில் பூசிக்கொள்வதுதான். தங்கள் உடலில் இருக்கும் இந்த யவனப்பூஞ்சாந்து காட்டில் உள்ள அத்தனை யானைகளையும் மிரண்டு இருளுக்குள் ஓடச்செய்துவிடும்" என்றார். சுஜாதன் உரக்க நகைத்து "ஆம், அதை நானும் எண்ணினேன். யானையை நான் எதிர்கொள்ளவேண்டும்... யானை என்னை எதிர்கொள்ளக்கூடாதல்லவா!" என்றான்.

உள்ளிருந்து கர்ணன் வெளிவந்து "என்ன, புலரியிலேயே பேரோசை எழுப்புகிறாய்?" என்றான். அவன் அருகே ஓடிச்சென்று ஆடை நுனியைப்பிடித்து ஆட்டி "வேட்டைக்கு! மூத்தவரே வேட்டைக்கு!" என்றான் சுஜாதன். "ஆம், வேட்டைக்குத்தான்" என்றபடி கர்ணன் "சென்று வருகிறேன் சிவதரே" என்றான். சிவதர் "படைக்கலங்கள் தேரில் உள்ளன" என்றார். "ஆம்" என்றபடி கர்ணன் நடக்க, சுஜாதன் அவனுக்குப் பின்னால் ஓடிவந்து "நான் மூன்று விற்களையும் பன்னிரு அம்பறாத்தூணிகளையும் என் தேரில் வைத்திருக்கிறேன்" என்றான். "என்ன செய்யப்போகிறாய்? காய்கனிகளை அடித்து விளையாடப்போகிறாயா?" என்றான் கர்ணன்.

"மூத்தவரே" என்றபடி சுஜாதன் அருகே வந்து அவன் கைகளைப் பற்றி தன் தோளில் வைத்தபடி "நான் இம்முறை உண்மையிலேயே களிறு ஒன்றை எதிர்கொள்வேன்" என்றான். "நாம் களிறுகளை கொல்லச் செல்லவில்லை இளையோனே" என்றான் கர்ணன். "அவை வேளாண்குடிகளுக்குள் இறங்காமல் உள்காடுகளுக்குள் துரத்திச் செல்கிறோம். அவற்றின் நினைவில் சில எல்லைகளை நாம் வகுத்து அளிக்கிறோம். அங்கு வந்தால் வேட்டையாடப்படுவோம் என்பதை அவை தங்கள் குழந்தைகளுக்குச் சொல்லும். அந்நினைவே காட்டுக்கும் விளைநிலத்திற்குமான எல்லையாக அமையும்" என்றான்.

"நரிகளுக்கும் ஓநாய்களுக்கும் அந்நினைவு நெஞ்சில் பதியாதா?" என்றான் சுஜாதன். "பதியும். ஆனால் அவற்றை மீறுவதைப்பற்றியே அவை எண்ணிக்கொண்டிருக்கும். யானைகள் நெறிகளுக்குள் வாழ்பவை." அவன் கையை அசைத்து "ஏன்?" என்றான் சுஜாதன். "ஏனெனில் அவை மிகப்பெரிய உடல் கொண்டவை. ஒளிந்து கொள்ள முடியாதவை. அவற்றின்மேல் தெய்வங்கள் அமர்ந்துள்ளன."

சுஜாதன் அச்சொற்களால் விழிசற்று மயங்கி கனவுக்குள் சென்று மீண்டு "எவ்வளவு பெரிய உண்மை! ஒளிந்து கொள்ள முடியாதவர்கள் நெறிகளுக்குள்தான் வாழ்ந்தாக வேண்டும் இல்லையா?" என்றான். "நீ சிந்திக்கத் தொடங்கிவிட்டாய் இளையோனே. விரைவிலேயே சிறந்த சூதனாகிவிடுவாய்" என்றபடி சிரித்துக்கொண்டே கர்ணன் இடைநாழியைக் கடந்து படிகளில் இறங்கினான். அவனுக்குப் பின்னால் ஒவ்வொரு படியாகத் தாவி இறங்கி முன்னால் சென்று நின்று "இம்முறை புரவியில் உள்காடுகளுக்குள் செல்லலாம் என்று மூத்தவர் சொன்னார்" என்றான் சுஜாதன். "ஆம்" என்றான் கர்ணன்.

"வெண்புரவிகளை முற்றிலும் தவிர்த்துவிட்டோம். முழுக்க முழுக்க கரிய புரவிகள்தான்" என்றான் சுஜாதன். "ஆம், காட்டில் வெண்புரவிகள்

தனித்துத் தெரிகின்றன. அவற்றை யானைகள் விரும்புவதில்லை.” “அப்படியானால் வெண்புரவிகள் எங்கே வாழ்கின்றன?” என்றான் சுஜாதன். “வெண்புரவிகள் நம் நிலத்தைச் சார்ந்தவை அல்ல இளையோனே. அவை வெண்மணல் விரிந்த பெரும்பாலை நிலங்களிலிருந்து இங்கு வரும் சோனகப்புரவிகள்.” “ஓ” என்று சொன்ன சுஜாதன் “இங்கே அவை தனித்துத் தெரிவதனால் எப்போதும் நாணிநடுங்குகின்றன” என்றான். கர்ணன் “ஆம், களத்திலும் அவையே முதற்பலியாகின்றன” என்றான்.

கர்ணன் முற்றத்திற்குச் சென்று அங்கு தலைவணங்கிய வீரர்களின் தோள்களைத் தொட்டும் தலைகளை வருடியும் வாழ்த்துகளை ஏற்றுக்கொண்டு வாயிலில் நின்ற தன்தேரில் ஏறிக்கொண்டான். சுஜாதன் ஓடிச்சென்று தன்னுடைய தேரில் ஏறியபடி “நீங்கள் முன்னால் செல்லுங்கள் மூத்தவரே. நான் தொடர்ந்து வருகிறேன்” என்றான். “நாம் எங்கு செல்கிறோம்?” என்று கர்ணன் கேட்டான். “கோட்டைவாயிலுக்கே வருகிறோம் என்று சொல்லிவிட்டேன். இங்கிருந்து நாம் கிளம்பும் சங்கொலி கேட்டால் நூற்றுவரும் கோட்டை வாயிலுக்கு வந்துவிடுவார்கள்” என்றான்.

கர்ணன் “காட்டைக் கலக்குகிறோமோ இல்லையோ, வேட்டைக்குச் செல்லுமுன் அஸ்தினபுரியைக் கலக்குகிறோம்” என்றான். “கலக்கவேண்டுமே. நாங்களெல்லாம் அரண்மனையில் வீணே தின்று சூதாடி பொழுது கழிக்கிறோம் என்று சொல்கிறார்கள். அவ்வாறில்லை என்று மக்கள் அறிய வேண்டுமே” என்றான் சுஜாதன். கர்ணன் சிரித்தபடி பாகனின் தலையை மெல்ல தொட, அவன் கடிவாளத்தைச் சுண்டி புரவிகளைக் கிளப்பினான். மூன்று புரவிகள் இழுத்த குறுகிய விரைவுத்தேர் அதிர்ந்து சகடங்கள் குடத்தில் முட்டும் ஒலியுடன் முற்றத்திலிருந்து சாலையை நோக்கி ஏறியது.

சகடஒலி மாறுபட்டு தேர் விரிசாலையில் கோட்டையை நோக்கிச் செல்லத்தொடங்கியதும் கர்ணன் இருக்கையில் அமர்ந்து கைகளைக் கட்டிக்கொண்டு நன்கு சாய்ந்துகொண்டான். சகடஒலி நகரத்தின் அனைத்து சுவர்ப்பரப்புகளிலும் பட்டு எதிரொலித்து வௌவால்களைப் பதறி மேலெழச்செய்தது. எரியும் காட்டில் புகையில் பறக்கும் சருகுப்பிசிர்கள் போல வானெங்கும் வௌவால்கள் பறப்பதை அவன் கண்டான். அவற்றின் கருமையே வானத்தை வெளிர்நிறமாக்கியது என்று தோன்றியது.

அச்சாலைக்கு இணையாக வந்துகொண்டிருந்த பெருஞ்சாலையில் கௌரவர்களின் தேர்கள் பேரொலி எழுப்பியபடி இடிந்து சரியும் பாறைக்கூட்டங்கள் போல கோட்டையை நோக்கிச்

சென்றுகொண்டிருந்தன. அவ்வொலியில் நகரத்தின் அனைத்து மரங்களிலிருந்தும் பறவைகள் கலைந்தெழுந்து வானில் சிறகடித்துக் கூச்சலிட்டன. நகரம் பல்லாயிரம் முரசுத்தோல்பரப்புகளாக மாறியது.

கிழக்கிலிருந்து சுழன்று வந்து வீசிய காற்றில் மேற்குவாயில் ஏரியிலிருந்து எழுந்த நீர்மையும் புழுதிமணமும் இருந்தது. சுஜாதனின் தேர் அவனுக்குச் சற்று பின்னால் வந்தது. அதன் குதிரை தன் மூக்கால் கர்ணனின் தேரின் பின்பகுதியின் கட்டையை முகர்வதுபோல் மூச்சுவிட்டது. சுஜாதன் "விரைவு மூத்தவரே, விரைவு!" என்று கூவினான். கர்ணன் அவனை திரும்பிப் பார்த்துப் புன்னகைத்தான்.

அங்காடியை அணுகியபோது மட்கிய கூலமும் தென்னக மிளகும் பலவகையான எண்ணெய்க் கசடுகளும் நறும்பொருட்களும் கலந்த கடைமணம் எழுந்தது. மூடிய அங்காடிகளிலும் முற்றத்திலும் சாலையிலும் மேய்ந்தலைந்த எலிக்கூட்டங்கள் அஞ்சி பலகைப்பரப்புகளுக்கு அடியில் சென்று ஒதுங்க, தூங்கிக்கொண்டிருந்த தெருநாய்கள் வால்சுழற்றியபடி குரைத்து ஓடிவந்து தங்கள் எல்லைக்கு அப்பால் நின்றபடி ஊளையிட்டுத் துள்ளின.

கார்த்திகைவிழவின் எரிபனை போல நூறுபந்தங்களுடன் நின்ற காவல்மாடம் ஒன்று கடந்து சென்றது. அதன்மேல் குளிர்காலத்து நிலவென தெரிந்தது பந்தஒளி பட்ட முரசுத்தோல்பரப்பு. அதன் காவலர்கள் எழுந்து அவன் கடந்துசெல்கையில் வாள்களைத்தாழ்த்தி வாழ்த்தினர். தொலைவில் அஸ்தினபுரியின் கோட்டையின் விளிம்பில் எரிந்த பந்தங்களின் ஒளிச்சரடு தெரிந்தது. அங்கிருந்த காவல்மாடங்களில் எரிந்த பந்தங்களின் வெளிச்சத்தில் சிறகு ஒய்ந்து அமைந்திருந்த கழுகுகள்போல கொடிகள் தெரிந்தன.

பெருமுற்றத்தை நோக்கி அவன் செல்கையில் அவனுக்குப்பின்னால் கௌரவர்களின் தேர்ப்படை வந்து இணைந்துகொண்டது. முதல் தேரில் இருந்த துச்சலன் கையைத்தூக்கி "மூத்தவரே!" என்று கூவினான். கர்ணன் திரும்பி அவனை நோக்கிக் கையசைத்துவிட்டு புன்னகைக்க, துர்மதன் "மூத்தவரே, புலர்வதற்குள் நாம் செல்லவேண்டியிருக்கிறது" என்றான். கர்ணன் ஒன்றும் சொல்லாமல் அவனை நோக்கியும் கையசைத்தான்.

தேர்கள் அஸ்தினபுரியின் கோட்டைமுகப்பின் முற்றத்தை அடைந்தன. அங்கெழுந்த தூசியை இருளின் மணமாகவே அறிய முடிந்தது. தேர்கள் ஒவ்வொன்றாக வந்து நின்று முற்றத்தை நிறைத்ததும் கர்ணன் படிகளில் மிதித்து ஓசையுடன் இறங்கி புழுதியில் கால்புதைய நடந்து இடையில் கைவைத்து நின்று கோட்டையை அண்ணாந்து நோக்கினான். தேர்களில் இருந்து ஓசையுடன் குதித்த கௌரவர்கள் அவனை நோக்கி ஓடிவந்து

சூழ்ந்துகொண்டனர். துச்சலன் “நல்ல குளிர் மூத்தவரே. காலை இத்தனை இனிதாக இருக்குமென்று நான் எப்போதும் அறிந்ததில்லை” என்றான்.

“நீங்களெல்லாம் காலையில் விழிப்பதே இல்லையா?” என்றான் கர்ணன். “விழிப்பதுண்டு. ஆனால் முன்காலையில் அல்ல” என்றான் சுபாகு. “முன்காலையில் மட்டுமே கல்வி உள்ளத்தில் படியுமென்று மூத்தோர் சொல்கிறார்கள்” என்றான் கர்ணன். “ஏனெனில் இளங்காற்றுகளாக தெய்வங்கள் மண்ணைநோக்கி மூச்சுவிடுகின்றன. காலையில் அனைத்துக் கால்தடங்களையும் அழித்து அவை உலகைத் தூய்மைப்படுத்தி வைத்திருக்கின்றன.” கர்ணனின் தோளைப்பற்றி உலுக்கி “எங்கள் உள்ளம் மேலும் தூய்மையானது” என்றான் சுஜாதன். “ஏனெனில் இளங்காற்றால் தூய்மைப்படுத்தப்பட்டபின் இவ்வுலகம் இளவெயிலாலும் தூய்மைபடுத்தப்பட்ட பின்பே நாங்கள் எழுகிறோம்.”

கர்ணன் சிரித்தபடி “மூடன்” என்றான். “ஆனால் இவனுக்குத்தான் உரிய முறையில் சொல்லெடுக்கத் தெரிகிறது.” கையை வீசி உரக்க “ஆம் மூத்தவரே, இவன் ஒன்றை சொன்னவுடனே அதைத்தானே நாங்கள் எண்ணிக்கொண்டிருக்கிறோம் என்று நாங்கள் எண்ணுவதுண்டு” என்றான் துச்சலன். கர்ணன் “அப்படியென்றால் நீங்கள் அனைவரும் இவனைப்போல் எண்ணிக்கொண்டு இருக்கிறீர்கள்” என்றான். “அப்படியில்லை மூத்தவரே. நாங்கள் எண்ணுவதற்கு முன்னரே அவனைப்போல் எண்ணுவதில்லை. அவன் எண்ணியபிறகு அப்படி எண்ணியிருப்பதைக் கண்டுகொள்கிறோம்” என்றான் துச்சலன். “உங்களிடம் பேசிப் புரிந்துகொள்ளும் அளவுக்கு எனக்கு அறிவாற்றல் இல்லை” என்று இரு கைகளையும் விரித்த கர்ணன் வானத்தை நோக்கி “விடியத்தொடங்குகிறது” என்றான்.

சுஜாதன் “நாம் ஏன் இங்கு காத்திருக்கிறோம்? கிளம்பவேண்டியதுதானே?” என்றான். “நகர்வாயில் திறக்க வேண்டாமா?” என்றான் கர்ணன். “ஆம், நகர்வாயில் திறக்கவேண்டியுள்ளது” என்று சுஜாதன் சொன்னான். “நாம் ஆணையிட்டால் திறக்கமாட்டார்களா?” என்றான் பீமபலன். துச்சலன் “மூடா, பிரம்மமுகூர்த்தத்தில்தான் நகர்வாயிலைத் திறக்கவேண்டுமென்று ஆணை உள்ளது. ஏனெனில் இந்நகர் முழுக்க குடியிருக்கும் மூதாதையரும் குலதெய்வங்களும் பிரம்மமுகூர்த்தத்தில் மட்டுமே விண்ணுக்கு மீள்கின்றனர். அதன்பிறகு கோட்டை வாயிலைத் திறந்தால்தான் நமக்கு தெய்வங்களின் அருள் உண்டு.”

“இந்நேரம் கோட்டைக்கு அப்பால் நான்குகாதத் தொலைவிற்கு வணிகர்களும் ஆயர்களும் அயலவர்களும் நிரைவகுத்திருப்பார்கள்” என்றான் சுஜாதன். “கோட்டைவாயிலைத் திறந்ததும் பெருவெள்ளம்

உள்ளே புகுவதுபோல அவர்கள் வருவார்கள். நான் பலமுறை கண்டிருக்கிறேன். அவர்கள் ஒவ்வொருவர் விழிகளிலும் இந்நகரம் அளிக்கும் வியப்பைப் பார்க்கையில் அத்தனைபேரும் புதிதாக உள்ளே வருவதைப்போல் இருக்கும். ஆனால் அவர்களில் பாதிப்பேர் ஒவ்வொரு நாளும் உள்ளே வருபவர்கள்.” கர்ணன் “நான் காலையில் வரும்போது எண்ணிக்கொண்டேன், காலையில் இந்நகரம் துயிலெழும் குழந்தைபோல் புன்னகைக்கிறது என்று” என்றான்.

சுபாகு அதைப் புரிந்துகொள்ளாமல் “பெரும்பாலான குழந்தைகள் துயிலெழுந்தவுடன் உளம்சுருங்கி அழுகின்றன” என்றான். கர்ணன் சலிப்புச்சிரிப்புடன் தலையை அசைத்தபடி “விடிவெள்ளி எழுவதைப் பாருங்கள்...” என்றான். “நான் இதுவரை விடிவெள்ளியைப் பார்த்ததே இல்லை” என்றான் சுஜாதன். “விடிவெள்ளி நீலமாக பெரிதாக இருக்கும் இளையோனே. அதை நோக்குவதற்கு வெறும் விழிகளே போதும்” என்றான் கர்ணன். “அது எத்திசையில் வரும்?” என்றான் சுஜாதன். கர்ணன் சிரித்தபடி “இதை யாராவது அவனுக்குக் கற்றுக் கொடுங்கள்” என்றான்.

துச்சலன் “நான் கற்றுக் கொடுக்கிறேன்” என்றான். “தம்பி, விடிவெள்ளி கிழக்கே உதிக்கும்.” ஆர்வத்துடன் “கிழக்கே என்றால் இங்கே எந்தத் திசை?” என்றான் சுஜாதன். துச்சலன் மேலும் கூர்மைகொண்டு “தென்கிழக்கில் நமது அரண்மனைக்கருவூலமுகடுகள் தெரிகிறதல்லவா அதற்குப் பின்னால்” என்றான். சுஜாதன் நோக்கி வியப்புடன் “ஆம், அதற்குப் பின்னால் நிறைய விண்மீன்கள் உள்ளன” என்றான். “பார்த்துக்கொண்டேயிரு. அங்கொரு நீலப்புள்ளிதோன்றி மேலே வரும். அதுதான் விடிவெள்ளி” என்றான் சுபாகு. துச்சலன் “அது தோன்றிய பிறகுதான் அரண்மனை வாயிலைத் திறப்பார்கள்” என்றான். “ஏன்?” என்றான் சுஜாதன்.

“விடிவெள்ளி கதிரவனின் தூதன். சூரியன் மண்நிகழ்ந்துவிட்டான் என்பதை அது அறிவிக்கிறது. அதன்பின்பு இந்நகரில் மானுடரன்றி தெய்வங்கள் இருக்க இயலாது.” சுஜாதன் திரும்பி நோக்கியபின் “அப்படியானால் பகல் முழுக்க நாம் வணங்கும் குலதெய்வங்கள் வெறும் கல்லாகவா அமர்ந்திருக்கின்றன?” என்றான். “இதற்குமேல் இவனுக்கு எதையும் சொல்ல மானுடரால் இயலாது” என்று கைவிரித்தபடி கர்ணன் விலகிச் சென்றான். “இல்லை மூத்தவரே, நான் என்ன கேட்கிறேன் என்றால்...” என்றான் சுஜாதன். “அவனுக்கு விளக்குங்கள்” என்று கர்ணன் கைகாட்டினான்.

துர்மதன் “இளையோனே, கல்லாக இருப்பவைதான் நமது குலதெய்வங்கள். ஆனால் நாம் அவற்றுடன் பேசமுடியும். ஏனென்றால் அந்தக் கல்லில்

விண்ணிலிருக்கும் தெய்வங்கள் தங்கள் காதுகளை வைத்திருக்கின்றன” என்றான். சுபாகு உரக்க நகைத்தபடி “மூத்தவரே, இவன் இன்னும் அறிவாளியாக இருக்கிறான்” என்றான். கர்ணன் “அதில் ஒரு போட்டி நிகழுமென்றால் உங்கள் மூத்தவரே வெல்வார். அறிவில்லை என்பதுடன் அது தேவையில்லை என்றும் தெளிந்திருக்கிறார்” என்றான்.

“மூத்தவரே, உண்மையில் என் உடன்பிறந்தார் அனைவரும் என்னை அறிவற்ற இளையோன் என்று எண்ணுகிறார்கள். மூத்தவர்கள் அப்படி எண்ணுவதைப்பற்றி எனக்கு வருத்தமில்லை. ஆனால் என் வயதையொட்டிய இவர்களும் அவ்வாறே எண்ணுவதை எண்ணும்போதுதான் நான் வருந்துகிறேன்” என்று விரஜஸின் மண்டையை அடித்தான் சுஜாதன். “அதை மறுத்து என்னை நிறுவத்தான் இன்று வேட்டைக்கு வருகிறேன். நாம் காட்டுக்குச் செல்வோம். பெருங்களிறு ஒன்றை நான் ஒற்றை வேலுடன் சென்று எதிர்கொள்வேன். அதை வீழ்த்தி அதன் கொம்புகளுக்கு நடுவே என் வேலைக் கொண்டுசெலுத்தி வளைவு நிமிர்த்து நிற்பேன். அதை சூதர்கள் பாடத்தான் போகிறார்கள்.”

கர்ணன் “இவன் சொல்வதைப்பார்த்தால் ஏற்கெனவே சூதர்கள் பாடத்தொடங்கிவிட்டார்கள் போல் தோன்றுகிறதே” என்றான். “நானும் அவ்வண்ணமே எண்ணுகிறேன்” என்றான் சுபாகு. “சூதர்கள் இப்போதெல்லாம் கௌரவர்களைப்பற்றி பாடும் பெரும்பாலான பாடல்கள் மடைப்பள்ளியில் தயாராகின்றன என்று தோன்றுகிறது.” சுஜாதன் “இது இழிவுபடுத்துவது. என் வீரத்தை நான் நிறுவியபிறகு இச்சொற்கள் ஒவ்வொன்றையும் எண்ணி நீங்கள் வருந்துவீர்கள்” என்றான். “மடைப்பள்ளியில் சோற்றுக்கட்டிக்குப் பாடும் சூதர்கள் என்னைப் பாடவேண்டியதில்லை.” துச்சலன் “நீ எப்போதும் என்னை இழிவுசெய்துபேசுகிறாய் இளையோனே” என்று சினத்துடன் சொன்னான்.

சுபாகு சிரித்தபடி “நம்மைப்பற்றி நமக்கிருக்கும் எண்ணத்தை நமது எதிரிகள் அறியவில்லை என்பது எவ்வளவு பெரிய நல்லூழ்! எவரேனும் ஒருவனுக்கு அது தெரிந்தால் பெரும்படையுடன் அஸ்தினபுரியின்மேல் கொடிகொண்டு வருவான்” என்றான். துச்சகன் அப்பால் தெரிந்த கோட்டைவாயிலை நோக்கி “அங்கொரு ஒளி தெரிகிறது” என்றான். கர்ணன் நோக்க, கோட்டையின் திட்டிவாயில் ஒன்று மெல்ல திறந்து சிறிய ஒளிக்கட்டம் ஒன்று தெளிந்தது. அதை நோக்கி வீரர்கள் சென்றதும் அது மறைந்தது. அவர்கள் விலக மீண்டும் தெளிந்து மீண்டும் மறைந்தது.

“யாரோ வந்திருக்கிறார்கள்” என்றான் கர்ணன். “பெருவணிகர்களாக இருக்கும். கங்கையில் இருந்து இங்கு வருவதற்கான தொலைவை

சற்றுமிகையாகக் கணக்கிட்டிருப்பார்கள்” என்றான் துச்சலன். “அருமணிகள் கையிலிருப்பதனால் கோட்டைக்குள் வர விரும்புகிறார்கள்.” கோட்டைக்கு மேலிருந்த பெருமுரசு அதிரத்தொடங்கியது. மான்கால் நடையில் அது ஒலிக்க “புலரி! புலரிமுரசு!” என்றான் சுஜாதன். “மூடா புலரிமுரசு என்றால் சங்கொலியும் மணியொலியும் இருக்கும்” என்றான் துச்சலன். “புலரி முரசு கேட்டதுமே மூத்தவர் எழுந்து உண்ணத்தொடங்கிவிடுவார்” என்றான் சித்ரகுண்டலன். “ஆம்” என்றான் துச்சலன்.

கர்ணன் “எவரோ வந்திருக்கிறார்கள்” என்றான். “எவரோ என்றால் யார்?” என்றான் துச்சலன். “அரசகுடியினர். அஸ்தினபுரியைச் சேர்ந்தவர்கள்” என்றான். “அஸ்தினபுரியைச் சேர்ந்த அரசகுடியினர் என்றால் இப்போது யார்?” என்றபின் “பிதாமகர் பீஷ்மர்!” என்றான் துச்சலன். “இருக்கலாம்” என்றான் கர்ணன். “அவர் இருக்கும் காட்டில் மும்முறை சென்று பார்த்தேன். என்னை அடையாளம் கண்டுகொள்ளவேயில்லை. அஸ்தினபுரியையும் தன் குலமுறையையும் மறந்து காட்டுமனிதராக இருந்தார். உயிர் தங்கியிருக்கும் அழிக்கூடு போல் இருந்தது உடல். மூங்கில்வில்லும் நாணல்அம்புமாக நாளெல்லாம் காட்டில் அலைகிறார். எவருடனும் பேசுவதில்லை என்று உடனிருந்த மாணவர்கள் சொன்னார்கள்.”

துர்மதன் “இப்போது ஏன் இங்கு வருகிறார்?” என்றான். துச்சலன் “யாரறிவார்? ஏதேனும் செய்தி இருக்கும்” என்றான். “மூத்தவரைப்பற்றி ஏதேனும் செய்தி சென்றிருக்குமோ?” என்றான் துர்மதன். சமன் “மூத்தவர் என்ன பிழை செய்தார்?” என்றான். “அவர் எதுவும் செய்யாமல் இருப்பதுதான் பெரும்பிழை. மதுவுண்கிறார், உண்டாட்டில் திளைக்கிறார்.” துச்சகன் “நம்முடன் இன்று வேட்டையாட வருவதற்கு விரும்பினார். விதுரர் தடுத்துவிட்டார்” என்றான். கர்ணன் “அவர் அரசர். அஸ்தினபுரியை விட்டு அவர் நீங்குவதற்கு முறைமைகள் பல உள்ளன இளையோனே” என்றான்.

“இங்கு அவர் இருந்து என்ன செய்யப்போகிறார்? நாடாள்வது அரசியல்லவா?” என்றான் துச்சலன். “அரியணையில் கோல்தாங்கி முடிசூடி அமர்ந்திருக்க அவர் வேண்டுமல்லவா?” என்றான் கர்ணன். “ஆம், அவர் செய்வது அது ஒன்றைத்தான்” என்று துச்சகன் சொன்னான். துச்சலன் “அரியணையில் அமர்ந்திருக்கையில் அவரைப்போல் அதை நிறைக்கும் ஒருவரை நான் பார்த்ததே இல்லை” என்றான். “ஆம். அவர் அதன்மேலேயே துயிலாமல் இருந்தால்...” என்றான் பின்னால் நின்ற வாலகி. துச்சலன் “வாயை மூடு!” என்று உரக்கச் சொன்னான். “அத்தனை பேர் அத்தனை விதமாக பொருளற்றுப் பேசிக்கொண்டிருக்கையில் எப்படி துயிலாமல் இருக்க முடியும்?”

துர்மதன் “அதை எவரேனும் பிதாமகருக்குச் சொல்லியிருப்பார்கள். மூத்தவரை கண்டித்து நல்வழிப்படுத்தும் பொருட்டு இளம்பி வந்திருக்கிறார்” என்றான். கர்ணன் கோட்டையை நோக்கியபடி “இருக்கலாம். ஆனால்...” என்றபின் நினைவுகூர்ந்து “நேற்று நான் தந்தையிடம் பேசுகையில் துரியோதனர் விழைவது ஓர் எதிரியை என்றார்” என்றான். “எதிரியையா?” என்றான் சுபாகு. “ஆம், எதிரிகள் முன்னால் இருக்கையில் மட்டுமே அவரால் செயலூக்கம் கொள்ளமுடிகிறது என்கிறார்” என்றான் கர்ணன்.

“அவருக்கு எதிரி என்றால் ஒருவன் மட்டுமே” என்றான் சுஜாதன் இயல்பாக. அச்சொல்லால் அங்கிருந்த அத்தனை பேருமே சற்று உடல்மாறுபட்டனர். அவன் அதை உணர்ந்து “எதிரி என்றால், அதாவது அவர் எதிரி என்று நினைப்பவர் அல்ல” என்று ஏதோ சொல்லவர “வாயை மூடு” என்றான் துச்சலன். சுபாகு “அவருக்கு எதிரி அவரேதான்” என்றான். துச்சலன் மேலும் சினத்துடன் “என்ன சொல்கிறாய்?” என்று கேட்க “இல்லை... நான் அவன் சொன்னதை நிகர்ப்படுத்துவதற்காக சொல்ல முயன்றேன். அது மேலும் பிழையாகப் போய்விட்டது” என்றான்.

கர்ணன் “அவருக்குத் தேவை அவருக்கு நிகரானவன் என அவர் எண்ணும் ஓர் எதிரி. அவனை நாளும் எண்ணி அவனுக்கு மேலாக தன்னை அமைக்கையில் மட்டுமே அவர் செயலூக்கம் கொள்கிறார். அதற்காகத்தான் இங்கு அவர் காத்திருக்கிறார் என்று தோன்றுகிறது” என்றான். “ஆம்” என்றான் துச்சலன். அத்தனைபேரும் அச்சொற்களால் குழப்பம் அடைந்தவர்களைப்போல பேசாமலானார்கள்.

பந்தவெளிச்சத்தில் கொடிஒன்று கம்பத்தில் ஊர்ந்து ஏறுவதை கர்ணன் நோக்கினான். “தேவாங்குபோல் ஏறுகிறது” என்றான் சுஜாதன். துச்சலன் “இந்த இருட்டில் அந்தக் கொடியை எவர் பார்க்க முடியும்?” என்றான். “தெரிகிறது” என்று சொல்லி கர்ணன் நிமிர்ந்தான். “சொல்லுங்கள் மூத்தவரே, யார்?” என்றான். “பிதாமகர் அல்ல” என்றான் கர்ணன். “அப்படியென்றால்...” தன் சால்வையை சீரமைத்துக்கொண்டு “காத்திருப்போம்” என்று கர்ணன் சொன்னான். “பிதாமகர் அல்ல என்றால் அது யார்?” என்று துர்மதன் உரக்கக் கேட்க, துச்சகன் “காத்திருக்கும்படி மூத்தவர் சொல்கிறாரல்லவா? அதற்கப்பால் என்ன உனக்கு சொல்?” என்றான். “ஆணை” என்றான் அவன்.

பீமபலன் உரக்க “விடிவெள்ளி” என்று கூவினான். அங்கே கிழக்கே சுடர் போல தெரிகிறது!” அத்தனை பேரும் திரும்பி அஸ்தினபுரியின் கருவூலமாளிகைகளின் குவைகளுக்கு அப்பால் மெல்ல தெளிந்து வந்த

சிவந்த புள்ளியைப் பார்த்தனர். “இதுவா விடிவெள்ளி? இதை நான் எவ்வளவோ முறை பார்த்திருக்கிறேன்” என்று சுஜாதன் சொன்னான். கோட்டைக்கு மேல் மூன்று முரசுகள் குதிரைநடைத் தாளத்தில் முழங்கத்தொடங்கின. நகரெங்கும் அதைக்கேட்டு காவல்மாடங்களின் முரசுகள் ஒலித்தன. சங்கொலிகளும் மணியோசைகளும் அதனுடன் இணைந்து கொண்டன. அப்பால் குறுங்காட்டிலிருந்து பறவைகள் எழுந்து இருண்ட வானில் கூவிச்சுழன்றன.

கோட்டையில் இருபக்கத்திலிருந்து இரண்டு யானைகள் பாகர்களால் அழைத்துச் செல்லப்பட்டன. நெடுநேரமாகக் காத்திருந்த அவை உடல்களை ஊசலாட்டியபடி துதிக்கையை எட்டிஎட்டி மண்ணில் வைத்து சென்று கோட்டைவாயிலைத் திறக்கும் பொறியின் இரும்பாழியின் அருகே நின்றுகொண்டன. கோட்டை மேலிருந்து எரியம்பு ஒன்று எழுந்து அணைந்ததும் பாகர்கள் ஆணைகளைக் கூவ, அவை ஆழியின் பிடிகளைப்பற்றி சுழற்றத்தொடங்க அவற்றுடன் இணைந்த வடங்கள் மலைப்பாம்பு போல மெல்ல நகர்ந்து மேலும் பல இணையாழிகளை இழுத்து சுழலச் செய்தன. எண்ணெயும் மெழுகும் புரட்டப்பட்டிருந்தாலும் எடையினால் அவை சீவிடு போல ஒலிஎழுப்பியபடி சுழல, அஸ்தினபுரியின் கோட்டைக் கதவு பேரோசையுடன் மெல்ல திறந்தது.

கதவின்நடுவே சுதையாலான வெண்தூணொன்று தோன்றி இருபக்கமும் அகன்று பெரிதாகியது. பின்பு மேலிருந்து கட்டித்தொங்கவிடப்பட்ட பெரிய பட்டுத்திரையென தெரிந்தது. மறுபக்கம் எழுந்த செவ்வொளி விழுந்த நிலம் கீழெல்லையில் தெரிய, பொற்பின்னல் வேலைகள் செய்த முந்தானை கொண்ட திரைச்சீலையாக அது தோன்றியது. காற்றில் பந்தங்கள் ஆட அத்திரைச்சீலை நலுங்கியது. வாயிலுக்கு மறுபக்கமிருந்து பந்தங்கள் ஏந்திய புரவிகள் உள்ளே வந்தன. “யார்?” என்று துச்சலன் மெல்லிய குரலில் கேட்டான். கௌரவர்களில் எவரோ மூச்செறிந்தது கேட்டது.

“அரசமுறைத்தூதாக வருகிறான்” என்றான் கர்ணன். “நாம் சென்று வரவேற்க வேண்டுமா?” என்று துச்சலன் கேட்டான். “வேண்டியதில்லை” என்று கர்ணன் சொன்னான். “அரசத்தூதர்களை அஸ்தினபுரியின் அரசகுடியினர் சென்று வரவேற்கும் முறைமை இல்லை. அதை நம்மவர்க்கு அறிவி.” அதை துச்சலன் திரும்பி துர்மதனிடம் சொல்ல அவ்வாணை காற்று அசைக்கும் பட்டுத்திரைச்சீலையின் சரசரப்பு போல பரவிச் செல்வது கேட்டது. அவ்வாணையாலேயே ஆர்வம் கொண்ட கௌரவர்கள் மெல்லிய உடலசைவு ஒலிகளுடன் காத்து நின்றனர்.

பந்தஒளியைத் தொடர்ந்து தனிப்புரவி ஒன்றில் ஒருவன் தோன்ற சுஜாதன் "மூத்தவர்!" என்றான். பிரமதன் "அரசர்தான் நம்மை வழியனுப்பினார். இப்போது எங்கிருந்து வருகிறார்?" என்றான். "வாயை மூடு! மூடா..." என்றான் துச்சகன். பந்தஒளி சற்றே திரும்ப, சிவந்த பட்டாடை அணிந்தவனாக பீமன் தெரிந்தான். "பீமசேனர்! மூத்தவர்" என்று சுஜாதன் கூவினான். அறியாமல் அவன் முன்னால் நகர "நில்" என்றான் துச்சகன். "மூத்தவரின் ஆணை!"

சுஜாதன் குரலைத்தாழ்த்தி "மூத்தவர் பீமன்! அவரது தோள்களைப் பார்த்து எத்தனை ஆண்டுகள் ஆகின்றன! நமது அரசரின் உடலென்றே அவருடையதும்" என்றான். துச்சலன் "பேசாதே" என்றான். அனைத்துக் கௌரவர்களின் உடல்களும் முழுத்த நீர்த்துளிகள் என உதிரத் தவித்தன. கர்ணன் தன் மீசையை நீவியபடி இறுகிய உடலுடன் அசையாமல் நின்றிருந்தான். எதிர்பாராத கணத்தில் சுஜாதன் "மூத்தவரே!" என்று கூவியபடி பீமனை நோக்கி ஓடினான். "மூடா, நில்! நில்!" என்று துச்சலன் கூவ, கர்ணன் "வேண்டாம்" என்றான்.

சுஜாதனைத் தொடர்ந்து சகனும் பீமவேகனும் அப்ரமாதியும் கூவியபடி ஓடினர். சில கணங்களுக்குள் கௌரவர்கள் அனைவரும் விடாய்முழுத்த பாலைநிலத்து ஆடுகள் சுனையை நோக்கி என முட்டிமோதி கூச்சலிட்டபடி ஓடினர். "மூத்தவரே! மூத்தவரே!" என்று கூவியபடி பீமனை அணுகி சூழ்ந்துகொண்டனர். அவர்களின் கைகள் பலநூறு நாய்க்குட்டிகளாக எம்பி எம்பி பீமனை முட்டி முத்தமிட்டுத் தவித்தன. பீமன் புரவியிலிருந்து இறங்கி அவர்களை தன் பெருங்கைகளால் சேர்த்து அணைத்தான். அவர்கள் கூச்சலிட்டு சிரித்துக்கொண்டு துள்ளிக்குதித்தனர். ஒருவர் மேல் ஒருவர் பாய்ந்தேறி அவனிடம் பேசினர். "மூத்தவரே... முத்தவரே..." என்று கூவினர்.

துச்சலன் தவிப்புடன் "பொறுத்தருள்க மூத்தவரே! இவர்கள் வெறும் அறிவிலிக்கூட்டம்" என்றான். "தங்கள் ஆணையை கைக்கொள்ள மறுத்துவிட்டார்கள் மூத்தவரே" என்றான் துர்மதன். கர்ணன் அருகே அவர்கள் இருவர் மட்டுமே எஞ்சியிருந்தனர். கர்ணன் உடலை எளிதாக்கி "நான் ஆணையென ஏதும் சொல்லவில்லை. எது மரபோ அதைச் சொன்னேன்" என்றான்.

துச்சலன் புரியாமல் "ஆனால்..." என்று ஏதோ சொல்ல வர, "நான் விழைந்தது இதைத்தான். கௌரவர் பெருந்தந்தையின் மைந்தர்கள். அவர்கள் இப்படித்தான் நடந்துகொள்ள முடியும். அவர்களை இணைப்பது குருதி" என்றான். "ஆம் மூத்தவரே. முதற்கணம் பீமசேனரை பார்த்தபோது என் உடல் மெய்ப்பு கொண்டது" என்றான் துச்சலன்.

துர்மதன் “எத்தனைநாள் அத்தோள்களில் ஏறி விளையாடி இருக்கிறோம்!” என்றான். “சென்று அவரை வரவேற்று உள்ளே கொண்டுசெல்லுங்கள்” என்றான். “நாங்களா?” என்றான் துச்சலன். “ஆம், நீங்கள்தான். உங்கள் உள்ள விழைவை நான் அறிவேன்.” துர்மதன் “நீங்கள்...?” என்றான். “நான் உங்களில் ஒருவன் அல்ல. அரசவைக்குச் செல்லுங்கள்! நான் சென்று நீராடி முறையாடை அணிந்து அங்கு வருகிறேன்” என்றான் கர்ணன்.

2

நிமித்திகர் வரவறிவிக்க, அவைக்கேள்வீரர் வாழ்த்துக் கூற சிவதர் தொடர அஸ்தினபுரியின் பேரவைக்குள் நெறிநடைகொண்டு நுழைந்த கர்ணன் கைகூப்பி தலைதாழ்த்தி துரோணரையும் கிருபரையும் வணங்கியபின் துரியோதனனை நோக்கி வணங்கிவிட்டு அங்கநாட்டின் யானைச்சங்கிலிக்குறி பொறிக்கப்பட்டிருந்த தன் பீடத்தை நோக்கிச் சென்றான். தன்மேல் பதிந்திருந்த துரியோதனனின் நோக்கை அவன் முதுகால், கழுத்தால், கன்னங்களால் கண்டான். பீடத்தில் அமர்ந்து கால்களை நீட்டியதும் சிவதர் அவன் மேலாடையை மடிப்புசேர்த்து ஒருக்கிவைத்தார்.

கர்ணன் தன் அருகிருந்த சகுனியிடம் மெல்ல "வணங்குகிறேன் காந்தாரரே" என்றான். சகுனி தன் பீடத்தில் உடல்சாய்த்து புண்பட்ட காலை பிறிதொரு பஞ்சுப்பீடத்தில் நீட்டி அமர்ந்திருந்தார். அவனிடம் பெருமூச்சுவிடும் ஒலியில் "நன்று சூழ்க!" என்றார். கர்ணன் திரும்பி அவருக்குப் பின்னால் மேலிருந்து விழுந்த மரவுரியாடைபோல அமர்ந்திருந்த கணிகரை நோக்கினான். அவர் தலைவணங்கினார். "வணங்குகிறேன் கணிகரே" என்றபின் நீள்மூச்சுடன் உடலை தளர்த்திக்கொண்டான்.

கணிகர் அங்கிருப்பார் என அவன் எதிர்பார்க்கவில்லை. அவருக்கு அவைவிலக்கு அளிக்கப்பட்டபின் மூன்றாண்டுகாலம் அவர் சகுனியுடன் வந்து அவைக்கு வெளியே சிற்றவையில் இருந்து சகுனியுடன் திரும்பும் வழக்கம் கொண்டிருந்தார். மெல்லமெல்ல அவரில்லாமல் அரசுமேலாண்மை முறையாக நடக்காதென்று துரியோதனன் எண்ணச்செய்தார். அவ்வெண்ணத்தை விதுரரும் ஏற்கச்செய்தார்.

ஒவ்வொருமுறை சென்று வழிமுட்டி நிற்கும்போதும் எவரும் எண்ணாத ஒருவாயிலைத் திறந்தார். தீமை கொள்ளும் அறிவுக்கூர்மைக்கு எல்லையே இல்லை என்று கர்ணன் எண்ணிக்கொண்டான்.

அதைவிட அவனை வியப்புறச்செய்தது அதுகொள்ளும் உச்சகட்ட உருமாற்றம்தான். கணிகர் கருணையும் பெருந்தன்மையும் கனிவும் கொண்டவராகத் தெரியலானார். தன் உடற்தோற்றத்தால் புரிந்துகொள்ளப்படாது வெறுக்கப்படுபவராக அவரை அனைவருமே எண்ணலாயினர். ஒருநாள் அவரை துரியோதனனே அழைத்துச்சென்று திருதராஷ்டிரர் முன் நிறுத்தி ஆணைமாற்று வாங்கி அவையமரச்செய்தான் என அவன் அறிந்திருந்தான்.

அவனுக்கே அவர் சகுனியின் நலம்நாடுபவர், எந்நிலையிலும் கௌரவர் களின் பெரு மதிவல்லமைகளில் ஒன்று என்னும் எண்ணமிருந்தது. தொலைவிலிருந்து அவரை எண்ணும்போது அவ்வெண்ணம் மேலும் கனிந்து அவர்மேல் அன்பும் கொண்டிருந்தான். அவர் அவைமீட்சி அளிக்கப்பட்டபோது உகந்தது என்றே எண்ணினான். ஆனால் அவர் உடல் தன் உடலருகே இருந்தபோது உள்ளத்தையோ எண்ணத்தையோ அடையாது உடல்வழியாகவே ஆன்மா உணரும் அச்சமும் விலக்கமும் ஏற்பட்டது.

அவன் நெஞ்சைக் கூர்ந்து துரியோதனனின் கண்களை சந்தித்தான். துரியோதனன் திகைத்திருப்பதுபோல் தெரிந்தது. உதடுகள் ஏதோ சொல்லை உச்சரிக்க என விரிந்து மீண்டும் அடங்கின. விதுரர் ஓலை ஒன்றை தொடர்ந்து வாசித்தார். எல்லைப்பகுதி ஒன்றின் இரு ஊர்களுக்கு நடுவே கங்கையின் கால்நீரைப் பகிர்ந்துகொள்வதைக் குறித்த பூசலுக்கு அரசு ஆணையாக விடுக்கப்பட்ட முடிவை அவர் அறிவித்ததும் அவை மெல்லிய கலைவொலியில் “ஆம், ஏற்கத்தக்கதே” என்று கூவி அமைந்தது. விதுரர் தலைவணங்கி திரும்பி அருகே நின்ற கனகரிடம் கொடுக்க, கனகர் அதை வாங்கி அதன் எண்ணை நோக்கி தன் கையில் இருந்த ஓலையில் பொறித்தபின் தன்னருகே நின்ற பிரமோதரிடம் அளித்தார். அவர் அதை ஒரு பெட்டியில் இருந்த சரடொன்றில் கோத்தார்.

பிறிதொரு ஓலையை எடுத்த விதுரர் இது “சம்பூநதம் என்னும் சிற்றூரின் ஆலயத்தைக் குறித்த செய்தி. காட்டுயானைகளால் இடிக்கப்பட்டது அந்த ஆலயம். அதைப் புதுக்கி அமைப்பதற்காக நமது கருவூலத்திலிருந்து அறப்பொருள் கோரியிருக்கிறார்கள்” என்றார். துரியோதனன் உடலை அசைத்து அலுப்பு கலந்த குரலில் “வழக்கம்போல் செலவில் பாதியை கருவூலத்திலிருந்து அளிக்கவேண்டியதுதான்” என்றான். விதுரர் “சென்ற வருடம்தான் இந்த ஆலயம் கட்டப்பட்டது. அப்போது பாதி அறப்பொருள்

கருவூலத்திலிருந்து அளிக்கப்பட்டது. ஆலயத்தை பாதுகாப்பது ஊரார் பொறுப்பென்பதனால் இடிந்த ஆலயத்தை அவர்களே மறுகட்டுமானம் செய்யவேண்டுமென்பதே நாட்டுமுறைமை" என்றார்.

துரியோதனன் மேலும் சலிப்புடன் "அவ்வாறென்றால் அதன்படி ஆணையிடுவோம். அவர்களே உழைப்புக்கொடை முறைப்படி ஆலயத்தை சீரமைக்கட்டும்" என்றான். விதுரர் "ஆம், அதுவே நாம் செய்யக்கூடுவது. ஆனால் இந்த ஊர் மிகச்சிறியது. இங்கு முந்நூறு சிறுவேளாண்குடியினரே உள்ளனர். அவர்களால் மீண்டும் ஓர் ஆலயத்தை இப்போது கட்டமுடியாது" என்றார். துரியோதனன் எரிச்சல் கொள்வது அவன் உடல் அசைவிலேயே தெரிந்தது. கர்ணன் திரும்பி நோக்க, சகுனி அவன் கண்களை சந்தித்து புன்னகை செய்தார். பின்பக்கம் கணிகர் மெல்ல இருமினார்.

"என்ன செய்வது அமைச்சரே?" என்றான் துரியோதனன். "இது இருபுறமும் தொட்டு ஆடும் ஒரு வினா. இந்த ஆலயத்திற்கு நாம் நிதியளிப்போமென்றால் இனி ஊராரால் கைவிடப்பட்ட அனைத்து ஆலயங்களுக்கும் அறப்பொருள் அளிக்கவேண்டிய பொறுப்பு நமக்கு ஏற்படும். ஆகவே அரசமுறைமையை நாம் மீறலாகாது. ஆனால் இவர்களுக்கு உதவாமல் இருந்தால் ஆலயம் இல்லாத ஊரில் இவர்கள் வாழநேரிடும். இல்லங்களில் குழந்தைகளுக்கும், வயல்களில் பயிருக்கும், மங்கையர் கற்புக்கும் காவலென தெய்வங்கள் குடிநிற்க வேண்டியிருக்கின்றன. ஊரெங்கும் ஆலயமும் ஊருணியும் அறநிலையும் காவல்நிலையும் அமைக்கவேண்டிய பொறுப்பு அரசனுக்கு உண்டு என்று நூல்கள் சொல்லுகின்றன" என்றார் விதுரர்.

"ஆம்" என்று உடலை நெளித்து அமர்ந்த துரியோதனன் திரும்பி தனக்கு வலப்பக்கம் போடப்பட்ட இருக்கையில் அமர்ந்திருந்த தம்பியரைப் பார்த்தான். துச்சலனும் துர்முகனும் துச்சகனும் சகனும் ஒரே போன்ற அமைதியற்ற உடல்கோணலுடன் அமர்ந்திருந்தனர். அரியணைக்கு சற்று பின்னால் நின்ற துச்சாதனன் குனிந்து துரியோதனனிடம் ஏதோ சொல்ல, அவன் பிறகு என்பது போல் கையசைத்தான். கர்ணன் திரும்பி அவையை நோக்க, அவர்கள் ஒருவர்கூட அதை உளம்தொடரவில்லை என தெரிந்தது. அத்தனைபேரும் வேறெதற்காகவோ காத்திருந்தனர் என உடல்களே காட்டின.

விதுரர் "ஆகவே ஒரு சிறு சூழ்ச்சியை செய்யலாம் என்று எண்ணினேன்" என்றார். துரியோதனன் ஆர்வமின்றி தலையசைத்தான். விதுரர் "அச்சிற்றூரில் சுப்ரதன் என்றொரு இளைஞர் இருக்கிறார். நூல்கற்றவர். மாமன்னர் சந்தனுவின் கதையை குறுங்காவியமாக எழுதியிருக்கிறார்.

அந்தக் காவியத்தை இங்கு அரங்கேற்றி அதற்குக் கொடையாக ஆயிரம் பொற்காசுகளை அளிக்கலாம் என்று எண்ணுகிறேன். அவற்றில் நூறு பொற்காசுகளை அவர் எடுத்துக்கொண்டு எஞ்சியதை ஆலயத்தை புதுக்கும் பணிக்கு அளிக்கவேண்டும்” என்றார்.

சகுனி தாடியை நீவியபடி நகைத்து “ஆம், நல்ல எண்ணம் அது. பிறிதெவரேனும் அதே வகையில் அறப்பொருள் கோரினால் அவர்களின் காவியம் தரமற்றது என்று சொல்லிவிடலாம் அல்லவா?” என்றார். முன்னிலையில் அமர்ந்திருந்த ஷத்ரியர் நகைத்தனர். அவர் நகைத்த ஒலிகேட்டு பின்நிரையில் இருந்தவர்களும் நகைக்க, விதுரர் அந்நகைப்பொலியை விரும்பாதவராக “இக்காவியம் அனைத்து வகையிலும் நன்றே” என்றார். உடலை மெல்ல அசைத்து காலை நகர்த்திவைத்தபடி “சந்தனுவின் துணைவியார் இக்காவியத்தில் உள்ளாரா?” என்றார் சகுனி. துரோணர் “காவியத்தை நாம் எதற்கு இங்கு விவாதிக்க வேண்டும்? இங்கு அவை நிகழ்வுகள் தொடரட்டும்” என்றார்.

மீசையை நீவி முறுக்கி மேலேற்றியபடி சற்றே விழிதாழ்த்தி உடல்நீட்டி கர்ணன் அமர்ந்திருந்தான். விதுரரின் விழிகள் மாறுபடுவதைக் கண்டதும் அவன் செவிகள் எச்சரிக்கைகொண்டன. நெடுந்தொலைவில் வாழ்த்தொலிகள் கேட்டன. அவை வாயிலில் காவலர்களின் இரும்புக்குறடுகள் ஒலித்தன. அவை முழுக்க துடிப்பான உடல் அசைவு பரவியது. பீடங்கள் கிரீச்சிட்டன. அவையோரின் அணிகள் குலுங்கின. குறடுகள் தரைமிதித்து நிமிரும் ஒலி சூழ்ந்தது. திரும்பி நோக்காமல் ஒலியினூடாகவே என்ன நிகழ்கிறது என்பதை காட்சியாக்கிக்கொண்டு கர்ணன் அமர்ந்திருந்தான்.

“இந்திரப்பிரஸ்தத்தின் தூதர், மாமன்னர் பாண்டுவின் மைந்தரும் அரசர் யுதிஷ்டிரரின் இளையவருமாகிய பீமசேனர்!” என்று நிமித்திகன் உள்ளே வந்து உரத்த குரலில் அறிவித்தான். துரியோதனன் “அவைதிகழ ஆணையிடுகிறேன்” என்றான். “அவ்வாறே” என்று அவன் தலைவணங்கி வெளியே சென்றதுமே துரியோதனனின் விழிகள் தன்மேல் வந்து பதிந்திருப்பதை கர்ணன் உணர்ந்தான். அவன் அவற்றை சந்தித்து தவிர்த்துவிட்டு சால்வையை இழுத்துப்போட்டுக்கொண்டான்.

பீமனின் காலடி ஓசை மரப்பலகைத் தரையில் அதிர்ந்து அவனை வந்தடைந்தது. விழிதூக்கக் கூடாது என்று கர்ணன் தனக்கே ஆணையிட்டுக் கொண்டான். உரத்த குரலில் பீமன் “அஸ்தினபுரியின் அரசரை தலைவணங்கி வாழ்த்துகிறேன். இந்திரப்பிரஸ்தமாளும் மாமன்னர் யுதிஷ்டிரரின் தூதனாக வந்த இளையோன் பீமசேனன் நான்.

அவையமர்ந்திருக்கும் எனது ஆசிரியர் துரோணரையும் கிருபரையும் வணங்குகிறேன். அஸ்தினபுரியின் தொல்குடிகளை தலைவணங்கி இங்கு அவைதிகழ ஒப்புதல் அளித்தமைக்கு நன்றி சொல்கிறேன்” என்றான். அந்த முறைமைச்சொல் ஒவ்வொன்றிலும் மெல்லிய கேலி இருப்பதைப்போல் தோன்றியது.

அவ்வெண்ணம் வந்ததுமே எழுந்த மெல்லிய சினத்தால் அறியாது விழிதூக்கி அவன் முகத்தைப் பார்த்த கர்ணன் அது எவ்வுணர்ச்சியுமின்றி இருப்பதைக் கண்டான். பீமனைத் தொடர்ந்து அவைக்கு வந்த சுஜாதனும் பிற கௌரவர்களும் மெல்லிய உடலோசையுடன் சென்று கௌரவர்களின் நிரைக்குப் பின்னால் அமர்ந்தனர். அவர்கள் பீமனுடன் அவைக்கு வந்ததை திரும்பி நோக்கிய துரியோதனன் உடலெங்கும் அயலவரை உணர்ந்த காட்டுயானைபோல மெல்லிய ததும்பல் அசைவு ஒன்று எழ “நன்று, இவ்வவையும் அரசும் தங்களை வரவேற்கிறது. பீடம்கொண்டு எங்களை வாழ்த்துக!” என்றான்.

தலைவணங்கியபின் தனக்கென இடப்பட்ட பீடத்தில் பீமன் சென்று அமர்ந்தான். இரு கைகளையும் மார்பில் கட்டியபடி நீண்ட குழல்கற்றைகள் பெருகிப்பரவிய பொன்னிறத் தோளில் விழுந்திருக்க, நரம்புகள் புடைத்த கழுத்தை நாட்டி முகவாய் தூக்கி சிறிய யானைவிழிகளால் அவையை நோக்கியபடி இருந்தான். புலித்தோலாடையும் மார்பில் ஒரு மணியாரமும் மட்டுமே அவன் அரசணிக்கோலமென கொண்டிருந்தான் என்பதை கர்ணன் கண்டான். கர்ணனின் விழிகளை ஒருகணம் தொட்டு எச்சொல்லும் உரைக்காது திரும்பிக்கொண்டன பீமனின் விழிகள்.

துரியோதனன் “புலரியிலேயே தாங்கள் நகர்புகுந்த செய்தியை அறிந்தேன். மாளிகை அளித்து ஆவன செய்யும்படி ஆணையிட்டேன். உணவருந்தி ஓய்வு கொண்டிருப்பீர்கள் என்று நம்புகிறேன்” என்றான். பீமன் “இல்லை. நான் நேராகவே மேற்குக்கோட்டைக்கு அப்பாலிருக்கும் மைந்தர்மாளிகைக்குச் சென்றேன். அங்கு இளம் தார்த்தராஷ்டிரர்களிடம் இதுவரை களியாடிக்கொண்டிருந்தேன். என் இளையோரும் உடனிருந்தனர். அவை கூடிவிட்ட செய்தியை சுஜாதன் வந்து சொன்னபிறகே இங்கு நான் எதற்காக வந்தேன் என்பதை உணர்ந்தேன். நீராடி உடைமாற்றி இங்கு வருவதற்கு சற்று பிந்திவிட்டது. அவை என்மேல் பொறுத்தருள வேண்டும்” என்றான்.

“அது முறையானதே” என்றார் விதுரர். “தங்கள் இளையோரையும் இளமைந்தரையும் சந்தித்தபின்பு இங்கு அவை புகுவதே விண்புகுந்த முன்னோரும் மண்திகழும் பேரரசரும் விரும்பும் செயலாக இருக்கும்.” பீமன் உரக்க நகைத்து “ஆம், ஆயிரம் மைந்தர்களையும்

ஒவ்வொருவரையாகத் தோளிலேற்றி முத்தம் கொடுத்து மீள்வதற்கே ஒருநாள் ஆகிவிடும் என உணர்ந்தேன். இன்று அவை எனக்கென கூட்டப்பட்டிருக்கவில்லை என்றால் இதைத் தவிர்த்திருப்பேன்" என்றான்.

துரியோதனன் முகம் மலர்ந்து "உண்மை இளையோனே. அஸ்தினபுரியின் செல்வக்களஞ்சியமே அதுதான்" என்றான். சிரித்தபடி பீமன் "மைந்தர் மாளிகை கதிர்பெருகி நிறைந்த வயல் போலுள்ளது அரசே" என்றான். "நோக்க நோக்கக் களியாட்டு. குருகுலத்தில் பிறந்த பயனை அறிந்தேன். தெய்வங்கள் உடனிருக்கையில்கூட அத்தகைய பேரின்பத்தை நான் அறிந்திருக்கமாட்டேன்." அச்சொற்களால் அவை முழுக்க உள இறுக்கம் தளர்ந்து எளிதானது. முன்னிருக்கையில் ஷத்ரியர்கள் புன்னகைத்தனர். சூத்திரர் அவையில் "பாண்டவர் வாழ்க! அஸ்தினபுரியின் இளையோன் வாழ்க!" என வாழ்த்தொலி எழுந்தது.

விதுரர் கைகாட்ட, நிமித்திகன் எழுந்து அவைமேடைக்குச் சென்று கொம்பை மும்முறை ஊதினான். "இந்திரப்பிரஸ்தத்தின் இளையஅரசர் பீமசேனர் தன் தூதுச்செய்தியை இங்கு அறிவிப்பார்" என்றான். பீமன் எழுந்து திரும்பி அவையை வணங்கி "ஆன்றோரே, அவைமூத்தோரே, ஆசிரியர்களே, அவை அமர்ந்த அரசே, இந்திரப்பிரஸ்தம் ஆளும் யுதிஷ்டிரர் சார்பாகவும் அவர் இடமிருந்து அருளும் அரசி திரௌபதியின் ஆணைப்படியும் இங்கொரு மங்கலச் செய்தியை அறிவிக்க வந்துளேன். மாமன்னர் யுதிஷ்டிரரின் கோல்திகழவெனச் சமைத்த இந்திரப்பிரஸ்தப் பெருநகரம் இம்மண்ணில் இன்றுள்ள நகர்களில் தலையாயது என்றறிவீர்கள். அது பணிக்குறை தீர்ந்து முழுமை கொண்டெழுந்துள்ளது" என்றான்.

"வாழ்க! வாழ்க!" என்றது அவை. "இந்திரப்பிரஸ்தத்தின் பொன்றாப்பெருஞ் சுடர் ஏற்றும் பெருவிழா வரும் சித்திரை மாதம் முழுநிலவு நாளில் முதற்கதிர் எழும் வேளையில் நிகழ உள்ளது. அன்றுமுழுக்க நகரெங்கும் விழவுக்களியாட்டும் செண்டுவெளியாட்டும் மங்கலஅவையாட்டும் மாலையில் உண்டாட்டும் நிகழும். அவ்விழவில் இந்திரப்பிரஸ்தத்தின் அரசர் யுதிஷ்டிரரின் குருதித்தம்பியும், குருகுலத்து மூத்தவரும் அஸ்தினபுரியின் அரசருமான துரியோதனர் தன் முழுஅகம்படியினருடன் வந்து சிறப்பிக்கவேண்டுமென்று இந்திரப்பிரஸ்தம் விழைகிறது. அரசரின் தாள்பணிந்து இவ்வழைப்பை முன்வைக்கிறேன்" என்றான்.

மங்கல இசை எழுந்து அமைய "வாழ்க! நன்று சூழ்க! வளம் பொலிக! இந்திரப்பிரஸ்தம் எழுசுடரென ஒளிர்க!" என்று அவை வாழ்த்தியது. பீமன் "இங்கு அவையமர்ந்திருக்கும் விதுரரையும் அமைச்சர்களையும்

அரசரின் சொல்லாலும் அரசியின் பணிவாலும் என் அன்னையின் விழைவாலும் வந்து இந்திரப்பிரஸ்தத்தை வாழ்த்தும்படி அழைக்கிறேன். என் ஆசிரியர்களான துரோணரையும் கிருபரையும் நாளை புலரியில் அவர்களின் குருகுலத்திற்குச் சென்று தாள்பணிந்து பரிசில் அளித்து அவ்விழவிற்கென அழைக்கலாம் என்று இருக்கிறேன்” என்றான்.

அவன் மேலும் சொல்லப்போகும் சொற்களுக்காக அவை மெல்ல அமைதிகொண்டு விழியொளி திரண்டு காத்திருக்க பீமன் “இந்த அவையில் என் அரசின் மங்கல அழைப்பை அளிக்கும் வாய்ப்பு அமைந்ததற்காக இறையருளை உன்னி மூத்தோர்தாள்களை சென்னியில் சூடுகிறேன்” என்று சொல்லி தலைவணங்கி சென்று தன் பீடத்தில் அமர்ந்தான். அவன் செல்லும் ஓசையும் அமர்கையில் பீடம் சற்று பின்னகர்ந்த ஓசையும் அவையிலெழுந்தது. விதுரர் அறியாமல் தலையை அசைத்துவிட்டார். சகுனி அசையும் ஒலி கேட்டது. கணிகர் மெல்ல இருமினார். ஆனால் அப்போதும் துரியோதனன் எதையும் உணரவில்லை.

மேலும் சற்றுநேரம் அவை அமைதியாக இருந்தது. விதுரர் எழுந்து இரு கைகளையும் தலைக்கு மேல் கூப்பி “அஸ்தினபுரியின் ஒளிமிக்க மறுபுறமென்று இந்திரப்பிரஸ்தத்தை முன்னோர்கள் அறியட்டும். இது பேரரசர் திருதராஷ்டிரரின் நகரென்றால் அவர் தன் நெஞ்சில் சுடரென ஏற்றியிருக்கும் பாண்டுவின் நகரம் இந்திரப்பிரஸ்தம். அஸ்தினபுரி ஈன்ற மணிமுத்து அது. இந்நகரின் அனைத்து நற்சொற்களாலும் அப்புதுநகரை வாழ்த்துவோம்” என்றார்.

அவை “வாழ்க! வாழ்க!” என வாழ்த்தியது. விதுரர் “அஸ்தினபுரியின் வாழ்த்தே இந்திரப்பிரஸ்தம் அடையும் பரிசில்களில் முதன்மையாக இருக்கவேண்டும். எனவே நமது கருவூலம் திறந்து நிகரற்ற செல்வம் இந்திரப்பிரஸ்தத்தைச் சென்றடையட்டும். மாமன்னர் துரியோதனர் தனது ஒளிவீசும் கொடியுடன், விண்ணவன் படையென எழும் அகம்படியினருடன் சென்று இந்திரப்பிரஸ்தத்தை சிறப்பிக்கட்டும்” என்றார்.

அத்தருணத்தை அவரது சொற்கள் வழியாகவே கடந்த அவை எளிதாகி “ஆம், அவ்வாறே ஆகுக! இந்திரப்பிரஸ்தம் வெல்க! யுதிஷ்டிரர் சிறப்புறுக! வெற்றி சூழ்க! வளம் பெருகுக!” என்று வாழ்த்தியது. துரோணரும் கிருபரும் “நன்று சூழ்க!” என்று வாழ்த்தினர். சகுனி அங்கிலாதவரென அமர்ந்திருந்தார். ஆனால் அங்கிருந்த ஒவ்வொருவரும் அவர் இருப்பையே உணர்ந்துகொண்டிருந்தனர் என்பதை கர்ணன் அறிந்தான். மிக மெல்ல கணிகர் அசைந்தபோது அவையினர் அனைவரும் அவ்வசைவினை உணர்ந்தமையிலிருந்தே அவர்கள் அவரை ஓரவிழியால் நோக்கிக் கொண்டிருந்தனர் என்று உணர்ந்துகொள்ள முடிந்தது.

கணிகர் "இந்திரப்பிரஸ்தம் அஸ்தினபுரி எனும் சிப்பியிலிருந்து எழுந்த முத்து என்று சற்றுமுன் அமைச்சர் சொன்னார். முத்து ஒளிவிடுக! ஆனால் சிப்பி அதைவிட ஒளிவிட வேண்டும் என்பதே எளியவனின் விழைவு" என்றார். சகுனி புன்னகையுடன் தன் தாடியை நீவினார். கணிகர் "இந்திரப்பிரஸ்தம் அணையாச் சுடரேற்றி தெய்வங்களுக்குமுன் படைக்கப்படும்போது முறைப்படி அச்சுடரை காப்போம் என வஞ் சினம் எடுத்து அருகே நிற்பவர் எவரெவர் என நான் அறியலாமா?" என்றார். கர்ணன் ஒருகணத்தில் அவர் உள்ளம் செல்லும் தொலைவை உணர்ந்து புன்னகையுடன் துரியோதனனைப் பார்த்தான். ஆனால் துரியோதனன் அதை உணர்ந்ததுபோல் தெரியவில்லை.

பீமன் அவர் சொற்களை முழுதுணராதவனாக எழுந்து கைகூப்பி "இந்திரப்பிரஸ்தத்தின் அரண்மனையில் மூதாதையர் குடியிருக்கும் தென்மேற்கு அறையில் ஐம்பொன்னால்ஆன ஏழுதிரி நிலைவிளக்கு அந்நாளில் ஏற்றப்படுகிறது. இந்திரப்பிரஸ்தத்தின் அரசர் உடைவாளுடன் நின்று முதல்திரியை ஏற்றுவார். அவர் உடன் பிறந்தோராகிய நாங்கள் நால்வரும் பிறதிரிகளை ஏற்றுவோம். அன்று துவாரகையின் தலைவர் இந்திரப்பிரஸ்தத்தை வாழ்த்தும்பொருட்டு வந்திருப்பார். அவரும் ஒரு திரியை ஏற்றுவார். பிறிதொரு திரியை பாஞ்சாலத்தின் இளவரசரும் அரசியின் இளையோனுமாகிய திருஷ்டத்யும்னன் ஏற்றுவார்" என்றான்.

கணிகர் "அவ்வண்ணமெனில் இவ்வழைப்பு அஸ்தினபுரியின் அரசருக்கே ஒழிய யுதிஷ்டிரரின் இளையோருக்கு அல்ல. நான் பிழையாக புரிந்துகொண்டிருந்தால் பொறுத்தருளுங்கள்" என்றார். பீமன் "எனது சொற்கள் அமைச்சர் சௌனகரால் எனக்கு அளிக்கப்பட்டவை. அவற்றில் ஒவ்வொரு சொல்லும் நன்கு உளம்சூழ்ந்ததே ஆகும்" என்றான். "தெளிந்தேன். நன்று சூழ்க!" என்று தலைக்கு மேல் கைகூப்பி கணிகர் உடல் மீண்டும் சுருட்டி தன் குறுகிய பீடத்தில் பதிந்தார்.

அஸ்தினபுரியின் அவை சொல்லவிந்ததுபோல் அமர்ந்திருக்க விதுரர் சிறிய தவிப்பு தெரியும் உடலசைவுடன் எழுந்து "எவ்வண்ணம் ஆயினும் இவ்வழைப்பு அஸ்தினபுரிக்கு உவகை அளிப்பதே. இதை நாம் சிறப்பிப்பதே மங்கலமாகும்" என்றார். சகுனி கையைத்தூக்கி, "பொறுங்கள் அமைச்சரே. கணிகர்சொல்லில் உள்ள உண்மையை இப்போதே நான் உணர்ந்தேன். இவ்வழைப்பு முதலில் இங்கு வந்திருக்க வேண்டும். இந்திரப்பிரஸ்தம் இந்நகரில் இருந்து எழுந்த முளை என்று தாங்கள் சொன்னீர்கள். ஆனால் துவாரகைக்கும் பாஞ்சாலத்திற்கும் அழைப்பு சென்றபிறகே இங்கு தூது வந்துள்ளது என்று இங்கு இளையோன் முன்வைத்த சொற்களில் இருந்து நாங்கள் அறிந்துகொண்டோம்" என்றார்.

விதுரர் தத்தளித்து "ஆம். அதை நாம் ஆணையிட முடியாது. மேலும் இந்திரப்பிரஸ்தத்தை கட்டுவதற்கான முதற்பொருளின் பெரும்பகுதி பாஞ்சாலத்திலிருந்தும் துவாரகையிலிருந்தும் சென்றிருக்கிறது. ஆகவே அவர்களுக்கு முறையழைப்பு அளிப்பதற்கு முன்னுரிமை கொடுக்கப்பட்டிருக்கலாம்" என்றார். "அவ்வண்ணமெனில் இந்திரப்பிரஸ்தம் அமைந்திருக்கும் அந்நிலமே அஸ்தினபுரியால் அளிக்கப்பட்டது. நமது கருவூலத்தில் பாதிப்பங்கும் அவர்களுக்கு அளிக்கப்பட்டது. அந்நிலமும் அச்செல்வமும் இல்லையேல் அந்நகர் எழுந்திருக்காது" என்றார் சகுனி.

பீமன் சினத்துடன் எழுந்து உரக்க "அது கொடை அல்ல காந்தாரரே, எங்கள் உரிமை" என்றான். அவை முழுக்க நடுக்கம் படர்ந்தது. சகுனி "கொடையேதான். பேரரசர் திருதராஷ்டிரர் அவரது நிகரற்ற உளவிரிவால் உங்களுக்கு அளித்த அளிக்கொடை அது. அளிக்கவியலாது என்று ஒருசொல் சொல்லியிருந்தால் ஐவரும் அன்னையும் துணைவியருமாக இப்போது காட்டில் அலைந்துகொண்டிருப்பீர்கள். அதை அறியாத எவரும் இந்த அவையில் இல்லை" என்றார். கர்ணன் தன் கால்கள் நடுங்குவதை உணர்ந்தான்.

பீமன் "இன்று இச்சொற்களை இவ்வவையில் சொல்ல தாங்கள் துணிந்தது ஏன் என்று எனக்குத் தெரியும்" என்றான். அவையில் எழுந்த மூச்சொலி அது ஒரு பெருவிலங்கு என எண்ணச்செய்தது. சகுனி புன்னகைக்க பீமன் "அவ்வாணவத்துடன் உரையாட இங்கு நான் வரவில்லை. என் தோள்வலியாலும் என் இளையோன் வில்வலியாலும் நாங்கள் ஈட்டியது எங்கள் உரிமை. அதை அளிக்காமல் இந்த அரியணையில் இவர் அமர்ந்திருக்க முடியாது. இவ்வவை அறிக! இந்த அரியணையும் இந்த அஸ்தினபுரி நகரும் என் தமையன் அளித்த கொடை" என்றான். சகுனி "இதற்கு மறுமொழி ஆற்றவேண்டியவர் அரசர். யுதிஷ்டிரரின் மிச்சிலை உண்டு இவர் இங்கு அரியணை அமர்ந்திருக்கிறார் என்றால் அவ்வண்ணமே ஆகுக!" என்றார்.

அவை காத்திருந்தது. கர்ணன் நெஞ்சுநிறைத்து எழுந்த மூச்சை சிற்றலகுகளாக மாற்றி வெளிவிட்டான். கணிகர் மூக்குறிஞ்சும் ஒலிகேட்டது. அவருக்கு எப்போது அவரது ஒலி அனைவருக்கும் கேட்கும் என்று தெரியும் என கர்ணன் நினைத்தான். விதுரர் எழப்போகும் அசைவைக் காட்டியபின் பின்னுக்குச் சரிந்து அமர்ந்தார்.

துரியோதனன் எழுந்து "இளையோனே, இவ்வரியணை எந்தை எனக்களித்தது. இதற்கு அப்பால் இத்தருணத்தில் எதையும் நான் சொல்லவிரும்பவில்லை. நீ என் இளையோன். ஆனால் இங்கு என்னை

மூத்தவர் என்று நீ அழைக்கவில்லை என்றாலும் அவ்வண்ணமே உணரக் கடமைப்பட்டவன் நான். நீ அழைக்கவில்லை என்பதன் பிழையும் என்னுடையதே என நாம் அறிவோம்" என்றான். பீமன் ஏதோ சொல்ல வாயெடுக்க, துரியோதனன் கைகாட்டி "எவ்வண்ணமாயினும் அஸ்தினபுரியின் அரசனுக்கு அளிக்கப்பட்ட இவ்வழைப்பை பாண்டவர் ஐவரின் உடன்பிறந்தவனாக நின்று ஏற்கிறேன். நானும் என் தம்பியரும் யுதிஷ்டிரரின் இளையோராகச் சென்று இந்திரப்பிரஸ்தத்தின் ஒளிகோள் விழவை சிறப்பிப்போம்" என்றான்.

பீமன் உடல் தளர்ந்து தலைவணங்கி தன் பீடத்தில் அமர்ந்தான். மொத்த அவையும் நுரை அடங்குவது போல் மெல்ல அமைவதை கர்ணன் உணர்ந்தான். கணிகர் இருமுபவர் போல மெல்ல ஒலி எழுப்ப, சகுனி தாடியை நீவியபடி முனகினார். விதுரர் சகுனியை நோக்கி புன்னகையா என்று ஐயமெழுப்பும் மெல்லிய ஒளியொன்று முகத்தில் தவழ எழுந்து அவைநோக்கிக் கைகூப்பி "அஸ்தினபுரியின் பேரறத்தார் அமர்ந்திருந்த அரியணை இது. அவ்வரியணையில் அமர்ந்திருக்கும் ஒருவர் எதைச் சொல்ல வேண்டுமோ அதையே அரசர் இங்கு சொல்லியிருக்கிறார். இவ்வழைப்பு எவ்வண்ணமாயினும் எங்கள் அரசருக்கு அளிக்கப்படும் அழைப்பு. அது எவ்வரிசையில் அமைந்திருப்பினும் யுதிஷ்டிரரின் தம்பியென துரியோதனர் அங்கு செல்வார். இளையோர் அவ்விழவிற்கு விருந்தினராக அல்ல, அவ்விழவை நடத்தும் இளவரசர்களாக அங்கு செல்வார்கள்" என்றார்.

கணிகர் உரத்த குரலில் மீண்டும் இருமினார். விதுரர் நிமித்திகரை நோக்கிக் கைகாட்ட, நிமித்திகர் மேடையேறி "அவையீரே, அரசரின் இந்த ஆணை அரசுமுறைப்படி ஓலையில் எழுதி தூதரிடம் அளிக்கப்படும்" என்றான். கணிகர் கைதூக்கி உடலை வலியுடன் மேலிழுத்து "ஒன்று மட்டும் கேட்க விழைகிறேன்" என்றார். விதுரர் "அவை பேசவேண்டியதை பேசி முடித்துவிட்டது. அரசாணைக்கு அப்பால் பேச எவருக்கும் உரிமையில்லை" என்றார். துரோணர் "இல்லை விதுரரே, இது எளிய தருணமல்ல. இத்தருணத்தின் அனைத்து சொற்களையும் இங்கேயே பேசி முடிப்பதே நல்லது. அவர் சொல்லட்டும்" என்றார். கிருபர் "ஆம், அவர் சொல்வதென்ன என்று கேட்போமே" என்றார்.

"நான் கேட்பதெல்லாம் ஒன்றுதான். வாளேந்தி இந்திரப்பிரஸ்தத்தின் அணையா விளக்கருகே நின்று அதை காப்பதற்கான உறுதிமொழியை அஸ்தினபுரியின் அரசர் எடுக்கப்போகிறாரா இல்லையா?" என்றார் கணிகர். துரியோதனன் எழுந்து கைகளை விரித்து "ஆம், எடுக்கவிருக்கிறேன். அது என் உரிமை. ஏனெனில் என் மூத்தவரின் அரசு அது" என்றான். "அப்படியென்றால் அச்சுடரை ஏற்ற அவர் தங்களை அழைத்திருக்க

வேண்டும்” என்றார் கணிகர். “அது முடிந்த பேச்சு. அவர் என்னை அழைக்காவிட்டாலும் அது என் கடமை” என்றான் துரியோதனன்.

“அரசே, அவ்வுறுதிமொழி இருபக்கம் சார்ந்தது. அவர் அழைத்து அதை நீங்கள் எடுத்தால் உங்கள் கொடியைக் காக்க அவரும் உறுதிகொண்டவராவார். அவ்வண்ணமில்லையேல்...” என்று கணிகர் சொல்ல, துரியோதனன் கைகாட்டி நிறுத்தி “அவர் என்மேல் படைகொண்டு வருவார் எனில் என்ன செய்வேன் என்கிறீர்களா? என் மூதாதையர் மண்ணைக் காக்க என் இருநூற்றிநான்கு கைகளுக்கும் ஆற்றலுள்ளது. நான் அவர் கொடிகாக்க எழுவது எந்தையின் குருதி எனக்களிக்கும் கடமை” என்றான்.

கணிகர் “அவ்வாறெனில் நான் ஒன்றும் சொல்வதற்கில்லை. அழைக்காமலேயே சென்று ஒரு நகரின் பாதுகாவலனாகப் பொறுப்பேற்பதென்பது நிகரற்ற பெருந்தன்மை” என்றார். சகுனி “ஆம்” என்றார். கணிகர் இருமுறை இருமி “ஆனால் சூதர்கள் எப்போதும் அதை அவ்வண்ணமே புரிந்துகொள்வதில்லை. அது இந்திரப்பிரஸ்தத்தின் பேருருவைக் கண்டு அஞ்சி அஸ்தினபுரி எடுத்த முடிவென்று அவர்களில் சிலர் சொல்லத் தொடங்கினால் எதிர்காலத்தில் ஓர் இழிசொல்லாகவே அது மாறிவிடக்கூடும்...” என்றார்.

துரியோதனன் நிறுத்தும்படி கைகாட்டி “இதற்குமேல் தாங்கள் ஏதும் சொல்வதற்கிருக்கிறதா கணிகரே?” என்றான். கணிகர் “நான் எந்த வழிகாட்டுதலையும் இங்கு சொல்லவில்லை. நலம்நாடும் அந்தணன் என்ற வகையில் என் எளிய ஐயங்களை மட்டுமே இங்கு வைத்தேன்” என்றார்.

துரியோதனன் “அத்தனை ஐயங்களுக்கும் முடிவாக என் சொல் இதுவே. இன்று இவ்வாறு என் இளையவனே இங்கு வந்து என்னை அழைக்காவிட்டாலும்கூட, ஓர் எளிய அமைச்சர் வந்து என்னை அழைத்திருந்தாலும்கூட என் குருதியர் எழுப்பிய அப்பெருநகரம் எனக்குப் பெருமிதம் அளிப்பதே. அங்கு சென்று அவர்களின் வெற்றியைப் பார்ப்பது எனக்கு விம்மிதமளிக்கும் தருணமே. பாரதவர்ஷத்தின் முகப்பிலேற்றிய சுடரென அந்நகர் என்றும் இருக்கவேண்டும். அதற்கென வாளேந்தி உறுதிகொள்வதில் எனக்கு எவ்விதத் தாழ்வுமில்லை” என்றான்.

விதுரர் கைவிரித்து “அவ்வண்ணமே அரசே. இச்சொற்களுக்காக தங்கள் தந்தை தங்களை நெஞ்சோடு ஆரத்தழுவிக்கொள்வார்” என்றார். திரும்பி பீமனிடம் “சௌனகரிடம் சொல்லுங்கள், அஸ்தினபுரியின் அரசர் தன் மூத்தவர் யுதிஷ்டிரரின் இளையோனாக வரிசைகொண்டு இந்திரப்பிரஸ்தம் நுழைவார் என்று” என்றார். எந்த முகமாறுதலும் இல்லாமல் பீமன் தலைவணங்கினான்.

3

சகுனியின் அறைவாயிலில் நின்ற காவலன் கர்ணனைப் பார்த்ததும் தலைவணங்கி “அறிவிக்கிறேன்” என்றான். கர்ணன் “கணிகர் உள்ளே இருக்கிறாரா?” என்றான். புற்றிலிருந்து எறும்பு ஒன்று எட்டி நோக்கி உள்ளே செல்வதுபோல ஒரு மிகச்சிறிய அசைவு நிகழ்ந்த கண்களுடன் அவன் “ஆம்” என்றான். அவன் உள்ளே செல்ல, கர்ணன் தன் உடைகளை சீரமைத்து உடலை நிமிர்த்து காத்து நின்றான்.

காவலன் கதவைத்திறந்து “வருக அரசே!” என்றான். உள்ளே சகுனி தன் வழக்கமான சாய்வுப்பீடத்தில் அமர்ந்து அருகே மென்பீடத்தில் புண்பட்ட காலை நீட்டியிருந்தார். அவருக்கு முன்பு வட்டமான குறும்பீடத்தில் பகடைக்களம் விரிந்திருக்க அதில் அவர் இறுதியாக நகர்த்திய காய்களுடன் ஊழின் அடுத்த கணம் காத்திருந்தது. அவர் முன்னால் சிறியபீடத்தில் அமர்ந்திருந்த கணிகரின் தலை மட்டுமே களத்தின் மேல் தெரிந்தது, காய்களில் ஒன்றைப்போல. அது விழிசரித்து, ஆட்டத்தின் அமைவில் மூழ்கி, பிறிதிலாதிருந்தது.

கையிலிருந்த பகடைக்காய்களை மெல்ல உருட்டியபடி சகுனி புன்னகையுடன் “வருக அங்க நாட்டரசே” என்றார். கர்ணன் தலைவணங்கி கணிகரைப்பார்த்து புன்னகைத்தபடி வந்து சகுனி காட்டிய பீடத்தில் அமர்ந்தான். “இந்தப் பீடம் தங்களுக்காகவே போடப்பட்டது. தாங்கள் மட்டும்தான் இதில் இயல்பாக அமரமுடியும்” என்றபின் நகைத்து “பிற பீடங்களைவிட இருமடங்கு உயரமாக அமைக்கச் சொன்னேன்” என்றார். கர்ணன் புன்னகைத்தான். சகுனி பகடைகளை உருட்ட, அவை கணத்தில் மெல்ல புரண்டு தயங்கி பின் அமைந்து எண்காட்டி நின்றன. சகுனி அவற்றை புருவம்சுளித்து கூர்ந்து நோக்கிவிட்டு கணிகரிடம் விழியசைத்தார்.

கணிகர் அமைவதற்குள்ளாகவே எண்களைப் பார்த்துவிட்டிருந்தார். உதடுகளை இறுக்கியபடி சுட்டுவிரலால் காய்களைத் தொட்டுத்தொட்டுச் சென்று புரவி ஒன்றைத் தூக்கி ஒரு வேல்வீரனைத்தட்டிவிட்டு அங்கே வைத்தார். சகுனி புன்னகைத்தபடி "ஆம்" என்றார். கணிகர் "தன்னந்தனியவன்" என்றார். சகுனி "மொத்தப்படையின் விசையும் தனியொருவனின்மீது குவியும் கணம்" என்றார். "ஊழின் திருகுகுடுமி... அவன் இன்னமும் அதை அறியவில்லை." கணிகர் நகைத்து "அவர்கள் எப்போதுமே அறிவதில்லை" என்றார்.

பகடையை எடுத்து உருட்டும்படி கணிகரிடம் விழிகளால் சகுனி சொன்னார். கணிகர் பகடையை ஒவ்வொன்றாக எடுத்து தன் கைகளில் அழுத்தி அவற்றைப் புரட்டினார். அவர் கைகள் அசைவற்றிருக்க, அவை உயிருள்ளவை போல அங்கே புரண்டன. பின்பு அவர் கண்களை மூடி வேள்வியில் அவியிடும் படையலன் என ஊழ்கநிலைகொண்டு அதை உருட்டினார். மெல்லிய நகைப்பொலியுடன் விழுந்த பகடைகள் அசைவற்றபோது சகுனி ஒருகணம் அவற்றைப் பார்த்தபின் யானை ஒன்றை முன்னகர்த்தி இரு புரவிகளை அகற்றினார்.

கணிகர் "நன்று நன்று" என்றார். "ஏன்?" என்றார் சகுனி. "இன்னும் பெரிய அறைகூவல் ஒன்றை நோக்கிச் சென்றிருக்கிறோம்" என்றார் கணிகர். "தொடர்வோம்" என்றபின் "பார்த்துக் கொள்ளுங்கள்" என்று சகுனி சொல்லி ஏவலனை நோக்கி களப்பலகையை எடுத்துச்செல்லும்படி கைகாட்டினார். ஏவலன் வந்து பகடைக்காய்களை அள்ளி ஆமையோட்டுப் பெட்டி ஒன்றுக்குள் போட்டு பகடைக்களத்தை தூக்கி அகற்றினான்.

கர்ணன் "முடித்துவிட்டீர்களா?" என்றான். "இல்லை. இந்த ஆடல் சென்ற பன்னிரண்டு நாட்களாகத் தொடர்கிறது" என்றார் சகுனி. "களம் கலைத்துவிட்டீர்களே?" என்றான் கர்ணன். "கலைக்கவில்லை. அதன் கடைக்கணத்தை இருவரும் நெஞ்சில் ஆழ நிறுத்திக்கொண்டோம். அடுத்த கணத்தை எப்போது வேண்டுமானாலும் இப்புள்ளியிலிருந்து தொடங்கி முன்னெடுக்க முடியும்." கர்ணன் புன்னகைத்து "அரிய நினைவுத்திறன்" என்றான். சகுனி "இது நினைவுத்திறன் அல்ல இளையோனே. சித்திரத்திறன்" என்றார்.

கணிகர் மெல்ல முனகியபடி உடலை நீட்டினார். சகுனி "மாமன்னர் பிரதீபர் தன் படைகளை களத்தில் நிறுத்தியபின் மூங்கிலில் ஏறி ஒருகணம் நோக்கிவிட்டு இறங்கிவிடுவார். பின்னர் மொத்தப்படையும் எங்கு எவ்வண்ணம் அமைந்திருந்தது என்பதை அப்போர் முடியும்வரை நினைவிலிருந்தே அவரால் சொல்ல முடியும்

என்பார்கள். படைசூழ்வதில் அது ஓர் உச்சம். அரசுசூழ்வதிலும் அவ்வண்ணம் உண்டு. ஓர் அரசன் தன் நாட்டின் நிலமனைத்தையும், அனைத்து ஊர்களையும், கிளைவிரிவுப்பின்னல்களுடன் நதிகளையும், அத்தனை முடிகளுடன் மலைகளையும் முழுமையாக எக்கணமும் நினைவிலிருந்து விரித்தெடுக்கக்கூடியவனாக இருக்கவேண்டும். ஒரு பெயர் சொல்லப்பட்டதுமே தன் உள்ளத்தால் அங்கு சென்று நின்றுவிடக்கூடியவன் சிறந்த ஆட்சியாளன். நமக்கு அவ்வண்ணமொரு ஆட்சியாளன் தேவை" என்றார்.

"பிதாமகர் பீஷ்மர்?" என்றான் கர்ணன். "அவருக்கு எந்த நிலமும் நினைவில் இல்லை" என்று கணிகர் சொன்னார். "ஏனென்றால் அவர் நிலங்களை ஆளவில்லை. தன்னுள் இருக்கும் நெறிகளையே ஆள்கிறார்." சகுனி "ஆம், அவர் காட்டை மரங்களாக, மலைகளை பாறைகளாக, மக்களை மானுடராகப் பார்ப்பவர். அவர்கள் குலமூத்தோராக முடியும். முடிகொண்டு நாடாளமுடியாது" என்றார். கணிகர் நகைத்தார். அவர் கனைத்தாரென அதன்பின்னர் தோன்றியது. அவன் கணிகரை ஒருகணம் நோக்கியபின் சகுனிமேல் விழிகளை நட்டுக்கொண்டான்.

அவரது விழிகளைப் பார்ப்பது எப்போதுமே அவனுக்கு அச்சத்தை ஊட்டியது. அவற்றில் ஒரு நகைப்பு இருந்துகொண்டிருப்பதுபோல. நச்சரவின் கண்களில் பொருளற்ற விழிப்பு. யானையின் கண்களில் நான் பிறிதொன்று என்னும் அறைகூவல். புலியின் விழிகளில் விழியின்மை எனும் ஒளி. பூனையின் விழிகளில் அறியாத ஒன்றுக்குள் நுழைவதற்கான நீள்வாயில். இவையோ வௌவாலின் விழிகள். அணுக்கத்தில் பதைப்பவை. இரவை அறிந்ததன் ஆணவம் கொண்டவை. இரவில் தெரியும் வௌவாலின் கண்கள் பகலையும் அறிந்த நகைப்பு நிறைந்தவை.

கணிகர் மெல்லிய குரலில் "அஸ்தினபுரிக்கு இன்றிருக்கும் குறைபாடே அதுதான்" என்றார். "இந்த நாட்டை ஒருகணம் விழிமூடி முழுமையாக நோக்கும் ஆட்சியாளன் மாமன்னர் பிரதீபருக்குப்பின் அமையவில்லை. ஆனால் மகதத்தின் பேரரசர் ஜராசந்தர் ஒருபோதும் வரைபடத்தை விரிப்பதில்லை என்கிறார்கள்." கர்ணன் "பீஷ்மர் இடைவிடாது இந்நாட்டில் அலைந்துகொண்டிருப்பவர்" என்றான். சகுனி "அவர் அலைவது இந்த நாடுமேல் உள்ள விழைவினால் அல்ல. அவர் இந்த நாட்டு எல்லைக்குள்ளும் இருப்பதில்லை. அவருக்குத் தேவை அவரது தனிமையைச் சூழ்ந்திருக்கும் ஓர் அறியாநிலம். எங்கிருக்கிறார்? அடர்காட்டில் அல்லது அவரை எவரென்றே அறியாத மானுடரின் நடுவே" என்றார்.

மெல்ல உடலை அசைத்து முகம்சுளித்து இதழ்கள் வளைய முனகியபின் கணிகர் சொன்னார் “சிறந்த அரசர்கள் எப்போதும் அகத்தில் தனியர்கள். ஆனால் எந்நிலையிலும் மானுடரை விரும்புபவர்கள். சுற்றம்சூழ அவைவீற்றிருக்கையில் உளம் மகிழ்பவர்கள்.” மேலுமொரு முனகலுடன் “ஒருநாளும் அவையில் மகிழ்ந்திருக்கும் பீஷ்மரை நாம் கண்டதில்லை. அவைகளில் ஊழ்கத்திலென விழிமூடி மெலிந்த நீளுடல் நீட்டி அமர்ந்திருக்கிறார். காடுகளுக்குமேல் எழுந்த மலைமுடிபோல. அவர் அவையை வெறுக்கிறார்” என்றார்.

“ஆம், மானுடரை விரும்புபவர்களையே மானுடரும் விரும்புவர். வேடமாகவியின் முதற்பெருங்காவியத்தில் ராகவராமனைப் பார்த்ததும் மக்களின் உள்ளங்கள் கதிர்கண்ட மலர்கள்போல் விரிந்தன என்று ஒருவரி வருகிறது. எவரொருவரை நினைத்தாலே மக்களின் உள்ளம் விரிகிறதோ அவரே ஆட்சியாளர்.” கர்ணனின் உள்ளே மெல்லிய புன்னகை ஒன்று வந்தது. அவர்கள் இருவரிடமும் இருந்த அந்த ஒருமையை உடைக்கவேண்டும் என்று ஓர் உந்துதல் எழுந்தது. “ஆம், அப்படிப் பார்த்தால் இன்று அனைவரும் அதற்கெனச் சுட்டுவது துவாரகையின் தலைவரைத்தான்” என்றான்.

சகுனியின் விழிகளில் ஒநாய் வந்து சென்றது. கணிகர் மெல்ல உடல் குலுங்க நகைத்து “உண்மை. ஆனால் துவாரகை அவரைத் தனது தலைவராக எண்ணுகிறது. அவர் துவாரகையை தன் நிலமாக எண்ணவில்லை. அவரது பகடைக்களம் இப்பாரதவர்ஷமேதான். நீங்களெவருமறியாத ஒன்றை நானறிவேன், அவர் இப்புவியின் தலைவர்” என்றார். கர்ணன் அவர் விழிகளைக் கூர்ந்து நோக்கினான். முதன்முறையாக அதில் ஒரு கனிவு தென்படுவதாகத் தோன்றியது. நேரடியாகவே அவரை நோக்கி “துவாரகையின் தலைவரைக் குறித்து இத்தனை பெருமிதம் தங்களுக்கு இருக்கக்கூடும் என்று நான் எண்ணவே இல்லை கணிகரே” என்றான்.

“எவர் முன்னிலையிலாவது நான் கனியக்கூடுமென்றால் அது அவர்தான்” என்றார் கணிகர். “ஏனெனில் இங்கு நான் இருக்கும் பகடைக்களத்தின் மறுஎல்லையில் இருப்பவர் அவர் மட்டுமே.” அவர் சொல்வதைப் புரிந்துகொள்ளாதவனாக கர்ணன் வெற்றுநோக்குடன் அமர்ந்திருந்தான். அது போகட்டும் என்பது போல அவர் கைவீசி “அஸ்தினபுரியின் மன்னர்களைப்பற்றி சொல்லிக்கொண்டிருந்தேன். சலிப்பை வெளிக்காட்டாத உடலுடன் அரியணையமர்ந்த ஒருவரை நான் பார்த்ததில்லை” என்றார்.

கர்ணன் “இந்திரப்பிரஸ்தம் சென்று யுதிஷ்டிரரைப் பார்க்கலாமே” என்றான். கணிகர் “இங்கு அவையமர்ந்திருக்கையில் அவரை நான்

கூர்ந்து நோக்கியுள்ளேன். தான் ஒரு வேள்விக்களத்தின் அருகே அவியிட அமர்ந்திருப்பதுபோல் தோற்றமளிப்பார்” என்றார். இதழ்கள் வளைய “பகடைக்களத்தின் அருகிருப்பதுபோல் தோற்றமளிக்க வேண்டுமா?” என்றான் கர்ணன். “இல்லை. தன் குழந்தைகளை ஆடவிட்டு நோக்கியிருக்கும் அன்னைபோல் அமர்ந்திருக்க வேண்டும்” என்றார் கணிகர். “அவருக்கு இந்திரப்பிரஸ்தம் உள்ளத்தில் திகழும் என்றால் அவ்வண்ணம் அரண்மனைக்குள் ஒடுங்கி வாழமாட்டார். அவையிலெழும் சொல் கேட்டு மட்டும் ஆளமாட்டார், நெறிகளுக்காக ஒருபோதும் நூல்களை நாடவும் மாட்டார்.”

“நெறிநூல்களின்படி ஆளவேண்டும் என்பதுதான் முன்னோர் மரபு” என்றான் கர்ணன். “ஆம், நெறிநூல்களை இளமையிலேயே கற்று நினைவில் நிறுத்திக்கொள்ள வேண்டும். ஆனால் அவற்றின் அனைத்து விளக்கங்களையும் வாழ்விலிருந்தே பெறவேண்டும். நெறிநூல்களை வைத்து வாழ்க்கையை விளக்கத்தொடங்குபவன் காற்றுவெளியை நாழியால் அளக்கத்தொடங்குகிறான்” என்றபின் உரக்க நகைத்து “அதன்பின் இருப்பது இத்தகையதோர் பகடைக்களம்தான். பல்லாயிரம் காய்களும் பலகோடித் தகவுகளும் கொண்ட ஒன்று! பருப்பொருளில் எழுந்த முடிவிலி!” என்றார்.

சகுனி உடலை அசைத்து “தாங்களும் நல்ல ஆட்சியாளர் அல்ல அங்கரே” என்றார். “ஆம், அதை நான் உணர்ந்தேன். என்னால் ஆட்சி செய்ய இயலவில்லை” என்றான் கர்ணன். “பொதுவாக வீரர்கள் ஆட்சியாளர்களல்ல” என்று சகுனி சொன்னார். “நல்ல ஆட்சியாளர்களுக்கு பொறுப்பையும் உரிமையையும் அளித்து காக்கமுடியுமென்றால் அவர்கள் நல்லாட்சியை அளிக்கிறார்கள்.” கர்ணன் தலையசைத்தான். “அங்கரே, ஆட்சி என்பது ஒவ்வொருநாளும் கடலலையை எண்ணுவது போல. எங்கோ ஒருகணத்தில் சலிப்பு வந்துவிட்டால் நாம் விலகிவிடுகிறோம்.”

“அதைத்தான் நானும் சொன்னேன்” என்று கணிகர் உடல்குலுக்கி நகைத்தார். “ஒவ்வொரு நாளும் மைந்தரை துயிலெழுப்பி உணவூட்டி நீராட்டி அணியணிவித்து துயிலவைக்கும் அன்னை வாழ்நாளெல்லாம் அதைச் செய்வாள். அவளுக்கு சலிப்பில்லை.” சகுனி அப்பேச்சை மாற்றும்படி கையசைத்துவிட்டு “தங்களை இங்கு வரச்சொன்னது ஒன்றை உணர்த்தும் பொருட்டே. இந்திரப்பிரஸ்தத்திலிருந்து அஸ்தினபுரிக்கு அழைப்பு வந்துள்ளது மகிழ்வுக்குரியது. உண்மையில் முறையான அழைப்பு வருமென்ற எண்ணமே எனக்கிருக்கவில்லை” என்றார்.

“அதெப்படி?” என்றான் கர்ணன். சகுனி “ஏனெனில் அவளுடைய வஞ்சம் அத்தகையது. இங்கிருந்து பாதிநாட்டைப் பெற்றுக்கொண்டு

அவர்கள் சென்றது அவ்வெல்லைக்குள் அடங்குவதற்காக அல்ல. அவள் தென்னெரி. உண்ண உண்ண பெருகும் பசிகொண்டவள். பெருகப் பெருக மேலும் ஆற்றல் கொள்பவள். குருதிவிடாய்கொண்ட தெய்வங்களால் பேணப்படுபவள். எனவே தன்னை தானேயன்றி பிறிதொன்றால் அணைக்க முடியாதவள்" என்றார். கர்ணன் "ஆம், அவள் பெருவிழைவை நானும் அறிவேன்" என்றான்.

"இவ்விழவுக்கு நமக்கு அழைப்பு அனுப்பாது இருக்கவே அவள் எண்ணுவாள் என்று நான் கருதியிருந்தேன். ஆனால் கணிகர் மட்டும் அவ்வாறல்ல, அவள் அழைப்பு அனுப்புவாள் என்றே சொல்லிக்கொண்டிருந்தார்" என்றார் சகுனி. கர்ணன் "அழைப்பு அனுப்பாமலிருக்க யுதிஷ்டிரனால் இயலாது. உண்மையில் அவனே இங்கு வந்து பேரரசரின் தாள்பணிந்து விழவுக்கு அழைப்பான் என்று எண்ணினேன்" என்றான். "ஆம், அவன் அவ்வாறானவன். ஆனால் இன்று அங்கு யுதிஷ்டிரன் சொல் மீதுறு நிலையில் இல்லை" என்றார் சகுனி. "அழைப்பு அனுப்பாமலிருக்க இயலாது என்று பின்னர் நானும் தெளிந்தேன். ஏனெனில் அது பாரதவர்ஷமெங்கும் பேசப்படும் ஒன்றாக ஆகும். இந்நிலையில் அவள் அதை விரும்பமாட்டாள்."

"சௌனகர் அனுப்பப்படுவார். அச்சிறுமையை எண்ணி நாம் சினந்து விழவைப் புறக்கணிப்போம். விதுரரை மட்டும் பரிசில்களுடன் அனுப்புவோம். பேரமைச்சரையே அனுப்பி அழைத்ததாகவும் நாம் நம் சிறுமையால் அவர்களை புறக்கணித்துவிட்டதாகவும் சூதர்களைக்கொண்டு பாடச்செய்வாள். என் கணிப்பு அதுவே. ஆனால் இளவரசன் பீமனே இங்கு வந்தது வியப்பூட்டியது. ஆனால் இன்று அமர்ந்து ஏன் அவன் வந்தான் என்று எண்ணும்போது ஒவ்வொரு வாயிலாக ஓசையின்றி திறக்கின்றது" சகுனி சொன்னார்.

கர்ணன் அவர் சொல்லப்போவதை எதிர்நோக்கி அமர்ந்திருந்தான். ஆனால் சகுனி கணிகர் பேசவேண்டுமென எதிர்பார்த்தார். மெல்ல கனைத்தபின் உடலை வலியுடன் அசைத்து அமர்ந்து "நேற்று அவையில் அரசர் சொன்னதை எண்ணிக்கொண்டிருந்தேன்" என்றார் கணிகர். கர்ணன் அகம் மலர்ந்து "ஆம், பேரரசரின் மைந்தரென அமர்ந்து அச்சொற்களைச் சொன்னார்" என்றான். "அவ்வுளவிரிவை நானும் போற்றுகிறேன். ஆனால் எந்த விரிவுக்குள்ளும் ஓர் உட்சுருங்கலை காணும் விதமாக நான் படைக்கப்பட்டுள்ளேன்" என்றார் கணிகர்.

"ஒரு சிறு பூமுள்ளை அவரது அகவிரலொன்று நெருடிக்கொண்டிருப்பதாக எனக்குத் தோன்றியது. என் உளமயக்காக இருக்கலாம். ஆனால் அதை நான் நம்புகிறேன்." கர்ணன் புருவங்கள் சுருங்க "என்ன?" என்றான்.

தன் எண்ணங்களை தானே ஒதுக்குவதுபோல கையசைத்த கணிகர் “துரியோதனர் என்ன செய்வார் என்று சொல்கிறேன். நிகரற்ற பெருஞ் செல்வத்துடன் இந்திரப்பிரஸ்தத்தின் ஒவ்வொரு விழியும் மலைத்து சொல்லிழக்கும் விதமாக நகர்நுழைவார். துவாரகைத் தலைவரும் பாஞ்சாலரும் பின்னுக்குத் தள்ளப்படும்படி இந்திரப்பிரஸ்தத்திற்கு பரிசில் அளிப்பார். ஐவரையும் நெஞ்சோடு தழுவி நிற்பார். அந்நகரின் தூண்டாமணி விளக்கருகே வாள்கொண்டு நின்று அதன் முதல் புரவலராக இருப்பதாக வஞ்சினமும் உரைப்பார்” என்றார்.

“ஆம்” என்றான் கர்ணன். மெல்லியகுரலில் “அதனூடாக பேருருக்கொண்டு அவள் முன் நிற்பார்” என்றார் கணிகர். அவர் சொல்ல வருவதென்ன என்று அக்கணத்தில் முழுமையாக புரிந்துகொண்ட கர்ணனின் உடல் மெய்ப்பு கொண்டது. அடுத்த கணமே அது அவ்வுண்மையால் அல்ல, அத்தனை தொலைவுக்குச் சென்று தொடும் அவர் உள்ளத்தின் தீமையைக் கண்டடைந்த அச்சத்தால் என்றுணர்ந்தான். மெல்லிய குரல் கொள்ளும் பெருவல்லமையை மறுகணம் எண்ணிக்கொண்டான்.

கணிகர் புன்னகைத்தபடி “அரசப்பெருநாகம் வால்வளைவை மட்டும் ஊன்றி ஐந்தடி உயரத்திற்கு படம் தூக்கும் என்பார்கள். அவ்வண்ணம் எழவேண்டுமென்றால் அதனுள் பெருவிசையுடன் சினமெழவேண்டும். அப்போது அது கடிக்கும் புண்ணில் தன்முழுநச்சையும் செலுத்தும். காடிளக்கி வரும் மதகளிற்றையே அது வீழ்த்திவிடும் என்கிறார்கள்” என்றார். “கடித்தபின் விசைகுறைய அது வாழைவெட்டுண்டு சரியும் ஒலியுடன் மண்ணை அறைந்து விழும்.”

கர்ணன் எரிச்சலுடன் “இதை எதற்குச் சொல்கிறீர்கள்?” என்றான். “எதற்காகவும் அல்ல, தாங்கள் அவர் உடன் இருக்கவேண்டும்” என்றார். “நானா? எனக்கு அழைப்பே இல்லையே?” என்றான் கர்ணன். “எங்களுக்கும் தனியழைப்பில்லை” என்றார் சகுனி. “எந்தைக்கும் தமையன்களுக்கும் காந்தாரத்திற்கு அழைப்பு சென்றுள்ளது. அவ்வழைப்பை ஏற்று நானும் செல்வதாக இருக்கிறேன். அங்கநாட்டுக்கும் முறைமையழைப்பு சென்றிருக்கும். அதை ஏற்று தாங்கள் சென்றாகவேண்டும். அங்க நாட்டுக்கு அரசராக அல்ல, அஸ்தினபுரியின் அரசரின் அணுக்கராக.”

“ஏனென்றால் நான் மருகனுடன் முழுநேரமும் இருக்கமுடியாது. அவர் என்னிடம் நெஞ்சுபகிர்வதுமில்லை” என்றார் சகுனி. கர்ணன் “நான் சொல்வதை அரசர் முழுக்க ஏற்றுக் கொண்டாகவேண்டும் என்றில்லை” என்றான். “மெல்லுணர்ச்சிகளால் உளஎழுச்சி கொண்டிருக்கையில் பிறர் சொல்லைக் கேட்கும் வழக்கம் அவருக்கில்லை.” கணிகர் “அதற்காக அல்ல” என்றார். கர்ணன் அவரை நோக்க, இதழ்விரிந்த புன்னகையுடன் “இன்னொரு பெருநாகம் அருகிருந்தாலே போதும்” என்றார்.

மீண்டும் அவர் சொல்வதென்ன என்பதை பல்லாயிரம்காதம் ஒருகணத்தில் பறந்து சென்று அறிந்த கர்ணன் மெய்ப்பு கொண்டான். அக்கணம் உடைவாளை உருவி அவர் தலையை வெட்டி எறிவதையே தன் உள்ளம் விரும்பும் என்பதை உணர்ந்தான். மறுகணமே அவர் விழிகளில் அவ்வெண்ணமும் அவருக்குத் தெரியும் என்று தெரிந்து தன்னை விலக்கிக்கொண்டான். சகுனி புன்னகையுடன் “ஆகவேதான் சொல்கிறேன் அங்கரே, தாங்களும் உடன் சென்றாகவேண்டும். தங்கள் சொல் அருகே இருந்தால் மட்டுமே அவர் நிலையழியாதிருப்பார். இல்லையேல் மாபெரும் அவைச்சிறுமை அவருக்குக் காத்திருக்கிறது” என்றார்.

கர்ணன் “ஆனால்... நான் எப்படி?” என்றான். சகுனி “இனி தங்கள் முடிவு அது. தங்கள் தன்மதிப்புதான் முதன்மையானது என்றால் இதைத் தவிர்க்கலாம். தங்கள் உயிர்த்துணைவர் அவர். அங்கு அவர் புண்பட்டு மீளலாகாது என்று தோன்றினால் துணைசெல்லுங்கள்” என்றார். கணிகர் சற்று முன்னால் வந்து “நான் என் நுண்ணுணர்வால் அறிகிறேன். இது குருகுலத்தின் வாழ்வையும் வீழ்வையும் வரையறுக்கும் பெருந்தருணம். விண்வாழும் அனைத்து தெய்வங்களும் காத்திருக்கும் கணம்” என்றார்.

கர்ணன் உளம் நடுங்க “எது?” என்றான். “நானறியேன். அங்கு நிகழ்வதை மானுடர் எவரும் முடிவெடுக்கப் போவதில்லை. ஒருவேளை துவாரகையின் தலைவர் அதை சற்று முன்னரோ பின்னரோ நகர்த்திவைக்க முடியும். அவரும்கூட அதை தவிர்க்கவோ கடக்கவோ முடியாது.” சகுனியை நோக்கிவிட்டு கணிகரிடம் “என்ன சொல்கிறீர்கள்?” என்றான் கர்ணன் எரிச்சலுடன். “இதற்கு மேல் சொல்ல என்னிடம் ஏதுமில்லை. அத்தருணம் தங்கள் துணை அஸ்தினபுரியின் அரசருக்கு அமையவேண்டும் என்பதற்கு அப்பால் எனக்குச் சொல்லில்லை” என்றார் கணிகர்.

சகுனி “எண்ணிப்பாருங்கள் அங்கரே” என்றார். கர்ணன் நீள்மூச்சுடன் எழுந்து “ஆம், உங்கள் சொற்களைத் தலைகொள்கிறேன். என் தன்மதிப்பென்பது பெரிதல்ல. அங்கு துரியோதனர் தனித்து விடப்படக்கூடாது. உலகறியா இளையோனின் நம்பிக்கையும் கனிவும் கொண்ட உள்ளத்துடன் இங்கிருந்து அவர் செல்கிறார். நன்னோக்கத்துடன் எழுந்த நெஞ்சம்போல புண்படுவதற்கு எளிதானது பிறிதொன்று இல்லை என்று நானறிவேன். ஒன்றும் நிகழ்ந்துவிடக்கூடாது. நான் அவருடன் இருக்கிறேன்” என்றான்.

“நன்று” என்றார் சகுனி. கணிகரை நோக்கித் தலைவணங்கிவிட்டு “நான் எழுகிறேன் காந்தாரரே” என கர்ணன் சகுனியை வணங்கினான்.

“நன்று சூழ்க!” என்றார் சகுனி. அவன் எழுந்து ஆடைதிருத்தி திரும்ப வாயில்நோக்கி நடக்கையில் தன்மேல் அவர்களின் நோக்குகள் பதிந்திருப்பதை உணர்ந்தான்.

அவன் இடைநாழிக்கு வந்ததும் சிவதர் தலைவணங்கி உடன்வந்தார். படியிறங்கி முற்றத்தை அடைந்து தேரில் ஏறிக்கொள்வதுவரை அவன் ஒன்றும் சொல்லவில்லை. அவன் அருகே தேரில் ஏறி அமர்ந்த சிவதர் அவன் பேசுவதற்காகக் காத்திருந்தார். அவன் ஒன்றும் சொல்லவில்லை என்று கண்டு “நன்றென ஒன்றும் நிகழாது என்று அறிவேன்” என்றார். கர்ணன் திரும்பி நோக்கி “ஆம்” என்றான். பின்பு “ஆனால் அவர் சொன்னது முழுக்க உண்மை” என்றான். சிவதர் “உண்மையை தீமைக்கான பெரும்படைக்கலமாகப் பயன்படுத்தலாம் என்று அறிந்தவர் கணிகர்” என்றார்.

கர்ணன் தொடையைத் தட்டி நகைத்து “ஆம், சரியாகச் சொன்னீர்கள்” என்றான். “என்ன சொன்னார்?” என்றார் சிவதர். “துரியோதனர் இந்திரப்பிரஸ்தத்திற்கு தன்னை விரித்துப் படம் காட்டியபடி செல்வார் என்று அவர் எதிர்பார்க்கிறார்.” “அது எவரும் அறிந்ததுதானே?” என்றார் சிவதர். “அதற்கான சரியான ஏது என்ன என்று சொன்னார்” என்றான் கர்ணன். சிவதரின் கண்கள் சற்று மாறுபட்டன. கர்ணன் “அது உண்மை. அங்கு அஸ்தினபுரியின் செல்வத்தையோ திருதராஷ்டிர மாமன்னரின் கனிவையோ குருகுலத்தின் குருதியுறவின் ஆழத்தையோ அல்ல; தன் உட்கரந்த முள்ளொன்றின் நஞ்சையே அவர் விரித்தெடுக்கப்போகிறார். நச்சை ஏழுலகத்தைவிட பெரிதாக விரித்தெடுக்க முடியும்” என்றான்.

மீண்டும் தொடையைத் தட்டி உரக்க நகைத்து “அதை நானும் அறிவேன்” என்றான். சிவதர் அவனது கசந்த சிரிப்பை சற்று திகைப்பு கலந்த விழிகளுடன் நோக்கினார். இதழ்ச்சிரிப்பு அவன் விழிகளில் இல்லை என்று கண்டு “கணிகர் தாங்கள் என்ன செய்யவேண்டும் என்றார்?” என்று கேட்டார். “உடன் சென்று அவரைக் கட்டுப்படுத்தும் விசையாக இருக்கவேண்டும் என்றார்” என்றான் கர்ணன். “தங்களுக்கு அழைப்பில்லை” என்றார் சிவதர். “ஆம், அழைப்பில்லை” என்று கர்ணன் சொன்னான். “என் தன்மதிப்பா துரியோதனரின் வாழ்வா எது முதன்மையானது என்று கேட்டார்.”

“வாழ்வு என்றால்...” என்றார் சிவதர். கர்ணன் “வாழ்வென்றால்...” என்றபின் திரும்பி “துரியோதனர் வாழ்வை முற்றிலும் மாற்றி அமைக்கும் ஒரு தருணம் அங்கு காத்துள்ளது என்று கணிகர் சொல்கிறார்” என்றான். சிவதர் ஒருகணம் நடுங்கியது போலிருந்தது. “அவ்வண்ணம் அவர் சொல்லியிருந்தால் அது உண்மையாகவே இருக்கும்” என்றார். “ஏன்?”

என்றான் கர்ணன். சிவதர் “இப்புவியில் இன்றிருப்பவர்களில் காலத்தைக் கடந்து காணும் கண்கள் கொண்டவர் இருவர் மட்டிலுமே. இவர் இரண்டாமவர்” என்றார்.

“அவர் அதைச் சொன்னபோது எந்தச் சான்றுமில்லாமலே அதை உண்மையென்று உணர்ந்தேன். பேருண்மைகளுக்கு மட்டுமே தங்கள் இருப்பையே முதன்மைச் சான்றாக முன்வைக்கும் வல்லமையுண்டு. அத்தருணத்தில் நான் என் இளையோனுடன் இருக்கவேண்டும். அது என் கடமை. அதற்காக என் தன்மதிப்பை நான் இழந்தால் அது பிழையல்ல.” சிவதர் கூரியகுரலில் “ஆனால் அது அங்கநாட்டு மக்களின் தன்மதிப்பும்கூட” என்றார். கர்ணன் “அங்க நாட்டவராகப் பேசுகிறீர்களா?” என்றான்.

சிவதர் மேலும் சினந்து முகம்சிவந்து “ஆம், அங்க நாட்டவனாகவே பேசுகிறேன். என் அரசரை ஒருவன் அழையா விருந்தாளியாக நடத்துவதை என்னால் ஏற்க முடியாது” என்றார். “ஆனால்...” என்று கர்ணன் ஆரம்பிக்க, “தங்களை அழைக்கவில்லை என்றால் தாங்கள் செல்லலாகாது. இது என் சொல்” என்றார் சிவதர். “இது என் கடமை” என்றான் கர்ணன். “இது என் சொல். இதை விலக்கி தாங்கள் செல்லலாம். நான் அணுக்கன். அதற்கப்பால் ஒன்றுமில்லை.”

கர்ணன் உரக்க “அதற்கப்பால் நீங்கள் யாரென்று நம்மிருவருக்கும் தெரியும்” என்றான். “அப்படியென்றால் என் சொல்லை ஒதுக்கி நீங்கள் எப்படி செல்ல முடியும்?” என்றார் சிவதர். கர்ணன் தன் தொடையில் அடித்து உரத்த குரலில் “செல்லவில்லை... நான் செல்லவில்லை. போதுமா?” என்றான். “சரி” என்றார் சிவதர். “செல்லவில்லை” என்று அவன் மீண்டும் மூச்சிரைக்க சொன்னான். “சரி” என்று அவர் மீண்டும் சொன்னார். தேர் செல்லும் ஒலி மட்டும் கேட்டுக்கொண்டிருக்க, இருவரும் அமைதியாக அமர்ந்திருந்தனர்.

கர்ணன் பெருமூச்சுடன் தன் உடலைத் தளர்த்தி “நான் செய்யவேண்டியதென்ன?” என்றான். “தாங்கள் செல்ல வேண்டியதில்லை. ஜயத்ரதர் செல்லட்டும்” என்றார். கர்ணன் திரும்பிநோக்க, சிவதர் “அவருக்கு முறைப்படி அழைப்பு அங்கு அனுப்பப்பட்டுள்ளது. இங்கும் நேற்றிரவு பீமசேனரே அவரது அரண்மனைக்குச் சென்று தனி அழைப்பை அளித்திருக்கிறார். சிந்துநாட்டரசர் அவர்களுக்கு இன்னமும் நட்புக்குரியவரே. மேலும் சிந்துநாடு இன்றிருக்கும் படைநகர்வுப் பெருங்களத்தில் தவிர்க்க முடியாத ஆற்றல். எனவே துரியோதனருக்கு இணையாகவே அவர் அங்கு வரவேற்கப்படுவார்” என்றார்.

கர்ணன் “ஆம்” என்றான். சிவதர் “அவர் உடன் செல்லட்டும். தாங்கள் ஆற்றவேண்டிய அனைத்தையும் அவரிடம் சொல்லி அனுப்புவோம்”

என்றார். கர்ணன் "அவர்..." என்றான். "தங்கள் அளவுக்கு அவர் அணுக்கமானவர் அல்ல. ஆனால் தாங்கள் சொல்வதற்கு என்ன உண்டோ அனைத்தையும் தன் சொற்களாக அவர் சொல்ல முடியும்" என்றார். மேலும் அவர் சொல்ல ஏதோ எஞ்சியிருந்தது. அந்த முள்முனையில் சற்று உருண்டபின் "அவரும் பாஞ்சாலத்தில் திரௌபதியின் தன்னேற்புக்கு வந்தவரே" என்றார்.

"இன்னொரு அரசநாகம்" என்றான் கர்ணன் சிரித்தபடி. "என்ன?" என்றார் சிவதர். "கணிகரின் ஒப்புமை... அதை பிறகு சொல்கிறேன்" என்றான். சிவதர் "அது ஒன்றே இப்போது இயல்வது" என்றார். கர்ணன் கைகளை மார்பில் கட்டி தலைகுனிந்து அமர்ந்திருந்தான். நெடுநேரம் அவன் அமர்ந்திருந்தபின் நிமிர்ந்து "ஆம் சிவதரே, அதுவே உகந்த வழி" என்றான். முன்னால் இருந்த திரைச்சீலையை விலக்கி பாகனிடம் "சிந்து நாட்டரசரின் மாளிகைக்கு" என்றான்.

4

மேற்குக்கோட்டை வாயிலுக்கு அப்பால் இருந்த குறுங்காட்டை அழித்து அங்கே இளைய கௌரவர்களுக்காக கட்டப்பட்டிருந்த புதிய அரண்மனைகள் தொலைவிலேயே புதியசுதையின் வெண்ணிறஒளியில் முகிலிறங்கிப் படிந்ததுபோல தெரிந்தன. மூன்றுஅடுக்குகள் கொண்ட எட்டு கட்டடங்கள் முப்பட்டை வளைவாக நகர்நோக்கிய உப்பரிகைகளுடன் அமைந்திருந்தன. சுற்றிலும் செங்கற்களாலான கோட்டை கட்டப்பட்டு அதில் சுண்ணச்சாந்து பூசப்பட்டிருந்தது. கோட்டை மேலிருந்தே அந்தத் துணைக்கோட்டையை அடைந்து சுற்றிவந்து மீள்வதற்கான பாதை இருந்தது. மாளிகையின் இருபக்கமும் இரு காவல்கோட்டங்கள் செங்கல்லால் கட்டப்பட்டு கண்காணிப்பு முகடுகளுடன் எழுந்து நின்றன.

மேற்கே காட்டுக்குள்ளிருந்து வந்த பெரிய கால்வாய் இரு கோட்டைகளுக்கும் நடுவே புகுந்து அஸ்தினபுரியின் பழையகோட்டைக்குள் நுழைந்து அங்கிருந்த ஏரியை நிரப்பிக்கொண்டிருந்தது. ஏரி மிகுந்து வழிந்த நீர் ஏழு கல்மதகுகள் வழியாக அருவிகளென சீறிக்கொட்டி நீள்வட்டமாக கல்லடுக்கு கரைகட்டப்பட்டிருந்த குளத்தில் விழுந்து அங்கு அமைக்கப்பட்டிருந்த மென்மணல் வடிகட்டிகளுக்குச் சென்று தூய்மைபடுத்தப்பட்டு சுட்டகளிமண்ணாலும் மூங்கில்களாலும் ஆன கரவுக்குழாய்களினூடாக நகருக்குள் சென்றது. நகர் முழுக்க இருந்த நூற்றுக்கும் மேற்பட்ட குடிநீர்க்குளங்களுக்குச் சென்று நிரப்பி மிகுந்து வழிந்தோடி கிழக்குக்கோட்டை வாயிலை அடைந்து வெளிச்சென்று அங்கிருந்த குறுங்காட்டுக்குள் சிற்றருவியென கொட்டி பலகிளைகளாக வளைந்து குறுங்காட்டின் குருதி நரம்புகளாக மாறிச்சென்றது.

தேர் மேற்குப்பாதையில் திரும்பியதுமே கர்ணன் தொலைவில் தெரிந்த சுதை மாளிகைகளை நோக்கினான். அங்கு இளையகௌரவர்களுக்கான கொடிகள் பறந்துகொண்டிருந்தன. சிவதர் புன்னகையுடன் "அனைவருக்கும் சேர்த்து பன்றிக்கொடி என்று முடிவெடுத்திருக்கிறார்கள். இளவரசர்கள் என்பதால் ஆளுக்கொரு கொடி தேவை என்பது மரபு. அப்படி அமைக்கப்பட்டால் ஆயிரத்துக்கும் மேற்பட்ட கொடிகளை எப்படி அடையாளம் காண்பதென்று பேசப்பட்டது. சூதனொருவன் இளையகௌரவர்களின் முகங்களையே கொடியடையாளமாக வைக்கலாம் என்றான். அது ஒரு வேடிக்கைப்பாடலாக இங்கே ஒலிக்கிறது" என்றார். கர்ணன் புன்னகைத்தான்.

அரண்மனை வளாகத்தைக் கடந்துசெல்கையில் அவன் திரும்பி மேற்குமாளிகையை நோக்கினான். வடக்குக்கோட்டத்தின் மேற்குப்பகுதி சாளரங்கள் அனைத்தும் திறந்துகிடந்தன. ஒற்றைச்சாளரத்தில் இளஞ்செந்நிறத்தில் ஆடையசைவு ஒன்று தெரிய, அவன் உள்ளம் அதிர்ந்தது. முன்னால் நகர்ந்து தேர்ப்பாகனைத் தொட்டான். அவன் கடிவாளத்தை இழுத்து தேரைத் தயங்கச்செய்தான். அந்தச் சாளரத்தில் அமர்ந்திருப்பவளின் முகம் தெரியவில்லை. அவன் பாகனிடம் "யாரது?" என்றான். பாகன் "அவர் மகாநிஷாத குலத்து இளவரசி சந்திரகலை. அவர் எப்போதும் அங்குதான் அமர்ந்திருப்பார்" என்றான். "எத்தனை நாளாக?" என்றான் கர்ணன். "இரண்டு ஆண்டுகளாக... அவர் இங்கு வந்த ஓரிரு மாதங்களிலேயே இப்படி ஆகிவிட்டார்."

"காந்தாரஅரசி சம்படை இருந்த அதே சாளரம்" என்றான் கர்ணன் பெருமூச்சுடன். தேரோட்டியை நோக்கித் தலையசைத்து, "செல்லலாம்" என்றான். சிவதர் "விதுரரின் அன்னை அதோ அந்தச் சாளரத்தில் அமர்ந்திருந்ததாகவும் அவர் மறைந்தபின்னரும் அவரை பலர் பார்ப்பதுண்டு என்றும் சொல்கிறார்கள்" என்றார். கர்ணன் விதுரரின் மாளிகையில் மேற்குநோக்கி திறந்திருந்த அச்சாளரத்தைப் பார்த்தான். அது உள்ளிருந்து மூடப்பட்டு வெளியே புழுதி படிந்திருந்தது. சிவதர் "அதைத் திறப்பதே இல்லை" என்றார். கர்ணன் "அவர் பெயர் சிவை" என்றான். "நீங்கள் பார்த்ததுண்டா?" என்றார் சிவதர். "இல்லை, சம்படையன்னையைப் பார்த்திருக்கிறேன்."

தேர் செல்லும் ஒலி சற்றுநேரம் நீடித்தது. "சிவதரே, இங்கு மேற்குநோக்கிய சாளரத்தருகே அமர்ந்து இறந்த இன்னொரு அரசியைத் தெரியுமா? சிவைக்கு அவர்தான் முன்னோடி" என்றான். "சிபிநாட்டு அரசி சுனந்தை. முதியவயதில் மூன்று மைந்தரைப் பெற்று குருதிவடிந்து இறந்தார். சந்தனு மாமன்னர் அவரது மைந்தர்தான். அவருடைய விசும்பல் ஒலி அரண்மனையின் மகளிர் மாளிகையில் இன்றும்

கேட்பதாகச் சொல்கிறார்கள். அவரை ஒருமுறை நேரில் கண்ட அரசியர் அவரைப்போல ஆகிவிடுகிறார்களாம்."

சிவதர் "ஆம், அரண்மனைகள் அனைத்திலும் அத்தகைய அழியாநெடுமூச்சுக்கள் எஞ்சியிருக்கும்" என்றார். "சந்தனு மாமன்னரின் இளையமனைவி மாளவத்தைச் சேர்ந்த காந்திமதி. அவர் இச்சாளரங்களில் ஒன்றில் அமர்ந்திருந்தார். அவருக்குப்பின் சிவை" என்றான் கர்ணன். தேரோட்டியிடம் "இந்த இளவரசி எவரது மனைவி?" என்றான். அவன் "இவர் நாற்பத்தெட்டாவது இளவரசரான குந்ததாரரின் துணைவி..." என்றான். "மகாநிஷாதகுலத்து இளவரசியர் பன்னிருவர். அவர்கள் கவரப்பட்டபின் போதிய திறையளித்து கொண்டுவரப்பட்டவர்கள். பூஜ்யை, ஸுரை, விமலை, நிர்மலை, நவ்யை, விஸ்வகை, பாரதி, பாக்யை, பாமினி, ஜடிலை, சந்திரிகை, சந்திரகலை என்று அவர்களுக்குப் பெயர்" என்றான்.

கர்ணன் "இவள் இளையவன் சுஜாதனுக்காக கவர்ந்துவரப்பட்டவள் என எண்ணினேன். அவளைத்தான் வேறு எவரோ மணந்தான்" என்றான். தேரோட்டி உளஎழுச்சிகொண்டு "இல்லை அரசே, அவர் மல்லநாட்டு அரசி தேவப்பிரபை" என்றான். அவன் குலக்கதைகளை நினைவுகொண்டு சொல்வதனூடாக தன்னை நிறுவிக்கொள்பவன் என தெரிந்தது. "மல்லநாட்டிலிருந்து அவரைக் கவர்ந்து வருகையில் சுஜாதர் மிக இளையவர். அவருக்கு மணமுடிப்பதற்கான நாளும்கோளும் துலங்கவில்லை. ஆகவே அவரை வைசியஇளவரசர் யுயுத்ஸு மணந்தார். அவ்விளவரசிதான் அரண்மனையின் ஏழாவது உப்பரிகையிலிருந்து குதித்தவர்" என்றான்.

கர்ணன் திரும்பி நோக்க, அவன் கைதூக்கி "உயிர்பிழைத்தார். ஆனால் அவரது இரு கால்களும் ஒடிந்தன. நெடுநாட்கள் மருத்துநிலையில் கிடந்தார். இப்போதும் அவரால் நடக்கமுடியாது" என்றான். சிவதர் அறியாமல் "ஏன்?" என்று கேட்டதுமே பிழையை உணர்ந்தார். தேரோட்டி உரக்க "ஏன் என்றா வினவுகிறீர்கள்? ஏன் என்று தெரியாத எவருளர்? மச்சர்குலமென்றாலும் அவர் அரசி. வைசியமகனுக்கு மனைவியாவதை அவர் எப்படி ஏற்கமுடியும்?" என்றான். கர்ணன் மாளிகைச்சாளரத்தை நோக்கிய விழிகளை விலக்காமல் வந்தான். சிவதர் அப்பேச்சை எப்படி விலக்குவதென அறியாமல் தவித்தார். தேரோட்டியின் முதுகுதான் அவர்முன் இருந்தது. சாட்டையால் புரவிகளை மெல்லத் தட்டியபடி அவன் மேலும் உரத்தகுரலில் சொன்னான்.

"வைசியஇளவரசர் யுயுத்ஸுவுக்கு சுவர்மர் என்று பேரரசர் இட்ட பெயரும் உண்டு. அதைக்கேட்டு அவரை ஷத்ரியர் என எண்ணிவிட்டார்

இளவரசி. மாலையிட்டு மங்கலநாணையும் அணிந்தார். முதல்நாளிரவு மஞ்சம் அணைகையில்தான் அரண்மனைப்பெண்கள் உண்மையைச் சொல்லியிருக்கிறார்கள். அதையும் சூதர்கதைகளில் கேட்கலாம். சேடி ஒருத்தியிடம் செம்பஞ்சுக்குழம்பு கொண்டுவரும்படி தேவப்பிரபாதேவி ஆணையிட்டார். அவள் இளிவரலுடன் முகம் கோட்டி 'நீ என்ன அரசியா? நீயும் என்னைப்போல் வைசியன்மனைவிதானே? நீயே சென்று எடுத்துக்கொள்' என்றாள்.

தேவப்பிரபாதேவி வெகுண்டு அவளை ஓங்கி அறைந்தார். 'என்ன சொன்னாய் இழிமகளே?' என்று மேலும் அறையப்போக, அருகே நின்றிருந்த அவர் மூத்தவளாகிய மச்சநாட்டரசி தேவமித்ரை சிரித்தபடி 'அவள் சொல்வது உண்மை. ஐயமிருந்தால் சென்று முதல் அரசியிடம் கேளடி' என்று சொன்னார். உடன்பிறந்தவர்களாகிய தேவகாந்தியும், தேவமாயையும், தேவகியும் நகைத்தார்கள். தேவகாந்தி 'ஐவரில் நீயே அழகி என எண்ணியிருந்தாய் அல்லவா? ஆணவத்துடன்தான் தெய்வங்கள் விளையாடுகின்றன' என்றார்.

தேவப்பிரபாதேவி எழுந்து ஓடிச்சென்று மூத்த அரசியாகிய பானுமதியிடம் 'உண்மையைச் சொல்க அரசி! இளவரசரின் உண்மைப்பெயர் என்ன?' என்று கேட்டார். 'இதையறியாமலா மங்கலநாண் பூட்டிக்கொண்டாய்? அவருக்கு சுவர்மர் என்பது படைக்கோள்பெயர். குலக்கோள்பெயர் யுயுத்ஸு' என்றார் அரசி பானுமதி. தேவப்பிரபாதேவி உடல்நடுங்கியபடி 'அவர் எவரது மைந்தர்?' என்றார். 'பேரரசரின் மைந்தர். இல்லையேல் நீ எப்படி இங்கு அரண்மனையில் இருக்கிறாய்?' என்றார் அரசி. அழுகையில் உடைந்த குரலில் 'அவரது அன்னை யார்?' என்று தேவப்பிரபை கேட்டார்.

'அதை இன்னும் நீ அறியவில்லையா?' என்றபின் புன்னகையுடன் 'அவர் பேரரசர் திருதராஷ்டிரருக்கும் அவரது வைசியர்குலத்து இசைத்தோழி பிரகதிக்கும் பிறந்தவர்' என்றார் காசிநாட்டரசி பானுமதிதேவி. ஒருகணம் நெஞ்சைப்பற்றிக்கொண்டு அசைவற்று நின்றிருந்த தேவப்பிரபாதேவி அம்புபட்ட மான்போல கூவியபடி துள்ளி ஓடி சாளரம் வழியாக வெளியே குதித்துவிட்டார்.

கீழே அப்போதுதான் ஒரு மூங்கில்பல்லக்கு கொண்டுவந்து நிறுத்தப்பட்டிருந்தது. அதன் வளைவுக்கூரைமேல் விழுந்தமையால் உயிர்பிழைத்தார்... ஆனால் உடல் மூங்கிலால் துளைக்கப்பட்டுவிட்டது. கால் எலும்புகள் ஒடிந்தன" என்றான் தேரோட்டி. "மருத்துவர் எருமைத்தெய்வத்திடம் போராடி அவரை மீட்டனர். ஆனால் அவரால் கையூன்றியே நடக்கமுடியும்."

கர்ணன் முகத்தில் உணர்வுகளேதும் தெரியவில்லை. மாளிகைகள் மிதந்து பின்னால் சென்றன. சிவதர் பேச்சை மாற்றும்பொருட்டு ஏதேனும் சொல்லவிரும்பினார். ஆனால் முற்றிலும் புதிய ஒன்றைத் தொடங்குவது மேலும் பிழையென்றாகும் என எண்ணி "நான் பலநாட்கள் அந்தியில் இங்கு நின்று நிஷாதஅரசியை நோக்கியிருக்கிறேன்" என்றார். "அவர் வெளியுலகை நோக்கி அமர்ந்திருப்பதாகத் தோன்றும். ஆனால் உயிர்வெளியாக அவர் புறத்தை நோக்கவில்லை. மாபெரும் ஓவியத்திரையாக நோக்கிக்கொண்டிருக்கிறார். திரைச்சித்திரங்களுக்கு திரும்பி அவரைப் பார்க்கும் உரிமை இல்லை என்று எண்ணிக்கொண்டேன்."

"காந்தார அரசி சம்படையின் மைந்தன்தான் குண்டாசி" என்றான் கர்ணன். சிவதர் அவன் குரல் இயல்பாக இருந்ததனால் ஆறுதல்கொண்டு "ஆம், அதை நான் கேட்டிருக்கிறேன்" என்றார். கர்ணன் "குண்டாசியை நீங்கள் சந்தித்ததுண்டா சிவதரே?" என்றான். "மும்முறை பார்த்திருக்கிறேன்" என்றார் சிவதர். "இம்முறை நான் இன்னும் அவரை பார்க்கவில்லை. மதுவுக்கு அடிமை என்றார்கள்" என்றார். கர்ணன் "இளமையில் மண்வந்த தேவமைந்தன்போல் இருப்பான். பெரும்பாலும் அழகும் அறிவும் நற்குணமும் கொண்டவர்களே மதுவுக்கு அடிமையாகிறார்கள்..." என்றான். சிவதர் "மென்பளிங்குக்கல்லை கட்டடமூலையில் வைத்தால் அது எடை தாளாது சிதையும். அது நுண்ணிய சிற்பங்களுக்குரியது" என்றார்.

கர்ணன் பெருமூச்சுடன் "எப்போதும் என்னிடம் ஏதோ ஒன்றை சொல்வதற்கு எழுவதுபோலிருப்பான். மிகக்கூரிய சொற்களை சொல்லத்தெரிந்த ஒரே கௌரவன் அவன். ஆனால் இன்னும் அவன் என்னிடம் என்ன சொல்லவிரும்புகிறான் என்பதைச் சொன்னதில்லை" என்றான். தேரோட்டி "குடித்தே அழிகிறார். அரண்மனை அறையில் பூட்டிவைத்தார்கள். தெற்கிலிருந்து வந்த மருத்துவர்கள் பலமுறை அவரை நேர்படுத்தியிருக்கிறார்கள். சிலநாட்கள் சீராக இருப்பார். குளித்து நெற்றிக்குறி அணிந்து புத்தாடையும் அணிகளுமாக கோயில்களுக்குச் செல்வார். மீண்டும் கால்களில் காற்று ஆட சந்தைகளில் பார்க்கமுடியும்" என்றான்.

அவர்களின் தேர் ஏரியை அணுகியபோது ஏரியின் மதகுகளிலிருந்து பொழிந்த சிற்றருவிகளின் ஓசை எழுந்து காற்றிலேறிச் சுழன்றது. அப்பொழிவுகள் உருவாக்கிய துமிப்புகை முன்காலை ஒளியில் சிறுமழைவிற்களை சூடியிருந்தது. நீராவி வந்து காதுகளை மூடி மழை வரப்போகிறது என்ற எண்ணத்தை உருவாக்கியது. தேர் சற்று மேடேறிச் செல்ல, இடப்பக்கம் சிற்றருவிகளின் வெள்ளிவளைவுகள் தெரிந்தன. ஏரிப்பரப்பின் அலைவெளிச்சம் முகத்தின்மேல் பொழிந்து

கண்களை கூசச்செய்தது. தேரைச்சூழ்ந்த ஒளியலைகளால் நீருக்குள் மூழ்கிச்செல்வதுபோல் தோன்றியது. ஏரிக்கரையின்மேல் அமைந்திருந்த அகன்ற கற்பாதையில் மிதந்து செல்வதைபோல் ஒழுகிய தேர் அங்கு அமைக்கப்பட்டிருந்த முற்றத்தை அடைந்து வளைந்து நின்றது.

முன்னரே அங்கு ஜயத்ரதனின் தேர் இருப்பதை கர்ணன் கண்டிருந்தான். சிவதர் "சிந்துநாட்டரசரின் தேரிலேயே இந்திரப்பிரஸ்தத்தின் இளவரசரும் வந்திருக்கிறார்" என்றார். கர்ணன் அப்போதுதான் அதை உணர்ந்து "ஆம்" என்றான். அவர்கள் இறங்கி நின்றதும் அங்கு நின்றிருந்த பிரமோதர் வந்து தலைவணங்கி "சிந்துநாட்டரசரும் பீமசேனரும் அங்கே நீர்விளையாடுகிறார்கள்" என்றார். கர்ணன் புன்னகைத்து "மறுகரையிலா?" என்றான். "ஆம், அங்கே சற்று ஆழம்குறைவு. இங்கு மதகுகளின் உள்ளிழுப்பும் உண்டு" என்றார் பிரமோதர். "கௌரவ இளவரசர்களும் அவர்களின் இளமைந்தர்களும் நீரில் இறங்கியிருக்கிறார்கள். மேற்குக் கரையின் ஏரிநீரே கலங்கி வண்ணம் மாறிவிட்டது."

"நடந்துதான் செல்ல வேண்டுமா?" என்றான் கர்ணன். "இல்லை. புரவிகளில் செல்லலாம். தேர்கள் இதன்மேல் செல்வது ஏற்கப்பட்டதல்ல" என்றார். "நடந்தே செல்கிறேன்" என்ற கர்ணன் திரும்பி சிவதரைப் பார்த்தபின் ஏரியின் கரைப்பாதையில் நடந்தான். பிரமோதர் "நான் உடன் வரவேண்டுமா?" என்றார். "தேவையில்லை" என்றான் கர்ணன். "ஏனென்றால் ஒருவேளை அரசரே நீர்விளையாட்டுக்கு வரக்கூடும் என்றார்கள். அவரை எதிர்கொள்ள நான் இங்கு நிற்கவேண்டியுள்ளது" என்றார். கர்ணன் புன்னகைத்துவிட்டு சிவதருடன் நடந்தான்.

அவனுடன் நடந்த சிவதர் "அரசரே வந்தாலும் நான் வியப்புறமாட்டேன்" என்றார். "வரவில்லையென்றாலும் அவர் உள்ளம் இவர்களுடன் இங்கு நீர் விளையாடிக்கொண்டிருக்கும். என்றும் அவர் உள்ளூர விழைவது அதைத்தான்" என்றான் கர்ணன். "பீமசேனரின் தோள்களைத்தான் எண்ணிக்கொண்டிருந்தேன். அவை துரியோதனரின் தோள்களேதான்." கர்ணன் அப்பேச்சைத் தவிர்க்க விழைந்து "ஆம்" என்றான். "காலையில் பீமசேனர் களம்சென்று பேரரசரிடம் தோள்கோத்து விளையாடியிருக்கிறார்." கர்ணன் "வென்றாரா?" என்று கேட்டான். "இல்லை, மூன்றுமுறையும் பேரரசரே வென்றார். அவரை எவராலும் வெல்லமுடியாது."

கர்ணன் "ஆம், அவை மானுடரின் தோள்களே அல்ல" என்றான். சிவதர் "அதன்பின் துரியோதனரும் பீமசேனரும் கதைகோத்தனராம். இருமுறை அவரும் இருமுறை இவரும் வென்றிருக்கிறார்கள்" என்றார். கர்ணன் "அவர்கள் நிகரானவர்கள்" என்றான். "எவர் வெல்லவேண்டுமென்பதை

ஆட்டங்களின் தெய்வங்கள் பகடையுருட்டி முடிவுசெய்கின்றன.” சிவதர் ஏதோ சொல்லவந்தபின் வாயை மூடிக்கொண்டார். “என்ன எண்ணிக் கொண்டிருக்கிறீர்கள்?” என்றான் கர்ணன். “இல்லை” என்றார் சிவதர். “சொல்லுங்கள்” என்றான் கர்ணன்.

“என் எண்ணங்கள் ஏன் இவ்விதம் செல்கின்றன என்று எண்ணிக் கொண்டிருந்தேன்” என்றார் சிவதர். “எவ்விதம்?” என்றான் கர்ணன். “அதை சொல்லென ஆக்குவது சேற்றில் விதைப்பதற்கு நிகர். ஒன்று நூறு என விளைந்து பெருகி என்னிடம் திரும்பி வரும். என் உள்ளேயே இருண்ட களஞ்சியத்திற்குள் மூடி வைத்துவிடுகிறேன்” என்றார். கர்ணன் அவரை ஒருமுறை சூழ்ந்து நோக்கியபின் விழிகளைத் திருப்பி மறுஎல்லை வரை நிறைந்து நீலம் ஒளிர்ந்துகிடந்த ஏரியை நோக்கியபடி நடந்தான்.

ஏரிக்காற்று அவர்களின் ஆடைகளை பறக்கச்செய்தது. கரைவிளிம்பில் அமர்ந்திருந்த நாரைகள் எழுந்து சிறகடித்து வானில் நின்று பின் மறுபக்கம் நோக்கி தங்கள் நிழல்பாவைகளை இழுத்தபடி சிறகசையாது மிதந்துசென்றன. சற்றுநேரத்திலேயே நகரம் மூழ்கி பின்னால் சென்றதுபோல் தோன்றியது. ஏரி இடதுபக்கம் விழிதொடும் எல்லை வரை சிற்றலைப்பரப்பென கிடந்தது. மேற்குக்கோட்டையின் கரியகோடு மிகத்தொலைவில் அதன் எல்லையென தெரிந்தது. அதற்கு அப்பால் பச்சைத்தீற்றலென மேற்குக்காட்டின் மரங்களின் உச்சிகள் தெரிந்தன. ஏரிக்கரைச்சாலைக்கு வலப்பக்கம் ஏரியிலிருந்து நகருக்குள் செல்லும் பன்னிரண்டு பெரிய குழாய்கள் இறங்கி மண்ணுக்குள் புகுந்து மறைந்தன. அவற்றுக்குள் நீர் ஓடும் ஓசை மெல்லிய அதிர்வென ஏரிக்கரையில் பரவி கர்ணனின் இரு கால்களை அடைந்தது.

“நான் இங்கு அடிக்கடி வந்ததில்லை. இத்தனை பெரிய நீர்ப்பரப்பு இங்குள்ளது என்றெனக்குத் தெரியும். அது அளிக்கும் விடுதலையையும் பலமுறை அறிந்திருக்கிறேன். ஆயினும் இங்கு வரத்தோன்றியதில்லை” என்றான் கர்ணன். “நீராடிச் செல்கையில் மறுநாளும் வரவேண்டுமென்று எண்ணாதவர் இல்லை. ஆனால் வருபவர் சிலரே” என்ற சிவதர் “நான் ஏரியில் நீராடுவதே இல்லை. அசைவற்ற நீரில் நீந்துவது என் கைகள் அறியாதது. கங்கைக்கரையில் பிறந்தவன்” என்றார். கர்ணன் திரும்பி நோக்கி “நகரமென இங்குளது மாபெரும் பகடைக்களம். எப்போதும் ஒரு காய் நம்மை நோக்கி நகர்த்தப்பட்ட பிறகே அந்தியுறங்கச் செல்கிறோம். நமது காயை நகர்த்தாமல் மறுநாளைத் தொடங்க நம்மால் முடியாது” என்றான்.

ஏரிக்கரையிலிருந்து நீர்ப்பரப்பை நோக்கி இறங்கிச்சென்ற செங்கல்லால் ஆன படிகளில் காலடியோசை கேட்க, கர்ணன் திரும்புவதற்குள்

குண்டாசி தடதடவென ஒலியெழுப்பியபடி மேலேறி வந்தான். முன்னோக்கி விழுபவன்போல உடலை வளைத்தபடி வந்து மூச்சிரைக்க "அங்க நாட்டரசரை வணங்குகிறேன்" என்று அவன் சொன்னபோது கள்மயக்கிலிருக்கிறானா இல்லையா என்று அறியமுடியவில்லை. அவன் புத்தாடை அணிந்து நகைகள் போட்டிருந்தான். தலையில் புதிய தலைப்பாகை இருந்தது.

"வா இளையோனே! உன்னைத்தான் தேடிக்கொண்டிருந்தேன். பீமபலனிடம் கேட்டபோது நீ பெரும்பாலும் அரண்மனையிலேயே இருப்பதாகவும் இப்போது நூலாய்வில் மூழ்கியிருப்பதாகவும் சொன்னான்" என்றான் கர்ணன். குண்டாசி காற்றுபீரிடும் ஒலியில் நகைத்து "ஆம், நான் வெளியே வரும்போது என்னைப்பற்றி அப்படி பலரும் சொல்வதைக் கேட்கிறேன். அதிலிருந்து நான் செய்து கொண்டிருப்பது நூலாய்வு என்று தெரிந்து கொள்கிறேன்" என்றபடி அருகே வந்தான். அவனிடமிருந்த மெல்லிய நடுக்கமும், கழுத்துத் தசைகள் இறுகி இறுகி நெளிந்ததும், உதடுகளின் இருபக்கத்திலிருந்த சிறு கோணலும் அவனிடம் கள்மயக்கிருப்பதைக் காட்டின. கர்ணன் "பகலிலேயே..." என்றான்.

சிரித்தபடி "காலையிலேயே..." என்றான் குண்டாசி. "துயிலெழுகையில் ஒரு மொந்தை நிறைய கடும்மதுவைக் குடிக்காமல் என்னால் என்னை உணரமுடியாது மூத்தவரே. இதுவரை பன்னிரண்டு முறை மதுவை கைவிட்டிருக்கிறேன். ஒவ்வொருமுறையும் மேலும் ஊக்கத்துடன் திரும்பி வந்திருக்கிறேன். இன்று காலையும் அப்படி திரும்பிவந்தேன்." அவன் "ஆகவேதான் இந்தப் புத்தாடைகள்... எப்படி உள்ளன?" என்றான். "நன்று" என்றான் கர்ணன். "நான் இளவரசனைப்போல் இருப்பதாகச் சொன்னார்கள்... நான் இளவரசனைப்போல பேசவேண்டும் என முயல்கிறேன்."

அவன் கையை நீட்டி விரலால் சுட்டி ஏதோ சொல்லவந்து அது பிடிகிடைக்காமல் கைவிட்டு "ஆனால் ஒன்று... இப்போது மது என்னை உளறச்செய்வதில்லை. அல்லது மது அருந்தாதபோதும் நான் மது அருந்தியவனாக பேசத்தொடங்கியிருக்கிறேன்" என்றான். "நன்று" என்றபின் கர்ணன் திரும்ப, அவன் கர்ணன் கையை தொட்டு "மூத்தவரே, அங்கு நீர்விளையாட்டு நிகழ்கிறது. இங்கிருந்து அதை பார்த்துக் கொண்டிருந்தேன்" என்றான். கர்ணன் "நீயும் இறங்கி நீந்தியிருக்கலாமே?" என்றான். அவ்வார்த்தைக்குப் பொருளில்லை என அவன் அறிந்திருந்தாலும் அப்போது இயல்பாகக் கேட்கவேண்டியது அதுவே என்று தோன்றியது.

"நீங்கள் நினைப்பதுபோல் அல்ல மூத்தவரே. என்னால் நீந்த முடியும்" என்றான் குண்டாசி. "ஆனால் இங்கிருந்து அதைப்

பார்த்துக்கொண்டிருக்கவே விரும்புகிறேன். விந்தையான ஒரு நிகழ்வு அது...” அவன் தன் தலையை கையால் தட்டி “பித்தெழுந்து சித்தம் பிறழ்ந்த கவிஞன் ஒருவனின் நாடகத்தை களிமயக்கில் கூத்தன் நடிப்பது போல” என்றான். சிரித்து “சரியாகச் சொல்லிவிட்டேன் அல்லவா? என்ன அருமையான சொல்லாட்சி! சிறந்த ஒப்புமை” என்றான். புருவம் சுளித்து “எது?” என்றான் கர்ணன். “இவ்விளையோரும் அவரும் நீராடுவது” என்றான் குண்டாசி.

கர்ணன் அவனை புரியாமல் நோக்கிக்கொண்டிருந்தான். குண்டாசி “அவரது கைகளால் மட்டுமே தூக்கப்படக்கூடிய பெருங்கதாயுதம் ஒன்று இங்குள்ளது அறிவீர்களா?” என்றான். “இங்கா?” என்று கேட்டான் கர்ணன். “ஆம், முன்பு புராணகங்கையில் அது கிடைத்தது. இங்கிருந்த பெருங்களிறான உபாலன் இறந்தபோது அதை எரியூட்ட புராணகங்கையில் குழிதோண்டினர். அப்போது அது தட்டுப்பட்டது. முதலில் ஏதோ மாளிகைமுகட்டின் மாடக்கலம் என்றே எண்ணினர். முழுமையாக எடுத்தபின்னரே அது கதைப்படை என தெரிந்தது.” கர்ணன் அவனை வெறுமனே நோக்கினான்

“மூத்தவர் பிறப்பதற்கு முந்தையநாள் அது நிகழ்ந்தது என்கிறார்கள்” என்றான் குண்டாசி. “மூத்தவரின் பிறப்புக்குமுன் எழுந்த தீக்குறிகளில் ஒன்றென உபாலனின் இறப்பைச் சொல்வதுண்டு நிமித்திகர். அந்த கதையை தூக்கும் வல்லமைகொண்ட ஒருவனே மூத்தவரைக் கொல்லமுடியும் என்று பின்னர் சூதர் பாடத்தொடங்கினர்.” வாயை சப்புக்கொட்டி உதடுகளின் பொருத்தில் நுரையென இருந்த எச்சிலை மேலாடையால் துடைத்தபடி “ஆகவே அவர் வெல்லற்கரியவர் என்று முடிவுசெய்துவிட்டனர். ஏனென்றால் பொதுவான கதைப்படைகளைவிட அது பதினெட்டு மடங்கு பெரியது. மானுடர் எவரும் அதை அசைக்கக்கூட முடியாது.”

“ஆம், பார்த்திருக்கிறேன்” என்றான் கர்ணன். குண்டாசி “ராகவராமனின் அணுக்கராகிய அனுமனின் கையிலிருந்த கதை அது என்கிறார்கள். இந்நகரின் முகப்பில் அதை நிறுவி அதற்கு ஐவேளை பூசைகள் செய்கிறார்கள். பெருந்தெய்வமென அது எழுந்தருளியிருக்கிறது. எதற்குத் தெரியுமா?” என்றவன் குரல் தாழ்ந்தது. இருகண்களும் அகன்றன. கருவிழிகள் மேலும் அகல உள்ளே கருந்துளைகள் திறந்தன. “ஏன் தெரியுமா?” கர்ணன் “சொல்” என்றபடி பொறுமையற்ற உடலசைவுடன் திரும்பி சிவதரைப் பார்த்தான். அவர் கண்முன் விரிந்த ஏரியை நோக்கி சுருங்கிய கண்களுடன் நின்றிருந்தார்.

“அது அனுமனின் கதை அல்ல மூத்தவரே. நாம் நின்றிருக்கும் இந்த அஸ்தினபுரி நம் மூதாதை ஹஸ்தியால் உருவாக்கப்பட்டதல்ல. இதை

உருவாக்கியதால்தான் அவர் ஹஸ்தி என்று அழைக்கப்பட்டார். இதை இங்கு அவர் ஏன் உருவாக்கினார்? இங்கு ஆறுகளில்லை. மலைகளின் பாதுகாப்புமில்லை. இங்கு ஏன் ஒரு நகரை உருவாக்கினார் என்றால்...” அவன் கைகளைத்தூக்கி “இங்கு ஏற்கெனவே ஓர் அஸ்தினபுரி இருந்தது. அந்த அஸ்தினபுரியின் எஞ்சிய இடிபாடுகளைக்கொண்டு உருவாக்கப்பட்ட நகரம் இது” என்றான். மேலும் அணுகி ஆழ்ந்த குரலில் “அந்த அஸ்தினபுரிநகரம் அதற்கு முன் இங்கிருந்த இன்னொரு அஸ்தினபுரியின் சிதைவுகளால் உருவாக்கப்பட்டது” என்றான்.

கர்ணன் மீசையை நீவியபடி ஏரியின் ஒளி அலையடித்த முகத்துடன் நோக்கி நின்றான். “மூத்தவரே, மண்ணுக்கடியில் பல அஸ்தினபுரிகள் இருக்கின்றன. மிக ஆழத்தில் இருக்கும் அஸ்தினபுரி நாம் எண்ணிப்பார்க்கவே அஞ்சும் அளவுக்கு பேருருக்கொண்டது. அதில் எஞ்சிய ஒரு துளியே அடுத்த அஸ்தினபுரி. அதன் துளியே அடுத்தது. நாமிருக்கும் இந்த இறுதியான அஸ்தினபுரி இலைநுனியில் துளித்துத் தொங்கி ஆடி நிலையற்றிருக்கும் ஒரு சிறுதுளி. அதன் நீர்மையிலாடும் துளிநிழல்கள் நாம்.”

“நல்ல கற்பனை” என்றபின் கர்ணன் திரும்பினான். அவன் தோளைப்பற்றி “உங்களுக்கு விருப்பிருந்தால் சென்று அந்த கதைப்படையைப் பாருங்கள். எளிய படைக்கலம் அல்ல அது. அது ஏதோ ஒரு பெருஞ்சிலையின் கையில் இருந்தது. ஆனால் எந்தச் சிலை?” என்றான் குண்டாசி. “முற்காலத்தில் எங்காவது மாபெரும் அனுமன் சிலை ஒன்றை அமைத்திருக்கலாம்” என்றார் சிவதர். “அணுக்கரே, ராகவராமனும் அனுமனும் வாழ்ந்த காலம் நமது முனிவர்களின் சுவடிகள் எட்டும் தொலைவில்தான். இப்படி ஒரு பெருஞ்சிலையோ அதன் கையில் ஒரு பெருங்கதையோ அமைத்ததாக எந்தச் சிற்பநூலும் சொல்லவில்லை. எந்த முனிவரின் காவியமும் சொல்லவில்லை. நான் அதைத்தான் நூல்களில் மாதங்களாக அமர்ந்து ஆய்வுசெய்தேன்.”

“அப்படி இருந்தால்கூட அது எங்ஙனம் இங்கு வந்தது? புராணகங்கையின் நீரில் வந்தது என்கிறார்கள். புராணகங்கை இத்தனை பெரிய உலோகப் பொருளை உருட்டி வருமா என்ன?” என்றான் குண்டாசி. “என்ன சொல்லவருகிறாய்?” என்றான் கர்ணன். “மூத்தவரே, இங்கு ஒரு மாபெரும் சிலை இருந்தது. அந்தச் சிலையின் கையில் இருந்த கதை அது. கதை மட்டுமே நமக்குக் கிடைத்திருக்கிறது. அந்த மாபெரும் சிலை இந்த மண்ணுக்குள்தான் இருக்கிறது. மண்ணுக்குள் புதைந்து அது புன்னகைத்துக் கொண்டிருக்கிறது” குண்டாசி சொன்னான். அவனது ஒருகண் அதிர்ந்தது.

“ஏன்?” என்றான் கர்ணன். “ஏனென்றால் அது பலிகொள்ளப்போகிறது... நூற்றுக்கணக்கான பலிகள். ஆயிரக்கணக்கான பலிகள். உடைந்து சிதறும் மண்டைகள். நீர்த்துளிகள் தெறிப்பதுபோல ஒவ்வொரு மண்டையும் சிதறும். மானுடத்தலை என்பது உடல்மிகுந்த குருதி கொதித்து நுரைத்து நிறைந்த ஒரு பானை அன்றி வேறேதுமில்லை. சிதறப்போகிறது செங்குருதி! வெண்மூளையுடன் சேர்ந்து நிணம் ஊறிப்பரவி கால்வழுக்கும் குருதி. ஆம், அதை நான் அறிவேன். அதைத்தான் இங்கிருந்து நான் பார்த்துக்கொண்டிருக்கிறேன்” குண்டாசி நடுங்கும் குரலில் சொன்னான்.

“இதோ இந்த ஏரி... நீங்கள் இதை நீல நிறமாகப் பார்க்கிறீர்கள். நான் அதை சிவந்த நிறமாகப் பார்க்கிறேன். இது ஓர் ஏரியல்ல மூத்தவரே, இது ஒரு குருதிப்பெருக்கு. மூதாதையர் மேலே விண்ணுலகிலிருந்து பதைபதைத்துக் கீழ்நோக்குவதை பார்க்கிறேன். அவர்கள் என்னிடம் சொல்கிறார்கள் மூடா, குடித்துக் குடித்து உன் உடல் கெட்டுவிட்டது. உன் உயிர் படுதிரியென எரிகிறது. நீ இருப்பதே இந்த எச்சரிக்கையை அவர்களுக்குக் கொடுப்பதற்காகத்தான், சென்று சொல் என்று!”

மீசையை ஒதுக்கிவிட்டு மறுகரையை நோக்கியபடி “சென்று சொல்லவேண்டியதுதானே?” என்றான் கர்ணன். “சொன்னேன். என்னை துச்சலர் ஓங்கி அறைந்து பிடித்துத் தள்ளினார். நான் அழுதபடி இங்கு வந்து அமர்ந்தேன். மூத்தவரே, நீங்கள் சொன்னால் கேட்பார்கள். சென்று சொல்லுங்கள்!” என்றான். “என்ன சொல்லவேண்டும்?” “இந்த ஏரியில் நீராடவேண்டாம். இது குருதி என்று சொல்லுங்கள். இவர்கள் அத்தனை பேர் தலையையும் உடைக்கப்போகும் கதைப்படை இங்கு உள்ளது என்று சொல்லுங்கள். அந்த கதையை எடுக்கப்போகிறவன் யார் தெரியுமா?”

“யார்?” என்றான் கர்ணன். “பீமன் அவன் பேர்... பீமன் என்றால் என்ன பொருள்?” சிவதர் “பெரியவன் என்று” என்றார். “ஆம், பெரியவன். நம்மனைவரைவிட பெரியவன். இன்னும் சில நாட்களில் அவன் உடலில் கொலைத்தெய்வங்கள் குடியேறும்” என்றான் குண்டாசி. “அத்தனை தெய்வங்களுக்கும் கருவறைகள் அமைந்த பேராலயம் என அவனுடல் மாறும். நம் தலைக்குமேல் கிளைவிரித்து விழுதுபரப்பி நிற்கும் ஆலமரமென அவன் எழுவான். அவன் கையில் அந்த கதை கொல்படையாகும். அதைச் சுழற்றி நம்மை அறைந்து சிதறடிப்பான். நமது தலைகள் பல்லிமுட்டைகள் என சிதறும். மூளையும் கொழுப்பும் நிணமும் கலந்து அவை தெறிப்பதை என்னால் பார்க்க முடிகிறது.”

குண்டாசியின் ஒரு கண்ணிலிருந்து கண்ணீர் வழிந்தது. அந்தவிழி அடிபட்டதுபோல துடிதுடித்தது. “வெறும் குருதிக் குமிழிகள்

மூத்தவரே. எங்கள் தலைகள் எல்லாம் வெறும் குருதிக்குமிழிகள் அன்றி வேறொன்றுமில்லை. அதை நான் இங்கிருந்து பார்த்துக்கொண்டிருந்தேன்." உரத்த வெறிக்குரலில் "இதோ தெரிகிறதே, இது என்ன? இது ஏரி என்று நீங்கள் பார்ப்பீர்கள். இது நீரல்ல. இது குருதிப்பெருக்கு... செங்குருதிப்பெருக்கு! இப்பெருக்கில் விழுந்து நீராடுகிறார்கள் மூடர்கள்! நான் சென்று அதை அவர்களிடம் சொன்னேன். துச்சலர் என்னை அடித்துத் துரத்தினார். ஆகவே இங்கு வந்து அமர்ந்திருக்கிறேன்" என்றான்.

அவன் குனிந்து கர்ணனின் கால்களைப் பற்ற வந்தான். "நீங்கள் சொன்னால் கேட்பார்கள். உங்கள் கால்களைப் பற்றி மன்றாடுகிறேன். சென்று அவர்களிடம் சொல்லுங்கள்!" அடைத்தகுரலில் "என்ன?" என்றான் கர்ணன். "அங்கு நீராடவேண்டாம் என்று சொல்லுங்கள். இக்குருதியில் ஆடவேண்டாம் என்று நான் மன்றாடுவதாகச் சொல்லுங்கள். அவர்களை கரையேறி எங்கேனும் நின்றுகொள்ளச்சொல்லுங்கள். இங்கிருக்கும் அத்தனை கௌரவர்களும் அவர்களின் மைந்தர்களும் இந்நகரை உதறிவிட்டு தப்பி ஓடட்டும்."

குண்டாசி விசும்பியபடி சொன்னான் "மூத்தவரே, பாரதநிலம் மிகப்பெரியது. அடர்காடுகள் உள்ளன. இவர்கள் அசுரர்கள். இவர்கள் வேட்டையாடி மகிழ்ந்து வாழும் காடுகள் உள்ளன. மீன் பிடித்து உண்ணத்தகுந்த பெருநதிகள் உள்ளன. மலைகள், தாழ்வரைகள், புல்வெளிகள்... மூத்தவரே, முடிவின்றி பெருகிக் கிடக்கிறது பாரதவர்ஷம். இங்கு வேண்டாம்! இந்நகரத்தின் அடியில் குருதிவிடாய் கொண்ட மாபெரும் கொலைத்தேவன் ஒருவன் துயில்கொண்டிருந்தான். இதோ அவன் கண்விழித்துவிட்டான். கொல்கருவியை நோக்கிக் கைநீட்டிவிட்டான். நான் சொல்வதை அவர்களிடம் சொல்லுங்கள்!"

"சரி" என்றபின் கர்ணன் திரும்பினான். "மூத்தவரே, நில்லுங்கள்! நான் சொல்வதைக் கேளுங்கள்!" என்றபடி குண்டாசி பின்னால் வந்தான். "செல்! விலகு!" என்றான் கர்ணன். உரக்க "இல்லை மூத்தவரே" என அவன் கைகளைப் பிடிக்க வந்தான். உரக்க "போதும், விலகு!" என்றான் கர்ணன். "மூத்தவரே..." என்றபடி அவன் பின்னால் வந்தான். கர்ணன் திரும்பிப் போகும்படி கைகாட்ட, "சரி" என்றபடி அவன் நின்றுகொண்டான்.

5

கர்ணன் தனக்குப்பின்னால் "மூத்தவரே" என முனகிய குண்டாசியை திரும்பி நோக்காமல் சலிப்புடன் நடக்க, சிவதர் அருகே வந்தபடி "உள்ளுணர்வுகளின் காற்றால் அலைக்கழிக்கப்படும் இறகு" என்றார். கர்ணன் சினத்துடன் திரும்பி "அதையும் அணிகொண்டுதான் சொல்ல வேண்டுமா?" என்றான். சிவதர் சிரித்து "எப்படித் தவிர்ப்பது? நாமனைவரும் வாழ்வது ஒரு பெருங்காவியத்தின் உள்ளே அல்லவா?" என்றார். புருவம் சுருக்கி "என்ன காவியம்?" என்றான் கர்ணன்.

"நம்மனைவரின் வாழ்வையும் எங்கோ இருந்து கிருஷ்ணத்வைபாயன மகாவியாசர் ஒரு முடிவற்ற பெருங்காவியமாக எழுதிக்கொண்டிருக்கிறார் என்கிறார்கள் சூதர்கள். ஆகவே நாம் சொல்லும் ஒவ்வொரு சொல்லும் அவர் முன்னரே எழுதிக்கொண்டிருப்பதுதான்" என்றார் சிவதர். "உளறல்" என்று கர்ணன் கையசைத்தான். "சூதர்களுக்கு மாயங்களை அமைப்பதே வேலை. அவர்களின் வீண்சொற்கள் நம் சித்தங்களிலும் சிக்கிக்கொள்கின்றன."

"இல்லை, நான் அதை உண்மை என்றே நம்புகிறேன். அவர் நாளை எழுதப்போகிறாரா நேற்றே எழுதிவிட்டாரா என்பதெல்லாம் முதன்மையான வினாக்கள் அல்ல. ஆனால் இவையனைத்தும் அக்காவியத்தின் நிகழ்வுகள் என்பதில் ஐயமில்லை. அதன் பல்லாயிரம் இயல்தகவுகளின் சிடுக்குகளில் உள்ளன நம் வாழ்க்கையின் வினாக்களும் விடைகளும்."

"காவியங்களில் வாழ்வதெனும் கற்பனை ஷத்ரியர்களுக்கு மட்டும்தான் என நினைத்தேன்" என்றான் கர்ணன். "இல்லை அரசே, காவியம் கற்ற அனைவருக்குமே அந்த உளமயக்கு உள்ளது. காவியங்களில் நான்

இருக்கப்போவதில்லை. இதோ ஒற்றைமுகத்தின் ஓராயிரம் வடிவமென எழுந்துள்ள இவர்களிலும் எவர் எஞ்சுவார்கள் என அறியேன். நீங்கள் இருப்பீர்கள். உங்கள் தோழர்களும் எதிரிகளும் இருப்பார்கள்.”

“ஏனென்றால் காவிய ஆசிரியன் வாழ்க்கையை பெரும்போர்க்களமென்று எண்ணுகிறான். அதில் நீங்களெல்லாம் பெருந்தேர்வீரர்கள். உங்களைக்கொண்டே அவை எழுதப்படும். உங்கள் தேர் ஊர்ந்துசெல்லும் வழியின் சிற்றுயிர்களே பிற மானுடர்கள்” என்ற சிவதர் புன்னகைத்து “உயர்ந்தோர் மாட்டு உயிர்க்கும் உலகை இளமையிலேயே நாங்கள் அறிந்துகொள்கிறோம்” என்றார்.

கர்ணன் “இது என்ன பேச்சு? வீண்...” என கையை அசைத்தான். “ஆனால் இத்தகைய எண்ணங்களை நாம் அனைவரும் விரும்புகிறோம். ஓர் இடர் எழுகையில் உரிய தீர்வுக்குச் செல்வதைவிட பொருத்தமான ஒப்புமையை அல்லது அணிச்சொல்லை அடைவதைப்பற்றித்தான் நாம் கவலை கொள்கிறோம். கிடைத்ததும் வென்றுவிட்டதாக எண்ணி உவகையில் துள்ளுகிறோம்.” திரும்பி குண்டாசி இருந்த இடத்தை நோக்கிய கர்ணன் “இந்தக் குடிகாரமூடனும் காவியங்களுக்குள் சென்று விழுந்ததை எண்ணினால்தான் வியப்பாக இருக்கிறது” என்றான்.

“கற்கும் நூல்களில் இருந்தே நமது மொழி அமைகிறது அரசே. இதோ இப்பெரும் ஏரியும் கோட்டையும் அதற்கப்பாலுள்ள அரண்மனைத் தொகையும் அனைத்துமே ஒப்புமைகளாகவும் உருவகங்களாகவும் சொல்லணிகளாகவும் என் கண்களுக்குத் தென்படுகின்றன” என்றார் சிவதர். “சொல்லப்போனால் நானேகூட உங்களுடன் சேர்க்கப்பட்ட ஓர் அணியசைச் சொல் மட்டுமே.” கர்ணன் சிரித்து “ஆம், எளிய சொற்றொடரில் எண்ணம் எடுப்பதற்கே உளப்பழக்கம் அற்றவராகிவிட்டோம்” என்றான்.

ஏரிமேல் நாரைகள் வெண்தாமரை மலர்த்தொகை போல கொத்தாக நீந்திச்சென்றன. அவற்றின் கால்கள் நீருக்குள் துழாவுவதைப் பார்க்கமுடியவில்லை. ஆகவே அவை ஒழுக்கில் இழுத்துச்செல்லப்படுவதுபோல் தோன்றின. சிவதர் சிரித்து “அவையும் அணிகளாகப் பொருள்கொள்கின்றன என் நெஞ்சில்” என்றார். “சொல்லுங்கள்” என்றான் கர்ணன் புன்னகையுடன். “நாம் வேறென்ன பேசிக்கொள்ளமுடியும்?”

“பராசரரின் புராணமாலிகையில் வரும் உவமை. உள்ளம் என்பது அன்னத்தின் கால். அது இயங்குவதை அன்னம் அறியாது.” கர்ணன் நகைத்து “ஆம்” என்றான். சிவதர் “இப்போது சிந்துநாட்டரசர் செய்ய வேண்டியதென்ன என்று அவரிடம் சொல்ல வேண்டியதில்லை”

என்றார். “அவர் எந்நேரமும் துரியோதனருடன் இருக்கவேண்டும் என்று மட்டும் சொன்னால் போதும்.”

கர்ணன் “எந்நேரமும் என்றால்...?” என்றான். “எந்நேரமும்” என்று சிவதர் அழுத்தினார். “ஒரு தருணத்தில்கூட பாஞ்சாலத்து அரசி துரியோதனரை தனிப்பட்ட முறையில் சந்திக்கலாகாது. அவர்களிடையே ஒரு சொல்லாடல்கூட நிகழலாகாது.” கர்ணன் ஏதோ சொல்லவந்தபின் தலையசைத்தான். “சொல் எனும் நாகப்பல்...” என சிவதர் தலையை அசைத்தார்.

கர்ணன் புருவம் சுருங்கி நோக்க, “அரசே, இங்கிருந்து சென்று மீள்வது வரை விழிப்பிலும் துயிலிலும் அரசர் துரியோதனர் அருகே ஜயத்ரதர் இருப்பாரென்றால் கணிகர் சொன்ன அத்தருணத்தைக் கடந்து இங்கு மீள முடியும்” என்றார் சிவதர். கர்ணன் அவர் கண்களை சிறிதுநேரம் நோக்கியபின் “ஆம், உண்மை” என்றான். பின்பு முகம்விரிய நகைத்து “ஜயத்ரதன் ஒன்றையும் தவறவிடமாட்டான். ஏனென்றால் அவன் இன்னொரு அரசநாகம்” என்றான். சிவதர் இப்போது புரிந்துகொண்டு “ஆம்” என நகைத்தார்.

“ஆனால் இதெல்லாம் தேவையற்ற முன்னெச்சரிக்கைகள் என்றே என் உள்ளம் சொல்கிறது” என்றான் கர்ணன். சிவதர் “நாம் செய்யக்கூடுவது இது ஒன்றே. இதை மீறி அடுத்த காயை தெய்வங்கள் நகர்த்தக்கூடும்” என்றார். கர்ணன் சினத்துடன் திரும்பி “சிறந்த வழியொன்றைச் சொல்கிறீர்கள். அதன் பிறகு அதை நீங்களே தோற்கடிக்கிறீர்கள்” என்றான். “அது சிறந்த வழிதான். ஆனால் தெய்வங்களைத் தடுக்கும் வழி அல்ல. அதைத்தான் சொன்னேன்” என்றார் சிவதர். “இனி தாங்கள் எதுவும் சொல்லவேண்டியதில்லை” என்று சொல்லிவிட்டு கர்ணன் மறுபக்கமாக திரும்பிக்கொண்டான்.

மறுகரையில் நாட்டப்பட்டிருந்த மூங்கில்மேல் சிந்துநாட்டின் கரடிக்கொடி பறந்துகொண்டிருப்பதைப் பார்த்தான். அவனை நோக்கி ஓடிவந்த சிந்துநாட்டு காவலர்தலைவன் தலைவணங்கி “அரசர் நீர்விளையாடுகிறார் அங்கநாட்டரசே” என்றான். கர்ணன் “சிந்துநாட்டரசரை ஓர் அலுவலுக்காக பார்க்க வந்தேன்” என்றான். அவன் தயங்கி “எவரையும் அருகணையவிடவேண்டாம் என எனக்கு ஆணை” என்றான். “நான் அழைத்ததாகச் சொல்” என்றான் கர்ணன். சிவதர் “வேண்டாம், நாங்களே சொல்லிக்கொள்கிறோம்” என முன்னால் சென்றார்.

“நான் வந்திருக்கலாகாதென உணர்கிறேன் சிவதரே” என்றான் கர்ணன். “எளிய செய்தி. அதைச்சொல்ல நானே ஏரிக்கரைவரை வரவேண்டுமா?”

சிவதர் “இல்லை, இக்களியாட்டத்தை தாங்கள் காண்கிறீர்கள் என பீமசேனர் உணரவேண்டும். அங்கு சென்று காத்திருப்போம். நாம் காத்திருப்பது அக்களியாட்டத்தை முடித்து வைக்கும்” என்றார்.

“ஜயத்ரதர் மேலேறி வந்ததும் அவரிடம் தனியாக அவர் இந்திரப்பிரஸ்தத்திற்கு துரியோதனருடன் துணையாகச் செல்லவேண்டும் என்று கோருங்கள். நாம் சொல்வதென்ன என்பதை தொலைவில் நின்று நோக்குகையிலேயே இளையபாண்டவர் உணர்ந்து கொள்வார். அந்தச் செய்தியுடன் அவர் இந்நகர்விட்டு நீங்க வேண்டும்.”

“இது எதுவும் எனக்குப் புரியவில்லை” என்றான் கர்ணன். “பீமசேனர் நுட்பமானவர். அவர் இங்கு வந்திருக்கும் பாஞ்சால அரசியின் வாயும் செவியும் விழியும்” என்றார் சிவதர். “நீங்கள் ஜயத்ரதருக்கு எத்தனை நெருக்கமென அவர்கள் அறிந்தாகவேண்டும். நீங்கள் அவரே என அரசி எண்ணவேண்டும்.”

அவர்கள் அணுகும்தோறும் மேற்குக்கரையில் ஏரிநீர்ப்பரப்பு கொந்தளித்துக் கொண்டிருப்பதைக் காணமுடிந்தது. “மீன்கூட்டம் கரையணைந்தது போல” என்றார் சிவதர். அதையே கர்ணனும் எண்ணிக்கொண்டிருந்தான். பல்லாயிரம் மீன்கள் கரையணைந்து துள்ளி விழுந்து வால்சுழற்றி அறைந்து சிறகுகளை வீசிஎழுவதுபோல அப்பகுதியே கொப்பளித்து அலைபாய்ந்தது. அங்கு மட்டும் சுழல் காற்றுகள் ஏரி மேல் படர்ந்தது போல. அல்லது மேலிருந்து பெரும் பாறைகள் அங்கே உதிர்வது போல. அங்கே எழுந்த கூச்சல்களும் சிரிப்பொலிகளும் எதிர்ப்பக்கமிருந்த கரிய பெருங்கோட்டையில் மோதி திரும்பவந்தன. காற்றில் சிதறி காதருகே சில சிதர்கள் ஒலித்துப்பறந்தன.

கரையிலிருந்து கூட்டங்கூட்டமாக இளைய கௌரவர்கள் நீரில் பாய்ந்தனர். நீர் வெடித்து பளிங்குச்சில்லுகளாக பரவி உருவான நீலவாய் அவர்களை அள்ளி விழுங்கியது. நீர்ப்பரப்பைப் பிளந்து பிறந்து வந்து தலைசிலுப்பி வாயில் அள்ளிய ஒளியை உமிழ்ந்து கூச்சலிட்டனர். நீரின் அலைவிளிம்பிலிருந்து ஆமைக்கூட்டங்கள்போல கரைநோக்கி தவழ்ந்தேறி எழுந்து கரைமேல் ஓடினர். நீரில் பீமன் நீந்திக்கொண்டிருப்பதை தொலைவிலிருந்தே அவன் கண்டான். அவனைச் சூழ்ந்து சென்ற இளையகௌரவர்கள் அவன் தோள்மேல் ஏறியும் கடந்து தாவிக்குதித்தும் அவன் முதுகின்மேல் மிதித்து எம்பிவிழுந்தும் கூச்சலிட்டு நகைத்துக் கொண்டிருந்தனர்.

கர்ணன் “அவனே இவர்களுக்கு சரியான விளையாட்டுத் தோழன்” என்றான். “ஆம், நானும் அதைத்தான் நினைத்தேன். பிறிதெவரும் சலிக்காமல் இம்மைந்தருடன் இத்தனைநேரம் ஆடமுடியாது. அவர்

இவர்களில் ஒருவர்.” அவர்கள் கரையை அடைந்ததும் ஜயத்ரதனின் அணுக்கர் சுப்ரர் அருகே வந்து தலைவணங்கினார். “நாங்கள் சிந்துநாட்டு அரசரிடம் சில சொற்கள் பேச விரும்புகிறோம். அரண்மனைக்குச் சென்றோம். அவர் இங்கிருப்பதாக சொன்னார் அமைச்சர். இன்றியமையாத மந்தணம் என்பதனால் இங்கே வந்துவிட்டோம்” என்றார் சிவதர்.

“அவர் அதோ நீர்கொண்டாடிக் கொண்டிருக்கிறார்” என்றார் சுப்ரர். அப்போதுதான் ஜயத்ரதனும் கௌரவர்களுடன் இணைந்து பீமனுடன் களியாடிக் கொண்டிருப்பதை கர்ணன் கண்டான். “அவர்களுடன் கலந்துவிட்டார்” என்றார் சிவதர். “ஆம், அவர் விழைந்ததும் அதுவே” என்றான் கர்ணன். சுப்ரர் புன்னகைசெய்தார்.

கர்ணனைக் கண்ட சுஜாதன் நீரிலிருந்து கொப்பளித்தெழுந்து கைகளை நீட்டி “மூத்தவரே” என்று கூவியபடி மீண்டும் நீரில் விழுந்து மறைந்தான். “பெரிய தந்தையே” என அவனைப்போலவே எம்பியபடி லக்ஷ்மணன் கூவினான். “பெரீந்தையே! பெரீந்தையே!” என்று நூற்றுக்கணக்கான சிறுதொண்டைகள் கூச்சலிட்டன.

கரைகளில் நின்றிருந்த அத்தனை இளையகௌரவரும் கர்ணனை நோக்கிக் கைவிரித்துக் கூச்சலிட்டபடி ஓடிவந்தனர். “பெரீந்தையே! நான் நீரில் குதித்தேன்... நான் யானைபோல நீரில் குதித்தேன்! பெரீந்தையே!” எவரும் ஆடை அணிந்திருக்கவில்லை. முன்னால் வந்த மூவர் கர்ணனை முட்டித்தள்ள, கர்ணன் அவர்களை அவ்விசையாலேயே பற்றி சுழன்று நின்று சிரித்தபடி சிவதரிடம் “மீன்கள் போலவே முட்டுகிறார்கள் சிவதரே” என்றான்.

மேலும் மேலும் அவர்கள் வந்து அவனை முட்ட, அவர்களைச் சுழற்றி திருப்பி நீரை நோக்கி விசிறினான். தவளைகள் போல காற்றில் கைவிரித்து பறந்துசென்று அவர்கள் நீரில் உதிர்ந்தனர். பிற இளையவர் “என்னையும்! என்னையும்! பெரீந்தையே என்னையும்!” என்று கூச்சலிட்டபடி அவன் மேல் பற்றி தொற்றி ஏறிக்கொண்டனர். அவன் ஒவ்வொருவரையாகத் தூக்கிச் சுழற்றி நீரில் வீசினான். அதையே ஓர் ஆடலாக எடுத்துக்கொண்டு மேலும் மேலும் என இளையகௌரவர்கள் வந்து கொண்டிருந்தனர்.

நீரில் நீந்திக் கொண்டிருந்த பீமபலன் மல்லாந்து “மூத்தவரே, வாருங்கள்! நீரில் பாயுங்கள்!” என்றான். “இல்லை, நீராட வரவில்லை” என்றான் கர்ணன். “நீராட வராவிட்டாலும் நீராடலாமே” என்றான் நிஷங்கி. அருகே புரண்டு எழுந்த வாலகி “நான் மறுகரை வரை சென்று வந்துவிட்டேன் மூத்தவரே” என்றான்.

துரியோதனனையும் துச்சாதனனையும் தவிர கௌரவர்கள் அத்தனைபேரும் அங்கு நீராடிக்கொண்டிருப்பதை கர்ணன் கண்டான். அத்தனைபேரும் ஏதோ ஒருவகையில் பீமனை மையம் கொண்டே நீர்விளையாடினர். பீமன் அவர்களை நீரில் பற்றி அழுத்தி மேலேறித்தாவினான். அவர்கள் பீமன் மேல் மிதித்தேறி கைவிரித்து துள்ளி ஆற்றில் சுழன்று விழுந்தனர். பீமன் அவர்களைக் கூட்டமாக இழுத்தபடி கரைவந்து அப்படியே ஒரு மானுடச்செண்டு போல் மேலேறினான்.

“அஹ்ஹஹ்ஹா! அவருக்கு நூறுதலை! அவர் இலங்கையரசர் ராவணப்பிரபு” என்று கைநீட்டி ஊர்ணநாபன் சிரித்தான். பீமன் சுழன்று அவர்களை நாலாபக்கமும் உதிர்த்தபின் ஓடிச்சென்று கைதூக்கி துள்ளி நீரில் விழ, அவர்கள் அவனுக்கு மேல் குதித்து ஒவ்வொருவராக விழுந்தனர். ஏரி கொப்பளித்து கரையில் அலைகள் வந்து மோதி மணலை அடர்த்தி நீரில்விழச்செய்தன.

“கொன்றுவிட்டோம்! மூத்தவரைக் கொன்றுவிட்டோம்” என கைவீசிச் சிரித்தபடி நாகதத்தன் கூச்சலிட்டான். “கொன்றுவிட்டோம்! கொன்றுவிட்டோம்” என்று உக்ரசேனனும் சத்யசந்தனும் கூவினர். “பெரீந்தை கொன்றோம்! பெரீந்தை கொன்றோம்” என இளையகௌரவர் கிளிக்கூட்டம்போல கூவினர். அப்பால் சென்று எழுந்து பீமன் தலைதூக்கி சிரிக்க, “வந்துவிட்டார்! பாதாளத்திலிருந்து வந்துவிட்டார்” என்று கூச்சலிட்டபடி அவனைத் துரத்திச் சென்றனர் உக்ரசேனனும் சத்யசந்தனும்.

“பெரீந்தை பாதாளம்! பெரீந்தை வந்துவிட்டார்!” என்று கூவினர் இளையவர்கள். பீமனை மகோதரனும் அப்ரமாதியும் ஒருபக்கம் செறுக்க, அவன் மூழ்கி மறைந்தான். “பெரீந்தை பாதாளம்!” என்று இளையோர் கூவினர். “பெரீந்தை மீண்டும் கொன்றுவிட்டோம்” என்றான் ஒருவன். “பெரீந்தையே, பாதாளத்திலிருந்து வாருங்கள்” என்று ஒருவன் எம்பிக்குதித்தான்.

கர்ணனிடம் ஓடிவந்து “பெரீந்தையே, அந்தப்பெரீந்தை அவ்வளவு தூரம் செல்கிறார்” என்று ஒரு சிறுவன் சொன்னான். “அவரால் இந்த ஏரியை நான்குமுறை நீந்தமுடியும்” என்றான் அவன் பின்னால் ஓடிவந்த இன்னொரு பொடியன். “அவர் வானில் பறக்கிறார்” என்று ஒரு குழந்தை கூவினான். “அவர் அனுமன்” என்றான் இன்னொரு சிறுவன். “ஆம்” என்றான் கர்ணன்.

பீமன் நீரைப்பிளந்து திரிகளாக முகத்தில் தொங்கிய முடிக்கற்றைகளை நீர் சிதற பின்னால் தள்ளி கூச்சலிட்டு நகைக்க, அவர்கள் பீமனை நோக்கி “பெரீந்தையே பெரீந்தையே” என்று கரையில் நின்று துள்ளி குதித்துக்கொண்டிருந்தனர்.

லக்ஷ்மணன் கர்ணன் அருகே வந்து "அத்தனை பேரும் அவரால் பித்துப்பிடித்தவர்களாகிவிட்டார்கள் பெரியதந்தையே. இனி அவர் எளிதில் இங்கிருந்து செல்ல முடியாது. சென்றுவிட்டாரென்றாலும் நெடுநாள் அவரைப்பற்றியே எண்ணிக்கொண்டிருப்பார்கள்" என்றான். சுஜாதன் "அவரையே தங்கள் உண்மையான தந்தை என்று ஒருவன் சொன்னான்" என்றான். சிரித்தபடி "ஒருவேளை அது உண்மையாக இருக்கலாம்" என்றான் கர்ணன். அவன் என்ன சொல்கிறான் என்பது புரியாமல் சுஜாதன் "அவரிடம் நீங்கள் இனிமேல் என் தந்தையாக இருங்கள் என்று சம்பு சொன்னபோது பீமசேனர் ஆம் அவ்வாறே என்றார்" என்றான்.

லக்ஷ்மணன் ஓடிச்சென்று நீரில் பாய, சுஜாதன் "இதோ நானும்!" என்றபடி அவனைத் தொடர்ந்து ஓடிச்சென்று காற்றில் எம்பி கைவீசியபடி நீரில் பாய்ந்தான். மேலும் சில குழந்தைகள் கர்ணனை நோக்கி வந்து "பெரீந்தையே, நீராட வாருங்கள்! நீராட வாருங்கள்!" என்று கைபற்றி குதித்தன. அவன் அவர்களை அள்ளி நீரில் வீசிவிட்டு "இப்போதல்ல" என்றான். உடனே மேலும் விசிறப்பட ஆவல்கொண்ட இளைய கௌரவர் "பெரீந்தையே, நான் தவளை! பெரீந்தையே, நான் தவளை!" என கூவியபடி ஓடிவந்தனர்.

அப்பால் ஏரியில் அவர்கள் நின்றிருக்கும் திசையை நோக்கி பீமன் நீந்திவர, கௌரவர்களும் இளையகௌரவர்களும் கூட்டமாக அவனைத் துரத்திவந்தனர். நீரில் ஒரு சுழி எழுந்து அணுகுவது போலிருந்தது. பீமனின் பெரிய கைகள் நீரை உந்த தலை எழுந்து எழுந்து அமைந்தது. தலையும் இரு கால்களும் மட்டுமே கொண்ட விந்தையான விலங்கொன்று நீர் மேல் நடந்து வருவதுபோல் தோன்றியது. அவனைத் தொடர்ந்து வந்த துஷ்பராஜயன் "விடாதீர்கள்... சூழ்ந்துகொள்ளுங்கள்" என்று கூவினான். விகடிநந்தன் "அவர் கரையேறமாட்டார்... எதிர்ப்பக்கமாகச் செல்லுங்கள்" என்று கூச்சலிட்டான்.

ஆனால் பீமன் கரையை நோக்கியே வந்தான். கற்களை அடுக்கிக் கட்டப்பட்ட கரைச்சரிவை அடைந்ததும் கரையில்நின்ற இளைய கௌரவர்கள் "பிடிக்கிறோம்! பெரீந்தையை பிடிக்கிறோம்" என்று கூவியபடி அவனை நோக்கி ஓடினார்கள். கர்ணனிடம் கன்மதன் "பெரீந்தையே, என் ஆடையைக் காணவில்லை" என்றான். "நீ ஆடையில்லாமல்தானே இருந்தாய்?" என்றான் கர்ணன். "நான் ஆடையை அங்கே நீரில் விட்டேன்" என்றான் கன்மதன். "பெரீந்தை என்னை இங்கே தொட்டு பாம்புக்குஞ்சே என்கிறார்."

கர்ணன் தன் மேலாடையை அவனுக்கு அளிக்க, அவன் அதை தன் இடையில் சுற்றியபடி "ஆடை இருக்கிறதே! பாம்புக்குஞ்சு இல்லையே!"

என்று கூவியபடி பீமனை நோக்கி ஓடினான். பீமன் கரைமேல் ஏறி அவர்கள் ஒவ்வொருவரையாகத் தூக்கி நீரில் வீசிவிட்டு மேலே வந்தான். கன்மதனின் ஆடையைப் பற்றி இழுக்க அவன் "பாம்புக்குஞ்சு இல்லை! பாம்புக்குஞ்சு இல்லை!" என்று அலறினான். அவனை அப்படியே தூக்கி நீரில் வீசிவிட்டு அவன் கர்ணனை நோக்கி வந்தான்.

அவன் இடையில் அணிந்திருந்த புலித்தோலாடையிலிருந்து சொட்டிய நீர் வெண்கலத்தாலானவைபோல இறுகியிருந்த கெண்டைக்கால்களின் மீதும் முழங்கால் குச்சிமேலும் கணுக்கால்களின் மேலும் வழிந்தது. நீர் வழிந்த தோள்கள் வாழைத்தண்டு போல் மெருகுடன் ஒளிவிட்டன. தலையைச் சிலுப்பி கூந்தலிலிருந்து நீர்த்துளிகளை உதிர்த்தபடி இரு கைகளாலும் நீவி பின்னால் விட்டான். கைகளிலும் தோளிலும் இருந்த நீர்த்துளிகளைத் தட்டிவிட்டபடி கர்ணனை நோக்கி வந்தான். கர்ணன் அவனைப் பார்த்ததும் அவன் ஏதோ சொல்லவிருக்கிறான் என்று உணர்ந்தவனாக மீசையை நீவியபடி நின்றான்.

அருகே வந்த பீமன் "தங்களை இன்று அரண்மனைக்கு வந்து சந்திப்பதாக இருந்தேன் அங்கரே. ஒரு செய்தி உள்ளது" என்றான். மீசையை நீவியபடி "வருக!" என்றான் கர்ணன். "இல்லை, அது அரசமுறைத்தூது அல்ல என்பதனால் அரண்மனைக்கு வருவதும் முறையல்ல. என்ன செய்வதென்றே தெரியவில்லை. இப்போது தாங்களே தேடி வந்திருக்கிறீர்கள். ஆகவே இதுவே தருணமென தோன்றியது" என்றான் பீமன்.

மெல்லிய உளப்பதற்றத்துடன் "சொல்லுங்கள்" என்றான் கர்ணன். "தாங்களும் இந்திரப்பிரஸ்தத்தின் மங்கலப்பெருவிழாவுக்கு வரவேண்டுமென்பது பேரரசியின் அழைப்பு." கர்ணன் பொருள்கொள்ளா விழிகளுடன் நோக்க "அரசரோ அரசியோ அல்ல, பேரரசி மட்டுமே தங்களை அழைத்திருக்கிறார்கள்" என்றபின் பீமன் அவன் கண்களை ஒருகணம் மட்டும் பார்த்துவிட்டு பார்வையைத் தாழ்த்தினான்.

"நன்று" என்றான் கர்ணன் உணர்ச்சியின்றி. "மார்த்திகாவதியின் பிருதையின் அழைப்பு அது. தனிப்பட்ட முறையில் என்னிடம் சொல்லப்பட்டது. தங்களிடம் இதோ அளிக்கப்பட்டுள்ளது" என்றபின் பீமன் தலைவணங்கி விலகிச் சென்றான். அவன் காலடிகள் மண்ணில் அழுந்தி மீள்வதை நோக்கியபடி கர்ணன் அசைவற்று நின்றான். தொலைவில் சித்திரவர்மன் "மூத்தவரே, நாங்கள் மீண்டும் மறுகரை நோக்கிச் செல்லவிருக்கிறோம்" என்றான். "மூத்தவரே, மறுகரை... வடக்குக்கரை" என்றான் துராதரன். "ஆம், செல்வோம்!" என்று கூவியபடி பீமன் அவர்களை நோக்கி ஓடினான்.

“பெரீந்தையை பிடித்துவிட்டோம்! பெரீந்தையைக் கொல்லப்போகிறோம்!” என்றபடி இளையகௌரவர்கள் பீமனைத் தொடர்ந்து ஓடினர். எதிரே வந்தவர்கள் அவனை மறித்து அவன்மேல் பாய்ந்தனர். மேலும்மேலும் இளைய கௌரவர்கள் அவன் மேல் கவ்விமூடினர். சில கணங்களிலேயே கௌரவர்களால் முற்றிலும் மறைக்கப்பட்டான். அத்தனை பேரையும் அள்ளியபடி ஓடிச்சென்று எம்பி அவர்களுடன் சேர்ந்தே நீரில் பாய்ந்தான். கூச்சலிட்டபடி அத்தனை பேரும் நீரில் விழுந்தார்கள்.

தலைகளாகச் சிதறி நீர் விட்டு தலைதூக்கி கைவீசிக் கூவியபடி அவர்கள் அவனைத் துரத்த, மூழ்கி நெடுந்தொலைவு சென்று மேலெழுந்தான். கர்ணன் அவர்களை நோக்கியபடி மீசையை முறுக்கியும் கலைத்து நீவி மீண்டும் முறுக்கியும் நின்றான். அவன் குழல்கள் காற்றில் எழுந்தமைந்தன. நீரலைகள் அவன் விழிகளில் தெரிய அவை நீர்மைகொண்டவைபோல தெரிந்தன.

“நாம் செல்வோம்” என்றார் சிவதர். திடுக்கிட்டு மீண்ட கர்ணன் “ஆம்” என்றான். “நாம் இங்கு வந்திருக்கலாகாது” என்றார் சிவதர். “ஏன்?” என்றான் கர்ணன். “இங்கு வந்தது தங்கள் உள்ளத்தை பெருமளவுக்கு மாற்றிவிட்டது” என்றார். “ஆம், சிவதரே, இன்று இப்போது இவ்வாடை அனைத்தையும் களைந்து இவர்களுடன் சேர்ந்து களியாடுவதன்றி நான் விழைவது பிறிதொன்றுமில்லை” என்றான் கர்ணன்.

பகுதி 6

விழிநீரனல்

1

அரசப்பெரும்படகின் அகல்முற்றத்தில் இடையில் கையூன்றி நின்றபடி அதைத் தொடர்ந்து விழிதொடும் தொலைவுவரை அலைகளில் எழுந்தமர்ந்து வந்துகொண்டிருந்த அஸ்தினபுரியின் படகுநிரையை கர்ணன் நோக்கினான். அவன் ஆடை எழுந்து சிறகடித்தது. தலைமயிர்க் கற்றைகள் பறந்தன. வீசும் காற்று தன்னிலிருந்து எண்ணங்களை சிதறடித்துக்கொண்டு செல்வதாகவும் அவ்விரைவிலேயே எண்ணங்கள் ஊறிக்கொண்டிருப்பதாகவும் உணர்ந்தான்.

எடைமிக்க காலடிகளுடன் நெருங்கி வந்த துச்சாதனன் "மூத்தவரே" என்று வெடிக்குரலில் அழைத்தான். கர்ணன் திரும்பி புருவத்தைத் தூக்க, உரக்க நகைத்தபடி அவன் படகிலிருந்து சுட்டிக்காட்டி "வாத்துக் கூட்டம் போல் இருக்கிறது... ஆயிரம் வாத்துக்கள்!" என்றான். கர்ணன் புன்னகைத்தான். தன் கலைந்த குழலை அள்ளிக் கட்டிக்கொண்டான்.

துச்சாதனன் பாய்வடத்தைப் பற்றியபடி நின்று தொடர்ந்துவந்த படகுகளை நோக்கி கைசுட்டி "இருநூற்றி அறுபது படகுகளில் வரிசைச்செல்வம் ஏற்றப்பட்டுள்ளது. காவல்படகுகளும் அகம்படியர் படகுகளும் அணிப்பரத்தையர் படகுகளும் என மேலும் ஆயிரம் படகுகள் வருகின்றன. இத்தனை பெரிய அணியூர்வலம் இன்றுவரை பாரதவர்ஷத்தில் நடந்ததில்லை என்று சற்றுமுன் சூதர் சுபகர் பாடிக் கொண்டிருந்தார். நான் அவருக்கு ஒரு முத்துமாலையை அளிக்க விரும்பினேன். ஆனால் கழுத்தில் நான் முத்துமாலை அணிந்திருக்கவில்லை. ஆகவே ஒரு குடுவை யவனமதுவை அளித்தேன்" என்றான்.

கர்ணன் புன்னகைத்தபடி “நன்று” என்றான். “கேட்டுவிட்டேன் மூத்தவரே, துவாரகையிலிருந்து நூற்றுநாற்பது படகுகள் இந்திரப்பிரஸ்தத்திற்குச் சென்றன. பாஞ்சாலத்திலிருந்து எண்பது படகுகள் மட்டுமே. நாம் பத்து மடங்கு படகுகளுடன் செல்கிறோம்.” கர்ணன் புன்னகைத்தான். துச்சாதனன் “அஸ்தினபுரியின் கருவூலம் இத்தனை ஆழம்மிக்கது என்று சிலநாட்களுக்கு முன்புதான் எனக்கே தெரியும். பல அடுக்குகளாக அது இறங்கிச் சென்றுகொண்டே இருக்கிறது. மேலே இருக்கும் நம் அரண்மனைக்கு நிகரான ஒரு புதையுண்ட அரண்மனைவளாகம் அது” என்றான்.

கர்ணன் “அஸ்தினபுரியின் குலமுறை போல” என்றான். “ஆம், அதையேதான் நானும் எண்ணினேன். இங்கிருந்து மாமன்னர் குரு வரை ஓர் அடுக்கு குருவிலிருந்து ஹஸ்தி வரை இன்னொரு அடுக்கு ஹஸ்தியிலிருந்து யயாதி வரை இன்னொரு அடுக்கு” என்றான் துச்சாதனன். “அங்கிருந்து புதனுக்கும் பின்னர் சந்திரனுக்கும் இறுதியில் விண்ணளந்த பெருமாளுக்கும் செல்ல முடியும்” என்றான் கர்ணன் சிரித்தபடி.

அதை வேடிக்கை என்று எடுத்துக்கொள்ளாத துச்சாதனன் “ஆம், மூத்தவரே. அஸ்தினபுரியின் கருவூலம் விண்ணவர் மட்டுமே அறிந்தது. இந்திரப்பிரஸ்தம் நம்மிடம் அதில் பாதியை வாங்கிச் சென்றபோது திகழ்கருவூலத்தில் மட்டுமே பங்கு அளிக்கப்பட்டது என்று விதுரர் சொன்னார். ஏனெனில் பெருஞ்செல்வத்துடன் அவர்கள் சென்றால் அவற்றைப் பாதுகாக்க போதிய படைவல்லமை இல்லாதிருக்கக் கூடும் என்று அவர் ஐயுற்றிருந்தார்” என்றான்.

கர்ணன் அப்போது அவனைத் தவிர்க்க எண்ணினான். ஆனால் அவன் கிளர்ச்சிகொண்டிருந்தான். “அத்துடன் தொன்மையான மூதாதையர் செல்வம் விற்கப்பட முடியாதது. கையில் உள்ளது என்று அது அளிக்கும் பெருமிதம் மட்டுமே அதன் பயன். அவர்கள் இடருற்றால் அதை விற்க முனையக்கூடும். எதிரிகள் அதை கைப்பற்றக்கூடும். ஆகவே அவர்கள் கோட்டை சமைத்தபின் அளிக்கலாம் என்று கருதியிருந்தார்.”

“அள்ளி அள்ளி வெளியே வைத்தபோது குபேரனின் கருவூலம் போன்றிருந்தது மூத்தவரே. ஆனால் மூத்தவர் ஒருகணம்கூட எண்ணாமல் அவற்றில் பாதி யுதிஷ்டிரருக்கு உரியது என்று சொல்லிவிட்டார். விதுரரே சற்று திகைத்துவிட்டார். அரசரிடம் அவரே ‘எண்ணிச் சொல்லுங்கள் அரசே, இப்பாரதவர்ஷம் கண்டதில் மிகப்பெரும் செல்வம் தாங்கள் அளிக்கவிருப்பது’ என்றார். அவர்களுக்குரியது அவர்களுக்கே என்று சொல்லி அரசர் கையசைத்தார். விதுரர் கைகூப்பினார்” என்றான் துச்சாதனன்.

கதைசொல்லும் குழந்தைகள் போல அவன் விழிகள் விரிந்திருந்தன. “ஆனால் அச்செல்வத்தை எடுத்து பெருமுற்றத்தில் நிறுத்தத் தொடங்கியபோது தம்பி துச்சலன் நினைவிழந்து விழுந்துவிட்டான்” என அவன் அகஎழுச்சியுடன் சொன்னான். “வைரக்கற்கள் அடங்கிய ஆமாடப்பெட்டிகளே ஆயிரத்திற்கும் மேல். பொற்குவியல், பவழங்கள், முத்துக்கள் என பெட்டிபெட்டியாக. அரிய வைரங்கள் பதிக்கப்பட்ட உடைவாள் பிடிகளே பல்லாயிரம். படுத்திருக்கும் விண்ணவனின் ஒரு பெருஞ்சிலை. அதில் பதிக்கப்பட்டுள்ள வைரங்கள் அஸ்தினபுரியின் மதிப்பைவிட மிகை என்றார் மணிநோக்கர்.” துச்சாதனன் குரலைத்தாழ்த்தி “செல்வம் விழிகளை நிறைக்கும்போது ஏன் அவ்வளவு அச்சம் எழுகிறது மூத்தவரே?” என்றான்.

கர்ணன் “செல்வம் நம்மைப் பாதுகாக்கும். பெருஞ்செல்வத்தை நாம் பாதுகாக்க வேண்டும். அதனால்தான்” என்றான். “உண்மை உண்மை” என்று தொடையில் தட்டி துச்சாதனன் கூவினான். “அத்தனை செல்வத்தைப் பார்க்கையில் அவை நம் அரண்மனைக்கு கீழா இருந்தன, இவற்றின் மேலா இத்தனை நாள் நிம்மதியாக விழிதுயின்றோம் என்று எண்ணி உளம் பதைத்தேன். உண்மையில் என்ன நினைத்தேன் தெரியுமா? நல்லவேளை இவற்றில் பாதியை அங்கு கொடுக்கிறோம், அஸ்தினபுரியைவிட பெரியகோட்டையும் கருவூலங்களும் அங்கு உள்ளன என்றுதான்.”

“பொருட்சான்று என்பதனால் கௌரவர் நூற்றுவரும் அங்கு இருந்தோம். தங்களுக்கு அழைப்பு வந்ததை தாங்கள் தவிர்த்துவிட்டீர்கள்.” கர்ணன் “ஆம், அங்கு நீங்கள் நூற்றுவர் மட்டுமே இருக்கவேண்டும் என்று நான் எண்ணினேன்” என்றான். “ஏன்?” என்றான் துச்சாதனன். “அது அவ்வாறுதான்” என்றான் கர்ணன். மேலே அதை எண்ணாமல் அவன் “ஆனால் எங்களில் நான்கு பேர் மட்டுமே அதை செல்வமென பார்த்தோம். மற்ற அனைவருக்கும் அவை விளையாட்டுப் பொருட்களாகவே தெரிந்தன” என்றான்.

அவனே மகிழ்ந்து சிரித்து “வாளற்ற உடைவாட்பிடிகளை எடுத்து ஒருவரோடொருவர் போர் புரிந்தார்கள். வைரங்கள் பதிக்கப்பட்ட கிண்ணங்களை மணிமுடிகளென தலையில் சூடிக்கொண்டார்கள். அருமணிகள் மின்னும் பொற்கவசங்களை எடுத்து தங்கள் பின்பக்கங்களில் அணிந்துகொண்டு தெருக்கூத்தர்களின் இளிவித்தை காட்டி நகைத்தனர். அவற்றின் மதிப்பு அவர்களுக்குத் தெரியவே இல்லை” என்றான். கர்ணன் “அல்லது அவற்றின் மதிப்பு அவர்களுக்குத் தெரிந்திருக்கிறது” என்றான்.

துச்சாதனன் அவன் எந்தப்பொருளில் அதைச் சொன்னான் என்பதை கண்களை சுருக்கி நோக்கிவிட்டு, எண்ணி ஏதும் பிடிகிடைக்காமல் தலையை அசைத்து "அத்தனை பெருஞ்செல்வம் இதோ இந்தப்படகுகளில்தான் ஏற்றப்பட்டது. தேர்ந்தெடுத்த அமைச்சர்களும் ஏவலர்களும் மட்டுமே அன்று அம்முற்றத்தில் இருந்தனர். அத்தனை கண்களிலும் பாதாள தெய்வங்களைக் கண்டேன். அவர்கள் ஒவ்வொருவரும் அதன்பொருட்டு பெற்ற தாயை கொலை செய்வார்கள் என்று தோன்றியது. ஆம் மூத்தவரே, அவர்களில் எவரும் அதன்பின் பலநாட்கள் துயின்றிருக்க மாட்டார்கள்" என்றான்.

உடனே முகம் மாறி "ஏனெனில் நான் துயிலவில்லை" என்று துச்சாதனன் சிரித்தான். "மூத்தவர் என்னிடம் எனக்கு என்ன தேவையோ எடுத்துக்கொள்ளச் சொன்னார். எனக்கு எதற்கு அதெல்லாம்? நான் மூத்தவரின் அருகே நின்றிருப்பவன் அவ்வளவுதான்" என்றான். அவன் முகம் மீண்டும் கூர்மைகொண்டது. "அரண்மனைக்குச் சென்று கண்மூடினாலே அச்செல்வம்தான் எழுந்து வரும். ஆனால் உயிருள்ளவையாக, நண்டுகள், அட்டைகள், வண்டுகள், புழுக்கள், பூச்சிகள் போல... அருவருத்தும் அஞ்சியும் எழுந்து அமர்வேன். செல்வம் நம் கனவில் ஏன் இத்தனை அருவருப்புக்குரியதாக வருகிறது மூத்தவரே?"

கர்ணன் "ஏனெனில் விழித்திருக்கும்போது நாம் அவற்றை அவ்வளவு விரும்புகிறோம்" என்றான். "அதனாலா? நான் நெடுநேரம் ஏன் என்று எண்ணினேன்" என்றான் துச்சாதனன் அதைப் புரிந்துகொள்ளாமல். அறைக்குள் இருந்து "மூத்தவரே" என்று உரக்க அழைத்தபடி துச்சலன் அவர்களை நோக்கி வந்தான். "நாம் எப்படி இந்திரப்பிரஸ்தத்திற்குச் செல்கிறோம்? கங்கையிலிருந்து யமுனைக்குள் சென்றுதானே?" "ஆம்" என்றான் கர்ணன். "அதைவிட்டால் வேறு வழி ஏதுமில்லை என்று நினைக்கிறேன்."

அதிலிருந்த நகையாடலை உணராமல் "ஆம், நானும் அவ்வாறு நினைக்கிறேன். ஏனெனில் படகுகள் போவது நீர்வழியில் மட்டுமே" என்று துச்சலன் சொன்னான். கர்ணன் துச்சாதனனிடம் "என்ன ஒரு கூரிய பார்வை, அல்லவா?" என்றான். துச்சாதனன் பெருமிதத்துடன் "ஆம், அவன் எப்போதும் எண்ணி சொல் சூழக்கூடியவன்" என்றான். கர்ணன் வாய்விட்டுச் சிரித்துவிட்டான்.

துச்சலனுக்குப் பின்னால் வந்த துர்மதன் "நான் சொன்னேன், எதற்காக நாம் இத்தனை சுற்றிப் போகவேண்டும் என்று. நமது புரவிப்படைகளை வழியிலேயே சுப்ரவனம் அல்லது பீதசிருங்கம் போன்ற துறைநகர்களில்

இறக்கி குறுக்காகக் கடந்தால் மிக எளிதாக இந்திரப்பிரஸ்தத்திற்குச் சென்றுவிட முடியுமே!" என்றான். கர்ணன் "முடியும். ஆனால் ஏன் அதைச் செய்யவேண்டும்? படகுகள் வசதியாகச் செல்கின்றன அல்லவா?" என்றான். "ஆம், ஆனால் புரவிகள் படகுக்குள் நிலையழிந்திருக்கும். அவை மண்ணில் ஓட விரும்பும்" என்றான் துர்மதன்.

"இந்திரப்பிரஸ்தத்தில் அவற்றை ஓட விடுவோம்" என்று கர்ணன் சொன்னான். "அந்நகரே எப்படி இருக்கும் என்று நமக்குத் தெரியாது. மேலும் அங்கு யாதவத்திரள் கெழுமி இருக்கும். புரவிகள் எப்படி ஓட முடியும்?" என்றான். கர்ணன் பதிலுரைக்காமல் உரக்க நகைத்தான். துர்மதன் "நான் தங்களிடம் கேட்க விரும்புவது ஒன்றே. மூத்தவரே, நாம் இப்போது மகதத்தின் எல்லைக்குள் சென்று போகிறோம். இப்பெருஞ் செல்வத்தை மகதம் கொள்ளையடிக்கும் என்றால் என்ன ஆகும்?" என்று கேட்டான்.

"கொள்ளை அடிக்கும் என்றால் நன்று" என்றான் கர்ணன். "ஏன்?" என்று துச்சாதனன் கேட்டான். "மகதத்துடன் இருக்கும் அத்தனை அரசர்களையும் இது ஒன்றைச் சொல்லியே நம்முடன் சேர்த்துக்கொள்ளமுடியும். பத்து நாளில் மகதத்தைத் தோற்கடித்து ஜராசந்தனை அஸ்தினபுரியின் தொழுவத்தில் கட்ட முடியும். இப்பெருஞ் செல்வத்தை துளிகூட அழியாது மீட்கவும் முடியும்" என்றான்.

அவர்கள் ஒருவரையொருவர் நோக்கிக்கொண்டனர். "மாமன்னர் யயாதியின் காலத்தில் அரசர்கள் பிறநிலங்கள் வழியாக பயணம் செய்யவும், சீர்செல்வங்கள் கொண்டுசெல்வதற்குமான ஒப்பந்தம் சௌனக, தைத்திரிய குருகுலங்களைச்சேர்ந்த நூற்றெட்டு முனிவர்களின் முன்னிலையில் நடந்தது. அஸ்தினபுரி உட்பட ஐம்பத்தாறு நாட்டு மன்னர்களும் கோல்தாழ்த்தி அதை ஏற்றிருக்கிறார்கள். ஐம்பத்தாறு நாடுகளிலும் அரியணைக்குக் கீழ் உள்ள கற்பலகைகளில் அந்த ஒப்பந்தத்தின் அனைத்து வரிகளும் பொறிக்கப்பட்டிருக்கின்றன."

"அதை எவரும் மீறமுடியாது. மீறுபவர்களை பிற மன்னர்கள் படைகொண்டு தாக்கி வெல்லவேண்டுமென்பது நெறி. அந்நெறி அமைந்தபின்னரே இங்கே பெருவணிகம் தொடங்கியது" என்றான் கர்ணன். "இளையோனே, இந்த பாரதவர்ஷத்தில் எந்த தனிநாடும் வல்லமை கொண்டதல்ல. நட்புக்கூட்டுகள் வழியாகவே ஒவ்வொன்றும் வல்லமை கொள்கின்றன. வலுவான அறநிலைப்பாடின்றி நட்புக்கூட்டுகளை முன்கொண்டு செல்ல முடியாது".

அவர்கள் ஒருவரையொருவர் நோக்கிக்கொண்டு "ஆம்" என்றனர். கர்ணன் துச்சாதனன் தோளைத்தட்டி "ஒன்று மட்டும் புரிந்துகொள்ளுங்கள்.

அறவோன் என்று இருப்பவனின் வல்லமை என்பது அவனுடன் இணைந்து நிற்கும் தோழர்கள்தான்" என்றான். "அப்படியென்றால் செல்வம்?" என்றான் துச்சலன். "செல்வமும் வல்லாண்மைவிருப்பும் கூட்டுகளை உருவாக்கும். அந்தக் கூட்டுகள் ஒவ்வொன்றுக்கும் உள்ளே தனிக்கணக்குகள் இருக்கும். செல்வத்தைப் பகிர்ந்துகொள்வதில் பூசல்கள் நிகழும். அந்தக் கூட்டு நீடிக்காது" என்று கர்ணன் சொன்னான். "இன்று அஸ்தினபுரியின் அரசர் இப்பெரும் செல்வத்தை இந்திரப்பிரஸ்தத்திற்கு அளிப்பதை நான் ஒப்புக்கொள்வதும் அந்த அறத்தின் பொருட்டே. இது சூதர் பாடலாகட்டும். நாடெங்கும் பாடப்படட்டும். ஒவ்வொரு அரசரும் இதை அறிவார்."

"இளையோரே, இன்று நிகழும் போட்டி இதுவே. அறத்தின் துலாத்தட்டில் எவர்தட்டு தாழ்கிறது என்பது. இன்றுவரை யுதிஷ்டிரர் பேரறத்தான் என்று சூதர்களால் பாடி நிறுத்தப்பட்டார். இப்போது நமது தட்டு தாழ்ந்துள்ளது. முறையான அழைப்பின்றியே உறவுமுறைக் கொடிகளுடன் அரசர் கிளம்பியிருக்கிறார். நிகரற்ற பெருஞ்செல்வத்தை உடன்பிறந்தார்கொடையாகக் கொண்டுசென்று இந்திரப்பிரஸ்தத்திற்கு அளிக்கவும் உள்ளார். ஆட்டத்தில் இப்போது நாம் வென்றிருக்கிறோம்."

துச்சாதனன் இழுபட்டுநின்ற பாய்வடத்தில் பின்பக்கம் சாய்ந்து அமர்ந்து "இக்கொடைக்குப்பின் இப்படி ஒரு நுண்கணிப்பு உள்ளதை நான் அறியவில்லை" என்றான். "அதை நானும் விதுரரும் அறிவோம். எங்கள் இருவரையும்விட நன்றாக கணிகரும் மாதுலர் சகுனியும் அறிவார்கள். இல்லையேல் அவர்கள் இக்கொடைக்கு ஒருபோதும் ஒப்புக் கொண்டிருக்கமாட்டார்கள்" என்றான் கர்ணன். "அறியாதவர் ஒருவர் உண்டென்றால் அது அஸ்தினபுரியின் அரசராகிய உங்கள் தமையன் மட்டுமே. அவர் மேலும் மேலும் தந்தையைப்போல் விழியற்றவராக ஆகிக்கொண்டிருக்கிறார்" என்றான்.

துர்மதன் உரக்க நகைத்து "ஆம், இதை நானே உணர்ந்தேன். அவரது உடலசைவுகள் தந்தையைப்போல் ஆகின்றன. முன்பெல்லாம் எங்களைப் பார்க்கையில் கண்களில் மட்டுமே கனிவு தெரியும். இப்போது எப்போது பார்த்தாலும் இளையவர்களை அள்ளி அணைத்துக்கொள்கிறார். தந்தையைப் போல தோள்களையும் புயங்களையும் தலையையும் தடவிப்பார்க்கிறார்" என்றான். துச்சலன் சற்று கவலையுடன் "அவருக்கு உண்மையிலேயே பார்வை குறைகிறதா மூத்தவரே?" என்றான். கர்ணன் உரக்க நகைத்து "சுவடிகளை அவையில்தானே படிக்கிறார்?" என்றான். "இல்லையே, சுவடிகளை பிறர்தானே படித்துக்காட்டுகிறார்கள்?" "அது அரசச்சுவடிகளை. மந்தண ஓலைச்சுருளை அவர்தானே படிக்கிறார்?"

துர்மதன் “அவற்றை சுபாகுவோ சுஜாதனோதான் படிக்கிறார்கள்” என்றான்.

கர்ணன் செல்லச்சலிப்புடன் “அவர் எதைத்தான் படிக்கிறார்?” என்றான். “அவர் யவன மதுப்புட்டிகளின் மரமூடியின் தலையில் பித்தளை வில்லையில் எழுதிப் பொறித்திருக்கும் சிறிய எழுத்துகளை மட்டும்தானே படிக்கிறார்? அதை நான் பார்த்தேன்” என்றான் துர்மதன். சிரித்தபடி “அவற்றைப் படிக்கும் மொழியறிவு அவருக்குண்டா?” என்றான் கர்ணன்.

“இல்லை. ஆனால் அவற்றில் எழுதப்பட்டிருக்கும் எழுத்துகளை, தெரிந்த எறும்புகளை அடையாளம் காண்பதுபோல் அவரால் காண முடியும். அவருக்குத் தெரிந்த எழுத்துகள் இருக்கிறதா என்று உறுதி செய்தபின்னரே அவர் அதை அருந்துவார்” என்றான் துர்மதன். “எழுத்துகள் இல்லையேல் அருந்தமாட்டார் என்றில்லை” என்றான் துச்சாதனன். “அவ்வெழுத்துகள் முறையாக இல்லாத புட்டிகளை இறுதியாக அருந்துவார்.”

கர்ணன் சிரித்தபடி “நன்று” என்றான். அறைக்குள் இருந்து சுஜாதன் வெளிவந்து “மூத்தவர்களே, இங்கு நின்று பேசிக்கொண்டிருக்கிறீர்களா?” என்றபடி அருகே வந்தான். “உள்ளே மூத்தவர் தங்களை தேடினார்”. “என்னையா?” என்றபடி கர்ணன் எழுந்தான். “ஆம், கிளர்ச்சியடைந்திருந்தார்... தாங்கள் தனியாக வரவேண்டுமென விழைகிறார்.” கர்ணன் துச்சாதனனின் தோளைத் தட்டிவிட்டு மேலாடையை சீரமைத்துக்கொண்டு நடந்தான்.

மரப்படிகளில் இறங்கி உள்ளறைக்குச் சென்றான் கர்ணன். அறைக்குள் பீடத்தில் அமர்ந்திருந்த துரியோதனனின் கையில் பொற்செதுக்குகள் பதிக்கப்பட்ட கொம்புறை கொண்ட குறுவாள் ஒன்று இருந்தது. “கதவை மூடுக மூத்தவரே!” என்றான். கர்ணன் கதவை மூடிவிட்டு அமர்ந்தான். துரியோதனன் குழந்தைகளுக்குரிய பரபரப்புடன் இருப்பதைப்போல் தோன்றியது. அந்தக் குறுவாளை நீட்டி “இதை பார்த்திருக்கிறீர்களா?” என்றான்.

கர்ணன் அதை வாங்கி நோக்கினான். அதிலிருந்த காகமுத்திரையை நோக்கியபின் துரியோதனனிடம் “காகம் எவருடைய இலச்சினை?” என்றான். “சுக்ராச்சாரியரின் இலச்சினை” என்றான் துரியோதனன். கர்ணன் மெல்லிய மெய்ப்புகொண்டான். அதைத் தூக்கி கண்ணருகே பிடித்து “முதலரசியின் குறுவாள்” என்றான். “ஆம், நம் கருவூலத்திலிருந்து இதை எடுத்தேன்...” கர்ணன் தன்னுள் எழுந்த சிறு ஐயத்துடன் “எதற்காக?” என்றான்.

துரியோதனன் கிளர்ச்சியுடன் சென்று அருகே இருந்த ஆமாடப் பெட்டியைத் திறந்தான். "நீங்கள் இதைப் பார்த்திருக்க வாய்ப்பில்லை..." என்றபடி விலகினான். அவன் திறக்கும்போதே கர்ணனின் உள்ளம் மின்னியிருந்தது. உள்ளே இருந்த மணிமுடியை நோக்கியபடி அவன் அசையாமல் நின்றான். "தேவயானியின் மணிமுடி" என்றான் துரியோதனன். "பாரதவர்ஷத்தின் முதல் சக்ரவர்த்தினி அணிந்து அரியணையமர்ந்தது..."

எட்டு திருமகள்கள் பொறிக்கப்பட்ட எட்டு இதழ்கள் கொண்ட தாமரைமலர் வடிவில் இருந்தது அந்த முடி. அவ்விதழ்களில் வைரங்கள் செறிந்திருந்தன. முதல்திரு, மகவுத்திரு, கல்வித்திரு, பொருள்திரு, கூலத்திரு, கரித்திரு, மறத்திரு, வெற்றித்திரு. எட்டென எழுந்தவள். எண்ணும் சொல்லில் எழுந்தவள். மலர்ச்செண்டா, வெட்டி எடுத்து தாலத்தில் வைத்த குருதி துடிக்கும் நெஞ்சக்குலையா?

"மன்வந்தரங்களின் தலைவரன பிரியவிரதரின் புதல்வி ஊர்ஜஸ்வதியின் கருவில் அசுரகுரு சுக்ரருக்குப் பிறந்த தேவயானி எங்கள் முதற்றாதை யயாதியின் அரசியாக வந்து அரசமர்ந்தபோது அசுரசிற்பி மயன் அனலில் எழுந்து அமைத்தளித்தது இம்மணிமுடி என்கிறார்கள். மார்கழி முழுநிலவில் மகம்நாளில் முதல்பேரரசி இதைச்சூடி கோலேந்தி குடைநிழல் அமர்ந்தாள். இன்றும் அந்நாளை அஸ்தினபுரியின் தென்மேற்குமூலையை ஆளும் கலையமர்கன்னி ஆலயத்தில் பெருங்கொடைநாளென கொண்டாடுகிறோம்" என்றான் துரியோதனன்.

கர்ணன் விழியேயென அதில் நட்டு நின்றான். ஒருசொல்கூட இல்லாமல் சித்தம் ஒழிந்துகிடந்தது. "அமைச்சர்கள் கலவறைப் பகுப்பின்போது இதை எடுத்து மேலே வைத்தனர். இதைப் பார்த்தகணம் என் உடல் மெய்ப்புகொண்டது. இதை அவள் தலையில் பார்த்துவிட்டேன்" என்றான் துரியோதனன். "அவளுக்காகவே அமைந்தது போலிருந்தது. மூத்தவரே, வேறெவரும் இப்புவியில் இதை இன்று சூடத்தகுதிகொண்டவரல்ல."

"ஆனால்..." என சொல்லி உலர்ந்த உதடுகளை ஈரப்படுத்திக்கொண்டான் கர்ணன். "விதுரரிடமோ பிறஎவரிடமோ நான் சொல்லவில்லை. நானே சென்று கருவூலத்தைத் திறந்து இதை எடுத்து பெட்டிக்குள் வைக்கும்படி ஆணையிட்டேன். கிளம்பும்போது என்னுடன் இதை எடுத்துக்கொண்டேன். தேவயானியின் மணிமுடியை இனி அவள் அணியட்டும். மண்ணில் முதன்மைநகரின் அரியணையில் அமர்ந்து ஆளட்டும்."

முகம் மலர்ந்திருக்க துரியோதனன் அம்மணிமுடியைச் சுட்டிக் காட்டினான். "அதன் மணிகளைப் பாருங்கள்! முதலில் அவைநிறமற்ற தளிர்களாகத் தெரிந்தன. இச்செவ்வொளிபட்டதும்

அரளிமலர்மொக்குகள் போல செந்நிறத்துளிகளாயின. பின்னர் குருதித்துளிகளாக ஒளிவிடத்தொடங்கின. சற்றுநேரத்தில் அனலென சுடர்வதைப் பார்க்கலாம். தொட்டால் சுடுமென்றும் வைத்தபீடம் பற்றி எரியுமென்றும் தோன்றும்."

"ஆம்" என்றான் கர்ணன். பேழையை மூடிவிட்டு துரியோதனன் வந்து அமர்ந்தான். "அஸ்தினபுரி அவளுக்கு அளிக்கவிருக்கும் பரிசு இதுதான். இளையயாதவனோ பாஞ்சாலனோ அளிக்கவிருக்கும் எப்பரிசும் இதற்கு நிகரல்ல." கர்ணன் பெருமூச்சுவிட்டான். துரியோதனன் கிளர்ச்சியால் உடைந்த குரலில் "மூத்தவராக நீங்கள் அவைஎழுந்து நின்று அறிவியுங்கள். இதோ அஸ்தினபுரியின் கொடை என. இதை நான் எடுத்து உங்கள் கைகளில் அளிக்கிறேன். அவள் அணிந்து ஆளும் முடி உங்கள் கைகளால் அமையட்டும்" என்றான்.

"என்ன சொல்கிறாய் மூடா?" என்றான் கர்ணன் மிகவும் தாழ்ந்த குரலில். "மூடா! மூடா!" அவன் தலைதாழ்த்தி மண்ணை நோக்கி "நான் உங்களை அறிவேன் மூத்தவரே..." என்றான். "மூடா! மூடா!" என்றான் கர்ணன். "ஆம், மூடனே நான்..." அவன் தொண்டை இடற கைகளை அசைத்தான். "ஆனால் நான் அறிவேன்." கர்ணன் "இல்லை... இதை அணிபவள் பாரதவர்ஷத்திற்கே அரசியாகவேண்டும். இளையோனே, உன் கனவுகளை நான் அறிவேன்" என்றான்.

"எந்தக்கனவும் தேவையில்லை" என்றான் துரியோதனன். "வென்று செல்லுங்கள் மூத்தவரே. அந்த வீண்சிறுக்கி முன் நிமிர்ந்து நில்லுங்கள். இது அன்னை பிருதை அணிந்த முடி. இதை உங்கள் கொடையாக..." அவன் இரு கைகளையும் விரித்து உடனே எழுந்து நின்றான். "என்னால் சொல்லமுடியவில்லை... நான் எளியவன். தெய்வங்களே, மூதாதையரே, நான் என்ன சொல்வேன்!"

"அங்கே உன் மாதுலர் ஒருவர் அமர்ந்திருக்கிறார் இளையோனே. அவரது கனவுக்கு உன் வயதளவே மூப்பு. கணம்கணமென பகடையுருட்டி ஊழ்நோக்கி அமர்ந்திருக்கிறார்." துரியோதனன் உடைந்து கண்கள் நிறைய விரல்களால் அழுத்திக்கொண்டான். "ஆம்" என்றான். "அவருக்கு நான் மறுபிறவியில் கடன் தீர்க்கிறேன். அவர் மைந்தனாகப்பிறந்து நீரளிக்கிறேன். இப்பிறவியில் ஒருகடன் மட்டுமே."

கர்ணன் மேலும் ஏதோ சொல்ல எண்ணி வாயெடுத்தான். சொல்லின்றி தத்தளித்து தன்னுள் விழுந்தான். அந்தக்கணம் அவர்களைச் சூழ்ந்துகொண்டது. வெளியே கங்கை, படகை அறைந்தது. தொலைதூரத்தில் காற்று மரங்களை சீவிப் பெருகியோடியது. மிக அருகே ஒரு படகு சூதர்பாடலொன்றுடன் கடந்து சென்றது. கர்ணன் எழுந்து ஒன்றும் சொல்லாமல் நடந்து படிகளில் ஏறி மேலே சென்றான்.

2

நதியிலிருக்கிறேன். இமயத்தலை சிலிர்த்து அவிழ்த்து நீட்டி நிலத்திட்ட நீளிருங் கூந்தல். சுழற்றி இவ்வெண்புரவி மேல் அடித்த கருஞ்சாட்டை. வாள்போழ்ந்து சென்ற வலி உலராத புண். கண்ணீர் வழிந்தோடிய கன்னக்கோடு. போழ்ந்து குழவியை எடுத்த அடிவயிற்று வடு. இந்நதியில் இக்கணம் மிதக்கின்றன பல்லாயிரம் படகுகள், அம்பிகள், தோணிகள், கலங்கள், நாவாய்கள். எண்ணி எண்ணி எழுந்தமைகின்றன. அறையும் அலைகளில் கரிய அமைதியுடன் அசைகின்றன. துழாவும் துடுப்புகளுக்கு மேல் பாய்கள் விரிந்து காற்றுடன் செய்கை சூழ்கின்றன.

குளிர்த்தனிமை கலையாது இங்கென இக்கணமென என்றுமென எஞ்சுவது என ஓடிக்கொண்டிருக்கிறது இது. கருங்கூந்தல் பெருக்கு. உயிர்சினந்து சீறி கொண்டை கட்டவிழ்த்து உதறி விரித்திட்ட குழல்அலை. குழலெழுச்சி. குழலொளிவளைவு. குழற்சுருளெனும் கரவு. செஞ்செப்பு மூடிதூக்கி செங்குருதி விழுதள்ளிப்பூசி நீவிவிட்ட வஞ்சக்கருங்குழல். இவ்வந்தியில் நீ அள்ளியள்ளிப்பூசும் இக்குருதி மேற்கே செஞ்சதுப்பில் தேர்புதைந்து தனித்திருப்பவனின் நெஞ்சுபிளந்து ஊறும் வெம்மை. கனல். கனலென்றான நீர்மை.

உடலெங்கும் அனல்நீரெனச் சுழித்தோடும் இதை ஒவ்வொரு எண்ணத்துளிக்கொப்புளப்பாவையிலும் விழிதிறந்து சூடுகிறேன். எண்ணமென்பது குருதிநுரையிலெழும் குமிழி. எத்தனை உடல்கள். எத்தனை ஆயிரம் குருதிக்கலங்கள். காத்திருந்து கசந்து, கண்டடைந்து கனிந்து, தான்தானெனப் புளித்து நுரைத்தெழும் மதுக்கலங்கள். தெய்வங்கள் அருந்தும் கிண்ணங்கள். இல்லை. விழிப்பு கொள்வேன். இவ்வீண் எண்ணங்கள் வந்தலைத்து சிதறிப்பரவி துமிதெறிக்க விழுந்து

இழுபட்டு பின்னகர்ந்து மீண்டுமெழுந்து அறைந்து கூவும் கரையென்றாகி தவமியற்றும் என் சித்தம் கணம் கணமென கரைந்தழிகிறது.

மாட்டேன். இதோ விழித்தெழுவேன். என்முன் விரிந்துள்ள இவ்வந்திப்பெருக்கை, அலைநெளிவை, அருகணைந்தும் விலகியும் செல்லும் பிறகலங்களை, தொலைவில் ஒழுகிப்பின்னகர்ந்து இறப்பெனும் இன்மையெனும் எஞ்சும் இன்சொல்லெனும் விண்வெளியில் புதைந்து மறையும் நகரங்களை நோக்கி நிற்பேன். விண்ணென விரிந்த தருணம். விரிவெனச்சூழ்ந்த திசைகள். அந்திமாலையென அமைந்த வெறுமை. இன்றெனும் இருப்பை உண்டுமுடித்து இருளெனச்சீறி படம்தூக்கி எழும் விழுகதிர்வேளை. மயர்வை, இருள்வை கடந்தெழும் விடிவை எண்ணி ஏங்கும் தனிமை. துயர் முழுத்த தண்ணெனும் மாலை.

துயர் அளாவிச்செல்லும் தனிப்பறவைகள். துயர்துயரென நீட்டிய மென்கழுத்துகள். துயர்துயரெனக் கூம்பிய ஆம்பல் பின்சிறைகள். துயர்வழிவை ஒற்றி வீசியெறிந்த முகில்பிசிறுகள். துயரப்புன்னகை என வெளிறிய தொடுவானம். விசிறி விரித்த வெண்மேலாடை நுனியென பறந்துசெல்கின்றன அந்நாரைக்கூட்டங்கள். தன்னிழலுடன் இன்னமும் குலாவிக்கொண்டிருக்கிறது இத்தனிக்கொக்கு. துள்ளி ஒளிர்ந்து வளைந்து நீரிதழ் ஒளிபிளந்து மறையும் பல்லாயிரம் மீன்களின் சிமிட்டல்களில் எழும் பலகோடி நோக்குகளினூடாக இவள் பார்ப்பது எதை?

நீர்ப்பெருக்கிலிருக்கிறேன். அதன் திசைவிரைவில் ஒருதுளி நான். பல்லாயிரம் கோடிச் சருகுகளை, நெற்றுகளை, சடலங்களை, வீண்குமிழிகளை கடல்சேர்த்த வழிதல். உருகி முடியிறங்கி பெருகி முடிவின்மை நோக்கிச் செல்லும் வெறும் விரைவு. பொருளின்மை எனும் நீலம். பொருளென்றாகி எழுந்து மறையும் கோடியலை. பித்தெனச் சூழ்ந்த பரவை. பணிலமுறங்கும் பாழி. அலகின்மை எனும் ஆணவச்சூழ்கை. தனித்தது இப்புவி. முலையூட்டிய அன்னை கைவிட்டுச்சென்ற குழவி.

கர்ணன் இரு கைகளாலும் தன் குழலை நீவி பின்னால் விட்டான். கைமீறி எழுந்து பறந்த கற்றைகளை மீண்டும் மீண்டும் அள்ளினான். விரல்களை உதறி எழுந்து துள்ளின குழல்கீற்றுகள். காற்று தொட்டவை அனைத்தும் களியாடுகின்றன. காற்று அள்ளிப் பறக்கவிடுகிறது. அனைத்தையும். விண்ணில் பறப்பவை எடையற்றவை. அவை மண்ணிலிருந்து எதையும் உடன்கொண்டு சென்றிருக்க முடியாது. மண் என்பது எடை. பெரும்பாறைகள், மலைகள், பேராமைகள் மேலேறிய நிறைகலம். மதம் கொண்ட பன்றி தேற்றையிணைகளில் குத்திப் போழ்ந்தெடுத்த கன்னி. அவன் நெஞ்சை நிறைத்த எடைகொண்டவள். இங்குள அனைத்திலும் எடையென்றானவள். உள்ளங்கை விரித்து இங்குள்ள ஓராயிரம் கோடி பேரைத் தாங்குபவள்.

காலடியோசை கேட்டு அவன் திரும்பினான். சிவதர் சொல்லற்ற முகத்துடன் நின்றார். அந்திச் செம்மையில் படகின் அத்தனை பலகைகளும் அனல்பூச்சு கொண்டிருந்தன. சிவதர் குழல் தழல முகம்பற்றி எரிந்துகொண்டிருந்தார். பதினெட்டுப் பெருந்தழல்களென கொழுந்தாடின பாய்கள். உச்சியில் கரிநுனியென நீண்டு துடித்தது கொடி. சிவதரின் விழிகளை நோக்கியபின் அவன் திரும்பி நடந்து படிகளில் இறங்கி தன் சிற்றறைக்குள் நுழைந்தான். சிவதர் அவனுக்குப் பின்னால் வந்து கதவருகே நின்றார். தனக்கு இரவுணவு தேவையில்லை என்பது போல் கைகளை அசைத்துவிட்டு அவன் மஞ்சத்தில் படுத்து கண்களை மூடிக்கொண்டான்.

மெல்லிய காலடியோசை கேட்டு அவன் விழிதிறந்தபோது அவர் இரு கிண்ணங்களில் யவனமதுவைக் கொண்டுவந்து சிறுபீடத்தின்மேல் வைத்துவிட்டு அவனை ஒருகணம் நோக்கிவிட்டு செல்வதைக் கண்டான். படகசைவில் கிண்ணங்கள் நகர்ந்தன. ஒன்று மற்றொன்றை தோள்தொட்டு சிணுங்கிச்சிரித்து கொப்பளித்துத் தெறித்தது. பீடமொரு முகமாக இருசெவ்விழிகள். இரு குருதித்துளிகள். அவையும் இந்நதியில் மிதக்கின்றன. அனைத்தும் மிதந்துகொண்டிருக்கின்றன. மிதக்கும் பெரும்பரப்பில் அலைந்து தவித்துத்தவித்து அமைந்தெழுகிறது கருங்குழல்.

சிலகணங்கள் அவற்றை நோக்கி இருந்தபின் முதல்கிண்ணத்தை எடுத்து இதழருகே வைத்து அதன் எரிமணத்தை மடுத்து சிலகணங்கள் சிந்தையற்றிருந்தான். பின்பு ஒரேவிழுங்கில் அதை அருந்தி கிண்ணத்தைக் கவிழ்த்துவைத்தான். உள்ளிறங்கிய மதுவின் ஆவியை ஏப்பமென வெளிவிட்டு வாயை கையால் அழுத்தி மூடி தலைகுனிந்து அமர்ந்தான். உடலின் ஆழங்களுக்குள் இருந்து அவிதேடும் தெய்வங்கள் ஒளிரும் விழிகளுடன் உயிர்கொண்டெழுந்தன.

தொலைதூரத்து யவன நாடொன்றின் விரிநிலம். அங்கு உருக்குவெயில் பொழிந்து கொண்டிருந்தது. கருவிழிகளென கனிகள் வெயிலில் திரண்டு துளித்து உதிரத் தயங்கி நின்றாடின. குத்துண்ட புண்ணுமிழ் குருதிக்குமிழிகள். கருமொக்குகள். குருதியில் மேலும் மேலும் குமிழிகள் எழுவதை உணர்ந்தான். கைநீட்டி மறுகுவளையையும் எடுத்தான். ஒரே மிடறில் மாந்திக் கவிழ்த்தான். உடலை உலுக்கியபடி அது சென்றுகொண்டேயிருந்தது. தயங்கும் கைகளை நீட்டி எண்ணங்களை சென்று தொட்டது. எண்ணங்கள் அக்கொழுமையில் கால் பட்டு வழுக்கத்தொடங்கின.

எழுந்து கைகளை விரித்து குழல்கற்றைகளை முடித்து ஆடைசெருகி கால்பரப்பி நின்றான். அறையின்மேல் சதுரமாக வெட்டி ஒட்டிய

நிலவெனத் தெரிந்த சாளரத்தைப் பார்த்தான் அதன் நிழல் மறுபக்கச்சுவரில் மெல்ல சரிந்து மடிப்புகளில் உடைந்து பின் விரிந்து எழுந்து பறந்து சென்றது. அதனுள் அலையடித்தது வானம். மஞ்சத்தில் அமர்ந்து கண்களை மூடி இமைகளுக்கு மேல் சுட்டுவிரலாலும் கட்டைவிரலாலும் மெல்ல வருடினான். நரம்புகளுக்குள் மென்புழுக்கள் நுழைந்து நெளிந்தன.

தலைக்குப்பின் எங்கோ ரீங்கரிக்கும் ஒலி கேட்டது. இழுத்துக் கட்டப்பட்ட ஒற்றை நாண், அல்லது புடைத்த பாயைப்பற்றிய பெருவடம். ரீங்காரமென்பது சொல்லென ஆகாத ஒலி. மொழியெனப்பெருகி மானுடரை சூழ்ந்துள்ள ஒன்றின் விளிம்பு. பாய் விரித்த படகுகள் பல்லாயிரம் ஆண்டுகளாக சொல்லத் துடித்து வெல்லாத ஒன்று. சொல்லப்படாதவை வலியன்றி பிறிதேது? எழுந்து வெளியே சென்று அத்தனை பாய்களையும் அவிழ்த்து அவ்வடங்களை விடுதலை செய்யவேண்டுமென்று எண்ணினான். கண்களை மூடியபோது புடைத்து இழுபட்டு நின்ற பாய்களிலிருந்து தெறித்து அதிர்ந்து நின்றிருந்த அவ்வடங்கள் அனைத்தையும் பார்க்க முடிந்தது. நெற்றிநரம்பில் கைவைத்து அதன் துடிப்பைக் கேட்டு அமர்ந்திருந்தான்.

படகின் நரம்பு... இது ஒரு யாழ். இந்நதி கைகளில் ஏந்தியிருக்கிறது. நெற்றியில் சுட்டுவிரலால் தட்டியபடி வயிற்றிலிருந்து எழுந்து வந்த ஆவிக்கொப்புளத்தை வாய்திறந்து உமிழ்ந்தான். அறைமுழுக்க நிறைந்திருந்தது யவனமதுவின் மென்மணம். மிக அருகே அந்த ரீங்காரம் சுழன்றது. பின்பு அதன் ஒலியை அவன் தன் செவிக்குள் என கேட்டான். அவன் விழிதிறந்தபோது எதிரே பீடத்தில் பொன்வண்டு அமர்ந்திருந்தது. "அங்கரே, நான் உம்மை அறிவேன்" என்றது. "ஆம்" என்றான் கர்ணன். "நான் தம்ஸன். நெடுங்காலம் முன்பு உம்மை சுற்றிப்பறந்தேன். முத்தமிட்டேன்."

கர்ணன் புன்னகைத்தான். "என் குருதி உண்டு உமது சொல்மீட்சியடைந்தீர். விண்மீண்டீர்." தம்ஸன் எழுந்து கைகூப்பி "இல்லை அரசே, நான் மீண்டது விண்ணுக்கல்ல. துளைத்து உட்புகும் கொடுக்குகளும் விரித்து விண்ணேறும் சிறகுகளும் கொண்டிருந்தேன். ஆனால் சிறகுகள் குருதியால் நனைந்து ஒட்டிக்கொண்டிருந்தன. என்னால் பறக்கக்கூடவில்லை. எனவே நான் மண்துளைத்து உள்ளே சென்றேன்" என்றான்.

கர்ணன் "மண்ணின் உள்ளா...?" என்றான். "ஆம். மண்ணென நாம் எண்ணுவது தீராப்பெருவலிகளின் அடுக்குகளையே. வேர்கள் பின்னிக் கவ்வி நெரிக்கும் ஈரத்தசைச்சதுப்பு. அப்பால் ஊறிப்பெருகும் நீர்களின் சீறல்கள் கரந்த ஆழம். குளிர்ந்தொடுங்கும் ஒலியற்ற கரும்பாறைகள்.

அப்பால் உருகிக் கொந்தளிக்கும் எரிகுழம்பு. அனல்சுழிகளின் வெளி. அங்கு பள்ளிகொண்டிருக்கும் ஒருவனை நான் கண்டேன். விண்பேருருவன்."

"மான்கண் நகங்கள். மலரிதழ் அடிகள். உலகளந்து நீட்டிய நெடுங்கால்கள். நெகிழ்ந்த சிற்றிடை. விரிந்த பெருமார்பு. வீங்கிய பணைத்தோள்கள். வழங்கியமைந்த அளிக்கைகள். பணிலமாழி பற்றிய விரல்கள். அமுது என சொல்லி அமைந்த இதழ்கள். அனல்கொண்ட மூச்சு. அழியா மென்நகை நிறைந்த அகல்விழிகள். அலையென குழல். அப்பேருருவனின் கால் முதல் கண் நெற்றிச்சுடர் வரை நான் சென்று மீள ஒன்றின்மேல் ஒன்றென ஓராயிரம் யுகங்களாயின" என்றான் தம்ஸன்.

"இங்கு ஏன் இவ்வண்ணம்?" என்றான் கர்ணன். "ஓர் அழைப்பு. துளைத்து கடந்து நான் செல்லும் துயரடுக்குகளுக்குள்ளும் வந்து என்னைத் தொட்டு அழைத்தது" என்றான் அவன். அஞ்சி எழுந்து "இல்லை... அது நானல்ல" என்றான். "அஞ்சுவதென்ன? எழுக! நாம் சென்று நோக்கும் ஆழம் ஒன்றுள்ளது." கர்ணன் கைகளை வீசி "இல்லை... இவ்விரவின் தனிமையில் என்னைக் குடையும் ஆறாவடுவுடன் பொருள்துலங்கா அச்சொல்லை எடுத்து பகடையாடி அமர்ந்திருக்கவே விழைகிறேன். விலகு!" என்றான்.

நகைத்து "வருக அரசே!" என்று அவன் கைமேல் வந்தமர்ந்தது தம்ஸன். "வருக!" அவன் விரல்களைப்பற்றி இழுத்தது பொன்வண்டு. அவன் தொடைமேல் சென்று அமர்ந்து சிறகு குலைத்தது. "இது நான் அறிந்த வடு. நான் பிறந்தெழுந்த வழிக்கரவு." அதன் கொடுக்கு எழுந்து குத்தியது. அவன் உடல்துடிக்க "ஆ" என்றான். குருதியலைகளில் கொப்புளங்கள் வெடித்தன. "இது செங்குருதி உலர்ந்த சிறுவடு. நாம் உள்நுழையும் வாயில். வருக!"

வலிவலியென கொப்பளிக்கும் பெருக்கொன்றின் படித்துறை. செந்நிற வாயில்கள் ஒவ்வொன்றாகத் திறந்தன. "இவள் என் அன்னை. இவளை கியாதி என்றனர் முனிவர்." கன்னங்கரிய பெருமுகம். கருஞ்சிலையொன்று ஓசையின்றி பீடம் பிளந்து சரிந்தது. விண்மீனென மூக்குத்தி மின்னல் பதிந்த முகவட்டம். ஊழ்கத்தில் எழுந்த மென்னகை. ஓசையின்றிச் சரிந்து மேலும் சரிந்து நீர்ப்பரப்பில் அறைந்து விழுந்தது. எழுந்து வளைந்து வந்து கரையை நக்கியுண்டன அலைகள். குழிந்து அள்ளி வாங்கி அழுத்தி கொண்டுசென்று அடித்தரை மேல் அமர்த்தி குமிழிகள் மேல் சூழ கொந்தளித்து பின் அமைந்தது ஆழம்.

இளஞ்செந்நிறக் குருதி. சுனைக்குள் துயிலும் ஒரு தனித்த கருவறைத்தெய்வம். பல்லாயிரம் கழுத்தறுத்து குருதி ஊற்றி நீராட்டியபோதும் விடாய்

அடங்காத துடிக்கும் சிற்றுதடுகள். காலடியில் என்ன? எங்கோ "அவள் பெயர் கியாதி" என்றான் தம்ஸன். திரும்பி நோக்க, அவனருகே பறந்தெழுந்தது அவள் பெயர். நான் ரேணுகை. சிரித்தது மறுகுரல். புலோமையென என்னை அழை. பிறகொரு எதிரொலி தேவயானி என்றது. ஆம், தபதி என்று நகைத்தது. அவள் அம்பை. ஏன் பிருதை அல்லவா? நச்சுப்படம் எழுந்த மானசாதேவி என்று என்னை அறியமாட்டாயா?

நான்முகை. திரயம்பகை. நாராயணி! ஹரிதை, நீலி, சாரதை, சியாமை, காளி, காலகை, காமினி, காதரை, காமரூபை. எரியும் ருத்ரை. ஒளிரும் பிரபை. அணையும் மிருத்யூ, அவிழா வியாதி, ஆழ்த்தும் நித்திரை. தேவி, நீ உஷை. நீ சந்தியை. நீ காந்தி. நீ சாந்தி. நீ ஜோதி. நீ ஸித்தி. வெடிபடுமண் டலத்திருளலைவெடிபடநடமிடுதுடியெழுகடியொலிதாளம். எளியவன் நெஞ்சில் நின்றாடும் கரிய பாதம். யாதேவி சர்வமங்கல்யே. யாதேவி சர்வசிருஷ்டே. யாதேவி சர்வதாரிணி. யாதேவி சர்வசங்கரி.

எவரிடமோ "போதும்" என்று அவன் சொன்னான். மிகத்தொலைவில் எங்கோ பெருமுரசங்கள் முழங்கிக்கொண்டிருந்தன. விழியொன்று திடுக்கிட்டுத் திரும்பி அவனை நோக்கியது. இரு இமைச்சிறகடித்து எழுந்து பறந்தது. கையூன்றி எழுந்து திரும்பி அதை நோக்கினான். மிக அருகே விண்விரிந்திருந்தது. விடிமீன்கள் ஓசையின்றி இடம்மாறிக்கொண்டிருந்தன. காற்றை மாற்றியணிந்து கொண்டிருந்தது கங்கை.

"நீ அறியும் கணங்களுண்டு. நீ அறிந்தவள்களில் நான் எழுந்ததுண்டு." எவர் சொல்லும் சொற்கள் இவை? "அக்கணம் மட்டுமே அவள் நான். அப்போது மட்டுமே நீ அவர்களை அறிந்தாய்." சிவதரே இவ்வாயிலைத் திறவுங்கள். இதை அறியாது உள்ளிருந்து பூட்டிவிட்டேன். இதை எழுந்து திறக்க என்னால் இயலாது. இம்மஞ்சத்தில் எட்டு துண்டுகளாக உடைந்த பெருங்கற்சிலை என கிடக்கிறேன். சிவதரே! சிவதரே!

"சிவதர் அங்கு மிக மேலே இருக்கிறார். நாம் ஆழத்தில் புதைந்திருக்கிறோம். நமக்கு மேல் காலங்கள் சென்றுகொண்டிருக்கின்றன" என்றான் தம்ஸன். கர்ணன் "என்ன சொல்கிறாய்? விலகு!" என்றான். "நீ காமத்தால் கண்ணிழந்தவன். காமத்தை உதற குருதியிலாடினாய். நீ மீளவேயில்லை." கியாதி, புலோமை, ரேணுகை, அம்பை, பிருதை, திரௌபதி... பிறந்திறந்து ஆடி முடித்து அவள் சென்ற அடிச்சுவடுகள் எஞ்சும் வெறும்வெளி ஒன்றுள்ளது. மீள்கையில் நீ காண்பது வெறும் குருதிச் சுவடுகள். உலர்ந்த குருதி நன்று. குங்குமம் போன்றது. பிறந்தமகளின் நெற்றியில் இட்டு வாழ்த்துக!

இங்கிருக்க நான் விழையவில்லை. இவ்வெம்மை என்னைக் கரைக்கிறது. கொதிப்பின் அலைகள் எழுந்தெழுந்து அறைந்து கரைத்த

மலைகள் சதைத்துண்டுகளென விதிர்விதிர்த்து வடிவமின்மையை வடிவெனக்கொண்டு சூழ்ந்தன. இந்தத் தனிப்பாதையில் நெடுந்தொலைவென நான் கேட்கும் சிலம்பொலிகள் என்ன? மான் மழு. மூவிழி. பாய்கலை. எரிகழல். இருந்த பேரணங்கு. சிலம்பு கொண்டெழுந்த பேரெழில். கருமை குளிரும் மூக்கின் ஒரு முத்து. என்பெயர் சுப்ரியை. "இல்லை!" என்று கர்ணன் கூவினான். என் பெயர் விருஷாலி. "விலகு!" என்று அலறினான். அடிவானில் மலைகளை அதிரச்செய்தபடி மின்னல்கள் ஒளிர்ந்தன. இடியோசை எழுந்து சூழ்ந்தது. "என் பெயர் ராதை."

எதையாவது பற்றிக்கொள்ள வேண்டும் இப்போது. இவ்விரைவு என்னை இழுத்துச் செல்லும் இவ்வெளிக்கு அப்பால் முடிவின்மை அலையெழுந்து அலையெழுந்து சூழ்கிறது. பற்றிக்கொள்ள பல்லாயிரம் கரங்கள் கொண்டிருந்தான் கார்த்தவீரியன். பல்லாயிரம் கரங்களால் தன்னை மட்டுமே பற்றிக்கொண்டான். மழுவெழுந்து என் தலைகளை வெட்டட்டும். மழு எழுந்து என் கைகளை வெட்டுக! மழு எழுந்து கால்களைத் துணித்தகற்றுக! மழு எழுந்து நெஞ்சு போழ்ந்து அங்குள்ள அம்முகத்தை அரிந்து அகற்றுக! ஆம்... அவன் நான். விண்ஊர்ந்து நான் அவளைக் கண்டேன். அள்ளி அள்ளி அவள் வைத்த மணல்வீடுகளை சரியச்செய்தேன். திகைத்து விழிதூக்கி நோக்கிய அவள் முகக்கலத்தில் என் பார்வையை நிறைத்தேன். விண்ணிறங்கி நீர்மேல் நடந்து அவள் அருகே சென்றேன். மெல்லிய கன்னங்களைத் தொட்டு விழிகளுக்குள் நோக்கி இதழ்களுக்குள் முத்தமிட்டேன். வெண்புரவியில் அவள் பாய்ந்து காட்டைக் கடந்தாள். அவள்முன் குளிர்ப் பேரொளியாக ஒரு சுனையில் எழுந்தேன். அவள்முன் மழுவேந்தி நின்றிருந்தேன். அவள் தலைகொண்டு குருதிசூடினேன். அவள் நகைக்கும் கண்களுக்கு முன் வில் தாழ்த்தி மீண்டேன்.

தம்ஸன் அவனருகே வந்து "அந்த எல்லைக்கு அப்பால்!" என்றான். "யார்?" என்றான் கர்ணன். "பிடியை விடுங்கள்!" கர்ணன் நடுங்கியபடி "மாட்டேன்" என்றான். "விடுங்கள் பிடியை..." அவன் "மாட்டேன் மாட்டேன்" என முறுகப்பிடித்தான். கைவியர்வையால் அது வழுக்கியது. "விடுக... விடாமலிருக்க இயலாது." அவன் கண்களை மூடிக் கூச்சலிட்டான் "இல்லை... விடமாட்டேன்." நழுவி விரல்தவிக்க பின்னால் சரிந்தான். எழுந்தடங்கியது முரசொலி. இல்லை, ஒரு நகைப்பு. "யார்?" என்று அவன் கேட்டான். நகைப்பு. பெருநகைப்பு எழுந்து மலைகளை தூசுத்துகள்களென அதிரவைத்தது. "யார்?" என்று ஓசையின்றி உடல்திறக்கும் அளவு நெஞ்சவிசைகொண்டு அவன் கூவினான்.

சரிந்து சென்றுகொண்டே இருந்தான். விளிம்பில் மிக விளிம்பில் விளிம்பின் விளிம்பெல்லையில் உடல் உந்திச்சென்று கீழே நோக்கினான்.

முடிவற்ற இருளாழத்தில் மல்லாந்து கிடந்தது பேருருவச்சிலை. அறிந்த முகம். தெய்வங்களே, மூதாதையரே, நன்கறிந்த முகம். யார்? யாரது? மான்கண் நகங்கள். செம்மலரிதழ் கால்கள். கணுக்கால் கண்மணிகள். முழங்கால் மெழுக்கு. நெடுந்தொடைத்திரள். இடைக்கரவு, உயிர்க்கும் உந்தி. நிழலாடும் நெஞ்சவிரிவு. வெற்பெனும் தோள்புடைப்பு. படையாழி, பாஞ்சசன்யம், பணிலம். நகைக்கும் கண்கள்.

வெறித்தெழுந்த வாய்க்குள் எழுந்த வெண்கோரைப்பற்கள். குருதி திளைக்கும் சுனையென நீள்நாக்கு. ஊழிப்பெரும்பசி கொண்ட புலி. பரிமுக நெருப்புறங்கும் பரவை. வடமுகப் பசியெனும் வங்கம். கொலைப்படைகள். கூக்குரல்கள். ஓம் எனும் சொல். ஓங்கி அலையெழுந்து அறைந்தமையும் இறப்பின் பேரொலி. ஓம் எனும் சொல். கண்ணீர் நிறைந்த கதறல்கள். எரிந்தெழும் பழிச்சொற்கள். ஓம் எனும் சொல். ஏன் ஏன் எனும் வினாக்கள். இல்லை இல்லை எனும் கூக்குரல்கள். ஓம் எனும் சொல்.

இடக்கையில் அப்பெருங்கதாயுதத்தை அவன் கண்டான். நீட்டிய வலக்கையின் விரல்கள் சிம்மமுத்திரைகொண்டு சிலிர்த்து நகம்கூர்த்து நின்றிருந்தன. அவன் நெஞ்சிலிருந்தது கரிய பெருந்திருவின் முகம்.

கர்ணன் எழுந்து தன் மஞ்சத்தில் அமர்ந்து காய்ச்சல் கண்டவன்போல் உடல் நடுங்கினான். தலைகுனிந்து முடிக்கற்றைகள் முகம் சூழ இருமினான். இரவெனும் நதியில் ஆடிக்கொண்டிருந்தது படகு. அலைகளின் ஓசை அருகென தொலைவென வானென மண்ணென ஒலித்தது. தன் முன் இருந்த பீடத்தில் இருந்த எட்டிதழ் தாமரை மணிமுடியை அவன் கண்டான். அதைச் சூடி அமர்ந்த சிரிப்பை. அதை நோக்கி அலைசூழ அமர்ந்திருந்தான்.

பின்பு தலைநிமிர்த்து சாளர ஒளி விழுந்த பீடம் அது என்று கண்டான். அங்கே அந்தக் கவிழ்ந்த பளிங்கு மதுக்கிண்ணங்கள் செவ்வொளிகொண்டிருந்தன.

3

கர்ணன் மஞ்சத்தில் எழுந்தமர்ந்து எங்கிருக்கிறோம் என்பதை உணர்ந்து இடையில் நெகிழ்ந்த ஆடையை சீரமைத்தபடி எழுந்தபோது தலை எடைகொண்டிருப்பதையும், கால்கள் குளிர்ந்து உயிரற்றவை என்றிருப்பதையும் உணர்ந்தான். மீண்டும் மஞ்சத்தில் அமர்ந்து தலைகுனிந்து தன்னை தொகுத்துக்கொண்டான். நெஞ்சுக்குள் நிறைந்திருந்த விடாய்தான் தன்னை எழுப்பியது என்று உணர்ந்தான். திரும்பி விழிதுழாவி அறைமூலையில் சிறுபீடத்தின் மேலிருந்த நீர்க்குடத்தை நோக்கினான். எழுந்து சென்று அதை அருந்தவேண்டுமென்ற எண்ணத்தை உடலுக்கு அளிக்க சற்று தாமதமாயிற்று.

முழுவிசையாலும் உடலை உந்தி எழுப்பி, ஆடிக்கொண்டிருந்த மரத்தரையில் ஆடியமைந்த காலடிகள் பிழைதாளமென ஒலிக்க நடந்துசென்று அதை எடுத்து முழுநீரையும் அருந்தி திரும்ப வைத்தான். குளிர்நீர் அவனை நிலைகொள்ளச் செய்தது. உடலின் பல இடங்களில் கங்குகள் கருகி புகைவிட்டு அணைந்து குளிர்வதை உணர்ந்தான். ஏப்பம் விட்டதும் மேலாடையை எடுத்து சுற்றிக்கொண்டு மீசையில் இருந்த நீர்த்துளிகளை கைகளால் தட்டித் துடைத்தபின் கதவை நோக்கினான். அது விரியத்திறந்து கிடந்தது சிறிய அதிர்ச்சியை உருவாக்கியது. இரவெல்லாம் பலமுறை கதவை உள்ளே தாழிட்டுவிட்டு எழமுடியாமல் அவன் படுத்திருக்கிறான் என்ற எண்ணத்தால் தவித்துக் கூச்சலிட்டான்.

முதலில் எவரோ உள்ளே நுழைந்து வெளியே சென்றுவிட்டதுபோல் தோன்றியது. அனிச்சையாக திரும்பி அறைக்குள்ளிருந்த வாளை நோக்கினான். பின்பு புன்னகையுடன் அவனேதான் அறைக்கதவைத்

தாழிடவில்லை என்று நினைவுகூர்ந்தான். வெளியே சென்று குறுகிய இடைநாழிக்கு அப்பால் வெளிவானொளி மடிந்துகிடந்த படிகளில் ஏறி படகின் அகல்விரிவுக்குச் சென்றான். நீர்க்காற்று குளிர்ப்பெருக்காக வந்து அவனை அறைந்து மேலாடையை கவ்விப்பறந்தது. நீர்ப்பாசிமணம். நெடுந்தொலைவிலிருந்து வந்த மெல்லிய காட்டுத்தழை மணம்.

புதர்விட்டு வெளிவந்து அவனை திடீரென்று கண்டு திகைத்த வெண்முயல் போல நிலவு நேரெதிரில் வானில் நின்றுகொண்டிருந்தது. முழுநிலவுக்கு இன்னும் சிலநாட்கள் உள்ளன. இந்நிலவில் இனியும் என்ன முழுமை என்று எண்ணிக்கொண்டான். சுழற்றிவீசப்பட்ட பொன்னிறப் படையாழிபோல் தன் கூர்முனையால் ஈயத்துருவலென கிடந்த முகில்கீற்றுகளை ஓசையில்லாமல் கிழித்தபடி உடன்வந்துகொண்டிருந்தது. நிலவிலிருந்து அவனை நோக்கி ஒரு பொன்னுருகியபாதை அலையடித்தது. அதைக்கடந்து சிறிய வௌவால்கள் பறந்துசென்றன. அவற்றின் தலைவடிவைக்கூட காணமுடிந்தது.

அமரமுகப்பில் இருந்த பீதர்நாட்டு பளிங்குக் குமிழ்விளக்கு பனிக்கால நிலவென செந்நிறவட்டமாகத் தெரிந்தது. அசைவில் அதிலிருந்து சிதறுவதுபோன்ற ஒளியில் அங்கிருந்த வடங்கள் பொன்னிறக் கழிகளாகத் தோன்றின. நீரலைகள் மேல் பொன்பொடிப்பூச்சுபோல் அதன் ஒளி படர்ந்தது. அலைவளைவுகளை செம்மலரால் என அது வருடிச்சென்றது. அதன் ஒளிச்சட்டத்திற்குள் வந்த பறவைகள் கனலென சுடர்ந்து அணைந்தன.

நிலவைச்சுற்றி இருந்த பொற்துகள் வட்டம் மெல்ல அதிர்வதுபோல் தோன்றியது. இடையில் கைவைத்து அதை நோக்கிக்கொண்டு நின்றான். இருளுக்குள் கண்கள் பழகும்தோறும் மேல்வானத்தில் சிறிய பறவைகள் சிறகடித்து தாவித்தாவி பறந்து சுழல்வதையும் சிலபறவைகள் குப்புறவிழுந்து நீர்மேல் இறங்கி தொட்டு எழுந்து மீள்வதையும் காணமுடிந்தது. நீர்ப்பரப்பில் கோடைமழையின் நீர்ச்சொட்டுகள் அறைந்து விழுவதுபோல கொப்புளங்கள் எழ சிறிய மீன்கள் துள்ளி எழுந்து விழுந்துகொண்டிருந்தன. சிறிய சிரிப்புகள். சிறிய வெள்ளிமலர்கள்.

விண்மீன்கள் கிழக்குநோக்கி பெருகிச் சென்று கொண்டிருப்பதுபோல் ஒரு விழிமயக்கு ஏற்பட்டது. படகின் அத்தனை பாய்களும் புடைத்து எழுந்து ஒன்றுக்குள் ஒன்றென்று திரும்பி காற்றை தங்களுக்குள் சுழலவிட்டு வடங்களை இழுத்து எழுந்து நின்றன. மிகத்தொலைவில் ஒரு படகில் மயிலகவல் என கொம்போசை எழுந்தது. மான்போல ஒன்று மறுமொழியிறுத்தது. புடைத்த பாய்களுக்குள் சென்ற காற்று திசைமாறுகையில் திமிறும் குட்டியை அதட்டும்

அன்னைப்பன்றியைப்போல் பாய்கள் உம்ம்ம் என உறுமின. கொடிமரம் சீவிடு போல ஒலியெழுப்பியது.

படகின் அமரமுனை புரவித்தலையென தாவியெழுந்து அமிழ்ந்து விரைந்தது. படகுக்குப்பின் இரு பெரும் நீர்வரம்புகள் விரிந்து தொலைவில் வந்துகொண்டிருந்த பிறபடகுகளை நோக்கிச் சென்றன. நிலவொளியில் அவ்வலைவளைவு பாளைக்குருத்தென மிளிர்ந்தது. அவற்றில் எழுந்தமைந்த அகம்படிப்படகுகள் கன்றுகள்போல தலையாட்டின. கங்கையின் இரு தொலைகரைகளும் இருளில் முழுமையாக மூழ்கியிருந்தன. அங்கு எரிந்த ஒற்றை விளக்குகள் செந்துளிகள் என ஒழுகிச்சென்றன. நிழல்கரைக்குமேல் பேருருவச் சிப்பி ஒன்றின் உட்புறமென ஈரக்கரியமெல்லொளியுடன் வளைந்த தொடுவானத்தில் முகில்கள் இருக்கவில்லை.

அவன் விடிவெள்ளிக்காக விழிகளால் வானைத் துழாவினான். பின்பு முழக்கோல் விண்மீன்தொகையை நோக்கிக் கணக்கிட்டு புலரிக்கு இன்னும் நெடுநேரம் இருக்கிறதென்று உணர்ந்துகொண்டான். மென்கூர்முட்தொகை பரவிய பாய்வடங்களைப் பற்றியபடி குனிந்து நிமிர்ந்து படகின் அகல்விளிம்பினூடாக நடந்தான். தரையில் ஒரு சால்வை காற்றில் பறந்து தூணைக்கவ்வி அணைத்து வால்நெளிந்தபடி கிடந்தது. உதிர்ந்து உருண்டுவந்த ஒரு தலைப்பாகைச் சுருளுக்குள் அந்தத் தலையின் இன்மைவடிவு எஞ்சியிருந்தது.

படகின் தரைப்பலகைகளில் துச்சலனும் துச்சகனும் துர்மதனும் சமனும் சுபாகுவும் ஒருவரையொருவர் கால்கை தழுவிப் படுத்திருந்தனர். அப்பால் சுஜாதன் மல்லாந்து சற்றே வாய்திறந்து துயின்றுகொண்டிருந்தான். துயிலிலும் ஜலகந்தன் கால்மேல் கால்போட்டிருந்தான். அவர்களின் மூச்சொலிகளை காற்றின் இரைச்சலுக்கு அடியிலும் கேட்கமுடிந்தது. விந்தனும் அனுவிந்தனும் தனியாகத் தழுவிக்கிடந்தனர். மூச்சு எழுந்தமர மல்லாந்திருந்த துர்பிரதர்ஷணனின் கையில் அப்போதும் ஒரு குவளை இருந்தது. அவர்கள் அருந்தி இட்ட குவளைகளும் கலங்களும் உருண்டுசென்று படகின் விளிம்புப்பலகையில் முட்டிமுட்டி ஒலித்தபடி உருண்டு பின்வாங்கி மீண்டும் சென்றன.

பாய்கள் உறுமியபடி மெல்ல திரும்ப, படகு சற்றே வளைந்து மேலே எழுந்து வந்த சிற்றலை ஒன்றின் மேல் ஏறி சறுக்கி முன்சென்றது. சற்று நிலையழிந்து வடம் ஒன்றில் உரசிக்கொண்டு இரு கை பற்றி நின்று நிலைமீண்ட கர்ணன் மறுபக்கம் சென்றான். கௌரவர் அனைவரும் உலைந்தாடி ஒருவரை ஒருவர் முட்டிக்கொண்டு நிலைமாறினர். தொடுவானை நோக்கவேண்டுமென்று தோன்றியது. ஆனால் ஆறு

சென்று தொடும் வான்விளிம்பு நிலவொளியும் பனியும் உருகியிணைந்த மெல்லிய திரையால் மூடப்பட்டிருந்தது. இளங்கருமை கலந்த தைலப்பரப்பு போன்று என்று எண்ணிக்கொண்டான். அது உறைந்து விழிக்கு உருகாட்டும் குளிர். அங்கிருந்துதான் தண்காற்று ஊறிப்பெருகி வருகிறது போலும்.

குளிர் என்ற சொல் எழுந்ததுமே தோள்களும் கழுத்தும் மயிர்ப்புகொள்ள, உடல்சிலிர்த்து உலுக்கிக்கொண்டான். மேலாடையை நன்கு சுற்றி கைகளுக்கு நடுவே வைத்து பற்றியபடி மார்பில் கைகளை கட்டிக்கொண்டு காலைத்தூக்கி அகல்விளிம்பில் வைத்து நோக்கிநின்றான். அமரமுனையில் நின்றிருந்த படகோட்டியின் உருவம் காற்றிலாடும் மரக்கிளையில் சற்றே சிறகுபிரித்தும் கால்மாற்றியும் நிகர்நிலை பேணி அமர்ந்திருக்கும் பறவைபோல் தெரிந்தது. கீழே துடுப்பறைகளில் படகோட்டிகள் அரைத்துயிலில் என இயைபு கொண்டிருந்தனர். சீராக எழுந்து சுழன்று நீரை உந்திய துடுப்புகளில் மீன்சிறகின் ஒத்திசைவு இருந்தது.

எங்கோ ஒரு சங்கிலி குலுங்கிக்கொண்டிருந்தது. மிக அருகே ஒரு யானை நடந்து வரும் உளமயக்கை அது அளித்தது. அரைவிழி அறியாது திரும்புகையில் தெரிந்த கருக்கிருள் ஓசையிலாது பதுங்கி அருகணைந்த யானையெனக் காட்டி விதிர்ப்புறச்செய்து காற்றில் கரைந்தது. புலரிக்கு இன்னும் நெடுநேரமிருக்கிறது என்று கர்ணன் எண்ணிக்கொண்டான். முற்புலரியில்தான் மகத எல்லையைக் கடந்து படகுகள் யமுனைக்குள் எழும் என்று சொல்லியிருந்தார்கள்.

அயலவரைக் கண்ட சிம்மக்குருளைகள் போல் பாய்மரங்கள் உறுமி அதிர்ந்தன. கார்கால முகிலில் காற்றுபட்டதுபோல நீர்த்துளிகளை தெறித்தபடி இரண்டு பாய்கள் பக்கவாட்டில் திரும்பி புடைத்து சற்று மேலேறின. மறுபக்கம் சுருங்கித் தாழ்ந்திருந்த ஒரு பாய் நெய்பட்ட தீபோல திப் என்று எழுந்து மேலேறி விரிந்து வடங்களை இழுத்து வளைந்து நின்றது. அதன் வளைவுப்பரப்பில் பட்ட விளக்கொளியில் அது ஈரச்செம்மை வழிய பளபளத்தது. கர்ணன் விம்மும் வடங்களைப் பற்றிக்கொண்டான். படகு திசைதிரும்பும் பருந்துபோல நன்றாக சரிந்தது. படுத்திருந்த கௌரவர்கள் உருட்டப்பட்ட தாயக்கட்டைகள் போல கூட்டமாகப் புரண்டு சென்று பலகைகளில் முட்டி முனகியபடி எழுந்து திரும்பி படுத்துக்கொண்டார்கள்.

படகின் அமரமுனை, பள்ளம் கண்டு வெருண்ட பாய்புரவி போல் எழுந்து எதிரே வந்த பேரலை ஒன்றின் மேலேறி குப்புற விழுந்து அடுத்த பேரலை மீதேறி மீண்டும் விழுந்தது. இருபுறமும் ஊசலாடிய வடங்களில் உடலுரசி கைகளைப் பற்றிக்கொண்டு நின்றான் கர்ணன். “டேய்,

புரவியை நிறுத்து” என்று துயிலில் துச்சலன் சொன்னான். துச்சகனின் சிரிப்பொலி கேட்டது. சப்புகொட்டிக்கொண்டு அவன் திரும்பிப்படுத்து உடலை ஒடுக்கினான்.

கர்ணன் திரும்பி அவர்கள் தழுவிக்கொண்டு துயில்வதைப் பார்த்தபின் புன்னகையுடன் எதிரே இருளே இருளுருகி அலையடித்து வந்த நீர்ப்பெருக்கைப் பார்த்தான். அதில் பெரிய மரத்தடிகள் எழுந்தமைந்து சென்றுகொண்டிருந்தன. படகு யமுனைக்குள் நுழைகிறது என்று தெரிந்தது. கூர்ந்தபோது சற்றே புளித்த சேற்றுநீர் மணத்தது. எதிரே வந்த படகுகள் மிக விலகி பாய்தாழ்த்தி அலைகளில் எழுந்தமைந்து நீர்வெளிக்குள் புகுந்தன. ஒரு படகு சங்கொலி எழுப்ப, அவர்களின் முதற்காவல்படகு மறுமொழி சொன்னது.

நெடுந்தொலைவில் மகதத்தின் காவல்மாடத்தின் எரியம்பு ஒன்று வானில் எழுந்து அணைந்தது. அஸ்தினபுரியின் காவல்படகிலிருந்து எரியம்பொன்று எழுந்து அணைய மீண்டும் அங்கிருந்து ஒரு வினா எழுந்தது. அதன் மறுமொழி காவல்படகிலிருந்து எரிந்து அணைந்ததும் மகதத்தின் காவல்முரசு இருளுக்குள் நின்றிருக்கும் களிறென உறுமி அவர்கள் செல்ல ஒப்புதல் அளித்தது. காவல்படகு களிப்பந்து கைகளுக்கு மேல் என கங்கையால் எதிரே தள்ளப்பட்ட யமுனைநீரின் பேரலைகளில் எழுந்து ஆடி மறுபக்கம் சென்று மூழ்கியதே போல் மறைய, அதன் கொடிமரத்தின் உச்சியில் பறந்த அமுதகலசக் கொடி மட்டும் நீருக்கு மேல் பிடிபட்ட மீனென துள்ளியது.

மீண்டும் அப்படகு எழுந்து நீர்ப்பாறை ஒன்றின் உச்சியில் அடிவிளிம்பு தெரிய நின்று அப்பால் விழுந்து மறைந்தது. இருபுறமும் மரங்கள் நிழல்குவைகளெனச் செறிந்த கரைகள் வருவதை கர்ணன் கண்டான். யமுனையின் நீர்ப்பரப்பு வான்ததும்பிய நிலவொளியிலும் இருண்டிருந்தது. கங்கையைவிட குளிர் கொண்டிருந்தது. கரையின் இருபுறத்திலுமிருந்து ஓசைகள் வந்து செவிகளை வருடி விளையாடின. பேச்சொலிகளின் சிதறல்கள். உலோக ஒலிகள். விழிதெளிந்தபோது கரைகளில் கூட்டம் கூட்டமாக மக்கள் சென்றுகொண்டிருந்ததைக் காணமுடிந்தது. இலைநிழல் அசைவுகளுடன் இருளுக்குள் ஒரு சிற்றோடை செல்வது போல.

அவன் மேலும் குனிந்து அவர்களை நோக்கினான். சிலர் ஏந்தியிருந்த பந்தங்கள் செந்நிற ஒளிசிந்தி அவ்வட்டத்திற்குள் மிதக்கும் தலைப்பாகைகளையும் அலைக்கும் ஆடைவண்ணங்களையும் ஆடிச்சென்ற பொதிகளையும் காட்டின. வண்டிமணிகளும் சகடங்கள் குடங்களில் அடிபடும் ஓசையும் மாடுகளின் குளம்புகள் மண்ணை

மிதித்துச்செல்லும் ஓசையும் கலந்து சிதறி அலைத்துமிகளுடன் இணைந்து வந்து அவன்மேல் படிந்து சென்றன.

யமுனையின் இரு கரைகளுமே அகன்ற சாலைகளாக மாற்றப்பட்டிருந்தன. அவற்றில் வண்டிகளும் அத்திரிகளும் புரவிகளும் அவற்றைச்சூழ்ந்த மானுடத்திரளும் சென்றுகொண்டிருந்தன. கயிற்றைப் பற்றிக்கொண்டு நிமிர்ந்து நோக்கியபோது பந்தங்களின் ஒளி நெடுந்தொலைவுவரை செம்மணிகளாகத் திரண்டு ஒரு மாலையென யமுனையின் இருகரைகளையும் வகுத்துச்செல்வது தெரிந்தது. நெடுந்தொலைவில் அவ்விரு ஒளிச்சரடுகளும் வளைந்து ஒன்றையொன்று தொட்டு கரியவானில் புதைந்தன. இருபுறத்து மக்களும் ஒரே திசை நோக்கித்தான் சென்று கொண்டிருந்தனர். அனைவருமே இந்திரப்பிரஸ்தத்திற்குத்தான் செல்கின்றனர் என்று தெரிந்தது.

விழவு கூடுவதற்கா இத்தனை மக்கள்பெருக்கு என்று அவன் எண்ணினான். மீண்டும் ஓர் அலையில் மேலெழுந்து நெடுந்தொலைவுக்கு நோக்க முடிந்தபோது மாட்டுவண்டியொன்றின் பின்னால் கட்டிய பந்த வெளிச்சத்தில் சென்ற மக்கள் பொதிகளையும் தோள்சுமைகளையும் தலைச்சுமைகளையும் மைந்தர்களையும் ஏந்தி சென்றுகொண்டிருப்பதைக் கண்டான். அவர்கள் அங்கு குடியேறத்தான் செல்கிறார்கள் என்று எண்ணிக்கொண்டான். துவாரகை போல பெருவாயிலொன்றை இந்திரப்பிரஸ்தமும் விரித்திருக்கும்.

இன்னும் பத்தாண்டுகளுக்கு அங்கு சுங்கம் இல்லையென்று அறிவிக்கப்பட்டுள்ளது. அங்கு வாழும் எவரிடமும் திறையோ வாரமோ கொள்ளப்படமாட்டாது என்று யாதவச்சிற்றூர்கள் அனைத்திலும் முரசறையப்பட்டுள்ளது. இங்குள்ள ஒவ்வொருவரும் தேடுவது அதைத்தான் போலும். கொள்வது இன்றி கொடுப்பதை மட்டுமே அறிந்த ஓர் அரசரை. செங்கதிர் விரித்து வானிலெழும் சூரியன்கூட மண்ணிலிருந்து எடுத்தவற்றையே திருப்பி அளிக்கிறான் என்று அவர்கள் அறிந்திருப்பதில்லை. கொடை கொடை என இவர்களின் குரல்கள் கூவுவதனைத்தும் இன்னும் இன்னும் என்று உள்ளம் கொள்ளும் மிகைவிழைவு மட்டும்தான்.

ஆற்றிணைவின் அலைகளைக் கடந்ததும் படகு சீரமைந்தது. இருபுறங்களிலும் சுழிகளும் தனியொழுக்கும் இருந்தாலும் யமுனையின் நடுப்பெருக்கு நேரான விரைவற்ற வரவாக இருந்தது. அனைத்துப் பாய்களையும் விரித்து ஒன்றுடன் ஒன்று இயையும்படி குவித்தபோது காற்றே நீர்ப்பெருக்கின் எதிராக படகைத் தூக்கிச்சென்றது. சிறகுவிரித்த பெருங்கழுகொன்றின் கால்களில் இருக்கும் மீன் என மெல்ல வாலசைத்து

சிறகுகளைத் துழாவியபடி நீரை தொட்டதோ வருடியதோ என்பது போல் சென்றது படகு. எதிரே பாய்களை சுருக்கியபடி கிளையமரச்செல்லும் கொக்குகள் போல சென்றன கங்கைநோக்கிய படகுகள்.

அவற்றின் நடுவே மிகச்சிறிய அசைவுகளென கடந்துசென்ற கொதும்புவள்ளங்களை விழிகளை இயல்பாகத் திருப்பியபோதுதான் கர்ணன் கண்டான். தொலைவில் அவை மரக்கட்டைகள் மிதந்து வருபவை போல் தோன்றின. முதலைகளோ என்று உள்ளம் வெருண்ட மறுகணம் கண்தெளிந்து அவை ஒற்றைமரக் குடைவுகள் என்று அறிந்தான். அவற்றை பழங்குடிகள் மட்டுமே செய்வார்கள்.

கயிறை பற்றிக்கொண்டு நன்கு குனிந்து, இருளுக்குள் ஓசையின்றி சென்றுகொண்டிருந்த அப்படகுகளைப் பார்த்தான். ஐந்து வாரை வரை நீளமும் ஒற்றை ஆள் உடல் குறுக்கி அமர்ந்திருக்கும் அகலமும் கொண்ட நீள்படகுகள். கொதும்புவடிவில் உடல் நீண்டு காக்கையலகு போல மூக்குகூர்ந்தவை. ஒற்றையாடை அணிந்த பெண்கள் குழந்தைகளை நெஞ்சுடன் அணைத்து அமர்ந்திருக்க, சிற்றுடல் கொண்ட ஆண்கள் தலைகளில் தலைக்குடை சூடி உடல் குறுக்கி அமர்ந்து இரு கைகளாலும் துடுப்பிட்டனர். நீரொழுக்கே அவ்வள்ளங்களைக் கொண்டுசெல்லப் போதுமானதாக இருந்ததனால் துடுப்புகள் மிதப்பின் நிகர்நிலையை பேணவே பயன்பட்டன.

அஸ்தினபுரியின் பெரும்படகின் எதிரலைகளில் எழுந்து நீர்வளைவில் சறுக்கி இறங்கி அதேவிரைவில் மேலெழுந்து உச்சியில் மறுபக்கம் விழுந்து சென்ற வள்ளம் ஒன்றில் இருந்த குழந்தை வீறிட்டலறியபடி அன்னையைக் கட்டிக்கொண்டது. நிழலுருக்கள் என தெரிந்த அம்மக்களை மேலும் மேலும் விழிகூர்ந்து அவன் பார்த்தான். எந்த வள்ளத்திலும் விளக்கோ சுடரோ இருக்கவில்லை. அனைத்திலும் அவை தாங்குவதற்கு மேலாகவே மக்கள் இருந்தனர். செந்நிறச் சிற்றுடலோர். தென்னைமரத்துவேர்கள் என அவர்கள் ஒருவரை ஒருவர் கவ்விச்செறிந்த செந்நிறக்குவையாகத் தெரிந்தனர்.

மரவுரிமூட்டைகள், வில்லம்புகள், சிறுகலங்கள், மரக்குடைவுப் பொருட்கள். உடல்குவித்தொடுங்கிய முதியவர்கள். மைந்தரை முலைகளுடன் சுற்றியணைத்துக் கொண்ட அன்னையர். உடலோடு ஒட்டி அஞ்சி இறுகக் குவிந்துகொண்ட விரல்களென தோன்றினர். மழைநீர்ப்பரப்பில் உருளையென்றாகிச் செல்லும் மண்புழுக்கள்.

அவன் விழியகற்றி தன் உள்ளிருந்து ஒளிகொண்டுவந்து நோக்கியபோது நீர்ப்பரப்பெங்கும் பலநூறு சிறு வள்ளங்களைக் கண்டான். அலைகளில் அவை முதலைக்கன்றுகளின் திரளென வந்துகொண்டிருந்தன.

கயிறுகளைப் பற்றியபடி அமரமுனைக்குச் சென்று அங்கு நின்றிருந்த படகோட்டியிடம் "மச்சரே, யார் இவர்கள்?" என்றான். மச்சர் "இவர்கள் நாகர்கள்" என்றார். "அவர்களின் நெற்றியில் நாகபடக்கொந்தைகள் உள்ளன."

கர்ணன் கூர்ந்து நோக்கியபின் "எங்கு செல்கிறார்கள்? ஏதேனும் விழவா?" என்றான். "இல்லை, அனைவரும் அழுதுகொண்டிருக்கிறார்கள் அரசே" என்றார் மச்சர். திகைப்புடன் "ஏன்?" என்றான் கர்ணன். "அறியேன். ஆண்களும் பெண்களும் இணைந்து அழுதபடியே செல்கிறார்கள். சிலர் பின்னால் திரும்பி கைசுட்டி தீச்சொல்லிட்டபடி செல்வதையும் கண்டேன்."

கர்ணன் அவர்களைக் கூர்ந்துநோக்கி "சிறு செந்நிற உடல்கள் அன்றி ஏதும் எனக்குத் தெரியவில்லை" என்றான். மச்சர் "குகர்களின் கண்கள் இருளிலும் பார்ப்பவை" என்றார். கர்ணன் அவர்களை நோக்கிக்கொண்டிருக்க "ஒவ்வொருவர் விழிகளிலும் வழியும் நீரை என்னால் பார்க்கமுடிகிறது" என்று படகோட்டி சொன்னார். "அவர்கள் எங்கிருந்து வருகிறார்கள்?" என்றான் கர்ணன். "இன்னும் ஐந்து நாழிகைகளில் இந்திரப்பிரஸ்தம் வந்துவிடும். அந்நகரைச் சூழ்ந்துள்ள ஊர்களிலிருந்துதான் அவர்கள் செல்கிறார்கள். அவர்களின் படகுகளைப் பார்க்கையில் இல்லங்களின் பொருட்கள் அனைத்தையும் திரட்டிக்கொண்டு நகர்நீங்குகிறார்கள் என்று தோன்றுகிறது" என்றார் மச்சர்.

அலைகளில் எழுந்து ஒரு வள்ளம் மிக அருகே வந்தது. அதன் முகப்பில் நாகத்தின் முகத்தை அவனால் காணமுடிந்தது. அஸ்தினபுரியின் படகின் முகப்பிலிருந்த பெரிய பீதர்நாட்டுப் பளிங்கு விளக்கின் ஒளிக்கற்றை நீரலையை வருடிச்சென்ற கோட்டின்மேல் அந்தப்படகு ஒருகணம் தோன்றி பற்றி எரிந்து இருளில் மூழ்கி அணைந்தது. அதில் மின்னலென ஒரு முதியவளின் முகம் சுடர்ந்து சென்றது. கர்ணன் நெஞ்சு அதிர்ந்து சிற்றொலி ஒன்றை எழுப்பினான். சுருக்கங்கள் மண்டிய அவள் சிறு செம்முகத்தில் கண்ணீர் வழிந்திருந்தது.

அவள் முகத்தை விழிகளின் அடியிலிருந்து மீட்டு எடுத்தான். பிணைந்துநெளியும் கருநிறப் பாம்புக் குஞ்சுகள் போல நெய்பூசி சிறிதாக சுருட்டிக் கட்டப்பட்டிருந்த நூறு குழல்பின்னல்கள் தோளில் கிடந்தன. நெற்றியில் நாகபடத்தை பச்சைகுத்தியிருந்தாள். நீர்வற்றிய சேற்றுக்குழி என சுருங்கி உள்ளடங்கிய சிறுவாயின் இதழ்கள் அசைய அவள் ஏதோ சொல்லிக்கொண்டிருந்தாள். அதில் ஒற்றைச்சொல் அவ்வொளியில் மின்னிச் சென்றிருந்தது. அதை அவன் இடியோசை என கேட்டான்

கர்ணன் படகோட்டியிடம் "மச்சரே, இப்படகில் இடரீட்டுப் படகுகள் உள்ளன அல்லவா?" என்றான். "ஆம் அரசே, தக்கை மரப்படகுகள்.

நெடுந்தொலைவு செல்ல உதவாதவை. கரைவரை செல்லமுடியும்” என்றார். “நால்வர் செல்லக்கூடியவை” என்று சுட்டிக்காட்டினார். “அதிலொன்றை நீரிலிறக்குங்கள்” என்றான் கர்ணன்.

“அரசே!” என்றார் மச்சர். “இடருக்காக...”. கைதடுத்து கர்ணன் “உடனே!” என்று சொல்ல “ஆணை” என்று மச்சர் சொன்னார். சுக்கானைக் கட்டிவிட்டு இழுபட்டு நின்ற கயிறு வழியாக சிலந்திபோல் தொற்றி விரைந்து தாவி இறங்கி அகல்முகப்பில் வெளிப்பக்கமாக சேர்த்துக் கட்டப்பட்டிருந்த சிறிய படகின் நான்கு கட்டுகளையும் ஒற்றைச்சரடால் இழுத்து அவிழ்த்தார்.

படகு கயிற்றில் சிலந்திவலையில் சருகெனத் தொங்கி நின்று ஆடியது. பிறிதொரு கயிறை இழுத்து அதை நீர்நோக்கி இறக்கினார். கர்ணன் “நான் அவர்களுடன் செல்கிறேன். இன்று விடிந்தபின்னரே அரசர் நகர்நுழைவார். நான் நேராக இந்திரப்பிரஸ்தத்தின் அரண்மனைக்கே வந்துவிடுவேன் என்று சொல்லுங்கள்” என்றபின் அகல்விளிம்பைத் தாண்டி தொங்கிய கயிற்றைப்பற்றித் தொற்றி இறங்கி சிறுபடகில் ஏறிக்கொண்டான். அங்கிருந்து அவன் கைகாட்ட, கொக்கியை இழுத்து படகை விடுவித்தார் மச்சர்.

நீரை படகு தொட்டதும் இறுதிச்சரடையும் அவிழ்த்து மேலே இழுக்கத்தொடங்கினார். துடுப்பை எடுத்து பெரும்படகின் விலாவில் ஓங்கி ஊன்றி தன்னை விலக்கிக்கொண்டு, சூழ்ந்து எழுந்த அலைகளில் ஏறி நீராழத்தில் விழுந்து நீர்மேட்டில் பறந்தெழுந்து மறுபக்கச் சரிவிறங்கி விலகிச்சென்றான் கர்ணன். அவனுக்கு முன்னால் கருமையாகத் தெரிந்த படகின் விலா பலகைவரிகளும் நீர்ப்பாசியும் சுண்ணமும் கலந்து படிந்து உருவான வெவ்வேறு நீர்மட்டக்கோடுகளும் பரவி பாறைப்பரப்பெனத் தெரிந்து மெல்ல ஆடி விலகி படகாகி சிறுத்தது.

கர்ணன் அலைகளை அளாவியபடி இரு துடுப்புகளையும் ஊன்றி கைகளால் மையப்பொருத்தி,த் தரிப்பை இறுகப்பற்றி படகின் அலைக்கழிதலை நிலைகொள்ளச் செய்தான். அவனுக்கு இடப்பக்கம் பெருநிரைகளாக அஸ்தினபுரியின் கலங்கள் விளக்குகளின் செவ்வொளியில், பாய்கள் தழல்குவைகளென எழுந்து அசைய, உச்சியில் கொடிகள் துடிதுடிக்க, யானைக்கூட்டங்களென ஆடியாடி நிரைவகுத்து சென்றுகொண்டிருந்தன. அவற்றில் ஒரு படகு யானைக்கன்றுபோல பிளிறியது. தொலைவில் பிறிதொன்று அதற்கு மறுமொழி உரைத்தது.

கடல்யானைகளின் அருகே பரல்மீன்களென சென்று கொண்டிருந்தன நாகர்களின் வள்ளங்கள். வலப்பக்கத் துடுப்பை வலுவாக ஊன்றி இழுத்து தன் படகை ஒதுக்கி மேலும் மேலும் ஒழுக்கிலிருந்து விலக்கிச் சென்று

அவர்களின் திரள் நடுவே புகுந்தான். அருகே சென்ற வள்ளமொன்றை அணுகி உரத்த குரலில் "இனியவர்களே, எங்கு செல்கிறீர்கள்?" என்றான். அவர்கள் திகைத்தவர்கள் போல் திரும்பிப் பார்த்தனர். தன் மொழி அவர்களுக்குத் தெரியவில்லை என்று தோன்ற நாகர் மொழியில் "தொல்குலத்தவரே, எங்கு விரைகிறீர்கள்?" என்றான்.

ஒவ்வொரு விழியும் அவனை நோக்கி அசைவு கொண்டது. சொல் நின்று துடித்த இதழ்களை அவன் கண்டான். ஆனால் எவரும் அவனுக்கு விடையிறுக்கவில்லை. மேலும் துடுப்பை இழுத்து அப்படகுகளின் அருகே வந்தான். "எங்கு செல்கிறீர்கள்? உங்களுடன் வர விழைகிறேன்!" என்றான். படகை ஓட்டிக்கொண்டிருந்த நாகன் தன் தலைக்குடையை எடுத்து அருகிலிட்டபின் உரத்த குரலில் "விலகிச் செல் இழிசினனே! மானுடருடன் எங்களுக்கு சொல்லில்லை" என்றான். கர்ணன் "நான் உங்கள் மேல் அன்புடனேயே வந்தேன். உங்களுடன் உரையாட விரும்புகிறேன்" என்றான். "தொடராதே" என்றான் நாகன். "செல்! விலகிச்செல்!"

கர்ணன் கைதூக்கி மேலும் பேசமுயல, அவன் தன் துடுப்பைச் சுழற்றி "போ! விலகிப்போ!" என்று அடிக்க ஓங்கினான். கர்ணன் "உங்கள் விழிநீரைக்கண்டு ஆற்றாது வந்தவன் நான். இந்நாள்வரையில் எந்த விழிநீரையும் கண்டு எளிதென கடந்துசென்றதில்லை" என்றான். "இது எங்கள் விழிநீர். உங்களுடையதல்ல. விலகிச் செல்!" என்றான் அவன். பின்னால் ஒரு படகு அணுகி வந்தது. அதிலிருந்த நாகன் "இழிபிறவியே, கீழ்மணம் கொண்ட உடலே, விலகிச் செல்!" என்றபடி தன் கையிலிருந்த சிறுகுழலொன்றை எடுத்தான்.

அக்குழாயை அவன் வாயில் வைக்கையில் கர்ணனுக்கு முன்னால் சென்றுகொண்டிருந்த படகிலிருந்து முதியவள் ஒருத்தி எழுந்து இரு கைகளையும் வீசி "நிறுத்து!" என்றாள். நாகன் தன் குழாயைத் தாழ்த்தி "குடியன்னை" என்றான். முதியவள் கர்ணனை அருகே வரும்படி கைசுட்டினாள். கர்ணன் படகை இரு கைகளாலும் வலித்து அவளருகே சென்று பறவை சில்லையில் அமர்வதுபோல அலையொன்றில் சறுக்கி இறங்கி அவள் படகின் விளிம்பை ஒருகையால் பற்றிக்கொண்டு இணைந்தாடி நின்றான். "உன்னை நான் அந்தப்படகில் ஒருகணம் பார்த்தேன்" என்றாள் அவள். "ஆம் அன்னையே, நானும் உங்களைப் பார்த்தேன். நான் இறங்கி வந்தது உங்களுக்காகவே" என்றான்.

"அப்போது உனக்குப் பின்னால் நின்றது யார்?" என்று அவள் கேட்டாள். "எனக்குப் பின்னால் எவருமில்லையே! முன்னால் அமரபீடத்தில் படகோட்டி இருந்தான்" என்றான் கர்ணன். "இல்லை, உன் பின்னால்

ஒருவன் நின்றிருந்தான் உன் பெருநிழலெனத் தோன்றினான். ஆனால் அவன் வேறென பின்னர் தெளிந்தேன்” என்றாள். “அவன் எங்களைப்போன்று மாநாகத் தலையணி அணிந்தவன்.” கர்ணன் “நாகத்தலையணி அணிந்தவனா... யார்?” என்றான். “அப்படியென்றால் நீ அறிந்திருக்கவில்லை” என்றாள் அவள். “எனில், அது தலையணி அல்ல. அது நாகமேதான்.”

“எங்கு?” என்றான் கர்ணன். “உன்னருகே ஒரு நாகம் பத்தி எடுத்து தலைக்குமேல் ஓங்கி நின்றிருப்பதை நான் கண்டேன்” என்றாள் முதுமகள். “அன்னையே, என் கனவில் அந்நாகத்தை பலநூறுமுறை கண்டிருக்கிறேன்” என்றான் கர்ணன். “ஆம், அவர் உன்னுடன் இருப்பவர்” என்றபின் அவள் திரும்பி தன் குலத்தவரிடம் “இவன் நம்மைத் தொடரட்டும். ஊழென ஒன்று இவனை நம்முடன் அனுப்பியிருக்கிறது. நம் தெய்வங்கள் முடிவெடுக்கட்டும்“ என்றாள். ஒருவன் பகைமை மாறாத விழிகளுடன் கர்ணனை நோக்கி தொடர்க என்று கைகாட்டினான். கர்ணன் திரும்பி தான் வந்த படகு தொலைவில் சென்றுகொண்டிருப்பதைப் பார்த்தான்.

4

முதுமகள் கர்ணனிடம் கைநீட்டி “வள்ளத்தில் ஏறு” என்றாள். கர்ணன் அதன் விளிம்பைத்தொட, அதிலிருந்த அனைவரையும் சரித்துக் கொட்டிவிடப்போவது போல் அது புரண்டது. துடுப்புடன் இருந்த நாகன் சினத்துடன் “தொடாதே! இது ஆழமற்ற வள்ளம். படகல்ல” என்றான். கர்ணன் கைகளை எடுத்துக்கொண்டான். “இன்னொரு வள்ளம் மறுபக்கம் இருந்து பற்றிக்கொண்டால் மட்டுமே உன்னால் இதில் ஏறமுடியும்” என்றான் நாகன்.

கர்ணன் துடுப்பை வைத்துவிட்டு தன் படகில் எழுந்து நின்றான். “முட்டாள், என்ன செய்கிறாய்? என்ன செய்கிறாய்? குழந்தைகள் இருக்கிறார்கள்” என்று நாகன் கூவினான். கர்ணன் தன் நீண்ட காலைத்தூக்கி வள்ளத்தின் நடுவில் வைத்து தன் படகிலிருந்து மறுகாலை எடுத்தான். “கவிழ்ந்துவிடும் கவிழ்ந்துவிடும்” என்று நாகன் கூவ, படகிலிருந்த பெண்களும் குழந்தைகளும் கூச்சலிட்டனர்.

முதுமகள் அவனை புன்னகையுடன் நோக்கியிருக்க அலைகளில் ஆடும் அகல் திரியில் எரியும் சுடரென உடல் இயல்பாக நிகர்நிலை கொள்ள அவன் நின்றான். பின்பு காலைமடக்கி முதுமகளுடன் அமர்ந்தான். அவன் வந்த படகு அலைகளில் நிலையழிந்து சுழல, பின்னால் வந்த வள்ளத்தில் இருந்த நாகன் கர்ணனின் படகை எட்டிப்பற்றி அதை தன் வள்ளத்துடன் கட்டிக்கொண்டான்.

முதுமகள் “நன்கு அமர்க!” என்றாள். கர்ணன் அமர்ந்ததும் அவள் இருளுக்குள் நாகவிழிகள் போல மின்னும் நோக்குடன் “நீ எவர் மகன்?” என்றாள். கர்ணன் “அறியேன்” என்றான். “நீ ஷத்ரியனா?” என்றாள். “சூதன்” என்றான் கர்ணன். “ஆனால் அங்கநாட்டுக்கு அரசன்.” அவள்

முகம் சுருங்கி, அவனை நோக்கி உறைந்திருந்தது. சிலகணங்களுக்குப்பின் அவள் உயிர்த்து "உன் பின்னால் எழுந்து நின்ற அந்த நாகத்தை முதன்முறை எங்கு பார்த்தாய்?" என்றாள்.

"சிற்றிளமையில் கண்ட ஒரு கனவில். முன்பு அதை நான் கண்ட காட்சியையே மீண்டும் கண்டேன். தவழும் சிறுகுழந்தையென தூளித்தொட்டிலில் கிடந்தேன். தொலைவில் குதிரைகளின் கனைப்பொலி. அப்பால் கொட்டிலில் ஒரு சினைக்குதிரையின் மூச்சு. காலையொளி நீள்விரிப்பென உள்ளே சரிந்துகிடந்த குடிலில் எவருமில்லை. தூசுகள் பதைத்துச்சுழலும் ஒளிக்குழாய்கள் சரிந்து மண்ணில் ஊன்றியிருப்பதை நோக்கியபடி நான் வாய்க்குள் கையை மடித்துவைத்து சப்பியபடி கால்களை ஆட்டிக்கொண்டிருந்தேன். வெளியே இருந்து மெல்லிய சலசலப்போசையுடன் நீரோடை ஒன்று சருகுகளை கலைத்தபடி உள்ளே வருவதைக் கேட்டேன்."

"கையூன்றி, புரண்டு கால்கள் தூளித்தொட்டிலில் இருந்து தொங்க தலைதூக்கி அதைப் பார்த்தேன். பேருருவம் கொண்ட அரசநாகம். அதன் கரியஉடல் வழிந்துவர அதிலிருந்த பொன்னிற அம்புமுனைகள் வண்ணத்துப்பூச்சிகள் போல சிறகடிப்பதாகத் தோன்றின. தரையில் அதன் செதிலுடம்பு உரசும் ஒலி. வளைந்து எழுந்தபோது அதன் உடலே அதில் உரசும் ஒலி. ஓடை குளமானதுபோல தேங்கிச் சுழித்து சுருள்மையத்திலிருந்து தலைதூக்கி முளைத்ததுபோல் எழுந்து ஒற்றை இலையென படம் விரித்து நின்றது."

"வாழ்த்த எழுந்த கை என அதை எண்ணினேன். ஏதோ அளிக்க நீண்டு வருவதாக மகிழ்ந்து 'வா' என்றபடி கைநீட்டிச் சிரித்தேன். அகன்ற ஒற்றையிலையின் இருபக்க விளிம்புகளும் இதழ்களென விரிய அது ஒரு மலராகியது. செந்நிறப் புல்லிவட்டம் நீண்டு பறந்தது. என் முகத்தை நோக்கி அது குனிந்தது. அதன் பறக்கும் சீறலுடன் நாக்கு என் இதழ்களைத் தொட்டுச் சென்றது. சிரித்தபடி அதைப் பற்றுவதற்காக நான் காலுந்திப் பாய்ந்தபோது தொட்டில் ஆடத்தொடங்கியது. அணுகி அள்ளமுயன்று கைகளுக்குச் சிக்காமல் பின்னால் விலகிவந்து மீண்டும் சென்றேன்."

"அதன் விரித்த படத்தை மிக அண்மையில் கண்டேன். இரு ஒளிமணிக்கண்களையும் படவளைவின் பரலடுக்கையும். அணைக்கவென எழுந்த அலைவளைவில் வில்லொன்று நாணேற்றப்பட்டு இறுகித்தளர்ந்தது. தொட்டிலின் ஆட்டத்திற்கேற்ப தன்னியல்பாக அசைந்த அதன் உடல் நடமிட்டது. முச்சுருளுக்குமேல் எழுந்த எழுதண்டு. வெறித்த கூர்நோக்கு. அது வாய் திறந்தது. செந்நிறச் சிப்பிக்குள் இரு வெண்முத்துக்கள்போல பற்கள். அடிநாக்கின் பதைப்பைக் கண்டேன்" கர்ணன் சொன்னான்.

“மீண்டும் பலநூறுமுறை அக்காட்சியை என் சித்தத்தில் தீட்டிக்கொண்டேன். ஒப்புமைகளாக. அணிச்சொற்களாக. பலமுறை அரசநாகங்களைச் சென்று நோக்கி அமர்ந்திருக்கிறேன். நான் அன்றுகண்ட நாகம் அவற்றைவிட பலமடங்கு பெரிது என உறுதிகொண்டேன்.” தலையில் எழுந்து பறந்த குழல்கற்றைகளை அள்ளி தோல்வாரால் முடிந்தபடி “அதன்பின் எப்போதும் அந்நோக்கை நான் என்மேல் உணர்கிறேன். அதன் விழிகளை வேறெவ்விழிகளைவிடவும் அணுக்கமாக அறிவேன்” என்றான்.

முதுமகள் நெடுமூச்செறிந்தாள். “அன்னையே, நீங்கள் அந்நாகத்தை அறிவீர்களா?” என்றான் கர்ணன். அவள் “ஆம்” என்றாள். கர்ணன் “நான் அதைப்பற்றி அறியவிழைகிறேன்” என்றான். அவள் மீண்டும் நீள்மூச்செறிந்து “நீ அறியும் தருணம் வரும்” என்றாள். “அத்தருணத்தை ஆக்குபவை எங்கள் தெய்வங்களே.” கர்ணன் தலைவணங்கினான். துடுப்பை வலித்த நாகன் “நாங்கள் ஏதும் அறிவதில்லை. எங்கள் சொற்களை காற்றில் பறக்கவிடுகிறோம். எங்கள் தெய்வங்கள் மீட்டுக்கொண்டு வந்து அளிப்பதை மட்டுமே எங்கள் அறிவெனக்கொள்கிறோம்” என்றான்.

“அன்னையே, நீங்கள் ஏன் இந்நிலம் விட்டுச் செல்கிறீர்கள் என்றறிய விழைந்தேன். அதற்காகவே வந்தேன்” என்றான். அவள் கைசுட்டி வடகிழக்கு வானைக்காட்டி “அங்கொரு பெருநகர் எழுந்துள்ளது. அதை இந்திரப்பிரஸ்தம் என்கிறார்கள்” என்றாள் முதுமகள். “ஆம்” என்றான் கர்ணன். “அந்நகரின் மங்கலப்பெருவிழவுக்கே நான் சென்றுகொண்டிருந்தேன்.” முதுமகள் “இப்பெருநதியெங்கும் நிறைந்து செல்கின்றன நாவாய்கள். அங்கே இருகரைகளிலும் செறிந்து பெருகிச் செல்கிறார்கள் மக்கள். அந்நகரம் பல்லாயிரம் கைகளும் கால்களும் விழிகளும் பெற்று பேருருவம் பெற்றுக்கொண்டிருக்கிறது” என்றாள்.

அவள் கைநீட்டி “அதன் பெயர் காண்டவப்பிரஸ்தம். எங்கள் மண் அது. ஆயிரம் தலைமுறைகளாக நாங்கள் அங்குதான் வாழ்ந்தோம். வேராக மண்ணுக்குள் இருந்தோம். பின் பாம்புகளாக நீளுடல்கொண்டு நீரையும் காற்றையும் ஆண்டோம். கைகால்கள் விரிந்து, தலைகிளர்ந்து, விழியும் மொழியும் கொண்டு மானுடராகி கனலையும் கையளந்தோம். எங்கள் தொல்குடிகள் அங்கே மாமன்னர் தட்சர் தலைமையில் வாழ்ந்தன. எங்கள் மைந்தர் ஒன்றுநூறெனப் பெருகிச்செறிந்தனர். எங்கள் மூதாதையர் அந்தமண்ணுள் சென்று உப்பாகி வேர்களால் உண்ணப்பட்டு கனிகளாகி திரும்பிவந்தனர்” என்றாள்.

“அங்கிருந்த அடர்குளிர்பசுங்காடுகளின் இருண்ட ஆழங்களுக்குள் நாங்கள் பிறர் விழிபடாது வாழ்ந்தோம். எங்கள் தெய்வங்கள்

கேளாச்செவிகளுடன் இமையாவிழிகளுடன் பேசாநாவுகளுடன் காலற்றவிரைவுடன் எங்களை மும்முறை சூழ்ந்து காத்தன. புற்றுகளுக்குள் திறக்கும் கரவுப்பாதைகளினூடாக பாதாளப் பெருநாகங்களுடன் உரையாடி மீண்டு எங்கள் பூசகர்களில் ஏறி நெளிந்து நா சீறி எங்கள் மொழியை அள்ளி அணிந்துகொண்டு தொல்குறியும் திகழ்குறியும் தேர்குறியும் உரைத்தன. அச்சொற்களை நம்பி அங்கிருந்தோம்."

முதுமகள் சொல்லின்மை விம்ம இரு கைகளின் காய்ந்த கொன்றை நெற்றுகள் போன்ற விரல்களையும் கூட்டி அதன்மேல் உதடுகளை அழுத்திக்கொண்டாள். "அந்நிலத்தை வென்றனர் மானுடர். வில்குலைத்து வந்த வீணன். அவனுக்குச் சொல்லளித்து நின்ற நீலன்!" என்று படகோட்டி கூவினான். முதுமகள் அவனை நோக்கி கைகாட்டிவிட்டு கர்ணனிடம் "எங்கள் காடு எரியுண்டது. எங்கள் பன்னிரு பெருங்குலங்கள் எரிந்துருகி அழிந்தன. எங்கள் தெய்வங்கள் அஞ்சி மண்புகுந்தன. மண்ணுக்குள் வாழும் கலையறிந்தவர் என்பதனால் நாங்கள் அங்கிருந்து விலகி அதைச்சூழ்ந்த சதுப்புக்காடுகளின் நாணல்களுக்குள் மறைந்தோம்."

"ஆற்றங்கரைச் சேற்றுக்குழிகளுக்குள் தவளைகளையும் எலிகளையும் உண்டு இத்தனை ஆண்டுகள் காத்திருந்தோம். ஒவ்வொரு நாளும் மண்ணுக்குள் இருந்து எங்கள் தெய்வங்கள் எழுந்துவரும் என உடலே செவியென கூர்ந்தோம். எங்கள் அம்புக்கலங்களில் அழியாநச்சு நொதித்துக்கொண்டிருந்தது. கண்மூடினால் எங்கள் எரிந்தழிந்த காடு எங்களுக்குள் நின்று தழலாடியது. எங்கள் தொல்நிலம் மீளுமென்று எதிர்நோக்கி இருந்தோம்" என்றாள் முதுமகள்.

"நேற்று எங்கள் முதுபூசகன் ஒருவனில் எழுந்து மாமங்கலையான அன்னை மானசாதேவி எங்களுக்கு ஆணையிட்டாள்" என முதுமகள் சொன்னதும் அப்பாலிருந்த இளையோன் ஒருவன் கைநீட்டி "ஆணையிடவில்லை. எங்களை கைவிட்டாள்" என்று கூவினான். முதுமகள் திரும்பி அவனை நோக்கிவிட்டு "அதுவும் அன்னையின் விழைவென்றால் அவ்வாறே" என்றாள். கர்ணன் "என்ன ஆணை?" என்றான்.

முதுமகள் காட்டுக்கூகையின் குரலில் "இனி இந்நிலம் எங்களுக்கு மீளாது" என்று கூவினாள். "அதன்மேல் பிறிதொரு கொடி ஏறப்போகிறது. அந்நிலத்தைச் சூழ்ந்து நாடொன்று எழும். சதுப்புகள் ஊர்களாகும். காடுகள் கழனிகளாகும். அங்கெல்லாம் அவர்களின் கால்தடம் பட்டு மண் கருப்பு கொள்ளும். பொன் விதைக்கப் பழிமுளைக்கும். வேருக்குக் குருதி. வேலியெனச் செங்கோல். தளிரிடும் சொற்கள். கிளைவிரிக்கும் கேள். இளையோனே, அங்கே மலரென வெந்தழல் எழும்.

“ஆனால் எழுந்த பெருநகரங்கள் அனைத்தும் அழியும். ஹிரண்யாட்சனின் வீரமாகேந்திரபுரியும் மகிஷாசுரனின் மிருத்திகாவதியும் கார்த்தவீரியனின் மாகிஷ்மதியும் சூரபதுமனின் மகேந்திரபுரியும் கற்குவியல்களாக மண்ணில் புதைந்துள்ளன. ராவணப்பிரபுவின் இலங்கையை கடல்கொண்டது. அவனை வென்ற ரகுவீரனின் அயோத்தியை காலம் கொண்டது. இன்றுள்ளன இவை. இந்திரப்பிரஸ்தம், துவாரகை, அஸ்தினபுரி...

“இளையோனே, கல்மேல் கல்லமர்ந்து எழுந்த அத்தனை மாளிகைகளுக்கு அடியிலும் வேர்கள் புதைந்துள்ளன. வேர்கள் இறப்பதில்லை. ஒவ்வொரு கணமும் வெளிவரும். இடுக்கு தேடி தவித்தபடி அவை அடியில்தான் இருக்கும். ஐயமிருந்தால் உன் மாளிகையில் சென்று ஒரு சிறு பிளவை உருவாக்கிப்பார். மூன்று நாட்களில் வேர் ஊறி மேலெழுவதைப் பார்ப்பாய்” என்று முதுமகள் சொன்னாள். “மலர் உறங்கும். மரம்சூடும் பறவைகள் உறங்கும். இலையுறங்கும். இலைசுமந்த கிளையுறங்கும். அடிமரம் உறங்கும். வேர்கள் உறங்குவதேயில்லை.”

கர்ணன் கைகளைக் கூப்பியபடி “ஆம்” என்றான். “இந்த நாகலந்தீவின் வேர்ப்படலம் நாங்கள்” என்றாள் முதுமகள். கர்ணன் “பாரதவர்ஷத்தைச் சொல்கிறீர்களா?” என்றான். கையசைத்து “அது உங்கள் சொல். இந்நிலத்தின் பெயர் நாகலந்தீவு. என்றும் அவ்வாறே அது இருக்கும்” என்றாள். கர்ணன் அவள் இதழ்கள் இருளில் அசைவதை நோக்கிக்கொண்டு அமர்ந்திருந்தான். படகோட்டிய நாகன் “அறிக அயலவனே, இங்குள அனைத்தும் எங்கள் பேரன்னையின் உடல்மேல் எழுந்தவையே. அவள் பெயர் நாகலாதேவி” என்றான். “அவளே மலைகள். அவளே நதிகள். அவளே தாழ்வரையும் விரிநிலமும். அவளே கடல். அவளே காற்று. அவளே எரி. அவளே விண்ணெனும்குடை.”

முதுமகள் “கரியபுறமும் வெண்ணிற அடியும் கொண்ட விராடநாகம் அவள். மேற்கே அவள் ஒளிவெண்மை கொண்ட கூர்வால் முடிவிலியில் எங்கோ நெளிந்துகொண்டிருக்கிறது. கிழக்கே அவள் ஆயிரம் கிளைகொண்ட கன்னங்கருந்தலை மாபெரும் சூரியன்கள் விழிகளாகச் சுடர அனல்கதிர்களென பகுநா எழுந்து பறக்க தேடிச்சென்றுகொண்டிருக்கிறாள். ஒவ்வொருநாளும் அவள் உடல்முறுக்கி வெண்ணிறம் காட்டுகையில் பகல் எழுகிறது. கருநிறம் கொள்கையில் இரவு அணைகிறது. அவள் உடல்செதில்கள் விண்மீன்களென மின்னுகின்றன. அவள் அனல்நா பறக்கும்போது மின்னல். அவள் சினக்கையில் இடி. அவள் மூச்சே புயல். இங்கு நாம் அவள் உடலெனும் கூரைக்கீழ் வாழ்பவர்கள்” என்றாள்.

ஒருபக்கம் கருமையும் மறுபக்கம் வெண்மையும் கொண்ட துளிமுட்டை ஒருநாள். முப்பது முட்டைகளை சுற்றியிருக்கும் நாகம் ஒருமாதம்.

ஒருமாதமென்பது தென்னையின் ஒரு கணு. ஒருவருடம் கங்கையின் ஒரு நீர்த்தடம். பன்னிரண்டு வருடங்கள் குறிஞ்சியின் ஒருமலர். நூறுகுறிஞ்சிமலர்கள் பேராலமரத்தின் வாழ்க்கை. நூறு ஆலமர விதைகள் பாதாளநாகங்களின் ஒரு கண்ணிமைப்பு. ஆயிரமுறை அவை கண்ணிமைக்கையில் ஒரு பாதாளநாள். ஆயிரம் பாதாளநாட்கள் ஒரு பாதாளவருடம். ஆயிரம் பாதாளவருடங்கள் மண்மேல் ஒரு யுகம். அதற்கு முன்னிருந்த மலைகளும்கூட அப்போது எஞ்சா என்றறிக!

ஆயிரம் யுகங்கள் விண்ணாகிய பெருநாகத்தின் ஒரு நெளிவு. ஆயிரம் நெளிவுகள் அவளுடைய ஒருநாள். ஆயிரம் நாட்கள் அவளுக்கு ஒருவருடம். ஆயிரம் வருடங்கள் அவளுக்கு ஒரு வயது. ஆயிரம் வயதுக்குப்பின் அவள் ஒருமுறை சட்டையை உரித்திடுகிறாள். அவ்வெள்ளிக்கீற்றுகள் முகில்குவைகளாகக் குவிந்த கிழக்குமூலையில் ஆயிரம்சட்டைகள் ஒருகுவை. ஆயிரம்குவை எழுகையில் ஒரு விண்யுகம். இளையோனே, ஆயிரம் யுகங்கள் ஒரு மகாயுகம். ஆயிரம் மகாயுகங்கள் ஒரு மன்வந்தரம். ஆயிரம் மன்வந்தரங்கள் ஒரு கல்பம். ஆயிரம் கல்பங்கள் முழுமையடைகையில் அவள் தன் வாலைக் கண்டடைகிறாள்.

தன் வாலை தானே விழுங்கி அவள் இறுகத்தொடங்குகிறாள். சுருண்டு ஒரு பந்தாகி, சுழியாகி, புள்ளியாகி, இன்மையென்றாகி மறைகிறாள். அப்பால் குனிந்து அவளை நோக்கிக்கொண்டிருக்கும் மாயை என்னும் மாபெரும் வெண்ணிறநாகம் புன்னகைபுரிந்து பிறிதொரு முட்டையை இடுகிறது. அதிலிருந்து மீண்டுமொரு நாகலாதேவி எழுகிறாள். சிறுவிரல் என நெளிந்து எழுகிறாள். பசிகொண்டு சுற்றும் நோக்குகிறாள். உண்ண அங்கே தானன்றி பிறிதில்லை என அறிகிறாள். சீறி வாய்திறந்து தன் வாலை நோக்கிப் பாய்கிறாள். மின்னல்கொடியென சீறி நீண்டோடும் வாலைப் பற்ற முயன்று வளைந்து ஒரு வட்டமாகிறாள்.

“நாகலாதேவி தன் வாலைக் கண்டடைவதை ஒரு சுழி என்கின்றனர் நாகமூத்தோர். சுழித்துச்சுழித்து அவளை விளையாடவிட்டு நோக்கி சிரிக்கும் மாயையை தன் முன்னாலிட்டு விளையாடிக்கொண்டிருக்கிறது சூன்யை என்னும் கருநிறப் பெருநாகம்” முதுமகள் சொன்னாள். “இப்புவியென்பது ஒளியென இருளென இன்மையென பெருகிச் சூழ்ந்திருக்கும் முடிவிலிக்கடற்பெருக்கில் அன்னை நாகலாதேவி இட்ட சிறுமுட்டை என்று அறிக! ஆகவேதான் இது நாகலம் எனப்படுகிறது. வடக்கே பனிபடு நெடுவரையும் தெற்கே அலைபடு குமரியும் கொண்ட இந்நிலம் நாகலந்தீவு என்று சொல்லப்படுகிறது.”

விண்ணுருவான அன்னை நாகலையின் வீங்கிய பெரும்பத்தியிலிருந்து பிரம்மனும் பறக்கும் நாவிலிருந்து விஷ்ணுவும் எரிவிழிகளிலிருந்து சிவனும்

தோன்றினர். ஒன்று பிறிதை என உருவாக்கிப்பெருகிய பல்லாயிரம்கோடி பிரம்மன்களின் எண்ணங்களிலிருந்து உருவானவர்கள் பிரஜாபதிகள். மரீசி, அங்கிரஸ், அத்ரி, புலஸ்தியர், வசிஷ்டர், புலகர், கிருது என்னும் ஏழு முதல்முனிவர்கள் பிரம்மனின் தவத்திலிருந்து எழுந்தனர். பிரம்மனின் பெருஞ்சினத்திலிருந்து மகாருத்ரன் எழுந்தான். மடியிலிருந்து நாரதர். எண்ணங்களில் இருந்து சனகரும் சனாதனரும். இடத்தோளிலிருந்து தட்சபிரஜாபதியும் வலத்தோளிலிருந்து வீரணியும் பிறந்தனர். அவரது கால்களிலிருந்து கசியபர் பிறந்தார்.

தட்சனும் அசிக்னியும்கூடி அறுபது பெண்நாகங்களை ஈன்றனர். அதிதி, திதி, தனு, அரிஷ்டிரை, சுரசை, சுரபி, வினதை, தாம்ரை, குரோதவசை, இரா, கத்ரு, முனி என்னும் பன்னிருவர் கசியபரை கூடி ஈன்ற மைந்தர்களே வானுளோர். அதிதியில் இருந்து ஒளிரும் உடல்கள் கொண்ட ஆதித்யர்கள் பிறந்தனர். விஷ்ணு, சுக்ரன், ஆரியமா, தாதா, த்வஷ்டா, பூஷா, விவஸ்வான், சவிதா, மித்ரன், வருணன், அம்சன், பகன் என்னும் பன்னிரு ஆதித்யர்களில் இருந்து ஆதித்யகோடிகள் எழுந்து விண்ணை நிறைத்தனர்.

அவள் இட்ட இரண்டாவது முட்டையில் இருந்து அனலன், அனிலன், ஆபன், சோமன், தரன், துருவன், பிரத்தியூடன், பிரபாசன் என்னும் எட்டு வசுக்கள் பிறந்தனர். திதியில் இருந்து தைத்யர்கள் பிறந்தனர். தனுவிலிருந்து தானவர்கள் பிறந்தனர். சுரபியிலிருந்து பதினொரு ருத்ரர்கள் பிறந்தனர். தட்சனின் பத்து மகள்களை தர்மதேவர் மணந்தார். இருபத்தேழுபெண்களை சோமன் மணந்தார். இருவரை பகுபுத்ரரும் இருவரை அங்கிரஸூம் இருவரை கிருஸாஸ்வரும் மணந்தனர்.

தட்சனின் மகளாகி கசியபரை மணந்த இளையவள் வினதை கருடனைப் பெற்றாள். மூத்தவளாகிய கத்ரு பெற்றவையே உலகங்களைத் தாங்கும் உலகத்தை ஆளும் பெருநாகங்கள்.

சேஷன், வாசுகி, ஐராவதன், தக்ஷகன், கார்க்கோடகன், தனஞ்சயன், காளியன், மணிநாகன், பூரணநாகன், கபிக்ஞரன், ஏலாபுத்ரன், வாமனன், நீலன், அனிலன், கன்மஷன், சம்பளன், ஆரியகன், உக்ரகன், குலசபோதகன், சுமனஸ், ததிமுகன், விமலன், பிண்டகன், ஆப்தன், சங்கன், பாலிசிகன், நிஷ்டானகன், ஹேமகுகன், நகுஷன், பிங்கலன், பாஹ்யகர்ணன், ஹஸ்திபதன், முன்கரபிண்டகன், கம்பலன், அஸ்வதரன், காளிகன், விருத்தன், சம்வத்தகன், பத்மன், சங்குமுகன் என்போர் முதல்நாற்பதின்மர். இறப்பற்ற அவர்களை வாழ்த்துக!

கிலஸ்மாந்தகன், ஷேமகன், புண்டரீகன், கரவீரன், புஷ்பதம்ஷ்டிரன், வில்வகன், பாண்டூரேன், மூஷகாதன், சங்கசிரன், ஹரிபத்ரன், ஹரித்ரகன்,

அபராஜிதன், ஜோதிகன், பன்னகன், ஸ்ரீவஹன், கௌரவ்யன், திருதராஷ்டிரன், சங்கபிண்டன், சுபாகு, விரஜஸ், சாலிபிண்டன், ஹஸ்திபிண்டன், பிடாரகன், சுமுகன், கௌணபாசகன், குடரன், குஞ்சரன், பிரபாகரன், குமுதன், குமுதாக்ஷன், தித்திரி, ஹலிகன், கர்த்தமன், பஹுமூலகன், பாகுலேயன், கர்க்கரன், அகர்க்கரன், அங்காரகன், குண்டோதரன், மஹோதரன் எனும் பின்நாற்பதின்மரும் வெல்லற்கரியவர்கள்.

"இளையோனே, அவர்கள் ஆயிரம் பெருஞ்சுருள்கள் என்றறிக! இப்புவியின் ஆடல்கள் அனைத்தும் அவர்கள் தழுவியும் பிணைந்தும் சீறியும் விலகியும் விழுங்கியும் உமிழ்ந்தும் ஆற்றும் விளையாடலே என்றுணர்க!" என்றாள் முதுமகள். தன்னைச்சுற்றி அலையடித்த யமுனையின் கருநீர்ப்பெருக்கை பல்லாயிரம் நாகநெளிவுகளாக கர்ணன் உணர்ந்தான். படகிலிருந்த நாகர்களும் அப்பெயர்களாலேயே சொல்வயப்பட்டு விழிகளென அமர்ந்திருந்தனர்.

"அன்னை கத்ருவின் இளையவள் பெயர் குரோதவசை. பன்னிரண்டாயிரம் கோடி இருட்சுருள்களாக விண்ணை நிறைத்துக்கிடந்த எரிநாகம் அவள். அவளுடைய செவ்விழிகள் மேலைவானில் இரு செவ்விண்மீன்களாக நின்றன. அவளுடைய மூச்சில் எழுந்த அனலின் புகை பல்லாயிரம்கோடி கருமுகில்களாக வானில் படர்ந்திருந்தது. அவளுடைய சீறல் இடித்தொடர்களாக மேற்குத்திசையிலிருந்து எழுந்து வெளியில் பரவிச்சென்றது. அணையாத பெருஞ்சினமே அவள்" என்று முதுமகள் தொடர்ந்தாள்.

அன்னையின் முட்டையிலிருந்து எழுந்ததுமே தன் உடல்சுருளை தான் நோக்கி சினம்கொண்டு சீறி அதைத்தீண்டி கருகியமையால் அப்பெயர் அவளுக்கு இடப்பட்டது. பிறந்தநாள்முதல் தன்னை எவரும் தொட அவள் ஒப்பியதில்லை. அவள் பத்திகள் எங்கும் தாழ்ந்ததில்லை. நஞ்சு ஒழுகும் நதி என்று அவளைச் சொன்னார்கள். தன்னை தான் நோக்கினாலே சினம்கொள்பவள். தனக்குமேல் வெட்டவெளியன்றி பிறிதைச் சூடாத தருக்கு கொண்டவள். அவளை நோக்கிப் புன்னகைத்த பேரன்னை அவள் வால்நெளிவை ஒரு பிரஜாபதியென படைத்தார். புச்சர் என்று அவரை நாகங்கள் அழைக்கின்றன.

குரோதவசையைக் கண்டு காதல்கொண்ட புச்சர் அவளை பெருநதியென வழிந்தோடி அணுகினார். அவரைக் கண்டதும் வெருண்டு புயலில் கடல் அலைகளெழுவதுபோல தன் ஆயிரம் பத்திகளை விரித்து நாக்குகள் பறக்க விழிகள் கனல அவள் சீறியபோது அவர் மேலும் காமம்கொண்டு அருகணைந்தார். அவள் அவர் படத்தைக் கொத்தி தன் நஞ்சை

அவருக்குள் செலுத்தினாள். அதன் வெம்மையில் எரியுற்ற இரும்பென அனலுருவாகி உருகி வழிந்தோடிய கசியபர் சீறி பத்திவிரித்தெழுந்தார். அவள் அடங்கா சினத்துடன் அவர் உடலை வளைத்து இறுக்கி சீறி கொத்தக்கொத்த, அம்முத்தங்களை ஏற்று கூசிச்சிரித்து உடல்நெளித்து வளைந்தெழுந்து அவர் மகிழ்ந்தார்.

கொத்திக்கொத்திச் சலித்து நாவிலிருந்த நஞ்சனைத்தையும் இழந்து அவள் தளர்ந்தபோது அவளுடைய பத்திகளை ஒன்றன்மேல் ஒன்றாக அழுத்தி அதை தன் உடற்சுருளால் கவ்விச் சுற்றி இறுக்கிக்கொண்டார். அவளை முகம்சேர்த்து அவள் எரிநாக்குகளை தன் நாக்குகளால் பிணைத்தார். அவள் ஆயிரம் வாய்களால் சீறி அவருள் திமிறி நெளிந்தாள். அவரைத் தழுவி வழுக்கி இறங்கி அவர் வாலைக்கவ்வி விழுங்கலானாள். அவர் நகைத்தபடி அவள் வாலைக்கவ்வி தான் விழுங்கினார். ஒருவரை ஒருவர் விழுங்கியபடி அவர்கள் கோடானுகோடி காலம் காமம் கொண்டாடினர்.

இருளும் ஒளியுமென ஒருவரை ஒருவர் நிறைத்தபடி விண்நிறைத்துக் கிடந்தனர். அவளுக்குள் அவரது கனவுகள் இறங்கிச்சென்றன. உயிர்துடிக்கும் விதைகள் சேற்றுப்பரப்பை என அவள் அடிவயிற்றைக் கண்டுகொண்டன. சினம் எரிந்தணைந்து தனிமையாகி பின் வஞ் சமென்றாகி அவளுக்குள் நிறைந்தது. ஆயிரம் யுகங்கள் தன் வஞ்சத்தின் அனல் தாளாமல் விண்வெளியில் நிலையழிந்து புரண்டுகொண்டிருந்தாள். உடல்திறந்து அவள் இட்ட முட்டைகளில் இருந்து பத்து கரியமகள்கள் எழுந்தனர்.

மிருகி, மிருகமந்தை, ஹரி, பத்ரமதை, மாதங்கி, சார்த்தூலி, ஸ்வேதை, சுரபி, சுரசை, கத்ரு என்னும் பதின்மரும் வளர்ந்து கன்னியரானார்கள். அன்னையின் வஞ்சம் அவர்களில் மைந்தராக முளைத்தெழுந்தது. அவர்களிடமிருந்து பறப்பவையும் நடப்பவையும் தாவுபவையும் என அனைத்து உயிர்களும் பிறந்தன.

குரோதவசையின் உள்ளே கூடியெழுந்த சினம் பறவைகளில் அலகுகளும் உகிர்களும் ஆகியது. விலங்குகளில் கொம்புகளும் கோரைப்பற்களும் என எழுந்தது. தேள்களில் கொடுக்குகளும் பூச்சிகளில் முடிகளுமாகியது. அள்ள அள்ளக் குறையாத நச்சுக்கலமென அவள் உள்ளத்திலிருந்து அவை எழுந்துகொண்டே இருந்தன. மண்ணை மும்முறை நிறைத்தபின் அவை வாழ இடமின்றி ஒன்றையொன்று உண்ணத்தொடங்கின.

ஆயிரம்யுகங்கள் கடந்து தன் வஞ்சம் முளைத்துப்பெருகிய உயிர்க்குலங்களை குனிந்து நோக்கிய குரோதவசை பெருமூச்சுடன் கண்மூடி சற்றே புரண்டுபடுத்தாள். அப்போது தன்னுள் அதேயளவுக்கு

நஞ்சு எஞ்சியிருப்பதை கண்டாள். மீண்டும் சினந்தெழுந்து வால் சுழற்றி ஓங்கியறைந்து இடியோசை எழுப்பினாள். அவளுடைய எஞ்சிய சினமனைத்தும் அவள் இறுதிமகள்களில் குழவிகளாகியது. சுரசை நாகங்களை ஈன்றாள். அவள் தங்கை கத்ரு பத்திவிரிக்காத பாம்புகளை ஈன்றாள். இருள் விழுதுகளென நெளிந்த அவற்றைக் கண்டு குரோதவஸை தனக்குள் புன்னகைத்து 'என்றுமிருங்கள்' என்று சொன்னாள். அவள் வாழ்த்தொலி நான்கு திசைகளிலும் இடியென எழுந்தது. அவள் புன்னகை மின்னலென ஒளிவிட்டு அமைந்தது.

மண்ணில் பெருகிய பாம்புகளில் சுரசையின் மைந்தர் தருக்கி எழும் ஆணவம் கொண்டிருந்தனர். அவ்வாணவத்தையே நஞ்செனத் திரட்டி நாவு என கொண்டிருந்தனர். உடல்சுருட்டி எரிகுளமாக்கி நடுவே தழலெனத் தலைதூக்கி நாபறக்க நின்று எதிரியை நேருக்குநேர் நோக்கினர். சீறி மும்முறை தலைதிருப்பி மண்ணில் கொத்தி எச்சரித்தபின் சவுக்கின் சொடுக்கென சுழன்று வந்து நஞ்சூறிய நெடும்பல்லால் கொத்தி யானைகளையும் கருகச்செய்தனர். அவர்களில் ஊறியிருந்தது ரஜோகுணம்.

தங்கை கத்ரு பெற்றவர்கள் தமோகுணம் நிறைந்தவர்கள். உதிர்ந்த கொடிபோல மண்ணில் புதைந்த வேர்போல அவர்கள் சருகுகளுக்குள் அசைவழிந்து காலமிழந்து படுத்திருந்தனர். அவர்களின் தாடைகள் மண்ணிலிருந்து எழுவதேயில்லை. ஆனால் மண்ணில் நடப்பவற்றை எல்லாம் தங்கள் கட்செவியாலேயே அறிந்திருந்தனர். காத்திருத்தலையே கடுநஞ்சாக்கிக் கரந்திருந்தனர். குழந்தையின் விரல்போல தொட்டு நஞ்சு செலுத்தினர். கொத்துவது தெரியாமல் கொத்தி தொடர்வது அறியாமல் தொடர்ந்து விழுந்தபின் வந்து கவ்விக்கொண்டனர். ஓசையின்றி விழுங்கி மீண்டும் புதருக்குள் சுருண்டு காத்திருந்தனர். குரோதவஸையின் சினமே நாகங்கள். அவள் வஞ்சமே பாம்புகள்.

ஆணவ வடிவான நாகங்களே பாம்புலகை ஆண்டன. அவற்றால் தீண்டப்பட்டாலும் உயிர்கள் அவற்றை வணங்கின. ஒளிரும் சிற்றோடையென அவை நெளிந்தோடும் அழகை குரங்குகள் மரங்களில் அமர்ந்து நோக்கி மகிழ்ந்தன. சுருள்நடுவே எழுந்த அவற்றின் படத்தை தங்களை வாழ்த்த எழுந்த கை என எண்ணின யானைகள். கால்களில்லாமல் விரையும் அவற்றை தொடுவானத்தின் வில்லால் ஏவப்பட்ட அம்புகள் என மதித்தன மான்கள்.

பாம்புகளோ அனைவராலும் வெறுக்கப்பட்டன. மண்ணின் புண்களில் ஊறிய சீழ். ஈரச்சருகுக்குள் காடு கரந்துவைத்திருக்கும் கொலைவாள். உதடுகளுக்குள் உறைந்திருக்கும் ஓர் இழிசொல். ஆணவம்

மண்மீதெழ முடியும். வஞ்சமே மண்ணுக்குள் ஊறிப்பரவி நிறையும் வல்லமைகொண்டது. நாகங்கள் நூறென்றால் பாம்புகள் பல்லாயிரமென பெருகின. அவை காட்டின் நரம்புகள் என எங்கும் பரவி ஒலிகாத்து உடல்கூர்ந்து கிடந்தன.

நாகங்கள் பாம்புகளை வெறுத்தன. தங்கள் வடிவிலேயே அவையும் உடல்கொண்டிருப்பதனாலேயே அவை தங்களை சிறுமைசெய்வதாக எண்ணின. அவற்றை வேர்களென்றும் தங்களை விழுதுகளென்றும் வகுத்தன. மண்ணுள் இறங்கிய பாம்புகளை விண்ணிலிருந்து இழிந்த நாகங்கள் தேடித்தேடிச்சென்று கொன்றன. தங்கள் கூர்நஞ்சால் கொன்று விழுங்கி உணவாக்கின. நஞ்சாலோ விரைவாலோ உடல்நிறைவாலோ நாகங்களை வெல்லமுடியாத பாம்புகள், கரந்திருத்தலால் காத்திருத்தலால் எதிர்கொண்டன.

நாகங்களைக் கண்டதும் தன் உடலை வளைத்துச் சுருட்டி உயிர்துறக்கச் சித்தமாகும் பாம்பு 'பெருகுக என் குலம்' என்று தன்னுள் சொல்லிக்கொண்டது. காடுகள் தோறும் பொந்துகளிலும் புதர்களிலும் சருகுக்குவைகளிலும் பாறையிடுக்குகளிலும் அவற்றின் முட்டைகள் பெருகின. அவை திறந்து புழுக்கூட்டங்கள் போல பாம்புகள் வெளிவந்தன. சினந்து எழுந்து விழியொளிர நின்றிருக்கும் ஒவ்வொரு நாகத்தைச் சூழ்ந்தும் ஓராயிரம் பாம்புகள் புதர்களுக்குள் சுருண்டிருந்தன.

"சீறுவதும் சுருளுவதுமென இங்குவந்த பேரன்னையின் சீற்றத்துக்கு வணக்கம். முகமற்ற உடலற்ற நாக்கு மட்டுமேயென இங்கிருக்கும் விண்ணகத்து வஞ்சத்துக்கு வணக்கம். வேரும் விழுதுமென இம்மரத்திலெழுந்த தேடலுக்கு வணக்கம். ஓம்! ஓம்! ஓம்!" என்று முதுமகள் கைகூப்பினாள்.

5

தன்னைச்சூழ்ந்து அலையடித்து எழுந்து அமைந்த காளிந்தியின் கரியநீர்ப்பெருக்கில் தென்னைநெற்றுக்கூட்டமென தானும் அலையென வளைந்தமைந்து வந்துகொண்டிருந்த நாகர்களின் சிறுவள்ளங்களையும் அவற்றில் விழிகளென, விதும்பும் உதடுகளென, கூம்பிய முகங்களென செறிந்திருந்த நாகர்களையும் நன்கு காணுமளவுக்கு கர்ணனின் விழிகள் தெளிந்தன.

விடிவெள்ளி எழ இன்னும் பொழுதிருக்கிறது என அவன் அறியாது விழியோட்டியறிந்த விண்தேர்கை காட்டியது. வலப்பக்கம் விண்மீன்சரமெனச் சென்றுகொண்டிருந்த இந்திரப்பிரஸ்தம் நோக்கிய கலநிரைகள் கண்கள் ஒளிவிட சிறகு விரித்த சிறுவண்டுகள் என சென்றன. கரையோரத்து மக்கள்பெருக்கின் ஓசைகள் காற்றில் கலைந்து திசைமாறி அணுகியும் அகன்றும் ஒலித்துக்கொண்டிருந்தன. அணுகியும் விலகியும் சென்ற வள்ளங்களின் துடுப்புகள் தெறிக்கவைத்த நீர்த்துளிகளால் அவன் முழுமையாக நனைந்திருந்தான். படகிலிருந்த அனைவரும் நனைந்திருந்தனர்.

"எரிந்தழிந்தது காண்டவப்பெருங்காடு. நாகர்குலமாமன்னர் தட்சர் அமர்ந்தாண்ட அரியணை சாம்பல் மூடியது. மூதாதையர் குடிகொண்ட பெரும்புற்றுகள் கருகின. அனலுண்ட காட்டிலிருந்து இறுதியில் கிளம்பும் எங்களை உரகர்கள் என்கிறார்கள்" என்றாள் முதுமகள். "நாகர்கள் மூன்றுபெருங்குலங்களுக்குள் ஆயிரத்தெட்டு குடிகளாகப் பெருகி நாகலந்தீவை நிறைத்திருக்கும் மானுடத்திரள் என்றறிக. தெற்கே அலைகடல்குமரிக்கு அப்பாலும் நாங்களே பரவியிருக்கிறோம். மலைமுடிகள் தாழ்வரைகள் ஆற்றங்கரைச்சதுப்புகள் கடலோரங்கள் என நாங்களில்லாத இடமென ஏதுமில்லை."

கர்ணன் “நாகர்களைப்பற்றி நாங்கள் ஏதுமறியோம். எங்கள் நூல்கள் அளிக்கும் எளிய கதைகளை மட்டுமே இளமைமுதல் பயின்றுள்ளோம்” என்றான். “கேள், நாகலந்தீவின் வடநிலம் சாரஸ்வதம். கிழக்கு கௌடம். நடுநிலம் வேசரம். கீழ்நிலம் திராவிடம்” என்றாள் முதுமகள். “அன்று சிந்துவும் கங்கையும் இருக்கவில்லை. அவ்விரு பெருநதிகளுக்கும் அன்னையென்றான சரஸ்வதியே மண்நிறைத்து பல்லாயிரம் கிளைகளாகப் பிரிந்து வளம்பயந்து உயிர்புரந்து ஓடிக்கொண்டிருந்தது. சரஸ்வதி ஓடிய சாரஸ்வதநிலமே நாகர்களின் முளைவயல்.”

“உருகாப்பனி சூடி உச்சிகுளிர்ந்து இளவெயிலில் பொன்னாகி இருளில் வெள்ளியாகி விழிமூடி ஊழ்கத்தில் அமர்ந்திருக்கும் இமயனின் மடியில் பூத்த நீலமலர் பிரம்மமானச ஏரி. அன்னங்கள் மட்டுமே அறிந்த வற்றாப்பெருஞ்சுனை அது. அதன் கரையில் நின்றிருக்கும் பேராலமரத்தின் அடியில் சிறு ஊற்றெனப் பிறந்தவள் சரஸ்வதி. பதினெட்டாயிரம் குளங்களை அன்னை மைந்தரை என அமுதூட்டி நிறைப்பவள் என்பதனால் அவள் சரஸ்வதி எனப்பட்டாள்.”

“மேலே நீலத்தின் நிரவலென குளிர்ப்பெருக்கும் அடியில் செந்நிற அனலோட்டமும் கொண்டவள். தவமே உருவானவள். பல்லாயிரம் கோடி விழிகளால் விண் நோக்கி சிரிப்பவள். முகில்களை ஆடையென அணிந்து நடப்பவள். அவள் வாழ்க!” என முதுமகள் தொடர்ந்தாள். “அன்று மண்பெருகிய சரஸ்வதி தன்தவத்தால் மானுடரின் கண்படாதவள் ஆனாள். ஊழ்கத்திலோடும் நுண்சொல் என ஆழத்தில் வழிந்து ஆழி தேடுகிறாள்.”

அறிக, முன்பு வினசனதீர்த்தம் என்ற இடத்தில் நான்கு மலைகளுக்கு நடுவே அமைந்த வட்டப் பெரும்பிலம் ஒன்றில் புகுந்து மண்ணுக்குள் சென்று மறைந்தாள். மலையின் உந்தியென நீர் சுழித்த அந்தப் பிலத்தைச் சூழ்ந்திருந்த அடர்காடு நாகோத்ஃபேதம் என்று அழைக்கப்பட்டது. நாகர்குலம் தோன்றிய மண் அது. நாகர்களன்றி எவரும் செல்லமுடியாத நாகோத்ஃபேதத்தின் நடுவே ஓசையின்றி சுழன்றுகொண்டிருக்கும் வினசனதீர்த்தச் சுழியில் பாய்ந்து அதன் மையத்தை அடைபவர் அவ்வழியாக நாகதேவர்களின் உலகைச் சென்றடையமுடியும்.

நாகோத்ஃபேதத்தில் வாழ்ந்த நாகர்குலம் இருபெரும்பிரிவுகளாக இருந்தது. எழுபடம் கொண்ட கருநாகங்களில் இருந்து பிறந்த மானுடரை பன்னகர் என்றனர். தொழுதலைக்கொண்டு நச்சு கரந்த சிறுசெந்நாகங்களின் தோன்றல்களை உரகர் என்றனர். கிருதயுகத்தில் இருகுலங்களும் ஒன்றை ஒன்று சார்ந்து அங்கே வாழ்ந்தன. மண்ணுக்குமேல் வாழும் உயிர்களையும் விளையும் காய்கனிகளையும் பன்னகர்கள் உண்டனர்.

மண்ணுக்குள் வாழும் உயிர்களையும் கிழங்குகளையும் உரகர்கள் உண்டனர். மலைப்பாறைகளுக்கு மேல் பன்னகர்கள் வாழ்ந்தனர். அவர்களுக்கு முகில்கள் கூரையிட்டன. மண்வளைகளுக்குள் உரகர்கள் வாழ்ந்தனர். அவர்களுக்குமேல் வேர்கள் செறிந்திருந்தன.

பன்னகர்கள் சாட்டையென நீண்ட கைகால்களும் சொடுக்கி நிமிர்ந்த தலையும் காராமணிநிறமும் வெண்சிப்பி போன்ற பெரியவிழிகளும் கரிச்சுருள் வளையங்களென சுரிகுழலும் குறுமுழவென முழங்கும் ஆழ்குரலும் கொண்டவர்கள். கைகளை நாவாக்கிப் பேசுமொரு மொழி கற்றவர்கள். கண்ணிமை சொடுக்காமல் நோக்கி மெய்மறக்கச் செய்யும் மாயமறிந்தவர்கள். அவர்களின் உடலில் நஞ்சே குருதியென ஓடியது. அவர்கள் நாவூறல் பட்டால் தளிர்களும் கருகும்.

பன்னகர்களின் விற்திறனை விண்ணவரும் அஞ்சினர். நாகோத்ஃபேதத்தில் மட்டும் விளைந்த நாகபுச்சம் என்னும் பிரம்பால் அமைந்த மெல்லிய சிறு வில்லை அவர்கள் தங்கள் இடையில் கச்சையென சுற்றிக் கட்டிக்கொண்டிருப்பார்கள். எதிரியையோ இரையையோ கண்டதும் அருகிருக்கும் நாணலைப் பறித்து நாவில் தொட்டு அதில் பொருத்தித் தொடுப்பார்கள். நாகசரம் படுவது நாகப்பல் பதிவதேயாகும். அக்கணமே நரம்புகள் அதிர்ந்து எண்ணங்கள் குழம்பி நெற்றிக்குள் விழிசெருகி தாக்குண்ட உயிர் விழுந்து உயிர்துறக்கும்.

உரகர்கள் மண்மஞ்சள் நிறமான சிற்றுடல் கொண்டிருந்தனர். முதலைக்குஞ் சுகள் போன்ற பெரிய பற்களும் பதிந்த சிறுமூக்கும் கூழாங்கல் விழிகளும் வளைந்த கால்களுமாக ஒவ்வொரு ஒலிக்கும் அஞ்சி ஒவ்வொரு மணத்தையும் வாங்கி உடல்பதற நடந்தனர். நாகோத்ஃபேதத்தில் வாழ்ந்த பன்னகர்களேகூட அவர்களைப் பார்ப்பது அரிது. அயலோர் விழிதொட்ட உடனே அவர்களின் தோல் அதை அறிந்து சிலிர்த்தது. அக்கணமே அவர்கள் புதருக்குள் மறைந்து ஒன்றுடனொன்று தோண்டி இணைக்கப்பட்டு வலைப்பின்னல்களென நிலமெங்கும் கரந்தோடிய இருண்ட பிலங்களுக்குள் சென்று ஒடுங்கிக்கொண்டனர்.

பன்னகர்கள் பகலொளியில் வாழ்ந்தனர். உரகர்களின் நாள் என்பது இரவே. நாளெனும் முட்டையின் கரியபக்கத்தில் உரகர் வாழ்ந்தனர். வெண்புறத்தில் வாழ்ந்தனர் பன்னகர். உரகர் அழுவது பன்னகர் சிரிப்பது போலிருக்கும். பன்னகர் சினப்பது உரகர் அஞ்சுவதுபோல தெரியும். பன்னகர் குழவிகள் பிறந்ததுமே மரம்விட்டு மரம்தாவின. உரகர் குழவிகள் இருளுக்குள் நோக்கி இழைந்து ஆழங்களுக்குள் புதைந்தன.

அந்நாளில் ஒருமுறை உரகர்குலத்து பிறந்த சம்பன் என்னும் மைந்தன் அன்னையைத் தேடி வழிதவறி தன் பிலத்திலிருந்து மேலே எழுந்து கிழக்கே

ஒளிவிரிந்து பரவிய சூரியனை நோக்கிக் கண்கூசினான். தன்னைத் தொடர்ந்து வந்து அள்ளித்தூக்கி உள்ளே கொண்டுவந்த அன்னையிடம் 'அன்னையே, அது என்ன? விண்ணிலெப்படி எழுந்தது நெருப்பு? நிலவு பற்றி எரிகிறதா என்ன?' என்று கேட்டான். 'மைந்தா, அது உன் மூதன்னை அதிதியின் மைந்தர்களாகிய ஆதித்யர்களில் முதல்வன். அவன் பெயர் சூரியன்' என்று சொன்ன அன்னை அவனை அழைத்துச்சென்று பிலத்தின் நீர்வழியும் சுவரில் மூதாதையர் வரைந்துவைத்திருந்த இளஞ் செந்நிற ஓவியங்களைக் காட்டினாள்.

'இவனே உலகங்களை ஒளிபெறச்செய்கிறான் என்றறிக! இவன் இளையவனே இரவை ஒளிபெறச்செய்யும் சந்திரன்.' சுவர்ச்சித்திரத்தில் பச்சைமரங்களுக்கும் நீலநதிக்கும் மேல் சுடர்விட்டுக்கொண்டிருந்த சூரியனை நோக்கிய சம்பன் 'அன்னையே, இதைப் பார்த்தால் எனக்குக் கண்கள் கூசவில்லையே! ஆனால் வெளியே விண்ணில் எழுந்த சூரியன் என் கண்களை ஒளியால் நிறைத்துவிட்டானே!' என்றான். 'நம் விழிகள் இருளுக்கானவை குழந்தை. சூரியனை நாம் நோக்கலாமென நம் முன்னோர் குறிக்கவில்லை' என்றாள். 'ஏன்?' என்றான் சம்பன். 'நெறிகள் அவ்வண்ணம் சொல்கின்றன' என்றாள் அன்னை.

'எவர் நெறிகள்?' என்றான் சம்பன். அன்னை 'மூத்தோர் சொல்லில் எழுந்தவை' என்றாள். விழிசரித்து அவ்வோவியங்களை நோக்கி நெடுநேரம் நின்றபின் 'அன்னையே, மூத்தோர் சூரியனை நன்கு நோக்கியறிந்தே இவற்றை வரைந்தனர். தாங்கள் நோக்கிய சூரியனை நாம் நோக்கலாகாதென்று ஏன் சொன்னார்கள்?' என்றான் சம்பன். 'மூத்தோர் சொல்லை புரியவிழ்த்து நோக்குதல் பிழை மைந்தா' என்றாள் அன்னை. 'மூத்தோர் அறிந்த உலகம் வேறு. அதன் நெறிகளை அவர்கள் வாழா உலகில் ஏன் நாம் தலைக்கொள்ளவேண்டும்?' என்றான் மைந்தன். 'இச்சொல்லை உன் நா எடுத்ததே பழிசூழச்செய்யும். போதும்' என அன்னை அவன் வாயைப் பொத்தினாள்.

ஒவ்வொருநாளும் சம்பன் தன் பிலத்தின் வாயிலில் வந்தமர்ந்து சூரியன் கடந்துசெல்வதை கண்டான். செம்பொன் உருகி வெள்ளிப்பெருக்காகும் விந்தையை அன்றி பிறிதை எண்ணாதவனாக ஆனான். அவன் விழிகள் விரிந்து விரிந்து சூரியனை நோக்கும் வல்லமை பெற்றன. ஒருநாள் காலையில் அவன் எவருமறியாமல் வெளியே சென்று சூரியனுக்குக் கீழே நின்றான். நூறுதலைமுறைகளுக்குப்பின் சூரியக்கதிரை உடலில் வாங்கிய முதல் உரகன் அவன்.

தன் குருதியில் நிறைந்த இளவெம்மையை கண்மூடி அறிந்தான் இளமைந்தன். விழிகளை விரித்து தன்னைச்சூழ்ந்திருந்த

முகில்குவைகளும் மலையடுக்குகளும் அருவிகளும் நதியும் பசுங்காடும் ஒளிகொண்டிருப்பதைக் கண்டான். அவையனைத்தும் அங்கே சூரியனுடன் தோன்றி சூரியன் மறைந்ததும் அமிழ்ந்தழிபவை என அறிந்தான். சூரியனே அவையாகி மாயம் காட்டி அருள்கிறது என்று உணர்ந்தான். 'எங்கோ வாழ்!' என்று அவன் கைதூக்கி சூரியனை வணங்கினான்.

அப்போது மரங்களினூடாக அவ்வழி சென்ற பன்னகர் குலத்தின் நான்கு மைந்தர்கள் அவனைக் கண்டனர். பத்ரன், பலபத்ரன், கண்டன், ஜலகண்டன் என்னும் அந்நால்வரும் அதற்குமுன் உரகர்களைக் கண்டதில்லை. 'நம்மைப்போலவே இருக்கிறான். ஆனால் அவன் நாகன் அல்ல' என்றான் பத்ரன். 'அவன் உரகன். உரகர்கள் நம்மைப்போலவே நடிப்பவர்கள் என்று என் அன்னை சொன்னாள்' என்றான் பலபத்ரன். 'இவனை நாம் விளையாடுவதற்கு எடுத்துக்கொள்வோம்' என்றான் கண்டன். 'இவன் நம்மைப்போல் இருப்பதனாலேயே நகைப்புக்குரியவன்' என்றான் ஜலகண்டன்.

சம்பன் அஞ்சி தன் பிலம் நோக்கிச் செல்வதற்குள் அவர்கள் கீழிறங்கி சம்பனை பற்றிக்கொண்டனர். அவன் அலறியபடி உடல்சுருட்டி கண்மூடிக்கொண்டான். அவனை அவர்கள் காளகூட மலைச்சரிவுக்குக் கொண்டுசென்று உருட்டிவிட்டு விளையாடினர். மரங்கள் நடுவே விழுதுகளில் கட்டித்தொங்கவிட்டு ஊசலாட்டினர். தூக்கி மேலே வீசி கீழே வருகையில் ஓடிச்சென்று பிடித்தனர். மிரண்டுநின்ற காட்டெருமையின் வாலில் அவன் கைகால்களை கொடியால் கட்டி அதை விரட்டினர். அவன் கைகூப்பி கண்ணீருடன் மன்றாடிக்கொண்டே இருந்ததைக் கண்டு அவர்கள் மகிழ்ந்து நகைத்தனர்.

அவனை அவர்கள் வினசனதீர்த்தத்தை நோக்கிக் கொண்டுசென்றனர். 'இந்நீர்வெளியில் இவன் நீந்துவானா என்று நோக்குவோம்' என்றனர். அவன் அழுது கூவிய மொழியை அவர்கள் புரிந்துகொள்ளவில்லை. 'புழு பேசுகிறது...' என்றான் பத்ரன். 'சீவிடுகளின் ஓசை' என்றான் பலபத்ரன். முன்னெழுந்த நீரின் பெருஞ்சுழியைக் கண்டு அவர்களின் கைகளில் தலைகீழாகத் தொங்கிய சம்பன் அஞ்சி அலறித் துடித்தான். அவர்கள் அவனை அதில் வீசுவதுபோல ஆட்டியபின் மீட்டு எள்ளினர். அவன் நடுங்குவதைக் கண்டு 'அனல்பட்ட புழு' என கூவி நகைத்தனர்.

மீண்டும் அவர்கள் அவனை ஆட்டியபோது சம்பன் தன் பற்களால் ஜலகண்டனைக் கடித்தான். அவன் சம்பனை விட்டுவிட்டு அலறியபடி பின்னால் செல்ல, சம்பன் கண்டனையும் கடித்தான். பலபத்ரன் ஓங்கி அவனைக் கால்களால் மிதித்தான். அக்கால்களைப் பற்றிக் கடித்த சம்பன்,

பத்ரன் தன் வில்லை எடுப்பதைக் கண்டதும் பாய்ந்து வினசனதீர்த்தத்தின் சுழிக்குள் பாய்ந்து நீர்க்கரத்தால் அள்ளிச் சுழற்றப்பட்டு அதன் ஒற்றைவிழிக்குள் சென்று மறைந்தான். பத்ரன் ஓடிச்சென்று பன்னகர்களை அழைத்துவந்தான். ஆனால் பலபத்ரனும் கண்டனும் ஜலகண்டனும் நஞ்சு ஏறி உடல் வீங்கி உயிர்விட்டிருந்தனர்.

அந்நிகழ்வு பன்னகர்களை சினம் கொள்ளச்செய்தது. இனிமேல் உரகர்கள் நாகோத்ஃபேதத்தில் வாழலாகாது என்று குலமூத்தார் அவைகூடி முடிவுசெய்தனர். முழுநிலவுநாளுக்குள் உரகர்கள் அனைவரும் காட்டைவிட்டு நீங்கவேண்டும் என்றும் அதன்பின் அங்கிருப்பவர்கள் கொல்லப்படுவார்கள் என்றும் முரசறைந்தனர். பிலங்களுக்குள் மைந்தரையும் மனைவியரையும் உடல்சேர்த்து அணைத்துக்கொண்டு நடுங்கி அமர்ந்திருந்த உரகர்கள் அக்காட்டுக்கு அப்பால் நிலமிருப்பதையே அறிந்திருக்கவில்லை.

உரகர்கள் இரவிலும் வெளியே வராமல் நீர்வழியே வந்த மீன்களை மட்டும் உண்டபடி ஒருசொல்லும் பேசாமல் பிலங்களுக்குள் அமர்ந்திருந்தனர். நிலவு நாளுமென முழுமை கொள்ள அவர்கள் வானோக்கி ஏங்கி கண்ணீர் விட்டனர். தங்கள் தெய்வங்களை எண்ணிக் கைதொழுதனர். தங்கள் குலமூத்தாரை வேண்டி கண்ணீர் வடித்தனர்.

முழுநிலவுக்கு மறுநாள் நச்சுமுனைகொண்ட அம்புகளுடன் எழுந்த பன்னகர்கள் பிலங்கள்தோறும் வந்து முரசறைந்து உரகர்களை வெளியே வரும்படி கூவினர். அவர்கள் எவரும் வெளிவரவில்லை. ஆகவே விறகுமூட்டி அனலிட்டு அதில் காரப்புகை எழுப்பி பிலங்களுக்குள் செலுத்தி உரகர்களை வெளியே வரச்செய்தனர். கைகளைக் கூப்பியபடி தவழ்ந்து வெளிவந்த உரகர்களை நீண்ட கூரிய மூங்கிலால் குத்தி மேலே தூக்கி ஆட்டி கீழிறக்கினர். ஒருமூங்கிலுக்கு பத்து உரகர்கள் வீதம் கோத்தெடுத்து அப்படியே கொண்டுசென்று சரஸ்வதியில் வீசினர்.

உள்ளே பதுங்கி ஒண்டிக்கொண்டு நடுங்கியவர்களை கொடிகளால் சுருக்கிட்டு எடுத்தனர். இழுத்து வெளியே போடப்பட்டபோது அச்சத்தால் செயலிழந்திருந்த உரகர்கள் மலமும் சிறுநீரும் கழித்து உடலை சுருட்டிக்கொண்டனர். மேலும் மேலும் மூங்கில்களை வெட்டி கூராக்கிக்கொண்டே இருந்தனர் பன்னகர்கள். தங்கள் மண்ணுக்கடியில் அத்தனை உரகர்கள் இருப்பது அவர்களுக்கு வியப்பளித்தது. 'இவர்கள் இத்தனை பெருக நாம் விட்டிருக்கலாகாது' என்றனர்.

உரகர் குலத்தில் அத்தனைபேரும் இறந்தனர். சம்பனின் அன்னை மட்டும் தன் எஞ்சிய ஐந்து மைந்தரை நெஞ்சோடணைத்தபடி பிலத்தின் வளைவொன்றுக்குள் ஒடுங்கியிருந்தாள். அவள் அங்கிருப்பதை மணத்தால்

அறிந்த பன்னகர்கள் அனலைப்பெருக்கினர். பின்னர் இறந்த உரகர்களின் உடலை இழுத்து வந்து அந்த அனலில் இட்டனர். உடற்கொழுப்பு உருகி தழலுக்கு அவியாகி நிறைய வெம்மை எழுந்து பிலத்தை மூடியது. மைந்தர் அழுதபடி அன்னையைப் பற்றிக்கொண்டனர்.

தன் உறவுகள் உருகி தழலாக எழுந்த எரியை நோக்கிக்கொண்டிருந்த அன்னை அதில் தானும் ஐவரையும் அணைத்தபடி தன் உடல் கொழுப்புருக நின்றெரியும் ஒரு காட்சியை கனவுருவென கண்டாள். அடுத்த கணத்தில் அவர்களை அள்ளியெடுத்தபடி பிலத்தின் சிறுவாயில் வழியாக வெளியே வந்தாள். அங்கே அவளுக்காகக் காத்து நின்றிருந்த இரு மாநாகர்களையும் ஒரே கணத்தில் மாறிமாறி கடித்தாள். அவர்கள் அலறியபடி பின்னால் செல்ல, மைந்தருடன் அவள் சரஸ்வதி நோக்கி ஓடினாள். அவர்கள் அம்புகளுடன் துரத்திவந்தனர். எதிரே தன்னைத்தடுத்த மேலும் இருவரைக் கடித்து விலக்கிவிட்டு, ஐவரையும் அள்ளி அணைத்தபடி நீர்ப்பெருக்கில் பாய்ந்தாள்.

சரஸ்வதியின் குளிர்நீர்ப்பெருக்கில் விழுந்த அவள் அச்சுழியின் விளிம்பில் கடுவிசையுடன் சுழன்று அதனால் வெளியே வீசப்பட்டாள். அங்கே வாய்திறந்து நீருண்ட பிலத்தினுள் சென்று சுழித்தமிழ்ந்த நீர்ப்பெருக்கில் ஒழுகி நினைவழிந்தாள். சரஸ்வதி பன்னிரண்டு யோஜனை தொலைவுக்கு அப்பால் இன்னொரு பெரும்பிலம் வழியாக ஆயிரம் இதழ்கொண்ட தாமரைபோல விரிந்து மேலே எழுந்தது. சமஸோத்ஃபேதம் என முனிவர் அழைத்த அந்தச் சுனையில் அவள் மேலெழுந்து வந்தாள். மைந்தரை இழுத்துக்கொண்டு வந்து கரைசேர்ந்தாள்.

அந்த இனிய காட்டில் அவள் உயிர்மீண்டாள். விளைந்து எவரும் தீண்டாமல் குவிந்துகிடந்த காய்களையும் கனிகளையும் அள்ளி தன் மைந்தருக்களித்து அவர்களை உயிர்ப்பித்தாள். சூரியனின் வெய்யொளியில் தன் மைந்தர்களைக் காட்டி அவர்களின் உடலுக்குள் அமுதூறச்செய்தாள். அவர்களின் முதுகுகள் நிமிர்ந்தன. செதில்பரவிய தோல் ஒளிகொண்டது. விழிகளில் அனல் எழுந்தது. அஞ்சாமையும் கருணையும் உள்ளத்தில் நிறைந்தன. அவள் குலம் அங்கு பெருகியது.

அவள் பெயர் திரியை. அவளுடைய ஐந்து மைந்தர்களான கோடிசன், மானசன், பூர்ணன், சலன், பாலன் ஆகியோர் அங்கே வளர்ந்தனர். அந்தக் காட்டிலிருந்த மலைமக்களில் இருந்து அவர்கள் மணம்கொண்டனர். அவர்களின் கனவில் ஒளிவிடும் ஏழு அரவுத்தலைகளுடன் எழுந்து வந்த சம்பன் ஒறுப்பதென்ன ஒழிவதென்ன ஈட்டுவதென்ன இயல்வதென்ன என்று அவர்களை ஆற்றுப்படுத்தினான்.

உரகர்குலம் அங்கே பெருகியது. நூறு ஊர்களில் ஆயிரம் குடிகளாகப் பரவி அந்த மலைக்காட்டை அவர்கள் ஆண்டனர். அன்னை திரியையை

நீர்மகள் என்று சரஸ்வதியின் கரையில் ஓர் அத்திமரத்தடியில் நிறுவி வழிபட்டனர். ஐந்துமைந்தரை உடலோடு சேர்த்து ஐந்துதலை நாகம் குடைபிடிக்க நின்ற அன்னையின் விழிகளில் அறியா வஞ்சம் ஒன்று கல்வடிவத் தழலாக நின்றிருந்தது. அவளை மகாகுரோதை என்றும் அழைத்தது அக்குலம்.

அன்னைக்கு அவர்கள் அவள் நீர்மலர் மேல் எழுந்துவந்த தேய்பிறை முதல்நாளில் நூற்றெட்டு கருநாகங்களை பலிகொடுத்து வழிபட்டனர். வளைகளைத் தோண்டி சீறிவரும் நாகங்களின் பத்திகளில் கூர்செதுக்கிய நீண்ட மூங்கில்களால் குத்திக் கோத்து ஒன்றன்மேல் ஒன்றெனச் சேர்த்து அடுக்கி தூக்கிவந்தனர். பதினொரு மூங்கில்களில் நெளிந்து சுழித்து உயிர் சொடுக்கும் நாகங்களுடன் ஆடியும் பாடியும் வந்து அன்னைமுன் பணிந்தனர். பன்னிரு அனல்குழிகள் எழுப்பி விறகுடன் அரக்கும் தேன்மெழுகும் இட்டு தழலெழுப்பி அதில் அவற்றை உதிர்த்தனர்.

செவ்வொளியில் கருநிழல்கள் நெளிவதுபோல நாகங்கள் துடித்து தலையறைந்து நெளிந்து முடிச்சிட்டு அவிழ்த்துக்கொண்டு வெந்து கொழுப்பு உருகி அனலாயின. எரியும் நாகங்களை நோக்கியபடி அன்னை நின்றிருந்தாள். அக்குலத்தில் குடிமூத்த மகளுக்கு திரியை என்று பெயரிடும் வழக்கமிருந்தது. பெண்களே குலமூத்தாராக அமையும் முறைமைகொண்ட உரகர்குலத்தை என்றும் திரியை என்னும் அன்னையே வழிநடத்தினாள். அவர்களை திரியர்கள் என்றும் சொன்னார்கள் பாடகர்கள்.

“அவர்களின் குடித்தெய்வமாக சூரியனே அமைந்தது. அவர்களின் அன்னைதெய்வங்களுக்கும் குடிமூத்தாருக்கும் சூரியன் எழும் முதற்காலையிலேயே படையலிட்டனர். கிழக்கு அவர்களின் மங்கலத்திசை. மைந்தருக்கு சூரியனின் பெயர்களையே இட்டனர். இவன் பெயர் அர்க்கன்” என்றாள் திரியை. அர்க்கன் புன்னகைசெய்து “இவன் பெயர் உஷ்ணன். அவன் விகர்த்தனன். அப்பாலிருப்பவன் மிஹிரன். மறுதுடுப்பிடுபவன் பூஷா. அவனருகே இருப்பவன் மித்ரன். அருகே அப்படகில் வருபவன் தபனன். அவன் அருகே இருப்பவன் ரவி. அப்பால் இருப்பவன் ஹம்சன்...” என்றான். “என் பெயர் திரியை” என்றாள் முதுமகள்.

கர்ணன் அவள் காலடிகளைத் தொட்டு வணங்கி “அன்னையே, என் முடியும் குடியும் கல்வியும் செல்வமும் உங்கள் காலடிகளில் பணிக!” என்றான். “பொன்றாப்புகழுடன் திகழ்க!” என்று திரியை அவனை வாழ்த்தினாள். “நீ சூரியனின் மைந்தன். எங்கள் குலமூதாதையர் அருளால் இன்று இங்கு எங்களிடம் வந்திருக்கிறாய். உன் ஊழ்நெறி கனிந்த நாள் இன்று.” கர்ணன் கைகூப்பினான்.

“பின்னர் ஆயிரமாண்டுகாலம் பன்னகர்களை தேடித்தேடி பலிகொண்டது உரகர்குலம்” என்றாள் திரியை. “சரஸ்வதி மண்புகுந்து நதித்தடம் குளங்களின் நிரையென்றாகியது. அதைச்சூழ்ந்த அடர்காடுகள் மழையின்றி தேம்பி மறைந்தன. விண்ணனல் விழுந்து கருகிய அக்காடுகளை மண்ணனல் எழுந்து உண்டது. பன்னகப் பெருங்குலங்கள் அத்தீயில் கூட்டம்கூட்டமாக அழிந்தன. அவர்கள் குடியேறிய இடமெங்கும் காட்டுத்தீ தொடர்ந்தது. அவர்கள் ஆற்றலழிந்து சிதறியபோது சென்ற இடமெங்கும் சூழ்ந்து உரகர் அவர்களைத் தாக்கி அழித்தனர். சிறைபிடித்துக் கொண்டுவந்து மகாகுரோதை அன்னைக்கு பலியிட்டனர்.”

பன்னகர் குலத்தில் பிறந்த பதினெட்டாவது முடிமைந்தனுக்கு நந்தவாசுகி என்று பெயர். அவன் குருதியில் எழுந்த ஐங்குலங்களில் தட்சகுலம் வடமேற்கே வாழ்ந்தது. நூற்றெட்டாவது தட்சனாகிய சுகதன் இளமையில் தன்குடியை செந்தழல் எழுந்து சூழ்ந்து அழிப்பதைக் கண்டான். தாயும் தந்தையும் உடன்பிறந்தார் அனைவரும் வெந்து நீறாக, தான்மட்டும் மலைவாழை ஒன்றின் கொழுத்த தண்டுக்குள் புகுந்து தப்பினான். காட்டுக்குள் தனித்து நடந்து அங்கே அனலுக்கு அஞ்சி ஒளிந்து வாழ்ந்த பன்னகர்குடியொன்றைக் கண்டுகொண்டான்.

அனலை வெல்ல இளமையிலேயே உறுதிகொண்ட தட்சன் மரங்களின் உச்சியிலேறி அமர்ந்து விண்ணகம் நோக்கித் தவம் செய்தான். ஒருநாள் காலையில் மேலே யானைநிரைகள் என எழுந்த கருமுகில்கூட்டங்களுக்கு நடுவே ஒரு வெண்முகிலைக் கண்டான். அதன்மேல் எழுந்து அதிர்ந்த மின்கதிர் கண்டு விழிகுருடாகிய கணத்தில் தன்னுள் அக்காட்சியை முழுதும் கண்டான். அவ்வெண்முகில் ஒரு யானை. அதன்மேல் பொன்னொளிர் முடி சூடி கையில் மின்னொளிர் படைக்கலம் ஏந்தி அமர்ந்திருந்தான் அரசன் ஒருவன்.

அவன் விண்ணவர்க்கரசன் என அறிந்தான். அவன் நகைப்பே இடியோசை. அவன் படைக்கலமே மின்சுருள். அவனை எண்ணி தவம்செய்தான். அவன் எழுமிடத்தில் எல்லாம் அமர்ந்து அண்ணலே எனக்கருள்க என இறைஞ்சினான். ஒருநாள் அவன் விண்நோக்கி அமர்ந்திருக்கையில் காட்டுத்தீ இதழ்விரித்து அணுகுவதைக் கண்டான். அவன் குடியினர் அஞ்சி அலறி எழ, அவன் மட்டும் ‘விண்ணவனே, நீயே எனக்கு அடைக்கலம்‘ என்று கைகூப்பி மரமுடியில் அமர்ந்திருந்தான்.

எரிதொட்ட கள்ளிச்செடியொன்று புகைந்தெழுவதை கண்டான். அப்புகையெழுந்து விண் தொட்டதும் இந்திரனின் வெண்ணிற யானை அதை நோக்கி வந்ததை அறிந்தான். ‘இதோ உனக்கு அவி! விண்ணவனே,

இதோ உனக்கு எங்கள் படையல்' என்று கூவியபடி இறங்கி ஓடிவந்தான். அவன் குடியினர் அந்தக் கள்ளிச்செடியை அள்ளி வெட்டி தீயிலிட்டனர். நறும்புகை எழுந்து விண்தொட்டதும் இந்திரனின் நகைப்பொலி எழுந்தது. அவன் மின்படை துடித்து இலைகளை ஒளிரச்செய்தது. முகில்திரை கிழிந்து விண்ணகப் பேரருவி ஒன்று மண்ணிலிறங்கியது. காட்டுத்தீயை அது அகல்சுடரை மலர்கொண்டு என அணைத்தது. அக்காட்டின்மேல் அவன் ஏழுவண்ண எழில்வில் எழுந்தது.

இந்திரனின் துணைகொண்டு பன்னகர் மீண்டும் எழுந்தனர். காடுகளில் அவனை காவலுக்கு நிறுத்தினர். தங்கள் ஊற்றுகளை அவன் அருளால் நிறைத்துக்கொண்டனர். தங்கள் வேட்டையுயிர்களை அவன் அமுதால் பெருக்கினர். உரகர் எட்டமுடியாத விண்ணகம் தொடும் மலையுச்சியில் தங்கள் ஊரை அமைத்துக்கொண்டனர். அதன்மேல் விண்ணரசனின் வண்ணப்பெருவில் வந்தமையச் செய்தனர். அதை நாகசிலை என்றும் தட்சசிலை என்றும் அழைத்தனர் அயலோர்.

விண்ணகம் துணைக்க வலிமைகொண்டெழுந்த பன்னகர் இந்திரனின் மின்படை சூழ வந்து உரகர்களின் ஊர்களைத் தாக்கினர். உரகர்களின் ஆற்றலெல்லாம் சூரியன் ஒளிவிட்ட பகலிலேயே இருந்தது. சூரியன் மறைந்த இருளில் அவர்கள் புழுக்களைப்போல உடல்சுருட்டித் துயிலவே முடிந்தது. இரவின் இருளுக்குள் இந்திரன் அருளிய நீர்ச்சரடுகள் திரையெனச்சூழ வந்த பன்னகர்களை உரகர் விழிதெளிந்து காணக்கூடவில்லை. மின்னலில் ஒருகணம் அதிர்ந்து மறைந்த காட்சியை அடுத்த மின்னல்வரை நீட்டித்து அனைத்தையும் காணும் திறன்கொண்டிருந்தனர் பன்னகர்.

உரகர்களை பன்னகர்கள் முழுதும் வென்றனர். தட்சர்களின் சினத்துக்கு அஞ்சி உரகர்கள் காடுகளுக்குள் புகுந்து மறைந்தனர். தலைமுறைகள் புரண்டு புரண்டு மறைய, எவருமறியாது எங்கோ அவர்கள் இருந்தனர். நூற்றாண்டுகளுக்குப்பின் பொன்னிறம்கொண்ட அருணர் எனும் தட்சர் ஒருவர் அவர்களிடம் வந்தார். 'நீங்களும் நாகர்களே என்று உணர்ந்தேன். உரகர்களே, இரவும் பகலுமென இருகுலமும் இணைந்தால் நம்மை எவரும் வெல்லமுடியாது. எங்கள் விரைவும் உங்கள் நச்சும் இணைவதாக' என்றார்.

'ஆம்' என்றனர் குலமூத்தவர். 'இங்கு இவ்வண்ணம் வாழ்ந்தோமெனில் அனலை வழிபடுபவர்களாலும் புனலை வழிபடுபவர்களாலும் நம் குலங்கள் முற்றாக அழியும். இவரை நம் தலைவரென ஏற்போம். இவருடன் வந்துள்ள இளையோர் நம் குடியில் பெண்கொள்ளட்டும். நம் மைந்தர் இம்மண்ணில் எழட்டும்.' ஆர்த்தெழுந்து 'ஆம், ஆம்' என்றனர் அன்னையர். 'அது ஒன்றே வழி' என்றனர் இளையோர்.

ஆனால் முதுமகளில் சினந்தெழுந்து வந்த அன்னை மகாகுரோதை 'என் வஞ்சம் என்றுமுள்ளது. அது எப்போதும் அழியாது' என்று கூவினாள். 'என் மைந்தர் எரிந்தழிந்த தழலுக்குள் என்றும் இருக்க ஊழ்கொண்டுள்ளேன். நான் பொறுப்பதில்லை' என்று நின்றாடினாள். 'அன்னையே, அருள்க! சினம் தணிக!' என்றனர் மூத்தோர். 'அன்னையே, அடங்கிக் குளிர்க!' என்றனர் மூதன்னையர். அன்னை அமையவில்லை. பூசகர் மூத்த காராான் ஒன்றைக் கொன்று அவள் தலைவழியே ஊற்றி அவளை அணையவைத்தனர். பின்னர் அவள் சினந்தெழுங்கால் எல்லாம் செஞ்சோரியால் அவளை திருப்பி அனுப்பினர்.

"ஐந்து மைந்தரை அணைத்தபடி நின்றிருந்த மகாகுரோதை அன்னைக்கு ஆண்டில் பன்னிருநாட்கள் கொழுங்குருதிப் படையலும் மலர்க்கொடையும் நீராட்டும் செய்து வழிபட்டார்கள். பன்னகர்களும் உரகர்களும் அவள் பாதம் பணிந்தனர். ஆறாச்சினம்கொண்டு எங்கள் உளத்தமர்ந்தவளை மானசாதேவி என வழிபடத்தொடங்கினோம். ஐந்துதலைநாகம் குடைசூட எங்கள் குடிமன்றுகளில் எல்லாம் அன்னைஉளத்தாள் அமர்ந்திருக்கிறாள். அவள் கொடுங்குரோதத்தின் தலைவி. எரிநச்சு சூடிய இறைவி. முலைகனிந்த அன்னை. எங்கள் குடிகாக்கும் கொற்றவை. அவள் வாழ்க!" என்றாள் திரியை.

"தலைமுறை தலைமுறையென தட்சமாமன்னர்கள் ஆண்ட காண்டவப் பெருங்காட்டில் பன்னிரண்டு இறைநிலைகளில் நின்றருளினாள் எங்கள் அன்னை" என்றான் அர்க்கன். "எரிந்தெழுந்த காட்டில் எங்கள் குலங்கள் அழிந்தன. அன்னையை சிறுகற்களில் உருக்கழித்து எடுத்தபடி பன்னகக்குலங்கள் பன்னிரண்டும் சிதறிப்பரவின. உரகர்கள் அன்னையை நெஞ்சோடணைத்தபடி காத்திருந்தோம். எங்களிடம் அன்னை சொன்னாள், கீழ்த்திசை தேர்க மைந்தர்களே என்று. கீழ்த்திசை... அங்குள்ளது என்ன என்று நாங்களறியோம்."

"அங்குள்ளது ஓயாதுபெருநீர் பெருகும் ஒரு நதி. அதற்கப்பாலுள்ளது அழியாப்பெருங்காடு. அங்கு நாங்கள் வாழ்வோம்" என்றாள் திரியை. "அது நாகநிலம் என்றே ஆகும். என்றுமழியாது எங்கள் குடிகள் அங்கே வாழும்." துடுப்பை நீரிலிட்டு உந்தியபடி "சிம்மத்தை பசி உள்ளிருந்து இட்டுச்செல்வதுபோல அன்னை எங்களை கொண்டுசெல்வாள். நாங்கள் பெருவெள்ளத்தில் மிதந்துசெல்லும் நீர்ப்பாசிகள். கைப்பிடி மண் போதும், அங்கு முளைத்தெழுவோம்" என்றான் அர்க்கன்.

6

கர்ணன் மறுபக்கம் வலசையானைகளின் கூட்டம்போல ஆடியாடிச் சென்றுகொண்டிருந்த பெரிய மரக்கலங்களின் நிரையை நோக்கினான். அவற்றில் மகதத்தின் துதிக்கைதூக்கி நின்றிருக்கும் மணிமுடிசூடிய யானை பொறிக்கப்பட்ட மஞ்சள்நிறமான பட்டுக்கொடி பறந்தது. பாய்கள் செவ்வொளியுடன் அந்தித்தாமரை என கூம்பியிருந்தன. ஒரு நோக்கில் அவை நின்றுகொண்டிருப்பவைபோலவும் அப்பால் கரை பெருநாகம்போல ஊர்ந்துகொண்டிருப்பதாகவும் தெரிந்தது.

அவன் நோக்குவதைக் கண்ட நாகன் "நான்குநாட்களாக அந்நிரை ஒருகணமும் ஒழியவில்லை" என்றான். கர்ணன் "ஐம்பத்தாறுநாடுகளின் அரசர்களும் வருவார்கள். அந்த நிரையில் இல்லாத மச்சர்களும் நிஷாதர்களும் அசுரர்களும் வருவார்கள். ஒவ்வொருவரும் பிறரைவிடப் பெரியவர்கள் என காட்டியாகவேண்டும்" என்றான். "அரசர்கள் பெரியவர்களாக வேண்டும். பெரிதாவதென்பது பிறிதொருவரை விஞ்சுவதே."

நாகன் "நாளை காலை அங்கே அரண்மனையில் அணையாச்சுடர் ஏற்றப்படுகிறது என்றார்கள். அதைச் சொன்ன பாணனிடம் நான் சொன்னேன், இப்புவியில் அணையாச்சுடர் என்பது ஒன்றே. அதுவும் ஊழிமுடிவில் அணைந்துபோகும் மூடா என்று." அவன் உரக்க நகைத்து "மூடர்கள்... முழுமூடர்கள்" என்றான். அவன் அருகே அமர்ந்திருந்த பெண் "மூடத்தனமே வெல்லும் என்று அறிந்தாயிற்றே? வாயைமூடு!" என்றாள்.

"வெல்வது மூடத்தனம் அல்ல. ஒரு பெண்ணின் பேராசை. பெண் தன்னை சக்ரவர்த்தினியாக உணர பிறரை வென்றால் மட்டும் போதாது.

தன்னை வென்றாகவேண்டும்" என்றாள் முதுமகள். "தன் முலைகளையும் கருப்பையையும் வெல்லவேண்டும்." கர்ணன் சற்றே சினத்துடன் "என்ன சொல்கிறீர்கள் அன்னையே? அவ்வாறென்றால் பெண் நாடாளலாகாது என்று சொல்லவிழைகிறீர்களா?" என்றான்.

"ஆளலாம். அன்னையென்று அமரலாம்" என்றாள் முதுமகள். "அவள் முடிசூடி கோலேந்தி அரியணையில் அமர்ந்திருக்கையிலும் ஒரு சிறுகுழந்தை வந்து அன்னையே எனக்கு கால்கழுவிவிடு என்று கேட்குமென்றால் அவள் கோல் அமுதத்தால் ஆனது." கர்ணன் பொறுமையின்றி தலையசைத்தான். "ஆணவத்தின் நகரம் இது!" என்றான் அர்க்கன்.

"அத்தனை நகரங்களும் ஆணவத்தின் நகரங்களே. ஒரு பெண் அதன் அரியணையில் அமர்ந்தால் மட்டுமே இந்தப் பொறாப்பொருமல்கள் எழுகின்றன" என்று கர்ணன் சொன்னான். "இன்று பாரதவர்ஷத்தின் அத்தனை ஷத்ரிய அரசர்களும் அவளை எண்ணி துயில்நீக்கிறார்கள். பெண் வெல்ல தான் அமைவதா என்று அவர்களின் சிறுமை சீறி எழுகிறது."

"அவள் சொல்லால்தான் காண்டவம் எரிந்தது" என்றான் அர்க்கன். "இங்கு இப்பெருநகரைக் கட்ட அவள் இளமையிலேயே எண்ணம் கொண்டிருந்தாள். இந்நிலத்தை அளந்து அத்தனை கணக்குகளையும் அவள் போட்டிருந்தாள். கலிங்கச்சிற்பிகள் நகரின் சித்திரத்தையே வரைந்துவிட்டிருந்தனர். அதை தன் தலையணைக்கருகே சுருட்டி வைத்துக் கொண்டு அவள் துயின்றாள். அக்கனவையே அங்கு பொருண்மையாக்கி எழுப்பியிருக்கிறாள்."

அவனருகே அமர்ந்திருந்த பெண் சீறும் ஒலியில் "அவளுக்காக எங்கள் மைந்தர்கள் அனலில் எரிந்தனர். அவர்களின் வெள்ளெலும்புகள் சாம்பலில் சிதறிக்கிடந்தன..." என்றாள். குரல் உடைந்து நெகிழ "சிறுவர் எலும்புகள். சிறிய கைகள். சின்னஞ்சிறிய விரல்கள்... என் தெய்வங்களே, என் குலமெழுந்த மொட்டுகளே, என் செல்லங்களே" என்று கூவி நெஞ்சில் ஓங்கியறைந்து விம்மியழுதாள். வள்ளத்திலிருந்த அனைவரும் தேம்பி அழத்தொடங்கினர்.

முதுமகள் மட்டும் கர்ணனை நோக்கிப் புன்னகைத்து, "அவள் சக்ரவர்த்தினி. அதற்கென்றே பிறந்தவள்" என்றாள். "விழிகளால் பெரும் படைகளை ஆள்பவள். ஒருசொல்லால் விரிநிலங்களைச் சுருட்டி கையில் எடுத்துக்கொள்பவள்." இரு கைகளையும் விரித்து "அவள் குலதெய்வங்கள் அவளுக்கு அருள்வதாக! அவள் மைந்தர் அவளுடன் இருக்கட்டும்" என்றாள்.

அவளருகே இருந்த இன்னொரு பெண் “அவள் மைந்தரும் அனலில் உருகி நின்றெரிவார்கள். அறிக தெய்வங்களே! அறிக மானுடமே! அவள் மைந்தரும் சாம்பலென்று எஞ்சுவார்கள். அவர்கள் எரிவதை என் குடிமைந்தர் நின்று நோக்குவார்கள்” என்றாள். அவள் தன் முலைகள் மேல் ஓங்கி அறைந்தாள். “நாகம் ஒன்றையும் மறக்காது! நாகம் ஒருபோதும் மறக்காது. எங்கள் தெய்வம் மகாகுரோதை. அவள் வஞ்சம்எரியும் பெருங்கனல் வடிவத்தோள்! தேவி, பெருவஞ்சப் பேருருவே! நீ அறிக! நீ அறிக!”

முதுமகள் “எங்கள் குலம் முழுக்க இவ்வஞ்சம் எரியும் நெஞ்சுடன்தான் இங்கிருந்து செல்கிறது மைந்தா” என்றாள். “எங்கள் அன்னை மகாகுரோதை மரத்தில் உறையும் தீ என எங்களில் வாழ்பவள். நீர்பருகும் வேரிலும் நிலைகொண்ட அடியிலும் இலைசெறிந்த கிளையிலும் தளிரிலும் மலரிலும்கூட எங்கள் அனல் எழுந்து விட்டது. எரிந்தபடி இவ்விடம்விட்டு நீங்குகிறோம்.”

கர்ணன் இரு கைகளையும் கூப்பி “வஞ்சங்கள் ஊடும்பாவுமெனப் பின்னி இந்த மண்ணில் நானறியாத எதையோ அமைத்துக்கொண்டிருக்கின்றன என்பதைக் காண்கிறேன். நான் எளியவன். திகைத்து இப்பகடைவெளிக்கு வெளியே நின்றிருப்பவன்” என்றான். அவர்களின் விசும்பல்கள் கேட்டன. பற்கள் கடிபடும் ஒலிகள். மூச்சொலிகள். சுற்றி வள்ளங்களின் விலாவிலறையும் அலைகளின் ஓசை.

விண்மீன்கள் அசைவதறியாமல் இடம்மாறிக்கொண்டிருந்தன. அந்த அமைதியிலிருந்து எழுந்து சூழிருளை நோக்கி “இந்த இரவு இத்தனை நீள்வதை எண்ணி வியக்கிறேன்” என்றான் கர்ணன். “நான் என் கலத்திலிருந்து கிளம்பி பலநாட்களாகின்றன என்று எண்ணினேன்.” மெல்ல சிரித்து “துயரம் நனைந்த இரவுதான் எடைமிக்கதாகிறது. எண்ண எண்ண இழுபட்டு நீள்கிறது” என்று திரியை சொன்னாள். “இவ்விரவு எங்கள் குலங்களால் என்றும் எண்ணப்படும். எங்கள் கதைகளில் பேருருக்கொள்ளும்.”

நீரில் விழும் துடுப்புகளின் ஓசை மட்டும் கேட்டுக்கொண்டிருந்தது. கீழ்ச்சரிவில் ஒரு குருதித்தீற்றலென எரிவிண்மீன் ஒன்று இறங்கியது. அதை நோக்கிய முதுமகள் மெல்லிய உடல்விதிர்ப்புற்று “பொழுதென்ன என்று நோக்கு... என் விழிகள் ஒளிகுன்றியிருக்கின்றன” என்றாள். “பிரம்மகாலம் இன்னும் கால்நாழிகையில் தொடங்கும்” என்றான் கர்ணன். “ஆம், பன்னகப்பொழுது சென்று அமைகிறது. உரகப்பொழுது எழவிருக்கிறது” என்றான் அர்க்கன்.

“எங்கேனும் நிறுத்து” என்றாள் திரியை. “கரைகளில் நிறுத்தமுடியாது அன்னையே. அங்கே மானுடப்பெருக்கு” என்றான் அர்க்கன். “பார்,

அன்னை வழிகாட்டுவாள்” என்றாள் திரியை. சிறுவன் ஒருவன் “அங்கொரு ஆற்றிடைக்குறை தெரிகிறது” என்றான். கர்ணன் “ஆம், அது நாணலெழுந்த ஆற்றிடைக்குறைதான்” என்றான். “அங்கு நிற்கட்டும் வள்ளங்கள்” என்றாள் திரியை.

அர்க்கன் தன் இடையிலிருந்து ஒரு சிறிய காயை வெளியே எடுத்து அதை விரைவாக வீசினான். அது மின்மினி போல ஒளிகொண்டு கோடாகச் சுழன்றது. அதன் சுருள்கள் மறைந்ததும் கர்ணன் திரும்பி நோக்கினான். உரகர்கள் அனைவரும் அதைக் கண்டாயிற்று என்று தெரிந்தது. நெடுந்தொலைவில் இன்னொரு ஒளிக்கோடு அதேபோல் சுழன்றது.

ஆற்றிடைக்குறையை நோக்கி வள்ளங்கள் மரம்கண்ட வான்கொக்குக் கூட்டம்போல் குவிந்தன. முதலில் அவர்களின் வள்ளம் நாணல்பரப்பை ஊடுருவிச்சென்று மென்தசையில் அம்புபோல மண்கலந்த சதுப்பில் முட்டி பதிந்து நின்றது. இருபக்கமும் நாணல்களிலிருந்து சிறிய தவளைகள் துள்ளி எழுந்து விலகின. நீரில் தவளைகள் பாயும் ஒலி கேட்டது. அர்க்கன் எழுந்து சதுப்பின்மேல் நாணல்களைச் சரித்து அதன்மேல் இருதுடுப்பைகளை குறுக்காகப் போட்டு அதன்நடுவே கால்வைத்து இறங்கினான். மேலும் ஒரு கால்வைத்து “அன்னையே, இங்கு மேலேதான் மண் உறுதியாக உள்ளது” என்றான்.

முதுமகள் கைநீட்ட, அவன் அவளைப்பற்றி மெல்ல இறக்கினான். அவளைத்தொடர்ந்து கர்ணன் இறங்கினான். சற்றுநேரத்தில் ஆற்றிடைக்குறையை மீன்கூட்டம்போல நான்குபக்கமும் வள்ளங்கள் மொய்த்தன. அதிலிருந்து நாகர்கள் இறங்கி நாணல்பரப்பின்மேல் நிறைந்தனர். முதுமகள் தன் முதலைத்தோல் மூட்டையை நெஞ்சோடணைத்தபடி அர்க்கனிடம் “கிழக்கு அதுதானே? எனக்கு திசை மறைந்துவிட்டது” என்றாள். “ஆம், அன்னையே” என்றான் அர்க்கன்.

அவள் தன் மூட்டையைப் பிரித்தாள். அதற்குள் இருந்த மரவுரியை அவிழ்த்து உள்ளிருந்து கையளவான நீளுருளைக்கல் ஒன்றை எடுத்தாள். அதில் கரியால் இரு பெரிய விழிகளும் செந்நிறத்தில் நீண்டு தொங்கும் நாக்கும் வரையப்பட்டிருந்தன. “அன்னை மகாகுரோதை. எங்களுக்காக மானசாதேவி என்னும் வடிவம் கொண்ட தண்ணளியள். ஒவ்வொரு முதற்பொழுதிலும் அன்னைக்கு நாங்கள் படையலிட்டு வணங்குவோம்” என்றபின் தரையில் மண்டியிட்டமர்ந்து மணலைக் குவித்து அந்தக்கல்லை அதன்மேல் வைத்தாள்.

இருநாகர்கள் சிக்கிக்கற்களை உரசி குந்திரிக்கம் பூசிய திரியை எரியச்செய்தனர். ஊன்நெய்யில் சுருட்டிய பெரியதிரிகளை பற்றவைத்து

அவற்றை இரு குச்சிகளில் சுற்றிக்கட்டி பந்தமாக்கி அன்னையின் இருபக்கமும் நிறுத்தினர். காற்றில் சுடர்கள் எழுந்து கிழிபட்டு பறந்தன. சுழன்று குறுகி நீலநிறமாகி அஞ்சியதுபோல் எழுந்து சீறின. அன்னையின் வெறிமுகம் உயிர்கொண்டு எழுந்ததுபோல் தோன்றியது. அவள் கண்களில் சினம் அலையடித்தது. கேளாச்சொற்கள் அவள் உதடுகளில் துடித்தன.

அர்க்கன் ஒரு சிறிய பொதியைப் பிரிக்க, உள்ளிருந்து மூன்று சிறிய அப்பங்களையும் சிறிய புட்டியில் புளித்த மதுவையும் எடுத்து இலையில் பரப்பி அன்னையின் முன் வைத்தாள் திரியை. இரு நாகர்குலப்பெண்கள் சுற்றிலும் நோக்கி நாணலுக்குள் பூத்திருந்த சிறிய வெண்ணிற மலர்களை கொய்து வந்தார்கள். மலர்களை அப்பத்தின் மேல் வைத்தபின் அவள் இரு விரல்களையும் சேர்த்து முத்திரைகள் காட்டியபடி மூச்சொலியாக நுண்சொற்களை சொல்லத்தொடங்கினாள்.

அவள் கைகளில் பசு கண்விழித்தது. மான் எழுந்தது. மீன் நீந்தியது. கொக்கு சிறகடித்தது. தாமரை மலர்ந்தது. அது அனலாகியது. அனல் நீரென்றாகி நெளிந்து நாகமாகியது. நாகக்குழைவுகளுடன் கைகள் அசைய, ஒரு கட்டத்தில் அங்கு ஒரு நாகமெழுந்தாடுவதாகவே உள்ளம் மயங்கியது. கண்கள் கைகள் என்றன. சித்தம் நாகமென்றது. சித்தம் கைகள் என்றபோது கண்கள் நாகம் நாகம் என்றன.

அப்பால் ஒரு சிறிய எலி வந்து நீள்மூக்கை நீட்டி, மீசைமயிர்களை விடைத்தபடி அஞ்சியது. இரு செம்மலர்கள் போல அதன் முன்கால்கள் இதழ்விரிந்து மண்ணில் பதிந்திருந்தன. கண்களில் சுடர்ச்செம்மணிகள். அங்கிருந்த எவரோ மெல்ல அசைய, அது கால்களை அசைக்காமலேயே உடலால் பின்னகர்ந்தது. சற்றுநேரம் கழித்து மேலுமொரு காலடியை வைத்து அணுகியது.

திரியையின் நுண்சொல்லின் ரீங்காரத்தை அது கேட்டு மயக்குறுவதுபோல் தோன்றியது. அதன் மீசை சிலிர்த்து அசைந்தபடியே இருந்தது. மெல்ல அதன் கண்கள் இமைசரிந்து மூடின. தலை இருமுறை ஆடியது. சரிந்து விழுந்து வால்நெளிய கால்களின் விரல்களை சுருக்கி விரித்தபின் அமைதியானது. அதன் அடிவயிற்று மயிர்ப்பரப்பு மென்மையான சாம்பல்பூச்சாக தெரிந்தது.

அர்க்கன் அதை எடுத்து இலைமேல் வைத்தான். திரியை அதன் கழுத்தைப்பற்றி தன் கட்டைவிரல் நகத்தால் ஆழமாகக் குத்தி இறக்கினாள். அதன் கால்கள் மட்டும் விதிர்த்தன. அவள் அதைத் தூக்கி அழுத்த, சிறிய ஊற்றாக குருதி பீரிட்டு அப்பங்களின் மேல் விழுந்தது. கூடிநின்றிருந்த நாகர்கள் ஒற்றைக்குரலில் “அன்னையே! மகாகுரோதே! மாயே! மாமங்கலே! தேவீ!” என்று வீரிட்டனர். பெண்கள் குரவையிட்டனர்.

எலியை அப்பங்களுடன் வைத்துவிட்டு திரியை கைகூப்பினாள். உரகர்களின் வாழ்த்தொலிகள் தாழாமல் நின்றன. கர்ணன் தொலைவில் சென்ற பெருங்கலங்களிலிருந்துகூட பலர் கலமுனைகளில் ஏறி அங்கு நிகழ்வதை நோக்குவதைக் கண்டான். குளிர்காற்று மேலும் வலுக்க பந்தங்கள் குறுகி அந்திமலர் போல கீழே இதழ்தழைந்தன. மெல்லிய சீறலோசையை செவி கேட்பதற்குள்ளாகவே அகப்புலன் ஒன்று கேட்டது. அவன் உடல் மெய்ப்பு கொண்டது.

அன்னையின் பின்னாலிருந்த நாணலில் இருந்து சேனைத்தண்டு போன்ற உடலும் தலையும் வாலும் ஒரே பருமனும் கொண்ட சிறிய பாம்பு ஒன்று ஊர்ந்து வந்தது. நாகம்போல வளையாமல் புழுப்போல உடல்சுருக்கி நீட்டி அணுகியது. அப்பங்களின் மேலேறி எலியை அது முகர்ந்தது. குரவைகளும் வாழ்த்தொலிகளும் உச்சம் கொண்டன. பாம்பு வாய்திறந்து எலியின் தலையைக் கவ்வியது. கவ்வக்கவ்வ அதன் வாய் விரிந்தபடியே செல்ல, கண்கள் விழித்து உறைந்திருந்தன.

எலி குனிந்து உடல்சுருக்கி உள்ளே செல்லத்தொடங்கியது. அதன் வால் புழுதியில் அசைந்தது. அது முழுமையாக உள்ளே சென்று மறையும்வரை குரவையொலியும் வாழ்த்தொலியும் எழுந்தன. அவை அடங்கியபோது அமைதி செவிகுடைவதாக ஆகியது. கர்ணன் பெருமூச்சுவிட்டான். திரியை அவனை நோக்கித் திரும்பி "சூரியனின் மைந்தன் வருக!" என்றாள். கர்ணன் குனிந்து அவளருகே அமர்ந்தான். "நீ இங்கு வந்தது உன் ஊழ் எனக்கொள்க!" என்றாள் திரியை. "அன்னை மகாகுரோதையின் பேரருள் உன்னைச் சூழ்க!"

கர்ணன் தலைவணங்கினான். "பெருவஞ்சமும் பெருங்கனிவும் ஒற்றைஇலையின் இருபக்கங்கள். தொட்டால் நஞ்சூட்டி தோலை எரியவைக்கும் மலைச்செந்தட்டியின் அடியில் மென்மை நிறைந்திருப்பதைக் கண்டிருப்பாய்." கர்ணன் தலையசைத்தான். "அன்னை மானசையின் விழிகளை நோக்கு. அவளை உன் உள்ளம் திறந்து எழும் பேரன்பால் அணுகு!" கர்ணன் கைகூப்பினான். "ஆனால் உன் உள்ளம் கரந்துள்ள ஒருதுளி வஞ்சமும் வணங்கியாக வேண்டும். இருதட்டுத்துலா கொண்டுசென்றால் மட்டுமே அன்னையின் ஆலய வாயில் திறக்கும்."

கர்ணன் "வஞ்சம் என்றால்..." என்றான். "ஏக்கம் அல்ல. ஆற்றாமை அல்ல. வெறுப்பு அல்ல. சினமும் அல்ல" என்றாள் முதுமகள். "அவையனைத்தும் அடங்குபவை. அடைந்தால். அறியப்பட்டால். அன்பினால். அடைக்கலமானால். வஞ்சம் என்பது முழுமையாக எதிரியை அழித்தால் மட்டுமே வெல்வது. வென்றபின் தன்னையும்

அழித்தபின்னரே முழுமைகொள்வது. அது உரக நஞ்சு. ஒரு துளி உள்ளே சென்றால் பெருகிச்சென்று சித்தத்தை நிறைக்கும். எத்தனை தொலைவு ஓடினாலும் உரகம் மெல்ல பின்னால் வந்துகொண்டுதான் இருக்கும்."

கர்ணன் அந்தப் பாம்பை நோக்கினான். அது முதுபிரம்பு வளைந்ததுபோலச் சுருண்டு அசைவற்றுக் கிடக்க, அதன் உடலுக்குள் எலியின் வடிவம் தெரிந்தது. "இல்லை அன்னையே. அத்தகைய வஞ்சமேதும் என்னுள் இல்லை" என்றான். "நீ அறிய இருப்பது வஞ்சமாகாது. அது விதை. கரந்திருப்பதனால் மட்டுமே உயிர்கொள்வது." கர்ணன் பெருமூச்சுடன் "நான் அறியவில்லை அன்னையே" என்றான்.

"உன் வலக்கையை அன்னையின் படையல்கள் மேல் வை" என்று அவள் சொன்னாள். கர்ணன் ஒருகணம் தயங்கியபின் தன் கையை வைத்தான். "எண்ணுக... உன் உள்ளத்து இருளுக்குள் குவிந்துகிடக்கும் அனைத்தையும் எண்ணிநோக்குக! வஞ்சமென ஒன்று மிகமிகச்சிறிய பாம்புமுட்டை போல எங்கேனும் உள்ளதா என்று நோக்குக!" என்றாள் முதுமகள். "அவ்வஞ்சமே உன்னை மகாகுரோதையிடம் கொண்டுசேர்க்கும்."

கர்ணன் அதைத் தொட்டபடி "இல்லை" என்றான். "என்னால் எதையும் எண்ணக்கூடவில்லை அன்னையே. என் உள்ளம் எண்ணங்களால் நிறைந்துள்ளது. நஞ்சென்று அதில் எதையும் நான் காணவில்லை. எதிரிகளென்று எவருமில்லை எனக்கு." அவள் முகம் சுருக்கங்கள் விரிய நகைத்தது. "மைந்தா, வஞ்சம் என்பது எப்போதும் நமக்கு மிகமிக அண்மையானவர்களிடம்தான். எதிரிகளிடம் வெறுப்பும் சினமும் மட்டுமே இருக்கும்."

கர்ணன் பெருமூச்சுவிட்டான். "கண்முன் இருந்து மறைந்தால் ஒருவன் கருத்திலிருந்தும் மறைவானென்றால் அவனே எதிரி. இவ்வுலகே அழிந்தாலும் நீ இருக்கும் வரை தானுமிருப்பதே வஞ்சமென்றறிக!" கர்ணன் நடுங்கியபடி "இல்லை, ஏதுமில்லை" என்றான். "அன்னைவிழிகளை நேர்நின்று நோக்க உன் நெஞ்சு துணியவில்லை என்றே எண்ணுகிறேன்." கர்ணன் "இல்லை அன்னையே. என் நெஞ்சு எதையும் உணரவில்லை" என்றான்.

"எழுக!" என அவள் சொன்னபோது அவன் கையைப் பின்னுக்கிழுக்க எண்ணிய கணம் அவன் உடல் மெய்ப்புகொண்டது. மானசையின் கல்விழிகள் அவனை நோக்கி அசைந்தன. அவை அவன் விழிகளை சந்தித்து ஒருகணம் நிலைத்து பின் கல்லோவியமாயின. கர்ணன் மூச்சிழுத்து உடலை இயல்பாக்கியபோது முதுமகள் "உன் கையிலுள்ள அக்கணையாழி ஏது?" என்றாள்.

கர்ணன் அதை நோக்கி அதன் நடுவிலிருந்த அருமணி கனலென சுடர்விட்டுக் கொண்டிருப்பதைக் கண்டான். “என் அன்னை என்னைக் கண்டடைந்தபோது இந்தக் கணையாழியும் உடனிருந்தது என்றாள். இதை என் இடைமணிகளுடன் அணிந்திருந்தேன். பின்னர் கணையாழியாக்கிக் கொண்டேன்.” அவள் கைநீட்ட, அவன் அதை உருவி அவளிடம் அளித்தான்.

“மைந்தா, நீ அறிந்திருப்பாய் உன் வஞ்சத்தை” என்றாள் முதுமகள். “இல்லை” என்றான் கர்ணன். “நான் ஒரு விழிமயக்கில்...” அவள் சிரித்தபடி “நீ அறிந்தாய். நீ எதை அறிந்தாயோ அது உண்மை. அன்னை அதை அறிந்தாள்” என்றாள். “இல்லை, இல்லை” என்றான் கர்ணன். அவளைக் கடந்து காலெடுத்து வைத்து ஆற்றிடைக்குறையின் நாணலை மிதித்தான்.

“இதை நோக்கு” என்று அவள் தன் நகத்தால் அந்த மணியைப் பெயர்த்தாள். அதனடியிலிருந்து மிகச்சிறிய செந்நிறப்புழு ஒன்று நெளிந்து தலைதூக்கியது. “உரகம்” என்றாள். “உன்னுடன் இருந்திருக்கிறது. நீ மகவாய் மைந்தனாய் இருந்த காலம் முழுக்க... இதன் துணையின்றி நீ இருந்ததே இல்லை.” கர்ணன் தன் கால்கள் குளிர்ந்து தள்ளாடுவதை உணர்ந்தான்.

“இதுவே நான் உன் பின்னால் பேருருவெனக் கண்ட நாகம். உன்னை என்றும் இது தொடர்ந்திருக்கிறது. உன் காவலென உடனிருந்திருக்கிறது. உன் கனவுகளில் இதையே நீ கண்டாய்.” கர்ணன் மேலும் ஒரு காலடி பின்னால் வைத்து “இல்லை... இல்லை” என்றான். எதற்காக இவளிடம் இப்படிக் கெஞ்சுகிறோம் என்று தோன்றியதுமே சினம் தலைக்கேறியது. “நான் யாரென நான் அறிவேன். இந்த மாயங்களுக்கு நான் அஞ்சமாட்டேன்...” என்று கூவினான். “விழிமயக்குகள்கொண்டு விளையாடுகிறாய். நீங்கள் நாகர்கள். மானுடரின் உள்ளங்களுடன் சூதாடும் விழிகள் கொண்டவர்கள்.”

அவன் தன் படகை நோக்கிச் சென்றான். அதை நாணல்மேல் ஏற்றிவைத்திருந்தனர். “இளையோனே, இது உன் மணி” என்றாள் முதுமகள். “இல்லை, அது என்னுடையதல்ல. நீ செய்யும் விழிமயக்கு” என்றபடி அவன் படகை இழுத்து நீரில் இட்டான். அவளை நோக்கியபடி முழங்காலளவு நீரில் இறங்கி அதை அவன் தூக்கியபோது அந்தச் சிறிய நாகப்புழு உடல்வளைத்து தலையை சொடுக்குவதைக் கண்டான். அவன் எண்ணுவதற்குள் அது தெறித்து அவன் முழங்கைமேல் ஒட்டியது.

“ஆ ஆ” என்று பதறிய குரலில் கூவியபடி அவன் அதைத் தட்டி வீழ்த்தினான். பாய்ந்து படகிலேறி வெறிகொண்டவன் போல துடுப்பை

இழுத்தான். அது நீரில் விழுந்து துள்ளித் துள்ளி எழுவதைக் கண்டான். அவன் கைகளில் முழுஉயிரும் குவிந்தது. அவன் துடுப்புகள் சுழன்று சுழன்று நீரில் விழ, படகு அலைகள் மேல் ஏறி அமிழ்ந்து ஏறிச் சென்றது. சற்றுநேரத்திலேயே ஆற்றிடைக்குறை அப்பால் சென்றது.

மெல்ல மூச்சுதளர்ந்தபடி அவன் படகின் மேல் கால்நீட்டினான். விழிகளால் நீர்ப்பரப்பை நோக்கினான். அதிலிருந்த ஒவ்வொரு குமிழியும் அவன் உடலை விதிர்க்கச்செய்தது. ஒலிகேட்டு ஆற்றிடைக்குறையை நோக்கினான். உரகர்கள் கைகளை விரித்து வானைநோக்கி குரவையும் வாழ்த்தொலிகளுமாக நின்றனர். கீழ்வானில் விடிவெள்ளி எழுந்தது. செம்மஞ்சள்நிறப் புழு ஒன்றை எவரோ தூண்டிலில் கட்டி வீசியெறிந்ததுபோல.

மறுபக்கம் ஒளி தெரிய, கர்ணன் திரும்பி நோக்கினான். வானில் எரியம்புகள் நூற்றுக்கணக்கில் எழுந்து வெடித்து மலர்களாகிக் கீழிறங்கின. இந்திரப்பிரஸ்தம் அத்தனை அருகிலா இருக்கிறது? மீண்டும் எரியம்புகள் எழுந்தமைந்தன. அவை மிகமிகப்பெரிய எரியம்புகள் என உணர்ந்தான். அத்தனை தொலைவில் அவை செம்மையும் மஞ்சளும் நீலமுமாக இதழ்விரித்து மலர்ந்து சிதறி துளிகளாகி உதிர்ந்தன. ஆற்றிடைக்குறையில் நாகர்கள் கைகளை விரித்து மெல்ல ஆடியபடி வாழ்த்துக்கூவினர். அங்கே நாகங்கள் பத்தி விரித்து நின்றாடுவதுபோல் தெரிந்தது.

அறியாது ஓரவிழி எதையோ நோக்க உடல் விதிர்த்தது. “ஆ!” என்றபடி அவன் திரும்பி நோக்கிய கணத்தில் நீருக்குள் அவன் படகைத் தொடர்ந்து வந்துகொண்டிருந்த பெருநாகத்தைப் பார்த்தான். அதன் கரியஉடல் நீரோட்டமென நெளிந்தது. தலை மூழ்கி எழ, தொலைவில் வால்நுனி நெளிந்தது. கால்கள் நடுங்க எழுந்து நின்றபோது அது படகின் நிழலாக மாறியது. தொலைவிலெழுந்த ஒளிக்கேற்ப அது நெளிந்தது.

அவன் அமர்ந்து துடுப்பால் அந்நிழலை துழாவிக் கலைத்தான். மெல்ல நெஞ்சின் எடை கரைய துடுப்பிடத்தொடங்கினான். ஆற்றிடைக்குறையிலிருந்து நாகர்கள் படகுகளில் கிளம்பிச்செல்வதைக் கண்டான். நோக்கியிருக்கவே அவர்கள் நீரில் எழுந்து மறைந்தனர். எங்கு செல்கிறார்கள்? கிழக்கே. அவர்களின் தெய்வத்தின் ஆணை. அங்கே ஓடும் பெருநதி. அது பிரம்மபுத்திரையா? அப்படியென்றால் காமரூபத்திற்கும் அப்பால். மணிபூரகநாட்டுக்கும் அப்பால். அப்பாலிருப்பது பெருங்காடு. அங்கே மானுடர் வாழ்வதரிது என்பார்கள்.

மீண்டும் அவன் உடல் விதிர்த்தது. ஒருகணத்தின் ஒரு துளியில் அவன் அந்த நாகத்தை மீண்டும் கண்டான். அதன் விழிகளின் இமையாமணிகளை, கூர்ந்தநாய்முகத்தை, இரட்டைமண்டையை,

செதிலடுக்குகளை, நெளிவை, வால் அலைவை. விழிமயக்கல்ல. மீண்டும் அதை நோக்கினான். மிக அப்பால் எழுந்த எரியம்புகளின் வெளிச்சம் காட்டிய விழிமயக்குத்தான் அது. மயங்கியது விழியல்ல. உள்ளம். அஞ்சியிருக்கிறது. அச்சம் மயலாகிறது.

மயல் புவியை மாற்றுமா என்ன? இப்புவியே ஒரு மயல் என்கிறார்கள் வேதமுடிவறிந்தோர். கயிற்றரவு. கயிற்றைப் பாம்பென எண்ணும் அறிவீனம். பாம்பைக் கயிறென எண்ணும் அறிவீனத்தைவிட அது சிறந்தது. பாம்பு கடிக்கப்போவதில்லை. ஆம். எண்ணங்கள் எப்படிப் பீரிடுகின்றன! எண்ணங்களுக்கும் பொருளுக்கும் உறவே இல்லை. பொருள் என்பது எண்ணங்களின் கடிவாளம். மீறிப்பாய எப்போதும் துடிப்பவை அவை.

எண்ணங்கள் நன்று. அவை சிதறச்சிதற அச்சம் வடிந்தது. அனைத்தும் எளிதாகியது. அவ்வலைகளுக்கு நடுவிலிருந்து உறுதியான கரும்பாறைபோல சீரெண்ணம் எழுந்து வந்தது. அனைத்தும் அவற்றின் இடங்களில் சென்று அமைந்தன. இருள்கள் வழிந்தோடின. எங்கும் அசைவின்மை எழுந்தது. பின் அவை அறியப்பட்ட அசைவுகளாயின. இனிய நடனங்களாயின. சித்தம் இனிது. அடக்கப்பட்ட சித்தம் இனிது. அது பழகிய புரவி.

அவன் பெரும்படகு ஒன்றை நோக்கிச் சென்றான். அதன் கொடி கம்பத்தில் சுற்றியிருந்தமையால் அது எந்நாட்டின் கொடி என அறியக்கூடவில்லை. துழாவுபடகில் இந்திரப்பிரஸ்தத்திற்கு செல்லமுடியாது. கரையேறி அம்மக்களுடன் சென்றால் காலை வெயிலெழாது சென்றணைய முடியாது. அவன் மீண்டும் அப்படகின் கொடியையும் கீழ்வளைவில் பொறிக்கப்பட்ட அடையாளத்தையும் நோக்கினான்.

படகிலிருந்து ஒருவன் கைவீசி அவன் கலமேற விழைகிறானா என்று சைகையால் கேட்டான். கர்ணன் ஆம் என்று சொன்னதும் அவன் நீள்வடத்தை நீரில் வீசினான். அதனுடன் இணைந்த தக்கை வெண்ணிறவளையமாக நீரில் மிதந்தது. அதன்பின்னரே கர்ணன் மகதத்தின் யானைக்கொடியைப் பார்த்தான். ஒருகணம் தயங்கியபின் ஒன்றும் செய்வதற்கில்லை என்று முடிவெடுத்தான். படகோட்டி வருக வருக என்று கையசைத்தான். கர்ணன் அதை நோக்கி படகைச் செலுத்தினான்.

அது மகதத்தின் இரண்டாவது படகணி என்று தெரிந்தது. பொதிகொண்டுசெல்லும் பெரும்படகு. பதினெட்டு பாய்கள் எழுந்து மேற்குநோக்கிப் புடைத்துநின்றன. அவற்றில் சுழன்ற காற்றின் விசையால் கொடிமரம் நடுங்கியது. சுற்றியிருந்த கொடி விடுபட்டு எழுந்து துடிதுடிக்கத்

தொடங்கியது. மகதப்படகு அசையாமல் நிற்பதாகத் தோன்றினாலும் அவன் துடுப்பை வலித்து அணுகுவதற்குள் நெடுந்தொலைவு சென்றுவிட்டிருந்தது. அதன் தக்கை மட்டும் கயிறு நீள நீள விலகாமல் அங்கேயே அசைந்தபடி நின்றது.

கர்ணன் தக்கையைப் பற்றிக்கொண்டதும் அதைத் தூக்கி தன் படகில் இட்டு நங்கூர வளையத்துடன் பிணைத்தான். கயிற்றை அவன் இருமுறை அசைத்ததும் படகிலிருந்து அதை இழுக்கத்தொடங்கினார்கள். மிகவிரைவாக அவன் மகதத்தின் படகை நோக்கிச் சென்றான். ஓரவிழி, அருகே நீருக்குள் நெளிந்துவந்த மாநாகத்தைப் பார்த்துவிட்டது. ஆனால் விழிதிருப்பி நோக்கினால் அது மீண்டும் நிழலாகிவிடும் என அறிந்திருந்தான். கழுத்தை இறுக்கியபடி அசையாது அமர்ந்திருந்தான்.

பகுதி 7

நச்சாடல்

1

மகதத்தின் பெரும்படகு கரிய அலைகளுக்கு அப்பால் நீர்வழிந்த தடங்களை அணிந்துநிற்கும் செங்குத்தான பாறைபோல் தெரிந்தது. கர்ணனின் படகு அணுகிச்சென்றபோது அது குகைக்கூரை போல சரிந்து மேலேறியது. நீரில் நின்ற தடங்கள் வரிகளெனப் படிந்த அதன் பேருடலுக்குள் இருந்து தேரட்டையின் கால்களென துடுப்புகள் நீண்டு நீரில் நடந்தன. அவன் படகு பெரும்படகின் அலைகளால் விலக்கித்தள்ளப்பட்டது. அவன் மேலே நோக்கிக் கைகாட்ட, அங்கிருந்தவர்கள் கயிற்றை இழுத்து அவனை அருகே கொண்டுசென்றனர்.

ஆலமரத்தின் வேரென தொங்கி ஆடிய படகின் பரப்பில் தொற்றி மேலேறினான். மேலே நின்ற குகர்கள் "மேலே! ஆம் மேலே!" என ஓசையிட்டபடி அவனைத் தூக்கி மேலேற்றினர். கலவிளிம்பைப் பற்றி கால்தூக்கி வைத்து மறுபக்கம் குதித்து பலகைப் பரப்பில் அவன் நின்றான். அவன் உயரம் குகர்களை மலைக்கவைத்தது. ஒருவன் தலைவணங்கி "என் பெயர் சரபன். இக்கலத்தின் அமரக்காரன். தாங்கள் யாரென்று நான் அறியலாமா?" என்றான்.

"தங்களை சந்தித்தமை மகிழ்வளிக்கிறது சரபரே. என் பெயர் வசுஷேணன். அங்கநாட்டுக்கு அரசன்" என்றான் கர்ணன். அவன் முகம்மலர்ந்து தலைவணங்கி "ஆம், நான் எண்ணினேன். பாரதவர்ஷத்திலேயே உயரமானவர் நீங்கள் என்று சூதர் சொல்லும்போது என் நெஞ்சில் ஓர் ஓவியம் இருந்தது. அது மேலும் ஒளிகொண்டதாகிறது" என்றான். பரபரப்புடன் "வருக அரசே! தங்கள் வருகையால் இந்நாள் விழவுகொள்கிறது" என்றான். "தங்களை அறிவிக்கிறேன்" என்றபடி திரும்பி ஓடினான்.

கலமுகப்பிலிருந்த அத்தனைபேரும் கர்ணனை அணுகி பற்களும் விழிகளும் ஒளிவிட்ட முகங்களை ஏந்தி நோக்கினர். கர்ணன் அருகே நின்ற ஒருவன் தோளில் கைவைத்து "தங்கள் பெயரென்ன?" என்றான். "கலன்" என்று அவன் சொன்னான். "நான் ஜலஜ குடியைச் சேர்ந்தவன். அரசே, இரண்டு தலைமுறைகளுக்கு முன் எங்கள் குடியில்தான் நிருதர் பிறந்தார். காசி நாட்டரசி அம்பையை படகில் அஸ்தினபுரிக்குக் கொண்டுசென்றவர் அவர். அஸ்தினபுரியின் படகுத்துறை வாயிலில் கொற்றவை வடிவில் அமர்ந்திருக்கும் அன்னை அருகே காவல் தெய்வம் என அவர் அமர்ந்திருக்கிறார்."

இன்னொருவன் சற்று முன்வந்து "எங்கள் குடியைச் சேர்ந்த பிருகி என்னும் மூதன்னையைத்தான் நிருதர் மணந்திருந்தார். பிருகியன்னை தன் குடிலில் பதினெட்டு நாட்கள் வடக்கு நோக்கி இருந்து உயிர் துறந்தார். எங்கள் குடி அவரை தெய்வமென இன்று வழிபடுகிறது" என்றான். பிறிதொருவன் "அரசே, என் பெயர் சாம்பன். குகர்களின் பன்னிரண்டு குலங்களுக்கும் நிருதர் தெய்வமென்றே கருதப்படுகிறார். எங்கள் தெய்வத்தாதையர் நிரைகளில் அவருக்கும் இடமுண்டு. பலியும் கொடையும் அளித்து நாங்கள் அனைவரும் வணங்குகிறோம்" என்றான்.

கர்ணன் அவர்கள் ஒவ்வொருவரையும் தொட்டு "நன்று" என்றான். முதியகுகர் ஒருவர் முந்தி முன்னால்வந்து "அனலை என நாங்கள் அன்னையை வணங்குகிறோம். பெண்ணொருத்தி பெருந்தழலென எரியமுடியும் என்று அன்னை மண்ணுக்குக் காட்டினாள். அத்தழலை கையில் அகல்விளக்கென ஏந்திச் சென்றவர் நிருதர்" என்றார். இளைய குகன் "நாங்கள் அவளைப்பற்றித்தான் இப்போது பேசிக்கொண்டிருந்தோம். அதோ பேருருக்கொண்டு எழுந்துள்ளது நகரமன்று, காட்டுத்தழல். அனலையன்னையெனும் பொறியிலிருந்து பெருகியது அது" என்றான்.

"ஆம்" என்றான் கர்ணன். "அப்போதுதான் தங்களைப் பார்த்தோம். இங்கிருந்து பார்த்தபோது விண்ணில் எழுந்த எரியம்புகளின் ஒளியில் உங்கள் படகின் நிழல் ஒரு பெரும் நாகமென நெளிவதை கண்டோம்" என்றான் கலன். "நாகம் எழுந்து படமெடுத்து உங்களைக் காப்பது போல் தெரிந்தது" என்றான் சாம்பன். ஒருவன் "ஆம், நானும் பார்த்தேன். நான்தான் சொன்னேன் வருபவர் எளிய மனிதர் அல்ல தெய்வங்களால் கைதூக்கி வாழ்த்தப்படுபவர் என்று" என்றான். "உங்களை சந்தித்ததில் உவகைகொள்கிறேன்" என்றான் கர்ணன். "எங்கள் நன்னாள் இது அரசே" என்றான் கலன்.

உள்ளிருந்து மகதத்தின் அமைச்சர் பொன்னூல் பின்னலிட்ட தலைப்பாகையும் வெண்ணிற மேலாடையும் அணிந்து காதுகளில்

நீலக்குண்டலங்கள் அசைந்து ஒளிவிட கைகூப்பியபடி நீரென ஒலித்த ஆடையோசையுடன் விரைந்து வந்தார். “வருக! வருக! அங்கநாட்டரசே, என் பெயர் சுதேவன். காசியப குடியினன். அங்கநாட்டு அரசரை வாழ்த்தி வணங்கும் பேறு பெற்ற நாள் இது” என்றார். கர்ணன் வணங்கி “நெறியறிந்த அந்தணரை முதற்புலரியில் காண்பதென்பது எனது நல்லூழ்” என்றான்.

அவர் முறைமைப்படி தலைவணங்கி “வருக அரசே! தாங்கள் இதுவரை மகதத்தின் எல்லைக்குள் வந்ததில்லை. முறைமைப்படி இக்கலம் மகதத்தின் நிலமே. அரசர் நகர் நுழைவதற்குரிய அனைத்து முறைமைகளும் செய்ய நான் கடமைப்பட்டிருக்கிறேன்” என்றார். கர்ணன் “இல்லை, நான் இன்று உடனே இந்திரப்பிரஸ்தத்திற்குள் நுழைந்தாக வேண்டும். அஸ்தினபுரியின் அரசருடன் படைத்துணையாக வந்தேன். இங்கு நான் அறிந்த ஒருவரை பார்ப்பதற்காக தனிப்படகில் சென்றேன்” என்றான்.

சுதேவர் “எங்கள் அரசர் இப்படகில் இருக்கிறார்” என்றார். கர்ணன் சற்று திகைத்து “யார்?” என்றான். “மகதத்தின் பேரரசர் ஜராசந்தர்.” “இந்தப் படகிலா?” என்றான் கர்ணன் மேலும் திகைப்புடன். சுதேவர் நகைத்து “ஆம். அது அவரது இயல்பு. அரசப் பெருங்கலத்தில் விண்ணவர்க்கு அரசர் போல அணித்தோற்றத்தில் எழுந்தருளுவதும் அவருக்கு உகந்ததே. எளிய மலைமக்களுடன் அவர்களில் ஒருவராக அமர்ந்து உண்டாடுவதும் அவர் விரும்புவதே. இன்று இதைத் தேர்வு செய்துள்ளார்” என்றார்.

கர்ணன் “அவரை சந்தித்து வணங்கும் நல்வாய்ப்புக்கு விழைகிறேன்” என்றான். “ஆம், கீழ்த்தளத்தில் அமர்ந்திருக்கிறார். தங்கள் வருகையை அறிவிக்கிறேன்” என்றார். கர்ணன் கைகூப்பினான். “வருக அரசே!” என்று அமைச்சருடன் வந்த காவலர்தலைவன் அவனை அழைத்துச்சென்றான். அமைச்சர் காலடி ஓசைகள் ஒலிக்க உள்ளே இறங்கி கீழ்த்தளத்திற்குள் சென்றார். “முதல்தளத்தில் துடுப்புந்திகள்தானே இருப்பார்கள்?” என்றான் கர்ணன். “ஆம், அரசர் நேற்றிரவு முழுக்க அவர்களுடன்தான் உண்டாட்டில் இருந்தார். இரவு நெடுநேரம் அவரும் துடுப்பு வலித்தார். அங்கே கள்ளும் ஊனுணவும் சென்றுகொண்டே இருந்தன” என்றான் காவலர்தலைவன்.

கீழே பலகைகள் மிதிபடும் உரத்த ஒலி கேட்டது. கதவு பேரோசையுடன் வெடித்துத் திறக்க, இருபெருங்கைகளையும் விரித்தபடி உரத்த நகைப்பொலியுடன் வந்த ஜராசந்தன் “வருக அங்கநாட்டரசே! தங்களை மீண்டும் நெஞ்சுதழுவும் நல்லூழ் கொண்டேன்” என்றபடி வந்து கர்ணனை இறுகத் தழுவிக்கொண்டான். ஆலமரக்கிளைகள் என பேருடலில் எழுந்த கைகளால் அவனை தோள்வளைத்தபடி

"காம்பில்யத்தின் அவையில் நான் அணைத்த பெருந்தோள்கள் என்றும் என் கைகளைவிட்டு மறைந்ததில்லை அங்கரே" என்றான்.

"அன்று அவையில் தாங்கள் சொன்ன உளச்சொற்களால் வீழாதிருந்தேன். மகதரே, இன்றும் நான் கால்மடியும் தருணத்தில் தங்கள் பெருங்கைகளால் என்னை அள்ளி எடுத்திருக்கிறீர்கள்" என்றான் கர்ணன். "வரும்பிறவிகளிலெல்லாம் நான் இதற்குக் கடன்பட்டிருக்கிறேன்" என்றபோது அவன் சொற்கள் இடறின. ஜராசந்தன் "எப்படி இங்கு வந்தீர்கள்?" என்றபின் "நான் எதையும் கேட்கவில்லை. எதுவாயினும் இந்நாள் இனியது. இத்தருணம் என் அன்னையின் அருள்" என்றான்.

பின்னர் தானே தலையசைத்து "முகமன்கள்! வெறும் சொற்கள்!" என்று கர்ணனின் தோளில் அறைந்தான். அவன் உடலை இறுக்கி கட்டிக்கொண்டு தன் தலையை அவன் தோளில் மெல்லமுட்டி "என்னால் அவற்றைத் திறம்படச் சொல்ல இயலாது அங்கரே. நான் அசுரகுடிமகளாகிய ஜரையின் மைந்தன் என்று அறிந்திருப்பீர்" என்றான். அவனுக்கு மூச்சிரைத்தது. "வில்கொண்டு காம்பில்யத்தில் நீங்கள் எழுந்ததை ஓவியங்களாகத் தீட்டவைத்து என் அரண்மனையில் வைத்திருக்கிறேன். ஒருநாளையேனும் உங்களைப்பற்றிச் சொல்லாமல் அந்தியாக்கியதில்லை."

கர்ணன் விழிகள் மின்ன புன்னகைத்தான். ஜராசந்தன் கர்ணனின் கையைப்பற்றி தன் நெஞ்சில் வைத்து "இன்று உளம் நிறைந்திருக்கிறேன். அங்கரே, இந்நாளுக்காக காத்திருந்தேன். இதுநிகழும் என அறிந்திருந்தேன்" என்றான். கர்ணன் அவன் கைகளை பற்றிக்கொண்டு "தங்களை நானும் மறந்ததில்லை. என் தோழரின் அதே பெருந்தோள்கள் தங்களுக்கும் என எண்ணிக்கொள்வேன்..." என்றான்.

"ஆம், என்னிடமும் சொல்வார்கள்" என்று ஜராசந்தன் உரக்க நகைத்தான். "என்றோ ஒருநாள் நானும் அவரும் களத்தில் தோள்கோக்கப்போகிறோம் என்று எண்ணியிருக்கிறேன்." "ஆம், அது நிகழ்க! மல்லர்கள் தழுவுவதே இம்மண்ணில் தெய்வங்களுக்கு மிக உரியது என்பார்கள்" என்றான் கர்ணன் நகைத்தபடி. "ஆனால் அது களிக்களத்தில் நிகழ்வதாக!" "ஆம், ஆம்" என்றான் ஜராசந்தன்.

கர்ணனின் இரு கைகளையும் பற்றி தன் நெஞ்சில் மும்முறை மெல்லஅறைந்து "என்ன சொல்வதென்றே தெரியவில்லை. அத்தனை சொற்களும் பொருளின்றி சிதறிக்கிடக்கின்றன. இந்நாள் இந்நாள் என்று என் உள்ளம் அரற்றிக் கொண்டிருக்கிறது" என்ற ஜராசந்தன் தன்னிலைகொண்டு "வருக, தங்களுக்கு நான் எதை அளிக்கவேண்டும்? இப்போதுதான் உண்டாட்டை முடித்தேன். வருக!" என்று அழைத்துச்

சென்றபின் நின்று “வேண்டாம்! இது கீழ்த்தளம். என் இயல்பால் நான் அங்கு குகர்களுடன் களியாடிக்கொண்டிருந்தேன். அங்க நாட்டரசரை என் அரசமுகப்பறையில்தான் சந்திக்க வேண்டும். அங்கு வருக!” என்றான்.

கர்ணன் அவன் தோளை அறைந்து “கள்ளருந்தி குகர்களுடன் களியாடும் ஜராசந்தரையன்றி பிற எவரையும் நான் எனக்கு அணுக்கமாக எண்ண இயலாது” என்றான். ஜராசந்தன் சிரித்து “அங்குதான் என்னால் முழுமையாக வாழமுடிகிறது. கைகளை அறைந்து உரக்க நகைத்தாட முடிகிறது. அரியணை அமர்வதும் வெண்குடை சூடுவதுமெல்லாம் நடிப்பு அங்கரே. எனக்குள் ஓடுவது என் அன்னை ஜராதேவியின் முலைப்பால். அடர்காடுகளில் உழன்று சினவேழங்களை தோள்விரித்து எதிர்கொள்ளும்போதே நான் முழுமை அடைகிறேன்” என்றான்.

கர்ணன் அவன் தோள்களை கைசுழற்றி அள்ளிப்பற்றி “ஆம், வேழத்தைப் பற்றவேண்டிய தோள்கள் இவை” என்றான். “என் நெஞ்சோடு தழுவவிழையும் தோள்களெல்லாமே இத்தகையவை மகதரே. திருதராஷ்டிர மாமன்னரின் தோள்கள். என் தோழர் துரியோதனரின் தோள்கள்.” ஜராசந்தன் ஊஊ என ஊளையிட்டு சிரித்து “ஒன்றை விட்டுவீட்டீர்கள். இளையபாண்டவர் பீமனின் தோள்கள்...” என்றான். கர்ணன் ஒருகணம் விழிசுருங்க, ஜராசந்தன் “நகையாடினேன் அங்கரே. நான் அனைத்தையும் அறிவேன்” என்றான்.

சிரித்தபடி “அடுத்து விராடநாட்டு கீசகனையும் சொல்லிவிடுவீர்களோ என எண்ணினேன்” என்றான் கர்ணன். ஜராசந்தன் “கீசகனா? ஆம், அவனும் தசைமலைதான்... அவனை அறைந்து நிலம்சேர்த்தாகவேண்டும். இல்லையேல் என்னை அவனுடன் சேர்த்துப்பேசும் சூதர்களை நிறுத்தமுடியாது” என்றான். பின் கர்ணனின் கைகளைப் பற்றி அசைத்தபடி “வருக! தாங்கள் எந்த ஊனுணவை விரும்புகிறீர்கள்? எந்த நன்மது?” என்றான். கர்ணன் “தங்கள் உளமுவந்து தருவது எதையும். ஆனால் இது புலரி” என்றான்.

படிகளில் இறங்கி முதற்கூடத்திற்குள் அவர்கள் நுழைந்தனர். அங்கு படகின் வளைந்திறங்கிய மரச்சுவரையொட்டி நீண்ட இருநிரைகளாக போடப்பட்ட சிறுபீடங்களில் நால்வர் நால்வராக அமர்ந்து தங்கள் முன் நீட்டியிருந்த பெரிய துடுப்புக்கழிகளைப்பற்றி சுழற்றிக் கொண்டிருந்த மல்லர்களுக்கு முன்னால் அவர்களை தாளத்தில் நிறுத்தும்பொருட்டு ஒருவன் கைமுழவை முழக்கினான். படகின் விலாத்துளைகள் ஊடாக வெளியே நீண்டு சிறகுகள் போல ஒற்றைஅசைவாகி நீரை உந்திக்கொண்டிருந்த துடுப்புகளின் ஓசை சிறுதுளைகளின் வழியாக குதிரைக்கூட்டங்கள் நீர்பருகுவதுபோல கேட்டது.

“ஒருபடகில் நான் இருக்க விழையும் இடம் இந்த கீழ்த்தளம்தான்” என்றான் ஜராசந்தன். “படகின் கால்கள் இங்குதான் உள்ளன. மேலே எழுந்து பூத்திருக்கும் பாய்கள் இப்படகைச் செலுத்தலாம். நிறுத்துபவை இவையே.” யமுனையின் அலைகள் எழுந்து கலத்தின் வளைவை அறைந்த நுரைத்துமிகள் துளைகள் வழியாக உள்ளே வந்து பரவியிருக்க, உடல்களின் வெய்யாவியும் கள்ளின் எரியாவியும் ஊடே நிறைந்திருந்தன. அங்கே கள்மயக்கு கலந்த பேச்சும் கூச்சல்களும் எழுந்தன.

இருவரும் உள்ளே வந்தபோது அனைவரும் ஒரே குரலில் “வருக! வருக!” என்று கூவினர். ஒருவன் “அரசே, அவர் யார்? தங்களைவிடப் பேருடலுடன் இருக்கிறார்!” என்றான். “இவர் அங்க மன்னர் வசுஷேணர். நம் கலத்தில் புலரியில் இறங்கிய கதிரவன்” என்றான் ஜராசந்தன். ஒருகணம் குகர்கள் அனைவரும் மலைத்து செயலிழக்க, துடுப்புகள் நின்றன.

ஒருவன் “அங்கநாட்டரசா?” என்றான். இன்னொருவன் “கர்ணன்!” என்றான். அனைவரும் ஒரே சமயம் துடுப்புகளைவிட்டு எழுந்தோடி கர்ணனை நோக்கி வந்தனர். ஒருவன் கால்தடுக்கி விழுந்தான். ஒருவன் அவன் கைகளைப்பற்றி தன் தலையில் வைத்தபடி “இன்று நான் வெய்யோனால் வாழ்த்தப்பட்டேன். என் உள்ளம் கரந்த சிறுமைகள் அனைத்தும் எரிந்தழிக! என் குலம் கைமாறிய கீழ்மைகள் அனைத்தும் மறைக! என் எண்ணங்களிலும் எல்லாம் ஒளி நிறைக!” என்று கூவினான். அவன் வாயிலிருந்து கள்மணம் எழுந்தது. கர்ணன் அவனை தலைசுற்றிப் பிடித்து தன் மார்புடன் அணைத்தபடி “நம்மனைவரையும் விண்ணெழும் ஒளி வாழ்த்துக!” என்றான்.

“இனியவர்களே, இந்தப்புலரியை நாம் கதிர்மைந்தனுடன் கொண்டாடுவோம். துடுப்புகளைக் கட்டிவிட்டு அனைவரும் மேல்கூடத்திற்கு வாருங்கள். விண்ணில் விடிவெள்ளி எழுந்துவிட்டது. சற்றுநேரத்தில் வானம் ஒளிகொள்ளும். இவர் வெய்யோன் அளித்த கவசமும் குண்டலமும் அணிந்தவர் என்கிறார்கள். நம் விழிகளில் வெய்யோன் அருளிருந்தால் இன்று அதை நாம் காண்போம்” என்றான் ஜராசந்தன். “ஆம்! காண்போம்! வெய்யோன் ஒளிமணிகளைக் காண்போம்!” என்று அனைவரும் கூச்சலிட்டனர்.

அச்சொல் செவிபரவ, மகதத்தின் பெருங்கலம் நீர்ப்பறவைகள் செறிந்த ஆற்றிடைக்குறையென ஓசையிடத்தொடங்கியது. ஜராசந்தன் கர்ணனின் கைகளைப்பற்றியபடி “வருக அங்கரே! சற்று உணவருந்தி இளைப்பாறுக!” என்றான். அவனை தன் தனிச்சிற்றறைக்கு அழைத்துச்சென்று பீடத்தை இழுத்திட்டு “அமர்க!” என்றான். கர்ணன் அமர்ந்ததும் தான் ஒரு

சிறுபீடத்தை இழுத்து அருகே இட்டு அமர்ந்தபடி "தங்களை நான் மும்முறை பார்த்திருக்கிறேன்" என்றபின் தொடைகளைத் தட்டி உரக்க நகைத்து "மும்முறையும் மணத்தன்னேற்பு நிகழ்வில்" என்றான். "ஒருமுறை நீங்கள் தோற்றீர்கள். பிறிதொருமுறை வென்றீர்கள். ஒருமுறை நாம் கைகலந்தோம்" என்றான்.

கர்ணன் புன்னகையுடன் "ஆம்" என்றான். "அங்கரே, காம்பில்யத்தில் அந்த வில்லை நீங்கள் எடுத்து குறிபார்க்கையில் நீங்கள் வெல்ல வேண்டும் என்று நான் விழைந்தேன். என் இரு கைகளையும் நெஞ்சில் வைத்து என் மூதாதையரை அதற்காக வேண்டிக்கொண்டேன்" என்றான். கர்ணன் "ஏன்?" என்றான். ஜராசந்தன் மீண்டும் நகைத்து தன் முழங்காலைத்தட்டி "எப்படியும் எனக்கு வெற்றியில்லை. கதாயுதமன்றி வேறெதிலும் நான் எவரையும் வெல்ல முடியாது. அதனாலாக இருக்கலாம்" என்றான். கர்ணன் நகைத்து "அப்படியென்றால் பார்த்தன் வெல்வதை நீங்கள் விரும்பியிருக்கலாமே?" என்றான்.

ஜராசந்தன் முகம் சற்று மாறியது. "அவன் ஷத்ரியன். தூயகுருதி கொண்டவன் அங்கரே. இந்த பாரதவர்ஷத்தை என்றும் ஆட்டிவைக்கும் எண்ணம் என்பது குருதித்தூய்மைதான். குருதி கலக்காமல் இங்கு எவரும் வல்லமை கொள்ள இயலாது. மறுபக்கம், தூயகுருதி என்று சொல்லாமல் இங்குள்ள மக்களிடம் தலைமைகொள்ளவும் இயலாது. இவ்விரு நிலைகளுக்கு நடுவே என்றும் இப்பெருநிலம் அலைக்கழியும் என்றே எண்ணுகிறேன்." கர்ணன் தலையசைத்தான். ஜராசந்தன் "நான் உங்களை நானாகவே எண்ணுவதுண்டு" என்றான். "தங்களைப்போலவே நானும் என் அன்னையால் புறக்கணிக்கப்பட்டு காட்டில் வீசப்பட்டேன். அசுரகுல அன்னை ஜராதேவியால் மீட்கப்பட்டேன். இவ்வுடலில் ஓடுவது அவள் முலைப்பால்."

"மீண்டும் தலைநகருக்கு வந்தபோது நான் முற்றியிருந்தேன். காட்டுவிலங்கை ஒருபோதும் முற்றிலும் பழக்க முடியாது. ஒரு குருதித்துளி கிடைப்பது வரைதான் அது சொல்கேட்கும்" என்றான் ஜராசந்தன். "அரண்மனையும் நகரமும் நாடும் எனக்கு கூண்டுகள் போல. இரவும் பகலும் நிலையற்று அதற்குள் சுற்றி வந்துகொண்டிருக்கிறேன்." கர்ணன் புன்னகையுடன் அவன் தோளைத் தொட்டான். "என்னைப்போலவே நீங்களும் இரவுகளில் துயில்கொள்ளாது புரள்பவர். அலைநடுவே அடையாளமற்றவராக உணர்பவர்..." கர்ணன் "ஆம்" என்றான்.

உரத்த குரலில் "என்னருகே இருங்கள் அங்கரே. இந்திரப்பிரஸ்தத்தின் இவ்விழவு முடிந்ததும் தாங்கள் என் விருந்தினராக மகதத்திற்கு வரவேண்டும்" என்றான் ஜராசந்தன். கர்ணன் "ஜராசந்தரே,

தங்கள் அழைப்பு முதலில் செல்லவேண்டியது அஸ்தினபுரியின் அரசருக்கு. அவரது துணைவனாகவே நான் மகதத்திற்கு வரமுடியும். அஸ்தினபுரிக்கும் மகதத்துக்குமான பகைமை என்பது நூறு ஆண்டுகள் கடந்தது" என்றான். "ஆம், உண்மை" என்றான் ஜராசந்தன். "ஆனால் தங்கள் விழைவுக்கப்பால் ஒருசொல்லையும் துரியோதனர் எண்ண மாட்டார் என்று அறிந்திருக்கிறேன்."

"ஏனென்றால் அவர் விரும்பாத ஒன்றையும் நான் விழையமாட்டேன்" என்றான் கர்ணன். ஜராசந்தன் இரு முழங்கால்களிலும் மீண்டும் அடித்து நகைத்து "நான் என்ன செய்யவேண்டும்? தாங்கள் என்னுடன் மகதத்தில் சில நாட்கள் இருக்கவேண்டும், அவ்வளவுதான் என் விழைவு. நாம் இணைந்து வேட்டையாட வேண்டும். தோள்கோத்து மல்லிட வேண்டும். கதைவிளையாடவேண்டும். கங்கையின் இருகரை தொட்டு நீச்சலிடவேண்டும்" என்றான்.

அவன் குரல் மென்மையானது. கைநீட்டி கர்ணனின் கால்களைத் தொட்டபடி "அங்கரே, நானே இவர் என்று எண்ணும் ஒரு நட்பு இதுவரை எனக்கு அமைந்ததில்லை. ஏனென்றால் நான் அசுரனுமல்ல ஷத்ரியனுமல்ல. எந்த ஆண்மகனும் அத்தகையதோர் நட்புக்கென உள்ளூற தவித்திருப்பான் என்பதை தாங்கள் அறிந்திருப்பீர்கள். என் கற்பனையில் தாங்கள் ஒருவரே அணுக்கமாக இருந்தீர்கள். தாங்கள் என்னுடன் இருக்கும் சில நாட்களாவது அவ்வாழ்வை முழுமையாக வாழ்வேன்" என்றான்.

கர்ணன் "தாங்கள் அஸ்தினபுரியின் அரசரையே அழைக்கவேண்டும்" என்றான். ஜராசந்தன் புன்னகைத்து "ஆம், அதைச் செய்கிறேன். என் முதன்மை அமைச்சரை பரிசுகளுடனும் வாழ்த்துகளுடனும் அஸ்தினபுரியின் அவைக்கு அனுப்புகிறேன். துரியோதனரை என் தோள்தோழராக தழுவி ஏற்றுக்கொள்கிறேன். அதற்கென ஆணையிடப்படும் அனைத்தையும் ஆற்றுகிறேன். தங்களுக்காக..." என்றான். கர்ணன் "தங்கள் அழைப்பு வருமென்றால் அக்கணமே அவை விட்டிறங்கி தேரை ஒருக்கும்படி ஆணையிடுவார் துரியோதனர். ஏனென்றால் உங்கள் தோள்களை ஒவ்வொரு நாளும் எண்ணி வாழ்பவர் அவர்" என்றான்.

"அது போதும்" என்றபின் எதிலோ உளம் சென்று தொட, "விந்தைதான், நானும் துரியோதனரின் தோள்களையே எண்ணி வளர்ந்திருக்கிறேன். இளம் மைந்தனாக நான் மகதத்தின் பொறுப்பை ஏற்றபோதே என் முதல் எதிரி நாடு அஸ்தினபுரி என்று சொல்லப்பட்டது. கதைபயில்கையில் என் அடியேற்று தலைசிதறும் பாவைகள் அனைத்துமே துரியோதனரின்

முகம் கொண்டவை." என்றான். "ஒவ்வொருநாளும் ஒருவரை எதிரியென எண்ணினால் அவ்வெண்ணத்தாலேயே அவரை அணுகி அறியத்தொடங்குகிறோம்."

மேலும் உளம்சென்று "அவ்வறிதல் நமக்கு உருவாக்கும் நெகிழ்வினால் நம் பகைமை குறைவதைக் கண்டு மேலும் மேலும் உணர்வுகளை ஊதிப்பற்றவைத்து எழுப்பிப் பகைபெருக்குகிறோம்" என்றான் ஜராசந்தன். "இன்று ஒருகணம் உங்களுக்காக அவர்முன் செல்வதைப்பற்றி எண்ணியபோது அனைத்தும் தலைகீழாகத் திரும்பிவிட்டன. இன்று நான் இளமை முதலே விரும்பியிருந்த என் தோழர் என்று அவர் தோற்றமளிக்கிறார்." "அதுவே உண்மையாக இருக்கலாம்" என்று கர்ணன் சொன்னான். "இன்று தெளிந்திருக்கும் இதுவே உண்மையாக இருக்கட்டும்."

ஏவலன் பெரிய மரத்தாலத்தில் பொற்குடுவை நிறைய பழச்சாறும் ஊன்சேர்த்து அவிக்கப்பட்ட அப்பங்களும் இன்கூழுமாக வந்து தலைவணங்கி அதை பீடத்தில் வைத்தான். ஜராசந்தன் எழுந்து சிறிய பொற்தாலத்தில் அப்பங்களை அவனே எடுத்து வைத்து கர்ணனுக்கு முன் நீட்டி "உண்ணுங்கள் அங்கரே!" என்றான். கர்ணன் ஓர் அப்பத்தை எடுத்து மென்றபடி "நன்று!" என்றான்.

ஜராசந்தன் பழச்சாறை பொற்கிண்ணத்தில் ஊற்றி கர்ணனிடம் அளித்தபடி "வெறும் பழச்சாறு இது. புலரி இல்லையேல் தாங்கள் என்றென்றும் மறக்க இயலாத யவனமதுவை அளித்திருப்பேன்" என்றான். கர்ணன் "ஆம், இத்தருணத்திற்குரிய மதுவை யவனர்களே அளிக்கமுடியும்" என்றான். "என்னிடமுள்ளது தயானீசர் என்னும் யவனதெய்வத்தின் மது. இருநூறு ஆண்டுகாலம் மண்ணுக்குள் புதைத்து நொதிக்கச் செய்யப்பட்டது. அதன் சுவையென்பது அத்தவத்தின் விளைவு.." ஜராசந்தன் சொன்னான். பெரிய செம்மண்ணிற முகத்தின் சிறிய கண்களை விரித்து "ஒவ்வொரு துளியாக நொதித்துக் குமிழியிட்டு, மெல்ல மெல்ல நிறம்மாறி, இயல்பு மாறி பிறிதொன்றாகியபடி எவருமறியாமல் மண்ணுக்குள் காத்திருப்பது எவ்வளவு மகத்தானது. தெய்வங்கள் அருகே அமர்ந்து அதைப் பார்த்துக்கொண்டிருக்கும்" என்றான்.

"தங்கள் அவைச்சூதர்கள் திறமையானவர்கள்" என்றான் கர்ணன். "ஏன்?" என்றான் ஜராசந்தன். "சிறந்த சொற்களை எடுக்கக் கற்றிருக்கிறீர்கள்." ஜராசந்தன் உரக்க நகைத்தபடி "உண்மை. நான் முடிசூடியபோது ஜரை குலத்தைச் சேர்ந்த அசுரச்சிறுவனென்றே எண்ணப்பட்டேன். எந்தையின் ஷத்ரிய மைந்தர்களை வென்றேன். பொல்லா அசுரமகனொருவனை

அரசனாக ஏற்றுவிட்டோம் என்ற எண்ணம் மகதர்களுக்கு இருந்தது. எனவே மிகச்சிறந்த சூதர்களை வரவழைத்து அவர்களிடமிருந்து காவியங்கள் கற்றேன். என்னைச் சுற்றி எப்போதும் மதிசூழ் அந்தணர் நிறைந்து நூலாய ஆணையிட்டேன். நான் அறியாத ஒன்றும் இங்கு எஞ்சியிருக்கலாகாது என்று உறுதிகொண்டேன்” என்றான்.

“நன்று” என்றான் கர்ணன். “அதுவே உங்களை பாரதவர்ஷத்தின் மாபெரும் அரசராக ஆக்கியது.” ஜராசந்தன் “நான் தங்களைப் போன்றவன் அல்லன். தாங்கள் வெய்யோனின் அருள் பெற்று காலைச்செவ்வொளி வழியாக மண்ணில் இறங்கியவர். நான் புதைந்து மறைந்த ஏதோ தொல்வேரிலிருந்து பாறைபிளந்து மேலெழுந்து வந்தவன்” என்றான். கர்ணன் பெருமூச்சுடன் “நான் வெய்யோன் மைந்தன் அல்ல அரசே. புரவிச்சூதனாகிய அதிரதனின் மைந்தன். அதையன்றி எதையும் நான் ஏற்பதில்லை. சூதர்பாடல்களால் உளமழிந்தவர் காணும் மயலே என் கவசகுண்டலங்கள். நானே அவற்றை ஒருமுறை கண்டதுண்டு” என்றான்.

“நான் அவற்றைக் காண்பேன்” என்றான் ஜராசந்தன். “ஏனென்றால் நான் சூதர்களை நம்புகிறேன்.” கர்ணன் “அப்படியென்றால் நான் மறுக்கப்போவதில்லை. இந்த ஒரு புராணம் என்னை பட்டத்துயானை போல எந்தத் திரளிலும் வழிசமைத்து இட்டுச்செல்கிறது” என்றான். மேலே கொம்போசை எழுந்தது. தொடர்ந்து சங்கும் மணியோசையும் இணைந்து ஒலித்தன. “புலரி எழுகிறது!” என்று ஜராசந்தன் எழுந்தான். கர்ணன் ஏவலன் நீட்டிய அகல் தாலத்தில் கைகளையும் வாயையும் கழுவிக்கொண்டு “செல்வோம்” என்றான்.

மகதத்தின் படகின் அகல்விரிவில் அதிலிருந்த அனைத்து ஏவலர்களும் படகோட்டிகளும் காவலரும் வந்து தோள்முட்டக் செழுமி நின்றிருந்தனர். அவர்களின் காலடியோசை கேட்டதுமே அங்கே வாழ்த்தொலிகள் எழத் தொடங்கிவிட்டிருந்தன. ஜராசந்தனும் கர்ணனும் கைகளைக் கூப்பியபடி வாயில்விட்டு மேலேறி அகல் கூடத்திற்கு வந்தபோது “மகதம் ஆளும் மாமன்னர் வாழ்க! ஜரை மைந்தன் வாழ்க! வெய்யோன் மகன் வாழ்க! ஒளியவர் வாழ்க! அங்க நாட்டரசர் வாழ்க!” என்று வாழ்த்தொலிகள் எழுந்தன.

சுதேவர் வந்து தலைவணங்கி அவர்களை அங்கே இருந்த சிறு மேடையொன்றுக்கு இட்டுச்சென்றார். அவர்களுக்குப் பின்னால் படகின் இரு பெருமுரசங்கள் தோற்பரப்பு காற்றில் மெல்ல விம்மக் காத்திருந்தன. நான்கு நிரைகளாக கொம்பேந்தியவர்களும் சங்குஊதுபவர்களும் மணிமுழக்குபவர்களும் கின்னரிஇசைப்பவர்களும் நின்றிருந்தனர்.

மறு எல்லையில் பொன்னிறப்பட்டில் முடி சூடிய துதியானை பொறிக்கப்பட்ட மகதத்தின்கொடி கம்பத்தின் கீழே சரடில் சுருட்டிக் கட்டப்பட்டிருந்தது.

இரவுக்குரிய வெண்ணிறக்கொடியை பாய்மரங்கள் சூழ்ந்த கொடிக்கம்பத்தின் உச்சியில் இருந்து இறக்குவதற்காக இருவர் காத்து நின்றனர். வானொளி காற்றிலிறங்கி யமுனையின் நீர் பளபளக்கத் தொடங்கியிருப்பதை கர்ணன் கண்டான். வானம் மகரசுறாமீனின் உடலென கருமையோ ஒளியோ என விரிந்திருந்தது. யமுனையின் இரு கரைகளில் இருந்தும் வெண்பறவைகள் பூசெய்கையில் அள்ளி வீசப்படும் முல்லைமலர்கள் போல சிறியகூட்டங்களாக எழுந்து நீர்ப்பரப்பின்மேல் பறந்திறங்கின. படகின் வடங்கள்மேலும் புடைத்த பாய்களின் விளிம்பிலும் வந்தமர்ந்து வாலும் சிறகும் காற்றுக்கு விரித்தும் பிசிறியும் நிகர்நிலை செய்து கழுத்தை நீட்டி அலகுபிளந்து கூச்சலிட்டன. எண்ணிய ஏதோ ஒன்று குரல் எழுப்பியபடி எழ, அவை சேர்ந்து பறந்து வானில் சுழன்று மீண்டும் வந்தமைந்தன.

பொன்னிறச் சருகுகள் போன்ற சிறுபறவைகள் படகு விளிம்பில் அமர்ந்து சிறகடித்து எழுந்து நீர்ப்பரப்பின் மேல் தாவி சிற்றுயிர்களைப் பிடித்து மீண்டும் திரும்பி வந்தமர்ந்து படகைச் சூழ்ந்தன. விடிவெள்ளி ஒளியிழந்து வான்பரப்பில் ஒரு சிவந்த வடுபோல மாறிவிட்டிருந்தது. தொலைகிழக்கில் நூறு வெண்பட்டுத் திரைசீலைகளால் மூடப்பட்ட செவ்விளக்குபோல் சூரியனின் ஒளிக்கசிவு தெரிந்தது. கூடியிருந்த அனைவரும் கிழக்கை நோக்கியபடி காத்திருந்தனர். முகில்கள் விளிம்புகள் மெல்லத் துலங்க வானிலிருந்து புடைத்து எழுந்து வந்தன. அவற்றின் குடைவுகளும் துருவல்களும் ஒளிகொண்டன. உள்ளிருந்து ஊறிய செம்மை அவற்றை மேலும் மேலும் துலங்க வைத்தது.

யமுனையின் அலைவளைவுகள் கரிக்குருவி இறகின் உட்புறமென கரியமெருகு கொண்டன. படகின் பலகைப்பரப்புகளில் அலையொளிவரிகள் நெளிந்தன. எடைமிக்க எதையோ எடுத்துச்செல்வதுபோல வலசைப் பறவைகள் சிறகுதுழாவி வானை கடந்துசென்றன. செவ்வொளி மேலும் மேலும் பெருகிவர, அதுவரை இல்லாதிருந்த முகில்பிசிறுகள்கூட வானில் உருக்கொண்டன. தாடி சூழ்ந்த மூதாதையர் முகங்கள். செம்பிடரி சிலிர்த்த சிம்மங்கள். பொன்னிற உடல் குறுக்கிய வேங்கைகள். அசையாது நின்ற பருந்துகள். சாமரங்கள். சிந்திய செம்பஞ்சு. விரல்தொட்டு நீட்டிய குங்குமம். மஞ்சள் வழிந்தோடிய ஓடைகள்.

ஒவ்வொரு பறவையும் சூரியன் எழுவதற்காகக் காத்திருக்கிறது என்று கர்ணன் எண்ணினான். எழுந்தும் அமைந்தும் அவை

இரைதேடுகையிலும் கரையிலிருந்து நீருக்கு மீண்டும் என சிறகடித்துச் சூழ்கையிலும் அவற்றில் ஒன்று சூரியனை நோக்கிக் கொண்டிருந்தது. மிகத்தொலைவில் வெற்றிக்களிப்பில் மேலே தூக்கப்பட்ட குருதிபடிந்த உடைவாளின் வளைவு என சூரியனின் விளிம்புவட்டம் தெரிந்ததும் அத்தனை பறவைக்கூட்டங்களும் ஒருசேர வாழ்த்தொலி எழுப்பின. அவர்களைச் சூழ்ந்து பறவைகளின் பேரொலி நிறைந்தது.

அதை ஏற்று மறுமுழக்கம் எழுப்புவதுபோல மகதத்தின் இருபெரும் முரசுகள் முழங்கத் தொடங்கின. முரசுகளுக்கு நடுவே நின்ற கோல்காரன் வெள்ளிக்கோலை உயர்த்தி மும்முறை சுழற்றி இறக்க, அத்தனை இசைக்கருவிகளும் ஒலிகொண்டு ஒன்றையொன்று நிரப்பி ஒற்றைப் பேரிசையாக எழுந்து "ஒளிப்பெருக்கே! பொன்றாப்பெருஞ்சுடரே!" என்று கூவின.

அங்கிருந்த அனைவரின் விழிகளும் தன்னை நோக்கி வியந்துநிற்பதைக் கர்ணன் கண்டான். ஒவ்வொருவர் விழிகளாக தொட்டுத் தொட்டுச் சென்று ஜராசந்தனை நோக்கியபின் மீண்டும் விலகி விழிகளை நோக்கினான். அவர்கள் பார்ப்பது எதை? விழிமயக்கு அன்றி உண்மையிலேயே அவன் நெஞ்சில் சூடும் கவசமென்று ஒன்று உள்ளதா என்ன? இசை எழுந்து, கிளை விரித்து, மலர்ந்து, வண்ணம் பொலிந்து நின்றது. ஒவ்வொரு ஒலிச்சரடும் பின்ன, ஒவ்வொரு வண்ணமும் ஒன்றையொன்று முற்றிலும் நிரப்ப, ஒலியின்மை என்றாகி ஓய்ந்து எஞ்சிய இறுதிச் சொட்டும் முடிந்தபின் ஒளியன்றி பிறிதெதுவும் உள்ளும் புறமும் எஞ்சவில்லை.

வெள்ளிக்கோல் தாழ்த்தி கோல்காரன் பின்னகர்ந்ததும் மகதத்தின் வீரர்கள் அனைவரும் ஒற்றைப்பெருங்குரலில் "வெய்யோன் வாழ்க! அவன் மணிக்குண்டலங்கள் வாழ்க! அவன் நெஞ்சணிந்த பொற்கவசம் வாழ்க!" என்று கூவினார்கள். ஜராசந்தன் கண்ணீர் வழிந்த கன்னங்களுடன் கைகளும் இதழ்களும் துடிக்க கர்ணனின் இரு கைகளையும் பற்றிக்கொண்டான்.

2

மகதத்தின் பெருங்கலத்தின் அகல்முகப்பில் இழுபட்டு அதிர்ந்துகொண்டிருந்த பாய்வடங்களைப் பற்றியபடி நின்று கரை மரப்பெருக்கை நோக்கிக்கொண்டிருந்தான் கர்ணன். அவன் ஆடை பறந்தெழுந்து வடமொன்றில் சுற்றிக்கொண்டு துடித்தது. அதை மெல்ல எடுத்து திரும்ப அவன் தோள்மேல் வைத்த முதிய குகன் தீர்க்கன் "மேலும் மேலும் என மக்கள் பெருகிச் சென்றுகொண்டிருக்கிறார்கள் அரசே. யமுனைக்கரை பாதைகள் அனைத்தும் தேங்கி நின்றுகொண்டிருக்கின்றன" என்றார். விழிவிலக்காது கர்ணன் ஆமென தலையசைத்தான்.

யமுனை சற்று வளைய, அதன் மறுபக்க கரையில் எறும்புநிரைபோல் செறிந்த மக்களைக் காணமுடிந்தது. அவர்களின் கூட்டுப்பேரோசை தேனீக்களின் ரீங்காரமென கேட்டது. தீர்க்கன் "இந்திரகீலம் நெருங்குகிறது" என்றார். கர்ணன் விழிதிருப்பி அவரை நோக்க "அது ஒரு சிறியகுன்று. அதன்மேல் கிழக்கு நோக்கி நின்றிருக்கும் இந்திரனின் பெருஞ்சிலை அமைந்திருக்கிறது" என்றார். அவர் சுட்டிக்காட்டிய திசையில் மரக்கூட்டங்களுக்கு மேல் பறவைகள் எழுந்து கலைந்து சுழன்றுகொண்டிருந்தன. அங்கு மனிதத்திரள் நிறைந்திருப்பதை உணரமுடிந்தது. மரக்கூட்டங்களுக்குமேல் பரவிய காலைச் செவ்வொளியில் ஒவ்வொரு பறவையும் ஒருகணம் அனலென பற்றியெரிந்து சிறகுத் தழலசைத்து மீண்டும் பறவை என்றாகியது.

பச்சை விளிம்புக்குமேல் சிவந்த கல்லால் ஆன நீட்சி ஒன்று எழக்கண்டான். "அதுதான்" என்றார் முதிய குகன். "இந்திரனின் மின்னற்படை. மறுகையில் அமுதகலசம் உள்ளது. ஒருகால் முன்னால் வைத்து நின்றிருக்க, கீழே ஐராவதம் செதுக்கப்பட்டுள்ளது." இடக்கையால்

மீசையை நீவி அதன் நுனி முறுக்கை சுட்டு விரலால் சுழற்றி சுழித்தபடி விழிதூக்கி நோக்கிக்கொண்டிருந்தான் கர்ணன். கல்லில் நிலைத்த கணம். வடிவில் சிக்கிய ஒளி. இரு விரல்களால் மின்படையை தாமரை மலரென ஏந்தியிருந்தான் விண்ணவர்க்கரசன். இந்திரனின் தழலணிமணிமுடி எழுந்ததும் படகில் இருந்த அத்தனை குகர்களும் அதை நோக்கி உரத்த குரலில் "விண்ணவர்கோன் வாழ்க! முகிலரசு வாழ்க!" என்று கூச்சலிட்டனர்.

சிலர் வடங்களில் தொற்றி மேலேறி பாய்களைப்பற்றி அமர்ந்து சில்லையிலாடும் பறவையென காற்றில் ஊசலாடியபடி நோக்கினர். மேலும் உச்சிக்குச் சென்ற ஒருவன் "அங்கு எறும்புகள் போல் மக்கள் செறிந்திருக்கிறார்கள். சிலையில் பீடமே விழிகளுக்கு தென்படவில்லை" என்றான். இந்திரனின் விழித்த மலர்விழிகள். அருட்சொல் நிலைத்த உதடுகள். சரப்பொளி அணிந்த விரிமார்பும் தோள்களும் எழுந்தன. தீர்க்கன் "சற்று வடத்தில் தொற்றி ஏறினால் மட்டுமே வலக்கையில் இருக்கும் அமுதகலசத்தைப் பார்க்க முடியும் அரசே" என்றார்.

கர்ணன் இல்லை என்பதுபோல் கையை அசைத்தான். உள்ளிருந்து படிகளில் விரைந்தேறி வந்த ஜராசந்தன் "இந்திரகீலம் தெரியுமென்றார்களே?" என்றான். "தெரிகிறது" என்றான் கர்ணன். "எங்கே?" என்று கேட்ட மறுகணமே பார்த்து "ஆ... எவ்வளவு பெரிய சிலை!" என்றான் ஜராசந்தன். பரபரப்புடன் சென்று இருவடங்களைப்பற்றி கொடிமேல் வெட்டுக்கிளி ஏறுவதுபோல் எழுந்து பாய் இழுபட தளர்ந்து இழுபட்ட கயிறுகளில் வலைச்சிலந்தி என அசைந்தபடி நின்று "மாபெரும் சிலை! வஜ்ரம். அமுதகலசம். அருள்விழிகள்!" என்றான். குனிந்து "அங்கரே, பாய்வடத்தில் ஏறும் பயிற்சி தங்களுக்கில்லையா? வருக!" என்றான். கர்ணன் புன்னகையுடன் விரும்பவில்லை என்று தலையசைத்தான்.

"பெருஞ்சிலை! ஆனால் அதன் புன்னகை எனக்கே ஆனதென அணுகிவருகிறது" என்றான் ஜராசந்தன். அனைத்து பாய்களும் புடைத்து காற்றின் திசைகளுக்கேற்ப திசைமாறி படகை நீருக்குள் சற்றே சாய்த்து அலைச்சிறகொன்று சீறி எழ விரையச் செய்தன. உச்சிக்கொடி துடிதுடிக்கும் ஓசையைக் கேட்க முடிந்தது. சிலை மெல்ல திரும்ப, மகரக்குழையணிந்த நீண்ட காதுகளும், பின்பக்கக் குழல்கற்றையலைகளும் தெரிந்தன. "அங்கே கிழக்கே இருந்து இந்திரப்பிரஸ்தத்துக்குள் நுழையும் சாலை உள்ளது. அது வண்டிகளாலும் அத்திரிகளாலும் புரவிகளாலும் முற்றிலும் நிறைந்து தேங்கியிருக்கிறது" என்றான் ஜராசந்தன்.

தீர்க்கன் மேலே நோக்கி "இந்திரனுக்கு பூசைகள் முடிந்து அங்குள நாகர்குல மூத்தோருக்கு காணிக்கை அளித்த பின்னரே நகர்

நுழையவேண்டுமென்பது மரபு” என்றார். “ஆம், அங்கு முகில் என வேள்விப்புகை எழுந்துகொண்டிருக்கிறது” என்றான் ஜராசந்தன். படகு சிலையைக் கடந்து போக, இந்திரனுக்கு அப்பால் அதிரும் இளநீல வட்டத்துக்குச் சுற்றும் நெருப்பலைகள் கொதிக்க, விண்முகில்கள் எரிந்து கொண்டிருக்க, கதிரவன் தெரிந்தான். கர்ணன் திரும்பி ஒளியோனையும் இந்திரனையும் ஒற்றைச்சித்திரமென நோக்கிக் கொண்டிருந்தான். மெல்ல சிலை ஒரு நிழல்வடிவாயிற்று. சிறுத்து உதிர்வதுபோல் கீழிறங்கி சூரிய வட்டத்திற்கு அடியில் எங்கோ மறைந்தது.

பாய்வடத்தைப் பற்றி படகில் இறங்கிய ஜராசந்தன் “எத்தனை பெரிய சிலை!” என்றான். கர்ணன் மீசையை நீவியபடி “பாரதவர்ஷத்தின் மாபெரும் அரசொன்றின் தலைவர் நீங்கள். சிலை நோக்க வடம் பற்றி ஏறும் சிறுவனல்ல” என்றான். “யார் சொன்னார்கள்? அங்கரே, கங்கையில் செல்லும் கலங்களை நோக்கி மரங்கள் மீது ஏறியமர்ந்து கூச்சலிடும் மலைச்சிறுவன் நான். நீங்கள் அறியமாட்டீர்கள், என் அன்னை ஜரையின் காட்டிலிருந்து நான் இன்னும் நகர்புகவே இல்லை” என்றான்.

“காட்டில் பயின்றதா இக்கொடி பற்றி ஏறும் கலை?” என்றான் கர்ணன். “ஆம். எப்படி அறிந்தீர்?” என்று தன் தொடையை தட்டி ஜராசந்தன் நகைத்தான்.“என் உடலின் எடையைக் காண்பவர்கள் இத்தனை விரைவாக நான் வடங்களில் ஏறமுடியும் என்று எண்ணமாட்டார்கள். என்னை காட்டில் மஞ்சள்தேள் என்பார்கள். என் கைகள் கொடுக்குகளைப் போல. ஒற்றைக்கையாலும் பற்றி என்னால் ஏற முடியும்.” தழைந்திருந்த வடமொன்றில் மெல்ல சாய்ந்தபடி “தீர்க்கரே, இன்னும் எத்தனை நேரம் ஆகும் நாம் இந்திரப்பிரஸ்தத்தை அணுக?” என்றான் கர்ணன். “அதோ, தொலைவில் இந்திரப்பிரஸ்தத்தின் பெருங்குன்றின் மேல் எழுந்த மலராலயம் தெரிகிறது” என்றார் தீர்க்கர்.

“எங்கே? எங்கே?” என்று எழுந்த ஜராசந்தன் பார்த்தான். கண்கூச “வெயில் அடர்ந்திருக்கிறது” என்று கண்களை மூடிக்கொண்டான். சாய்வெயில் ஒளிரும்பட்டுத்திரையென அனைத்தையும் மூடியிருந்தது. கைகளில் வழிந்த நீரை மேலாடையால் துடைத்தபடி திரும்பி “ஒளியே காட்சியை மறைப்பது விந்தை அல்லவா?” என்றான். கர்ணன் “மறைப்பது ஒளி அல்ல. அவ்வொளியில் சுடர்விடும் பொருளற்ற தூசுகளே திரையாகின்றன” என்றான்.

“நாம் ஏதாவது மெய்ப்பொருள் நுணுகிப் பேசிக்கொண்டிருக்கிறோமா என்ன?” என்று கேட்ட ஜராசந்தன் உரக்க நகைத்து “அரசவைக்கு வந்தபின் இதைக் கற்றுக்கொண்டேன். என் அந்தண அமைச்சர்கள்

அனைவருக்கும் இவ்வழக்கமுண்டு. காணும் எதையும் ஒரு சிந்தனையின் பகுதியாக மாற்றுவார்கள். ஒரு கருத்தாக மாற்றுவார்கள். அது எளிய ஆடல் என்று கற்றுக்கொள்வது வரை அவை என்பதே எனக்கு அச்சமூட்டும் போர்க்களமாகத் தெரிந்தது" என்றான். கர்ணன் "அந்த உளப்பழக்கத்திலிருந்து அரசர்கள் எவரும் விடுபடமுடியாது" என்றான்.

"எங்கே தெரிகிறது?" என்று மீண்டும் ஜராசந்தன் கண்மேல் கைகளை வைத்து கூர்ந்து பார்த்தான். "தெரிகிறது" என்றான் கர்ணன். "ஒரு கல்மலர்." இளைய குகன் பரன் "சிவந்த கற்களால் ஆனது" என்றான். தொலைவில் சிறிய குமிழ்போல் தெரிந்த ஆலயம் படகின் அசைவிற்கேற்ப வானத்தில் ஊசலாடியது. ஜராசந்தன் "ஆம், கண்டுகொண்டேன்!" என்றான். "இத்தனை தொலைவிற்கு தெரிகிறது என்றால் அது மாபெரும் வடிவம்கொண்டது." தீர்க்கன் "அரசே, அது பன்னிரண்டு அடுக்குகள் கொண்ட மலர்வடிவக் கட்டடம். அதன் ஒவ்வொரு அடுக்குக்கும் சுற்றுப்பிராகாரங்கள் உள்ளன. நடுவே இந்திரனின் கருவறையைச் சுற்றிலும் எட்டு வசுக்களின் ஆலயங்கள். பதினொரு ருத்ரர்கள், நூற்றியெட்டு ஆதித்யர்கள், ஆயிரத்தெட்டு தைத்யர்கள், பத்தாயிரத்தெட்டு தானவர்கள் அங்கே கோவில்கொண்டிருக்கிறார்கள்" என்றார்.

ஜராசந்தன் "பத்தாயிரத்தெட்டு தானவர்களா? அவர்களுக்கு ஒவ்வொரு நாளும் மலர்வைத்து பூசை செய்யவே பெரும்படை தேவையாகுமே?" என்றான். திரும்பி "விண்ணை இப்படி தெய்வங்களால் நிறைத்துவிட்டுச்சென்ற மூதாதையரை எண்ணினால் சில தருணங்களில் சினம் எழுகிறது. ஆனால் ஒன்றும் செய்வதற்கில்லாத தருணங்களில் அது சரியே என்று தோன்றுகிறது. வேறெப்படி இங்கே சலிப்பில்லாமல் வாழ்வது?" என்றான். கர்ணன் "ஆம், ஒவ்வொரு பகடைக்குமொரு தெய்வம் உண்டு. ஒவ்வொரு பகடைக்களத்திற்கும் வெவ்வேறு தெய்வங்கள்" என்றான்.

"மண்ணில் இருந்து உதிர்ந்துபோன சருகுகளால் நிறைந்தது வானம் என்று ஒரு சூதன் என் அவையில் பாடினான்" என்றான் ஜராசந்தன். "தென்னிலத்துப் பாவாணன். இளிவரல்பாடல் மட்டுமே பாடுபவன்" என்றான். கர்ணன் "அப்படியென்றால் உண்மையை மட்டுமே பாடுபவன்" என்றான். ஜராசந்தன் உரக்க நகைத்து "ஆம், உண்மை" என்றான். "என் தோள்களைப்பார்த்து அவன் என்ன சொன்னான் தெரியுமா?" என்றான். "என்ன?" என்றான் கர்ணன். விழிகள் மட்டுமே புன்னகைக்க "ஒவ்வொரு நாளும் எடைதூக்கி நான் செய்யும் பயிற்சியில் எடையை ஏற்றுகிறேன், இறக்குவதில்லை. என்மேல் பெரும்பாறை ஏறி அமர்ந்திருக்கிறது" என்றான்.

கர்ணன் சிரித்தான். ஜராசந்தன் மீண்டும் ஆலயத்தை நோக்கி "எத்தகைய மாபெரும் ஆலயம் அங்கரே! இன்று பிறிதொன்றும் செய்வதற்கில்லை. மாலை அவ்வாலயத்தை முற்றிலும் சுற்றிவந்து ஒவ்வொரு சிற்பத்தையும் பார்த்து மகிழ்வதொன்றே வேலை" என்றான். கர்ணன் "நான் இந்திரப்பிரஸ்தத்தின் அரசரின் அழைப்புக்காக வரவில்லை. அஸ்தினபுரி அரசரின் துணைவனாகவே வந்தேன்" என்றான்.

ஜராசந்தன் விழிகள் சற்று மாறுபட, "தங்களுக்கு அழைப்பில்லையா?" என்றான். "முறைமையழைப்பு உண்டு. அது அங்கநாட்டுக்குச் சென்றிருக்கிறது" என்றான் கர்ணன். ஏதோ சொல்ல வாயெடுத்தபின் அதைக் கடந்து தன் மெல்லிய மீசை மயிரை கைகளால் பற்றி முறுக்கியபடி ஜராசந்தன் "தங்களைப் பார்த்தபின் நான் விழையும் முதன்மைப் பொருள் ஒன்றே அங்கரே. தாங்கள் கொண்டிருப்பதுபோல் கரிய ஒளிமிக்க கூர்மீசை. இப்பிறவியில் எனக்கு அப்படி ஒன்று அமையப்போவதில்லை என்றும் அறிவேன்" என்றான்.

கர்ணன் அவன் முகத்தைப் பார்த்து "ஆம், நீங்கள் பீதர்களைப் போல செம்மஞ்சள் நிற உருவம் கொண்டவர். மெழுகுச்சிலைபோன்ற முகம்" என்றான். "என் அன்னையின் காட்டிலென்றால் மான்வால் முடியால் ஒரு மீசை செய்து சூடிக்கொள்ளத் தயங்கமாட்டேன்" என்றான் ஜராசந்தன். "இங்கே அரசர்கள் அமைச்சர்கள் சொல்லும் மாறுதோற்றங்களையே அணியவேண்டும்..."

இந்திரப்பிரஸ்தத்தின் நகரெல்லை தொடங்குவதைக் காட்டும் காவல் கோபுரம் மரங்களுக்கு அப்பால் சுட்டுவிரல் என எழுந்து வந்தது. பதினெட்டு அடுக்குகள் கொண்ட அதன் உச்சியில் தேன்மெழுகு பூசப்பட்ட குவைக்கூரை கவிந்திருந்தது. முதல்மாடத்தில் நான்கு பெருமுரசுகள் காலை இளவெயிலில் மின்னும் செந்நிறத் தோல்வட்டங்களுடன் காளான்கள் போல் பூத்திருந்தன. அருகே வெண்ணுடையும் பொன்னிறத்தலைப்பாகையும் அணிந்த கோல்காரர்கள் காத்திருந்தனர். கீழே குட்டியானையின் துதிக்கை போன்ற கொம்புகளை ஏந்தியபடி கொம்பூதிகள் நின்றிருக்க, அதன் கீழடுக்குகளில் உப்பரிகை கைப்பிடிகளைப்பற்றியபடி வில்லேந்திய வீரர்கள் ஆற்றில் பெருகிச் சென்றுகொண்டிருந்த கலங்களை நோக்கிக்கொண்டிருந்தனர்.

மரக்கூட்டங்களுக்கிடையே சிற்றிடைவெளிகளில் ஒழுக்குமுறியாது பெருகிச் செல்லும் மக்கள் வெள்ளத்தின் வண்ணங்கள் தெரிந்தன. யமுனையின் மறுபக்கக் கரையில் செவ்வெறும்பும் கட்டெறும்பும் கலந்துசெல்லும் நிரைபோல மக்கள் சென்றனர். அவர்களின் ஓசை தேனீக்கூட்டின் ரீங்காரமென கேட்டுக்கொண்டிருந்தது. கர்ணன்

குகர்களிடம் "நகர் வந்துவிட்டதா?" என்றான். "ஆம், அணுகிவிட்டோம். இங்கிருந்து ஒருநாழிகை தொலைவில் உள்ளது இந்திரப்பிரஸ்தத்தின் பெரும்படித்துறை. ஆனால் இங்கிருந்து அதுவரைக்கும் படகுகள் ஒன்றுடன் ஒன்று முட்டிச்செறிந்து நின்றுள்ளன" என்றனர்.

"பன்னிரு படித்துறைகள் உள்ளன என்று கேட்டேனே?" என்றான் கர்ணன். "ஆம், அங்கு வரும் எந்தப் படகும் ஒரு நாழிகைக்கு மேல் ஆற்றில் நிற்கலாகாது என்பது அவர்களின் நோக்கம். ஆனால் இன்று பாரதவர்ஷமே படகுகளில் திரண்டு வருகையில் பன்னிரண்டு படித்துறைகளும் என்ன செய்ய இயலும்?" என்றார் அமைச்சர் சுதேவர். இளைய குகன் காமன் உள எழுச்சியுடன் உரக்க "ஆயிரம் துலாக்கோல்களும் அவற்றை இழுக்கும் இரண்டாயிரம் யானைகளும் அங்குள்ளன என்கிறார்கள்" என்றான். "அவை இறக்கும் பொதிகளை சுமந்துசெல்ல ஏழு வண்டிப்பாதைகள் உள்ளன. இத்தருணத்தில் பல்லாயிரம் எருதுகள் அங்கு வண்டிகளை இழுத்துக் கொண்டிருக்கும்."

ஜராசந்தன் வடத்தின் மேல் நின்று ஆடியபடி "விழிதொடும் தொலைவுக்கு படகுகள் பாய்சுருக்கி நின்றிருக்கின்றன. இன்று உச்சிப்பொழுது தாண்டாமல் நாம் படித்துறையை அணுக முடியாது என்று தோன்றுகிறது" என்றான். "இல்லை அரசே, அங்கு மிக விரைவிலேயே பொதிகளை இறக்கும் முறைகள் உள்ளன" என்றார் அமைச்சர் சுதேவர்.

கர்ணன் அந்த மாளிகையை நோக்கியபடி இருந்தான். படகு அணைய அணைய அது மேலும் விண்சரிவில் துலக்கம் கொண்டது. அதன் செந்நிற இதழ்கள் தெரிந்தன. "எவருக்காக அவ்வடிவில் கட்டியிருக்கிறார்கள்? அதை மலரென்று பார்க்கவேண்டுமென்றால் விண்ணிலிருந்து தேவர்களைப்போல் இறங்கவேண்டும்" என்றான் ஜராசந்தன். "அது இந்திரன் பார்ப்பதற்காகக் கட்டப்பட்டது என்கிறார்கள் அரசே" என்றான் இளைய குகன். கர்ணன் "அந்நகரே பிறிதொரு மலர் போலிருக்கிறது. அதன் நடுவே சிறிய புல்லிவட்டமென அவ்வாலயம்" என்றான்.

சுதேவர் "துவாரகையைப்போல இதுவும் புரிவடிவப் பெருநகரம். அனைத்துச் சாலைகளும் சுழன்று மையத்தில் அமைந்த இந்திரன் ஆலயத்திற்குச் செல்கின்றன. இறுதிச் சுற்றில் இருக்கின்றன அரண்மனைத்தொகுதிகள்" என்றார். "நாங்கள் எட்டுமுறை அங்கு பொதிகள் இறக்கச் சென்றுள்ளோம். இந்நகர் கட்டத்தொடங்கும்போதே நான் ஒருமுறை வந்துள்ளேன்" என்றான் கலத்தலைவன். கர்ணன் நீள்மூச்சுடன் "படகை நிறுத்தவேண்டியதுதான்" என்றான். "ஆம்" என்றான் ஜராசந்தன்.

குகர்கள் பெருங்கூச்சல்களுடன் கயிறுகளில் தொற்றிச் சென்று வடங்களின் முடிச்சுகளை அவிழ்க்க, பெரிய சகடங்கள் பிளிறல் ஒலியுடன்

சுழன்று நங்கூரங்களை நீரில் இறக்கின. கயிறுகள் தொய்ந்து பாய்கள் அணையும் தழல்கள்போல சுருங்கி கீழிறங்கின. அவற்றை மூங்கில்களின் உதவியால் அலையலையாகச் சுருட்டி வைக்கத்தொடங்கினர் குகர்கள். படகு முற்றிலும் விசையழிந்து நீரலைகளில் ஏறியும் இறங்கியும் ததும்பி நின்றது.

கர்ணன் "நான் என் படகில் கிளம்புகிறேன் அரசே" என்றான். "எங்கு?" என்றான் ஜராசந்தன். "அஸ்தினபுரியின் படகும் கரையணைந்திருக்காது என்று நினைக்கிறேன். நான் அரசரை சென்றடைந்துவிட முடியும்." ஜராசந்தன் "ஆம், ஆனால் நீங்கள் மட்டும் ஏன் செல்ல வேண்டும்? நானும் வருகிறேன்" என்றான். திகைப்புடன் "தாங்களா?" என்றான் கர்ணன். "ஆம், அதிலென்ன?" என்று ஜராசந்தன் சொன்னான். "மகதத்தின் அரசனாக அல்ல. தங்கள் அன்பனாக. தாங்கள் அளிக்கப்போகும் நண்பனை சந்திப்பதாக வருகிறேன்."

கர்ணன் "ஆனால் முறைமை என ஒன்றுள்ளது" என்றான். ஜராசந்தன் "மகதமன்னனின் முறைமைகளை காட்டுச்சிறுவனாகிய ஜராசந்தன் அறிவதில்லை" என்றபடி "விரைவுப்படகை இறக்குக!" என்றான். "என் படகு கீழே நிற்கிறது" என்றான் கர்ணன். "அதில் ஒழுக்கை எதிர்த்து அத்தனை தொலைவுக்கு துடுப்பிட வேண்டுமல்லவா? இது பீதர்நாட்டுப் படகு. நீரைத் தொடாமலேயே பறக்கும் பட்டாம் பூச்சி இது. பாருங்கள்" என்றபடி ஜராசந்தன் கயிறுகளின் வழியாக தாவிச்சென்றான்.

மூன்று குகர்கள் முடிச்சுகளை அவிழ்க்க, அவர்களின் கலத்தின் பக்கச்சுவரில் கட்டப்பட்டிருந்த சிறியபடகு இரு வடங்களில் சறுக்கியபடி சென்று நீரைத்தொட்டது. ஒற்றையாக அமரத்தக்க அகலமும் நான்குவாரை நீளமும் சற்றே வளைந்த வெண்ணிற உடலுமாக யானைத்தந்தம் போலிருந்தது. "பீதர் நாட்டின் மென்மரம் ஒன்றால் அமைந்தது. வலுவான கடல்களின் அலையையும் தாங்கும். ஆனால் பத்துவயது சிறுவன் தன் தோளில் எடுத்துவிட முடியும் இப்படகை" என்றான் ஜராசந்தன்.

கயிறுகள் வழியாகத் தொற்றி இறங்கிய குகர்கள் அப்படகுக்குள் சென்று அதில் நீளவாட்டில் அடுக்கி வைக்கப்பட்டிருந்த மூன்று மூங்கில்களை எடுத்தனர். பெரிய மூங்கிலின் துளையில் அடுத்த மூங்கிலை ஒருவன் செலுத்தினான். ஒன்றினுள் ஒன்றென மூங்கில்களைச் செலுத்தி நீளமான கொடிக்கம்பம் ஒன்றை அமைத்து அதை படகிலிருந்த துளைக்குள் செலுத்தி இறுக்கி அதனுடன் இணைந்த மெல்லிய பட்டுக்கயிறுகளை இழுத்து கொக்கிகளில் கட்டினர். மூன்று சிறு மூட்டைகளாகக் கிடந்த செந்நிறமான பீதர்நாட்டுப் பட்டுப்பாயை பொதியவிழ்த்து

கயிற்றில் கட்டி இழுத்து மேலேற்ற அக்கணமே காற்றை வாங்கி அவை தீக்கனல்போல பற்றி கொழுந்துவிட்டு மேலேறின. புடைத்து கயிறுகளை இழுத்தபடி அவை விம்மியதும் படகு இணைப்புக்கயிறை இழுத்தபடி கன்றுக்குட்டிபோல முன்னே செல்லத்தாவியது.

ஜராசந்தன் நகைத்தபடி இணைப்புக் கயிற்றைப் பற்றி நீர்த்துளிபோல சறுக்கி இறங்கி நின்ற பிறகு "வருக அங்கரே!" என்றான். கர்ணன் கயிற்றைப்பற்றி எடையுடன் ஆடியபடி மெல்ல இறங்கி படகை அடைந்தான். படகிலிருந்த குகர்கள் அதன் கொக்கிகளிலிருந்த கயிற்றை விடுவித்தபின் அக்கயிற்றிலிலேயே தொற்றியபடி ஆடி பெருங்கலத்தை நோக்கி சென்று மேலேறத்தொடங்கினர். இணைப்பு விடுபட்டதும் வீசப்பட்டதுபோல தாவி அலைகளில் ஏறிப் பறக்கத்தொடங்கியது படகு. "உண்மையிலேயே நீரைத்தொடுகிறதா என்று ஐயம் வருகிறது" என்றான் கர்ணன். "உச்சவிரைவை அடையும்போது நீரை தொடாமலும் செல்லும்" என்றான் ஜராசந்தன். "ஓரிரவுக்குள் ராஜகிருகத்திலிருந்து தாம்ரலிப்திக்குச் சென்று திரும்ப முடியும்."

"நீங்கள் செல்வதுண்டா?" என்றான் கர்ணன். "பலமுறை" என்று ஜராசந்தன் நகைத்தான். "மகதத்திலிருந்து அஸ்தினபுரிக்கு படைகொணர்ந்து சூழ எனக்கு ஐந்துநாழிகை போதும் அங்கரே. இத்தகைய படகுகள் என்னிடம் ஐந்தாயிரத்துக்கு மேல் உள்ளன." கர்ணன் நகைத்து "படைநுட்பங்களை அஸ்தினபுரியின் முதற்படைத்தலைவனிடம் சொல்கிறீர்கள்" என்றான். "மகதத்துக்கு வாருங்கள். எங்கள் படைத்தலைமையையே உங்களிடம் ஒப்படைக்கிறேன்" என்றான் ஜராசந்தன்.

அவர்களின் படகு வரிசையாக நின்ற பெருங்கலங்களைத் தாண்டிச் செல்ல, அதிலிருந்தவர்கள் படகுவிளிம்புகளுக்கு ஓடிவந்து அவர்களைப் பார்த்தனர். முன்னால் நின்ற கலிங்கத்தின் கலநிரைகளுக்கு அப்பால் வங்கப்படகுகள் வரத்தொடங்கின. அதன்பின் மகதத்தின் கலங்கள் வந்தன. தங்கள் அரசரை கொடியிலிருந்து அறிந்துகொண்ட மகதப்படைவீரர்கள் விளிம்புகளுக்கு வந்து நின்று கைகளைத்தூக்கி உரக்கக் கூச்சலிட்டு வாழ்த்தினர். அவர்களின் குரல்கள் சிதறிப்பரந்த காற்றில் உடைந்த சொற்களாகவே கேட்டன. ஒரு நாவாய் பிளிறியது.

தொலைவில் அஸ்தினபுரியின் அமுதகலசக்கொடியை கர்ணன் பார்த்தான். "அதோ" என்று கைசுட்டினான். "முன்னால் பொன்னிறப்பெருங்கொடி பறப்பது அரசரின் கலம்" என்றான். "ஆம், அதை நான் பார்த்தேன். என்னைப்போல் குகர்களுடன் இருந்து உணவுண்ண அஸ்தினபுரியின் பேரரசரால் முடியுமா என்ன?" என்றான் ஜராசந்தன். கர்ணன் நகைத்தபடி "முடியாது. ஆனால் தன் இளையோருடன் அவர் அமர்ந்து

உணவுண்பது அப்படித்தான் இருக்கும்” என்றான். ஜராசந்தன் சிரித்தபடி “ஆம், அதை நான் கேட்டிருக்கிறேன்” என்றான். “அவர்கள் உணவுண்பது காந்தாரத்தின் ஓநாய்களைப் போன்றிருக்கும் என இளிவரல் சூதன் பாடினான்.”

மகதத்தின் கொடியுடன் அவர்கள் படகு அஸ்தினபுரியின் அரசபெரும்படகை அணுக, அதைச் சூழ்ந்து சென்றுகொண்டிருந்த அஸ்தினபுரியின் விரைவுக்காவல்படகுகளில் ஒன்று கொடி படபடக்க அவர்களை நோக்கி வந்தது. அதில் பெரிய தொலைவிற்களுடன் எழுந்து நின்றிருந்த ஐந்து வில்லவர்கள் அம்பை குறிநோக்கினர். அமரமுகப்பில் எழுந்த காவலர்தலைவன் மஞ்சள் கொடியை வீசி யார் என சைகைமொழியில் அவர்களிடம் கேட்டான்.

கர்ணன் தன் மேலாடையை எடுத்துச் சுழற்றி “அங்கநாடு” என்றான். காவல் படகு சற்றே திரும்பி விசையிழக்க, அதன் தலைவன் கர்ணனைப் பார்த்துவிட்டான். தன் இடையிலிருந்த கொம்பை எடுத்து அவன் ஊத, பிறகாவற்படகுகள் திரும்பி வாழ்த்தொலிகள் காற்றில் நீர்த்துளிகளென சிதறிப்பரக்க அவர்களை நோக்கி வந்தன. அணுகிவந்த முதற்காவல் படகிலிருந்த தலைவன் “அங்கநாட்டரசரை வணங்குகிறேன். தங்களுக்காக அரசர் காத்திருக்கிறார்” என்றான். அதன்பின் ஜராசந்தனைப் பார்த்து அவன் விழிகள் சற்று மாறுபட்டன.

கர்ணனின் படகை சூழ்ந்துகொண்ட காவற்படகுகள் வாழ்த்துகளைக் கூவியபடி அவர்களை துரியோதனனின் அரசப்பெரும்படகருகே கொண்டுசென்றன. கர்ணன் “வருக மகதரே” என்றபின் “நூலேணி” என்றான் மேலே நோக்கி. பெரும்படகிலிருந்து நூலேணி சுருளவிழ்ந்து விழுந்து அவர்கள் படகை அடைந்தது. கர்ணன் அதை எடுத்து தன்படகில் கட்டியபடி “வருக!” என்றான். பீதர் படகில் இருந்த மென்பட்டுக் கயிற்றை எடுத்துச் சுருட்டி மேலே வீசினான் ஜராசந்தன். அது புகைச்சுருளென எழுந்து சென்று மேலே விளிம்பில் நின்ற குகனை அடைய அவன் அதை பற்றிக்கொண்டு இழுத்து தூணில் கட்டினான்.

“மேலே செல்வோம் மகதரே” என்று கர்ணன் கைகாட்ட “தாங்கள் அதில் வாருங்கள். எனக்கு இதுவே இன்னும் எளிது” என்றபின் பட்டுநூலைப்பற்றி பறந்தெழுபவன்போல மேலே சென்று படகின் விளிம்பில் தொற்றி ஏறி அகல்முற்றத்தில் நின்றான் ஜராசந்தன். கலத்தின் ஆட்டத்தில் தன்னை ஊசலாட்டிய நூலேணியைப்பற்றி மேலேறிவந்த கர்ணன் உள்ளே கால்வைத்ததும் தன்னை நோக்கி ஓடிவந்த துச்சலனைப் பார்த்து “இளையோனே, அரசர் எங்கிருக்கிறார்?” என்றான். துச்சாதனன் அங்கிருந்தே ஜராசந்தனைப் பார்த்தபடி வந்தான். “மூத்தவரே, தங்களுக்காகக் காத்திருக்கிறோம்...” என்றான்

கர்ணன் "அரசர் உள்ளே இருக்கிறாரா?" என்று கேட்டதும் ஜராசந்தனை நோக்கியபடி "ஆம், சற்று பொறுமை இழந்திருக்கிறார்" என்றான். கர்ணன் "இளையோனே, இவர் மகதநாட்டு அரசர் ஜராசந்தர்" என்றதும் திகைத்து விழிவிரிய இதழ்கள் சற்றே திறக்க உறைந்தான். அவன் தோளை ஓங்கி அறைந்து "திகைத்து உயிர் விட்டுவிடுவான் போலிருக்கிறது மூடன்" என்றான் கர்ணன். "இவரை நேற்றிரவு சந்தித்தேன். என் தோழர் அரசரை சந்திக்க வந்துள்ளார்" என்றான். துச்சாதனன் தலைவணங்கி "வருக அரசே! தாங்கள் இந்நகர் புகுந்ததை அஸ்தினபுரியின் நன்னாளென எண்ணுகிறேன்" என்றான்.

3

அவைக்காவலன் வந்து வரவறிவிக்க, தன் அரசுசூழ் அறையிலிருந்து சுபாகுவும் சலனும் துர்மதனும் பீமவேகனும் தொடர வெளிவந்து படிகளில் ஏறி அவர்களை அணுகிய துரியோதனனின் முகத்தில் அரசர்களுக்குரிய பாவைச்செதுக்குத் தன்மைக்கு அடியில் உணர்வுநிலையாமை தெரிவதை கர்ணன் கண்டான். விழிகளை ஒரு புள்ளியில் அசையாமல் நிறுத்துவதென்பது உளநிலையின்மையை மறைப்பதற்கு ஷத்ரியர் கொள்ளும் பயிற்சி என்று அவன் அறிந்திருந்தான். ஆனால் மேலாடையின் நுனியைப்பற்றிய துரியோதனனின் விரல்கள் அசைந்துகொண்டிருப்பதையே அவன் விழிகள் முதலில் கண்டன.

துரியோதனனின் உதடுகள் உள்ளடங்கி அழுந்தியிருந்தன. துச்சாதனன் கர்ணனின் விழிகளை சந்தித்தபோது அவனும் துரியோதனனின் நிலையின்மையை உணர்ந்திருப்பதைக் காணமுடிந்தது. கர்ணன் தலைவணங்கி “அரசே, இவர் மகத மன்னர் ஜராசந்தர். எனது நண்பர். நமது நண்பராக இங்கு வந்துள்ளார்” என்றான். துரியோதனனின் விழிகள் சற்றே விரிந்தன. சீரான குரலில் “இந்நாள் மூதாதையரால் வாழ்த்தப்படுக! அஸ்தினபுரி பெருமை கொள்கிறது. நல்வரவு அரசே!” என்றான்.

ஜராசந்தன் உரத்த குரலில் “நான் மறுமுகமன் சொல்லப்போவதில்லை துரியோதனரே. ஏனென்றால் நாம் நிகரானவர். தங்களைப்போலவே நான் பிறந்தநாளிலும் தீக்குறிகள் தோன்றிற்று என்கிறார்கள் சூதர்கள்” என்றான். அசைவுக்காற்று பட்ட சுடரென ஒருகணம் நடுங்கிய துரியோதனன் விழிதிருப்பி கர்ணனை நோக்க, கர்ணன் நகைத்தபடி “அவர் தன்னை ஜராதேவியின் மைந்தனாகிய மலைச்சிறுவன் என்றுதான் முன்வைக்கிறார்” என்றான்.

துரியோதனனின் உதடுகள் எச்சரிக்கையான சிறு புன்னகையில் விரிந்தன. "ஆம், நானும் தங்கள் பிறப்புகுறித்த கதைகளைக் கேட்டுள்ளேன். வருக அரசே" என்றான். ஜராசந்தன் முன்னகர்ந்து முறைமைமீறி துரியோதனனின் கைகளைப்பற்றியபடி "தங்கள் தோள்கள் என்னுடையவை போலுள்ளன என்று சூதர்கள் சொல்லிக்கேட்டு வளர்ந்தேன். என்றும் அவை என் அகவிழியில் இருந்தன. ஒருநாள் நாமிருவரும் களிக்களத்தில் தோள் கோக்கவேண்டும் என்று எண்ணியிருந்தேன்" என்றான்.

துரியோதனன் அதே புன்னகையுடன் "ஆம், அதற்கென்ன! வாய்ப்பு அமையட்டும். வருக!" என்றான். அவன் முறைப்படி கைகாட்ட அவர்கள் நடந்து துரியோதனனின் அறைக்குள் சென்றனர். சுபாகு முன்னால் சென்று பீடங்களை எடுத்து அமைக்க, பீமபலன் வெளியே சென்று ஏவலர்களிடம் அவர்களுக்கான இன்நீருக்கும் உணவுக்கும் ஆணையிட்டான். பீடத்திலமர்ந்து கால் நீட்டி உடலை எளிதாக்கிய ஜராசந்தன் "தங்களை எப்போதும் மணத்தன்னேற்பு அவைகளில்தான் பார்த்திருக்கிறேன். என்னைப்போலவே நீங்களும் எப்போதும் வென்றதில்லை" என்றான். துச்சகன் வெடித்து நகைக்க, துரியோதனன் அவனை நோக்கித் திரும்பவில்லை.

கர்ணனை நோக்கி "இவரையும்கூட அவ்வாறுதான் பார்த்திருக்கிறேன். அங்கு நாமனைவரும் நம்மை அணியூர்வலத்திற்கென பொன்னும் மணியும் கொண்டு மறைத்துக்கொள்கிறோம். நம் உடலில் நாமே வரைந்த ஓவியம் ஒன்றைக்கொண்டு அவைமுன் வைக்கிறோம். எளிய ஆடையுடன் தங்களைப் பார்க்கையில் நான் பார்க்க விழைந்த அரசர் தாங்கள்தான் என்று உணர்கிறேன்" என்றான். துரியோதனன் புன்னகை என தோன்றத்தக்கவகையில் "ஆம், தங்களையும் இவ்வெளிய கோலத்தில் நான் எதிர்பார்க்கவில்லை" என்றான்.

"இதுவும் என் கோலமே" என்றான் ஜராசந்தன். "கட்டற்று இருப்பது என் இயல்பு. என் ஆற்றல் அவ்வாறே என்னிடம் கூடுகிறது. ஆனால் என் அரசு ஒருகணமும் கட்டற்று இருக்கலாகாது என்று நானே வகுத்துக்கொண்டேன். மகதத்தின் ஒவ்வொரு வீரனையும் அரசு நோக்கிக்கொண்டிருக்கிறது. ஒரு பிழைகூட நானறியாது நிகழாது. எனக்கு ஆயிரம் காதுகள் பல்லாயிரம் விழிகள் என்று சொல்வார்கள்."

துச்சாதனன் உள்ளே வந்து தலைவணங்கி "மகத அரசருக்கு வணக்கம். தங்களுடன் அகம்படியினர் எவரும் இங்கு வரப்போகிறார்களா?" என்றான். "இல்லை இளையோனே, நான் மட்டும்தான் வந்தேன்" என்றான் ஜராசந்தன். துச்சாதனன் விழிகள் கர்ணனை சந்தித்து மீண்டன. "இங்கு நம் நண்பராக வந்துள்ளார் மகதர்" என்றான் கர்ணன். "ஆம், உங்கள்

அனைவருக்கும் நண்பராக" என்று சொல்லி, நின்றிருந்த துச்சாதனனின் தொடையை மெல்ல அறைந்தான் ஜராசந்தன். துச்சாதனன் முகம் மலர்ந்து "அது எங்கள் நல்லூழ் அரசே. நாங்கள் உண்மையில் சந்தித்து தோள்தழுவ வேண்டுமென்று விரும்பிய ஒருவர் தாங்கள் மட்டுமே" என்றான்.

துச்சகன் உரக்க நகைத்து "ஆம், நான் எத்தனையோ முறை தங்களை கனவுகளில் கண்டிருக்கிறேன்" என்றான். துச்சலன் "காம்பில்யத்தில் நடந்த மணத்தன்னேற்பில் நான் மூத்தவரையும் தங்களையும் மட்டுமே மாறிமாறி நோக்கிக்கொண்டிருந்தேன். ஒருகணத்தில் நீங்கள் இருவரும் ஒருவரே என்றுகூட எனக்குத் தோன்றியது" என்றான். சுபாகு "ஆம், நாங்கள் தம்பியர் உங்களிருவரையே நோக்கினோம்" என்றான். ஜராசந்தன் "நான் அதைக் காணவில்லை. ஏனென்றால் நான் சூரியன்மைந்தரையும் உங்கள் தமையனையும் மட்டுமே நோக்கினேன்" என்றான்.

துரியோதனன் மீசையை முறுக்கியபடி "தாங்கள் ஆயிரம் செவிகளும் பல்லாயிரம் விழிகளும் கொண்டிருப்பது இயல்பே. தங்கள் தந்தை பிரஹத்ரதரின் மைந்தர்கள் தங்களுக்கெதிராக கிளர்ந்திருந்தார்கள் அல்லவா?" என்றான். "ஆம். அவர்களை வென்றுதான் ராஜகிருகத்தை நான் கைப்பற்றினேன்" என்றான் ஜராசந்தன் இயல்பாக. "நான் மூத்தவன், ஆனால் தூயகுருதி கொண்டவன் அல்ல. எனவே மகதப்படைகளில் எட்டு ஷத்ரியப்பிரிவுகள் அவர்களுடன் சென்றனர். எனது அசுர குடிகளில் இருந்து போதிய படைகளை திரட்டிக்கொண்டேன். அவர்களே இன்றும் என் படைகள்" என்றான்.

திரும்பி கர்ணனிடம் "ஒரே இரவில் மகதத்தின் மந்தணக்கருவூலம் ஒன்றைக் கைப்பற்றினேன். அதைக்கொண்டு தாம்ரலிப்தியில் இருந்து பீதர்களின் படைக்கலன்களையும் எரிபொருட்களையும் பெற்றேன். ஷத்ரியர்கள் இன்னும் வில்மேலும் வாள்மேலும் நம்பிக்கை கொண்டிருக்கிறார்கள். பீதர்கள் அனலை ஏற்றி அனுப்பும் ஆயிரம் படைக்கலன்களை கண்டடைந்திருக்கிறார்கள். விண் தொட முகடெழுந்த பெருநகரத்தை எரிக்க ஒருநாள் போதும் அவர்களின் படைக்கலன்களுக்கு" என்றான் ஜராசந்தன்.

"தாங்கள் அவர்களை கழுவிலேற்றினீர்கள் என்று அறிந்தேன்" என்றான் துரியோதனன். "கழுவிலா?" என்றான் சுபாகு. "ஷத்ரியர்களையா? அதுவும் தங்கள் குருதியிணையர்களை!" ஜராசந்தன் புன்னகையுடன் அவனை நோக்கி "ஆம், அவர்களை வென்றேன். அவர்கள் என் நாட்டிலிருந்து தப்பியோடி வங்கத்தின் உதவியை நாடினர். வங்கத்தின் மேல் படையெடுத்துச் சென்று அவர்களை மீண்டும் வென்றேன். பிறநாட்டுடன்

படையிணைப்பு செய்துகொண்டு மகதத்துடன் போரிடுவது அரசவஞ்சனை என்று அறிவித்தேன். அவர்கள் என் தலைமையை ஏற்று மகதத்தின் துணையரசர்களாக இருப்பார்கள் என்றால் மூன்று நிலப்பகுதிகளை அவர்களுக்கு அளிப்பதாகவும் கொடியும் முடியும் சூடி ஆளலாம் என்றும் சொன்னேன்" என்றான்.

"ஆனால் மகதமணிமுடி அன்றி பிற எதற்கும் அவர்கள் ஒப்பவில்லை. இழிகுடிக் குருதி கலந்த என் உடலுக்கு மகதத்தின் அரியணையில் அமரும் தகுதியில்லை என்று அறிவித்தார்கள். அதை என் மக்களும் நம்பினார்கள். அத்தகுதியை நான் ஈட்டவேண்டுமல்லவா? ஆகவே அவர்களைப் பிடித்துவந்து ராஜகிருகத்தின் அரண்மனைமுகப்பின் செண்டுவெளியில் கழுவேற்றினேன். மகதத்தில் என் முடிக்கெதிராக ஒருசொல்லும் எண்ணப்படவே கூடாது என்று அறிவித்தேன்."

துரியோதனன் மேலும் நிலையின்மைகொள்வதை அவன் உடல் அசைவுகள் காட்டின. "தாங்கள் அந்தணர்களையும் தண்டித்தீர்கள் என்று அறிந்தேன்" என்றான். நகைப்புடன் "ஆம், அந்தணர்கள் அரசர்களுக்கு உதவியானவர்கள். ஆனால் என் இளையோரின் ஆணவத்திற்கு நூற்றெட்டு அந்தணர்கள்தான் பின்புலம். அந்தணர்களைக் கொல்லமுடியாது. எனவே அவர்களை சிறைப்பிடித்து உடலில் ஐந்து இழிமங்கலக் குறிகளைப் பொறித்து நாடுகடத்தினேன். எதற்கும் எந்நிலையிலும் தயங்காதவன் நான் என்று என்னைக் காட்டினேன். மரத்திற்கு வேர்போல செங்கோலுக்கு அச்சம் என்பதே என் எண்ணம்" என்ற ஜராசந்தன் உரக்க நகைத்து "மகதநாட்டின் ஒவ்வொரு குடியும் அறிந்த ஜராசந்தன் இரக்கமற்ற அசுரன். அந்தணரும் அஞ்சும் அரக்கன். அரசே, அதுவே என் ஆற்றல்" என்றான்.

உணவுகள் பணியாளர்களால் உள்ளே கொண்டுவரப்பட்டன. ஜராசந்தன் திரும்பி "தம்பியர் ஏன் நிற்கிறார்கள்? அமரலாமே?" என்றான். "இல்லை, நாங்கள்..." என்று துச்சாதனன் சொல்லத்தொடங்க "அரசர்முன் முறைமைகளை கடைபிடிப்பீர்கள் என்று எனக்குச் சொல்லவருகிறீர்களா என்ன? நீங்கள் எப்படி உண்டாட்டு கொள்வீர்கள் என்று நான் அறிவேன். பாரதவர்ஷமே அறியும்" என்றான் ஜராசந்தன். துச்சாதனன் நகைத்து "ஆம், ஆயினும் தாங்கள் மகத மன்னர். தங்கள்முன்..." என்றான்.

கர்ணன் "தயங்கவேண்டாம், அமர்ந்து உண்க!" என்று துச்சாதனன் தோளில் தட்டினான். "அவ்வண்ணமே" என்று துச்சாதனன் துச்சலனிடம் கையைக் காட்டிவிட்டு அமர, அறைக்குள் பீடங்களிலும் தரையிலும் மூத்தகௌரவர்கள் அமர்ந்தனர். துரியோதனன் தீயில் சுட்ட மான் தொடை ஒன்றை எடுத்து ஜராசந்தனிடம் அளித்து "தங்கள் மூதாதையர்

மகிழ எங்கள் மூதாதையரிடமிருந்து” என்றான். ஜராசந்தன் பிறிதொரு மான் தொடையை எடுத்து துரியோதனனிடம் அளித்து “தங்கள் அன்பின் பொருட்டு” என்றான்.

அனைவரும் ஊன்உணவையும் கிண்ணங்களில் யவனமதுவையும் பரிமாறிக்கொள்ளும் ஒலிகள் எழுந்தன. துர்மதன் உரத்த குரலில் “மூத்தவர் உங்களைப்போன்றே சிலை ஒன்று செய்து அதனுடன் கதைப்போர் செய்கிறார் மகதரே” என்றான். துரியோதனன் அவனை மேலே பேசவிடாமல் தடுக்க திரும்பி நோக்குவதற்குள் ஜராசந்தன் துரியோதனன் தொடையில் அறைந்து “இதிலென்ன உள்ளது? என் அரண்மனையில் தங்களைப்போல் ஒன்றல்ல நான்கு பாவைகள் செய்து வைத்திருக்கிறேன்” என்றான். “கதைப்போருக்கு ஒன்று. மற்போருக்கு ஒன்று. ஒன்று என் மந்தண அவையில் ஓரமாக அமர்ந்திருப்பதற்கு. பிறிதொன்று...” என்றான்.

பேரார்வத்துடன் அருகே வந்த சலன் “பிறிதொன்று?” என்றான். தொலைவிலிருந்து சுபாகு “இதிலென்ன ஐயம்? உணவறையில் போட்டியிட்டு உண்பதற்காகத்தான்” என்றான். அவனை நோக்கித் திரும்பி நகைத்தபடி “ஆம், அவ்வாறு ஒன்று தேவை என இப்போது உணர்கிறேன். நான் கொண்டிருக்கும் பிறிதொன்று என் மைந்தர்கள் பார்ப்பதற்கு... இளையோர் மாளிகையில்” என்றான்.

“அது ஏன்?” என்றான் கர்ணன். “அவர்கள் இளமையாக இருக்கும்போதே அஸ்தினபுரியின் அரசரைப்பற்றியே அதிகமாக பேசியுள்ளேன். அக்கதைகளின் தலைவனை அவர்கள் பார்க்க விழைந்தனர். ஒரு பாவையைச் செய்து அந்தப்புரத்தில் அவர்களுடன் வைத்தேன். இளமையிலேயே அதனுடன் விளையாடி அவர்கள் வாழ்க்கையில் ஒருபகுதியாக ஆகிவிட்டது” என்றான் ஜராசந்தன். “இன்று என் இளையவன் அச்சிலையை சிறிய தந்தையே என்று அழைக்கிறான்” என்றான்.

துச்சாதனன் நெகிழ்ந்து முழந்தாளிட்டு எழுந்து ஜராசந்தனின் தோள்களைத் தொட்டு “நன்று மகதரே, மைந்தர் நம் உள்ளத்தை அறிகிறார்கள்” என்றான். ஜராசந்தன் “உண்மை” என்றான். “ஏனென்றால் அவர்கள் நம் சொற்களைக் கேட்பதில்லை, நம் விழிகளை நோக்குகிறார்கள்” என்றான். கௌரவர்கள் அனைவரும் அருகணைந்து ஏதோ ஒருவகையில் ஜராசந்தனை தொட விழைந்தனர். கர்ணன் துரியோதனனை நோக்கினான். அவன் விழிகள் சுருங்கியிருந்தன.

மீசையை முறுக்கியபடி “தங்களுக்கு முதல்மனைவியில் இரண்டு மகளிர் அல்லவா?” என்றான் கர்ணன். “மதுராவை ஆண்ட கம்சரின்

மனைவியர்.” ஜராசந்தன் “ஆம்” என்று சொன்னான். “மகதத்து குலமுறைமைப்படி அவர்களை என் மகள்கள் என்று சொல்லவேண்டும். அவர்களின் அன்னை என் மனைவி அல்ல.” துரியோதனன் நோக்க “என் தந்தையின் முதல்மைந்தர் இளமையிலேயே போரில் இறந்தார். அவரது மனைவி என்னைவிட இருபது வயது மூத்தவர். அவரது மகள்களை நான் தந்தையென நின்று கம்சருக்குக் கையளித்தேன். எனக்கு அப்போது பதினாறு வயது” என்றான். துச்சாதனன் “வியப்புக்குரிய சடங்கு...” என்றான். “தங்கள் மனைவியர் எந்நாட்டவர்?” என்றான் சலன், சற்றே மயக்கில்.

“எனக்கு பதினெட்டு மனைவியர்” என்றான் ஜராசந்தன். “பதினெட்டா?” என்றபடி பீமபலன் பின்நிரையிலிருந்து எழுந்தான். வியப்புடன் கைதூக்கி “பதினெட்டு மனைவியர்!” என்றான். ஜராசந்தன் திரும்பி நோக்கி “அயோத்திமன்னர் தசரதனுக்கு நூற்றெட்டு மனைவியர் இருந்தார்கள். ஆயிரத்தெட்டு மனைவியர் என்று சூதர்கள் பாடுகிறார்கள். மிதிலைமன்னர் ஜனகருக்கு ஆயிரத்தெட்டு மனைவியர். பதினாயிரத்தெட்டு மனைவியர் என்கிறார்கள். பாடல்களில் எனக்கு நூற்றெண்பது மனைவியர் என்று சூதர்களை பாடும்படி கேட்டுக் கொண்டிருக்கிறேன்” என்றான்.

வியப்பு அடங்காமல் “பதினெட்டு மனைவியர் என்றால்?” என்றான் துச்சலன். “எங்கள் பத்து அசுர குடிகள் ஒவ்வொன்றிலிருந்தும் ஒரு மனைவி வீதம் மணக்க வேண்டியிருந்தது. ஷத்ரிய மனைவியர் ஐவரை கவர்ந்து வந்தேன்” என்றான் ஜராசந்தன். “கொடிகளில் ஏறும்போது முடிந்தவரை கூடுதலாக பற்றிக்கொள்ளவேண்டும் என்பது என் அன்னையிடம் கற்றுக்கொண்டது. ஷத்ரிய இளவரசியரை மணக்க மணக்க நான் மேலும் மேலும் ஷத்ரியனாகிறேன். ஆகவே முடிந்தவரை மணத்தன்னேற்பு வழியாகவோ பெண்கோள் வழியாகவோ மகளிரை மணப்பதே என் வழக்கம்...” துச்சாதனன் “அப்படியென்றால் பெண்கோள் முடியவில்லை” என்றான். “உங்கள் மகள் வளர்ந்து பருவமடையும்போது நீங்கள் என்னை அஞ்சவேண்டும் துச்சாதனரே” என்றான் ஜராசந்தன்.

“கம்சரின் மனைவியர் எங்குள்ளனர்?” என்றான் கர்ணன். ஜராசந்தனின் நோக்கு மாறுபட்டது. “அவர்கள் குலமுறைப்படி என் புதல்விகள். குருதிமுறைப்படி அல்ல. ஆனால் மணமேடை நின்று கைதொட்டு அவர்களை மணமுடித்து அனுப்பியதாலேயே தந்தையென்று பொறுப்பு கொண்டேன். கம்சரின் இறப்புக்குப்பின் அவர்கள் இருவரையும் மதுரையின் இளையயாதவன் அவமதித்து சிறுமைசெய்து துரத்தியடித்தான். நான் அதை ஒருகணமும் பொறுத்ததில்லை. இன்றும் என் குருதியில் அவ்வஞ்சம் உள்ளது. அதற்கென ஒருநாள் அவனை

நான் களத்தில் சந்திப்பேன்” என்றான். “அதைச் செய்தவர் வசுதேவர்” என்றான் துச்சலன். “இல்லை, அனைத்துக்கும் அவனே பொறுப்பு. அவனறியாது எதுவும் நிகழ்வதில்லை” என்றான் ஜராசந்தன்.

“உங்களைப் புரிந்துகொள்ளவே முடியவில்லை அரசே” என்றான் சுபாகு. “எளிய மலைமகன் எப்போது இரக்கமற்ற அரசராக ஆகிறீர்கள் என்பதை நீங்களாவது அறிவீர்களா?” ஜராசந்தன் சிரித்து “அறிவேன்...” என்றான். “கம்சர் ஆண்டது உங்கள் படைவல்லமையால். எப்படி அவர் சிறுகுழந்தைகளைக் கொன்றதை ஆதரித்தீர்கள்?” என்றான் இளையோனாகிய பலவர்தனன். ஜராசந்தன் “ஆம், நான் அதை அறிந்தேன். ஆனால் அவர் என் நண்பர். என் உடன்பிறந்தவரிடம் அப்போது போரிலிருந்தேன். மகதம் வங்கத்திலும் கலிங்கத்திலும் நான்கு போர்முனைகளில் படை செலுத்தியிருந்தது. எனவே மேற்கு முனைகள் அனைத்திலும் அமைதியை நாடினேன். நான் கம்சரை ஆதரித்தேயாகவேண்டும்” என்றான்.

“மைந்தர்கள் கொல்லப்பட்டதைக்கூடவா? என்றான் சுபாகு. “ஆம், என் எதிரிகுலத்து மைந்தர் அவர்கள்.” துச்சாதனன் “என்ன சொல்கிறீர்கள்?” என்றான். துச்சலன் “அறமறியாதவரா நீங்கள்?” என்றான். “என்ன அறம்? அம்மைந்தர் வளர்ந்து போருக்கு வந்தால் கொன்று குவிக்கமாட்டோமா என்ன?” உரத்த குரலில் “அம்மைந்தர் என்ன பிழை செய்தார்கள் மகதரே?” என்றான் சலன். “போரில் உங்கள் மூத்தவரும் அங்கரும் கொன்றுகுவிக்கும் எளிய வீரர்கள் மட்டும் என்ன பிழை செய்தனர்?” என்றான் ஜராசந்தன். “இரக்கமற்ற சொற்கள்” என்று துச்சாதனன் தலையசைத்தான். “இரக்கம் என்ற ஒன்று எந்தப் போர்வீரனிடம் உள்ளது? எல்லை வகுக்கப்பட்டு இடம்பொருள் குறித்து நம்மவர் பிறர் என கண்டு எழுவதன் பெயரென்ன இரக்கமா?”

கர்ணன் ஏதோ சொல்ல வாயெடுத்தான். “நான் எளியமலைமகன். என் எண்ணங்கள் மலைக்குடிகளுக்குரியவையே” என்றான் ஜராசந்தன். “அப்படியென்றால் இளையயாதவர் செய்ததில் என்ன பிழை?” என்றான் கர்ணன். “படைகொண்டு சென்று இளையயாதவன் மதுராவை வென்றது முற்றிலும் முறையானதே. கம்சரின் நெஞ்சு கிழித்ததை நான் ஏற்கிறேன். அவன் மதுராவின் அத்தனை படையினரையும் கொன்றழித்தான். அதையும் ஏற்கிறேன். அது அரசியல். என் நெஞ்சை அவன் கிழிப்பான் என்றால் அவன் நெஞ்சை நான் கிழிக்கலாம். படைகொண்டு செல்வதும் மண்வென்று முடிசூடுவதும் ஆண்களின் உலகம். ஆனால் ஒரு தருணத்திலும் பெண்டிரின் நிறைமதிப்பு அழியும் செயல்களை ஆண்மகன் செய்யலாகாது. அவன் செய்தது அது. அதன் வஞ்சம் என்னிடம் அழியாது.”

"இளமைந்தரைக் கொன்றவர் அவர்..." என்றான் துச்சாதனன். "ஆம், ஆனால் அனைவரும் மைந்தர்கள். குடிமக்களின் ஒரு பெண்குழந்தைகூட கொல்லப்படவில்லை. கொல்லப்பட்டிருந்தால் நானே கம்சனின் நெஞ்சு பிளந்து குருதிகொண்டுசென்று என் அன்னையின் ஆலயப்பலிபீடத்தை நனைத்திருப்பேன்." கர்ணன் நகைத்து "இது என்ன அறமுறைமை என்றே எனக்குப் புரியவில்லை!" என்றான். "நாமனைவரும் அன்னையின் கருவறையில் பிறந்தவர்கள். ஒவ்வொரு பெண்ணும் தெய்வங்கள் வாழும் கருவறை. அங்கரே, நாங்கள் ஜரர்கள் ஒருபோதும் பெண்விலங்கை வேட்டையாடுவதில்லை."

ஜராசந்தன் கள்ளால் கிளர்ந்திருந்தான். சிவந்த முகத்தில் மூக்கு குருதிபோல் தெரிந்தது. கைதூக்கி குரலை உயர்த்தி "நான் ஷத்ரியன்! ராஜசூயம் வளர்த்து என்னை ஷத்ரியன் என்று பாரதத்திற்கு அறிவித்தவன். பன்னிரு வைதிக குருமரபுகளால் மஞ்சளரிசியும் மலருமிட்டு முடிசூடிக்கொண்டவன். ஆனால் என் குருதியில் ஓடுவது ஜரா குலத்தின் முலைப்பால். அங்கு எங்கள் காடுகளில் பதினெட்டு அன்னையர் நிரைவகுத்திருக்கிறார்கள். பதினெட்டு கருவறைகள். பதினெட்டு முலைச்சுனைகள். பெண்டிரை சிறுமை செய்யும் எச்செயலையும் ஜரை மைந்தன் ஏற்கமுடியாது" என்றான். "ஆகவேதான் ஏகலவ்யனை அனுப்பி மதுராவை கைப்பற்றச் சொன்னேன். மதுவனத்தை மிச்சமின்றி எரித்தழிக்க ஆணையிட்டேன். யாதவர்களை முற்றழித்து இளையயாதவனின் குருதியையோ சாம்பலையோ கொண்டுவரச்சொல்லி என் படைகளை அனுப்பினேன்."

"இளையயாதவன் அன்று தன் குலத்துடன் பெரும்பாலையைக் கடந்து புதுநிலத்தை அடைந்து துவாரகையை எழுப்பியிருக்காவிடில் யாதவகுலத்தின் ஓர் ஊர்கூட இங்கு எஞ்சியிருக்காது. இன்றும் அவ்வஞ்சமே என்னில் எஞ்சியுள்ளது. என் படுக்கையறையில் ஒரு மரக்குடுவை வைத்திருக்கிறேன். ஒவ்வொரு நாளும் அவ்வஞ்சத்துக்காக ஒரு நெல்மணி எடுத்து குடுவைக்குள் போடுகிறேன். அது நிறைவதற்குள் இளையயாதவனை அழிப்பேன். அவன் குருதிதொட்டு என் அன்னையர் பலிபீடத்தில் வைப்பேன்..." என்றான் ஜராசந்தன். "தீராப் பெருஞ்சினத்துடன் ஏகலவ்யன் என் படைத்தலைவனாக இன்றும் இருக்கிறான். யாதவர்களுடனான எனது போர் ஒருபோதும் முடிவுறப்போவதில்லை. அறிக, இப்புவியில் மகதமோ துவாரகையோ ஒன்றுதான் எஞ்சமுடியும்!"

துரியோதனன் கை இயல்பாக அவன் மீசையின் மேல் படிந்து மீட்டிக்கொண்டிருந்தது. அவன் விழிகள் சற்றே சரிந்து ஜராசந்தனை நோக்கிக்கொண்டிருந்தன. துச்சாதனன் "மூத்தவர் இந்திரப்பிரஸ்தத்தின்

அணையாச்சுடரை இறுதிவரை காப்பதாக வாளேந்தி சூளுரை உரைக்கப் போகிறார்" என்றான். ஜராசந்தன் திரும்பி துச்சாதனனை நோக்கி ஒருகணம் சொல்லுக்குத் தயங்கியபின் "ஆம், அது இயல்பே. அஸ்தினபுரியின் அரசர் நல்லுள்ளம் கொண்டவர் என்று நானும் அறிவேன். உடன்பிறந்தாருக்கு மூத்தவராக ஒழுகுவதே குலமூத்தோன் கடன்" என்றான். "இந்திரப்பிரஸ்தத்தின் அணையாச்சுடருக்கு மறுபக்கம் வாளேந்தி நிற்கவிருப்பவர் இளையயாதவர்" என்று கர்ணன் சொன்னான். "எனவே என்றேனும் ஒருநாள் களத்தில் அஸ்தினபுரியும் துவாரகையும் கைகோத்து ஒருபுறமென நிற்க நேரலாம். எதிர்ப்புறத்தில் மகதம் இருக்கும்."

"ஆம், அதை நான் அறிவேன்" என்றான் ஜராசந்தன். "அதனால் என்ன? போரிடுவதும் மடிவதும் ஷத்ரியர்களின் கடன். அதற்கெனத்தான் இங்கு தோள்கொண்டு வந்துள்ளோம். ஒரு நாற்களப் பகடையாட்டத்தின் இருபுறங்களிலும் அமர்வது போன்றதுதான் அது." திரும்பி துரியோதனனிடம் "அதன்பொருட்டு என் உளம்கவர்ந்த அஸ்தினபுரியின் அரசரிடம் நான் இன்று பகைமை கொள்ளவேண்டுமா என்ன?" என்றான். துரியோதனன் அதற்கு மறுமொழி சொல்லாமல் மீசையை முறுக்கிக்கொண்டிருந்தான்.

சுபாகு "ஏகலவ்யனின் வஞ்சம் எங்களால் பகிர்ந்து கொள்ளத்தக்கதே. ஏனெனில், எங்கள் மூத்தவர் கர்ணனும் அதற்கிணையான இழிவுறல் ஒன்றை அடைந்தவரே" என்றான். கர்ணன் அக்குறிப்பால் சற்று உளம்குன்றி "இல்லை, அது வேறு" என்றான். ஜராசந்தன் உணர்வெழுச்சியுடன் "ஆம், அது வேறு. வெய்யோன் அளித்த பொற்கவசமும் மணிக்குண்டலங்களும் அணிந்த அங்கரை எவரும் சிறுமை செய்ய இயலாது. இம்மண்ணின் அனைத்து அழுக்குகள் மேலும் படர்ந்து சென்றாலும் கதிரொளி இழிவடைவதில்லை. ஆனால் ஏகலவ்யன் என்னைப் போன்றவன். அசுரக்குருதி கொண்ட எனக்கு அவனடைந்த துயரென்ன என்று தெரியும்" என்றான்.

"அவன் கொல்லப்பட்டிருக்கலாம்... வெல்ல முடியாதவன் கொல்லப்படுவதே போரின் நெறி. ஆனால் வஞ்சம் அவ்வாறல்ல. அவ்வஞ்சத்திற்கான நிகரியை பாண்டவர்கள் அளித்தாக வேண்டும். அது பிறிதொரு களம்." திரும்பி கர்ணனிடம் புன்னகை செய்து "வடங்களில் ஏறி விளையாடும் ஜராசந்தனை மட்டுமே தாங்கள் பார்த்தீர்கள் அங்கரே. அதை நம்பி என்னை இங்கு அழைத்துவந்தீர்கள். இப்போது இவ்வஞ் சங்கள் அனைத்தும் நிறைந்த என்னைக் கண்டு பிழைசெய்துவிட்டதாக உணர்கிறீர்கள் அல்லவா?" என்றான்.

கர்ணன் “ஆம், உண்மையில் அவ்வாறே உணர்கிறேன்” என்றான். ஜராசந்தன் “என்றேனும் ஒருநாள் துவாரகையும் இந்திரப்பிரஸ்தமும் அஸ்தினபுரியும் மகதத்திற்கு எதிர்நிரையில் நின்று போர்புரியுமென்றால் ஆயிரம் தடக்கைகளில் படைக்கலங்கள் ஏந்தி வந்து நின்று உங்கள் ஒவ்வொருவரிடமும் பொருதி நெஞ்சுபிளந்து குருதியுண்ண சற்றும் தயங்காதவன் நான். என் தந்தையின் குருதியில் பிறந்த மூன்று உடன்பிறந்தவரை கழுவேற்றுகையில் அக்களத்தில் பீடம் அமைத்து அவர்கள் என் கண்முன் இறுதிச்சொல்லை உதிர்த்து அடங்குவதை நின்று நோக்கிவிட்டுத்தான் என் அரண்மனை புகுந்தேன். நீராடி உணவுண்டபின் அயோத்தியிலிருந்து வந்த நான்கு பாவாணர்களுடன் அமர்ந்து முதற்பெருங்கவியின் காவியத்தைப் படித்தேன். அதன் முதல் வரியை மூன்று முறை படிக்கச்சொன்னேன்” என்றான்.

திரும்பி கர்ணனிடம் சற்றே நஞ்சு ஒளிவிட்ட புன்னகையுடன் “நினைவு கூர்கிறீர்களா?” என்றான். “மா நிஷாத!” என்றான் கர்ணன். “ஆம். ‘வேண்டாம் காட்டுமிராண்டியே’ இல்லையா?” கர்ணன் தலையசைத்தான். “உங்கள் காவியங்கள் அனைத்தும் அந்த ஒற்றை வரியைத்தான் உள்ளூர கூவிக்கொண்டிருக்கின்றன. ஆனால் அசுரர்களாகிய நாங்கள் உங்களைப்பார்த்து அவ்வண்ணம் கூவுவதில்லை. ஹிரண்யனும் மகாபலியும் அதைச் சொல்லவில்லை. ‘எழுக மானுடரே’ என்றுதான் சொன்னார்கள்.” அவன் சிறிய விழிகள் மிளிர “களம் காண்போம்! களம் முடிவு செய்யட்டும்! வஞ்சங்கள் அல்ல, சூழ்ச்சிகள் அல்ல, களம்... அது முடிவெடுக்கட்டும்!” என்றான். கோப்பையை எடுத்து எஞ்சிய யவனமதுவை வாயில் ஊற்றிவிட்டு தொடையைத் தட்டி ஜராசந்தன் எழுந்தான்.

4

கர்ணன் ஜராசந்தன் எழுந்ததை ஒருகணம் கழித்தே உள்வாங்கினான். அவன் கைநீட்டி ஏதோ சொல்ல இதழெடுப்பதற்குள் ஜராசந்தன் "நன்று, அஸ்தினபுரியின் அரசரையும் அவர் மாற்றுருக்களான தம்பியரையும் பார்க்கும் பேறு பெற்றேன். என் மைந்தரிடம் சென்று சிறிய தந்தையைப் பார்த்தேன், என்னைப்போன்றே ஆற்றலுடையவர் என்று சொல்வேன்" என்றான். கர்ணனிடம் "விடை கொடுங்கள் அங்கரே. இவ்வரசாடலுக்கு அப்பால் என்றேனும் உளமெழுந்து ஒரு நெஞ்சுகூர் நண்பரென என்னை எண்ணுவீர்கள் என்றால் ஒருசொல் செலுத்துங்கள். எங்கள் குலமே வந்து உங்களுக்காக தலைவணங்கி நிற்கும்" என்றான்.

துரியோதனன் அவனை அசையாத விழிகளால் நோக்கியபடி மீசைமேல் ஓடிய கைகளுடன் "தங்களைப்பற்றி சூதர்கள் பாடுகையில் மற்போரில் நிகரற்றவர் என்கிறார்கள்" என்றான். ஜராசந்தன் "ஆம், எங்கள் காட்டில் போர் என்றால் அது மட்டுமே. நான் மற்போரைக் கற்றது கொம்பு தாழ்த்திவரும் காட்டெருமைகளிடமும் மதவேழங்களிடமும்" என்றான். துரியோதனன் தன் கையில் இருந்த கோப்பையை கீழே வைத்துவிட்டு "நாம் ஒருமுறை தோள்கோப்போம்" என்றான். "வேண்டியதில்லை. தங்கள் கண்களில் சினம் உள்ளது. களம் காண நான் இங்கு வரவில்லை. களியாடல் என்றால் மட்டுமே சித்தமாக உள்ளேன்" என்றான் ஜராசந்தன்.

மீசையை நீவியபடி "அஞ்சுகிறீர்களா?" என்றான் துரியோதனன். "அச்சமா?" என்றபின் மெல்ல நகைத்து "அப்படி எண்ணுகிறீர்களா?" என்றான். துரியோதனன் "அச்சமில்லை என்றால் வேறென்ன? இங்கு தங்கள் தோள் தாழுமென்றால் அது அஸ்தினபுரியின் சூதர்களால்

இளிவரலாக பாடப்படும் என்று எண்ணுகிறீர்களா?" என்றான். "தோள்தாழ்வதில்லை. இதுவரை எங்கும் என் தோள் தாழ்ந்ததில்லை" என்றான் ஜராசந்தன்.

துரியோதனன் நகைத்து "இன்று அதற்கான நாள் என்று நினைக்கிறேன்" என்றபின் தன் சால்வையை சுருட்டி பீடத்தில் போட்டபின் "வருக மல்லரே" என்றான். ஜராசந்தன் அவன் விழிகளை தன் சிறிய கண்களைச் சுருக்கி நோக்கியபடி "அரசே, தங்கள் உள்ளத்தில் சினம் உள்ளது. இத்தருணத்தில் அதை நான் எதிர்கொள்ள விரும்பவில்லை" என்றான். சினம் முகத்திலும் உடலிலும் மெய்ப்பாவை அனலெனப்பற்றி திரும்பிய துரியோதனன் "ஆம், சினம்தான். நீர் யார்? மலைமகள் ஜரையின் மைந்தன். தந்தையின் குருதியில் எழுந்த மூன்று ஷத்ரியர்களை கழுவிலேற்றி அமர்ந்து நோக்கி மகிழ்ந்த அரக்கன்" என்றான்.

அச்சொற்களைக்கொண்டே அவன் மேலும் சினத்தைத் தூண்டிக் கொண்டான். "என்ன சொன்னாய்? யாதவரை உன் குருதிப்பகைவர்கள் என்றா? இழிமகனே, ஆம், நான் யாதவ குருதியுடன் உறவு கொண்டவன். எந்தையின் இளையவர் பாண்டு. அவர் மைந்தரே யாதவ பாண்டவர்கள். உடன் பிறந்தவருக்கென வாளேந்தவே இங்கு வந்தேன். என் முன் வந்து அவர்களுக்கெதிராக ஒருசொல் உரைத்த நீ என்முன் தோள் தாழ்த்தாமல் இங்கிருந்து செல்லலாகாது" என்று கூவினான். கௌரவர் திகைத்துப்போய் கர்ணனை நோக்கினர். கர்ணனால் துரியோதனனின் கண்களை நோக்கமுடியவில்லை.

ஜராசந்தன் "அவ்வண்ணமெனில் அதுவே ஆகுக!" என்றபின் திரும்பி கர்ணனிடம் "வருந்துகிறேன் அங்கரே" என்றான். கர்ணன் துரியோதனனிடம் "இப்போது போர் வேண்டியதில்லை அரசே. இது படகு. நாம் இந்திரப்பிரஸ்தத்திற்குள் ஒரு களியரங்கை அமைப்போம். அங்கு கைகோத்துப் பாருங்கள்" என்றான். "இது களியரங்கல்ல மூத்தவரே" என்று துரியோதனன் சொன்னான். "இத்தருணத்தில் என் சினத்தைக் காட்டாமல் இவனை இங்கிருந்து அனுப்பப்போவதில்லை. வருக!" என்று திரும்பி பாதங்கள் முரசொலிக்க படிகளில் ஏறி வெளியே சென்றான்.

புன்னகையுடன் கர்ணனின் தோளில் கைவைத்தபின் ஜராசந்தன் மேலே சென்றான். துச்சாதனன் கர்ணனிடம் "மூத்தவரே, என்ன இது?" என்றான். கர்ணன் "அறியேன். இது எவ்வண்ணம் ஏன் நிகழ்கிறது என்று என் உள்ளம் வியக்கிறது. நாமறியாத தெய்வங்கள் களம்கொள்கின்றன. ஆவது அமைக!" என்றான். "போரில் மூத்தவர் வெல்வாரென உறுதிசொல்லமுடியாது. இருவரும் முற்றிலும் நிகரானவர்" என்றான்

துச்சாதனன். “ஆம், அதுவே என் அச்சம்” என்றான் சுபாகு. கர்ணன் ஒன்றும் சொல்லாமல் திரும்பி நடந்தான்.

படியேறி அவர்கள் மேலே வரும்போது படகின் அகல்முற்றத்தில் தன் இடையில் இருந்த கச்சையை இறுக்கி தோலாடையை இழுத்துக்கட்டி துரியோதனன் தோள்பெருக்கி நின்றிருந்தான். மேலாடையை எடுத்து பெருவடத்தில் சுற்றிவிட்டு கழுத்தில் இருந்த மணியாரத்தை அருகே நின்ற குகனிடம் அளித்தபின் ஜராசந்தன் தன் ஆடையைச் சுற்றி அதன்மீது கச்சையை இறுக்கினான். இருவர் உடல்களையும் கௌரவர் மாறி மாறி நோக்கினர்.

“களநெறிகள் என்ன?” என்று ஜராசந்தன் கர்ணனிடம் கேட்டான். கர்ணன் வாயெடுப்பதற்குள் துரியோதனன் “நெறிகள் ஷத்ரியர்களின் போர்முறைகளில் மட்டுமே உள்ளவை. அசுரர்களுக்கு போர்நெறிகள் இல்லையல்லவா?” என்றவன் உதடுகளை சுழித்து “விலங்குகளைப்போல!” என்றான். ஜராசந்தன் கண்களில் மென்சிரிப்புடன் “ஆம், விலங்குகளைப்போல. விலங்குநெறி ஒன்றே. கைகோத்துவிட்டால் இருவரில் ஒருவரே உயிருடன் எஞ்சவேண்டும்” என்றான். “ஆம், அவ்வாறே ஆகட்டும்” என்றான் துரியோதனன்.

துச்சாதனன் “என்ன இது மூத்தவரே?” என கர்ணனின் தோளைப் பற்றினான். கர்ணன் அக்கையை விலக்கினான். சுபாகு “இறப்புவரை போர் என்றால்...” என்றான். “எவர் இறந்தாலும் அனைத்தும் நிலைகுலைந்துவிடும்” என்றான் துச்சாதனன். கிளர்ச்சியுடன் பேசியபடி குகர்கள் அனைத்துப் பணிகளையும் விட்டுவிட்டு முற்றத்தில் கூடி மானுடவளையமொன்றை அமைத்தனர். அதன் முன் அரைமண்டியில் கால் வைத்து இருபேருடலர்களும் ஒருவரையொருவர் விழிசூழ்ந்து கைகளை விரித்து நின்றனர்.

“முற்றிலும் நிகர் நிலையில் உள்ள இருமல்லர்கள் தோள்கோக்கையில் விண்ணின் தெய்வங்கள் எழுகின்றன. அவை நமக்கு அருள்க!” என்றான் சூதன் ஒருவன். “கிழக்கே இந்திரனும் சூரியனும் வந்து நிற்கின்றனர்! மேற்கே வருணனும் நிருதியும் எழுகின்றனர். தெற்கே யமனும் அக்னியும், வடக்கே குபேரனும் வாயுவும் தோன்றுகின்றனர். வாசுகியும் ஆதிசேடனும் வானில் சுழிக்கின்றனர். திசையானைகள் தங்கள் செவியசைவை நிறுத்தி ஒலிகூர்கின்றன. இங்கு மானுடரில் கைகளாகவும் குருதியாகவும் பகையாகவும் வாழும் அனைத்து தேவர்களும் எழுந்து அவிகொள்க! ஆம், அவ்வாறே ஆகுக!”

நான்கு பெருங்கைகளும் சினந்தயானைகளின் துதிக்கைகளென நெளிந்தன. நான்கு இறுகிய கால்களும் நாணேற்றிய விற்களென

மரப்பலகை மேல் ஓசையின்றி ஒற்றி நடந்தன. விழிகளால் ஒருவரை ஒருவர் தொடுத்துக்கொண்டு அச்சரடில் சுற்றிவந்தனர். முடிவிலாது சுற்றும் பெருநதிச்சுழல் என அது நிகழ்ந்துகொண்டிருந்தது. சூழ்ந்திருந்தவர்களும் அதில் சுற்றிவந்தனர். வியர்வையின் மணம் காற்றிலெழுந்தது.

ஒவ்வொன்றும் விளைந்து கனிந்து முழுத்த ஒருகணத்தில் பேரோசையுடன் இரு தசைமலைகளும் ஒன்றையொன்று முட்டி அதிர்ந்தன. அறையோசையில் சூழ்ந்திருந்த உடல்கள் விதிர்ப்பு கொண்டன. கைகள் பின்ன, கால்கள் ஒன்றையொன்று தடுக்க, தோள்தசைகள் இழுபட்ட நாண்களெனப் புடைத்து எழ, கழுத்து நரம்புகள் தொல்மரத்து வேர்களென நீலமுடிச்சுகளுடன் புடைக்க, மூச்சுக்கள் நீர்பட்ட கனலெனச் சீற அவை ஒன்றாயின. ஒருவரையொருவர் தடுத்து வானெடை அனைத்தையும் தசைகளில் வாங்கியவர்கள்போல் தெறித்து விரலிடைகூட முன்னும் பின்னும் நகராத இருவர் தங்கள் முன்வைத்த கால் ஊன்றிய அச்சுப்புள்ளி ஒன்றில் மெல்ல சுற்றி வந்தனர். அவர்களைச் சூழ்ந்திருந்த திசைகளும் அவ்விசையால் மெல்ல சுழற்றப்பட்டன.

கௌரவர் ஒவ்வொருவரின் உடற்தசைகளும் இறுகி புடைத்து அதிர்ந்து கொண்டிருப்பதை கர்ணன் கண்டான். அவனருகே நின்றிருந்த துச்சாதனனின் கைகள் குவிந்து இறுகி நரம்புகள் நீலம்கொண்டிருந்தன. அரவைக்கல்லில் உலோகம் விழுந்ததுபோல பற்கள் கடிபட்டு உரசும் ஒலி கேட்டது. பின்பொரு கணத்தில் வெடித்துச் சிதறியவர்போல் இருவரும் இரு திசையிலாக சென்று விழுந்து, அக்கணமே சுழன்று மரப்பலகை வெடிப்பொலி எழுப்ப கையூன்றி எழுந்து மீண்டும் பாய்ந்து ஒருவரை ஒருவர் ஓங்கி அறைந்து தழுவிக்கொண்டனர். மீண்டும் இறுகி மேலும் இறுகி அசைவற்ற ஒன்றில் சிக்கி நின்றனர்.

துரியோதனன் ஜராசந்தனின் கால்களுக்கு நடுவே தன் காலை சற்றே நகர்த்தி அவ்விசையில் அவனை தலைக்குமேல் தூக்கி நிலத்தில் அறைந்தான். பேரோசையுடன் அவன் விழ, கலமே சற்று அசைந்து அங்கிருந்த ஒவ்வொருவரும் உடல் உலைந்தனர். ஜராசந்தன் தன் கால்களை நீட்டி துரியோதனனின் காலை அறைய அவன் நிலையழிந்து ஜராசந்தன் மேலேயே விழுந்தான். இரு கைகளாலும் துரியோதனனின் தோள்களைப் பற்றிக்கொண்டு அதே விரைவில் புரண்டு அவனை கீழே அழுத்தி மேலேறி ஓங்கி தன் கையால் அவன் தலையை அறைந்தான் ஜராசந்தன். வலியில் முனகியபடி பற்களைக் கடித்து தலைதிருப்பிய துரியோதனன் அடுத்த அடிக்கு அவன் கணுக்கையைப் பற்றிக்கொண்டு தலையை அடியில் கொடுத்து சுருண்டு மேலெழுந்தான்.

கீழே விழுந்த ஜராசந்தன் காலைத் தூக்கி அவன் தொடையை ஓங்கி உதைத்தான். கணுக்கை பிடியிலிருந்து விடுபடாமலேயே மறுபக்கம்

மறிந்து உடல் தரையை அறைய விழுந்தான் துரியோதனன். தன் வலக்காலைச் சுழற்றி ஊன்றி எழுந்து, பாய்ந்து துரியோதனன் மேல் விழுந்து அவன் தோள்களைப்பற்றி கைகளை முறுக்கி மேலெடுத்தான் ஜராசந்தன். துரியோதனன் வலக்காலை இடக்காலின் அடியில் கொண்டுவந்து இடைசுழற்றி இறுகி ஒருகணத்தில் துள்ளி ஜராசந்தனை கீழே வீழ்த்தி அவன் மேல் ஏறி அவன் தலையை ஓங்கி அறைந்தான். வலி முனகலுடன் பற்களைக் கடித்து தலையை ஓங்கி துரியோதனனின் மார்பில் அறைந்தான் ஜராசந்தன்.

இருவரும் எழுந்து இரு நிலைகளிலாக மூச்சு வாங்கியபடி உடல் விசையில் நடுங்க நின்றனர். இருதிசைகளிலாக கால்வைத்து நடுவே இருந்த எடைமிக்க வெற்றிடம் ஒன்றைச் சுற்றி வந்தார்கள். பின்பு மத்தகம் உருண்டு வந்து முட்டும் பாறைகள்போல் இருபுறமும் வந்து மோதி கைசுற்றிப் பற்றினர். தசைகள் ஒன்றையொன்று அறிந்தன. துலாக்கோல் முள் இருபுறமும் நிகர் பேரெடைகளாக அழுத்தப்பட்டு அசைவிழந்தது. மீண்டும் முடிவிலா இறுக்கம். விழிகள் திகைத்துச்சூழ காலமின்மை.

கர்ணன் கைகளைத் தூக்கி "இப்போர் இக்களத்தில் அடுத்த பறவைக்குரல் எழுவதுவரை மட்டுமே இங்கு நிகழும்" என்று உரக்க அறிவித்தான். "அதனூடாக இருவரும் நிகரே என்று தெய்வங்கள் வந்து அறிவித்தால் போரை நிறுத்துவேன், அறிக!" என்றபடி இருவருக்கும் அருகே வந்து நின்றான். துச்சாதனன் அவன் பின்னால் வந்து "வேண்டாம், உடனே போரை நிறுத்துங்கள்" என்றான். சுபாகு "மூத்தவரே, தாங்கள் மட்டுமே இப்போரை நிறுத்தமுடியும்" என்றான். "ஆம், நிறுத்துங்கள் மூத்தவரே. அவர்கள் இருவரும் வெல்லப்போவதில்லை. இருவரும் தோற்கலும் ஆகும்" என்றான் பீமபலன்.

எவரையும் கேளாத பிறிதொரு உலகில் அவர்கள் நின்று உருகி உறைந்து உருகிக்கொண்டிருந்தனர். தலைதூக்கி ஜராசந்தனின் நெற்றியை ஓங்கி மோதினான் துரியோதனன். திருப்பி அதே விசையில் அவனும் மோதினான். இரு தலைகளும் உள்ளே சுழன்ற மின்னற்குமிழிகளினூடாக ஒன்றையொன்று அறிந்தன. அந்த வலி சூழ்ந்திருந்த ஒவ்வொருவரின் முதுகுத்தண்டையும் கூச வைத்தது. அள்ளிப்பற்றியிருந்த கைகள் தசைகளில் ஆழ்ந்தன. குருதி ஊறி வியர்வையுடன் கலந்து வழிந்தது.

"பறவைகளுக்காகக் காத்திருக்க வேண்டாம் மூத்தவரே" என்றான் சுபாகு. "தெய்வங்கள் இருவரின் குருதியையும் விரும்பும் மூத்தவரே" என்றான் சலன். அவர்களை கையசைவால் தடுத்தபின் கர்ணன் அசைவற்று நோக்கி நின்றான். ஒருகணத்தில் தசை உரசும் ஒலியுடன் இருவரும் விடுபட்டு இருதிசைகளிலாக பாய்ந்து விழுந்தனர். அக்கணமே

புரண்டெழுந்து ஓங்கியறைந்தபடி மீண்டும் சந்தித்தனர். சரிந்து விழுந்து ஒருவரையொருவர் பற்றியபடி புரண்டனர். நான்கு கைகளும் நான்கு கால்களும் ஒன்றையொன்று சுழன்று பற்றி உருகி, மீண்டும் பற்றி தவித்தன.

ஜராசந்தனின் கால்களுக்கு நடுவே தன் காலை கொண்டுசென்று அவனைத்தூக்கி நிலத்தில் அறைந்து அவனுடனேயே விழுந்து புரண்ட துரியோதனனின் விலாவில் கைவைத்து எழுந்து அவன் தோளை அறைந்து தூக்கி சுழற்றி அடித்தான் ஜராசந்தன். ஜராசந்தனின் மார்பை தன் தலையால் முட்டி அகற்றி மேலே பாய்ந்து கைகளாலும் கால்களாலும் பாறையை ஆலமரத்து வேர்கள் என பற்றிக்கொண்டான் துரியோதனன். துரியோதனனின் தோள்தசையை ஆழக்கடித்து பிறிதொரு கையால் அவன் தசைகளுக்குள் நகம்புகும்படி பற்றி அவனைத்தூக்கி சுழற்றி அடித்தான் ஜராசந்தன்.

மீண்டும் இருவரும் ஒருவரையொருவர் கவ்வியபடி தரையில் புரண்டனர். ஜராசந்தன் காலூன்றி எழுந்து துரியோதனனைச் சுழற்றியடிக்க, கால்களை ஊன்றி அதே விரைவில் அவன் தோள்களை பற்றிக்கொண்டு நிகர்நிலை கொண்டான் துரியோதனன். மீண்டும் இருவரும் ஒருவரையொருவர் உடல் கவ்வியபடி முட்டிநின்று சிலைத்தனர்.

இரு உடல்கள் மட்டும் அங்கிருந்தன. பிணைந்து ஒன்றாகி ஒற்றை தசைத்திரளாயின. ஒவ்வொரு தசையும் தன்னை இருப்பின் உச்சத்தில் உணர்ந்தது. நான் நான் என விதிர்த்தது. ஒவ்வொரு மயிர்க்காலும் உயிர்நிறைந்து நின்றது. குருதி அழுத்தி பிதுங்கிய விழிகள் நோக்கிழந்து சிலைத்தன. மூச்சு இருசீறல்களாக ஒலிக்க, கால்கள் தரையை உந்திப் பதிந்து நிலைக்க, அக்கணம் மறுகணம் அதுவே காலம் என்று நின்றது. இறைஞ்சும் குரலில் “போதும் மூத்தவரே ! போதும்” என்றான் துச்சாதனன். “மூத்தவரே, போதும். தங்களால் மட்டுமே அவரை நிறுத்த முடியும்” என்றான் சுபாகு.

கர்ணன் இரு கைகளையும் இடையில் வைத்து பாதி மூடிய கண்களுடன் காத்து நின்றான். படகின் மறுமுனையில் பாய்த்தொகுதிக்கு அப்பால் இருந்து பறந்தெழுந்த வெண்பறவை ஒன்று ‘வாக்!’ என்று கத்தியபடி அவர்களின் தலைக்குமேல் பறந்து சென்றது. கர்ணன் ஒற்றை கால்வைப்பில் அவர்களை அணுகி இருவரின் தோள்களையும் பற்றித்தூக்கி இரு திசைகளிலாக வீசினான். இருவரும் விழுந்த விசையிலேயே வெறிகொண்ட காட்டுவிலங்குகளென கனைப்போசை எழுப்பி பாய்ந்து மீண்டும் தாக்க வர, தன் நீண்ட பெருங்கரங்களால் துரியோதனனை அறைந்து சுழற்றித்தூக்கி மீண்டும் வீசிவிட்டு ஜராசந்தனின் இரு கைகளையும் பற்றி பின்சுழற்றித் தரையிலிட்டான்.

அவர்கள் மீண்டும் எழும் அசைவை ஓரவிழிகளால் நோக்கி இரு கைகளையும் விரித்து போதும் என்றான். தரையில் புரண்டெழுந்த ஜராசந்தன் குருதிக்கனல் கொண்ட விழிகளுடன் நீர்த்திரையெனத் தெரிந்த கர்ணனின் உடலைநோக்கி நீள்மூச்சுவிட்டு தளர்ந்தான். துரியோதனன் கால்மடக்கி எழுந்து தள்ளாடியபடி ஓரடி முன்னால் வந்தான். "போதும்! போர் முடிந்தது!" என்று கர்ணன் சொன்னான்.

துரியோதனன் தளர்ந்து தோள்கள் தொய்வடைய தள்ளாடியபடி சற்று பின்னால் நகர, துச்சாதனன் ஓடிச்சென்று அவன் தோள்களைப் பற்றிக்கொண்டான். சுபாகு "தண்ணீர்!" என்று கூவ, ஒரு குகன் நீர்க்குடத்துடன் ஓடி வந்தான். துரியோதனன் நீர்வேண்டாம் என்று தலையசைக்க "அருந்துங்கள் மூத்தவரே" என்றான் துச்சலன். இரு கைகளையும் நிலத்தில் ஊன்றி எழுந்து நிலையற்று உடல் அலைபாய நின்ற ஜராசந்தனை நோக்கிச் சென்ற துச்சகன் "மூத்தவரே" என்றான். ஜராசந்தன் "நீர்! பருகுநீர்!" என்றான். துச்சகன் தோளில் கைவைத்து தன்னை நிலைப்படுத்திக்கொண்ட அவன் மூச்சை இழுத்து இழுத்துவிட்டு நிலைமீண்டான்.

துச்சலன் ஜராசந்தனை தோள்தாங்கி அழைத்துச்சென்று கவிழ்த்துப் போடப்பட்டிருந்த மரத்தொட்டி ஒன்றின் மேல் அமர்த்தினான். சலன் கொண்டுவந்த நீரை வாங்கி அருந்தி மிச்சத்தை தலைவழியே விட்டுக்கொண்டான் ஜராசந்தன். முகத்தில் வழிந்த வியர்வையை மூச்சால் சிதறடித்து சிலிர்த்து முகத்தை வழித்து மூச்சிரைத்து நெஞ்சை எளிதாக்கிய துரியோதனன் துச்சாதனனை நோக்கி "என்ன ?" என்றான். துச்சாதனன் உதடுகளை அசைத்து "நிகர்நிலை மூத்தவரே" என்றான்.

கர்ணனின் தசைகள் தளர்ந்தன. கைகளைத்தாழ்த்தி நடுவே நின்று சுற்றிலும் நோக்கினான். உரத்த குரலில் "தெய்வங்களின் ஆணை இது! நீங்கள் இருவரும் முற்றிலும் நிகர்நிலையுடையவர்கள், இருவரும் இக்களத்தில் வென்றுளீர்" என்றான். கூடி நின்றிருந்த காவலர்களும் குகர்களும் ஒற்றைப் பெருங்குரலில் "நிகர்மாவீரர் வாழ்க! தெய்வங்களுக்கு இனியவர் வாழ்க! ஜராசந்தர் வாழ்க! அஸ்தினபுரியின் அரசர் வாழ்க! துரியோதனர் வாழ்க!" என்று குரலெழுப்பி துள்ளிக் குதித்தனர். இடைக்கச்சைகளை அள்ளித் தூக்கி காற்றில் சுழற்றியும் தலைப்பாகைகளை எறிந்து பிடித்தும் கைகளை விரித்து துள்ளி நடனமிட்டும் ஆர்ப்பரித்தனர்.

தன்னைச் சூழ்ந்து அசைந்த பற்களையும் ஒளிக்கண்களையும் கண்டு கர்ணன் மெல்ல புன்னகைத்தபடி வந்து துரியோதனனின் கைகளைப்பற்றி "தங்கள் தோள் தோழரை வாழ்த்துங்கள் அரசே" என்றான். "ஆம்" என்றபடி துரியோதனன் எழுந்து நின்றான். வலி தெறித்த தோள்களை

மெல்ல நிமிர்த்தியபடி ஜராசந்தனை நோக்கி நடந்து சென்றான். கையில் இருந்த கலத்தை கீழே வைத்துவிட்டு ஜராசந்தன் முகம்சுளித்து பற்களைக்கடித்து வலியுடன் எழுந்தான். கழுத்துத்தசைகள் இழுபட புன்னகையுடன் அவன் கைவிரிக்க, துரியோதனன் பாய்ந்து சென்று அவனை அணைத்து தோளுடன் இறுக்கிக்கொண்டான். ஜராசந்தனும் அவனை அள்ளிவளைத்தான். இருவரும் மூச்சொலி சீற கண்களை மூடினர்.

“பிறிதொருமுறை நாம் எக்களத்தில் சந்திப்போம் என்றாலும் நான் உயிர் கொடுப்பேனேயன்றி உங்களை வெல்வதில்லையென்று வாக்களிக்கிறேன் துரியோதனரே” என்றான் ஜராசந்தன். திகைத்து தலைதூக்கிய துரியோதனன் “என்ன சொல்கிறீர்? உயிர் கொடுப்பதா?” என்றபடி மீண்டும் அவனைத் தழுவிக்கொண்டு “எக்கணத்திலும் உங்களுக்கு எதிரியென்று களம்நிற்கமாட்டேன் மகதரே. உங்களுக்கென என் உயிரும் என் தம்பியர் உயிரும் இன்று அளிக்கப்படுகிறது” என்றான்.

இருவர் கண்களும் நீர்பெருகி வழிந்தன. கர்ணன் அருகே வந்து இருவர் தோள்களிலும் தன் கைகளை வைத்து நெஞ்சோடணைத்தபின் “இதை நான் எதிர்பார்த்தேன். தசைகளினூடாக நீங்கள் ஒருவரை ஒருவர் அறிவதுபோல் வேறெவ்வழியிலும் அறியமுடியாது” என்றான். “ஆம், உண்மை. நான் இந்த மற்போரில் தழுவியதுபோல எப்போதும் எவரையும் தழுவியதில்லை” என்றான் ஜராசந்தன். “ஏதோ ஒருகணத்தில் ஒரு பெரும் கருப்பை ஒன்றுக்குள் இரட்டையராக நாங்கள் உடல் பின்னி குருதிக்குள் சுழன்று கொண்டிருப்பதை உணர்ந்தேன்.”

துரியோதனன் “அஸ்தினபுரிக்கு வாருங்கள் மகதரே. என் தந்தையைப் பாருங்கள். தங்களுடன் தோள்தழுவுவதுபோல் அவர் மகிழ்ந்து கொண்டாடும் பிறிதொன்று இருக்கப்போவதில்லை” என்றான். “ஆம், நான் என்றும் விழைவது அஸ்தினபுரியின் மதகளிற்றின் கால்களை என் சென்னி சூடவேண்டுமென்றுதான்” என்றான் ஜராசந்தன். “இளமையில் அவரது ஓவியத்திரைச்சீலை ஒன்றன் முன் நாளெல்லாம் அமர்ந்திருப்பேன்.”

கர்ணன் திரும்பி கைகாட்ட, கௌரவர்கள் ஓடிவந்து அவர்களைச் சூழ்ந்தனர். ஜராசந்தனின் கைகளைப்பற்றி தங்கள் தோள்களில் அமைத்துக்கொண்டனர். முகங்களுடன் சேர்த்தனர். அவன் தோளையும் மார்பையும் தம் உடல்தொட்டு நின்றனர். அனைவரும் ஒன்றுடன் ஒன்று கைகள் பின்னி உடல் நெருக்கி ஒற்றை உடல் என்றாயினர். “உடல்வழியாகவே அறிபவர்கள் நாம்” என்றான் துச்சாதனன். “உணவு வழியாகவும் அறியலாமே” என்றான் துச்சகன்.

“ஆம், இனி மது அருந்தலாம். இன்று முழுவதும் களிமயக்கில் இருக்கும் உரிமையை தெய்வங்கள் நமக்கு அளித்துவிட்டன” என்றான் துச்சாதனன். ஜராசந்தன் “இன்று மறுபடியும் பிறந்தவனானேன்” என்றபின் கர்ணனின் கைகளைக் குத்தி “ஒரு தோழரை அடைந்தவன் ஒருநூறு தோழரை அடைவான் என்று சூதர்சொல் ஒன்றுள்ளது. அது மெய்யாயிற்று” என்றான்.

அவர்கள் வெற்றுமகிழ்வென ஒலித்த நகைப்புடனும் இனிய பொருளின்மை கொண்ட சொற்களுடனும் மீளமீள ஒருவரை ஒருவர் தழுவிக்கொண்டனர். ஜராசந்தன் கர்ணனின் கைகளைப்பற்றி “ஆனால் இன்றொரு மாயை எனக்குக் கலைந்தது. மற்போர் என்பது எடையாலும் தோள் முழுப்பாலும் நிகழ்வதென்று எண்ணியிருந்தேன். எங்கள் இருவரையுமே இரு கைகளால் தூக்கி வீசும் ஆற்றல் தங்களுக்கு இருக்கிறதென்று கண்டேன். என் வாழ்வின் பேரறிதல்களில் ஒன்று” என்றான். துரியோதனன் “ஆம் மூத்தவரே, நிகரற்ற வில்லவர் நீங்கள் என்று அறிந்திருந்தேன். பெரும் மற்போர்திறன் கொண்டவர் என்று இன்று அறிந்தேன்” என்றான். கர்ணன் “நான் பரசுராமரிடம் மட்டுமே மற்போரில் தோற்க முடியும். ஏனெனில் அது அவர் எனக்கு அருளியது” என்றபின் அவர்களின் தலையை வருடி “வருக!” என்றான்.

“போதும், இனி சொற்களில்லை. இனி உண்டாட்டு மட்டுமே” என்றான் பீமபலன். “மதுவாட்டு! மதுவாட்டு!” என்று துர்மதன் கூவினான். சுபாகு “யாரங்கே? ஏவலர்கள் அனைவரும் வருக! இங்கு எழப்போவது நூற்றியிரண்டு கதிர்கள் எழும் எரிகுளம். வேள்விக்கு அவியூட்டுங்கள். ஒருகணமும் தழல் தாழலாகாது” என்றான். உரக்க நகைத்தபடி அவர்கள் உள்கூடத்தை நோக்கிச் சென்றனர்.

5

அஸ்தினபுரியின் கலநிரையின் முகப்பில் நின்றிருந்த காவல்படகிலிருந்து உரத்த கொம்பொலி எழுந்தது. குதிரைகள்போல அனைத்துப் படகுகளும் அதை ஏற்று கனைத்தன. உண்டாட்டறைக்குள் எட்டிப்பார்த்த காவலர்தலைவன் "அரசே, நமக்கு துறையளிக்கப்பட்டுள்ளது" என்றான். ஜராசந்தன் சரியும் விழிகளைத் தூக்கி "நாம் இப்போது கரையிறங்கப் போவதில்லை. நாம் மகதத்திற்கே திரும்புகிறோம். படகுகள் திரும்பட்டும்" என்றான்.

துச்சாதனன் பீரிட்டுச் சிரித்து "மகதரே, இது எங்கள் படகு" என்றான். துச்சலன் "ஆம், இது அஸ்தினபுரியின் படகு" என்றான். "அஸ்தினபுரியின் படகு எப்படி மகதத்தின் படகுக்குள் வந்தது... யாரங்கே?" என்றான் ஜராசந்தன். "முட்டாள்கள்... கலங்களை வழிதவறச் செய்கிறார்கள்." கர்ணன் திரும்பி காவலர்தலைவனிடம் "கலங்கள் சித்தமாகட்டும்..." என்றான். காவலர்தலைவன் மேலும் தயங்கி "நாம் இந்திரப்பிரஸ்தத்திற்குள் அணிநுழைவுக்கு எழவேண்டும் அரசே" என்றான். அப்போதுதான் கர்ணன் அதன் முழுப்பொருளையும் உணர்ந்து துரியோதனன் தோளைத்தட்டி "அரசே" என்றான்.

துரியோதனன் கண்களைத் திறந்து "யார்?" என்றான். பின்னர் "என்ன?" என்று தன் சால்வையை இழுத்து எடுத்தான். "இன்னும் சற்றுநேரத்தில் நாம் இந்திரப்பிரஸ்த நகருக்குள் நுழையவேண்டும்" என்றான் கர்ணன். "ஏன்?" என்றான் துரியோதனன். "நாம் நகர்புக நேரமாகிறது. தாங்கள் முழுதணிக்கோலம் கொண்டாகவேண்டும்." துரியோதனன் மெல்ல அவ்வெண்ணத்தை உள்வாங்கி "ஆம்" என்றான். திரும்பி ஜராசந்தனை நோக்கி "மகதர்?" என்றான். "அவர் திரும்பி அவரது படகுக்கே செல்லட்டும். இது நமக்கான நிகழ்வு" என்றான்.

“நான் செல்லப்போவதில்லை” என்றான் ஜராசந்தன். “நான் என் நண்பருடன் இங்கே இறங்கவிருக்கிறேன். ஏனென்றால் நாங்கள் மீண்டும் மற்போர் செய்யவிருக்கிறோம்.” கர்ணன் “அது முறையல்ல அரசே” என்றான். “முறைகளை நான் பார்ப்பதில்லை. முறைகளை நானே உருவாக்கிக்கொள்வேன்” என்றான் ஜராசந்தன். “இனிமேல் நான் கிளம்பிச் செல்லமுடியாது. நான் இப்படகிலிருந்தே இறங்குவேன்.” துரியோதனன் “ஆம், அதற்கு நூலொப்புதல் உண்டா என்று விதுரரிடம் கேட்போம்” என்றான். “விதுரர் முதல்படகில் இருக்கிறார் மூத்தவரே” என்றான் சலன்.

சுபாகு “மூத்தவரே, ஏன் மகதர் நம் படகிலிருந்து வரக்கூடாது?” என்றான். “மூத்தவர் கர்ணன் அவரை இங்கே அழைத்து வந்ததைப்போல தாங்கள் இந்திரப்பிரஸ்தத்திற்குள் அழைத்துச்செல்லுங்கள். பீமசேனரை அவருக்கு அறிமுகம் செய்யுங்கள். இருவரும் தோள்கோக்கட்டும். அனைத்தும் முடிந்துபோகும்.” துச்சாதனன் “ஆம் மூத்தவரே, எனக்கும் அது நல்ல வழி என்று தோன்றுகிறது” என்றான்.

“மூடா!” என்றான் துரியோதனன். “நாம் இங்கு வந்திருப்பது முறைமைச்சடங்குக்கு. நாம் இந்திரப்பிரஸ்தத்தின் உறவினர். இவர் நான்கு தலைமுறைகளாக எதிரி.” சுபாகு “யாருக்கு எதிரி? அஸ்தினபுரிக்குத்தானே எதிரி? நாமே இவரை நம்முடன் அழைத்துச்செல்வோம். அதன்பின் எதிரி என எவர் சொல்லமுடியும்?” என்றான். கர்ணன் “அது மிகைநடத்தை. எதையும் முறையாக அறிவித்துவிட்டே செய்யவேண்டும்” என்றான். “நீங்கள் அறிவித்துவிட்டா செய்தீர்கள்?” என்றான் சுபாகு. “நாம் வேறுவகையினர். எனக்கு அரசரை நன்குதெரியும்” என்றான் கர்ணன்.

“எங்களுக்கு பீமசேனரை நன்கு தெரியும். மூத்தவரும் அவரும் ஒரே குருதியினர். ஒரே தோளினர். அவர் ஜராசந்தரை வந்து அணைத்துக்கொள்வார், ஐயமே இல்லை” என்றான் சுபாகு. “இல்லை” என்று கர்ணன் சொல்லத்தொடங்க, “நானும் அவ்வாறே எண்ணுகிறேன் அங்கரே” என்றான் துரியோதனன். “இளையோர் சொல்வதிலும் உண்மை உள்ளது. இது பாரதவர்ஷத்தின் மாமங்கலத்தருணம். இன்று அனைத்து வஞ்சங்களும் மண்ணில்புதைந்து அமுதுஎன முளைக்குமென்றால் அவ்வண்ணமே ஆகட்டும்.”

“அமுது முளைக்குமா என்று நான் ஐயம் கொள்கிறேன். ஆனால் உங்களுடன் சேர்ந்து நகர்புகவே விரும்புகிறேன்” என்றான் ஜராசந்தன். “பிறகென்ன? முடிவெடுப்போம்” என்றான் துரியோதனன். “அவர் அணிகொள்ளவேண்டுமே?” என்றான் கர்ணன். “அவருக்கு நம் அணிகளைக் கொடுப்போம். மணிமுடிமட்டும்தானே இல்லை?

நானும் முடிசூடாமல் இறங்குகிறேன். அங்கே சென்றபின் நாளை அவையமர்கையில் முடிசூடிக்கொள்வோம்" என்றான் துரியோதனன். "ஆம், அவ்வாறே முடிவெடுத்துவிட்டோம்" என்றான் துச்சாதனன்.

கர்ணன் எழுந்து "அவ்வாறெனில் நன்று நிகழ்க என்றே நான் விழைவேன். தெய்வங்கள் நம்முடன் இருக்கட்டும்" என்றபின் காவலர்தலைவனிடம் "அரசர்கள் அணிகொள்ளவேண்டும். சமையர்கள் வருக!" என்றான். அவன் தலைவணங்கி வெளியேறினான். கர்ணன் விடைபெற்று தன் அறைக்குச் சென்றான். அவன் குறைவாகவே மது அருந்தியிருந்தபோதிலும், இரவில் துயில்நீத்ததும் காலையின் விரைவுப்பயணமும் தலையை களைக்க வைத்தன. கண்ணிமைகள் சரிந்தன. சற்றுநேரம் தலையைப் பற்றியபடி அமர்ந்திருந்த பின்னர் சமையன் வந்து எழுப்பியதும்தான் எழுந்தான்.

சமையன் அவனை வெந்நீரால் ஆவிநீராட்டினான். அதன்பின் அகல்கலத்தின் குளிர்நீரால் முகத்தை அறைந்து கழுவினான். குடல் புரட்டி ஏப்பம் வந்தது. அதில் ஊன்கலந்த மதுமணம் நிறைந்திருந்தது. ஏவலன் அளித்த இன்கடுநீரை அருந்தியபோது அதன் ஏலக்காய்மணம் மதுவை சற்று மறைத்தது. ஏவலன் உதவியுடன் பட்டாடையை அணிந்து கச்சையை இறுக்கிக் கட்டினான். மார்புக்கு மணியாரமும் தோளணியும் கங்கணங்களும் அணிந்தான். தலையை நெய்பூசிச் சீவி பின்னால் கருங்குழல்கற்றைகளை புரளவிட்டு ஆடியில் நோக்கினான். கணையாழியை செஞ்சாந்தில் முக்கி நெற்றியில் சூரியமுத்திரையை பதித்தான்.

அப்பால் வெடிச்சிரிப்புகள் கேட்டுக்கொண்டேயிருந்தன. "அவர்கள் அணிசெய்கிறார்களா?" என்றான். "ஆம் அரசே, களிமயக்கில் இருக்கிறார்கள்" என்றான் ஏவலன். கர்ணன் தன்னை இன்னொருமுறை ஆடியில் பார்த்தபின் வெளியே சென்று சிறியபடிகளில் ஏறி அகல்முகப்புக்கு வந்தான். கீழே மீண்டும் சிரிப்பொலிகள் எழுந்தன. ஜராசந்தன் உரக்க ஏதோ சொல்வது கேட்டது. அவன் நாக்கு கள்ளால் தடித்திருந்தது. "மீசை! அதுதான்" என்று அவன் சொன்னான். மெல்லிய குரலில் சுபாகு ஏதோ சொல்ல, ஜராசந்தன் துரியோதனன் இருவரும் சேர்ந்து பேரோசையுடன் நகைத்தனர். யாரோ கதவை முட்டிக்கொள்ள வெடிப்பொலி கேட்டது. "ஆனால் நாம் இனிமேல் பெண்கொண்டு பெண்கொடுக்க முடியாது" என்றான் ஒருவன்.

அகல்முகப்பில் ஏவலர்களும் ஆடைமாற்றி புதியதலைப்பாகைகள் அணிந்து காத்து நின்றனர். படகு படிப்படியாக முன்னகர்ந்து இந்திரப்பிரஸ்தத்தின் ஏழாவது துறைமேடைக்கு அருகே நின்றிருந்தது.

அவர்களுக்கு முன்னால் நின்றிருந்த அஸ்தினபுரியின் படகுகளில் இருந்து மங்கலச்சேடியரும் அணிப்பரத்தையரும் இசைச்சூதர்களும் நடைபாலம் வழியாக வண்ண ஓடையாகச் சென்று சிறிய சுழிகளாகத் தேங்கினர். காவலர் அவர்களை நிரைவகுக்கச் சொல்லி மேலே அழைத்துச்சென்றனர்.

இந்திரப்பிரஸ்தத்தினர் அனைவரும் வெள்ளியில் வஜ்ராயுத முத்திரை பொறித்த செந்நிறத் தலைப்பாகையும் இளஞ்செந்நிற ஆடையும் அணிந்திருந்தனர். அவர்களை ஆணையிட்டு வழிநடத்தும் தலைமைக் காவலர் சிறிய மரமேடைகளில் கொம்புகளும் கொடிகளுமாக நின்றனர். அவை அளித்த ஆணைகளுக்கேற்ப இணைந்தும் பிரிந்தும் நீண்டும் இந்திரப்பிரஸ்தத்தின் ஏவலரும் காவலரும் வினையாற்றினர். யானைகள்கூட அவ்வாணைகளை தலைக்கொண்டன. தங்களுக்கு ஆணைகள் பிறப்பிக்கப்படுகையில் அவை செவிகளைச் சாய்த்து எடுத்தகாலை காற்றில் நிறுத்தி கூர்வதைக் கண்டு கர்ணன் புன்னகைசெய்தான்.

அஸ்தினபுரியின் கலங்களில் வெயிலில் திரும்பி கண்களை சீண்டிச்சென்ற வாட்களையும் வேல்களையும் ஏந்திய படைவீரர்கள் நிரைவகுத்து நின்றிருந்தனர். இந்திரப்பிரஸ்தநகரியின் துறைமுகப்பின் காவல்கோபுரத்தின் மேலிருந்த பெருமுரசு உறுமி கலங்களின் முரசுகளுடன் உரையாடியது. எறும்புகளுக்குமேல் யானைகள் பேசிக்கொள்வதுபோல. பொதியொழிந்த ஒருபெருங்கலம் விலகியதும் இன்னொரு கலம் துடுப்புகளால் உந்தப்பட்டு துறைமேடையை நெருங்கி நீட்டி நின்றிருந்த அதிர்வுதாங்கிகளில் முட்டி அசைந்து நின்றது. அதிலிருந்து நடைபாலம் கிளம்பி தரையைத் தொட்டு வேர் என ஊன்றிக்கொண்டது. அதனூடாக ஏவலர் பொருட்களைச் சுமர்ந்தபடி இறங்கத் தொடங்கினர்.

அப்பால் பெரிய துலாக்கள் அவர்களின் தலைக்குமேல் கந்தர்வர் களின் விண்கலங்கள் என சுழன்றிறங்கி சுமைகலங்களில் இருந்து பெரும்பொதிகளைத் தூக்கியபடி பருந்தொலியுடன் முனகி எழுந்து சுழன்று சென்றன. துலாக்கள் அமைந்த மேடைகளே பெரிய கட்டடங்களென தலைக்குமேல் எழுந்து நின்றன. அவற்றுடன் இணைந்த இரும்புச்சங்கிலிகள் இழுபட்டு நீண்டு கீழே அமைந்த பேராழிகளைச் சுற்றியிருந்தன. அங்கே யானைகள் அவற்றில் இணைந்த நுகங்களை இழுத்தன. அவற்றுக்கு ஆணையிட்ட பாகர்களின் ஓசைகளும் சங்கிலிக்குலுங்குதலும் ஆழிப்புரி முறுகுதலும் விழிதொட்டபின் தனியாகக் கேட்டன.

கீழே பேச்சுக்குரல்கள் கேட்க, கர்ணன் திரும்பி நோக்கினான். துரியோதனன் ஜராசந்தன் இருவரும் கௌரவர் சூழ சிரித்தபடி மேலேறி

வந்தனர். கௌரவர்கள் வெண்பட்டாடை சுற்றி அமுதகல முத்திரை பதித்த பொற்பட்டுத் தலைப்பாகையும் மார்பில் மலர்ப்பொளிச்சரமும் முத்துச்சரமும் காதுகளில் மணிக்குண்டலங்களும் அணிந்திருந்தனர். ஜராசந்தன் முழுதணிக்கோலத்தில் உடலெங்கும் மணிகள் சுடர அரசமுடிமட்டும் இல்லாமலிருந்தான். துரியோதனனின் ஆடைகளை அணிந்திருந்தான். அவர்களைக் கண்டதும் சூழ்ந்திருந்த அஸ்தினபுரியின் காவலர் வாழ்த்தொலி கூவினர். அவர்களின் கண்களில் தெரிந்த குழப்பத்தைக் கண்டபின் கர்ணன் திரும்பி நோக்கினான். துரியோதனனும் ஜராசந்தனும் ஆடிப்பாவைகளெனத் தெரிந்தனர்.

முதற்கலத்தில் இருந்து கனகரும் பிரமோதரும் பலகைப்பாலங்கள் வழியாக மூச்சிரைத்தபடி வந்தனர். கனகர் "அமைச்சர் இறங்கிவிட்டார். அவர் அரண்மனைக்குச் சென்று ஆவன செய்வதாகச் சொன்னார். தங்களை வரவேற்க நகுலசகதேவர்கள் வந்துவிட்டார்கள். கலிங்கரை அழைத்துச்சென்று தேரிலேற்றிவிட்டு பார்த்தர் வந்துகொண்டிருக்கிறார். வங்கரைக் கொண்டு தேரேற்றிவிட்டு பீமசேனர்..." என்ற கனகர் திகைத்தார்.

"நான் ஜராசந்தன். நேற்றிரவு இங்கே அஸ்தினபுரியின் அரசரை சந்திக்கவந்தேன்" என்றான் ஜராசந்தன். கனகர் தலைவணங்கி "மகதமன்னரை வணங்குகிறேன்... நான்... ஆனால்..." என்றார். "அரசமுறைமைகள் ஏதும் தேவையில்லை. நான் அரசமுறைமைப்படி வரவில்லை" என்றான் ஜராசந்தன். துரியோதனன் "ஆம் அமைச்சரே, அவர் என் நண்பராகவே இங்கே இருக்கிறார்" என்றான். "ஆம், ஆனால் நாம் அறிவிக்கவேண்டும். இந்திரப்பிரஸ்தத்திற்கு மகதம் மாபெரும் அண்டைநாடு. அவர்களுக்கு பல முறைமைகள் உள்ளன" என்றார் கனகர்.

"முறைமைகளை நானே செய்கிறேன்... பீமன் வரட்டும்" என்றான் துரியோதனன். நகைத்தபடி ஜராசந்தனிடம் "அமைச்சர்கள் முறைமைகள் இல்லாமலாவதை அஞ்சுகிறார்கள். ஏனென்றால் அவர்களின் பணியே நின்றுவிடுமே" என்றான். துச்சாதனன் உடன் நகைத்து "எங்கள் கொட்டிலில் சங்கமன் என ஒரு யானை உள்ளது. அது காலில் சங்கிலி இல்லாமல் நடக்காது. அஞ்சி நின்றுவிடும்" என்றான். கர்ணன் "ஏதும் தேவையில்லை கனகரே. நாங்களே இதை பார்த்துக்கொள்கிறோம்" என்றான்.

"அரசரும் மகதரும் இறங்கும்போது வாழ்த்தொலிகள் எழவேண்டுமே! மகதருக்கான முறைமுரசும் ஒலிக்கவேண்டும்" என்றார் கனகர். "தேவையில்லை. அவர் வந்திருப்பதை நான் சொல்லி பாண்டவர்

அறிந்தால்போதும்...” ஜராசந்தன் “என் அரசப்படைகள் முன்னரே சென்றுவிட்டன. அவை இப்போது துறையமைந்திருக்கக்கூடும்” என்றான். துரியோதனன் “அவர்கள் அனைத்து முறைமைகளையும் அடையட்டும்...” என்று சொல்லி தேவையில்லாமலேயே உரக்க சிரித்தான். சிரிக்கும் உளநிலையுடன் அவன் இருந்தான் என்பதை கர்ணன் கண்டான்.

“தாங்கள் நாங்கள் இறங்குவதற்கான ஏற்பாடுகளைச் செய்யுங்கள் கனகரே” என்றான் கர்ணன். கனகர் தலைவணங்கி குழப்பத்துடன் பிரமோதரை நோக்கியபின் சென்றார். அவர்களைத் தொடர்ந்து பாலத்தில் வந்துகொண்டிருந்த கைடபரை இருவரும் வழியிலேயே சந்தித்து பேசிக்கொண்டார்கள். கைடபர் திகைப்பதும் ஜராசந்தனை நோக்குவதும் தெரிந்தது. அவர்கள் சென்றபின் குகன் ஏதோ சொல்ல, கலம் முழுக்க நகைத்தது.

ஜராசந்தன் “நான் ஒரு வடத்தில் மேலேறிச்சென்று நோக்கவிரும்புகிறேன். இந்திரப்பிரஸ்தத்தின் இந்தப் படித்துறையே ஒரு சிறிய நகரம்போலிருக்கிறது” என்றான். துச்சாதனன் “பன்னிரு படித்துறைகளில் ஒன்று இது” என்றான். “இதிலிருந்து இருபெரும்சாலைகள் சுழன்றேறி நகருக்குள் நுழைகின்றன. அப்பால் கற்களை ஏற்றியிறக்க வேறு படித்துறைகளும் உள்ளன.” ஜராசந்தன் “சிறிய படகுகள் அங்கே காட்டுக்குள் இறங்குகின்றன...” என்றான். சிரித்தபடி திரும்பி “இந்நகரம் அமைவதைப்பற்றி கேட்டபோது நான் என்ன சொன்னேன் தெரியுமா?” என்றான்.

“இதை வெல்லும் ஒரு நகரை அமைக்கவேண்டும் என்று எண்ணியிருப்பீர்கள், வேறென்ன?” என்றான் துரியோதனன். “இல்லை, தேனீ கூடுகட்டுவது கரடி சுவைப்பதற்கே என்றேன்” என்றபின் நகைத்தான் ஜராசந்தன். “இதன்மேல் நான் படைகொண்டு வரமுடியாதபடி செய்துவிட்டீர்களே அரசே!” கர்ணன் “இந்நட்புக்குப்பின் துவாரகையும் உங்களுக்கு நட்பு அல்லவா?” என்றான். “ஆம், ஆனால் அதற்குமுன் துவாரகைத்தலைவன் என் மகளிரிடமும் என் குலத்திடமும் பொறுத்தருளக் கோரவேண்டும்.” துரியோதனன் “தேவையென்றால் அவன் அதையெல்லாம் செய்யத் தயங்கமாட்டன். மகதரே, அவன் நூறு பீஷ்மர்களுக்கு நிகரானவன்” என்றான்.

இந்திரப்பிரஸ்தத்தின் காவல்மாடத்திலிருந்த முரசு குதிரைநடையில் முழங்கத்தொடங்கியது. அனைத்துப் பெருமுரசுகளும் அதை ஏற்றொலிக்க, அஸ்தினபுரியின் கலங்களிலிருந்த முரசுகளும் ஒலித்தன. கைடபர் மேலே நோக்கி கைகளை வீசியபடியே பாய்ந்து வந்து கர்ணனிடம் “இந்திரப்பிரஸ்தத்தின் இளவரசர்கள் எழுந்தருளிவிட்டனர் அரசே” என்றான். “நால்வரும் வந்துள்ளனர். இதற்குமுன் நால்வரும் வந்து

எதிர்கொண்டது துவாரகைத்தலைவரை மட்டுமே.” கர்ணன் “அவர்கள் தம்பியர், இளவரசர்கள் அல்ல” என்றான். அதைப் புரிந்துகொள்ளாமல் “ஆம்” என்ற கைடபர் கைவீசி ஆணைகளை இட்டபடி ஓடினார்.

இந்திரப்பிரஸ்தத்தின் அணிப்படை ஒன்று நீர்மின்னும் இரும்புக்கவசங்களும் சுடர்துள்ளும் படைக்கலங்களுமாக நெறிநடையிட்டு வந்தது. அவர்களுக்கு முன்னால் வெண்குதிரையில் இந்திரப்பிரஸ்தத்தின் மின்கதிர் கொடியுடன் பொற்பட்டுத் தலைப்பாகையும் வெள்ளிக்கவசமும் அணிந்த அணிமுதல்வன் வந்தான். துறைமேடையில் ஏற்கெனவே இறங்கிய அனைவரும் விலக்கப்பட்டிருந்தமையால் அலைத்துமி படர்ந்த கருங்கற்பரப்பு வண்ணங்கள் சிதறிப்பரந்து தெரிந்தது.

அப்பால் தெரிந்த பெருஞ்சாலை வளைவிலிருந்து படை ஒழுகியிறங்கியது. அணிப்பரத்தையர் இளஞ்செந்நிறப் பட்டாடைகளும் பொன்னணிகளும் கையிலேந்திய மங்கலத் தாலங்களுமாக நான்குநிரைகளாக வந்தனர். அவர்களுக்கு அப்பால் இசைச்சூதர்கள் இசையின் அதிர்வுகளுக்கேற்ப துள்ளியாடியபடி வந்தனர். காற்றிலெழுந்த இசை வந்து அலையடிக்க, அலைக்காற்றால் அள்ளிக்கொண்டுவரப்படும் ஒளிச்சருகுகள்போல அவர்கள் தெரிந்தனர்.

யானைகளின் உடலசைவுகளில் அந்த இசைத்தாளம் எதிர்நிகழ்வதை கர்ணன் வியப்புடன் நோக்கினான். அவற்றின் உடலுக்குள் கரியதோலைப்போர்த்தி இன்னொரு இசைக்குழு துள்ளி நடனமிடுவதைப்போல. தொடர்ந்த படைநிரைக்குமேல் நகுலனின் சரபக்கொடியும் சகதேவனின் அன்னக்கொடியும் தெரிந்தன. துச்சாதனன் “இளையோர்!” என்றான். “நான் அவர்களைப் பார்த்தே நெடுநாட்களாகின்றன... இன்று அவர்களை நெஞ்சுதழுவுகையில் எலும்புகளை உடைக்கவேண்டும் என்று தோன்றுகிறது.”

பீமனின் சிம்மம் பொறிக்கப்பட்ட கொடியும் அர்ஜுனனின் குரங்குக்கொடியும் அவற்றுக்குப் பின்னால் தெரிந்தன. “இருவரும் வருகிறார்கள்!” என்றான் துச்சலன். திருஷ்டத்யும்னனின் கோவிதாராக்கொடி தெரிய துச்சாதனன் திரும்பி “மூத்தவரே, பாஞ்சாலனும் வருகிறான்” என்றான். “நன்று” என்றான் துரியோதனன். “இளையயாதவனும் வருவானென்றால் எல்லாவற்றையும் இக்கலத்துறையிலேயே முடித்துவிடலாம்.” “அவர் வரமாட்டார்” என்று துர்மதன் உளம்கூராமல் சொல்ல, துரியோதனன் திரும்பி நோக்கி புன்னகை செய்தான்.

நூற்றுக்கணக்கான மணிக்குடைகள் குலுங்கிச்சுழன்றபடி வந்தன. தலைகீழாக மலர்ந்த பூக்களாலான காடுபோல தெரிந்தது அணியூர்வலம்.

பட்டுப்பாவட்டாக்களும் அணிக்கொடிகளும் காற்றில் உலைந்தன. பெண்களின் ஆடைகளையும் குடைகளையும் கொடிகளையும் அள்ளி கீழ்த்திசை நோக்கி நீட்டியபடி காற்று ஒன்று கடந்துசென்றது. ஓடையில் நீர்ப்பாசிகள்போல அவை இழுபட்டு நெளிந்தன.

"எத்தனை துலாக்கள்!" என்றான் ஜராசந்தன். "பாரதவர்ஷத்தில் எந்தத் துறையிலும் இத்தனை துலாக்கள் இல்லை. இந்த ஒருமேடையிலேயே பதினெட்டு பெருந்துலாக்களும் இருபது சிறுதுலாக்களும் உள்ளன..." நுனிக்காலில் நின்று எட்டிப்பார்த்து "இப்படி பன்னிரு துறைமேடைகள் என்றால்..." சிரித்து "வேறுவழியில்லை, யமுனையை வெட்டி பெரியதாக்க வேண்டியதுதான்" என்றான். துரியோதனன் "இது பன்னிரு இதழ்கள் கொண்ட கொடி. இங்கே வரும் ஒவ்வொருவரும் இதை ஊர்தோறும் சென்று பேசுவார்கள் அல்லவா?" என்றான்.

அவர்கள் எண்ணியிருக்காத கணத்தில் ஜராசந்தன் ஒரு வடத்தைப்பற்றி மேலேறி பிறிதொன்றின்மேல் நின்றபடி "அடுத்த துறைமேடையில் இருபது துலாக்கள்!" என்றான். பெருகி வந்துகொண்டிருந்த இந்திரப்பிரஸ்தத்தின் படைகளில் முன்னால் வந்த சிலர் ஜராசந்தனைப் பார்த்து திகைப்பதை கர்ணன் கண்டான். "மகதரே, கீழிறங்குங்கள்" என்றான். "இத்தனை நீளமான துலாக்கோல்கள் எப்படி இவர்களுக்கு அமைந்தன என்று பார்த்தேன்" என்றபடி ஜராசந்தன் இறங்கிவந்தான். "துலாமரத்தின் எடையில் அல்ல, பல மரங்களை ஒன்றுடனொன்று பின்னி அமைத்திருப்பதிலுள்ளது அந்த நுட்பம். அது கிழக்கே காமரூபத்திலிருந்தோ அல்லது மேலும் அப்பால் மணிபூரகத்திலிருந்தோ வந்திருக்கவேண்டும்..."

துரியோதனன் "அதை ராஜகிருகத்தில் அமைத்தேயாகவேண்டும், இல்லையா?" என்றான். "ஆம், அது அரசனாக என் கடமை. முடிந்தால் இங்குள்ள சிற்பிகளையே அழைத்துச்செல்வேன்" என்றான். கௌரவர்கள் நகைத்தபடி அவனை சூழ்ந்தனர். துச்சலன் "நீங்கள் புகையாலான உடல்கொண்டவர் போல மேலெழுந்தீர்கள்..." என்றான். "இந்தக் கலத்தின் உச்சிக்கொடியை சென்று தொட்டுவர எனக்கு பத்து எண்ணும் நேரம் போதும்" என்றான் ஜராசந்தன். "அவ்வளவு விரைவாகவா?" என்றான் துர்மதன். "பார்க்கிறாயா?" என்றான் ஜராசந்தன்.

கர்ணன் அவர்களை நோக்கி வந்துகொண்டிருந்த அணிநிரையில் ஒரு மாற்றம் நிகழ்ந்திருப்பதை உணர்ந்தான். அவர்களின் உடலசைவுகளில் ஓசையில் அல்லது நிரையில். அனைத்திலும் மாற்றம் நிகழ்ந்திருந்தது. ஆனால் அதுவல்ல. மேலுமொரு மாற்றம். அவன் திரும்பி கனகரின் கண்களை நோக்கினான். உடனே அதை அவன் அகம் கண்டுகொண்டது. திடுக்கிட்டு அணிநிரையைப் பார்த்தான். அதில் சிம்மக்கொடியும்

குரங்குக்கொடியும் இல்லை. பின்னால் கோவிதாராக் கொடியும் இருக்கவில்லை.

அவன் சிலகணங்களுக்குப் பின்னரே மூச்சை இயல்பாக விட்டான். கனகரிடம் அருகே வர கைகாட்டியபடி இயல்பாக முன்னால் நடந்தான். "அவர்கள் மகதரை அறிந்துவிட்டனர்" என்றார் கனகர். "உடனே அங்கு ஏதோ நடந்தது. பீமசேனர் திரும்பிச்சென்றார். அவருக்கும் பார்த்தருக்கும் ஏதோ சொல்லாடல் நடந்திருக்கும். பின்னர் மூவருமே விலகிச்சென்றனர்." கர்ணன் "விலகிச்செல்வதை பார்க்கமுடியவில்லையே?" என்றான். "செல்லவில்லை. கொடிகள் உடனே தாழ்த்தப்பட்டன. அவர்கள் தேரிறங்கி அதோ தெரியும் அந்த சுங்க மாளிகைக்குப் பின்பக்கம் மறைந்தனர்."

"நாம் இறங்குகையில் நம்மை வரவேற்க மறுக்கிறார்களோ?" என்றான் கர்ணன். "இல்லை, மகதமன்னரை முறைப்படி வரவேற்கலாமென நினைக்கிறார்கள்போலும்" என்றார் கனகர். அவர் அறிந்தே பொய்சொல்கிறார் என்பது தெரிந்தது. "நாம் இறங்கும்போது அவர்கள் இருக்கமாட்டார்கள். புரவிகளில் ஊடுபாதையினூடாகச் சென்றுவிட்டிருப்பார்கள்" என்றான் கர்ணன். கனகர் ஒன்றும் சொல்லவில்லை.

"இதை இப்போது மகதரும் அரசரும் இளையோரும் அறிய வேண்டிய தில்லை" என்றான் கர்ணன். "இளையபாண்டவர் இருவரும் வந்து முறைசெய்யட்டும். மகதரிடம் நாம் மூத்தபாண்டவர் இருவரும் அரண்மனைக்கே வருவார்கள் என்று சொல்லிக்கொள்வோம்." "ஆம்" என்றார் கனகர். "என்ன ஆயிற்று அந்த மூடர்களுக்கு?" என்றான் கர்ணன் சினத்துடன். "ஐயுறுகிறார்கள்" என்றார் கனகர். "ஏன்?" என்றான் கர்ணன். உடனே அவனுக்கும் புரிந்தது. "நாம் இவர்களுக்கு எதிராக மகதருடன் உடன்படிக்கை கொண்டிருக்கிறோம் என எண்ணியிருப்பார்கள்."

கர்ணன் "அதெப்படி?" என எண்ணியதுமே அதை உண்மை என உணர்ந்துகொண்டான். கீழே இருநாட்டு படைத்தலைவர்களும் கொடிமாற்றச்சடங்கை செய்துகொண்டிருந்தனர். அஸ்தினபுரியின் காவலர்தலைவன் கவசங்களில் சூழ்ந்திருந்த வண்ணங்கள் மின்னி அலையடிக்க சீர்நடையிட்டுச்சென்று தன் கையிலிருந்த அமுதகலசக் கொடியை தூக்கி மும்முறை ஆட்டி இந்திரப்பிரஸ்தத்தின் காவலர்தலைவனிடம் அளிக்க, அவன் தன்னிடமிருந்த மின்கொடியை மும்முறை ஆட்டி திரும்ப அளித்தான்.

"அவ்வண்ணமே ஆயினும் வந்திருப்பவர் அவர்களின் உடன்குருதியினர். எப்படி அவர்களை எதிர்கொள்ளாமல் புறக்கணிக்கலாகும்?"

என்றான் கர்ணன். "முறைப்படி இரு இளவரசர்கள் வந்துள்ளனர். அவர்களே போதும்" என்றார் கனகர். "முறைமையா? வந்திருப்பவர் அவர்களின் பெரியதந்தையின் மண்வடிவமான மகன். நெஞ்சு நிறைந்த பேரன்புடனும் நிகரற்ற பெருஞ்செல்வத்துடனும் அணைந்திருக்கிறார். வங்கனையும் கலிங்கனையும் எதிர்கொண்டவர்களால் அவர்களை எதிர்கொள்ளமுடியாதா என்ன?"

கனகர் மறுமொழி சொல்லவில்லை. இந்திரப்பிரஸ்தத்தின் பெருமுரசுகளும் கொம்புகளும் யானைநடையில் ஒலிக்கத்தொடங்கின. முன்னால் வந்து நின்ற ஏழு இசைச்சூதர் வெண்சங்குகளை ஊதினர். கனகர் ஓடிச்சென்று துரியோதனனிடம் "அரசே, தாங்கள் இறங்கலாம்" என்றார். "ஆம், நல்வேளை" என்றபின் ஜராசந்தனிடம் "வருக அரசே" என்று அழைத்து அவன் கைமுட்டைப் பற்றியபடி துரியோதனன் நடந்தான். கௌரவர்கள் ஆடைகளை சீரமைத்தபடி தொடர்ந்தனர்.

அவர்கள் கலவிளிம்பை அடைந்ததும் கீழே அவர்களைப் பார்த்து இந்திரப்பிரஸ்தத்தின் வீரர்கள் வாள்களை மேலே தூக்கி வாழ்த்தொலி எழுப்பினர். மங்கலஇசை சேர்ந்து எழுந்தது. வண்ணங்கள் கொப்பளிக்கும் நதியொன்று பெருகிவந்து சூழ்ந்ததுபோலிருந்தது. ஜராசந்தன் தொடர, துரியோதனன் செம்பட்டு போர்த்தப்பட்ட மரவுரி விரித்த பாலத்தில் நடந்து கீழே சென்றான். அவன் வலப்பக்கம் ஜராசந்தனும் இடப்பக்கம் கர்ணனும் நடந்தனர். தொடர்ந்து கௌரவர் சென்றனர்.

மங்கலப்பரத்தையர் தாலங்களுடன் வந்து அவர்களை எதிர்கொள்ள, அவர்கள் ஒவ்வொரு தாலத்தையும் தொட்டு சென்னிசூடினர். இசைச்சூதர் வந்து வணங்கி இருபக்கமும் பிரிந்தனர். நகுலனின் சரபக்கொடி ஏந்திய வீரன் முன்னால் வந்து தலைவணங்கி கொடிதாழ்த்தினான். தொடர்ந்து நகுலன் கூப்பிய கைகளுடன் வந்தான். அன்னக்கொடி ஏந்திய வீரன் வந்து தலைவணங்கி கொடிதாழ்த்தி விலக சகதேவன் கைகூப்பியபடி வந்தான்.

"இந்திரப்பிரஸ்தநகரிக்கு வருக அரசே. இந்நாள் எங்கள் மூதாதையர் உங்கள் வடிவில் நகர் நுழைகிறார்கள்" என்றான் சகதேவன். "எங்கள் பெரியதந்தையின் வருகையென இதை எண்ணுகிறோம்" என்றான் நகுலன். இருவரும் துரியோதனன் கால்களைத் தொட்டு வணங்க "வெற்றியும் புகழும் திகழ்க!" என அவன் வாழ்த்தினான். தன் பெரிய கைகளால் இருவரையும் சுற்றி அணைத்தபடி "இளைத்துவிட்டீர்கள், இளையோரே" என்றான். "இல்லை மூத்தவரே, தங்கள் விழிகளுக்கு அப்படித் தெரிகிறோம். உண்மையில் பருத்துவிட்டோம்" என்றான் சகதேவன்.

“என் கைகளுக்குப் போதவில்லை உங்கள் உடல்…” என்றான் துரியோதனன். இருவரும் முகமன் உரைத்தபடி துச்சாதனன் கால்களைத் தொட்டு வணங்கினர். அவன் அவர்களை அணைத்துக்கொண்டு “முதியவர்களாகிவிட்டீர்கள்… இன்னமும் நெஞ்சில் இளையோராக இருக்கிறீர்கள்” என்றான். கௌரவர் நகைத்துக்கொண்டு அவர்களை மாறிமாறி அணைத்தனர். சகதேவன் கர்ணனிடம் “இந்திரப்பிரஸ்த நகருக்கு நல்வரவு ஆகுக அங்கரே!” என்றான். “ஆம், நான் நற்பேறுகொண்டேன்” என்றான் கர்ணன்.

துரியோதனன் விழிகள் அலைந்ததை கர்ணன் கண்டான். கனகர் “பீமசேனரும் பார்த்தரும் மறுதுறையில் மன்னர்களை வரவேற்கச் சென்றுள்ளார்கள் அரசே” என்றார். துரியோதனன் “ஆம், அவர்களை வரவேற்பதே முதன்மையானது” என்றான். சிரித்தபடி ஜராசந்தனிடம் “இங்குள்ள ஷத்ரியர் தங்களை எவர் வரவேற்கிறார்கள், எவர் முதலில் வருகிறார்கள் என்பதையே கணித்துக்கொண்டிருப்பார்கள்” என்றான். ஜராசந்தன் புன்னகைசெய்தான்.

“இளையோனே, உங்களுக்கு ஒரு நற்செய்தி… இவர் மகதமன்னர் ஜராசந்தன். என் தோழர்” என்றான் துரியோதனன். நகுலன் ஏதோ சொல்வதற்குள் “அவர்கள் அறிவார்கள்” என்றான் ஜராசந்தன். சற்று நகைத்து “அவர்கள் விழிகளிலேயே தெரிந்தது” என்றான். நகுலன் “அமைச்சர் சொன்னார்கள்…” என்றான். சகதேவன் “மகதமன்னர் ஜராசந்தரை இந்திரப்பிரஸ்தநகரிக்கு வரவேற்கிறோம். தங்கள் வரவால் இந்நகர் பொலிவுகொள்கிறது” என்றான்.

ஜராசந்தன் “நான் வருவதைப் பார்த்துத்தான் பீமனும் அர்ஜுனனும் மறைந்தார்களா?” என்றான். நகுலன் கண்களில் திகைப்புடன் “இல்லை. அவர்கள்…” என தொடங்க “பொய் சொல்லவேண்டியதில்லை இளையோனே. அதில் பிழையென ஏதுமில்லை” என்றான் ஜராசந்தன். துரியோதனன் உரக்க நகைத்து, “மறைந்துவிட்டானா பீமசேனன்? சரி, அவனை நாம் அரண்மனைக்குச் சென்றே பிடிப்போம். தோள்பொருதுவோம்…” என்றபின் “வருக!” என்று ஜராசந்தன் தோளைப்பற்றினான்.

சகதேவன் கண்கள் கர்ணனை வந்து தொட்டுமீண்டன. நகுலன் “இந்திரப்பிரஸ்தநகரிக்கு மூன்று அரசர்களையும் வரவேற்கிறோம்” என்றான். இந்திரப்பிரஸ்தத்தின் அமைச்சர் கைகாட்ட, மீண்டும் மங்கலப்பேரிசையும் வாழ்த்தொலிகளும் பொங்கிக் கிளம்பின. கைடபர் பின்னால் திரும்பி கையசைவால் ஆணைகளை இட, கலங்களிலிருந்து பிறர் இறங்கத்தொடங்கினர்.

பகுதி 4

நூறிதழ் நகர்

1

இந்திரப்பிரஸ்தத்தின் துறைமேடையிலிருந்து கிளம்பிய அணியூர்வலம் பலநூறு பாதக்குறடுகளின் இரும்பு ஆணிகளும் குதிரை லாடங்களும் ஊன்றிய ஈட்டிகளின் அடிப்பூண்களும் பாதைபரப்பில் விரிந்திருந்த கற்பாளங்களில் மோதி அனற்பொறிகளை கிளப்ப, வாழ்த்தொலிகளும் மங்கலப்பேரிசையும் எழுந்து சூழ, வண்ணப்பெருக்கென வளைந்து மேலேறியது. அவர்களுக்கு முன்னால் மேலும் பல அரசர்களின் அணி ஊர்வலங்கள் சென்றன. மலரும் இலையும் சருகும் புழுதியும் அள்ளிச்சுழற்றி மேலே செல்லும் காற்றுச்சுழலென அவை தெரிந்தன.

முகிற்குவைகளென நிரைவகுத்து வந்துகொண்டே இருந்த மாளிகைகளை கர்ணன் நோக்கினான். அனைத்திலும் இந்திரப்பிரஸ்தத்தின் மின்கதிர் கொடி பறந்துகொண்டிருந்தாலும் பெரும்பாலானவற்றில் எவரும் குடியிருக்கவில்லை என்பது தெரிந்தது. அரைவட்ட, நீள்சதுர, முற்றங்களில் நின்றிருந்த பல்லக்குகளின் செம்பட்டுத் திரைச்சீலைகளில் காற்று நெளிந்தது. பிடரிமயிர் உலைய தலைதாழ்த்தி செவிகூர்த்து சாலையில் ஓடும் ஓசைகளைக் கேட்டு விழிகளை உருட்டி கால்களை முன்னும் பின்னும் தூக்கி வைத்து நின்ற இடத்திலேயே பயணம் செய்தன புரவிகள். அவற்றின் அசைவுகளுக்கு ஏற்ப மணிகுலுங்கி நிலைகுலைந்துகொண்டிருந்தன தேர்கள்.

சூழலின் காட்சிகள் நெளிந்தலைந்த இரும்புக்கவசங்களுடன் பெரிய நீர்த்துளிகளெனத் தெரிந்த வீரர்கள் ஆணைகளைக் கூவியபடி, செய்திகளை அறிவித்தபடி, படிகளில் இறங்கியும் ஏறியும் அலைபாய்ந்தனர். ஏவலர் பாதைகளிலும் முற்றங்களிலும் காற்றில் சருகுகள் என தங்கள் உள எழுச்சியின் விசையால் அலைக்கழிக்கப்பட்டனர். இந்திரப்பிரஸ்தத்தின்

பொற்பூச்சு மின்னிய வெள்ளித்தேரில் ஜராசந்தனும் துரியோதனனும் அமர்ந்திருக்க, பின்னால் துச்சாதனனும் கர்ணனும் நின்றிருந்தனர். அவர்களுக்குப் பின்னால் துச்சலனும் துச்சகனும் நின்றனர். ஒரு கையால் மீசையை நீவியபடி அரைத்துயிலில்என சரிந்த விழிகளுடன் கர்ணன் பக்கவாட்டில் நோக்கிக்கொண்டிருந்தான். வளைந்துசென்ற பாதையின் கீழே இந்திரப்பிரஸ்தத்தின் மிகப்பெரிய படித்துறை தெரிந்தது.

விரிக்கப்பட்ட பீதர்நாட்டு விசிறிபோல பன்னிரண்டு துறைமேடைகள் யமுனைக்குள் நீட்டி நின்றன. அனைத்துத் துறைகளிலும் கலங்கள், படகுகள், அம்பிகள் மொய்த்து யமுனையின் பெருக்கையே மறிப்பதுபோல் நிரம்பியிருந்தன. அவற்றில் பறந்த கொடிகள் பறவைக்கூட்டங்கள் வானில் நிலைத்து சிறகடிப்பவை என தெரிந்தன. படகுத்துறைக்கு மேலே பலநூறு தோணிகளை யமுனையின் மீது நிறுத்தி அவற்றுக்கு மேல் மூங்கில்பரப்பில் சேர்த்துக்கட்டி மிதக்கும் பாலம் ஒன்றை அமைத்திருந்தனர். அதன்வழியாக யமுனையின் மறுகரையில் பெருகி வந்துகொண்டிருந்த மக்கள் திரள் இணைந்து ஒன்றாகி பாலத்தை நிறைத்து, வழிந்து, இப்பாலிருந்த குறுங்காடுகளுக்குள் புகுந்து, இடைவெளிகளில் எல்லாம் வண்ணங்களாகத் தெரிந்து, மீண்டும் கைவழிகளாகப் பிரிந்து, மேலேறும் பாதைகளை அடைந்தது.

அனைத்துப் பாதைகளிலும் குனிமுத்துக்களும் மஞ்சாடிமுத்துக்களும் செறிந்துருண்டு வருவதுபோல் மக்கள்திரள் நகர்நோக்கி எழுந்து வந்தது. துச்சாதனன் கர்ணனிடம் "நிகரற்ற கோட்டை வாயில் மூத்தவரே!" என்றான். கர்ணன் திரும்பி நோக்க, இரண்டு மாபெரும் கோபுரங்கள் என பதினெட்டு அடுக்குகளுடன் எழுந்து நின்றிருந்த கோட்டைமுகப்பை பார்த்தான். அவற்றின் மேலிருந்த குவைமாடங்களில் பூசப்பட்டிருந்த வெண்சுண்ணப்பரப்பு இளவெயிலில் பட்டென, வாழைப்பட்டை என, மின்னியது. அவற்றின் அடுக்குகள் அனைத்திலும் முழுக்கவசம் அணிந்த படைவீரர்கள் விற்களும் வாள்களும் வேல்களும் ஏந்தி நின்றிருந்தனர். கோட்டைவாயில் விரியத் திறந்திருக்க அவர்களுக்கு முன்னால் சென்ற கலிங்கனின் படை அவற்றினூடாக உள்ளே சென்றது. அகன்றசாலையில் கிளைகளாக விரிந்த படைநிரை சற்றும் சுருங்காமல் உள்ளே செல்லும் அளவு அகன்றிருந்தது வாயில்.

துச்சாதனன் "மாளிகைகள் அனைத்தும் செந்நிறக் கற்கள். கோட்டைமுழுக்க சேற்றுக்கல். இக்கற்களுக்கே இவர்களின் கருவூலம் அனைத்தும் செலவாகியிருக்கும் மூத்தவரே. ஒவ்வொன்றும் ஒரு சிறு யானையளவு பெரியவை" என்றான். கர்ணன் ஒன்றும் சொல்லாமல் தலையை ஆட்டினான். "எப்படி இவற்றை மேலேற்றினர்?" என்றான் துச்சகன். துச்சலன் "சிலந்திவலைபோல மூங்கில்களைப் பின்னிக்கட்டி

பெரிய கற்களையும் வடங்களால் இழுத்து மேலேற்றமுடியுமாம். கலிங்கத்தின் சிற்பிகளின் வழிமுறை அது. கலிங்கச்சிற்பி கூர்மரின் தலைமையில் இந்நகர் கட்டப்பட்டது என்றார்கள்” என்றான்.

“ஒன்றினுள் ஒன்றாக ஏழு கோட்டைகள் என்றார்கள்” என்றான் துச்சலன். ஆனால் ஒரு வாயிலினூடாக இன்னொரு கோட்டைதான் தெரிந்தது. அணியூர்வலங்கள் சிறிய இடைவெளிகளுடன் ஒரே ஒழுக்காக சென்றபடியே இருந்தன. துரியோதனன் அண்ணாந்து கர்ணனிடம் “கோட்டைவாயிலில் பீமனும் அர்ஜுனனும் வருவதாகச் சொன்னார் அல்லவா?” என்றான். கர்ணன் ஒருகணம் அதை எவரேனும் சொன்னார்களா என்று நினைவுகூர்ந்து “ஆம், அங்கிருப்பார்கள் என நினைக்கிறேன்” என்றான். “மாபெரும் கோட்டைவாயில்! ஒரு மலைக்கணவாய் போல. அங்கரே, பாரதவர்ஷத்தில் இதற்கிணையான ஒரு கோட்டைவாயில் இல்லையென்றே நினைக்கிறேன்” என்றான் துரியோதனன்.

ஜராசந்தன் உரக்க நகைத்து “ஆம், இதற்கிணையான பெரும்படையை கொண்டுவந்துதான் இவ்வாயிலைக் கடக்க வேண்டும்” என்றான். துரியோதனன் உடன் நகைத்து “போர் யானையை அணிபூட்டிக் கொண்டுவந்து ஆலயமுகப்பில் நிறுத்தியதுபோல் இருக்கிறது இக்கோட்டை” என்றான். கோட்டைக்கோபுரங்கள் அவர்கள்மேல் சரிந்துவிழுபவை போல அணுகிவந்தன. அணியூர்வலம் கோட்டைமுகப்பை அடைந்ததும் அறிவிப்புமேடையில் நின்ற நிமித்திகன் தன் வெள்ளிக்கோலைத் தூக்கி சுழற்றித் தாழ்த்த, கோட்டையின் அனைத்து பெருமுரசுகளும் நடைமாற்றி அவர்களை வரவேற்கும் மான்நடைத்தாளத்தை எழுப்பின. கோட்டை மீதிருந்த அனைத்து வீரர்களும் கோட்டைமுகப்பின் இருபுறமும் கூடிநின்றிருந்தவர்களும் “அஸ்தினபுரியின் மாமன்னர் வாழ்க! குருகுலத்தோன்றல் வாழ்க! துரியோதனர் வாழ்க!” என்று வாழ்த்துரை எழுப்பினர். “மகத மன்னர் ஜராசந்தர் வாழ்க! ஜரை மைந்தர் வாழ்க! ராஜகிருகத்தின் பெரும்புதல்வர் வாழ்க!” என்று வாழ்த்தொலிகள் எழுந்து கலந்தன.

ஜராசந்தனும் துரியோதனனும் இருபுறமும் திரும்பி கைகளைக் கூப்பியபடியே சென்றனர். கோட்டைவாயிலுக்குள் தேர்கள் நுழைந்ததும் கோட்டைக் காவலன் ஒளிபுரண்டலைந்த இரும்புக்கவச உடையில் பாதரசத்துளிபோல புரவியில் வந்து அவர்களின் தேருக்கருகே நின்று “இந்திரப்பிரஸ்தத்தின் பெருங்கோட்டைக்குள் அஸ்தினபுரியின் அரசரையும் மகதமன்னரையும் வரவேற்கிறேன். தங்கள் வரவு இங்கு மங்கலம் நிறைக்கட்டும்” என்றான். துரியோதனன் திரும்பி கர்ணனை நோக்க, கர்ணன் தன் பார்வையை விலக்கிக்கொண்டான். கோட்டை

வாயிலுக்கு அருகே சென்றதும் அவர்களை வழிநடத்திச் சென்ற நகுலனும் சகதேவனும் விரைவழிந்து இருபக்கமுமாகப் பிரிந்தனர்.

சகதேவன் தன் தேரிலிருந்து இறங்கி நடந்து அவர்கள் அருகே வந்தான். "தாங்கள் நகர்புகுந்து மாளிகைக்குச் செல்லலாம் மூத்தவரே. அங்கு ஓய்வெடுங்கள். அவைகூடுகை மாலையில். இரவுதான் இந்திரனின் பேராலயத்தின் கொடைநிகழ்வு உள்ளது. நாங்கள் கீழேசென்று படகுத்துறைகளில் வந்தணையும் பிறமன்னர்களை வரவேற்க வேண்டியிருக்கிறது" என்றான். துரியோதனன் "ஆம் இளையோனே, நானே அதைச் சொல்லலாம் என்று எண்ணினேன். நீங்கள் உங்கள் பணிகளை ஆற்றுங்கள்" என்றான். பிறகு ஜராசந்தனிடம் "ஒரு விழவின் மிகக்கடினமான பணி என்பது விருந்தினரை வரவேற்று அமரச்செய்வதுதான்" என்றான். "ஆம்" என்று ஜராசந்தன் நகுலனை நோக்கிப் புன்னகைத்து கையசைத்தபடி சொன்னான்.

பாகன் கடிவாளத்தை இழுக்க, தேர் சற்றே குலுங்கி முன்னால் சென்றது. முதற்கோட்டைக்கு அப்பாலிருந்த சந்தனமரங்களும் நெட்டிமரங்களும் செறிந்த குறுங்காட்டுக்குள் புரவிகளும் யானைகளும் இளைப்பாறின. அருகே வீரர்கள் கவசங்களுடனும் படைக்கலங்களுடனும் நிழலாடினர். ஐந்தாவது கோட்டையில்தான் கதவுகளிருந்தன. அவற்றின் முதற்குமிழுக்கு கீழேதான் அருகணைந்த யானைகளே தெரிந்தன. ஒவ்வொரு கதவிலும் அமைந்த பன்னிரு பெருங்குமிழ்களிலும் காலையொளி சுடர்கொண்டிருந்தது. வலப்பக்கக் கதவில் இந்திரப்பிரஸ்தத்தின் மின்கதிர் முத்திரையும் இடப்பக்கக் கதவில் தழலலை முத்திரையும் வெண்கலத்தால் செய்யப்பட்டு பொறிக்கப்பட்டிருந்தன. அணுகுந்தோறும் அவை மேலெழுந்து சென்றன.

அப்பால் படைத்தலைவர்களின் செந்நிறக்கற்களாலான மாளிகைகள் வரத்தொடங்கின. அவற்றின் முற்றங்களிலெல்லாம் பல்லக்குகளும் தேர்களும் புரவிகளும் நிறைந்திருந்தன. பெருவீதிகளில் வண்ண ஆடைகளும் தலைப்பாகைகளும் அணிந்த மக்கள் தோளோடுதோள்முட்டிக் குழுமியிருந்தனர். ஜராசந்தன் "அனைவருமே யாதவர்களா?" என்றான். "இல்லை. பலதொழில் செய்பவர்களும் என்று நினைக்கிறேன்" என்றான் துச்சாதனன். "அனைவருக்கும் இங்கு ஏதோ வாய்ப்புகள் உள்ளன என்று தோன்றுகிறது. வளரும் ஒரு நாடோ நகரமோ அனைவருக்குமே வாய்ப்பளிக்கும். அதிலுள்ள அனைத்துமே வளர்ந்துகொண்டிருக்கும் என்பதனால்" என்றான். அவர்களுக்குப் பின்னால் தேர்களில் வந்துகொண்டிருந்த துர்மதனும் ஜலகந்தனும் பீமபலனும் சலனும் இருபுறங்களையும் நோக்கி மலைத்து உருட்டிய விழிகளுடன் திறந்த வாய்க்குள் தெரிந்த வெண்பற்களுடன் காற்றில் மிதக்கும் முகங்கள்போல் தோன்றினர்.

இந்திரப்பிரஸ்தத்தின் நகர் எல்லைக்குள் நுழைந்ததும் அவர்களை எதிர்கொள்ள அமைச்சர் சௌனகர் தொலைவில் மஞ்சலில் வருவது தெரிந்தது. துரியோதனன் தலைதூக்கிப் புன்னகைத்து "சௌனகரைப் பார்த்தே நெடுநாட்கள் ஆகின்றன" என்றான். "ஆம், இங்கு அவர் இடத்தில் அவர் மகிழ்ந்திருக்கிறார் என்று தெரிகிறது" என்றான் கர்ணன். துச்சாதனன் "நமது அவையில் சற்று தனிமைப்பட்டிருந்தார். அறநூல்களைப் பிரித்து ஆராய்வதற்கு மூத்தவர் தர்மர்தான் உகந்த இணையர்" என்றான். துரியோதனன் உரக்க நகைத்து "உண்மை, எனக்கு அவர் அறநூல்களை பேசத் தொடங்குகையிலேயே அச்சொற்கள் அனைத்தும் மறைந்து வெண்பிசின் வழிந்தது போன்ற அவரது தாடி மட்டும்தான் தெரியத்தொடங்கும்" என்றான்.

சௌனகர் பல்லக்கை நிறுத்தி மெல்ல இறங்கி சற்று கூன்விழுந்த உடலில் சுற்றப்பட்ட வெண்பட்டு மேலாடை பறக்க, தலைப்பாகைக்கு மேல் சூடிய வெண்நிற வைரம் ஒளியசைய, அவர்களை நோக்கி நடந்து வந்தார். கைகூப்பி "துரியோதனரை, அஸ்தினபுரியின் அரசரை வரவேற்கிறேன்" என்றார். அவர் தன் வயதுக்கு மீறிய முதுமையை குரலிலும் அசைவிலும் கொண்டிருக்கிறார் என கர்ணன் எண்ணினான். குரலில் மெல்லிய நடுக்கத்துடன் "மாமன்னர் யுதிஷ்டிரர் இப்போது சிற்றவையமர்ந்து அரசர்களை சந்தித்துக்கொண்டிருக்கிறார். அரசியும் அவையில் இருக்கிறார். தங்களுக்கு மாளிகைகள் அளிக்கப்பட்டுள்ளன. அங்கு இளைப்பாறி மாலையில் கூடும் ஐங்குலப்பேரவையில் தாங்கள் அமரவேண்டுமென்று அரசியும் அரசரும் விண்ணப்பிக்கிறார்கள்" என்றார்.

அவரது முதுமை அவர் கொண்ட தலைமையமைச்சர் பொறுப்பிலிருந்து உருவாகி அவர்மேல் படிந்தது என கர்ணன் அறிந்தான். அது அவருக்கு அங்கே மேலாண்மையை அளித்தது போலும். சௌனகர் ஜராசந்தனை நோக்கிக் கைகூப்பி "மகத அரசருக்கென வேறு மாளிகை அமைந்துள்ளது. உங்கள் அரசிலிருந்து வந்த அனைவரையும் அங்கு தங்க வைத்திருக்கிறோம்" என்றார். "நான் இவர்களுடனே தங்கிக்கொள்கிறேனே?" என்றான் ஜராசந்தன். முகம் மாறாமல் சௌனகர் "அல்ல அரசே, தாங்கள் அங்கு தங்குவதே முறை. அங்கு தங்கியதாக ஆனபின் தாங்கள் எங்கு இருந்தாலும் அது பிழையில்லை" என்றார். "எனில் அவ்வண்ணமே ஆகட்டும்" என்றபின் ஜராசந்தன் எழுந்து துரியோதனனின் தோள்களில் மெல்ல அறைந்து "நான் கிளம்புகிறேன்" என்றான்.

சௌனகர் பதற்றத்துடன் "இங்கு இறங்க வேண்டியதில்லை அரசே. தங்களுக்கான பொற்தேர் இன்னும் இங்கு வரவில்லை" என்றார். ஜராசந்தன் "தாழ்வில்லை. ஒரு புரவி எனக்குப் போதும். வழிகாட்ட ஒரு

வீரனை அனுப்புங்கள்” என்றபடி கர்ணனிடம் “மீண்டும் சந்திப்போம் அங்கரே” என கைநீட்டி தோளைத்தொட்டு இறுக்கியபின் தேரிலிருந்து எடைமிக்க காலடிகளால் தேர்த்தட்டு சற்றே உலைய இறங்கினான். சௌனகர் “இல்லை, அது முறையல்ல, தாங்கள்...” என்று சொன்னபின் திரும்பி கர்ணனைப் பார்த்தார். கர்ணன் புன்னகைக்க, ஜராசந்தன் அருகே சென்ற வெண்புரவி ஒன்றின் சேணத்தைப்பற்றி அந்த வீரனை விழிகளால் இறங்கும்படி ஆணையிட்டான். அவன் இறங்கியதும் கால்சுழற்றி ஏறி கைகளைத்தூக்கி விடை பெற்றபின் புரவியை முன்னால் செலுத்தினான். சௌனகர் முன்னால் சென்ற வீரனை நோக்கி “மகத மாளிகைக்கு அரசரை இட்டுச் செல்க!” என்றார். அவன் பதற்றமாக தலைவணங்கினான். இரு புரவிகளும் வால் குலைத்து அணி ஊர்வலத்தை மீறி கடந்து சென்றன.

சௌனகர் “மகதமன்னர் இவ்வண்ணம் வருவாரென்று எவரும் இங்கு எதிர்பார்க்கவில்லை. இங்குள்ள அனைத்து வரவேற்பு முறைமைகளும் நிலைகுலைந்துவிட்டன” என்றார். கர்ணன் “பாண்டவர்களிடம் சொல்லுங்கள், எவ்வகையிலும் நிலைகுலைவு கொள்ளவேண்டாம் என்று” என்றான். “ஜராசந்தர் முறைமைகளுக்கு அப்பாற்பட்ட நட்புள்ளம் கொண்டவர். உளம் நிறைந்த நட்புடன் மட்டுமே இங்கு வந்திருக்கிறார்.” சௌனகர் முகத்தில் எந்த மாற்றமும் தெரியவில்லை. “நன்று, நான் அதைச் சொல்கிறேன்” என்றார். “செல்வோம்” என்றான் கர்ணன். அவர்களின் தேர் முன்னகர்ந்தது.

அஸ்தினபுரியின் கொடி பறந்த மாளிகை நோக்கி தேர் திரும்பியதுமே துச்சாதனன் உரத்த குரலில் “இதுவா நமக்கான மாளிகை?” என்றான். இருபத்துநான்கு உப்பரிகைகள் மலர்செறிந்த செடிகளுடன் நீண்டிருக்க நூறுபெருஞ்சாளரங்கள் அரைவட்ட முற்றம் நோக்கித் திறந்த ஏழடுக்குமாளிகைக்கு மேல் பன்னிரண்டு வெண்குவைமாடங்கள் வெயிலாடி நின்றிருந்தன. தேர் நெருங்க மாளிகை திரைச்சீலை ஓவியம் ஒன்று மடிப்பு விரிந்து நெளிந்து அகல்வதுபோல் அவர்களை நோக்கி வந்தது. முந்நூறு வெண்சுதைத்தூண்கள் தேர்களின் கூரைக்குமேல் எழுந்த அடித்தளப்பரப்பில் ஊன்றியிருந்தன. “மாளிகை இத்தூண்கள்மேல் எழுந்து நடந்துவிடும்போல் தோன்றுகிறது” என்றான் துச்சாதனன். துரியோதனன் நகைத்து “இவன் சூதர்களின் பாடல்களை நன்கு கேட்கிறான் அங்கரே” என்றான்.

கர்ணன் அம்மாளிகையின் சுவர்களை நோக்கிக்கொண்டிருந்தான். முழுக்க வெண்பளிங்குக் கற்களால் கட்டியிருப்பார்களோ என்ற எண்ணம் வந்தது. முற்றத்தில் நின்றிருந்த திரையசைந்த பல்லக்குகளும் மின்னும் தேர்களும் தோள்பட்டமணிந்த புரவிகளும் தூண்வளைவுகளிலும்

சுவர்களிலும் வண்ணங்களாக எதிரொளித்தன. "எழுந்து நிற்கும் வெண் தடாகம்" என்றான் துச்சாதனன். "இவன் ஒப்புமைகளாலேயே இம்மாளிகையை இடித்துத் தள்ளிவிடுவான் போலிருக்கிறதே!" என்று துரியோதனன் சொல்ல "இப்படியெல்லாம்தான் இதை புரிந்துகொள்ள முடிகிறது மூத்தவரே" என்றான் துச்சாதனன்.

முன்னரே வந்து முற்றத்தில் அணிநிரைகொண்டு நின்றிருந்த அஸ்தினபுரியின் படைவீரர்கள் துரியோதனனுக்கும் கர்ணனுக்கும் வாழ்த்துரை கூவினார்கள். மங்கலச்சேடியரும் இசைச்சூதரும் முன்னால் சென்று இருபுறங்களிலாக விரிந்து விலகிச்செல்ல, அவர்களின் தேர் சென்று முகப்பில் நின்றது. வரவறிவிப்பாளன் தன் வெள்ளிக்கோலைத் தூக்கி "அஸ்தினபுரியின் அரசர், குருகுலத்தோன்றல், துரியோதனர்! இளவரசர் துச்சாதனர்!" என்று அறிவித்தான். வெள்ளிக்கோலை மறுபுறம் தூக்கிச் சுழற்றி "அங்க நாட்டரசர் கர்ணன்!" என்றான். மாளிகையின் இருபெருந்தூண்களுக்கு நடுவே மிகச்சிறிய உருவென விதுரர் தோன்றினார். படிகளில் விரைவாகத் தாவி இறங்கி அவர்களை நோக்கி வந்தார். துச்சாதனன் "வெண்காளானுக்கு அடியிலிருந்து ஒரு சிறுவண்டு வருவதைப்போல" என்றான்.

விதுரர் அவர்களை அணுகி "வருக அரசே! இங்கு அனைத்துமே உரியமுறையில் சித்தமாக உள்ளன. தாங்கள் நீராடவும் அணிகொள்ளவும் ஏவலர் அமைக்கப்பட்டுள்ளனர். அணிச்சேடியரும் பிறரும் தங்குவதற்கான இல்லங்கள் மாளிகைக்குப் பின்புறம் உள்ளன" என்றார். துரியோதனன் எழுந்து படிகளில் இறங்கி விதுரரை வணங்கியபின் நிமிர்ந்து கண்மேல் கைவைத்து அம்மாளிகையைப் பார்த்தான். "அஸ்தினபுரியில் எங்கும் இப்படியொரு மாளிகையை பொருத்திப்பார்க்கவே முடியாது" என்றான். விதுரர் தானும் திரும்பி நோக்கி "ஒரு நகரின் ஒட்டுமொத்தச் சிற்ப அமைப்பின் பகுதியாகவே தனி மாளிகை அமைய முடியும். இது முழுமையாகவே திட்டமிட்டு அமைக்கப்பட்ட நகரம். அஸ்தினபுரி விதையென விழுந்து முளைத்து தளிரும் கிளைகளும் கொண்டு விரிந்தது" என்றார்.

சரிந்த சால்வையை இழுத்துப் போர்த்தி நோக்கி மீசையை நீவியபடி துரியோதனன் "முற்றிலும் பளிங்கால் ஆனதா? அத்தனை பளிங்குக் கற்களை எங்கிருந்து கொண்டுவந்தார்கள்?" என்றான். விதுரர் "பெருமளவு வெண்பளிங்கு. ஆனால் தூண்களும் சுவர்களும் சுதையால் ஆனவை" என்றார். "சுதையா?" என்றபடி சற்று முன்னால் சென்று கண்களை சுருக்கி நோக்கி திரும்பி "சுதை எப்படி இத்தனை ஒளிகொள்கிறது?" என்றான். "நானும் வந்தவுடன் அவ்வண்ணமே எண்ணினேன். கலிங்கச் சிற்பிகள் இதை அமைத்திருக்கிறார்கள். சுதைக்கலவையின் மென்களிம்பை

மட்டும் எடுத்து சிலவகையான தைலங்கள் சேர்த்து பசையாக்கிப் பூசி பளிங்குப்பரப்பால் தேய்த்து ஒளிபெறச் செய்திருக்கிறார்கள். அருகே சென்றால் சுவர்களில் நம் முகம் தெளிவாகவே தெரிகிறது. சாளரங்களையும் எதிர்ப்புறம் அவற்றின் ஒளிப்பாவைகளையும் பிரித்தறிவதே கடினம்" என்றார் விதுரர்.

துரியோதனன் திரும்பி கர்ணனிடம் "வென்றுவிட்டார்கள் பாண்டவர்கள். பாரதவர்ஷத்தில் இனி ஒரு நகரம் இதற்கிணையாக வருவது எப்போதென்றே சொல்ல முடியாது. விண்ணில் உறையும் என் சிறியதந்தையார் மகிழ்வதைப் பார்க்கிறேன்" என்றான். துச்சாதனன் "நான் அங்கே சென்று அவற்றில் முகம் பார்க்க விழைகிறேன் மூத்தவரே" என்றான். மலர்ந்த முகத்துடன் துரியோதனன் நடக்க விதுரரும் கர்ணனும் அவனைத் தொடர்ந்தனர். விதுரர் கர்ணனிடம் மெல்லிய குரலில் "ஜராசந்தர் எப்போது கலத்தில் ஏறினார்?" என்றார். அவர் முன்னரே அனைத்து செய்திகளையும் அறிந்திருப்பதை அக்குரலில் இருந்தே உணர்ந்த கர்ணன் "நான் அவரை அழைத்துவந்தேன். அவரது கலத்தில் நான் ஏறுமாறாயிற்று. ஓரிரவில் அஸ்தினபுரிக்கும் மகதத்துக்குமான நூற்றாண்டுப் பகை முடிவுக்கு வந்தது" என்றான்.

விதுரர் சினம் கொள்வதும் அடக்குவதும் தெரிந்தது. "அங்கரே, பலநூறு துலாத்தட்டுகளால் நிகர்செய்யப்படும் ஒரு மையம்தான் அரசியல். நிகர்நிலையழிவது என்பது போராயினும் அமைதியாயினும் வேறெங்கோ நிகர்மாற்றமொன்றை நிகழ்த்தும். அது நன்றென இருக்கவேண்டியதில்லை" என்றார் விதுரர். துரியோதனன் திரும்பி விதுரரை நோக்கி "அரசியரும் தோழிகளும் எங்கு தங்க வைக்கப்பட்டுள்ளனர்?" என்றான். "அவர்களுக்கு மகளிர் மாளிகை இக்கோட்டைவளைப்பின் மறுபக்கம் ஒருக்கப்பட்டுள்ளது" என்றார் விதுரர். "மாலை அரசவைக்கு அவர்கள் வரவேண்டியதில்லை. இரவில் கொற்றவைப் பூசனைக்கு அரசியர் செல்லும்போது இவர்களும் செல்லலாம் என்று சொன்னார்கள்."

கர்ணன் "அவையில் அரசியர் அமரும் முறை ஒன்று உள்ளதல்லவா இங்கு?" என்றான். "ஆம். இங்கு பட்டத்தரசியே அரியணையில் அமர்கிறார். செங்கதிர் அரியணை ஒன்றை அதற்கென அமைத்துமிருக்கிறார்" என்றார் விதுரர். கர்ணன் மேலும் ஏதோ கேட்க வாயெடுத்தபின் சொற்களைத் தடுத்தான். துரியோதனன் "இது ஒரு பெண்ணின் கற்பனையில் பிறந்த நகரம். அதை பார்க்கும் எவரும் உணர்வார்கள். இத்தனை பெருவிரிவு அழகிய ஆணவம் கொண்ட கனவாகவே இருக்கமுடியும்" என்றான். துச்சாதனன் "ஆம், மூத்தவரே. நானும் அதையே எண்ணினேன். பாஞ்சாலத்து அரசியின் ஆணவம்தான் எத்தனை அழகியது" என்றான். அப்பேச்சிலிருந்து தன்னை விடுவித்துக்கொள்ள விழைபவர்போல

விதுரர் சற்று முன்னால் சென்று கனகரிடம் ஆணைகளைப் பிறப்பிக்கத் தொடங்கினார்.

துச்சாதனன் “உள்ளே மரமே பயன்படுத்தப்படவில்லை என்று தோன்றுகிறது. படிகளையும் சிறு சட்டங்களையும் கூட வெண்பளிங்கிலே அமைத்திருக்கிறார்கள்” என்றபடி முன்னால் சென்றான். துரியோதனன் நின்று “நம்மை பீமனும் அர்ஜுனனும் எப்போது சந்திப்பதாகச் சொன்னார்கள்?” என்றான். கர்ணன் “எப்படியும் சற்று கழிந்து அவையில் நாம் சந்திக்கத்தானே போகிறோம்?” என்றான். துரியோதனன் “ஆம். ஆனால் ஒருவேளை மேலும் மன்னர்கள் வந்து கொண்டிருக்கலாம். முறைமைக்காகவாவது அவர்கள் வந்திருக்கலாம். நான் ஜராசந்தர் என்ன நினைத்துக்கொள்வார் என்றுதான் அஞ்சினேன். அவரை பீமசேனனிடம் தோள்கோக்கச் செய்வதாக சொல்லியிருந்தேன்” என்றான்.

கர்ணன் “நல்லூழாக அவர் ஏதும் எண்ணிக்கொள்ளவில்லை. முகம் மலர்ந்துதான் இருந்தது” என்றான். “ஆம், நானும் அதை நோக்கினேன். இயல்பாகவே இருந்தார். அங்கரே, இனிய மனிதர். இத்தனை எளிய உள்ளம் கொண்டவர் அவர் என்பதை நான் எண்ணியிருக்கவே இல்லை” என்று துரியோதனன் சொன்னான். “எளிய உள்ளம்தான். ஆனால் மறுபக்கம் நிகரான பெருவஞ்சமும் கொண்டது” என்றான் கர்ணன். “நான் அவ்வாறு எண்ணவில்லை” என்றான் துரியோதனன்.

“அரசே, ஷத்ரியர் படைக்கலம்கொண்டு பிறப்பவர்கள். ஆனால் இந்தப் பழங்குடிஅரசர்கள் ஆற்றும் உச்சகட்ட வன்முறைகளை அவர்கள் ஒருபோதும் செய்வதில்லை. எதிரிகளை நாம் வெல்வோம், கொல்வோம். அவர்கள் அவ்வெற்றியை திளைத்து கொண்டாடுவார்கள். தலைகளை வெட்டிக் கொண்டுசென்று தங்கள் இல்லங்களின் வாயில்களில் தொங்க விடுவார்கள். தலைமுறைகள்வரை அம்மண்டை ஓடுகளை சேர்த்து வைப்பார்கள். எதிரிகளின் பற்களைக் கோத்து மாலையாக அணிவார்கள். எலும்புகளை வீட்டுப்பொருட்களாக மாற்றிக்கொள்வார்கள். நான் கண்ட கிராதகுலத்து அரசன் ஒருவன் தன் எதிரிகுலத்து கைக்குழந்தைகளின் மண்டையோட்டை தன் இல்லத்தில் மதுக்கோப்பைகளாக நிரப்பி வைத்திருக்கிறார்” என்றான் கர்ணன்.

துரியோதனன் அப்பேச்சை மாற்ற விரும்பி “இருக்கலாம். ஆனால் இங்கு அவர் நன்நோக்கத்துடன்தான் வந்தார். விரித்த பெருங்கைகளுடன் பீமனை அணைக்க சித்தமாக இருந்தார். அவன் வந்திருக்கலாம். அந்தக் கலமுகப்பிலேயே அனைத்தும் முடிந்திருக்கும்” என்றான். கர்ணன் “அவர் வந்தார். நானும் நீங்களும் ஜராசந்தரும் வந்ததைக்கண்டு நம்மிடையே நெடுங்காலப் புரிதல் ஒன்று உருவாகிவிட்டதென்று

எண்ணி சினம்கொண்டு திரும்பிச் சென்றார். தம்பியையும் உடன் அழைத்துச்சென்றார்" என்றான்.

ஒருகணம் கழித்தே அது துரியோதனனுக்குப் புரிந்தது. "அவ்வாறென்றால்கூட அது இயல்பே. அவர்கள் நம்மை சந்தித்தால் சில சொற்களில் அந்த ஐயத்தைக் களைந்துவிட முடியும்" என்றான் துரியோதனன். "அங்கரே, நாம் இங்கு வந்ததே ஐயங்களைக் களைந்து நெஞ்சு தொடுப்பதற்காகத்தான். நாளை இப்பெருநகரத்தின் அவை நடுவே விண்ணவர் விழவு காண இறங்கும் வேளையில் என் ஐந்து உடன்பிறந்தாரை நெஞ்சாரத் தழுவிக்கொள்ள விழைகிறேன். ஆற்றிய அனைத்து பிழைகளுக்கும் நிகர் செய்ய விழைகிறேன். அதிலொன்றே ஜராசந்தரை நான் இங்கு அழைத்து வந்தது."

"அதை அவர்கள் புரிந்துகொள்ளவில்லை அரசே. அவர்களின் உள்ளம் இப்பெருநகரத்தால் பிறிதொன்றாக மாற்றப்பட்டுள்ளது" என்றான் கர்ணன். துரியோதனன் மறித்து "என் இளையோரை எனக்குத் தெரியும்" என்றான். கர்ணன் "மாபெரும் மாளிகைகள் மானுடரின் உள்ளத்தை மாற்றுவதை நான் கண்டிருக்கிறேன். இந்த விண்தொடும் நகரம் அவர்களை அறியாமலேயே அவர்களின் அகத்தை மறுபுனைவு செய்துகொண்டிருக்கும். அரசே, பெருங்கட்டுமானங்கள் வெறும் பொருட்களல்ல. அவற்றுக்குப்பின் கலைஞனின் உள்ளம் உள்ளது. அவ்வுள்ளத்தை கையில் எடுத்து ஆட்டும் தத்துவம் ஒன்று உள்ளது. அத்தத்துவத்தை புனைந்தவனின் நோக்கத்தின் கல்வடிவமே கட்டுமானங்கள்" என்றான்.

"இந்நகருக்கு என்ன நோக்கம் இருக்கும் என்று நினைக்கிறீர்?" என்றான் துரியோதனன். "இதன் உச்சியில் இந்திரன் ஆலயம் அமைந்திருக்கிறது. விழைவின் அரசன். வெற்றிக்கென அறத்தைக் கடப்பவன். ஆணவமே உருவானவன். இந்நகரம் அவன் ஏறி அமர்ந்திருக்கும் வெள்ளையானை." துரியோதனன் புன்னகைத்து "மிகையுணர்வு கொள்கிறீர் அங்கரே. அவ்வண்ணம் என் உடன்பிறந்தார் உள்ளம் மாறுபட்டு இருந்தாலும் அதுவும் இயல்பே என்று கொள்கிறேன். அதைக் கடந்து சென்று அவர் களுடன் கனிவுடன் உரையாட என்னால் இயலும். எந்தையிடமிருந்து நான் பெற்றுக்கொண்ட அன்பை அவர்கள் மேல் வைப்பேன்" என்றான்.

"கதவுகளில்லாத வாயில் கொண்டவர் அஸ்தினபுரியின் பேரரசர் என்பது சூதர்மொழி. இனி அவரது மைந்தராக இருக்க மட்டுமே நான் விழைகிறேன். அவர்கள் என்னிடம் கொள்வதற்கு மட்டுமே உள்ளது, தடுப்பதற்கு ஏதுமில்லை எனும்போது எப்படி பகைமை உருவாக

முடியும்?” நெகிழ்ந்த அவன் முகம் புன்னகையில் ஒளி கொண்டது. “அத்தனைக்கும் அப்பால் பீமசேனனின் தோள்கள் எனது தோள்கள். ஜராசந்தரின் தோள்கள். பார்த்தீர்களல்லவா? இன்று மாலை நாங்கள் ஒரு களிக்களத்தில் தோள்கோத்தோமென்றால் தழுவி இறுக்கி சிரிப்பும் கண்ணீருமாக ஒன்றாவோம். அது மல்லர்களின் மொழி. வெறும் தசையென்றாகி நிற்கும் கலையறிந்தவர்கள் நாங்கள்.”

கர்ணன் புன்னகைசெய்தான். “இன்று நீங்களே பார்ப்பீர்கள் அங்கரே” என்ற துரியோதனன் புன்னைகையால் விடைபெற்று நடந்தான்.

2

இந்திரப்பிரஸ்தத்தின் மாளிகைத்தொகுதியில் தன் அணியறையில் கர்ணன் சமையர்களிடம் உடலை அளித்துவிட்டு விழிமூடித் தளர்ந்திருந்தான். சிவதரின் காலடியோசை கேட்டு “உம்” என்றான். அக்காலடியோசையிலேயே அவரது தயக்கமும் ஐயமும் தெரிவதை உணர்ந்தான். சிவதர் தலைவணங்குவதை அவனால் விழியின்றி காண முடிந்தது. “சொல்லுங்கள்” என்றான்.

அவர் மெல்ல கனைத்துவிட்டு “நமக்கான தேர்கள் வெளியே வந்து காத்து நிற்கின்றன அரசே” என்றார். கர்ணன் தலையசைத்தான். சிவதர் மேலும் தயங்குவதை அவனால் உணரமுடிந்தது. “சொல்லுங்கள் சிவதரே” என்றான். சிவதர் மேலும் தயங்க, தலைமைச்சமையர் “இன்னும் சற்றுநேரம் அணுக்கரே, குழல்சுருள்களிலிருந்து மூங்கில்களை எடுத்தபின் வெளியேறுகிறோம்” என்றார். சிவதர் “நன்று” என்றார்.

கர்ணனின் குழல்கற்றைகளை ஆவியில் சூடாக்கி இறுகச் சுற்றியிருந்த மூங்கில்களை உருவி எடுத்து கருவளையல் தொகுதிகள் போல ஆகிவிட்டிருந்த குழலை தோள்களிலும் பின்புறமும் பரப்பியபின் “விழிதிறந்து நோக்கலாம் அரசே” என்றார். கர்ணன் ஆடியில் முழுதணிக்கோலத்தில் தன் உடலைப் பார்த்தான். சமையர்கள் தலைவணங்கி ஓசையின்றி வெளியேற, அவர்கள் செல்வதைப் பார்த்தபின் சிவதர் ஆடியிலே அவனை நோக்கி “தேர்கள் வந்துள்ளன” என்றார். கர்ணன் அவர் சொல்லப்போவதை எதிர்நோக்கினான். “அஸ்தினபுரியின் கொடி பறக்கும் வெள்ளித்தேர்கள் மட்டுமே வந்துள்ளன” என்றார். கர்ணன் புருவங்கள் சுருங்க “அதனால் என்ன?” என்றான்.

“அங்க நாட்டுக்கொடி பறக்கும் தேர் என்று எதுவும் வரவில்லை” என்றார் சிவதர் மேலும் அழுத்தமான குரலில். கர்ணன் ஆடியிலே அவர்

விழிகளை சந்தித்து “நான் அஸ்தினபுரியின் அணுக்கனாகத்தானே இங்கு வந்தேன்?” என்றான். “வந்தது பிழை என்று இப்போதும் உணர்கிறேன். தங்கள் கொடிபறக்கும் அரண்மனை ஒன்று அளிக்கப்படவில்லை. ஏவலர்களைப்போல அஸ்தினபுரிக்கு அளிக்கப்பட்ட அரண்மனையில் தாங்கள் தங்கியிருக்கிறீர்கள்” என்றார். “அதில் எனக்குத் தாழ்வேதும் இல்லை” என்றபின் கர்ணன் எழுந்தான். “எனக்குத் தாழ்வுள்ளது” என்றார் சிவதர். திரும்பி அவர் விழிகளை அவன் சந்தித்தான். “அவ்வண்ணமெனில் தாங்கள் என்னுடன் வரவேண்டியதில்லை” என்றான்.

“வரப்போவதில்லை” என்றார் சிவதர். “நான் தங்களுக்கு மட்டுமே அணுக்கன். தாங்கள் எவருக்குத் தலைவணங்கினாலும் அவர்களுக்கு நான் தலைவணங்க முடியாது.” கர்ணன் அவரிடம் சொல்ல ஒருசொல்லை எடுத்து அது பொருளற்றது என்றுணர்ந்து அடக்கி மீசையை கையால் நீவினான். மெழுகிட்டு நீவி முறுக்கப்பட்ட மீசை கன்றுக்கடாவின் மெல்லிய கொம்பு போல் வழவழப்புடன் இருந்தது. “பிறரை பணியும்படி தாங்கள் ஆணையிட்டாலும் நான் அதைக் கடைபிடிக்க முடியாது. பிறரைப் பணிவேன் என்றால் தங்களைப் பணியும் தகுதியற்றவனாவேன்” என்றபின் தலைவணங்கி சிவதர் வெளியே சென்றார்.

அவரது ஆடைவண்ணம் மறைவதை, காலடியோசை காற்றில் தேய்ந்து அமிழ்வதை அறிந்தபடி அவன் நின்றிருந்தான். பின்பு நீள்மூச்சுடன் திரும்பி மஞ்சத்தின்மேல் மடித்துவைக்கப்பட்டிருந்த கலிங்கப்பட்டு மேலாடையை எடுத்து அணிந்தான். சமையர்கள் மெல்ல உள்ளே வந்து அவனிடம் ஏதும் சொல்லாமலேயே அம்மேலாடையின் மடிப்புகளை சீரமைத்தனர். கச்சையை மெல்லத்தளர்த்தி அதில் இருந்த கொக்கியில் வைரங்கள் பதிக்கப்பட்ட பொற்செதுக்குகள் படர்ந்த உறைகொண்ட குத்துவாளை மாட்டினர். ஒருகணம் அனைத்திலிருந்தும் விலகி பின்னால் சென்றுவிட வேண்டும் என்றும் புரவி ஒன்றை எடுத்து துறைமேடைக்குச் சென்று இந்திரப்பிரஸ்தத்திலிருந்து விலகிவிடவேண்டுமென்றும் எழுந்த தன் அகவிழைவை கர்ணன் வியப்புடன் பார்த்தான். ஒருகணத்துக்குள்ளேயே அவன் அதை நடித்து சலித்து மீண்டுவந்தான்.

படியேறி வந்த இந்திரப்பிரஸ்தத்தின் ஏவலன் “தேர் சித்தமாக உள்ளது அரசே” என்றான். சமையர் “தாங்கள் மணிமுடி சூடவேண்டுமல்லவா?” என்றார். கர்ணன் அவரைத் திரும்பி நோக்க, “மணிமுடி என ஏதும் கொண்டுவரப்படவில்லை என்று அணுக்கர் சொன்னார்” என்றார். “தேவையில்லை” என்று கர்ணன் கையை அசைத்து அவர்களிடம் தெரிவித்தபின் காவலனைத் தொடர்ந்து நடந்தான். காவலன் அவனிடம் “தங்களுக்கு முன் வெள்ளிக்கோல் ஏந்திச்செல்லும் நிமித்திகன் யார்?”

என்றான். கர்ணன் “நான் அரசனாக வரவில்லை, அஸ்தினபுரி அரசரின் அணுக்கனாகவே இங்கு வந்துள்ளேன்” என்றான். அவன் கண்களில் சிறிய திகைப்பு சென்று மறைந்தது. அதுவரை நிகழ்ந்த அனைத்தையும் ஒன்றுடன் ஒன்று அவன் பொருத்திக்கொள்வதை பார்க்க முடிந்தது.

“தாங்கள் வெண்குடையும் கோலும் சாமரமும் வாழ்த்துரையும் இன்றி அவைபுகவிருக்கிறீர்கள் என்று நான் கொள்ளலாமா?” என்றான். கர்ணன் புன்னகையுடன் “அவ்வாறே” என்றான். “என்மேல் பொறுத்தருளவேண்டும். அவ்வண்ணமெனில் தங்களுக்கு நான் அறிவிப்போனாக வர இயலாது. இந்திரப்பிரஸ்தத்தின் இரண்டாம்நிலை படைத்தலைவர்களில் ஒருவன் நான்” என்றான். “நன்று. கௌரவர் நிற்கும் இடத்தை எனக்குக் காட்டுங்கள். நான் அவர்களுடன் செல்கிறேன்” என்றான் கர்ணன். அவன் தலைவணங்கி “வருக” என்று படிகளை நோக்கி அழைத்துச் சென்றான்.

விண்ணின் வெண்முகில்கள் மெழுகென உருகி வழிந்து காலடியில் அலைமடிந்து உருண்டெழுந்து நிற்பதுபோன்ற பெருந்தூண்களின் நிரை நடுவே அவன் நடந்தான். தரையில் மரப்பலகைக்கு மேலே தடித்த சுதைப்பூச்சு பளிங்கென ஆக்கப்பட்டிருந்தது. அவனை திகைத்து நோக்கி நெளிந்தபடி அவன் பாவை முன்னால் வர, அவன் நிழல் பின்னால் நீண்டு தொடர்ந்தது. அங்கு வந்ததுமுதலே அவன் ஆடிப்பரப்பென மாறிய சுவர்களிலும் தூண்களிலும் எழுந்த தன் பாவைகள் சூழத்தான் இருந்தான். பலநூறுவிழிகளால் அவன் அவனையே பார்த்துக் கொண்டிருந்தான். இயல்பாக விழிதிருப்பி ஒரு சுவர்ப்பாவையின் கண்களைப் பார்க்கையில் அதிலிருந்த திகைப்பையோ வியப்பையோ துயரையோ கண்டு குழம்பி திரும்பிக் கொண்டான்.

பனையோலைக்குருத்தை விரித்ததுபோல தெரிந்த வெண்பளிங்குப் படிகளில் அவன் பாவை மடிந்து நாகமென நெளிந்து கீழிறங்கிச் சென்றது. படிகளில் காலெடுத்து வைத்து அவன் இறங்கிய ஒலி எங்கும் எதிரொலிக்கவில்லை. அந்த மாளிகை முற்றிலும் எதிரொலிகளே இன்றி இருப்பதை அவன் மீண்டும் உணர்ந்தான். அந்த அமைதியே நிலையிழக்கச்செய்தது. அங்கு எந்த ஒலி கேட்கவேண்டுமென்பதை அந்த மாளிகையே முடிவெடுத்தது. அறையின் எப்பகுதியிலிருந்து அழைத்தாலும் வெளியே நின்றிருக்கும் ஏவலர் கேட்க முடிந்தது. ஆனால் ஏவலர்களின் பேச்சோ சாளரங்களின் ஓசையோ கீழ்த்தளத்தில் ஏவலர்களும் பிறரும் புழங்கும் ஒலிகளோ எதுவும் அறைக்குள் வரவில்லை.

கவிழ்ந்த பூவரச மலரென குவிந்து உட்குடைவின் செந்நிறமையத்தில் உந்தியென முடிச்சு கொண்ட கூரையிலிருந்து நீண்டிறங்கிய

வெண்கலச்சரடில் நூறுஇதழ் கொண்ட பொன்மலரென சரக்கொத்துவிளக்கு தொங்கியது. படியிறங்குகையில் அது மேலேறியது. பெருங்கூடத்தை அடைந்ததும் அறிவிப்புப்பணியாளன் “அஸ்தினபுரியின் அரசர்கள் பெருமுற்றத்திற்குச் சென்றுவிட்டார்கள் அரசே. அங்கு அவர்களை அறிவிக்கும் ஒலி கேட்கிறது” என்றான். “நன்று” என்றபடி கர்ணன் சீராகக் கால்வைத்து நடந்தான். முகப்பு மண்டபத்தின் சரக்கொத்து விளக்கை அதன் வெண்கலச்சங்கிலியுடன் இணைக்கப்பட்ட ஆழியொன்றை சுழற்றி கீழிறக்கி நிலத்தில் படியவைத்து அதன் ஆயிரம் நெய்யகல்களையும் திரியிட்டு ஏற்றி பீதர் நாட்டு பளிங்குக் குமிழிகளை அவற்றைச் சுற்றி காற்றுக்காப்பென அமைத்துக்கொண்டிருந்தனர் மூன்று ஏவலர்.

மாளிகையின் பெருவாயிலைக்கடந்து முற்றமெனும் தடாகத்தின் அலைவிளிம்பென வெண்பளிங்குப் படிகளில் இறங்கியபோது அந்திவெயில் சிவந்திருப்பதை அறிந்தான். ஆடிகளாலும் பளிங்குப்பரப்பாலும் வெளியொளி கட்டுப்படுத்தப்பட்டு பரப்பப்பட்டிருந்த மாளிகைக்குள் பொழுது எழுவதும் விழுவதுமின்றி ஓவியமென உறைந்திருந்தது. மண்நிற கற்பரப்புகளை பொன் என ஒளிரச்செய்த சாய்வொளி மரங்களின் இலைகளுக்கு அப்பால் சுடர்களென எரிந்து பலநூறு நீள்சட்டங்களாகச் சரிந்து படிந்திருந்தது. அதில் பொற்பூச்சு கொண்ட வெள்ளித்தேர்கள் கனல்போல் சுடர்ந்தன. வெண்புரவியின் மென்மயிர்ப்பரப்பில் பூம்பொடி உதிர்ந்ததுபோல வெயில் செம்மை பரவியிருந்தது. சகடங்களின் இரும்பு வளைவுகள் அனைத்திலும் சுடர் மின்னியது.

அவனை நோக்கி ஓடிவந்த துச்சகன் “மூத்தவரே, தாங்கள் எங்கிருந்தீர்கள்? தங்களை அழைத்து வருவதற்காக சிவதர் மேலே வந்தாரே?” என்றான். “ஆம், அவர் சொன்னார்” என்றான். கனகர் அவனை நோக்கி வந்து “தங்களுக்கான தேர் சித்தமாக உள்ளது அரசே” என்றார். கர்ணன் “அரசர் எங்கே?” என்றான். “முறைமைப்படி அஸ்தினபுரியின் அமுதகலசக் கொடியுடன் அரசரின் பெருந்தேர் முதலில் செல்ல வேண்டும். துச்சாதனரும் துர்மதரும் அரசருடன் சென்றிருக்கிறார்கள். தாங்கள் இந்தத் தேரில் ஏறிக்கொள்ளலாம்” என்றார் கனகர். அவன் விழிகள் அவர் விழிகளைச் சந்திக்க, அவர் விலகிக்கொண்டார். கர்ணன் “நன்று” என்றபின் சென்று அந்தத் தேரில் ஏற, துச்சகன் “மூத்தவரே, நானும் தங்களுடன் வருகிறேன்” என்றான். “நன்று” என்றான் கர்ணன்.

தேர்கள் முற்றத்திலிருந்து மாளிகையின் இணைப்புச்சாலைக்கு வந்து சீராகப் பதிக்கப்பட்ட கற்பாளங்களின் மேல் எளிதாக ஒழுகிச்சென்று வளைந்து பெருஞ்சாலையை அடைந்தன. இந்திரப்பிரஸ்தத்தின் வீதிகளை அறியாமலேயே அஸ்தினபுரியுடன் ஒப்பிட்டுக்கொண்டு வந்தான் கர்ணன்.

அஸ்தினபுரியின் வீதிகளைவிட அவை நான்கு மடங்கு அகன்றிருந்தன. புரவிகளும் தேர்களும் செல்வதற்கும் வருவதற்கும் வெவ்வேறு பாதைகள் அமைந்திருக்க, நடுவே யவனச்சிற்பிகள் சுண்ணக்கற்களால் செதுக்கிய சிலைகள் நிரையாக அமைந்து வேலியிட்டன. இருபுறமும் நடையாகச் செல்பவர்களுக்கான சற்றே மேடான தனிப்பாதையில் தலைப்பாகைப்பெருக்கு சுழித்துச்சென்றது.

அஸ்தினபுரியின் வீதிகள் தொன்மையானவை. அங்குள்ள இல்லங்கள் அனைத்தும் புராண கங்கையிலிருந்து வெட்டிக் கொண்டுவரப்பட்ட தடித்தமரங்களை மண்ணில் ஆழநாட்டி அமைக்கப்பட்டவை. அவற்றின் உப்பரிகைகளிலிருந்து கீழே செல்லும் தேர்களுக்கு மேலே மலர்களைத் தூவ முடியும். மூன்றடுக்கு மாளிகை என்றால் அவற்றின் கூரைமுனை வீதியின் மீதே எழுந்து வந்து நிற்கும். இந்திரப்பிரஸ்தத்தில் இருமருங்கிலும் இருந்த மாளிகைகள் ஒவ்வொன்றுக்கும் கிளையிலிருந்து தண்டு நீண்டு கனியை அடைவதுபோல தனிப்பாதை இருந்தது. ஒவ்வொரு மாளிகை முகப்பிலும் மிகப்பெரிய முற்றம். எனவே அனைத்து சாலைகளும் திறந்தவெளி ஒன்றிற்குள் செல்லும் உணர்வை அடைந்தான்.

உள்கோட்டைகள் வாயிலாக கடக்கக் கடக்க கூட்டம் பெருகிக்கொண்டே இருந்தது. அந்தக் கூட்டத்தில் ஒரு சிறுபகுதி உள்ளே வந்திருந்தால்கூட அஸ்தினபுரி முற்றிலும் செறிந்து செயலிழந்துவிடும். ஆனால் இந்திரப்பிரஸ்தம் அப்போதும் பெரும்பகுதி ஒழிந்தே கிடந்தது. அங்காடித்தெரு நோக்கி செல்லும் கிளைப்பாதையின் இருபுறமும் நின்ற சதுக்கப்பூதங்களுக்கு எருக்குமாலை சூட்டி, கமுகுச்சாமரம் வைத்து அன்னத்தால் ஆள்வடிவம் படைத்து வழிபட்டுக்கொண்டிருந்தனர். செந்நிறப்பட்டாடை அணிந்த பூசகர் மலர் வழங்கிக்கொண்டிருந்தார்.

பொருட்களின் மட்கிய மணமோ எண்ணெய்சிக்கு வாடையோ எழாத புத்தம் புதிய கட்டடங்களால் ஆன அங்காடி வீதி பாதிக்குமேல் மூடப்பட்ட கடைகளாகத் தெரிந்தது. எங்கும் குப்பைகள் கண்ணுக்குப்படவில்லை. தெருநாய்களோ பூனைகளோ இல்லை. உயர்ந்த மாளிகைகளில் இருந்து புரவிக் குளம்படி ஓசைகள் கேட்டு எழும் புறாக்களும் குறைவாகவே இருந்தன. அங்குள்ள மரங்கள் கூட கைவிரித்து திரண்டு மேலெழவில்லை.

துச்சகன், அவன் எண்ணுவதை அணுக்கமாகத் தொடர்ந்து வந்து “நகரில் வாஸ்துபுனித மண்டலங்கள் வரைந்த உடனேயே மரங்கள் நட்டுவிட்டார்கள்போலும்” என்றான். “அத்தனை மரங்களும் வளர்ந்து மேலெழுகையில் நகர் பிறிதொன்றாக மாறியிருக்கும். இன்னும் அதிக பசுமையும் நிறைய பறவைகளும் இங்கு தேவைப்படுகின்றன” என்றான்

துச்சலன். "நானும் அதையே நினைத்தேன்" என்றான் சுபாகு. "இங்கு இன்னமும் வாழ்க்கை நிறையவில்லை. மானுடர் வாழ்ந்து தடம்பதித்த இடங்களுக்கே தனி அழகுண்டு. அழுக்கும் குப்பையும் புழுதியும் கூச்சலும் நிறைந்திருந்தாலும் அவையே நமக்கு உகக்கின்றன. இந்நகர் தச்சன் பணி தீர்த்து அரக்கு மணம் மாறாது கொண்டுவந்து நிறுத்திய புதிய தேர் போல் இருக்கிறது."

பீதர்ஓடு வேயப்பட்ட கூரைகள் கொண்ட, நுழைவாயிலில் சிம்மமுகப் பாம்புகள் சீறிவளைந்த மாளிகைகள். அவற்றின் தூண்களும் சுவர்களும் குருதி வழிய எழுந்தவை போலிருந்தன. கவசங்கள் அணிந்த வீரர்கள் வெண்புரவிகளில் சீராகச் சென்றனர். சுபாகு "முல்லைச் சரம்போல்" என்றான். துச்சகன் திரும்பி நகைத்து "துச்சாதனர்தான் இவ்வாறு காவிய ஒப்புமைகளை நினைவில் சேர்த்து வைத்திருப்பார், அனைத்தும் சூதர்கள் எங்கோ பாடியவையாக இருக்கும்" என்றான். "ஓர் ஒப்புமையினூடாக மட்டுமே நம்மால் காட்சிகளில் மகிழமுடியும் இல்லையா மூத்தவரே?" என்றான் சுபாகு. "ஆம், அல்லது அவற்றின் பயனை எண்ண வேண்டும்" என்றான் கர்ணன்.

இந்திரப்பிரஸ்தத்தின் பெருமாளிகை முகடுகள் தெரியத்தொடங்கின. அக்குன்றின் மேல் மகுடமென இந்திரகோட்டம் அந்தியொளியில் மின்னியது. "இன்று நிலவெழுந்த பின்பு அங்கே இந்திர ஆலயத்தில் பெருங்கொடை நிகழவிருக்கிறது" என்று துச்சகன் சொன்னான். "ஊன் பலி உண்டோ?" என்றான் துச்சலன். "இந்திரவிழவுக்கு ஊன்பலி கூடாதென்று யாதவர்களுக்கு இளையயாதவர் இட்ட ஆணை அவர்களின் அனைத்துக் குலங்களையும் கட்டுப்படுத்துகிறது. இங்கு படையலும் மலரீடும் சுடராட்டும் மட்டுமே" என்றான் துச்சகன். "இந்திரகோட்டத்தில் லட்சம் அகல்கள் உள்ளன என்கிறார்கள். அவை அனைத்தையும் இன்று ஏற்றுவார்கள்." துச்சலன் "லட்சம் சுடர்களா?" என்றான். "காட்டுத்தீ போல அல்லவா தெரியும்?"

அரண்மனைக்கோட்டையின் எழுவாயிலுக்கு முன் அவர்களின் தேர்கள் நின்றன. செந்நிறக் கோட்டைமுகப்பின் இருபக்கமும் வாயில்காத்த சூரியனும் சந்திரனும் நடுவே பொறிக்கப்பட்ட இந்திரப்பிரஸ்தத்தின் வஜ்ராயுதச் சின்னத்தைத் தாங்குவதுபோல் நின்றிருந்தனர். அஸ்தினபுரியின் இளவரசர்களை வரவேற்கும் வாழ்த்தொலிகளும் அன்னநடையில் முரசுத்தாளமும் எழுந்தன. அறிவிப்புமேடையில் கோலுடன் எழுந்த நிமித்திகன் அதை இடமும் வலமும் சுழற்றி உரத்த குரலில் "குருகுலத்தோன்றல்கள், அஸ்தினபுரியின் இளவரசர்கள் அரண்மனை புகுகிறார்கள். அவர்களின் துணைவர் வசுஷேணர் உடனெழுகிறார்" என்று அறிவித்தான். வீரர்களின் படைக்கலம் தூக்கி எழுப்பிய வாழ்த்தொலியுடன் அவர்கள் உள்ளே சென்றனர்.

மாபெரும் செண்டுவெளி போல் விரிந்திருந்த முற்றத்திற்கு அப்பால் வளைந்து எழுந்திருந்தது செந்நிறக் கற்களால் கட்டப்பட்ட பெருமாளிகைச் சரடு. இருநூற்றெட்டு உப்பரிகைகளும் ஈராயிரம் சாளரங்களும் கொண்ட மாளிகைத்தொகுதியில் செந்தாமரைமொட்டுகளை அடுக்கியதுபோல விண்ணில் எழுந்த குவைமாடங்களின்மீது பறந்த கொடிகளின் நிழல்கள் கூரைமடிப்புகளில் விழுந்து அசைந்தன. கொம்புகுத்தி அமர்ந்த யானைபோல இரு பெருந்தூண்களை ஊன்றி அமைந்த மைய மாளிகையின் வெண்பளிங்குப் படிகள் ஏரிக்கரையின் வெண்சேற்றுப் படிவுத்தடங்கள் போல தெரிந்தன.

கதிர் அணைந்த வானம் செம்மை திரண்டிருந்தது. குவைமாடங்களின் அத்தனை உப்பரிகைகளிலும் மலர்ச்செடிகள் மாலையில் ஒளிகொண்டிருந்தன. அனைத்துச் சாளரங்களுக்கு அப்பாலும் விளக்குகளை ஏற்றத்தொடங்கியிருந்தனர். வாயில்கள் உள்ளே எரிந்த நெய்விளக்குகளின் ஒளியால் வானத்து அந்திஒளியை அப்பால் இருந்து கசியவிடுவனவாக தோன்றின.

முற்றத்திலிருந்து அவர்களை நோக்கி வெண்புரவிகளில் வந்த கவசவீரர்கள் இரு நிரைகளாகப் பிரிந்து எதிர்கொண்டனர். முன்னால் வந்த காவலர்தலைவன் தலைவணங்கி “அஸ்தினபுரியின் இளவரசர்களுக்கு இந்திரப்பிரஸ்தத்தின் அரண்மனைக்கு நல்வரவு” என்றான். “இவ்வழியே சென்று தாங்கள் அவைபுகலாம். அங்கு சிற்றமைச்சர்கள் தங்களை அழைத்துச் செல்வார்கள்” என்றான். தேர்நின்றதும் அவர்களை இரு காவலர் அழைத்துச்சென்றனர். அவர்களை எதிர்கொண்டு வந்த சிற்றமைச்சர் சுஷமர் தலைவணங்கி “வருக அங்க நாட்டரசே! வருக இளவரசர்களே! இத்தருணம் மங்கலம் கொண்டது” என்றார். கர்ணன் தலைவணங்கி “நற்சொற்களால் மகிழ்விக்கப்பட்டோம்” என்று மறுமுகமன் சொன்னான்.

சுஷமர் கைகாட்டி அழைத்துச்செல்ல, கௌரவர்கள் பதினெட்டுபேரும் ஒரு குழுவென நடந்தனர். அவர்களுக்குப் பின்னால் மேலும் கௌரவர்களின் தேர்கள் வந்து நிற்க, சிறு குழுக்களாக அவர்கள் ஒவ்வொரு தனித்தனி அமைச்சர்களால் அழைத்துவரப்பட்டனர். மாளிகையின் அகலத்திற்கே நீண்டு சென்ற நாற்பத்தியெட்டு வெண்பளிங்குப் படிகளில் ஏறி அவைமண்டபத்தின் இடைநாழியை அடைந்தனர். பெருந்தூண்கள் மேலே எழுந்து அவர்களை சிறிதாக்கின. அதன் தாமரை இதழ் மடிப்பு கொண்ட பீடமே அவர்களின் தலைக்கு மேலிருந்தது.

“இவற்றை மானுடருக்காகத்தான் கட்டினார்களா?” என்றான் துச்சகன். சுபாகு “நானும் அதையேதான் எண்ணினேன்.

இம்மாளிகையின் அமைப்பையும் அழகையும் அறியவேண்டுமென்றால் கந்தர்வர்களைப்போல் சிறகு முளைத்து பறந்துவரவேண்டும்" என்றான். அம்மாளிகையின் பேருருவிற்கு இயையவே அங்குள்ள அணிக்கோலங்கள் அமைக்கப்பட்டிருப்பதை கர்ணன் கண்டான். வான்என விரிந்து வளைந்திருந்த கூரையிலிருந்து பீதர்நாட்டு பட்டுத் திரைச்சீலைகள் பலவண்ண அருவிகளென இழிந்து வளைந்து காற்றில் நெளிந்தன. மலர்மாலைகள் மழைத்தாரைகள் போல நின்றிருந்தன. சரடுகளையும் சங்கிலிகளையும் இழுத்து திரைகளையும் விளக்குகளையும் மேலேற்றிக் கட்டுவதற்கான புரியாழிகள் இருந்தன.

இடைநாழியெங்கும் நிறைந்து பாரதவர்ஷத்தின் வெவ்வேறு நாடுகளைச் சேர்ந்த அரசர்களும் அவர்களின் அகம்படியினரும் வாழ்த்தொலிகள் சூழ, கொடிகள் முகப்பில் துடிக்க, பட்டுப் பாவட்டாக்களும் பரிவட்டங்களும் ஏந்திய அணிசூழ்கை தொடர, குழுக்களாகச் சென்றுகொண்டிருந்தனர். இடைநாழியின் விரிவு அவர்களை ஒருவரையொருவர் முட்டிக்கொள்ளாமலேயே செல்லவைத்தது. துச்சகன் "மாளவ அரசர்" என்றான். "ஆம், அதற்கும் முன்னால் செல்பவர் விதர்ப்பர்." "அரசருக்கருகே அவர் யார்? ருக்மியா?" என்றான் துச்சலன். "ஆம்" என்றான் சகன். "அவர் என்ன முனிவரைப்போல் இருக்கிறார்?" என்றான் துச்சலன். "பன்னிரு பெருவேள்விகளையும் பிறர் செய்யஅஞ்சும் தவநோன்பு ஒன்றையும் அவர் இயற்றியதாகச் சொல்கிறார்கள்" என்றான் துச்சகன். "பெருவஞ்சம் ஒன்றால் எரிந்துகொண்டிருக்கிறார். அவர் ஊனை அது உருக்குகிறது."

"சிசுபாலர்! சிசுபாலர்!" என்று பின்னால் வந்த பீமபலன் கர்ணனின் தோளைப் பற்றினான். சேதிநாட்டின் கொடியுடன் சென்ற சிசுபாலன் பெருவாயிலில் நிற்க, உள்ளிருந்து வந்த சௌனகர் தலைவணங்கி முகமன் கூறி அவனை அழைத்துச் சென்றார். "நமக்குப் பின்னால் வருபவர் கோசலநாட்டவர்" என்றான் வாலகி. "அவர்களுக்குப் பின்னால் சைப்யர்கள் வருகிறார்கள்." பீமபலன் "அவர்கள் காமரூபத்தினர் என நினைக்கிறேன். வெண்கலச்சிலை போன்ற முகங்கள்" என்றான். "மணிபூரகத்தினர். அவர்களின் கொடிகளைப்பார்" என்றான் துச்சகன்.

அவர்களை அழைத்துச்சென்ற அமைச்சர் பேரவையின் எட்டு பெருவாயில்களில் நான்காவது வாயில் நோக்கிச் சென்றார். துச்சலன் "நான்காவது வாயிலென்றால் அரசநிரையின் பின்வரிசையல்லவா?" என்றான். "ஆம், முன்னிரை முடிசூடியவர்களுக்குரியது. நமக்கு அங்குதான் இடம் இருக்கும்" என்றான் பீமபலன். துச்சலன் "நம்முடன் மூத்தவர் இருக்கிறாரே? அவர் அரசரின் அருகே அமரவேண்டியவர் அல்லவா?"

என்றான். கர்ணன் “அதை அவர்கள் முடிவு செய்யட்டும்” என்றான். சுபாகு “ஏன்?” என்றான் சினத்துடன். கர்ணன் “அங்கநாட்டுக்குரிய பீடத்தில் நான் அமர முடியாது. ஏனெனில் நான் மணிமுடியுடன் வரவில்லை” என்றான். “அவ்வண்ணமென்றால் தாங்கள் அரசர் அருகே அமருங்கள் அணுக்கராக” என்றான் சுபாகு. “அணுக்கராக அங்கே துச்சாதனனும் துர்மதனும் அமர்ந்திருக்கிறார்கள்” என்றான் கர்ணன்.

வாயிலில் அவனை எதிர்கொண்ட சிற்றமைச்சர் சுரேசர் முகமன் கூறி “வருக” என்றார். கர்ணன் தலைவணங்கி உள்ளே வர, துச்சகன் பின்னால் வந்தபடி “இப்போதுதான் உணர்கிறோம் மூத்தவரே, தாங்கள் இவ்வாறு வந்திருக்கக் கூடாது” என்றான். சுபாகு “அரசருக்கும் இது தோன்றாமல் போயிற்று. தாங்கள் அங்கநாட்டின் மணிமுடியுடன் வந்திருக்க வேண்டும்” என்றான். “நான் வந்தது அரசர் துரியோதனனின் அணுக்கனாக மட்டுமே” என்றான் கர்ணன். சுபாகு “ஏன்?” என்றான். “மேலே பேசவேண்டியதில்லை” என்று கர்ணன் கையைக் காட்டினான். சுரேசர் அவர்களை இட்டுச்சென்று அரசகுடியினருக்காகப் போடப்பட்டிருந்த நீண்ட அவை அரியணை பீடங்களைக் காட்டி அமரும்படி கைகாட்டி தலைவணங்கினார். செந்நிற காப்பிரித்தோலுறை அணிந்த பீடம் கர்ணனின் உடலுக்கு சிறியதாக இருந்தது. உடலைத்திருப்பி கால்நீட்டி அவன் அமர்ந்தான்.

அவை நிரம்பத்தொடங்கியிருந்தது. முட்டை வடிவமான பெருங்கூடத்தின்மேல் குவைக்கூரை வெண்ணிற வான்சரிவாக எழுந்து மையத்தை அடைந்து கவிழ்ந்த தாமரையில் முடிந்தது. அதிலிருந்து நூற்றெட்டு பீதர்நாட்டு செம்பட்டுத் திரைச்சீலைகள் மையப்புள்ளியில் தொங்கிய மாபெரும் மலர்க்கொத்துவிளக்கில் இருந்து இறங்கி வளைந்து தூண்களின் உச்சியைச் சென்றடைந்தன. ஆயிரம் வெண்ணிறத்தூண்கள் சூழ கவிழ்த்துவைக்கப்பட்ட மலருக்குள் அமர்ந்திருக்கும் உணர்வை அளித்தது அவை. பொன்னணிந்த மகளிர் கைகள்போல வெண்கலப் பட்டைகள் அணிந்து நின்றன தூண்கள்.

தூண்களுக்கு அப்பால் ஏவலர் நடந்து வரும் இடைநாழிகள் வளைந்துசென்றன. அதற்கப்பால் வெண்கலக்குடுமிகளில் ஏறிய பெரிய கதவுகள் திறந்து கிடந்த நீள்வட்ட நெடுஞ்சாளரங்கள். துச்சலன் “ஆயிரத்தெட்டு சாளரங்கள்” என்றான். “எண்ணினாயா?” என்றான் சுபாகு. “இல்லை, ஏவலர்கள் சொல்லிக் கொண்டார்கள்.” அரைவட்ட பீடநிரைகள் தேர்களின் அதிர்வுதாங்கும் வில்லடுக்குகள்போல ஒன்றுக்குப்பின் ஒன்றாக அமைந்த அவையின் முன்வரிசையில் ஜராசந்தனும் சிசுபாலனும் ஜயத்ரதனும் அமர்ந்திருக்க அடுத்து துரியோதனன் தெரிந்தான். அவனுக்குப்பின்னால் தம்பியர்

அமர்ந்திருந்தனர். திரும்பி நோக்கி "சரப்பொளியும் ஆரங்களும் மாலைகளும் அட்டிகையும் ஒன்றனுள் ஒன்றாக அமைந்ததுபோன்ற அவை" என்றான் துச்சகன்.

கர்ணன் விதுரரை விழிகளால் தேடினான். அவைக்கூடத்தின் வலதுஓரத்தில் அமைச்சர்களுக்கும் அந்தணர்களுக்குமான பீடநிரைகளிருந்தன. அங்கே இருந்த அனைத்துமுகங்களும் வெண்தாடிகளும் வெண்ணிறத் தலைப்பாகைகளுமாக ஒன்றுபோலிருந்தன. அவன் விழிசலித்துத் திரும்பியபோது அருகே இடைநாழியிலிருந்து வரும் வழியில் கனகரைக் கண்டான். அவர் உடல்குறுக்கி மெல்ல வந்து குனிந்தார். அவர் முகத்தை நோக்கி அவர் சொல்ல வருவதென்ன என்பதை உய்த்தறிய முயன்றான். அவனை முன்னவைக்கு துரியோதனன் அழைக்கிறான் என உய்த்து அதற்குச் சொல்லவேண்டிய மறுமொழியை சொற்கூட்டிக் கொண்டிருந்தபோது அவர் அவன் செவிகளில் "அமைச்சர் விதுரரின் செய்தி" என்றார்.

"உம்" என்றான் கர்ணன். "பேரரசி தங்களைச் சந்திக்கவேண்டுமென்று அமைச்சரிடம் கேட்டிருக்கிறார். அவைகூட இன்னும் நேரமிருக்கிறது. தாங்கள் என்னுடன் வந்தால் அணியறைக்குக் கூட்டிச்செல்வேன்" என்றார். ஒன்றும் புரியாவிட்டாலும் நெஞ்சு படபடக்க "யார்?" என்றான் கர்ணன். "இந்திரப்பிரஸ்தத்தின் பேரரசி. மார்த்திகாவதியின் குந்திதேவி" என்றார். "என்னையா? எதற்கு?" என்றான் கர்ணன். "அறியேன். அது அமைச்சரின் ஆணை" என்றார் கனகர். "தாங்கள் அவரிடம் இளமையில் சின்னாட்கள் பணிபுரிந்திருக்கிறீர்கள் என்று அறிந்துள்ளேன். அதையொட்டி எதையேனும் பேசவிழையலாம்."

கர்ணன் "அன்று நான் எளிய குதிரைச்சூதன். இன்று அங்க நாட்டுக்கு அரசன். அரசமுறையாக அன்றி ஓர் அரசியை நான் சந்திப்பது முறையல்ல" என்றான். அவர் மேலும் ஏதோ சொல்ல வந்தார். அவன் அவர் போகலாமென கைகாட்டினான். அவர் மேலும் குனிந்து "அத்துடன் தங்களுக்கு முன்வரிசையில் அரசபீடமொன்றை பேரரசியே சித்தமாக்கியிருக்கிறார்..." என்றார். கர்ணன் "நான் இங்கு என் இளையோருடன் இருக்கவே விழைகிறேன்" என்றான். கனகர் பெருமூச்சுவிட்டார். "விதுரரிடம் சொல்லுங்கள், இப்படி ஒரு மறுப்பைச் சொல்லும் தருணத்தை அங்கநாட்டான் துளித்துளியாக சுவைக்கிறான் என்று." கனகர் "ஆணை" என தலைவணங்கினார்.

3

அவைக்குள் நுழைந்த முதற்கணம் திருவிழாப் பெருங்களமென அது பெருகி நிறைந்திருப்பதாக கர்ணன் நினைத்தான். ஆனால் பீடத்தருகே சென்று அமர்வதற்கு முன்பு நோக்கியபோது மேலும் பெரும்பகுதி ஒழிந்துகிடப்பதைக் கண்டான். குடியவைகளிலும் வணிகர்மன்றிலும் பதினெட்டுப் பெருவாயில்களினூடாக தங்கள் குடிகளையும் நிலைகளையும் அறிவிக்கும் தலைப்பாகைகளும் சால்வைகளும் அணிந்து கைகளில் முத்திரைக்கோல்கள் ஏந்தி அவையினர் வந்து நிரம்பிக்கொண்டே இருந்தனர்.

துச்சலன் அவன் அருகே குனிந்து "நாற்பத்திரண்டு ஆரியவர்த்த அரசர்களும் நூற்று எழுபத்தாறு ஆசுர அரசர்களும் பன்னிரண்டு அரக்கர் குடித்தலைவர்களும் எண்பத்தாறு நிஷாத குடித்தலைவர்களும் வந்திருக்கிறார்கள் மூத்தவரே" என்றான். அவனருகே அமர்ந்திருந்த சுபாகு "எண்பத்தெட்டு" என்றான். துச்சலன். "அதெப்படி?" என்று மீண்டும் எண்ணத்தொடங்கினான். பீமபலன் "கைசுட்டி எண்ணாதீர்கள் மூத்தவரே. அதை இங்கு வேறெவரும் செய்வதில்லை" என்றான்.

"விந்தியனுக்கு மறுபக்கம் இருந்தும் வந்துளார்கள்" என்றான் சமன். "வேசரநாட்டில் விஜயபுரத்திலிருந்து குந்தலர்களின் அரசர் ஆந்திரேசன் நன்னய்ய வீரகுந்தலர் வந்துளார் என்று அரண்மனை ஏவலன் சொன்னான்." கர்ணன் திரும்பி நோக்கியபோது அவை நிரம்பியபடியே சென்றுகொண்டிருந்தது. மேலும் சற்றுநேரத்தில் அது மறுபக்கக் கரையை முட்டி எழும் என்று தோன்றியது. ஏவலர் முன்நிரையிலிருந்து அனைவருக்கும் இன்கடுநீரும் சுக்குமிளகும் தாம்பூலமும் அளித்தபடி நன்கு வளைந்த முதுகுடன் ஓசையற்ற

காலடிகளுடன் அவையெங்கும் பரவினர். அனைத்து அரசர்களும் மெல்லிய குரலில் பேசிக்கொண்டிருந்தாலும் அவர்களின் ஓசை திரண்டெழுந்து முழக்கமென கூடத்தை நிறைத்திருந்தது.

நேர்முன்னால் அரைவட்டவடிவமாக அமைந்திருந்த வெண்சுதையாலான அரசமேடையின் நடுவே இரு தூண்களில் கட்டப்பட்டிருந்த திரைச்சீலையால் அப்பாலிருந்த அரியணைகள் மறைக்கப்பட்டிருந்தன. இருபக்கமும் இரண்டு பீடங்கள் போடப்பட்டிருந்தன. அவற்றில் பீமனின் சிம்ம முத்திரையும் அர்ஜுனனின் குரங்கு முத்திரையும் நகுலனின் சரப முத்திரையும் சகதேவனின் அன்ன முத்திரையும் இருந்தன. அதற்குப் பின்னால் வலப்பக்கத்தில் கங்கை நீரேந்திய வைதிகர்குழாமும் மங்கலச்சேடியரும் காத்து நிற்க, இடப்பக்கம் சூதர் தங்கள் இசைக்கலங்களுடன் காத்து நின்றனர்.

ஒவ்வொன்றும் நூறுமுறை ஒத்திகைநோக்கி வகுத்தது போல் முற்றிலும் ஒத்தியைந்திருந்தன. எந்த அமைச்சரும் பதற்றத்துடன் கைவீசி ஆணைகளைப் பிறப்பித்தபடி குறுக்கே ஓடவில்லை. ஒருவர் சொல்வது பிறிதொருவருக்குப் புரியாமல் மாறி மாறி கையசைக்கவில்லை. சகன் “மூத்தவரே, இந்த அவையில் தங்கள் தலை மட்டும் எழுந்து தெரிகிறது. அவையில் இருக்கும் அரசர்கள் அனைவரும் தங்களைப் பார்த்துவிட்டனர். பின்நிரையில் இருக்கும் வணிகர்களும் ஐங்குலக் குடியினரும்கூட தங்களைத்தான் பார்த்துக்கொண்டிருக்கிறார்கள்” என்றான்.

துச்சலன் “அதற்காக தலையைத் தாழ்த்த முடியுமா என்ன? அனைவருக்கும் மேல் எழுந்து நின்று நோக்கவேண்டுமென்று அவரைப் படைத்த தெய்வங்கள் எண்ணியுள்ளன” என்றான். முன்னிரையில் இடப்பட்ட பீடங்கள் மதுராவுக்கும் மதுவனத்திற்கும் உரியவை என்று தெரிந்தது. வரிப்புலி முத்திரை பொறிக்கப்பட்ட இருக்கையில் வங்கமன்னர் பகதத்தர் அமர்ந்திருந்தார். மத்ரத்தின் சல்லியரை அர்ஜுனன் அழைத்துக்கொண்டு வந்து அமரச்செய்தான். பீமன் பௌண்டரிக வாசுதேவரை அழைத்துவந்து அமரச்செய்தான். பூரிசிரவஸ் வந்தபோது நகுலன் அவனை நோக்கிச் சென்று தழுவிக்கொண்டான். அணியறைக்குள் இருந்து வந்த சாத்யகி ஓடிவந்து பூரிசிரவஸைக் கட்டிக்கொண்டான்.

வெளியே முரசொலி எழுந்தது. திரும்பி நோக்கக்கூடாது என்று கண்களுக்கு ஆணையிட்டு செவிகூர்ந்து அமர்ந்திருந்தான் கர்ணன். வாழ்த்தொலிகளிலிருந்து அது மார்த்திகாவதியின் குந்திபோஜர் என்று அறிந்தான். அர்ஜுனன் முதியவராகிய குந்திபோஜரை வலக்கை பற்றி மெல்ல அழைத்து வந்தான். தளர்ந்த உடலும், தொய்ந்த தோள்களுமாக

அவர் வந்து அவையிலிருந்த அனைவரையும் பொதுவாக வணங்கிவிட்டு தன் இருக்கையை நோக்கிச் சென்றார். அவருக்குப் பின்னால் காந்தார நாட்டரசர் சுபலர் தன் மைந்தர்களுடன் வர, சகுனி எழுந்து புண்பட்ட காலை நீட்டி நடந்துசென்று அவரை எதிர்கொண்டார். அவரை அழைத்துவந்த சௌனகர் முகமன் உரைக்க சுபலர் மறுமுகமன் சொல்லி சிரித்தார்.

அர்ஜுனனின் விழி ஒருகணம் கர்ணனை வந்து தொட்டுச் சென்றது. அதன் பின்னர்தான் அவைக்கூடத்திற்கு வெளியில் இருந்தே தான் இருக்கும் இடத்தை அவன் பார்த்துவிட்டான் என்பதை கர்ணன் உணர்ந்தான். மீண்டும் முரசொலியும் கொம்பும் எழ, வாழ்த்தொலிகள் பலராமர் வருவதைச் சொல்லின. கர்ணன் அவை வாயிலை நோக்கினான். இரு கைகளையும் தூக்கி வணங்கியபடி பெருஞ்சிரிப்புடன் உள்ளே வந்த பலராமருக்குப் பின்னால் பீமன் தரையில் இழைந்த அவரது மேலாடையை தூக்கியபடி வந்தான்.

தன் இருக்கையிலிருந்து எழுந்த துரியோதனன் விரைந்த காலடிகளுடன் பலராமரை அணுகி அவர் கால்களைத் தொட்டு வணங்கினான். அவன் தலையை தன் பெரிய வெண்கையால் அறைந்து ஏதோ சொல்லி நகைத்தபடி பலராமர் மதுவனத்தின் கொடி பறந்த இருக்கையில் சென்று அமர்ந்தார். மீண்டும் ஒருமுறை வணங்கியபின் நிமிர்ந்து பீமனை நோக்கி துரியோதனன் ஏதோ முகமன் சொன்னான். பீமனை தழுவிக்கொள்ளும்பொருட்டு அவன் கைகள் அனிச்சையாக எழுவதையும் கைகளை தொடையோடு சேர்த்து வைத்து உடலை இறுக்கி அவ்வழைப்பை பீமன் புறந்தள்ளுவதையும் அத்தனை தொலைவிலிருந்தே காணமுடிந்தது.

உடல்மொழியை விழி அறியும் விரைவும் நுட்பமும் எத்தனை வியப்புக்குரியது என்று கர்ணன் எண்ணிக்கொண்டான். துரியோதனன் மீண்டும் ஒரு முகமன் சொல்லி தலைவணங்கியபின் சென்று தன் பீடத்தில் அமர்ந்தான். அவனைத் தொடர்ந்து வந்து இருபுறமும் நின்றிருந்த துர்மதனும் துச்சாதனனும் பீமனுக்கு முகமன் சொல்லிவிட்டு திரும்பிச்சென்றனர். பீமனின் முகம் வெறுப்பு நிறைந்ததாக இருப்பதை அத்தனை தொலைவிலேயே கர்ணன் கண்டான். அதில் சிலைத்தன்மையே இருந்தது. ஆனால் அது வெறுப்பாலானதெனத் தோன்றியது. அது தன் உளமயக்கா? இல்லை. உண்மையிலேயே அப்படித்தான். அத்தூண்களைப்போல அத்துணை புறவயமானது.

பீமனின் விழிகள் தன்னை நோக்கித் திரும்பும் என எதிர்பார்த்து கர்ணன் விழிநட்டிருந்தான். பீமன் அர்ஜுனனை நோக்கி விழிகளால் ஏதோ

சொல்லிவிட்டு வெளியே சென்றான். அர்ஜுனன் அரசுமேடையைக் கடந்து அணிச்சேடியருக்கு நடுவே நடந்து உள்ளே சென்றான். கூடத்திற்கு அப்பால் இருந்து பீமன் அவனை நோக்கிக்கொண்டிருப்பதை தன் உடலால் உணரமுடிந்தது. மறுபக்கமிருந்து மீண்டும் வாழ்த்தொலிகளும் முரசொலிகளும் எழுந்தன. வசுதேவர் பீமன் தொடர உள்ளே வர பலராமர் எழுந்து தந்தையை வணங்கி அழைத்து வந்து அவர் அமர்ந்தபின் தான் அமர்ந்தார். கர்ணன் ஒழிந்த பீடங்களுக்காக விழிசுழற்றி ஏதுமில்லை என்பதை கண்டான்.

சேதிநாட்டு தமகோஷருக்கு அருகே விதர்ப்ப அரசர் பீஷ்மகர் அமர்ந்திருந்தார். கோசலமன்னர் நக்னஜித்தை கர்ணன் அடையாளம் கண்டான். அணியறையிலிருந்து தன் மைந்தர்களில் ஒருவனுடன் துருபதன் வந்து அஸ்வத்தாமனை வணங்கி முகமன் சொன்னபின் அருகே அமர்ந்தார். சௌரபுரத்தின் கதிர்க்கொடியுடன் அரசர் சமுத்ரவிஜயர் தன் மைந்தர் ஸினியுடன் அவைபுகுந்தார். மணிபூரகத்தின் அரசர் சித்ரபாணனை அர்ஜுனன் அழைத்துவந்து அவையமரச் செய்தான். சிபிநாட்டரசர் கோவாசனருக்குத் துணையாக நகுலன் பீடம்வரை வந்தான்.

அவை நிரம்பியதை அறிவிக்கும் கொம்பொலி எழுந்தது. தொடர்ந்து கூடத்தில் இருந்த கதவுகளை வீரர்கள் ஒவ்வொன்றாக மூடினர். அப்பெருங்கதவுகள் அனைத்தும் தரையில் இரும்புச் சக்கரங்களில் அமைந்திருந்ததால் ஓசையின்றி வந்து பொருந்திக்கொண்டன. கதவுகள் அனைத்தும் மூடப்பட்டதும் கூடத்தின் எதிரொலிகள் அனைத்தும் அவிந்து கூரை முழக்கம் மறைந்தது. ஒவ்வொரு மூச்சொலியும் அணிகுலுங்கும் ஒலியும் கேட்கும் அமைதி எழுவதை கர்ணன் உணர்ந்தான். எங்கிருந்து எவர் பேசினாலும் அனைவருக்கும் கேட்கும் விதமாக அக்கூடத்தின் வளைமுகடு அமைக்கப்பட்டிருந்தது. பெரும்பூதமொன்றின் உதடு என அது ஒவ்வொரு செவியிலும் வந்துபேசியது.

பீமன் அவையை குறுக்காகக் கடந்து அணிச்சேடியர் நடுவே நுழைந்து அப்பால் மறைந்தான். வைதிகர்நிரையை அணுகி ஒவ்வொருவரிடமும் ஓரிரு சொற்களைப் பேசியபின் சௌனகர் அரசமேடையில் ஏறி நின்றார். அவருக்குக் கீழே பிற சிற்றமைச்சர்கள் நின்றனர். சுரேசரிடம் சௌனகர் ஏதோ ஆணையிட, அவர் சென்று நிமித்திகனிடம் அறிவித்தார். அறிவிப்பு மேடையில் ஏறிய நிமித்திகன் இந்திரப்பிரஸ்தத்தின் மின்கதிர் பொறிக்கப்பட்ட வெள்ளிக்கோலை தலைக்கு மேல் தூக்கியதும் அவைமுரசுகள் அனைத்தும் பேரொலி எழுப்பிச் சுழன்றன. கொம்புகள் பிளிறி ஓய்ந்து துதிக்கை தாழ்த்த, கூடமுகட்டின் குவை ரீங்கரிக்கத்

தொடங்கிற்று. பெரும் கடற்சங்கு ஒன்றுக்குள் அமர்ந்திருக்கும் உணர்வை கர்ணன் அடைந்தான்.

நிமித்திகன் உரத்த குரலில் “வெற்றி விளைக! புகழ் எழுக! செல்வம் பெருகுக! மூதாதையர் கனிக! தேவர்கள் மகிழ்க! தெய்வங்கள் அருள்க!” என்று கூவினான். அவை கைதூக்கி வாழ்த்தொலித்தது. “அவையோரே, இன்று சித்திரைமாதம் முழுநிலவுக்கு முந்தைய நாள். நாளை பாரதவர்ஷத்தின் முதன்மைப்பெருநகரியாகிய இந்திரப்பிரஸ்தத்தின் நிலைக்கோள்விழா காலை முதற்கதிர் எழுகையில் தொடங்குகிறது. அவ்விழவுக்கு அணிசெய்யும்பொருட்டு நகர்புகுந்திருக்கும் அரசரை வரவேற்று முறைமை செய்வதற்காக இவ்வவை கூடியுள்ளது. இந்திரப்பிரஸ்தமாளும் பேரரசர் யுதிஷ்டிரர் அவரது பட்டத்தரசியும் பாஞ்சாலக் குலமகளுமான திரௌபதியுடன் எழுந்தருளவிருக்கிறார். தங்கள் வாழ்த்துகள் இவ்வவையில் எழுக! குடிகளின் நற்சொற்கள் எழுக! விண்ணிலிருந்து மூதாதையர் அருள் புரிக! முகிற்கணங்களிலிருந்து தேவர்கள் இன்னிசை பொழிக! வேதநற்சொல் இங்கெலாம் எழுந்து பரவுக! ஆம், அவ்வாறே ஆகுக!”

தொலைவில் வாழ்த்தொலிகளும் மங்கல இசையும் ஒலிக்கத்தொடங்கின. இரு அணிச்சேடியர் அவைமேடைமேல் இருந்த திரையை இருபக்கமாக இழுத்து திறந்தனர். நடுவே நீலக்கற்கள் மின்னிய அரசரின் அரியணையும் செங்கனற்குவை என அரசியின் அரியணையும் தெரிந்தன. அங்குள்ள அனைவரும் திரௌபதியின் அரியணையை மட்டுமே நோக்கினர். அவ்வாழ்த்துகளும் இசைமுழக்கமும் அதற்கெனவே தோன்றியது. அது மென்காற்றில் சீறும் கனல்கட்டிகளை அடுக்கி எழுப்பியதுபோல் இருந்தது. அவையசைவுகளில் அது பல்லாயிரம் இமைப்புகள் கொண்டது.

இசைச்சூதர்களை நோக்கி அவர்களின் கோல்காரன் தண்டெடுத்து தலைமேல் சுழற்ற, முழவும் குழலும் சல்லரியும் சங்கும் மணியும் என ஐந்திசைக்கலன்கள் ஒத்திசைந்து எழுந்த மெல்லிசை அப்பெருங்கூடத்தை நிரப்பியது. ஒவ்வொரு கருவியும் ஒரு பறவையின் ஓசை. முழவென செம்போத்து. குழலென குயில். சல்லரியென நாகணவாய். மயிலின் சங்கு. மணியென நீள்வால்சிட்டு. பராசரரின் புராணமாலிகை சொல்லும் ஐம்புள் நின்றது அங்கே. இப்போது இவ்வெண்ணங்களில் ஏன் என் உள்ளம் உழல்கிறது? இந்தத் தருணத்தை உணர்வெழுச்சிகளின்றி கடக்க விழைகிறேன். மெல்லிய தடிப்பாலத்தைக் கடக்க விழைபவன் இரு கைகளையும் விரிப்பதுபோல என் எண்ணங்களைப் பரப்பிக் கொள்கிறேன்.

மங்கலச்சேடியர் இருபக்கமும் விலகி வழிவிட அப்பாலிருந்து இந்திரப்பிரஸ்தத்தின் மின்கதிர் பொறிக்கப்பட்ட மாபெரும் இளஞ்

செம்பட்டுக் கொடியை ஏந்தியபடி பொன்முலாம் பூசிய கவசமணிந்த வீரனொருவன் குறடுகளை சீர்நடையிட்டு எடுத்து வைத்து நடந்துவந்தான். அவனைத் தொடர்ந்து நான்கு நிரைகளிலாக எண்மங்கலங்கள் கொண்ட தாலங்களுடன் அணிச்சேடியர் வந்தனர். கர்ணன் ஓரவிழியால் அந்த அசைவுகளை நோக்கி மீசையை நீவியபடி முகம் திருப்பாது அமர்ந்திருந்தான்.

மங்கலச்சேடியர் குரவை ஒலித்து பொற்தாலங்களில் ஏற்றப்பட்ட அகல்சுடரை தூக்கிச் சுழற்றி மழைநீர்த்துமியென அரிமலர் அள்ளி வீசி வாழ்த்துக் குரலெழுப்பினர். இசைச்சூதர் பதினெண்மர் பரவியார்க்கும் ஐந்திசைக்கலங்களுடன் வந்தனர். அவர்களுக்கு பின்னால் யுதிஷ்டிரரின் நந்த உபநந்தமுத்திரை பொறிக்கப்பட்ட இளநீலக்கொடியுடன் பொற்கவசவீரன் வந்தான். தொடர்ந்து மின்கதிருக்குக் கீழே வில்பொறிக்கப்பட்ட திரௌபதியின் கொடி. துவாரகையின் கருடக்கொடியும் பாஞ்சாலத்தின் விற்கொடியும் வந்தன. இறுதியில் இருநிரைகளாக நகுல, சகதேவர்களின் சரபக்கொடியும் அன்னக்கொடியும் பீமனின் சிம்மக்கொடியும் அர்ஜுனனின் குரங்குக் கொடியும் ஏந்திய வீரர்கள் வந்தனர்.

கொடியேந்தி வந்த வீரர்கள் அரசமேடை மேல் ஏறி அங்கிருந்த அரியணைகளுக்குப் பின்னால் கொடிகளை நாட்டினர். கொடிக்காரர் களுக்குப்பின் இந்திரப்பிரஸ்தத்தின் செங்கோல் ஏந்திய அமைச்சர் ஒருவர் வந்தார். அவருக்குப் பின்னால் அரசரின் உடைவாள் ஏந்தி முழுக்கவச உடையணிந்த படைத்தலைவன் வந்தான். பட்டுத்தலைப்பாகைகளுக்கும் பாவட்டாக்களுக்கும் மேலே காலையொளிபட்ட வேள்விப்புகை போல வெண்குடை எழுந்தசைவதைக் காணமுடிந்தது. கர்ணன் அறியாமல் அதைநோக்கி விழிகூர்ந்தான். நடத்தலின் அசைவில் இணைந்தும் விலகியும் தெரியும் தலைகளுக்கு நடுவே ஒருகணத்தில் அணிமலர்ச்சுடர்புகை நடுவே எழுந்தமையும் அனல்விழிக்கொற்றவை என அவள் முகம் தெரிந்து மறைந்தது.

அக்கணத்திலேயே அவள் விழிகளும் தன் விழிகளை சந்தித்து மீள்வதை அவன் உணர்ந்தான். அது உள்ளம் கொள்ளும் மயக்கா? அத்தனை தொலைவில் அத்தனை முகங்களுக்கு நடுவே அவனை மட்டும் அவ்விழிகள் வந்து தொட்டுச் செல்லலாகுமா? எளியவர்கள் எப்போதும் கொள்ளும் மாயை. இரு கைகளையும் கூப்பியபடி தருமன் பொன்னூல்பின்னலிட்டு பாண்டிய முத்துச்சரம் சுற்றி முகப்பில் நீலநீள்வைரம் பதித்த சுட்டி கொண்ட இளநீலப் பட்டுத்தலைப்பாகையில் செங்கழுகின் இறகு காற்றில் குலுங்க, மார்பில் நீலக்கற்கள் பதிக்கப்பட்ட விண்மீன்மாலையும் நீலக்கற்கள் பதிக்கப்பட்ட தோள்சிறகும் கைமலர்களும் கங்கணங்களும்

கச்சையும் அரைப்பட்டையும் அணிந்து சற்றே கூனல் விழுந்த தோள்களுடன் வந்தான்.

தருமனின் வலப்பக்கம் இளையயாதவர் பொற்பட்டுத்தலைப்பாகை மேல் விழிதிறந்தபீலியும் மஞ்சளாடையும் அணிந்து கையிலொரு வலச்சுழி வெண்சங்குடன் வந்தார். திரௌபதியின் இடப்பக்கம் அனல்நிறத்தலைப்பாகையில் செங்கழுகின் இறகு தழலாகி நின்றாட, அனல்துளிக் குண்டலங்களும் செம்மணியாரமும் அணிந்த திருஷ்டத்யும்னன் உருவிய உடைவாளுடன் வந்தான். பாண்டவர் நால்வரும் தொடர்ந்து வந்தனர். அவர்கள் அவைநுழைந்தபோது மங்கல இசையும் வாழ்த்தொலிகளும் கொண்டல்முழக்கமென எழுந்தன. மழையென அரிமலர் வீழ்ந்தது.

வேதியர் கங்கைநீர் தெளித்து எழுதாக்கிளவி ஒலித்து வாழ்த்தினர். அவர்கள் நீர்தெளித்து தூய்மைப்படுத்திய அரியணையை நோக்கி சௌனகர் அரசரையும் அரசியையும் அழைத்துச்சென்றார். அவர்களுக்குமேல் வெண்குடை குலுங்கி அமைய இருபக்கமும் பணிலமேந்திய யாதவனும் படைக்கலமேந்திய பாஞ்சாலனும் நிற்க, இருநிரைகளாக பாண்டவர் நால்வரும் சூழ அவர்கள் அரியணையமர்ந்தனர்.

திரௌபதியின் சிலம்பணிந்த மென்பாதம் ஒற்றி ஒற்றி வைத்த ஒவ்வொரு அடியையும் கர்ணன் பார்த்துக்கொண்டிருந்தான். அவள் ஆடைமடிப்பின் ஒவ்வொரு வளைவும், அணிகலன்கள் கொண்ட ஒவ்வொரு உலைவும், அருமணிகள் காட்டிய ஒவ்வொரு நகைப்பும் அவன் விழியறிவாயின. கனலணையைத் தொட்ட அக்கணமே பற்றி தழல்கொள்ளப்போகிறாள் என்பது போல. அவளோ தோள்வளையாது, காற்றுபட்ட சுடரென இயல்பாக இடைமடிந்து அதில் அமர்ந்து, வளையடுக்குகள் குலுங்கியமைந்த கருநாகக் கைகளை எரிவிழியும் பசிநாவும் கொண்டுநின்ற பொற்சிம்மங்களின் பிடரிகள்மேல் படகொடித்தளிர்களென பைய வைத்து, செம்பட்டு மெத்தையிட்ட சாய்வில் நிமிர்ந்து இணைமுலையொசிய இளமூச்சுவிட்டு மெத்தைக்காலடியில் சிலம்பொளிர்ந்த வலக்கால் நீட்டிவைத்து, குழைகள் ஆடி கன்னத்தில் ஒளிநிழல் காட்ட அமைந்து அழியா ஓவியமானாள்.

துரியோதனன் கைவீசி விதுரரிடம் ஏதோ சொல்ல, அவர் எழுந்து சௌனகரை நோக்கிச் சென்றார். சௌனகரும் அவரும் பேசிக்கொள்வதை அவையினர் அனைவருமே நோக்குவதை உணரமுடிந்தது. சௌனகர் அரசமேடை நோக்கிச் செல்ல, விதுரர் திரும்பி கனகரிடம் கைகாட்டினார். கனகர் உடல்குலுங்க பின்னால் ஓடிக் கைவீச, பிரமோதரும் கைடபரும் பொற்தாலமொன்றில் தேவயானியின் மணிமுடியைக் கொண்டுவந்தனர்.

திரௌபதி அவைநுழையும்போது எழுந்த அதே ஓசை மீண்டும் எழுந்தது. துயில்விழிக்கும் யானை போன்ற மூச்சொலி. மெல்லிய பொற்கம்பிகளை வளைத்து எட்டு இதழ்களால் ஆன மலரென அமைக்கப்பட்டிருந்தது தேவயானியின் முடி. அதன் நீர்த்துளி வைரங்கள் அவைக்கு வந்தபோது விண்மீன்களென தெரிந்தன. அரசமேடைக்குச் சென்றபோது அரியணையின் கனலேற்று சுடர்த்துளிகளாயின. தருமனின் முகம் மலர்ந்தது. அவன் திரௌபதியை நோக்க, அவள் கரியசிலைமுகத்துடன் இருக்கக்கண்டு நோக்கு திருப்பி தம்பியரைப் பார்த்தான். நகுலனும் சகதேவனும் புன்னகையுடன் இருக்க, பீமனும் அர்ஜுனனும் உறைந்த முகத்துடன் நின்றனர்.

விதுரர் கைகூப்பி “அவையோரே, இது மன்வந்தரங்களின் தலைவர் பிரியவிரதரின் மகள் ஊர்ஜஸ்வதியில் மாமுனிவர் சுக்ரரின் மகளாக கருநிகழ்ந்து மண்ணிறங்கிய பேரரசி தேவயானியின் மணிமுடி. அஸ்தினபுரியின் மூதாதை பேரரசர் யயாதி அவரை மணம்கொண்டு அரியணை அமர்த்தினார். பாரதவர்ஷத்தின் சக்ரவர்த்தினியாக தேவயானி அமர்ந்தார். முன்பும் பின்பும் எவரும் அவ்வண்ணம் முழுநிலத்தையும் ஆளும் முடியும் கோலும் கொண்டதில்லை. பாரதவர்ஷத்தின் முதற்பேரரசிக்காக யயாதியின் வேள்வித்தீயில் எழுந்த மயன் சமைத்தது இந்த மணிமுடி. இதைச் சூடும் தகுதிகொண்டவர் பாஞ்சாலத்து அரசி மட்டுமே என்று உணர்ந்தமையால் அஸ்தினபுரியின் அரசர் இதை அவருக்குப் பரிசிலாக அளிக்கிறார். இது இனி இந்திரப்பிரஸ்தத்தின் பட்டத்தரசியின் முடியில் ஒளிவிடுக! எட்டுதிருக்களும் எரிமகள்மேல் அமர்ந்து அருள்க!” என்றார்.

திரௌபதி அச்சொற்களைக் கேட்டதாகவே தெரியவில்லை. அவ்வரியணையில் தொல்தெய்வம்போல் அமர்ந்திருந்தாள். அவளுக்குக் கீழே மண்ணென ஏதுமிலாதது போல். மேலே மாளிகையின் கூரை திறந்து விண்ணெழுந்தது போல். அவளன்றி அப்பெருங்கூடத்தில் வேறெவரும் இல்லையென்பது போல். குடியவை அலையலையென எழுந்து தேவயானியின் மணிமுடியை நோக்கியது. “பாரதவர்ஷத்தின் ஆழியமைந்தோள் வாழ்க! அவள் சூடும் தேவயானியின் மணிமுடி வாழ்க!” என்று முழங்கியது.

சௌனகர் வந்து தருமனருகே குனிந்தார். அவன் ஏதோ சொல்ல, அவர் சென்று திரௌபதியருகே குனிந்தபின் அவள் சொல்கேட்டு விழிமாறி தலைவணங்கினார். திரும்பி உடலைக்குறுக்கியபடி விரைந்துசென்று சுரேசரிடம் ஆணையிட, இரு ஏவலர் அரசமேடைக்கு வந்து தேவயானியின் மணிமுடியை எடுத்துச்சென்றனர். ஓர் அணிச்சேடி வந்து திரௌபதியின் வலக்கையில் ஒரு செந்தாமரை மலரை அளித்தாள்.

படைத்தலைவர்கள் கொண்டுவந்து அளித்த செங்கோலை வாங்கி வலக்கையில் பற்றினான் தருமன். மங்கல இசையும் வாழ்த்தொலிகளும் சூழ்ந்து அதிர்ந்தன.

அரசவைக் காவலர் சூழ அமைச்சர் நால்வர் பொற்தாலத்தில் நீலக்கற்கள் பதிக்கப்பட்ட மணிமுடியைக் கொண்டுவந்தனர். "இந்திரப்பிரஸ்தமாளும் இணையற்ற மாமன்னர் வாழ்க! பாண்டுவின் மைந்தர் வாழ்க! அறச்செல்வர் அடிகள் வெல்க!" என்று வாழ்த்தொலிகள் எழுந்தன. அந்தணர் எழுவர் வேதமோத, முதுவேதியர் மூவர் அம்முடியை எடுத்து தர்மனின் தலையில் சூட்டினர். துச்சலன் கர்ணனிடம் "அஸ்தினபுரியின் மணிமுடியின் அதே வடிவில் செய்யப்பட்டுள்ளது மூத்தவரே" என்றான். மறுபக்கமிருந்த பீமபலன் "அஸ்தினபுரியின் கருவூலத்திலிருந்து அளவுகளை முன்னரே எடுத்துச் சென்றிருக்கிறார்கள் மூத்தவரே. அம்மணிமுடிக்கு மாற்றாக இதை வைத்தால்கூட எவரும் கண்டடைய முடியாது" என்றான்.

ஏழு அணிச்சேடியர் தாலத்தில் கொண்டுவந்த திரௌபதியின் மணிமுடியைக் கண்டு துச்சலன் "மூத்தவரே, இது வேறு மணிமுடி!" என்றான். அது செந்தழலால் ஆனது போலிருந்தது. துச்சலன் "அரளிச்செண்டு போல" என்றான். சகன் "மூத்தவரே, இதையா சூடப்போகிறார்கள்? தேவயானியின் மணிமுடியை அல்லவா?" என்றான். கர்ணன் திரௌபதியைப் பார்த்தான். அறியமுடியாத களிமயக்கொன்றில் அவள் இருந்தாள். கைகளில் கழுத்தில் தோள்களில் கன்னங்களில் இதழ்களில் எங்கும் அந்தக் களிப்பு விழிகளால் அறியமுடியாத ஒரு துடிப்பாக ஓடுவதைக் கண்டான்.

வேதம் ஒலிக்க வைதிகர் அம்மணிமுடியை எடுத்து அவள் தலையில் சூட்டினார். ஊழ்கத்திலமர்ந்த கொற்றவை. காலடியில் நெஞ்சுபிளந்து கிடக்கும் தாருகனும் ஊழ்கத்தில் இருந்தான். இவ்வோசைப்பெருக்கு ஊழ்கநிலையைத் திரட்டி வைப்பதன் விந்தைதான் என்ன? கோல்காரன் அறிவிப்புமேடையில் ஏறி அவை தொடங்கவிருப்பதை அறிவித்தான். இரு சூதர்கள் எழுந்து தருமனின் புகழ்பாடும் பாடல் ஒன்றைப் பாடினர். ஒவ்வொன்றும் பிறிதொரு உலகில் நிகழ்ந்து கொண்டிருக்க, பாலையில் கைவிடப்பட்ட ஆலயத்தின் கருவறைக்குள் அமர்ந்த கொற்றவையை நோக்கும் விடாய்கொண்டு உயிர்வறண்ட பயணியென அவன் இருந்தான்.

சடங்குகள் அனைத்தும் முடிந்தன. தருமன் எழுந்து கைகூப்பி அங்கு வருகை தந்துள்ள அரசர்கள் அனைவரையும் வாழ்த்தினான். முதலில் குந்திபோஜரையும், அதன் பின்பு துரியோதனனையும் தொடர்ந்து

வசுதேவரையும் பலராமனையும் ஜராசந்தனையும் முறைவரிசைப்படி பெயர் சொல்லி முகமன்கூறி இந்திரப்பிரஸ்தத்தின் நிலைகோள் விழாவுக்கு வரவேற்றான். முறைமைச் சொற்களை சொல்கையில் அவன் தன்னிடம் எப்போதுமிருக்கும் குன்றலையும் விலகலையும் கடந்து முழுமைகொள்வதாக கர்ணன் எண்ணினான். ஒவ்வொரு வார்த்தையையும் அழுத்தமாக ஓங்கிய ஒலியில் அவன் சொன்னான். பிறர் சொல்கையில் வெறும் சொற்களேயென ஒலிக்கும் அணியாட்சிகளும் மரபுரைகளும் அவன் மொழியில் நெஞ்சு திறந்து குருதி ஈரத்துடன் வந்து நிற்பவையாகத் தோன்றின.

அவன் அவற்றை முழுதுணர்ந்து சொல்வதனாலேயே அவ்வுயிர் அவற்றில் கூடுகிறது. முறைமைச் சொற்களை பயின்று தேர்கையில் அவை மேலும் பொய்மை கொள்கின்றன. முறைமைச் சொற்களை நம்பி சொல்பவன் எங்கும் எதிலும் முறைமை மேல் ஆழ்ந்த நம்பிக்கை கொண்டவனாக இருக்க வேண்டும். சிறு ஐயமிருந்தாலும் அச்சொற்கள் உதிர்ந்த மலர்கள் போல் ஆகிவிடுகின்றன. கர்ணன் பிற பாண்டவர்களைப் பார்த்தான் அவர்கள் எவர் முகத்திலும் அம்முகமன்களின் உணர்வுகள் வெளிப்படவில்லை. பீமனின் முகத்திலும் பார்த்தன் முகத்திலும் அவற்றுக்கு எதிரான மீறல்கூட தெரிந்தது.

மீண்டும் ஒருமுறை கொம்பு ஊதியதும் சௌனகர் சென்று குந்திபோஜரிடம் குனிந்து ஏதோ சொல்ல, அவர் கைகளை ஊன்றி எழுந்துகொண்டார். இரு ஏவலர் பற்றிக்கொள்ள மெல்ல நடந்து மேடையேறிச்சென்று தருமனையும் பாஞ்சாலியையும் வாழ்த்தினார். அவரது குலமுறையையும் பெருமையையும் கோல்காரன் கூவியறிவித்தான். தருமன் அரியணைவிட்டு எழுந்து அவர் கால்களைத் தொட்டு தன் மணிமுடியில் வைத்துக் கொண்டான். திரௌபதி கைகூப்பியபடி நின்றாள். அவர் அவள் தலையை ஒரு செம்மலரால் தொட்டு வாழ்த்தியபின் அவையை நோக்கிக் கைகூப்பிவிட்டு இறங்கினார். அவருடன் வந்த அமைச்சர் குந்திபோஜர் இந்திரப்பிரஸ்தத்திற்கு அளிக்கும் பரிசில்களை அறிவித்தார்.

அதன்பின் சௌனகர் அவைக்குத் திரும்பியபோதே கர்ணன் கனவுநிலை கலைந்தான். சௌனகர் குனிந்து வசுதேவரை அரசமேடைக்கு அழைத்தார். துச்சலன் உரக்க "என்ன இது? மூத்தவரே, குருதிமுறைப்படி நம் தமையனை அல்லவா அழைத்திருக்க வேண்டும்?" என்றான். "அவரைத்தான் அரசரும் அறிவித்தார்" என்றான் துச்சகன். சுபாகு "பொறுங்கள்... ஓசையிடவேண்டாம்..." என்றான். கர்ணனின் உள்ளம் சொல்லிழந்து கல்லென கிடந்தது. அடுத்து பலராமர் மேடையேறியபோது சுபாகு நிலையழிந்து "என்ன இது மூத்தவரே?" என்றான். கர்ணன் தளர்ந்து "நானறியேன்" என்றான்.

“தெரிந்து செய்கிறார்கள். இப்படி செய்யவேண்டும் என்று ஆணை உள்ளது போலும்” என்றான் துச்சலன். “சௌனகர் இம்முடிவை எப்போதும் எடுக்கமாட்டார். இது அரசியின் ஆணை. ஐயமே இல்லை” என்றான் துச்சகன். கர்ணன் சுபாகுவிடம் “எவரும் எவ்வுணர்வையும் காட்டவேண்டாம் என்று நான் ஆணையிட்டதாகச் சொல்” என்றான். சுபாகு குனிந்து துச்சலனிடம் சொல்ல அவன் அருகே இருந்த பீமபலனிடம் சொல்ல அச்சொற்கள் கௌரவர்களிடம் பரவின. கர்ணன் துச்சாதனனைப் பார்த்துக்கொண்டிருந்தான். துச்சாதனனும் துர்மதனும் சினம்கொண்டு நிலையழிந்து உடல்விறைக்க தங்கள் பீடங்களின் கைப்பிடிகளை இறுகப்பற்றி கழுத்துத்தசைகள் இழுபட்டு நின்றிருக்க அமர்ந்திருப்பதைப் பார்த்தான். ஆனால் துரியோதனன் மலர்முகம் கொண்டிருந்தான்.

பலராமருக்குப்பின் துருபதன் மேடைக்கு அழைக்கப்பட்டார். அவரை பீமனும் அர்ஜுனனும் வந்து அழைத்துச் சென்றார்கள். அதன் பின்னரே துரியோதனனை சௌனகர் சென்று அழைத்தார். துரியோதனன் புன்னகையுடன் திரும்பி அவையை நோக்கிக் கைகூப்பியபின் துச்சாதனனும் துர்மதனும் இருபக்கமும் வர மேடையேறிச் சென்றான். அவன் குலமுறையைச் சொல்லி நிமித்திகன் அறிவிக்க, வாழ்த்தொலிகள் எழுந்தன. தருமன் துரியோதனின் கைகளைப் பற்றிக்கொள்ள, துரியோதனன் தன் வாழ்த்துகளை தெரிவித்தான். தம்பியர் இருவரும் குனிந்து தருமனின் கால்களைத் தொட்டு சென்னிசூடினர்.

திரௌபதி பாவையென உறைந்த புன்னகையுடன் நின்றாள். துச்சாதனன் தலைகுனிந்து அவளை வணங்கியபோது அவள் தலை அசைந்து அவ்வணக்கத்தை திரும்ப அளித்தது போலும் தெரிந்தது, அசையவில்லை என்றும் தோன்றியது. துரியோதனன் அவையை வணங்கி இறங்கியபோது விதுரர் கைகூப்பி அஸ்தினபுரி அளிக்கவிருக்கும் பெரும்செல்வத்தை அறிவித்தார். அவை ஒருகணம் அதை நம்பாததுபோல் உறைந்து ஓசையற்றிருந்தது. பின்பு வாழ்த்தோசை எழுந்து கூடத்தின் சுவர்களை அறைந்தது. தருமன் முகம் நெகிழ கைகூப்பினான். திரௌபதி எங்கோ என இருந்தாள். புன்னகையுடன் துரியோதனன் தன் பீடத்தில் அமர, சௌனகர் சென்று ஜராசந்தனை மேடைக்கு அழைத்தார்.

4

நீள்கூடத்தில் அமர்ந்திருந்த கௌரவர்கள் பன்னிருவரும் கைகளைக்கட்டி தலைதாழ்த்தியும், சாளரங்களினூடாக வெளியே நோக்கியும், தரைப்பளிங்கைக் காலால் வருடியும் ஆழ்ந்த அமைதியில் இருந்தனர். சாளரத்தருகே இழுத்திட்ட பீடத்தில் உடலைச் சரித்து கைகளை கைப்பிடி மேல் வைத்து வெளியே ஆடும் மரங்களின் இலைநிழல்குவைகளை நோக்கியபடி கர்ணன் அமர்ந்திருந்தான். அவற்றின்மேல் அரண்மனை உப்பரிகைகளின் நெய்விளக்குகளின் செவ்வொளி விழுந்து காற்றசைவுகளில் விழிகளுக்குள் தெறித்துக்கொண்டிருந்தது.

குறடுகளின் ஒலி கேட்க, ஒவ்வொருவரும் திடுக்கிட்டு நிலைமீண்டனர். மூச்சுகளும் உடல் அசையும் ஒலிகளும் ஆடைச்சரசரப்புகளும் எழுந்தன. அணுக்கன் கதவைத் திறந்து "அஸ்தினபுரியின் அரசர் துரியோதனர்" என்று அறிவிக்க கர்ணனைத்தவிர பிறர் எழுந்து நின்றனர். உள்ளே வந்த துரியோதனன் சிரித்தபடி கர்ணனை நோக்கி "ஜராசந்தரை வரச்சொல்லியிருக்கிறேன். இன்று இந்திரவிழவு முடிந்து வந்ததும் இங்கொரு சிறந்த உண்டாட்டு அமைப்பதற்காக இப்போதுதான் ஆணையிட்டேன்" என்றபடி தம்பியர் அமரும்படி கைகாட்டிவிட்டு கர்ணனுக்கு அருகே பீடத்தை இழுத்திட்டு அமர்ந்தான். "இத்தனை பிந்துமென்று எண்ணவே இல்லை. ஒவ்வொருவரும் பெரும் செல்வக்குவையுடன் வந்திருக்கிறார்கள்" என்றபின் சிரித்து "பெரிய செல்வங்கள் குறைவாகவும் சிறிய செல்வங்கள் மிகையாகவும் சொல்லப்பட்டன. நோக்கினீரா?" என்றான்.

கர்ணன், துரியோதனனைத் தொடர்ந்து உள்ளே வந்து சுவரோரமாக நின்ற துச்சாதனனின் விழிகளை பார்த்தான். அவன் விழிகளைத்

திருப்பிக்கொள்ள, நீள்மூச்சுடன் "அரசே, இன்று அவையில் நடந்ததற்காக நான் சினம்கொண்டிருக்கிறேன்" என்றான். துரியோதனன் "ஏன்?" என்றான். பிறகு தம்பியரை நோக்கி "அதுதான் இவர்களின் முகமும் குலைவாழைபோல் தாழ்ந்திருக்கிறதா? என்ன நடந்தது உங்களுக்கு?" என்றான். "எங்களுக்கல்ல. தங்களுக்கு" என்றான் கர்ணன். "எனக்கா?" என்றபின் துச்சாதனனையும் துச்சகனையும் பார்த்தபின் மீண்டும் "எனக்கா?" என்றான்.

"ஆம்" என்றான் கர்ணன். "ஏன்? என்னை தம்பியர் இருவரும் வந்து வரவேற்று அழைத்துச் சென்றனர். எனக்குரிய பீடத்தில் அமரவைத்தனர். விழவுகளில் முறைமை செய்தனர். அஸ்தினபுரியிலிருந்து கொண்டுவந்த பெருஞ்செல்வக்குவையை முறைப்படி அறிவித்து நான் அவர்களுக்கு அளித்தேன். இதற்காகத்தானே வந்தோம்?" என்றான் துரியோதனன்.

"தங்களை வரவேற்றவர்கள் நகுலனும் சகதேவனும்" என்றான் கர்ணன். "பீமனும் அர்ஜுனனும் அல்ல." துரியோதனன் "ஆம், ஆனால் இத்தகைய பெரிய விழாவில் அதை நான் எப்படி எதிர்பார்க்கமுடியும்? அவர்கள் அவையில் மூத்தவர்கள் ஒவ்வொருவரையும் அழைத்து வந்து அமரவைக்கவேண்டியிருந்தது" என்றான். "அரசே, முதியதுருபதனை அர்ஜுனன் வரவேற்று கொண்டுவந்து அமரவைத்தான். குந்திபோஜரை பீமன் வரவேற்று கொண்டுவந்து அமரவைத்தான். சல்யரை பீமனும் அர்ஜுனனும் சேர்ந்து வரவேற்றார்கள்" என்றான் கர்ணன். "ஆம், அவர்கள் அயலவர். உண்மையில் இங்கு இவர்களுடன் நின்று பிறரை வரவேற்கவேண்டியவனல்லவா நான்?" என்றான் துரியோதனன். கர்ணன் தலையசைத்து "இதற்கு மேல் என்னால் சொல்லெடுக்க இயலாது" என்றான்.

"நான் இங்கு முதன்மைகொள்ள வரவில்லை" என்றான் துரியோதனன். துச்சகன் "அதை விடுங்கள் மூத்தவரே. தாங்கள் அளித்தது இப்பாரதவர்ஷத்தின் ஒவ்வொரு அரசியும் தலையில் சூட விழையும் தேவயானியின் முடி..." என்றான். "ஆம். அதற்கென்ன?" என்றான் துரியோதனன். "அதை இன்று அவையில் இந்திரப்பிரஸ்தத்தின் அரசி வெறும் ஒரு கருவூலப்பொருளாக இடது கையால் விலக்குவதைப் பார்த்தேன். அது உங்களுக்கல்ல, நம் மூதன்னையருக்கு இழைக்கப்பட்ட இழிவு."

"இளையோனே, உங்கள் உள்ளங்கள் திரிபடைந்திருக்கின்றன. நாம் தேவயானியின் மணிமுடியுடன் வருவதை அவர்களிடம் சொல்லவில்லை. கலிங்கத்திலிருந்து பன்னிரு பொற்சிற்பிகளை வரவழைத்து எட்டு மாதகால உழைப்பில் அவர்கள் அந்த மணிமுடியை பாஞ்சாலத்து

அரசிக்கென அமைத்திருக்கிறார்கள். அதை அவையில் சூடும் தருணம் இது. அதை எப்படி அவர்கள் சூடாமல் இருப்பார்கள்? தேவயானியின் மணிமுடியை இப்போதுதான் நாம் அளித்திருக்கிறோம். இன்று மாலை அதை இந்திரவிழவில் அரசி சூடி வருவாள்" என்றான் துரியோதனன்.

கர்ணன் "அதை யார் சொன்னார்கள்?" என்றான். துரியோதனன் "எவரும் சொல்லவில்லை. நானே தருமனிடம் சொன்னேன். இன்று மாலை தேவயானியின் மணிமுடியுடன் அரசி ஆலயம்தொழ வருவதைக் காண விழைகிறேன் என்று. அவ்வாறே என்று அவர் எனக்கு வாக்களித்தார்" என்றான். "அப்போது அருகில் பாஞ்சாலத்து அரசி இருந்தார்களா?" என்றான் கர்ணன். "இருந்தாள். நான் சொன்னதை அவள் கேட்டாள்" என்றான் துரியோதனன். இதழ்கோண, "அவர்கள் என்ன சொன்னார்கள்?" என்றான் கர்ணன். "புன்னகைத்தாள்" என்றான் துரியோதனன்.

பொறுமையின்றி "அணிகிறேன் என்ற சொல்லை அரசி சொன்னாரா?" என்றான் கர்ணன். "புன்னகைத்தாள் என்கிறேன். அச்சொல்லை சொல்லியாகவேண்டும் என்று நான் கோரமுடியுமா என்ன?" என்றான் துரியோதனன். கர்ணன் "அப்புன்னகைக்கு என்ன பொருள் என்று எவர் அறிவார்?" என்றான். "இன்று மாலை தேவயானியின் மணிமுடியுடன் பாஞ்சாலி அவை அமர்ந்தால் என்னை அவள் இங்கு முறைமை செலுத்தி முதன்மைப்படுத்தியிருக்கிறாள் என்று பொருள். ஏற்கிறீர்களா?" என்றான் துரியோதனன். "அரசே, இது புற நடத்தைகளால் உணரக்கூடியது அல்ல. அங்குள்ள சூழல் நமக்குச் சொல்வது" என்றான் துச்சலன்.

"நான் என்ன செய்யவேண்டும் என்கிறீர்கள்?" என்றான் துரியோதனன் பொறுமையிழந்து. "தாங்கள் சற்று மிகையாகச் செல்கிறீர்கள்" என்றான் கர்ணன். அவன் விழிகள் சற்று ஒளிமாறுபாடடைந்தன. "அதற்குப் பின்னணி என்ன என்று என்னால் உய்த்துணர முடியவில்லை." திரும்பி கௌரவர்களை பார்த்துவிட்டு "வாரணவதமாக இருக்கலாம்" என்றான்.

உரத்த குரலில் "ஆம், வாரணவதம்தான்" என்றபடி துரியோதனன் எழுந்தான். நிலையழிந்த யானைபோல் அறைக்குள் சுற்றிவந்தான். "ஆம், வாரணவதம்தான்" என்று தனக்குள் என சொன்னான். "எந்த மூத்தவனும் தம்பியருக்கு இழைக்கக்கூடாத ஒரு பழி அது. கணிகர் சொல் கேட்டு அதை நான் செய்தேன். அதை ஷத்ரிய அறமென்று அன்று நம்பினேன்."

கைகளை விரித்து "அது ஷத்ரிய அறமென்றுதான் இன்றும் கணிகர் சொல்கிறார். ஆனால் நான் என்னை மூத்தவனாக மட்டுமே இன்று

எண்ணுகிறேன். அஸ்தினபுரியின் மதவேழத்தின் காலடியில் கிடந்து உயிருக்கென ஒருகணம் உளம் பதறியபோது அதை உணர்ந்தேன். நான் வேறு எவருமல்ல, தார்த்தராஷ்டிரன் மட்டுமே. எந்தையைப்போல ஆயிரம் கரங்கள் விரித்து மைந்தரை அணைத்து விழுதுபரப்பிய பேராலமரமென இம்மண்ணில் நின்றிருக்கவேண்டியவன். அவ்வண்ணம் வாழ்ந்து மண்மறைந்தால் மட்டுமே நான் விண்ணேக முடியும். அங்கரே, எதையும் அடைவதற்காக அல்ல, அனைத்தையும் அளிக்கச் சித்தமாக மட்டுமே இங்கு நின்றிருக்கிறேன்" என்றான். துயிலில் பேசுபவன் போல "என் உயிரையும்… ஆம், என் உயிரைக்கூட" என்றான்.

ஒருகணம் உளம்பொங்கி கர்ணன் தலைகுனிந்தான். இரு விரல்களாலும் கண்களை அழுத்தி அதைக் கடந்தான். கௌரவர்களில் எவரோ மிகமெல்ல விம்மினர். துரியோதனன் தழைந்த குரலில் "என்னுள் நூறுமுறை பாண்டவர்களிடம் பொறுத்தருளும்படி கோரிவிட்டேன். யுதிஷ்டிரனின் கைகளைப்பற்றி இன்றும் அதை சொல்லப்போனேன். அப்பேச்சை நான் எடுக்கவே யுதிஷ்டிரன் விடவில்லை. அங்கு பீமன் வந்தபோது இத்தம்பியர் முன்னிலையில் அவனை நெஞ்சோடணைத்து அதைச் சொன்னேன். அவன் கால்புழுதி சூடி அச்சொற்களைச் சொல்வதாகச் சொன்னேன்" என்றான்.

"அங்கரே, என் குலமூத்தார் ஒலியுலகில் நின்று என்னை நோக்கிக்கொண்டிருக்கிறார்கள். இன்று இளமையின் ஆணவத்தால் அல்ல, மைந்தரைப்பெற்று தோள்நிறைந்த தந்தையின் கனிவால் இயக்கப்படுகிறேன். இன்னும் சில ஆண்டுகளில் முதிர்ந்து இங்கிருந்து உதிர்ந்து அங்கு செல்வேன். சந்தனுவும் பிரதீபரும் புருவும் ஹஸ்தியும் யயாதியும் அமர்ந்திருக்கும் அந்த உலகில் சென்று நானும் ஒருவனாக அமரவேண்டும்."

"நன்று! இதற்கப்பால் எனக்கொன்றும் சொல்வதற்கில்லை அரசே. ஆனால் நான் விழைவது ஒன்று மட்டுமே. இதை ஆணையாக அறிவுறுத்தலாக அல்ல அருகிருப்போனாக சொல்கிறேன். இங்கு கைகூப்பி மன்றாடவே என்னால் இயலும்" என்றான் கர்ணன். "இப்போது நல்லுணர்ச்சியின் உச்சத்தில் இருக்கிறீர்கள். மானுடர், அவர் எவராயினும், இத்தகைய பெருநம்பிக்கைக்குரியவர்கள் அல்ல. ஐயங்களாலும் அச்சங்களாலும் அறியாவிழைவுகளாலும் ஆட்டுவிக்கப்படும் எளிய உயிர்கள். மண்ணில் கால்களும் கைகளும் முகங்களும் கண்களும் எண்ணங்களும் உணர்வுகளும் கொண்டு விளையாடுவது விண்தெய்வங்களே."

"தெய்வங்களை மனிதரால் அறிந்துகொள்ள முடியாது அரசே" என கர்ணன் தொடர்ந்தான். "சற்றுமுன் சொன்னீர்கள், பீமனை

ஆரத்தழுவினீர்கள் என்று. அப்பெரும்தோள்களைத் தழுவி இருப்பீர்கள். உள்ளுறையும் தெய்வம் தங்களிடமிருந்து பல்லாயிரம் காதம் அப்பால் நின்று விழி ஒளிர நோக்கிக்கொண்டிருந்திருக்கலாம். பற்கள் மின்ன புன்னகைத்திருக்கலாம்."

துரியோதனன் "எச்சொற்களையும் நான் இப்போது கேட்க விரும்ப வில்லை. என் உள்ளம் இன்றிருக்கும் இவ்வுச்சத்திலிருந்து சரியவும் நான் ஒப்பமாட்டேன். இச்சொற்கோளை இங்கு நிறுத்துவோம். என்னுடன் என் மூதாதையர் இருப்பதை உணர்கிறேன். இதோ நீங்கள் என்னை சூழ்ந்திருப்பதைப்போல" என்றான். கர்ணன் "அவ்வாறே ஆகுக! தெய்வங்கள் அருள்க!" என்றான்.

ஏவலன் வாசலில் வந்து நின்று தலைவணங்க, துரியோதனன் விழிகளால் யார் என்றான். "காந்தார இளவரசர் சகுனியும், அமைச்சர் கணிகரும்" என்றான் ஏவலன். கர்ணன் அவர்களை அப்போது பார்க்கவே விழையவில்லை. அதை மெல்லிய உடலசைவாகவே அவனால் வெளிப்படுத்தமுடிந்தது. துச்சாதனன் ஏவலனுடன் வெளியே சென்று சகுனியை கைகாட்டி அழைத்துவந்தான். ஆமை போல கைகளை ஊன்றி தவழ்ந்து வந்த கணிகர் தளர்ந்து "தெய்வங்களே" என்று கூவினார்.

கௌரவர்கள் தலைவணங்கி முகமன் சொல்லி வரவேற்க, கர்ணன் உணர்வற்ற கண்களுடன் தலைவணங்கினான். சகுனி பீடத்தில் அமர்ந்து கால்களை நீட்டினார். துர்மதனும் துச்சகனும் கணிகரை மெல்ல தூக்கி பீடத்தில் அமரவைத்தனர். கைகள் பட்டதுமே "தெய்வங்களே! அன்னையே!" என்று அவர் அலறினார். மென்பீடத்தில் அமரவைத்ததும் கைகளை நீட்டி உடலை மெல்ல விரித்து முனகியபடி பற்களைக் கடித்தார். அவர் சென்னியிலும் கழுத்திலும் நரம்புகள் புடைத்து அசைந்தன. மூச்சை மெல்ல விட்டபின் தளர்ந்தார்.

சகுனி கர்ணனை நோக்கிப் புன்னகைத்து "தங்களுக்கென்றொரு பீடம் முன்நிரையில் ஒருக்கப்பட்டிருந்ததைக் கண்டேன்" என்றார். கர்ணன் புன்னகையுடன் அமைதி காத்தான். துரியோதனன் "இன்று அவையில் நான் சிறுமைசெய்யப்பட்டதாக அங்கர் எண்ணுகிறார் மாதுலரே" என்றான். சகுனி கர்ணனை நோக்கி "சிறுமையா? இன்றா? அனைத்தும் முறைமையாக நடந்தது என்றல்லவா நானும் கணிகரும் பேசிக்கொண்டோம்?" என்றார். கர்ணன் பார்வையை சாளரம் நோக்கித் திருப்பினான். துச்சகன் உரத்த குரலில் "முதலில் மூத்தவர் அழைக்கப்பட்டிருக்க வேண்டாமா மாதுலரே?" என்றான்.

கணிகர் வலிமுனகல் கலந்த குரலில் "மூத்தவர்கள் அல்லவா முதலில் அவைதிகழவேண்டும்? அதுதானே மரபு?" என்றார். "மூப்புமுறைப்படியா

அவையில் இன்று அழைக்கப்பட்டார்கள்? அவ்வண்ணமென்றால் காமரூபத்தின் அரசரல்லவா முதலில் அழைக்கப்பட்டிருக்கவேண்டும்?" என்றான் துச்சலன். கணிகர் "அவ்வண்ணமல்ல இளையோனே, அவையழைப்பதற்கு ஐந்து முறைமரபுகள் உள்ளன. குருதிமுறை, குடிமுறை, குலமுறை, ஆற்றுமுறை, நிலமுறை என்று அதைச் சொல்வார்கள். அஸ்தினபுரியும் இந்திரப்பிரஸ்தமும் பாஞ்சாலமும் குருதித்தொடர்புகொண்டோர். அங்கம் வங்கம் கலிங்கம் புண்டரம் சுங்கம் ஆகியவை ஒரே குடியென அறிந்திருப்பாய். சௌவீரர்களும் பால்ஹிகர்களும் சைப்யர்களும் மத்ரர்களும் ஒரே குலம்."

"இதற்கு வெளியே உள்ளவை இருதொகுதிகள். ஒரே ஆற்றின் நீரை அருந்துபவர்கள் ஒருவகை மக்கள். சாரஸ்வதம், காங்கேயம், சைந்தவம் என பல பிரிவுகளாக அவர்களைப் பிரிப்பதுண்டு. அதைவிட விரிந்தது நிலம்சார் பகுப்பு. ஹிமவம், கோவர்தனம், கௌடம், வேசரம், நாகரம், திராவிடம் என்று அது பலவகை" என்றார் கணிகர். "அவைமுறைமை இவற்றின் அடிப்படையிலேயே. ஒவ்வொன்றிலும் ஒருவர் கொள்ளும் இடமென்ன என்று நோக்கியே முதன்மைகொள்ளும் வரிசை அமைக்கப்படுகிறது."

"இவ்வனைத்து பகுப்புகளிலும் மூத்தவர் அணுக்கமானவர் அல்லவா?" என்றான் துச்சகன். "ஆம். அந்த வரிசையில் மூப்பு நோக்கி அழைக்கப்பட்டார் குந்திபோஜர். அதில் எந்தப் பிழையும் நான் காணவில்லை." கணிகர் சொன்னார். துரியோதனன் திரும்பி கர்ணனைப் பார்த்து "பிறகென்ன? கணிகர் காணாத ஒன்றை பிறகெவர் காணமுடியும்?" என்றான்.

கணிகர் "இன்று அவையில் நடந்தது முற்றிலும் முறைமை சார்ந்ததே. நாம் நம்மை எங்கு வைப்போம் என்பதல்ல நாம் நோக்கவேண்டியது. முறைமை பேணப்பட்டுள்ளதா என்று மட்டுமே. சொல்லப்போனால் கருவூலம் பிளந்து கொண்டுவந்த உடன்குருதியினரைவிட மேலாக எது தொல்முறையோ அதை பேணினான் என்பதை எண்ணி தருமனை நான் பாராட்டுகிறேன். பேரறத்தான் அவ்வண்ணம் மட்டுமே எண்ண முடியும்" என்றார்.

சகுனி தன் தாடியை வருடியபடி புண்பட்ட காலை சற்று நீட்டி உடலை பக்கவாட்டில் சாய்த்து அமர்ந்திருந்தார். துரியோதனன் "தேவயானியின் மணிமுடியை வெறும் கருவூலப்பொருளாகப் பார்த்தாள் பாஞ்சாலி என்கிறார்" என்றான். கணிகர் மெல்ல நகைத்து "அது கருவூலப்பொருள்தானே? அதில் என்ன ஐயம்?" என்றார். துச்சகன் உரக்க "அது வெறும் பொருளா? அது குலச்சின்னம் அல்லவா? தேவயானியின்

மணிமுடியைச் சூடுவதில் அவருக்குப் பெருமிதமில்லையா?" என்றான்.

கணிகர் புன்னகையுடன் "அவள் சூட விரும்பும் மணிமுடி அஸ்தினபுரியின் பேரரசியின் முடியல்ல இளையோனே. பாரதவர்ஷத்தின் மணிமுடி. அதைத்தான் அவள் செய்துவைத்திருந்தாள். எரியில் எழுந்தவள் அவள். எரிமுடி சூடி அவள் அமர்ந்திருந்ததைப் பார்க்கையில் அன்னை துர்க்கையே விழிமுன் எழுந்தாள் என்ற விம்மிதத்தை அடைந்தேன்" என்றார்.

கர்ணன் "என்னிடம் இனி சொற்களேதுமில்லை. நான் உணர்ந்ததைச் சொன்னேன். அது பிழையென்றும் இருக்கலாம்" என்றான். கணிகர் "அத்துடன் தேவயானியின் மணிமுடியை அவள் எங்கு சூடி அமர்வாள்? சொல்க! பாரதவர்ஷத்தின் பேரரசர் அமர்ந்திருக்கும் அவையில் அவள் அதைச் சூடமாட்டாள். அது நமக்குத்தான் தொல்வரலாறு கொண்ட முடி. அவர்களின் பார்வையில் மிக எளிய வடிவம் கொண்ட முடி அது. தொன்மையான மணிமுடிகள் அனைத்துமே எளிமையானவை. எங்கு சந்திரகுலத்து யயாதியின் மைந்தர்கள் மட்டும் அமர்ந்திருக்கும் ஒரு குடியவை வருகிறதோ அங்கு அவள் அந்த மணிமுடியை சூடி வருவாள்" என்றார்.

துரியோதனன் மகிழ்ந்து "இத்தனை தெளிவாக நான் எண்ணவில்லை என்றாலும் இதுவே என் உள்ளத்திலும் இருந்தது. இன்று இந்திரவிழவில் குலசேகரியாக அவள் வந்து பிற அரசியர் நடுவே அமர்ந்திருக்கையில் தேவயானியின் மணிமுடியைத்தான் சூடியிருப்பாள்..." என்றான். அங்கே இல்லாதவர் போலிருந்த சகுனி நடுவே புகுந்து "ஜயத்ரதரையும் ருக்மியையும் சிசுபாலனையும் இங்கு வரச்சொன்னேன்" என்றார்.

"நான் ஜராசந்தரை வரச்சொல்லி இருக்கிறேனே" என்றான் துரியோதனன். "ஆம், அனைவரும் வரட்டும். இங்கிருந்தே நாம் இந்திரவிழவுக்குச் செல்வோம்." கர்ணன் "அவர்கள் அனைவருமா?" என்றான். சகுனி "ஆம், இத்தகைய விழவுகள் அரசர்கள் தங்கள் அவைமுறைமைகளை விட்டுவிட்டு அமர்ந்து பேசும் தருணம். அனைவரும் சேர்ந்து விழவுக்குச் செல்வோம்" என்றார். துரியோதனன் "ஆம். வந்த பிறகு ஒரு கூட்டு உண்டாட்டு நிகழ்த்துவோம். நான் ஏற்கெனவே ஜராசந்தரிடம் பேசிவிட்டேன்" என்றான்.

துச்சாதனன் "அங்கர் எதை அஞ்சுகிறார் என்று எனக்குத் தெரிகிறது" என்றான். துரியோதனன் "எதை?" என்றான். "இங்கு வருபவர்கள் அனைவருமே இளையயாதவரின் எதிரிகள் அல்லவா என்று எண்ணுகிறார்" என்றான். அதை அவன் சொல்லவிரும்புகிறான்

என்பதை கர்ணன் அவன் கண்களில் கண்டான். “ஆம். நானும் அதை எண்ணிப்பார்க்கவில்லை. அது எச்சரிக்கை கொள்வதற்கு உகந்ததே” என்றார் கணிகர். துரியோதனன் “உண்மை! அனைவருமே இளையயாதவரின் எதிரிகள்தான். ஒன்று செய்வோம், இன்று இந்திரவிழவில் எதிரிகளாகிய நாமனைவரும் சேர்ந்து சென்று இளையயாதவரைப் பார்ப்போம். நம்மை நெஞ்சுதழுவ அவருக்கொரு வாய்ப்பளிப்போம்” என்றான்.

அவ்வெண்ணத்தின் விசையால் துரியோதனன் எழுந்து கைவிரித்து “சொல்லும்போது அதை நான் எண்ணவில்லை. எத்தனை பேரெண்ணம் இது! அங்கே அவையில் பலராமர் இருப்பார். என்னைப் பார்த்ததும் வந்து அணைத்துக்கொள்வார். அவரிடம் ஜராசந்தரையும் சிசுபாலனையும் ஜயத்ரதனையும் ருக்மியையும் காட்டுகிறேன். அவர் தன் பெருந்தோளால் அணைத்துக்கொண்டபின் எவரும் எதுவும் சொல்லமுடியாது” என்றான். உவகையால் சிரித்தபடி கைநீட்டி கர்ணனின் தோளைத் தொட்டு “இன்று தெய்வங்கள் அனைத்தும் என்னைச்சூழ்ந்து நிற்கும் நாள் அங்கரே. இன்று பாரதவர்ஷம் ஒன்றாகப்போகிறது. இதுவரையிலான வரலாற்றில் இல்லாத ஒன்று நிகழப்போகிறது. அதை நிகழ்த்தும் நல்லூழை எனக்கு என் மூதாதையர் அருளியிருக்கிறார்கள். இதோ, என் உடலின் ஒவ்வொரு தசையாலும் அதை உணர்கிறேன்” என்றான்.

கர்ணனின் உடல் ஏனென்றறியாது பதறிக்கொண்டிருந்தது. ஏதேனும் போக்கு சொல்லி அங்கிருந்து எழுந்து விலகவே அவன் விழைந்தான். பலமுறை அவ்வாறு எழுந்து செல்வதை அவனே உள்ளூர நடித்து மீண்டான். கணிகர் “இந்நாள் இனிது அமைவதை நானும் உணர்கிறேன். உண்மையில் இந்திரப்பிரஸ்தத்திற்கு வருகையில் பிழையென ஏதோ நிகழப்போகிறது என்ற எண்ணமே எனக்கு இருந்தது” என்றார். “இன்று அவையில் அனைத்தும் சிறப்புற முடிந்ததைக் கண்டபின்னரே ஏன் ஜயத்ரதரையும் ருக்மியையும் இங்கு அழைக்கலாகாது என்று நான் இளையகாந்தாரரிடம் சொன்னேன்” என்றார்.

சகுனி “ஆம், ஆனால் ஒவ்வொருவருக்கும் ஒருவகை பூசல் அவருடன்” என்றார். “இளையயாதவருடன் நானும் பேசுகிறேன். அவர் கைகளைப் பற்றி இனி பகைமையென்பதே இல்லை யாதவரே என்று சொல்கிறேன். எதையும் விழிநோக்கி நேரிடையாக பேசுகையில் அவை மிகச்சிறியவையாக ஆகிவிடுவதைப் பார்க்கலாம். உண்மையில் அரசுசூழ் கலைதேர்ந்த அந்தணர்களாலேயே ஒவ்வொன்றும் நுட்பமாக்கப்படுகின்றன. ஷத்ரியர்கள் தோள்கோத்துப் பேசுகையில் மலைகள் கூழாங்கற்களாகி கைகளில் அமைகின்றன” என்றான் துரியோதனன்.

கணிகர் மெல்லிய கேவல்ஓசையுடன் நகைத்து "உண்மை. இதைச் சொல்வதனால் என்னை அந்தணன் அல்ல என்று அமைச்சர்கள் சொல்வதையும் நான் அறிவேன்" என்றார். ஏவலன் வந்து தலைவணங்க, துச்சாதனன் "யார்?" என்றான். "விதர்ப்ப நாட்டு அரசர் ருக்மி" என்றான். துச்சகனும் துச்சாதனனும் வெளியே சென்று ருக்மியை அழைத்து வந்தனர். செந்நிற தைலச்சாயம் பூசப்பட்ட நீண்ட தாடியும் தலைமுடியும் கொண்டிருந்த ருக்மி கரிய பட்டாடையும் கல்மாலையும் அணிந்திருந்தான். கைகூப்பியபடி உள்ளே வந்து துரியோதனனிடம் "அஸ்தினபுரியின் பேரரசரை வணங்கும் நல்லூழ் இவ்வெளியவனுக்கு வாய்த்தது" என்றான். "இது அஸ்தினபுரியின் நன்னாள்" என்று மறுமுகமன் சொன்னான் துரியோதனன்.

சகுனியை வணங்கி திரும்பாமலேயே கர்ணனையும் வணங்கிவிட்டு ருக்மி அமர்ந்தான். "என் இளையோர்" என்று கைநீட்டி தம்பியரைக் காட்டினான் துரியோதனன். "நூற்றுவர் என்று கேள்விப்பட்டேனே?" என்றான் ருக்மி. "ஆம் அத்தனை அவைகளிலும் அவர்களை அமரவைக்கமுடியாது. அது அவர்களுக்கு பெருந்துன்பம்" என்றான் துரியோதனன். பின்பு உரக்க நகைத்தபடி "அதைவிட நமக்குத் துன்பம் அரைத்தூக்கத்தில் அவ்வப்போது விழித்து ஆட்சிச்சொற்களைக் கற்றுக்கொள்வார்கள். எந்தப்பொருத்தமும் இல்லாமல் அவற்றைச் சொல்லி நம்மை திகைக்க வைப்பார்கள்" என்றான்.

திரும்பி கர்ணனிடம் "கேட்டீர்களா அங்கரே? சில நாட்களுக்கு முன் வாலகி என்னிடம் அவனுக்கு இரவுகளில் சொல்சூழ்கை நிகழ்வதாகச் சொன்னான். நான் திகைத்து உன் மனைவியுடன் இருக்கும் போதா என்றேன். ஆம் என்றான். உடனடியாக மருத்துவரை அனுப்ப ஆணையிட்டேன். ஆனால் சுஜாதன் அருகிலிருந்தான். அவன்தான் மேலும் சில வினாக்களைக் கேட்டு வாலகி சொன்னது துயிலில் புலம்புவதைப்பற்றி என்று தெளிவுபடுத்தினான்" என்றபின் உரக்க நகைத்தான்.

துச்சாதனனும் துர்மதனும் நகைத்தனர். கர்ணன் புன்னகை செய்தான். ருக்மி "நன்று. இளையவரைப்பற்றி நிறைய கேள்விப்பட்டிருக்கிறேன்" என்றான். சிரிப்புடன் "தங்களைப்பற்றியும் நிறைய கேட்டிருக்கிறேன். இந்தத் தவயோகியின் தோற்றம்தான் எதிர்பாராதது" என்றான் துரியோதனன். ருக்மி புன்னகை மங்க தாடியை நீவியபடி "இது ஒரு வஞ்சம்" என்றான். "வஞ்சத்தை முகத்தில் வளர்ப்பதை இப்போதுதான் பார்க்கிறேன்" என்றபடி துரியோதனன் தொடையில் தட்டி நகைத்தான்.

"வஞ்சமேதான். தாங்கள் அறிவீர்கள்! என்னைக் களத்தில் தோற்கடித்து என் தங்கையைக் கொண்டுசென்றான் துவாரகையின் யாதவன். அன்று

என் மீசையை இழந்தேன். என் முகம் தீப்பற்றி தழலாகி நின்றது. அந்தத் தழல் அணையாது நிற்கவேண்டும் என்று எண்ணினேன். இதோ அதைத்தான் சூடியிருக்கிறேன். இது என்னை ஒவ்வொரு கணமும் எரிக்கும் தழல்" என்றான் ருக்மி.

கணிகர் "தாங்கள் அருந்தவம் ஒன்று இயற்றினீர்கள் என்று அறிந்தேன்" என்றார். "ஆம், இமயத்திற்குச் சென்று நாகத்துறவிகளுடன் சேர்ந்தேன். ருத்ரநேத்ரம் என்னும் குகையில் அவர்களுடனிருந்து தவமியற்றினேன். அத்தவத்தில் கனிந்து முக்கண்ணன் அருளிய கொலைவில் ஒன்றை இன்று கைக்கொண்டிருக்கிறேன்" என்றான் ருக்மி. "இளையயாதவனை ஒருநாள் களத்தில் காண்பேன். அன்று அவன் தலையைக் கொய்வேன்" என்றான். சகுனி "இளையயாதவர் வெல்லமுடியாதவர் என்கிறார்கள்" என்றார். ருக்மி "இதை எனக்களித்த நாகத்துறவி விண்ணளந்த பெருமான் அன்றி எவரையும் என் வில் வெல்லுமென்று சொன்னார்" என்றான்.

கணிகர் கனைப்பொலி எழுப்பினார். அவர் சிரிப்பதாக எண்ணி ருக்மி திரும்பி நோக்க, அவர் சிறுதுணியால் மூக்கைத் துடைத்தபின் "இங்கு நல்ல குளிர்" என்றார். கர்ணன் மெல்ல அசைந்தான். துரியோதனன் திரும்பி "என்ன ?" என்றான். "ஒன்றுமில்லை" என்றான் கர்ணன் நிலையற்ற நோக்குடன். துரியோதனன் கைநீட்டி ருக்மியின் தொடையில் அடித்து "வஞ்சத்தை வளர்ப்பதனால் எப்பொருளும் இல்லை. இதை இப்புவியில் எவரேனும் உளமறிந்து சொல்லமுடியும் என்றால் அது நான்தான். அனைத்தையும் உதறுங்கள். இன்று என்னுடன் வந்து இளையயாதவரை நெஞ்சோடு தழுவுங்கள். இப்பகைமை அவரை அழிக்கிறதோ இல்லையோ, உப்பிருந்த மண்கலம் போல் உங்களை அழிக்கும். இன்றோடு இப்பகைமை ஒழிகிறது. இது என் சொல்" என்றான்.

"இல்லை... அவ்வண்ணம் அல்ல..." என்று ருக்மி சொல்ல "நிறுத்துங்கள்! இனி இதைப்பற்றி சொல்பேச வேண்டாம். இன்று மேலே இந்திரன்அவையில் இப்பகைமையை நாம் கடந்து செல்லப்போகிறோம். சிசுபாலர் வருகிறார். அவரது பகைமையையும் நாம் வெல்வோம். இன்று நிகழ்வது ஒரு பாற்கடல் கடைதல். இன்றெழப்போவது அழியா அமுதம்" என்றான். கணிகர் சிரிப்பொலி எழுப்ப, துரியோதனன் அவரை நோக்கினான். அவர் மூக்கைத்துடைத்து "முதலில் நஞ்சு எழும்" என்றார். சகுனி நகைத்தார். சீற்றத்துடன் "அந்த நஞ்சை நான் உண்கிறேன். அந்த அனல் என் தொண்டையில் தங்குக! அமுதை நம்மவர் உண்ணட்டும்" என்றான் துரியோதனன்.

கர்ணன் எழுந்து "நான் என் அறைவரை சென்று மீள்கிறேன்" என்றான். "ஏன் ?" என்றான் துரியோதனன். "சேதி நாட்டரசரும் சைந்தவரும்

வந்துகொண்டிருக்கிறார்களே?” கர்ணன் “ஆம், அவர்கள் வரட்டும். என் அறைக்குச் சென்று நீராடி சற்று இளைப்பாறி வருகிறேன். தலைவலிக்கிறது” என்றான். துரியோதனன் “நான் வந்தபோதே பார்த்தேன், உங்கள் முகம் சீராக இல்லை” என்றான். நகைத்தபடி “இங்கு நீங்கள் சொன்ன அனைத்து ஐயங்களும் அந்தத் தலைவலியிலிருந்து வந்ததே என்று என்னால் உணரமுடிகிறது. சென்று நீராடி வாருங்கள். அதற்குள் நாங்கள் ஒரு கோப்பை யவனமது அருந்தியிருப்போம். உங்கள் ஐயங்களும் தெளிந்திருக்கும்” என்றான்.

கர்ணன் சகுனியை நோக்கித் தலைவணங்கி, ருக்மியிடம் “வருகிறேன் விதர்ப்பரே” என்று விடைபெற்று, துச்சாதனனின் தோளை விடைபெறுமுகமாகத் தொட்டுவிட்டு வெளியே வந்தான். மூச்சுத்திணறும் அறையிலிருந்து திறந்தவெளிக்கு வந்ததுபோல் உணர்ந்தான். வெளிக்காற்றை இழுத்து நெஞ்சு நிரப்ப வேண்டும் போலிருந்தது. என்ன நிகழ்ந்தது அங்கு என்று எண்ணினான். அதற்குள் நிகழ்ந்த உரையாடல் அனைத்தையுமே உள்ளம் முற்றிலும் மறந்துவிட்டிருப்பதை உணர்ந்து திகைத்தான். மறுபக்கம் இடைநாழியில் ஏவலர்கள் சூழ ஜயத்ரதனும் சிசுபாலனும் ஒருவருக்கொருவர் ஏதோ பேசி நகைத்துக்கொண்டு வருவதை கண்டான். அவர்கள் தன்னை பார்க்காமலிருப்பதற்காக பெரிய பளிங்குத்தூண் ஒன்றின்பின் மறைந்தான்.

5

விழவுகளில் மானுடர் தெய்வங்களாகின்றனர், தெய்வங்கள் மானுடராகின்றனர். இருளும் மிடிமையும் அச்சமும் சிறுமதியும் பின்கடக்க மானுடர் சிறகெழுந்து களியாடுகிறார்கள். உள்நிறைந்த விண்ணிசையை அணைத்து தெய்வங்கள் தங்கள் கால்களை மண்ணில் வைக்கிறார்கள். இந்திரப்பிரஸ்தத்தின் தெருக்களில் தோள்களால் முட்டிமுட்டி அலைக்கழிக்கப்படும் உடலுடன் அலையொழுக்கில் சிறுநெற்று என சென்றுகொண்டிருந்தபோது கர்ணன் அச்சொற்களை நினைவுகூர்ந்தான். அதைச் சொன்ன சூதன் எவன் என எண்ணக்கூடவில்லை. இதோ என் முன் வந்து நின்று நகைததும்பிச்செல்லும் இக்களிமகன் விண்ணிழிந்தவனா? மண்ணுயர்ந்தவனா? நீண்ட தாடி பறக்க கைவீசி நடமிட்டுச்செல்பவன் எங்குள்ளான்?

கர்ணன் நெடுமூச்செறிந்தான். அந்தத் தெருவில் அவன் மட்டிலுமே உடலை எடையென்றும் உள்ளத்தை எண்ணங்களென்றும் உணர்ந்துகொண்டிருக்கிறானா? அவன் அத்தனை முகங்களையும் விழிதொட்டு உலவி உளம்சலித்தான். அனைத்திலும் இருந்தது களிக்கொந்தளிப்பு. மானுடர் மறக்கவிரும்புவது எதை? ஒவ்வொரு கணமும் உள்ளத்தில் பொத்தி அணைத்திருக்கும் அனைத்தையும்தானா? நிணம்வழுக்க குருதிமழைக்க தலைகள் காலில் இடறும் போர்க்களத்தில் அவன் அக்களியாட்டைக் கண்டிருக்கிறான். இறந்த முகங்களிலும் சிலைத்திருக்கும் அக்களிவெறி. மானுடர் வெறுப்பது பொழுதென்று சுருண்டெழுந்து நாளென்று நெளிந்து காலமென்று படமெடுக்கும் நஞ்சை. காலத்தை வெல்வதே அமுது. அமுதுண்டவர் இவர். தேவர்கள் இவர்கள்.

தெருக்களெங்கும் தேன்மெழுகும் மீன்எண்ணெயும் அரக்கும் சேர்த்து முறுக்கிய திரிகள் சுற்றப்பட்ட பந்தங்கள் நின்று நெளிந்தாடிய கல்தூண்கள் நிரைவகுத்தன. ஒன்றின் ஒளி எவ்வளவு தொலைவுக்கு எட்டுமென முன்னரே கணக்கிட்டு அவற்றை நட்டிருந்தமையால் அந்தியொளியிலென சிவந்திருந்தது நகரம். அல்லது பற்றியெரியும் காட்டைப்போல. அந்த ஒப்புமையிலிருந்து உள்ளம் விலகுவதேயில்லை என அவன் எண்ணிக்கொண்டான்.

சாலையோரங்களிலெல்லாம் சூதர்கள் நின்று பாடிக்கொண்டிருந்தனர். அவர்களைச்சூழ்ந்து நின்றவர்கள் அப்பாடலைக்கேட்டு வாழ்த்தொலி எழுப்பி நாணயங்களை அளித்தனர். அருகிலேயே நீண்ட கழிகளை சுழற்றி நிலத்தில் வைத்து அவற்றின் கணுக்களை மிதித்து மேலேறி அவற்றின் நுனியிலிருந்து பிறிதொன்றுக்குத் தாவினர் திரிகர்த்த நாட்டு கழைக்கூத்தாடிகள். கிளைகளுக்கிடையே தாவிப்பறக்கும் சிட்டுகள் போல அவர்கள் பறந்தலைந்தனர். அவர்களைத் தாங்கியிருந்த கழிகள் அலைந்தாடின. அவர்களின் கால்களாயின. பின்னர் அவர்களை மண்ணுடன் பிணைத்த சரடுகளாகத் தெரிந்தன.

முகமெங்கும் வண்ணங்களை பூசிய ஓவியக்கூத்தர்கள் கைகளை விரித்தும் வேடிக்கையொலி எழுப்பி கூவியும் குழந்தைகளை ஈர்த்தனர். ஒருவன் உடலின் முன்பக்கமும் பின்பக்கமும் முகங்களையும் மார்பையும் வரைந்திருந்திருந்தான். கைகளை இருபக்கமும் ஒன்றுபோலவே அசைக்கும் பயிற்சி கொண்டிருந்தான். முன்பக்கம் செந்நிறமும் பின்பக்கம் நீலநிறமும் பூசியிருந்தான். குழந்தைகள் அவனிடம் ஓடிச்சென்று பேசியகணம் சூழலில் மின்னிய ஒளிக்கேற்ப கணநேரத்தில் திரும்பிக்கொண்டான். அவன் நிறம் மாறிய விரைவைக்கண்டு அஞ்சி அலறியபடி குழந்தைகள் பின்னால் ஓடி அன்னையரைப் பற்றிக்கொண்டனர்.

அவனருகே ஒருவன் உடலெங்கும் வரிவரியாக பச்சை மஞ்சள் சிவப்பு நிறங்களை பூசியிருந்தான். பார்த்திருக்கவே பச்சோந்தி போல தலையை அசைத்து தன் நிறங்களை அவன் மாற்றிக்கொண்டான். ஒருவன் வாயிலிருந்து தீயைப் பறக்கவைத்தான். மறுகணமே அதை நீரென ஆக்கினான். நீரில் பந்தத்தைக்காட்டி நெருப்பென ஒளிரச்செய்தான். பந்தங்களின் ஒளி கதிரவனுடையது அல்ல. அவன் சமைக்கும் உலகின் நெறிகளும் முறைகளும் விலக்கப்பட்டு மானுட ஒளியால் சமைக்கப்பட்ட நிகருலகம். அங்கு எதுவும் நிகழக்கூடும்.

பீதர்நாட்டான் ஒருவன் சாலையில் சென்றுகொண்டிருந்த மக்களுக்கு நேராக கத்திகளை வீச, அவை எவரையும் தொடாமல் மறுபக்கம் சென்று தூண் ஒன்றில் குத்தி நின்றன. நீட்டிக்கட்டப்பட்ட சரடொன்றில் ஒரு புரவி

ஏறி மறுபக்கம் சென்றது. இருகால்களையும் தூக்கி நின்றது எருமை. ஒருவன் பெரிய வெண்ணிறமாளிகை ஒன்றின் வாயிலைத் திறந்து குழந்தைகளை உள்ளே அழைத்தான். அவர்கள் நுழைந்ததும் அம்மாளிகையை பீதர்நாட்டு வெண்பட்டாக இழுத்துச்சுருட்டிக் கையிலெடுத்தான். வெட்டவெளியில் நின்று அவர்கள் கூவிநகைத்தனர்.

கர்ணனை நோக்கி ஒருவன் கைசுட்டி "உயர்ந்தவன்..." என்றான். கர்ணன் கடந்துபோக "டேய் நெட்டை... நெட்டைக்கோபுரமே..." என்று கூவினான். "பார்த்துப்போடா, உன் உயரத்தைப் பார்த்தாலே ஷத்ரியர் வாளால் அடிப்பார்கள்..." அவன் திரும்பிப்பார்க்காமை கண்டு "போ, உன் சோரியால் நிலம் நனையும். அவர்களின் தெய்வங்களும் உனக்கெதிராக போர்செய்யும்" என்றான். இன்னொருவன் "அவன் தன்னை வெய்யோன் மகன் என நினைக்கிறான்... அறிவிலியே, உன் காலில் கட்டியிருக்கும் மூங்கிலை எடு..." என்றான்.

அவன் திரும்பி நோக்காமல் நடந்தான். துரியோதனனின் உண்டாட்டிலிருந்து எழுந்து தன்னறைக்குள் சென்று பீடத்தில் அமர்ந்ததுமே அவனை நோக்கி சிலகணங்கள் ஒருசொல்லும் உரைக்காமல் நின்ற சிவதர் யவனமதுவைக் கொண்டுவந்தார். அவன் அவர் விழிகளை நோக்காமல் மும்முறை அதை வாங்கி அருந்திவிட்டு மஞ்சத்தில் படுத்தான். விழுந்துகொண்டே இருப்பதுபோல தோன்றியது. எழுந்து தலையைப் பற்றிக்கொண்டு அமர்ந்தான். பின்பு எழுந்து அரச ஆடையை அகற்றி எளிய வெண்பருத்தி ஆடையையும் தோல்கச்சையையும் சுற்றிக்கொண்டான். அணிகளை கழற்றி வீசிவிட்டு வெளியே வந்தான்.

அங்கே காவலனின் மரவுரி தூணருகே இருந்தது. அதை எடுத்து சுற்றிக்கொண்டு இறங்கி அரண்மனையைக் கடந்து வெளியே வந்தான். அவ்வேளையில் அனைத்துக் காவலர்களும் களிவெறி கொண்டிருந்தனர். எங்கும் எவரும் எவரையும் நோக்கவில்லை. ஒரு காவலன் அவனை நோக்கி கைசுட்டி பற்கள் முழுக்க தெரிய உதடுகளை வளைத்துச் சிரித்து "அதோ போகிறார்! அவருக்காக குதிரைகள் காத்திருக்கின்றன" என்றான். அவனருகே இருந்த இன்னொரு காவலன் "ஹீ ஹீ ஹீ" என குதிரை போலவே ஒலியெழுப்பி நகைத்தான்.

அரண்மனை முற்றத்தில் பல்லக்குகளும் மஞ்சல்களும் தேர்களும் செறிந்திருந்தன. அவற்றினூடாக கால்கள் நிலையழிய கண்கள் பாதிமூடியிருக்க சிரித்துக்கொண்டும் கூச்சலிட்டுக்கொண்டும் மக்களும் காவலர்களும் தோள்கள்முட்ட அலைந்தனர். அவன் அவர்களை பிடித்துவிலக்கித்தான் சாலைக்கு வந்தான். இந்திரப்பிரஸ்தத்தின்

களியாட்டில் கலந்து மறையமுடியுமென நினைத்தான். குளிர்நீர் குளத்திலென குதித்தான். ஆனால் அது நீரல்ல நீலஒளி மட்டுமே என்று தெரிந்தது. அச்சூழலில் அவன் மட்டுமே பருப்பொருளென கரையாமல் சென்றுகொண்டிருந்தான்.

ஒருகணம் உடல் விதிர்த்து மெய்ப்புகொண்டான். பின்னரே அது பந்தவெளிச்சத்தில் நெளிந்த தூண்நிழல் என்று தெரிந்தது. நீள்மூச்சு விட்டு உடல் அதற்குள் வியர்த்திருப்பதை உணர்ந்தபோது அருகே நின்றிருந்த குறிய உடல்கொண்ட முதியவன் அவன் கைகளைத் தொட்டு "வருக" என்றான். "யார்?" என்றான் கர்ணன் நடுங்கும் குரலில். "வருக அரசே!" என்றான் அவன். கர்ணன் சொல்வதை செவிகொள்ளத் தயங்காமல் அவன் நடக்கத்தொடங்கினான். "யார்?" என்று கேட்டபின் அவன் கூட்டத்தை விலக்கி முதியவனைத் தொடர்ந்து சென்றான்.

மரவுரி போர்த்த சிற்றுடலுடன் முதியவன் குனிந்து நடந்தபோது ஒரு விலங்கென தோன்றினான். மிக எளிதாக காலடிகளை எடுத்துவைத்து கூட்டத்தை ஊடுருவிச்சென்றுகொண்டே இருந்தான். அவனை எவரும் பார்க்கவேயில்லை என்பதை கர்ணன் கண்டான். அவர்கள் அவனை அறியவேயில்லை என்று தோன்றியது. புகையை ஒளியென அவன் கடந்துசென்றான். தேவனா? அல்லது இருள்தெய்வங்களில் ஒன்றா? அவன் தொடர்வான் என எப்படி அத்தனை உறுதியுடன் செல்கிறான்? ஆனால் தொடராமலிருக்கமுடியாது.

பெருஞ்சாலையிலிருந்து சிறியசாலைக்கும் அங்கிருந்து சிறியசந்து ஒன்றுக்குள்ளும் அவன் நுழைந்தான். இந்திரப்பிரஸ்தத்தின் மாளிகைகள் அனைத்துமே மையச்சாலைநோக்கி முகம்காட்டியிருந்தன. அவற்றுக்குப்பின்னால் ஏவலர்வாழும் சிறிய இல்லங்களும் அவர்கள் நடமாடும் கைவழிகளும் செறிந்திருந்தன. இருவர் மட்டிலுமே செல்லக்கூடிய சிறுபாதை நீர்வற்றிய ஓடைபோலிருந்தது. இருபக்கமும் மரப்பட்டைகளால் கட்டப்பட்ட சிற்றில்நிரைகள். அவற்றுக்குள் ஒற்றைவிளக்குகள் எரிய அமர்ந்தும் படுத்தும் மானுடநிழலுருக்கள் தெரிந்தன. அழுக்குநீரின் வாடை நிறைந்திருந்தது. அம்மாளிகைகளின் அழுக்குநீர்.

முதியவன் திரும்பி வருக என கையசைத்துவிட்டு இருண்ட சிறுசந்துக்குள் நுழைந்தான். கர்ணன் எலிக்குகை ஒன்றுக்குள் சென்ற உணர்வை அடைந்தான். இருள் இருபுறங்களிலிருந்தும் ஒட்டடைபோல பரவி அவன் முகத்தில்படிந்து தடுத்தது. மூச்சை அழுகலும் தூசும் கலந்த வாடை அழுத்தியது. முதியவன் திரும்பி இருட்டுப்பரப்பை கையால் தட்டி ஓசையெழுப்ப, அது திறந்து செவ்வொளிப்பரப்பைக் காட்டியது.

உள்ளே இருந்த நிழலுரு விலக, முதியவன் அவனிடம் வருக என்று கைகாட்டி உள்ளே சென்றான்.

அது ஐவர்மட்டுமே அமரக்கூடிய ஒரு சிற்றறை. தலையை குனித்தே கர்ணனால் நிற்கமுடிந்தது. அவனுக்குப்பின்னால் வாயில் மூடியதும் இருட்டு நிறைந்தது. முதியவன் குனிந்து தரையிலிருந்த பலகைகளை அகற்றினான். இருளில் கண்கள் மின்ன "வருக!" என்றான். கர்ணன் "எங்கு?" என்றான். "எங்கள் இடத்திற்கு" என்றான் முதியவன். கர்ணன் தயங்க "நாங்கள் உரகர்கள். இம்மண்ணிலிருந்து இன்னும் நாங்கள் முற்றிலும் அகலவில்லை" என்றான். "எங்கள் மூதன்னையுடன் நீங்கள் செல்வதைக் கண்டோம்..." கர்ணன் பெருமூச்சுடன் தன் உடலைக்குறுக்கி அந்த சிறிய துளைக்குள் இறங்கினான்.

பாறையில் வெட்டப்பட்ட சிறிய படிகள் நனைந்திருந்தன. ஆனால் கைகளுக்கும் கால்களுக்கும் அவை சிறந்த பிடிப்பை அளித்தன. முதியவன் விரைந்திறங்கி ஆழத்தில் மூழ்கி மறைய, மேலே பலகைப்பரப்பு மூடுவதைக் கேட்டான். இருட்டுக்குள் "வருக!" என்று அவன் குரல் கேட்டது. "நெடுந்தொலைவா?" என்றான் கர்ணன். "இல்லை, வருக!" அவன் இறங்கிச்சென்றுகொண்டே இருந்தான். அருகே ஒப்பிட ஒன்றில்லாதபோது காலம் மட்டுமல்லாது தொலைவும் இல்லாமலாகிவிடுவதை உணர்ந்தான். காலத்தொலைவென தெரிந்தது எண்ணங்களே. எண்ணங்களோ சுழன்று சுழன்று ஒரு சுழியாகி நின்றன. அதைத்தான் சித்தமென்கிறார்கள். சித்த காலம். சித்தத்தொலைவு. சித்தமெனும் இருப்பு. சித்தமெனும் இன்மை. இன்மையென காலம். இன்மையென தொலைவு.

நன்கு வியர்த்திருந்தான். இந்திரப்பிரஸ்தத்தின் உயரத்தைவிட கூடுதலாகவே இறங்கிவந்துவிட்டோம் என தோன்றியது. அப்படியென்றால் யமுனை? மிக ஆழத்தில் சீறலோசையாக "வருக!" என்று முதியவனின் ஓசை கேட்டது. மூச்சிளைப்பை அகற்றியபின் கர்ணன் மேலும் இறங்கத்தொடங்கினான். எதுவரை என்னும் எண்ணம் அகன்றபின்னர் அதுவரை வந்ததைவிட மும்மடங்கு தொலைவுக்கு இறங்கினோமென்பதை உணர்ந்தான். தலைக்குமேல் எங்கோ இருந்தது நகர். அதன் ஒளிப்பெருக்கு. மானுடச்சுழிப்பு.

"அருகேதான்" என்றான் முதியவன் மிக ஆழத்தில். "ஆம், எங்குள்ளோம்?" என்றான் கர்ணன். "யமுனைக்கு அடியில் செல்லப்போகிறோம்" என்றான் முதியவன். "மிக உறுதியான பாறையால் ஆனது இப்பகுதி. ஆனால் இனிமேல் ஊற்றுக்கள் வரத்தொடங்கும்." அவன் நீரோசையை கேட்கத்தொடங்கினான். கசக்கப்பட்ட கரும்பட்டு என சுரங்கத்தின்

சுவர்கள் ஈரத்தால் மெல்லொளி கொண்டிருந்தன. சிறிய ஓடையாக அந்த நீர் சேர்ந்து எங்கோ பொழிந்துகொண்டிருந்தது. மூச்சுக்காற்று எங்கிருந்து வருகிறது? ஆனால் காற்று இருந்தது. எங்கிருந்தோ மென்மையாக வந்து பிடரியை குளிரத்தொட்டு சிலிர்க்கவைத்தது.

அப்பால் வெளிச்சம் தெரிந்தது. அது ஒரு வெண்துணியென முதலில் தோன்றியது. அதைச்சூழ்ந்திருந்த பாறையின் நீர்வழிவின் ஒளியாக மாறியது. அணுகிச்சென்றபோது ஒளி ஏறியபடியே வந்து கண்கள் கூசத்தொடங்கின. நீர்வழியும் விழிகளை மேலாடையால் துடைத்தான். அணுகிவிட்டோமென உணரும்தோறும் உடல் களைப்பால் தளர்ந்தது. “வருக அரசே” என்றான் முதியவன். “என்பெயர் காமிகன். இங்குள்ள உரகர்களில் நகருக்குச் சென்றுமீள்பவர்கள் எங்களில் சிலரே. மறுபக்கக் குறுங்காட்டுக்குள் பெரும்பாலானவர்கள் சென்று வேட்டையாடிவருகிறார்கள்.”

நீள்வட்ட வாயிலினூடாக நீளுருளை வடிவ அறைக்குள் நுழைந்தான். அதன் நடுவே சிறிய நெய்விளக்கு ஒன்று எரிந்தது. அதைச்சுற்றியிருந்த பீதர்நாட்டுப் பளிங்கால் அது வெண்தாமரைமொட்டுபோல சுடர்கொண்டிருந்தது. அக்கூடத்தின் சுவர்கள் உப்பாலானவை போல அவ்வொளியை ஏற்று ஒளிபெற்றிருந்தன. அவ்வொளி விழிக்குப் பழகியபோது அவன் அங்கே கூடியிருந்தவர்களைப் பார்த்தான். பத்துபேருக்குமேல் இருக்குமெனத் தோன்றியது.

மரவுரி போர்த்தி உடல்குறுக்கி ஒருவரோடொருவர் சேர்ந்து அவர்கள் அமர்ந்திருந்தமையால் முதல்நோக்கில் கரியபாறைகளென்றே தோன்றியது. மானுடரெனத் தெரிந்ததுமே விழிகள் மின்னத்தொடங்கின. பற்களின் வெண்மை துலங்கியது. மயிர்ப்பிசிர்கள் கூட பகைப்புலம் கொண்ட இருளில் எழுந்துவந்தன. காமிகன் சென்று அவர்களில் ஒருவரிடம் ஓரிருசொற்களை பேசிவிட்டு திரும்பி “வருக அரசே!” என்றான்.

மையமாக அமர்ந்திருந்தவர் “அமர்க!” என மெல்லியகுரலில் சொன்னார். “காண்டவக் காட்டின் அடிமண்ணுள்வாழும் உரகர்களின் தலைவனான என் பெயர் காளிகன். இங்கிருந்த எங்கள் குடிகளனைத்தும் விலகிச்சென்றதைப் பார்த்திருப்பீர்கள்.” கர்ணன் அவரை வணங்கிவிட்டு அமர்ந்தான். “நாங்கள் இங்குள்ள எங்கள் தெய்வங்களுக்கும் மூதாதையருக்கும் அன்னமும் நீரும் அளிப்பதற்காக இங்கு எஞ்சியிருக்கிறோம்” என்றார் காளிகர். “எங்கள் குலம் புல்வேர். எந்தக் காட்டெரியும் எங்களை முற்றழிக்க இயலாது.”

“என்னை ஏன் இங்கு கொண்டுவந்தீர்கள்?” என்றான் கர்ணன். “இது ஒரு கனவென்றே என் உள்ளம் மயங்குகிறது.” காளிகர் நகைத்து “அவ்வாறும்

ஆகலாம்” என்றார். “ஏன் உங்களை அன்னை தேர்ந்தெடுத்தார் என்று எனக்கும் புரியவில்லை. அன்னை தேர்ந்தெடுத்ததனால்தான் உங்களை நானும் அழைத்துவந்தேன்.” கர்ணன் “நான்தான் அன்னையை தேடிச்சென்றேன்” என்றான். காளிகர் நகைத்து “அன்னையின் விழிகளை சந்தித்தீர்களா?” என்றார். “ஆம்” என்றான் கர்ணன். “அக்கணம் அவர் உங்கள் உள்ளத்தைக் கவ்விவிட்டார். நாங்கள் நாகங்கள். நோக்கு எங்கள் தூண்டில்.”

கர்ணன் மெல்ல அசைந்து அமர்ந்தான். காமிகன் மரக்குவளை ஒன்றில் நீர் கொண்டுவந்து அளித்தான். அதை வாங்கிக்குடித்தபோதுதான் அது நீரல்ல என்று தெரிந்தது. கடும்கசப்பு உடலை உலுக்கச்செய்தது. “நாகநஞ்சு கலந்த இன்நீர்” என்றார் காளிகர். “கொல்லாது. உள்ளத்தை களிகூரவே செய்யும்.” வேண்டாம் என தலையசைத்து கர்ணன் திருப்பி நீட்டினான். காளிகர் நகைத்தார். கர்ணன் வாயை சப்புக்கொட்டியபோது உடலே நாவாக தித்திப்பதை உணர்ந்தான். வாய் தேனூறும் குழியாக இருந்தது. நாவால் துழாவிவிட்டு அக்குவளையை கைநீட்டி பெற்றுக்கொண்டான்.

துளித்துளியாக அவன் அதை அருந்திமுடிப்பதை அவர்கள் நோக்கிநின்றனர். அவன் கோப்பையை கீழே வைத்துவிட்டு ஒரு பெரும் தேன்துளியெனத் ததும்பிய தலையைப்பற்றியபடி அமர்ந்திருந்தான். “உங்கள் திசையென்ன என்று தெய்வங்களே அறியும்” என்றார் காளிகர். “ஆனால் நீங்கள் எங்களவர்.” கர்ணன் விழிதூக்கி அவர்களை நோக்கி “நானா?” என்றான். “ஆம், உங்களை மாநாகர் என்று சொல்கின்றன எங்கள் நூல்கள். உங்கள் தலைக்குமேல் ஐந்துதலைநாகமொன்று எழுந்து நிற்கிறது. உங்கள் வலக்கையில் வில்லும் இடக்கையில் அம்பென நாகமொன்றும் அமைந்துள்ளன.” அவர் தன்னருகே இருந்த சுடரை சுட்டி “நோக்குக!” என்றார்.

வெண்சுடர்க்குமிழியின் அருகே விழுந்துகிடந்த ஒளிப்பரப்பில் நிழலாட்டத்தை கர்ணன் நோக்கினான். நீரலைகள் அமைய பாவை எழுந்து கூடித் தெரிந்து அலைகளாகி மறைவதுபோல அவன் அவ்வோவியத்தைக் கண்டான். “நானா?” என்றான். “நீங்களேதான். எங்கள் குறிச்சொற்களில் நீங்கள் சொல்லப்பட்டிருக்கிறீர்கள்.” கர்ணன் மீண்டும் அந்த வெளிச்சத்தை நோக்கினான். அது நிழலாகவே அசைந்தது. தெரிந்ததா இல்லை அச்சொற்கள் உருவாக்கிய மயலா?

காளிகர் திரும்பி தலையசைக்க, அவரைச் சூழ்ந்திருந்தவர்கள் எழுந்து அந்த அறையின் மூலையிலிருந்து வெவ்வேறு பொருட்களை எடுத்துவந்தனர். கர்ணன் அவ்வறையின் சுவர்களைப் பார்த்தான். பாறையின் அப்பகுதி மட்டும் உப்பாலானதாக இருக்க, அதைக்குடைந்து

அவ்வறை உருவாக்கப்பட்டிருப்பதை உணர்ந்தான். “உண்ணும் உப்பல்ல, இது ஒளிவிடும் சுண்ண உப்பு” என்றார் காளிகர் அவன் நோக்குவதைக் கண்டதும். அவனுக்கு குமட்டலெழுந்தது. தலை எடைகொண்டு கழுத்தை அழுத்தியது.

ஒருவர் அச்சுடர்முன் தரையில் வெண்ணிறக் கல் ஒன்று உருவாக்கிச்சென்ற ஒளிவிடும் கோடால் கோலமொன்றை வரையத்தொடங்கினார். ஒற்றைக்கோடு நெளிந்து சுழித்து நாகங்களாகியது. நாகங்கள் பின்னிமுயங்கி உருவாக்கிய சுருள்களும் வட்டங்களும் கோணங்களும் கலந்த பரப்பின் நடுவே விழியுருவாக்கும் அனைத்து வடிவங்களும் நிகழ்ந்தன. நாகத்தின் தலைகள் வாய்திறந்து வால்களை விழுங்கின. அனைத்து நாகங்களும் தங்கள் வால்களை தாங்களே விழுங்கும் வடிவம் நினைத்துப்பார்க்கமுடியாத விரைவில் முழுமைகொண்டது. அதை அவர்கள் பல்லாயிரம்முறை வரைந்துகொண்டே இருக்கக்கூடும்.

அவன் ஒருகணம் அந்தச் சுருள்வழிகளில் ஓடினான். பல்லாயிரமாண்டு காலம் அப்பாதையின் முடிவிலியில் பதைத்து கூவி ஓடிக்களைத்து விழுந்து விழிதிறந்தான். அக்கோலத்தின் நடுவே பெரிய நாகப்படமொன்று வாய்திறந்து நாபறக்க நின்றது. அதன் நடுவே இரு நீலக்கற்களை காளிகர் வைத்தார். சுடரொளி ஏற்று அவை விழிகளாக மாறின. நாகமுகம் நோக்கு கொண்டது. கர்ணன் அதிலிருந்து கண்களை விலக்கமுடியாதவனாக நோக்கியிருந்தான்.

இருநா பறப்பதுபோல. உடற்சுருட்கள் நெளிவதுபோல. ஒரு சீறலோசை கேட்டது. அவன் மெய்ப்புகொண்டு அவ்விழிகளை நோக்கினான். மீண்டும் அது ஒலித்தபோதுதான் காளிகரின் முகம் மாறியிருப்பதைக் கண்டான். அவர் விழிகள் நாகவிழிகளாக இருந்தன. மூச்சு சீற மெல்ல குழைந்தாடினார். அவர் அருகே அமர்ந்திருந்த ஒருவர் சிறிய உடுக்கில் இரட்டை விரலோட்டி விரைதாளம் எழுப்பினார்.

காளிகரின் கைகள் நாகங்களைப்போல நெளிந்தாடத்தொடங்கின. அவ்வசைவை நோக்க நோக்க அவை நாகங்களாகவே மாறுவதை அவன் கண்டான். இருநாகங்கள். இல்லை ஒன்று வாலென துடித்து நெளிந்தது. ஒன்று தலையென செருக்கி அசைந்தது. இரு கைகளும் இணைந்து ஒற்றைப்பெருநாகமென்றாயின. நாகம் சீறி வளைந்து நீண்டு நெளிந்து வளைந்தது. தன் உடலை பிறிதொன்றென ஆக்கத்தவிப்பதுபோல. தன் உடல் நடுவே சிக்கிய வெளியை நிறைக்க விழைவதுபோல. சூழ்புடவியில் அதுமட்டுமே எஞ்சியதுபோல. தன்னைத்தழுவியே அது தன்னை உணரலாகுமென்பதுபோல.

துடிதாளமிட்டவர் உறுமித்தோல் அதிரும் குரலில் பாடத் தொடங்கினார்.

ஏழுலகங்களையும் தாங்கும் தலையை
இருள் வடிவாகிய உடலை
விண்மீன்களென மின்னும் விழிகளை
முடிவிலியின் கை மோதிரத்தை
இன்மையின் செவிக்குண்டலத்தை
அண்டம் படைத்த அன்னையின்
சிலம்புவளையத்தை
நாகமுதல்வனை வணங்குக!
வாசுகியை வணங்குக!
வாலென தலையென வெளிநிறைக்கும்
வானுருவனை வணங்குக!

வேதச்சொல் கேட்டு ஆடும் எரியென அவ்விசைக்கேற்ப நடமிட்டது காளிகரின் சிற்றுடல். அவர் கைகளில் எழுந்த நாகம் தவித்துச் சீறியது. துயர்கொண்டு வாலால் நிலத்தை அறைந்தது. சினந்தெழுந்து ஓங்கிக் கொத்தியது. அதன் மூச்சொலியால் அவ்வறையின் சுவர்கள் அஞ்சிய எருமையின் தோற்பரப்பென அதிர்வுகொண்டன.

நெளிபவனே
முடிவற்றவனே
தன்னில் முழுமைகொண்டவனே
தானென எழுந்து நிற்கும் தலையே
இன்மையென அசையும் நுனியே
இருத்தலெனும் புரியே
இருளெனும் சுழியே
எந்தையே வாசுகியே
உன்னை வணங்குகிறேன்
நீ இருளை ஆள்பவன்
ஒளியென்பதோ உன் இரு விழிகள்
நீ ஆழங்களை ஆள்பவன்
நிலமென்பதோ உன் பொருக்கு
நீ வேர்களின் இறைவன்
மரங்கள் உன் கனிவு
எந்தையே எளியோருக்கு அருள்க!
முடிவற்ற கருஞ்சுருளே
இக்கனவுக்குள் விரிந்தெழுக!

அந்தத்தாளம் தன் உடலெங்கும் ஓடிக்கொண்டிருப்பதை அவன் உணர்ந்தான். உடலின் ஒவ்வொரு தசையும் இறுகி இறுகி எடைகொண்டது. கல்லென்றாயிற்று உடல். கல்லைவிட பல்லாயிரம்

மடங்கு எடைகொண்டதாயிற்று. அந்த மண்ணில் உளைசேற்றிலென மூழ்கிக்கொண்டிருந்தான். மூழ்கிச்செல்லச்செல்ல உடல் இனிய களைப்பை உணர்ந்தது. ஒவ்வொரு உறுப்பையாக கழற்றி வைத்துவிட வேண்டுமென்பதைப்போல.

அவன் அச்சொற்களை வாசித்துக்கொண்டிருந்தான். அவன் கையிலிருந்த சுவடியிலிருந்து நேரடியாக சித்தம் நோக்கிச் சென்றது அவ்வறிதல்.

நாகலந்தீவின் திசைநான்கும் நாகர்களுக்குரியதென்றறிக! பனிமலையடுக்குகள் எழுந்த வடக்கே வாசுகி பன்னிரண்டாயிரம் கோடிப் பெருஞ்சுருள்களாகப் படர்ந்திருந்தார். நீலக்கடல் அலையடித்த தெற்கே திருதராஷ்டிரனின் கருஞ்சுருள்கள் மலைகளென மாறி அலைகளை மாலையென சூடிக்கொண்டன. மேற்கே தட்சன் எல்லைக்குன்றுநிரையென எழுந்திருந்தார். அவர்மேல் சாமரம் சூடி நின்றன முகில்கற்றைகள். கிழக்கே ஐராவதனின் பச்சைப்பெரும்படம் எழுந்து நின்றது. அதை மேரு என்றனர். அதன் உச்சியில் கால்வைத்தே நாகலந்தீவில் கதிரவன் எழுந்தான்.

ஓசையற்ற காலடிகளும், இமையாவிழிகளும், நாநுனி நஞ்சும் கொண்டவர்கள் நாகர்கள் என்று அறிக! பசுமை எழுந்த காடுகள் அவர்களால் ஆளப்பட்டன. அங்கே அவர்களுக்காக ஏழுபடம் எழுந்த தெய்வங்கள் எல்லைகாத்தன. அக்காடுகளில் அவர்கள் மூச்சின் நச்சுக்காற்று வீசியது. அவர்களின் பார்வை இலைநுனிப் பனித்துளிகளுடன் கலந்திருந்தது. நாகர்கள் அழிவற்றவர்கள் என்றறிக! நாகர்கள் வெல்லப்படாதவர்களென்றறிக!

அவனருகே வந்து நின்ற சிவதர் “அரசே, இது பின்னிரவு. தாங்கள் துயில்கொள்ளவேண்டிய வேளை” என்றார். “இச்சுவடியை என் அறைக்குள் பார்த்தேன். இதை இங்கு வைத்தது யார்?” என்றான் கர்ணன். “இதுவா?” என்று சிவதர் குனிந்து நோக்கினார். “அரசே, இது சுவடி அல்ல. இது பாம்புரிப்படலம்.” திகைப்புடன் அவன் நோக்கினான். மிகமெல்லிய பாம்புரியை சீராக வெட்டி சுவடியென்றாக்கியிருந்தனர். “அதில் எழுத்துக்களேதும் இல்லையே” என்றார் சிவதர். அவன் குனிந்து நோக்கினான். வெறும் வெள்ளிநிறப் பரப்பு.

“சற்று முன் இதை நான் வாசித்தேன்.” சிவதர் “நாகர்களின் தீச்செய்கைக்கானது இது என எண்ணுகிறேன். இது இங்கிருக்க வேண்டியதில்லை.” கர்ணன் “இது இங்கே எப்படி வந்தது?” என்றான். “அதை நான் உசாவுகிறேன். நம் ஏவலரில் எவரோ நாகர்களின் ஒற்றனாக இருக்கக்கூடும். அரசே, அதில் தீச்செய்கை உள்ளது. அது கொடுங்கனவுகளை எழுப்பும். அக்கனவுகளினூடாக நாகங்கள் நம்

சித்தத்தினுள் நெளிந்து ஏறுவார்கள். தங்கள் சொற்களை நம்முள் விதைத்துச்செல்வார்கள். இங்கே கொடுங்கள், அதை அப்படியே நெருப்பிலிட்டுவிடவேண்டும். விழிகொடுக்கலாகாது."

அவன் "வேண்டாம்" என்றான். "அது அளிக்கும் அறிதல்கள் என்னைத் திகைக்க வைக்கின்றன." சிவதர் "தீச்செய்கைகளுக்கு உள்ளத்தைக் கவர்ந்து உள்நுழையத்தெரியும் அரசே. நாகர்களின் காட்டிலுள்ள நாகவள்ளி என்னும் கொடியைக்குறித்து கேட்டிருப்பீர்கள். நாம் காட்டில் நின்றிருக்கையில் அது நம்மை மெல்ல தொடும். பிறந்த மகவின் தொடுகையென நம்மை அது மகிழ்விக்கும். காமம் கொண்ட கன்னியின் அணைப்பென நம்மை வளைக்கும். மூதன்னையின் வருடலென நம்மை ஆறுதல்படுத்தும். மூதாதையின் வாழ்த்தென தலையைத் தடவும். அம்மகிழ்விலேயே நம்மை அது முழுதும் சுற்றிக்கொண்டிருப்பதை அறியாமல் நின்றிருப்போம்" என்றார்.

"நாகவள்ளியிடமிருந்து தப்ப ஒரே வழிதான் உள்ளது. உள்ளத்தை அறுத்து தனித்தெடுத்து எஞ்சும் கையால் வாளை உருவி வெட்டி துண்டிப்பது. தயங்கும் ஒவ்வொரு கணமும் இறப்பே. அது தித்திக்கும் நஞ்சுள்ளது. தோல்துளைகள் வழியாக குருதியில் கலக்கும். நெஞ்சில் இனிய எண்ணங்களை நிறைக்கும். மழலைச்சொல் கேட்போம். காமப்பெதும்பையின் மதநீரை முகர்வோம். அன்னையின் முலைப்பால் சுவையை அறிவோம். அறுப்பது எளிதல்ல. அது பிறவிப்பேராழியை அறுப்பதற்கு நிகர். ஆனால் அறுக்காதவர் மறுநாள் அங்கே அக்கொடியின் ஆயிரம் சுருள்களுக்கு நடுவே வெள்ளெலும்புக்குவையாகக் கிடப்பார்கள்."

கர்ணன் நீள்மூச்சுடன் "கொண்டு செல்லுங்கள்" என்றான். சிவதர் அதைத் தன் சால்வையிலிட்டு முடிந்து எடுத்துக்கொண்டார். "ஒரு பெருநகரின் நடுவே எலித்துளையென ஒரு பாதை. அது சென்றுசேர்க்கும் படிகத்தாலான அறை. பலநூறடி ஆழத்திலுள்ளது அது. அங்கே நான் விழிமயங்கி ஒரு துடிதாளத்தை, அடிக்குரலில் தொல்மொழிப்பாடலை கேட்டுக்கொண்டிருக்கிறேன்..." என்றான் கர்ணன். "நான் எப்போதும் அறிந்த மொழி. நானே என பாடப்படும் பாடல்."

சிவதர் "அது இது உருவாக்கும் உளமயல். வெல்லுங்கள். அவ்வாறல்ல என்றே எண்ணிக்கொள்ளுங்கள். மஞ்சத்தைப் பற்றிக்கொள்ளுங்கள். பீடத்தைப் பிடியுங்கள். உங்கள் கைகளையே இறுகப்பற்றுங்கள். இங்கே பருவுருக்கொண்டு எண்ணத்தால் உணர்வால் மாறாமலிருக்கும் ஒன்றுடன் இறுகப்பிணையுங்கள். எஞ்சும் மயலை கடந்து வாருங்கள்" என்றார். அவன் "ஆம்" என்றான்.

சிவதர் வெளியே சென்றார். அவன் அங்கேயே தலை எடைகொண்டு கழுத்தை அழுத்த அமர்ந்திருந்தான். நீலச்சுடர்களாக விழிகளெரியும் ஒரு நாகத்தின் ஓவியத்தை நோக்கினான். மிக அருகே. ஆனால் அது அங்கில்லை. ஆனால் அவன் கையருகே இன்னொரு சுவடிக்கட்டு கிடந்தது. அவன் அச்சத்தால் மெல்ல அதிர்ந்தான். ஆனால் உள்ளம் இனிய பரபரப்பையே அடைந்தது. அதை எடுத்து விரித்தான். இளநீல எழுத்துக்கள் அலையழிந்த ஓடையின் அடித்தட்டின் வரிவடிவங்களென தெளிந்துவந்தன.

6

அழிவிலா நாகங்களின் தொல்கதையை அறிக! ஏழுசிந்துக்களின் படுகைகளிலும் கங்கைவெளியிலும் செறிந்த பெருங்காடுகளை ஆண்டது இருண்ட பாதாளங்களின் தலைவனாகிய வாசுகியை மூதாதையாகக் கொண்ட வாசுகி குலம். நாகர்கள் மண்ணில் பெருகி தங்களுக்கென்றொரு அரசை அமைத்தபோது உருவான முதல் அரியணை அது.

மண்மறைந்த சரஸ்வதியின் மானுடர் அறியும் ஊற்றுமுகத்தில் இருந்த நாகர்களின் தொல்நிலமாகிய நாகோத்ஃபேதத்தில் இருந்து கொண்டுவரப்பட்ட அத்திமரக்கிளையை நட்டு, அதனடியில் போடப்பட்ட கருங்கல் பீடத்தில் முதலரசர் வாசுகியை நாகர்குலத்து மூத்தோர் பன்னிருவர் கைப்பிடித்து கொண்டுசென்று அமரச்செய்து, செம்மலர் தூவி அரியிட்டு சரஸ்வதியின் ஆழ்நீர் தெளித்து வாழ்த்தினர். ஈச்சையோலையால் ஆன நாகபட மணிமுடியைச் சூடி நாகர்குலத்தின் முதல் அரசராக ஆக்கினர்.

அவர் மைந்தர் நந்தரிலிருந்து எழுந்தது வாசுகிப்பெருங்குலம். பேரரசர் நந்தவாசுகியின் மகள்களான சுப்ரமை, மாலினி, பத்மினி, மண்டனை ஆகியோரின் வயிற்றில் நாகர்களின் பிறநான்கு குலங்கள் பிறந்தன. சுப்ரமையின் மைந்தரிலிருந்து தட்சனை முதல்தெய்வமாகக் கொண்ட தட்ச குலம் தோன்றியது. மாலினியில் இருந்து ஐராவதகுலமும் பத்மினியில் இருந்து கௌரவ்ய குலமும் மண்டனையில் இருந்து திருதராஷ்டிரகுலமும் உருவாயின.

நந்தவாசுகியின் கொடிவழி கோடிசன், மானசன், பூர்ணன், சலன், பாலன், ஹலீமகன், காலவேகன், பிரகாலனன், ஹிரண்யபாகு, சரணன், கக்ஷகன், காலந்தகன் ஆகிய மாமன்னர்களின் நிரைகொண்ட பெருமையுடையது.

காடுகளில் அவர்களின் சொல் நின்றது. மண்சென்றபின் மலையுச்சிகளில் அவர் கல் நின்றது. மன்றுகளில் என்றும் அவர்களுக்கே முதல் கேள்வி அளிக்கப்பட்டது. நாகவேள்விகளில் அவர்களுக்கே முதல் அவி படைக்கப்பட்டது.

கங்கைக் கரையில் அமைந்த அவர்களின் கான்நகரான பிலக்ஷசிலை கங்கைப்பெருக்கில் நிழல்வீழ்த்தி எழுந்து நின்ற நாகபேரம் என்னும் மலைமேல் ஏழு அடுக்குகளாக அமைந்திருந்தது. முதல் அடுக்கைச்சுற்றி ஓங்கி உயர்ந்து முகில்சூடி நின்ற தேவதாருமரங்களை இணைத்துக்கட்டிய உயிர்மரக்கோட்டை இருந்தது. அம்மரங்களின் கீழே செறிந்த புதர்களில் நச்சுப்பல் கொண்ட நாகங்கள் வாழ்ந்தன. அவை உறங்காவிழிகளும் அணையாச்சீற்றமும் கொண்டவை.

இரண்டாவது அடுக்கில் நாகர்குலத்துப் படைவீரர்களும் மூன்றாவது அடுக்கில் நாகவேடர்களும் நான்காவது அடுக்கில் நாகர்களின் படைத்தலைவர்களும் ஐந்தாவது அடுக்கில் குலப்பாடகர்களும் இருந்தனர். ஆறாவது அடுக்கில் வாசுகிக் குலமூத்தார் இல்லங்களும் ஏழாவது அடுக்கில் அரண்மனையும் அமைந்திருந்தன. நூற்றெட்டு உப்பரிகைகளும் பதினெட்டு குவைமாடங்களும் கொண்ட அம்மாளிகையின்மேல் வாசுகிகுலத்தின் ஏழுதலைநாக முத்திரை கொண்ட கொடி பறந்தது. விண்ணுலாவிய தேவர்களுக்கு வந்தமர்ந்து விடாய்குளிர்க என்னும் அழைப்பாகத் திகழ்ந்தது அது.

செந்நிறமும் பச்சைநிற விழிகளும் கொண்ட வாசுகிகுலத்தவர் நாகர்களில் உயரமானவர்கள். வில்லுடன் சென்று நதிகளில்செல்லும் படகுகளில் திறைகொண்டு அரசுக்கருவூலத்தை நிறைத்தனர். நீரோடும் தேனோடும் இணையும் நாகநச்சு ஏழு கொலைநோய்களுக்குரிய சிறந்த மருந்து என்றனர் மருத்துவர். பொன்கொடுத்து நஞ்சு பெற்றுச்செல்ல மருந்துவணிகர்கள் தக்கைப்படகுகளில் பிலக்ஷசிலையின் எல்லைவரை வந்தனர்.

வாசுகிகுலத்துச் செந்நாகர் இமையாவிழிகளால் பிறர் நெஞ்சுள் சென்று அவர்களின் மொழியைக் கற்று அக்கணமே மறுமொழிசொல்லும் மாயம் அறிந்தவர்கள். தங்களுக்குள் நாவாலும், தங்கள் குடிகளுக்குள் முழவாலும், விலங்குகளிடம் இசைக்கொம்பாலும், விண்ணாளும் தெய்வங்களிடம் இடியோசைகளாலும் உரையாடுபவர்கள். விழிநோக்கியிருக்கவே மறையவும் புகையெனத் தோன்றி உருத்திரட்டி அணுகவும் கற்றவர்கள்.

முடிசூடி மூதாதையர் அமர்ந்த கற்பீடத்தில் அமரும் அரசனை வாசுகி என்றே அழைத்தனர் பாடகர். முதல்வாசுகியின் பெருஞ்சிலை மரத்தாலும் அரக்காலும் மெழுகாலும் அமைக்கப்பட்டு குன்றின்மேல் அமைந்த

பெரும்பாறையின் உச்சியில் நிறுவப்பட்டிருந்தது. பதினெட்டு பெரும் படங்களை விரித்து வளைந்த கூர்வாட்களென பல்செறிந்த பதினெட்டு வாய்கள் திறந்து அனல் நா பறக்க நிமிர்ந்திருந்த வாசுகியின் விழிகளுக்குள் எந்நேரமும் செங்கனல் சுடர்ந்தது. இருளில் அவ்வெரியொளியாலேயே கான்குடியினர் அப்பெருநாகச்சிலையைக் கண்டனர். பகலில் கங்கை நீரலைப்பரப்பில் தெரியும் வாசுகியின் பெருஞ்சிலை விழிசுடர நெளிந்தாடுவதைக் கண்டு படகில் செல்லும் வணிகர்கள் கைகூப்பி வணங்கினர்.

கல்லடுக்கிக் கட்டப்பட்ட வாசுகியின் சுருளுடலுக்குள் அமைந்த படிகள் வழியாக ஏறிச்சென்ற வீரர்கள் அவ்விழிகளுக்குள் அமைந்த எரிகலன்களில் இரவுபகல் ஓயாது ஊன்நெய் ஊற்றி எரியவிட்டனர். எரியெழுந்த புகை மேலிருந்த காற்றால் சுழற்றப்பட்டு திறந்த வாய்களினூடாக வெளிவந்தது. அனல்கக்கி விழி எரிய நோக்கும் வாசுகியை பிலக்ஷவனத்தின் உள்ளே நுழையும்போதே காணமுடிந்தது. அவ்விழிகள் தெரியாத எல்லைக்கு நாகர்கள் செல்லலாகாது என குலமுறைமை இருந்தது.

வாசுகிகுலத்தவரின் தெய்வமென சிவன் இருந்தார். எரிவிழி நுதலனுக்கு அவர்கள் ஏழுவகை ஊன்களை நாளும் அவியிட்டனர். அவர் அமர்ந்த சிறுகுகைக்குள் பதினொரு சினம்கொண்ட ருத்ரர்களை துணையமர்த்தி வழிபட்டனர்.

வடமேற்கே இமயமலைச்சாரலில் இருந்தது தட்சகுலத்தின் தலைநகரமான நாகசிலை. மலையின் கரடிமூக்கென வானில் எழுந்த கூர்முனையின் மேல் மென்பாறைகளைக் குடைந்து ஒன்றன்மேல் ஒன்றாக அமைக்கப்பட்ட ஆயிரம் குகைவீடுகளாலும் அவற்றின் மேல் அமைந்த நூறுஅறைகள் கொண்ட அரண்மனையாலும் ஆனது அந்நகர். மலைக்கழுகுகள் அன்றி பிற உயிர்கள் அணுகமுடியாத அந்நகரை சென்றடைவதற்கு மேலிருந்து இறக்கப்படும் நூலேணிகளன்றி வேறு வழியிருக்கவில்லை.

தட்சநாகர்கள் மலையுச்சியிலிருந்து அவர்கள் மட்டுமே அறிந்த பாறைச்செதுக்குப் பாதைகளினூடாக வரையாடுகளும் அஞ்சும் சரிவில் ஊர்ந்திறங்கி தங்கள் நகர்களுக்குள் சென்றனர். மெல்லிய பட்டுச்சரடுகளை இரும்புக்கொக்கிகளில் கட்டி தூக்கிவீசி அதனூடாக வலைச்சரடில் சிலந்தியெனச் சென்று காடுகளுக்குமேல் இறங்கும் கலையறிந்தவர்கள். தட்சநாகர்களை பறக்கும் நாகங்களின் வழிவந்தவர்கள் என்றனர் தொலைப்பாடகர். அவர்கள் வெண்பளிங்கு நிறமானவர்கள். விரிந்த நீலவிழிகள் கொண்டவர்கள்.

தட்சகுலத்தின் முதல் அரசர் சுப்ரமை தேவியின் மைந்தர் உபநந்தன். அவர் கொடிவழியில் வந்த புச்சாண்டகன், மண்டலகன், பிண்டசோக்தன், ரபேணகன், உச்சிகன், சுரபன், பங்கன், பில்லதேஜஸ், விரோகணன்,

சிலி, சலகரன், மூகன், சுகுமாரன், பிரவேபனன், முத்கரன், சிசுரோமன், சுரோமா, மஹாஹனு என்னும் அரசர்கள் நாகசிலையை ஆண்டனர். மஹாஹனுவின் மைந்தரான ஃபணனுக்குப்பின் அது ஃபணகுலமென அறியப்பட்டது. சுப்ரன், தவளன், சுத்தன், பத்ரன், பாஸ்கரன் என நூற்றெட்டு மன்னர்கள் அதையாண்டனர். அவ்வாறு பன்னிரு பெருங்குலவரிசைகளாலானது அவர்களின் மூதாதை நிரை.

மூதாதையருக்கான படையல்களிடும் பன்னிரு குகைகளுக்குள் மலைச்சுண்ணம் பூசப்பட்ட ஈரச்சுவர்ப் பரப்புகளில் கல்லரைத்த வண்ணப்பொடியைப் பூசி என்றோ வரையப்பட்ட ஓவியங்களில் ஒளிரும் செவ்வைரங்கள் பதிக்கப்பட்ட விழிகளுடன் நாகபட மணிமுடி சூடி, இடைக்குக் கீழே வளைந்து சுழித்த அரவுடலுடன் தேவியரை அணைத்தபடி நின்று அருள்புரிந்தனர் தட்சமூதாதையர்.

எப்போதும் வெண்முகில் சூழ்ந்த மழைவில் சூடி அமைந்திருக்கும் நாகசிலையை இந்திரகீலம் என்று அழைத்தனர் பிற குலத்தவர். தட்சர்களுக்கு அணுக்கமானவன் இந்திரன். முகில்நகருக்கு இந்திரன் வான்வழியாக இறங்கிவந்து பலிகொண்டு செல்வதாக தொலைப்பாடகர் பாடினர். எனவே தட்ச வெண்நாகர்கள் இந்திரன் மைந்தர் என்று அறியப்பட்டனர். அவர்கள் தங்கள் கைகளில் இந்திரன் அளித்த மின்படையைக் கொண்டிருந்தனர். கண்ணிமைத்து காட்சியாவதற்குள் அவர்களின் கைகளில் அது எரிசீற எழுவதைக் கண்டனர் அயலார்.

ஐராவத குலம் கிழக்கை ஆண்டது. பிரம்மபுத்ரையின் கரையிலும் அப்பால் மணிபூரக நாட்டிலும் செறிந்திருந்த நீலக்காடுகள் அவர்களின் நிலம். மாலினிதேவியின் குருதியில் வந்த சகரரின் மைந்தர்களால் ஆனது அம்மரபு. பாராவதன், பாரியாத்ரன், பாண்டரன், ஹரிணன், கிருசன், விஹங்கன், சரபன், மோதன், பிரமோதன், சம்ஹாதாபனன் என்னும் அரசர்களால் அவர்கள் தலைமுறைகள்தோறும் காக்கப்பட்டனர். அந்த மூதாதை அரசர்களின் பெயர்களை தங்கள் மைந்தர்களுக்கு இட்டு அவர்கள் இறப்பை வெல்லச்செய்தனர். அவர்களிலிருந்து எழுந்த பதினெட்டு அரசகுலநிரைகள் அவர்களின் குடிகாத்தன.

கிழக்குநாகர்கள் குறுகிய மஞ்சள்நிற உடலும் மின்னும் மணிக்கண்களும் முழங்கும் குரலும் கொண்டவர்கள். வெண்ணிற நாகத்தை துதிக்கை எனக்கொண்ட வெள்ளையானை அவர்களின் நகரமான மணிபுரத்தின் முகப்பில் பெரும்பாறை ஒன்றின்மேல் வெண்சுண்ணச்சிலையாக முகக்கை தூக்கி நின்றிருந்தது. தங்கள் எல்லைக்குள் பிறர் எவரையும் கடத்தாத நெறிகொண்டவர்களான மஞ்சள் நாகர்களை பிறர் கண்டதே இல்லை. அவர்கள் பாடகர்களின் கதைகளில் இறப்பற்றவர்களாக வாழ்ந்தனர்.

ஐராவதநாகர்களின் தெய்வமென சூரியன் இருந்தான். அவர்களின் முதல்நகர் அமைந்த மேருமலை கிழக்கே முகில்களுக்கு நடுவே மண்தொடாது நின்றிருந்தது. அதன் உச்சியில் இருந்த அர்க்கபீடத்தில்தான் அருணனின் ஏழு புரவிகளில் முதல்புரவியின் முன்னங்கால் வலக்குளம்பு படும். உடுக்குத்தோலை விரல்தொடுவதுபோன்ற அவ்வொலியை ஐராவதத்தவர் மட்டுமே கேட்கமுடியும். அக்கணம் அவர்கள் கிழக்குநோக்கித் திரும்பி "எழுக!" என்பார்கள். அச்சொல் கேட்டே அருணன் தன் புரவிகளை தெளிப்பான்.

வேசரத்தில் கோதை முதல் கிருஷ்ணை வரையிலான காடுகளில் வாழ்ந்த கௌரவ்ய நாகர்கள் மண்நிறத்தவர். கூர்மூக்கும் சிறுவிழிகளும் விரைவுகூடிய சிற்றுடலும் கொண்டவர்கள். கொப்பரைக்குடுவைகள் மேலேறி நீர்மேல் சறுக்கிச்செல்லவும் குழற்கொடிகளை வாயிலிட்டு மூச்சிழுத்தபடி நாளெல்லாம் நீருள் மூழ்கியிருக்கவும் பயின்றவர்கள். மென்மரம் குடைந்த சிறுபடகுகளில் அவர்கள் காடுகளுக்குள் சென்று வேட்டையாடி மீண்டனர்.

நாணல்களில் தங்கள் நச்சைத் தொட்டுத் தொடுக்கும் அம்புக்கலையால் அவர்கள் அனைவராலும் அச்சத்துடன் எண்ணப்பட்டனர். அசைவற்ற நீருள்ளும் நாகன் இருக்கலாம் என்று அஞ்சினர் நதிசெல்லும் வணிகர். தங்கள் திறைகளை நதிக்கரைப் பாறைகளில் வைத்து வணங்கிச்சென்றனர். கோதையிலும் கிருஷ்ணையிலும் செங்குழம்பு பூசிய ஐந்தலை நாகங்கள் அமர்ந்த திறைகொள்ளும் நாகநிலைகள் கொண்ட நூற்றெட்டு பாறைகள் இருந்தன. அவற்றைக் கொள்ளும் பதினெட்டு நாகர்குடிகள் நிலத்திலும் நீரிலுமாக வாழ்ந்தனர்.

நீர்நாகர் நதிக்கரைச்சேற்றுநிலங்களில் மூங்கில்கால்களில் எழுந்த சிற்றில்லங்களில் வாழ்ந்தனர். வாசுகியின் மகள் பத்மினியின் மைந்தரான பலவானின் குருதியில் பிறந்த ஏரகன், குண்டலன், வேணி, வேணீஸ்கந்தன், குமாரகன், பாகுகன், ஸ்ருங்கபேரன், துர்த்தகன், பிராதன், ராதகன் என்னும் அரசர்களால் செழித்தது அக்குலம். அவர்களின் தலைநகரமான நாகபுரம் கோதை சுழித்துச்சென்ற தீவொன்றில் அலையடிக்கும் நாணல்புல்லின் நுரைக்கு நடுவே சேற்றில் மிதக்கும் மூங்கில்தெப்பங்களின்மேல் அமைந்திருந்தது.

கோதையின் பெருக்கில் எழுந்தும் அமிழ்ந்தும் அசையும் மூங்கில் மாளிகைகள் ஒன்றோடொன்று வடங்களால் பிணைக்கப்பட்டு ஒரு நகராயின. அவ்வடங்கள் வழியாக நடந்து செல்ல அவர்களின் கால்கள் பயின்றிருந்தன. அவர்களின் மாளிகை நடுவே தனித்து மிதந்த தெப்பமாளிகையில் குலமூதாதை வாசுகியின் சிலை நாணல்பின்னி

செய்யப்பட்டு நிறுவப்பட்டிருந்தது. அதைச்சூழ்ந்து அவர்களின் குலமன்னர்கள் ஒவ்வொருவருக்கும் ஒரு மூங்கில் என நடப்பட்டு அவற்றின் முனைகளில் அந்திதோறும் மீன்நெய் ஊற்றிய சிற்றகல் ஏற்றப்பட்டது.

கௌரவ்யர்கள் தங்கள் மூதன்னையாகிய பத்மினியின் வடிவில் கொற்றவையை வழிபட்டனர். கொல்தவத்துக் கொடுமகள் அவர்களின் குடிநடுவே களிமண் குழைத்துக்கட்டிச் சுட்டு செவ்வோடாக ஆக்கப்பட்ட சிற்றாலயத்தினுள் ஊறித்தேங்கிய நீரின் இருளலைக்கு நடுவே குறுபீடத்தில் கற்சிலையென கண்கள் ஒளிர நின்றிருந்தாள். அவளுக்கு ஆண்டுக்கு நான்குமுறை பருவங்கள் தொடங்குகையில் முழுஎருமையை வெட்டிக் கொடையளித்தனர். முதல்கொன்றை, முதல்வேம்பு, முதல் மின்னல், முதற்பனிநாரை என அவர்களுக்கு அன்னையின் ஆணை வந்தது.

தென்னாகர்கள் என்றழைக்கப்பட்ட திருதராஷ்டிரகுலத்தவர் இரண்டு சிறுகுலங்களாக பிரிந்திருந்தனர். தென்தமிழ் நிலத்தின் மலைக்காடுகளில் வாழ்ந்த மலைநாகர் ஓயாது மழைபொழியும் இருண்டகாடுகளுக்குள் ஆடையற்ற உடலெங்கும் தேன்மெழுகும் அரக்கும் பூசி நச்சுநா கொண்ட அம்புகளுடன் தழைப்புக்குள் இலைப்பூச்சிகள் போல மறைந்து வாழ்ந்தனர். அவர்கள் வாழும் காடுகளில் புக முடிகொண்ட மூவேந்தரின் திறல்கொண்ட படைகளும் அஞ்சின.

அவர்களுக்கு மூவேந்தரும் வேளிரும் குறவர்குலங்களும் திறைகொடுத்தனர். திறைகொண்ட செல்வத்தால் அவர்கள் அமைத்த முடிநாகம், அரவுக்கோடு, நாகநிரை ஆகிய மூன்றுநகர்களும் ஓங்கி வளர்ந்தன. அவற்றை ஆண்ட அரசர்கள் பொன்னணிந்து பட்டுசுற்றி மணிபதித்த முடிசூடி அரியணை அமரத்தலைப்பட்டனர். மூவேந்தரும் சிற்றரசர்களும் அவர்களிடம் மகற்கொடை கொள்ளத்தொடங்கியதும் மலையிறங்கி வந்து தொல்தமிழ்க்குடிகளுடன் இணைந்தனர்.

அவர்கள் பதினெட்டு குடிகளாகவும் நூற்றியெட்டு கூட்டங்களாகவும் பிரிந்து வளர்ந்து தொல்தமிழ் நிலமெங்கும் பரவினர். குலங்கள் இணைந்து குடிகள் பிரிந்து புதிய குலங்கள் என்றாகி பரவ, நாகன் என்னும் பெயர் மட்டுமே அவர்களிடம் பின்னர் எஞ்சியது. வில்லுக்கு நிகராக சொல்லும் பயின்று பாணரும் புலவரும் ஆயினர். அவர்கள் குன்றுதோறாடிய குமரனை வழிபட்டனர். வெல்வேலும் விரிசிறைச்சேவலும் மாமயிலும் கொண்ட அழகன் அவர்களின் குடிநடுவே எழுந்த தனிப்பாறைகளில் காவிக்கல்லும் வெண்கல்லும் உரசி வரையப்பட்ட ஓவியமென எழுந்தருளினான்.

பிறர் அறியாமல் வாழ்ந்தவர்கள் கடல்நாகர்கள். குமரிநிலத்திற்கும் தெற்கே கடலுக்குள் சிதறிக்கிடந்த நூற்றெட்டு சிறுதீவுகளில் அவர்களின்

நாகநாடெனும் அலையரசு அமைந்திருந்தது. ஓங்கிய கரிய உடலும் ஒளிவிடும் பற்களும் வெண்சோழி விழிகளும் கொண்டவர்கள். நாணல்களைச் சேர்த்து செய்த படகுகளில் ஏறி ஆர்த்தடிக்கும் அலைகளில் தாவி தீவுகள் தோறும் சென்றனர். கடல்களில் மீன்பிடிக்கவும் தென்னக விரிநிலத்தில் இறங்கி கதிர்கொய்து கொண்டுவந்து தரவும் கடற்பறவைகளை பழக்கியிருந்தனர்.

அவர்களின் தலைநகரம் நாகநகரி மணிபல்லவத் தீவில் அமைந்திருந்தது. நாவலந்தீவிலும் சாவகத்தீவிலும் சம்புத்தீவிலும் அவர்களின் துணைநகர்கள் அமைந்திருந்தன. அவற்றில் நாகபடம் பொறிக்கப்பட்ட அரவுநாபோல நுனிபிளந்து பறக்கும் நீண்ட கொடிகள் உயர்ந்த குன்றுகள் மேல் எழுந்த கொடிமரங்களில் எழுந்திருந்தன. அவற்றைக் கண்டதுமே பாய்தாழ்த்தி வெண்கொடி ஏற்றிய படகுகள் கரையணைந்து திறையளித்துச் சென்றன.

திருதராஷ்டிர குலத்து மலைநாகர்கள் சங்குகர்ணன், பிடாரகன், குடாரமுகன், சேசகன், பூர்ணாங்கதன், பூர்ணமுகன், பிரகாசகன், சகுனி, தரி, அமாகடன், காமடகன், சுஷேணன், மானசன், அவ்யயன், அஷ்டவக்ரன், கோமலகன், ஸ்வஸனன், மௌனவேபகன், பைரவன், முண்டவேங்காங்கன், பிசங்கன் என்னும் பேரரசர்களால் ஆளப்பட்ட புகழ்கொண்டவர்கள்.

கடல்நாகர்கள் உதபாராசன், ரிஷபன், வேகவான், பிண்டாரகன், மஹாஹனு, ரக்தாங்கன், சர்வசாரங்கன், சம்ருத்தன், படவாஸகன், வராஹகன், விரணகன், சுசித்ரன், சித்ரவேகிகன், பராசரன், தருணகன், மணிகந்தன், ஸ்கந்தன், ஆருணி என்னும் மாமன்னர்களின் நினைவைப் போற்றினர்.

அவர்களின் தெய்வமென தென்றிசைமுதல்வன் இருந்தான். கல்லாலமரத்தடியில் அமர்ந்து கையருள் காட்டி அழியாச்சொல் உரைக்கும் அய்யன். மூத்தோன், கனிந்தோன், நீத்தோன், நிறைந்தோன். அவனை தங்கள் குடிநடுவே இருத்தி மலர்சூட்டி தாலிப்பனைத்தாளிலெழுதிய அகர எழுத்தைப் படைத்து வழிபட்டனர்.

அத்திமரம் எங்குள்ளதோ அங்கெல்லாம் நாகமூதாதையரை அரவுடலும் எழுபடமும் கொண்டவர்களாக நிறுவி வழிபட்டனர். ஏழும் ஐந்தும் மூன்றும் ஒன்றுமென தலையெழுந்த நாகமூதாதையர் அத்தி, ஆல், அரசமரத்தடிகளில் அமர்ந்து ஆள்வதனால் அழியா வளம்கொண்டதாகிறது இந்தமண். வாழ்த்தி எழுந்த கைபோன்ற அவர்களின் படங்களால் பொன்றா பேரருள் பெறுகிறது இது. இந்நிலமும் நிலம் வாழும் மானுடரும் மானுடர் கொண்ட நெறிகளும் நெறிகளை ஆளும் தெய்வங்களும் வாழ்க!

கர்ணன் தன் அறைக்குள் சிறிய உடல்கொண்ட முதியமனிதர் ஒருவர் உடல் ஒடுக்கி அமர்ந்திருப்பதைக் கண்டான். அவர் முகம் வெளிறி உயிரற்றது போலிருந்தது. இருபுழுக்கள் தழுவிநெளிவதுபோல இதழ்கள் அசைந்தன. அவை ஒலியெழுப்புகின்றனவா என ஐயுற்றபோதே அவன் சொற்களை கேட்கத்தொடங்கினான்.

மின்னலில் காலத்தை
முகில்களில் வடிவத்தை
இடியோசையில் உடலை
மழையிழிவுகளில் கால்களை
கொண்டவனை
வணங்குக!
அவன் அறியாத விழைவுகள்
இப்புவியில் ஏதுமில்லை
இளையோரே
விழைவன்றி இப்புவியில் ஏதுமில்லை

அவர் விழிகளை நோக்கியபோதுதான் அவர் உண்மையில் அங்கில்லை என தெரிந்தது. அது ஓர் உருவெளித்தோற்றமா என எண்ணியதுமே அவர் கரைந்தழியத்தொடங்கினார். அவன் திரும்பி தன் கையிலிருந்த அரவுரிச் சுவடியை வாசித்தான். அதிலிருந்து அவர் குரல் எழுந்து செவியறியாது அவனுள் நுழைந்தது.

கல்லெனக்கிடந்தது இப்புவி என்றறிக! இளையோரே, அதை சொல்லென்று சூழ்ந்து உயிரென்று ஆக்கி முளையென்று எழுப்பி உலகென்று பெருக்கி காயென்றும் கனியென்றும் மலரென்றும் மாளோர் அமுதென்றும் ஆக்கியது விழைவே. விழைவின் வடிவங்களே நாகங்கள். சொடுக்கும் சவுக்குகள். கூவும் நாக்குகள். அறிவிக்கும் விரல்கள். நாகவிழைவால் சமைக்கப்பட்டது இப்புவி. தேவர்களுக்கு அன்னமென, தெய்வங்களுக்கு களிப்பாவையென, காலத்திற்குப் பகடை என அவர்களால் படைக்கப்பட்டது.

இங்குள்ள உயிர்க்குலங்கள் அனைத்தும் அங்கிரஸ, கஸ்யப, பிருகு, வசிஷ்ட பெருங்குலங்களைச் சேர்ந்தவையே. தட்சரின் அறுபது பெண்மக்களிலிருந்து பிறந்தவர்களே விண்நிறைந்த ஆதித்யர்களும் தானவர்களும் தைத்யர்களும் ருத்ரர்களும் தேவர்களும் தெய்வங்களுமென்றறிக! அவர்களுக்கான அவி சமைக்கும் கலம் இப்புவி. அதை ஆக்குபவர்கள் அழியாபெருநாகங்களில் இருந்து எழுந்த ஐங்குலத்து நாகர்கள்.

மேற்குத்திசையாண்ட தட்சர்குலத்து ஆறாயிரத்து எழுநூற்றெட்டாவது தக்ஷர் மகாபுண்டரர். முதல்தட்சருக்குப்பின் அந்நகர் தட்சசிலை என்றே

அழைக்கப்பட்டது. நாகநாடு விட்டு வான் நீங்கும் விண்சுடரின் காலடிகள் இறுதியில் பெயரும் இடம் தட்சசிலை என்றனர் பாடகர்கள். அங்கே பன்னிரண்டுலட்சம் நாகர்கள் நச்சுநா கொண்ட அம்புகளும் இமையா விழிகளும் கொண்டு எதிரிகளை நோக்கி அமர்ந்திருந்தனர் என்றனர்.

ஆயிரமாண்டுகாலம் கோல்கொண்டமைந்து மண்புகுந்து வேராக ஆன மகாபுண்டரரின் எழுநூறு மைந்தர்களில் முதல்வர் பைரவர். இளையவர் அருணர். பைரவர் வெண்ணிறம் கொண்டிருந்தார். அருணரோ உருகி ஓடும் பொன்னிறத்தவர். பைரவர் அரசாள, அருணர் படைத் துணைகொண்டார். மூத்தவர் எண்ணுவதற்கு அப்பால் எண்ணமற்றவராக இருந்தார் இளையவர். நாகங்கள் நெறியையே ஒழுக்கெனக் கொண்டவை. நாகங்களின் ஒவ்வொருநெளிவும் எண்ணி அமைக்கப்பட்டிருக்கிறது என்கின்றன தொல்பாடல்கள்.

பொன்னிறம்கொண்ட அருணர் நாகர்குலத்துக் கன்னியரால் காமுறப் பட்டவர். அன்னையரால் மகிழப்பட்டவர். மூத்தவரால் மைந்தரென எண்ணப்பட்டவர். வில்திறல் வீரர். சொல்லெண்ணி அமைக்கத்தெரிந்தவர். ஊழ்கத்திலமர்ந்து தன்னை தான் சுருட்டிக்கொண்டு ஒன்றென்றும் அன்றென்றும் ஆகமுடிந்தவர்.

தட்சநாகர்களின் முதற்பெருந்தெய்வமென இருந்த இந்திரன் தன் வெண்முகில் யானைமேல் மின்கதிர்ப்படைக்கலம் சூடி அவிகொள்ள வந்தபோது கீழே பொன்னிற அணிகலம் ஒன்றைக்கண்டான். அருகணைந்தபோதுதான் மலையுச்சிமேல் நின்று தன்னை நோக்கிய அருணர் என்று உணர்ந்தான். விண்ணவர்கோன் புன்னகைத்து தன் மின்கதிரை வீசியபோது அருணர் செந்தழலாக சுடர்ந்தணைந்தார். "மைந்தா, எனக்கு அவியிடுக!" என்றது விண்மொழி.

கையில் படைக்கலமோ உணவோ ஏதுமின்றி கார்முகில் காண மலையுச்சியில் நின்றிருந்த அருணர் திகைத்து, மறுகணமே தன் கையை நீட்டி கடித்து குருதிக்குழாயை உடைத்து பன்னிருசொட்டு வெந்துளிகளை இந்திரனுக்கு அவியெனப் படைத்தார். இந்திரன் மகிழ்ந்து "நீ எனக்கு உகந்தவன். ஒவ்வொருநாளும் உன் குருதியை எனக்கு அளி. உன்னை நான் பெருந்தந்தையாக்குவேன்" என்றான். இமையார்க்கரசனின் கோல்வந்து தொட்டுச்செல்ல அருணர் நிகரற்ற விழைவும் இணைசெல்லும் ஆற்றலும் கொண்டவரானார்.

ஒவ்வொருநாளும் பிறர் அறியாது இந்திரனுக்கு அவியளித்து வந்தார் அருணர். எனவே மேலும் மேலும் ஒளிகொண்டவரானார். தட்சகுலத்தில் அவரது மைந்தர்களே பிறந்ததைக் கண்டு மூத்தோர் ஐயம்கொண்டனர். ஒருநாள் இருளுக்குள் மெல்லச்சென்று மலைமடுவொன்றில் அமர்ந்து

நுண்சொல் உரைத்து தன்குருதியை அவியிட்டு இந்திரனை அழைத்து அருணர் வேள்விசெய்வதை அவர்கள் மறைந்திருந்து கண்டனர். மின்னலென இந்திரனின் நாக்கு வந்து அவியை உண்டுசென்றது.

மறுநாள் குலமன்றுகூடி இளையவரை நிறுத்தி அவர் செய்வது குலப்பிழை என்று அறிவுறுத்தினர். மூத்தோர் வாசுகியை பனையோலைகொண்டு படைத்து குருதித்துளிசொட்டிய அன்னப்பருக்கை அளித்து அமர்த்தி சான்றாக்கி ஆணையிட்டனர். இனிமேல் குலவேள்வியிலல்லாது இந்திரனுக்கு அவியளிக்கலாகாதென்றனர். அவ்வறிவுறுத்துகையை தான் ஏற்கமுடியாதென்று அருணர் சொன்னார். "நான் என் குருதியில் ஒருதுளியை நாளும் விண்ணரசுக்கு அவிகொடுப்பதாக தன்னாணை செய்துள்ளேன்" என்றார். "அது கூடாது. இது குலமூப்பின் ஆணை" என்றனர் தந்தையர். "நான் இந்திரனுக்கு மட்டுமே கடன்கொண்டவன்" என்றார் அருணர்.

"அவ்வண்ணமெனில் இன்றே உன்னை குலநீக்கு செய்கிறோம். இனி உனக்கும் சேர்ந்தவருக்கும் ஐங்குலத்து நாகர்கள் எவரிடமும் சொல்லுறவோ நீருறவோ நினைப்புறவோ கூடாது. விலகுக!" என்றனர். அவ்வண்ணமே என்று தருக்கியுரைத்து அருணர் தட்சசிலைவிட்டு விலகினார். அவர் குருதிகொண்ட நூற்றுவர் மட்டும் அவருடன் செல்ல எழுந்தனர். "ஆண்கள் மட்டுமே குலம்நீங்க முறைமைகள் ஒப்புகின்றன. பெண்கள் குலத்திற்கு உரிமைகொண்ட செல்வம்" என்றனர் தட்சநாக மூத்தோர். தன்னைப்போல் பொன்னுடல்கொண்ட நூறு ஆடவருடன் அருணர் தலைதூக்கி நெஞ்சு விரித்து நாகசிலையின் படிகளில் இறங்கி நிலம்வந்தார்.

கிழக்கும் மேற்கும் தெற்கும் வடக்கும் நாகர்களே நிறைந்த நாகலந்தீவில் அவர் செல்ல இடமிருக்கவில்லை. ஐந்துபெருங்குலங்களுக்கும் அவர் அயலவர் என்றானார். வெயிலெரிந்துகொண்டிருந்த வெளியில் நின்று "எந்தையே, நான் இயற்றவேண்டியதென்ன?" என்று வான்நோக்கிக் கூவினார். "நானுளேன்" என்று இடியோசை முழங்கியது. விண்ணில் இந்திரவில் எழுந்தது. இளமழை பெய்து அவர்களை அழைத்துச்சென்றது. "இது நம் தெய்வங்கள் நமக்களிக்கும் வழி இளையோரே" என்று கூறி உடன் வந்தவர்களை அருணர் அழைத்துச்சென்றார்.

மின்னல் எழுந்து அவர்களுக்கு வழிசுட்டியது. இடியோசை எழுந்து ஆணையிட்டது. நீலநீர் பெருகும் ஏழுநதிகளை, பசுங்காடுகள் எழுந்த ஒன்பது படுகைகளை, புல்விரிந்த பன்னிருநிலங்களைக் கடந்து, அவர்கள் பனிமலை முகடுகள் வடக்கே அரண்வகுத்த உத்தரபேரம் என்னும் இடத்தைச் சென்றடைந்தனர்.

7

அறிக, முட்டைக்குள் இருப்பதுவரை தன்னை நாகமென்றே அறியாத பெருநாகமொன்றிருந்தது. அதையே முதல்நாகமென்பது நாகர்குலக்கதை மரபு. மிகச்சிறிய முட்டை அது. ஈயின்விழியும் எறும்பின் விழியும் தொடமுடியாத அளவு சிறியது. எண்ணமும் அறியமுடியா நுண்மை கொண்டது. இன்மையின் துளியென்றே எஞ்சும் அணிமை.

தன்னை சுருளென உணர்ந்த கணமே அது விரியத்தொடங்கி முட்டையை அசைத்தது. அதன் நாவென எழுந்த செந்தழல் வெண்முட்டை ஓட்டை உடைக்க, அது சொடுக்கித் தலையெடுத்தது. அதன் மூச்சு சீறி எழுந்தது. அதன் மணிவிழிகள் ஒளிகொண்டன. முச்சுருளென அமைந்த அதன் கரிய உடல் எதிரெதிர் ஒழுக்கென ஓட, அதன் உடலின் தண்மையில் நீர்த்துளிகளெழுந்தன. வானவானவானென விரிந்த வானில் அது தானெனும்தானாக பேருருக்கொண்டது.

அதன் நாவை அனலோன் என்றனர். அதன் மூச்சை காற்று என்றனர். அதன் விழிகளே ஆதித்யர்கள். அதன் உடலின் குளிரலைகளே வருணன். அதன் ஒழுக்கே காலன். அறிக, அதன் விரிந்த பெரும்படத்தில் எழுந்த மின்னலே இந்திரன்!

வெண்முட்டை ஓட்டை உடைத்து முதலில் எழுந்தவன் அனலோன். எங்கும் முதல்வணக்கம் அவனுக்குரியது. ஆக்குபவன், அழிப்பவன், சமைப்பவன், உண்பவன், தூயன், பொன்னன், ஒளியன், கனலன். அவனை வழுத்தின உயிர்க்குலங்கள். தங்கள் உடலால் அவனை நடித்தன நாகங்கள். முதன்மைத் தெய்வமென அனலோன் அவர்கள் இல்லங்களில் சுடராகவும் முற்றங்களில் எரியாகவும் வீற்றிருந்தான். காற்றுடன் அவன்

விளையாடினான். காலனுக்குப் பணிசெய்தான். வருணனின் மேல் ஏறிவிளையாடினான். ஆதித்யர்களை நோக்கிக் கைநீட்டினான்.

ஆனால் இந்திரனுடன் ஓயாப்பெரும்போரில் இருந்தான். அவன் சினந்தெழும் கரும்புகை அடிமரம் தடித்து கிளைவிரித்து வானைத்தொட்டதுமே அங்கே இந்திரவில் தோன்றியது. இளநகையுடன் முகில்கணங்கள் தோளொடு தோள்தொட்டு வந்து குழுமின. முகில்யானைகள் நடுவே செங்கோடென இந்திரனின் படைக்கலம் மின்னியது. வான்வளைவுகளில் அவன் பெருநகைப்பு எதிரொலித்தது. அவன் குளிரொளியம்புகள் பளிங்குநாணல் பெருங்காடென அனல் மேல் கவிந்து மூடிக்கொண்டன.

நூறு களங்களில் இந்திரனுடன் பொருதித் தோற்று மீண்டவன் கனலோன். முப்புரம் எரித்த முதல்வியின் மும்முனைப் படைக்கலத்திலும் அவள் தலைவனின் நுதலிலும் அமர்ந்து போர்புரிந்தான் என்றாலும் தெய்வங்கள் ஒருபோதும் அனலோன் முழுவெற்றி பெறுவதை ஒப்பவில்லை. ஒருமுறை ஒற்றையொரு களத்தில் இந்திரனை வென்றெழுந்தால் அதன்பின் காலமெல்லாம் தன்உள்ளம் அமைதிகொள்ளும் என்று எரியன் எண்ணினான். அது நிகழ உளம்காத்திருந்தான்.

யுகங்கள் மடிந்து மகாயுகங்களாயின. மன்வந்தரங்களாகி மேலும் மடிந்தன. அவன் விழைவு கைகூடவில்லை. ‘நீரால் அணைக்கப்படாத நெருப்பு எழும் தருணம் ஒன்றே, ஆலகாலகண்டனின் அங்கை நெருப்பு எழும் ஊழிப்பெருந்தருணம். அதுவரை காத்திரு’ என்றனர் முனிவர். ‘என்று? அது என்று?’ என எழுந்தெழுந்து தவித்தான் அனலோன். ‘என்றோ ஒருநாள். முழுமையின் நாள் அது. பரிமுக எரியெழுந்து புரமழியும் நாள் அது’ என்றது கேளாஒலி.

எவரும் வெல்லாத போர்களை மட்டுமே மானுடம் நினைவில் வைத்திருக்கிறது. அப்போர்கள் முடிந்தபின்னர் தெய்வங்கள் களம் நின்று அமலையாடுகின்றன. பேய்கள் உண்டாடுகின்றன. பெரும்போர்கள் வழியாகவே இந்த நதி தன்னை திசைதிருப்பிக்கொள்கிறது. இந்த ஆமை விழிதிறந்து மெல்ல அசைந்து மீண்டும் துயில்கொள்கிறது. போர்களை வாழ்த்துக! போரில் எழுகின்றன தெய்வங்கள். போரில் மறைகின்றன, மீண்டும் பிறந்தெழுகின்றன.

ஐங்குலநாகங்களால் வெளியேற்றப்பட்ட அருணரும் அவருடன் சென்ற இளையோரும் உரகர் குலத்தில் உயிரூன்றிப் பெருகி பெருங்குடியென எழுந்தனர். விரைவும் வெந்நஞ்சும் இணைந்த அவர்களை வெல்ல எவருமிருக்கவில்லை. அவர்களுக்குத் துணையென இந்திரனின் மின்படை எப்போதுமிருந்தது. அவர்கள் ஆணையிட்ட காட்டில் அனல்தூணென

இறங்கி சுட்டெரித்தது அது. அவர்களைத் தடுத்த மலைகளை அறைந்து பிளந்தது. உரகர்கள் பறக்கத்தொடங்கினர்.

இமயமலையுச்சியில் தட்சபுரம் எனும் அவர்களின் நகரம் எழுந்தது. பறக்கும் நாகர்களான தட்சர்களின் அத்தலைநகரத்தைச் சுற்றியிருந்த பன்னிரண்டு மலைமுடிகளையும் ஏழு அடர்காட்டுச்சமவெளிகளையும் அவர்கள் ஆட்சிசெய்தனர். முகில்குவைகளிலிருந்து ஒளிநூலில் இறங்கி அவர்கள் காடுமேல் பரவி ஊனும் அரக்கும் காயும் கனிகளும் கொண்டு மலைபுகுந்தனர். சமவெளிகளில் வாழ்ந்த எட்டு மலைக்குடிகளின் நூற்றெழுபது சிற்றூர்களில் திறைகொண்டனர்.

தேஜோவதியின் கரையில் அமைந்த பீதசிலை என்ற சிறுதுறைமுகத்தில் அவர்களிடம் வணிகம் செய்ய கங்கைவணிகரும் சிந்துவணிகரும் கீழ்நிலங்களில் இருந்து வந்து மலைச்சரிவில் தேவதாருக்களின் அடியில் கட்டப்பட்ட யானைத்தோல் கூடாரங்களில் காத்துக்கிடந்தனர். பொன்னும் பட்டும் படைக்கலங்களும் மதுவும் கொண்டுவந்து நிகராக வைரக்கற்களை வாங்கிச்சென்றனர்.

தட்சநாகர்களின் மலைநகரை மானுடர் எவரும் கண்டதில்லை. யுகங்களுக்கு முன்பே அங்கே பல்லாயிரம் குகைகளில் வான்நாகங்கள் பலகோடிவருடம் வாழ்ந்திருந்தன என்றனர் பழங்குலப்பாடகர். அவர்கள் அங்கே தங்கள் ஒளிரும் விழிகளையும் நச்சூழ்த்து இறுகிய நாகமணிகளையும் விட்டுவிட்டு மறைந்தனர். அக்குகைகளுக்குள் கரியமண்ணில் சுடர்ந்து செறிந்திருந்த அவற்றையே தட்சநாகர் கொண்டுவந்தனர் என்றனர்.

சிறிய சந்தனப்பேழைகளுக்குள் செம்பஞ்சுக்கதுப்பில் வைத்து தட்சர் கொண்டுவரும் அட்சமணிகளையும் அமுதமணிகளையும் விழிவிரித்து நெடுநேரம் பார்ப்பவர்கள் நாகவிழியை நேர்கண்ட மயக்குக்கு ஆளானார்கள். அவர்களின் கனவுகளில் சுருள்சுருளென நாகங்கள் எழுந்தன. மையச்சுருளில் ஒற்றைவிழியென அமைந்திருந்தது நஞ்செனத் தன்னைக்காட்டும் அமுது.

உரகதட்சர் ஆற்றல்கொள்ளும்தோறும் ஐங்குலநாகர்களும் அழுக்காறடைந்தனர். தட்சர்குலத்தின் அரசரான நூற்றிரண்டாவது தட்சர் பிரபவரை தங்கள் ஐங்குலத்து அவைக்கு அழைத்தனர். "இந்திரனுக்குரிய மக்கள் நாங்கள். விண்ணில்பறப்பவர்கள். மண்ணிலிழையும் எவருக்கும் நாங்கள் அடிபணியவேண்டியதில்லை" என்றார் பிரபவர். "நாகர்கள் அனைவரும் பேரரசர் நந்தவாசுகியை பணிந்தாகவேண்டும். குலப்பேரவைக்கு திறைகொடுத்தாகவேண்டும் என்கின்றனர் ஐங்குலமூத்தோர்."

பிரபவர் அச்சொல்கொண்டுவந்த செய்தியர்களின் முடியை மழித்து காதுமடல்களை வெட்டி திருப்பியனுப்பினார். தங்கள் முன் வந்து நின்ற செய்தியர்களின் துயர்கண்டு நாகமூத்தோர் சினந்தெழுந்தனர். கையிலிருந்த நாகபடக்கோலை தலைக்குமேல் தூக்கி “செல்க! படைகொண்டெழுக!” என்று நந்தவாசுகி அறைகூவினார். “போர்! போர்” என்று கூவியார்த்து எழுந்தது ஐந்நாகர்குலம்.

ஐங்குலநாகர்களும் சினந்து படைகொண்டு எழுந்தபோது விண்ணுலாவிய தேவர்கள் மண்ணிலெழுந்த இடியொலியென போர்முரசொலியைக் கேட்டனர். அத்தெய்வங்களின் கால்களில் மெல்லிய நடுக்கம் கடந்துசென்றது. போர்நிகழவிருக்கும் நிலத்தில் கூழாங்கற்களின் ஒளியில் விழிதிறந்து அவர்கள் காத்திருந்தனர். மண்ணின் சிறு சுழிகளாக வாய்திறந்து நாதுழாவி குருதிவிடாய் கொண்டனர். சிறுபூச்சிகளின் சிறகுகளில் ஏறி காற்றில் களியாட்டமிட்டனர்.

ஐராவத, கௌரவ்ய, திருதராஷ்டிர குலங்கள் வாசுகி குலத்து அரசர் நந்தவாசுகியை முதனிறுத்தி போர்வேள்வி ஒன்றை மூட்டின. தங்கள் குலமூத்தாரைக் கூட்டி மூதன்னையரை வணங்கி முதற்தெய்வங்களை துணைகூட்டி சொல் நாடினர். நீர்ப்பாவையென எழுந்து வந்த மூதன்னையர் ‘அனலவனை துணைகொள்க’! என்று ஆற்றுப்படுத்தினர். ‘நம் நாக்கு அவன் தழல். நம் விழி அவன் கனல். நம் உடல் அவன் நடனம். அவன் நாமே என்றறிக!’

அசிக்னியின் கரையில் அமைந்த தசபிலக்ஷம் என்னும் அடர்காட்டில் மாபெரும் எரிகுளம் அமைத்து அத்தி, ஆல், அரசு, பலா, முள்முருக்கு என ஐவகை விறகு அடுக்கி மீன், ஊன், எள், எனும் மூவகை நெய்படைத்து மலரும் அரிசியும் அவியாக்கியபோது அங்கே பேராவலுடன் ஆயிரம் நாநீட்டி துடித்து கனலவன் எழுந்தான்.

அவனுக்கு ஊன்நெய்யும் மீன்நெய்யும் ஆநெய்யும் எள்நெய்யும் அவியூட்டி ‘எந்தையே, எங்கள் எதிரியின் கோட்டைகளை அழி. அவன் படைக்கலங்களை உருக்கு. அவன் ஊர்திகளை சிறகற்றுவிழச்செய். அவன் களஞ்சியங்களை கருக்கு. அவன் விழிகளில் அச்சமாகச் சென்று நிறை’ என்று வேண்டினர். எரிகுளத்தில் எழுந்தாடிய சுடரோன் மும்முறை தலைவணங்கி அவ்வேண்டுகோளை ஏற்று எரியில் சமித் வெடிக்கும் ஒலியில் ‘ஆம் ஆம் ஆம்’ என்று முழங்கினான்.

படையெழுவதை அறிந்த தட்சநாகர்கள் இந்திரனுக்கு செம்மணிச்சரம் போல் குருதியை அவியாக்கி எரிகொடை நிகழ்த்தினர். ‘வீரியனே, வைரனே, வெல்பவனே, எங்கள் குலத்தைக் காத்தருள். எங்கள் புரத்தை ஆண்டருள். எங்கள் நெற்றிமேல் உன் கொடியை ஏற்று. எங்கள் விழிகளில்

உன் வஜ்ரத்தை ஒளிவிடச்செய்' என்று அவர்கள் பாடியபோது விண்ணிலெழுந்த இடியோசை 'ஆம் ஆம் ஆம்' என்றது.

உரகதட்சகுலத்தின் மேல் ஐந்து நாகர்குடிகளும் தொடுத்த பெரும்போரை நாகசூதர் சொல்கேட்ட இசைச்சூதர் மட்டுமே அறிவர். மானுட விழிசெல்லா மலையுச்சிகளில் நிகழ்ந்தது அப்போர். ஆயிரமாண்டுகால சினம்கொண்டெழுந்த அனலவன் மலைவெள்ளம் இறங்கிச்சூழ்வது போல தட்சநாகர்கள் உணவுகொள்ளும் காடுகளில் பரவினான். அவர்கள் திறைகொள்ளும் ஊர்களைக் உண்டான். மீன்கூட்டத்தைச் சூழும் வலையென அவன் செந்தழல்கோட்டை தட்சர்களின் நிலத்தை வளைத்து அணுகி வந்தது.

தங்கள் நிலங்களையும் கோட்டைகளையும் காவலரண்களையும் கைவிட்டு பின்வாங்கிய தட்சநாகர்கள் விண்ணமர்ந்த தங்கள் வெண்முகில்நகரில் நுழைந்து அனைத்து வாயில்களையும் மூடிக்கொண்டனர். பறக்கும் கொக்குக்கூட்டத்தின் கால்களென நகருக்குச் செல்லும் வழிகளனைத்தும் மேலே தூக்கப்பட்டு மறைந்தன.

ஐங்குலத்து நாகர்களின் படைத்திரள்கள் நச்சுநுனி வாளிகள் செறிந்த விற்களுடன் சூழ்ந்துகொள்ள, தட்சநாகர்கள் புதருக்குள் ஒடுங்கும் முயல்களைப்போல முகில்களுக்குள் புகுந்து தங்கள் குகைக்கோட்ட வாயில்களை மூடிக்கொண்டு மைந்தரைத் தழுவி அமர்ந்து உடல்நடுங்கினர். மேலேற முடியாத நாகங்களும் கீழிறங்க மறுக்கும் நாகங்களும் மூன்றுமாதகாலம் துலாவின் இரு தட்டுகளிலும் நின்றாடிப் போரிட்டன.

வான்நகர்மேல் வாழ்ந்த தட்சநாகர்களின் களஞ்சியங்கள் ஒழிந்தபோது அவர்கள் முகில்களை நோக்கிக் கைநீட்டி இறைஞ்சினர். முகில்களை இதழ்களாக்கி இந்திரன் புன்னகைத்தான். அவர்கள் மேல் தவளைகளை மழையென பெய்யச்செய்தான். அள்ளி அள்ளிச் சேர்த்து அனல்சேர்த்து உண்டு களியாடினர் தட்சர்.

நந்தவாசுகி தலைமைநடத்த நாகர்படைகள் காட்டுவிறகையும் தேன்மெழுகையும் அரக்கையும் ஊன்நெய்யையும் கொண்டுவந்து குவித்து அவியூட்டி அனலவனை வளர்த்தனர். நெய்யும் அரியும் மலரும் ஊனும் தேனும் அவியாக்கி காற்றை வாழ்த்தினர். அவர்களின் வேண்டுகோளுக்கிணங்கி காற்றிறைவன் கீழ்த்திசையிலிருந்து பல்லாயிரம்கோடிப் பெருஞ்சிறகுகளை அசைத்து, மரங்களைப் பதறச்செய்து, நீர்நிலைகளைக் கொந்தளிக்கவைத்து, மலைச்சரிவுகளில் முழங்கியபடி எழுந்து வந்தான்.

அக்காற்றை ஊர்தியாக்கி எழுந்து முன்நெருப்பை படியாக்கி பின்நெருப்பு ஏறிக்கொள்ள, மலைச்சரிவில் ஊர்ந்தேறியது எரி. செந்நிற நாகங்களென மாறி பாறைகளில் தாவிச்சென்று நாகசிலையின் அடிப்பாறைகளை நக்கியது. 'இதோ இதோ' என்று நாக்குகள் படபடத்தன.

மேலே தட்சர்கள் உடல்தழுவி விழிநீர் உகுத்து கூவியழுதனர். அக்குரல்கேட்ட இந்திரன் தன் முகிற்படையை ஏவினான். வானம் மூடி இருள்பெருகி குளிர்பரவி காற்று நீர்த்துளிகளாகி பெருமழையென எழுந்தது. அனலோன் சுருங்கி அவிந்து விறகுக்குவைகள் மேல் படிந்தான். சினம் கொண்ட காற்று பாறைகளில் மோதி சிதறிச்சீறி குகைகள் தோறும் புகுந்து விம்மியது. மீண்டும் எரிமூட்டி காற்றிலேற்றினர் நாகர். இந்திரன் அவ்வனல்கீற்றுகளை நீர்க்கைகளை நீட்டி செம்மலர் என கொய்து விண்ணுக்குக் கொண்டுசென்றான்.

பன்னிருமுறை தீயை வென்றது மழை. பன்னிரண்டு முறை நிகர்நிலையில் நின்ற போர் தெய்வங்களுக்குரியது என்பது நெறி. தேவர்களும் விண்வாழும் முனிவர்களும் இறங்கி வந்தனர். நந்தவாசுகி காலையில் குலதெய்வங்களை வணங்கி வெளியே வந்தபோது மெலிந்து உடலொட்டிய ஒரு கிழநாயாக அவர் முன் வந்து நின்றார் குலமூதாதை. அவர் அதன் கண்களை நோக்கினார். நெடுங்காலத்து நீள்பசியால் ஈரமற்று கூழாங்கல் உடைவு என மின்னிக்கொண்டிருந்தன அதன் விழிகள். அவர் அமர்ந்து அதன் கழுத்தைத் தொட்டார். அதன் உலர்ந்த நா நீண்டு அவர் கைகளை ஈரமில்லாது நக்கித் துவண்டது. உள்ளே சென்று ஊனுணவு எடுத்துக்கொண்டு அவர் வெளிவருகையில் அது விழிமூடி இறந்திருந்தது.

விழிநீருடன் ஒருகணம் நின்றுவிட்டு தன் கோலுடன் சென்று குலதெய்வப் பதிட்டைப்பெருங்கல் மேல் ஏறி நின்று உரக்க குலத்தோரைக் கூவியழைத்து "உடையோரே, உற்றோரே, இனி போரில்லை. இனி எவ்வுயிரும் இதன்பொருட்டு மடியலாகாது" என நந்தவாசுகி அறிவித்தார். "முதல்போர் என்றும் அறத்திற்காகவே நிகழ்கிறது. இரண்டாம்போர் வஞ் சத்துக்காக. மூன்றாம்போர் அச்சத்துக்காக. நான்காம்போர் விழைவுக்காக. ஐந்தாம் போர் ஆணவத்துக்காக. ஆறாம் போர் வெற்றுறுதி மட்டுமே."

"நாமோ ஈராறுமுறை போரிட்டு விட்டோம். இப்போரில் இன்று ஈட்டல் இல்லை இழத்தல் மட்டுமே. அறத்துக்காக மடிவது மேன்மை. வஞ்சத்துக்காக மடிவது இயல்பு. அச்சத்துக்கும் விழைவுக்கும் ஆணவத்துக்குமென மடிவது கீழ்மை. வெற்றுறுதிக்காக மடிவது மடமை. போதும் இப்போர்." அவர் குலம் தங்கள் கைத்தடிகளைத் தூக்கி "அவ்வாறே ஆகுக" என்றது.

துடிமுழக்கி பலியிட்டு அன்னையரை எழுப்பி அவர்களின் சொல் விழைந்தனர். முதுபூசகர் உடலில் எழுந்த மூதன்னையர் எழுவர் மெய்ப்பும் விதிர்ப்பும் மேவிய உடலின் ஆழத்திலிருந்து சொல்லென எழுந்து வந்தனர். "வஞ்சங்கள் மண்ணுக்கு. விண்ணோ வெறுமைவெளி. அங்குள்ள மலைகளெல்லாம் இங்கு அணுக்களென்றறிக மைந்தரே. அங்குள்ள இன்பங்களோ இங்கிருந்து கனிந்து சொட்டியவை. விண்ணமுதை உண்க! வஞ்சங்களை உதறிவிட்டுச் செல்க!" என்றனர். "ஆணை அன்னையரே" என்று சொல்லி தலைவணங்கினார் நந்தவாசுகி.

அவர் கோல்தாழ்த்திய கணம் இன்னொரு சிறுநெருப்புக்குமிழென வெடித்தெழுந்த அன்னை திரியை "என் வஞ்சம் என்றுமுள்ளது. என் மைந்தரை அணைத்தபடி நான் நின்றிருக்கும் இந்த வெளி வானுமல்ல மண்ணுமல்ல!" என்று கூவினாள். "அன்னையே!" என்று நந்தவாசுகி குரலெழுப்ப, "உங்கள் அம்பிலும் வேலிலும் இல்லை நான். என் விற்களையும் தோள்களையும் நானே தெரிவுசெய்கிறேன்" என்று கூவினாள். துள்ளித்திமிர்த்தாடி வெடித்து அணைந்து கரிகனல சீறினாள்.

நந்தவாசுகியும் நாகர்படைகளும் திரும்பிச்சென்றனர். எரியுண்ட பெருங்காடு வெறுமை தாங்கி விரிந்துகிடந்தது. மேலிருந்து அதை நோக்கி தட்சர்கள் விழியலைத்து ஏங்கினர். தட்சர்குலத்துப் படைத்தலைவர்கள் ரிஷபரும் பிருஹதரும் விஸ்வரும் காலநேமியும் கிருதரும் பூர்ணரும் இறங்கிவந்து அந்த வனத்தில் உலவினர். அவர்கள் கண்டதெல்லாம் கரி மட்டுமே. அக்கரிநடுவே தட்சபுரத்து அரசர் பிரபவரும் ஏழு துணைவியரும் கருகிக்கிடந்தனர்.

"பெரும்புகழ்கொண்ட தட்சகுலம் இன்று அழிந்தது" என்று சொல்லி காலநேமி கண்ணீர் உகுத்தார். "இங்கிருந்து நாம் கொண்டுசெல்ல இனி ஏதுமில்லை" என்றார் விஸ்வர். அப்போது மூதன்னை திரியை குனிந்து விழிகூர்ந்து "பொறுங்கள்..." என்றாள். இறந்துகிடந்த பிரபவரின் ஏழாவது துணைவி சத்யையின் வயிறு அதிர்வதைக் கண்டாள். அவ்வதிர்வின் மேல் கைவைத்து "உள்ளே மைந்தனிருக்கிறான்" என்றாள்.

அங்கிருந்த கூரியவைரமொன்றால் அவ்வுடலின் வயிற்றைக் கிழித்து உறைந்துகொண்டிருந்த குருதிநிறைந்த கருப்பையின் மென்சுவரை தன் காலால் உதைத்துக்கொண்டிருந்த மைந்தனை இழுத்து வெளியே எடுத்தாள். வாய்நிறைத்த வெண்பற்களுடன் ஒளிமணிக் கண்களுடன் இருந்த மைந்தன் சீறி எழுந்து திரியையின் கைகளைக் கடிக்கவந்தான். அவள் நகைத்து "நாகன்" என்றாள். "வெல்லற்கரிய தட்சன் இவன்."

இளையதட்சனை கையில் ஏந்தியபடி அவர்கள் கிளம்பினர். ரிஷபர் தன் தோழர்களிடம் "நாம் இங்கினி வாழ்வதில் பொருளில்லை.

எப்பெரும்போரிலும் வென்றவனும் தோற்றவனே. எங்கு செல்வதென்று அறியோம்" என்றார். மூதன்னை திரியை "நாம் அதை இந்திரனிடமே கேட்போம். இதோ இங்குளான் தட்சன். இவனைக் காப்பது விண்ணவன் கடன்."

நாகர் மலைநகர் மேல் எரி எழுப்பி இந்திரனை வாழ்த்தினர். இளமழை வடிவாக வந்து அவர்களைத் தழுவினான். அந்த மழைத்தூறல் காட்டிய வழியில் அவர்கள் தங்கள் மைந்தரையும் செல்வங்களையும் தோளிலேற்றிக்கொண்டு நடந்தனர். வெம்மை மாறாத தோல்சுருள் ஒன்றுக்குள் இளையதட்சனை வைத்திருந்தனர். பெரும்பசி கொண்டிருந்த அவனுக்கு பன்னிரு ஈரமுலைச்சியர் மாறிமாறி அமுதூட்டினர். மழைநனைத்த வழியே சென்று யமுனையூற்றை அடைந்து அந்த நதிப்பெருக்கில் ஆயிரம் தெப்பங்களில் ஏறி கீழ்நிலம்நோக்கிச் சென்றனர்.

அவர்களைச் சூழ்ந்து பெய்த மழையின் வெண்திரைமூடலால் அருகே சென்ற வணிகப்படகுகள் கூட அவர்களைக் காணமுடியவில்லை. வழிந்து வழிந்தோடி சென்றுகொண்டிருந்தபோது யமுனையின் வடபுலத்தில் விண்வில் வளைந்தெழுந்த காடு ஒன்றைக் கண்டு ரிஷபர் கைசுட்டி "அதோ" என்று கூவினார். அவர்களனைவரும் படகில் எழுந்து நின்று பசுமை குவிந்த அச்சோலையைக் கண்டு கைகூப்பி கண்ணீருடன் வணங்கினர்.

மூதன்னை திரியை அகவிழி திறந்து அனைத்தும் கணித்து அதைப்பற்றி சொன்னாள். யமுனைக்கரையில் இருந்த அக்காடு இந்திரனுக்குரியது. தன் நூறாயிரம்கோடி தேவியருடன் அவன் வந்து கானாடியும் காற்றாடியும் நீராடியும் காமம் கொண்டாடும் மகிழ்சோலை. ஒவ்வொரு இரவும் மழைபெய்யும் அக்காட்டில் மண்ணிலுள்ள அத்தனை உயிர்களையும் அவன் கொண்டுசேர்த்திருந்தான். அணுகமுடியாத சதுப்புகளாலும் நச்சுச்செடிகளாலும் வேலியிடப்பட்ட அந்தச் சிறிய காட்டை அணுவடிவப் பேருலகு என்றாள்.

"இது விழைவின் பெருங்காடு. நாம் வாழவேண்டிய இடம் இதுவே" என்றாள். யமுனைக் கரையொதுங்கி இருள் சூழ்வதுபோல் ஓசையின்றி நிரைவகுத்து அக்காட்டுக்குள் புகுந்து நிறைந்துகொண்டனர். அவர்களுக்குமேல் இந்திரனின் அமுது குளிர்ந்து குளிர்ந்து பொழிந்துகொண்டிருந்தது.

யமுனைக்கும் கங்கைக்கும் நடுவே குளிர்ந்த பசுமையென தேங்கிக் கிடந்த காண்டவம் நூறு நாழிகை நீளமும் ஐம்பது நாழிகை அகலமும் கொண்டது. ஆயிரம்கோடி உயிர்வகைகளால் ஒற்றைப்பேருயிர் என இயங்குவது. குளிரோடைகள் நரம்புகளாக, மென்சதுப்புகள்

தசைகளாக, பாறைகள் எலும்புகளாக, காட்டுமரங்கள் மயிர்க்கால்களாக மெய்சிலிர்த்து நின்றிருப்பது.

அதை இந்திரனின் காதலி என்றனர் பாடகர். ஒருகணமும் ஓயாத அவன் முத்தத்தால் காமநிறைவின் கணமே காலமென்றாகி பிறிதொன்றறியா பெருமயல் நிலையில் எப்போதுமிருப்பது. ஒவ்வொருகணமும் பல்லாயிரம் உயிர்கள் பிறப்பதனால் ஜனிதவனம் என்று அழைக்கப்பட்டது. காண்டவத்தைக் கையில் எடுத்து முகத்தருகே வைத்து நோக்கி பிரம்மன் புன்னகைசெய்தார். அவர் ஆக்கியவற்றில் அழகியது அதுவே.

காண்டவக்காட்டில் குடியேறிய உரகநாகர் அங்கே மழைநிலத்து வேர்ப்படலமென பெருகினர். பிண்டகன் என்று பெயரிடப்பட்ட இளையதட்சன் மூன்றுவயதிலேயே நச்சு அம்புகள்கொண்டு யானைகளை வேட்டையாடி மீள்பவனாக ஆனான். எண்ணிச் சொல்லெடுத்தான். அச்சொல்லுக்கு அப்பால் செல்பவர்களை நோக்கி வில்லெடுத்தான். அரசனென்றே பிறந்தவன் இவன் என்றனர் மூத்தோர்.

பத்துவயதில் பிண்டக தட்சனை, ஈச்சையோலையில் நாகபட முடிசெய்து அணிவித்து கல்பீடத்தில் அமர்த்தி அரசனாக்கினர். அன்னை திரியை அளித்த அத்திமரக்கோலை ஏந்தி அமர்ந்து அவன் குடிக்குத் தலைவனானான். அவனை வாழ்த்த விண்ணகம் ஒளிகொண்டு இளமழை பெய்தது. இந்திரவில் காண்டவம் மேல் எழுந்து வளைந்தது.

பிண்டக தட்சனின் குடி நூற்றெட்டு அரசர்நிரையென நீண்டது. காண்டவக்காட்டில் உரகர்களும் நாகர்களும் ஒருகுடியென உடல்தழுவி வாழ்ந்தனர். தட்சகுலத்தின் தண்டுகளென நாகர்களும் வேர்களென உரகர்களும் வளர்ந்தனர். துளியறல் அறியா குளிர்மழை நின்ற அக்காட்டில் எரியென ஒன்று எப்போதும் எழுப்பப்படவில்லை. விண்ணவனின் மின்னலெழுந்த எரியன்றி எதையும் அவர்கள் அறிந்ததில்லை. அவர்களுக்குரிய உணவை மரங்களின் உள்ளூறைந்த வெம்மை சமைத்தளித்தது. விலங்குகளின் குருதியிலோடிய அனல் ஆக்கியளித்தது.

அவர்களின் பசுங்காட்டுக்குள் நீர்வழியும் கல்லுடலில் பசும்பாசிப்படலம் படர்ந்தேற வெறிவிழிகளில் சொல்முளைத்து நிற்க நின்றிருந்தாள் அன்னை மகாகுரோதை. உளத்தாளின் சொல்லெழுந்து மூதன்னையில் முழங்கியது. முதுபூசகியாகிய திரியை அலறி எழுந்து இறையேற்புகொண்டு சொன்னாள் “அன்னை மறக்கவில்லை மைந்தரே. என் தீராப்பெருவஞ்சம் அழியவில்லை!”

தலைசுழற்றி மண்ணில் அறைந்து கைகள் நாகபடமென எழுந்து நெளிந்தாட அன்னை அறிவுறுத்தினாள் “எரி காத்திருக்கிறது. எங்கோ எரி கனன்றிருக்கிறது. மைந்தரே, அறிக! எரி எங்கோ பசித்திருக்கிறது.”

பகுதி 9

மயனீர் மாளிகை

1

கர்ணன் இந்திரப்பிரஸ்தத்தின் பெருமாளிகை வளைப்பின் கோட்டைவாயிலை அடைந்ததுமே காத்து நின்றிருந்த கனகர் அவரை நோக்கி ஓடிவந்து "அரசே" என்றார். "எனக்காகவா காத்து நிற்கிறீர்கள்?" என்றான் கர்ணன். "ஆம், அரசே. அரசர் தன் தோழர்களுடன் இந்திர ஆலயத்திற்குக் கிளம்பினார். தங்களை பலமுறை தேடினார். தாங்கள் எங்கிருந்தாலும் அழைத்துவரும்படி என்னிடம் ஆணையிட்டுவிட்டுச் சென்றார்" என்றார்.

கர்ணன் அவர் விழிகளைத் தவிர்த்து மாளிகை முகடுகளை ஏறிட்டபடி "நான் நகரில் சற்று உலவினேன்" என்றான். கனகரின் விழிகள் சற்று மாறுபட்டன. "நன்று" என்றபின் "தாங்கள் இப்போது இந்திர ஆலயத்திற்கு செல்ல விழைகிறீர்களா?" என்றார். "ஆம், செல்வதற்கென்ன? செல்வோம்" என்றான் கர்ணன். "தாங்கள் அரச உடை அணியவில்லை" என்றார் கனகர். "நான் இந்திரப்பிரஸ்தத்திற்கு அரசனாக வரவில்லை" என்றான் கர்ணன். கனகர் தயங்கி "தங்கள் உடைகள் அழுக்கடைந்துள்ளன... அத்துடன்..." என்றார்.

"இதுவே போதும்" என்றான் கர்ணன். "நன்று" என்றபின் கனகர் முன்னால் நடந்தார். அரண்மனைப் பெருமுற்றம் தலைப்பாகைகளாலும் சுடர்மின்னும் படைக்கலங்களாலும் பல்லக்குகளின் துணிமுகடுகளாலும் தேர்களின் குவைமாடங்களாலும் யானைமத்தகங்களின் நெற்றிப்பட்டங்களாலும் புரவியேறிய வீரர்களின் மார்புக் கவசங்களாலும் அவற்றினூடே பறந்த கொடிகளாலும் மெல்லச்சுழன்ற சித்திரத்தூண்களாலும் நெளிந்தமைந்த பாவட்டாக்களாலும் வண்ணவெளியாகப் பெருகி அலைநிறைந்திருந்தது. பந்தங்களின் செவ்வெளிச்சம் அத்தனை வண்ணங்களை எப்படி

உருவாக்குகிறது என்று வியந்தான். செவ்வொளியின் மாறுபாடுகளை சித்தம் வண்ணங்களாக்கிக் கொள்கின்றதா?

கனகர் "இவ்வழி அரசே, இவ்வழி" என்று சொல்லி முற்றம் முழுக்க நெரிபட்ட உடல்களின் நடுவே அந்தந்தக் கணங்களில் உருவாகி இணைந்த இடைவெளிகளைக் கண்டுபிடித்து ஆற்றுப்படுத்தி அவனை அழைத்துச் சென்றார். கொந்தளித்த வண்ணத் தலைப்பாகைகளுக்கு மேல் எழுந்த அவன் முகம் நெடுந்தொலைவிலேயே தெரிய, அனைவரும் திரும்பி நோக்கினர். எவரோ "கதிர் மைந்தர்! கர்ணன்!" என்றார். "அங்கநாட்டரசரா?" என்று யாரோ கேட்டார்கள். "அங்கர்! வெய்யோன் மகன்!"

சற்றுநேரத்திலேயே அவன் சென்ற வழியெங்கும் அவனைப்பற்றிய வியப்பொலிகளும் வாழ்த்தொலிகளும் எழுந்தன. முட்டி உந்தி உடல்களில் அலை எழ அவனை நோக்கி வந்தது முற்றத்துப் பெருங்கூட்டம். "அரசே, விரைந்து நடவுங்கள்! தங்களை சூழ்ந்து கொள்ளப்போகிறார்கள்" என்று சொன்னபடி கனகர் ஓடினார். கர்ணன் தன் மாறாநடையில் தன்னைச் சூழ்ந்து மின்னிய விழிகள் எதையும் பார்க்காமல் நிமிர்ந்த தலையுடன் நடந்து அரண்மனையின் படிகளில் ஏறினான். அவன் நிமிர்வே அவனை எவரும் அணுகமுடியாது செய்தது.

அரண்மனையின் விரிந்த இடைநாழியில் தூண்கள்தோறும் நெய்ப் பந்தங்கள் எரிந்தன. பட்டுத்திரைகளும் பாவட்டாக்களும் காற்றில் உலைந்தன. அகன்றசுடர்கள் யானைக்காதுபோல கிழிபட்டு பறந்தபடி மெல்ல அசைந்தன. கனகர் "இவ்வழியே கரவுப்பாதை ஒன்று மலைக்குமேல் ஏறுகிறது. நேராக இந்திரனின் ஆலயத்திற்குள்ளேயே கொண்டுவிட்டுவிடும், வருக!" என்றார். கர்ணன் "சுரங்கப்பாதையா?" என்றான். "ஏன்?" என்று கனகர் திரும்பி நோக்கினார். கர்ணன் இல்லை என்பதுபோல தலையசைத்தான்.

இடைநாழி வழியாக அவருடன் சென்றபடி "எதற்காக இந்தக் கரவுப் பாதை?" என்றான். "அரசகுடியினர் செல்வதற்காக என்று எண்ணுகிறேன்" என்ற கனகர். "வெளியே சுற்றுப்பாதை ஏழு வளைவுகளாக சென்று ஆலயத்தை அடைகிறது. அங்கே இப்போது மானுட உடல்கள் செறிந்துள்ளன. காற்றுகூட ஊடுருவ இயலாது. இங்கே உள்ளே ஆயிரத்தைநூறு படிகள் மட்டும்தான்." கர்ணன் மீசையை நீவியபடி நடந்தான். "தாங்கள் வெளியே சென்றது குறித்து அரசர் கவலைகொண்டார்" என்றார் கனகர்.

"ஏன்?" என்றான் கர்ணன். "இங்கே இன்னமும் நாகர்கள் இருக்கிறார்கள் என்று சொல்லப்படுகிறது. அவர்கள் உரகங்களைப்போல மண்ணுக்குள்

வாழ்பவர்கள். அருகுவேர் போல அழிக்கமுடியாதவர்கள். உளம்கவர் கலை அறிந்தவர்கள். அவர்கள் நம் விழிகளை நோக்கினால் தங்கள் எண்ணங்களை நம்முள் விதைத்துச் சென்றுவிடுவார்கள். நம் எண்ணங்களாக அவர்களின் சொற்கள் நம்முள் ஓடும். நாகர்களின் இமையாவிழியே அவர்களின் மாபெரும் படைக்கலம்.” கர்ணன் ஒன்றும் சொல்லாமல் தலைகுனிந்து தன் கால்களை நோக்கியபடி நடந்தான்.

சுரங்கப்பாதையின் வாயில் பெரிய மரக்கதவுகளால் மூடப்பட்டு பன்னிரு வேலேந்திய காவலரால் காக்கப்பட்டது. கனகரைப் பார்த்ததும் ஒரு வீரன் தலைவணங்கினான். அவர் சொல்வதற்கு முன்னதாகவே அவன் அருகிலிருந்த ஆழியை சுழற்ற, ஓசையின்றி இருகதவுகள் திறந்தன. உள்ளிருந்து யானையின் துதிக்கையிலிருந்து என நீராவி வந்து அவர்கள்மேல் பட்டது. உள்ளே ஆடிகள் பதிக்கப்பட்டு சீரான வெளிச்சம் பரவும்படி செய்யப்பட்டிருந்தது. நுழைவாயில் ஒரு மெல்லிய திரைச்சீலை போல தோன்றியது. “வருக!” என்றபடி கனகர் உள்ளே சென்றார். அவர்களுக்குப் பின்னால் கதவுகள் மூடிக்கொண்டன.

எங்கிருந்தோ வந்த ஈரவெங்காற்று சுரங்கப்பாதையை நிறைத்திருந்தது. சிறிய ஒடுங்கலான படிகளில் வெளிச்சம் மிகுதியாக விழும்படி அமைக்கப்பட்டிருந்தன ஆடிகள். வளைந்து வளைந்து மேலேறியது. தவளைமுட்டையின் சரம் என கர்ணன் எண்ணினான். மூச்சிரைக்க மேலேறியபடி கனகர் “அங்கு விழாமுறைமைகள் இந்நேரம் முடிந்திருக்கும்” என்றார். கர்ணன் தலையசைத்தான். “ஜயத்ரதரும் சிசுபாலரும் சற்று மிகையாகவே யவனமது அருந்தினார்கள். அவர்களிடம் நீராடிவிட்டு ஆலயத்திற்குச் செல்வதே நன்று என்று நான் சொன்னேன். என் சொற்களை அவர்கள் கருத்தில் கொள்ளவில்லை.”

கர்ணன் ஒன்றும் சொல்லாததை திரும்பிப் பார்த்துவிட்டு “அவர்கள் செல்லும்போதே விதுரர் அனைத்தையும் தெரிந்து கொள்வார். என்னைத்தான் அதற்காகக் கண்டிப்பார்” என்றார். தன்பணியைப்பற்றி கர்ணன் ஏதாவது நற்சொல் சொல்லவேண்டுமென்று கனகர் எண்ணுவதை அவன் புரிந்துகொண்டான். சற்று மடிந்து இளைப்பாற இடமளித்து மீண்டும் மேலேறி மீண்டும் மடிந்த அப்படிக்கட்டில் குனிந்த தலையும் பின்னால் கட்டிய கைகளுமாக நீண்ட கால்களை எடுத்து வைத்து மேலேறினான். விரைவின்றி அவன் மேலேற, உடன் செல்ல கனகர் மூச்சிரைக்க வேண்டியிருந்தது.

படிகளின் மறுஎல்லையில் மூடியகதவுகள் தெரிந்தன. கனகர் அதன் சிறிய துளைவழியாக மந்தணச்சொல்லைச் சொல்ல, கதவுகள் திறந்தன. அப்பாலிருந்து குளிர் காற்று அருவி போல அவர்கள் மேல் இறங்கியது.

அதில் எரியும் நெய்யும் ஈரக்குங்குமமும் புகையும் குங்கிலியமும் கசங்கிய மலர்களும் கலந்த ஆலயமணம் இருந்தது. காட்டுக்குள் விழும் அருவியோசைபோல கலந்து எழுந்த குரல்களும் மணியோசைகளும் முழவுகளும் கைத்தாளங்களும் வெவ்வேறு உலோக ஒலிகளும் பறவைக்கூட்டம் போல அவர்களைச் சூழ்ந்தன.

இந்திர ஆலயத்தின் இடைநாழி ஒன்றிற்குள் நுழைந்திருப்பதை கர்ணன் கண்டான். "இங்கிருந்து இடைநாழியினூடாக முதல் வலச்சுற்றுக்குச் செல்லலாம்" என்றார் கனகர். "வருக!" என்று முன்னால் சென்றார். வலச்சுற்றுக்குள் நுழைந்ததும் தலைக்குமேல் அதுவரை இருந்துகொண்டிருந்த ஒரு மூடுண்ட உணர்வு அகன்றது. மேலே வளைந்த கூரைமுகடு வெண்ணிறச்சுதைப்பரப்பின்மேல் வரையப்பட்ட முகில்சித்திரப்பரப்பாக இருந்தது. முகில்களில் கந்தர்வர்கள் யாழ்களுடன் பறந்தனர். கின்னரர்கள் சிறகுடன் மிதந்தனர். தேவகன்னியர் உடலொசிந்து நீள்விழிமுனையால் நோக்கினர்.

வலப்பக்கம் இந்திரனின் ஆலயத்தின் வளைந்த சுவரை மூடிய சிற்பத் தொகுதி வந்துகொண்டிருந்தது. இடப்பக்கம் பெரிய உருளைத்தூண்கள் தாங்கிய கூரைவளைவுக்கு அப்பால் இந்திரப்பிரஸ்தத்தின் ஒளிததும்பிய தெருக்கள் அலைகளாக இறங்கி கீழே சென்றன. செந்நிற நெய்விளக்குகளும் பந்தங்களும் எரிய, சாலைகள் அனைத்திலும் மக்களின் உடைவண்ணங்கள் நிறைந்து கொப்பளித்தன. நகர் எழுப்பிய ஒலி தேனீக்கூட்டின் ரீங்கரிப்பென மேலே வந்தது. தூண்களைத் தழுவி கிழிபட்டு உள்ளே வந்து சுழன்று அறைந்து கடந்து சென்ற காற்றில் கீழிருந்து வந்த பந்தங்களின் எரிநெய்மணம் இருந்தது.

சுவர்ப்பரப்பு முழுக்க மென்சேற்றுக்கல்லில் செதுக்கப்பட்ட சிற்பங்கள் நிறைந்திருந்தன. இடைவெளியே இன்றி ஒன்றுக்குள் ஒன்று புகுந்ததென அமைந்த சிற்பப் பரப்பு வியப்பூட்டியது. நீர்நிழல்படலம் என எண்ணினான். கனகர் "இது கலிங்கச் சிற்பமுறை அரசே. கற்பரப்பை முழுவதும் சிற்பங்களாக்கி விடுகிறார்கள்" என்றார். சிற்பங்களில் இந்திரனின் கதைகள் பொறிக்கப்பட்டிருந்தன. விருத்திராசுரனின் வயிற்றைக்கிழித்து மின்படையுடன் எழுந்தான். திரிசிரஸின் தலைகளை மின்வாளால் கொய்தான். இரணியாசுரனுடன் பன்னிருகைகளிலும் படைக்கலம் ஏந்தி போர்புரிந்தான். பறக்கும் மலைகளின் சிறகுகளை பதினெட்டு கைகளிலும் வாளேந்தி பறக்கும் முகில்யானைமேல் அமர்ந்து கொய்தான்.

கசியபரின் அருகே அமர்ந்த அதிதியின் மடியில் இளமைந்தனாக கையில் தாமரை மலருடன் அமர்ந்திருந்தான். உச்சைசிரவஸ் மேலேறி

முகில்கள் மேல் பாய்ந்தான். ஐராவதம் மேல் அமர்ந்து மலைகளைக் குனிந்து நோக்கினான். வைஜயந்தமெனும் உப்பரிகையில் பாரிஜாதத் தோள்தாரும் மந்தாரக் குழல்மாலையும் சூடி அமர்ந்திருந்தான். அவன் அருகமர்ந்த இந்திராணி உடலெங்கும் மலர், கொடி, தளிர் என பலவடிவில் அணிபூண்டு ஒசிந்திருந்தாள். வியோமயானத்தில் மாதலி பரிபுரக்க அருளும் அஞ்சலும் காட்டி அமர்ந்திருந்தான். வலப்பக்கம் சயந்தனும் இடப்பக்கம் சதியும் அருள்கை காட்டி நின்றனர்.

சுதர்மை என்னும் அவையில் அரியணையில் வீற்றிருந்தான். ரம்பையும் ஊர்வசியும் மேனகையும் நடனமிட்டனர். சூழ்ந்து மருத்துக்கள் சித்தர்கள் முனிவர் தேவர் ஆகியோர் அமர்ந்திருந்தனர். பராசரர், பர்வதர், சாவர்ணி, காலவர், சங்கர், லிகிதர், சௌரசிரஸ், துர்வாசர், அக்ரோதனர், சேனர், தீர்க்கதமஸ், பவித்ரபாணி, பாலுகி, யாக்ஞவல்கியர், உத்தாலகர், ஸ்வேதகேது முதலிய முனிவர்கள் அவன் அவையில் நிறைந்திருந்தனர்.

கனகர் "இது இந்திரன் பருந்தென வந்து சிபி மன்னரிடம் தசைகோரிய காட்சி. தாங்கள் அறிந்திருப்பீர்கள்" என்றார். கர்ணன் "ஆம்" என்றான். மண்ணரசன் வலக்கையில் துலா பற்றி இடக்கை ஏந்திய வாளால் தன் தொடையை வெட்டிக்கொண்டிருந்தான். துலாவின் இடத்தட்டில் ஒரு துண்டு தசை இருந்தது. தாழ்ந்த மறுதட்டில் சிறிய புறா சிபியை அச்சத்துடன் நோக்கியது. அலையென இறகுவிரித்த பருந்து பசியுடன் விரிந்த கூரலகுடன் நின்றிருந்தது. அதன் உகிர்கள் புறாவை அள்ளுவதற்காக எழுந்து நின்றிருந்தன.

அப்பால் இருந்த சிற்பத்தை நோக்கி இடையில் கைவைத்து கர்ணன் நின்றான். "இது நரகாசுரர்" என்றார் கனகர். "கந்தமாதன மலைமேல் நரகாசுரர் இந்திரநிலை பெறுவதற்காக தவம் இயற்றுகிறார். இதோ இந்திரன் நூற்றெட்டு பெருங்கைகள்கொண்டு விண்ணளந்தோனை வழிபடுகிறார்." கையில் படையாழியும் கண்களில் சினமுமாக பெருமாள் எழுந்து நின்றார். அடுத்த சிலைப்பரப்பில் நரகாசுரனை விண்பெருமான் கொல்ல, முகில்களாக நூறு முகங்கள் கொண்டு மின்னல்களென ஆயிரம் கைகள் விரித்து அக்காட்சியைச் சூழ்ந்திருந்தான் இந்திரன்.

ஆயிரத்து எட்டு கற்புடைப்புச் சிற்பங்களின் அறுபடாப் பெரும்படலமாக வளைந்து சென்ற சுவர்களை மேலாடையும் குழலும் காற்றில் பறக்க கர்ணன் சுற்றி வந்தான். மறுபக்கம் சென்றபோது தொலைவில் யமுனையின் அலைகளில் ஆடும் படகுகளின் விளக்கொளி, நடக்கும் பெண்ணின் மார்பணிந்த செம்மணியாரம் போல் ஒசிந்தது. நீராடும் கொக்கின் சிறகென விரிந்த அதன் துறைமேடைகளில் மின்மினிக்கூட்டங்கள் போல

பெருங்கலங்கள் செறிந்திருந்தன. அங்கிருந்து மேலெழும் வண்டிகளும் தேர்களும் புரவி நிரைகளும் மக்கள் நிரைகளும் செவ்வொளி வழிவென சுழன்று மறைந்து மீண்டும் எழுந்து நின்றன.

இந்திரப்பிரஸ்தநகரி அனலெழுந்த காடுபோல் தெரிந்தது. விண் உலாவும் கந்தர்வர் நின்று நோக்குகையில் முன்பு அங்கு பற்றி எரிந்த காண்டவக் காட்டுத்தீயை நினைவுறுவார்கள் போலும். எங்கு கேட்டேன் இக்கதையை? கேட்கவில்லை. கனவுகண்டேன். இல்லை ஒரு நூலில் வாசித்தேன். இல்லை நூலில் வாசிப்பதை கனவில் கண்டேன். அல்லது கனவை ஒரு நூலில் வாசித்தேன். அவன் நெற்றியை வருடிக்கொண்டான். கனகர் “பொழுது பிந்துகிறது. இன்னும் பதினான்கு அடுக்குகள் உள்ளன அரசே” என்றார். “ஆம்” என்றபடி கர்ணன் நடந்தான்.

இரண்டாவது வலச்சுற்றில் இடப்பக்கம் நிரையாக சிற்றாலயங்கள் வரத்தொடங்கின. முழ உயரமேயுள்ள மிகச்சிறிய கருவறைகளுக்குள் தானவர்கள் வலக்கை அருள்காட்ட இடக்கையில் அமுதகலம் ஏந்தி அமர்ந்திருந்தனர். அத்தனை ஆலயங்களிலும் சிற்றகல்கள் சுடர் சூடியிருந்தன. அசையாச்சுடர்களுடன் அச்சுவரே ஒரு செம்பொன்பரப்பு என தோன்றியது. நான்கு அடுக்குகளுக்குப் பின் தைத்யர்களின் ஆலயங்கள் வந்தன. செந்நிறமான மாக்கல்லால் ஆன சிலைகள். அனைத்தும் மலர்சூடி சுடரொளியில் கண்குழிக்குள் கருவிழிகளென நின்றிருந்தன.

ஏழாவது அடுக்கில் ஆதித்யர்கள் வந்தனர். நூற்றெட்டு ஆதித்யர்களில் முதல்வனாகிய சூரியனுக்கு மட்டும் மூன்றடுக்கு முகடு கொண்ட சற்று பெரிய ஆலயமிருந்தது. அங்கே ஏழ்புரவித்தேரை அருணன் தெளிக்க, இரு கைகளிலும் தாமரைமலர் ஏந்தி சுடர்முடி சூடி கதிரவன் நின்றிருந்தான். அவனுக்கு கமுகப்பூக்குலையால் கதிர்வளையம் செய்து அணிவிக்கப்பட்டிருந்தது. செந்தாமரை மாலைகள் சூட்டப்பட்டு ஏழு ஒளிச்சுடர்விளக்குகள் ஏற்றப்பட்டிருந்தன. சூரியனின் ஆலயத்தைச் சுற்றி ஒன்பதுகோள்களும் நிரையமைத்து நின்றிருந்தன. அங்கே கூடியிருந்த மகளிர் அவற்றுக்கு எண்ணெய்விளக்கு ஏற்றி கோளறுபாடல் ஓதி வழிபட்டனர். அவர்களின் குழல்சூடிய மலர்களும் சுடர்களென ஒளிவிட்டன. விழிகளுக்குள் சுடர்த்துளி அசைந்தது. குவிந்து விரியும் மலர்களைப்போல இதழ்கள் சொற்களை நடித்தன.

எட்டாவது அடுக்கில் ருத்ரர்கள் வந்தனர். ரைவதன், அஜன், பவன், பீமன், வாமன், உக்ரன், வ்ருஷாகபி, அஜைகபாத், அஹிர்புத்ன்யன், பஹுரூபன், மஹான் என்னும் பதினொரு ருத்ரர்களும் குவைமாடக்கோயில்களின் கருவறைபீடங்களில் நின்றிருந்தனர். ஒவ்வொரு தெய்வமும் கைசுட்டி

ஒருசொல்லை உரைத்து நின்றிருந்தது. அத்தனை இதழ்களும் ஒற்றைச்சொல்லையே சொல்வது போலவும் சொல்நிரை ஒன்றை அமைத்து அழியா நூலொன்றை கேளாச் செவிக்கு அனுப்புவது போலும் தோன்றியது.

ஒன்பதாவது சுற்றுப்பாதையில் எட்டு வசுக்களின் ஆலயங்கள். அனலன், அனிலன், ஆபன், சோமன், தரன், துருவன், பிரத்தியூடன், பிரபாசன் ஆகியோர் ஏழடுக்கு முடிகள் சூடி மலரணிந்து நின்றிருந்தனர். பத்தாவது சுற்றுமுதல் முனிவர்களுக்குரிய ஆலயங்கள் வந்தன. ஒவ்வொரு முனிவரையும் சுற்றி தேவர்கள் சூழ்ந்திருந்தனர். கந்தர்வர்களின் இசைக்கருவிகள் மீதெல்லாம் ஒரு வெண்மலர் சூட்டப்பட்டிருந்தது.

பன்னிரு வலச்சுற்றுகளைக் கடந்து மைய ஆலயத்திற்குச் செல்லும்போது அவன் கால்கள் தளர்ந்திருந்தன. அச்சுற்றுப்பாதை சென்றணைந்த பெரிய களம் ஓர் ஆலயத்திற்குள் அமைந்தது என்பதை அங்கு நிற்கையில் உள்ளம் ஏற்கவில்லை. செண்டு வெளிக்கு நிகரான விரிவு கொண்டிருந்த அதன் நடுவே செந்நிறக்கற்களால் கட்டப்பட்ட இந்திரனின் கருவறை ஆலயம் ஏழடுக்கு கோபுரத்துடன் கிழக்கு நோக்கி நின்றிருந்தது. கிழக்குவாயில் விரியத்திறந்து விண்மீன் செறிந்த வானை காட்டியது. மறுபக்கம் மேற்கு வாயிலுக்கு அப்பால் இந்திரப்பிரஸ்தத்திலிருந்து பொங்கி விரிந்த எரியம்புகள் கணநேரத்து பெருமலர்கள் என விரிந்து ஒளிர்ந்து அணைந்து மீண்டும் மலர்ந்தன.

வடக்கிலும் தெற்கிலும் இருந்த வாயில்கள் பாதியளவே பெரியவை. நான்கு வாயில்களிலிருந்தும் மக்கள் வண்ணத்தலைப்பாகைகளும் மின்னும் அணிகளும் சிரிக்கும் பற்களும் களிக்கும் விழிகளுமென வந்துகொண்டிருந்தனர். “பூசனை தொடங்கிவிட்டது. அரசர்கள் நிரை அமைந்துவிட்டனர்” என்றார் கனகர். “ஆம்” என்றபடி கர்ணன் மாறாநடையுடன் அவரைத் தொடர்ந்து சென்றான். சூழ்ந்திருந்த அனைவரும் அவனை அடையாளம் கண்டுகொண்டனர். மெல்லிய குரல்கள் தன் பெயரைச் சொல்லி வியப்பதை அவன் கேட்டான்.

இந்திரனின் மையக்கோயில் பன்னிரு சுற்று இதழ்மலர்வுகளுக்கு நடுவே எழுந்த புல்லிவட்டம் என அமைந்திருந்தது. நிலந்தாங்கி ஆமைகள் மீது எழுந்த கவிழ்ந்த தாமரைவடிவ அடிநிலைக்கு மேல் எழுந்த தாமரைத்தளமும், அதற்கு மேலாக எட்டு வளையங்களுக்குமேலே வட்டச்சுவரும், அது சென்றுசேர்ந்த கூரைச்சந்திப்பில் மலர்ந்து கீழே வளைந்த இதழடுக்குகளும் கொண்டிருந்தது. ஒவ்வொரு இதழ்வளைவையும் குறுகிய உடலும் விழித்த கண்களும் கோரைப்பற்களும்கொண்ட மதனிகை ஒருத்தி தாங்கிக்கொண்டிருந்தாள்.

புஷ்பயக்ஷிகள் மலர்க்கிளை வளைத்து உடலொசித்து நின்ற பரப்புக்கு மேல் எழுந்த முதற்கோபுரத்தில் கின்னரர் கிம்புருடர், அதற்குமேல் வித்யாதரர், அதற்குமேல் கந்தர்வர் செறிந்திருந்தனர். தேவர்கள் பறந்தபடி கீழ்நோக்கிப் புன்னகைத்தனர். அவர்களினூடாக முகில்கள். பரவியிருந்த மலர்கள் கொடிபின்னிப் படர்ந்திருந்தன. தோகை நீட்டிய மயில்கள். கழுத்து வளைத்தமையும் அன்னங்கள். துதி தூக்கிய யானைகள். உகிர்காட்டி பிடரி விரித்த சிம்மங்கள்.

கிழக்குவாயிலின் கருவறை முகப்பில் இடதுநிரையின் முன்னால் திரௌபதி முழுதணிக் கோலத்தில் கைகூப்பி நிற்பதை முதற்கணத்திலேயே அவன் கண்டான். அவள் அவன் வரவை அறிந்ததே தெரியவில்லை எனினும் அவள் முகத்திற்கு அப்பால் அவள் அவனை உணர்ந்ததைக் காணமுடிந்தது. அவள் அருகே பானுமதியும் அசலையும் அரசணிக்கோலத்தில் நின்றிருந்தனர். அதற்கப்பால் பாமையும் ருக்மிணியும் கைகூப்பி உள்ளறை நோக்கி வணங்கி நிற்க, அரசியரின் நிரை தொடர்ந்தது. அவன் விழிகள் சென்று மங்கலையர் நிரைக்கு அப்பால் நின்றிருந்த முதுமகள்கள் நடுவே குந்தியைத் தொட்டு மீண்டன.

பொன்மலர்ச்சரம் போல் தெரிந்த வலப்பக்க நிரையின் முன்னால் அரசணித்தோற்றம்கொண்ட தருமனும் பாண்டவரும் இளையயாதவரும் திருஷ்டத்யும்னனும் சாத்யகியும் பூரிசிரவஸும் துரியோதனனும் துச்சாதனனும் முதற்கௌரவர் பன்னிருவரும் நின்றனர். ருக்மியும் ஜயத்ரதனும் சிசுபாலனும் சகுனியும் வசுதேவரும் பலராமரும் ஜராசந்தனும் என தெரிந்தமுகங்கள் பிறமுகங்களுடன் கலந்து அனைத்துமுகங்களும் முன்பே அறிந்தவை போல தோன்றின. அவன் தன் விழிகளைத் தாழ்த்தி தலைகுனிந்து நடந்தான்.

கனகர் "இவ்வரிசையில் அரசே" என்று அவனை தூண்களைக் கடந்து அழைத்துச் சென்றார். "அரசநிரைகள் முன்னரே முழுதமைந்துவிட்டன. மேலும் தாங்கள்..." கர்ணன் "உம்" என்றான். அரசநிரைகளுக்கு அப்பால் அமைச்சர்களும் படைத்தலைவர்களும் நின்றனர். கர்ணன் "நான் இங்கு நின்றுகொள்கிறேன்" என்றான். கனகர் "அரசநிரையில் தாங்கள்..." என்று சொல்ல, கையமர்த்திவிட்டு கர்ணன் சென்று படைத்தலைவர்களுடன் நின்றுகொண்டான். அவன் தங்கள்நடுவே வந்து நின்றதும் சூழ்ந்துநின்ற படைத்தலைவர்கள் மெல்ல தலைவணங்கி விழிகளால் முகமனுரைத்தனர். அவன் வருகையை அரசர்கள் அனைவரும் அறிந்திருந்தனர் என தெரிந்தது. அவன் தலை அவர்களுக்குமேலாக எழுந்து நின்றது.

உள்ளுக்குள் என திறந்த ஏழு அணிவாயில்களுக்கு அப்பால் இந்திரனின் கற்சிலை நின்ற கோலத்தில் தெரிந்தது. மேல்வலக்கையில் விரிகதிர்

படைக்கலமும் மேல்இடக்கையில் பாரிஜாதமலரும் கீழ் இடக்கையில் அமுதகலமும் கொண்டு கீழ்வலக்கையால் அருள்காட்டி நின்றான். செந்நிற, வெண்ணிற, பொன்னிற மலர்கள் சூட்டப்பட்டிருந்தன. தலைக்கு மேல் அமைந்த பொன்னாலான பன்னிரு இதழடுக்கு கொண்ட பிரபாவலயத்தில் விளக்கொளிகள் ஆடி சுடர்விட முடிவற்ற மலர் ஒன்று அங்கு மலர்ந்தபடியே இருந்ததுபோல் தோன்றியது.

பெருமூச்சுகள், மெல்லிய தும்மல்கள் எழுந்தன. ஆடையொலிகளும் அணியொலிகளும் மந்தணம் கொண்டன. அனைவரும் சிலையை நோக்கிக் கைகூப்பியபடி காத்துநின்றனர். முதல் வாயிலில் நின்ற பூசகர் வெளிவந்து அங்கு தொங்கிய மணி ஒன்றை அடித்தபின் வாயிலை உள்ளிருந்து மூடினார். எதிர்நிலையில் மேடைமேல் நின்றிருந்த இசைச்சூதன் கையசைக்க, மங்கல இசை எழுந்தது. ஆலயம் இசையாலானதுபோல தோன்றத்தொடங்கியது.

மணியோசை ஒலிக்க கதவுகளை பூசகர் திறந்தபோது உள்ளே அனைத்து வாயில்களிலும் சுற்றுச்சுடர்கள் ஏற்றப்பட்டிருந்தன. செஞ்சுடர் வளையங்களுக்குள் இந்திரன் செந்தாமரை நடுவே அமர்ந்த கருவண்டு என எழுந்து நின்றான். நூற்றெட்டு நெய்த்திரியிட்ட கொத்துச்சுடர் விளக்கை வலக்கையில் எடுத்து சிறுமணி குலுக்கி தலைமைவேதியர் சுடராட்டு நடத்தினர். பின்னர் நாற்பத்தெட்டு விளக்குகளால் சுடராட்டு. இருபத்து நான்கு சுடர்களாலும், பன்னிரண்டு சுடர்களாலும், ஏழு சுடர்களாலும், மூன்று சுடர்களாலும் ஒளியாட்டு நிகழ்ந்தது. ஒற்றை நெய்ச்சுடரை மும்முறை சுழற்றி தலைவணங்கி சுடராட்டை முடித்து அதை வெளியே வைத்தார்.

துணைப்பூசகர் அச்சுடரை எடுத்து வந்து ஆலயத்தின் நேர்முகப்பில் இருந்த சிறிய எரிகுளத்தில் நெய்யிட்டு அடுக்கப்பட்டிருந்த சமித்துகளுக்குள் வைத்தார். எரி எழுந்து தழலாடத்தொடங்கியது. அருகே நின்றிருந்த இரு வேதியர் அதில் நெய்யும் குந்திரிக்கமும் குங்கிலியமும் இட்டு தழல் மேலெழுப்பினார். நறும்புகை எழுந்து ஆலயத்தின் மேல் குடையென நின்றது.

தலைமை வைதிகர் இந்திரனை வாழ்த்தும் வேத மந்திரத்தை முழக்கியபடி நூற்றெட்டு நறுமலர்களை எடுத்து அவன் கால்களில் கைமலர்த்தி வணங்கினார். மலராட்டு முடிந்ததும் பதினெட்டு பொற்கிண்ணங்களில் கொண்டுவரப்பட்ட கங்கை நீரை மலர் தொட்டு இந்திரன் மேல் தெளித்து நீரளித்து முடித்தார். பின் அம்மலரை பொற்தாலத்தில் அள்ளிக் குவித்து எடுத்து வந்து முதல் மலரை தருமனுக்கும் இரண்டாவது மலரை திரௌபதிக்கும் அளித்தார். குலமுறைப்படி அரசர்கள்

ஒவ்வொருவருக்குமாக மலரளித்து வாழ்த்தியபின் தலைமை வைதிகர் வெளியே வந்தார்.

தலைமை வைதிகர் இறுதி எல்லையை அடைந்து துணைப்பூசகர் கையில் தாலத்தைக் கொடுத்து அமைச்சர்களுக்கும் படைத்தலைவர்களுக்கும் அளிக்கும்படி கையசைத்துவிட்டு இந்திரனை நோக்கித் திரும்பினார். அவரை மிகமெல்லிய ஒரு குரல் அழைப்பதை அனைவரும் கேட்டனர். தலைமை வைதிகர் சற்றே பதறும் உடலுடன் குந்தியின் அருகே சென்றார். குந்தியின் அணுக்கச்சேடி அவரிடம் ஏதோ சொல்ல, கர்ணன் உள்ளம் அதிரத்தொடங்கியது. அவன் அங்கிருந்து விலகிவிடவேண்டுமென்று எண்ணி உடல் அசையாது நின்றிருந்தான்.

தலைமை வைதிகர் முன்னால் வந்து துணைப்பூசகர் கையிலிருந்த தாலத்தை வாங்கி கர்ணனின் அருகே வந்து குனிந்து “மலர்கொள்க அங்கரே!” என்றார். கர்ணனின் கைகள் கல்லால் ஆனவைபோல அசைவற்றிருந்தன. “தங்கள் ஒளிமணிக் குண்டலத்தையும் பொற்கவசத்தையும் கண்டேன். பிழை பொறுக்கவேண்டும்” என்றார் தலைமை வைதிகர். இடறியகுரலில் “நான் ஏதுமறியேன்” என்றான் கர்ணன். திகைத்து இருபக்கமும் விழியோட்டியபின் மலரை எடுத்துக்கொண்டான். தலைமை வைதிகர் மீண்டும் தலைவணங்கி கருவறை நோக்கிச் செல்ல, அங்கிருந்த அனைத்து விழிகளும் தன்னை நோக்கிக் குவிந்திருப்பதை கர்ணன் உணர்ந்தான்.

முரசுகள் முழக்கமிட உள்ளிருந்து கருவறையின் உள்வாயிலை பூசகர் மூடினர். துணைப்பூசகர் முன்னால் வந்து மண்டபமேடை மேலே ஏறி சங்கை முழக்கினார். மன்னர்களும் எதிர்நிரையின் அரசியரும் நிரைமுறைப்படி திரும்பினர். நீள்அடி எடுத்துவைத்து கர்ணனை அணுகிய துச்சாதனன் “மூத்தவரே, தாங்கள் எங்கு சென்றீர்? இத்தனை நேரம் தங்களைத்தான் அரசர் தேடிக்கொண்டிருந்தார்” என்றான். “நான் சற்று நகர்வலம் சென்றேன்” என்றபோது தன் தொண்டை நீரின்றியிருப்பதை கர்ணன் உணர்ந்தான்.

2

பதினெட்டு நுழைவாயில்களுடன் நீள்வட்ட வடிவில் அமைந்திருந்த கூத்தம்பலத்தின் மேற்கெல்லையில் கிழக்குமுகமாக பிறை வடிவில் ஆடல்மேடை அமைந்திருந்தது. அதை நோக்கி விற்களை அடுக்கியது போல செம்பட்டு உறையிட்ட பீடநிரைகளில் அரச பீடங்கள் அமைந்திருந்தன. பதினெட்டு நிரைகளுக்கு அப்பால் அமைச்சர்களுக்கும் படைத்தலைவர்களுக்குமான பதினெட்டு பீடநிரைகள் இருந்தன. முன்பக்கம் இருந்த எட்டு வாயில்கள் வழியாகவும் இந்திரப்பிரஸ்தத்திற்கு விருந்தினராக வந்த அரசர்கள், நிமித்திகர் முறையறிவிக்க, ஏவலர் வழிகாட்ட, அமைச்சர்கள் முகமன் சொல்லி இட்டுவர உள்ளே நுழைந்து தங்கள் கொடி பறந்த பீடங்களில் அமர்ந்தனர்.

படியேறி இடைநாழியில் நுழைந்ததுமே துரியோதனன் கர்ணனின் கைகளைத் தழுவியபடி "தாங்கள் என்னுடன் இருங்கள் அங்கரே" என்றான். கர்ணன் தயக்கத்துடன் ஏதோ சொல்ல வர, "என்னுடன் வருவதை தவிர்ப்பதற்காகவே தாங்கள் நகருலா சென்றீர்கள் என்று நானறிவேன். இன்று கூத்தம்பலத்தில் என் அருகே தாங்கள் அமர்ந்திருக்கவேண்டும்" என்றான். கர்ணன் "நான் அரசஉடை அணியவில்லை" என்றான். "அரசஉடை என் போன்று மானுடஉடல் கொண்டவர்களுக்கு. உங்கள் முடி இங்குள்ள அத்தனை மணிமுடிகளுக்கும் மேல் எழுந்து நின்றிருக்கும்."

கர்ணன் புன்னகைத்து "நான் சொல்லெடுக்க விழையவில்லை. அவ்வாறே ஆகட்டும்" என்றான். அவர்களுக்குப் பின்னால் ஜயத்ரதனும் சிசுபாலனும் ருக்மியும் வந்தனர். கூத்தம்பலமுகப்பில் அவர்களை எதிர்கொண்ட சௌனகர் "வருக அஸ்தினபுரியின் அரசே! கலைநிகழ்வு

தங்களை மகிழ்விக்கும் என்று எண்ணுகிறேன்” என்றார். துரியோதனன் தலைவணங்கி “நன்று. இந்திரப்பிரஸ்தத்தின் அவைக்கூத்தரின் திறனை இன்று பார்த்துவிடுவோம்” என்றபடி கர்ணனை நோக்கி மீசையை நீவியபடி நகைத்தான். சௌனகர் தலைவணங்கி அவர்களை உள்ளே அழைத்துச் சென்றார்.

அவை நிமித்திகன் உரத்தகுரலில் “அஸ்தினபுரியின் அரசர் குருவழித்தோன்றல் துரியோதனர்!” என்று அறிவித்தான். துரியோதனன் விழிகளால் கர்ணனை சுட்டிக்காட்ட நிமித்திகன் ஒருகணம் திடுக்கிட்டு மீண்டும் கோலைச்சுழற்றி “அங்க நாட்டரசர் வசுஷேணர்” என்று அறிவித்தான். “வருக!” என்று கர்ணனின் கைகளைப்பற்றியபடி சென்று தனது பீடத்தில் அமர்ந்த துரியோதனன் அருகே துச்சாதனனுக்காக போடப்பட்டிருந்த பீடத்தில் கர்ணனை அமரச்செய்தபின் ஏவலனிடம் “அங்க நாட்டின் கொடி ஒன்று கொண்டுவந்து இங்கு வைக்கச் சொல்!” என்றான். ஏவலன் “அவ்வாறே” என்று தலைவணங்கி விரைந்து சென்றான்.

ஜயத்ரதனும், சிசுபாலனும், ருக்மியும் வரவறிவிக்கப்பட கைகூப்பியபடி வந்து தங்கள் இருக்கைகளில் அமர்ந்தனர். ஜராசந்தனின் பெயர் அறிவிக்கப்பட்டபோது அவையில் ஓர் உவப்பொலி எழுந்ததை கர்ணன் கண்டான். ஓர் இரவுக்குள் பலஅரசர்களின் விருப்புக்குகந்த ஒருவனாக ஜராசந்தன் மாறிவிட்டிருந்தான். நகுலனுக்குப் பின்னால் கைகளைக் கூப்பியபடி உள்ளே வந்த ஜராசந்தன் ருக்மியைப் பார்த்து நகைத்து “துயில்வதற்காக இத்தனை தொலைவு வரவேண்டுமா விதர்ப்பரே?” என்று உரக்க கேட்டான்.

அங்கிருந்த அனைத்து அரசர்களும் உரக்க நகைத்தனர். ருக்மியின் அருகே இருந்த அவந்திநாட்டரசன் விந்தன் “அத்தனை அரசர்களும் உண்டாட்டில் களைத்திருக்கிறார்கள். கூத்து முடியும்போது உரக்க முரசு அறைந்து எழுப்ப வேண்டியிருக்கும்” என்றான். அவன் இளையோன் அனுவிந்தன் நகைத்தான். விந்தன் ஜராசந்தனிடம் “அதற்கு போர்முரசு கொட்டவேண்டும். மற்ற முரசுகள் அனைத்தும் இன்னும் நல்ல துயிலையே அழைத்துவருகின்றன” என்றபின் துரியோதனனைப் பார்த்து “அஸ்தினபுரிக்கரசே, இங்கு தாங்கள் விரும்பும் ஒரே ஆடல் உண்டாடல் அல்லவா?” என்றான். துரியோதனன் நகைத்து “களியாடலும் உண்டு. அதை அவையிலாடுவதில்லை” என்றான்.

ஜராசந்தன் கர்ணனின் தோளை கையால் அறைந்தபின் “கலை விழைவு தங்கள் விழிகளில் தெரிகிறது அங்கரே. ஏனெனில் நீங்கள் மட்டுமே யவனமதுவை குறைவாக அருந்தியிருக்கிறீர்கள்” என்றபின் தன்

இருக்கையில் அமர்ந்தான். சிசுபாலன் பின்னிருக்கையில் இருந்து அவன் தோளைத்தொட்டு “மகதரே, துயிலத் தொடங்கிவிட்டீர்களா?” என்றான். “யாராவது யாதவ கிருஷ்ணனின் காதல்களைப்பற்றி வரிப்பாடல் பாடட்டும், துயில்கிறேன்” என்றான் ஜராசந்தன். சிசுபாலன் ஜராசந்தன் காதில் ஏதோ சொல்ல, அவன் இரு கைகளையும் இருக்கையின் பிடிகளில் அறைந்து உரக்க நகைத்தான்.

ஜயத்ரதன் எழுந்து “என்ன? என்ன சொன்னார்?” என்றான். ஜராசந்தன் “இதெல்லாம் தங்களைப்போன்ற சீரிய பிறப்புடையவர்களுக்குரியதல்ல” என்றான். “இதற்கென மறுபிறப்பா எடுக்க முடியும்?” என்றான் ஜயத்ரதன். சிசுபாலன் “சைந்தவரே, நானும் ஜராசந்தரும் பிறக்கையில் பேரழிவின் குறிகள் தென்பட்டன என்று நிமித்திகர்கள் சொல்லியிருக்கிறார்கள். எங்களுக்கு பாதாளதேவதைகளின் வாழ்த்துகள் உண்டு. இதோ எங்களைச் சுற்றி கண்ணுக்குத் தெரியாமல் அவர்கள் இருந்துகொண்டிருக்கிறார்கள்” என்றான். ஜயத்ரதன் “ஆம், நான் பார்த்தேன். அங்கே பூசனையில் உங்களருகே முடிசூடி நின்றிருந்தாள்” என்றான். ஜராசந்தன் வெடித்து நகைக்க, பலர் திரும்பி நோக்கினார்கள். துச்சாதனன் “சைந்தவரே, அவள் சிசுபாலரின் பட்டத்தரசி. ஹேஹயகுலத்தவள்” என்றான்.

“வாயைமூடு! மூடா!” என்றான் துரியோதனன். “அவர் பிழையாகச் சொல்கிறார். அவையிலே...” என துச்சாதனன் மேலும் சொல்ல, துரியோதனன் சிரித்தபடி பற்களைக் கடித்து கர்ணனிடம் “மூடன்... இத்தகைய பிறிதொருவன் உலகிலிருந்தால் அவனும் ஒரு கௌரவனாகவே இருப்பான்” என்றான். ஜராசந்தன் ஜயத்ரதனிடம் “நாங்கள் பாதாளத்தின் மொழியில் பேசிக்கொள்வோம் சைந்தவரே. அதை தாங்கள் கேட்டீர்களென்றால்...” என்றான். ஜயத்ரதன் “என்ன?” என்றான் முகம்சிவக்க. ஜராசந்தன் “ஒன்றுமில்லை, அதை தாங்கள் கேட்டீர்களென்றால் தங்கள் தாயின் கற்பு குறைவுபடும்” என்றான்.

ஜயத்ரதன் மேலும் முகம் சிவந்து “அதை நானும் கேட்கிறேனே” என்றான். “என்ன? தாயின் கற்பு பற்றி ஒரு பொருட்டாக கருதவில்லையா?” என்றான் ஜராசந்தன். சிசுபாலன் “நாங்கள் தயங்காது சொல்லிவிடுவோம். நீங்கள்தான் அப்படியே எழுந்தோடிச் சென்று பன்னிருமுறை பிழைபொறுத்தலுக்கான பூசைகளை செய்யவேண்டியிருக்கும்” என்றான். “சொல்லுங்கள்” என்று ஜயத்ரதன் சிரித்தபடி எழுந்து ஜராசந்தன் அருகே வந்தான்.

துரியோதனன் சிரித்தபடி ஜயத்ரதனின் தோளில் தட்டி “சென்று அமருங்கள் சைந்தவரே! இவர்களெல்லாம் பச்சை ஊன் உண்ணும் கானாடிகள். முறையறிந்தவர் இவர்களுடன் சொல்லாட முடியாது” என்றான்.

சிரிப்பை அடக்கி "அதை அறியாமல் இனி அவரால் துயில முடியாது" என்றான் கர்ணன். ஜராசந்தன் "நாங்கள் சொல்லப்போவதில்லை. அஸ்தினபுரிக்கு அரசே, தங்கள் மைத்துனர் நெறிபிறழாது விண்ணேக வேண்டியது அவரது தந்தையின் தவம் என்று அறிவோம்" என்றான். "மேலும் அவரைக் கொல்பவரின் தலை வெடிக்குமென்று மொழி உள்ளது. சொல் கொல்லும் என்றும் சொல்கிறார்கள்" என்றான்.

ஜயத்ரதன் எழுந்து ஜராசந்தனின் தோளைப்பற்றியபடி "மகதரே, தாங்கள் சொல்லியாக வேண்டும். என்ன அது?" என்றான். சிரித்து "சொல்லுங்கள் சிசுபாலரே!" என்றான் ஜராசந்தன். "நான் சொல்வதென்ன! நீங்கள் சொல்லலாமே?" என்றான் சிசுபாலன். ஜயத்ரதன் மாறி மாறி இருவரையும் பார்த்தபின் "நீங்கள் விளையாடுகிறீர்கள்... என்னிடம் விளையாடுகிறீர்கள்" என்றான். அவன் கண்கள் சற்று கலங்கின. குரல் இடற "என்னை பகடிப்பொருளாக்குகிறீர்கள்" என்றான். "சரி, வாருங்கள்" என்றான் ஜராசந்தன். ஜயத்ரதன் குனிய அவன் தோளில் கைவைத்து காதில் ஏதோ சொன்னான். "ஆ..." என்று ஓசையிட்டபடி ஜயத்ரதன் பின்னால் நகர்ந்து வாய் திறந்தான். சிசுபாலன் உரக்க நகைத்து "தீ சுட்டுவிட்டது!" என்றான்.

"என்ன இது? இப்படியா..." என்றான் ஜயத்ரதன். "இது மிக எளிய ஓர் உண்மை. உண்மையில் இதிலிருந்து நாம் எப்படித் தொடங்கவேண்டுமென்றால்..." என்றான் ஜராசந்தன். ஜயத்ரதன் "வேண்டாம். இதை நான் கேட்க விரும்பவில்லை" என்றான். "அது எப்படி? சொல்லும்படி கேட்டது நீங்கள். முழுக்க நாங்கள் சொல்லியே தீருவோம்" என்றான் ஜராசந்தன். திரும்பி "சேதி நாட்டரசே, எஞ்சியதை தாங்கள் சொல்லுங்கள்" என்றான். "வேண்டியதில்லை" என்றபடி ஜயத்ரதன் தன் இருக்கையில் சென்று அமர, சிசுபாலன் எழுந்து வந்து ஜயத்ரதனின் பீடத்தின் மேல் இரு கைகளையும் வைத்து குனிந்து காதில் மீண்டும் ஏதோ சொன்னான்.

"வேண்டியதில்லை! வேண்டியதில்லை! நான் கேட்க விரும்பவில்லை" என்று சொல்லி ஜயத்ரதன் காதுகளை பொத்திக்கொண்டு குனிந்தான். "அவ்வாறு விட்டுவிட முடியாது" என்றபின் ஜராசந்தன் "நான் அங்கு வந்து விளக்கமாகச் சொல்கிறேன்" என்று எழுந்தான். பதறிப்போய் "வேண்டியதில்லை! நான் எழுந்து சென்றுவிடுவேன்" என்றான் ஜயத்ரதன். துரியோதனன் நகைத்தபடி "மகதரே, அவரை விட்டுவிடுங்கள். அவர் அந்தணர்களால் பேணி வளர்க்கப்பட்ட பிள்ளை" என்றான். "அத்தகையோரைத்தான் அரசவாழ்வுக்கு நாம் பயிற்றுவிக்க வேண்டியிருக்கிறது" என்றான் ஜராசந்தன்.

நிமித்திகர் அறிவிக்க, தருமன் பீமனும் அர்ஜுனனும் இருபக்கங்களிலும் வர முடிசூடி அணிக்கோலத்தில் வந்து அரியணையமர்ந்தான்.

அருகே உடன்பிறந்தார் அமர்ந்தனர். திருஷ்டத்யும்னனும் சாத்யகியும் இருபக்கமும் வர இளையயாதவர் வந்து அவையமர்ந்தார். மறுஎல்லையில் கிருதவர்மனுடன் அஸ்வத்தாமா வந்து பீடம்கொண்டான். பலராமர் தன் தந்தையுடன் வந்து அமர்ந்தார். துருபதரும் தமகோஷரும் பேசியபடியே வந்து அமர்ந்தனர். கணிகர் தொடர சகுனி இரு காவலர்களால் அழைத்துவரப்பட்டு அமர்த்தப்பட்டார். அவருடன் வந்த சுபலர் ஓரிரு சொற்கள் பேசிவிட்டு காந்தாரக்கொடி பறந்த தன் இருக்கை நோக்கிச் சென்றார்.

மன்னர்கள் அனைவரும் அவை அமர்ந்தனர். பின்நிரைகள் அமைச்சர்களாலும் தளபதிகளாலும் நிரம்பத்தொடங்கின. "இந்த ஆடல் முடியட்டும். எஞ்சியதை நான் சொல்கிறேன்" என்றான் ஜராசந்தன். "போதும்" என்றான் ஜயத்ரதன். "பாதியில் மெய்யறிவை நிறுத்த இயலாது. எஞ்சிய மெய்மை முழுக்க சொல்லப்பட்டாக வேண்டும். அந்த மெய்மைக்குரிய தெய்வம் இதோ நமக்கிடையில் வந்து தவித்துக் கொண்டிருக்கிறது" என்றான் ஜராசந்தன். "வேண்டாம். எனக்கு கேட்கப்பிடிக்கவில்லை" என்றான் ஜயத்ரதன்.

"சரி, ஐந்தே ஐந்து சொற்கள் மட்டும் சொல்கிறேன்" என்றான் சிசுபாலன். "எஞ்சியதை பிறகு பார்ப்போம்" என்றான் ஜராசந்தன். "இல்லை" என்று ஜயத்ரதன் எழப்போக "ஐந்து சொற்கள்தான் சைந்தவரே" என்று சிசுபாலன் குனிந்து அவன் காதில் ஏதோ சொல்ல, அவன் தலையை கையால் மாறிமாறி அறைந்தபடி "செல்லுங்கள்! விலகிச் செல்லுங்கள்!" என்று கத்தத்தொடங்கினான். கர்ணன் இருவரையும் நோக்கி "அப்படி என்னதான் சொன்னார்கள்?" என்றான். "நீங்கள் ஆரம்பித்துவிடாதீர்கள் அங்கரே! ஓர் இரவுக்குள் பாரதவர்ஷத்தின் நாற்பது அரசர்களின் அன்னையர் விண்ணிலிருந்து எண்ணியெண்ணிக் கதறும்படி செய்துவிட்டார் மகதர்" என்றான் துரியோதனன்.

"அது என்னவென்றால்..." என்று ஜராசந்தன் கர்ணனை நோக்கித் திரும்ப, "போதும்! இவர் வெய்யோன்மைந்தர். பொசுக்கிவிடுவார், விலகிச்செல்லுங்கள்!" என்று சிரித்தபடி ஆணையிட்டான் துரியோதனன். கூத்தரங்கில் பெருமுரசம் ஒன்று உருட்டிவரப்பட்டது. ஏழு இசைச்சூதர் அங்கே வந்து சூழ்ந்து நின்று, அவைநோக்கித் தலைவணங்கி கேளிகொட்டு முழக்கத்தொடங்கினர். தொடர் இடியோசை போல் முரசொலி எழுந்து கூத்தம்பலத்தை நிறைத்தது. ஜராசந்தன் "சீரான தாளம். துயிலவேண்டியதுதான்" என்றபடி தன் கால்களை நீட்டி கைகளை விரித்தான். துரியோதனன் "உண்மையாகவே துயில்கிறார்" என்றான். "அவர் நீண்ட பயணங்களில் புரவிமேலும் யானைமேலும் அமர்ந்து துயிலக்கூடியவர்."

ஜராசந்தன் கர்ணனைப்பார்த்து உதடு சுழித்து ஏதோ சொல்லிவிட்டு கொட்டாவி விட்டான். துரியோதனன் "நானும் மிதமிஞ்சி மதுஅருந்துபவன்தான். பாரதவர்ஷத்தின் அரசர்கள் அனைவருமே மதுவில் திளைப்பவர்கள். ஆனால் இவர் அருந்தும் மது எண்ணிப்பார்க்கவே முடியவில்லை" என்றான். கர்ணன் ஜராசந்தனைப் பார்த்துவிட்டு "ஏன்?" என்றான். "அது மானுடர் மதுவை அருந்துவது அல்ல. அவர் வழியாக மது பாதாளத்தில் வேறு தெய்வங்களுக்குச் சென்று சேர்கிறது. இவர் வெறும் ஒரு குழாய் மட்டும்தான்." கர்ணன் "அனலோனுக்கு நிகர் என்று சொல்லுங்கள்" என்றான். "ஒரே நாளில் ஷத்ரியர்களின் உளம் கவர்ந்துவிட்டார் அசுரக்குருதிகொண்டவர்..." என்றான் துரியோதனன்.

முரசுக்கு இருபக்கமும் பன்னிரு கொம்பேந்திகள் வந்து நிரைவகுத்து குட்டியானை துதிக்கையைத் தூக்கியது போல் வளைகொம்புகளை மேலே தூக்கி பிளிறலிசை எழுப்பினர். ஒவ்வொரு இசைக்கலத்தின் ஒலியும் ஒன்றுடன் ஒன்று இணைந்து கூரிய பட்டைவாள் என சுழன்றுசுழன்று ஒற்றைக்கீற்றென ஒளிவிட்டு மேலெழுந்தது. மணியோசை முழக்கியபடி பதினெட்டு இசைச்சூதர் வந்தனர். கேளியறிவிப்பு உச்சத்திற்குச் சென்று அறைகூவல் போல முழங்கி எரியம்பு விண்ணிலிருந்து பொழிந்து மறைவது போல அடங்கியது. அப்பேரோசை கூத்தம்பலத்தின் சுவர்களிலும் கூரைக்குவைகளிலும் எஞ்சிநின்று அதிர்ந்து கொண்டிருந்தது.

சூதர் தலைவணங்கி முரசுகளையும் கொம்புகளையும் தாழ்த்தி இருபக்கங்களிலாக விலகிச்சென்றனர். மேடையின் வலப்பக்க மூலையிலிருந்து வெண்ணிறத் தலைப்பாகையும் சுடர்குண்டலங்களும் அணிந்த சூத்ரதாரன் மகிழ்ந்து நகைத்தபடி கையிலிருந்த பிரம்பைச் சுழற்றி இன்னொரு கையில் அடித்துக்கொண்டு இயல்பாக நடந்து விளக்கொளியின் மையத்தில் வந்து நின்றான். மேலாடையை முறுக்கி உடலுக்குக் குறுக்காக அணிந்து முடிச்சிட்டிருந்தான். செந்நிறப் பட்டுக்கச்சையை அந்தரீயத்திற்கு மேல் கட்டி அதில் ஒரு சிறு கொம்பை செருகி வைத்திருந்தான். பிரம்பால் தன் முதுகைச் சொறிந்தபடி அரங்கை இருபுறமும் திரும்பித்திரும்பி பார்த்தான். அதிர்ச்சியடைந்தவனைப்போல மேடை முகப்பில் அமர்ந்திருந்த திரௌபதியைப் பார்த்து விரைவாக தலைவணங்கினான்.

தலையைச் சொறிந்தபடி கண்களால் தேடி மறுஎல்லையில் அமர்ந்திருந்த தருமனைப் பார்த்து தலைவணங்கி பீமனையும் அர்ஜுனனையும் பார்த்து நட்பாகச் சிரித்தான். கைசுட்டி நகுலசகதேவர்களை தனக்கே காட்டிக்கொண்டு புன்னகைத்தான். எதையோ நினைவு கூர்ந்தவனைப்போல நெற்றியைத் தட்டியபடி திரும்பிப்போக சில

எட்டுகளை எடுத்துவைத்தான். சரி, வேண்டாமென்று அதை ஒத்திவைத்து திரும்பி அவையைப் பார்த்தான். அங்கிருந்த ஒவ்வொரு மன்னரையாக கைசுட்டி தனக்குத்தானே அடையாளம் சொல்லிக்கொண்டான். பிறகு பிரம்பை இன்னொரு கையால் தட்டியபடி குழப்பத்துடன் மேடையைச் சுற்றிவந்தான்.

மேடைக்கு அப்பாலிருந்து ஓர் உரத்த குரல் "என்ன செய்கிறாய் நீ? அறிவிலியே, நீ நாடகத்தில் நடிப்பதற்காக மேடைக்கு அனுப்பப் பட்டிருக்கிறாய். நீ அரங்குசொல்லி!" என்றது. அவன் திடுக்கிட்டு அக்குரலை நோக்கி "யாரது?" என்றான். "நான்தான் இந்த நாடகத்தை எழுதியவன். உனக்குத் தெரியும்." "ஆ... புலவரே தாங்களா..? தாங்கள் ஏன் இம்மேடைக்கு வரக்கூடாது...? இதோ பாரதவர்ஷத்தின் மாமன்னர்கள் முன்னால் அமர்ந்திருக்கிறார்கள். தங்கள் திருமுகத்தைப் பார்க்க அவர்கள் விரும்பலாம் அல்லவா?" என்றான் அரங்குசொல்லி.

"அவ்வாறு கவிஞர்கள் மேடைக்கு வரும் வழக்கமில்லையே" என்றது குரல். "ஏன்?" என்றான் அரங்குசொல்லி. "ஏனென்றால் அவர்கள் எப்போதும் நூல்களுக்குப் பின்னணியில் இருக்கிறார்கள். சொல்லப்போனால் நூல்களுக்குப் பின்னணியில் இருக்கும் ஊரலருக்கும் பின்னணியில் இருக்கிறார்கள்." "அப்படியென்றால் பரிசில்களைப் பெறுபவர் யார்?" கவிஞன் நகைத்து "தெய்வம் மானுடரில் எழுவதில்லையா என்ன?" என்றான். "இப்போது அங்கிருந்து பேசுவது யார்? கவிஞனா அல்லது இங்கிருப்பவர்களால் உருவாக்கப்பட்ட அலரா?" குரல் "அந்தக் குழப்பத்தில்தான் இங்கே அமர்ந்திருக்கிறேன்" என்றது. "சரி, அஞ்ச வேண்டாம்! மேடைக்கு வாருங்கள். நான் இவர்களிடம் சொல்லிக்கொள்கிறேன்" என்றான் அரங்குசொல்லி.

உள்ளிருந்து வெண்ணிற அந்தரீயத்துக்குமேல் பட்டுக்கச்சையும் பொற்பின்னலிட்ட வெண்பட்டு மேலாடையும் வெண்தலைப்பாகையும் அணிந்த ஒருவன் தயங்கித் தயங்கி மேடைக்கு வந்தான். மஞ்சள்பட்டு முகமூடியை அணிந்திருந்தான். "தங்கள் முகம் எங்கே?" என்றான் அரங்குசொல்லி. "இன்னமும் நாடகம் தொடங்கவில்லையே. நாடகம் வளரவளரத்தான் என் முகம் தெளிந்து வரும்" என்றான். "அதுவரை நீங்கள் முகம் இல்லாமல் என்ன செய்வீர்கள்?" என்றான் அரங்குசொல்லி.

"தெய்வமாக இருப்பேன்" என்றான் கவிஞன். "புரியவில்லை" என்றான் அரங்குசொல்லி. "இல்லாமலிருப்பேன் என்று பொருள்." அரங்குசொல்லி திரும்பி "அரிய சொல்லாட்சி! இந்நாடகம் நுணுக்கமான வேதாந்தக்கருத்துக்களை சொல்லப்போகிறது. அதாவது இதில் எதைவேண்டுமென்றாலும் சொல்லலாம்..." என்றான். "நீ நான் எழுதிய

சொற்களை சொன்னால்போதும். உனக்கு ஏதேனும் சொல்வதற்கிருந்தால் அதை நீயே நாடகம் எழுதி அதில் சொல்" என்றான் கவிஞன். "ஏன்?" என்றான் அரங்குசொல்லி. "எனக்கும் சொற்கள் இருக்கின்றன. அவை வரும் வழியாக நான் உணவை உள்ளே செலுத்துவதும் உண்டு." கவிஞன் "நீ என் நாடகத்தின் கதைமானுடன். அரங்குசொல்லியாக நடிக்கிறாய்..." என்றான். அரங்குசொல்லி "கதைமானுடர் தன் எண்ணங்களைப் பேசலாகாதா?" என்றான். "மூடா, மானுடரே தன் எண்ணங்களைப் பேசுவதில்லை. எங்கோ எவரோ எழுதுவதைத்தானே பேசுகிறார்கள்?"

சிலகணங்கள் சிந்தனைசெய்தபின் அரங்குசொல்லி தலையசைத்து "சரி, எப்படியானாலும் எனது பொறுப்பை நான் நிறைவேற்றுகிறேன்" என்றபின் திரும்பி "ஆகவே அவையில் அமர்ந்திருக்கும் பாரதவர்ஷத்தின் பேரரசி என்று காம்பில்யநகரினரால் அழைக்கப்படும் அரசி திரௌபதி அவர்களுக்கும் அவரது சொல்லுக்கிணங்க இங்கே ஆட்சி அமைப்பதாக அவதூறு செய்பவர்களால் சொல்லப்படும் உண்மையை மறுத்து இங்கு அமர்ந்திருக்கும் மாமன்னர் யுதிஷ்டிரர் அவர்களுக்கும் அவரைப்பற்றிய உயர்வான எண்ணத்துடன் இங்கு வந்திருக்கும் பாரதவர்ஷத்தின் அரசர்களுக்கும், அவ்வெண்ணம் அவர்கள் திரும்பிச் செல்வதுவரை நீடிக்கவேண்டும் என்று அச்சம்கொண்டிருக்கும் அவரது தம்பியர்களுக்கும், தம்பியரின் உள்ளக்கிடக்கையை நன்குணர்ந்த பேரரசி குந்திதேவிக்கும் எங்கள் வணக்கத்தை முதலில் தெரிவித்துக் கொள்கிறேன்" என்றான். அவை கைதட்டிச் சிரித்தது.

அரங்குசொல்லி திரும்பி கவிஞனிடம் "சரியாக சொல்லிவிட்டேனா?" என்று கேட்டான். ஏட்டுச்சுவடியை வாசித்து குழப்பமாகி "ஆனால் நான் இதை எழுதவில்லையே?" என்றான் கவிஞன். "அதைத்தான் நான் கேட்டேன். எழுதியதைச் சொல்வதற்கு எதற்கு அரங்குசொல்லி?" என்றபின் திரும்பி "அதாவது இங்கே இப்போது காண்டவ விலாசம் என்னும் அரிய நாடகம் நடக்கவிருக்கிறது. பிரஹஸன வடிவைச் சார்ந்த நாடகம் இது. அதாவது இதில் அங்கதச் சுவை மிகுந்திருக்கும். ஏனென்றால் இதில் உண்மை மட்டுமே சொல்லப்படுகிறது. இதை இயற்றியவர் இவர். இம்முகமூடியை இவர் அணிந்திருப்பதற்கான அச்சம் அவருக்கு இருப்பது முறையே என நாடகம் முடிவதற்குள் உணர்வீர்கள்" என்றான்.

பின்பக்கமிருந்து ஒரு குரல் "எப்போது நாடகத்தைத் தொடங்கவிருக்கிறீர்கள்?" என்றது. "அவர்கள் இசைச்சூதர்கள். நாடகத்தின் நடுவே நாங்கள் சொல்லவேண்டியவற்றை மறந்துவிடும் இடைவெளிகளில் இவர்கள் இசை வாசிப்பார்கள். அவர்கள் இசை உங்களால் தாங்கமுடியாததாக ஆகும்போது நாங்கள் எங்கள் சொற்களைச் சொல்வோம். பொதுவாக

உயர்ந்த நாடகங்கள் மானுடரை அறியாத தெய்வங்கள், அச்சத்தை மறைக்கத்தெரிந்த மாவீரர்கள், வேறுவழியில்லாத கற்புக்கரசிகள், உண்டு மூத்தோர், உண்ணாது நீத்தோர், கிடைக்காது துறந்தோர், இறுதியில் துணிந்தோர் ஆகியோரின் கதைகளைச் சொல்லவேண்டும். நாங்கள் இங்கு சொல்லவிருப்பது அவர்களின் கதையைத்தான். ஆனால் அவர்களின் கதையை அவர்களை அறிந்தவர்கள் எப்படிச் சொல்வார்களோ அப்படி சொல்லப்போகிறோம்" என்றவன் திரும்பி கவிஞனிடம் "அல்லவா?" என்றான்.

"நான் அதைச் சொல்லவில்லை. நான் எழுதியது பிரஹசன நாடகமே அல்ல. நான் எழுதியது காவியநாடகம். என்னுடைய உள்ளக் குருதியை இதில் பூசியிருக்கிறேன்" என்றான் கவிஞன். "பார்த்தீர்களா? குருதிபூசிய நாடகம். குருதி பூசி எழுதப்பட்ட எல்லா நாடகங்களிலும் பகடிதான் ஓங்கி இருக்கும். சீரிய நாடகங்களை எழுதியவர்கள் சந்தனம்தான் பூசியிருப்பார்கள். நமது கவிஞர் இந்த நாடகம் முடிந்ததும் பெரும்பாலும் கழுவேற்றப்படுவார் என்று ஐயப்படுகிறார்." கவிஞன் பதறி "அய்யோ... இல்லை, நான் பரிசில்களை எதிர்பார்க்கிறேன்" என்றான். "அதைத்தான் இவ்வளவு நேரம் சொல்லிக் கொண்டிருந்தேன். அவர் பரிசில்களை எதிர்பார்க்கிறார். ஆனால் கழுவிலேற்றப்படுவார். சரி, அது போகட்டும். இப்போது இங்கொரு நாடகம் நடக்கிறது."

"இது பிரஹசன நாடகம் என்று முன்னரே சொன்னேன். இதன் தலைவர்கள் இருவர். ஒருவர் துவாரகையை ஆளும் மாமன்னர் இளையயாதவர். மிக இளமையிலேயே கன்றுகளை மேய்த்தவர். ஒரு கன்று பிற கன்றிலிருந்து தன்னை வேறுபடுத்தி அறிய விரும்புவதில்லை என்ற உண்மையிலிருந்து அரசியல் மெய்மையைக் கற்றவர். ஒவ்வொரு கன்றையும் பிரித்தறியத் தெரிந்தவன் அரசனாவான் என்ற மெய்மையிலிருந்து அவர் தலைவரானார். அவ்வாறு பிரித்தறிந்தபின் ஒட்டுமொத்த மந்தையையும் ஒற்றைக்கன்றாக நடத்தவேண்டுமென்ற அறிதலிலிருந்து அவர் தெய்வமானார்." அவையின் சிரிப்பொலி எழுந்து சுவர்களை மோதியது.

கவிஞன் அவன் தோளைத்தொட்டு ஏதோ சொல்ல வர, அவன் கையைத் தட்டிவிட்டு "மயிற்பீலி அணிந்தவர். வேய்ங்குழல் ஏந்தியவர். படையாழி கொண்டவர். காலம் மூன்றும், வேதம் நான்கும், பூதங்கள் ஐந்தும், அறிநெறிகள் ஆறும், விண்ணகங்கள் ஏழும் அறிந்தவர்" என்று சொல்லி மூச்சுவிட்டு "இப்படியே நூற்றெட்டு வரை செல்கிறது. நேரமில்லை" என்றான். கவிஞன் மீண்டும் தோளைத் தட்ட "என்ன?" என்றான் அரங்குசொல்லி. "எனது கதைத் தலைவன் அவனல்ல. நான் இளையபாண்டவர் அர்ஜுனரைப்பற்றி எழுதி இருக்கிறேன். அவர்தான் கதைத் தலைவர்" என்றான் கவிஞன்.

“அதைத்தானே நானும் சொல்லிக் கொண்டிருக்கிறேன்” என்றான் அரங்குசொல்லி. “அதாவது...” என்று அவையை நோக்கி “இந்நாடகத்தின் தலைவர் இளையபாண்டவர். வில்லேந்தியவர். வில்தொடுக்கும் இலக்காகவே இவ்வுலகை அறிந்தவர். பிழைக்காத குறிகள் கொண்டவர். பிழைக்காத குறிகொண்டவர்களுக்கு மட்டுமே உரித்தான முடிவிலா அம்புகளின் உலகில் வாழ்பவர். அங்கு அத்தனை தெய்வங்களுக்கும் பிழைக்காத குறியாக அவர் அமர்ந்திருக்கிறார். தன்னை முழுதுணர்ந்தவர் என்பதனால் தான் முழுமையற்றவர் என்று அறிந்தவர். ஆகவே இளையயாதவரின் இடக்கையென அமைந்தவர். வலக்கையை அவர் தனக்கென வைத்துக் கொண்டிருப்பதால் இருவரையும் நரநாராயணர் என்று ஒரு கவிஞர் பாடினார்.”

“நான்தான்” என்றான் கவிஞன் நெஞ்சைத்தொட்டு மகிழ்வுடன். “இவர்தான்” என்றான் அரங்குசொல்லி. “நரநாராயணர்களாக எழுந்த இருவரும் ஆற்றிய காண்டவ எரிப்பு எனும் காவியத்தை இவர் இங்கு நாடகமாக எழுதியிருக்கிறார். இதில் உள்ள அனைத்துப் பிழைகளும்...” இடைமறித்து “பிழையெல்லாம் ஏதுமில்லை” என்றான் கவிஞன். “ஆம், என்று அவர் சொல்கிறார் அவ்வண்ணமென்றால் நாம் சொல்லும் பிழைகள் அனைத்துக்கும் இவரே பொறுப்பு என்று பொருள். இதன் நிறை அனைத்திற்கும்...” என்றபின் “நிறைகள் உண்டா...?” என்று கவிஞனிடம் கேட்டான். “உண்டு” என்றான் கவிஞன்.

“அவ்வண்ணமெனில் அனைத்து நிறைகளுக்கும் இதன் கதைத் தலைவர்களே பொறுப்பு. அவியுண்டு செரிக்காத அனைத்து தேவர்களும் இங்கு அவையமர்க! விண்ணுலகில் சலிப்புற்ற மூதாதையர் நுண்வடிவில் இங்கு எழுந்தருள்க! வாக்தேவி இம்மேடையில் வெண்கலை உடுத்து வீணைமேல் விரலோட வந்தமர்க! தன் கொழுநன் ஆற்றிய பிழைகளைக் கண்டு வயிறதிர நகைக்க அவளுக்கொரு வாய்ப்பு. உண்டாட்டில் ஓரம் நின்றவர் மட்டும் கண்டுமகிழப்போகும் இந்நாடகம் இங்கு சிறப்புறுக!” என்றபின் திரும்பி கவிஞனிடம் “ஏதாவது விட்டுவிட்டேனா...?” என்றான்.

“என் பெயர்” என்றான் கவிஞன். “இவர் பெயர்...” என்றபின் திரும்பி “தங்கள் பெயர்...?” என்றான் அரங்குசொல்லி. கவிஞன் “என் பெயர்... இருங்கள் வரிசையாகவே சொல்கிறேன். தனியாகச்சொல்லி எனக்குப் பழக்கமில்லை” என்றபின் தலைப்பாகையை சீரமைத்து “இந்திரபுரியின் அவைக்கலைஞன், இவ்வுலகின் முதற்பெருங்கவிஞன், சௌனக குருகுலத்தான் சூக்தன்” என்றபின் அரங்குசொல்லியிடம் “மேலே நீயே சொல்!” என்றான்.

அரங்குசொல்லி “ஆகவே இவர்...” என்றபின் “நீங்களே சொல்லுங்கள்” என்றான். “நான் நால்வேதம் நவின்ற அந்தணன். பராசர முனிவரின் பௌராணிக மாலிகையை பன்னிரண்டு ஆண்டுகள் முற்றிலும் பயின்று தேர்ந்தேன். அதன்பின் மேலும் பன்னிரண்டு ஆண்டுகளில் அவற்றை மறந்தேன். இது எனது நூற்றுப் பதினேழாவது நாடகம்.”

அரங்குசொல்லி உரத்த குரலில் “பிறநாடகங்கள் இன்னும் மேடை ஏறவில்லை என்பதனால் இவருக்கு இந்த நாடகம் மேடையேறுவதற்கான வாய்ப்பு கிடைத்தது” என்றான். “இந்த நாடகத்தை சூதர்கள் நடிப்பார்கள். நீங்கள் பார்ப்பீர்கள். உங்கள் அனைவருக்கும் மூதாதையர் அருள் நிறைவதாக!” என்றபின் அரங்குசொல்லி தலைவணங்க கவிஞனும் தலைவணங்கி வெளியே சென்றான்.

3

கவிஞன் செல்வதை நோக்கி நின்றபின் அரங்குசொல்லி அவையை நோக்கித் திரும்பி “இப்போது என்ன நடக்கப்போகிறது என்பது தெரிந்திருக்கும். நாடகம்... நன்றாகவே இருக்குமென நினைக்கிறேன். இல்லை என்றாலும் தாழ்வில்லை. மதுவுண்டு துயிலும் அரசர்கள் முன் நடிக்கப்படுவதனாலேயே பாரதவர்ஷத்தில் நாடகக்கலை வாழ்கிறது” என்றபின் திரும்பி நான்குபக்கம் பார்க்க அரங்கடியான் ஒருவன் ஓடிவந்து ஓர் இறகை அவனிடம் கொடுத்தான். அதை உதறி தன் தலைப்பாகையில் குத்திவிட்டு நிமிர்ந்து தோரணையாக “ஆகவே அவையோரே... இங்கே நாடகம் நிகழவிருக்கிறது. அதன் முகப்புக்கதையைச் சொல்லிவிடுகிறேன்” என்று தொடங்கினான்.

“அதாவது, ஸ்வேதகி என்றொரு அரசர் அந்நாளில் இருந்தார். வழக்கமாக ஷத்ரிய மன்னர்களைப்பற்றி சொல்லும்போது சேர்த்துக் கொள்ளவேண்டிய எல்லா வரிகளையும் நீங்களே சேர்த்துக்கொள்ளுங்கள். நேரமில்லை” என்றான் அரங்குசொல்லி. “அவர் காவியங்களில் மன்னர்கள் வாழ்வதைப்போலவே வாழ்ந்தவர் என்று காவியங்கள் சொல்கின்றன. அப்படி சொல்லப்படாதவர்களை நாம் காவியங்களில் காணமுடியாதென்பதை நீங்கள் அறிவீர்கள்.”

பாரதத்தை முன்னோர் கைத்தவறுதலாக ஐம்பத்தாறுநாடுகளாக உடைப்பதற்கு முன்னால் கங்கையும் சிந்துவும் ஒழுகிய தொல்நிலத்தை முற்றாக ஆண்டுவந்தார் ஸ்வேதகி. அன்றெல்லாம் இங்கே பெரும்பாலான நிலங்களில் மானுடர் இல்லை. இருந்தவர்களுக்கு அரசர் என்றால் என்னவென்றும் தெரிந்திருக்கவில்லை. ஆகவே அவரால் மிகச்சிறப்பாக நாடாள முடிந்தது. அவர் அரசு விரிந்துகொண்டே இருந்தது. அவர்

எந்நிலத்தை நோக்கி அது தன் நாடு என கைசுட்டிச் சொல்கிறாரோ அது அவர் நாடாகியது. அச்செய்தியை அங்கே வாழ்ந்த மக்களுக்கு அறிவிப்பது பேரிடராக முடியும் என ஸ்வேதகி முன்னர் நிகழ்ந்தவற்றிலிருந்து அறிந்திருந்தார்.

அக்காலமே கிருதயுகம் என்றும் தர்மயுகம் என்றும் சத்யயுகம் என்றும் இன்னும் பலவாறாகவும் கவிஞர்களால் எழுதப்பட்டு சூதர்களால் பாடப்பட்டு மக்களால் நம்பப்பட்டு அந்நம்பிக்கை அரசர்களால் ஊக்குவிக்கப்படுகிறது. அன்றெல்லாம் அரசரால் மக்களுக்கும், மக்களால் அரசர்களுக்கும், தெய்வங்களால் இருசாராருக்கும் எந்தத்தீங்கும் நிகழவில்லை. ஏனென்றால் ஒருசாராரின் இருப்பை மறுசாரார் அறிந்திருக்கவில்லை. நீத்தாருக்கு அன்னமும் நீரும் அளிக்கப்படவில்லை, அவர்கள் உயிருடனிருந்தபோதே அவையெல்லாம் வழங்கப்பட்டன.

மண்ணையும் ஆழுலகத்தையும் ஆண்ட நாகர்குலத்தை சேர்ந்த அரசர் ஸ்வேதகி வடபுலத்துத் தலைமைகொண்ட வாசுகி குடியைச் சேர்ந்தவர். சரஸ்வதி முன்பு பெருக்கென சுழித்த நாகோத்ஃபேதம் என்னும் இடத்தில் அவரது அரசு இருந்தது. அங்கு ஆயிரத்தெட்டு மாடமாளிகைகள் இருந்தன. அதன் நடுவே வட்டவடிவில் ஒரு வேள்விக்கூடத்தை அவர் அமைத்தார். ஏனென்றால் அன்றெல்லாம் வட்டமே மக்கள் அறிந்த ஒரே வடிவம். அவர்கள் எப்படி என்ன செய்தாலும் அவ்வடிவம் மண்ணில் உருவாகிவந்தது. மேலும் கட்டுத்தறியில் சுற்றிவரும் கன்றுக்குட்டிகள், காற்றிலாடும் மரக்கிளைகள்கூட அந்த வடிவத்தை வரைவதை அவர்கள் அறிந்திருந்தனர். ஆகவே வட்டம் தெய்வங்களுக்குரிய வடிவம் என எண்ணப்பட்டது.

அந்த எரிகளத்தில் பெருவேள்வி ஒன்றை ஸ்வேதகி மாமன்னர் தொடங்கினார். சிக்கிக் கல்லில் எழுந்த சிறுதுளியாகிய அனலவனை எரிகுளத்தில் நாட்டி அவியிட்டு தொல்வேதச் சொல் அளித்து எழுப்பினார். அது நால்வேதமல்ல நாகவேதம் என்று அறிந்திருப்பீர். விண்ணிலிருந்து மூதாதையர் அள்ளிய வேதமல்ல அது. மண்ணிலிருந்து நாகங்கள் நா தொட்டு எடுத்த வேதம். செவியறியா வேதமென்றும் விழியறியும் சொல்லென்றும் அதை உரைக்கின்றனர் கவிஞர்.

ஸ்வேதகி ஆற்றிய அப்பெருவேள்வியில் இம்மண்ணுலகில் உள்ள அனைத்து உயிர்களையும் அனலவனுக்கு அவியாக்கினார். அனைத்து உயிர்களையும் அவியளிக்க எண்ணி தொடங்கியது வினையாயிற்று என அவர் பின்னர் அறிந்தார். ஏனென்றால் உயிர்கள் கூடிக்கொண்டே வந்தன. அவர்கள் பிடித்தபோது அச்சத்தில் வாலறுத்துக்கொண்ட பல்லியும்,துடித்த அதன் வாலும், அருகிருந்த வால்அறுபடாத இன்னொரு பல்லியும் தனித்தனி உயிர்களாகக் கொள்ளப்பட்டன.

அவிப்புகையால் வேள்விச்செயலகர்களின் கண்கள் குருடாயின. அவர்கள் நெய்யை எங்கு விடுவதென்று தெரியாமல் விட, அவர்களின் ஆடைவழியாக எங்கும் எரிபரந்தது. செயலகர்கள் இல்லாமல் வேள்வி நின்றுபோகும் நிலை வரவே ஸ்வேதகி தன் மஞ்சத்திலேயே மதுவும் ஊனும் உண்டு மல்லாந்து படுத்தநிலையில் கடுந்தவம் செய்தார். முக்கண்மூத்தோன் எழுந்து "என்ன அருட்கொடை வேண்டும் அரசே?" என்றார். "முதலில் ஒரு கோப்பை மது" என்றபின்பே வந்தவன் இறைவன் என கண்ட அரசன் "என் வேள்விக்கொரு வேள்வித்தலைவன். புகையறியா விழிகொண்டவன்" என்றார். "ஆகுக!" என்றார் பனிமுடியர்.

அவ்வண்ணம் வந்தவர் துர்வாசர். தொன்மையான பாஞ்சாலக்குடியான துர்வாசர்களில் இருந்து எழுந்த மூள்சின முனிவர். அவர் வந்தபின் வேள்வி அறுபடவில்லை. ஏனென்றால் அவர் மேலும் மேலும் அவியளித்து நெய்ப்புகையை ஆலமரமளவுக்கு எழுப்பி நேராகவே விண்ணுக்கு அனுப்பினார். காற்றுவீசாமலிருக்க எரிகுளத்தைச் சுற்றி உயர்ந்த அசோகமரங்களை நட்டு வேலியிட்டார். நூறாண்டுகாலம் வேள்வி நடந்தது. துர்வாசர்கள் மாறிக்கொண்டே இருந்தனர். மூன்றாம் ஸ்வேதகியும் வந்துவிட்டார்.

அவ்வளவுகாலம் நிகழும் ஒன்றை அனைவரும் மறந்துவிடுதல் இயல்பே. நாகோத்ஃபேத நெடுங்காட்டுக்குள் அப்படி ஒரு வேள்வி நிகழ்வதை புதியதாகப் பிறந்து வந்த மக்களும் அரசரும் அறியவில்லை. வேள்விச்செயலகர்களும் கூட அறியவில்லை. ஏனென்றால் மேலே மேலே ஏற்றப்பட்ட புகை வானிலெங்கோ இருந்தது. ஒருகட்டத்தில் அனலோனும் அரைத்துயிலில் அவிகொள்ளத் தொடங்கினான். மேலே தேவர்களோ அவியளிப்பவர் எவரென அறியவில்லை. அவி ஊறிவரும் ஒரு துளை அங்கே வானிலுள்ளது என்று மட்டும் அவர்கள் அறிந்திருந்தனர். அங்கே வந்து உண்டு மீண்டனர்.

நெய்யும் அவியும் உண்டு, பெருத்து முழுத்த பன்றியை விழுங்கிய மலைப்பாம்பு போல் அசைவற்றவனானான் எரியன். இல்லங்களில் அடுப்பு மூட்ட கல்லுரசிய பெண்டிர் நூறு முறை உரசியபின் தயங்கி வந்த எரியைக் கண்டு சினந்தனர். சினந்தபோது சுடர் அணைந்தது. மன்ற உசாவல்களில் கற்பரசியர் கண்ணீருடன் கனலோனை சான்றுகாட்டியபோது சோர்வுடன் கொட்டாவிவிட்டு தான் எதையும் காணவில்லை என்று அவன் சொன்னான். விளைவாக குல ஒழுங்கு குலைவுபட்டது. பத்தினியரின் எண்ணிக்கை அஞ்சத்தக்கவகையில் குறைவாகியது. விடியலில் எழுந்து குளிரில் குறு அரணி உரசிய வேதியரும் ஏழுநாள் நனைந்த கட்டைபோல் அவை இருக்கக்கண்டு முனிந்தனர். தெய்வங்களிடம் அவர்கள் முறையிட, மூன்று முழுமுதலோரும் அனலவனை தேடிச் சென்றனர்.

நாகோத்ஃபேதத்தின் அடர்காட்டின் இருளுக்குள் கன்னியொருத்தி முள்சிக்க களைந்திட்டுச் சென்ற செந்நிற மேலாடை போல் கிடந்த அனலவனைக் கண்டனர். தட்டி எழுப்பியபோது துயிலெழுந்து கொட்டாவி விட்டு "யார்?" என்று கேட்டான். மும்மூர்த்திகளும் சினந்தனர். "எங்களைத் தெரியாதா உனக்கு?" என்றனர். ஒளியன் நடுவில் நின்ற விண்ணளந்தவனைப் பார்த்து "உங்களை எங்கோ பார்த்திருக்கிறேன். கையில் அதென்ன தட்டு? உணவு என்றால் என்னால் இயலாது. மறுகையில் இருக்கும் அந்த வெண்குவளையையும் அப்பால் கொண்டுசெல்லுங்கள். எனக்கு பசியில்லை" என்றான்.

பீரிட்ட சினம் அடக்கி "அறிவிலியே, ஆழியும் பணிலமும் உன் விழிகளுக்கு இதற்குமுன் தென்பட்டதில்லையா?" என்றார் விஷ்ணு. சோம்பல் முறித்து "ஆம், நினைவில் எழுகிறது" என்றபின் நுதல்விழியனை நோக்கி "யாரிவர்? கையில் மானும் மழுவும் கொண்டு வீணே நிற்கிறார். வெட்டி அவியிடவேண்டியதுதானே?" என்றான். துயருடன் "ஏழுலகும் நச்சும் எழுசுடர் அல்லவா நீ? என்னாயிற்று உனக்கு?" என்றார் சிவன். பிரம்மனின் நான்குதலைகளை அவன் மாறிமாறி நோக்கி "இவர்கள் ஏன் கூட்டமாக நிற்கிறார்கள்?" என்றபின் மேலே கேட்பதற்குள் அவர் பாய்ந்து அவன் செஞ்சடைச் சுருள் பிடித்து உலுக்கி "மூடா, உன் தலையை இதோ கொய்கிறேன்" என்றார்.

அவன் திகைத்து "தெய்வங்களே!" என அலறி விழித்துக்கொண்டு "நான் என்ன சொன்னேன்?" என்றான். "நீ சொன்னவற்றை திருப்பிச் சொன்னால் எங்கள் மதிப்புதான் அழியும். மூடா, என்ன ஆயிற்று உனக்கு?" என்றார் பிரம்மன். "அறியேன். ஒருவனுக்கு இரவும் பகலும் நூறாண்டுகாலம் இடைவெளியின்றி உணவு அமைத்தால் அவன் என்ன ஆவான்?" என்றான் கனலன்.

"சூதர்களைப்போல ஆவான்" என்றது பின்னால் ஒரு குரல். திகைத்து நோக்கி "அது அடிக்குறிப்பு" என்று சொல்லிவிட்டு அரங்குசொல்லி தொடர்ந்தான். "அப்படி ஆகியுள்ளேன்" என்றான் செம்பன். அவன் சொன்னதைக் கேட்டு முதலோர் மூவரும் திகைத்து நின்றனர்.

தீத்தெய்வம் "நேற்று என்மேல் ஓர் ஈசல் பறந்து வந்து அமர்ந்தது. அதை தட்டிவிடும் பொருட்டு என் கையை தேடினால் நூறுகாதத்திற்கு அப்பால் என்று அது கிடந்தது. இப்போதுகூட எனது கால்களை என்னால் உணரமுடியவில்லை" என்றான். "கால்கள் இதோ இருக்கின்றன" என்று பிரம்மன் அதை எடுத்து அவன் கண்முன் வைத்தார். "ஆம், கால்கள்! பார்த்து எவ்வளவு நாளாகின்றன!" என்றபின் கையூன்றி எழுந்தமர்ந்த அனலோன் "நான் இங்கு வந்து நெடுநாட்களாகிறது. என் பொறுப்பில்

இருந்த தென்கிழக்குத் திசையை இப்போது யார் ஆள்கிறார்கள்?" என்றான்.

"அங்கு நீ இல்லை. வழக்கமாக நீ இருந்த இடம் இருப்பதுபோல அது கரிபடிந்து கிடக்கிறது" என்றார் பிரம்மன். "என்ன செய்வேன்? இப்படியா இரவுபகலாக வேள்வி நடத்துவார்கள்? புகை மேலெழுந்து விண்தெய்வங்கள் போகும் வழியெல்லாம் நிரம்பியிருக்கிறது போலும். வழிதவறி இருமுறை இந்திரனே கீழிறங்கி வந்தார். ஐராவதம் மீது கரி படிந்திருந்ததனால் இங்குள்ள பிடியானை ஒன்று அதைக் கண்டு காதல் கொண்டது. நான்தான் அதற்கு நான்கு கொம்புகள் இருக்கக்கண்டு அது ஐராவதம் என்று கண்டுகொண்டேன். இந்திரனையே சிலர் எமன் என்று சொல்லிவிட்டனர்."

"நீ மீண்டெழ வேண்டும். இப்புவி அனலால் ஊடுசரடென பிணைத்துக் கட்டப்பட்டது என்று அறிந்திருப்பாய். இங்கு இவ்வண்ணம் குளிர்ந்து படுத்திருந்தாயென்றால் புவியின் ஒருமை அழியும். கிளம்பு!" என்றார் பிரம்மன். "நான் ஆக்குபவன். இனி எனக்கு ஆக்கிநிறைக்க இடமில்லை. அழித்துக்கொடுக்க கைலாயன் ஆணையிட்டுவிட்டார். அழிக்கும் நாக்குதான் இல்லை." தழலோன் "அய்யனே, தீராப்பசியால் ஆனவன் நான். இன்று பசியணைந்து உடல்நொய்ந்து இதோ கிடக்கிறேன். சென்றவாரம் இவ்வழி சென்ற நாய் ஒன்று என்னை நக்கி நோக்கியது..." என விசும்ப, பிரம்மன் விரைந்து அவனைத்தடுத்து "ஆவனசெய்கிறோம்" என்றார். "அந்த நாய்..." என ஒளியன் சொல்லத் தொடங்க "ஆவன செய்வோம்" என மும்மூர்த்திகளும் கூவினர்.

"மீண்டும் நான் பசித்தெழ என்ன செய்யவேண்டும்?" என்றான் அழலோன். "செல்! இந்திரனால் காக்கப்படும் தட்சநாகர்களின் மண்ணாகிய தட்சசிலையைத் தாக்கி அங்குள்ள கருநாகக்குவைகளை உண்! அவற்றின் நச்சுக்கலந்த ஊன்நெய்யால் உன் வயிற்றுநோய் அழியும். மீண்டும் ஒளிகொண்டவனாக ஆவாய்" என்றார் பிரம்மன்.

அரங்குசொல்லி கைகளை விரித்து உரக்க நகைத்தபடி "ஏன் தட்ச நாகர்களின் நகரை அழிக்கும்படி பிரம்மன் அனலோனிடம் சொன்னார் என்ற ஐயம் இங்குள்ள அரசர்களுக்கு எழுவது எனக்குக் கேட்கிறது. பிராமணர்கள், அவர்கள் படைப்புத்தெய்வமாக இருந்தாலும்கூட அரசர்களின் விருப்பத்தையே தங்கள் ஆணைகளாகச் சொல்லும் திறன் கொண்டவர்கள். ஸ்வேதக வாசுகி தட்சகுலத்தின் மேல் தீராப்பெரும்பகை கொண்டவர் என்பதை அந்தப்பகுதியில் மண்ணள்ளித் துளைவிழுந்த கொட்டாங்கச்சியில் போட்டு விளையாடிக் கொண்டிருக்கும் குழந்தைகளுக்கும் தெரிந்திருந்தது. அவர்களிடமிருந்து பிரம்மனும் அதை அறிந்திருப்பதற்கான வாய்ப்புகள் உண்டு" என்றான்.

நூற்றாண்டுகளுக்கு முன்பு இந்திரனை வழிபட்டார்கள் என்று பெரும்பழி சுமத்தப்பட்டு தட்சகுலத்து இளவரசர் அருணர் ஐங்குலத்து மூத்தோரால் குலநீக்கம் செய்யப்பட்டார். அவர் தன் நூறுதோழர்களுடன் சென்று உரகர் குலத்துப் பெண்டிரை மணந்து இமயத்தின் உச்சியிலே நாகபுரம் என்னும் நகரொன்றை அமைத்து அங்கு வாழ்ந்து வந்தார். அவர்கள் பறக்கும் நாகர்கள் என்று அழைக்கப்பட்டனர். விண்ணில் பறந்து காடுகளின் மேல் இறங்கி திறைகொண்டு சென்றனர். அவர்களை எவ்வகையிலும் வெல்ல மண்ணுலாவிய நாகர்களாலும் மானுடராலும் இயலவில்லை. அவர்களை வெல்ல வஞ்சினம் கொண்டிருந்தார் நாகவாசுகியான ஸ்வேதகி.

பிரம்மனின் ஆணைப்படி அவர்களைத் தின்று பசியடக்குவதாக வஞ்சினமுரைத்து அனலோன் கைகொட்டி தோள்தட்டி நடமிட்டு காட்டுக்குச் சென்றான். இதெல்லாம் அந்தக்காலத்தில் நடந்தது. அந்தக் காலம் என்பது கதைகளின் காலம். ஆகவே அங்கே எவரும் கேள்விகள் கேட்பதில்லை. உணவுண்டு மெலிந்தவனுக்கு மேலும் உணவே எப்படி மருந்தாகும் என்று கேட்பவர்களை அந்தக்காலத்திலே அரசப்பிழையும் ஆசிரியப்பிழையும் இழைத்தவர் என்றுசொல்லி கழுவில் அமரச்செய்து புதைத்து மேலே ஆலயம் எழுப்பி பலிகொடுத்து தெய்வமாக்கினார்கள். அந்தத் தெய்வங்கள் விடைபெறா வினவுடன் இங்கும் அமர்ந்திருக்கக்கூடும். அவர்களுக்கு வணக்கம்.

அரங்குசொல்லி தலைவணங்கி தன் கொண்டையில் சூடிய இறகை எடுத்து காதுகுடைந்தபடி விலகி ஓரமாகச் சென்று நின்றான். அரங்கின் இருபுறங்களிலிருந்தும் தலையில் நாகபட அணிமுடிகள் சூடிய பெண்டிர் இளநீலப் பட்டாடை அணிந்து நாகம்போல கைகள் நெளிய இடை வளைத்து நடனமிட்டபடி வந்தனர். அவர்கள் நடனமிட்டு ஓய்வதுவரை காத்திருந்து சுற்றிவந்து நோக்கியபின் ஒருத்தியைத் தொட்டு பணிவுடன் “கன்னியரே, நீங்களெல்லாம் யாரென்று தெரிந்துகொள்ளலாமா?” என்றான் அரங்குசொல்லி. “இரு, ஆடி முடிக்கிறோம்” என்றாள் ஒரு நடனப்பெண். “சரி சரி” என அவன் விலகி நின்றான்.

அவர்கள் ஆடி முடித்து முந்தானையால் முகம் துடைத்தனர். “என்ன கேட்டாய்?” என்றாள் நடனப்பெண். “நீங்களெல்லாம் யார்? இந்த வேளைகெட்ட வேளையில் காட்டில் இப்படி நடனமிடுவது ஏன்?” என்றான் அரங்குசொல்லி. “நாங்கள் நாகர்குலப் பெண்டிர். எங்கள் அரசர் பிரபவ மகாதட்சர் இந்த மேடைக்கு இப்போது வரவிருக்கிறார்” என்றாள். “ஏன்? அவருக்கு அரசு அலுவல்கள் ஏதுமில்லையா?” என்றான் அரங்குசொல்லி. இன்னொருத்தி “அவர் ஆற்றும் அரசு அலுவலே இதுதானே?” என்றாள். “பாரதவர்ஷத்தில் அரசு அலுவல் என்பது

இளவரசர்களை உருவாக்குவதுதான். அப்பால் வேறொன்று உள்ளதா?” என்றாள் இன்னொரு நடனப்பெண்.

“நன்று. அரசர்கள் அனைவரையும் பிரஜாபதிகள் என்று பராசரமுனிவர் சொல்லியிருக்கிறார்.” ஒருத்தி “யார் பராசரரா?” என்றாள். “இல்லையென்றால் வேறு யாராவது அதைச் சொல்லியிருப்பார்கள், அதற்கென்ன? பாரதவர்ஷத்தில் நீங்கள் எதைச்சொன்னாலும் அதை முன்னரே எவரோ முனிவர் ஒருவர் சொல்லியிருப்பார்” என்றான் அரங்குசொல்லி. பணிந்து “தங்கள் அரசர் இங்கு வந்து நீராடும்போது நான் இங்கு நிற்கலாமல்லவா?” என்றான். “நிற்காமலிருந்தால் இந்த நாடகத்தை இவர்களிடம் யார் விளக்குவார்கள்?” என்றாள் இன்னொரு பெண். “அதுசரி. ஆனால் நீங்கள் ஏன் இன்னும் நன்றாக ஆடக்கூடாது? காமச்சுவை இன்னும் சற்று இருக்கலாமே?” என்றான் அரங்குசொல்லி. “நாங்கள் நாடகத்தில்தான் தட்சகன்னிகளாக வேடமிட்டு வந்திருக்கிறோம். ஊரில் எங்களுக்கு குலமும் குடியும் உள்ளது” என்று அவள் சீறினாள்.

“நன்று. அந்தத் தெளிவு இருப்பின் மிக நன்று. ஏனென்றால் எந்த நாடகத்துக்கும் அதை முடித்துவிட்டு எங்கு செல்வது என்ற தெளிவு இன்றியமையாதது” என்றான் அரங்குசொல்லி. உள்ளே இருந்து நான்கு சூதர்கள் முரசுகளும் கொம்புகளும் முழக்கியபடி வந்தனர். அதைக் கண்டதும் அரங்குசொல்லி சற்று அஞ்சி விலகி நின்றுகொண்டான். அவர்கள் இசை முழக்கி வந்து அவை நடுவே நின்று முத்தாய்ப்பு கொட்டி கொம்புகளைத் தூக்கி பிளிறலோசை எழுப்பி அமைந்தனர். ஒருவன் இரு கைகளையும் தூக்கி “அவையோர் அறிக! அனைவருக்கும் உரிய செய்தி இது. தட்சகுலத்து நூற்றுப்பதினெட்டாவது அரசர் மகாதட்சர் பிரபவர் இங்கு எழுந்தருள்கிறார். இப்போது இந்த செய்காட்டில் அணிச்சுனைகளில் அவருடைய நீர்விளையாட்டு நிகழும்” என்றான்.

அரங்குசொல்லி உரக்க நகைத்தபடி அவையோரிடம் “நீர் விளையாட்டைக்கூட முறைப்படி அறிவித்துவிட்டு நிகழ்த்தும் இவரல்லவோ சிறந்த மன்னர்!” என்றான். “இப்படி அனைத்தையும் முறைப்படி அறிவித்துவிட்டுச் செய்தால் மக்கள் மன்னர் எதிர்காலத்துக்காக எவ்வளவு உழைக்கிறார் என்று அறிந்துகொள்வார்கள் அல்லவா? இதை இங்குள்ள அனைத்து மன்னர்களுக்கும் பரிந்துரைக்கிறேன்” என்றான். வாயில் கைவைத்து மந்தணமாக “பிரபவருக்கு ஏழு மைந்தர்கள்!” என்றான்.

உள்ளிருந்து இரு அரசியர் தோள்களில் கைகளைப் போட்டபடி நாகபட முடி சூடி நீலநிற ஆடையணிந்து பிரபவ தட்சர் நடந்து அவைக்கு வந்தார். தொடர்ந்து ஐந்து அரசியர் தலைகளில் நாகபட முடியணிந்து கைகளில் மலர்களுடன் வந்தனர். அரங்குசொல்லி அவையை விட்டு

விலக இருபுறங்களிலிருந்தும் இசைச்சூதர்கள் எழுப்பிய இன்னிசை ஒலிக்கத்தொடங்கியது. அவ்விசைக்கு ஏற்ப தட்சனாக அணிபுனைந்து வந்த சூதன் நடனமிட அவனைச்சூழ்ந்து அவன் தேவியராக வந்த விறலியர் நடமிட்டனர். பிறர் இணைந்துகொண்டனர்.

மேடையின்மேல் குங்கிலியப்புகை முகில்போல பரவ அதற்குள்ளிருந்து மெல்லிய பட்டுச்சரடுகளில் விண்ணிலிருந்து இறங்குவதுபோல கந்தர்வர்களாகவும் கிம்புருடர்களாகவும் அணித்தோற்றம் கொண்ட ஆட்டர்கள் இறங்கினர். இருதோள்களிலும் பொருத்தப்பட்டிருந்த மென்பட்டு வெண்சிறகுகள் அசைந்தன. தங்கள் கைகளிலிருந்த இசைக்கருவிகளை இசைத்தபடி அவர்கள் நடனமிட்டனர். மலர்சூடிய யக்ஷிகள் இறங்கிவந்தனர். பட்டுச்சரடுகளில் கட்டப்பட்ட துணியாலான பெரியநாகங்கள் நெளிந்திறங்கி இணைந்துகொண்டன. பட்டாம்பூச்சிகள், கருடன்கள் வந்து கலந்தன.

பாவைக்கூத்தும் நடனமும் இணைந்த ஓர் ஆடலாக அது இருந்தது. சரடுகளால் இயக்கப்பட்ட பெருநாகப்பாவைகளுடன் அவற்றின் அசைவுக்கு ஒத்திசைய நடனப்பெண்களும் இணைந்து நெளிந்தாடினர். பெண்கள் நடனத்தின் ஊடாகவே தங்களை கண்ணுக்குத்தெரியாத பட்டுச்சரடுகளில் கோத்துக்கொண்டு மேடையிலிருந்து பறந்தெழுந்து கூரைக்கு அப்பால் மறைந்தனர். புகைமுகில்பரப்பில் துணியாலான பீதர்நாட்டுச் சிம்மநாகங்கள் மேடையில் எழுந்து பிளிறிப் பின்வாங்கின. சில கணங்களுக்குள் விண்ணுலகத்தின் காட்சியென அது உளம் நிறைக்கத் தொடங்கியது. முதலில் ஈர்த்து பின்னர் நம்பவைத்து பின்னர் உள்நுழைத்து பின்னர் பிறிதொன்றிலாதாக்கும் கலையை கர்ணன் அங்கு அறிந்தான்.

தட்சநாகர் மெல்ல பாம்பென உருமாறினார். அவர் தேவியரும் பொன்னிற நாகங்களாயினர். நாகங்கள் உடல்நெளிந்தன. பின்னிப்பிணைந்தன. வழுக்கி விலகின. முத்தமிட்டன. வால் பிணைத்தன. சீறி விலகி சினந்து வளைந்து கனிந்து குழைந்து தழுவி மீண்டும் எழுந்தன. பலகாறும் தேடி காமமெனும் அருவுரு ஓர் அரவு என தன் உடலைக் கண்டுகொண்டது என்று கர்ணன் நினைத்தான். நீரெனும் எரியெனும் நெளிவு. கொடியெனும் குழைவு. வேரெனும் கரவு. நாகமென்பது நாவென எழுந்து சொல்லென நெளிந்து மறையும் விழைவு.

ஆடலின் உச்சியில் இசை கூர்மைகொண்டு ஒற்றைப் புள்ளியில் நின்றதிர்ந்த கணத்தில் இறகு தீப்பற்றி எரிய ஒரு பறவை வந்து அவை நடுவே விழுந்து துள்ளி தீப்பொசுங்கி எரிந்தது. சூழ நின்று ஆடிய நாககன்னியர் அஞ்சி முகம் பொத்தி அலறி விலகினர். நாகங்கள்

வெருண்டு சீறிச்சுருண்டு படம் எடுத்தன. மானுட உருமீண்டு "யாரங்கே? என்ன நிகழ்கிறது?" என்று பிரபவதட்சர் கூவினார். பிறிதொரு பறவை எரிந்தபடி வந்து அவர்கள் நடுவே விழுந்தது. தேவர்கள் விலகினர். நாகங்கள் மானுடவடிவு கொண்டன.

"என்ன நிகழ்கிறது? யாரங்கே? என்ன நிகழ்கிறது?" என்றார் தட்சர். மேலிருந்து உடல் முழுக்க தீப்பற்றி சிறகுகள் தழலுடன் சேர்ந்து வீச தட்சநாகன் ஒருவன் வந்து விழுந்து மேடையில் புரண்டான். குனிந்து அவனைப்பற்றி தூக்கி "சொல்! என்ன ஆயிற்று உனக்கு?" என்றார். தட்சன் எரிந்தபடி "அரசே, அங்கே மலையின் அடிவாரத்தில் அனலவன் தலைமையில் நந்தவாசுகி வழிநடத்த ஐங்குலப் பெரும்படை நம்மை சூழ்ந்துள்ளது. நம் புரமெரித்து கொடி நிறுத்திச்செல்ல வந்திருக்கிறார்கள்" என்று அலறியபடி துடித்து இறந்தான்.

சூழ்ந்தெழுந்த பந்தச்சுடரில் செம்பட்டு மென்கீற்றுக்கள் காற்றில் பறந்து உருவான தழல்களுடன் மேலும் மேலும் நாகர்கள் வந்து அரங்கில் விழுந்தனர். தட்சப் பிரபவர் ஓடிச்சென்று மலையுச்சியில் இருந்த தன் மாளிகையிலிருந்து அனைத்து வாயில்களினூடாகவும் வெளியே பார்த்தார். "நமது வாயில்களை மூடுங்கள்! தட்சர்கள் எவரும் இனிமேல் வெளிச்செல்ல வேண்டியதில்லை! எவரும் அஞ்சவேண்டாம். நமது கோட்டைக்குள் எவரும் வரமுடியாது. அனலோன் ஆயிரம் படியேறினாலும் நம் நகரின் அடித்தளத்தைத் தொடமுடியாது" என்று கூவினார்.

அனைத்து வாயில்களுக்கு அப்பாலும் செங்கதிர் வெம்மை துடிப்பதை காணமுடிந்தது. நாககுலப் பெண்டிர் அழுதபடி பிரபவதட்சரின் காலடியில் அமர்ந்தனர். இளமைந்தர் ஓடிவந்து அவர்களின் கைகளைப் பற்றிக்கொண்டனர். அன்னையர் அவரைச் சூழ்ந்து நின்று கண்ணீர் வடித்தனர். "எவரும் துயருறவேண்டியதில்லை. ஐங்குலமல்ல, மும்மூர்த்திகள் வரினும் நம்மை வெல்ல முடியாது. நம்மை ஆளும் இந்திரன் அருள் நம்மை காக்கும்" என்றபின் "யாரங்கே? இந்திரனுக்குரிய பூசைகளை இங்கு செய்வோம்" என்றார் தட்சப் பிரபவர்.

நாற்புறமிருந்தும் நாகபட முடியணிந்த தட்சநாகர்கள் இறங்கி வந்தனர். மலர்களும் கனிகளும் கொண்டு இந்திரனை வழிபட்டனர். மேடையில் நிறுத்தப்பட்ட அத்தி மரக்கிளையொன்றை இந்திரனின் உருவென உருவகித்து அதற்கு பலியளித்தனர். இளநாகன் ஒருவன் கையில் ஒளிவிடும் வாளுடன் விரைந்த காலடிகள் வைத்து, தாளம் தசையனைத்திலும் துடிக்க நடனமிட்டான். சுற்றிச் சுழன்று வெறியுச்சியில் வானில் எழுந்து தன் கழுத்தில் அக்கத்தியை செருகி இழுத்து குருதி பீரிட மண்ணில் விழுந்து இந்திரன் முன் துடித்து உயிர்துறந்தான்.

தெறித்த குருதி அத்திமரத்தின் அனைத்து இலைகளிலும் சொட்டியது. விண்ணில் இடி முழங்கி மின்னல் எழுந்து அனைவரையும் வெள்ளிச் சிலையென ஆக்கி மறைந்தது. அத்திமரம் தீப்பற்றி எரியத்தொடங்கியது. புகை எழுந்து அவையை மூட விண்ணிலிருந்து இடியின் பேரோசை 'தத்த தய தத்த' என்று முழங்கியது. பெருமுரசுகள் என இடித்தொடர்கள் எழ பல்லாயிரம் முடிக்கால்கள் என மழைச்சரடுகள் இறங்கின. கீழே செறிந்து எழுந்து வந்த அனல் அவிந்து மறைந்தது.

மேடை முழுக்க மழை நின்று நெளிந்தது. கர்ணன் மீசையை நீவியபடி துரியோதனனைப் பார்த்தான். அவன் "அரிய கற்பனை. வெண்பட்டுச் சரடுகளை மழைக்கோல்களென இறக்கியிருக்கிறார்கள். அவற்றின் மேல் ஆடியொளியை அசைத்து மழையை அமைத்திருக்கிறார்கள்" என்றான். கர்ணன் நீள்மூச்சுடன் ஆம் என்று தலையசைத்தான். மழை நின்று பெய்ய, ஒரு வாழைஇலையால் தலைக்குக் குடைபிடித்தபடி மேடைக்கு வந்தான் அரங்குசொல்லி.

"இவ்வாறாக நூற்றுஎட்டுமுறை தட்சனின் நகரை வெல்ல அனலோன் முயன்றான். நூற்றெட்டு முறையும் இந்திரனின் அருளால் அவன் தோற்கடிக்கப்பட்டான். விண்ணளந்த விண்ணவர்கோன் அனலோனுடன் கொண்ட பகைமை தொன்மையானது. அக்கணக்கை இச்சிறுபோரில் முடித்துவிட முடியுமா என்ன? உடல் சுருட்டி துயர் கொண்ட அனலோன் சென்று பிரம்மனை வணங்கினான்" என்றான்.

மேடையிலிருந்து சூதர்களும் பிறரும் இருபக்கமும் விலக உடலெங்கும் செந்நிறம் பூசி நீண்ட கரிய தலைமயிர் எழுந்து பறக்க அனலென உருவணிந்து வந்த ஆட்டனொருவன் மேடையில் நின்று கைவிரித்து நெளிந்தாடினான். ஆட்டம் முதிர்ந்து பெருந்தாளமாகி முத்தாய்ப்பாக நின்ற கணத்தில் தழலென ஆடிய செம்பட்டுத்திரை எழுந்து மறைய, அப்பாலிருந்து அவன்முன் நான்கு திருமுகமும், கைகளில் அமுதகலசமும் மின்கதிருமாக பிரம்மன் தோன்றினார். அனலோன் "எந்தையே அருள்க! ஆயிரம் ஆண்டுகளாக இப்போர் நடக்கிறது. நான் எப்படி வெல்வேன்? ஒருமுறையேனும் நான் வென்றாகவேண்டும். இல்லையேல் ஆணென்று சொல்லி எங்கும் நான் அவையமரமுடியாது" என்றான்.

அரங்குசொல்லி உரக்க நகைத்து. "இதுதான் இடரே. வெல்வதோ வீழ்வதோ அல்ல, வென்றோன் என அவையமர்வதே இவர்களுக்கு முதன்மையானது" என்றான். "யார் ஓசையிடுவது?" என்றான் அனலோன். "இல்லை... நான் நாடகத்தின் ஓரமாக நின்றுகொண்டிருக்கிறேன்" என்றான் அரங்குசொல்லி. பிரம்மன் குழப்பமாகி "இந்தத் தொல்லை எனக்கு எப்போதும் உள்ளது மைந்தா. நான் உண்மையில் ஏதோ கவிஞர்கள்

எழுதும் நாடகத்தின் உள்ளே இருந்துதான் இவற்றையெல்லாம் இயற்றிக் கொண்டிருக்கிறேன் என்ற ஐயம் எழுவதுண்டு" என்றார்.

சுற்றுமுற்றும் நோக்கி "பெரும்பாலான தருணங்களில் நான் படைக்கும்போதும், பிற தெய்வங்களுடன் பூசலிடும்போதும், ஏன் சொல்லுக்கரசியுடன் மந்தணம் கொள்ளும்போதும் யாரோ என்னை பார்த்துக்கொண்டிருக்கிறார்கள் என்று உணர்கிறேன்" என்றார் பிரம்மன். "நிமித்திகர்களைக்கூட தாங்கிக் கொள்ளலாம். ஆனால் நான் செய்யும் ஒவ்வொன்றையும் பிறிதொன்றாக விளக்கும் உரையாசிரியர்கள்... அந்த வீணர்களை நான் என்ன செய்வது? தேவியுடன் மந்தணம் கொண்டால் அதை விண்ணளந்தோனுக்கெதிரான பூசலென விளக்குகிறார்கள். மூவிழியனிடம் ஒருசொல் பேசி வந்தால், பாய்கலைப்பாவையுடன் போருக்கு முரசறைந்துவிட்டதாக புராணம் கட்டுகிறார்கள்."

அனலோன் "தந்தையே, நான் என் குறையை உங்களிடம் சொல்ல வந்தேன். தங்கள் குறையை என்னிடம் சொன்னால் நான் என்ன செய்யமுடியும்? தங்களை இயற்றும் கவிஞர்களிடம் அதையெல்லாம் சொல்லிக்கொள்ளுங்கள். அக்கவிஞர்கள் வணங்குவதே தங்கள் துணைவியைத்தானே?" என்றான். பிரம்மன் "அவள் எங்கே அவர்களை கட்டுப்படுத்தப்போகிறாள்? அவர்கள் எழுதுகோலில் அமர்ந்தாக வேண்டிய கடன் அவளுக்கு உள்ளது. இல்லையேல் இந்த நாடகத்தை எழுதிய இழிமகனுக்குகூட அவள் அருளியாகவேண்டிய நிலை வந்திருக்குமா? நான் இங்கு வந்து இவ்வவையில் உன்முன் நின்றிருப்பேனா?" என்றார்.

"இப்போது என்ன சொல்கிறீர்கள்? எனக்கு அருளமுடியுமா முடியாதா?" என்றான் எரி. பிரம்மன் "அருளுவதாகத்தான் நாடகம் எழுதப்பட்டிருக்கிறது. என்னவென்று சொல், அருளிவிட்டுச் செல்கிறேன்" என்றார். "நான் எப்போது வெல்வது? அதை சொல்லுங்கள்" என்றான் அவன். "நீ வெல்வாய். அங்கு மலைமேல் இருப்பவர்கள் அங்கிருந்து கிளம்பி காண்டவக்காடு என்னும் வளர்பசுமை சோலையில் குடிபுகுவார்கள். அங்கு அவர்கள் மகிழ்ந்து வாழ்வார்கள்."

"மகிழ்ந்து வாழ்ந்தால் அழிவுண்டு என்று சொல்லவருகிறீர்களா?" என்றான் அரங்குசொல்லி. "யாரது?" என்றார் பிரம்மா. "நான் அரங்குசொல்லி" என்றான் அரங்குசொல்லி. "நிமித்திகச் சூதர்களே உரையையும் எழுத வேண்டியதில்லை. அதை செய்வதற்கு பிராமணர்கள் வருவார்கள்" என்றார் பிரம்மா. "அது செழிப்புற்ற வனம். எங்கு தேடாது உணவு கிடைக்கிறதோ, விழிநீர் உகுக்காது காதல் கிடைக்கிறதோ, வீரத்தாலன்றி இறப்பு நிகழ்கிறதோ, அங்கு சலிப்பு குடியேறுகிறது. சலிப்பென்பது சிறு

இறப்பு. சிறு இறப்புகள் கூடுகையில் பேரிறப்புக்கான விழைவு எழுகிறது. அறிக! சலித்திருப்பவன் தன் இறப்பை தவம் இருக்கிறான்."

"நல்ல உரை... என்ன இருந்தாலும் தெய்வம் தெய்வம்தான். அரிய கவிதையை தெய்வங்களுக்காக அளிக்கிறார்கள் கவிஞர்கள்" என்றான் எரியன். "அனலோனே, அங்கு காண்டவக்காட்டில் தட்சனும் அவன் குடிகளும் ஒவ்வொரு நாளும் தங்களுக்கு இறப்பு வருக என்று கோருவார்கள். அதன் விளைவு என நீ அங்கு செல்லலாம்." அனலோன் "நான் எப்படி செல்வேன்? அதற்கான குறிகள் என்ன?" என்றான்.

"எங்கு வெல்லற்கரிய நாராயணனும் அவன் சொல்லைநம்பி வில்லெடுத்து பாதியில் நடுங்கும் நரனும் இணைந்து வருகிறார்களோ அங்கு சென்று அவர்களின் படைக்கலன்களில் குடிபுகுக! உன் நோய் தீர்க்கும் ஊன் நெய் அங்கு கிடைக்கும். உண்டு உயிர் கொண்டெழுக!" என்றார் பிரம்மன். "அவ்வாறே ஆகுக!" என்றான் அனலோன்.

அரங்குசொல்லி தலைவணங்கி திரும்பி தன் அவிழ்ந்த ஆடையை சீரமைக்க, அவையமர்ந்த அரசர்கள் கூவிச்சிரித்து கைகளை வீசி "ஆம்! நன்று" என்று தலையசைத்தனர்.

4

மேடையின் பின்புறம் பெருமுரசுகள் எழுப்பிய தொடர் இடியோசை எழுந்து சூழ்ந்தது. ஆடிகளின் எதிரொளிப்புகளால் உருவாக்கப்பட்ட மின்னல்கள் மேடையை வாள்களாக வீசிக்கிழித்தன. இடியோசை வலுக்க, எங்கோ ஒரு கொம்பொலி எழுந்தது. அனைத்துப் பந்தங்களும் சுடர் இழுபட்டு மெல்ல அடங்க இருள் பரவிய மேடையில் அரங்குசொல்லி பதறித் திகைத்து நான்குபுறமும் பார்த்து "யார்? என்ன நடக்கிறது இங்கு? ஐயோ! யாரங்கே?" என்று கூவினான். அச்சத்தில் தன் இடைக்கச்சையை அவிழ்த்து தலையை மறைத்துக்கொண்டு மேடையில் பல இடங்களில் பதுங்க முயன்றான். இடியோசை நின்று மின்னல்கள் மட்டும் அதிர்ந்துகொண்டிருந்தன.

பின்பக்கம் எங்கோ பெருஞ்சங்கம் எழுந்து ஓய்ந்தது. "நானே கடல்! நானே அலைகளென எழுபவன்!" என வாய்க்குவையால் பெருக்கப்பட்ட குரல் ஒலிக்க, மணியோசையும் மங்கல முழவுகளும் ஒலித்து அடங்கின. முரசுகளின் தோல்பரப்பில் கோல்களை இழுத்து இழுத்து உருவாக்கிய அலையோசை மேடையை நிரப்பியது.

தரையோடு தரையாக பதுங்கி பல்லிபோல தலைதூக்கி அரங்குசொல்லி மேலே நோக்கினான். மேடைமேல் புகை என சூழ்ந்திருந்த முகில்பரப்பில் சிறிய மின்னல்கள் வெடித்தன. "இதோ மண் நிகழ்ந்திருக்கிறேன்! மறம் வென்று அறம் நாட்ட! ஓம்! ஓம்! ஓம்!" என்று தொலைதூரத்திலென ஒரு பெருங்குரல் ஒலித்து ஓய்ந்தது. அதன் எதிரொலிகள் முகில்களில் பட்டு தொலைவுச்சரிவில் உருண்டு மறைந்தன. மேலிருந்து சங்கும் சக்கரமும் மெல்ல இறங்கி வந்து அரங்கின்மேல் நின்றன. பந்தங்கள் எரியத்தொடங்க அவ்வொளி ஆடிகளால் எதிரொளிக்க வைக்கப்பட்டு

மேடைக்குமேல் உலவியது. அரங்குசொல்லியைக் கண்டடைந்து அவன் மேல் நிலைத்தது.

அவன் நடுங்கி கைதூக்கி எழுந்து “இல்லை... நானில்லை” என்றான். பின்னாலிருந்து ஒரு குரல் “மூடா! இது அல்ல உன் மேடையுரை” என்றது. “யார்?” என்றான் அவன் நடுங்கியபடி. “அதற்குள் மறந்துவிட்டாயா? நான்தான் கவிஞன்” என்றது குரல். “அப்படியென்றால் இந்த முகில்மேல் எழுந்தருளியது யார்?” என்றான் அரங்குசொல்லி. “அதுவும் நானே. அறிவிலியே, ஒரு நாடகத்தில் அனைத்தும் அதன் ஆசிரியனே என்று அறியாதவனா நீ?” அரங்குசொல்லி “நீரா? கவிஞரே, இதெல்லாம் நீர்தானா?” என்றபடி உடல் நிமிர்த்தினான். “வேறு யாரென்று நினைத்தாய்? விண்ணுலகிலிருக்கும் தெய்வமா? அதுவே நாங்கள் எழுதிய ஒரு நாடகத்தின் கதைமானுடனல்லவா?” என்றது குரல்.

“அதுதானே பார்த்தேன்!” என்றபடி அரங்குசொல்லி நிமிர்ந்து அவையைப் பார்த்தான். “உண்மையை சொல்ல வேண்டுமென்றால் சற்று பயந்தேதான் விட்டேன். மேலே பட்டுநூலில் கட்டி தொங்கவிட்டிருக்கிறார்கள். இந்த ஆழியும் வெண்சங்கும் விண்ணெழுந்த பரம்பொருளின் கையில் இருப்பதாகச் சொல்லப்படுகிறது. அதை யார் பார்த்தார்கள் என்றால்...” என்று தயங்கி நெய்யில் அனல்பட்டதுபோல ஒலியெழுப்பிச் சிரித்து “யாரோ பார்த்ததாக, பராசரர் பார்த்ததாக, அவர் புராணத்தில் இருப்பதாக, கவிஞர்கள் சொன்னதாக, சூதர்கள் பாடியதாக, எனது தாத்தா சொன்னதாக எனது அன்னை என்னிடம் சொன்னார். எப்படியோ வந்து சேர்ந்துவிட்டது” என்றபின் நிமிர்ந்து பார்த்து “அதாவது நாராயணன் மண்நிகழ்ந்திருக்கிறான். குறைந்தது யாதவர்கள் அப்படி நம்புகிறார்கள். அவர்கள் வாழ்க!” என்றான்.

அவைக்கு அப்பால் குரவை ஒலிகளும் சிரிப்பொலிகளும் கேட்டன. அரங்குக்குள் நோக்கி “கவிஞரே, மறுபடியும் அரம்பையர், தேவகன்னியர் காமநீராட வருகிறார்களா என்ன?” என்றான் அரங்குசொல்லி. “இல்லை. இது வேறு. மறக்காமல் மேடையுரையை சொல்!” என்றான் கவிஞன். “வெறுமனே மேடைமொழியென்றால் என்ன பொருள்? யாராவது மேடைக்கு வந்தால்தானே அவர்களை நான் அறிமுகம் செய்ய முடியும்?” என்றான் அரங்குசொல்லி. அதற்குள் உள்ளிருந்து கவிஞன் மேடைக்கு பாய்ந்தோடி வந்தான். அவன் முகத்தில் பாதி தெரிந்தது. “இதென்ன பாதி முகமூடி?” என்றான் அரங்குசொல்லி.

“நாடகம் பாதியாகியிருக்கிறது. எனது முகம் இப்போதுதான் பாதியளவு உருப்பெற்றிருக்கிறது” என்ற கவிஞன். “இதோ, சொல்!” என்றபடி ஓர் ஓலையை கையில் கொடுத்தான். “நாடகம் நடக்கும்போதே அதை

எழுதுவது முறையல்ல...” என்றான் அரங்குசொல்லி. “பரம்பொருளே அதைத்தான் செய்கிறார்” என்றான் கவிஞன். “ஒரு பெரிய சிக்கல். இப்போது மேடைக்கு வரவேண்டியவர் மையநடிகர் சயனர். கண்ணனாக வரவேண்டிய அவர் கள்ளருந்தி படுத்துவிட்டார். ஆகவே நாடகத்தில் சிறிது மாற்றம்” என்றான் அரங்குசொல்லி. “இந்திரப்பிரஸ்தத்தின் அரசியா வருகிறாள்?” என்றவன் மேலே பார்த்துவிட்டு “ஆனால் ஆழியும் சங்கும் வந்துவிட்டதே” என்றான். கவிஞன் “ஆமாம், மறந்துவிட்டேன்” என்றபின் திரும்பி கைகாட்ட, அவை மேலேறிச்சென்று மறைந்தன.

அரங்குசொல்லி ஓலையை வாசித்துவிட்டு மேடையை நோக்கி “ஆகவே... என்ன நடக்கிறது என்றால், அங்கே இமயமலைச்சாரலில் அமைந்த ஐந்துநதிகள் தோள் தொடுத்தோடும் பாஞ்சாலப்பெருநாட்டில் துருபதமன்னனின் மகளாக அனலிடைப் பிறந்த திரௌபதி இப்போது தான் கனவில் கண்ட பெருநகரை மண்ணில் அமைப்பதற்காக இடம் தேடி படகில் சென்று கொண்டிருக்கிறாள்” என்றபின் கவிஞனை நோக்கி “படகிலா? இந்த மேடையிலா?” என்றான். “ஏன், சற்று முன்னால் இங்கு சுனை வரவில்லையா? ஏன் படகு வரமுடியாது? அதெல்லாம் அரங்கமைப்புச் சிற்பியரின் வேலை. எழுதுவது மட்டும்தான் என் பணி” என்றபின் கவிஞன் அந்தச் சுவடியைப் பிடுங்கிக்கொண்டு உள்ளே ஓடினான்.

அவையை நோக்கிய அரங்குசொல்லி “ஏதோ மேடைநுட்பம் செய்யப்போகிறார்களென்று எண்ணுகிறேன்” என்றபின் மேடையின் வலப்பக்க ஓரமாக ஒதுங்கினான். தொலைவில் கேட்டுக்கொண்டிருந்த சிரிப்பொலியும் நீரைத்துழாவும் ஒலியும் வலுத்தன. தக்கையால் செய்யப்பட்ட படகொன்றை இடையளவில் கட்டி நான்கு சூதர்கள் அது அலைகளில் எழுந்து அமைவதுபோல் எழுந்தமைந்து துடுப்பிடுவதுபோல நடனமிட்டு மேடைக்கு வந்தனர். அவர்களின் கால்களை மறைக்கும்படி நீலப்பட்டுத் திரை இருந்தது. அது அலைபோல் நான்கு பக்கமும் இழுக்கப்பட்டு காணாச்சரடுகளால் அசைக்கப்பட்டது.

குகர்கள் இருபுறமும் மாறிமாறி துடுப்பிட, படகுக்குள் ஐந்து சரடுகளாக கூந்தலைப்பகுத்து மணிமுடியணிந்து சரப்பொளிமாலையும் தோள்வளைகளும் பூண்டு அமர்ந்திருந்தாள் திரௌபதி. ஒருத்தி அவளுக்கு சாமரம் வீச, பிறிதொருத்தி அவளுக்கு தாம்பூலம் மடித்தளித்தாள். ஒற்றை உடலசைவென அவர்கள் அப்படகை மேடையிலேயே அலைமேல் ஆடிச் செல்லச் செய்தனர். அரங்குசொல்லி திகைப்புடன் “ஆ! மேடையிலேயே படகு!” என்று கூவினான். “விலகு! மறைக்காதே!” என்றான் படகோட்டி.

திரௌபதியை நோக்கி அவள் முன் அமர்ந்திருந்த அடைப்பக்காரி "இளவரசி, கங்கையின் இருகரைகளிலும் தேடிவிட்டோம். தாங்கள் விரும்புவது போன்ற நிலங்களே நூற்றுக்கு மேல் வந்துவிட்டன. அரிய நதிக்கரை கொண்டவை. கரையிலேயே குன்றெழுந்தவை. அணுக முடியாத காவல்காடுகள் கொண்டவை. எங்கு நாம் அமைக்கவிருக்கிறோம் அந்த நகரை?" என்றாள். "நாம் கண்ட அனைத்து இடங்களிலும் மாநகர்கள் அமையமுடியும். ஆனால் என் கனவில் நான் கண்ட அந்த நகரை அங்கெல்லாம் அமைக்கமுடியாது" என்றாள் திரௌபதி. "படகை யமுனைக்கரைக்கு செலுத்துக!" படகை சுக்கான்பற்றி திருப்பினர்.

"தாங்கள் எப்போதும் காணாத நகரென்ற ஒன்று எப்படி தங்கள் கனவில் வரமுடியும்?" என்றாள் சாமரம் வீசியவள். "நாம் காலத்தின் இக்கரையில் இருக்கிறோம் என்பதற்காக காலத்தின் அக்கரை அங்கு இல்லை என்று பொருளல்ல. அந்நகரம் அதற்குரிய நிலத்தில் அமைந்திருக்கிறது. இந்நதியைப்போல் காலம் நம்மை அலைகளிலே ஏற்றி இறக்கி அங்கே இட்டுச்சென்று கொண்டிருக்கிறது. அதை நாம் கண்டடைவதொன்றே எஞ்சியுள்ளது" என்றாள் திரௌபதி. அரங்குசொல்லி சிரித்து அவையினரிடம் "அரிய மேடைமொழி! அரசகுடியினருக்கும் அமைச்சர்களுக்கும் மட்டுமே இதெல்லாம் நாடகங்களில் எழுதி அளிக்கப்படுகிறது. நானெல்லாம் இதைச்சொன்னால் நீங்கள் சிரிப்பீர்கள்" என்றான்.

"யாரது சத்தம் போடுவது?" என்றான் படகோட்டி. அரங்குசொல்லி "நான் அரங்குசொல்லி" என்றான். "அரங்குசொல்லியா? எங்கிருக்கிறாய்?" என்றான் அவன். அரங்குசொல்லி "காலத்தின் இந்தக்கரையில். நீங்கள் வந்து சேர இன்னும் பல ஆண்டுகளாகும்" என்றான். "அதுவரை உன் வாயை மூடிக்கொண்டிரு. எதிர்காலத்தின் குரல் வந்து காதில் கேட்டால் எவரால் நிம்மதியாக காலத்தில் துடுப்புந்த முடியும்?" என்றான் படகோட்டி. "அத்துடன் எதிர்காலத்தை காதால் கேட்டபின் எவராவது எதையாவது கட்டுவார்களா என்ன?" அரங்குசொல்லி "ஆம், அது உண்மைதான்" என்றபின் தன் வாயை கைகளால் மூடினான்.

"அரசி, இந்தக்காடுகூட உகந்ததாகவே உள்ளது. இங்குள்ள மரங்கள் கோபுரங்கள் போல எழுந்திருக்கின்றன. மூன்று சிற்றாறுகளால் இது ஊடுருவப்பட்டுள்ளது. ஒருபோதும் இங்கு நீர்வளம் குறையப்போவதில்லை. இங்கொரு துறைமுகம் அமையுமென்றால் பாரதவர்ஷத்தின் பெருங்கலங்களேகூட இங்கு வந்து சேரமுடியும்" என்றாள் அடைப்பக்காரி. "ஆம், என்றோ இங்கொரு பெருநகரம் அமையவிருக்கிறது. ஆனால் அது இந்திரப்பிரஸ்தம் அல்ல" என்றாள் திரௌபதி. "தாங்கள் ஏன் காம்பில்யம்போல் நமது ஐங்குடிகளுக்குரிய

ஒரு நகரை அமைக்கக்கூடாது?" என்றாள் சாமரக்காரி. "இந்திரன் நமது தெய்வமல்ல. இந்திரனுக்கு நாமேன் நகரமைக்கவேண்டும்?"

"அது ஒரு கனவுநிமித்தம்" என்றாள் திரௌபதி. "கனவில் எழுந்தது ஒரு பொன்னிறப் பாம்பு. உருகிய பொன்ஓடை போல் என்னை அணுகி நீர்த்துளிபோல் என் சுட்டுவிரலைத் தொட்டது. குளிர்ந்த தளிர் என சுற்றி என்மேல் ஏறியது. அன்னையின் வருடல் போல், தந்தையின் அணைப்பு போல், பெருங்காதலின் தழுவல் போல் என்னை முற்றிலும் சுற்றிக்கொண்டது. என்முன் அதன் முழைத்தலை எழுந்தபோதுதான் அதன் பேருருவைக் கண்டேன். அதன் நீலமணிக்கண்கள் என் விழிகளுடன் ஒளிகோத்தன. அதன் மூச்சு என் முகத்தில் சீறியது. அதன் அனல் நா என் இதழ்களைத் தொட்டுச் சென்றது. அக்கனவில் பாம்பென என்னுள் வந்தவர் இந்திரன் என்றறிந்தேன்."

சிலகணங்களுக்குப்பின் அவள் நீள்மூச்சுவிட்டாள். "அன்று நான் மிகவும் சிறுமி. ஆனால் என் பெண்ணாழம் இந்திரனை அடையாளம் கண்டுகொண்டது. பெருவிழைவின் இறைவன், நிறைவு என ஒன்றிலாதவன். அவனே என் இறைவன். நான் விழைவது அவன் முடிசூடிக் குடிகொள்ளும் ஒரு பெருநகர். அது ஓர் அனல்துளி. பற்றி எரித்து இப்பாரதவர்ஷத்தை உண்டு மேலும் பசிகொண்டு விண்தொட்டு ஏறும் பெருவிழைவு அது." அடைப்பக்காரி "பேரவா என்பது பேரழிவுக்குச் செல்லும் பாதை என்றே நம் முன்னோர் கற்பித்திருக்கிறார்கள் அரசி" என்றாள். "அது எளிய மக்களுக்கு. இங்கே மண்நிகழ்ந்து, காலத்தைச் சமைத்து, கதைகளென எஞ்சி, விண் திகழப்போகும் என்னைப் போன்றவர்களுக்கு அல்ல" என்றாள் திரௌபதி.

"நான் அன்றிரவு இந்திரனின் அணைப்பில் என்னை யாரென்று அறிந்தேன். பாரதவர்ஷத்தின் சக்ரவர்த்தினி. பிறிதெவருமல்ல." இரு தோழியரும் அவள் விழிகளை நோக்கி சொல்லின்றி அமர்ந்திருந்தனர். அவள் திரும்பி "ஆ! அதோ அங்கே!" என்றாள். இருவரும் திரும்பி நோக்க, அவள் "தோரணவாயிலென விண்வில் வளைந்துள்ளது" என்றாள். "எங்கும் உச்சிவெயில் ஊன்றி நின்றிருக்க, அங்கு மட்டும் எப்படி எழுந்தது இந்திரவில்?" என்றாள் சாமரக்காரி. அடைப்பக்காரி "ஆம், அங்கு மட்டுமென ஒரு கார்முகில் நின்றிருக்கிறது. அதிலிருந்து வெள்ளி நூல்களென மழை அக்காடுமேல் இறங்கியிருக்கிறது" என்றாள்.

திரௌபதி "படகை அங்கு செலுத்துக!" என்றாள். "அங்கா? இளவரசி அங்கே நாம் செல்லலாகாது" என்று குகர்கள் அஞ்சிக்கூவினர். "அது எந்த இடம்?" என்றாள் திரௌபதி. படகை முன்னால் செலுத்திய குகன் திரும்பி, "இளவரசி, அதன் பெயர் காண்டவக்காடு. மானுடர்

அணுகவொண்ணா மாயநிலம் அது என்கிறார்கள். தலைமுறைகள் என எங்கள் குடிகள் எவரும் அக்கரையை அணுகியதில்லை” என்றான். “சரி, என் ஆணை இது! இப்போது அணுகுங்கள்!” என்றாள் திரௌபதி. தலைவணங்கி திரும்பி “இது இறப்புக்கான பாதை இளவரசி. ஆனால் தங்கள் ஆணையின்பொருட்டு அதைக் கடைபிடிக்கிறோம்” என்றான் குகன்.

யமுனையின் பெருக்கில் எழுந்தெழுந்து அசைந்து சென்றது படகு. “இளவரசி, இங்கு யமுனை சீற்றம்கொண்டு கொதித்து அமைகிறது. சீறி நெளியும் பல்லாயிரம் நாகங்கள்மேல் என செல்கிறது படகு. அக்காடருகே படகுகள் அணுக முடியாது” என்றான் முதுகுகன். “அணுகுக! நான் அங்கு சென்றாகவேண்டும்” என்றாள் திரௌபதி. “ஆம், அந்த இடம்தான் இந்திரன் எழவிருக்கும் இடம்... அதுதான்!” என்றபடி அவள் கைநீட்டினாள். எழுந்து நின்று “அதே இடம். நான் கனவில்கண்ட நிலம்...” என்றாள்.

“இளவரசி, அங்கு வாழ்பவை மாநாகங்கள். வடக்கே நாகபுரத்தில் முடிகொண்டு ஆண்ட தட்சநாகமான பிரபவர், குலத்துடன் எரித்தழிக்கப்பட்டபோது அவர் பல்லில் எஞ்சிய ஒருதுளி நஞ்சை ஒரு தர்ப்பை புல்நுனியில் தொட்டு எடுத்துக்கொண்டு இங்கு வந்தன அவர் குலத்து நாகங்கள் ஐந்து. அந்நஞ்சை இங்குள்ள அனைத்து உயிர்களுக்கும் அளித்து இங்கொரு நாகஉலகை அவை எழுப்பின. மானுட உருவெடுக்கத்தெரிந்த உரகங்களும் பன்னகங்களும் மண்ணை அடியிலும் மேலுமென நிறைத்து அங்கு வாழ்கின்றன” என்றான் முதுகுகன்.

“இளவரசி, அங்குள ஈக்களுக்கும், கொசுக்களுக்கும், அட்டைகளுக்கும் நஞ்சு உண்டு. வண்ணத்துப்பூச்சிகளும் வண்ணச்சிறகுக் கிளிகளும் சிட்டுகளும் மைனாக்களும் கூட நஞ்சு நிறைந்தவை. மண்ணை நிறைத்து நெளிகின்றன நச்சுநாகொண்ட புழுக்கள். அங்குள்ள வேர்களும், இலைகளும், கனிகளும், மலர்களின் தேனும் கூட நஞ்சே. தட்சர்களின் அழியா தொல்நஞ்சு ஊறிப்பரவிய பெருநிலம் அது” என்றான் இன்னொரு குகன். ஆனால் அவள் கண்கள் வெறிக்க கனவிலென “அந்நிலம்தான். பிறிதொன்றில்லை” என்றாள்.

“எண்ணித்துணியுங்கள் இளவரசி! இதுநாள்வரை இப்புவியில் எந்த மானுடனும் அக்காட்டை அணுகியதில்லை. அதை வெல்லும் ஆற்றலுள்ள எவரும் இன்று பாரதவர்ஷத்தில் இல்லை.” திரௌபதி அலைகளில் ஆடியபடி இடையில் கைவைத்து மேலாடை காற்றில் பறக்க குழல் அலைய காண்டவத்தை நோக்கி நின்றாள். அவள் முகத்தில் செந்நிறச் சூரிய ஒளி படிய, குருதிநீராடி நின்றிருக்கும்

கொற்றவை என தோன்றினாள். தொலைவில் என காண்டவம் தெரியத்தொடங்கியது. "பெருங்காடு!" என்று கைசுட்டிச் சொன்னான் குகன். "விண்தொட்டெழுந்த பசுமரங்களுக்கு மேல் துளியறாதிருக்கும் மழைமுகில் நீர்க்காடு. இந்திரன் வந்து தன் தேவியருடன் காதலாடி மீளும் களியாட்டக்காடு என்று அதைச் சொல்கிறார்கள்."

அவன் சுட்டிய மூலையில் பெரிய ஓவியத்திரைச்சீலை விரிந்து வந்தது. அதில் பச்சைப்பெருமரங்கள் மலரும் தளிரும் கொண்டு பொலிய, பறவைகள் செறிந்த காண்டவக்காட்டின் வண்ண ஓவியம் தெரிந்தது. அதன் மேல் மெல்லிய மின்னல்கள் துடிதுடித்தன. கரிய, பொன்னிற நாகப்பட்டுடல்கள் நிழல்கள்போல நெளிந்திறங்கி வளைந்தாடின. ஒன்று நூறெனப்பெருகி அவை பிறிதொரு காடாயின. "தட்சனின் காடு. மூன்று தெய்வங்களும் அஞ்சும் பிறிதொரு அரசு" என்றான் ஒரு குகன். "அந்நிலம்தான்... அதுவேதான். அங்கு எழும் இந்திரப்பிரஸ்தம். நான் அந்நகரைக் கண்டுவிட்டேன். காலடி எடுத்து வைத்து இக்காலத்திரையைக் கடக்கமுடிந்தால் அந்நகரில் சென்று அமைந்திருப்பேன்."

அவள் பரபரப்புடன் கூவினாள் "இதோ... இங்கு இந்திரகீலம்! இந்திரன் பெருஞ்சிலை அமைந்த நுழைவுப்பாதை! அதோ... அங்கே பன்னிரு கிளைகளாக விரிந்து நீருக்குள் நீண்டு நின்றிருக்கும் துறை மேடை அமைந்துள்ளது. அதோ... மாபெரும் சுழற்றலைகள் புகைச்சுருளென எழுகின்றன. நுரைப்பரப்பென எழுந்த நூறு நூறு மாளிகைகள்..." அவள் மூச்சு அலையடித்தது. வெறிகொண்டவள் போல நகைத்தாள். கைவீசிக் கூச்சலிட்டாள் "அதோ உச்சியில் இந்திரனின் பேராலயம்! பன்னிரு இதழடுக்குகள் எழுந்த பெருமலர். அதோ... என் நகர் மேல் எழுந்த ஏழுவண்ண இந்திரவில்! அதோ!"

படகை ஓட்டிய குகன் "இளவரசி, இதற்குமேல் செல்லவேண்டியதில்லை..." என்றான். "செல்க!" என்று திரௌபதி சொன்னாள். அவள் கண்கள் கனவிலென விழித்திருந்தன. "செல்க..." அவள் அவர்கள் இருப்பதை அறிந்ததாகவே தெரியவில்லை. குகன் சேடியரை நோக்கிவிட்டு துடுப்பிட்டான். அவன் உள்ளத்தின் தயக்கம் படகிலும் தெரிந்தது. நீரின் ஓசை மட்டும் ஒலித்தது. நீர் நூறாயிரம் விழிகளாக ஆகி அவர்களைக் கண்காணித்தது. சேடிகள் ஒருவரையொருவர் தழுவிக்கொண்டு உடல் ஒடுக்கி அமர்ந்திருந்தனர்.

படகு அணுகியபோது தொலைவில் பசுங்காட்டின் மேல் ஒரு நாகத்தலை எழுந்து அவர்களை நோக்கியது. "இளவரசி!" என குகன் அழைத்தான். அவன் குரல் நடுங்கியது. "செல்க!" என்றாள் திரௌபதி. கொம்புபோல ஓர் ஓசை எழுந்தது. "அது நாகங்களின் ஓசை. அங்குள்ள நாகங்கள்

ஓசையிடுபவை” என்றான் குகன். திரௌபதி செல் என கைகாட்டினாள். மேலும் மேலுமென ஓசைகள் வலுத்தன. சட்டென்று அவர்கள் அருகே நீருக்கு மேல் ஒரு நாகத்தலை எழுந்து நீர் சீறியது. குகர்கள் அலற சேடியர் அணைத்துக்கொண்டு பதுங்கினர்.

திரௌபதி அவற்றை அஞ்சவில்லை. செல்க என்று கையசைத்தாள். மேலும் ஒரு நாகம் எழுந்து மூழ்கியது. மேலும் மேலும் என நாகங்கள் எழுந்து எழுந்து விழுந்தன. பின்னர் அலைபுரளும் கருநாக உடல்களால் ஆன பரப்பாக நீர் மாறியது. காட்டின் மேல் பலநூறு நாக உடல்கள் எழுந்தன. நாகங்கள் அங்கிருந்து கரிய அம்புகள் போல பறந்து வந்து அவர்களைச் சுற்றி நீரில் விழுந்தன. வானும் நாகங்களால் நிறைந்தது.

யானையின் துதிக்கைபோல ஒரு நாகம் எழுந்து வந்து திரௌபதியின் அருகே நின்றிருந்த சேடியை அள்ளித்தூக்கிக் கொண்டுசென்று நீருக்குள் மறைந்தது. அவள் அலறல் நீரில் கொப்புளங்களாக மாறி மறைய, இன்னொருத்தி படகுடன் ஒட்டிக்கொண்டாள். எழுந்து வந்த பிறிதொரு நாகம் அவளைச் சுற்றி சுழற்றித்தூக்கிக் காற்றில் வீசியது. அவள் அலறியபடி நீரில் விழ, ஐந்து நாகங்கள் மீன்களைப்போல வாய்திறந்து எழுந்து கவ்விக்கொண்டன. அவள் குருதிசீற நீருக்குள் விழுந்து மறைந்தாள். அவளுடைய இறுதிக் கையசைவுகள் மட்டும் எஞ்சின.

“இளவரசி… வேண்டாம்… நாம் அணுக முடியாது” என்றான் குகன். அவள் காலை ஒரு நாகம் சுற்றிக்கொள்ள, கண்ணசைவுக்கணத்தில் வாளை உருவி அதை வெட்டி வீழ்த்தினாள். உருவிய வாளில் குருதி தெறிக்க “செல்க!” என்றாள். பின்னால் அமர்ந்திருந்த குகனை இருநாகங்கள் கவ்வி இருபக்கமாக இழுத்தன. அவன் அலறித் துடிக்க அவன் கையுடன் ஒரு நாகம் நீரில் மூழ்கியது. கையில்லாமல் அவன் படகினுள் ஓட இன்னொரு நாகம் அவனைத் தூக்கியபடி பாய்ந்து நீரில் விழுந்தது. திரௌபதி தன்னை நோக்கிப்பாய்ந்த ஒரு நாகத்தை வெட்டி வீழ்த்தியபடி “செல்க!” என்றாள்.

“இளவரசி, நானும் விழுந்துவிட்டால் அதன்பின் நீங்கள் இங்கிருந்து செல்லவே முடியாது… வேண்டாம்” என்றான் எஞ்சிய குகன். “செல்க!” என்றாள். அவள் வாள் சுழல நாகங்கள் வெட்டுப்பட்டு விழுந்தபடியே இருந்தன. அவள் உடலே குருதியால் மூடப்பட்டது. நீருக்குள் எழுந்த மானுடத்தலைகொண்ட நாகம் “இவள் யார்? தெய்வங்களே இவள் யார்?” என்று கூவியது. ஒரு பறக்கும் நாகம் இறுதி குகனை கவ்வி தூக்கிக்கொண்டு சென்றது. அவன் “இளவரசி…” என அலறியபடி எழுந்து வானில் மறைந்தான்.

திரௌபதியின் வாள் சுழல, அலறிய நாகன் வெட்டுண்டு விழுந்தான். “இவள் கொற்றவை! குருதிகொள் கொலைத்தெய்வம்!” என்று அலறினான் ஒருவன். பிறிதொருவன் “கலையமர்ச்செல்வி! இளம்பிறைசூடி!” என்றான். இன்னொருவன் “கொடுந்தொழில் காளி! கொலையாடும் பிச்சி” என்றான். “விலகுங்கள் தோழர்களே! இவள் நம் குலமறுத்து கூத்தாட வந்துள்ள கூளி! குருதிபலிகொண்டாடும் கூத்தி!” என்று ஒரு நாகன் அலறினான்.

அவள் வாளைத்தூக்கி இரு கைகளையும் விரித்து நின்றாள். மேலே இருந்து சங்கும் சக்கரமும் இறங்கி வானில் நின்றன. “ஆழியும் சங்கும்! இவள் நாராயணி! அலகிலா அளிநிறை அன்னை!” என்றான் ஒருவன். ‘ஆம்! ஆம்! ஆம்!’ என சங்குகள் முழங்கின. அந்தி ஒளிபோல அரங்கு சிவந்தது. அவள் உருவிய வாளுடன் சுடரென உடல் படகுநிலையில் நின்று தழைய, சென்றுகொண்டே இருந்தாள்.

5

அரங்கினுள் நிறைந்த இருளுக்குள் ஆடியால் எதிரொளிக்கப்பட்ட ஒளிவட்டம் தேடி அலைந்தது. அரங்குசொல்லியைக் கண்டுகொண்டது. அவன் தலைப்பாகையைச் சுருட்டி முகத்தை மறைத்து குந்தி உடல்குறுக்கி அமர்ந்திருந்தான். "என்ன செய்கிறாய்?" என்றது குரல். "நாடகம் முடிந்துவிட்டதல்லவா? அப்பாடா" என்று அவன் கையூன்றி எழுந்தான். "மூடா, இப்போதுதானே தொடங்கியிருக்கிறது. உன் மேடையுரையை மறந்துவிட்டாயா?" என்றது குரல். "ஆம், ஆனால் நினைவுவந்தால் ஒருவழியாகச் சொல்லிவிடுவேன்" என அவன் தடுமாறி தலைப்பாகையை சீரமைத்து மேடைநடுவே வந்தான். ஒளி விரிந்தது.

"அதாவது, இங்கே காண்டவவிலாசம் என்னும் அங்கதநாடகம் தொடங்கவிருக்கிறது" என்றபின் திரும்பி "அப்படியென்றால் இதுவரை நடந்தது என்ன?" என்றான். "அதுவும் காண்டவவிலாசம்தான்" என்றது குரல். "அப்படியென்றால் இது?" என்றான். "இதுவும் அதுவே" என்றது குரல். தலைசொறிந்து அரங்குசொல்லி "ஒன்றும் புரியவில்லை... சரி, எனக்கென்ன?" என்று மேலே பார்த்தான். அங்கே வெண்முகில் நின்றிருந்தது. அரங்குசொல்லி அதைச்சுட்டி அவைநோக்கி "உண்மையில் மேடைக்கு நடிகர்கள் அங்கிருந்துதான் வருகிறார்கள். இங்கே உள்ளவை அவர்களின் பகடைக்கருக்கள்..." என்றான்.

பின்னால் ஒரு குரல் "ஆம்! ஆம்!ஆம்!" என்றது. "இதைமட்டும் சரியாகக் கேட்டு ஒப்புக்கொள்ளுங்கள். நெஞ்சுடைந்து கதறி அழுதால் மறுமொழியே இருக்காது" என்றபின் சிரித்து "கைத்தவறுதலாக சங்குசக்கரத்தை இறக்கிவிட்டு எப்படி அதை உணர்ச்சிக்கொந்தளிப்பாக ஆக்கிக்கொண்டார்கள் பார்த்தீர்கள் அல்லவா? திறமையான

நாடகக்காரர்கள் இவர்கள். நானே சற்று பார்த்து மேடையில் நிற்கவில்லை என்றால் என் கையிலேயே அந்த சங்குசக்கரத்தைத் தந்துவிடுவார்கள்...” என்றபின் முகத்தை இறுக்கி “ஆகவே இங்கே இந்திரபுரியின் அவைக்கவிஞர் சூக்தர் இயற்றிய பிரஹசனம் நிகழவிருக்கிறது... இதை...”

ஊடே மறித்த கவிஞன் குரல் “அறிவிலியே,நாடகம் நடந்துகொண்டிருக்கிறது” என்றது. “எந்த நாடகம்?” என்று அரங்குசொல்லி குழப்பமாகக் கேட்டான். “போடா” என்று கவிஞன் குரல் சீறியது. எல்லா விளக்குகளும் அணைந்தன. “ஆ! இருட்டு” என்றது அரங்குசொல்லியின் குரல். “ஆ!” என்றது இன்னொரு குரல். “காலை மிதிக்கிறாயா? கண்ணில்லையா உனக்கு?” அரங்குசொல்லி “யார்? பாதாளநாகமா?” என்றான். “அறிவிலி, நான் அரங்க அமைப்பாளன்...” என்றது குரல். “இங்கே ஒளிந்து நின்று இந்த அரங்கை ஆட்டுவிக்கிறேன்.” அரங்குசொல்லி “உங்கள் பெயர் என்ன?” என்றான். “போடா” என்றது குரல். “இவ்வளவு எளிதாக காலில் இடறும்படியா இருப்பான் அரங்கமைப்பாளன்?” என்றான் அரங்குசொல்லி. “வாயைமூடு, நாடகம் தொடங்கிவிட்டது.”

இருளுக்குள் யாழ் ஒன்று மெல்ல துடித்துக்கொண்டிருக்க, அனைவரையும் அதிரச்செய்தபடி இடியோசை ஒன்று எழுந்தது. மின்னல்கள் அரங்கை காட்சிகளாக சிதறடித்தன. அரங்குசொல்லி அஞ்சி பின்னால் சென்று மண்டியிட்டமர்ந்து “இப்போது என்ன? மறுபடியுமா?” என்றான். பெருஞ் சங்க ஓசை எழுந்து அடங்கியது. “நானே கடல்! நானே அலைகளென எழுபவன்” என்று குரல் எழுந்தது. அரங்குசொல்லி “அதே சொற்கள்... இன்னொருவர்” என்று கூவினான். மேலே பட்டுத்திரையாலான வெண்முகில் ஒளிகொண்டது. வானில் இருந்து சங்கும் சக்கரமும் இறங்கி வந்தன. அரங்குசொல்லி தலையை சொறிந்தபடி “இதையேதானே சற்றுமுன்பு பார்த்தோம்? மறுபடியும் இன்னொரு அரசி வரப்போகிறாளா என்ன?” என்றான்.

பார்வையாளர் பக்கம் கூத்தரங்கில் இருந்த ஒரு சூதர் “என்ன நடக்கிறது?” என்று கூவினார். அரங்குசொல்லி அவரைப்பார்த்து “பதற்றம் வேண்டாம். நாடகம் நடைபெறும். இப்போது ஏதோ சிறிய சிக்கல் நிகழ்ந்துள்ளது. என்னவென்று பார்க்கிறேன்” என்றபின் “யாரங்கே?” என்றான். “இங்கே யாருமில்லை” என்று ஒரு குரல் எழுந்தது. “நாடகத்துக்குப் பின்னால் அதை எழுதியவன் இருந்தாகவேண்டும் மூடா” என்றான் அரங்குசொல்லி. “இப்போதுதான் கொஞ்சம் கொஞ்சமாக அவனை உருவாக்கி வைத்திருக்கிறோம். ஏனென்றால் இந்த வகையான அங்கத நாடகங்களுக்கு இருக்கும் ஒரே மையமும் ஒழுங்கும் ஆசிரியன் என்பவன் மட்டும்தான்.”

குரல் சிரித்து "ஆம், உண்மை" என்றது. "ஆனால் இங்கே அவர் இருக்கமுடியாது. ஏனென்றால் அணியறைக்குள் இங்கே வேறு ஒரு நாடகம் ஓடிக்கொண்டிருக்கிறது. அரங்க அமைப்பாளர்கள் எஞ்சிய கூலிக்காக பூசலிடுகிறார்கள். ஆகவே அவர் அங்கே நாடகத்துக்குள்தான் இருக்கிறார்." அரங்குசொல்லி திகைத்து "எங்கே?" என நான்குபக்கமும் நோக்கினான். "எங்கே?" என்றான். உரக்க "ஐயன்மீர், இந்த நாடகக்கந்தலுக்கு ஆசிரியன் என்று எவரேனும் இருக்கிறீர்களா? இருந்தால் உடனே மேடைக்கு வருக!" என்றான். சுற்றுமுற்றும் நோக்க, அவன் பின்னால் நிழலில் இருந்து ஒரு தலை கிளம்பி அவன் தோளில் அமர்ந்தது. "ஆ, எனக்கு இன்னொரு தலை!" என அரங்குசொல்லி கூவினான்.

திகைத்தவன் போல நான்கு பக்கமும் பார்த்தபடி கவிஞன் முன்னால் வந்தான். "நான்தான்" என்றான். அவன் ஒரு கண்ணை மட்டும் முகத்திரை மறைத்திருந்தது. அவன் "சற்று பொறுங்கள். மொத்தத்தில் அரங்க அமைப்பாளர்கள் குழப்பிவிட்டார்கள்" என்றான். "என்ன நடக்கிறது? உண்மையில் நாராயணன் அரங்கு அமைவதற்குண்டான இசை மற்றும் அமைப்புகள் இவை. ஆனால் பாஞ்சாலத்து அரசிக்கு அவை அளிக்கப்பட்டுவிட்டன. அதை ஒருவகையில் சீரமைத்து கடந்து வந்துவிட்டோம். மீண்டும் அவ்விசையே ஒலிக்கையில் புதுமையாக இல்லை. மேலும் இங்கிருப்போர் அனைவரும் அதைக்கேட்டு மண்ணுலகைக் காக்க வந்த பரம்பொருள் அவள்தான் என்று எண்ணிவிடப் போகிறார்கள்" என்றான்.

"அவள் மண்ணுலகை அழிக்க வந்த பரம்பொருள் என்று எடுத்துக் கொள்ள வேண்டியதுதான்" என்றான் அரங்குசொல்லி. "இல்லை, அதெப்படி? அவள் படியளக்கும் அரசி" என்றான் கவிஞன். "சரி அப்படியென்றால் இவர் மண்ணுலகை அழிக்கவந்தவர். இப்போது என்ன குறைந்துவிடப்போகிறது? இது எல்லாம் அங்கத நாடகம்தானே? ஓர் அங்கத நாடகத்தில் அதன் அனைத்துப் பிழைகளும் அங்கதமாகவே கொள்ளப்படவேண்டும்" என்றான் அரங்குசொல்லி. "ஆம், ஆனால் அழிக்கவந்த பரம்பொருள் உண்மையில் யார்?" என்றான் கவிஞன். "எனக்கே குழப்பமாக இருக்கிறது"

"ஆக்கமும் அழிவும் ஒன்றன் இரு பக்கங்களே" என அரங்குசொல்லி கைதூக்கி ஓங்கிச்சொன்னான். சங்குகள் முழங்கின. "அப்படி சொல்லிவைப்போம்... அதையும் பராசரர் எங்காவது சொல்லாமலா இருப்பார்?" சற்று ஆறுதல் கொண்ட கவிஞன் "அப்படி சொல்லவருகிறீர்களோ?" என்றான். "அதுதான் உண்மை" என்றான் அரங்குசொல்லி. நெடுமூச்சுடன் "ஆம்" என்றபின் கவிஞன் இரு கைகளையும் அசைத்து "ஆகவே அவையோரே, இதுவும் ஒருவகை அங்கதம். இப்போது நாடகம் தொடர்ந்து நடைபெறும்" என்றபின் திரும்பி மேடைக்குப்பின்னால் ஓடினான்.

அரங்குசொல்லி அவை நோக்கி சிரித்து “எல்லாவற்றையும் கடந்து செல்ல வேண்டியதுதான்” என்றபின் “நாடகம் நடக்கட்டும்” என்று அரங்குக்கு பின்னால் கைகாட்டினான். மீண்டும் பெருமுரசொலிகளும் மங்கலப்பேரிசையும் எழுந்தன. மின்னல்கள் எழுந்து அரங்கை அறைந்து கிழித்து சுழன்றாடின. அனைத்தும் அடங்க, ஒற்றைச்சங்கு எழுந்து ஒலிக்க, “இதோ மண்நிகழ்ந்திருக்கிறேன். மறம்வென்று அறம்நாட்ட! ஓம்! ஓம்! ஓம்!” என்று பெருங்குரல் ஒலித்து ஓய்ந்தது. மேடைக்கு அப்பால் இருந்து முகத்திரை ஏதும் அணியாத கவிஞன் புன்னகைத்துக்கொண்டு வந்து அரங்கின் மையத்தில் மேலிருந்து விழுந்த ஆடி ஒளியின் வட்டத்தில் நின்று அரங்கின் இரு பக்கங்களையும் நோக்கி கைகூப்பினான். “யார் நீர்?” என்ற பின் உற்று நோக்கி “அய்யா, நீர் கவிஞர் அல்லவா?” என்றான் அரங்குசொல்லி. “ஆம், நான் கவிஞனேதான்” என்றான் அவன்.

“அட, உமக்கா இவ்வளவு ஓசையும் வரவேற்பும்?” என்று அரங்குசொல்லி வியந்தான். “நானேதான். நான் எழுதும் நாடகத்தில்கூட எனக்கு இதையெல்லாம் நான் அமைத்துக்கொள்ளக்கூடாதா என்ன? நாடகத்திற்கு வெளியே யார் என்னை மதிக்கிறார்கள்? நேற்றுகூட கலையமைச்சின் சொல்நாயகம் என்னை நோக்கி நாயே என்று சொல்லி...” என அவன் பேசிச்செல்ல அரங்குசொல்லி கைகாட்டித் தடுத்து “அதை விடும். அதை நாம் இன்னொரு அங்கதநாடகமாக எழுதி நடிப்போம். இந்த நாடகத்திற்குள் உமக்கு என்ன சொல்ல இருக்கிறது? அதைச் சொல்லும்” என்றான்.

கவிஞன் “இந்த நாடகத்தில் நான் இவ்வாறாக எழுந்தருளியிருக்கிறேன். இந்நாடகத்தை எழுதியவன் நான். இதில் நடிப்பவன் நான். அரங்கின் முன்னால் அமர்ந்திருந்து இதை நானே பார்த்துக்கொண்டும் இருக்கிறேன்” என்றபின் திரும்பிப் பார்க்க, பின்னால் ஒரு சூதன் தோல்மூட்டை ஒன்றைக் கொண்டுவைத்து அதை அவிழ்த்தான். கவிஞன் அதிலிருந்து மஞ்சள் ஆடையொன்றை எடுத்து இடையில் சுற்றிக்கட்டி, மேலே செம்பட்டுக் கச்சையை இறுக்கினான்.

“அணியறையில் இதையெல்லாம் செய்வதுதானே?” என்றான் அரங்குசொல்லி. “அங்கே நேரமில்லை எனக்கு... நானே எதையெல்லாம் செய்வது? இதை நடிக்கவேண்டியவர் சயனர். அவர் பனைப்பால் அருந்தி மல்லாந்து படுத்துத் துயில்கிறார். பக்கத்தில் அவர் விறலி வேறு அமர்ந்து துயில்கிறாள். இருவரையும் எழுப்பிப்பார்த்தேன், முடியவில்லை. நானே வந்துவிட்டேன்.” பிறிதொரு சூதன் ஓடிவந்து தன் மூட்டையிலிருந்து இளநீலவண்ணத் தலைப்பாகை ஒன்றை எடுத்து அளிக்க, அதை தலைமேல் வைத்தான் கவிஞன். சூதன் அளித்த மயிலிறகை அதில் செருகினான். அவன் கழுத்தில் ஒரு மலர்மாலையை முதல் சூதன்

அணிவித்தான். பிறிதொருவன் வேய்ங்குழலை அவன் இடைக்கச்சையில் செருகினான்.

“அப்படியென்றால் இந்த நாடகத்தில் நீர் நாராயணனாக வருகிறீர் அல்லவா?” என்றான் அரங்குசொல்லி. கவிஞன் குழம்பி “இல்லையே, நான் யாதவநாராயணனாக அல்லவா வருகிறேன்?” என்றான். “அப்படியென்றால்...?” என்றான் அரங்குசொல்லி. “யாதவரால் நாராயணனென்றும் பிறரால் யாதவரென்றும் அழைக்கப்படும் ஒருவன்” என்றான் கவிஞன். அரங்குசொல்லி சிரித்து “நன்று, நன்று. ஒன்று பலவாகி பலவும் ஒன்றாகி நின்றாடும் ஒரு நாடகம்” என்றான். கவிஞன் திகைத்து “இந்த மேடைமொழியை நான் எழுதவில்லையே?” என்றான். “ஏதோ தோன்றியது, சொன்னேன். நன்றாக உள்ளதல்லவா?” என்றான் அரங்குசொல்லி. “நன்று. ஆனால் இதையெல்லாம் அரங்குசொல்லி சொன்னால், நான் கதைமையன் எதைஉ சொல்வேன்?” என்றான் கவிஞன். “இந்த நாடகம் நானே எழுதி, நானே நடித்து, நானே பார்ப்பது. இங்கே அனைத்தும் நானே.”

கவிஞன் நிமிர்ந்து தருக்கி கைதூக்கி “வானவர்களில் நான் இந்திரன். ஆதித்யர்களில் நான் விஷ்ணு, உருத்திரர்களில் நான் நீலலோகிதன்” என்றான். அரங்குசொல்லி கைநீட்டி சொல்ல முயல, அவனைக் கையால் தடுத்து “பிரம்ம ரிஷிகளுள் நான் பிருகு. ராஜரிஷிகளில் மனு. தேவரிஷிகளில் நாரதர். பசுக்களில் காமதேனு” என்றான். அரங்குசொல்லி ஆர்வமாக “காளைகளில்?” என்றான். “பேசாதே, எனக்கு உரை மறந்துபோகும்” என்ற கவிஞன் “சித்தர்களில் நான் கபிலர். பறவைகளில் கருடன். பிரஜாபதிகளில் தட்சன். பித்ருக்களில் நான் அர்யமா” என்று சொல்லி மூச்சிரைத்தான்.

“அரங்குசொல்லிகளில்?” என்றான் அரங்குசொல்லி. அவனைக் கையால் விலக்கி “அசுரர்களில் நான் பிரகலாதன். நட்சத்திரங்களில் சந்திரன். செல்வத்துக்கு அதிபதியான குபேரனும் நானே” என்றான். “இதில் யாரை உமது மனைவியர் தேர்ந்தெடுக்கிறார்கள்?” என்றான் அரங்குசொல்லி. “நானே பிரம்மா! நானே விஷ்ணு! நானே சிவன்!” எரிச்சலுடன் அரங்குசொல்லி “அப்படியென்றால் அரங்குசொல்லியாகவும் நீரே நடியும்...” என்றான். “அதுவும் நானே” என்றான் கவிஞன்.

ஆடையணிவித்த சூதர்கள் தலைவணங்கி விலக, கவிஞன் இரு கைகளையும் விரித்து “ஆகவே, நான் இவ்வாறாக இங்கு வருகை தந்துள்ளேன். நான் எழுதிய நாடகத்துக்குள் நானே வந்து நிற்கும்போது அனைத்தும் மிக எளிதாக உள்ளன. என்னால் புரிந்து கொள்ளமுடியாதது ஏதும் இங்கு நிகழமுடியாது. அவ்வண்ணம் ஏதேனும் நிகழுமென்றால் அவற்றைப்

புரிந்துகொள்ளும் விதமாக மாற்றுவதும் எனக்கு எளிதே. ஆகவேதான் எனது நாடகத்துக்குள் அன்றி வேறெங்கும் பிறவி கொள்ளலாகாது என்பதை ஒரு நெறியாக வைத்திருக்கிறேன்" என்றான். அரங்குசொல்லி "தனியாக வந்திருக்கிறீர்?" என்றான். கவிஞன் "ஆம், அப்படித்தானே அங்கிருந்து கிளம்பினேன்?" என்றான்.

"நீங்கள் நாராயணன். நாடகக்கதைப்படி நீங்கள் நரநாராயணர்களாக இங்கு வரவேண்டும்" என்றான் அரங்குசொல்லி. கவிஞன் குழம்பி மயிலிறகை எடுத்துத் தலைசொறிந்து "சரிதான்… எங்கோ ஒரு தவறு நிகழ்ந்துவிட்டது" என்றபின் சுற்றுமுற்றும் பார்த்தான். "நடிகர்களும் இல்லையே? எல்லாரும் மாற்றுருக் கலைத்து நிழல்களாக ஆகிவிட்டார்களே?" சட்டென்று திரும்பி "இதோ என் நிழல் நீண்டு விழுந்து கிடக்கிறதே. இதையே நரனாக வைத்துக்கொண்டால் என்ன?" என்றான்.

அரங்குசொல்லி நிழலைப்பார்த்து "ஆம், அதுவும் உங்களைப்போல மிகச்சரியாக நடிக்கிறது. அதையே வைத்துக்கொள்வோம்" என்றான். கவிஞன் "ஆனால்…" என்று சிந்தித்து மேலே நோக்கி "ஆனால் அது மேடையுரைகளை சொல்லாதே?" என்றான். அரங்குசொல்லி "அது என்ன அப்படி பெரிதாக சொல்லிவிடப்போகிறது? நீங்கள் கூறவிருக்கும் நீண்ட மறுமொழிக்கேற்ப வினாக்களைத் தொடுத்து நடுநடுவே தலையாட்டுவதற்காகத்தானே அது மண்நிகழ்ந்துள்ளது?" என்றான்.

கவிஞன் "ஆம், அதுவும் சரிதான். அதுவாக அமைந்து நான் ஐயம்கொள்ள முடியும். துயருற முடியும். சினந்து எழவும் சோர்ந்து அமையவும் முடியும். அது ஒரு நல்வாய்ப்பு" என்றான். அரங்குசொல்லி "நிழல் நன்று. ஆனால் நிழலுக்கு ஓர் இழிகுணம் உண்டு. நம்மைவிட பெரிதாக பேருருக்கொள்ளும் வாய்ப்பு அதற்குண்டு என்பதனால் அது தருக்கி எழக்கூடும்" என்றான். கவிஞன் மீண்டும் மயிலிறகை எடுத்து காதைக் குடைந்தபடி "என்ன செய்வது?" என்றான். விண்ணை நோக்கி கன்னத்தில் கைவைத்து மேலும் கூர்ந்து எண்ணி "நீர் சொல்வது உண்மை. இந்த நாடகம் என்னுடையது. என்னைவிட பெரிதாக ஒன்று இருக்குமென்றால் நானே சமயங்களில் குழம்பிவிட வாய்ப்புள்ளது" என்றபின் "சரி, என் மாயத்தால் என் நிழலை ஒரு மானுடனாக ஆக்கிக் கொள்கிறேன்" என்று நிழலை நோக்கி கைகளைச் சுழற்றினான்.

"ஆ!" என்றபடி அந்நிழலிலிருந்து வணங்கியபடி ஒரு சூதன் எழுந்து வந்தான். மணிமுடியும் சரப்பொளி மாலையும் அணிந்திருந்தான். "என்ன? என்ன?" என்றான் அரங்குசொல்லி. "நீ யார்? என் ஆடிக்குள் நீ எப்படி வந்தாய்?" என்றான் சூதன். "முதலில் நீ யார்?" என்றான் அரங்குசொல்லி. "நான் என் ஆடிப்பாவையைக் கூர்ந்து நோக்கிக்கொண்டிருந்தேன்.

கண்மயங்கி தள்ளாடி ஆடியில் விழுந்து உள்ளே வந்துவிட்டேன். இது என் ஆடிப்பாவை" என்று கவிஞனை சுட்டிக்காட்டியபின் "நீ யார்?" என்றான். அரங்குசொல்லி சிரித்து "நானும் அந்த ஆடிப்பாவையின் இன்னொரு வடிவம். ஓரமாக ஒரு கீறல் இருந்தது. நீர் நோக்கவில்லை" என்றான். "அப்படியா?" என்றான் சூதன். "நான் இனி என்ன செய்யவேண்டும்?" கவிஞன் "நீர் இந்த நாடகத்திற்குள் வந்துவிட்டீர். நடிப்போம்" என்றான்.

அரங்குசொல்லி கைகளைத் தட்டி அரங்கை நோக்கி "இவர் பெயர் பார்த்தன். அஸ்தினபுரியை ஆண்ட யயாதியின், ஹஸ்தியின், குருவின், ஆளமுயற்சி செய்த விசித்திரவீரியரின், ஆளநேர்ந்த பாண்டுவின், ஆளமுடியாத திருதராஷ்டிரரின் வழிவந்தவர். அவர் எவருடைய மைந்தர் என்பதை நூல்கள் சொல்கின்றன. நூல்களில் உள்ளவற்றைத்தான் பேரரசி குந்தியும் சொல்கிறார். ஆகவே அதை நானும் சொல்கிறேன்." சூதன் தலைவணங்கினான். "இவரும் இளையயாதவரும் பிரிக்க முடியாதவர்கள். வினாவும் விடையின்மையும் போல, செயலும் வெறுமையும் போல, அல்லது நூல்களும் அறியாமையும்போல." சிரித்து "அல்லது அறிவும் ஆணவமும் போல" என்றான் அரங்குசொல்லி.

"மூடா, இப்படியே சொல்லிக்கொண்டே போகலாம். அதற்காகவா இங்கு வந்தோம்? இங்கொரு நாடகம் நிகழ்கிறது. அதைத் தொடங்குவோம்" என்றபின் விலகிச் செல் என்று கைகாட்டினான் கவிஞன். அரங்குசொல்லி அவையை நோக்கிக் கைகூப்பி "ஆகவே, இதோ நமது நாடகத்தில் நரநாராயணர்கள் நிகழ்ந்திருக்கிறார்கள். அவர்கள் வாழ்க!" என்றான். முரசுகள் முழங்கின. கொம்புகள் பிளிறி அடங்கக் காத்து நின்றபின் "ஆகவே, நமது அங்கதநாடகத்தின் அமைப்பு அவையினருக்கு சற்று தெளிவுபட்டிருக்கும் என்று நம்புகிறேன். அதாவது இன்னமும் துயிலாமல் விழித்திருப்பவர்களுக்கு. துயின்று கொண்டிருப்பவர்களுக்கு பின்னர் நீங்கள் சொல்லி விளங்க வையுங்கள்" என்றான்.

முரசுகள் முழங்கின. அரங்குசொல்லி இளையயாதவனிடம் "அரசே, பீலிமுடியும் வேய்ங்குழலும் பீதாம்பரமும் பெருங்கருணைப் புன்னகையும் சூடி, அருள்மொழிச் சங்கும் ஆழியும் ஏந்தி, தாங்கள் எந்தப் போர்க்களத்திற்குச் செல்கிறீர்கள் என்று சொல்லமுடியுமா?" என்றான். ஐயத்துடன் "சற்றுமுன் நீ யாரிடம் பேசிக்கொண்டிருந்தாய்?" என்றான் இளையயாதவன். "நான் அவையிடம் பேசிக் கொண்டிருந்தேன்" என்றான். சுற்றுமுற்றும் நோக்கி "அவை என்றால்..." என்றான் அவன். "வரலாற்றிடம், எதிர்காலத்திடம். வாழையடி வாழையாக பரிசில் நாடி வந்துகொண்டிருக்கும் காவியஆசிரியர்களிடம். அவற்றை வாசித்து பொருளறியா பேருணர்வை அடையப்போகும் தலைமுறைகளிடம்.

வால்தலை மாற்றிச்சொல்லப்போகும் கதைசொல்லிகளிடம். பிழைதேரப்போகும் புலவர்களிடம்."

இளையயாதவன் திகைத்து "நாங்கள் இங்கு நின்றிருப்பதையா சொல்லிக் கொண்டிருந்தாய்?" என்றான். "அரசே தாங்கள் யார்? மண்நிகழ்ந்த விண்ணளந்தவன். அருகிருப்பவரோ தங்கள் அடியளந்து தொடரும் தோழர். நீங்கள் நிற்பது என்ன, நடப்பதும் அமர்வதும் உண்பதும் உறங்குவதும் வரலாறல்லவா? உரைக்கும் சொல்லனைத்துமே மெய்யறிதல் அல்லவா? ஏன் கொட்டாவியும்..." இளையயாதவன் "போதும்" என்றபின் முகம் மலர்ந்து "நன்று! மகிழ்ந்தேன்" என்றான். "உரையளிக்கத் தோதான சொற்களைச் சொல்பவரே அறிஞர் எனப்படுகிறார்கள். நீங்கள் பேரறிஞர்!" இளையயாதவன் "வாழ்க" என்று சொல்லி திரும்பினான்.

"தாங்கள் எங்கு செல்கிறீர்கள் என்று சொல்லவில்லை" என்றான் அரங்குசொல்லி. "இங்கே அஸ்தினபுரியின் அரண்மனையில்தான் சிலமாதங்களாக இருக்கிறேன். கோடையில் அங்கே துவாரகையில் வெயில் எரிகிறது. மெய்மைசால் சொற்களுக்கு மாறாக வசைகளே வாயில் எழுகின்றன. அவற்றையும் சூதர்கள் நூல்களாக எழுதி அறிஞர்கள் வேதாந்த விளக்கம் அளிக்கிறார்கள். ஆகவே இங்கே வந்தேன். இங்கும் மரங்கள் இலைகளை உதிர்த்துவிட்டன. மாளிகைகளின் முகடுகள் பழுக்கக் காய்ச்சியதுபோல் காய்கின்றன. அறைகளுக்குள் எல்லாம் வெங்காற்றும் தூசியும் நிறைந்துள்ளன. கலைகளில் ஆடவும், காவியங்களில் கூடவும் மனம் ஒப்பவில்லை. நெறிநூல்களும் மெய்நூல்களும் சலிப்பூட்டுகின்றன. அவ்வளவு ஏன்? அரசியல் சூழ்ச்சிகள்கூட போதிய உவகையை அளிக்க முடியாத நிலை. ஆகவே எங்காவது சென்று குளிர்நீராடி நிழற்சோலையாடி வரலாமென்று இவனிடம் சொன்னேன்."

"ஆம், அரண்மனையே எனக்கு சலிப்பூட்டுகிறது. தூண்களில் எல்லாம் பட்டாடைகளை சுற்றிவைத்து ஏமாற்றுகிறார்கள்" என்றான் அர்ஜுனன். இளையயாதவன் "ஆகவே கிளம்பினோம்" என்றான். அர்ஜுனன் "ஆம், இங்கிருந்தால் நாம் எளிய மனிதர்களாக ஆகிவிடக்கூடும்" என்றான். அரங்குசொல்லி பணிந்து "எங்கு செல்கிறீர்கள் என்று மீண்டும் கேட்க விழைகிறேன்" என்றான். "யமுனைக்கரைக்குச் செல்லலாம் என்றேன். அங்கு சுதவனம் என்னும் அழகிய சோலை ஒன்றுள்ளது. யமுனை அங்கு இடைவளைத்துச் செல்கிறது என்று இவன் சொன்னான். அவ்வண்ணமென்றால் அங்கு செல்வோம் என்றேன். கிளம்பிக் கொண்டிருக்கிறோம்" என்றான் இளையயாதவன்.

மேடைக்குப் பின்னால் முரசுகளின் ஒலியும் மங்கல இசையும் "இளையயாதவர் வாழ்க! அவர் வலம் கொண்ட முதற்தோழர் வாழ்க!

அஸ்தினபுரி வாழ்க! அமுதகலசக்கொடி வாழ்க! கருடக்கொடி வாழ்க!" என்று வாழ்த்தொலிகளும் கேட்டன. "நன்று" என்றபின் இருவரும் நடந்து மேடையை விட்டகன்றனர். மறுபக்கமிருந்து ஒருவன் விரைந்து மேடைக்கு வந்து அவர்களைத் தொடர்ந்து செல்ல தலைப்பட்டான்.

செந்நிற உடல் தழல்போல் அலையடிக்க கரியகுழல் எழுந்து பறக்க நெளிந்தாடியபடி நின்ற அவனை கைதட்டி அழைத்து "நில்லும்... உம்மைத்தான் நில்லும்!" என்றான் அரங்குசொல்லி. அவன் நிற்காமல் செல்ல, அவனைப் பின்தொடர்ந்து ஓடிச்சென்று அரங்குசொல்லி "நில்லுங்கள்! யார் நீங்கள்?" என்றான். "என்னைப் பார்த்த பின்னும் தெரியவில்லை? நான் அனலோன். வேள்விதோறும் எழுந்து இப்புடவியையே உண்டும் ஆறாத பெரும்பசி நான்" என்றான். "நன்று. ஆனால் இங்கு ஏன் இவர்களைத் தொடர்ந்து செல்கிறீர்கள்?" என்றான். "என் வஞ்சினம் ஒன்றுள்ளது. அதன்பொருட்டு அதற்குரிய மானுடரைத்தேடி அலைந்துகொண்டிருக்கிறேன்" என்றான் அனலோன்.

ஐயத்துடன் "என்ன வஞ்சினம்?" என்றான் அரங்குசொல்லி. "பன்னிரு முறை நான் தோற்ற களம் ஒன்றுள்ளது. அக்களத்தில் எஞ்சியவர்கள் இங்கொரு காட்டில் குடிகொள்கிறார்கள். விழைவின் பெருந்தெய்வத்தால் கைசுற்றிக் காக்கப்படுகிறார்கள். அக்காண்டவவனத்தை நான் உண்பேன். அங்குள்ள நாகங்களை என் பசிக்கு இரையாக்குவேன். அவ்வஞ்சம் அணைந்த பின்னரே நான் என் நிலைமீள்வேன். அதுவரை எந்த அவையிலும் ஆணெனச் சென்று அமரமாட்டேன் என்று வஞ்சினம் உரைத்தேன்." "பாரதநிலத்தையே வஞ்சினநிலம் என்று பெயர் மாற்றிவிடலாம் போலிருக்கிறதே...! எனக்குத்தான் வஞ்சினம் ஏதுமில்லை. கண்டுபிடிக்கவேண்டும்" என்றபின் "இவர்களை எப்படிக் கண்டடைந்தீர்கள்?" என்றான்.

"இவர்களே என் வஞ்சத்தை முடிப்பவர்கள்..." என்றான் அனலோன். "இவர்கள் எளிய மானுடர் போலல்லவா இருக்கிறார்கள்? ஒருவர் கன்றோட்டும் யாதவர். பிறிதொருவர் முடிசூடும் உரிமையற்ற இளவரசர். தெய்வங்களின் வஞ்சத்தைத் தீர்க்க இவ்வெளிய மானுடரா கருவிகள்?" என்றான் அரங்குசொல்லி. அனலோன் "எனக்கும் அந்த ஐயம் இல்லாமல் இல்லை" என்றான்.

"உண்மையில் நான் என் வஞ்சத்துடன் இப்புவியெங்கும் அலைந்துகொண்டிருந்தேன். அப்போது ஒருநாள் பெரும் சிறுமைகொண்டு உளம் கொதித்து என்னிலும் வஞ்சம் நிறைந்த அகத்துடன் ஒருவன் இமயமலையேறிச் செல்வதைக் கண்டேன். விற்கொடியோன். எரியும்

அனல்கொண்ட விழியன். அருகே சென்றபோது அவன் பாஞ்சால நாட்டு அரசன் துருபதன் என்று கண்டேன்” என்றான் அனலோன். “துருபதனா? அவருக்கென்ன வஞ்சம் அப்படி?” என்றான் அரங்குசொல்லி. “அதை நான் அறியேன். சூதர்கள்தான் அதை சொல்லவேண்டும்” என்றான் அனலோன். “அறியாதபோதும் சொல்லத்தெரிந்தவரே சூதர்” என்றான் அரங்குசொல்லி.

“அவர்கள் சொல்வதைத்தான் நான் சொல்லியாகவேண்டும். ஆகவே நான் அதை அறிய முற்படவில்லை. அவன் எரிந்துகொண்டிருந்தான். கற்றவனே, ஐவகை அனல்கள் மானுடனில் குடிகொள்கின்றன. வயிற்றில் பசி, இடைக்கரவில் காமம், சொல்லில் சினம், எண்ணத்தில் விழைவு, கனவில் வஞ்சம். வஞ்சமே அணையா நெருப்பு. அதை அடைந்தவனை உண்ணாது அவ்வெரி அவனை நீங்குவதில்லை. அவனில் எரிந்தது கனலெரி. ஆகவே அவனைத் தொடர்ந்துசென்றேன்” என்றான் அனலோன்.

“அன்று அம்மலைச்சாரலில் தன் குடிலுக்கு முன்னால் ஒன்றன்மேல் ஒன்றென மலை விறகுகளை அடுக்கி பெருந்தழலை அவன் எழுப்பினான். நான் அதில் புகுந்து பேருருக்கொண்டு நடனமிட்டேன். என்னைச் சூழ்ந்து அவன் வெறிக்கூத்தாடினான். நாங்கள் இருவரும் இணைந்து எழுந்து விண் தழுவி கொந்தளித்தோம். அன்று அவன் என் தோழனானான். ஆடிக் களைத்து அவன் விழுந்தான். விறகுண்டு சலித்து நான் அணைந்தேன். பின்பு அவன் கனவுக்குள் ஒரு செந்நிறப் பருந்தாக நான் எழுந்தேன். மைந்தா, நீ வேண்டுவதென்ன என்றேன். உன் சுடர் வடிவாக ஒரு மகளை. என் பகைவடிவாக ஒரு மகனை என்றான். எதற்கு என்றேன். என் வஞ்சம் எரிந்தணைய வேண்டும், இல்லையேல் சிதைமேல் சேற்றுச்சிலையெனக் குளிர்ந்து நான் கிடப்பேன். என் நெஞ்சோ எரியாத மட்காத கருங்கல் உருளையென்று இம்மண்ணில் எஞ்சி எதிர்காலத்தோர் காலில் இடறும் என்றான். தோழா அருளினேன். என் வடிவாய் மகவுகள் உன் மடிநிறையும் என்றேன்.”

“அவ்வண்ணம் அவர் கருவில் பிறந்தவள் பாஞ்சாலத்து அரசி திரௌபதி. அவள் இளையோன் திருஷ்டத்யும்னன். அவள் விழிகளைப் பார்க்கையில் நான் அறிந்தேன் என்றும் அணையாது நான் குடிகொள்ளும் கோயில் அது என்று. அவள் நோக்கில் சொல்லில் எண்ணத்தில் நான் அமைந்தேன். அவளுருவாக அங்கிருந்தேன். பின்பொருநாள் அவள் படகிலேறி தன் கனவிலெழுந்த நகருக்கென இடம் தேடி யமுனை வழியாகச் சென்றபோது கைசுட்டி காண்டவத்தைக் காட்டி அதை விழைவதாகச் சொன்னாள். தன்னந்தனியாகச் சென்று அந்நிலத்தில் இறங்கி நின்றாள். அவளைக்கண்டு நாகங்கள் வெருண்டு வளைகளுக்குள் சுருண்டன.

இது என் நிலம் என்றாள். அக்கணம் அச்சொல்லில் நானிருந்தேன். அவ்விழைவு என்னுடையது. அவ்விழிகள் நான் கொண்டவை."

அனலோன் விழிவிரித்து கைகளை அகற்றி உரக்க நகைத்தபடி அரங்கைச் சுற்றிவந்தான். "என் இலக்கு நிறைவேறும் தருணம் இதுவென்றுணர்ந்தேன். அவள் நிழலென உடனிருந்தால் நான் வெல்வேன் என்று அறிந்தேன். அன்று காம்பில்யத்தின் மணத்தன்னேற்புப் பேரவையில் கிந்தூரம் என்னும் மாபெரும் வில்லின் அருகே எரிந்த அகல்விளக்கின் சுடராக அமைந்தேன். அவள் ஐவருக்கு மணமகளானபோது அருகில் சான்றெரி என நின்றேன். மஞ்சத்து அறையில் இமைமூடினேன். இன்று இதோ அவள் ஆணை பெற்று செல்லப்போகிறேன். இன்றுடன் முடிகிறதென் வஞ்சம். தொடங்குகிறது என் இறுதிப்போர்" என்றான். உரக்க நகைத்து கைவீசிச் சுழன்றாடி அவர்களைத் தொடர்ந்தோடினான்.

6

அரங்குசொல்லி மெல்ல அரங்கின் மையத்தில் வந்து நின்று கைவிரித்து "ஆக, ஓர் அங்கத நாடகத்தில் ஒருபோதும் வரமுடியாத வஞ்சங்களும் பெருவிழைவுகளும் விளைவான முற்றழிவும் இந்நாடகத்தில் வரவிருக்கின்றன. இக்கவிஞன் எந்த முறைமைக்குள்ளும் அடங்காதவன். ஏனெனில் இந்த நாடகத்தை அவன் தனக்காகத்தான் எழுதிக்கொண்டிருக்கிறான். இதற்குமேல் இதில் எனக்குப் பங்கென ஏதும் இல்லை. இதோ நான் அணியறைக்குச் சென்று இந்தத் தலைப்பாகையைக் கழற்றி வைத்துவிட்டு என் உடைகளை அணிந்துகொண்டு என் இல்லத்திற்குச் செல்லப்போகிறேன்" என்றான்.

தலைப்பாகையை கையில் எடுத்தபடி "அங்கே என் சிற்றில்லத்தில் என் மனையாட்டியும் இரு மகவுகளும் காத்திருக்கின்றனர். சிறுகிளிக்கூடு. பெருங்காற்றுகள் நுண்வடிவில் உறையும் விரிவானுக்குக்கீழே எந்த நம்பிக்கையில் கூடுகட்டுகின்றன பறவைகள்? அறியேன். ஆனால் கூடு நல்லது. அவையோரே, சென்றமர்ந்து கண்மூடி வெளியே உள்ளது இன்னும் பெரிய ஒரு கிளிக்கூடே என எண்ணி பொய்யில் மகிழ்ந்து சுருண்டு பதுங்கி உவகைகொண்டிருக்க அதைவிடச் சிறந்த இடமென ஏதுள்ளது? நான் கிளம்புகிறேன். செல்லும் வழியில் எனக்கு அரசப்படைகளாலும் அவர்களின் அணுக்கப்படைகளாலும் தீங்கெதுவும் நிகழலாகாது என்று என் சொல் கற்பித்த ஆசிரியர்களை வேண்டிக்கொள்கிறேன். ஓம் அவ்வாறே ஆகுக!" என்றபின் தலைகுனிந்து மறுதிசையில் சென்று அரங்குக்குப்பின் மறைந்தான்.

அரங்கை ஒளி நிறைத்தது. நான்கு திசைகளில் இருந்தும் சூதர்கள் அரங்குக்குள் வந்து தொட்டிகளில் பூத்தமலர்கள் நிறைந்த செடிகளை

அரங்கில் நிறைத்துவிட்டுச் சென்றனர். அச்சோலை நடுவே நீலநிற நீள்பட்டாடை ஒன்றை இருபெண்கள் அரங்கின் இருமூலையில் இருந்தும் பற்றி பிடித்துக்கொண்டு மெல்ல அசைக்க அது நீரலைகளை எழுப்பி யமுனையாயிற்று. பெண்களின் சிரிப்பொலி தொலைவில் கேட்டது. அதன் பின் மூன்று சேடிப்பெண்கள் குழலிலும் கழுத்திலும் மலர் நிறைத்து கூவிச் சிரித்தபடி அரங்குக்குள் ஓடி வந்தனர். ஒருத்தி யமுனைக்குள் பாய இன்னொருத்தி பாய்வதற்குள் அவளை ஓடி வந்து பற்றிக்கொண்டான் பின்னால் வந்த அர்ஜுனன்.

அவர்களுக்குப் பின்னால் தன் வேய்ங்குழலைச் சுழற்றியபடி ஓடிவந்த இளையயாதவன் "அவளையும் நீருக்குள் விடுக பாண்டவரே! நமக்கு காடெங்கும் மகளிர் இருக்கிறார்கள்" என்றான். "நிறைய பேரைக் கூட்டி வந்துவிட்டோம் போலிருக்கிறதே! யாதவரே, முகங்களையே நினைவில் வைத்துக்கொள்ள முடியவில்லை" என்றான் இளையபாண்டவன். "முகங்களை எதற்காக நினைவில் வைத்துக் கொண்டிருக்கவேண்டும்?" என்றான் யாதவன். "சற்று முன் நான் வந்து கொண்டிருக்கும்போது ஒரு தொலைமொழியைக் கேட்டேன். அல்லது நானே நினைவுகூர்ந்தேன்." எண்ணம்கூர்ந்து "கடல் ஒன்றே, அலைகள்தான் மாறிமாறி வந்துகொண்டிருக்கின்றன" என்றான். அர்ஜுனன் "நன்று, இதையொட்டி நாமிருவரும் ஏதாவது தத்துவ உரையாடல் நிகழ்த்தவிருக்கிறோமா?" என்றான்.

"நான் எப்போது பேசத்தொடங்கினாலும் ஒரு தத்துவப் பேருரைக்கு சித்தமாக நீ ஆகிறாய். இது நன்றல்ல. தத்துவம் பேசும் தருணமா இது? தத்துவம் உரைப்பதற்கு இதென்ன போர்க்களமா? இங்கு காதல்மகளிருடன் கானாட வந்திருக்கிறோம்" என்றான் இளையயாதவன். "அப்படியென்றால் நாம் நீராடுவோம்" என்றபடி அர்ஜுனன் நீரில் குதிக்கப்போக, அப்பாலிருந்து அனலவன் அவனருகே வந்து கைகூப்பினான். "நரநாராயணர்களை வாழ்த்துகிறேன்" என்று கூவினான்.

இளையயாதவன் திரும்பி "யாரிவன்? நான் முன்பு செய்ததுபோல மகளிர் ஆடைகளை திருடி தானே அணிந்துகொண்டிருக்கிறான் போலிருக்கிறதே!" என்றான். "ஆம், இந்த செந்தழல் ஆடையைத்தானே சுநீதியும் சுசரிதையும் அணிந்திருந்தார்கள்" என்றான் அர்ஜுனன். "முகங்கள் நினைவில்லாத உனக்கு பெயர்கள் மட்டும் எப்படி நினைவிருக்கிறது?" என்றான் இளையயாதவன். "பெயர்களை சொல்லித்தானே கூப்பிட முடியும்?" என்றான் பார்த்தன்.

அனலவன் கைகூப்பி "நான் ஆடை திருடியவன் அல்லன். நான் அனலோன். என் உடலே இப்படித்தான்" என்றான். "அனலோன் என்றால்...?" அவன்

பணிந்து "தென்கிழக்குத் திசைக்காவலன்" என்றான். "தென்கிழக்கா?" என்றான் பாண்டவன். "ஆம், அங்கிருந்துதான் வந்து கொண்டிருக்கிறேன். என்னை நீங்கள்தான் காத்தருள வேண்டும்" என்றான். "நானா?" என்றான் இளையயாதவன். "நான் எத்தனை பேரைத்தான் காப்பது? அறிந்திருப்பாய், என் மகளிர்மாளிகையிலுள்ள பதினாறாயிரத்தெட்டுபேரையும் நான் அன்றாடம் காத்துக்கொண்டிருக்கிறேன்."

"நீங்கள் இருவரும்... நீங்கள் இருவரும் மட்டுமே ஆற்றக்கூடிய கடமை அது. மேலும் நீங்கள் ஆற்றுவீர்கள் என்று எனக்கு வாக்குறுதி அளிக்கப்பட்டுள்ளது." "யார் அளித்த வாக்குறுதி?" என்றான் பார்த்தன். "உங்கள் அரசி திரௌபதிதேவி. என் பசியை அடக்குவதாக அவள் அளித்த சொல்லை நம்பியே இங்கு வந்துள்ளேன்" என்றான் அனலோன். "எப்போது அச்சொல்லை அளித்தாள்?" என்றான் பார்த்தன். "மிக இளமையில். அவள் கனவுக்குள் புகுந்து அச்சொல்லைப் பெற்றேன்." புன்னகைத்து "அனல்பசி அடக்குவது எளிதா என்ன?" என்றான் இளையயாதவன். "எளிதல்ல... ஆனால் இப்போதைக்கு அடக்கலாமே" என்றான் எரியன்.

பார்த்தன் "நாங்கள் என்ன செய்ய வேண்டும்?" என்றான். "அதோ யமுனையின் மறுகரையில் தெரிகிறதே, அதன் பெயர் காண்டவக்காடு" என்றான் அனலோன். "கேட்டுள்ளோம்" என்றபின் அர்ஜுனன் திரும்பி நோக்கினான். "அணுகமுடியாத பெருங்காடென்று சொல்வார்கள். வேரும் தளிரும் மலரும் தேனும் கூட நஞ்சாக நின்றிருப்பது. இறப்பில்லா மாநாகங்கள் வாழ்வது." எரியன் "ஆம், அங்கு வாழ்கின்றன தட்சர்குலத்து மாநாகங்கள். அவற்றை வெல்ல எரிபரந்தெடுத்தல் ஒன்றே வழி. அவற்றை எரியூட்டி எனக்கு அவியாக்க வேண்டும் நீங்கள். நுண்சொல் எடுத்து வில்குலையுங்கள். அக்காட்டை ஒரு மாபெரும் எரிகுளமாக்குங்கள். உங்களால் முடியும்... உங்கள் எரியம்புகள் திறன் மிக்கவை" என்றான்.

இளையயாதவன் திரும்பி நோக்கி "அங்கு எரி எழாது என்று இங்கிருந்து நோக்கினாலே தெரியும். மலைகளின் அமைப்பால் அதன் மேல் எப்போதும் கார்முகில் நின்றுகொண்டிருக்கிறது. நாள்தோறும் மழைபொழிந்து விண்ணில் அழியா வில்லொன்றை சமைத்திருக்கிறது" என்றான். "ஆம், அதனால் நான் அவர்களை அணுகவே முடியவில்லை. உங்களைப் போன்ற பெருவீரர் உதவினால் அன்றி நான் அதை வெல்ல இயலாது."

இமைக்காது நோக்கி சிலகணங்கள் நின்றுவிட்டு "நான் அதை எதற்காக வெல்ல வேண்டும்?" என்றான் அர்ஜுனன். "இவர் சற்று அப்பால் செல்வாரென்றால் ஏன் என்று நான் விளக்குவேன்" என்றான் அனலோன்.

“நன்று” என்றபடி இளையயாதவன் எழுந்து அப்பால் விலகி மேலே அசைந்தாடிய மரக்கிளையை நோக்கியபடி நின்றான். “அது விழைவின் பெருங்காடு” என்று குனிந்து அர்ஜுனனிடம் சொன்னான். “விழைவால் கட்டுண்டவர் தாங்கள். இதோ இங்குள்ள அத்தனை பெண்களிடமும் கட்டுண்டிருக்கிறீர்கள். இல்லையென்று சொல்லுங்கள் பார்ப்போம்.”

அர்ஜுனன் திரும்பி நோக்கியபின் “உண்மை” என்றான். “அதற்கப்பால் வெற்றியெனும் விழைவால் கட்டுண்டவர். புகழெனும் விழைவால் கட்டுண்டவர். அதற்கும் அப்பால் பாஞ்சாலப் பேரரசியின் முன் ஐவரில் முதல்வரென நின்றிருக்கும் விழைவால் கட்டுண்டவர். அதற்கும் அப்பால் மெய்மை எனும் பெருஞ்சொல் சூடி காலத்தில் ஒளிர்முடிகொண்டு நின்றிருக்கவேண்டும் என்ற அழியா விழைவால் கட்டுண்டவர். இல்லையா?” “ஆம்” என்றான் அர்ஜுனன்.

“அவ்விழைவு இக்காடு” என்று கைசுட்டி சொன்னான் அனலோன். “முன்பு முக்கண்ணன் நுதல்விழி திறந்து காமனை எரித்தான். அதன் பின்னரே அவன் முழுமை கொண்ட யோகியானான். காமனை எரிக்காது கருதுவது ஒன்றில்லை என்றறிக! இதோ வறனுறல் அறியா நறுஞ்சோலையென அறிந்திருக்கும் இக்காண்டவத்தை உங்கள் அனல் எரிக்குமா என்று பாருங்கள். அந்த ஈரத்தை, பசுமையை, முகிலை, முகிலாளும் இந்திரனை உங்கள் வில் வெல்லுமென்றால் அதன் பின்னரே நீங்கள் உங்களைக் கடந்துசெல்லமுடியும்.” மேலும் குனிந்து “மெய்மைக்கும் அப்பால் உள்ளது முழுமை. இளவரசே, நீங்கள் வெறும் வீரர் அல்ல. யோகி. யோகமுடிமேல் அமர்பவர்கள் மல்லிகார்ஜுனர்கள் மட்டுமே” என்றான்.

அர்ஜுனன் திரும்பி நோக்கி “ஆனால் அது அத்தனை எளிதல்ல என்று தோன்றுகிறது” என்றான். “எளிது! மிக மிக எளிது” என்றான் அவன். “அதற்கு முதலில் தேவையானது துறத்தல். ஒவ்வொரு விழைவையாகத் தொட்டு இதுவன்று இதுவன்று என்று அகன்று செல்லுங்கள். யாதெனின் யாதெனின் என்று நீங்கி அதனின் அதனில் இலனாகுங்கள். ஒவ்வொரு அம்பும் ஓர் எண்ணம். ஒவ்வொரு முறை வளைவதும் உங்கள் ஆணவம். ஒவ்வொரு முறை இழுபட்டு விம்முவதும் உங்கள் தனிமை. ஒவ்வொரு இலக்கும் நீங்கள் அடிவைத்து ஏறவேண்டிய ஒரு படி. ஒவ்வொரு எய்தலும் நீங்கள் உதறிச் செல்லவேண்டிய ஓர் எடை”.

“இதை வென்றபின் நீங்கள் உங்களை வெல்லத்தொடங்கலாம். அதுவரை இவை அனைத்திலும் கட்டுண்டிருப்பீர்கள். மீட்பிலாதவராக.” அர்ஜுனன் சொல்லுக்காகத் தயங்கியபின் காண்டவத்தை நோக்கினான். “கருநாகக் காடு!” என்றான். “இங்குள்ள நாகங்கள் எவை?” அனலோன்

“அங்கே மண்ணுக்கு அடியில் வேர்களென பின்னிப்பிணைந்து கரந்துருக்கொண்டவர்கள் உரகர்கள். மண்ணுக்கு வெளியே அடிமரம் போல் வேரெழுந்து கிளைவிரித்து படம் பரப்பி நின்றிருப்பவர்கள் பன்னகர்கள். உரகர்கள் வஞ்சம். பன்னகர் விழைவு. உரகர்கள் எண்ணம். பன்னகர் செயல். உரகர் தனிமை. பன்னகர் உறவு. ஒன்றிலாது அமையாத பிறிது” என்றான்.

அவன் குனிந்து குரல்தாழ்த்தி “அங்கு பசுமைக்குள் குடிகொள்கிறாள் மகாகுரோதை என்னும் அன்னை. விழைவின் காட்டுக்குள் அன்றி பிறிதெங்கு அவள் வாழமுடியும்? அழியுங்கள் அத்தெய்வத்தை. கோட்டுகிர்களும் வளையெயிறுகளும் எரிவிழிகளும் குருதிவிடாய்கொண்ட செந்நாக்கும் கொண்டு அவள் அமர்ந்திருக்கும் காட்டை. அக்காட்டைச் சூடி உள்ள நிலத்தின் மேல் உங்கள் வெற்றியின் புரி என கொடியொன்று எழட்டும். அது உங்கள் நெற்றிமையத்தில் எழும் நீலச்சுடருக்கு நிகர். அதுவே உங்கள் யோகம்” என்றான். அர்ஜுனன் “ஆம்” என்று தலையசைத்தான்.

அனலோன் தலைவணங்கி திரும்பி “இளையயாதவரே, தங்களிடம் சொல்கிறேன். இங்கு வருக!” என்றான். மேடையின் மறுபக்கம் அவனை அழைத்துச் சென்றான். “சொல்! எதற்காக இக்காண்டவக் காட்டை நான் அழிக்க வேண்டும்?” என்றான் இளையயாதவன். எரியன் “ஏனெனில் அது விழைவின் பெருங்காடு. விழைவால் ஆனது இப்புவி. தன் வாலை தான் சுவைக்கும் பாம்பு போல விழைவும் அவ்விழைவுக்கு உணவும் தாங்களேயாகி இங்கிருக்கிறார்கள் இந்த நாகர்கள். எரியிலாது காடுதழைக்காது என்று அறியாதவரா தாங்கள்? இப்புவி முழுக்க நிறையவேண்டிய விதை எல்லாம் இக்களஞ்சியத்திற்குள் அடைபட்டிருக்கிறது. இதை அழிக்காமல் அவை சிதறா. காற்றில் நீரில் விதைகள் பரவிப் பரந்து பாரதவர்ஷம் எங்கும் முளைத்துப் பெருக வேண்டும். எரியெழுக! வளம்பெருகுக!” என்றான்.

“அறிக! விழைவே யோகமென்பது. பெருவிழைவே முழுமை என்பது. விழைவின் உச்சத்தை நோக்கி காற்றறியாச் சுடர் என விழிதிறந்து அமர்ந்திருத்தலே விடுதலை என்பது.” இளையயாதவன் திரும்பி காண்டவத்தை நோக்கி “ஆம், அரிது. ஆனால் இயற்றியே ஆகவேண்டியது” என்றான். “ஆம், அவ்வாறே ஆகட்டும்!” என்றான் எரி.

திரும்பி இருவரையும் நோக்கி “உங்களில் ஒருவர் நினைத்தால் இக்காட்டை வெல்வதரிது. அம்பின் முனை இளையபாண்டவர். அதை காற்றில் நிகர்நிறுத்திச் செலுத்தும் இறகு இளையயாதவர். எங்கு நீங்கள் இருவரும் இணைகிறீர்களோ அங்கே போர் வேள்வியாகிறது. இறப்பு யோகமாகிறது. அழிவு ஆக்கமாகிறது. இங்கு நிகழவிருப்பது முதல் வேள்வி. பின்னர் எழுக

பெருவேள்வி!" என்றான் எரியன். "ஆம், அவ்வாறே ஆகுக!" என்றான் இளையயாதவன். "ஆம், அது நிகழ்க!" என்றான் இளையபாண்டவன்.

அனலவன் தலைவணங்கி "நன்றி இளையோரே. நீங்கள் இருவரும் கொள்ளும் பெருவெற்றியால் என் வெம்மை பெருகும். நான் செல்லும் இடங்களில் உயிர் எழும்" என்றான். அவர்கள் தலைவணங்கி நிற்க "உங்களுக்குரிய படைக்கலங்களை உரியதேவர்கள் அருள்க!" என்று அருளி மறைந்தான். அவன் சென்றபின்னர் இளையயாதவனும் பார்த்தனும் ஒருவரையொருவர் நோக்கி யமுனைக்கரையில் நின்றனர். இசை மெல்ல எழத்தொடங்கியது. முழவின் ஏறுநடைத்தாளம் இணைந்துகொண்டது. இருவர் உடல்களிலும் தாளம் படர்ந்தேறியது. கட்டைவிரலில் பாம்புவால் என நெளிவு. பின்பு துடிக்கும் காலடிகளுடன் அவர்கள் நடமிடத் தொடங்கினர். ஒருவருடன் ஒருவர் பிரியாது முதுகொட்டி நான்குகைகளும் நான்கு கால்களுமாக ஆடினர்.

தாளம் புரவிநடை கொள்ள, அவற்றை ஏற்று உடற்தசைகள் ஆடின. ஒவ்வொரு தசையும் ஆட அவை ஒன்றாகி நின்றாட ஒற்றை ஆடல் நிகழ்ந்தது. அங்கு சுழன்று சுழன்றாடுவது ஒரு விந்தை மானுடஉடல் என்ற விழிமயக்கு ஏற்பட்டது. ஒருகணம் இளையயாதவனாக தெரிந்து மறுகணமே பாண்டவனாக தன்னைக் காட்டி விழியோடு விளையாடியது. ஒரு கை அழிவு என காட்ட மறுகை ஆக்கமென காட்டியது. ஒரு கை அனல் காட்ட மறுகை நீர் காட்டியது. ஒரு கை அருள் காட்ட மறுகை கொல்படை காட்டியது. ஆடிச்சுழன்று அசைவின் உச்சத்தில் நின்று மெல்ல அமைந்து ஒற்றை உடலென மண்ணமர்ந்து ஊழ்கத்தில் அமைந்தனர்.

இசையடங்கிய அமைதியில் தொலைவில் பேரோசை என கடல் ஒலித்தது. ஆடிகள் முன் பந்தங்கள் அசைந்து நீரொளி எழுந்தது. அரங்கெங்கும் அலைகள் எழுந்து பரவின. அரங்கின் ஒரு மூலையில் நீலப்பேரலையாக மென்பட்டு சுருண்டெழ அதன் மேல் ஏறியபடி ஒருகையில் சங்கும் மறுகையில் தாமரையும் ஏந்தி வருணன் எழுந்து வந்தான். "இளையோனே!" என்று அவன் அழைக்க, கைகூப்பியபடி அர்ஜுனன் எழுந்து நின்றான். வருணன் "அலைகளாகவே என்னை முன்வைக்கும் முடிவின்மை நான். ஓயாதவற்றின் பெருவல்லமையை நானே அறிவேன். விழைவெனும் பசுங்காட்டை வெல்லும் வில்லொன்றை உனக்களிக்கிறேன்" என்றான்.

"விண்நின்ற பெருமரமாகிய கண்டியின் தடியால் இதை பிரம்மன் சமைத்தார். நூறுயுகம் இது அவரிடமிருந்தது. தொடுவானை, மலைவளைவுகளை அவர் சமைக்க அளவுகோலாகியது. பின்னர்

காசியப பிரஜாபதியிடம் சென்று நாணேறி அம்புகள் கொண்டது. அவர் பிறப்பித்த பறவைகள் அனைத்திற்கும் முதல்விசை இதுவே. பின்னர் இந்திரனிடம் முறுக்கவிழா விழைவென்று ஆகியது. என்னிடம் வந்து ஓயா அலைவளைவுகள் என மாறியது. நிலவுவிரிந்த அலைவெளியிலிருந்து நான் உனக்கென கொண்டுவந்த இதற்கு சந்திரதனுஸ் என்று பெயர்" என்று தன் கைகளைத் தூக்கினான்.

மேலிருந்து பட்டுநூலில் பெரிய வெண்ணிற வில் ஒன்று இறங்கியது. "நூற்றெட்டு நாண்கள் கொண்டது இந்த வில். உன் கையிலன்றி பிறரிடம் நாண்கொள்ளாது என்று அறிக!" அந்த வில் அவர்களின் தலைக்குமேல் ஒரு மாளிகை முகடுபோல் நின்றது. "இது வெல்லற்கரியது. பிறிதொன்றிலாதது. இளையோனே, உன் பொருட்டன்றி பிறர்பொருட்டு பொருதுகையில் மட்டுமே இது படைக்கலம் என்றாகும். இதை ஏற்றுக்கொண்டாயென்றால் ஒவ்வொன்றாக இழப்பதுவே உன் ஊழென்றாகும். இதை ஏந்தி நீ அடைவதென ஒன்றும் இருக்காது" என்றான்.

"நான் அடைவதன் வழியாக அணையும் அமைதலை நாடவில்லை. இழத்தலின் ஊடாக எய்தும் வீடுபேற்றையே விழைகிறேன்" என்றான் அர்ஜுனன். "அவ்வண்ணமெனில் இதைக் கொள்க!" என்ற வருணன் அதை அர்ஜுனனுக்கு அளிக்க, அவன் குனிந்து வணங்கி அதைப் பெற்றுக்கொண்டான். மும்முறை அதை சுழற்றியபோது அது சிறு வில்லாக மாறி அவன் கையில் இருந்தது. அதை தன் தோளில் மாட்டினான். வருணன் பிறிதொரு கைநீட்டியபோது மேலிருந்து வெண்பட்டு ஆவநாழி அவன் கையில் வந்தமைந்தது. அதை அர்ஜுனனிடம் கொடுத்து "இதன் அம்புகள், என்று உன் நெஞ்சில் இறுதி விழைவும் அறுகிறதோ அதுவரை ஒழியாது" என்றான்.

"ஆம், இது ஒழியவேண்டுமென்று ஒவ்வொருமுறை அம்பெடுக்கையிலும் விழைவேன்" என்றான் அர்ஜுனன். "அவ்வண்ணமே ஆகுக!" என்று சொல்லி வருணன் அதை அளித்தான். "ஒன்றிலிருந்து ஒன்று தாவும் குரங்கை உனக்கு கொடியென அளிக்கிறேன். ஒன்றிலும் நிற்காதது. ஒவ்வொரு கணமும் தன் நிலையின்மையால் துரத்தப்படுவது. ஆனால் பற்றியதை பிறிதொன்றமையாமல் விடாதது" என்று தன் கையில் விண்ணிறங்கி வந்தமைந்த குரங்குக் கொடியொன்றை அர்ஜுனனுக்கு கொடுத்தான். அதை அவன் பெற்றுக்கொண்டதும் "இதோ, ஒளிமிக்க நான்கு திசைகளும் நான்கு வெண்புரவிகளாக உனக்கு அளிக்கப்படுகிறது. விழைவுகள் எழும் எல்லா திசையிலும் இவை உன்னைக் கொண்டுசெல்லும். வில்லேந்தி நீ அமர்ந்திருக்கையில் என்றும் உன் முன் வெண்ணிற ஒளியென இவை விரையும்" என்றான் வருணன்.

“இவை தங்களுக்கென விசையும் விரைவும் கொண்டவை என்றுணர்க!” என்றான் வருணன். “என்று இவை ஆணவத்தாலன்றி அறிவால் ஓட்டப்படுகின்றனவோ அன்று நீ முழுமைகொள்வாய்.” அர்ஜுனன் தலைவணங்கினான். வருணன் “எழுக! உன் படைக்கலங்கள் இலக்கு கொள்க! உன் இலக்குகள் தெளிவுகொள்க!” என்றபின் பின்வாங்கி அலைகளுக்குள் மறைந்தன். காண்டீபத்துடன் நின்ற அர்ஜுனனை அணுகிய இளையயாதவன் “அதோ தெரிகிறது காண்டவம். நீ வெல்லவேண்டிய வேர்க்கிளைப்பெருக்கு. உயிர்ச்சுனைக் காடு” என்றான்.

இளையபாண்டவன் காண்டீபத்தைத் தொட்டு வணங்கி நிலத்தில் ஊன்றி தன் கால்விரலால் அதன் நுனிபற்றி நிறுத்தி நாணிழுத்துப் பூட்டினான். அந்த ஓசை இடியோசையென எழுந்து முகில்களில் எதிரொலித்தது. ஆவநாழியிலிருந்து முதல் அம்பை எடுத்து நெற்றி தொட்டு வணங்கி நாண் பூட்டி கண்மூடினான். அவன் அதை எய்தபோது தீச்சரடெனப் பாய்ந்துசென்று மேடையின் மூலையில் விழுந்தது. ஓர் அலறல் அங்கே எழுந்தது. நாகமுதுமகள் ஒருத்தி அலையும் சடைக்கொடிகளுடன் எழுந்து நெஞ்சில் அறைந்து “மைந்தா! மைந்தா” என்று கூவினாள். உடலெங்கும் தீப்பற்ற, கூந்தலாக கனல்நின்றெரிய அலறியபடி விழுந்தாள். அவளிடமிருந்து தீக்கொழுந்துகள் சூழப்பற்றி மேலேறத்தொடங்கின.

இளையபாண்டவன் இரண்டாவது அம்பை எடுத்து நெஞ்சில் வைத்து விழிமூடி உளமொருக்கி மறுஎல்லை நோக்கி எய்தான். அங்கே மரங்களுக்குமேல் கருநாகப்பெண் ஒருத்தி அவிழ்ந்துபறந்த நீள்கூந்தலுடன் எழுந்து கைவீசிக் கூக்குரலிட்டாள். “அனல்! அனல்!” என்று அழுதபடி அவள் ஓட, அவள் சென்ற திசையெங்கும் எரிபரந்தது. அவள் அலறிவிழுந்து புரண்டு பொசுங்கினாள். மூன்றாவது அம்பை எடுத்து மண்ணைத்தொட்டு எய்தான். அங்கே நாகமுதுமகன் ஒருவன் எரிகொண்டான். காண்டவம் செந்தீயால் சூழப்பட்டது. நெளிந்த கருநாகப்பரப்புகள் எழுந்து நின்றாட, உடனாடின தழல்கற்றைகள்.

வலிக்கூக்குரல்களும் இறப்பலறல்களும் அடைக்கலக்குரல்களும் எழுந்து அரங்கை சூழ்ந்தன. பசிகொண்டு இரைதேரும் பல்லாயிரம் சிம்மங்களைப்போல உறுமியது தீ. நாக்குகள் முளைத்து நாக்குகளாகிப் பெருகி அள்ளிச்சுழற்றி சுவைத்து உறிஞ்சி ஒலியெழுப்பி உண்டன. பெண்களும் குழந்தைகளும் எழுப்பிய கூச்சல்களுடன் விலங்குகளும் பறவைகளும் இணைந்து இரைச்சலாயின. எரிசுடப் பாய்ந்தெழுந்த மாநாகங்கள் விண்ணில் சொடுக்கப்பட்ட பெரும்சாட்டைகள் போல வளைந்து விழுந்தன. கொந்தளிக்கும் அலைகள்போல் நாகச்சுருள்கள் எழுந்தமைவது தெரிந்தது.

பச்சைமரம் வெட்டுண்டு விழும் ஓசையுடன் நாகங்கள் எரிகாட்டின் மேலேயே விழுந்தன. அந்தப்பகுதியே பாறாங்கற்கள் மழையென விழும் நீர்ப்பரப்பு போல கொந்தளித்தது. ஒருகணம் பாம்புகளாக மறுகணம் மானுடராக எழுந்து எழுந்து விழுந்தனர் நாகர்கள். பல்லாயிரம் பட்டுத்துணிகளை உதறுவதுபோல அனல் ஓசையிட்டது. உறுமியது. பிளிறியது. பாறைபோல் பிளவொலி எழுப்பியது. மண்சரிவென முழங்கியது. பறவைகள் எரிந்து தீயில் விழுந்தன. நச்சுப்புகை விண்ணை எட்ட, அங்கே பறந்த வலசைப்பறவைகளும் அனல்மேல் விழுந்தன. அர்ஜுனன் இடைவிடாது எரியம்புகளை தொடுத்துக்கொண்டிருந்தான். அவன் வில்லின் நாணோசை அரங்கில் களிற்றுப்பிளிறலென ஒலித்தது.

அனலுக்குமேல் பெரியதோர் குடைபோல பதினெட்டு தலைகளுடன் தட்சகியின் படம் எழுந்தது. பதினெட்டு நாக்குகள் பறந்தன. செவ்விழிகள் சுடர்ந்தன. உரத்தபெருங்குரல் "விண்ணவர்க்கரசே" என்று எழுந்தது. "எங்கள் குலக்காவல்தேவா! எந்தையரின் இறைவா! விண்நிறைந்த பெருமானே! நீயே காப்பு!" விண்ணில் இந்திரனின் இடி முழக்கம் எழுந்தது. மின்னல்கள் அரங்கை வெட்டிச்சென்றன. அவ்வொளியில் இருவரும் எரிதழல்களெனத் தெரிந்து அணைந்தனர். அருகே நின்றிருந்த ஓர் அரசமரம் மின்னல்தொட்டு தீப்பற்றி எரிந்தது. அந்த ஒளியில் முகில் ஒரு யானைமுகமென உருக்கொள்ள, அதன்மேல் இந்திரன் தோன்றினான்.

"மைந்தா, விலகு! இவர்கள் என் குடிகள்" என்று இந்திரன் சொன்னான். அவன் தூக்கிய வலக்கையில் வஜ்ராயுதம் மின்னியது. அதிலிருந்து மின்னல்கள் இருண்டபுகைவானில் அதிர்ந்தன. இடியோசை எனும் குரலில் "இனி ஓர் அம்பு விண்ணிலெழுந்தால் உன்னை அழிப்பேன். செல்!" என்றான். அவன் இடக்கை அசைய, விண்ணில் சிறுமின்னல்கள் நிறைத்து நின்றிருந்த முகில் கிழிந்து பெருமழை அனல்காட்டின் மேல் கொட்டியது. தீ பொசுங்கிச்சுருங்கும் ஒலி எழுந்தது. புகை எழ அதன்மேல் விழுந்தன மழைமுகில்கள்.

இளையயாதவன் "அந்த முகிலைக் கிழி! அதைத் துண்டுகளாக்கு!" என்று கூவினான். அர்ஜுனனின் அம்புகள் எழுந்து சென்று முகிலைக் கிழித்தன. கீற்றுகளாக விண்ணில் சிதறியது. "தென்திசைக் காற்று எழட்டும். வளிவாளியை செலுத்து!" என்றான் இளையயாதவன். அர்ஜுனனின் அம்புகள் தென்சரிவைச் சென்று தொட, அங்கிருந்து வீசிய காற்றில் முகில்கற்றைகள் அள்ளிச்சுழற்றிக் கொண்டுசெல்லப்பட்டன. மீண்டும் காண்டவம் அனல்கொண்டெழுந்தது.

“இது போர். நீ என்னை போருக்கழைக்கிறாய்!” என்று இந்திரன் சினந்து கூவினான். “ஆம், தந்தையே. இது போரேதான்” என்றான் அர்ஜுனன். “எவர் இருக்கும் துணிவில் இதை சொல்கிறாய்? மூடா. அவன் மானுடன். மண்ணிலும் நீரிலும் உடல்கொண்டவன். காற்றில் மூச்சுகொண்டவன்... அவன் உன்னை காக்கப்போவதில்லை” என்றான் இந்திரன். “எடுத்த பணி முடிப்பேன். என்னை கடந்துசெல்ல இதுவே வழி” என்றான் அர்ஜுனன். “மூடா. அழியாதே! உன்னை என் கையால் கொல்லமுடியாது. எனக்கு... விலகு!” என்று இந்திரன் கூவினான். “யாதவனே, உன்னுடன் எனக்கொரு பழங்கணக்கு உள்ளது. அதை பிறகு தீர்க்கிறேன். விலகு!”

“இல்லை... இது என் யோகம்” என்றான் அர்ஜுனன். “இது என் கனவு. இவை என் அகத்தடைகள்.” உடல் பற்றி எரிந்தபடி ஓர் அன்னை ஓடி அவன் முன் வந்தாள். அவள் இடைக்குக்கீழே பாம்புடல் நெளிந்தது. தன் இடையில் இரு நாகமைந்தரை வைத்திருந்தாள். அவள் முதுகில் ஒருமைந்தன் தொங்கிக்கிடந்தான். “இளையோனே” என்று அவள் கூவினாள். “வேண்டாம்... பெரும்பழி சூழும். வீரனுக்கு உகந்ததல்ல இச்செயல்.” விழிதிருப்பி “விலகு!” என்று கூவினான் அர்ஜுனன். “விலகு!” என சீறி வாள்வடிவ அம்பை எடுத்தான். அவள் அவன் காலில் விழுந்தாள். “அன்னையிடம் அளிகொள்க! என் மைந்தருக்காக இரங்குக!” என்று கதறினாள்.

அர்ஜுனன் கைகள் நடுங்கின. காண்டீபம் சற்று சரிந்தது. அவன் திரும்பி இளையயாதவனை நோக்கினான். அவன் விழிகளை விலக்கிக்கொண்டு நின்றான். அவன் அம்பு சரிந்து நிலம் தொட்டது. மறுகணம் சினந்து திரும்பி “விலகு இழிகனவே!” என்று கூவியபடி அவள் தலையை அம்பால் வெட்டினான். அவள் நாக உடல் கிடந்து துடித்தது. தலை உருண்டு விழித்து பல்காட்டிக் கிடந்தது. நாகக்குழவிகள் நிலத்தில் நெளிந்தோடின. அவன் மூன்று அம்புகளால் அவற்றைக் கொன்றான்.

“இனி பொறுப்பதில்லை. உன்னை நானே கொல்லவேண்டுமென்பது தெய்வங்களின் ஆணை” என்று கூவியபடி இந்திரன் தன் மின்கதிர்ப்படைக்கலத்தைச் சுழற்றியபடி அரங்குக்கு வந்தான். அவனுக்கு இருபுறமும் அஸ்வினிதேவர்கள் வந்தனர். பின்னால் நிழலுருவென கரியவடிவில் காலன் வந்தான். குபேரனும் சோமனும் தங்கள் படைக்கலங்களுடன் திசைமூலைகளில் எழுந்தனர்.

இடிக்குரலில் “இன்றே உன்னை அழிக்கிறேன்” என்றான் இந்திரன். அர்ஜுனனை நோக்கி வந்த மின்படையை இளையயாதவனின் ஆழிப்படை இரு துண்டுகளாக்கியது. யமனின் கதைப்படையை சிதறடித்தது. சோமனும் குபேரனும் அப்படையாழியால் மண்ணில்

வீழ்த்தப்பட்டனர். இருவரும் ஒருவர் முதுகுடன் ஒருவர் ஒட்டி ஓருடலாக நின்று போர்நடனமிட்டனர். அரங்கு முழுக்க அவர்கள் பலநூறு வடிவில் நிறைந்திருப்பதாக விழிமயக்கு ஏற்பட்டது. விண்ணிலெழுந்த படையாழி பேருருவம்கொண்டு இறங்கி இந்திரனின் மணிமுடியை வெட்டி வீசியது. முகில்யானையின் மேலிருந்து அவன் குப்புற மண்ணில் விழுந்தான்.

திகைத்து கையூன்றி எழுந்த இந்திரனின் தலைமேல் எழுந்து நின்றது இளையயாதவனின் இடக்கால். அவன் கையில் சுழன்றுகொண்டிருந்த படையாழி கன்னங்கரிய நீர்ச்சுழி போல பெருகியது. இந்திரன் அச்சத்துடன் கைகூப்பி "எந்தையே! எம்பிரானே! நீங்களா?" என்று கூவினான். "அடியேன் அறிந்திருக்கவில்லை. பிழைபொறுக்கவேண்டும். அடிபணிகிறேன் இறைவா" என்றான். யமனும் அஸ்வினிதேவர்களும் கைகூப்பினர். பின்புலத்தில் காண்டவம் அனல்பரப்பென விண்தொட்டு எரிந்தது. அலறல்கள் நின்றுவிட்டிருந்தன. எரிதழல் ஓசைமட்டும் கேட்டது.

பின்னணியில் பெருஞ்சங்கம் முழங்கியது. முரசுகள் இமிழ்ந்தன. இந்திரனும் எமனும் சோமனும் குபேரனும் கைகூப்பி எழுந்து இருபக்கங்களிலும் அமைய, வலப்பக்கம் அர்ஜுனன் நிற்க, இளையயாதவன் கையில் படையாழியுடன் அரங்குநிறைத்து நின்றான். அவன்மேல் விண்ணிலிருந்து ஆழியும் வெண்சங்கும் மெல்ல இறங்கி வந்து அமைந்தன. அவற்றின்மேல் ஒளி பரவியது. "ஓம்! ஓம்! ஓம்!" என்றது ஒரு குரல்.

மங்கலப்பேரிசை முழங்க, சீனப்பட்டாலான கரந்துவரல் எழினி அலையலையாக மெல்ல இறங்கிவந்து மூடியது. "அன்னையே, சொல்லரசியே, இங்கு எழுந்த இவ்வரங்காடலின் பிழைகள் எங்களுடையவை. நிறைகளோ உன்னுடையவை. இங்கமைக! மலரென நீரென ஒளியென படையலென எங்கள் சொற்களைக் கொள்க! ஓம் அவ்வாறே ஆகுக!" என முதுசூதரின் சொல் திரைக்கு அப்பால் எழ, சங்கொலி முழங்கி அமைய மேடை அமைதிகொண்டது.

7

உண்டாட்டிலிருந்து கிளம்பி தன் மாளிகைமுகப்பில் தேரிறங்கி மஞ்சத்தறை நோக்கிச் சென்றபோது ஒவ்வொரு அடிக்கும் தன் உடல் எடை கூடிக்கூடி வந்ததைப்போல் உணர்ந்தான் கர்ணன். ஒவ்வொரு படியிலும் நின்று கைப்பிடியைப் பற்றிக்கொண்டு தன்னை நிலைப்படுத்திக்கொண்டான். நீண்ட இடைநாழியைக் கண்டதும் அதன் மறுஎல்லையில் இருந்த தன் அறைவரைக்கும் செல்லமுடியுமா என்று எண்ணி தயங்கினான். இருமுறை குமட்டினான்.

அவனை தொலைவிலேயே கண்ட சிவதர் சிற்றடிகளுடன் விரைந்து அவனை அணுகி அவனருகே நின்றார். அவனைப் பிடிக்க அவர் முயலவில்லை. அவன் அவரது தோளைப் பற்றிக்கொண்டு மெல்ல காலடி எடுத்துவைத்து நடந்தான். ஏப்பம் விட்டு சற்று துப்பியபின் “அந்த அரவுரிச்சுவடி எங்கே?” என்றான். “என்ன?” என்றார் சிவதர். “அரவுரி... அரவுரியை வெட்டி சுவடியாக்கி... அதில் நாகங்களின் கதை...” என்றான். “எங்குள்ளது?” என்று சிவதர் கேட்டார். “அரவுரியை... அரவுரி வெள்ளி நிறமானது. அதில்...” குமட்டலை ஆவியாக வெளியேற்றி “நாகங்களின் கதை... நீலநிறமான எழுத்துக்கள்...”

அவன் சரியும் இமைகளை தூக்கி சிவதரை நோக்கிப் புன்னகைசெய்து “ஆனால் அவையெல்லாம் நாகங்கள். நாகமுட்டைகள். நாகக்குழவிகள். நாகங்களைக்கொண்டே அவற்றை எழுதியிருந்தனர்...” என்றான். “அவர்களை நான் பார்த்தேன் சிவதரே.” சிவதர் “எவரை?” என்றார் திகைப்புடன். “நாகர்களை. இந்த நகருக்கு அடியிலேயே வளைகளில் உரகநாகர்கள் வாழ்கிறார்கள். இந்நகர் முழுக்க பரவிச்செல்லும் கரவுப்பாதைகள் அவர்களுக்குள்ளன. எங்குவேண்டுமென்றாலும் அவர்கள் எழமுடியும். வேர்களைப்போல...”

சிவதர் “வருக அரசே, களைத்திருக்கிறீர்கள்” என்று அழைத்துச்சென்றார். அவன் மஞ்சத்தறை வாயிலில் நின்றிருந்த காவலன் தலைவணங்கினான். சிவதர் கதவைத்திறந்து அவனை உள்ளே செல்லும்படி கைகாட்டினார். காலை உள்ளே வைத்ததுமே அவன் “ஆ!” என மூச்சொலி எழுப்பிப் பின்னடைந்தான். அவன் அறைக்குள் சுவர்மூலையில் முழங்கால் மடித்து உடற்குவியல் என ஒரு சிற்றுருவ நாகன் அமர்ந்திருந்தான். தலையில் நாகபடக் கொந்தை அணிந்து கல்மாலை நெஞ்சிலிட்டு அரவுத்தோலாடை அணிந்தவன்.

“என்ன?” என்றார் சிவதர். “அறைக்குள்... நாகன்” என்றான் கர்ணன். எட்டிப்பார்த்துவிட்டு “நிழல்தான்...” என்ற சிவதர் அவனை கைபற்றி உள்ளே கொண்டுசென்றார். “நிழலா? நான் நினைத்தேன்...” என்றபடி அவன் அறையை நன்கு நோக்கினான். அவன் நாகனென எண்ணியது நிலைப்பீடத்தின் நிழல்தான். பிறைக்குள் தனிச்சுடராக நெய்விளக்கு எரிந்தது. மஞ்சம் வெண்பட்டு விரிக்கப்பட்டு காத்திருந்தது. குறுபீடத்தில் குளிர்நீர்க்குடம். சாளரத்துக்கு அப்பால் மகிழ்காட்டின் மரங்களின் மேல்பகுதி இலைக்குவைகள் இருளுக்குள் இருளென மகிழ்ந்து கொப்பளித்தன. காற்று சலசலத்தோடுவது ஒரு மெல்லிய குரலென ஒலித்தது.

அவன் மேலாடையை விலக்கி எடுத்து குறுபீடத்திலிட்டார் சிவதர். அவன் மஞ்சத்திலமர்ந்ததும் குறடுகளைக் கழற்றி அகற்றினார். கற்கள் பதித்த கங்கணங்களையும் தோள்வளைகளையும் கழற்றினார். மார்பின் மணியாரத்தை தலைவழியாக எடுத்து அதில் சிக்கிய மயிரிழைகளை அகற்றினார். “அவர்கள் எப்படி வேண்டுமென்றாலும் வரமுடியும்” என்று கர்ணன் சிவந்த கண்களுடன் சொன்னான். “அவர்களுக்குத் தடைகளே இல்லை.” அவன் கண்களை மூடிக்கொண்டு மெல்ல படுத்தான். சிவதர் அவன் விரல்களிலிருந்து கணையாழிகளை ஒவ்வொன்றாக உருவினார். அணிகளை அருகிருந்த ஆமையோட்டுப்பெட்டியில் இட்டு பிறைக்குள் வைத்தார்.

“நீர் அருந்துகிறீர்களா?” என்றார் சிவதர். கர்ணன் மெல்ல குறட்டை விட்டான். “அரசே!” என்றார் சிவதர். அவன் சப்புக்கொட்டி முனகினான். சிவதர் நுனிக்கால்களில் நடந்து மெல்ல வெளியேறினார். அவர் வெளியேறுவதை கர்ணன் தன் துயிலுக்குள் நோக்கிக்கொண்டிருந்தான். அவர் கதவை மூடியதும் அருகே அறைமூலையில் இருந்த நாகன் அவனை நோக்கி புன்னகைசெய்து “போய்விட்டார்” என்றான்.

கர்ணன் திடுக்கிட்டு எழுந்து மஞ்சத்தில் அமர்ந்தான். “நீங்களா?” என்றான். காளிகர் “ஆம், நான் உங்களை சந்திக்க விழைந்தேன்” என்றார்.

கர்ணன் அறையை நோக்கி “எப்படி இதற்குள் வந்தீர்கள்?” என்றான். “எங்களுக்குரிய வழிகளைப்பற்றி சொன்னீர்களே! நாங்கள் வேர்கள். வேர்நுழையும் விரிசல்களில்லாத அமைப்பு ஏதும் இங்கில்லை.” கர்ணன் சுற்றிலும் நோக்கி “இல்லை, இங்கு வர வழியே இல்லை” என்றான். “விரிசல்கள் உங்கள் சித்தத்தில் இருக்கக்கூடாதா என்ன? நீங்கள் இன்னும் எங்கள் குகையறைக்குள்தான் இருக்கிறீர்கள்.”

கர்ணன் “இல்லை... நான் இந்திரவிழவுக்குச் சென்றேன். அங்கதநாடகம் கண்டேன். உண்டாட்டில் மகிழ்ந்தேன்” என்றான். “ஆம், அவையும் உண்மை. ஆனால் வேறுவகை உண்மை” என்றார் காளிகர். “நான் எங்கிருக்கிறேன்? உண்மையில் உங்களை நான் காண்கிறேனா? இல்லை இவை என் சித்தக்குழப்பங்களா?” என்றான் கர்ணன். “ஏனென்றால் சற்றுமுன்புவரை நான் உங்களை சந்தித்ததெல்லாம் முன்பு ஏதோ காவியத்தில் கேட்டவை நினைவில் மீண்டது போலிருக்கிறது.”

“இருக்கலாம். நாகப்பிரபாவம் என்னும் பெருங்காவியத்தில் இதே நிகழ்ச்சி உள்ளது. ஆனால் அது நாகோத்ஃபேதத்தை அழித்து அங்கு எழுந்த பெருநகரான மகோதயபுரத்தை பற்றியது. அதன் அடியாழத்தில் வாழும் உரகநாகர்களை காணச்செல்கிறான் அதன் கதைத்தலைவனாகிய அருணன்...” கர்ணன் பதற்றத்துடன் “ஆம், இப்போது நன்கு நினைவுகூர்கிறேன். வேசரநாட்டில் என் ஆசிரியருடன் மழைக்காலத்தில் மலைக்குகை ஒன்றில் தங்கியிருக்கையில் முதியசூதன் அவருக்கு இக்காவியத்தை சொன்னான்” என்றான்.

அவன் பரபரப்புகொண்டு எழுந்து நின்றான். “நான் சற்றுநேரத்திலேயே துயின்றுவிட்டேன். ஆனால் துயிலுக்குள் அதை கேட்டுக்கொண்டிருந்தேன். மழையொலியும் காவியச்சொற்களும் கலந்து என்னுள் பொழிந்து சொட்டி ஓய்ந்தன. அதில் நான் கேட்ட சொற்கள்தான் அனைத்தும்... ஒவ்வொரு விவரிப்பும் ஒவ்வொரு கூற்றும் அப்படியே அந்நூலில் கேட்டவை.” அவன் திகைத்து “இவ்வறைக்குள் நீங்கள் வந்து அமர்ந்திருக்கும் காட்சியும் அக்காவியத்தில் உள்ளதே...” என்றான். காளிகர் நகைத்து “ஆம்” என்றார். “நான் எங்கிருக்கிறேன்?” என்றான் கர்ணன். “காவியத்திற்குள்” என்றார் காளிகர்.

கர்ணன் வாயிலை நோக்கினான். சிவதரை அழைக்க விரும்பி கைகளை தூக்கப்போனான். “அவர் சென்றுவிட்டார். தன் அறைக்குள் நுழைந்து கதவை மூடுகிறார்” என்றார் காளிகர். அப்போது அவனும் அவர் நுழைவதைக் கண்டான். உண்மையில் கண்டானா? உளமயக்கா? ஆனால் அவர் அங்கே அமர்ந்திருந்தார். கைநீட்டினால் தொடமுடியும். அவன் உடல் தளர்ந்தான். “அஞ்சவேண்டியதில்லை அங்கரே. உங்களிடம்

பேசவே வந்தேன்” என்றார். “ஏன்?” என்றான் கர்ணன். “ஏனென்றால் நீங்கள் எங்களவர்.”

“இல்லை, நான்...” என கர்ணன் வாயெடுக்க, “நீங்கள் வீழ்த்தப்பட்டவர், எங்களைப்போலவே” என்றார் காளிகர். “எங்களைப்போலவே உட்கரந்த வஞ்சம் கொண்டவர்.” கர்ணன் சினத்துடன் “இல்லை” என்றான். காளிகர் அதை நோக்காமல் “அனைத்து ஆற்றல்களிருந்தும் தோற்கடிக்கப்பட்டவர். அறத்தால் அழிந்தவர்.” கர்ணன் “நான் அழியவில்லை. என் கையில் வில் இன்னமும் தாழவில்லை” என்றான். “வஞ்சமில்லையேல் ஏன் இன்று முட்டக்குடித்தீர்கள்? மேலும் மேலுமென மதுவை வாங்கிக்கொண்டே இருந்தீர்கள்!”

அவன் பெருமூச்சுவிட்டபடி அமர்ந்தான். தலையை கைகளால் பற்றிக்கொண்டான். “ஏனென்றால், இன்று ஒருதுளி கருணையால் நீங்கள் முற்றாக வீழ்த்தப்பட்டீர்கள். அதை வஞ்சத்தால் வென்று சென்றீர்கள். கருணை, பெருந்தன்மை, அன்பு. உங்களைச்சூழ்ந்து நச்சுமுனைகொண்ட அம்புகளாக அவையல்லவா நின்றுள்ளன?” கர்ணன் ஒன்றும் சொல்லவில்லை. “அறிக அங்கரே! வஞ்சம்போல் ஆற்றல் அளிப்பது பிறிதொன்றில்லை.”

நாகத்தின் சீறல்போன்ற ஒலியில் “நீங்கள் எங்களவர். நீங்கள் பிறப்பதற்குள்ளாகவே தேர்வுசெய்யப்பட்டுவிட்டீர்கள்” என்றார் காளிகர். கர்ணன் மூச்சடைக்கும் ஒலியில் “எவரால்?” என்றான். “சொல்லுங்கள், நீங்கள் அறிவீர்கள்...” காளிகர் புன்னகை செய்தார். “நான் சொல்லவந்தது எங்கள் கதையை.” கர்ணன் அவரை இமைக்காது நோக்கினான். நாகவிழிகள், கைக்குழந்தையின் சிறுவிரல்நகம்போல மெல்லிய ஒளிகொண்ட இரு முத்துக்கள். அவன் விழிதிருப்ப விழைந்தான். அவ்விழைவு வேறெங்கோ ஓர் எண்ணமாக ஓடிக்கொண்டிருந்ததை அறிந்தான்.

“இன்று கேட்டீர்கள், எங்கள் குலமழிந்த கதையை” என்றார் காளிகர். “சொல்லப்படுகையில் அனைத்தும் எத்தனை எளிதாகிவிடுகின்றன. சொல்லை மானுடர் கண்டடைந்ததே அனைத்தையும் எளிதாக்கிக் கொள்வதற்காகத்தான். சொல்லப்படுகையில் ஒவ்வொன்றும் எல்லைகொண்டுவிடுகின்றன. மலைகளை கூழாங்கற்களாக்கி விளையாடும் மைந்தரென மாறிவிடுகின்றனர் அனைவரும். ஆகவேதான் மாவீரரை, மாதவத்தாரை, மூத்தோரை, மூன்றுதெய்வங்களை விட கவிஞர்கள் இங்கு போற்றப்படுகிறார்கள்” என்றார் காளிகர்.

“வாழ்ந்தோர் அனைவரும் மறக்கப்படுகிறார்கள். மண் அனைத்தையும் உண்டுசெரித்துக்கொண்டே இருக்கிறது. ஒரு கல் கூட இன்றி மாநகர்கள்

மறைகின்றன. ஆனால் உரியமுறையில் சொல்லப்பட்ட சொல் அழிவதில்லை. அருமணி என, தெய்வத்திரு என நெஞ்சோடணைத்து கொண்டுசெல்கிறார்கள். ஏனென்றால் அவை எல்லையின்மையின் இருளுக்கு கால்தளையும் செவித்துளையும் இட்டு இழுத்துக் கொண்டுவந்து நம் முற்றத்தில் நிறுத்துகின்றன. அங்குசம்கொண்டு அடிபணியச் செய்யலாம். கொட்டில்களில் கட்டிப்போட்டு தீனியிட்டு வளர்க்கலாம். ஏறி அமர்ந்து நகருலா செல்லலாம்."

கர்ணன் அவரை நோக்கிக்கொண்டு நெஞ்சில் சொல்லென ஏதுமிலாது அமர்ந்திருந்தான். "அங்கு நிகழ்ந்தது போரல்ல, கொலையாட்டு" என்றார் காளிகர். "நினைவு சென்று தொடமுடியாத காலத்தில் அங்கே குடிவந்தனர் தட்சநாகர்கள். அக்காட்டின் எல்லையெனச் சூழ்ந்திருந்த மூன்று சிற்றாறுகளுக்கும் யமுனைக்கும் அப்பால் செல்ல அவர்களுக்கு குடிவிலக்கு இருந்தது. கதைகளெனக்கூட பிறநிலங்களை அவர்கள் அறிந்திருக்கவில்லை. அவர்கள் விழைந்த அனைத்தும் அக்காட்டுக்குள்ளேயே இருந்தன. இன்னுணவும் மயல்மதுவும் அளவின்றி கிடைத்தன. உண்டாட்டும் காதல்களியாட்டுமே அவர்களின் வாழ்வென்றிருந்தது."

எதிரிகளை அவர்கள் அறிந்திருக்கவில்லை. முதல் எதிரியென அவர்களின் தொல்குடிநினைவிலிருந்த அனலை அவர்கள் விண்ணெழும் மின்கதிர்வடிவிலன்றி பார்த்ததில்லை. கோடையிலும் நின்று மழைபெய்யும் காண்டவத்தில் எரியெழுவதும் இயல்வதல்ல. எனவே அவர்களுக்கு போர்த்தொழில் தெரிந்திருக்கவில்லை. தங்களுக்குள் பூசலிடுவதற்குரிய நச்சுநாணல்கள் அன்றி படைக்கலமென ஏதும் இருக்கவுமில்லை. தந்தையென்றும் அரசனென்றும் தெய்வமென்றும் விண்ணிலிருந்த இந்திரன் அவர்களைப் புரந்தான். அவன் மண்வடிவாக அமைந்து தட்சகுடியின் அரசர்கள் அவர்களை ஆண்டனர்.

அரசே, சத்யயுகத்தில் இந்நிலம்நிறைத்து ஆண்டிருந்த நாகர்குலங்கள் அனைத்தும் முன்னரே துவாபர யுகத்திலேயே சூரிய, சந்திர குலத்து முடிவேந்தரால் முற்றழிக்கப்பட்டிருந்தன. வடபுலமாண்ட வாசுகியும் தட்சரும் கீழைமண்ணின் ஐராவதரும் நடுநிலமாண்ட கௌரவ்யரும் தென்னிலமாண்ட திருதராஷ்டிரரும் குலம்சிறுத்து காடுகளுக்குள் மறைந்தொடுங்கினர். அஞ்சி ஓடியவர் அணிந்த இழைகளிலிருந்து உதிர்ந்து புதருக்குள் கிடந்த அருமணி என உரகதட்சர்கள் மட்டும் காண்டவத்திற்குள் பிறர் அறியாது வாழ்ந்தனர்.

ஒவ்வொரு குலமும் அதில் முந்தியெழும் முதற்குடியால் அழிக்கப்பட வேண்டுமென்பது இப்புடவி படைத்தவனின் அரசியல். தன்வாலை

தான் கொத்தி நஞ்சூட்டிய நாகத்தலையின் கதையைச் சொல்கிறேன், கேட்டறிக! நாகோத்ஃபேதத்தில் பிறந்து ஐங்குலமென விரிந்த நாகர்களில் முதன்மையானது வாசுகி குலம். பிலக்ஷசிலையென்னும் பெருநகர் சமைத்து புவியாண்டனர் நந்தனில் தொடங்கிய வாசுகியர்.

கோடிசன், மானசன், பூர்ணன், சலன், பாலன், ஹலீமகன், காலவேகன், பிரகாலனன், ஹிரண்யபாகு, சரணன், கக்ஷகன், காலந்தகன் ஆகிய மாமன்னர்களின் நிரையிலெழுந்தவர் பெருவல்லமைகொண்ட ஸ்வேதகி என்னும் மன்னர். நிகரற்ற வில்வல்லமைகொண்டவர். மூன்று பெருநீர் நதிக்கரைகளின்மேல் மறுப்பற்ற ஆட்சி செய்தவர்.

வடவெல்லைப் பனிமலைமுதல் தென்னெல்லை கடலலை வரை அவரது கொடிபறந்தது. வெள்ளிமுடி அமர்ந்த வெய்விழியன் அவர்களின் குலமுதல்தெய்வம். அவர்களை அஞ்சின நூற்றெட்டு காடுகளில் வாழ்ந்த அசுரர் குலங்கள், தெற்கே பெருநகர்களை அமைத்து ஆண்ட அரக்கர்குடிகள், பெருநதிப்படுகைகளில் வாழ்ந்த நால்வருணக் கொடிவழியினர்.

அனலவனை குலமுதலோன் எனக்கொண்ட பிருகுகுலத்து அந்தணர் ஒருவர் சிந்துவின் பெருக்கில் படகிலேறி பிலக்ஷசிலைக்கு வந்திறங்கினார். நால்வேதங்களும் ஆறுநெறிகளும் மூன்று தத்துவங்களும் கற்றுத்தெளிந்தவர். சொற்களைத் தீட்டி அருமணிகளென்றாக்கியவர். காலத்திரை விலக்கி நோக்கும் கண்கள் கொண்டவர்.

அறிவரை எதிர்கொண்டு அவையமரச் செய்தார் ஸ்வேதகி. முகமனும் முறைமையும் முடிந்தபின் அரசரிடம் அந்தணர் சொன்னார் ‘அரசே, உன் நற்செய்கைகளால் மகிழ்ந்தேன். வருணனில் சார்ஷணிக்குப் பிறந்த வாருணிபிருகுவிற்கு புலோமையில் பிறந்தவர் என் மூதாதையான சியவனர். அவர் கொடிவழியில் வந்த சௌனகரின் மைந்தர் வஜ்ரவாக்கின் மகன் வஜ்ரகேது என என்னை அவைவைக்கிறேன். இவ்வரசவையில் என் சொல்லில் என் மூதாதையர் அமர்க!’

‘அனல்குடி வந்தவன் நான். அரசர்களின் கொடிகளில் தழல் பறப்பதை விழைபவன். ஆனால் இங்கு வந்தபோதே உம் அரியணைக்குமேல் பறக்கும் இரட்டை அரவுக்கொடி சாளரம் நிறைத்து வரும் பெருங்காற்றிலும் பறக்காது துவண்டிருப்பதைக் கண்டேன். உம் உள்ளத்தில் உறைந்த துயரை அறிகிறேன். அதை குறித்து நீர் என்னிடம் ஒரே ஒரு வினாவை மட்டும் கேட்கலாம்’ என்றார் வஜ்ரகேது.

ஸ்வேதகி வணங்கி ‘ஆம், அந்தணரே. இது என் அகம். நான் ஐங்குலத்தின் முதலரசனாக இங்கு அரியணை அமர்ந்திருக்கிறேன். ஆனால் என்

உள்ளம் குளிர்ந்து நீரிலூறிய மரவுரியென கிடக்கிறது. என் இடைப்பசியும், வயிற்றுப்பசியும், சொற்பசியும், சித்தப்பசியும் அணைந்துகிடக்கின்றன. விழிகளில் ஒளியில்லை. என் கனவுகளில் அசைவிலாது கிடக்கும் கரும்பாறைகளை மட்டுமே காண்கிறேன்' என்றார்.

'நேற்று நான் கண்ட கனவொன்றில் நான் இறந்து உறைந்து கிடந்தேன். என்னைச் சூழ்ந்திருந்தவர்கள் நான் இறந்திருப்பதையே அறியாமல் இயல்பாக பேசிக்கொண்டிருந்தனர். என்மேல் ஈக்கள் வந்தமர்ந்தன. என் உடல் உப்பிக்கொண்டே இருந்தது. வியர்த்து விழித்துக்கொண்டு ஏங்கி அமர்ந்திருந்தேன். இருள் விலகியபோதுதான் நகரில் நீங்கள் வந்திறங்கியிருக்கும் செய்தி வந்தது. உங்களிடம் என் வினவுக்கான விடையிருக்குமென எண்ணினேன். அவ்வினாவையே இங்கு வைக்கிறேன். இக்கொடி பறக்க நான் என்ன செய்யவேண்டும்?'

'அரசே, மன்னர்கள் நெருப்பைப்போல. எரிந்து பரவாத நெருப்பு அணைந்துபோகும் என்றறிக! நீங்கள் உங்கள் குலநெறிகளில் சேற்றில் களிறு என சிக்கியிருக்கிறீர்கள். ஐங்குலத்தலைவராக நீங்கள் அமரும்வரை இந்த நகரெல்லைக்கு அப்பால் நீங்கள் விரியமுடியாது. விரியாமையால் அணையத்தொடங்கிவிட்டீர்கள்' என்றார் அந்தணர்.

'நான் செய்யவேண்டியது என்ன?' என்றார் ஸ்வேதகி. 'பாரதவர்ஷத்தின் வரலாறெங்கும் அனைத்துக் குலத்தலைவர்களும் செய்வதைத்தான். சிறகு முளைத்தபின் பட்டாம்பூச்சி கூட்டுக்குள் இருப்பதில்லை. குலமூப்பு அடைந்தபின் அரசராவதே வழி. அரசர்கள் பேரரசர்களாகவேண்டும். பேரரசர்கள் சக்ரவர்த்திகளாகவேண்டும். சக்ரவர்த்திகளோ அரசு துறந்து அரசப்படிவர்களாகி முழுமைபெறவேண்டும். விண்ணில் அவர்களுக்கான பீடம் ஒருங்கியிருக்கும்.'

'இங்கிருக்கிறீர்கள் நீங்கள். எளியமானுடராக. கோல்கொண்டு முடிசூடி அறம்நாட்டி கொடையளித்து புகழ்விரிந்து இப்புவியை ஆண்டு நீங்கள் விண்ணேற வேண்டாமா? மண்ணாண்டு விண்ணமர்ந்த சக்ரவர்த்திகளான பிருதுவும் யயாதியும் அமர்ந்திருக்கும் விண்ணுலகில் அல்லவா உங்களுக்கும் பீடம் அமையவேண்டும்? இங்கு இவ்வண்ணம் உதிர்ந்தால் உங்கள் பிறப்பு பொருளற்றதாகும்.'

'நான் என்ன செய்யவேண்டும்?' என்றார் ஸ்வேதக வாசுகி. 'அதற்குரிய வழிகளையும் முன்னோர் இங்கு அமைத்திருக்கின்றனர். மகாசத்ர வேள்வி ஒன்றைத் தொடங்குக! அதில் உங்களை வேள்விக்காவலராக அமர்த்துக! உங்கள் ஐங்குலங்களும் அங்கே வந்து உங்களை முடியுடை முதல்மன்னராக ஏற்று வேள்விமுறை செய்யவேண்டும். அசுரர்களும் அவுணர்களும் அரக்கர்களும் வந்து உங்கள் கோல்வணங்கி அடிக்காணிக்கை

அளிக்கவேண்டும். சத்ரவேள்வி என்பது அதைச்செய்யும் அரசரின் வெண்குடை நிலைபெறுவதற்கான வழி என அறிக!'

'உங்கள் அடிபணிந்து திறையளிக்காத அனைவரும் உங்கள் எதிரிகள். அவர்களின் ஊர்களை உங்கள் படைகள் சூழட்டும். அவர்களின் ஊர்களை வென்று கருவூலங்களைக் கொள்ளையிடட்டும். திறைச்செல்வமும் கொள்ளைச்செல்வமும் உங்கள் கருவூலத்தை நிறைக்கட்டும். அதைக்கொண்டு ஏழு வகை அறங்களை இயற்றுக! உங்கள் நிலமெங்கும் நீர்வளம் நிலைநிறுத்துக! ஊர்களெங்கும் ஆலயங்கள் அமையட்டும். குடிகள்தோறும் கல்விச்சாலைகள் நிறைக! வழிகளெங்கும் அன்னசாலைகள் அமைக! பெருநூல் பயிலும் புலவர் அவை சிறக்கட்டும்! வேள்விச்சாலைகளில் வேதச்சொல் ஒலிக்கட்டும். முனிவர்களின் தவச்சாலைகள் மேல் தெய்வங்கள் வந்திறங்கச் செய்க! உங்கள் அரசை விண்ணவரும் மண்ணவரும் வாழ்த்துவர். வைரமுடிசூடி வெண்குடை கவித்து சக்ரவர்த்தி என்று அமர்க!'

'ஆம், அவ்வாறே செய்கிறேன்' என்றார் ஸ்வேதக வாசுகி. பிலக்ஷசிலையில் வட்டவடிவமான பெருமுற்றம் நடுவே பன்னிரண்டாயிரம் தூண்கள் கொண்ட வேள்விக்கூடம் அமைந்தது. அதில் வஜ்ரகேதுவின் தலைமையில் ஆயிரம் வேள்விக்கொடையர் அமர்ந்து அழியாச்சொல் ஓதி அவியிட்டு தேவர்களை மண்ணிறக்கினர். ஐங்குலத்துக்கும் அசுரருக்கும் அவுணருக்கும் அரக்கருக்கும் வேள்விச்செய்தி அளிக்கப்பட்டது. வந்து அடிபணியாதவர்கள்மேல் ஸ்வேதக வாசுகியின் நாகப்படையினர் கொடிகொண்டு எழுந்தனர்.

நூறு போர்களாக நூறாண்டுகாலம் நடந்தது அந்த வேள்வி என்கின்றன கதைகள். ஸ்வேதக வாசுகிக்குப்பின் அவர் மைந்தர் உபநந்த வாசுகி அவ்வேள்வியை நடத்தினார். கடல்தேரும் ஆறுகளைப்போல நெய்க்குடங்கள் ஏந்திய படகுகளும் வண்டிகளும் பிலக்ஷசிலைக்கு சென்றுகொண்டிருந்தன. நாளும்பகலும் முறியாதெழுந்த வேள்விப்புகையால் ஆயிரம் அவியளிப்போர் விழியிழந்தனர் என்கின்றன கதைகள்.

ஏழு பெரும்போர்களில் தோற்றடங்கிய ஐங்குலங்களும் ஸ்வேதக வாசுகியை முழுதேற்றன. பதினாறு ஜனபதங்களும் பதினெட்டு அரக்கர்குடிகளும் நூற்றெட்டு அசுரகுடிகளும் அவரை தங்கள் அரசரென்றன. உபநந்த வாசுகியின் மைந்தர் ஸ்வேதக வாசுகியை வேள்விப்பீடத்தில் அமர்த்தி மகாசத்ர வேள்வியை முடித்து வெண்குடை நாட்டி சத்ரபதி என்று அறிவிக்க, வஜ்ரகேதுவின் மாணவர் ஸ்யவனர் அவையமர்ந்தார். அடிபணிந்த அனைவரும் தங்கள் கொடியும் முடியும் சூடி அவைநிறைத்திருந்தனர்.

புள்குறியும் விண்மீன்குறியும் ஒலிக்குறியும் ஒளிக்குறியும் தேர்ந்த நிமித்திகர் 'அரசே, சத்ரவேள்வி முடிவடையவில்லை. உங்கள் குலத்திலேயே உங்களை முழுதேற்காத ஒரு கிளை எங்கோ உள்ளது' என்றனர். 'தன் குலத்தால் முழுதேற்கப்படாத எவரும் முடிமன்னராக முடியாது. முடியணியாதவர் கொடிகொண்டு செல்லவும் கூடாதென்றறிக!'

சினந்தெழுந்த ஸ்வேதகி தன் அமைச்சர்களையும் படைத்தலைவர்களையும் நோக்கி சினந்து 'எவர்? எஞ்சியிருக்கும் என் கிளை எது?' என்று கூவினார். 'அரசே, ஐங்கிளையும் எழுபத்தாறு கிளைகளாகப் பிரிந்து பன்னிரண்டாயிரம் குடிகளென்றாகி பதினெட்டாயிரம் ஊர்களில் வாழ்கின்றன. அனைவரும் அடிபணிந்து தாள்வில் தாழ்த்தி தலையளித்துவிட்டனர். எவரும் எஞ்சவில்லை' என்றார் தலைமை அமைச்சர் சிம்ஹபாகு.

'அறியோம். எங்கள் குறிகள் பிழைப்பதில்லை. எங்கோ எஞ்சியிருக்கிறது ஒரு குலம்' என்றனர் நிமித்திகர். 'பாரதவர்ஷமெங்கும் மழையென மூடிப்பெய்து பரவி மீண்டுள்ளது எமது படை. எங்கும் எவரும் இனி எஞ்ச வாய்ப்பில்லை' என்றார் படைத்தலைவர் வீரசேனர். 'எங்கள் சொல் பிழைப்பதென்றால் விண் இடிவதற்கு நிகர்' என்றனர் நிமித்திகர்.

வேதியர்தலைவர் ஸ்யவனர் 'அரசே, உங்கள் குடிகளில் முதியவர் எவரோ அவரை அழையுங்கள். அவரிடம் கேளுங்கள்' என்றார். அமைச்சரின் ஆணைக்கேற்ப நூற்றைம்பது வயதான முதுநாகர் கோகர்ணர் அவரது நான்காம் தலைமுறைப் பெயரர்களால் துணிமஞ்சலில் சுமந்து கொண்டுவரப்பட்டார். அவையமர்ந்த கோகர்ணர் செவியும் கண்ணும் அனலவிந்து காலமிழந்து சூழலழிந்து கரிமூடிய கனலென இருந்தார். அவர் இளம்பெயரர் கோகர்ணர் ஏழுமுறை உரக்கக் கூவி வினாக்களை கேட்க, அவர் முனகிச்சொன்ன மறுமொழிகளை இன்னொரு பெயரர் கோகர்ணர் செவிகொடுத்துக் கேட்டு அவை நோக்கிச் சொன்னார்.

பன்னிரு வினாக்கள் இலக்கடையாது விழுந்தன. பன்னிரண்டாவது வினாவுக்கும் பொருத்தமில்லாத மறுமொழி இருளில் இருந்து எழுந்து வந்தது. ஆனால் அது அவர்கள் தேடிய சொல்லாக இருந்தது. 'எந்தையர் படைகொண்டு சென்றனர். தட்சர்களை வென்றனர். வென்று முடியாது மீண்டனர். எஞ்சும் ஒரு துளி நச்சு எங்கோ உள்ளது' என்றார் முதியவர்.

அவர் சொல்லில் இருந்தே அவர்கள் சூரியனின் மைந்தரான தட்சசிலையின் நாகர்குலத்து அரசர் மகாபுண்டரரின் இளையமைந்தர் அருணர் குலப்பகைகொண்டு நகர்நீங்கிய கதையை அறிந்தனர். அருணர் அமைத்த தட்சபுரத்தை நந்தவாசுகியின் தலைமையில் ஐங்குலநாகர்கள்

படை சூழ்ந்ததையும் பன்னிருமுறை போரிட்டும் முழுதும் வெல்லாமல் போர்நிறை செய்ததையும் உணர்ந்தனர்.

'நாடகன்ற தட்சர்கள் எங்கோ உள்ளனர். அவர்களை கண்டறிக!' என்றார் ஸ்வேதகி. 'அவர்களை நிலம்சூழ்ந்து அறியமுடியாது. எனவே சொல்சூழ்ந்து அறிக!' என்றார் ஸ்யவனர். எழுதப்பட்ட பாடப்பட்ட சொல்லப்பட்ட நினைக்கப்பட்ட அனைத்துக் கதைகளையும் தேர்ந்து அதனூடாக நுண்தடம் கண்டடைந்து காண்டவப்பெருங்காட்டில் புதைந்துவாழ்ந்த தட்சர்களைக் கண்டடைந்தனர்.

பிண்டக தட்சரின் கொடிவழி வந்த நூற்றாறாவது தட்சர் காமிகரின் ஆட்சியில் அங்கு வாழ்ந்த நாகர்களை அவர்களின் சொல் சென்றடையவே இல்லை. தங்கள் காட்டுக்கு வெளியே பிறமானுடர் வாழ்வதையே அவர்கள் அறிந்திருக்கவில்லை. அங்கே சென்று மீண்ட ஒற்றர், அது அணுகலாகாத பெருங்காடு என்றனர். நச்சு வேரோடி, நச்சு முளைத்து, நச்சு தழைத்து, நச்சு இழைந்து, நச்சு நடந்து, நச்சு பறக்கும் நிலம் அது.

அந்நிலத்தை வெல்லும்வரை தன் சத்ரவேள்வியை முடிக்கமுடியாதென்று உணர்ந்த ஸ்வேதகி பன்னிருநாட்கள் தன் குடித்தெய்வமாகிய முக்கண்ணனை நோக்கித் தவமியற்றினார். 'எந்தையே, இவ்வேள்வியை முடிக்கும் வழியென்ன என்று அருள்க!' என்று கோரினார். 'இனி அந்தணர் இதை ஆற்றமுடியாதென்றறிக! அருந்தவத்து முனிவர் துர்வாசரின் தாள் பணிக! அவர் வந்தமைந்தால் இவ்வேள்வி முடியும்' என்றார் பனிமலைமுடியமர்ந்த பாந்தள் அணியிழையர்.

ஸ்வேதகி தன் பன்னிரண்டு அமைச்சர்களுடன் ஐம்பத்தாறு முதுவேதியரை ஐந்துநதிகள் ஓடிய பாஞ்சாலத்திற்கு அனுப்பினார். அங்கே ஐங்குலத்தின் முதலாவதான துர்வாசமரபின் முதல்படிவர் துர்வாசரின் குருகுலத்தை அடைந்து தாள்பணிந்தார். சிவன் சொல் என்பதனால் துர்வாசரும் அதற்குப் பணிந்து அவர்கள் கொண்டுவந்த வரிசையும் பரிசிலும் பெற்று உடன்கிளம்பி வந்தார்.

துர்வாசர் தலைமையில் சத்ரவேள்வி நடந்தது. அவியுண்ட மழைமுகில்களால் பிலக்ஷசிலைமேல் அன்றாடம் மழைபொழிந்தது. ஆனால் பன்னிருமுறை படைகொண்டுசென்றும் தட்சர்களின் காண்டவக்காட்டை வெல்ல ஸ்வேதக வாசுகியின் படைகளால் முடியவில்லை. அங்கே இழைமுறியாது பொழிந்த பெருமழையின் நீர்க்கோட்டையை நெருப்பும் கடக்கமுடியாதென்று அறிந்தனர்.

உளம்சோர்ந்த ஸ்வேதக வாசுகி துர்வாசருக்கு வேள்விக்கொடை அளித்து சத்ரவேள்வியை நிறுத்திக்கொண்டார். சத்ரபதியாகாமல் நெஞ்சு குன்றி

உடல்சோர்ந்து உயிர்துறந்தார். காண்டவத்தை வெல்லும் அவரது கனவு அவருடன் சிதையேறியது. அப்பெருங்காட்டை மீண்டும் அனைவரும் மறந்தனர்.

ஆனால் துர்வாச குருமரபு அதை மறக்கவில்லை. அவர்களின் சொல்லில் என்றுமிருந்தது காண்டவமெனும் நச்சுக்காடு. தன் ஆறுவயதில் துருபதனின் மகள் திரௌபதி பாஞ்சால ஐங்குலத்து முதற்குருவான துர்வாசரைக் காணவந்தாள். அடிபணிந்து திறையளித்து சொல்கேட்க அவள் அமர்ந்தபோது துர்வாசர் அவளிடம் குளிர்மழைக் காண்டவத்தை எரித்தழிக்கவேண்டும் என்றும் அங்கொரு பெருநகர் அமைத்து ஐங்குலத்துக் கொடியை அம்மாளிகை முகட்டில் பறக்கவிடவேண்டும் என்றும் சொன்னார்.

‘காண்டவத்தை வெல்வதுவரை துர்வாச குருமரபின் சொல் முழுமையடைவதில்லை இளவரசி’ என்றார் துர்வாசர். ‘ஐங்குலத்து முதன்மையே உன்னை பாரதவர்ஷத்தின் அரசியாக்குமென்றறிக! ஐங்குலம் வெல்ல எங்கள் ஆசிரியர் எடுத்த பணி முழுமையடைந்தாகவேண்டும்.’ அவர் தாள்பணிந்து ‘ஆம், அவ்வாறே ஆற்றுகிறேன். ஆணை’ என்றாள் திரௌபதி. ‘நான் செல்லவேண்டிய பாதை என்ன? சொல்க!’ ‘இளவரசி, எரிவஞ்சம் உன் உள்ளுறைக! உரிய கைகளை உனக்கு காலமே காட்டும்’ என்றார் துர்வாசர்.

“அரசே, அன்று எழுந்த எண்ணம் எழுந்து எரியெனச்சூழ்ந்து அழித்தது காண்டவத்தை. அறிக!” என்றார் காளிகர்.

8

“கதிர்மைந்தா கேள், அனல்வலம் வந்து ஐவரை கைப்பிடிக்கையிலேயே ஐங்குலத்து இளவரசி அறிந்திருந்தாள், அது எதன் பொருட்டென்று. அவர்கள் காமம்கொண்டு களியெழுந்து கண்மயங்கி இருக்கையில் ஒவ்வொருவரிடமும் தன் உளவிழைவைச் சொன்னாள். ‘அவ்வாறே ஆகுக!’ என்றான் மூத்தவன் யுதிஷ்டிரன். ‘இளையவனே அதற்குரியவன்’ என்றான் பீமன். ‘ஏற்கிறேன்’ என்றான் வில்லேந்திய விஜயன். அச்சொல் பெற்றபின் அவள் அதை மறந்தவள் போலிருந்தாள். அவர்கள் அதை மறந்துவிட்டனர்.”

அஸ்தினபுரிக்கு அவர்கள் குடிவந்து குருகுலத்துப் பெருநிலம் இரண்டாகப் பிரிக்கப்பட்டு யமுனைக்கரை சதுப்புநிலம் அவர்களுக்கு அளிக்கப்பட்டபோது உளம் மகிழ்ந்தாள். நச்சுப் பெருங்காடு அமைந்த அப்பாழ் நிலத்தை அவள் பெற்றுக்கொள்வாளென்று கௌரவர் எண்ணவே இல்லை. உவகையை வெளிக்காட்டாமல் அது போதும் என்று அவள் ஒப்பியபோது அரசுசூழ்தல் அறிந்தவர்கூட அவள் சித்தம் நிலையற்றதோ என்று ஐயுற்றனர்.

விதுரர் ஒருவரே ‘அவள் தான் செல்லும் வழியை முன்னரே வரைந்து வைத்திருப்பவள். யமுனைக் கரையில் நாம் காணாத எதையோ அவள் கண்டிருக்கிறாள்’ என்றார். ஒற்றர்களை அனுப்பி அந்நிலத்தை அவள் முன்னரே அறிவாளா என்று ஆய்ந்து வரச்சொன்னார். பன்னிருமுறை படகுகளில் ஏறி அப்பெருங்காட்டை நோக்கி அவள் வந்திருப்பதை ஒற்றர்கள் சொன்னார்கள். நான்கு முறை கலிங்கச் சிற்பிகளை அவள் அழைத்துச் சென்றிருப்பதை அறிந்ததும் விதுரர் ‘ஆம், அங்குதான் அவள் தன் நகரை அமைக்கவிருக்கிறாள்’ என்றார்.

கனகர் 'அங்கு எப்படி நகர் அமைக்கமுடியும்? நச்சுப்பெருங்காடு அது. அங்கு வாழ்பவர் எவரென்றும், விளைவது எதுவென்றும் தொல்நூல்கள்கூட சொல்லவில்லை' என்றார். 'நாம் காண்பது காட்டை மட்டுமே. அக்காடு அங்கில்லையென்று எண்ணியபின் பாருங்கள். பெருநகரொன்று அமைவதற்கு அதைவிடப் பொருத்தமான இடம் ஒன்றில்லை. யமுனைக் கரையில் எழுந்த மண்குன்று. மாறாது மழை நின்று பெய்யும் மையம் அது. எனவே குளங்களையும் சோலைகளையும் அக்குன்றுமேல் அமைக்க முடியும். துவாரகைக்கு இணையானதொரு பெருநகரம். துவாரகையோ ஒவ்வொரு நாளும் நீரை கீழிருந்து மேலே கொண்டுசெல்கிறது. இங்கு அப்பணியை இந்திரன் ஆற்றுகிறான்' என்றார் விதுரர்.

'ஆனால்...' என கனகர் தொடங்க, 'ஆம். அக்காட்டை வெல்ல இன்று மானுடரால் இயலாது' என்றார் விதுரர். 'ஆனால் தெய்வங்களால் இயலும். அவள் ஒரு தெய்வம். பிறிதொரு போர்த்தெய்வத்தை நாடி இங்கு வந்திருக்கிறாள்.' அவர் சொல்வதென்ன என்று அறியாமல் கனகர் நோக்கியிருந்தார். அவ்வறைக்குள் அப்பால் வேலேந்தி நின்றிருந்த எளிய காவலரின் உள்ளத்தில் அமர்ந்து குலநாகர் அதைக் கேட்டனர். அச்சொல்லை முழுதுணர்ந்த முதுநாகர் திகைத்து 'அவளா? காண்டவப் பெருங்காட்டை வெல்ல ஸ்வேதக வாசுகியால் இயலவில்லை. அன்று கைவிடப்பட்டபின் பல்லாயிரம் ஆண்டுகளாக எவரும் அங்கு படைசூழவுமில்லை' என்றார்.

முதுநாகினி 'இந்த ஷத்ரிய நாடுகளும் இவர்களின் கொடிவழிகளும் இங்கு தழைத்தது காண்டவம் மொழியிலிருந்து முழுதாக மறைந்த பின்னரே. இவர்கள் அக்காட்டின் விளிம்பையன்றி பிறிதை அறிந்திருக்கவும் வாய்ப்பில்லை' என்றாள். 'அவர்களின் தெய்வங்கள் அறியும், அவை அவர்களின் மொழியைவிட கனவைவிட தொன்மையானவை' என்றான் இளையநாகன் ஒருவன். அச்சொல்லின் உண்மையை உணர்ந்து அவர்கள் திகைத்து அவனை நோக்கினர். முதுநாகினி 'ஆம்' என்றாள்.

பின்பு ஒருநாள் வேனில்நீராட மகளிரை துணைக்கொண்டு யமுனைக்கரையில் சோமவனம் என்னும் சோலைக்குச் சென்றனர் இளையயாதவனும் இளையபாண்டவனும். அங்கு அப்பெண்டிருடன் களியாடி நகைத்து கந்தர்வர்கள் என அவர்கள் இருந்தனர். அரசே அறிக! பெருந்துயரில் இருப்பவனும் பெருங்களியாட்டில் மலர்ந்தவனும் பிறவியியல்பை, குலப்பண்பை, கல்வியை, நுண்ணுளத்தை இழந்திருக்கிறார்கள். ஆணிவேரற்ற ஆற்றங்கரை மரமென நின்றிருக்கிறார்கள். அச்சோலையை நோக்கி அந்தணன் ஒருவன் வந்தான். செந்நிற உடல் கொண்டவன். செங்கனல் வண்ணக்குழலைச் சுருட்டி

வலப்பக்கமாகக் கட்டி செம்மணி ஆரம் அணிந்து செம்பட்டாடை சுற்றி தழலென நடந்துவந்தான்.

அவனை எதிர்கொண்டு வணங்கிய காவலர், இளவரசரும் யாதவரும் களியாட்டில் இருப்பதாக அறிவித்தனர். 'இக்கணமே அவர்களை காண விழைகிறேன்' என்றார் வேதியர். ஒப்புதல் கோரி அவர்கள் அருகே அவனை அழைத்துச்சென்றனர். வைதிகரைக் கண்டதும் எழுந்து வணங்கினர் யாதவனும் பாண்டவனும். 'நான் பாஞ்சாலத்து ஐங்குலத்தில் துர்வாச முதற்பிரிவின் குலப்பூசகன். என் பெயர் ஜ்வாலாமுகன்' என்றார் முதுவைதிகர். 'எனது ஆசிரியர் துர்வாசரின் ஆணை பெற்று இங்கு வந்துள்ளேன். முன்பொருமுறை அவர் நிகழ்த்திய வேள்வி முடிவடையாது நின்றது. நூறாண்டுகாலம் நிகழ்த்தப்பட்டும் கனி உதிராது அனல் அவிந்த அவ்வேள்வியின் முடிவை நான் இயற்ற விரும்புகிறேன். என் மூதாதை வஜ்ரகேது அவ்வெரிக்கு முதலனலை அரணி கடைந்து எழுப்பினார். அதனை இங்கு முடித்து வைத்து விண்ணேகுதலே என் பிறவியின் நோக்கமென்றுணர்கிறேன்.'

அர்ஜுனன் எழுந்து கை நீட்டி 'அவ்வேள்வியை வாளேந்தி நின்று காக்கிறேன். முடித்து வைக்க என் உடல் பொருள் ஆவியை அளிக்கிறேன்' என்றான். அவன் நா எழுந்ததுமே கை நீட்டி அவனைத் தடுக்க முனைந்த யாதவன் அதற்குள் அச்சொற்கள் சொல்லப்பட்டுவிட்டதை உணர்ந்தான். வேதியர் புன்னகைத்து 'யாதவரே, இளையவரின் தோள்துணையென தாங்களும் இருப்பீர்கள் என்று எண்ணுகிறேன்' என்றார். 'ஆம், இனி நான் செய்வதற்கொன்றில்லை. இது ஊழின் கணம். முன்னரே நிகழ்த்தப்பட்ட சொற்களின் மறுஒலிப்பு' என்றான் நீலன். இளையபாண்டவன் 'பிழையென ஏதும் சொன்னேனா? யாதவரே, வேள்வி காத்தலென்பது ஷத்ரியர்களின் அகமல்லவா? நம்மை நாடி வந்த இவ்வந்தணர் அதைக்கோரிய பின் நான் மறுத்தல் பீடுடைய செயலாகுமா?' என்றான்.

இளையயாதவன் நகைத்து 'இனி அதைப் பேசிப் பயனில்லை. எடுத்ததை இயற்றுவோம்' என்றான். வேதியர் 'நான் அரண்மனைக்குச் சென்று மூத்தவரின் அவையை அணைந்து தாங்கள் இருவரும் சொல்லளித்த செய்தியை அறிவிக்கிறேன்' என்றார். 'இப்பெருவேள்விக்குரிய அவிப்பொருள் அனைத்தையும் பாஞ்சாலத்து ஐங்குலமே அளிக்கும். அவர்களுடன் இணைந்து படையெடுத்துவர திருஷ்டத்யும்னனும் சித்தமாக இருக்கிறான். வில்லேந்தி முன்நின்று படை பொருத வில்கலை நுட்பரான தாங்களே வரவேண்டும். தங்கள் துணையர் அருகமைய வேண்டும். அதற்கு பாண்டவ மூத்தவர் ஆணையிடவேண்டும்.' அர்ஜுனன் 'ஆம், என் சொல் மூத்தவரைக் கட்டுப்படுத்தும். அதற்குமுன் பாஞ் சாலத்து அரசியிடமும் ஆணை பெற்றுக்கொள்ளுங்கள்' என்றான்.

இளையயாதவன் நகைத்து 'பார்த்தா, அவர் வருவதே இளைய அரசியின் அரண்மனையிலிருந்துதான்' என்றான். வைதிகர் தலைவணங்கி 'ஆம், நேற்றுமாலை நான் அஸ்தினபுரி வந்தடைந்தேன். பாஞ்சாலத்து அரசியின் மாளிகையைச் சென்றடைந்து வணங்கி அவர் சொல் பெற்ற பின்னரே இங்கு வந்தேன்' என்றார். 'இவ்வேள்வியில் அவர் பங்கென்ன?' என்றான் அர்ஜுனன். 'இது பாஞ்சாலத்து ஐங்குலத்து முதன்மைப் படிவரின் வஞ்சினம் என்பதனால் அதைத் தலைகொள்ள அவர் சித்தமாக இருக்கிறார். அத்துடன் அவர் நாளை அமைக்கவிருக்கும் பெருநகர் ஒன்றின் முதல் அனற்கோளும் ஆகும் இவ்வேள்வி' என்றார் வேதியர்.

அப்போதுதான் ஒவ்வொன்றாக இணைந்து பொருளென மாறியது அர்ஜுனனின் சித்தத்தில். 'தாங்கள் எண்ணுவதும் சரியே' என்றார் வேதியர். 'அதோ யமுனைக்கு மறுபுறம் பெருகிநின்றிருக்கும் காண்டவப் பெருங்காட்டை முழுதழிப்பதே என் சத்ரவேள்வியின் வெற்றி. நான் எரிகுளமாகக் கொள்வது அப்பசுங்காட்டை. அங்கு அவியென அனல் வந்து விழவேண்டியது நாகங்களே. அங்கு வாழும் அனைத்து உயிர்களும், அவர்களுக்குத் துணையென நிகழும் அனைவரும் எனக்கு அவிப்பொருளாகவேண்டும்.' அர்ஜுனன் திகைத்து திரும்பி நோக்கி 'அதையா?' என்றான். 'ஆம், அங்குதான் அரசியமைக்கவிருக்கும் பெருநகர் எழவிருக்கிறது.' அர்ஜுனன் 'ஆனால்... அக்காடு எந்தை இந்திரனால் புரக்கப்படுவது. அழியாது மழைமுகில் நின்று காப்பது. அதை எரியூட்டுவது எவராலும் இயலாது' என்றான்.

புன்னகைத்து வேதியர் சொன்னார் 'இயலாதென்றறிவேன். இயலாததை இயற்றவே பெருவீரரை நாடி வந்துளேன்.' திரும்பி மீண்டும் நோக்கிய அர்ஜுனன் 'பசும்பெருங்காடு. இதை படைகொண்டு வளைக்கவே இன்று எம்மால் இயலாது' என்றான். வேதியர் 'பாஞ்சாலப்பெரும்படைகளும் அஸ்தினபுரியில் உங்கள் படைகளும் துவாரகையின் துணைப்படைகளும் ஒருங்கிணையட்டும்" என்றார். அர்ஜுனன் 'வேதியரே, நீர் இங்கு வந்தது ஒரு வேள்விக்காக. இப்போது ஆணையிடுவது பாரதவர்ஷத்தின் மாபெரும் போர் ஒன்றுக்காக' என்றான். 'அனைத்துப்போர்களும் வேள்விகளே' என்றார் வைதிகர்.

அர்ஜுனன் அஸ்தினபுரிக்கு வந்து சேர்வதற்குள்ளாகவே அரசன் தருமனும் தம்பியர் பீமனும் நகுலனும் சகதேவனும் அவன் அரண்மனைக்கு வந்து காத்திருந்தனர். அவனைக் கண்டதுமே தேர்முற்றம் நோக்கி ஓடிவந்த தருமன் 'இளையோனே, நீ வாக்களித்தாயா? காண்டவத்தின் மேல் எரிப்போர் தொடுப்பதாக வஞ்சினம் கூறிவிட்டாயா?' என்றான். 'ஆம், மூத்தவரே' என்றான் அர்ஜுனன். 'வைதிகர் இங்கு வந்து சொன்னபோது ஒருகணம் நான் நடுங்கிவிட்டேன். நீ அறிவாய், இன்னமும் நமது

படைகள் பகுக்கப்படவில்லை. எனவே நாம் இன்னும் திருதராஷ்டிர மாமன்னரின் ஆணைக்குக் கீழ் இருக்கும் குடிகளே. இன்று ஒரு போர் தொடுப்பதற்கான உரிமை நமக்கில்லை' என்றான் தருமன்.

'நான் அதை எண்ணவில்லை. நான் இளவரசன், பாண்டுவின் மைந்தன், நான் கருதியது அதைமட்டுமே' என்றான் அர்ஜுனன். தருமன் 'இளையோனே, இன்னமும் நாம் நாடுகொள்ளவில்லை, நகர் அடையவில்லை. என் முடி என்பது ஒரு விளையாட்டுப்பொருள் மட்டுமே. நீயோ பாரதம் கண்டதிலேயே பெரிய போர் ஒன்றுக்கு அறைகூவிவிட்டு வந்திருக்கிறாய். என்ன எண்ணியிருக்கிறாய்?' என்றான். அர்ஜுனன் பேசுவதற்குள் இளையயாதவன் முன்வந்து 'அரசே, படைகொள்வது எளிதல்ல. ஆனால் இத்தருணத்தில் ஒரு போர் நிகழ்த்தி வெல்வதென்பது உங்களுக்கு பெரும்புகழ் சேர்க்கும்' என்றான். 'பாஞ்சாலத்துப் படைகள் உங்களுக்கு துணை வருகின்றன. யாதவப் படைகளை நான் கொண்டுவருகிறேன். உங்கள் படைகளுடன் இணைந்து காண்டவத்தை சூழ்வோம். அதை வென்று கைக்கொள்வோம். அச்செய்தியை பாரதவர்ஷத்தின் ஒவ்வொரு அரசரும் அறிவார். அதைவிட இங்கு அஸ்தினபுரியின் ஒவ்வொரு வீரனும் அறிவான். அர்ஜுனனின் புகழ்மகுடத்தில் ஒரு மணியாக அவ்வெற்றி திகழும். ஒவ்வொரு அரசும் அதன் தொடக்கத்திலேயே பெரு வெற்றி ஒன்றை அடைவதென்பது மிகப்பெரும் அரசுசூழ்கை.'

'ஆனால் வெற்றி அடையவேண்டுமே?' என்றான் தருமன். 'காண்டவத்தைப் பற்றி நான் நூல்கள்தோறும் தேடினேன். அங்கு என்ன உள்ளதென்று எவரும் அறியார். அது நச்சுக்காடு என்பதற்கப்பால் ஒருசொல்லும் நூலிலோ நாவிலோ இல்லை.' இயல்பாக 'அது தட்சநாகர்கள் வாழும் காடு' என்றான் இளையயாதவன். 'முன்பொரு முறை அங்கு சென்றிருக்கிறேன்.' தருமன் திகைத்து 'உள்ளேயா?' என்றான். 'ஆம், உள்ளேதான். அங்கு தட்சநாகர்களின் மூன்று பெருங்குடிகள் வாழ்கின்றன. உரகர்கள் குகைகளிலும் பன்னகர்கள் மரக்கிளைகளிலும், உரகபன்னகர்கள் நிலத்திலும் வாழ்கிறார்கள். அவர்களின் நூற்றெட்டு நாகதெய்வங்கள் அங்கு கோயில்கொண்டுள்ளன. அவர்களின் குடித்தெய்வமாகிய மகாகுரோதை செஞ்சதுப்புக் காட்டின் நடுவே கொப்பளிக்கும் சுனை ஒன்றின் அருகே சிலைநிறுத்தப்பட்டுள்ளாள். முழுநிலவுதோறும் அவளுக்கு குருதிபலி கொடுத்து குரவையிட்டு வழிபடுகிறார்கள்' என்றான்.

'அவர்களை யாருமே பார்த்ததில்லையே!' என்றான் பீமன். 'அவர்கள் எங்கும் வருவதில்லை. அக்காட்டிற்கு வெளியே மானுடர் வாழும் செய்தியையே அவர்கள் அறிந்ததில்லை' என்றான் இளையயாதவன்.

‘அவர்களின் ஆற்றல்கள் என்ன?’ என்றான் சகதேவன். ‘நாகங்களாக உருமாறி விண்ணில் பறக்க அவர்களால் முடியுமென்கிறார்கள். மண் துளைத்துச்சென்று பாதாள உலகங்களின் இருளில் பதுங்கிக்கொள்ளவும் முடியும். மழையென நஞ்சை நம்மீது பெய்ய வைப்பார்கள் என்றும் நீலக்கதிர்களை எழுப்பி நம் புரங்களை சுட்டெரிப்பார்கள் என்றும் சொல்கிறார்கள்’ என்றான் நீலன். ‘ஆழ்பிலங்கள் வழியாக தங்கள் மூதாதையர் வாழும் பாதாளங்களுக்குச் சென்று மீள அவர்களால் முடியும்.’

‘ஆம். அத்திறன்கள் அவர்களிடம் இருக்கலாம். அதற்கப்பால் திறன் திரட்டி நாம் சென்று போரிட வேண்டியதுதான். இனி எதிரியின் ஆற்றலை அஞ்சிப் பயனில்லை. அறைகூவிவிட்டோம். போர் எழுந்தாக வேண்டும்’ என்றான் பார்த்தன். சினத்துடன் இரு கைகளையும் இறுகப்பற்றி பற்களைக் கடித்து ‘இது எவரது திட்டம் என்று நன்கறிவேன். இப்போது நான் நினைவுகூர்கிறேன்... முதல்நாள் இரவிலேயே இச்சொல்லை அவள் என்னிடமிருந்து பெற்றாள்’ என்றான் தருமன். அர்ஜுனன் ‘என்னிடம் இருந்தும்’ என்றான். பீமன் ‘ஆம்’ என்றான். ‘நாம் ஐவரும் அவளுக்கு கடமைப்பட்டுள்ளோம். நம்மை சிக்கவைத்திருக்கிறாள்’ என்றான் தருமன்.

யாதவன் நகைத்து ‘ஏன் அப்படி எண்ணவேண்டும்? நீங்கள் வெற்றி பெற்றீர்கள் என்றால் விண்ணவரும் மண்ணவரும் கொண்டாடும் பெருவெற்றி ஒன்றை உங்களுக்குப் பரிசளித்தவள் என்றல்லவா அவள் கருதப்படுவாள்? அதுவரை முடிவுகள் சொல்லக் காத்திருக்கலாமே’ என்றான். தருமன் துயருடன் தலையசைத்தபடி ‘இல்லை யாதவரே, எந்தப்போரும் அழிவே என்பதில் எனக்கு ஐயமில்லை. வென்றாலும் அறியாமக்களின் குருதியில் அரியணை அமர்ந்திருப்பவனாவேன். அறிக, உளமறிந்து ஒருபோதும் எப்போருக்கும் நான் ஆணையிடமாட்டேன்’ என்றான்.

“ஆம், நான் அறிவேன். குருதி கைக்குழந்தை போன்றது. தன்னை மறுப்பவர்களையே அது நாடிவருகிறது” என்றான் இளையயாதவன். ‘இப்போது வேறுவழியில்லை.’ தருமன் பெருமூச்சுவிட்டு ‘ஆம், காண்டவம் என் சொல்லாலேயே சூழப்படப்போகிறது. எளிய உயிர்கள் கொன்றழிக்கப்படவிருக்கிறார்கள். அப்பழி சுமந்துதான் நான் விண்செல்வேன். பிறிதொன்றும் இன்று நான் சொல்வதற்கில்லை. ஆயினும் நான் இங்கு எனக்குள்ளே என சொல்லிக்கொள்கிறேன். நான் ஒப்பி இவ்வாணையை அளிக்கவில்லை’ என்றபின் தொய்ந்த தோள்களுடன் திரும்பிச் சென்றான்.

பீமன் முன்னால் வந்து 'இளையவனே, நீ தயங்க வேண்டியதில்லை. வெல்லும் பொருட்டே ஷத்ரியனாகப் பிறந்தோம். வெற்றிக்குப்பின் அளிக்கும் நல்லாட்சி ஒன்றினால் அனைத்துக் குருதிக்கும் ஈடுசெய்வோம். நம் குலமகள் விழைந்த அம்மண்ணிலேயே அமைக நமது நகரம்' என்றான். ஐயத்துடன் நின்ற அர்ஜுனனின் தோள்தொட்டு புன்னகைத்த யாதவன் அருகே நின்ற வீரனின் உள்ளமைந்திருந்த நாகமூதாதையை நோக்கி புன்னகை செய்தான்.

காண்டவப் படைபுறப்பாடு முறைப்படி கொற்றவை ஆலயமுகப்பில் குருதிபலிக்குப்பின் தருமனால் அறிவிக்கப்பட்டது. பன்னிரு வாரங்கள் படையொருக்கம் நடந்தது. மதுராவில் இருந்து ஆயிரம் படகுகளில் யாதவப் படைகள் வந்து காண்டவக் காட்டைச் சுற்றி பாடிவீடுகள் அமைத்தன. பாஞ்சாலப் பெருநகர் காம்பில்யத்திலிருந்து எட்டாயிரம் படகுகளில் விற்களும் வேல்களும் ஏந்திய வீரர்கள் வந்திறங்கி காண்டவக்காட்டின் மறுபக்கம் பாடிவீடுகள் அமைத்தனர். அஸ்தினபுரியின் வில்லவர்களின் பெரும்படை அர்ஜுனனின் தலைமையில் வந்து யமுனைக்கரைமுகத்தில் பாடிவீடு அமைத்தது.

படை முற்றெழுந்து முற்றுகை முழுமை அடைய மேலும் எட்டு வாரங்கள் ஆயின. தொலைவு எழுந்து சென்று அமையும் ஐம்பதாயிரம் பெருவிற்கள் கொண்டுவரப்பட்டன. அவை எடுத்துச் சென்று வீழ்த்தும் எரிபந்தங்களுக்காக ஐம்பதாயிரம் பீப்பாய்களில் மீன்நெய்யும் ஊன்நெய்யும் மலையரக்கும் தேன்மெழுகும் குந்திரிக்கமும் குங்கிலியமும் கொண்டுவந்து சேர்க்கப்பட்டன. 'அக்காட்டை அனல்போர்த்தி முற்றிலும் எரித்தழிப்பதே நாம் செய்யக்கூடுவது' என்றான் இளையயாதவன். 'அங்குள செடிகளும் பூச்சிகளும் ஊற்றுநீரும் கூட நஞ்சு. அக்காட்டுக்குள் காலடி வைப்பதே இறப்பு. அனைத்தையும் அமுதென்று ஆக்கி உண்ணும் அனல் மட்டும் அங்கு செல்லட்டும்.'

குறித்த நாளில் முதற்கதிர் பொழுதில் வேதியர் ஜ்வாலாமுகர் தலைமையில் நூற்றெட்டு வேதியர் வந்து காண்டவத்தின் யமுனைக்கரை முகப்பில் வேள்விக்களம் அமைத்தனர். எரிகுளம் அமைத்து அங்கே சமித்து சேர்த்து வேதம் ஓதி நெய்யிட்டு எரிவளர்த்தனர். மூவெரியும் எழுந்து அவிகொண்டு ஒளி சூடியபோது அர்ஜுனன் அவ்வெரியில் தன் பந்தத்தைப் பற்றவைத்து காண்டீபத்தை நாணிழுத்து அம்பு பொருத்தி பெரும்பறைபோல் ஒலியெழுப்பி வில் செறிவுகொள்ள இழுத்து குறிதேர்ந்து விண்நோக்கி ஏவினான். தழல்பந்து எழுந்து செஞ்சிறகு அலைபாய வானில் பறந்து காண்டவத்தின்மேல் இறங்கியபோது அஸ்தினபுரியின் படைவீரர்கள் 'இளையபாண்டவர் வெல்க! இளையயாதவர் வெல்க! வெற்றிகொள் பாண்டுவின் பெருங்குலம் வாழ்க!' என்று முழங்கினர். போர் முரசுகள் இடியோசை எழுப்பின.

அவ்வொலி கேட்டு மறுபக்கம் பாஞ்சாலர்களும் யாதவர்களும் போர்க்குரல் எழுப்பினர். அர்ஜுனனின் அம்பு காண்டவக்காட்டில் விழுந்த மறுகணமே நான்கு திசைகளிலிருந்தும் பல்லாயிரம் எரிபந்தங்கள் எழுந்து காண்டவத்தின்மேல் அனல்மழையென இறங்கின. மூன்று நாட்கள் ஒருகணமும் குறைபடாமல் பல்லாயிரம் எரிபந்தங்கள் சென்று விழுந்தபின்னும் காண்டவக்காடு பசும்பாறையால் ஆனது போல் அங்கிருந்தது. சோர்வுற்று அர்ஜுனன் இளையயாதவனிடம் 'யாதவரே, அது காடல்ல, அங்கு பச்சை நீர்நிழல் ஆடும் பெரும் குளமொன்று உள்ளது என்று தோன்றுகிறது' என்றான். 'ஒருவகையில் அது உண்மை' என்றான் இளையயாதவன். 'அங்குள்ள நிலம் கால்புதையும் சதுப்பு. அங்குள்ள மரங்கள் அனைத்தும் நீர் குடித்து எருமைநாக்குகள் போல தடித்த இலைகள் கொண்டவை. இவ்வம்புகளால் அக்காடு எரியாது.'

'அங்குள்ளோரை அறியவே இத்தாக்குதலை நிகழ்த்த ஆணையிட்டேன்' என்றபின் நகைத்து 'விண்ணிலிருந்து எரிமழை பெய்வதையே அறியாது அங்கு வாழ்கிறார்கள். இக்கணம் வரை அப்பசும் கோட்டைக்கு மேலே ஒருவன்கூட எட்டிப்பார்க்கவில்லை. என்ன நிகழ்கிறது என்று அறிய எவரும் எல்லை தாண்டி வரவும் இல்லை' என்றான் யாதவன். 'ஆம், நமது அனல் அங்கு சென்று சேரவே இல்லை. கொசு கடிக்கும் எருமையென இருக்கிறார்கள்.' இளையயாதவன் நகைத்து 'வானிலிருந்து கரிமழை பெய்வதை அவர்கள் இப்போது கண்டுகொண்டிருக்கிறார்கள் போலும்' என்றான். 'நகைக்கும் இடமல்ல இது யாதவரே. போர் என்று வந்துவிட்டோம். நான் இதில் தோற்று நகர் மீளமாட்டேன். என் வாழ்நாளெங்கும் எக்களத்திலிருந்தும் வெல்லாமல் உயிர் மீளமாட்டேன். இது ஆணை' என்றான் அர்ஜுனன்.

'வழி உள்ளது, சொல்கிறேன்' என்றான் இளையயாதவன். அதன்படி மதுராவிலிருந்து முந்நூறு படகுகளில் நெய்க்குடங்கள் கொண்டுவரப்பட்டன. நான்குதிசைகளிலும் சூழ்ந்திருந்த படைகளிலிருந்து ஆயிரம் அத்திரிகள் தேர்வுசெய்யப்பட்டு அவற்றின் மேல் ஒருபக்கம் தோற்பைகளில் நெய் நிறைத்துக் கட்டப்பட்டது. மறுபக்கம் குந்திரிக்கம் கட்டப்பட்டது. அவை காண்டவக்காட்டுக்குள் துரத்திச் செலுத்தப்பட்டன. துளையிடப்பட்ட தோற்பைகளுடன் காட்டுக்குள் நுழைந்த அத்திரிகள் காடெங்கும் நெய்பரப்பின. பின்பு அங்குள நச்சுப் பூச்சிகளால் கடிக்கப்பட்டு செத்து விழுந்தன. அந்நெய்ப்பரப்பின் மேல் வந்து விழுந்தன எரியம்புகள்.

செவ்வரளி மலர் பொழிந்ததுபோல் காட்டின்மீது விழுந்துகொண்டிருந்த அனலுருளைகளை நோக்கிக் கொண்டிருந்த அர்ஜுனன் உவகையுடன் கைநீட்டி 'பற்றிக்கொண்டுவிட்டது! அதோ!' என்று கூவினான். கருநாகம்

ஒன்று வஞ்சத்துடன் தலையெடுப்பதுபோல் பசுங்காட்டுக்கு மேல் புகைச்சுருள் எழுவதை அனைவரும் கண்டனர். கைவிரித்து கூச்சலிட்டு போர்க்குரல் எழுப்பி நடனமிட்டனர். மேலும் மேலும் அம்புகள் எழுந்து அனல் பொழிந்து காண்டவக்காடு பல இடங்களில் பற்றிக்கொண்டது. எரியத்தொடங்கியதும் அவ்வெம்மையாலேயே மேலும் மேலும் பற்றிக்கொண்டது. நெய் உருகி அனலென மாறி அடிமரங்களை கவ்வியது. பச்சை மரங்கள் அனல் காய்ந்து எரிந்தன. எரிந்த மரங்கள் மேலும் அனலாயின. சற்றுநேரத்தில் காண்டவக்காடு அலைபிழம்பணிந்தது.

“பலநூறு இடங்களில் செந்தழல் எழுந்து நின்றது. ‘காடு பூக்கிறது யாதவரே’ என்று கிளர்ச்சியுடன் அர்ஜுனன் கூவினான். ‘விடாதீர்கள். கணமறாதீர்கள். அனல் பெய்யுங்கள்’ என்று ஆணையிட்டான். மேலும் மேலுமென்று விழுந்த அம்புகளால் அனற்பெருங்குளமென ஆயிற்று காண்டவம்.”

9

"விழிகொண்ட நாள்முதல் பச்சை நிறமன்றி பிறிதொன்றை அறியாதவர்கள் காண்டவத்து தட்சநாகர்கள். அங்கு இருளும் ஒளியும் ஆகி நின்றது பசுமையே. அனலென்று அவர்கள் அறிந்ததெல்லாம் இலைமீறிவந்த கதிரொளியும் நீரில் எழுந்த அலையொளியும் தளிரில் எழுந்த உயிரொளியும் மலரில் எழுந்த வண்ணங்களும் மட்டுமே. தங்களைச்சூழ்ந்து செந்நிறப்பெருநாவுகள் எழுந்து காற்றில் விரிந்து படபடத்தாடியதைக் கண்டதும் இளநாகர் கைசுட்டி உவகைக்குரல் எழுப்பியபடி அதை நோக்கி ஓடத்தலைப்பட்டனர். அஞ்சிய அன்னையர் அவர்களை அள்ளியெடுத்து ஈரப்பசுமைக்குள் பின்வாங்கி விழிவிரித்து நோக்கி அமர்ந்து நடுங்கினர். முதியவர் அது என்ன என்றறியாது அங்குமிங்கும் பரிதவித்தனர்."

'மண்ணின் நாக்கு!' என்று ஒருவன் கூவினான். 'மாபெரும் மலரிதழ்!' என்றான் பிறிதொருவன். 'செந்நீரலை!' என்றான் ஒருவன். 'அந்தி!' என்றான் ஒருவன். 'அல்ல, இளம்புலரி!' என்றான் பிறிதொருவன். அது என்னவென்றறியத் துணிந்த இளைஞர் இருவர் அணுகிச்சென்று அந்த விடாய் மிக்க வெறிநாவால் சுருட்டி இழுக்கப்பட்டு பொசுங்கி உயிர் துறந்தனர். நாற்புறமும் எழுந்து சூழ்ந்து இடியோசை எழுப்பி அது வரக்கண்ட பின்னர்தான் கொல்லவரும் அறியாத் தெய்வம் அது என்று உணர்ந்தனர். அலறிக்கூவி மைந்தரையும் மூத்தாரையும் அள்ளி தோளெடுத்துக்கொண்டு மேலும் மேலும் உள்காடுகளுக்குள் சென்றனர்.

நான்கு விளிம்புகளையும் எரித்து அவ்வெரியின் வெம்மையாலேயே மேலும் வளர்ந்து பரவி மாபெரும் வலைபோல் அவர்களை சுற்றி

இறுக்கியது அனல். உறுமியது, நகைத்தது, கைவீசி நின்றாடியது, கருங்குழல் சுழற்றி வெறிகொண்டது, வான் நோக்கி எம்பி தாண்டவமாடியது, மண்ணில் படம் சுழற்றி ஓங்கி அறைந்தது, துதிக்கை நீட்டி மரங்களை அள்ளி முறித்து வாயிலிட்டு மென்றது. வீசும் காற்றில் தாவி ஏறி வந்து பச்சை மரங்களின்மேல் படர்ந்து சுற்றி உண்டு மேலெழுந்து இன்னும் இன்னும் என அறைகூவியது. யானைக்காதுகள் போல கிழிந்து தெறித்தது. சிறகுகொண்ட பறவைகளாக மாறி பறந்துவந்து மரங்களின் மேல் அமர்ந்தது. உருகி வழிந்து கிளைகளில் இறங்கி தளிர்களைப் பொசுக்கி புகைவிட்டு வெடிக்கச்செய்து பற்றிக்கொண்டது.

காடுநிறைத்து கூடுகட்டிக் குடியிருந்த பறவைகள் கூச்சலிட்டபடி விண்ணில் எழுந்தன. முட்டைகளை விட்டு வந்த அன்னைப்பறவைகள் கீழே நோக்கிக் கூச்சலிட்டபடி தவித்தன. அலறியபடி மீண்டு வந்து அத்தணலிலேயே விழுந்தன. துணைவியர் விழக்கண்டு ஆண்பறவைகளும் வந்து ஆகுதியாயின. சுருண்டெழுந்த நாகங்கள் கருகிய கொடிகளுக்கிணையாக நெளிந்து உயிர் அணைந்தன. பூச்சிகள் பொசுங்கி சாம்பல்பொருக்குகளாயின. மண்ணுக்கடியில் வாழ்ந்த புழுக்களும் வெம்மையை அறிந்து கொதிக்கும் ஈரத்தில் வேகும் வேர்களுடன் இணைந்து நெளிந்து உயிரழிந்தன. அனல்பொறிகள் மின்மினிப்படைகளென கிளம்பி வானில் தெறித்து விழிமறைந்தன.

வேர்களுடன் சேர்ந்து தங்கள் குலங்கள் எரிந்தழிவதைக் கண்டனர் உரகர். எரிந்தபடி அவர்கள் மேல் வந்து விழுந்தனர் பன்னகர். கொம்புகள் உருகிச்சொட்ட விழுந்து மடிந்தன மான்கள். தந்தங்கள் மண்குத்த குப்புற விழுந்து சரிந்து உடல் வெடித்து இறந்தன யானைகள். மரக்கிளைகளிலிருந்து பிடிவிட்டு மண் அறைந்து விழுந்தன மலைப்பாம்புகள். அவற்றின் ஊன் உருகிய நெய்யை வந்து நக்கின எரிநாக்குகள். காட்டெரியின் ஒளியில் கனலாயின குளிர்தடாகங்கள். அடுமனைக்கரி என பழுத்து செந்நிறம் கொண்டன மலைப்பாறைகள்.

நாகர்கள் மேலும் மேலும் உள்காட்டுக்குள் ஓடினர். உடல் வெந்து கொப்புளங்கள் எழுந்து உடைந்து வழிய நெஞ்சில் அறைந்து கூவி அழுதனர் அன்னையர். முடிபொசுங்கி, ஆடை பற்றி, செல்லும் வழியிலேயே மண்ணில் விழுந்து துடித்தனர் மைந்தர். 'தெய்வங்களே! எங்கள் தெய்வங்களே!' என்று கூவினர். வெந்துருகும் உடலுடன் சென்று மலைக்குகைக்குள் வாழ்ந்திருந்த முதுநாகப் படிவர் பஞ்சமரிடம் 'அனலால் அழிகிறோம். ஆவன செய்யுங்கள் முதுபடிவரே' என்றனர்.

நாகபஞ்சமர் தன் நூற்றிஎண்பத்தெட்டு மாணவர்களுடன் காண்டவக்காட்டின் நடுவே எழுந்த இந்திரகீலம் என்னும் குன்றின்

மேல் ஏறினார். அதன் உச்சியில் நின்று நாற்புறமும் நோக்க, தங்களை பெரும்படை வளைத்திருப்பதைக் கண்டார். அங்கிருந்து எரியம்புகள் எழுந்து வளைந்து மேலும் மேலும் என காண்டவக்காட்டிற்குள் விழுந்து கொண்டிருந்தன. அக்கொடிகளிலிருந்து அவர்கள் எவரென உணர்ந்தார். 'எழுந்திருப்பது அனலோன் பகைமை என் குடியினரே. அவனுக்கு அவியளித்து புரக்கும் மாமன்னர்களின் படைகளால் சூழப்பட்டுள்ளோம். பல்லாயிரமாண்டுகளாக நம் குடியைத் தொடர்வது இவ்வஞ்சம்' என்றார்.

அப்பால் இந்திரமேரு என்றழைக்கப்பட்ட பசுங்குன்றின் சரிவுகளில் படர்ந்திருந்த தேவதாரு மரங்களை நோக்கியபின் பஞ்சமர் ஆணையிட்டார் 'அத்தேவதாரு மரங்கள் எரியட்டும்! உடனே அவற்றை நாமே கொளுத்துவோம். தேவதாருவே இந்திரனுக்கு அவியுணவென்றறிக! அவன் உண்டு எஞ்சிய கரிய நிலத்தில் நாம் சென்று நிற்போம். இக்காட்டுத் தீ நம்மை அங்கு அண்டாது. இந்திரனின் ஏழுவண்ண வில் நம்மைக் காக்கும்.'

உரகரும் பன்னகரும் ஒருங்கிணைந்து இந்திரமேருவை அடைந்தனர். அதன் பதினெட்டு மலைவளைவுகளில் நின்றிருந்த முதிய தேவதாரு மரங்களை எரிதழல் கொளுத்திக்கொண்டுவந்து பற்றவைத்தனர். நின்றெரிந்த தேவதாருக்களின் புகை பெரும் தூணென எழுந்து விண்ணைத் தொட்டது. கிளை விரித்து கரிய ஆலமரமென ஆயிற்று. விண்குடை தாங்கி நின்று மெல்ல ஆடியது. நான்குபுறமிருந்தும் அதை நோக்கி கருமுகில்கள் வரத்தொடங்கின. புகையா முகிலா என்றறியாது வானம் கருமைகொண்டு திரைமூடியது. அதற்குள் மின்னல்கள் துடிதுடித்தன. இடியோசை எழுந்து காட்டின் மடிப்புகளுக்குள் பல்லாயிரம் நகைப்புகளென பெருகியது.

சிலகணங்களுக்குப்பின் ஆலமரத்தின் ஆயிரம் கோடி பட்டு விழுதுகளென மாமழை காண்டவத்தின்மேல் இறங்கியது. தேவதாரு மரங்கள் அனலணைந்து கருகி நின்றன. நாகர்கள் அதன் கீழே சென்று ஒண்டிக்கொண்டனர். கற்பாறைகள் நீர்த்துளிகள் போல் அதிர, இடியோசைகள் எழுந்தன. பல்லாயிரம் பெருநாகங்கள் சினந்து சீறி மண்ணை ஓங்கி ஓங்கி கொத்தி நெளிந்து துடித்தன. அவர்களைச் சூழ்ந்து நீர்ப்பெருங்காடு அசைவற்று நின்றது. சினங்கொண்ட யானைபோல பிளிறிக்கொண்டே இருந்தது கருவானம்.

கண்ணெதிரே காண்டவப் பெருங்காடு முற்றிலும் அனலடங்கி கரியென ஆவதை அர்ஜுனன் கண்டான். தேர் திருப்பி விரைந்தோடி வந்து தன் தேர்த்தட்டில் இடையில் கைவைத்து காட்டை நோக்கி நின்ற

இளையயாதவனை நோக்கி 'என்ன நிகழ்கிறது யாதவரே?' என்றான். 'உமக்கும் உமது தந்தைக்குமான போர் இங்கு தொடங்கியுள்ளது பாண்டவரே' என்றான். 'யார்?' என்று சொல்லி இளையபாண்டவன் திரும்பி நோக்கினான். 'அங்கு இந்திரமேருவின் மேல் விண்ணவர்க்கரசன் எழுந்தருளியுள்ளான். பாருங்கள், அவன் வெண்களிறு வானில் நின்றுள்ளது. அவன் கதிர் படைக்கலம் ஒன்று நூறு பல்லாயிரம் என வானில் மின்னுகிறது. அவன் கருணை குஞ்சுகளுக்குமேல் அன்னைப் பறவையின் சிறகு என இறங்கி காண்டவக்காட்டை அணைத்துக் கொண்டுள்ளது.'

அர்ஜுனன் தவித்து 'என்ன செய்வேன்? இனி நமது படைகளால் ஆற்றுவதற்கொன்றில்லை இளையயாதவரே. ஆக்னேய பதத்தில் சென்றுகொண்டிருந்த நெய்க்குடங்கள் அனைத்தும் காண்டவத்திற்குள் சென்றுவிட்டன. யமுனையின் ஆழத்தில் குளிருறைபோடப்பட்டிருந்த நெய்க்கலங்கள் அனைத்தும் வந்துவிட்டன. இன்னும் மூன்று வருட காலம் எங்கும் விளக்கெரிப்பதற்கே நெய்யிருக்குமா என்பது ஐயத்திற்குரியது. இனி நாம் போரிட முடியாது' என்றான். 'வழியொன்றுள்ளது' என்றான் இளையயாதவன். 'எங்கும் எதிலும் முழுத்தடை என ஒன்று இருப்பதில்லை. ஒரு விரிசல் எஞ்சியிருக்கும். அதைக் கண்டறிவோம்.'

'நெய்யின்றி இப்பெருங்காட்டை எப்படி எரிப்பது? எரியன்றி எவர் இதனுள் நுழைய முடியும்?' என்று சொல்லி கைகளைத் தளர்த்தி விழிதூக்கி மழை நின்று பெய்த காட்டை நோக்கினான் பார்த்தன். முகில்பரப்பு உருகி வழிந்ததுபோல் இருந்தது மழை. விண்ணில் எழுந்த மெல்லிய ஒளியில் அதன்மேல் ஆயிரம் சிறிய மழைவிற்கள் பொலிந்தன. காண்டவம் புன்னகைப்பதுபோல் தோன்றியது. இடியோசை நான்கு திசையானை குரலென எழுந்தது. இரு வானெல்லைகளைத் தொட்டபடி இந்திரவில் எழுந்து காண்டவத்தின்மேல் கவிந்தது. உளம் தளர்ந்து 'எந்தை ஏழுலகங்களையும் ஆளும் தேவன். அவருடன் நான் எப்படி போரிட முடியும்?' என்றான் அர்ஜுனன்.

புகையலைகளை அள்ளியபடி பெருங்காற்று காண்டவத்திலிருந்து எழுந்து வந்து அஸ்தினபுரியின் படைகளின்மேல் பரவியது. கரித்துகள்கள் காற்றில் சுழன்று பதறியபடி அவர்கள்மேல் இறங்கி சில கணங்களில் அனைத்தும் முற்றிருளால் மூடப்பட்டன. பின்னர் ஒளி வந்தபோது ஒவ்வொருவரும் இருளுருவங்களாக தங்களைக் கண்டனர். அஞ்சி அலறியபடி வீரர்கள் பின்வாங்கத்தொடங்கினர். 'நில்லுங்கள்! இது என் ஆணை! பின்வாங்கும் ஒவ்வொருவரும் கொல்லப்படுவீர்கள்! இது என் ஆணை!' என்று கூவியபடி படைமுகப்பில் தேரில் விரைந்தோடினான் இளையபாண்டவன்.

அவன் குரலை ஏற்று படைத்தலைவர்கள் மேலும் மேலும் ஆணைகளைக் கூவினர். அஞ்சி உடல் நடுங்க நின்ற படைவீரர் மறுப்புக்குரலெழுப்பினர். முதுவீரன் ஒருவன் இரு வீரர் மேல் ஏறி உயர்ந்து நின்று 'விண்ணவர்க்கரசனுடன் போர் புரிய எங்களால் இயலாது. இல்லத்தில் மனையாட்டியையும் மைந்தரையும் விட்டுவிட்டு வந்தவர்கள் நாங்கள். தெய்வங்களுடன் மானுடர் எவ்விதம் போரிட முடியும்?' என்று கூவினான். 'இது அரசாணை! பின்னடி எடுத்து வைக்கும் ஒவ்வொருவரும் கொல்லப்படுவீர்கள்!' என்று கூவியபடி படைத்தலைவர்கள் முன்னணியில் கொடி வீசி கொம்பூதி சுற்றி வந்தனர். 'எங்களைக் கொல்லவிழைகிறீர்கள். எங்களை அவிப்பொருளாக்கி தெய்வங்களை வெல்ல முனைகிறீர்கள்' என்றான் முதியவீரன். 'ஆம் ஆம்' என்று வீரர் கூச்சலிட்டனர்.

சுழன்றெழுந்த காற்று மேலும் மேலும் என தண்மைகொண்டு அவர்களைச் சூழ்ந்தது. விண்முகில்கள் எருமைகளென திரண்டன. விழிமின்ன, கொம்பு தாழ்த்தி எங்கும் நின்றன. 'யமனும் சோமனும் எழுந்துவிட்டனர். வாயுவில் ஏறி அவர்கள் நம்மை சூழ்கின்றனர். அஸ்வினிதேவர்களும் கந்தர்வர்களும் கின்னரர்களும் யக்ஷர்களும் விண்நிறைந்துள்ளனர். இனி போரில்லை. இனி நாம் செய்வதற்கொன்றுமில்லை' என்று முதிய பாஞ்சாலன் ஒருவன் கூவினான். 'தெய்வங்களுக்கு எதிராக படைகொள்வதா? இறப்பே எம் ஊழா?' என வீரர்கள் அரற்றினர். ஆணைகளை மீறி படைகள் பின்னகர்ந்துகொண்டே இருப்பதை தன் தேர்த்தட்டில் நின்று பார்த்தன் கண்டான்.

துவாரகைத்தலைவனிடம் வந்த இளையபாண்டவன் களைத்திருந்தான். 'என்ன செய்வது அரசே? நம்மிடம் இனி அனலில்லை' என்றான். 'இதற்குமுன் முந்நூறு முறை காண்டவம் தாக்கப்பட்டது, ஒவ்வொரு முறையும் இந்திரனால் அது காக்கப்பட்டது என்று தொல்கதைகள் சொல்கின்றன என்று இப்போருக்கென படையெழுகையில்தான் சூதர் சொல்லில் கேட்டேன். முந்நூறுமுறை மூத்தோர் தோற்ற களத்தில் வெல்கிறேன் என்று அன்று எண்ணினேன். முன்னர் முந்நூறு முறையும் அவர்களை தோற்க வைத்தது எந்தையின் வெல்ல முடியா நீர்க்கோட்டை என்று இப்போது அறிந்தேன்.'

'நீரில் நின்றெரியும் நெருப்பொன்றுள்ளது' என்றான் இளையயாதவன். 'அதை பீதர்கள் அறிவார்கள். பீதர்களிடமிருந்து அதைப் பெறுவோம். கலிங்கத்திலிருந்து கங்கை வழியாக இங்கு கொண்டுவந்து சேர்ப்போம். அதுவரை இம்முற்றுகை தொடரட்டும்.' இளையயாதவனின் ஆணைப்படி இருநூறு படகுகளில் பீதர் நாட்டு எரிப்பொடி காண்டவத்திற்குக் கொண்டுவரப்பட்டது. கந்தமாதன மலையில் எழும் முகிலின் கெடுமணம்

கொண்டிருந்தது அது. அம்மலைமேல் ஒளிப்பெருந்தூணென எழுந்து வானில்நின்று கூத்திடும் பாதாளதெய்வங்கள் அக்கரிப்பொடியில் உறைவதாகச் சொன்னார்கள். மண்ணைத்தோண்டி ஆழத்திலிருந்து அவ்வேதிப்பொருளை எடுத்துப் பிரித்துச் சேர்த்த பீதர்கள் அதற்கு ஏழு எரிதெய்வங்களைக் காவல்நிறுத்தியிருந்தனர்.

பீதர்நாட்டு எரிப்பொடியை நூறு படகுகளில் ஏற்றி யமுனையில் அனுப்பி காண்டவப் பெருங்காட்டிற்கு தென்கிழக்கே நாணல்புதர்கள் செறிந்த சதுப்பொன்றின் அருகே செல்லவைத்து எரியம்பால் அனல் மூட்டினார்கள். மின்னல் நூறு ஒருங்கு சேர எழுந்ததுபோல் விழிகூச வெடித்து இடியோசை முழங்க பற்றிக்கொண்டன படகுகள். நாணல் புதர்களும் இணைந்து பற்ற, அப்பகுதி ஒரு பெரும் அனல்பரப்பாயிற்று. தொலைவிலிருந்து பார்க்கையில் அங்கு நீரில் இளங்கதிர் எழுந்ததுபோல் தோன்றியது.

இந்திரமேருவின் மேலிருந்த கருமுகில்குவை வடங்களால் இழுக்கப்பட்ட பெருங்களிறுபோல மெல்ல அசைந்து வானில் நடந்தது. அதை முதலில் கண்ட பார்த்தன் 'ஆ! விண்முகில் அசைகிறது... எந்தையின் களிறு இடம்பெயர்கிறது' என்று கூவினான். முகில்மலை அவ்வனலுக்கு மேல் சென்று நின்றது. அதிலிருந்து நீர் விழுதுகள் இறங்கி தீயின்மேல் படர்ந்தன. காண்டவக்காட்டின் மேல் அரணெனச்சூழ்ந்திருந்த கருமேகங்கள் தலையானையை நிரையானைகள் என தொடர்ந்து விலகிச் சென்று நாணற்பரப்புமேல் நின்றன.

'செலுத்துங்கள்' என்று இளையயாதவன் ஆணையிட்டதும் நான்கு புறங்களிலிருந்தும் படை வீரர்கள் எய்த பீதர் நாட்டு எரிப்பொடி நிறைக்கப்பட்ட பல்லாயிரம் மூங்கில்குழாய்கள் அம்புகளென எழுந்து சென்று காண்டவப் பெருங்காட்டில் விழுந்து அனல் கக்கி வெடித்தன. சற்றுநேரத்தில் மீண்டும் காண்டவக்காடு பற்றிக்கொண்டது. 'ஒருகணமும் நிறுத்தாதீர்கள்...' என்று இளையயாதவன் ஆணையிட்டான். 'எரியெழுந்த இடத்துக்கு முன்னால் அம்புகள் விழலாகாது... எரியெழுந்து ஒன்றுடன் ஒன்று பிணைந்துகொள்ளவேண்டும்...' படைமுகப்பில் 'விடாதீர்கள்... எரியம்புகளை செலுத்துங்கள்' என்று படைத்தலைவர்கள் கொம்பூதியபடி சுற்றி வந்தனர்.

இளையபாண்டவன் தன் தேரில் சென்று படைமுகப்பில் நின்று காண்டீபம் அதிர அதிர எரிப்பொடி நிறைத்த மூங்கில் அம்புகளை எய்தான். செந்நிற வால் சீற எரிமீன்களென எழுந்து வளைந்து விழுந்துகொண்டேயிருந்தன அவ்வம்புகள். விழுந்த இடங்களில் செவ்விதழ்ப் பெருமலர்கள் என விரிந்தன. அருகில் நின்ற மரங்களை அள்ளிப்பற்றி உண்டு பரவின.

காண்டீபம் களிவெறிகொண்டு நின்று துடித்தது. சினம்கொண்ட நாகம்போல் வாலை அறைந்தது. வேட்டைக்கெழுந்த சிம்மத்தின் வாலென எழுந்து வளைந்தது. மதகளிற்றின் துதிக்கை என சுழன்று மறிந்தது. முதலை என தன்னைச் சொடுக்கியது. இடியோசை எழுப்பியது. மின்னல் சரடுகளை ஏவியது. சென்று விழுந்தபடியே இருந்தன அம்புகள். சில கணங்களில் காண்டவக்காடு முற்றிலும் எரிசூழ்ந்தது. அதைக் காக்க விண்ணில் இந்திர முகில் எழவில்லை. கரும்புகைக்கூட்டங்கள் எழுந்து வானென ஏதுமில்லாது செய்தன.

விரிகதிர் மைந்தா கேள், அன்று அங்கு தட்சக மாமன்னர் இருக்கவில்லை. அவரது மூதாதையர் வாழ்ந்த நாகசிலை எனும் இமயமுடிமேல் அமைந்த தொல்நகருக்குச் சென்றிருந்தார். காண்டவத்தை ஆளும் அரசர்கள் தங்கள் வாழ்க்கையில் ஒருமுறையேனும் எவரும் அறியாமல் காண்டவம் நீங்கி நாகசிலைக்குச் சென்று முகிலீரம் வழியும் கரிய பாறைகளின் ஊடாக படர்ந்திருக்கும் கொடிகளைப்பற்றி மேலேறி விண்ணுரசி நின்றிருக்கும் தங்கள் தொல்நகரைப் பார்த்துவர வேண்டுமென்ற நெறியிருந்தது. அங்கு அவர்கள் தங்கள் முன்னோர்களின் சொற்களைக் கேட்கமுடியும். அது அவர்களை அழிவற்றவர்களாக ஆக்கும்.

அந்நகரின் குகைகளுக்குள் வழிபாடு மறந்த தெய்வப் பாவைகள் விழியெனப் பதிந்த செங்கனல்கற்கள் பந்த ஒளியில் சுடர்விட, விழிகளிலும் இதழ்களிலும் உறைந்த சொற்களுடன் நின்றிருக்கும். பிரிந்து சிதறிப்புதைந்த தொன்மையான எலும்புக்கூடுகளுக்கு மேல் மலைச்செடிகள் படர்ந்திருக்கும். மழை ஈரம் படிந்த மண்ணில் மண்டையோடுகள் காலிடறும். இருளும் தூசியும் வௌவால் எச்சமுமாக கைவிடப்பட்ட வாழ்குகைகளுக்குள் அந்நகரை எரித்த அனலோனின் கரி எஞ்சியிருக்கும்.

மகாபிரபவர் வரை அங்கு தட்சர்கள் ஆண்டிருந்தனர். காண்டவத்தை ஆண்ட நூற்று எண்பத்தேழாவது தட்சர் சுப்ரர் தன் ஏழு அணுக்கர்களுடன் மலை ஏறிச்சென்று பிரபவர் விழுந்து மறைந்து உடல்மட்கிய இடத்தில் அமர்ந்து சிறு இலைப்பொட்டலத்தில் கொண்டுவந்திருந்த கனிகளையும் கிழங்குகளையும் படைத்து மூதாதையரை வழிபட்டுக் கொண்டிருக்கையில்தான் அவரது காடு முற்றாக எரிந்தழிந்தது. அதன் இறுதிப்பசுந்தழையும் சுருண்டு பொசுங்க, இறுதிப்புழுவும் மண்ணுள் இறந்தது. காண்டவத்தின் இறுதிமூச்சு ஒரு வெங்காற்றாக வானிலெழுந்து அங்கே நிறைந்திருந்த எல்லையற்ற குளிர்வெளியில் மறைந்தது.

சுப்ரரின் துணைவி மகாதட்சகி காலகை தன் வயிற்றுக்குள் ஏழாவது மைந்தனை சுமந்திருந்தாள். தன் ஆறு மைந்தரும் பொசுங்கி அழியக்கண்டு

சித்தமழிந்து மண்ணில் அறையும் கைகளுடன் அலறிக்கொண்டிருந்தாள். அவள் குருதியிலூறும் மைந்தனையேனும் குலத்தில் எஞ்சவைக்க வேண்டும் என்று விழைந்த தட்சர்கள் பன்னிருவர் சிறு மரக்குடைவுப் படகொன்றில் அவளைப் பிடித்து ஏற்றி காட்டுக்கொடிகளால் அவள் உடலை சேர்த்துக்கட்டி 'செல்க அன்னையே!' என்று அனுப்பி வைத்தனர். படகுடன் உடலொட்டி படுத்துக்கொண்டு யமுனை நோக்கிச் சென்ற சிற்றாறான கன்மதையின் அலைகளில் எழுந்து அலைந்து ஒழுகி அவள் காண்டவப் பெருங்காட்டை விட்டு வெளியேறினாள்.

இறுதியாக திரும்பி நோக்குகையில் தன்னை ஏற்றியனுப்பியவர்களும் அனல் பொசுங்கி உடல் துடிக்க விழுந்து மடியக்கண்டாள். தானொருத்தியே எஞ்சும் உணர்வு எழுந்ததும் உடல்விதிர்த்து தசை சுருங்கி அதிர்வு கொண்டாள். தன் வயிற்றைத்தொட்டு 'மைந்தா! ஒருபோதும் இதை மறக்கலாகாது! நீ இதை மறக்கலாகாது! என் மைந்தா!' என்று கூவினாள். தன்னைக்கட்டிய கொடிகளை அறுத்து விடுபடும்பொருட்டு கையில் அளிக்கப்பட்ட குறுங்கத்தியை இறுகப்பற்றியபடி 'குருதி! குருதியால் ஈடுசெய்க!' என்று விசும்பினாள்.

யமுனைக்கரையை அவள் அடைந்ததும் திரும்பி காண்டவக்காடு கனல்பெருவெளி என நிற்பதைக்கண்டு 'எந்தையரே! நாங்கள் செய்தபிழை என்ன?' என்று கூவிய கணத்தில் தன் வயிற்றுக்குள் மைந்தன் வாயிலை ஓங்கி உதைப்பதை அறிந்தாள். அவ்வலி தாளாமல் படகில் அவள் துடிக்க அது நீரில் அலையிளக்கி துள்ளியபடி சென்றது.

அவ்வசைவை ஓரவிழியால் கண்டு திரும்பி 'அது முதலையல்ல! படகு' என்றான் அர்ஜுனன். இளையயாதவன் 'ஆம், அதோ செல்கிறது நஞ்சின் இறுதித்துளி. அதை எஞ்சவைக்க வேண்டாம்' என்றான். அர்ஜுனன் 'அவள் அன்னையல்லவா?' என்றான். 'ஆம், ஆனால் நெருப்பும் நஞ்சும் பகையும் எஞ்சலாகாது. இப்பழி ஒருதுளி எஞ்சினாலும் பேரழிவே முளைக்கும். கொல் அவளை!' என்றான். பிறையம்பெடுத்து வில்லில் தொடுத்து ஒருகணம் தயங்கி 'உகந்ததாகுமா அது இளையயாதவரே?' என்றான். 'போர் உகந்ததென்றால் அதை முழுமையாக முடிப்பது மேலும் உகந்தது' என்றான் இளையயாதவன். மேலும் தயங்கி 'என்னால் முடியவில்லை யாதவரே' என்றான் பார்த்தன். 'இது உன் யோகத்தின் பெருந்தடை. நீ வென்று கடக்கவேண்டியது உன்னையே' என்றான் இளையயாதவன்.

அவன் அம்புகொண்ட குறி அலைபாய்ந்தது. நெஞ்சைக் குவித்தான். சித்தம் தீட்டி கூர்கொண்டான். காதுவரை நாணிழுத்து அம்பை செலுத்தினான் பார்த்தன். மகாதட்சையின் கழுத்தை சீவி எறிந்தது அது. அக்கணமே

தலையற்று துள்ளியதிர்ந்த உடலில் அலையடித்த இடக்கையில் இருந்த சிறு கத்தியால் தன் வயிற்றை தான் கிழித்தாள். அவ்வசைவு முடிவதன் முன்னரே உயிர் துறந்தாள். திறந்த வயிற்றில் இருந்து குமிழிகளுடன் வெடித்து வழிந்த குருதிச்சலத்துடன் வெளிவந்தான் இளையதட்சன் அஸ்வசேனன். வீரிட்டலறி புரண்டு படகின் குழிக்குள் விழுந்து காலுதைத்தான். 'கொல்... கொல் அவனை. இல்லையேல் உன் குலம் அவனால் அழியும்' என்றான் இளையயாதவன். 'உன் யோகத்தின் இறுதித்தடை இது... கடந்துசெல்! உன்னை நீயே வென்றுசெல்!'

'பிறந்து இன்னமும் மண் காணா மகவு அது இளையயாதவரே' என்றான் பார்த்தன். 'ஆம், ஆனால் அது நஞ்சு. மானுடரைக் கொல்லலாம் என்றால் மைந்தரென்ன, மகவென்ன?' என்றான் இளையயாதவன். 'இல்லை... நான் அதை செய்யப் போவதில்லை. என் உள்ளம் சோர்கிறது. கை நடுங்குகிறது. காண்டீபம் நிலம்தாழ்கிறது' என்றான். 'அதைக் கொல்லாவிடில் உன் குலத்தின் பல்லாயிரம் மைந்தரை நீ கொல்கிறாய்' என்றான் நீலன். 'தலைமுறை தலைமுறையென நீளும் பெருவஞ்சம் ஒன்றை அவர்களுக்கு எதிராக விட்டுவைக்கிறாய். அவர்கள் பிறக்கும்முன்னரே கருவில் நஞ் சூறச்செய்கிறாய்.'

'ஆம், உண்மை. இக்கணம் அதை நன்கு அறிகிறேன். இது என் குலமழிக்கும் நஞ்சு. ஆனால் என்னால் முடியாது யாதவரே. இறுதிக் கணத்தில் தன்னைப்பிளந்து அவள் எடுத்திட்ட குழந்தையைக் காண்கிறேன். அன்னையென பேருருக்கொண்டு எழுந்த அப்பெருவிழைவுக்கு முன் தலைகுனிகிறேன். அவள் என்னை அழிக்கட்டும். அவள் சொற்களால் என் தலைமுறைகள் முற்றழியட்டும். அதுவே முறையும் ஆகும். அம்மகவை நான் கொல்லப்போவதில்லை' என்றான் அர்ஜுனன். இளையயாதவன் 'அது உன் தேர்வு எனில் நன்று' என புன்னகை செய்தான்.

காண்டவம் முற்றழிந்தது. அங்கே மலைமுகட்டில் மகாதட்சர் சுப்ரர் ஏற்றிவைத்த ஏழு சுடர்களும் காற்றில் அணைந்தன. திகைத்தெழுந்து 'என்ன ஆயிற்று?' என்று நிமித்திகனை நோக்கினார். உடன் வந்த நிமித்திக அமைச்சன் காற்றுக்குறியும் கனல் குறியும் நீர்க்குறியும் கூழாங்கல் குறியும் தேர்ந்து 'அரசே, உங்கள் குலம் முற்றழிந்தது. காண்டவம் இன்று அங்கில்லை. பல்லாயிரமாண்டுகாலம் பாரதவர்ஷத்தில் வாழ்ந்த பெருவஞ்சம் வென்றது' என்றான். ஒருகணம் திகைத்தபின் அச்சொற்கள் முழுதுண்மை என தன் நெஞ்சும் கூறுவதை உணர்ந்து திடுக்கிட்டு எழுந்து நெஞ்சில் ஓங்கி அறைந்து கதறி உடல்சோர்ந்து மண்ணில் விழுந்தார் தட்சர். 'எந்தையரே! எந்தையரே! இனி நான் ஏன் உயிர் வாழவேண்டும்?' என்றார்.

இரண்டாவது நிமித்திகன் மேலும் குறிதேர்ந்து 'துயருறவேண்டாம் அரசே. தங்கள் குடியில் ஓர் உயிர் எஞ்சியுள்ளது. தங்கள் மைந்தன்' என்றான். 'எங்கிருக்கிறான் அவன்?' என தட்சர் கூவினார். 'அதை நான் அறியேன். ஒரு துளி நஞ்சு, ஒரு துளி அனல், ஒரு துளி வஞ்சம் எஞ்சியுள்ளது. எவ்வண்ணமும் அது வாழும்' என்றான் நிமித்திகன். 'ஏனென்றால் பாதாள தெய்வங்கள் அதைக் காப்பர். நம் ஆழுலக மூத்தோர் அதை வளர்ப்பர்.'

நீள்மூச்சுடன் 'அது போதும். இனி இங்கு நான் வாழவேண்டியதென்ன? எந்தையரே, என்னை ஏற்றுக் கொள்ளுங்கள்' என்றுரைத்து இடைவாளை உருவி தன் சங்கறுத்து மூதாதையர் மண்ணில் விழுந்தார் தட்சர். ஏழு அணுக்கர்களும் அங்கே தங்கள் வாளை எடுத்து சங்கறுத்து விழுந்து உடன் துடித்தனர்.

அரசே அறிக! யமுனையின் கரிய அலைகளில் எழுந்தமைந்து சென்று கொண்டிருந்தது அப்படகு. அதில் கிடந்த சிறுமகவு கைகளை இறுகப்பற்றி தன்னைச்சூழ்ந்திருந்த அன்னையின் குருதிச்சலத்தையே சீம்பாலென அருந்தியது. நீரில் சென்ற அப்படகைக் கண்டனர் நாணல் புதரில் ஒளிந்து வாழ்ந்த உரகர்கள் இருவர். நீரில் பாய்ந்து நீந்தி அப்படகைப்பற்றி கரையணைத்தனர். அம்மகவை அள்ளி எடுத்துச் சென்று தங்கள் மூதன்னையர் கையில் அளித்தனர்.

"அவள் கண்ணீருடன் விம்மும் நெஞ்சொலியுடன் அதை கொண்டுசென்று தங்கள் குடித்தெய்வம் மானசாதேவியின் காலடியில் வைத்தாள். தன்குடியின் எரிவிதையை செவ்விழி திறந்து நோக்கி அமர்ந்திருந்தாள் மகாகுரோதை."

10

மஞ்சத்தறையின் எடைமிக்க கதவு கிரீச்சிட்டு திறக்க, அழுந்தி ஒலித்த காலடிகளுடன் உள்ளே வந்த முனிவரை காய்ச்சல் படிந்த கண்களால் கர்ணன் நிமிர்ந்து நோக்கினான். மரவுரி உடுத்த கொழுத்த உடல், மார்பில் விழுந்த சாம்பல்கலந்த வெண்தாடி, இரு குருதிக் குமிழிகள் போல அசைந்த ஒளியற்ற விழிகள். மெல்ல அவனை நெருங்கி அருகே நின்று குனிந்து பார்வையற்ற கைகளால் அவன் மேல் துழாவினார். "யார்?" என்று அவன் கேட்டான். ஆனால் குரல் பாலைநிலத்துக் கிணற்றுநீர் போல ஆழத்தில் எங்கோ நலுங்கியது. அவர் கை அவன் தோளைத் தொட்டது. "அங்கரே" என்றொரு குரல் கேட்டது. "அங்கரே" என்று நெடுந்தொலைவில் எங்கோ அது எதிரொலித்தது. மிக அருகே அறிந்த குரலாக "அங்கரே" என மீண்டும் அழைத்தது.

அதை உணர்ந்ததும் அவன் கைகளை மஞ்சத்தில் அறைந்து உடல் உந்தி எழுந்து அமர்ந்து, செவ்வரியோடிய விழிகளால் தன்னை நோக்கிக் குனிந்து நின்ற துரியோதனன் முகத்தை ஏறிட்டு "யார்?" என்றான். "அங்கரே, என்ன ஆயிற்று? கனவா?" என்றான் துரியோதனன். குழறிய குரலில் "ஆம், ஒரு கனவு" என்றபின் அவன் வாயைத் துடைத்தான். துரியோதனன் அவன் கையைப் பற்றி "உடல் நலமில்லையா?" என்றபின் "ஆம், சுடுகிறதே" என்றான். அவன் நெற்றியில் கைவைத்து "காய்கிறது" என்றபின் சிவதரை நோக்கி "என்ன ஆயிற்று?" என்றான். "அரசர் நேற்றிரவு நன்கு துயிலவில்லை. புரண்டு படுக்கும் ஒலி கேட்டுக்கொண்டே இருந்தது" என்றார் சிவதர்.

நகைத்து "யவனமது கனவுகளை நிறைப்பது" என்றான் துரியோதனன். "அதிலுள்ள ஒவ்வொரு குமிழியும் கனவு என்கிறார்கள் அந்நாட்டுக்

கவிஞர்கள்.” கர்ணன் ஒன்றும் சொல்லாமல் காலை ஊன்றி எழுந்து நின்றான். துரியோதனன் “மறந்துவிட்டீர்களா? இன்று காலை நம்மை பாண்டவர்கள் விருந்துக்கு அழைத்திருக்கிறார்கள். ஐம்பத்து நான்கு நாடுகளின் அரசர்களும் அவைமகிழ்வு கொள்ள வரவிருக்கிறார்கள்” என்றான். கைகளை சிறுவனைப்போல விரித்து “எங்கு அவ்விருந்து நிகழ்கிறது தெரியுமா? அசுரசிற்பி மயனின் அறுநூற்றுப் பன்னிரண்டாவது தலைமுறையைச் சார்ந்த கர்க்கன் என்னும் சிற்பி சமைத்த மாயக்கூடம் அது என்கிறார்கள். அதை நீர்மாளிகை என்று இங்கே அழைக்கிறார்கள். வெண்பளிங்காலும் கரும்பளிங்காலும் கட்டப்பட்ட அது ஆடிப்பாவைகள் செறிந்த நீர்ப்பரப்பு போல் மாயம் காட்டும் என்கிறார்கள். இளையோர் காலையிலிருந்தே அதைப் பற்றித்தான் பேசிக்கொண்டிருக்கிறார்கள்” என்றான்.

கொட்டாவி விட்டபடி “துச்சாதனன் எங்கே?” என்றான் கர்ணன். “அனைவரும் காலையிலேயே அணிகொண்டு சித்தமாகிவிட்டார்கள். தங்களுக்காகத்தான் காத்திருக்கிறோம். ஒளிஎழுந்தும் தங்களை காணவில்லை என்றதும் நானே அழைத்து வருகிறேன் என்று சொல்லி வந்தேன்” என்றான் துரியோதனன். கர்ணன் “நான் உடனே நீராடி உடைமாற்றி வருகிறேன்” என்றபின் திரும்பி சிவதரிடம் “நீராட்டறை சித்தமாகட்டும்” என்றான். “அனைத்தும் சித்தமாக இருக்கின்றன அரசே” என்றார் சிவதர். “நன்று” என்றபின் கர்ணன் திரும்ப, துரியோதனன் “நான் மட்டும் இங்கு அமர்ந்து என்ன செய்யப்போகிறேன்? நானும் வருகிறேன்” என்று எழுந்து பின்னால் வந்தான்.

“தாங்களா...? தாங்கள் அஸ்தினபுரியின் அரசர்” என்றான் கர்ணன். “அஸ்தினபுரியின் அரசன் தன் தோழமைநாட்டரசன் அங்கனின் முழுஉருவைக் காண விழைவாக இருக்கிறார். அது அரசுசூழ்தலுக்கு இன்றியமையாதது என்று எண்ணுகிறார்” என்று நகைத்தான் துரியோதனன். இடைநாழியில் செல்கையில் “நேற்றிரவு நீங்கள் முன்னரே வந்துவிட்டீர்கள். இரவெல்லாம் களியாட்டு. சிசுபாலனைப்பற்றி நாம் எண்ணியதெல்லாம் பிழை. இத்தனை விளையாட்டும் வேடிக்கையும் கொண்டவன் அவன் என்று நான் எண்ணவே இல்லை” என்றான். “சூதர்கள் மூடர்கள். ஒவ்வொருவரையும் பற்றி அவர்கள் வரையும் திரைஓவியத்தை அவர்களுக்கு முன்னால் தொங்கவிட்டிருக்கிறார்கள். நாம் அந்த ஓவியங்களுடன்தான் விளையாடுகிறோம், அரசுசூழ்கிறோம்” என்றான். கர்ணன் ஆர்வமில்லாமல் “ஆம்” என்றான்.

உடன் நடந்தபடி “நேற்றிரவு ஜராசந்தனுடன் இருந்தேன். சொல்லும் ஒவ்வொரு சொல்லிலும் களியாட்டையும் கவிதையையும் நிரப்ப அவனால் முடிகிறது. அங்கரே, அவன் ஒரு மனிதன் அல்லன், இருவன். பகலில் ஒன்று இரவில் ஒன்று என்று இரண்டு தெய்வங்கள் குடிகொள்ளும்

ஆலயச்சிலை ஒன்று நம் மேற்குமலைக்காட்டில் இருக்கிறதல்லவா? அது போல. ஒரு குழந்தை, ஓர் அரக்கன். இருவரையும் எனக்குப் பிடித்திருக்கிறது" என்றான் துரியோதனன். "அரக்கனை குழந்தை என்றும் குழந்தையை அரக்கன் என்றும் எண்ணி விளையாடும் ஆடலை அவனுடன் ஆடுகிறேன்" என்று நகைத்தபடி சொன்னான். கர்ணன் புன்னகைத்தான்.

"நேற்று சிசுபாலனும் நானும் விளையாட்டாக தோள்பொருதினோம். அவனும் மற்போரில் அத்தனை எளியவன் அல்ல அங்கரே. அரைநாழிகை ஆயிற்று அவனை நான் தூக்கி அடிக்க" என்றபின் "ஜராசந்தன் பீமனுடன் தோள்கோக்க இப்பொழுதும் பெருவிழைவுடன் இருக்கிறான்" என்றான். "என்ன ஆயிற்று? அவர்களை சந்திக்கவைப்பதாகச் சொன்னீர்களே?" என்றான் கர்ணன். "நேற்றிரவு இந்திரன் ஆலயத்திலும் பின்பு உண்டாட்டிலும் பாண்டவர்களை நாங்கள் தனியாக பார்க்கவே முடியவில்லை. பீமன் முற்றிலும் அடுமனையிலேயே இருந்தான். இளையபாண்டவனும் இளையயாதவனும் விருந்தினரை வரவேற்றபடியே இருந்தனர். தனியாக அவர்கள் எங்களருகே வரவேயில்லை. ஆனால் அவர்களை இன்று சந்திக்கலாம் என்றிருக்கிறேன்" என்றான். "எப்படியும் அரசர்களின் மன்றுக்கு அவர்கள் வந்துதானே ஆக வேண்டும்?" கர்ணன் புன்னகைத்தபடி தலையசைத்தான்.

அணியறை வாயிலில் சமையர்கள் தலைவணங்கி அவர்களை உள்ளே வரும்படி கையசைத்தனர். திடுக்கிட்டு கர்ணன் திரும்பி நோக்கினான். "என்ன?" என்றான் துரியோதனன். அணியறையின் கதவு கிரீச்சிட்ட ஓசைதான் அவ்வெண்ணத்தை எழுப்பியது என்று கர்ணன் உணர்ந்தான். "என்ன?" என்றான் துரியோதனன். "ஒரு கனவு... அதை இப்போது நினைவுகூர்ந்தேன்" என்றான் கர்ணன். "என்ன கனவு?" என்றான் துரியோதனன். "தாங்கள் உள்ளே வரும்போது..." என அவன் நெற்றியை வருடினான். "ஆம், நான் உள்ளே வரும்போது என் காலடியோசை கேட்டு உங்கள் உடல் விதிர்த்ததைக் கண்டேன்" என்றான் துரியோதனன். "என்ன கனவு அங்கரே?" அது போகட்டும் என்று கையசைத்தபடி கர்ணன் உள்ளே சென்றான்.

"இங்கு கனவுகள் சற்று மிகுதியாகவே எழுகின்றன" என்றபடி துரியோதனன் உள்ளே வந்தான். "எனக்கும் வகைவகையான கனவுகள் உள்ளே கொப்பளிக்கின்றன. நான் எண்ணுகிறேன், இங்குள்ள பளிங்குச் சுவர்கள்தான் அவற்றை எழுப்புகின்றன என்று. நம்மைச் சுற்றி அவை ஆடிப்பாவைகளை நிறைத்துவிடுகின்றன. ஒவ்வொரு பாவையும் நம்மை நோக்கிக்கொண்டிருக்கிறது. அவற்றின் நோக்குகள் விதைகளாக நம் உளச்சதுப்பில் முளைத்து கனவில் எழுகின்றன." கர்ணன் அவனை திரும்பி நோக்கி மீசையை முறுக்கினான். "நேற்றிரவு கண்ட கனவில்

நான் இருளில் நடந்துகொண்டிருந்தேன். என் அருகே என்னைப்போன்ற உடல் கொண்ட ஒருவர் நடப்பதைப் பார்த்தேன். நெடுநேரம் அவரை என் தந்தையென்றே எண்ணியிருந்தேன். பின்பு பீடத்தில் அமர்ந்து திரும்புகையில் நோக்கினேன், அவர் தந்தையல்ல. கொழுத்த உடல் கொண்ட முனிவர். மரவுரி அணிந்து குருதிக்கட்டிபோல் அசைந்த கண்களுடன் என்னைப் பார்த்தார். அவரை தந்தையென்று நான் எண்ணியது அவரது பார்வையின்மையால்தான் என்றுணர்ந்தேன். உடலசைவுகளில் தெரிந்த பார்வையின்மை அது. அவ்வளவுதான். விழித்துக்கொண்டேன்."

கர்ணன் சற்று திறந்த வாயுடன் துரியோதனனை நோக்கிக் கொண்டிருந்தான். சமையர்கள் அவன் ஆடைகளைக் கழற்றினர். "என்ன பார்க்கிறீர்கள்?" என்றான் துரியோதனன். இல்லை என அவன் தலையசைத்தான். அவனை கைபற்றி அழைத்துச்சென்று மஞ் சள்பொடியும் வேம்புச்சாறும் கலந்த வெந்நீர் ஆவியெழக் கொப்பளித்த வெண்பளிங்கு தொட்டிக்குள் இறங்கி அமரச்செய்தனர். துரியோதனன் பீடம் ஒன்றை இழுத்துப்போட்டு அமர்ந்தபடி "ஆனால் இந்த நாட்கள் மிகவும் உவகை நிறைந்தவை. இங்கு நான் முழு மனிதனாக உணர்கிறேன். இங்குளது போல நட்பும் நகைப்புமாக வாழ்ந்து நெடுநாட்களாகிறது" என்றான்.

சமையர்கள் இளவெந்நீரால் கர்ணனை நீராட்டத் தொடங்கினர். ஒருவர் அவன் கால்களை கடற்பஞ்சால் தேய்த்தார். வெண்கல்லால் அவன் முதுகை ஒருவர் உரசினார். அவன் கைகளை நீருக்குள் நாகம்போல் நெளியவிட்டபடி அமர்ந்திருந்தான். "நேற்று தாங்கள் யவனமதுவை அருந்திக்கொண்டே இருந்தீர்கள். அவ்வளவு வெறியுடன் நீங்கள் மது அருந்துவதை நான் கண்டதே இல்லை" என்றான் துரியோதனன். கர்ணன் "நான் நேற்று நாகநஞ்சு அருந்தினேன்" என்றான். திகைத்து "நாகநஞ்சா?" என்றான் துரியோதனன். திரும்பி சிவதரைப் பார்த்தான். "ஆம், நாகநஞ்சு. அதை நாகமது என்று அவர்கள் சொல்கிறார்கள்."

"நஞ்செப்படி மதுவாகும்?" என்றான் துரியோதனன். சிவதர் "அனைத்து மதுவும் நஞ்சு. நஞ்சனைத்தும் மதுவே" என்றார். துரியோதனன் "ஆம்" என்று சிரித்து "அதை எங்கு அருந்தினீர்கள்? கனவிலா?" என்றான். "இல்லை... இந்நகருக்கு அடியில், நாகர்களின் இருளறையில்" என்றான். "இந்நகருக்கு அடியிலா?" என்று மீண்டும் சிவதரை நோக்கினான் துரியோதனன். "ஆம். ஆயிரம் குகைகளின் பின்னலாக இந்நகர் முழுக்க உரகர்களின் கரவுவழிகள் உள்ளன." "எலிவளைகளா?" என்றான் துரியோதனன். "அவைதான் வளைகளில் வாழும்." கர்ணன் "உரகர்கள் எலிகளை உணவாகக்கொண்டு அங்கே வாழ்கிறார்கள்" என்றான். "யாரவர்கள்?" என்று விழிகளைச் சுருக்கிக் கேட்டான் துரியோதனன்.

கர்ணன் நகையாடவில்லை என்று அவனுக்குத் தோன்றியது. ஆனாலும் அவன் ஐயம் விலகவில்லை.

“இந்நகரின் தொல்குடிகள்” என்றான் கர்ணன். “அவர்கள் எங்கே இங்கே இருக்கிறார்கள்?” என்று துரியோதனன் கேட்டான். “காண்டவக்காடுமேல் பாண்டவர் கொண்ட எரிபரந்தெடுத்தலில் பெரும்பாலோர் இறந்தனர். எஞ்சியவர்கள் இங்கிருந்து அன்றே கிளம்பிச் சென்றனர். உரகர்கள் இங்கு சேற்றுப் படுகைகளில் நாகருலகுக்குள் வாழ்ந்தனர். நகர் எழுந்தோறும் அவர்களும் விலகிச்சென்றனர் என்று அறிந்திருக்கிறேன்.” கர்ணன் “இல்லை, அவர்கள் முழுமையாகச் செல்லவில்லை” என்றான். துரியோதனன் “ஆம், நாகர்களில் ஒரு குடியினர் மட்டும் இன்றைக்கு இந்திரகீலத்தில் இந்திரப்பிரஸ்தத்தின் குடிகளாகத் தொடர்கிறார்கள்” என்றான்.

“அரசே, குத்துவாளில் படிந்த குருதி ஒருபோதும் முற்றிலும் விலகுவதில்லை. அதை தாங்கள் அறிவீர்கள்” என்றான் கர்ணன். “ஆணிப்பொருத்தில், அணிச்செதுக்கில் எங்கோ சற்றேனும் அது எஞ்சியிருக்கும்.” “ஆம்” என்றான் துரியோதனன். “ஆனால் வாளை கையாள்வது ஷத்ரியரின் கடன். குருதியின்றி அரியணையில்லை, அறமில்லை. குருதியோ ஒருபோதும் முற்றிலும் மறையாத தன்மை கொண்டது. எங்கோ ஒரு துளி முளைத்தெழும். அது அவன் குலத்தை அழிக்கவும் கூடும். அதைப்பற்றி அவன் அஞ்சுவதற்கில்லை.” கர்ணன் நீள்மூச்செறிந்தான். துரியோதனன் “இந்நகர்கள் அனைத்திற்கும் அடியில் எங்கோ குருதியின் துளி ஒன்று காத்திருக்கிறதென்று சூதர்கள் சொல்வதுண்டு” என்றான். கர்ணன் பெருமூச்சுவிட்டான்.

“என்ன சொன்னார்கள்?” என்றான் துரியோதனன். கர்ணன் ஒன்றும் சொல்லாமல் கைகளை நீரில் நெளியவிட்டு அமர்ந்திருந்தான். “நாகர்களை சந்தித்தீர்கள் என்றீர்கள்” என்று அவன் மேலும் கேட்டான். கர்ணனின் அமைதி அவனை பொறுமையிழக்கச் செய்தது. கால்களை அசைத்தபடி அவன் மேலும் சொல்வானென்று அமைதியாகக் காத்திருந்தான் துரியோதனன். அவன் சொல்லாதபோது தானே பேச்சை வளர்த்தான். “ஜராசந்தன் நேற்று நடந்த அங்கத நாடகத்தைப் பற்றி சொல்லிக்கொண்டிருந்தான்” என்றான். “களியாட்டென தொடங்கி புகழ்பாடலென அதை முடித்த விந்தையைப்பற்றித்தான் பேசிக்கொண்டிருந்தோம்.”

கர்ணன் அதை செவிமடுக்காமல் தலையசைத்தான். “அது இயல்பாக நிகழ்ந்ததல்ல. நாடகம் அவ்வாறு அமைக்கப்பட்டிருக்கிறது என்று அவன் சொன்னான். ஏனெனில் நேற்று அங்கு அமர்ந்திருந்த அனைவருமே மாற்று அரசர்கள். பாண்டவர்களின் புகழ்பாடலுக்கு அவர்கள்

செவிகொடுக்கமாட்டார்கள். எனவே நகையாட்டென தொடங்கி அவர்களை ஈர்த்து உள்ளே அழைத்துச்சென்று அமரச்செய்து மெல்ல புகழ்பாடத் தொடங்கிவிட்டார்கள்" என்றான். "ஆம், அது உண்மை" என்றான் கர்ணன் மீசையை நீவியபடி. "அவன் முதன்மைச்சூதன். அவன் பணியை நன்கறிந்தவன்" என்றான் துரியோதனன். "அவையில் அவன் இளையயாதவனை ஆழிவெண்சங்கு கொண்ட அலையமர்ந்தோன் என நிறுவிவிட்டான்."

கர்ணன் எழுந்து நீர்சொட்ட நடந்து சென்று நின்றான். சமையர்கள் அவன் உடலை மரவுரியால் மெல்ல ஒற்றித் துடைத்தனர். துரியோதனன் அவனை நிமிர்ந்து நோக்கி "அங்கரே, இன்று காலை விழித்ததுமே நான் உணர்ந்தேன். இது என் வாழ்வில் முதன்மையான நாட்களில் ஒன்று என. இன்று நான் இறந்து மீண்டும் பிறக்கவிருக்கிறேன். இதுவரை இருந்த ஒன்றும் இனி எஞ்சப்போவதில்லை. பிறிதொரு கரு, பிறிதொரு அன்னை" என்றான். அவன் எழுந்து கர்ணனின் அருகே வந்தான். "இன்றுபோல் என்றும் நான் எண்ணி எண்ணி அணிசெய்துகொண்டதில்லை. இன்றுபோல என் உணவு சுவை கொண்டதில்லை. அங்கரே, காலையின் புட்குரலும் இலைத்தளிர் ஒளியும் இத்தனை இனியதென்று நான் இதற்குமுன் அறிந்திருக்கவில்லை."

அவன் குரல் சிறுவர்குரல் என கிரீச்சிட்டது. "இன்று சிசுபாலனையும் ருக்மியையும் ஜராசந்தனையும் அழைத்துக்கொண்டு அவை புகவிருக்கிறேன். தேவயானியின் மணிமுடி சூடி இந்திரப்பிரஸ்தத்தின் அரசி இன்று அவை அமர்வாள். அவள் அருகே என் ஐந்து இணைக்குருதியினரும் நின்றிருப்பார்கள். ஐம்பத்தைந்து நாட்டு மன்னர்களும் கூடிய அவை. அதில் நான் எழுந்து என் குருதியை அவர்களுக்கு வாக்களிப்பேன். இன்று மாலை இந்திரப்பிரஸ்தத்தின் அணையாப் பெருவிளக்கு ஏற்றப்படுகிறது. அவ்விழவில் உடைவாள் உருவி நின்று உயிர் இருக்கும் வரை இந்நகரைக் காப்பேன் என்று உறுதி கொள்ளவிருக்கிறேன்."

கர்ணன் விழிவிலக்கி, ஆழ்ந்த குரலில் "ருக்மி என்ன சொன்னான்?" என்றான். துரியோதனன் வெடித்து நகைத்து "வஞ்சத்தால் எரிந்து கொண்டிருக்கிறான். மூடன்... வஞ்சத்தின்பொருட்டு சிவஊழ்கம் செய்து அருட்கொடை கொண்டிருக்கிறான். வஞ்சஈட்டை தெய்வங்களிடம் கேட்டுப்பெறுபவரைப்போல மூடர் எவர்?" என்றான். "அது ஆழமானது, களைவது எளிதல்ல. ஆனால் அது தோல்வியின் வஞ்சம். ஒருகணம் அவைநடுவே இளையயாதவன் அவன் முன் தலைதாழ்த்தினால் போதும். நுரையென அணைந்துவிடும். ஆனால் சிசுபாலனின் வஞ்சம் அவ்வளவு எளிதில் அணையாது. ஏனெனில் அது பிறவிப்பகை. அதை தெய்வங்கள்தான் முடிவெடுக்க வேண்டும்."

“எனினும் அன்பு பெருகும் அவையில் அவனும் குளிரத்தான் வேண்டும்” என்று துரியோதனன் தொடர்ந்தான். “ஜராசந்தனைப் பற்றி எனக்கு ஐயமே இல்லை. பீமனின் தோள் அவன் தோளைத்தொட்டால் அக்கணமே அவர்கள் இருவரும் ஒருடலாகி விடுவர்.” கர்ணன் ஒன்றும் சொல்லவில்லை. சமையர் அவனை அணி செய்யத்தொடங்கினார். ஆடையை அவனுக்கு அணிவித்தனர். இடைக் கச்சையை இறுக்கி அவனைச்சுற்றி வந்தார் ஒருவர். இரு கைகளையும் தூக்கி அவன் நிற்க அவன் கையில் கணையாழிகளை ஒருவர் அணிவித்தார். அணிகள் ஒவ்வொன்றாக எடுத்தளிக்க, முதிய சமையர் அவற்றை அணிவித்தார்.

துரியோதனன் “அங்கரே, என் தந்தைக்கு நிகரானவர் மூத்தயாதவர். அவரும் நீங்களும் அன்றி எவரும் என் ஆழத்தை அறிந்தவர் அல்லர். எந்நிலையிலும் என்னை கைவிடாதவர் நீங்களிருவர் மட்டுமே. இன்று அவரைத்தான் தேடிச் செல்லவிருக்கிறேன்” என்றான். ஏதோ எண்ணி தொடைதட்டி நகைத்து “என்னை கதை பயிற்றுவிக்கும்போது அவர் சொன்னார், அவர் ஏன் அதைத் தேர்ந்தெடுத்தார் என்று. வாளும் வேலும் வில்லும் கூர் கொண்டவை, குருதியை நாடுபவை. கதையோ இருந்த இடத்திலிருந்து அசையமாட்டேன் என்று அடம் பிடிப்பது. கொலைக்குத் தயங்கும் படைக்கலமேந்திய மாவீரர் என் ஆசிரியர். அவரிடம் சென்று தாள்பணிந்து நிற்பேன். என் விழைவைச் சொல்வேன். பின்பு அவர் பார்த்துக்கொள்வார்” என்றான்.

மேலும் நகைத்து “அவரது உடல்மொழியில் தெரியும் கள்ளமின்மைக்கு நிகரான பேராற்றல் இங்கு வேறில்லை அங்கரே. அவரால் சுட்டுவிரல் சுட்டி இளையயாதவரை அழைக்க முடியும். தலைமயிர் பற்றி பீமனைக் கொண்டுவந்து நிறுத்தவும் முடியும். இன்று என் உளம் நிறைந்து அகம் கனிந்து செல்லும் பாதையின் முடிவில் என் ஆசிரியர் நின்றிருக்கும் அந்தப் பொற்றாமரைப் பீடத்தின் அருகே சென்று நிற்பேன். ஐயமில்லை அங்கரே, இன்றோடு நான் தேவன்” என்றான்.

கர்ணன் பொருளற்ற விழிப்புடன் துரியோதனனை நோக்கிக் கொண்டிருந்தான். துரியோதனன் “ஐயம் கொள்கிறீர்களா?” என்றான். “ஆம்” என்றான் கர்ணன். கண்கள் சுருங்க “ஏன்?” என்றான் துரியோதனன். “நீங்கள் இந்நகரின் உச்சியில் ஆலயத்தில் அமைந்த தேவர்களை மட்டுமே கண்டீர்கள்” என்றான் கர்ணன். “ஆம், அது போதும்” என்றான் துரியோதனன். “நீங்கள் செல்லாத இருண்ட ஆழங்களுக்கெல்லாம் நான் சென்று மீண்டிருக்கிறேன் அங்கரே. நான் கண்ட இருளையும் இழிவையும் நீங்கள் காணவில்லை. அவற்றைக் கண்டதனாலேயே நான் என்னை வருத்தி பிழையீடு செய்தேன். என் தந்தையின் கைகளால் அறைந்து துவைத்து தூய்மையாக்கப்பட்டேன். ஆகவே எந்த உச்சங்களுக்கும் ஏற தகுதி கொண்டவனாகிறேன்” என்றான் துரியோதனன்.

கர்ணன் பெருமுச்சுடன் "தெய்வங்கள் அருள்க!" என்றான். "அருளியாகவேண்டும். இன்று காலை என்னருகே யயாதியும் ஹஸ்தியும் குருவும் பிரதீபரும் சந்தனுவும் விசித்ரவீரியரும் நின்றிருப்பதை உணர்ந்தேன். ஐயமே இல்லை. இன்று நான் அவர்களின் மானுட வடிவமே" என்றான் துரியோதனன். அணி முடிந்ததை உணர்த்தி சமையர் பின்வாங்கினர்.

துச்சாதனன் எடைமிக்க காலடிகளுடன் வந்து அணியறைக்கு வெளியே நின்று உரத்த குரலில் "மூத்தவரே, பொழுது பிந்துகிறது என்கிறார் கனகர்" என்றான். "அங்கர் சித்தமாகிவிட்டார்" என்றபடி துரியோதனன் எழுந்தான். விரைவாக என கர்ணன் கையசைக்க, முதிய சமையர் அவனுக்கு மேலாடையை அணிவித்தார். திரும்பி ஆடியில் நோக்கி தன் மீசையை பற்றி முறுக்கி கூர் செய்தான். நேர்நின்று தலைதூக்கி நோக்கிவிட்டு "செல்வோம்" என்றான் கர்ணன்.

"இன்று தாங்களும் தேவர் போல் இருக்கிறீர்கள்" என்றான் துரியோதனன். "முன்பிருந்ததைவிட ஒளி கொண்டிருக்கிறீர்கள்." ஆடியில் அவன் விழிகளைப் பார்த்து கர்ணன் மெல்ல புன்னகைத்தான். "அருமணி ஒன்றை மூடிவைத்த பொற்கிண்ணம் போல என்று எங்கோ ஒரு சூதன் சொன்ன ஒப்புமை நினைவுக்கு வருகிறது" என்றான் துரியோதனன். துச்சாதனன் "ஆம் மூத்தவரே, சூரியன் மைந்தர் போலிருக்கிறீர்கள்" என்றான். கர்ணன் "செல்வோம்" என்று சொல்லி புன்னகைத்தான்.

துச்சலன் உள்ளே வந்து கர்ணனை நோக்கி "மூத்தவரே" என்றான். "என்ன?" என்றான் கர்ணன். "இன்றுதான் தாங்கள் முழுதணிக்கோலத்தில் அவைக்கு வருகிறீர்கள்." "ஆம்" என்றான் கர்ணன். "இங்கு வந்தபின் தாங்கள் அணிகொண்டதே இல்லை" என்று துச்சலன் சொன்னான். துச்சாதனன் "ஆம், உண்மை" என்றான். அப்போதுதான் அதை உணர்ந்து சிவதரைப் பார்க்க, சிவதர் புன்னகைத்து "அங்கநாட்டின் மணிமுடியையும் கொண்டுவந்திருக்கலாம்" என்றார். துரியோதனன் "இன்று அவையில் உங்களிடமிருந்து விழிகள் விலகப்போவதில்லை அங்கரே. வெறும் தோற்றத்திலேயே வெய்யோன் ஒளிகொண்டவர் நீங்கள்" என்றான்.

கர்ணன் சிரித்தபடி நடக்க, உடன் நடந்தபடி துரியோதனன் "எனது பொற்தேர் வரட்டும். அங்கர் என்னுடன் வருவார். நான் இன்று அவருக்கு அணுக்கன்" என்றான்.

11

துரியோதனனுடன் இந்திரப்பிரஸ்தத்தின் அரசப்பெருவீதிகளின் வில்வளைவுகளினூடாக சுழன்று மேலேறிச் சென்றுகொண்டிருந்த கர்ணன் கைகளைக் கட்டியபடி குழலும் மேலாடையும் பறக்க தேர்த்தட்டில் அசையாமல் நின்று நோக்கில்லா நோக்குடன் இருந்தான். அவனருகே மென்மயிர் உறையிட்ட பீடத்தில் கால் நீட்டி சாய்ந்து அமர்ந்திருந்த துரியோதனன் கால்குறடுகளால் தேர்த்தட்டைத் தட்டியபடி தனக்குள் இசைக்கீற்றொன்றை முனகிக்கொண்டு இந்திரப்பிரஸ்தத்தின் மாளிகை நிரையை நோக்கியபடி வந்தான். அரண்மனைக்கோட்டையின் வளைவில் அவர்களை காவலர்கள் தலைவணங்கி வரவேற்றனர்.

துரியோதனன் காவலர் தலைவனிடம் "மகத அரசர் அவை நுழைந்து விட்டாரா?" என்றான். "ஆம். அவர்கள் முன்னரே சென்றுவிட்டார்கள் அரசே" என்றான் காவலர்தலைவன். "நன்று" என்றபின் திரும்பி கர்ணனிடம் "இறுதியாகச் செல்பவர்கள் நாம்தான் போலிருக்கிறது" என்றான். கர்ணன் மீசையை சுட்டுவிரலால் சுழற்றியபடி தலையசைத்தான். "நாம் செல்வதற்குள்ளாகவே அவர்கள் உளத்திரைகளைக் கிழித்து தோள்தழுவி நட்பு கொண்டிருந்தால் எனது பணியே முடிந்துவிட்டிருக்கும்" என்றபின் இரு கைகளாலும் தொடையைத் தட்டி நகைத்து "அதன்பின் பாரதவர்ஷத்தின் அமைதித்தெய்வம் என்று என்னைப்பற்றி சூதர்கள் பாடும் வாய்ப்பைப் பெறமுடியாது என்று ஐயம் கொள்கிறேன் அங்கரே" என்றான்.

கர்ணன் மீசையைச் சுழற்றும் கைகள் தன்விருப்பாக இயங்கிக்கொண்டிருக்க சற்றே சரிந்த விழிகளுடன் அசைவின்றி நின்றான். அரண்மனைப் பெருமுற்றத்தை அடைந்து அங்கு நின்றிருந்த அரசணித் தேர்களின்

நடுவே சென்ற பாதையில் சகடங்கள் மண்ணில் படாதது போல மென்மையாக ஒழுகிச்சென்றது தேர். "தேர்முற்றத்தை இத்தனை நிரப்பாக எங்குமே கண்டதில்லை" என்றான் துரியோதனன். "எப்படி கல் பரப்பினாலும் சகட ஒலியை தடுக்கமுடியாதென்று எண்ணியிருந்தேன். இவர்கள் எதை வைத்து நிரப்பளக்கிறார்கள் என்று தெரியவில்லை." கர்ணனை நோக்கியபின் "தம்பியர் தேர்கள் நிற்கின்றன. அனைவரும் அவைபுகுந்திருப்பார்கள் என்று எண்ணுகிறேன்" என்றான்.

தேர் நின்றதும் கர்ணன் பெருமூச்சுடன் கலைந்து "அரசே" என்றான். துரியோதனன் தலைதூக்கி "கனவிலிருந்து விழித்துக் கொண்டு விட்டீர்களா?" என்றான். கர்ணன் "எப்போதும் நான் உங்களுடன் இருக்கவேண்டுமென்று விழைகிறேன்" என்றான். "என்னுடன்தானே இருக்கப்போகிறீர்கள்? அதற்கென்ன?" என்றான் துரியோதனன். "அல்ல. பேச்சின் விசையில் அல்லது பிற அரசுசூழ்தல் பொருட்டு தாங்கள் தனித்து விலகிச் செல்லக்கூடும். நான் உடன் இருக்க வேண்டும்... எப்போதும்." துரியோதனன் "ஏன்?" என்றான். "அப்படித் தோன்றுகிறது" என்றான் கர்ணன்.

"எதை அஞ்சுகிறீர்கள் அங்கரே?" என்றான் துரியோதனன். "இவ்வச்சம் அங்கிருந்து நாம் கிளம்பும்போதே உங்களிடம் இருந்தது." பெருமூச்சுடன் "அச்சமூட்டுவதில் முதன்மையானது அறியமுடியாமை" என்றான் கர்ணன். துரியோதனன் தன் தொடைகளைத் தட்டி நகைத்து "அப்படியென்றால் இங்குள்ள ஒவ்வொன்றும் அச்சமூட்டுவதே. இதோ இத்தேரில் கட்டப்பட்டிருக்கும் புரவிகளை நீங்கள் அறிவீர்களா? வாழ்நாள் முழுக்க புரவிகளுடன் வாழ்ந்தாலும் அவற்றை முழுதறிந்துவிட முடியுமா?" என்றான். கர்ணன் ஒன்றும் சொல்லாமல் "வருக!" என்றான்.

துரியோதனன் இறங்கி முற்றத்தில் நிற்க, அமைச்சர் ஓடிவந்து தலைவணங்கி "அஸ்தினபுரியின் அரசை இந்திரப்பிரஸ்தத்தின் தனியவைக்கு வரவேற்கிறேன். தங்களுக்காக அரசியும் அரசர் ஐவரும் அவையமர்ந்து காத்திருக்கிறார்கள்" என்றான். கர்ணன் "இங்கு அரசமுறைமை என்ன?" என்றான். "முறைமைகள் என்று ஏதுமில்லை. இயல்பான சந்திப்பும் உண்டாட்டும் மட்டுமே" என்றார் அமைச்சர். "நடைகொள்க அரசே!" என அவர்களை வழிகாட்டி அரண்மனை நோக்கிக் கொண்டுசென்றார்.

நிமித்திகன் "அஸ்தினபுரியின் அரசர் துரியோதனர், அவர் அணுக்கர் அங்கநாட்டரசர் வசுஷேணர்" என்று கோல்தூக்கி அறிவிக்க, மங்கல இசைக்கருவிகள் முழங்கின. வெள்ளிக்கோல் ஏந்தி நிமித்திகன் முன்னே செல்ல, இசைச்சூதர் எழுவர் தொடர துரியோதனன் தன் சால்வையைச்

சுழற்றி கழுத்தில் அணிந்து தலைநிமிர்ந்து புன்னகையுடன் நடந்தான். அவன் குண்டலங்களின் ஒளி கன்னங்களில் சுழன்றது. நான்கு பக்கமும் நோக்கியபடி அவனுடன் கர்ணன் சென்றான்.

படிமுகப்பில் நின்று மீசையை நீவியபடி நிமிர்ந்து நோக்கிய துரியோதனன் "இதுதான் நீர்மாளிகையா?" என்றான். அமைச்சர் "ஆம், அரசே!" என்றார். "நிழல்மாளிகை என்றும் சொல்வதுண்டு... சிற்பியர் இட்டபெயர் சாயாவிஹாரம். அரசிதான் ஜலவிஹாரம் என்று சொன்னார்கள். இருபெயரும் நிலைத்துவிட்டன." துரியோதனன் "எளிய மாளிகையாகத்தானே தோன்றுகிறது. இதைவிட பேருருவ மாளிகைகள் பல இந்திரப்பிரஸ்தத்தில் உள்ளனவே" என்றான். "இதன் வெளியமைப்பு ஆயிரத்தெட்டு வெண்தூண்களுடன் நூற்றெட்டு குவைமாடங்களுடன் அமைந்துள்ளது" என்றார் அமைச்சர். "ஆயிரத்தெட்டு சாளரங்களும் பதினெட்டு பெருவாயில்களும் உள்ளன. இடைநாழி கடந்து உள்ளே செல்கையில் இம்மாளிகை தன் சிறப்புகளைக் காட்டி தங்களை கவரும்."

"அப்படி என்ன சிறப்பு?" என்றான் துரியோதனன். "இங்குள்ள எல்லா சுதைப்பரப்புகளும் ஆடிகள் போல தெளிந்துள்ளன. எங்கும் நீர்நிழலென பாவைகள் சூழ்கின்றன. நாம் வாழ்வது நிழல்களுக்கு நடுவே என்று ஒரு முதுசொல் உள்ளது. தெய்வங்களும் மூதாதையரும் மட்டுமன்றி நம் விழைவுகளும் அச்சங்களும் ஐயங்களும்கூட நிழல்வண்ணங்கள் சூடி நம்மைச் சூழ்ந்துள்ளன. அவற்றினூடாக பருவடிவ நிழல்களென நாம் வாழ்ந்து கொண்டிருக்கிறோம். பராசரரின் புராணமாலிகையில் வரும் அவ்வரியை இங்கே சிற்பவடிவமாக ஆக்கியிருக்கிறார்கள்" என்றார் அமைச்சர். துரியோதனன் "நன்று" என்றபின் கர்ணனிடம் திரும்பி "இங்கே நம்மைச் சூழ்ந்துள்ள பணிப்பெண்களும் சேடியரும் நிழல்கள் மட்டுமே என்றால் என்ன செய்வோம்?" என்றான்.

கர்ணன் வெறுமனே நோக்கினான். "நிழல்நோக்கி காமம் கொள்பவன் தெய்வங்களை காமித்த பிழை செய்தவனாவான் என்கின்றன நூல்கள்" என துரியோதனன் சிரித்தான். கர்ணன் "காமமனைத்தும் நிழல் நோக்கியே" என்றான். "ஆம்" என்றபடி துரியோதனன் நகைத்து "நானும் அதையே எண்ணினேன். சொன்னதுமே அவ்வெண்ணம் எனக்கும் வந்தது. நாம் நிகரென உளம் சூழ்கிறோம் அங்கரே" என்றான். கர்ணன் புன்னகையுடன் தன்னருகே எழுந்து இரண்டாகப்பிளந்து ஒன்று முன்னும் பிறிது பின்னுமாகச்சென்ற தன் நிழல்வடிவை நோக்கினான்.

முற்றிலும் வெண்பளிங்குக் கற்களால் கட்டப்பட்ட மாளிகையின் இடைநாழிகளினூடாக நடக்கையில் வலப்பக்கம் வந்து கடந்துசென்ற

உருளைத்தூண்கள் வெண்நுரையலைகளாக வந்து தன்னை அறைந்து செல்வதாக கர்ணன் உணர்ந்தான். துரியோதனன் தலைதூக்கி மேலே வளைந்த உட்குவைக்கூரையை நோக்கி “இந்த உயரம்தான் அச்சுறுத்துகிறது. மனிதர்களை சிறியவர்களாக்கும் நோக்குடன் கட்டப்பட்டது போலுள்ளது” என்றான்.

கர்ணன் தலைகுனிந்து மீசையை நீவியபடி நடக்க, துரியோதனன் “ஆனால் அனைத்து அவைமாளிகைகளும் மானுடரை சிறுமையாக்கவே கட்டப்பட்டவை என்றே இப்போது தோன்றுகிறது. அஸ்தினபுரியின் அவைமாளிகைகூட அன்றைய அளவுக்கு மிகப்பெரியது. அதில் மானுடர் அமர்ந்திருக்கும் இடமும் புழங்கும் இடமும் பத்தில் ஒரு பங்குகூட இருக்காது. எஞ்சியது முழுக்க வெட்ட வெளி. வெளியே வானில் இருந்து ஒரு துண்டை வெட்டி உள்ளே கொண்டுவைத்தது போல. அறியாத்தெய்வங்கள் உறையும் காற்று அங்கே நிறைந்திருக்கும்” என்றான்.

எதிர்ப்பக்கமிருந்து எருமைபோல குறடுகள் ஒலிக்க ஓடிவந்த சுபாகு “மூத்தவரே, தங்களைத்தான் எதிர்பார்த்திருக்கிறார்கள் அங்கே” என்றான். “மகதரும் சிசுபாலரும் வந்துவிட்டார்களா?” என்றான் துரியோதனன். “இருவரும் முதலிலேயே வந்துவிட்டார்கள். விதர்ப்ப இளவரசர் ருக்மி இன்னும் வரவில்லை. அவரை அழைத்து வருவதற்காக துச்சகன் சென்றிருக்கிறான்.” கர்ணனை நோக்கி “தங்களால்தான் பிந்தியது. தாங்கள் விழித்தெழவில்லை என்றார்கள். உடல்நலம் குறைவில்லை அல்லவா?” என்றான். கர்ணன் இல்லை என தலையசைத்தான்.

இடைநாழியில் நடந்தபடி உளக்கிளர்ச்சியுடன் “மூத்தயாதவர் வந்துவிட்டாரா?” என்றான் துரியோதனன். “அவர் முன்னரே வந்து உணவும் அருந்திவிட்டார். உணவருந்துகையில் தங்களை மூன்று முறை கேட்டதாகச் சொன்னார்கள். இதோ வந்துவிடுவார் என்று மறுமொழி உரைத்தேன். தங்களுக்காகக் காத்திருந்தார் அங்கு” என்றான் சுபாகு. துரியோதனன் நகைத்து “ஆம், உணவறையில்தான் மூத்தயாதவரை சந்திக்கவேண்டும். அவர் முற்றிலும் மலர்ந்திருப்பது அங்குதான். அவர் உள்ளமும் அங்குதான் முழுமையாக இயங்கும்” என்றான்.

சுபாகு நகைத்து கர்ணனிடம் “பாரதவர்ஷத்தின் அனைத்துப் பகுதிகளிலிருந்தும் அடுமனையாளர்களை வரவழைத்து சமைத்திருக்கிறார்கள் மூத்தவரே. ஒவ்வொரு உணவுக்கும் ஒவ்வொரு மணம் என்பதனால் ஒவ்வொன்றையும் வெவ்வேறு இடங்களில் பரிமாறவிருக்கிறார்கள். ஒன்றிலிருந்து ஒன்றுக்கென உலவி வருகையில் நாம் பாரதவர்ஷத்தையே உண்டுவிடலாம் என்று ஒரு சூதன் சொன்னான்” என்றான்.

கர்ணன் "எளியோர் காடுகளை உண்ணும் எரிபோல" என்றான். "என்ன சொல்கிறீர்கள்?" என்றான் துச்சாதனன். "நாம் ஊட்டிவளர்க்கும் கொலைவிலங்கு அல்லவா எரி?" என்றான் கர்ணன். துச்சாதனன் "புரியவில்லை மூத்தவரே" என்றான். "பாரதவர்ஷத்தை விழுங்க இங்கு ஐம்பத்தாறு மன்னர்களும் எரிவளர்த்து வேள்வி இயற்றி வந்திருப்பார்கள், அதைச் சொன்னேன்" என்றான் கர்ணன். துரியோதனன் உரக்க நகைத்து "ஆம், அது உண்மை. ஆனால் உண்ணத்தீருவதா என்ன? எத்தனை சுவைகள்! எத்தனை அவச்சுவைகள்! அங்கரே, இவ்விழவு முடிந்தபின் அஸ்தினபுரியில் தம்பியரை அமரவைத்துவிட்டு பாரதவர்ஷமெங்கும் தங்களைப்போல ஒரு பயணியாக சுற்றிவரவேண்டுமென்று நினைக்கிறேன்" என்றான்.

துச்சாதனன் "நம் அரண்மனைக்குத்தான் பாரதவர்ஷத்தின் அனைத்துச் சூதர்களும் வந்து கொண்டிருக்கிறார்களே?" என்றான். "ஆம், ஆனால் அது பாரதவர்ஷமல்ல. கடலில் அள்ளிய குடுவைநீர் அது. நான் நீச்சலடிக்க விரும்புகிறேன்." கர்ணன் "முன்பு அஸ்வமேதயாகம் செய்யும் எண்ணம் தங்களுக்கு இருந்தது. புரவிக்குப் பின்னால் படையுடன் சென்று பாரதவர்ஷத்தைப் பார்க்கலாமே?" என்றான். "இன்று எனக்கு அந்தக் கனவில்லை. என் மூதாதையர் நிலமே எனக்குப் போதும். வெல்வதென்று எண்ணும்போது பிறர் அனைவரும் எதிரிகள் ஆகிறார்கள். அவர்களின் உள்ளங்களை வெல்வதற்கப்பால் இன்று ஏதும் எனக்கு இலக்கில்லை" என்றான் துரியோதனன். துச்சாதனனின் விழிகள் கர்ணனின் விழிகளைச் சந்தித்து மீண்டன.

கர்ணன் "இளையோர் அவை அமர்ந்துவிட்டார்களா?" என்றான். "பாதிப்பேர் அமர்ந்துவிட்டார்கள். எஞ்சியோர் நேரடியாகவே அடுமனைக்குச் சென்றுவிட்டனர்" என்றான் சுபாகு. அவர்களைத் தொடர்ந்து வந்த அமைச்சர் "இவ்வழியே அரசே!" என்றார். கர்ணன் "அனைவரும் கூடியிருக்கும் பெருமன்று இங்கா உள்ளது?" என்றான். "ஆம், இங்குதான்" என்றார் அமைச்சர். "எங்கும் கதவுகளில்லை. ஆனால் ஓசைகளும் கேட்கவில்லை" என்றான் துரியோதனன் வியப்புடன்.

"ஓசைகளில் உள்ளது பருப்பொருட்களின் ஆன்மாவாக அமைந்துள்ள தெய்வம் என்பது யவனச்சிற்பிகளின் எண்ணம். ஆகவே ஓசைகளை முற்றிலும் தங்கள் கட்டுப்பாட்டில் வைத்திருக்கிறார்கள். அங்கு பேசும் ஒலி எதுவும் இடைநாழிக்கு வராது. அவை மேலே குவைமாடத்தில் முட்டி அங்குள்ள சிறு துளைகள் வழியாக வெளியே அனுப்பப்பட்டுவிடும். இந்த மாளிகைகளில் குவைமாடங்களுக்கு விளக்கிடும்பொருட்டு ஏறுபவர்கள் அங்கு பெருமுரசின் ஓசை போல் முழக்கம் நிறைந்திருப்பதைக் கேட்பார்கள். ஆனால் அவைக்கூடத்தில் ஒவ்வொருவரும் பிறிதொருவரிடம் பேசுவது தெளிவாக கேட்கும்" என்றார் அமைச்சர்.

“விந்தைதான். இல்லையா அங்கரே?” என்றான் துரியோதனன். அவர்களை எதிர்கொண்டு கைகூப்பி ஓடிவந்த சௌனகர் தலைவணங்கி “அஸ்தினபுரியின் அரசரையும் அங்கரையும் வரவேற்கிறேன். அவை நிறைந்துள்ளது. வருக!” என்றார். கைகூப்பியபடி துரியோதனன் அவைமன்றுக்குள் நுழைந்தான். முன்னரே சென்று வெள்ளிக்கோல் தூக்கி மும்முறை சுழற்றிய நிமித்திகன் “அஸ்தினபுரியின் அரசர், குருகுலப் புதல்வர் துரியோதனர் தம்பியருடன் எழுந்தருள்கிறார். அவரது அணுக்கர் அங்க நாட்டு வசுஷேணர் உடனெழுந்தருள்கிறார்” என்று அறிவித்தான். கூடியிருந்த அரசர்கள் கைதூக்கி நகைப்பொலி எழுப்பி துரியோதனனை வரவேற்றனர்.

ஜராசந்தன் தன் பீடத்திலிருந்து எழுந்து கைகளை விரித்தபடி வந்து துரியோதனனை தழுவிக்கொண்டு திரும்பி அனைவரையும் நோக்கி கைதட்டி அழைத்து “இன்று நாங்கள் உண்டாட்டில் ஒரு போட்டியில் இறங்கவிருக்கிறோம்” என்றான். “அதை நாங்கள் எதிர்பார்த்தோம்” என்றான் வங்கமன்னன். “எதிர்பார்த்திருப்பீர்கள். ஆனால் இங்கு நாங்கள் மிகக்குறைவாக எவர் உண்ணுவது என்ற போட்டியில்தான் இறங்கவிருக்கிறோம்” என்றான்.

“அது எப்படி?” என்றான் சிசுபாலன் சிரித்தபடி. ஜராசந்தன் “உணவை முதற்கவளம் எடுத்தபின் எவரது கையில் உள்ளம் நின்று கட்டுப்படுத்துகிறதென்று பார்ப்போம். இரண்டாவது கவளத்தை எவர் தள்ளிப்போடுகிறார்களோ அவர் வென்றார்” என்றான். வெடித்துச்சிரித்து “மூத்தவர் வெல்லப்போவதில்லை” என்றான் துச்சாதனன். “ஏனென்றால் எந்த கௌரவரும் வெல்லமுடியாத போட்டி இது.”

சௌனகர் பணிந்து “அவை அமரலாமே?” என்றார். “இங்கு முறைமைப்படி பீடங்களிடப்படவில்லை. விரும்பியவண்ணம் அமரலாம்.” கர்ணன் சென்று ஒரு பீடத்தில் அமர்ந்தான். துரியோதனன் திரும்பி நோக்கி “பாண்டவர்கள் எங்கே?” என்றான். “அவர்கள் இன்னும் இந்த அவைக்கு வரவில்லை. கடைப்பாண்டவர் இருவர்தான் இங்கிருந்தார்கள். மூத்த இளவரசர்களும் அவர்களின் அரசியரும் அங்கே மூத்த அரசர்களிடம் பேசிக்கொண்டிருக்கிறார்கள்” என்றார். சௌனகர்.

ஜராசந்தன் “நெடுநேரமாக குந்திபோஜர் தருமனுக்கு அறிவுரைகள் சொல்லிக்கொண்டிருக்கிறார். இதற்கு மேலும் அறவுரைகள் கேட்டால் அவர் என்னைப்போல் ஆகிவிடப்போகிறார்” என்று சிரித்தான். சாத்யகியும் பூரிசிரவஸும் தோள்தொட்டு பேசிக்கொண்டிருந்தனர். துரியோதனனைக் கண்டதும் அருகே வந்து கால்தொட்டு சென்னிசூடினர். “இணையர்களாகிவிட்டீர்கள்!” என்றான் துரியோதனன்.

துரியோதனன் அமர்ந்த பீடத்தருகே ஜராசந்தன் அமர, நீர்ச்சுழி நீரை இழுப்பதுபோல் அவையிலிருந்த அனைத்து அரசர்களையும் அந்த இடம் ஈர்த்தது. அவர்கள் தங்கள் பீடங்களை இழுத்துக்கொண்டு அவனைச்சுற்றி அமர்ந்தனர். "இதை மயனீர் மாளிகை என்கிறார்கள்" என்றான் ஜராசந்தன். "உள்ளே பல விந்தையான இடங்கள் இருக்கின்றன. அவற்றை நமக்குக் காட்டவிருக்கிறார்கள்" என்றான். "என்ன விந்தை?" என்று மாளவன் கேட்டான்.

"ஆடிப்பாவைகள்! அவை நம்மை பெரிதென்றும் சிறிதென்றும் அயலென்றும் அணுக்கமென்றும் காட்டும்" என்றான் சிசுபாலன். மாளவன் திகைத்து சுற்றும் நோக்கி "எத்தனை ஆடிகள்?" என்றான். சிசுபாலன் "முற்றிலும் ஆடிகளாலேயே இதை அமைத்திருக்கிறார்கள்" என்றான். "சூதன் ஒருவன் இதை பாடக் கேட்டேன். ஆடிகள் இங்கு நம்முடன் பகடை விளையாடுகின்றன."

"எப்படி?" என்றான் துரியோதனன். சிசுபாலன் "இங்கு நாம் நோக்குகையில் நம்மை நோக்குவது நமது ஆடிப்பாவை அல்ல. பிறிதொருவனின் ஆடிப்பாவை!" என்றான். மாளவன் "அது எப்படி?" என்றான். சிசுபாலன் "ஆடிகள் ஒன்றுடனொன்று உரையாடலாகாது. உரையாடத்தொடங்கினால் அவை முடிவிலியைக் கண்டடைந்துவிடும். தங்களுக்குள் உரையாடி அம்முடிவிலியில் விளையாடும். இங்கே ஒன்றையொன்று பார்க்கும் குவையாடிகளும் குழியாடிகளும் பாவைகளை காற்றுவழியாக அனுப்பி பரிமாறிக்கொள்கின்றன. எங்கோ நடப்பவர் பிறிதெங்கோ இருப்பார். நாம் அணுக்கமாயிருந்தவர் திகைக்க பிறிதெங்கோ இருப்போம்" என்றான்.

துச்சாதனன் சிரித்து "நடுவே கந்தர்வர்களும் தேவர்களும் வந்து புகுந்துகொண்டால்கூட அறிய முடியாது" என்றான். சிசுபாலன் "அதையும் செய்திருக்கிறார்கள்" என்றான். "இங்குள்ள ஆடிப்பாவைகள் நடுவே பல்லாயிரம் சித்திரப்பாவைகளையும் கலந்துவிட்டிருக்கிறார்கள். எவை ஆடிகள், எவை சித்திரங்கள் என்பதை நம்மால் உணர முடியாது." திரிகர்த்த அரசன் சுசர்மன் "ஆடிப்பாவைகள் அசையுமே?" என்றான். சிசுபாலன் "சித்திரங்களின் ஆடிப்பாவைகளும் அசையும், ஆடிகள் அசைந்தால்..." என்றான். "ஆம், விந்தைதான்" என்றான் ஜயத்ரதன். சுசர்மன் "என்னால் அதை எண்ணிப்பார்க்கவே முடியவில்லை. நாம் வாழும் உலகம் நம் ஐம்புலன்களாலும் ஆனதல்லவா?" என்றான். "ஐம்புலன்களையும் ஆளும் சித்தம் நம்முள் இருக்கையில் எவர் அதை மாற்றமுடியும்?"

வெளியே மங்கல இசை முழங்கியது. வெள்ளிக்கோலேந்தி முன்னால் வந்த நிமித்திகன் அதை மும்முறை சுழற்றி "அவையோர் அறிக!

இந்திரப்பிரஸ்தம் ஆளும் மாமன்னர் யுதிஷ்டிரர் எழுந்தருளுகிறார்!" என்றான். "ஆடிப்பாவைகளுக்குரிய நெறிநூல்களை அரசர் கற்றறிந்துவிட்டாரா?" என்று சிசுபாலன் கேட்க, ஜராசந்தன் "ஆம், இந்திரப்பிரஸ்தத்தின் கொள்கைகள் வகுக்கப்பட்டுவிட்டன. ஆடிகளுக்கு நெறிகள், அவற்றின் பாவைகளுக்கு அந்நெறிகளின் உரைகள்" என்றான். "ஆடிப்பாவைகளை ஆடிப்பாவைகள் புணர்ந்தால் ஆடிப்பாவைகள் பிறக்குமா? நெறிநூல்கள் என்ன சொல்கின்றன?" என்றான் சிசுபாலன். "ஆடிப்பாவைக்கு ஆடிப்பாவை பிறக்கும் என்பதற்கு தருமனே சான்று அல்லவா?" என்றான் ஜராசந்தன். மன்னர்கள் சிரிக்க, சினந்து "உளற வேண்டாம்" என்றான் ஜயத்ரதன். "நீங்கள் பேரரசர்களின் அரசர். சிறுவனைப்போல் பேசிக் கொண்டிருக்கிறீர்கள்."

சிசுபாலன் "இத்தனை ஆடிகள் நிறைந்த அவை ஒன்று அமைந்தால் பாரதவர்ஷத்தின் எந்த அரசனும் அங்கு பெண்களைக் கொண்டுதான் நிறைப்பான். முடிவற்ற பெண்கள், அணுகியும் அகன்றும் விந்தை புரிபவர்கள். இல்லையென்று சொல்லும் பார்ப்போம்..." என்றான். கீகடன் "ஆடிப்பாவைகளின் முடிவில் ஒரு பெண்ணை அணைய ஆணால் முடியுமா?" என்றான். "ஏன்?" என்றான் ஜராசந்தன்.

"விண்மீன்களென அவர்களின் கண்கள். நடுவே பாலையில் தனித்துவிடப்பட்டவன்போல் உணர்வோம்..." ஜராசந்தன் "அரிய கற்பனை" என்று அவன் தோளில் அறைந்தான். "ஏன் ஆடி என்றால் பெண்ணென்றே பேசுகிறோம்?" என்றான் ஜயத்ரதன். "பெண்களுக்கும் ஆடிகளுக்கும் பிரிக்க முடியாத உறவுள்ளது. அவர்கள் தங்கள் ஆடிப்பாவைகளிலேயே தங்கள் உள்ளுறைந்த தங்களைக் காண்கிறார்கள்."

"ஏன் பெண்கள்? முடிவிலாது பெருக்கும் ஆடிகளுக்கு முன் நாம் அணிகலன்களை வைரங்களை நிரப்பிக் கொள்ளலாகாதா?" என்றான் ஜயத்ரதன். "நிறைக்கலாம்" என்றபடி ஜராசந்தன் எழுந்தான். "நான் பெண்களைக்கொண்டு நிறைக்கமாட்டேன். என் எதிரிகளை அங்கு கூட்டி வருவேன். அங்கு அவர்களின் தலைமயிர் பற்றி கழுத்தை வளைத்து சங்கறுத்து குருதி பெருக்குவேன். என்னைச் சுற்றி நூறு ஆயிரம் லட்சம் கோடி எதிரிகளைக் கொன்று வீழ்த்தியிருப்பேன். குருதிவெளியில் நின்று என்னைப் பார்ப்பேன். நானும் பல்லாயிரம் முறை பெருகியிருப்பேன்" என்றான்.

துரியோதனன் கையசைத்து "என்ன எண்ணம் இது மகதரே? ஒருகணம் உளம் நடுங்கிவிட்டது" என்றான். பெருவாயிலினூடாக நிமித்திகனைத் தொடர்ந்து உள்ளே வந்த தருமன் அனைவரையும் வணங்கி தமகோஷரின்

அருகே சென்று முகமன் சொன்னான். அவனைத் தொடர்ந்து உள்ளே வந்த அர்ஜுனனும் பீமனும் நகுலனும் சகதேவனும் நீரோடையில் வரும் மலர்கள் நீர்வயலில் பரவுவதுபோல இயல்பாக அரசர்கள் நடுவே பரவினர். பீமன் சென்று கோசல நாட்டு நக்னஜித்தின் அருகே குனிந்து நகையாடினான். அர்ஜுனன் புண்டரவாசுதேவனின் அருகே சென்று வணங்கி நின்றான். அவர் அவன் தோளை ஓங்கி அறைந்து ஏதோ சொல்ல, பணிவுடன் நகைத்தான்.

அவர்களுக்குப் பின்னால் வந்த பிறிதொரு நிமித்திகன் வெள்ளிக்கோல் சுழற்றி “துவாரகையின் தலைவர் இளையயாதவர், மதுராபுரியாளும் மூத்தயாதவர்” என்று அறிவித்தான். இளையயாதவரும் பலராமரும் கைகூப்பியபடி உள்ளே வந்தனர். உரக்க நகைத்தபடி கைகளை விரித்துக்கொண்டு வந்த பலராமர் நேராக சென்று சல்யரை அணுகி தோள்தழுவிக்கொண்டார். சல்யர் அவர் தோள்களைப்பற்றி விலக்கி ஏதோ நகையாட, இருவரும் வெடித்து நகைத்தனர். இளையயாதவர் புன்னகையுடன் சென்று முதிய குந்திபோஜன் அருகே அணைந்து வணங்கினார்.

துரியோதனன் “நான் மூத்தயாதவரிடம் சென்று பேசவிருக்கிறேன்” என்றான். ஜயத்ரதன் “அவரே இங்கு வருவார்” என்றான். “இல்லை, நான் சென்று அவரிடம் பேசவேண்டும். அதுவே முறை” என்றபடி துரியோதனன் எழுந்தான். அவன் தோள்களைப்பற்றிய ஜராசந்தன் “என்னை பீமசேனரிடம் அறிமுகம் செய்துவைப்பதாக சொன்னீர்கள். நாங்கள் இப்போதே தோள்கோக்கிறோம். இங்கே இந்த அவையில்” என்றான். “பார்ப்போம்” என்றான் துரியோதனன். “அதற்கு முன் நான் மூத்தயாதவரை சென்று சொல்லணைகிறேன்” என்றபின் கர்ணனிடம் விழிகளால் ஒப்புதல் பெற்று எழுந்தான்.

கர்ணன் “நானும் வருகிறேன்” என்றான். “நீங்கள் இங்கு பேசிக்கொண்டிருங்கள்” என்றான். “இல்லை, நான் தங்களுடன் இருக்கவேண்டும்” என்று மெல்ல சொன்னபடி அவனுடன் உடலுரசும் அணுக்கத்தில் கர்ணன் நடந்தான். துச்சாதனனும் எழுந்து தன்னைத் தொடருவதைக் கண்ட துரியோதனன் “நீ எதற்காக?” என்றான். “நானும் தங்களுடன் இருக்க விழைகிறேன் மூத்தவரே” என்றான். “என்ன விளையாடுகிறீர்களா நீங்கள்? என் ஆசிரியரிடம் என்றும் தனியனாகவே அணுகியிருக்கிறேன்” என்றான். “தாங்கள் தனியனாகவே அணுகுங்கள். தங்கள் நிழலென நான் நின்றிருக்கிறேன், எப்போதும் போல” என்றான் துச்சாதனன். இருவரையும் மாறிமாறி நோக்கியபடி துரியோதனன் “அங்கரே, தாங்கள் கொண்டுள்ள ஏதோ ஐயம்

இவனிடம் தொற்றியுள்ளது. சரி வருக!” என்றபடி சால்வையைச் சுழற்றி தோளிலிட்டபடி நடந்தான்.

“தங்களை பீமசேனர் பார்த்துவிட்டார்” என்றான் துச்சாதனன். “ஆம், பார்த்திருப்பார். மல்லர்கள் எந்த அவையிலும் நிகரான தோள் உள்ளவர்களைத்தான் முதலில் பார்ப்பார்கள். அதிலென்ன?” என்றான் துரியோதனன். “தங்கள் அருகே அவர் இன்னும் வரவில்லை” என்றான். “தயக்கம் இருக்கும். அவர்களின் அரச எதிரி ஜராசந்தனுடன் நான் வந்து படகிறங்கினேன். அது ஏதோ படைக்கூட்டு என்று அவர் எண்ணியிருக்கக்கூடும். ஐயமென்பது நுரைபோல கோபுரம்போல எழுந்து நிற்கும். நேரத்தில் கரைந்து உடைந்து மறையவும் செய்யும். இப்போது அதைப் பார்ப்பாய்” என்றான் துரியோதன்ன்.

பலராமர் துரியோதனனைப் பார்த்துவிட்டார். “அடேய், மந்தா” என்றார். பீமன் திரும்பி நோக்கி “அழைத்தீர்களா மூத்தவரே?” என்றான். “ஆஹா! இங்கு எத்தனை மந்தர்கள்!” என்று சிரித்து துரியோதனனையும் பீமனையும் பார்த்து “இருவருமே மந்தர்கள்தானா?” என்றார். அருகே நின்ற தமகோஷர் “மல்லர்கள் என்றும் சொல்வதுண்டு” என்றார். பலராமர் கைகளைத்தட்டி உரக்க நகைத்து “அப்படியென்றால் அதோ நிற்கிறார் ஜராசந்தர். பிறிதொரு மந்தர். விராடநாட்டுக் கீசகனும் வந்திருந்தால் பாரதத்தின் அத்தனை மாமந்தர்களும் ஓர் அவையில் என்று ஆகியிருக்கும்” என்றார்.

பீமன் துரியோதனனைப் பார்த்து இதழ்மட்டும் வளைய புன்னகைத்து “நேற்று உண்டாட்டுக்கு வரமுடியவில்லை அரசே!” என்றான். துரியோதனன் அவனருகே சென்று தோளைத் தட்டி சிரித்தபடி “நீங்கள் வந்திருக்கலாம்! நேற்று ஜராசந்தர் மிகச்சிறந்த நடிப்பொன்றை வழங்கினார். தாங்களும் தங்கள் அரசியும் மற்போர் முறைப்படி காதல் புரிவதைப்பற்றி” என்று சொல்ல அருகே நின்றிருந்த கேகயர் வெடித்து நகைத்தார். பலர் திரும்பிப் பார்த்தனர். துரியோதனன் குனிந்து பலராமரின் கால்களைத் தொட்டு வணங்க “புகழுடன் இரு!” என்று அவர் அவன் தலைதொட்டு வாழ்த்தினார். கர்ணன் அவரை கால்தொட்டு வணங்க, அவர் “குன்றாப் பெருமையுடன் வாழ்க மைந்தா!” என்று வாழ்த்தி தூக்கி தோளுடன் அணைத்துக்கொண்டு “உன் தோள்களும் மிகப்பெரியவை. நாம் எப்போது தோள்சேர்க்கப்போகிறோம்?” என்றார். கர்ணன் புன்னகைத்தான்.

துரியோதனன் “தங்களிடம் இவ்வவையில் முதன்மையான ஒரு செய்தியைச் சொல்ல விழைகிறேன் ஆசிரியரே” என்றான். “இங்கு தாங்கள்தான் அதைச் செய்யமுடியும். இந்த அவையன்றி பிறிதொன்று

அதற்குப் பொருத்தமானதும் அல்ல.” பீமனின் விழிகள் மாறுவதை கர்ணன் கண்டான். “ஆம், இந்த அவையைப்பற்றித்தான் நான் வரும்போது கேள்விப்பட்டேன். இதைப்போன்ற பிறிதொன்று பாரதவர்ஷத்தில் அமைந்ததில்லை என்றார்கள். ஆனால் வெண்ணிறத் தூண்களும் விரிந்த சாளரங்களுமாக அழகும் பெரும்பரப்பும் கொண்டிருந்தாலும் பிறிதொன்றிலாத தன்மையென்று ஏதும் இல்லையே என்று எண்ணினேன்” என்றார் பலராமர்.

துரியோதனன் திரும்பி மேலே நோக்கி “ஆம், இவர்கள் கூறும் அத்தனியரங்கு பிறிதெங்கோ இருக்கும் என்று நானும் எண்ணினேன்” என்றான். “பிறிதெங்கும் அரங்கில்லை. இங்கு மட்டும்தான்” என்ற பலராமர் “சொல் மந்தா, என்ன சொல்ல வந்தாய்?” என்றார். குரல்தழைய “என் பிழைகள் அனைத்தும் தாங்கள் அறிவீர்கள் ஆசிரியரே. தங்கள் பாதங்களில் தலைவைத்து அவற்றுக்காக நான் மன்னிப்புக் கோருகிறேன்” என்றான் துரியோதனன். “விடு! அதைப்பேசும் தருணமா இது? இங்கு ஒரு மாநகர் சுடர்கொள்கிறது. இதை நாம் மகிழ்ந்து கொண்டாடுவோம்” என்றார். “உண்டாட்டுக்கான ஒரு தருணத்தையும் நாம் தவறவிடக்கூடாது.”

“ஆம்” என துரியோதனன் ஈரம்படிந்த கண்களுடன் புன்னகை செய்தான் “பிழையுணர்ந்தவனே அதை சீர்செய்யவும் வேண்டும். என் உள்ளத்தில் இருந்த இறுதி வஞ்சத்தையும் பிடுங்கி வீசிவிட்டேன். தங்களைப்போல என்றோ ஒருநாள் தூய உள்ளத்துடன் மாறி நிற்பேன் என்று உணர்கிறேன்” என்றான். “என்னடா சொல்கிறாய்? வரவர அனைவருமே இளையோன் போல தத்துவமாகப் பேசி அச்சுறுத்துகிறீர்களே?” துச்சாதனன் சிரித்தான். கர்ணன் விழிகளால் அவனை அடக்கினான். துரியோதனன் “ஆசிரியரே, இத்தருணத்தில் அனைத்தையும் சீரமைக்க விழைகிறேன். அனைத்தையும் அன்பால் பிணைத்து ஒருங்கிணைக்க முனைகிறேன். அதன்பொருட்டே இங்கு வந்தேன். தாங்கள் அதற்கு முதற்சொல் எடுக்க வேண்டும்” என்றான்.

“என்ன சொல்கிறாய்? இப்படி சுற்றிச்சுற்றி சொன்னால் புரிந்துகொள்ளும் அளவுக்கு நான் அறிவாளி அல்ல என்று தெரியுமல்லவா? நான் கதை வைத்திருப்பதே ஒருமுறைக்கு மேல் ஓர் இலக்கை அடிக்கக்கூடிய படைக்கலத்தைக் கையாளும் பொறுமை எனக்கில்லை என்பதனால்தான்” என்றார் பலராமர். துரியோதனன் “உரிய சொல்லெடுக்க என்னால் இயலவில்லை. ஆசிரியரே, தாங்கள்...” என்று சொல்ல அவன் குரல் மேல் எழுந்தொலித்தது ஒரு கொம்பொலி.

அனைவரும் திரும்பி நோக்க, அவைமேடையில் ஏறிய நிமித்திகன் “ஆகவே அவையோரே, நோக்குக!” என்று கைதட்டினான். இரு கைகளையும்

விரித்து "எழுக மயனீர் மாளிகை!" என்றான். அவனுக்குப் பின்னால் நின்ற மூன்று நிமித்திகர்கள் கொம்புகளை ஊத, அவ்வவைக்கூடத்தின் அனைத்துச் சுவர்களும் ஓசையிலாது மெல்லச் சுழன்று மேற்கூரை வளைவும் வெண்பளிங்குச்சுவர்களும் ஒளிகொண்டன. நீர்நிழலென நெளியத்தொடங்கியது அம்மாளிகை.

12

துரியோதனன் திகைத்து மாளிகையின் சுவர்களை நோக்கி "ஆசிரியரே" என்றான். திரும்பி கர்ணனிடம் "என்ன நிகழ்கிறது அங்கரே?" என்று கூவினான். கர்ணன் தன் விழிகளை வேற்றிருப்புகளென உணர்ந்தான். அவற்றை மூடித்திறந்து அக்காட்சியைக் கலைக்க முயன்றான். அவன் முன் தூண்களென சுவர்களென கூரையென திரைகளென விரிந்திருந்த பெருங்கூடம் விண்பெருங்கை ஒன்றால் தொடப்பட்ட நீர்பாவை என அலைவு கொண்டது. நிழல்வெளியென இழுபட்டது.

ஒவ்வொன்றும் பருவென புறப்பரப்பு இறுகிக் காட்டிய செறிவை இழந்து ஆழம் ஆழமென நெகிழ்ந்து தனக்குள் தான் திறந்து முடிவின்மை கொண்டது. ஆழமென்பது புறவெளி நின்று நெளியும் நிலையின்மை. அகன்றுசெல்லும் வெளியின் எதிர்வே ஆழமென்பது. அங்கே வானம் பருவெளியென மாற்றுரு கொள்கிறது. நீருக்குள் நீந்திக்கொண்டிருந்தான். முகில்களைக் கலைக்காமல். நீர்ப்பாவைகள் நடுவே தானுமொரு நீர்ப்பாவை என.

அவன் இடவுணர்வுகொண்டு "அரசே" எனக்கூவி திரும்பி நோக்க, அவன் முன் நின்றிருந்த பலராமன் விலகி பெருந்தோள்களுடன் கையில் கதாயுதத்துடன் அனுமன் நின்றிருந்தான். துரியோதனன் "ஆசிரியரே!" என்று மேலும் உரக்க அழைத்தபடி முன்னகர்ந்தான். "அவன், பீமன்" என சுட்டிக்காட்டினான். அனுமன் உருகிக்கரைந்து இரு கைகளிலும் மலைகளை ஏந்தி நின்ற வாயுதேவனாக ஆனான்.

அச்சத்துடன் "யார்?" என்று கூவியபடி துரியோதனன் தனக்குப் பின்னால் நின்றிருந்த கர்ணனைப் பார்த்து. "அங்கரே, ஆசிரியர் எங்கே?" என்றான். கர்ணன் ஒளியலை ததும்பிய கண்களுடன் அவையை நோக்கி "அவையே

மறைந்துவிட்டது!" என்றான். துச்சாதனன் நின்ற இடத்திலிருந்த சரபம் கைகளை விரித்தது. அதன் சிறகுகள் விரிய கண்கள் எரிகொண்டன. கிளையிலிருந்து காற்றிலெழும் பட்டுத்துணி என அது எழுந்து பறந்து விலகியது.

அவைக்கூடம் முழுக்க பல்லாயிரம் பறக்கும் தேவர்கள், நெளியும் நாகங்கள், கிளைகிளையென கைப்பெருக்கு அசைந்த பேருருவ அசுரர்கள், மலர்சூடிய கந்தர்வர்கள், யாழேந்திய கின்னரர்கள் நெளிந்தும் பறந்தும் நிறைந்திருந்தனர். ஒரு விழியசைவில் முழுக்காட்சியும் இணைந்து ஒற்றைவெளியாயிற்று. மறுஅசைவில் நூறாயிரம் துண்டுகளாக இணைந்து பரவி முட்டி மோதி நெளிந்து ஒளிவிட்டது.

"எங்கிருக்கிறீர் அங்கரே?" என்றான் துரியோதனன். அவன் கையைப்பற்றி தொலையிடிக்குரலில் "இங்கு" என்றான் கர்ணன். "விந்தை! பெருவிந்தை! இவை ஆடிப்பாவைகளா?" என்றான். "ஆடிப்பாவைகள் எப்படி முதலுருவின் உயிரை தாங்கள் அடைகின்றன?" அவனுக்கு மிக அருகே வந்த ஜராசந்தன் "சிசுபாலரே, இவ்விந்தையின் பொறி எதுவென்று தெரிந்து கொள்ளவேண்டும்" என்றான். அவனை நோக்கிக் கைநீட்டிய துரியோதனன் "மகதரே" என்றான். ஆனால் அங்கு நின்ற தமகோஷர் "இது விந்தையல்ல. மானுட உள்ளத்துடன் இப்படி விளையாடலாகாது" என்று பிறிதெவரிடமோ சொன்னார். "விழிகளென மானுட உடலில் வந்தமர்ந்து சிறகடிப்பவர்கள் நாமறியா தேவர்கள். அவர்களைச் சீண்டலாகாது."

துச்சாதனன் நாகமென கரிய உடல் நெளிந்தபடி துரியோதனன் அருகே வந்தான். "மூத்தவரே!" என்றான் அச்சத்துடன். அவர்களுக்கு நடுவே எட்டு கைகளும் ஐந்து தலைகளில் குருதி சொட்டும் வாய்களும் வெறித்த செவ்விழிகளும் கொண்ட ஆழத்து கொலைத்தெய்வம் ஒன்று நீளிருங்கூந்தல் ஐந்திழைகளாக எழுந்து பறக்க மிதந்து சென்றது. கர்ணன் "விழிகளை நம்ப வேண்டாம். விழிகளுடன்தான் விளையாடுகிறது இந்த மாளிகை. கைகள் பருவறியும் பருவுருக்கள். கைகளை அவர்களால் ஒன்றும் செய்ய முடியாது" என்றான்.

துரியோதனன் அவன் இரு கைகளையும் பற்றிக்கொண்டான். மறுபக்கம் துச்சாதனன் கைகளை நீட்ட, அவன் விழிகளுக்கு முன்னால் பெரு நாகமொன்று நெளிந்து கடந்து சென்றது. வாசுகி. அருகே கார்க்கோடகன். அப்பால் திருதராஷ்டிரன். அதற்கப்பால் சங்குமுகன். பெருநாகங்கள். இது என்ன நாகர்களின் உலகா? இங்கு காற்றென இருப்பது அவர்களின் அலைநெளிவுகள்தானா?

"அங்கரே! தாங்கள் எங்கிருக்கிறீர்கள்...?" என்றான் துச்சாதனன் உரக்க. "இங்கிருக்கிறேன்" என்றான் கர்ணன். "நாகம்! பெரு நாகம்!" என்றான்.

“எங்கே?” என்றான் கர்ணன். “தாங்கள் நாகமாக மாறிவிட்டீர்கள்...” அப்பால் ஒரு பெருமுரசு ஓசையின்றி முழங்கியது. “மூத்தவரே!” என துச்சாதனனின் குரல் கேட்ட இடத்தில் செவ்வொளியில் பற்றி எரிந்தபடி அனலவன் தோன்றினான். “நீயா?” என்றான் கர்ணன். அனலவன் வாயில் செந்நிறத் தளிரிலைகள் போல எழுந்தன. அவன் பசி பசி என்று ஓசையின்றி சொல்லிக்கொண்டிருந்தான். அவன் உடலில் கொடிகளென சுழன்றேறின செந்நிற நாகங்கள்.

துச்சகன் எவரிடமோ “விலகுங்கள் விலகுங்கள்” என்று சொல்லிக்கொண்டிருந்தான். துரியோதனன் கர்ணனின் தோள்களை அணைத்தபடி “இப்போது அறிந்தேன் மானுட அகம் என்பது விழிகளால் ஆனது” என்றான். “ஒன்றையொன்று ஊடுருவும் பல்லாயிரம் விழிகள்.” கர்ணனின் அருகே ஒரு நகைப்பு எழுந்தது. “மிக மெல்லியது. மிகமிக மெல்லியது. நீர்க்குமிழிப்படலம் போல விண்ணகங்களைச் சூடியது.” அதைச் சொன்னவன் யார்? அருகே நின்ற ஜயத்ரதன் “ஏழு உலகங்களும் ஒன்றுக்கொன்று கலந்துவிட்டன” என்றான்.

கர்ணன் தன் விழிநிறைத்துப் பெருகிய படிமப்பெருவெள்ளத்தின் சுழலில் தக்கையென தன்னை உணர்ந்தான். மிதக்கும் ஆடிப்பாவைகளில் கலந்து அவன் உடல் எடையுருவிளிம்பற்றதாகியது. நெளிந்து வளைந்து ஒழுகி மீண்டு வந்தது. ஒருகணத்தில் அவனைச்சூழ்ந்து பல்லாயிரம் வசுஷேணர்கள் பதைத்த விழிகளுடன் நின்று மறைந்தனர். சுற்றிலும் வெறும் ஒளியலைக்குவியல்கள் மலையென எழுந்த வெறுமை. மறுகணத்தில் பல்லாயிரம் வெய்யோன் மைந்தர்கள் ஒளிதிகழ் குண்டலங்களும் எரியெழு கவசமுமாக அவனைச் சூழ்ந்து காய்சினக் களப்படையென கொப்பளித்தனர்.

அவன் உடல் சிதறி பல்லாயிரம் துளிகளாகியது. ஒருகணத்தில் அது மறைந்து முற்றிலும் அவனற்ற பாவைப்பெருக்காயிற்று. பல்லாயிரம் ஜராசந்தர்கள். பல்லாயிரம் சிசுபாலர்கள். பல்லாயிரம் ஜயத்ரதர்கள். பல்லாயிரம் துரியோதனர்கள். பல்லாயிரம் துச்சாதனர்கள். என்ன செய்கிறார்கள் இப்பாவைமானுடர்? நீர்க்குமிழிகள். இங்கே அலைக்கும் கடலின் துமிகள். கடல். எங்குளது கடல்? வில்லேந்தி எழுந்தான் வருணன். அவன் தேரில் அருகே பார்த்தன் நின்றிருந்தான். அவன் கையில் ஒற்றை அம்பிருந்தது. அவன் தலைக்குமேல் எழுந்து வளைந்து நின்றிருந்தது குரங்கின் வால். அது படம் விரித்து சீறி நெளிந்தது.

ஜயத்ரதனின் தலையைக் கையிலேந்தி ஜராசந்தனின் முகம்கொண்டு நின்ற துரியோதனன் பெருஞ்சிரிப்புடன் “அங்கரே” என்றான். அவனுக்குப் பின்னால் பாதியுடல் ஆணும் பாதியுடல் பெண்ணுமென

ஒரு தெய்வம் விரிந்த இளிப்புடன் அவன் நிழலென நின்றிருந்தது. எது அது? நெடுந்தொலைவிலொரு கழுகு தன் நிழலுடன் கடந்துசென்றது. முகிலென காகங்களின் படை ஒன்று வந்து துரியோதனனைச் சூழ்ந்தது. ஓசையற்ற கரிச்சிறகுச்சுழல் நடுவே அவன் விழிகளில் கரிநீர்மை மின்ன நின்றிருந்தான்.

மிகத்தொலைவில் ஜயத்ரதன் "வெல்லற்கரியவள்" என்றான். அது ஸ்தூணகர்ணன். ஆம், அவனை மும்முறை பார்த்திருக்கிறான். காட்டுக்குள், குளிர்ச்சுனை ஒன்றின் கரையில் தனித்து. திரும்பி "அரசே" என்றான். அங்கே நின்றிருந்த ஜயத்ரதனின் தலைக்குமேல் நச்சுப்பற்கள் எழுந்த செந்நிறவாய்திறந்த நாகமோகினி உடற்சுருட்களுக்கு நடுவே கருந்தழலென எழுந்த படம் தூக்கி விடாய்நோக்குடன் நின்றிருந்தாள்.

மின்கதிர் படைக்கலமேந்தி வெள்ளையானை மீதேறி அமர்ந்த இந்திரன் வடிவம் நீர்ப்பாவையென நெளிந்து மறைய, அவன் மேல் குருதிசிதறிச் சுழலும் பெரும் படையாழியென கதிரவன் எழுந்தான். ஏழு புரவிகள் அசைவற்று கால்பறக்க நின்றன. சகடங்கள் உருளாது மிதந்தன. மரம்பிளக்கும் ஒலி. இல்லை அது ஒரு கதவு திறந்து எவரோ உள்ளே வந்த ஒலி. அது ஆயிரம் தலைகள் கொண்ட கார்த்தவீரியன். ஈராயிரம் பெருங்கைகளின் தசைக்காடு. ஈராயிரம் விரல்களின் இலைத்தளிர் நெளிவு.

ஓசையின்றி ஜராசந்தன் இரண்டாகப்பிளந்தான். இரு பகுதிகளும் ஒன்றையொன்று தழுவத்துடித்தன. என்ன விந்தையென எண்ணி கர்ணன் கைநீட்டிய கணத்தில் அவை உடல் மாறின. கையில் காலும், காலில் கையும் என இணைந்து அறியா விலங்குபோல் ஆகி நின்று தவித்தன. மழுவேந்தி வந்த பரசுராமர் அவனை இரு பகுதிகளாக வெட்டியபடி கடந்துசென்றார். அவருக்குப்பின் ருக்மி எரியும் கண்களுடன் அனல்கதிரென தாடி பறக்க நெளிந்து ஒழுகிச்சென்றான். அவன்மேல் வந்தமர்ந்தது செங்கழுகு. அதன்மேல் விழுந்தன நாகங்கள்.

சிரித்துக்கொண்டு எழுந்த ஜராசந்தனுக்கு முன் வந்து விழுந்தது ஜயத்ரதனின் வெட்டுண்ட தலை. அவன் அதை இடக்காலால் தட்ட, பறந்து சென்று சிசுபாலனின் தலையை முட்டியது. இரு தலைகளும் உருண்டு நிலத்தில் விழுந்தன. நூறு கால்கள் அவற்றை மிதித்து விளையாட, பந்துகள் போல் உருண்டன. சாத்யகி கையில் ஒரு கதையுடன் பறந்து முகிலில் புதைந்தான். அது ஊன்கதை. கதையல்ல, புயல் கொண்ட ஒரு கை. விழியற்ற முனிவர் ஒருவர் மரவுரி ஆடையணிந்து எதையும் அறியாதவர் போல் நின்றிருந்தார். குழல்கற்றைகள் சிறகுகளாகப் பறக்க, சிரித்தபடி அவரது இரு தோள்களிலும் சென்றமர்ந்தன ஜயத்ரதன் தலையும் சிசுபாலன் தலையும்.

ஆறுமுகங்களுடன் நீண்ட பன்னிரு கைகளுடன் பூரிசிரவஸ் எழுந்தான். அவனுக்கு இருபக்கமும் பெண்கள். சாத்யகி அவனை நோக்கித் திரும்ப, இருவரும் ஒருவரையொருவர் முட்டி ஒற்றை உருவென ஆகி இழுபட்டு சரடாகி சுழன்று மேலேறிச்சென்றனர். மிக அருகே அவன் அர்ஜுனனைக் கண்டான். அவன் விழிகள் அவன் பார்வையை ஒருகணம் சந்தித்தன. ஒருசொல் எடுப்பதற்குள் பெருநாகம் ஒன்று நடுவே அலையெழுந்து நெளிந்து கடந்து சென்றது.

கண்களை மூடிக்கொண்டால் விழிகளுக்குள் மேலும் அலையுருநீரொளிப்பாவைகள் கொப்பளித்தன. துரியோதனனின் கைகளை தான் விட்டுவிட்டிருப்பதை கர்ணன் உணர்ந்தான். கைகளை நீட்டியபடி முன்னால் சென்றான். சிக்கிய தோள்களை அணைத்து அருகே என நோக்கினான். “மகதரே, தாங்களா ?” என்றான். ஜராசந்தன் “நான் பலராமன்” என்றான். அவன் முகம் உருகிமறைந்தது.

துச்சாதனன் “அங்கரே, மூத்தவர் எங்கே?” என்றான். “இங்கே! இங்கே பார் !” என்று கர்ணன் கைகாட்ட, துச்சாதனன் உருகி மறைந்தான். அங்கு எழுந்த விழியற்ற மதகளிறொன்று துதிக்கை சுழற்றியபடி முகில்போல் எடையின்றி பறந்து நீண்டு ஒரு தூணாயிற்று. காகங்கள் பறக்க, அவற்றின் மேல் படுத்தபடி துரியோதனன் சென்றுகொண்டிருந்தான். அவன் “அரசே!” என அழைக்க அருகே ஒரு சிரிப்பொலி கேட்டது. உள்ளம் சிலிர்க்க விழிதிருப்பிய கணத்தில் மிக அருகே நின்றிருந்தவளைக் கண்டான்.

கழலணிந்த கருங்கால்கள். மணிமின்னிய மேகலை. முலைவளைவில் நெகிழ்ந்த மணியாரம். கவ்விய தோள்வளைகள். கவிந்த செவ்விதழ்கள். களிமின்னும் கருவிளைவிழிகள். கரும்புகைக் கூந்தல். அவன் ஒற்றை அடி எடுத்து வைத்து முன்னால் செல்ல, ஒருகணத்தில் தன்னை சிதறடித்துக்கொண்டு அப்பாவை அவனைச்சூழ்ந்தது. சிதறிப்பரந்து விரிந்து வெளித்து அனைத்து வடிவங்களும் அவளாகினாள். பல்லாயிரம் விழிகள். பல்லாயிரம் புன்னகைகள். பல்லாயிரம் கைகள்.

“எங்கிருக்கிறேன் ? எங்கிருக்கிறேன் ?” என்று அவன் கூவினான். அக்குரல் காற்றென ஆகவில்லை. எங்கும் அவளன்றி எவரும் இல்லை. ஆலகாலம் சுரந்த விழிகள். அனல்குவை கரந்த நெஞ்சு. காற்றக்கர் குடிகொண்ட கைகள். காலம் குடிகொண்ட கால்கள். சிம்மத்தின் நெஞ்சு பிளந்து குருதியுண்டு சுவையறிந்து சுழலும் நாக்கென சிவந்த அடிகள். யார் இவள் ? கண்களை மூடினான். மூடிய இமைச்சிப்பிக்குவைகளுக்குள் கொப்புளங்களென வெடித்தெழுந்தாள். கரியவள். காளி. கங்காளி. காலகாலவடிவோள். காலபைரவி. காமினி. காமாந்தகி.

"அங்கரே!" என்று எங்கோ துரியோதனனின் குரல் கேட்டது. நூறு பாவைகளைக் கிழித்தபடி அவனருகே வந்த பலராமர் "நானும்" என்று நெஞ்சைக்காட்டி ஏதோ சொன்னார். இங்கெலாம் இருப்பவர்களா இவர்கள்? எவர் ஆடும் ஆடல் இது? கர்ணன் "ஆடிப்பாவைகள் மட்டும் இந்த மாயப்பேருலகை சமைக்க முடியாது" என்றான். இது நீர்மாளிகையல்ல. நிழல்மாளிகையும் அல்ல. நிலத்தில் முளைத்தெழும் விழைவே நிலம் என்று அறிந்தேன். நிலம் ஒரு நிமித்தமெனகொண்டு எழுந்து நின்றாடும் சித்தப்பெருவெளி இது.

அவன் முட்டிக்கொண்ட நான்முகனின் நீரொளிப்பாவை அனலென புகைவிட்டு எழுந்தது. அது அமர்ந்திருந்த தேர்ப்புரவிகள் குளம்பசையாது அவன் மேல் ஏறி கடந்து சென்றன. அவற்றில் அமர்ந்த இளைய கௌரவர்கள் கைகளை விரித்தபடி ஓசையின்றி கூவிக்கொண்டிருந்தனர். விழியிழந்த திருதராஷ்டிரரின் காலடிகளில் பத்தி விரித்து நின்றது கருநாகம்.

எங்கே அவன்? இங்கு அனைவரும் ஒன்றுபலவென பெருகி நிறைய பலவென நின்று ஆடிய அவன் மட்டும் முற்றிலும் தன்னை மறைத்துக் கொண்டிருக்கிறான். இப்பாவைகள் அனைத்துக்கும் அடியில் தான் வேறென எஞ்சியிருக்கிறான். ஆனால் இங்கெங்கும் அவனை உணரமுடிகிறது. இதோ கேட்பது அவன் சிரிப்பொலி. அவனேதான். அவன் சிரிப்பு. கூரம்பு குவிந்த நாழியில் குலுங்கலென அவன் சிரிப்பு.

கர்ணன் திரும்பி நோக்க அவள் அவனருகே நின்றிருந்தாள். பொன்னகைகள் அழுந்திய மென்கதுப்புச் சிலைக்குருத்து. தோள்வளைகள் சுற்றிய மென்புயங்களில் ஈரம். பூனைமென்மயிர் பரவிய பிஞ்சு மேலுதடு. ஈரத்தின் ஒளி. நீரென நெருப்பென எழும் வெம்மையின் ஒளி.

நெடுந்தொலைவில் நாகம் ஒன்று சுருண்டு எழுந்தணுகியது. வந்தமர்ந்தபோதே அளிக்கப்பட்ட இன்னீரில் ஏதோ கலந்திருக்கிறார்கள். அல்லது இங்கு இழுத்த மூச்சில். சித்தம் நெகிழ்ந்து பித்தாகும் ஏதோ ஒன்று. அனைத்து முடிச்சுகளையும் அவிழ்த்துத் தளர்த்திவிட்டது. உளமெனும் மணியாரப்பின்னலை சிதறடித்துவிட்டது. இங்கிருக்கிறேன். இவள் என்னருகே. ஒவ்வொரு மயிர்க்காலும் புல்லரித்து நிற்கும் கருந்தோல் மென்பரப்பு. ஒருபோதும் மானுடர் தீண்டாத தூய்மை. பொற்கழல் சிரிக்கும் பல்நிரை கவ்விய வாழைப்பூக்கால்கள். பஞ்சென மிதித்தெழும் செம்பஞ்சுக் குழம்புச்சித்திரக் கால்கள். பத்து நகவிழிகள். அருளே அளித்து மருளே என ஆடி எள்ளி நகைத்து இன்னும் இன்னுமென்று அகன்று செல்லும் வெல்படை.

தன் சித்தத்தை மீட்டெடுக்க முயன்றான். விழிகள் உடலிலிருந்து விடுதலை கொண்டுவிட்டன. பட்டாம்பூச்சிகளென அவை அங்கு சுழன்ற காற்றில்

மிதந்தெழுந்து அலைக்கழிந்தன. விழிகளுடன் இணைந்த உள்ளத்தை வெட்டிக் கொள்வதன்றி பிறிதொரு வழியில்லை. விழியின்மை அன்றி இங்கிருந்து மீள வழியில்லை. கண்களை மூடி உள்ளே சுழன்ற படிமங்களை சித்தத்தின் சுட்டுவிரலால் குத்தி உடைத்தழித்தான். உடைந்த துளிகள் ஒளிகொண்டு மேலும் குமிழிகளாகி பாவைசூடின.

இருள் ஒன்றே இதைவெல்லும் திரை. அத்திரைமேல் அமர்ந்தே ஆளமுடியும் இவ்வுலகை. 'இருள் நிறைக! இருள் நிறைக!' என்று தனக்குள் சொல்லிக்கொண்டான். இருள் நிலையானது. பரு வடிவானது. நின்றிருப்பது. நீடித்த பொருள் கொண்டது. அதை வெளியே இருந்து அள்ள முடியாது. என் உள்ளிருந்து அள்ள வேண்டும். உடலுக்குள் தேங்கியிருக்கும் இருளை. குடல்களில், நெஞ்சக்குவையில் உறைந்திருக்கும் ஒளியறியா உறையிருள். அது வந்து நிறைக என் விழிகள்.

குளிர்ந்த பருவிருளுக்குள் மெல்ல ஒழுகும் ஓர் அசைவை அவன் கண்டான். உளவிழி கூர்ந்தபோது இரு செவ்விழிகள் அதன்மேல் எழக்கண்டான். அவன் அறியாது பின்னகர்ந்தான். "நீயா?" என்றான். அவ்விழிகள் விண்மீன் என பெருகின. இருள் பல்லாயிரம் கருநாக நெளிவாகியது. ஒற்றைப்பெரு நாகத்தின் ஆடிப்பெருக்கு. ஒற்றை அடி அவன் எடுத்து வைத்தபோது அனைத்தும் உருமாறின. பல்லாயிரம் விழிகள் அவனை பதைத்து நோக்கின. அவன் விழிகள். அவ்வாறு எண்ணியதுமே அறியா விழிகளென ஆயின. கண்களை மூடியபோது உள்ளே அசைந்த நாகம் படம் தூக்கி நா பறக்க அவனை நோக்கியது. மீண்டும் திடுக்கிட்டு விழிதிறந்தான். நாக விழிகளால் சூழப்பட்டிருந்தான்.

இருகால்களையும் மண்ணில் ஊன்றி விழிதூக்கி நின்றான். கால்கள் பதறுமென்றால் இப்பெருக்கு அள்ளிச் சுழற்றிச் சென்றுவிடக்கூடும். நின்றிருப்பதொன்றே வழி. தொலைவில் ஜராசந்தனின் குரல் கேட்டது. அவன் ஏதோ சொல்லி நகைத்தான். எங்கோ எவரோ உடன் நகைத்தார்கள். மிக அருகே துச்சாதனன் "மூத்தவரே மூத்தவரே" என்றான். கொம்பு ஒன்று பிளிறியது. அதைக்கேட்டுப் பிளிறியபடி ஒரு யானை அவனைக் கடந்து சென்றது. தன் விலாப்பரப்பின் இருட்டு வலையசைய பிறிதொரு கொம்பு எழுந்து அடங்கியது. தலைசுற்றி தடுமாறி விழப்போன துரியோதனின் தோள்களைப் பற்றிக்கொண்டான் கர்ணன்.

மறுகணம் அவனைச் சூழ்ந்திருந்தது முன்பிருந்த அதே கூடம். தடுமாறி நின்றிருந்த அரசர்கள் ஒரே குரலில் வெடித்து நகைத்தனர். ஜராசந்தன் "என்னாயிற்று?" என்று கேட்டான். சிசுபாலன் "நிகரிலா விழிப்பெருக்கு" என்றான். எங்கு நின்றிருக்கிறோம் என்று கர்ணன் உணர்ந்து உடலை நிமிர்த்திக் கொண்டான். எப்படி அத்தனை தொலைவு விலகி வந்தோம்

என்று வியந்தான். அவனருகே நின்ற சகுனி "நான் நீங்கள் வருவதைப் பார்த்தேன் அங்கரே" என்றார். கர்ணன் திரும்பி நோக்க, தொலைவில் புன்னகையுடன் இடையில் கைவைத்து பேசிக்கொண்டு நின்றிருந்த இளையயாதவரைப் பார்த்தான். அவர் தலையில் அந்தப் பீலிவிழி ஒருகணம் மிக அருகே என வந்தது. மீண்டும் ஒரு சித்தப்பெருக்கை கிளப்பும் ஒரு மாயம் அதில் இருப்பதுபோல் தோன்ற, கர்ணன் விழிவிலக்கிக் கொண்டான்.

துச்சாதனன் "அச்சுறுத்திவிட்டார்கள். ஒருகணம் என் இறப்பென்றே எண்ணினேன்" என்றான். கர்ணன் துரியோதனனை நோக்கினான். அவன் மீசையை வருடியபடி தலைகுனிந்திருந்தான். "வெறும் விழியாடல்" என்றான் கர்ணன். துரியோதனன் திகைத்து விழிதூக்கி "ஆம்" என்றான். "நாம் இவற்றை எதிர்பாராதிருந்தோம், ஆகவே குழம்பிவிட்டோம். இதே மாயத்தை இவர்கள் பிறிதொருமுறை காட்டினால் நாம் எதையும் காணப்போவதில்லை." துரியோதனன் மெல்லிய குரலில் "அங்கரே, இங்கு நாம் கண்டவை எங்கிருந்து வந்தவை?" என்றான். கர்ணன் "ஏன்?" என்றான். "எங்கிருந்து வந்தன இந்த விழியுருக்கள்? நம் உள்ளிருந்தா?"

கர்ணன் "ஆம்" என்றான். "விழியுருக்களை பொருள்கொள்ளச்செய்தது நம் உள்ளமே." துரியோதனன் மீண்டும் பெருமூச்சுவிட்டான். அவன் எதையாவது சொல்வான் என கர்ணன் எதிர்பார்த்தான். அவன் மீசையை நீவிக்கொண்டே இருந்தான். ஜயத்ரதன் "நான் அவளைப் பார்த்தேன் அங்கரே" என்றான். கர்ணன் திடுக்கிட்டு "எவளை?" என்றான். "எவரது ஆணவம் இம்மாளிகையாக ஆனதோ அவளை." கர்ணன் பார்வையைத் திருப்பிக்கொண்டான். துரியோதனன் மீண்டும் பெருமூச்சுவிடும் ஒலி கேட்டது. அங்கிருந்த அத்தனை அரசர்களும் நிலையழிந்திருந்தனர்.

ஜராசந்தன் "நாம் இங்கு வந்தபோது நமக்களிக்கப்பட்ட இன்னீரில் உள்ளது இதன் நுட்பம். பீதர்களின் உளமயக்கு மருந்து அதில் கலந்துள்ளது. வெறும் ஆடிப்பாவைகளால் இவ்விந்தையை உருவாக்க இயலாது" என்றான். கர்ணன் அவனைச்சூழ்ந்திருந்த சுதைத் தூண்களையும் கூரைவளைவையும் அலையலையென வளைந்த சுவர்களையும் நோக்கினான். சிசுபாலன் "இவை ஆடிகள் என்றால் இங்கு உலவிய அவ்வோவியங்கள் எங்குள்ளன?" என்றான்.

ஜராசந்தன் "சைந்தவரே, இங்கு நின்றபடி இதை நிகழ்த்தும் விசைகளை அறிய முடியாது. அதோ அத்தூண்களுக்கு அப்பால் சூழ்ந்து இடைநாழிகளில், உப்பரிகைகளில், இப்பெருங்கூடத்திற்குப் பின்னால் உள்ள கரவறைகளில் இதற்கான பொறிகள் உள்ளன. ஒருமுறை இங்கு இருந்து வெளியே சென்று சுற்றி நோக்கிவந்தால் இதற்காகவா

என்று நம்மை நாமே எண்ணி நகைக்கத்தொடங்குவோம்” என்றான். “மாயங்கள் அனைத்தும் அதன் இரைகளுக்கே. சிலந்தி தன் வலையில் சிக்குவதில்லை.”

துரியோதனன் பெருமூச்சுடன் “மூத்தயாதவர் எங்கே?” என்றான். “அதோ!” என்றான் துச்சாதனன். பலராமர் இளையயாதவரிடம் சென்று குனிந்து ஏதோ சொல்ல, அவர் தலையை அசைத்துவிட்டு கூடத்தின் மறுபக்கம் நடந்தார். தருமன் கைகளைத் தூக்கி “அரசர்கள் அனைவருக்கும் இந்திரப்பிரஸ்தத்தின் வாழ்த்துகள். கலிங்கச் சிற்பிகள் அமைத்த இந்தக் களியாட்டுக்கூடம் உருவாக்கிய ஆடல் தங்களை கவர்ந்திருக்குமென்று நினைக்கிறேன். இப்போது உண்டாட்டறைக்குச் செல்வோம்” என்றான். ஜராசந்தன் “உண்ணும் பொருட்கள் பருவடிவமானவைதான் என எண்ணுகிறேன்” என்றான். தருமன் சிரித்து “நாம் உண்பவை எல்லாமே மாயைகள் அல்லவா மகதரே?” என்றான். “போதும், இதற்குமேல் என்னால் மெய்யியல் பேச முடியாது” என்றான் ஜராசந்தன். அரசர்கள் நகைத்தனர்.

தருமன் “ஊணுக்குப்பின் இங்கே கலைநிகழ்வுகள் தொடரும். இன்று மாலை மூவந்தி எழும் மங்கலவேளையில் இப்பெருநகரின் அணையாச் சுடர் இந்திரன் ஆலயத்தின் கரவறையில் ஏற்றப்படும். நகர்விழி திறந்தபின் இந்தப் பெருவிழவு முடிவடைகிறது. இந்நாள் பாரதவர்ஷத்தின் நினைவில் என்றும் நீடிப்பதாக! எங்கள் தலைமுறைகள் இதைச் சொல்லிப் பரவுவதாக! எங்கள் மூதாதையர் எண்ணம் கனிந்து வாழ்த்துவதாக! எங்கள் தெய்வங்கள் உளம்குளிர்வதாக! ஆம், அவ்வாறே ஆகுக!” என்றான். அரசர்கள் கைதூக்கி “வாழ்க! வளம் கொள்க!” என்று வாழ்த்தினார்.

13

இரு தாமிரக்கதவுகள் உள்ளங்கைக்குடுமிக்குழிகளில் உருளைகள் வழுக்கிச்சுழன்று ஓசையின்றி விரியத்திறக்க, பேரமைச்சர் சௌனகரும் மறுபக்கம் அமைச்சர் சித்ரகரும் நின்று அனைவரையும் உண்டாட்டு அறைக்கு வரவேற்றனர். "வருக! பருவடிவ உணவு அனல்வடிவம் கொள்ளட்டும்! உண்பதை அமுதாக்கும் அழிவற்ற தேவர்கள் வந்து அவை நிறைக்கட்டும்!" என்று தருமன் கைகூப்பிச் சொன்னான். ஒவ்வொருவரையும் வரவேற்று தலைவணங்கி புன்னகைத்து ஓரிரு சொல் முகமன் சொல்லி வருகைப்படுத்தினான். "உண்டாட்டறையிலும் மஞ்சத்தறையிலும் பகைமைகள் இல்லை" என்றார் தமகோஷர். "உண்டாட்டு நல்ல இடம். அங்கு மூத்தயாதவரின் ஆட்சியே நடைபெறும்" என்றான் சகதேவன். "மணமாக எழுந்த நுண்வடிவ உணவை ஏற்கெனவே உண்டுவிட்டோம். கன்னியின் காதல்கடிதத்தை பெறுவதைப்போன்றது அது" என்றார் சல்யர்.

ஜராசந்தன் துரியோதனன் தோளைத் தொட்டு "நமது போட்டியை இங்கு வைத்துக்கொள்ளலாமா அரசே?" என்றான். புன்னகைத்தபடி துரியோதனன் "இல்லை, நான் முன்னரே தோற்றுவிட்டேன். பாரதவர்ஷத்தின் அனைத்து உணவு வகைகளும் பரப்பப்பட்ட உண்டாட்டறையில் புலனடக்கம் பழகும் அளவுக்கு பேதை அல்ல நான்" என்றான். ஜராசந்தன் உரக்க நகைத்து "ஆம், நானும் அதையே எண்ணினேன். ஆனால் இதை நீங்கள் சொன்னபின்பு நான் சொன்னால் நான் வென்றவன் ஆவேனல்லவா?" என்றான். பொருளற்ற விடம்பனங்கள் வழியாக அந்தத்தருணத்தை அவர்கள் கொண்டாடிக்கொண்டிருந்தனர். உவகையும் துயரும் மொழியை பொருளிழக்கச்செய்கின்றன என்று கர்ணன் எண்ணிக்கொண்டான்.

துரியோதனன் துச்சாதனனிடம் “தம்பியர் எங்கே?” என மெல்லியகுரலில் கேட்டான். “பின்னால் வருகிறார்கள்” என்றான் துச்சாதனன். “அவர்களிடம் சொல்! அவர்கள் எதைக் கண்டிருந்தாலும் அது மாயை என.” துச்சாதனன் பெருமூச்சுடன் தலையசைத்தான். கர்ணன் துரியோதனனை ஓரக்கண்ணால் பார்த்தான். அவன் முகம் ஏன் நீர்நிறைந்த தோற்கலம்போல எடைகொண்டிருக்கிறது என எண்ணினான். துச்சாதனன் திரும்பி துச்சலனையும் துர்முகனையும் நோக்கிவிட்டு “அவர்கள் அஞ்சியிருப்பதுபோல தெரிகிறது மூத்தவரே” என்றான். துரியோதனன் விழிகள் அரைக்கணம் வந்து தன்னை தொட்டுச்செல்வதை கண்ட கர்ணன் பின்னால் தங்கினான். துரியோதனன் அதை உணர்ந்ததை அவன் உடல்கொண்ட தளர்வு காட்டியது. அவன் மெல்லிய குரலில் துச்சாதனனிடம் ஏதோ பேசத்தொடங்கினான்.

“அரசர் எதைக்கண்டோ அமைதியிழந்துவிட்டார்” என்றபடி ஜயத்ரதன் கர்ணனின் அருகே வந்தான். “நீங்கள் என்ன பார்த்தீர்கள்?” என்று கர்ணனின் தோளைத்தொட்டபடி கேட்டான். “வெறும் பாவைவடிவுகள்” என்றான் கர்ணன். “நானும் அவ்வண்ணமே எண்ணுகிறேன். ஆனால் அவற்றை பொருட்கோள் செய்யாமலிருக்க என் உள்ளத்தைப் பழக்க முடியவில்லை” என்றான் ஜயத்ரதன். “நான் மிக விந்தையான ஒன்றைக் கண்டேன். ஒரு நாகன்!” கர்ணன் மீசையை நீவியபடி விழிசரித்து நோக்கினான். “குள்ளமானவன். உங்களருகே அவன் நின்றிருந்தான். முதியவன். அவன் உங்களிடம் ஓர் அம்பை அளித்தான். அது அம்பல்ல நாகம் என உடனே கண்டேன். நாகமாகவும் அம்பாகவும் ஒரேசமயம் தோற்றமளித்தது. அதன் கூர்நுனி நாவாகத் துடித்தது. வால் நெளிந்தது. ஆனால் உலோகமாகவும் இருந்தது.”

“ம்...” என்றான் கர்ணன் விழிதிருப்பி மீசையை சுருட்டியபடி. “நீங்கள் அதை பெற்றுக்கொண்ட போதிருந்த விழிக்குறியை இப்போது நினைவுகூர்கிறேன். உச்சகட்ட சினம் கொதித்தது உங்களில். உச்சிவெய்யோன் என எண்ணிக்கொண்டேன். இதெல்லாமே ஒருகணத்துக்கும் குறைவான நேரத்தில் முடிந்த காட்சியும் எண்ணங்களும்.” ஜராசந்தன் அவர்களின் அருகே வந்து “கனவுகளை எண்ணிக்கொள்கிறீர்கள் அல்லவா?” என்றான். சிசுபாலன் ஜராசந்தனின் தோள்களில் கையை வைத்தபடி “நீங்கள் கண்டதென்ன?” என்றான். “ஆடையற்ற முழுதுடல் மகளிர். பின்பு குருதி” என்றான் ஜராசந்தன். உரக்க நகைத்து “அவை என் அனைத்துக்கனவுகளிலும் வருபவைதான்” என்றான். ஜயத்ரதன் “அனைவருமே குருதியைக் கண்டிருப்போம். நாகங்களையும்” என்றான்.

“ஆம்” என்றான் சிசுபாலன். “இவையனைத்துமே நாகங்களின் வஞ்சம்தானா என்னும் எண்ணம் எனக்கு ஏற்பட்டது.” ஜயத்ரதன் “எவ்வகை குருதி மகதரே?” என்றான். “இங்கிருந்த அத்தனை அரசரும்

வெட்டுண்டு கிடப்பதைக் கண்டேன். ஓர் உண்டாட்டில் என அவர்களின் குருதியை அள்ளி உண்ணும் மாயத்தெய்வங்களின் களிகொண்ட விழிகள். சுவை திளைக்கும் வாய்கள். உவகை ததும்பும் கையசைவுகள்" என்றான் ஜராசந்தன். "ஊடே நெளிந்து படமெடுக்கும் பாதாளநாகங்கள்" என்றான் சிசுபாலன். "மகதரே, இங்கு தோள்கோத்து நகைகொண்டாடி உண்டாடும் நாமனைவருமே ஒருவரை ஒருவர் கொன்று குருதியாடத்தான் உள்ளூர விழைகிறோமா? அவ்விழைவைத்தான் நம் உளமயக்கென இங்கு கண்டோமா?" என்றான் ஜயத்ரதன். "யாருடைய விழைவு அது என நாம் எங்ஙனம் அறிவோம்? ஷத்ரியர் எப்போதும் ஊழின் களிப்பாவைகள் என்று காவியச்சொல் உள்ளது" என்றான் ஜராசந்தன்.

"நான் கண்டது ஒரு விந்தைதேவனை" என்றான் சிசுபாலன். "கையில் படையாழி ஏந்தி நின்றிருந்தான். அவன் கைகளும் கால்களும் செந்தழல்நிறம் கொண்ட சிம்மம். தலை மானுடனுக்குரியது. பேரருள் கொண்ட விழிகள். மயக்கும் புன்னகை. ஆனால் கைநகங்களில் குருதி. காலடிகள் குருதிமுத்திரைகளென நீண்டு சென்றன. என்னை நோக்கி வந்து என் வழியாகக் கடந்துசென்றான். நான் அவனுடன் நடந்துசெல்வதை கீழே விழுந்துகிடந்த நான் கண்டேன்." ஜயத்ரதன் "நான் கண்டது ஒரு பெண்ணை. கரியவள். எரியும் நுதல்விழிகொண்டவள். பிறைசூடியவள். ஒளிரும் வெள்ளிநகங்கள் கொண்ட கைகளில் கடிவாளமேந்தி ஒரு தேர்த்தட்டில் அமர்ந்திருந்தாள். அத்தேரில் வஜ்ராயுதமேந்தி நின்றிருந்தான் இந்திரன். அவள் திரும்பி கைவிரல்கள் நடமிட்டு முத்திரையாட அவனிடம் ஏதோ சொல்லிக்கொண்டிருந்தாள்" என்றான்.

"ஒவ்வொருவரும் ஒவ்வொன்றைப் பார்த்திருக்கிறார்கள் அங்கரே" என்றான் ருக்மி. நீள்மூச்சுடன் அருகே வந்த பூரிசிரவஸ் "நான் பார்த்தது விழியின்மைகள்" என்றான். "எப்படி அவ்வுளமயக்கு எனக்கு ஏற்பட்டது என்று எண்ணி எண்ணி எட்டவில்லை. நான் பார்த்த அத்தனை விழிகளிலும் ஒளி இருக்கவில்லை. நோக்கின்மை பல்லாயிரம் முகங்களென என்னைச் சூழ்ந்திருந்தது. திகைத்து அலறி நான் சென்றபோது என் முகத்தைப் பார்த்தேன். அங்கும் விழிகளென இரு தசைத்துளிகள். அஞ்சி நான் நோக்குத் திருப்பியபோது என் முகமே பெருகி என்னைச் சூழ்ந்தது" என்றான்.

சௌனகர் துரியோதனனிடம் "இவ்வழி அரசே" என்றார். அவன் மெல்லிய புன்னகை காட்டி தலைவணங்கி உள்ளே சென்று சால்வையை சீரமைத்தபடி திரும்பி கர்ணனை நோக்கினான். கர்ணன் அவனருகே சென்றான். "அங்கரே, என்னருகே இருங்கள்" என்றான் துரியோதனன். கர்ணன் "நான் அருகேதான் இருக்கிறேன்" என்றான். அவன் மேலே ஏதோ சொல்லப்போகிறவன் போல மெல்ல உதடசைத்தபின் திரும்பிக்கொண்டான். கர்ணன் திரும்பி துச்சாதனனை நோக்கினான்.

துச்சாதனன் ஒளியற்ற புன்னகை ஒன்றைக் காட்டினான். அவனருகே வந்துசேர்ந்த துச்சலன் “நான் கண்டவை என்னவென்றால்… மூத்தவரே…” என தொடங்க துச்சாதனன் அவன் தோளைத் தொட்டு அடக்கினான். அவனுக்குப்பின்னால் வந்த துர்முகன் “நான் கண்டது மூத்தவர் பீமனை. அவர்…” என்றான். விழிகளால் அவனை அமைதியாக்கினான் துச்சலன்.

உண்டாட்டுக்கூடம் திறந்த முத்துச்சிப்பி போன்று நீள்வட்டவடிவில் விரிந்திருந்தது. ஒருகணத்திற்குப் பின்னர்தான் அங்கே தூண்களே இல்லை என்பதை கர்ணன் உணர்ந்தான். அக்கூடத்தின் சிப்பியமைப்பே கூரைவளைவைத் தாங்கும் வகையிலிருந்தது. பீமன் பெருந்தோள்களில் தசை அசைய கைவீசி அடுமனைப் பணியாளர்களுக்கு ஆணைகளிட்டுக்கொண்டிருந்தான். அர்ஜுனன் சல்யரை அணுகி தலைதாழ்த்தி ஏதோ சொல்ல, அவர் தமகோஷரிடம் திரும்பி ஏதோ சொல்லிச் சிரித்தார். கர்ணன் விழிகளால் தேடி இளையயாதவரைக் கண்டான். அவர் கைகளைக் கட்டியபடி பௌண்டரிக வாசுதேவனிடம் பேசிக்கொண்டிருந்தார். அவர் சால்வை அருவியென வழிந்து நிலத்தில் கிடந்தது. பலராமர் சென்று பீமனிடம் ஏதோ கேட்க, அவன் பணிவுடன் ஓரிரு சொற்களைச் சொன்னபின்னர் உள்ளே ஓடினான். தருமன் சென்று இளையயாதவரிடம் ஒருசொல் சொல்லிவிட்டு மூத்தயாதவரை நோக்கிச் சென்றான்.

அடுமனையாளர்கள் உணவுக்கலங்களை ஒருக்கும் ஓசைகள் ஏதும் கேட்கவில்லை. ஒலிகள் கட்டுப்படுத்தப்பட்டதனாலேயே அந்தக் கூடம் அச்சமூட்டும் பிறிதியல்பு ஒன்றைக் கொண்டிருந்தது. ஒளியும் அதேபோல கட்டுப்படுத்தப்பட்டிருப்பதை கர்ணன் உணர்ந்த கணமே ஜராசந்தன் “பந்தங்களே இல்லாது ஒளி. நிழல்களுமில்லை” என்றான். அறையின் விளிம்புகளுக்கு அப்பால் எங்கோ இருந்து வந்த சூரியஒளி வெண்பரப்புகள் வழியாகவே வழிந்து வந்து விழிகளை மட்டும் தெளியச்செய்தது. “பொருட்களின் அனைத்துப் பக்கங்களையும் சீராக ஒளிகொள்ளச் செய்துள்ளனர். எனவே எப்பொருளும் முழுப்புடன் இல்லை…” என்றான் ஜராசந்தன்.

“நிழல்கள் இல்லையேல் பொருட்கள் முழுப்பை இழந்துவிடும்” என்றான் பூரிசிரவஸ். “பொருளிழந்த சொற்களைப்போல” என்று ஜராசந்தன் சொன்னான். “பொருள் இருக்கிறதே” என்றான் ஜயத்ரதன். “பொருள் என்பது நாம் சிலவற்றை மறைப்பதன்மூலம் உருவாவது சைந்தவரே” என்றான் ஜராசந்தன். பேசிப்பேசி அவர்கள் அதை வகுத்துக்கொண்டிருந்தார்கள் என்று கர்ணன் நினைத்தான். அங்கிருந்த பொருட்கள் அனைத்துமே அந்த ஒளிப்பரப்பை திரையெனக்கொண்டு வரையப்பட்டவை போல தெரிவதை கர்ணன் உணர்ந்தான்.

மறுபக்கம் இருசேடியர் தொடர திரௌபதி உள்ளே வந்தாள். பாண்டவர்களின் அரசியரான சுபத்திரையும், பலந்தரையும், தேவிகையும், விஜயையும் அவளை நோக்கிச் சென்று முகமன் உரைத்தனர். அவளைத் தொடர்ந்து அவைக்கு வந்த துச்சளையுடன் கரேணுமதியும் திரௌபதியின் அணுக்கத்தோழியான மாயையும் வந்தனர். பேரரசி குந்தி அப்பால் நான்கு சேடியர் சூழ நின்றிருந்தாள். குருகுலத்து அரசி பானுமதியும் அசலையும் உள்ளே வந்தபோது குந்தி அருகே சென்று அவர்களை வரவேற்று கைகளைப்பற்றிக்கொண்டு முகமன் உரைத்தாள்.

மேலும் மேலுமென அரண்மனைப்பெண்கள் உள்ளே வந்து கொண்டிருந்தனர். துருபதனின் இளைய அரசி பிருஷதி வந்தாள். திருஷ்டத்யும்னன் எரியும் தழல்களால் சூழப்பட்டவனாக வாளுடன் பாய்ந்து செல்ல, தலையற்ற உடல் ஒன்று அவனைத் தொடர்வதை மாயக்கூடத்தில் கண்டதை கர்ணன் நினைவுகூர்ந்தான். பெண்கள் அவைக்கூடத்தில் இருந்த ஒதுக்கம் இல்லாமல் இயல்பான விடுதலையுணர்வுடன் இருந்தனர். அங்கே ஆண்கள் கண்டு திகைக்கும் எவற்றையும் அவர்கள் அறியவே இல்லை என்பதைப்போல. அல்லது அந்த மாயத்தில் அவர்களும் கலந்து திளைப்பதுபோல.

நகுலன் துரியோதனனிடம் வந்து “உண்டாட்டு தொடங்கவுள்ளது அரசே” என்றான். “இக்கூடத்தின் பன்னிரு வாயில்களும் பன்னிரு உணவறைகளுக்குத் திறக்கின்றன. ஒவ்வொன்றிலும் ஒவ்வொருநாட்டு உணவு அமைக்கப்பட்டுள்ளது. விரும்பியவர்களுடன் விரும்பிய அறைக்குச் சென்று உணவுகொள்ளலாம்.” துரியோதனன் “நன்று” என்று சொன்னான். அவன் மேலுமொரு சொல்லைச் சொன்னதுபோல நகுலன் நோக்கியபின் கர்ணனை நோக்கி விழிதிருப்பி “நல்லுணவுகொள்க அங்கரே” என்றான். “ஆம், இது உணவுக்குரிய தருணம்” என்று கர்ணன் முகமன் உரைத்தான். துரியோதனன் மீசையை முறுக்கியபடி கூடத்தை சுற்றிநோக்கிவிட்டு நோக்கை விலக்கினான்.

அமைச்சர்கள் சௌனகரும் பிரமோதரும் கைகளைக் கூப்பி ஒவ்வொருவரையும் அணுகி அங்குள்ள உணவாடல்முறையை சொல்லிக்கொண்டிருந்தனர். ஓரமாக அமைந்த பீடங்களில் முதியவர்களை அமரச்செய்தனர். துரியோதனன் ஒருகணம் தயங்கி பின் கர்ணனை நோக்கி “இதை நான் கடந்துசெல்லவேண்டும் அங்கரே” என்றான். கர்ணன் எதை என்பதைப்போல நோக்கினான். “இத்தருணத்தை...” என்றான். கர்ணன் ஒன்றும் சொல்லவில்லை. “நான் என் அனைத்து உளவமுதையும் திரட்டிக்கொண்டு முன்னகர வேண்டும். இத்தருணத்தைக் கடந்துசென்றேன் என்றால் போதும்...”

கர்ணன் “அதன்மேல் அத்தனை எடையை ஏற்றவேண்டியதில்லை” என்றான். “இயல்பாக அது நிகழட்டும். அதைநோக்கி உங்களை

உந்தாதீர்கள்." துரியோதனன் "அங்கரே, நான் என்ன கண்டேன் என்று அறிவீர்களா?" என்றான். "அதை சொல்லவேண்டியதில்லை" என்றான் கர்ணன். "ஆம், சொல்லக்கூடாது. சொல்லவும் முடியாது" என்றான் துரியோதனன். மீண்டும் பெருமூச்சுவிட்டான். "அங்கரே, இத்தனை செறிவை நமக்குள் நிறைக்கும் தெய்வங்கள் எவை?" கர்ணன் புன்னகைத்தான். துரியோதனன் "ஆனால் அங்கே அவன் இல்லை. அதை நோக்கினீரா?" என்றான் துரியோதனன் மீண்டும். அச்சொல் கர்ணனை திடுக்கிடச்செய்தது. "அத்தனைபேரும் இருந்தனர். அனைவரும் உருகிக்கலந்த படிமச்சுழி. அங்கே அவன் இல்லை என்றால் எங்கிருந்தான்?" கர்ணன் "அவனுக்கு இந்த ஆடிமையத்தின் மாயம் தெரியும். கலிங்கச்சிற்பிகளை அமர்த்தியவனே அவன்தான். ஆடிகளின் முன்னாலிருந்து விலகியிருப்பான்" என்றான்.

திகைப்புடன் நோக்கி "எவரைச் சொல்கிறீர்?" என்றான் துரியோதனன். "இளையயாதவனை" என்றான் கர்ணன். "நான் தருமனைச் சொன்னேன். ஆம், இளையயாதவனும் படிமப்பெருக்கில் இல்லை. விந்தைதான்" என்றான் துரியோதனன். தரையைக் கூர்ந்து நோக்கி "இந்தத் தரை என்ன நீரால் ஆனது போல் தெரிகிறது?" என்றான். கர்ணன் குனிந்து நோக்கியபோது அவர்களின் நீர்ப்பாவைகள் தலைகீழாகத் நெளிந்தன. "ஆம், நீர்தான்" என்றான். அவர்கள் நோக்குவதைக் கண்ட ஜராசந்தன் சிரித்து "நானும் அவ்வண்ணமே எண்ணினேன் அங்கரே. இது நீரல்ல. மெருகேற்றப்பட்ட பளிங்குதான். நம் மேல் படும் ஒளியை நெளியச்செய்கிறார்கள். ஆகவே பாவைகளும் நெளிந்து நீரென காட்டுகின்றன" என்றான். ஜயத்ரதன் நோக்கியபின் "ஆம்" என்றான். மெல்ல காலெடுத்து வைத்து நடந்து சிரித்தபடி திரும்பி "அப்படியென்றால் நீரென்பது என்ன? ஒருவகை ஒளிமட்டும்தானா?" என்றான்.

ஜராசந்தன் "மெய்ப்பொருள் தேடுகிறீரா? நன்று. சொல்மயக்கால் விழிமயக்கை அள்ளுவது அது" என்றான். "எப்போதும் உங்களுக்கு மெய்ப்பொருள் மேல் ஓர் இளக்காரம்" என்றான் பூரிசிரவஸ். "ஆம், நான் அரசனானதும் முதலில் அஞ்சியது மெய்ப்பொருள்சூழ்கையைத்தான். அறிஞரவைகூட்டி அதை அமர்ந்து கற்றதும் அதைக் கடந்துசென்றேன். அது கான்களிறு, வென்று மத்தகத்தில் அமரவேண்டுமென எண்ணியிருந்தேன். அது நிழல்குவை என்று கண்டேன். விரல்களால் அதை அமைக்கும் கலையை நானும் கற்றேன்..." என்றபின் நகைத்து "மெய்ப்பொருள் என்பது அறத்தைச் சமைப்பதற்கான கலம். கலம் கைக்குவந்தபின் விரும்புவதை சமைக்கமுடியும்" என்றான்.

சூழ்ந்திருந்த சுவர்கள் எவற்றையும் எதிரொளிக்கவில்லை என்பதை கர்ணன் கண்டான். அங்கிருந்த நிழலின்மையே மேலும் மேலும்

அமைதியிழக்கச் செய்கிறது என்று புரிந்தது. நிழல்கள் மறையவில்லை. ஒளிந்துகொண்டிருக்கின்றன. தொடுவானம் போல வளைந்த கூடத்தின் விளிம்புகளில் கொலைவாளின் கூர்மை. "இதற்குள் ஒரு போர் நடந்தால் நம்மையே நாம் அம்பு செலுத்திக் கொன்றுவிடக்கூடும்" என்றான் ஜயத்ரதன். பீமன் வந்து ஜராசந்தனை வணங்கி "மகதரே, தங்களுக்கான உண்டாட்டுப் பீடம் அங்கே உள்ளது, வருக!" என்று அழைத்தான். ஜராசந்தன் "நான் இன்னும் உணவைத் தேர்ந்தெடுக்கவில்லையே" என்றான். "என் சுவையே உங்களுக்கும் இருக்கும் என நானே உய்த்துக்கொண்டேன்..." ஜராசந்தன் சிரித்து "ஆம், உண்மைதான்" என்றான். "அது தென்னகத்து நாகர்களின் சமையல். தீ தொட்ட வெற்று ஊன்... பசுங்குருதிச்சுவை கொண்டது." ஜராசந்தன் பீமனின் தோளைத் தொட்டு "நன்று... நன்று" என்றான்.

துரியோதனன் அத்தருணத்தைப் பயன்படுத்திக் கொள்ளப்போகிறான் என கர்ணன் எதிர்பார்த்தான். ஆனால் அவன் அவர்களை நோக்கவில்லை. மகளிர்பகுதியை நோக்கிக் கைசுட்டி "அங்கரே, அவள் அணிந்திருப்பது தேவயானியின் மணிமுடி!" என்றான். அவன் குரலில் இருந்த பதற்றத்தை உணர்ந்து "ஆம்" என்றான் கர்ணன். "நான் சொன்னேனல்லவா? அரசர்களின் குடியவையில் அவள் அம்மணிமுடியை அணிந்துதான் வருவாள் என்று" என்றான். கர்ணன் தலையசைத்தான். அவள் அந்த மணிமுடியை எப்போது அணிந்தாள் என்று அவன் எண்ணம் ஓடியது. ஜராசந்தன் துரியோதனனிடம் "கௌரவரே, நாங்கள் பசுங்குருதிச் சுவைகொண்ட உணவை அருந்தப்போகிறோம். வருகிறீர்களா?" என்றான். "மல்லர்களுக்குரிய உணவு... திமிலெழுந்த வேசரநாட்டுக் காளை."

துரியோதனன் "வந்துவிடுகிறேன்" என்று புன்னகையுடன் சொன்னபின் கர்ணன் கைகளைப்பற்றி "முறைப்படி அவளிடம் ஒரு முகமன் சொல்லிவிட்டு வருகிறேன்" என்றான். கர்ணனின் உள்ளம் ஏனோ படபடக்கத் தொடங்கியது. "அவளிடம் அம்மணிமுடி தனக்குரியவளைக் கண்டுகொண்டது என்று சொல்லப்போகிறேன். நான் அவளுக்கு அதை அளித்தேன் என சொல்வதுதான் அது. அதை நான் சொல்லியாகவேண்டும்... இல்லையேல்..." என்று தயங்கினான். கர்ணன் "அரசியரிடம் நேரில் முகமன் சொல்லும் வழக்கம் இங்கில்லை" என்றான். "நான் அவளுக்கு அயலோன் அல்ல. அவள் என் குலமகள்" என்றான் துரியோதனன்.

கர்ணன் மெல்லிய எரிச்சலுடன் "தாங்கள் அஸ்தினபுரியின் அரசர், இவர்களால் உபசரிக்கப்படவேண்டியவர்" என்றான். "இல்லை அங்கரே, அக்கணக்குகளுக்கு அப்பால் நான் சென்றுவிட்டேன். இன்று இது ஒரு குடிவிழாவாக ஆகிவிட்டது. மூத்தவனாக நான் நின்றிருக்க வேண்டிய

இடம் பாண்டவர்களின் நடுவேதான்” என்றான் துரியோதனன். “இக்கணம், இதை நான் கடந்தாகவேண்டும்...”

கர்ணன் “அரசே...” என்று சொல்லவர, அவனைக் கேளாதவன் போல “அவளிடம் என் அன்னையின் வாழ்த்தைத் தெரிவித்துவிட்டு வருகிறேன். யாதவப் பேரரசியையும் நான் வணங்கியாக வேண்டும்” என்றபடி அரசர்களின் நிரையிலிருந்து அரசியரின் நிரையை நோக்கி வெண்பளிங்குத் தரையில் காலெடுத்து வைத்து நடந்தான். இரண்டாவது காலடியில் அது நீர்ப்பரப்பென மாறி அவனை உள்ளிழுத்து சரித்தது. திகைப்பொலியுடன் அவன் நீரில் விழுந்து எழமுயல, கால்சறுக்கி மீண்டும் விழுந்தான். மொத்த அவையும் அவ்வொலி கேட்டுத் திரும்பி நோக்கியது. தனித்தனியாக என்றில்லாமல் அக்கூடமே மெல்ல நகைத்தது. தன்னையறியாமல் “மூத்தவரே” என்றபடி பிடிக்கப்போன துச்சாதனன் கால்வைத்த நீர்ப்பரப்பு பளிங்கென இருக்க அவன் தடுமாறி துரியோதனன் மேலேயே விழுந்தான்.

அக்கணத்தில் உண்டாட்டுக்கூடமே பெருங்குரலில் சிரித்தது. துரியோதனனின் முகம் எதிர்பாராதபடி மூத்தவரால் அடிக்கப்பட்ட கைக்குழந்தையினுடையதுபோல கணக்காலத்தில் உறைந்து கர்ணனின் விழிகளில் நின்றது. அவன் நீரில் இறங்கி வெண்பளிங்கில் கால்வைத்து மீண்டும் நீரில் நடந்து துரியோதனனை தோள்பற்றித் தூக்கினான். அவ்விசையில் திரும்பி அவன் திரௌபதியை விழிதொட்ட அதே கணத்தில் துரியோதனனும் அவளைப் பார்த்தான். விழிகள் நகைக்க இதழ்கள் ஏளனத்துடன் மெல்ல வளைய அவர்களை ஒருகணம் விழிதொட்டுவிட்டு அவள் திரும்பி விஜயையிடம் சொல்லிக்கொண்டிருந்த மொழியாடலைத் தொடர்ந்தாள்.

துச்சாதனனை பிறிதொரு கையால் தூக்கி இருவரையும் இரு கைகளில் ஏந்தியபடி நீரிலிருந்து மேலேற்றினான் கர்ணன். இருவரும் வேட்டையாடப்பட்டுக் கொல்லப்பட்ட விலங்குகள்போல வெறும் எடைமட்டுமாக இருந்தனர். அந்த ஒற்றைக்கணம் அப்படியே நீடிப்பதை அவன் உணர்ந்தான். ஒரு விழியொளி அம்புமுனை போல. ஒரு சிரிப்பு அணையாத தீ போல. ஒரு காலத்துளி மலையுச்சிக்கூர் போல. சுருளவிழ்ந்து எழும் நாகம். கோட்டெயிற்று அம்பு கரந்த நச்சுத்துளி. இக்கணம். இக்கணம். இக்கணம்.

துரியோதனன் உடல் நடுங்கிக் கொண்டிருந்தது. அவன் கால்கள் தரையில் இழுபட்டவை போல தளர்ந்து அடிவைத்தன. சிசுபாலன் கைதட்டி உரத்த குரலில் “அரசே, எண்ணி கால்வையுங்கள். அது தரையல்ல வானம்” என்றான். அறியாது துரியோதனன் தயங்க, மீண்டும்

உண்டாட்டவை வெடித்து நகைத்தது. துச்சாதனன் இடறிய குரலில் "நாம் சென்று விடுவோம் மூத்தவரே. இனி இங்கிருக்க என்னால் இயலாது" என்றான். "ஆம், சென்று விடுவோம்" என்றான் கர்ணன். துரியோதனன் சிறுவனைப்போல முனகினான். கர்ணன் விழிதிருப்பி நோக்க, கனகர் அவர்களை நோக்கி ஓடி வந்தார். "அரசர்கள் ஆடை மாற்ற வேண்டும்" என்றான். "ஆம், ஆவன செய்கிறேன்" என்றார் கனகர்.

துச்சாதனன் தளர்ந்த குரலில் "என்ன இது மூத்தவரே?" என்றான். கர்ணன் திரும்பி திரௌபதியைப் பார்த்தான். அவள் சுபத்திரையிடம் ஏதோ சொல்லிக்கொண்டிருந்தாள். அப்பெண்கள் எவரும் அவர்களைப் பார்க்கவில்லை என்றாலும் அவர்கள் உடல் பார்த்துக்கொண்டிருந்ததை உணர முடிந்தது. "என்ன இது மூத்தவரே?" என்றான் துச்சாதனன் மீண்டும். அவையிலிருந்து விலகிய கௌரவர்கள் நிழல்களைப்போல அவர்களை நோக்கி வந்தனர். கர்ணன் அவர்களை திரும்பி நோக்கி விழிகளால் விலக்கினான். அவர்கள் அனைவருமே திகைத்தவர்கள் போலிருந்தனர். மீண்டும் திரும்பி கர்ணன் விழிதுழாவி பீமனின் கண்களைக் கண்டடைந்தான். மறுகணம் அப்பால் அர்ஜுனனின் கண்களைச் சந்தித்தான். இரு நோக்குகளில் இருந்த பகைமையைக் கண்டு நெஞ்சதிர விழிவாங்கினான்.

துரியோதனன் "செல்வோம்" என முனகினான். கர்ணன் அவர்களை இரு தோள்களிலும் தாங்கியபடி கூடத்தைவிட்டு வெளியே செல்ல, கனகர் முன்னால் ஓடினார். மூவர் ஆடைகளும் நீர் சொட்டி உடலில் ஒட்டி இழுபட்டு ஓசையிட்டன. துரியோதனன் தலைகுனிந்து முகத்தில் விழுந்து மறைத்த குழலுடன் நடந்தான். கூடத்தின் பக்கவாட்டு வாயிலை அவர்கள் கடந்ததும் குளிர்ந்த காற்று வந்து முகத்தை அறைந்ததுபோல் உணர்ந்தான். நீள்மூச்சுடன் உடலை எளிதாக்கினான். கனகர் ஓடிவந்து "தேர்கள் சித்தமாக உள்ளன அரசே" என்றார். "நாம் அரண்மனைக்குச் செல்கிறோம்" என்றான் கர்ணன்.

இடைநாழியை அடைந்ததும் துரியோதனன் விழப்போகிறவன் போல கால் தளர கதவைப் பற்றிக்கொண்டான். அவன் எதையும் நோக்கவில்லை என்று கர்ணன் எண்ணிய கணமே "அவர்களின் விழிகள்!" என்றான் துரியோதனன். நடுநடுங்கும் கைகளால் கர்ணனின் கைகளைப் பிடித்தபடி "என் அறை வரை என்னை தாங்கிச்செல்லுங்கள் அங்கரே. என்னால் நடக்க முடியாது, மீண்டும் விழுந்துவிடுவேன்" என்றான்.

பகுதி 10

நிழல் கவ்வும் ஒளி

1

தேர் வரைக்கும் துரியோதனனை கர்ணன் தன் தோள்வல்லமையால் தூக்கிக்கொண்டு சென்றான். துரியோதனனின் குறடுகள் தரையில் உரசி இழுபட்டன. நோயுற்றவனைப்போல மெல்ல முனகிக்கொண்டிருந்தான். துச்சாதனன் இயல்படைந்து துரியோதனனின் மறுகையைப் பற்ற வந்தபோது அவனைக் கர்ணன் விழிகளால் விலக்கினான்.

அரண்மனைப்படிகளில் அவர்கள் இறங்கி தேர்முற்றத்துக்கு வந்தபோது துரியோதனன் யானைமூச்சென பெருமூச்சுவிட்டான். கர்ணன் தன் உயரத்தால் துரியோதனனை முழுமையாகத் தூக்கி நீட்டி, தான் தூக்கிச்செல்வதுபோல் தோன்றாவண்ணம் தோளில் கைவளைத்து அழைத்துச் சென்றான்.

துரியோதனனின் தலை தாழ்ந்து தாழ்ந்து வந்தது. கர்ணனின் உள்ளம் தேர் எங்கே என்று தேடி சற்றே தோளில் இருந்து விலகியபோது தூக்கிய விசை குறைய, துரியோதனன் மெல்ல முனகி தரையில் அமரப்போவதுபோல் கால் மடித்தான். உதவிக்கு ஓர் அடி எடுத்துவைத்த ஏவலனை விழிகளால் விலகச்சொன்ன கர்ணன் "தேர்!" என்றான். துச்சாதனன் படிகளில் இறங்கி கைவீச, அவர்களின் தேர் வந்து நின்றது. துரியோதனனைத் தூக்கி தேரிலேற்றி அமரவைத்து அருகே அமர்ந்து கொண்டான் கர்ணன். துச்சாதனன் தேருக்குப் பின்னால் வந்த புரவியில் ஏறினான்.

துரியோதனன் உடலுக்குள் அவன் இருப்பது போல் தோன்றவில்லை. தேர் விரிந்த முற்றத்தை சகட ஒலியில்லாமல் கடந்தது. "எங்கு?" என்றான் தேரோட்டி. "நமது மாளிகைக்கு" என்றான் கர்ணன். தேர் பெருஞ்சாலையை அடைந்து விரைவுகொண்டது. இறந்த உடல் அசைவதுபோல் துரியோதனன் ஆடுவதாக ஒருகணம் உள்ளத்தில்

திகிலெழ, அவ்வெண்ணத்தை தலையசைத்து விலக்கினான் கர்ணன். புரவிகளின் குளம்போசை தன் தலைமேலேயே அடிகளென விழுவதாக உணர்ந்தான்.

ஒவ்வொரு மாளிகையாக விழிகளால் மெல்ல கடந்து சென்றான். அச்சாலை அத்தனை தொலைவிருக்கும் என்று அவன் அறிந்திருக்கவில்லை. கொடி பறந்த மாளிகைகளுக்கு முன்னால் புரவிகளும் பல்லக்குகளும் தேர்களும் செறிந்திருந்தன. சாலையெங்கும் பெருந்திரளாகச் சுழித்த மக்கள் களிவெறிகொண்டு கூச்சலிட்டு நடனமிட்டனர். காலையிலேயே ஆண்கள் மதுவருந்தி நிலையழிந்திருப்பதைக் காணமுடிந்தது. வண்ண உடையணிந்த பெண்கள் எளிய உள்ளம்கொண்டோர் கூட்டத்தில் கலக்கும்போது மட்டும் அடையும் விடுதலையில் திளைத்துக்கொண்டிருந்தார்கள்.

“விரைவு!” என்றான் கர்ணன். அவன் உளநிலையை உணர்ந்த சூதன் மெல்ல புரவியைத் தட்டினான். ஆனால் அச்சாலையில் அதற்கு மேல் விரைவாக செல்ல முடியாதென்று கர்ணனும் அறிந்திருந்தான். புரவிக்கால்களுக்கு நடுவே களிமகன்கள் எவரேனும் விழுந்துவிடக்கூடும். சாலையோரங்கள் முழுக்க ஆட்டர்களின் விடம்பனங்களும் மாயக்களியும் நிகழ்ந்தன. எட்டுகைகளுடன் ஒருவன் தேவன் என நின்றருளினான். உடல் பாம்பாக ஒருவன் நெளிந்தான். தன் தலையை வெட்டி கையில் இருந்த தாலத்தில் வைத்து ஒருவன் புன்னகை செய்தான்.

துரியோதனனிடமிருந்து மெல்லிய குறட்டையொலி கேட்டது. கர்ணன் திரும்பி நோக்கினான். வாயில் எச்சில் வழிய துரியோதனன் துயின்றுகொண்டிருந்தான். உச்சகட்ட உளநெருக்கடியில் மானுடர் துயிலக்கூடும். களத்தோல்விக்குப்பின் நரகாசுரன் குருதிப்படுக்கையில் படுத்து துயின்றதாக பராசரரின் புராணமாலிகையில் வாசித்திருந்தான். அது மூத்தாள் குடியேறும் கணம். அவள் தோழியாகிய நித்ராதேவி வந்து அணைத்துக்கொள்கிறாள். அவள் தோழிகளான வ்யாதியும் ஜரையும் மிருத்யுவும் ஆவல் கொண்ட விழிகளுடன் அப்பால் நோக்கி நின்றிருக்கிறார்கள். ஒரே இரவில் நரகாசுரன் நோயுற்று, மூத்து, தளர்ந்து, மறுநாள் போருக்கு வந்து களப்பலியானான்.

தொலைவில் அவர்களின் அமுதகலசக் கொடி பறந்த மாளிகையைக் கண்டதும் நெஞ்சுக்குள் இறுகி நின்ற வில் ஒன்று தளர்ந்தது. என்னென்ன எண்ணங்கள்! தீய எண்ணங்களை சுவைக்கத் தவிக்கும் உள்ளத்தின் நாக்குகள் பல்லாயிரம். அமுதுக்கென எழுவது ஒன்றே ஒன்று. அப்போதுதான் தன் உடல் நன்கு வியர்த்திருப்பதைக் கண்டான். உடையின் ஈரம் முற்றிலும் காய்ந்திருந்தது. துரியோதனன் உடைகளும் எழுந்து பறக்கத்தொடங்கின.

தேர் நின்றதும் ஏவலர் ஓடிவந்தனர். தேர் நின்ற சகட ஒலியிலேயே "என்ன? யார்?" என முனகியபடி துரியோதனன் விழித்துக்கொண்டான். "அரசே, இறங்குங்கள்!" என்றான் கர்ணன். துரியோதனன் அதைக் கேட்கவில்லை என தெரிந்தது. "அரசே!" என்று கர்ணன் அழைத்தான். எடைமிக்க சகடத்தின் ஆணியின் உரசலென ஓர் ஒலி துரியோதனன் நெஞ்சிலிருந்து எழுந்தது. "தெய்வங்களே" என்ற அக்குரல் மானுடனுடையதென தோன்றவில்லை. அல்லது அதுதான் மானுடனின் குரலா? மண்ணில் இடையறாது அதுதான் எழுந்துகொண்டிருக்கிறதா?

"இறங்குங்கள் அரசே!" என்றான் கர்ணன். துரியோதனன் படிகளில் கால்வைத்து இறங்க முற்படுவதற்கு முன்னரே தரையில் இறங்கி அரைக்கண்ணால் அவன் தள்ளாடுகிறானா என்று நோக்கியபடி ஆனால் அவனைப் பிடிக்காமல் நின்றான். புரவியிலிருந்து துச்சாதனன் இறங்க "மஞ்சத்தறை சித்தமாகட்டும்" என்று திரும்பி அவனிடம் சொல்வதற்குள் கால்தளர்ந்து நிலத்தில் விழப்போனான் துரியோதனன். கர்ணன் இயல்பாக அவனைப்பற்றி நிலைநிறுத்தினான். அரண்மனை முகப்பிலிருந்தும் தேர்நிரைகளிலிருந்தும் ஏவலர் அவர்களை நோக்கி வர, திரும்பி விழியசைத்து அவர்களை விலகச்சொல்லிவிட்டு துரியோதனன் தோள்சுற்றி கைவைத்து தூக்கி அவன் கால்கள் நிலம்தொடாமலேயே உள்ளே கொண்டுசென்றான். தொலைவுநோக்கில் அவர்கள் தோள்சுற்றி இயல்பாக நடப்பதுபோல தோன்றச்செய்தான்.

படிகளில் ஏறி இடைநாழியை அடைந்தான். வேங்கை வேட்டைஎருமையை என படிகளில் துரியோதனனின் பேருடலை அவன் தூக்கிச் சென்றான். இடைநாழியின் மறு எல்லையில் மஞ்சத்து அறைமுன் நின்றிருந்த அணுக்கன் ஓடிவந்து "என்ன ஆயிற்று? நோயுற்றிருக்கிறாரா?" என்றான். "ஆம்" என்றான் கர்ணன். "ஆனால் இது களிமயக்கென அறியப்படட்டும்." அணுக்கன் "ஆம்" என்றான். மறுபக்கம் துரியோதனனைப் பற்றிக்கொண்டான். கர்ணன் விலகிக்கொள்ள, அணுக்கன் அரசனை உள்ளே கொண்டுசென்று மஞ்சத்தில் படுக்கவைத்து அவன் மேலாடையை அகற்றினான்.

கர்ணன் அணுக்கனிடம் "மது" என்றான். "என்ன மது?" என்றான் அவன். கர்ணன் இல்லையென்று கைவீசி "அகிபீனா, அல்லது சிவமூலிப் புகை" என்றான். "அரசே..." என்று அவன் மெல்லிய குரலில் சொன்னான். "அவர் தன்னைமறந்து இவ்விரவில் துயின்றாகவேண்டும்." தலையசைத்தபின் விரைந்த காலடிகளுடன் அணுக்கன் வெளியே ஓடினான்.

துச்சாதனன் காலடிகள் ஒலிக்க உள்ளே வந்து "மூத்தவரே..." என்று தயங்கி அழைத்தான். கர்ணன் திரும்பி நோக்க, படுக்கையில் மல்லாந்திருந்த

துரியோதனனின் மூடிய இமைகளின் விரிசலில் இருந்து விழிநீர் ஊறி இருபக்கமும் வழிந்து காதுகளை நோக்கி சொட்டிக்கொண்டிருந்தது. உதடுகள் இறுக மூடியிருக்க, கழுத்துத் தசை வெட்டுண்டதுபோல இழுபட்டு அதிர்ந்து அசைந்தது. “ம்” என்றான் கர்ணன். “ஐவரில் எவரும் ஒருசொல்லும் சொல்லவில்லையே மூத்தவரே?” என்றான் துச்சாதனன். “தருமன் அங்கில்லை, பார்த்தேன்” என்றான் கர்ணன். “ஆம், அவர் அவையில் இருந்திருந்தால் இவ்வாறு நடந்திருக்காது” என்றான் துச்சாதனன். போதும் என்று கைகாட்டி “புகை விரைவில் வரட்டும்” என்றான் கர்ணன்.

துச்சாதனன் மேலும் ஒருசொல்கொண்டு தவித்து அதன் பதற்றம் உடல் தசைகளில் தெரிய நிலையழிந்தபின் “இல்லை மூத்தவரே, சொல்லாமலிருந்தால் நான் இறந்துவிடுவேன். மூத்தவரே, என்னால் அத்தருணத்தைக் கடக்கவே முடியவில்லை. நான் எளியவன் மூத்தவரே. ஒருகணம் பீமனின் விழிகளைப் பார்த்தேன். அதில் தெரிந்த இழிந்த உளநிறைவை இனி என் வாழ்நாளில் மறக்க முடியாது” என்றான். “இழிமகன்! இழிமகன்!” என்று தன் பெருங்கைகளை ஒன்றுடன் ஒன்று சேர்த்து இறுக்கினான். “அவன் கண்களும் உதடுகளும் புன்னகைத்தன. அங்கரே, அவன் உடலே புன்னகைசெய்தது.”

கர்ணன் மெல்ல உடல் அசைந்தான். “இழிமகன்... கீழ்மகன். அவன் அரசக்குருதியினன் அல்ல. ஏதோ மலையரக்கனின் மைந்தன்...” பற்களைக் கிட்டித்து உடல்தசைகள் வில்நாணென இழுபட உடல் நிமிர்ந்தான். அவன் உடலில் நீர்ப்பரப்புக்குள் இருந்து எழும் யானைகள் போல தசைகள் பொங்கின. எதிர்பாராத கணத்தில் வெடிப்போசையுடன் தன் வலக்கையை ஓங்கி நெஞ்சில் அறைந்து “இன்று நான் இறந்துவிட்டேன் மூத்தவரே. என் நெஞ்சில் ஆலகாலம் நிறைந்துவிட்டது. இனி ஒவ்வொரு கணமும் உமிழ்நீர் என அதை அருந்தியே நான் உயிர் வாழமுடியும்” என்றான்.

“வெளியே செல்!” என்றான் கர்ணன். “மூத்தவரே...” என்றான் துச்சாதனன் நெஞ்சில் அம்பு பாய்ந்தவனின் முனகலாக. “வெளியே செல் மூடா!” துச்சாதனன் தொண்டையில் நரம்புவேர்கள் புடைத்தெழ “முடியாது. செல்லமுடியாது” என்று கூவினான். “இதோ என் தெய்வம் விழுந்து கிடக்கிறது. நீங்கள் அருகிருந்தீர்களே மூத்தவரே! நீங்கள் அருகிருந்தும் எந்தைக்கு இது நிகழ்ந்ததே. இதைத்தானே நாமிருவரும் அஞ்சினோம்!” என்று பற்கள் கிட்டிக்க சொல்லி மெல்ல விம்மினான்.

துரியோதனன் தலையை அசைத்து “யார்?” என்றான். அவனை சுட்டிக்காட்டி “இதோ விழுந்து கிடக்கிறார் என் தேவன். இவர் இனி

இக்கணத்தின் நஞ்சிலிருந்து மீள்வாரென நான் எண்ணவில்லை. இக்கணத்தில் இவர் உயிர் துறந்தால்... உயிர் துறக்கட்டும்! அவர் காலடியில் விழுந்து நானும் உயிர் துறக்கிறேன். இத்தருணத்தில் இருவரும் இறந்து விழுந்தால் மட்டுமே எந்தையர் விண்ணுலகில் இருந்து நிறைவுகொள்வார்கள்... ஆம்...” என்றான் துச்சாதனன்.

தாளமுடியா பெருவலியில் என கைகளை விரித்து தலையை அசைத்து அவன் சொன்னான் “குடியவை நடுவே! ஆரியவர்த்தத்தின் ஐம்பத்தைந்து நாட்டு அரசர்களின் விழி நடுவே! ஏவலரும் பெண்டிரும் சூழ்ந்திருக்க...” மறுகணம் தீப்பற்றிக் கொண்டதுபோல் அவன் உடலில் ஒரு துடிப்பு ஏறிக்கொண்டது. மீண்டும் அவன் கை பெருநாகம் பாறையில் பத்தி விரித்து அறைவதுபோல நெஞ்சத்தில் மோதி ஓசையெழுப்பியது. “விழுந்தவர் ஹஸ்தி! பாரதவர்ஷத்தின் முதல் மாமன்னர்! அங்கு பெருந்தோள் ஹஸ்தி விழுந்து கிடந்தார் மூத்தவரே. சிறுமைகொண்டு விழுந்துகிடந்தவர் என் மூதாதை” என்றான்.

மூன்று ஏவலர் நிழல்களென உள்ளே வந்தனர். அவர்களின் கைகளில் புகையும் அனல்சட்டிகள் இருந்தன. அனல்மணம் அத்தருணத்தை மென்மையாக சூழ்ந்துகொண்டது. துச்சாதனன் பெருமூச்சுடன் உடல்தளர்ந்தான். அணுக்கன் அனற்குடுவையை கீழே வைத்து அதனுடன் இணைக்கப்பட்ட குழாயை துரியோதனன் மூக்கருகே கொண்டுவந்தான். பிறிதொருவன் அதனருகே அமர்ந்து அவ்வனலில் சிவமூலிக்காயின் உலர்ந்த பாலை தோய்த்து நிழலில் உலரவைத்த மென்பஞ்சை வைத்து மெல்ல விசிறினான்.

புகை எழுந்து மூச்சில் கலந்ததும் துரியோதனன் இருமுறை கமறி விழித்துக்கொள்ளாமலேயே கையூன்றி எழ முயன்றான். கர்ணன் குனிந்து “படுத்துக் கொள்ளுங்கள் அரசே” என்றான். துரியோதனன் “இல்லை, நான் கிளம்ப வேண்டும். படைகள் நின்றிருக்கின்றன” என்றான். “படுத்துக் கொள்ளுங்கள்” என்று உரத்த குரலில் கர்ணன் சொன்னான். துரியோதனன் குழந்தையைப்போல் தலையை அசைத்து மல்லாந்தான். மீண்டும் அவன் முகத்தில் அணுக்கன் சிவமூலிப்புகையை செலுத்த, இருமத்தொடங்கினான். அணுக்கன் குழாயை அகற்றி சற்றே நீரை எடுத்து அருந்தக் கொடுத்தான். நீரை அருந்தியதும் அவன் வாயை மரவுரியால் துடைத்துவிட்டு மீண்டும் புகை அளித்தான்.

பிறகு அவனே புகையை விரும்பி இழுக்கத்தொடங்கினான். குழந்தை முலையருந்துவதுபோல முண்டி முண்டி புகை ஏற்றான். வாய் கோணலாகியது. இமைகள் அதிர்ந்து அதிர்ந்து மெல்ல அடங்கின. இறுகிய விரல்கள் ஒவ்வொன்றாக தளர்ந்து விடுபட்டு விரிவதை

கர்ணன் பார்த்தான். கால்கள் இருபக்கமும் சரிந்தன. தாடை விழுந்து வாய் திறந்தது. கைகள் சேக்கை மேல் இனியில்லை என மல்லாந்தன. துரியோதனன் முற்றிலும் தளர்ந்து மஞ்சத்தில் படிந்தான்.

அணுக்கன் குழாயை விலக்கி எடுத்துச்செல்லும்படி கைகாட்ட, ஏவலர் குடுவையை அகற்றினார். அணுக்கன் சென்று அறைச்சாளரங்களைத் திறந்தான். சீரான மூச்சொலியுடன் துரியோதனன் துயிலத்தொடங்கினான். கர்ணன் நீள்மூச்சுடன் அணுக்கனிடம் "பார்த்துக் கொள்ளுங்கள். இங்கு எப்போதும் துணை இருக்கவேண்டும்" என்றான். அவன் தலைவணங்கினான்.

கர்ணன் இடைநாழிக்குச் செல்ல, அவனைத் தொடர்ந்து வந்த துச்சாதனன் விம்மலை அடக்கி அம்மூச்சு தொண்டை மீற சிறு கேவல் ஒலி எழுப்பினான். கர்ணன் திரும்பிப் பார்க்கவில்லை. மீண்டும் கமறி மூக்கை அழுந்த சிந்தினான் துச்சாதனன். அவர்களின் காலடிகள் உரையாடல்போல ஒலித்தன. அம்மாளிகையின் நரம்புத்துடிப்பு என. நெடுந்தொலைவில் நகரத்தின் முரசொலி. நாய்க்குரைப்பு போல கேட்டது அது.

கர்ணன் இடைநாழியின் எல்லைக்குச் சென்று படிகளில் இறங்கத்தொடங்க, அவனுக்குப்பின்னால் வந்த துச்சாதனன் "தம்பியர் அனைவரும் இந்நேரம் அறிந்திருப்பார்கள். அவர்கள் இங்கு கிளம்பி வந்துகொண்டிருப்பார்கள் மூத்தவரே" என்றான். குரல்தழைய "அவர்கள் விழிகளை ஏறிட்டு நோக்க என்னால் இயலாது. இக்கணம் போல் நான் இறப்பை எப்போதும் விழைந்ததில்லை" என்றான். கர்ணன் அதற்கும் ஒன்றும் சொல்லவில்லை. துச்சாதனன் "நான் என்ன சொல்வேன் மூத்தவரே?" என்றான்.

படிகளில் நின்ற கர்ணன் திரும்பி "இன்று மாலையே நாம் அஸ்தினபுரிக்குத் திரும்பிச் செல்கிறோம். அவர்களிடம் சித்தமாக இருக்கச் சொல்!" என்றான். துச்சாதனன் "ஆணை" என்றான். பிறகு "மூத்தவர்?" என்றான். "அகிபீனாவின் புகையிலேயே அவர் வரட்டும். அஸ்தினபுரியில் அவர் தன்னினைவு மீண்டால் போதும்" என்றான் கர்ணன். துச்சாதனன் "ஆம், அதுவே நன்று என்று எனக்கும் தோன்றுகிறது" என்றான்.

கர்ணன் படியிறங்கி இடைநாழியில் நடந்து முற்றப்படிகளில் இறங்கி தேர்களை நோக்கிச் சென்றான். மறுபக்கம் மூன்று தேர்கள், சகடங்கள் பேரோசையிட குளம்புகள் கல்லறைந்தொலிக்க முற்றத்தில் நுழைந்து அச்சு முனக விரைவழிந்தன. அதிலிருந்து குதித்த துர்மதனும் துச்சகனும் பீமவேகனும் வாலகியும் சுபாகுவும் கர்ணனை நோக்கி ஓடி வந்தனர்.

துச்சகன் வந்த விரைவிலேயே "என்ன நிகழ்ந்தது மூத்தவரே?" என்றான். "அங்கு உண்மையில் என்ன நிகழ்ந்தது?" என்றான் வாலகி.

"நீங்கள் அறிந்ததுதான்" என்றான் கர்ணன். துச்சாதனன் "மூத்தவர் இழிவுபடுத்தப்பட்டார்" என்றான். "அவர் யவனமதுவை மிகுதியாக அருந்தி நிலையழிந்து விழுந்ததாக பாழ்ச்சொல் சூதர் அங்கே பாடிக்கொண்டிருக்கிறார்கள்" என்றான் வாலகி. "ஆம், அப்படித்தான் பாடுவார்கள்" என்றான் கர்ணன். "ஒரு வெற்றி என்றால் அதை முழுமை செய்யவே அரசியல் சூழ்மதியாளன் முயல்வான்."

"ஆரியவர்த்தத்தின் அரசர்களின் கண்முன்னே நிகழ்ந்திருக்கிறது" என்றான் துர்மதன் கைதூக்கி உரத்த குரலில். "நான்கு பாண்டவர்களும் அங்கிருந்தனர். ஒருவரும் ஒருசொல்லும் சொல்லவில்லை" என்றான் துச்சாதனன். "நிகழ்ந்தது தற்செயல் அல்ல. அது ஒரு சதி. நான் அதை இந்நகரில் கால் வைத்த கணமே உள்ளுணர்ந்திருந்தேன்" என்றான் சுபாகு. "மூத்தவரே, ஜராசந்தரும் அரசரும் தோள்கோத்து களமிறங்கிய கணமே அது முடிவு செய்யப்பட்டுவிட்டது."

"எங்கள் மூத்தவரை இங்கு ஒரு மாளிகையின் தரையில் விழவைக்கவில்லை. பாரதவர்ஷத்தின் வரலாற்றில் விழவைத்துவிட்டார்கள். அது ஏன் என்று அறிவது கடினமல்ல" என்றான் சுபாகு. பற்களைக் கடித்து தலையை அசைத்து "முற்றொழிக்கிறார்கள். எச்சமின்றி நம்மை அழிக்கிறார்கள். நமது நாட்டின் பாதியை இவர்களுக்கு அளித்தோம். கருவூலத்தை எண்ணிப்பகிர்ந்து அளித்தோம். தேவயானியின் மணிமுடியை அளித்தோம். அவர்களுக்கு அதெல்லாம் போதவில்லை. அவள் அமரவிரும்பும் அரியணை பாரதவர்ஷத்தின் தலைமேல் போடப்பட்டது. அதை அடைய முதலில் அழிக்கப்படவேண்டியது அஸ்தினபுரிதான்" என்றான்.

"மூத்தவரே, அங்கிருக்கும் அத்தனை மன்னர்களும் மூத்தவரை நோக்கி நகைத்த அக்கணம் அவர்கள் திட்டமிட்டு உருவாக்கியது. பாரதவர்ஷத்தின் சக்ரவர்த்தி என்று எண்ணி என் தாய் பெற்றெடுத்த மைந்தர் அவர். ஹஸ்தியின் மணிமுடியை சூடியவர். இந்திரனால் சிறகரித்து வீழ்த்தப்பட்ட மாமலை போல அங்கு கிடந்தார். இழிவுற்று சிறுமை கொண்டு… இன்று ஒரு முழுவெற்றியை அவர்கள் ஈட்டினர்" என்றான் சுபாகு.

துச்சகன் "அவள் மூத்தவரை நோக்கி நகைத்தாள் என்று அறிந்தேன். ஒரு முழுநகைப்புக்குக்கூட தகுதியற்றவர் என்பதுபோல் புன்னகைத்துத் திரும்பிக் கொண்டாள். பாரதவர்ஷத்தின் எந்த அரசனும் இதற்கிணையாக இழிவடைந்ததில்லை. சொல்லுங்கள் மூத்தவரே, நாங்கள் என்ன செய்யவேண்டும்?" என்றான்.

இரு கைகளாலும் நெஞ்சை ஓங்கி அறைந்து “என்ன செய்வது? நகர் மீண்டு நம் படையனைத்தையும்கொண்டு இங்கு வருவோம். இப்பெருநகரை இடித்தழிப்போம். இங்குள்ள ஒவ்வொரு மாளிகையையும் கற்குவியலாக்குவோம். ஒவ்வொரு ஆண்மகன் தலையையும் அறுப்போம். பாண்டவர்கள் தலைகளைக் கொய்துகொண்டுசென்று அஸ்தினபுரியின் கோட்டைமுகப்பில் வைப்போம். அவள் தலை பற்றி இழுத்துச்சென்று நமது உரிமைமகளிருக்கான சாலையில் தள்ளுவோம். ஆண்களுக்குரிய வழி அது ஒன்றே. பிற அனைத்தும் நம்மை மேலும் இழிவடையவே செய்யும்” என்றான் துச்சலன்.

தன்னைச் சூழ்ந்து பற்றி எரிபவர்கள்போல உடல் பதற, விழிகள் நீர்கோக்க, தொண்டை இடற, நரம்புகள் கைகளிலும் கழுத்திலும் புடைக்க, கூவிக்கொண்டிருந்த கௌரவரைக் கடந்து முற்றத்தில் இறங்கினான் கர்ணன். மேலும் மேலும் கௌரவர்கள் தேரிறங்கி கூச்சலிட்டபடி அரண்மனை நோக்கி வந்துகொண்டிருந்தனர். கர்ணன் திரும்பிப் பார்க்க, அருகே நின்ற வீரன் தலைவணங்கினான். அவன் கையில் இருந்து குதிரையின் கடிவாளத்தை வாங்கி கால்சுழற்றி ஏறி உதைத்துக் கிளப்பி முழுவிரைவில் சாலையை நோக்கிப் பாய்ந்தான்.

2

இந்திரப்பிரஸ்தத்தின் தெருக்களை புரவி நன்கறிந்திருந்தது. அவன் உள்ளத்தையும் கால்களினூடாக அது உணர்ந்து கொண்டிருந்தது. சீரான பெருநடையில் மையச்சாலையை அடைந்து சாலையோரங்களிலும் இல்லமுகப்புகளிலும் கடையின் ஓரங்களிலும் சதுக்கங்களிலும் நிரம்பி அலையடித்த மக்களின் தலைப்பெருக்குகளினூடாக வகுந்து சென்றது. எதிரே வந்த களிறுகளையும் மஞ்சல்களையும் தேர்களையும் பல்லக்குகளையும் இயல்பாக விலக்கி வளைந்தது. அந்நகரை நூல்முனை ஊசி என அது தைத்துக்கோப்பதாகத் தோன்றியது.

நெடுநேரம் கழித்தே தான் எங்கிருக்கிறோம் என்பதை கர்ணன் உணர்ந்தான். கடிவாளத்தை மெல்ல இழுத்து புரவியை நிறுத்தி நீள்மூச்சு விட்டு உடல் இளக்கினான். முன்னும் பின்னும் இரண்டு அடிகள் வைத்து தலை தூக்கி மூச்சேறி அவிந்து உடல் சிலிர்த்து அமைந்தது புரவி. அந்த இடம் எது என அவனால் எண்ணக்கூடவில்லை. சுற்றுமுற்றும் பார்த்தான். கீழே நெடுந்தொலைவில் என கருநீர் யமுனைப்பெருக்கு தெரிந்தது. அதன்மேல் கட்டப்பட்ட படகுப்பாலத்தினூடாக அப்போதும் வண்ணஒழுக்கென மக்கள் இந்திரப்பிரஸ்தத்துக்குள் நுழைந்து கொண்டிருந்தனர்.

தலையைத் திருப்பி மறுபக்கம் ஆற்றுவளைவை நோக்கியபோது விரித்த செங்கழுகுச்சிறகின் இறகுநிரை போல இந்திரப்பிரஸ்தத்தின் பன்னிரு துறைமேடைகள் யமுனைக்குள் நீட்டி நிற்பதைக் காணமுடிந்தது. அங்கு அசைந்த பெரும்படகின் பிளிறல் ஓசை மெல்ல காதை வந்தடைந்தது. அது பாய்களை விரித்து மெதுவாகப் பின்னடைந்து யமுனையின் அலைகள் மேல் ஏறி அப்பால் செல்ல, அவ்விடத்தை நோக்கி பாய்சுருக்கி உள்ளே வந்தது பிறிதொரு பெரும்படகு. கீழே காகங்கள் படகுகளைச்

சூழ்ந்து கரும்புகைப்பிசிறுகள் போல பறக்க, மேலே அவனுக்கு நிகரான உயரத்தில் பருந்துகள் வட்டமிட்டன.

கர்ணன் புரவியை இழுத்துத் திருப்பி மையச்சாலையை நோக்கி செலுத்தினான். அவனை அங்கு எவரும் அடையாளம் காணவில்லை. ஒவ்வொருவரும் களிவெறிக்குள் தங்கள் உள்ளத்தை ஒப்படைத்திருந்தனர். ஒற்றைப் பேரலையாக அவ்வெறி அவர்களை சருகுகளை காற்றென அள்ளிச் சுழற்றிக்கொண்டு சென்றது. அத்தனை விழிகளும் ஒன்றாகியிருந்தன. அத்தனை முகங்களும் ஒற்றை உணர்வு கொண்டிருந்தன. நகரமே குரல் பெருக்கிணைந்து ஒற்றைச்சொல்லை மீளமீள சொல்லிக் கொண்டிருந்தது. சிலகணங்களில் அது 'செல்வோம் செல்வோம்' என ஒலிப்பதாக உணர்ந்தான். நகரங்கள் கட்டிப்போடப்பட்டு சிறகடிக்கும் பறவைகள். அவற்றின் கட்டு தளர்ந்து கயிறு நீளும் தருணமே விழவுகள். விண்ணிலெழுந்து அவை மண்ணில் விழுகின்றன.

'செல்வோம் செல்வோம்.' அவன் அச்சொல்லை தன் சித்தத்தால் கலைத்து வெற்றொலியென்றாக்க முயன்றான். ஒற்றைச்சொல் மட்டுமே மொழியென்று இருக்குமா என்ன? யானையும், காகமும், சீவிடும் எல்லாம் ஒற்றைச்சொல்லை சொல்வதாகவே தோன்றுகிறது. அனைத்துயிர்களுக்கும் ஒற்றைச்சொல்லே அளிக்கப்பட்டுள்ளது. மானுடர் சொல்வதும் ஒற்றைச்சொல்தான் போலும். பல்லாயிரம் நுண்ணிய ஒலிமாறுபாடுகளால் அதைப் பெருக்கி மொழியென்றாக்கிக் கொள்கிறார்கள். காவியங்கள். கதைகள். பாடல்கள். எண்ணங்கள். கனவுகள்... என்ன எண்ணிக் கொண்டிருக்கிறேன் என்று எண்ணி அவன் கடிவாளத்தைத் தளர்த்தி புரவியைத் தட்டினான். அது செல்லும் பெருநடையின் தாளத்தில் உள்ளம் மேலும் ஒழுங்கு கொள்வதுபோல் இருந்தது.

எதை அஞ்சி இவ்வெண்ணங்களில் சென்று புதைந்துகொள்கிறேன்? எதை? 'கொல்வோம் கொல்வோம் கொல்வோம்.' திகைத்து அவன் கடிவாளத்தை இழுத்தான். அதைத் தெளிவாக கேட்டான். ஆம், அதுதான். கொல்வோம். அவன் விழிகளை ஒவ்வொன்றாக நோக்கினான். கொலையாட்டுக் களி. இறப்புக்களி. அதுவன்றி பிறிதேதும் அளிக்கவியலாது இப்பேருவகையை. அவன் புரவியை உதைத்துக்கிளப்பி தன்னை அப்புள்ளியிலிருந்து பிடுங்கி விலக்கிக்கொண்டான். இத்தெரு, இம்மாளிகைகள், கொடிநிழல்கள், குவைமாடங்களுக்கு மேலெழுந்த ஒளிவானம். இதுவன்றி எதுவும் இப்போதில்லை. முந்தைய கணம் என்பது இறந்துவிட்ட ஒன்று. இக்கணம் இங்கிருக்கிறேன்.

மெல்லிய சிலிர்ப்பொன்று தன் உடலில் பரவிய பின்னரே அது ஏன் என உணர்ந்தான். என்ன கண்டேன்? எதையோ கண்டேன். எதை? உடனே

அதை உணர்ந்தான். விழிதூக்கி சூரியனைப் பார்த்தான். கீழ்ச்சரிவில் நன்கு மேலேறி இருந்த கதிர்வட்டத்தின் கீழ்முனை சற்று தேய்ந்திருந்தது. அதற்குள் அவன் கண்கள் நிரம்பி நீர்வடிந்தது. மேலாடையால் கண்களைத் துடைத்தபடி ஐயம்கொண்டு மீண்டும் பார்த்தான். அத்தேய்வை நன்கு பார்க்க முடிந்தது. விழிமயக்கா என்று தன்னைக் கேட்டுக்கொண்டான். அல்லது கதிரோன் எப்போதும் இப்படித்தான் இருப்பானா? முழுவட்டம் என்பது உள்ளத்தால் உருவாக்கிக் கொள்ளப்படுவதா? இல்லை முகில் மறைக்கிறதா?

இந்திரப்பிரஸ்தம் கார் சூழும் குன்று. ஆனால் விண்ணில் அன்று முகில்களில்லை. கழுவி துடைத்துக் கவிழ்த்த நீலப்பளிங்கு யானம் போல் இருந்தது. ஐயம்கொண்டு அவன் மீண்டும் நோக்கினான். சூரியன் மேலும் தேய்ந்துவிட்டிருந்தது. இப்போது அக்குறையை நன்கு பார்க்க முடிந்தது. அவன் நெஞ்சு படபடக்க திரும்பி விழிமீள்வதற்கென்று நிலத்தைப் பார்த்தான். எரிந்தது கூழாங்கற்கள் நிழல்சூடி அமைந்திருந்த மண். அப்பால் விழுந்துகிடந்த நிழல்களை நோக்கினான். அவையனைத்தும் ஒன்றன் மேல் ஒன்றெனப்படிந்த இருநிழல்கள்போல இரண்டு விளிம்புகளுடன் மெல்ல அதிர்ந்துகொண்டிருந்தன.

என்ன ஆகிறது எனக்கு? யவனமதுவை நேற்றிரவு மட்டுமீறி அருந்தினேன். அதற்குமுன் நாகநஞ்சு உண்டேன். ஆம், விழி பழுதாகிவிட்டது. திரும்பிச் செல்கிறேன். என் மஞ்சத்தில் குப்புறப்படுத்து புதைத்துக் கொள்கிறேன். எண்ணங்களை மேலும் மதுவூற்றி ஊறவைக்கிறேன். துயின்று துயின்றே இந்நாளைக் கடந்துசென்றால் போதும். விழித்தெழுகையில் இவை அனைத்தும் இறந்த காலம் ஆகிவிட்டிருக்கும். இறந்த காலம் செயலற்றது. இறந்த அன்னையின் கருவிலிருக்கும் இறந்த மகவு. இறந்த நினைவுகள், செயலற்ற வஞ்சங்கள், வெற்றுக்கதையென்றான சிறுமைப்பாடுகள். கடந்து செல்ல சிறந்த வழி மிதித்து மிதித்து ஒவ்வொன்றையும் இறந்த காலமென ஆக்குவது மட்டுமே.

எத்தனை இனியது காலம்! ஒன்றும் செய்யாமலே ஒவ்வொன்றையும் கொன்று உறையச்செய்து நினைவுகளில் புதைத்து கோட்டைச் சுவரென்று வளைத்து பாதுகாப்பது. காலமென்று ஒன்று இல்லையேல் இங்கு மானுடர் வாழமுடியாது. இதோ காலத்தில் திளைக்கின்றன உயிர்கள். ஒவ்வொரு நெளிவாலும் காலத்தை பின்செலுத்துகின்றன புழுக்கள். காலத்தை மிதித்து விலக்குகின்றன விலங்குகள். சிறகுகளால் காலத்தைத் தள்ளுகின்றன பறவைகள். உதிர்வேன் உதிர்வேன் என காலத்தில் அசைகின்றன இலைகள். காலத்தில் அதிர்கின்றன நிழல்கள். சாலையோரத்து நிழல்களை நோக்கியவன் மீண்டும் திகைத்து நின்றான். அனைத்து நிழல்வட்டங்களும் பிறைவடிவிலிருந்தன.

புரவியைத் திருப்பி வானை பார்த்தபோது சூரியன் நேர்பாதியாகக் குறைந்திருப்பதைக் கண்டான். சாலையெங்கும் எழுந்த கூச்சல்களும், ஒலிமாறுபாடுகளும், அலறல்களும் அது தன் விழிமயக்கு அல்ல என்று காட்டின. அரண்மனைக் காவல்மாடங்களின் பெருமுரசுகள் இமிழத்தொடங்கின. கொம்புகள் பிளிறின. மக்கள் ஒருவரையொருவர் கூவி அழைத்தபடி அருகிருந்த மாளிகைகளின் வளைவுகளுக்குள் நுழைந்து மறைந்தனர். அவன் முன் ஓடி வந்த இருவர் “சூரிய கிரகணம் வீரரே! நஞ்சு கவ்வுகிறது கதிரவனை! ராகுவின் உடலை வெய்யோன் கிழித்து வெளிவருகையில் விண்ணிலிருந்து நச்சுமழை பொழியும்... வெட்ட வெளியில் நிற்கலாகாது. ஓடுங்கள்! கூரையொன்று தேடிக்கொள்ளுங்கள்!” என்றபடி விரைந்தனர்.

கர்ணன் இடையில் கைவைத்து தலைதூக்கி சூரியனை நோக்கி நின்றான். கதிர்மையம் மெல்ல தேய்ந்துகொண்டிருப்பதை நன்கு பார்க்க முடிந்தது. ராகு பல்லாயிரம் யோசனைக்கு அப்பால் குடிகொள்ளும் இளம்பிறை சூடிய கருநாகத்தான். அமுதுண்ண விழைந்து, விண்ணளந்தோன் பெண்ணுருக்கொண்ட அவையில் அமர்ந்து இழிவுபட்டவன். இன்று அவன் நாள். அவன் உட்கரந்த வஞ்சம் எழும் தருணம். கதிரவனைக் கவ்வி விழுங்கி தன் வஞ்சம் நிறைக்கிறான்.

கர்ணன் மையச்சாலைக்கு வந்தபோது சற்றுமுன் வண்ணங்களாலும் ஓசைகளாலும் கொந்தளித்துக்கொண்டிருந்த அப்பெரும்பரப்பு முற்றிலும் ஒழிந்துகிடப்பதைக் கண்டான். சில புரவிகள் மட்டும் ஆளில்லாது ஒதுங்கி ஒற்றைக்கால்தூக்கி நின்றன. நிழலற்ற நாய் ஒன்று சாலையைக் கடந்து மறுபக்கம் சென்றது. கண் இருட்டிவருவதுபோல் உணர்ந்தான். மரங்களின் நிழல்கள் மெலிந்து கருவளைக்கீற்றுகளென்றாகி மேலும் அழிந்து வடிவிழந்து கரைந்து மறைந்தன. மாளிகை முகடுகளுக்கு மேல் வானம் சாம்பல்நிறம் கொண்டது. அனைத்து வண்ணங்களும் அடர்ந்து, பின் இருண்டு கருநீர் பரப்பில் என மூழ்கிக்கொண்டிருந்தன.

தன் நிழலை நோக்கிக்கொண்டு வந்த அவன் அது முற்றிலும் மறைந்திருப்பதைக் கண்டான். எதிரே இருந்த மாளிகையின் பளிங்குச் சுவர்ப்பரப்பில் சூரியவடிவம் தெரிந்தது. குருதியில் முக்கி எடுத்த மெல்லிய கோட்டுவாள் போல. கர்ணன் திரும்பி நோக்கினான். செந்நிற வளைகோடு இருளில் மூழ்கி மறைந்தது. ஒளியெச்சம் மட்டும் நீருள் மூழ்கிய செம்புக்கலத்தின் அலையாடல்வடிவம் என எஞ்சியது. பின்பு அதுவும் மறைந்தது. வான்வெளி முற்றிலும் கருமைகொண்டதை தன் பார்வை மறைந்ததென்றே எண்ணினான். ஒருகணம் எழுந்தது மானுடர் அனைவரிலும் உள்ளூறையும் முதலச்சம். விழிகளல்ல, இருண்டது உலகே என்றுணர்ந்து நெஞ்சு சுருளிறுக்கம் அவிழ்ந்தது.

நள்ளிரவு என இருட்டு. அவன் தன்னை மட்டும் அறிந்தபடி அதற்குள் நின்றிருந்தான். அனைத்து மாளிகைகளும் மரங்களும் சாலைகளும் மறைந்துவிட்டிருந்தன. இருளுக்குள் மானுடப்பெருக்கின் மெல்லிய பேச்சொலிகள் இணைந்த ரீங்காரம் மட்டும் எஞ்சியிருந்தது. பறவைகளும் பூச்சிகளும்கூட முற்றிலும் ஒலியடக்கி அமர்ந்திருப்பதை உணர்ந்தான். மேலும் சற்றுநேரத்தில் அவ்வொலியின்மை செவிகளை குத்தத் தொடங்கியது. 'ஆம் ஆம் ஆம்' எனும் ஒற்றைச்சொல். அதுமட்டுமே உயிர்களுக்குரிய பொதுமொழியா என்ன? இருளுக்குள் புரவியை செலுத்த விழைந்தான். ஆனால் மும்முறை குதிமுள்ளால் குத்தியும் அது அஞ்சி தயங்கியே காலடி எடுத்து வைத்தது.

தொலைவில் விரைந்துவரும் புரவிக்குளம்படிகளைக் கேட்டான். அவ்விருளுக்குள் அத்தனை விரைவாக வருவது எவர் என்று விழிகூர்ந்தான். நோக்கை தீட்டத்தீட்ட அக்காட்சி மேலும் மங்கலாகியது. இருளுக்குள் இருளசைவென கரியபுரவி ஒன்றைக் கண்டான். அதன்மேல் கரிய மானுடன் ஒருவன் அமர்ந்திருந்தான். கரிய ஆடை. பற்களும் விழிகளும்கூட கருமை. விழியீரத்தின் ஒளியொன்றே அவனை இருப்புணர்த்தியது. அவன் புரவியின் மூச்சு சினம்கொண்ட நாகமென சீறியது. மேலும் விழிகூர்கையில் அவன் மேலும் புகை ஓவியமென மறைந்தான். விழிமீள்கையில் உருக்கொண்டான். நெஞ்சு அறைபட "யார் நீ?" என்றான் கர்ணன். அக்குரலை அவனே கேட்கவில்லை.

"வருக!" என்று அவன் சொன்னான். "யார்?" என்றான். "வருக மைந்தா!" என்றான் கரியோன். பின்பு புரவியைத்திருப்பி பக்கவாட்டுப்பாதையில் பிரிந்தான். கர்ணன் நான் ஏன் அவனைத் தொடரவேண்டும் என எண்ணினான். ஆனால் அவன் புரவி தொடர்ந்து சென்றுகொண்டிருந்தது. நில் நில் என அவன் உள்ளம் கூவியது. கடிவாளத்தை கைகள் இழுத்தன. புரவி அதை அறியவில்லை. இழுத்துச்செல்லப்படுவதுபோல அது சீரான காலடிகளுடன் சென்றது. முன்னால் செல்பவனின் புரவியின் கரியவால் சுழல்வது மட்டும் இருளுக்குள் இருளென தெரிந்தது. அக்குளம்படியோசை இரு பக்கங்களிலிருந்தும் வந்து சூழ்ந்தது. பின்பு விலகி நெடுந்தொலைவுக்குச் சென்று அங்கே துடித்தது.

இருளுக்குள் ஒன்பது அடுக்குகளுடன் எழுந்து நின்றிருந்த கோபுரமுகப்பு கொண்ட பேராலயம் ஒன்றை கர்ணன் கண்டான். அதன் வாயில்கள் திறந்திருந்தன. உள்ளே கருமணியொளி என இருள்மின்னியது. விழிகள் தெளிந்த கணத்தில் அவ்வாலயத்தின் உச்சிக்கலங்களாக அமைந்திருந்த ஒன்பது நாகபடங்களைக் கண்டான். அவற்றின் விழிகள் விண்மீன்களென மின்னிக்கொண்டிருந்தன. கோபுரத்தின் ஒன்பது அடுக்குகளிலும் பல்லாயிரம் நாகர்களின் சிலைகள் உடல்பின்னி படமெழுந்து நாபறக்க விழியுறுத்துச் செறிந்திருந்தன.

கீழே முதலடுக்கில் நடுவே அமைந்த கோட்டத்தில் வாசுகியையும் இருபுறங்களிலும் அகம்படிநாகங்களையும் அவனால் அடையாளம் காணமுடிந்தது. இரண்டாவது அடுக்கில் கார்க்கோடகனின் எரிவிழிகள் ஒருகணம் மின்னிச்சென்றன. மூன்றாமடுக்கில் தட்சன். நான்காம் அடுக்கில் குளிகன். ஐந்தாம் அடுக்கில் சங்குபாலன். ஆறாம் அடுக்கில் மகாபத்மன். ஏழாம் அடுக்கில் பத்மன். எட்டாம் அடுக்கில் கேசன். உச்சியடுக்கின் மையத்தில் அனந்தன். குதிரைவீரன் இறங்கி திரும்பி “வருக!” என்றான். கர்ணன் இறங்கி விழிகளை அவனை நோக்கி நிலைக்கவைத்தபடி நடந்தான். இமைக்கணத்தில் அனைத்தும் இன்மையென்றாகி மீளுருக்கொள்வதை கண்டான்.

மழையிலூறிய பாறைகள்போல குளிர்ந்திருந்தன படிகள். ஆலயச்சுவர்களும் நீர்வழியும் தொல்குகைகள் போல கைகளை சிலிர்க்கச்செய்யும் தண்மை கொண்டிருந்தன. உள்ளே எவருமில்லை. முன்சென்றவன் திரும்பி “வருக!” என்றான். கர்ணன் தொடர்ந்து சென்றான். ஓசையற்ற வழிவுகளை தன்னைச்சூழ்ந்திருந்த இருளுக்குள் கண்டான். நாகங்களென நெளிந்து மானுட உருக்கொண்டன அவை. “நாகர்கள்” என்றான் அவன். அவர்களில் அறிந்த முகங்களை அவன் தேடினான். அவர்கள் அனைவரும் நாகபடமுடிகளை அணிந்திருந்தனர். அவையெல்லாம் உயிருள்ள நாகங்கள் என அறிந்தான். ஐந்துதலை, மூன்றுதலை நாகங்கள். பெருந்தலை நாகங்கள். விழிமணிகள். நாபறத்தல்கள். வளையெயிற்று வெறிப்புகள்.

“யார் நீங்கள்?” என்றான் கர்ணன். “என்றும் உன் பின்னால் இருந்தவன்” என்றான் அவன். “நீ பிறப்பதற்கு முன், உன்னை அன்னை கருவுறுவதற்கு முன், இப்புடவியில் நீ ஒரு நிகழ்தகவென எழுவதற்கும் முன்பு உன்னை அறிந்து காத்திருந்தேன். அங்கனே, என்றுமே நீ என் கையில்தான் இருந்தாய். எனது படைக்கலம் நீ!” கர்ணன் நெஞ்சுக்குள் சிக்கிய மூச்சை ஒலியென்றாக்கினான். “உங்கள் பெயர் என்ன?” என்றான். மேலும் உரக்க “நான் உங்களை உணர்ந்துள்ளேன். அறிந்ததில்லை” என்றான்.

“பிரம்மனின் சொல்லில் இருந்து நான் தோன்றி நெடுங்காலமாகிறது. என் பெயர் நாகபாசன்” என்றான் அவன். “இப்புவியை நாகங்கள் மட்டுமே ஆண்டிருந்த யுகத்தில் இங்கு நாகாசுரன் என்று ஒருவன் பிறந்தான். நாகத்தின் குருதியில் எழுந்த அசுரன் அவன். நான் நான் என தருக்கி தன்னைமுடிச்சிட்டுக்கொண்டு இறுகிய காளநாகினி என்னும் நாகப்பெண்ணின் ஆணவமே நாகாசுரனென்று பிறந்தது. ஆணவம் அளிக்கும் பெருவல்லமையால் அவன் நாகங்களுக்கு அரசனென்றானான். விண்ணகத்தை வென்று இந்திரனென்றாவதற்காக அவன் ஆற்றிய பெருவேள்வியில் நாளொன்றுக்கு பன்னிரண்டாயிரம்

நாகங்களை அவியாக்கினான். நாகங்களின் ஊனுண்ட அனலோன் பெருந்தூண் என எழுந்து விண்ணோர் செல்லும் பாதையில் இதழ்விரித்து நின்றிருந்தான்."

"நாகாசுரனின் கோல்கீழ் நாகங்கள் உயிரஞ்சிக் கதறின. நாகங்களை உண்டு அனலோன் நின்றாடினான். அக்குரல் கேட்டு அறிவுத்தவம் விட்டு எழுந்த பிரம்மன் அனைத்தையும் அறிந்தார். பிரம்மன் தன் அனல்கொண்ட சொற்களால் ஆற்றிய வேள்வியில் அவர் உதிர்த்த சினம்கொண்ட வசைச்சொல் ஒன்று பல்லாயிரம் யோசனை நீளமும் பன்னிரண்டு தலைகளும் கொண்ட நாகமென பிறந்தது. அதுவே நான். நாகபூதமென்று உருவெடுத்து நான் மண்ணிறங்கினேன். என் உடலால் நாகாசுரனின் நகராகிய நாகவதியை மும்முறை சூழ்ந்து சுற்றி இறுக்கி நொறுக்கினேன். என் மூச்சொலியில் அந்நகரின் கட்டடங்கள் விரிசலிட்டன. என் அதிர்வில் மாளிகைகள் இடிந்து சரிந்தன.

"நாகாசுரன் தன் படைத்தலைவன் வீரசேனனை என்னை வெல்ல அனுப்பினான். அவனை நான் விழுங்கி உடலால் நெரித்து உடைத்து உண்டேன். இறுதியில் நாகனே நூற்றெட்டு பெருங்கைகள் நாகங்களென நெளிய பதினெட்டு நெளிநாகத்தலைகளை முடியெனச் சூடி யானைக்கூட்டங்களெனப் பிளிறியபடி என்னை வெல்லும்பொருட்டு வந்தான். நான் அவனைச் சூழ்ந்து பற்றி இறுக்கினேன். அவன் உடலை நொறுக்கி குருதிக்கட்டியென உடைத்து பின் விழுங்கினேன். எழுந்து பறந்து எந்தையிடம் சென்றேன்.

"விண்ணகத்து தெய்வங்கள் என்னைத் தழுவினர். அனல்விழியன் என்னை குழையென்றணிந்தான். விண்ணளந்தோன் என்னை கணையாழியென்றாக்கிக் கொண்டான். படைப்போன் என்னை எழுத்தாணியென கொண்டான். சொல்லோள் காலில் கழலானேன். மலரோள் கையில் வளையானேன். கொலைத்தொழில் அன்னை இடையணியும் கச்சையானேன். யானைமுகன் மார்பில் வடமென்றானேன். ஆறுமுகன் மயிலுக்குத் துணையானேன். தெய்வங்கள் அனைத்துக்கும் அணி நானே.

"மண்வாழும் நாகங்களுக்கு விண்ணமைந்த காவல் நான். இங்கு அவர்கள் அடைக்கலக் குரலெழுப்புகையில் விண்ணில் என் செவிகள் அதை அறியும். இங்கு அவர்கள் கொண்ட பெருந்துயர் பொறாது என் நச்சுநாவிலிருந்து ஒரு துளி என உதிர்ந்து விண்ணிழிந்தேன். என்னை ஏந்தும் பெருந்திறல்தோளோன் மண்நிகழக் காத்திருந்தேன். இனி உன் கையில் அமர்ந்து பழிகொள்வேன்."

கர்ணன் "நானா?" என்றான். "நான் ஷத்ரியன் அல்லவா?" என்றான். "ஆம், இது ஷத்ரியர்களின் யுகம். ஷத்ரியர்களை ஷத்ரியர்களன்றி

பிறர் வெல்லமுடியாது” என்றான் நாகபாசன். “நீங்கள் விண்வாழும் தெய்வம்... முடிவிலா பேராற்றல்கொண்டவர். எளிய மானுடருடன் போரிட உங்களுக்கு வில்லும் வேலும் எதற்கு?” என்றான் கர்ணன். “ஆம், ஆனால் இது மானுடரின் ஆடல். தெய்வமே மானுடனாகி மானுடனில் சொல்கூடித்தான் இங்கு விளையாடமுடியும்” என்றான் நாகபாசன். “பெறுக என் கை வில்லை!”

“இல்லை” என்றான் கர்ணன். “என்னில் வஞ்சம் நிறைய நான் ஒப்பமாட்டேன்.” திரும்பி வானை நோக்கி “சூரியத்தேய்வு இத்தனை நேரம் நீடிக்காது. இது என் கனவு” என்றான். “பெருங்கருணையும் வஞ்சமென திரளமுடியும் மைந்தா” என்றான் நாகபாசன். “வென்றொழிக்கப்பட்டு சிறுமைக்கு ஆளாகி நின்றிருக்கும் இச்சிறுகுடியினர் மேல் உள்ளம் கரைய இன்று பாரதவர்ஷத்தில் நீயன்றி பிறிதெவருமில்லை. இன்று இக்குடியினர் ஐவரும் உன்னை தங்கள் தெய்வமென, மூதாதை வடிவென எண்ணி அடிசூழ்கின்றனர்.” சீறும் மூச்சொலிகள் தன்னை சூழ்ந்திருப்பதை கர்ணன் உணர்ந்தான்.

தேன்தட்டுக்குழிகளென நிறைந்த விழிகள் மின்னும் முகங்களுடன் நாகர்கள் உடலொட்டி நெருங்கி அவனை வளைத்தனர். முதுநாகன் ஒருவன் “எங்கள் தந்தையே! எங்கள் தேவனே!” என்றான். முதுகுமுண்டுகள் புடைக்க குனிந்து கர்ணனின் கால்களைத் தொட்டான். மீன்களைப்போல குளிர்ந்த விரல்கள். அலைவளைவதுபோல நாகர்கள் அவன்முன் பணிந்தனர். மண்புழுக்களைப்போல மெல்விரல்கள் அவன் கால்களைப் பொதிந்தன.

“வஞ்சத்தை நீ உருவாக்கிக் கொள்ளவில்லை மைந்தா, அது நெய்யும்திரியுமென காத்திருந்த அகல். நீ சுடர்” என்றான் நாகபாசன். “இது உன் கணம். உன் வாழ்வு இங்கு முடிவாகிறது. இதோ உள்ளது என் வில். இதை நீ தோள் சூடலாம். அன்றி துறந்துசென்று உன் அரசகுடிவாழ்க்கையை கொள்ளலாம்.” கர்ணனின் தோளைத்தொட்டு “மைந்தா, நீ என் நாணின் அம்பு. நீ இதை தெரிவுசெய்யாது உன் வாழ்வை நாடிச் செல்வாய் என்றால் நீ விழைவதை அளிப்பது என் கடமை. உன் அன்னை உன்னை ஷத்ரியன் என அவையறிவிப்பாள். குருவின் கொடிவழிக்கு நீயே மூத்தவனாவாய். இந்திரப்பிரஸ்தத்திற்கும் அஸ்தினபுரிக்கும் நீயே அரசனும் ஆவாய். பாரதவர்ஷத்தின் சக்ரவர்த்தியென நீ அமர்வாய்” என்றான்.

நாகபாசனின் குரல் கூர்கொண்டு தாழ்ந்தது. “அத்துடன் உன்னுள் உறையும் ஆண்மகன் விழையும் மங்கையையும் நீ அடைவாய்!” கர்ணன் தன் உடல் நடுங்கிக்கொண்டே இருப்பதை உணர்ந்தான். “ஆம், இது உன்

போர் அல்ல. இதில் நீ அடைவதற்கொன்றும் இல்லை. இழப்பதற்கோ அனைத்துமே உள்ளது. மைந்தா, உயிரை இழப்பது ஷத்ரியர்க்கு உகந்ததே. நீ புகழை இழக்கலாகும். மூதாதையர் உலகையும் இழக்கலாகும். ஆயினும் நீ வெய்யோன் மைந்தன் என்பதனால், மண்வந்த பேரறத்தான் என்பதனால் இதைக் கோருகிறேன். இக்கண்ணீரின் பொருட்டு.” நாகபாசன் அருகே முகம் கொண்டுவந்து “ஏனென்றால் மண்ணில் எக்கண்ணீரும் மறுநிகர் வைக்கப்படாது போகலாகாது. அதன்பின் அறமென்பதில்லை” என்றான்.

கர்ணன் தன் கால்களில் விழுந்த சிற்றுடலை குனிந்து நோக்கி அதிர்ந்தான். தோலுரிக்கப்பட்ட ஆட்டுக்குட்டி போன்ற செந்நிறத் தோல் கொண்ட ஒரு சிறுவன். தோலின்மேல் சிவந்த வரிகளாக புண்கள். வளர்ச்சிகுன்றி பெரிய கைக்குழந்தை போலிருந்தான். சூம்பிய கைகால்கள், உப்பிய வயிறு. பெரிய சப்பிய மண்டையில் விழிகள் வெளியே விழுந்துவிடுபவைபோல பிதுங்கியிருந்தன. அவனை அவன் கால்களின் மேல் போட்ட நாகமுதுமகள் “வெய்யோனே, இவன் எஞ்சியிருக்கும் தட்சன். அஸ்வசேனன் என்பது இவன் பெயர். இவன் உங்களிடம் அடைக்கலம்” என்றாள்.

“முதிராக்கருவென அன்னையால் வயிறுகிழித்துப் போடப்பட்டவன். தோல் வளரவில்லை. சித்தம் உருவாகவில்லை” என்றான் நாகபாசன். கர்ணன் தன்னைச்சூழ்ந்து நின்ற கூப்புகைகளை நோக்கி சித்தமழிந்து நின்றான். “உன் சொல் முடிவானது அங்கனே” என்றான் நாகபாசன். “இங்குள்ள ஒவ்வொருவரும் இழந்தவர்கள். எரிந்தவர்கள். இவர்களின் கண்ணீர் உன்னிடம் கோருவது ஒன்றையே.”

கர்ணன் குனிந்து அஸ்வசேனனை தன் கையில் மெல்ல எடுத்தான். உருவழிந்த இளம்தட்சனின் முகத்தில் இதழ்கள் மட்டும் முலையருந்தும் மகவுக்குரியதாக இருந்தன. வாய்க்குள் எழுந்த நான்கு வெண்ணிறப்பால்பற்கள் தெரிய இமைதாழ்த்தி அவன் சிரித்தபோது குழந்தைமையின் பேரழகு மலர்ந்தது. “இவன் என் மைந்தன். இவன் ஒருவனின் பொருட்டு இவ்வுலகை ஏழுமுறை எரிக்கும் பெருவஞ்சம் என்னில் குடியேறுக! இச்சிரிப்புக்குப் பழிநிகராக நான் பாண்டவர்களை அழிப்பேன்” என்றான்.

“என் தெய்வமே! என் மூதாதையே” என்று அழுகையொலியுடன் நாகமுதுமகள் அவன் கால்களில் சரிந்தாள். நாகர்கள் நெஞ்சறைந்தும் தலையறைந்தும் கைவிரித்தும் கதறியபடி ஒருவர் மேல் ஒருவரென விழுந்து அவன்முன் உடற்குவியலென ஆயினர். அவர்களின் அழுகையொலிகள் எழுந்து இருளை நிறைத்தன.

3

புரவி துணிகிழிபடும் ஓசையில் செருக்கடித்ததைக்கேட்டு கர்ணன் விழித்தெழுந்தான். அந்த உளஅசைவில் சற்றே இருக்கை நெகிழ்ந்து மீண்டான். கடிவாளத்தைப் பற்றியபடி விழிதூக்கி நோக்கினான். விண்ணில் ஒரு புள், முரசுத்தோல் வழிக்கப்படும் ஓசையுடன் கடந்துசென்றது. எதிரொலிபோல இன்னொரு பறவை ஓசையிட்டது. அடுத்த கணத்தில் பல்லாயிரம் பறவைக்குரல்கள் எழுந்து காற்றைச் சூழ்ந்தன.

கர்ணன் திரும்பி சூரியனைப் பார்த்தான். வானில் மிகமெலிதாக செந்நிற வளைகோடு ஒன்று தெரியத்தொடங்கியது. குருதிதொட்ட கிண்ணமொன்றை வைத்து எடுத்ததுபோல. பறவையொலிகள் பெருகியபடியே வந்தன. ஒவ்வொன்றும் மேலும் மேலும் களிவெறிகொண்டன. இருள்கரையத்தொடங்கிய வான்வெளியெங்கும் பல்லாயிரம் சிறகுகள் துடிப்பதைக் கண்டான்.

வளைகோடு ஒரு பெரும் நிலவாகியது. அவன்முன் மண்ணில் மூழ்கிக்கிடந்து மீண்டெழுவதுபோல அவன் நிழல் எழுந்து வந்தது. அப்பாலிருந்த கட்டடத்தின் நிழல்சுவரின் மடிப்பு கூர்மைகொண்டது. இலைகள் சதுப்பில் பதிந்த பல்லாயிரம் லாடக்குளம்புகளின் அரைவட்டங்கள் என தெரிந்தன. எங்கோ ஒரு பசு “அம்பா?” என்றது. அதன் கன்று “அம்பேய்!” என்றது. மிக அருகே ஒரு குதிரை கனைத்தது. நெருப்பு சருகுகளில் பற்றிப்பரவுவதுபோல அவ்வொலி பலநூறு குதிரைகளில் படர்ந்து சென்றது. முரசொலிபோல ஒரு களிற்றின் பிளிறல் எழுந்தது.

குதிரைகளும், பசுக்களும், யானைகளும், அத்திரிகளும், கழுதைகளும் சேர்ந்து எழுப்பிய ஓசை கொம்புகளும் முழவுகளும் முரசுகளுமென ஒலித்து மேலும் மேலுமென இணைந்து முழக்கமாக, அதில் பறவைகளின் ஓசைக்கலைவு கரைந்து மறைந்தது. இடையில் கை வைத்தபடி அவன் அண்ணாந்து நோக்கி நின்றான். சூரியன் கருஞ்சிவப்புச் சேற்றில் பாதிபுதைந்த தங்கநாணயம் போல தெரிந்தது. வானத்தின் பல இடங்களில் மெல்லிய முகில்தீற்றல்கள் குருதியொற்றி வீசிய பஞ்சுப்பிசிறுகள் போல ஒளிகொள்ளத் தொடங்கின.

புலரி என்றே தோன்றியது. சுழற்றி வீசப்பட்ட படையாழி என மிக விரைவாக எழுந்த கதிரவனால் கண் நோக்கி இருக்கவே அது நிகழ்ந்தது. இமைப்புகளாக காலம் நகர்ந்தது. சூரியன் கைபட்டு ஓரம் கலைந்த நெற்றிப்பொட்டுவட்டமென வளர்ந்தது. முகில்கீற்றுக்கள் பற்றி எரியத்தொடங்கின. பட்டுத்துணிமேல் குருதி என வான்சரிவில் செந்நிறத்தோய்வுகள் நீண்டன.

கீழே தொடுவான்கோடு சற்றே திறக்கப்பட்ட வாயிலுக்கு அப்பால் ஒளி என தெரிந்தது. யமுனையின் கருநிற அலைகள் ஒளிகொள்ள, பலநூறு கலங்கள் அப்போது பிறந்தவைபோல உருப்பெற்று வந்தன. யவனக்கலம் ஒன்று பெருங்குரலில் அமறியது. சூழலென வெளிநிறைந்திருந்த பொருட்கள் அனைத்தையும் போர்த்தியிருந்த செந்நிறப்படலம் வெளிறி மஞ்சள் வழிவென்றாகி மேலும் ஒளிகொண்டது. எதிரே தெரிந்த மாளிகைக்கதவின் தாழ்க்குமிழ்களில் வெள்ளிச்சுடர்கள் ஏறின. அனைத்து உலோகமுனைகளும் மடிப்புகளும் சுடர் ஏந்தின. அச்சுடர் வெள்ளிவிண்மீன் என ஆயிற்று. கண்களை குத்திச்சென்றது சாளரமொன்றின் முனை. மண்ணில்கிடந்த வேலின் இலைக்கூர் வெள்ளிச்சட்டமொன்றை காற்றில் சுழற்றிச் சென்றது.

வெள்ளிக்கலத்திலிருந்து செங்குருதித் துளிச்சரடு வழிந்து நிற்பதுபோல தெரிந்தது சூரியன். மஞ்சள் தீற்றலென்றாயிற்று அது. வெள்ளிவட்டமென மாறி அக்கணமே நீலப்பச்சைத் திகிரியென கதிர்சூடி சுழலத்தொடங்கியது வெய்யோன் வடிவம். அருகே ஓர் ஆலயத்தில் சங்கோசை மணிச்சிலம்பலுடன் கலந்தெழுந்தது. பேரிகை "ஓம் ஓம் ஓம்" என்றது. நகரெங்கும் நிறைந்திருந்த பலநூறு ஆலயங்களில் இருந்து கூறுசங்கும் கோட்டுமுரசும் நாமணியும் நீள்கொம்பும் கலந்த புலரிப்பேரிசை ஒலித்தது. கோட்டைகள் மேலமைந்த காவல்மாடங்களில் அரசப்பெருமுரசுகள் இடியோசை எழுப்பின.

இல்லங்கள் அனைத்தும் வாயில்திறக்க, மக்கள் கைவீசிக் கூச்சலிட்டபடி தெருக்களிலிறங்கினர். மேலாடைகளையும் தலைப்பாகைகளையும்

படைக்கலங்களையும் வானிலெறிந்து பிடித்து துள்ளிக்குதித்து தொண்டை கமற "வெய்யோனொளி எழுக! கோடிக்கரங்கள் அளிகொள்க! கதிரோன் தேர் விரைக! காய்வோன் கருணை நிறைக!" என்று வாழ்த்தொலி எழுப்பினர். மதகுகள் உடைபட எழுந்து அலைசூழ்ந்து கொப்பளிக்கும் வெள்ளம் என, ஆடைவண்ணப்பெருக்கு அலையடிக்க ஊடே புரவி சிக்கிச் சுழன்று முட்டி ஒதுங்கி விலக்கி ஊடுருவி மீண்டும் தள்ளப்பட்டு அலைப்புற்று விலகி முன்னகர கர்ணன் சென்றான்.

ஒருவன் அவனை நோக்கி "வெய்யோனை நஞ்சுகவ்வ நோக்கி நின்றீர்! நான் கண்டேன். உங்கள் உடலே நஞ்சாகிவிட்டிருக்கும். கைநகங்கள் நாகப்பற்களென்றாகியிருக்கும்..." என்றான். இன்னொருவன் நகைத்தபடி "உங்கள் எதிரிகளை தேடிச்செல்லுங்கள் வீரரே. இனி உங்கள் நாநீர் தொட்ட ஈரம் கொண்ட அம்புகளே நாகங்கள்தான்" என்றான். கைவீசி "ஊ! ஊ!" என ஊளையிட்டுச் சிரித்து "அவர் வியர்வையை முகர்ந்தே நாம் கள்மயக்கு கொள்ளலாம்!" என்றான் ஒருவன். "கள்! இப்போது தேவை நுரையெழும் கள் மட்டுமே!" என்றான் பிறிதொருவன். "பிற சொற்களெல்லாம் வீணே! எழுக!" அக்கூட்டமே "கள்! கள்! கள்!" என்று கூவியபடி கடந்துசென்றது.

இந்திரப்பிரஸ்தத்தின் மாளிகைத்தொகைகளை அடைந்தபோது கர்ணன் வானிலும் காற்றிலும் முற்றாக நிறைந்திருந்த ஓசைகளால் சித்தம் திகைத்து சொல்லிழந்திருந்தான். அவனை நோக்கி ஓடிவந்த துச்சகனை, அவன் கைவீசி பற்கள் ஒளிவிட ஏதோ கூவுவதைக் கண்டபின்னரே அடையாளம் கண்டுகொண்டான். துச்சகன் அவன் அருகே வந்து "எங்கு சென்றிருந்தீர்கள் மூத்தவரே? நாங்கள் அஞ்சிவிட்டோம்" என்றான். அவனுக்குப் பின்னால் ஓடிவந்த துர்மதன் "மூத்தவரே, கதிர்மறைவின்போது கூரைக்குக்கீழே நின்றீர்கள் அல்லவா?" என்றான்.

சுபாகு "இன்றைய கதிர்மறைவு பெரும் விந்தை நிகழ்வு என்கிறார்கள். இன்னும் பன்னிருநாட்களுக்குப்பின்னரே முழுக்கதிர்மறைவுநாள் என நிமித்திகர் அனைவரும் கணித்திருந்தார்களாம். இன்று இந்நகரின் அணையாப்பெருவிளக்கில் கதிர் ஏற்றப்படும் தருணத்தில் வானொளியனை நாகம் கவ்வியதாகச் சொல்கிறார்கள்" என்றான். பற்களைக் காட்டிச் சிரித்து "சுடரேற்றுக்கு நற்காலம் குறித்த அரச நிமித்திகர் எழுவர் தங்கள் குரல்வளைகளில் வேல்பாய்ச்சி இறந்தனராம். எஞ்சியோர் அனைவரும் அமர்ந்து இந்நாளின் தீக்குறிகள் என்ன என்று ஆராய்ந்துகொண்டிருக்கிறார்கள். இந்திரப்பிரஸ்தத்தின் அரண்மனையே துயர்நிறைந்து அமைதிகொண்டிருக்கிறது" என்றான்.

கர்ணன் ஒன்றும் சொல்லாமல் புரவியிலிருந்து இறங்கி முற்றத்தில் நடந்தான். அவனுடன் ஓடிவந்த துர்மதன் "இந்நகர் அழியும் என்கிறார்கள். இத்தீக்குறி காட்டுவது ஒன்றே. இந்நகர் குருதியாலும் எரியாலும் முழுக்காட்டப்படும். இங்கு எவரும் எஞ்சப்போவதில்லை. வெறும் நுரைக்குமிழி இது... ஆம், அதுவே உண்மை. அறியட்டும் தெய்வங்கள்!" என்றான். துச்சலன் "அவ்வழிவு நம் கைகளால் நிகழும்... தெய்வங்களின் ஆணை அதுவே!" என்றான்.

படிகளில் ஏறி மேலே சென்ற கர்ணனை நோக்கி துச்சாதனன் ஓடிவந்தான். அவனைக் கண்டதும் பிற தம்பியர் நின்றனர். "எங்கு சென்றீர்கள் மூத்தவரே? எண்ணியிராதபடி கதிர்மறைவு நிகழ்ந்தது. இருள்கவ்வக்கண்டு நான் விழியின்மை கொண்டேனோ என ஐயுற்று அலறிவிட்டேன்" என்றான். "தம்பியர் அனைவரும் அவ்வண்ணமே எண்ணினர். எங்கள் உள்ளங்களனைத்திலும் இருப்பது ஒற்றை அச்சம்தான் போலும்."

"அரசர் எங்கே?" என்றான் கர்ணன். "துயில்கிறார். அவர் ஏதுமறியவில்லை" என்றபடி துச்சாதனன் உடன்வந்தான். "முழுக்கதிர்மறைவின்போது மரங்களிலிருந்து காகங்கள் விண்ணிலெழுந்து ஓசையிட்டதைக் கேட்டிருப்பீர்கள். சருகுப்புயல் வந்து இம்மாளிகைச்சுவர்களை மோதுவதை நான் கண்டேன். அஞ்சி ஓடி சாளரம் வழியாக நோக்கியபோது பல்லாயிரம் காகங்கள் அவை என்று கண்டேன். சாளரக்கதவை உடனே இழுத்து மூடினேன். அனைத்துச்சாளரங்களையும் அறைக்கதவையும் மூடினேன். அருவியென அவை வந்து மூத்தவரின் அறையின் அனைத்துக் கதவுகளையும் அறைந்தன. மூன்றாம் சாளரத்தை மூடுவதற்குள் உள்ளே நுழைந்த நான்கு காகங்கள் அறைக்குள் சிறகுகள் சுவர்களிலும் கூரையிலும் உரசி ஒலிக்க கூச்சலிட்டபடி சுற்றிவந்தன."

"அவற்றை வெளியேற்ற நான் ஆடையாலும் படைக்கலங்களாலும் முயன்றேன். அவை கூச்சலிட்டபடியே சுழன்றன. பின்னர் மங்கலமுரசுகள் ஒலிக்கக்கேட்டதும் அவை விரைவழியக்கண்டேன். சாளரத்தை சற்றே திறந்து வெளியே காகக்கூட்டங்கள் இல்லை என்று கண்டபின் விரியத்திறந்தேன். அவை கூச்சலிட்டபடி வெளியே சென்றன" என்றான் துச்சாதனன். "நான் அஞ்சிவிட்டேன் மூத்தவரே. மூத்தவர் பிறந்தபோது இவ்வாறு காகங்கள் வந்ததாக சூதர்கதைகள் உள்ளன."

"இன்னும் தம்பியரிடம் நான் எதையும் சொல்லவில்லை" என்றபடி துச்சாதனன் உடன் வந்தான். "கதிர் மீண்டும் எழுந்ததும் நான் உளம்கலங்கியவனாக வெளியே வந்து இடைநாழியில் ஓடி படிகளில் இறங்கி கீழே நின்று கூச்சலிட்டுக்கொண்டிருந்த தம்பியரிடம் உடனே

தங்களை அழைத்துவரும்படி சொன்னேன். மீண்டும் மூத்தவரின் அறைக்கு வந்தபோது உள்ளே ஒருவன் நின்றிருப்பதைக் கண்டேன்.” கர்ணன் நின்று மீசையை நீவியபடி நோக்கினான்.

“அது நிழலை என் விழி உருவென மயங்கியதாகவும் இருக்கலாம். என் வீண் அச்சம் உருவாக்கிய உருவெளியாக இருக்கலாம்” என்று துச்சாதனன் தயங்கியபடி சொன்னான். “ஏனென்றால் மயனீர் மாளிகையில் அவ்வுருவை நான் கண்டேன். அதை மீண்டும் நானே விழிமயக்கு என கொண்டிருக்கலாம்.” கர்ணன் விழிவிலக்கி சுவரிடமென “யார் அது?” என்றான்.

“அது ஒரு தெய்வம்” என்றான் துச்சாதனன். “உடலின் நேர்ப்பாதி பெண்ணுருவும் மறுபாதி ஆணுருவும் கொண்டது. ஆண் கை சூலமும் பெண் கை தாமரையும் ஏந்தியிருந்தது. பாதிமீசை. மீதி மூக்கில் புல்லாக்கு. ஒருசெவியில் குழை. பிறிதில் குண்டலம். விந்தையான உருவம்!” அவன் மூச்சிரைக்க நின்று “அத்தெய்வம் மூத்தவரின் அருகே நின்று அவரை நோக்கிக்கொண்டிருந்தது. துயிலில் மூடிய கண்கள் கொண்டிருந்தாலும் மூத்தவர் முகம்தூக்கி அதை நோக்கிக்கொண்டிருந்தார். அவர் முகம் புன்னகையில் மலர்ந்திருக்க, தெய்வம் பெருங்கருணையுடன் அவரை நோக்கிக்கொண்டிருந்தது” என்றான்.

கர்ணன் “அவன் பெயர் ஸ்தூனகர்ணன்” என்றான். “அல்லது ஸ்தூனகர்ணை.” துச்சாதனன் அச்சத்துடன் “அவ்வண்ணமென்றால் நான் அவனைப் பார்த்தது உண்மையா மூத்தவரே?” என்றான். “அது மயனீர் மாளிகையின் ஓவியம். இங்கு நீ கண்டது விழியில் எஞ்சிய அதன் உருவம்” என்றான் கர்ணன்.

ஆறுதலுடன் “நானும் அப்படியே எண்ணினேன்” என்றான் துச்சாதனன். “தம்பியரும் பலவகையான விழியெச்சங்களைக் கண்டிருக்கிறார்கள். இருள் பரவியதும் இங்கிருக்கும் அனைத்துப் பளிங்குமாளிகைகளும் முழுமையாக மறைய, கருமுகில் அள்ளி கட்டப்பட்டவைபோன்ற கன்னங்கரிய மாளிகைகள் எழுந்து வந்தன என்று துர்மதன் சொன்னான். ஏழடுக்கும் ஒன்பதடுக்கும் கொண்டவை. அவற்றில் அனைத்திலும் நாகர்களின் கொடிகள் பறந்தனவாம். நாகமுடிசூடியவர்கள் அங்கே நுண்மையும் பருமையும் கொண்டு மாறிமாறி ஆடிய உடல்களுடன் நிறைந்திருக்கக் கண்டானாம்.”

“அவன் கண்டதையே சற்று மாறியவடிவில் அனைவரும் கண்டதாகச் சொல்கிறார்கள். இப்பருவடிவ நகருக்குள்ளேயே இதன் நிழலுருவென நுண்வடிவ நாகநகர் ஒன்றுள்ளது என்று சுபாகு சொன்னான்.” கர்ணன் “உளமயக்குகளை வெல்லும்படி அவர்களிடம் சொல்! நாம்

இன்று கிளம்புகிறோம்” என்றான். துச்சாதனன் “எப்போது?” என்றான். “இப்போதே. இன்னும் சற்றுநேரத்திலேயே” என்றான் கர்ணன். “ஆணை... நான் அனைத்தும் இயற்றுகிறேன்” என்று துச்சாதனன் தலைவணங்கினான்.

துரியோதனனின் அறைக்குள் நுழைவதற்கு முன் ஒருகணம் கர்ணன் தயங்கினான். அதை துச்சாதனன் உணரக்கூடாதென்பதை உணர்ந்து நிமிர்ந்து திறந்து உள்ளே நுழைந்தான். அறையை பொறிவிழி தீண்டிய முதற்கணம் அவன் துரியோதனன் அருகே ஒரு பெரிய கதாயுதம் கிடப்பதைக் கண்டான். இரும்பாலானது. கரிய ஈரமினுப்பும் எடைமுழுப்பும் கொண்டது. மறுகணம் அது எதிர்த்தூணின் நிழல் என தெளிந்தது அறிவிழி.

துரியோதனன் ஆழ்ந்த மூச்சுடன் துயின்றுகொண்டிருந்தான். “மூத்தவரே!” என்று மூச்சாக அழைத்தபடி துச்சாதனன் கர்ணனின் கைகளைப் பற்றினான். “மூத்தவர் அந்தப் பேரழகுத்தோற்றத்தை மீண்டும் கொண்டுவிட்டார்.” கர்ணன் அதையே தானும் எண்ணிக்கொண்டிருப்பதை அறிந்தான். துரியோதனன் பெருஞ்சிற்பி வார்த்த விழிதிறக்கா வெண்கலச்சிலை போலிருந்தான். “முற்றிலும் நிகர்நிலை கொண்டவர். மூத்தவரே, எந்தையிடம் அடிவாங்கி இறப்பைத் தொட்டு மீள்வதுவரை அவர் இவ்வாறுதான் இருந்தார். அணுகமுடியாதவராக. மெல்லுணர்வுகள் அற்றவராக...”

கர்ணன் பெருமூச்சுடன் “நாம் கிளம்பவேண்டும். சென்று ஆவனசெய்!” என்றான்.

சொல் விளக்கம்

அகம்படியினர்	–	அரசனின் பரிவாரங்கள்
அகிபீனா	–	அபின்
அடுமனை	–	சமையலறை
அடைப்பக்காரன், அடைப்பக்காரி	–	தாம்பூலம் அளிப்பவர்
அண்மை	–	சமீபம், அருகில், பக்கம்
அணிமை	–	எட்டு வகை சித்திகளில் ஒன்று, நுண்ணுருவாதல்
அணுக்கர்	–	சிநேகர்
அத்திரி	–	கோவேறுக் கழுதை
அந்தரீயம்	–	கீழாடை; உடைமேல் கட்டும் மெல்லிய ஆடை
அமரம், அமரமுனை	–	படகின் குவிந்த முன்முனை
அமலை	–	போருக்குப்பின் வீழ்ந்த பகைவேந்தனைச் சூழ்ந்துநின்று வீரர் திரண்டு ஆடும் பெரிய களியாட்டத்தின் ஓசை, ஆரவாரமான ஒலி, விழாக்கொண்டாட்டம்.
அமறுதல்	–	மெல்ல உறுமுவதுபோல ஒலியெழுப்புதல். எருமையின் ஒலி உதாரணம்
அரசுசூழ்தல்	–	ராஜதந்திர ஆலோசனை
அரவு	–	பாம்பு
அரிமலர்	–	அட்சதையும் மலரும்
அலட்டுதல்	–	அலைக்கழித்தல், தொந்தரை செய்தல், உபத்திரவித்தல், பிதற்றுதல்
அவி, அவிப்பொருள்	–	வேள்வியில் அர்ப்பிக்கப்படும் உணவு, ஹவிஸ்
அவை	–	சபை

அறைகூவல்	–	சவால்
ஆகுதி	–	வேள்வியில் தீயிலிடும் செயல்
ஆடி	–	கண்ணாடி
ஆடிப்பாவை	–	கண்ணாடியில் தெரியும் உருவம்
ஆதித்யகோடிகள்	–	கோடிசூரியர்கள், விண்மீன்கள்
ஆதுரசாலை	–	மருத்துவமனை
ஆமாடப்பெட்டி	–	ஆமையோட்டை மூடியாகக் கொண்ட சிறிய பெட்டி
ஆயர்குடி	–	யாதவ குலம்
ஆரம்	–	மாலை
ஆவநாழி	–	ஆவம் என்றால் அம்பு. நாழி என்றால் நீண்ட கோப்பை. உலோகத்தாலான அம்புக்குவளை.. அம்பறாத்தூணி.
ஆழி	–	சக்கரம், வட்டம், கடல், கடற்கரை, கட்டளை
ஆற்றிடைக்குறை	–	ஆற்றுநடுவே உள்ள மணல்திட்டு
இசைச்சூதர்	–	பாணர்
இடைநாழி	–	திண்ணை
இமவான்	–	இமயம், இமயமலை, இமயமலையரசன்
இமிழ்தல்	–	ஒலி முழக்குதல்
இழிசினன்	–	புலைமகன், தாழ்ந்தோன்
இழிந்தல்	–	இறங்கிவருதல், குறைதல்
இளிவரல்	–	ஏளனம். அங்கதம்
இன்நீர்	–	இனியநீர்
ஈச்சை	–	பேரீச்ச மரம். ஈச்சவோலை, ஈச்சம்பாய், ஈச்சங்கள்
உகிர்	–	பறவை விலங்குகளின் கால் நகம்
உசாவுதல்	–	தகவலறிதல், விசாரணை
உண்டாட்டு	–	உணவுண்டு மகிழும் விழா, போருக்குப்பின் நிகழும் பெரு விருந்து
உந்தி	–	தொப்புள், நாபி, கொப்பூழ்
உமிணீர்	–	எச்சில் (உமிழ் நீர்)
உயவுப்பொருள்	–	இருபொருள்களினிடையே உராய்வைத் தடுக்கை இடப்படும் எண்ணெய் (க்ரீஸ்)

உரகம்	–	நாகம்
உலைதல்	–	மெல்ல அசைதல், அலைதல், நிலைகுலைதல்
உலோபி	–	கஞ்சன், ஒருவருக்கும் ஒன்றுங்கொடாதவன்
உழிந்தல்	–	மெல்லச் சுழற்றுவது
உளமயக்கு	–	பிரமை
ஊர்மன்று	–	ஊரிலேயுள்ள மன்றம், ஊர்ப்பொதுவிடம், ஊர்ச் சாவடி
ஊழ்கம்	–	தியானம்
எந்தை	–	என் தந்தை
எரிவிண்மீன்	–	எரிநட்சத்திரம்
எழினி	–	திரை, இடுதிரை, திரைச்சீலை
எழுதாக்கிளவி	–	மறை, வேதம்
ஐங்குலத்தோர்	–	பாஞ்சால குலங்கள் ஐந்து
ஐம்பத்தாறு தேசங்கள்	–	ஆரியவர்த்தம் எனப்பட்ட நாடு ஐம்பத்தாறு நாடுகளாகப் பிரிக்கப்பட்டிருந்தது.
ஒசிதல்	–	துவளல், வளைதல்
கங்கணம்	–	கைவளை, காப்பு நாண், ஒருவகை நீர்வாழ் பறவை, உறுதி, சபதம்
கங்காளி	–	கங்காளம் என்னும் கருவியை மீட்டும் காளி.
கட்செவி	–	பாம்பு
கணமறாதீர்கள்	–	கணம் அறாதீர், இடைமுறியாமல் செல்வீர்.
கணியர்	–	வானியலிலும் அதனடிப்படையிலெழுந்த சோதிடத்திலும் வல்லவர்கள்
கணையாழி	–	முத்திரை மோதிரம்
கந்தர்வர்கள்	–	இந்து தொன்மவியலின் அடிப்படையில் பதினான்கு கணங்களில் ஆடல் பாடலில் வல்ல ஒரு இனக்குழுவினர்.
கரந்த	–	மறைத்த, மறைந்த
கருவிளை	–	சங்குப்பூ
கலுழ்ந்து	–	கலங்கி, அழுது, கண்ணீர் சிந்தி
கழல்	–	காலில் அணியும் சிலம்பு
களபம்	–	மஞ்சள், குங்குமம் போன்றவற்றை அரைத்து உருவாக்கும் விழுது. மஞ்சள் களபம், குங்குமக் களபம்.

களிப்பாவை	– விளையாட்டு பொம்மை
களிறு	– ஆண்யானை
காப்பிரி நாடு	– ஆப்பிரிக்கா
கார்வை	– ஒலியின் முழக்கம்
காளிந்தி	– யமுனை நதி
கிளத்துதல்	– புலப்படக்கூறுதல், விதந்துகூறுதல்
குதிமுள்	– குதிரைவிலாவில் குத்தி ஊக்கும் தூண்டுகோல்
குரவை	– மகளிர் விசேஷகாலங்களில் நாவாற் குழறி இடும் மகிழ்ச்சியொலி
குருளை	– குஞ்சு, குட்டி, பிள்ளை, கன்று, குழந்தை. புலி, சிங்கம் போன்றவற்றின் குட்டி.
குவை	– குவியல். பசுங்குவை, வேர்க்குவை, முலைக்குவை, சொற்குவை, மணற்குவை
குழவி	– குழந்தை
குளம்பு	– குதிரை, மாடு போன்ற விலங்குகளின் பாதம்
குறுநிரை	– பெண்களின் முகத்தில் உள்ள பூனைமயிர்
கூகை	– ஆந்தை, கோட்டான்
கூலம்	– தானியம்
கூளி	– இருள்தேவதை
கூற்றம்	– சாவு, எமன்
கெழுமி	– அணுகி, சேர்ந்து, பொருந்தி
கைவிடுபடை	– மனித உதவியின்றி இயங்கும் தானியங்கி ஆயுதங்கள் கொண்டது
கொடுகொட்டி	– துர்க்கை ஆடும் கூத்துக்களில் ஒன்று
கொதும்பு	– தேங்காய் நார், கதம்பை நார்.
கொதும்புவள்ளம்	– கதம்பை நாரில் செய்த சிறிய நீரூர்தி
கொழுநர், கொழுநன்	– கணவர்
கோத்து, கோத்த	– கோர்த்து, கோர்த்த
கோதை	– இருபக்கமும் முடிந்த மாலை, ஒரு ஆறு
கோரோசனை	– மானிலிருந்து எடுக்கப்படும் நறுமணப்பொருள்
சகடம்	– சக்கரம்
சமித்து	– வேள்வியில் அர்ப்பிக்கப்படும் விறகு

சமையர், சமையன்,
சமையப் பெண்டிர்,
அணிச்சமையர் – ஒப்பனைக்காரர்கள்

சரப்பொளி – சிறிய பதக்கங்களை அடுக்கிச் செய்த மாலை. காசுமாலை போன்றது

சாகாடு – சுமைவண்டி, சரக்குப் பெட்டி

சாளரம் – வெளிச்சம், காற்று உட்புக அமைக்கப்படும் ஜன்னல்.

சித்தம் – பிரக்ஞை

சிதர் – நுணுக்கமான சிதறல்கள். துருவல்கள்

சிபிநாடு – பாகிஸ்தானில் உள்ள சிபி மாவட்டம்.

சிலைப்பு – சிலைத்தன்மையை அடைதல்

சிவமூலிகை – கஞ்சா

சிற்றில், சிற்றில்லம் – சிறு குடில்

சீவிடு – சில்வண்டு

சுக்கான் – கப்பல், படகு போன்றவற்றை தேவையான திசையில் திருப்புவதற்கு உதவும் கருவி.

சுடராட்டு – தீபாராதனை

சுரிகுழல் – சுருண்ட மயிர்

சுனை – இயற்கை நீர்நிலை

சுஷுப்தி – ஆழ் உறக்கநிலை

சூத்ரதாரன் – நிகழ்ச்சியறிவிப்பாளன்

செண்டுவெளி – அரண்மனையைச் சார்ந்துள்ள வையாளி வீதி

செருக்கடித்தல் – எருது, குதிரை போன்றவை சிலிர்த்துக்கொண்டு தரையைப் பிறாண்டுதல்

சென்னி – தலை

சேக்கை – மெத்தை, படுக்கை

சேடி – வேலைக்காரப்பெண், ஏவல்செய்வோள்

சொல்மீட்சி – சாபவிமோசனம்

சோரி – ரத்தம்

சோனக நாடு – அரபு நாடு

தமையன் – அண்ணன்

தமோகுணம் – தேக்கம்

தருக்குதல் – ஆணவம்கொள்ளல்

தருக்கு – ஆணவம்

தலைக்கோலன் – கலைக்குழுவில் முதன்மையானவர். சூதரில் முதன்மையானவர்

தழல் – நெருப்பு

தனயன் – மகன், புத்திரன், ஒருவரின் ஆண் குழந்தை

தாலம் – தாம்பாளம்

திரக்கு – கூட்டம்

தீயூழ் – தீவினைப் பயன், துரதிருஷ்டம்

துணித்தல் – வெட்டுதல்

துமி – மிகச் சிறிய துளி, அலைத்துமி, நுரைத்துமி, நீர்த்துமி

துயில் – தூக்கம்

துரியம் – யோகியர் தன்மயமாய் நிற்கும் உயர்நிலை.

துலா – கிணற்றிலிருந்துநீரை அல்லது ஒருஇடத்திலிருந்து பெரிய பொருள்களை எடுப்பதற்குப் பயன்படும் நெம்புகோல் வகையைச் சார்ந்த ஒரு பொறி

துளித்து – துளியிட்டு

தென்னெரி – தட்சிணாக்கினி

தேரட்டை – பெரிய கரிய குழாய் போன்ற அட்டை

தேறல் – கள்

தேற்றைகள் – கோரைப்பற்கள்

தோணி – தெப்பம், மரக்கலம், படகு

நச்சுதல் – விரும்புதல். அலப்புதல், தொந்தரவு செய்தல்

நாகணவாய் – மைனாப் பறவை

நாண் – நாணம், வெட்கம், கூச்சம், பழிக்கு அஞ்சுதல், கயிறு, வில்லின் கயிறு, வட்டத்தின் பரிதியில் இருக்கும் எந்த இரு புள்ளியையும் இணைக்கும் நேர்கோடு, மாங்கல்யம் கோத்த சரடு.

நாணிலி – நாணமில்லாதவன்(ள்)

நாரை – ஒருவகை நீர்ப்பறவை, கொக்கு வகை

நாவாய் – பெரிய மரக்கப்பல்

நாழி – முகத்தல் அளவை, ஒரு படி

நாழிகை – 24 நிமிடங்கள்

நாளவன் – சூரியன்

நாற்கள பகடை – சதுரங்கம்

நிமித்திகன், நிமித்திகா் – புறக்குறிகளைக்கொண்டு வருவது உரைப்பவா்கள்.

நீணாள் – நீண்டநாள்

நீா்ப்பாவை – நீரில் தெரியும் உருவம்

நுண்ணிதின் – நுணுக்கமாக

நுதல் – நெற்றி

நுதல்விழி – நெற்றிக்கண்

நெற்று – முதிா்ந்து காய்ந்த காய்

நேட்டம் – தேட்டம், சம்பாதித்த பொருள்

பகைப்புலம் – பின்புலம்

படையலா் – பூசைப்படையலிடுபவா்

பணிலம் – சங்கு

பணிலம் – சங்கு

பத்தி, பத்திவிரித்தல் – பாம்பு படமெடுத்தல்

பதிட்டை – பிரதிஷ்டை

பரவை – பரப்பு, பரவல், கடல், பரவிநிற்கும் நீா், உப்பு, ஆடல், மதில், திடல்

பரிபுரக்க – புரவிகளைப் பராமரிக்க

பாடிவீடு – பாசறை

பாணன் – பாடி அலையும் பாடகா். குலப்பாடகா்கள், வீரக்கதைப் பாடகா்கள்.

பாந்தள் – பாம்பு

பாய்கலை – மறிமான். கொற்றவையின் வாகனம்.

பாா்ப்புப்பேய்கள் – பிரம்மஹத்தி

பாவட்டா – பட்டம் போல் மூங்கிலில் கட்டித் தொங்கவிடப் படும் அலங்காரத் திரை.

பாழி – கடல், ஆகாயம், பெருமை

பிச்சி – பித்துப் பிடித்தவள்

பிடியானை – பெண்யானை

பிரஜாபதி – தன்னிலிருந்து படைப்பை உருவாக்கும் ஓா் ஆதி விசை அல்லது ஆதி இருப்பு

பிலம் – தானாக மண்ணுக்கு அடியில் உருவாகும் குகை

பீடு	–	பெருமை, வலிமை, செருக்கு
பீத நாடு	–	சீனா
பீதர், பீதன், பீதர்நாட்டான்	–	மஞ்சள்நிறமானவர். சீனன், திபெத் லடாக் பகுதியினர்.
பீரிடுதல்	–	விரைந்துபாய்தல், அலறிச் சத்தமிடுதல்.
புடவி	–	பிரபஞ்சம்
புதுக்குதல்	–	புதுப்பித்தல், அலங்கரித்தல்
புலரி	–	விடியல்
புள்	–	பறவை
புனல்	–	நீர், ஆறு, குளிர்ச்சி
பூசெய், பூசெய்கை	–	பூசை
பெதும்பை	–	8 முதல் 11 வயது வரையான பெண்ணின் பருவம்
பெருமயல்	–	பெருமயக்கம், பெரும்பித்து
பேதை	–	சூதுவாது அற்றவள், முட்டாள், 5 முதல் 7 வயது வரையான பெண்ணின் பருவம்
பேருரு	–	விஸ்வரூபம், பிரம்மாண்டமான
பொதி	–	மூட்டை
பொளி, பொளிகள்	–	சிறியபட்டைகள் அல்லது காசுகள்
மங்கலை	–	மங்கலமான பெண்
மங்கை	–	12 முதல் 13 வயது வரையான பெண்ணின் பருவம்
மஞ்சல்	–	துணியால் ஆன பல்லக்கு. தூளிப்பல்லக்கு
மடுத்தல்	–	உண்ணுதல், நிறைத்தல்
மதகளிறு	–	மதம் பிடித்த ஆண்யானை
மதநீர்	–	மதம் பிடித்த ஆண் யானையின் கண்ணுக்கும் காதுக்கும் இடைப்பட்ட சுரப்பிகளில் வழியும் பாலுணர்வு சார்ந்த நீர்; விந்து, வீரியம்
மதனிகை	–	கோபுரம் போன்றவற்றைத் தாங்கும் குட்டையான உடலுள்ள தேவதைகள்
மதுரை	–	மதுரா
மந்தணம்	–	ரகசியம், அந்தரங்கம்
மயர்வு	–	அறியாமை, அஞ்ஞானம்.

மயல் – மயங்குதல், மயக்கம்

மயல் – மயங்குதல், மயக்கம்

மயிலகவல் – மயிலெழுப்பும் குரல்

மழு – கோடரி

மன்று – மன்றம், அவை, சபை

மாந்துதல் – குடித்தல், உண்ணுதல், வருந்துதல், அவிந்தடங்கல், இறத்தல், நுகர்தல், ஊக்கமழிதல்

மிடிமை – வறுமை

மீதுறு நிலை – உணர்வு ஓங்கும் நிலை

முகபடாம் – முகத்திரை, யானையின் நெற்றிப்பட்டம்

முதற்றாதை – முதல்தாதை

முழவு – கையால் மீட்டும் சிறிய பறை

முழுது – முழுவதும்

முழைத்தலை – எழுந்த தலை

முனிதல் – வெறுத்தல் சினங்கொள்ளுதல்

முனிதல் – வெறுத்தல், சினங்கொள்ளுதல்,

மேழி – கலப்பை

யவனர் – கிரேக்கர், ரோமானியர்

யானம் – வாயகன்ற பாத்திரம், ஊர்தி

ரஜோகுணம் – செயலூக்கம்

லேபனம் – களிம்புப் பூச்சு, பூசும் பொருள்

வசு, வசுக்கள் – ஒருவகை தேவர்கள். எட்டுபேர் என்பதனால் அஷ்டவசுக்கள். தர்மதேவனுக்கு வசு என்னும் மனைவியில் பிறந்தவர்கள்.

வடவை – ஊழித்தீ

வரையாடு – நிலைதவறாமல் மலை ஏறும் ஒரு மான்வகை, மலையாடு, காட்டாடு

வலசைப் பறவை – பருவகாலங்களுக்கேற்ப புலம்பெயரும் பறவை

வழிவு – பொங்கி வழிதல்

வழுத்துதல் – வாழ்த்துதல், துதித்தல்

வள்ளம் – சிறிய நீரூர்தி

வளி – காற்று

வஜ்ராயுதம்	–	இந்திரனின் ஆயுதம்
வாளி	–	அம்பு
விடம்பனம்	–	நடிப்பு, நிந்தை, தொல்லை.
விண்ணவர்	–	தேவர்கள்
விதிர்தல்	–	நடுங்குதல்
விதிர்ப்பு	–	நடுக்கம்
விதும்புதல்	–	நடுங்குதல், விரைதல், விரும்புதல்
விந்தியன்	–	விந்தியமலை
விராட வடிவம்	–	பிரம்மாண்ட வடிவம்
விழவு	–	விழா
விழிமயக்கு	–	தோற்றமயக்கம், பிரமை
விழிவளர்தல்	–	தூங்குதல்
விழைவு	–	விருப்பம்
விறலி	–	பாணனின் மனைவி. பாடி ஆடி கதைசொல்பவள்.
வினைவலர்	–	சேவகர், வேலையாள்கள், தொழில் செய்வதில் வல்லவர்
வீணன்	–	தீயநெறி நடப்போன், சோம்பேறி, பயனற்றவன்
வெண்கலை	–	வெள்ளை உடை, கலைமகள்
வெய்யநீர்	–	சுடுநீர்
வெய்யோன்	–	சூரியன்
வேங்கை	–	புலி, ஒருவகை மரம்
வேட்கை, வேட்குதல்	–	விரும்புதல், வேண்டுதல்
வேய்ங்குழல்	–	புல்லாங்குழல்
வேளிர்	–	வேளாளர்
ஜனபதம்	–	மக்கள்வாழும் நிலப்பகுதி. சிறிய சமூகக்கட்டமைப்பு. ஆரியவர்த்தம் 16 ஜனபதங்களாக வேதகாலத்தில் பிரிக்கப் பட்டிருந்தது.
ஸ்மிருதி	–	ஒழுக்கச்சட்டங்களைச் சொல்லக்கூடியது. மாறக்கூடிய நூல்.

ஜெயமோகனின் புத்தகங்கள்

நாவல்கள்

ரப்பர்
விஷ்ணுபுரம்
பின்தொடரும் நிழலின் குரல்
கன்யாகுமரி
காடு
அனல்காற்று
இரவு
கன்னிநிலம்
வெள்ளையானை
கொற்றவை

சிறுகதைத் தொகுப்பு

திசைகளின் நடுவே
மண்
ஆயிரங்கால் மண்டபம்
கூந்தல்
ஜெயமோகன் சிறுகதைகள்
ஜெயமோகன் குறுநாவல்கள்
ஊமைச்செந்நாய்
அறம்
ஈராறுகால்கொண்டெழும் புரவி
வெண்கடல்

ஆன்மிகம்/தத்துவம்

இந்திய ஞானம்
சிலுவையின் பெயரால்
இந்துமதம் சில விவாதங்கள்

அரசியல்

சாட்சிமொழி
இன்றைய காந்தி

பண்பாடு/வரலாறு

பண்படுதல்
தன்னுரைகள்
எதிர்முகம்
கொடுங்கோளூர் கண்ணகி (மொழியாக்கம்)

வாழ்க்கை வரலாறு

சுரா: நினைவின் நதியில்
முன்சுவடுகள்
கமண்டல நதி
லோகி (லோகிததாஸ் நினைவு)
கடைத்தெருவின் கலைஞன் (ஆ. மாதவன் பற்றி)

இலக்கிய அறிமுகம்

சங்கச் சித்திரங்கள்
மேற்குச்சாளரம் (மேலை இலக்கிய அறிமுகம்)
கண்ணீரைப் பின்தொடர்தல் (22 இந்தியநாவல்கள்)
பொன்னிறப்பாதை
விதிசமைப்பவர்கள்
சொல்முகம்
எழுதும் கலை

இலக்கிய விமர்சனம்

ஆழ்நதியைத் தேடி
நவீனத்துவத்துக்குப் பின் தமிழ் கவிதை - தேவதேவனை முன்வைத்து
உள்ளுணர்வின் தடத்தில் (கவிதை விமர்சனம்)

இலக்கிய முன்னோடிகள் வரிசை
ஏழு நூல்கள்
முதற்சுவடு
கனவுகள் இலட்சியங்கள்
சென்றதும் நின்றதும்
மண்ணும் மரபும்
அமர்தல் அலைதல்
நவீனத்துவத்தின் முகங்கள்
கரிப்பும் சிரிப்பும்
ஈழ இலக்கியம் ஒரு விமர்சனப்பார்வை
புதியகாலம் (இலக்கிய விமர்சனம்)
பூக்கும் கருவேலம் பூமணியின் படைப்புலகம்
ஒளியாலானது தேவதேவனின் புனைவுலகம்
எழுதியவனைக் கண்டுபிடித்தல்
இலக்கியவிவாதக் கட்டுரைகள்

அனுபவம்

நிகழ்தல் – அனுபவக்குறிப்புகள்
இன்று பெற்றவை (நாட்குறிப்புகள்)
ஜெ. சைதன்யாவின் சிந்தனை மரபு
நாளும்பொழுதும் (அனுபவக்குறிப்புகள்)
இவர்கள் இருந்தார்கள் (நினைவுக்குறிப்புகள்)

தொகைநூல்கள்

அசோகமித்திரன் (அறுபதாண்டு நிறைவுவிழா மலர்)
சுந்தர ராமசாமி (அறுபதாண்டு நிறைவுவிழா மலர்)
இலக்கிய உரையாடல்கள்

நாடகம்

வடக்கு முகம்

பயணம்

புல்வெளிதேசம் (ஆஸ்திரேலிய பயணக்கட்டுரை)

மொழிபெயர்ப்பு

தற்கால மலையாளக் கவிதைகள்
இன்றைய மலையாளக் கவிதைகள்
சமகால மலையாளக் கவிதைகள்

மலையாளம்

நெடும்பாதையோரம்
உறவிடங்கள்
நூறு சிம்ஹாசனங்கள்

பொது

நலம் (ஆரோக்கியக் கட்டுரைகள்)

வெண்முரசு (மகாபாரதம் நாவல் வடிவில்)

முதற்கனல்
மழைப்பாடல்
வண்ணக்கடல்
நீலம்
பிரயாகை
வெண்முகில் நகரம்
இந்திரநீலம்
காண்டீபம்

வெண்முரசு (நாவல் பகுதிகள்)

எரிமலர்
புல்லின் தழல்
செம்மணிக்கவசம்
இருள்விழி
ஆயிரம் கைகள்

www.ingramcontent.com/pod-product-compliance
Ingram Content Group UK Ltd.
Pitfield, Milton Keynes, MK11 3LW, UK
UKHW042112021026
15589UKWH00001B/352

9 789384 149970